இந்திய முஸ்லிம் தலைவர்கள்

விடுதலைப் போராட்டமும் அதற்கு அப்பாலும்

ராஜ்மோகன் காந்தி

வரலாறு, வாழ்க்கை வரலாறு, சமூகம் உள்ளிட்ட துறைகளில் பத்துக்கும் மேற்பட்ட புத்தகங்கள் எழுதியிருக்கிறார். இவர் எழுதிய காந்தி, ராஜாஜி படேல் ஆகியோரின் வாழ்க்கை வரலாறுகள் புகழ்பெற்றவை. சமீபத்திய நூல், *Modern South India*. கடந்த 60 ஆண்டுகளாக ஜனநாயக உரிமைகளை வலியுறுத்தி பல்வேறு தளங்களில் இயங்கி வருகிறார். அமெரிக்கப் பல்கலைக்கழகத்தில் அரசியல் மற்றும் வரலாற்றுத் துறை பேராசிரியராக இருந்தவர். மாநிலங்களவை உறுப்பினராக இருந்திருக்கிறார். பத்திரிகைத் துறையிலும் தடம் பதித்தவர். சாகித்ய அகாதெமி உள்ளிட்ட பல விருதுகளையும் அங்கீகாரங் களையும் பெற்றிருப்பவர். காந்தியின் மகன் வழிப் பெயரன் ஆவார்.

இந்திய முஸ்லிம் தலைவர்கள்

விடுதலைப் போராட்டமும் அதற்கு அப்பாலும்

ராஜ்மோகன் காந்தி

தமிழில்: ஏவி. எம். நஸீமுத்தீன்

கிழக்கு

இந்திய முஸ்லிம் தலைவர்கள்
India Muslim Thalaivargal
Rajmohan Gandhi ©

© First published in Tamil by *New Horizon Media Private Limited* in arrangement with *Penguin Random House India Private Limited*. Originally Published in English as *"Understanding the Muslim Mind"* by Penguin Books India.

First Edition: March 2023
616 Pages
Printed in India.

ISBN 978-93-90958-36-8
Kizhakku - 1316

Kizhakku Pathippagam
177/103, First Floor, Ambal's Building, Lloyds Road, Royapettah, Chennai - 600 014. Ph: +91-44-4200-9603
Email : support@nhm.in   Website : www.nhm.in

◼ kizhakkupathippagam   ◼ kizhakku_nhm

Kizhakku Pathippagam is an imprint of New Horizon Media Private Limited

The views and opinions expressed in this book are the author's own and the facts are as reported by the author, and the publishers are not in any way liable for the same.

All rights reserved. No part of this publication may be reproduced, stored in a retrieval system, or transmitted, in any form or by any means, electronic, mechanical, photocopying, recording or otherwise, without the prior permission of the publishers.

சோனு, பையா, லீலா, திவ்யா, அம்ரிதா, சுப்ரியா, தேபு மற்றும் இந்திய மண்ணில் வியர்வை, கண்ணீர், ரத்தம் சிந்திய புகழ்பெற்ற அல்லது ஊர் பெயர் தெரியாத, பலருடைய முன்னோர்களுக்கு

உள்ளே

முன்னுரை		9
1. இந்துக்களும் முஸ்லிம்களும்		17
2. சைய்யத் அகமது கான்		48
3. முகம்மது இக்பால்		100
4. முகம்மது அலி		161
5. முகம்மது அலி ஜின்னா		241
8. பசுலுல் ஹக்		363
7. அபுல் கலாம் ஆசாத்		415
6. லியாகத் அலி கான்		479
9. ஜாகிர் ஹுசைன்		518
10. நிறைவுரை		578
குறிப்புகள்		592
உதவிய நூல்கள்		611

முன்னுரை

'இஸ்லாமியரைப் புரிந்துகொள்ளுதல்' என்ற இந்த நூலின் ஆங்கில மூலம் 1984-85-ல் எழுதப்பட்டு 1986-ல் அமெரிக்காவில் வெளியிடப்பட்டது. 1987-ல் பென்குயின் நிறுவனம் இதை முதன்முறையாக இந்தியாவில் வெளியிட்டது. இந்நூலுக்கு மறுபதிப்பு வேண்டி ஆர்வம் காட்டிய பொதுமக்களின் விருப்பப்படி இப்போது இந்நூல் ஒரு புதிய பதிப்பாகவே வெளியிட முடிவெடுக்கப்பட்டது. இந்த வாய்ப்பை நான் வரவேற்று இந்தப் பதிப்புக்காக புதிதாகவே ஒரு முன்னுரையை எழுதிக்கொடுத்தேன். அதையும் தெற்காசிய வரலாறு என்ற களத்தில், 'பழிதீர்த்தலும் பகைமறப்பும்' என்ற என் நூலுக்கான ஆய்வுகளை மேற்கொண்டபோது கிடைத்த புரிதலின் அடிப்படையில் எழுதினேன். 'பழிதீர்த்தலும் பகை மறப்பும்' என்ற நூலையும் இதே பென்குயின் நிறுவனம் 1999 இறுதியில் வெளியிட்டது.

தெற்காசிய வரலாற்றுத் தேடலில் மகாபாரதகாலம் தொடங்கி, 1999-ல் கார்கில் கைப்பற்றப்பட்டது வரையிலான நீண்ட நெடிய காலகட்டம் முழுவதும் சங்கிலித் தொடராகப் பழிதீர்த்தல் இருந்து வந்துள்ளது. அதேநேரம் இருதரப்புகளுக்குமிடையே பாலம் அமைக்கிற பணியில் ஈடுபட்டவர்களும் இருந்திருக்கிறார்கள்.

'பழிதீர்த்தலும் பகை மறப்பும்' என்ற நூலின் மூலம் நான் கண்ட முடிவு, பகை மறப்பு என்பது இந்தியா அல்லது தெற்காசியாவைப் பொறுத்தவரை, அதிக செல்வாக்கைப் பெற்றிருக்கவில்லை. எனவே இந்நூலின் இறுதிப் பக்கங்களில் பகைமறப்புக்கான சில

வழிவகைகளை எடுத்துக்காட்டியுள்ளேன். எவை சொல்லப்பட்டுள்ளன; எவை சொல்லாமல்விடப்பட்டுள்ளன என்பதை எல்லாம் காதுகளின் மூலம் மட்டுமல்ல; இதயத்தின் வழியாகவும் கேட்டுப் பாருங்கள் என்பதை அடிக்கோடிட்டுக் காட்டியுள்ளேன்.

'மறுபுறத்தை' காது கொடுத்துக் கேட்கவேண்டுமென்ற ஆவலே 'இஸ்லாமியர்களைப் புரிந்துகொள்ளுதல்' என்ற இந்நூலை எழுதத் தூண்டியுள்ளது. இந்தப் புத்தகத்துக்கு எப்படியான வரவேற்பு கிடைக்கும் என்பதுபற்றி எனக்கு எந்தத் தெளிவும் இருந்திருக்கவில்லை. முஸ்லிம்கள், 'அவர்களுடைய மனப்போக்கை நான் சரிவர அறிந்துகொள்தில் தோற்றுவிட்டிருக்கிறேன்; ஓர் இந்து அப்படிப் புரிந்துகொள்ள முயற்சி செய்வது சற்று அதீதத் துணிச்சல்தான்' என்று சொல்லக்கூடும்; அதுபோன்றே இந்துக்கள், என்னை 'முஸ்லிம்களின் குற்றங்குறைகளைக் கண்டுங்காணாமல் இருக்கும் போலி மதச்சார்பின்மைவாதி' என்று முத்திரை குத்தவும் கூடும் என்றும் மனதளவில் தயாராக இருந்தேன்.

இந்தத் தருணத்தில் தீவிர இந்துக்களில் சிலர், எடுத்துக்காட்டாக எம்.வி.காமத் போன்றவர்கள் இந்த நூலைப் பாராட்டியுள்ளார்கள். இந்நூல் உயர்தரத்திலானது என்றும் மதிப்பிட்டுள்ளார்கள். இதுபோன்று பாகிஸ்தானின் தலையாய அறிவு ஜீவி என்று மதிக்கப்படுகிற இக்பால் அகமத், பாகிஸ்தான் தொலைக் காட்சிக்காக என்னை அழைத்து நேர்காணல் நிகழ்ச்சி ஒன்றை நடத்தினார். இதன் உருது மொழிபெயர்ப்பை லாகூர் பதிப்பாளர் ஒருவர் வெளியிட்டிருக்கிறார். பாகிஸ்தான் சென்று வந்த பயணி ஒருவர் இந்நூலை வைத்திருந்ததைப் பார்த்துத் தெரிந்து கொண்டேன். இல்லையெனில் இந்த நூல் உருது மொழியில் வெளிவந்தது எனக்குத் தெரியாமல் போயிருக்கும்.

1987-ல் வெளிவந்த பென்குயின் நிறுவனத்தின் முதற் பதிப்பில் என் முன்னுரையின் தொடக்க வரிகளாக நான் எழுதியவை: 'இந்தியா, பாகிஸ்தான் இடையே எப்போதேனும் ஓர் அணு ஆயுத மோதல் ஏற்பட்டால் (கடவுள், அப்படி நடக்காமல் தடுத்தாட்கொள்வாராக) கடந்த கால வரலாறுதான் அதற்கு ஓரளவுக்குக் காரணமாக இருக்கும்.'

அப்படியான ஒரு சாத்தியக்கூறு இருந்ததை 1998 கோடைக்காலத்தில் பொக்ரானிலும் சாகாய் குன்றுகளிலும் நடந்த குண்டுவெடிப்புகள் முன்வைத்தன. இதையொட்டிய தொடர் நிகழ்வுகள், 1987-ல் நான் வைத்த பிரார்த்தனையை அவசியமற்றதாக ஆக்கிவிடவில்லை.

இந்துக்கள்-முஸ்லிம்கள் என்ற பிரச்னையும் இந்தியா-பாகிஸ்தான் பிரச்னையும் இரண்டு வேறுபட்ட விஷயங்கள். இந்தியாவில் வாழ்கிற முஸ்லிம்கள், பாகிஸ்தானில் வாழ்கிற முஸ்லிம்களுக்கு எண்ணிக்கையில் சமமானவர்களாகவோ அல்லது அதிக எண்ணிக்கைக் கொண்டவர்களாகவோ இருக்கலாம் என்று இந்தியவில் இருக்கும் நாம் முந்திக்கொண்டு சொல்வதுண்டு. அதுபோல் இந்தியா, பாகிஸ்தான் இடையே நடைபெற்ற போர்களில் இந்திய முஸ்லிம்கள் தொடர்ந்து இந்தியா பக்கமாகவே இருந்தார்கள் என்றும் சொல்வதுண்டு.

இருந்தும் இந்த இரண்டு பிரச்னைகளும் ஒன்றுக்கொன்று தொடர்பு உள்ளவையே! பாகிஸ்தான் என்ற நாடு 1947-ல் தான் தோன்றியது. இந்திய விடுதலைக்குப் பின்னர், அதாவது பிரிட்டன் என்ற நடுநிலையைப் பேணுகிற அதிகாரம் வெளியேறிய பின்னர், இந்துப் பெரும்பான்மை அதிகாரத்தின் கீழ் இந்தியாவில் வாழ்க்கையைத் தொடர்வதில் தமது பாதுகாப்பு எப்படி இருக்கும் என்பது குறித்துப் பல முஸ்லிம்கள் யோசித்தனர். இந்தியா, பாகிஸ்தான் இடையே கிரிக்கெட் விளையாட்டுப் போட்டி நடைபெறும்போது இந்திய முஸ்லிம்கள் தங்களுடைய உணர்ச்சிகள் கூர்ந்து கவனிக்கப்படுவதை உணரமுடிந்தது.

இந்தியா, பாகிஸ்தான் இடையிலான நல்லுறவு, இந்தியாவின் நலன் என இரண்டுக்குமே இந்துக்கள் முஸ்லிம்களின் மனதைப் புரிந்துகொண்டவர்களாகவும் முஸ்லிம்கள் இந்துக்களின் உள்ளத்தை அறிந்திருப்பவர்களாகவும் இருந்தாகவேண்டும். இப்படிச் சொல்வதாலோ இந்நூலின் பெயர் தலைப்பையோ பார்த்துவிட்டு, முஸ்லிம்கள் அனைவரும் (அல்லது இந்துக்கள் அனைவரும்) ஒரே மாதிரியாகவே சிந்திப்பார்கள் என்று நூலாசிரியர் நம்புவதாக நினைத்துவிடவேண்டாம். இந்த நூலில், பல வேறுபட்ட மனித உள்ளங்களையும் வெவ்வேறு வாழ்க்கை வாழ்ந்தவர்களையும் அலசி ஆராய்ந்திருக்கிறேன். அதனால் நான் இந்நூலின் வாசகர்களைக் கேட்டுக்கொள்வது: ‘இந்த நூலின் தலைப்பைப் பரந்த நோக்கில் பாருங்கள்’.

இரண்டாயிரம் ஆண்டின் இளவேனில் காலத்தில் நான் இதனை எழுதுகின்றேன்; ‘இந்தத் துணைக்கண்டத்தில் முன்னெப்போதும் இருந்திராத அளவுக்கு இப்போதுதான் மக்களிடையே வெறுப்புணர்வும் சந்தேகமும் மிக உச்சத்தில் காணப்படுகிறது. எப்போதையும்விட இப்போதுதான் ஒருவர் மற்றவரைப் புரிந்துகொள்வதற்கு அதிகத் தேவை ஏற்பட்டுள்ளது. மைய

நீரோட்டத்தில் இருக்கும் இந்தியருக்கோ பாகிஸ்தானியருக்கோ அல்லது இந்துவுக்கோ முஸ்லிமுக்கோ அப்படியான ஒரு ஏக்கம் மனதில் இருப்பதாகவே தெரியவில்லை. இருந்தும் தெற்காசியாவின் ஊசல் தொடர்ந்து அங்கும் இங்குமாக ஆடிக்கொண்டுதானிருக்கும் என்பதால் சற்று துணிந்து சிலவற்றைச் சொல்கிறேன். பதிமூன்று மாதங்களுக்கு முன்னே இந்தியர்களைக் கிளர்ச்சியுறச் செய்கிற வகையில் அடல் பிகாரி வாஜ்பாயின் லாகூர் பஸ் பயணம் அமைந் திருந்தது. அந்த உயிர்துடிப்பு மிகுந்த மாநகரில் அவர் நிகழ்த்திய சொற்பொழிவை அவரின் வார்த்தைகளிலேயே தருகிறேன்:

'ஒருவரோடொருவர் வெறுப்பை வளர்ப்பதிலேயே நாம் நீண்ட நெடுங்காலங்களைக் கழித்துவிட்டோம். இது எனக்கு மிகுந்த துன்பத்தை அளித்தது. இந்தியாவையும் பாகிஸ்தானையும் போன்ற பெரிய இரண்டு நாடுகளுமே அளவுக்கு அதிகமாகவே மற்றொன்றைக் குறித்து கெட்ட எண்ணத்தில் காலத்தை வீணாக்கி விட்டன. நாம் இப்போது புதிய புத்தாயிரம் ஆண்டின் கால கட்டத்தை நோக்கிச் செல்கின்றோம். நம்முடைய குழந்தைகளையும் அவர்களின் குழந்தைகளையும் குறித்த நல்வாழ்வுக்கான சிந்தனையே நம் எதிர்காலத் தேவைகளாக நம் எதிரே உள்ளன. அதிலேயே நம் நாட்டம் போகவேண்டும். நாம் நம்மிடையே அளவுக்கதிகமான பகைமையைக் கொண்டிருந்துவிட்டோம். இனிமேல் அதையே நட்புறவாக மாற்றிக்காட்டுவோம்.'

ஒரு கல்வியாளனின் நெறிமுறைப்படி – 'இஸ்லாமியரைப் புரிந்துகொள்ளுதல்' என்ற இந்நூலை நான் மிகுந்த கவனத்தோடு எழுதியிருக்கிறேன். தெரியவருகிற அசௌகர்யமான உண்மைகளைப் பொய்யான, நடைமுறையில் இல்லாத மத நல்லிணக்க வாழ்வு என்ற மாயப் போர்வையின் கீழே ஒளித்துவைத்துவிட விரும்பவில்லை.

காஷ்மீர் தொடர்பான இறுக்கமான, கசப்பான சம்பவங்கள், பாபர் மசூதி தகர்ப்பு, அணுகுண்டுச்சோதனை, இந்துத்துவம் மற்றும் பி.ஜே.பி.யின் வளர்ச்சி, கார்கில் போர், முஷ்ராஃப் ஆட்சிக் கவிழ்ப்பு என்ற எத்தனை எத்தனையோ நடந்துவிட்டன. இருந்தும், அருகருகே இருக்கும் தெற்காசிய நாடுகளுக்கிடையே பகை மறப்பு உணர்வு மேலோங்கவேண்டும் என்றே விரும்புகிறேன். இப்போது இருப்பது போலவே 1987-லும் பொருத்தமற்றதாகத் தோன்றிய இந்த என் விருப்பத்தை நான் மறைத்துக்கொள்ளவிரும்பவில்லை.

•

சிறுவயது முதற்கொண்டே என்னை அழுத்திக் கொண்டிருந்த முஸ்லிம்கள் குறித்த கேள்விகளுக்கான ஒரு சரியான தெளிவை

எட்டுவதற்கான முயற்சியை ஆரம்பிக்காமலேயே நீண்ட காலங்களைக் கழித்துவிட்டேன். இந்தியாதான் உலகில் முஸ்லிம்கள் அதிகமாக வாழ்கிற இரண்டாவது நாடு என்ற உண்மையை என்னைப் போன்ற பிற குடிமக்களைப் போன்று நானும் பேசியிருக்கிறேன். ஆனால் இதுபோன்ற உண்மைகளிலோ இத்துணைக் கண்டத்தில் முஸ்லிம்கள் வரலாற்றைப்பற்றிப் படிப்பதிலோ நான் அக்கறை எடுத்துக்கொள்ளவில்லை. அதுபோன்றே அவர்களை உந்திச் செல்லும் விசைகள் எதுவென்று தெரிந்துகொள்ளவும் முயற்சி எடுத்திருக்கவில்லை.

இஸ்லாமியர் குறித்த விஷயங்களில் ஒன்றும் அறியாதவனாக நான் இருந்தாலும் சிலவற்றில் நான் குறைந்த அளவிலேனும் தெரிந்தவனாகவும் முஸ்லிம் அல்லாதவர்களான என் சக நாட்டினர் (இவர்களில் அதிகம் கற்றவர்களும் இருக்கிறார்கள்) அறிந்திருப்பதைக் காட்டிலும் அதிகமாகவே தெரிந்தவனாகவுமே இருந்தேன். அவர்களுக்கெல்லாம் தெரியாத இரண்டுவித வாக்கு மூலங்களை இங்கே அளிக்கின்றேன். எனக்கும் கூட என்னுடைய நாற்பதாவது வயதைத் தாண்டும் வரையிலும் அவை தெரியாதுதான். ஆனால் குர்ஆனில் இடம்பெற்ற கருத்துரைகளைப் படித்த பின்னர், அதில் 'திட்டவட்டமாக – ஐயத்திற்கிடமின்றி'... 'மதத்தில் (எதுவும்) கட்டாயம் கிடையாது'; அதே திருமறையில், 'கடவுள் எல்லா நாடுகளுக்கும் எல்லா சமூகங்களுக்கும் தன்னுடையச் செய்தியைக் கொண்டு செல்வதற்கு தூதர்களை அனுப்பினார்' என்பதை எல்லாம் தெரிந்துகொண்டேன். முஸ்லிம்களும் இதேபோன்று இந்துக்களின் மத நம்பிக்கைகள், அவர்களின் சிந்தனைக் கோணங்கள் ஆகியவை தெரியாதவர்களாகவும், தெரிவிக்கப்படாதவர்களாகவும் இருக்கிறார்கள்.

இங்கே இந்து-முஸ்லிம்களைப் பிரித்து வைத்திருக்கிற சுவரின் இடைவெளியை அல்லது உயரத்தைக் குறைக்கிற முயற்சியில் என் எழுத்துகளைத் தாங்கிய இப்பக்கங்கள் உதவக்கூடும்.

வஞ்சினம், நம்பிக்கையின்மை ஆகியவற்றை வரலாறு இல்லாமல் ஆக்கிவிடாது. குறுகிய நோக்கில் தேர்ந்தெடுத்துக்கொள்ளும் அரை வரலாறு உண்மையில், இவற்றைக் கடினமாக்கவே செய்யும். வெளிப்படையான, இயன்ற மட்டும் சார்பற்ற, காய்தல் உவத்தலற்ற பார்வையில் கடந்த காலத்தைக் காண்கிறபோது, இந்து-முஸ்லிம் கூட்டுறவுக்குத் தடையாக இருப்பவை பற்றி அவை தெரிவிக்கின்றன. அந்தத் தடைகளை அகற்ற மேற்கொள்ளப்பட்ட முயற்சிகளில் எவையெல்லாம், ஏன் தவறாகிப் போயின என்பதும்

தெரியவரும். அவர்கள் பரந்த நெஞ்சத்தோடு இருந்த காலங்களையும் நம் தரப்பில் பல நேரங்களில் நாம் குறுகிய நெஞ்சத்தோடு இருந்த நேரங்களையும் பற்றித் தெரிந்துகொள்ளும்போது, இந்த விழிப்புணர்வு இந்துக்களோ, முஸ்லிம்களோ யாராக இருந்தாலும் அதிக உனர்ச்சிவசப்படாமல் இருக்க உதவும். வரலாறு அதன்பின் தேசியத்தின் பொருட்டும் துணைக்கண்டத்தின் பொருட்டும் ஒருவித புரிந்துணர்வை நமக்கு உருவாக்கித் தரும்.

இந்து, முஸ்லிம் பிரச்னையைப் பொதுவாகப் பல வழிகளில், அணுக முடியும். 1857 கிளர்ச்சித் தொடங்கி நூறு ஆண்டுகள் இந்தத் துணைக்கண்டத்தின் பொது அரங்கிலே முக்கியமானவர்களாகவும் கவனத்தை ஈர்க்கும்வகையிலும் இருந்த எட்டு முஸ்லிம்களின் வாழ்க்கையினூடாக அந்த ஆய்வுகளை மேற்கொண்டிருக்கிறேன். இவர்களில் சிலர் இந்தியாவின் மரபுவழி வரலாற்றுக் கண்ணோட்டத்தில் 'மதவாதி' என்று பார்க்கப்படுகிறார்கள். எஞ்சியவர்கள் 'தேசியவாதிகள்' என்று அடையாளம் காணப்படுகிறார்கள்.

இந்த எட்டு பேரை நான் ஏன் தேர்ந்தெடுக்க வேண்டும்? பிறரை ஏன் தேர்ந்தெடுத்துக்கொள்ளவில்லை? உயிருடன் இல்லாதவர்களின் சிந்தனைகள் எதிர்வினைகள் ஆகியவற்றையே என் இந்த ஆய்வுக்குத் தேர்தெடுக்கவேண்டும் என்று முடிவு செய்திருந்தேன். அதனால் இதே களத்தில் ஒப்பீட்டளவில் இவர்களைப் போன்றே இந்தக் காலகட்டத்தில் பங்காற்றிய நவீன – தெற்காசியாவின் இன்றியமையாத வர்களில் ஒருவராக வாழ்ந்த கான் அப்துல் கஃபார்கானைத் தவிர்க்க வேண்டியதாகிவிட்டது. காரணம் இந்த நூல் எழுதி முடிக்கப்பட்டு, மூன்றாண்டுகள் கடந்த பின்னர் 1988-ல்தான் அவர் மரணமடைந்தார். இதனால் இந்த நூல் வரிசையில் இவர் இடம்பெறாமல் போய்விட்டார் என்பதும் வருத்தத்துக்குரியதே!

இந்நூலின் இறுதியில் காட்டப்பட்டுள்ள நூல் பட்டியல், அதன் மேற்கோள் குறிப்புரைகள், அடிப்படைச் சான்றுண்மைகள், பிற தரவுகள் அனைத்தையும் பெரிதும் பல முஸ்லிம் எழுத்தாளர்களின் நூல்களிலிருந்து திரட்டினேன். அந்த எழுத்தாளர்களில் பலர் பாகிஸ்தான் மற்றும் வங்காளதேசத்தைச் சேர்ந்தவர்கள்! கடந்த 150 ஆண்டுகாலம் குறித்த முஸ்லிம்களின் வரலாற்றுப் பார்வை பற்றிய ஓர் இந்துவின் சாராம்சப் பார்வையை முன்வைப்பது என் நோக்கமல்ல; முஸ்லிம்களின் பார்வைக்கு இந்துக் கோணத்தில் பதிலடி கொடுக்கவேண்டும் என்பதும் அல்ல. முடிந்தவரை நேர்மையாகவும் நியாயமாகவும் இந்த எட்டு பேரின் வாழ்க்கையை

அலசிப் பார்த்து, அதன் வழியாக முஸ்லிம்களின் உள்ளத்தைப் புரிந்துகொள்வதும் நான் புரிந்துகொண்டதை மற்றவர்களோடு பகிர்ந்து கொள்வதுமே என் நோக்கம்.

உட்ரோ வில்சன் கற்றறிவாளர்கள் மையத்தில் ஆய்வுப் பணி மேற்கொள்வதற்காக வாஷிங்டன் டி.சியில் நான் தங்கியிருந்த *1984–85* ஆண்டுகளின் *8* மாதங்களில் இந்நூலின் பெரும் பகுதியை எழுதி முடித்திருந்தேன் என்பதை மறுபடியும் இங்கே பதிவு செய்கிறேன். அதேபோன்று நான் இப்பணியை முடிப்பதற்காக முழு ஈடுபாட்டோடும் ஒத்துழைப்போடும் என் மனைவி உஷா பெரிதும் துணை நின்றார். நூலாக்கப் பணியில் செம்மைப்படுத்தல், தொகுத்தல், செயலாளர் சார்ந்த பணிகள் என்று அனைத்திலும் அவர் செய்த உதவியில்லாமல் இப்பணி நிறைவடைந்திருக்க முடியாது.

புதுடில்லி **ராஜ்மோகன் காந்தி**

மார்ச் 2000

அத்தியாயம் 1

இந்துக்களும் முஸ்லிம்களும்

என் இளவயதின் தொடக்க முதலே முஸ்லிம் விவகாரம் என் மனதில் உறுத்திக்கொண்டே இருந்தது. எனக்கு அப்போது பன்னிரண்டு வயது. நாங்கள் 1947-ல் கன்னாட் சர்க்கஸ் கட்டட அடுக்குமாடிக் குடியிருப்பில் – இந்துஸ்தான் டைம்ஸ் நாளிதழ் அலுவலகத்துக்கு நேர் மேலாக – இரண்டாவது தளத்தில் குடியிருந்தோம். என் தந்தை தேவதாஸ் காந்தி அந்த நாளிதழின் ஆசிரியர். அவர் ஒருநாள் (1947-ல்) அவருடைய முஸ்லிம் நண்பரைப் பார்த்து, 'ஹமீத் சாகீப்... நான் வெட்கித் தலைகுனிகிறேன்' என்று சொன்னதைக் கேட்க நேரிட்டது. அந்த நண்பர் ஜாமியா மில்லியா முஸ்லிம் கல்லூரியின் பணியாளர். அந்த முஸ்லிம் கல்லூரி தேசியவாதச் சாய்வு கொண்டது.

1947-ஆம் ஆண்டு என்றால் பிரிட்டிஷ் ஆதிக்கத்திலிருந்து நம் நாடு விடுதலை பெற்றுவிட்ட ஆண்டு என்பது சட்டென்று நம் நினைவுக்குவரும். ஆனால், எதிர்காலம் அதை அப்படிப் பார்க்காது. நம் எதிர்காலத் தலைமுறையினர் இந்த அதிகாரப் பரிமாற்றத்தைப் எப்படிப் பார்ப்பார்கள்? நம்மையெல்லாம் எந்தத் தரவரிசையில் வைத்து மதிப்பிடுவார்கள்? இந்துக்கள், முஸ்லிம்கள், சீக்கியர்கள்

இந்திய முஸ்லிம் தலைவர்கள் | 17

என்று பலரும் மனிதத்தன்மை அற்றவர்களாகத் தரம் தாழ்ந்து போன வருடம் அது. அந்த ஆண்டு நமக்கெல்லாம் அவமதிப்பைத் தேடித்தந்த ஆண்டு. அது நாம் சாதித்துக்காட்டிய ஆண்டு அல்ல!

நாட்டின் வடக்கு மற்றும் கிழக்கு நிலப்பகுதிகளில் வாழ்ந்தவர்கள் – அதாவது அதுவரையில் பிளவுபடாத இந்தியாவில் வாழ்ந்திருந்த வர்கள் – போட்டி போட்டுக்கொண்டு கொலை, கொள்ளை, வீடுகளைச் சூறையாடல், எரியூட்டல், விரட்டியடித்தல், வெளியேற்றல், கற்பழிப்புகள், கடத்தல், உடல் உறுப்புகளைச் சிதைத்தல், ஊனப்படுத்தல் ஆகியவற்றில் ஈடுபட்டனர். நான் அப்போது பன்னிரண்டு வயதுப் பையனாக இருந்தபோதிலும் டெல்லியில் நடந்த வன்முறை பிற இடங்களுக்குக் குறைவில்லாமல் இருந்தது தெரிந்திருந்தது. இங்கு அதிக பாதிப்புக்கு உள்ளானது முஸ்லிம்கள்.

இந்தக் கலவரம் குறித்த எத்தனையோ கதைகள் கேள்விப்பட்டேன். செய்தித்தாள்களில் நாள்தோறும் பெரிய பத்திகளை அடைத்துக் கொண்டு நாட்டின் பல பகுதிகளை, பல நகரங்களைக் குறித்த செய்திகள், படங்கள், வானத்தை எட்டுகிற புகைமண்டலம், வெறியாட்டம் போட்ட கூட்டத்தைக் கலைக்க வீசப்பட்ட கண்ணீர் புகை குண்டுகள், துப்பாக்கிச் சூடு, மேலும் அச்சுறுத்துகிற வகையில் உயர்ந்த கட்டடங்கள், வீட்டு மாடிகள், நாம் வாழும் அடுக்கு மாடிகளின் தளங்களில் துப்பாக்கி ஏந்திய ராணுவ வீரர்கள்... இவற்றையும் பார்க்க நேர்ந்தது.

இப்போது முப்பத்தெட்டு ஆண்டுகளுக்குப் பின்னர் ஹமீத் சாகிபை மறுபடி பார்க்கின்றேன். அதே விறைப்பான வெள்ளைக் கதர் குல்லாவும், உயிர்த்துடிப்பற்ற முகமும், அதிலே சிறிதளவிலான கருப்புத் தாடியும், பழுப்புநிற அக்சாண் (கையில்லாத கோட்டு), வெள்ளைச் சுரிதார் அணிந்தவராக மிகக் குறைவாக, மெலிந்த குரலில் பேசுகிறார். அது, இன்னமும் கடந்துபோன காலத்தில் அனுபவித்த இன்னலின் வலியைச் சுமந்து கொண்டிருக்கிறார் என்பதைச் சொல்லாமல் சொல்லிவிடுகிறது. என் தந்தை அவரிடத்தில் 'வெட்கித் தலைகுனிந்தேன்' என்று கூறியபோது சற்று ஆச்சரியப்பட்டதோடு நெகிழ்ந்தும்போனார் (அல்லது எனக்கு அப்படித் தோன்றியது).

நாம் இன்னும் கொஞ்சம் பிற்காலத்துக்கு, 1944-1946-க்குச் செல்லவேண்டும். அனைவரின் பாதைகளிலும் முட்டுக்கட்டையைப் போட்டு, பாகிஸ்தான் என்ற தனி நாடு கொடுக்கப்படாவிட்டால் வேறுவழி கிடையாது என்ற அச்சுறுத்தலை ஏற்படுத்திய ஜின்னா

என்ற பெயருடைய ஒருவரைப் பற்றி பெரியவர்கள் நிறையப் பேசுவதைக் கேட்டேன். அவர் சொன்னதை நிச்சயம் செய்துவிடுவார் என்றும் சொல்லக் கேட்டேன். என் நெஞ்சில் ஜின்னாவைக் குறித்து இருந்த சித்திரம் நான் விரும்பும்படியாக இருக்கவில்லை. என்றாலும் அவர் எனக்குள் ஊடுருவிவிட்டார். நான் அவரை இருமுறை பார்த்திருக்கிறேன். 1945-ல் சிம்லாவிலுள்ள வைஸ்ராய் மாளிகையின் வெளியே, நான்கு பேர் இழுத்துவந்த ரிக்ஷாவில் அவர் வந்து இறங்கினார்.

மற்றொரு முறை 1947-ல் அல்லது அதற்குச் சற்று முன்பாக இருக்கலாம், டெல்லியில் நடைபெற்ற கால்பந்துப் போட்டி மைதானத்திலே ஒருமுறை பார்த்தேன். அங்கே ஜின்னா போட்டியாளர்களுக்குப் பரிசுக் கோப்பைகளை வழங்குவதற்காக அழைக்கப்பட்டிருந்தார் என்று கேள்விப்பட்டேன். அங்கு சாவதானமாக மைதானத்தைச் சுற்றி வலம் வந்தவாறே, கால்பந்து விளையாட்டை ரசிப்பதோடு. அனைவருக்கும் 'மாபெரும் தடையாக' உருவாகியிருந்த அவரை மீண்டும் பார்க்கவேண்டும் என்று அங்கு போயிருந்தேன். அந்த முஸ்லிம்கள் கூட்டத்தில் நான் ஒருவன் மட்டுமே தனியாகத் தெரிந்த இந்துப்பையன்! என்னிடம் ஒரு தயக்கமும் இருந்தது. எனினும் அவரை நெருங்கிச் சென்று பார்க்க வேண்டுமென்ற ஆர்வத் துடிப்பில் அக்கூட்டத்தில் நானும் ஒருவனாகச் சேர்ந்து பின்னிப் பிணைந்துகொண்டேன்.

போட்டி முடிந்ததும் அவர் பேசினார். உடலால் மெலிந்தும் முதுமையால் தளர்ந்தும் காணப்பட்டார். தலையில் தொப்பி, நீளமான கோட்டு, தளர்வான கால்சராய் இவைதான் அவர் அணிந்திருந்த ஆடைகள். அவர் பேசியபோது, பார்வையாளர் களிடமிருந்து பலத்த ஆரவாரம், ஆதரவுக் குரல்கள், புகழ் முழக்கங்கள் அவரின் பெருமைக்குக் கட்டியம் கூறின. எனக்கு அவர் பேசியதொன்றும் நினைவில்லை.

ஆகஸ்ட் பதினைந்து 1947... இந்த நள்ளிரவின் ஒலியை, நாட்டின் விடுதலையின் ஒலியைக் கேட்க, தூங்காமல் முழித்திருந்தேன். காலை விடியலுக்குப் பின், நான் பரகாம்பா சாலையில் நடந்துபோகும்போது சுற்றிலும் பார்த்தேன். தலையை உயர்த்தி, முதுகை நிமிர்த்திக்கொண்டு மக்கள் வலம் வருவார்கள் என்ற நினைப்பில் நானும் அதுபோன்றே தலையை நிமிர்த்தியபடி அங்குமிங்குமாக பார்த்தேன். எங்கேனும் வெள்ளைக்காரர்கள் தலையைக் கவிழ்ந்துகொண்டு நடந்துவரக்கூடும் என்று தேடினேன். அப்படி யாரும் தென்படவில்லை.

பரகாம்பா சாலையில் இருந்த என் பள்ளிக்கூடம், எங்கள் வீடு (அடுக்குமாடி குடியிருப்பு) இருந்த கன்னாட் சர்க்கஸிலிருந்து சில நூறு கஜத்தில்தான் இருந்தது. நான் பள்ளியில் 'அக்பர் ஹவுஸ்' என்ற பிரிவில் இருந்தேன். ஆகஸ்ட் 15க்குப் பின் ஒரு முஸ்லிம் பெயரை தாங்கிக்கொண்டிருக்க பள்ளிக்கூடமும் விருப்பம் காட்டவில்லை! கூடப் படித்துக்கொண்டிருந்த பெரும்பாலான முஸ்லிம் மாணவர்களோடு பேரரசர் அக்பரும் பாகிஸ்தானுக்கு இடம்பெயர்ந்து விட்டார்!

நான் மனமுடைந்து போனேன். ஏனென்றால் உண்மையாகவே அந்த 'அக்பர் ஹவுஸ்' மீது எனக்கு மிகுந்த பற்றுதல் இருந்தது. அது இல்லாமல் போனதால் உணர்வுரீதியாக வெகுவாக பாதிக்கப் பட்டேன். அந்தப் பள்ளிக்கூடம் பரந்தமனப்பான்மையை இழந்து விட்டது குறித்து அப்போது அதிக புரிதல் இருந்திருக்கவில்லை. என் மகிழ்ச்சி பறிபோனது. பள்ளிக்கூடம் இத்தகைய நிலைக்குத் தள்ளப்பட்டதற்காக தன்னுடைய ஆதங்கத்தை முணுமுணுப்போடு ஒரு ஆசிரியர் வெளிப்படுத்தியபோது ஆமோதித்தபடியே அனுசரணையுடன் கேட்டேன். அப்படிச் செய்தது அவர் ஒருவர் மட்டுமே.

என்னோடு ஒன்றாகப் பள்ளியில் படித்த மாணவன் ஜாவித் அக்தார். இவனின் தந்தை சௌத்ரி முகம்மது அலி, குடும்பத்தோடு பாகிஸ்தானுக்குக் குடிபெயர்ந்தார். பின்னாளில் இவர் பாகிஸ்தானின் பிரதமரானார். ஜாவித் அக்தாரை நான் பார்க்க முடியாமல் போனதுபோலவே ஆரிஃப் என்ற இன்னொரு தோழனையும் இழந்தேன். இவன் என் பள்ளியில் படிக்கவில்லை. ஆனால், எங்களின் அண்டை அயலில் வசித்தவன். என்னுடைய கிரிக்கெட் விளையாட்டின் கூட்டாளி. எங்காவது எங்கள் பகுதியில் வெட்டவெளி அல்லது பெரிய இடம் அல்லது திடலில் எங்கள் கிரிக்கெட் அணி ஒன்றுகூடும். அங்கே நாங்கள் இருவரும் இருப்போம். என் அத்தை, 'ஆரிஃபிடம் எச்சரிக்கையாகப் பழகு. அவன் கத்தி வைத்திருப்பான்' என்று என்னை எச்சரித்தார். ஆரிஃப் பாகிஸ்தானுக்குப் போயிருப்பான் என்று நானாக அனுமானித்துக் கொண்டேன்.

பாகிஸ்தானில் முஸ்லிம் வன்முறையாளர்கள் நடத்திய வெறியாட்டத்தால் பாதிக்கப்பட்டு அகதிகளாக, வீடு வாசலை விட்டு அகதிகளாக வந்து குவிந்த இந்துக்களும் சீக்கியர்களும் மகாத்மா காந்தியிடம் முறையிட்டார்கள்: ' நீங்கள், பாகிஸ்தானுக்குப் போக வேண்டும்; அல்லது இமயமலைக்குப் போய்விடுங்கள்; எங்கள் குடும்பம், உறவினர்கள் ஆகியோரின் உயிரையும் மானத்தையும்

நீங்கள் காப்பாற்றவில்லை. உங்களை நாங்கள் சபிக்கிறோம்' என்றார்கள்.

மகாத்மா பாகிஸ்தான் செல்வதற்கு விருப்பம் தெரிவித்தார். 'பாகிஸ்தான்' என்ற புதிய நாட்டின் கவர்னர் ஜெனரலும், கேள்விக்கு அப்பாற்பட்ட தலைவருமான ஜின்னாவுக்கு செய்தி தெரிவிக்கப்பட்டது. ஆனால், டெல்லியில் வாழும் முஸ்லிம்களின் சொல்லவொண்ணா துயரங்களும் அவர்களின் அச்சமும் பாதுகாப்பின்மையும் பாபுஜியை நிறுத்திவைத்துவிட்டது. ஜனவரி 1948-ல் அவர் உணவு அருந்துவதை நிறுத்திக்கொண்டார். டெல்லியிலுள்ள முஸ்லிம்கள் பாதுகாப்பாக உணரும்வகையில் உண்ணா நோன்பிருப்பதாக அறிவித்தார்.

காந்திஜிக்கு அப்போது எழுபத்தெட்டு வயது. அவர் மிகுந்த மனவேதனையில் இருந்தார். டெல்லியிலுள்ள சீக்கியர்களும் இந்துக்களும் அவரின்மீது சீற்றத்தோடும் கசப்போடும் இருந்தார்கள். அவர்களை அந்த அநியாயக்காரர்களுக்கு விட்டுக் கொடுக்கிற இந்தக் கிழவரின் உயிரை நாம் எதற்காகக் காப்பாற்ற வேண்டுமென்று நினைத்தார்கள்.

'உண்ணாநோன்பு இருக்கவேண்டாம்' என்று என் தந்தை, மன்றாடி ஒரு கடிதத்தை எழுதி அனுப்பினார்: 'உங்களின் மரணத்தைவிட உங்கள் உயிர் வாழ்க்கை மதிப்புமிக்கது'.

'உங்கள் அன்புக்கு மிக்க நன்றி; ஆனால் இது சுயநலமான அன்பு; வெறும் பற்றின் வெளிப்பாடு...' என்று மகாத்மா காந்தி பதில் எழுதினார்.

தவிர்க்க முடியாத இக்கட்டை எதிர்கொள்ள நாங்கள் எங்களைத் தயாராக்கிக்கொண்டுவந்தோம். காந்திஜியின் உண்ணாநோன்பு ஆறாவது நாளை எட்டிவிட்டது. என் பதற்றத்தை அடக்கிக் கொண்டு, எங்கள் அடுக்கு மாடிக் குடியிருப்பின் மொட்டைமாடித் தளத்தில் டேபிள் டென்னிஸ் விளையாடிக் கொண்டிருந்தேன். அப்போது, என்னைக் குடைந்து கொண்டிருந்த கவலை சட்டென்று விலகிவிட்டதுபோல உணர்ந்தேன். காந்தி உண்ணாநோன்பை முடித்துக்கொண்டுவிடுவார் என்று என் உள்ளம் நம்பியது. ஆம், அதே நாளில் காந்தி உண்ணாநோன்பை நிறுத்திக்கொண்டார். சில நாட்களுக்கு முன்னர் கடும் சீற்றத்தோடு மகாத்மாவைச் சந்தித்த இந்துக்களும் சீக்கியர்களும் இப்போது அவரைச் சந்தித்து அவரின் நிபந்தனைகளை ஏற்றுக்கொண்டுவிட்டார்கள்.

இப்போது நானும் என் சகோதரனும் 'சுபாஷ் ஹவுஸ்' என்ற குழுவில் இருந்தோம். நான் என் பங்குக்கு அதன் வெற்றிக்குப்

பங்களித்திருந்தேன். காந்திஜி உண்ணாநோன்பை நிறுத்தி இன்னொரு பன்னிரண்டு நாட்கள் ஆகிவிட்டன. அன்று மாலையில் பள்ளியிலிருந்து நானும் என் சகோதரன் ராமுவும் வீடு திரும்பினோம். என் தந்தையின் செயலாளர் காளிபிரசாத் நுழைவாசலில் எங்களைப் பார்த்து 'பாபுஜி சுட்டுக்கொல்லப் பட்டுவிட்டார்' என்றார். நாங்கள் நிலைகுலைந்து போனோம். மகாத்மா இந்துக்களின் கௌரவத்துக்கு துரோகம் இழைத்து விட்டாரென்று கருதி ஓர் இந்து அவரைக் கொன்றுவிட்டான்.

மூன்று ஆண்டுகளுக்குப் பின்னர் 'இந்துஸ்தான் டைம்ஸ்' துணை ஆசிரியர் நாங்கள் வசித்து வரும் ஃபிளாட்டுக்கு வேகவேகமாக வந்தார். நான்தான் கதவைத் திறந்தேன். 'பிளாஷ் நியூஸ் – பாகிஸ்தான் பிரதமர் லியாகத் அலிகான் சுடப்பட்டார்... கூடுதல் தகவல்கள் விரைவில் வரும்' என்றார். நான் அவரை சில நொடிகள் கூர்ந்து பார்த்துக் கொண்டே 'அடுத்து வரவேண்டியது அவரின் இறப்புச் செய்திதான்...' என்றேன்.

லியாகத் அலிகான் எனக்குத் தனிப்பட்டவகையில் எந்தக் கெடுதியும் செய்தவர் அல்லர். அதுபோன்று அவருக்கு எதிராக நான் எதுவும் செய்தவனுமல்ல. எங்கள் பாதைகள் ஒருபோதும் சந்தித்துக் கொண்டதே இல்லை. பின் ஏன் எனக்கு அவர்மேல் குரோத எண்ணம்? ஒன்றே ஒன்றுதான்... அவர் பாகிஸ்தான் பிரதமர். பாகிஸ்தான் இந்தியாவுக்கு பகை நாடு. மேலும், பதினாறு வயதுடைய சிறுவனின் ஈவிரக்கமற்ற வார்த்தைகள் அவனை வளர்ந்த மனிதனாக, அதுவும் சாமர்த்தியமான பெரிய மனிதராகக் காட்டும் இல்லையா? ஆனால் துணை ஆசிரியர் என்னுடைய பேச்சுக்கு ஆதரவாக ஒரு புன்சிரிப்பைக்கூடக் காட்டவில்லை. அப்படி அவர் செய்தது என்னைச் சிறுமையாக உணரவைத்தது. என் மனதில், ஆண்மை மிகுந்தது என்று நினைத்துப் பெருமைப் பட்டிருந்த விஷயம் போலிப் பெருமிதம் கொண்ட ஒரு தீய எண்ணம் என்று அம்பலப்பட்டு நின்றேன். 'மெய்ன் ஷர்மிந்தா ஹூம்' நான் தலைகுனிந்து வெட்கப்பட வேண்டியவனே – இனி எப்போதும்!

•

இந்து, முஸ்லிம்களுக்கிடையே நிலவுகிற முரண்பாடுகள், பகைகள் ஆகியவற்றைப் புரிந்துகொள்ள நாம் கி.பி 712-ல் இருந்து தொடங்கி வரலாற்றைப் படிக்க ஆரம்பிக்கவேண்டும். அப்போதுதான் ஈராக் ஆட்சியாளரின் மருமகனான முகம்மது பின் காசிம், சிந்து பகுதியைக் கைப்பற்றி, அதை ஒரு முஸ்லிம் நாடு என்று அறிவித்தார். முஸ்லிம்களைக் காட்டிலும் இந்துக்கள் தகுதியில்

கீழானவர்கள் என்று கூறி, அவர்கள் மீது 'ஜிஸியா' என்ற வரி விதிக்கப்பட்டது. இப்படியோர் வரி முஸ்லிம்கள்மீது கிடையாது. ஆப்கானிஸ்தான் என்று இன்று அழைக்கப்படுகிற நாட்டின் பகுதியிலிருந்து இந்தியாவின்மீது கி.பி. 1000-ஆம் ஆண்டு முதல் 1026 வரையிலும் பதினேழு முறைகள் படையெடுத்தான் முகமது கஜினி. இந்துக் கோயில்களிலுள்ள சிலைகளை உடைத்தும், கோயில்களில் வைத்திருந்த செல்வங்களைக் கொள்ளையடித்தும் சூறையாடி எடுத்துச் சென்றான். லாகூரைச் சுற்றியுள்ள நிலப் பரப்பையும் தன்னுடைய நாட்டோடு சேர்த்துக்கொண்டான். முகமது கஜினியுடன் இந்தியாவுக்கு வந்த அரசவை அறிஞரான அல் பரூனி, 'முகமதுவினால் இந்துக்கள் அனுபவிக்க நேர்ந்த பேரழிவானது அனைத்து முஸ்லிம்கள் மீதும் மிக ஆழமான ஒவ்வாமையை அவர்கள் மனதில் உருவாக்கிவிட்டது' என்று குறிப்பிட்டிருக்கிறார்.[1]

இந்துக்கள் தமக்கு நேர்ந்த கொடுமைகளினால் முஸ்லிம் களிடமிருந்து விலகி நின்றதோடு இந்தப் படையெடுப்பாளர்களை புற ஜாதியினராகக் கருதினர். 'தூய்மையற்ற காட்டுமிராண்டி முஸ்லிம்களைத் தொடுவதிலிருந்து விலகி நின்றனர்.'[2]

முகம்மது கோரி (1174-1206) இஸ்லாமிய ஆட்சியை கிழக்குத் திசை நோக்கி விரிவாக்கம் செய்தார். இந்த முஸ்லிம் மன்னன் காலத்திலிருந்து 1857-வரை டெல்லி அரியாசனத்தில் யாரேனும் ஒரு முஸ்லிம் மன்னர்தான் ஆட்சி அதிகாரத்தில் இருந்தார். ஆனாலும், கோரிக்கு நூறு ஆண்டுகளுக்குப் பின்னர், முஸ்லிம் உலகச் சுற்றுப் பயணியான இபின் பதூதா, 'மலபார் இந்துக்கள் எந்தவொரு முஸ்லிமையும் தங்கள் வீடுகளில் நுழைய அனுமதித்ததில்லை. அதுபோன்றே அவர்களுக்கு உணவுப் பாத்திரங்களை உணவருந்தக் கொடுக்க மாட்டார்கள். அப்படி ஒருவேளை தரநேர்ந்தால், அந்தப் பாத்திரத்தை அதன் பின் இந்துக்கள் பயன்படுத்த மாட்டார்கள். உடைத்து எறிந்துவிடுவார்கள் அல்லது யாராவது ஒரு முசல்மானுக்கே கொடுத்துவிடுவார்கள் என்று குறிப்பிட்டிருக்கிறார்.[3]

பாகிஸ்தான் வரலாற்றாய்வாளர் இஷ்தியாக் ஹுசைன் குரைஷி, இந்துக்களுக்கும் முஸ்லிம்களுக்குமாக காலமெல்லாம் தொடர்ந்த இடைவெளியை சொற்செறிவான நடையில் விவரிக்கிறார்:

> 'அவர்களிடையே மிகக் குறைவான தொடர்புகளே இருந்தன. மிக்சிறிதளவில் மட்டும் இந்து-முஸ்லிம் கலப்புத் திருமணங்கள் நடந்தன. காரணம், இந்துக்களைத் திருமணம் செய்வது கூடாது என்று இஸ்லாம் தடுத்தது. அதுபோன்றே இந்துக்களை ஜாதிய விதிகள் கட்டுப்படுத்தின. மேற்கத்தியப் பழக்க வழக்கங்களைப்

பின்பற்றுகிற வெகு சில உயர் வகுப்பினரைத் தவிர்த்து பெரும்பான்மையோர் இரு சமயத்தவர்கள் ஒன்றாகக் கலந்து விருந்து உண்பதெல்லாம் நினைத்துக்கூட பார்க்க முடியாதவை. அவர்களுடைய பண்டிகைக் காலங்கள் இரு சமயத்தார்கள் ஒன்றுகூடிக் கொண்டாடக்கூடிய சமூக விழாக்களாக இருப்ப தில்லை. மாறாக, அத்தகைய திருநாட்களில் தான் ஏதாவதொரு காரணத்தைக் காட்டி கலவரத்தை ஏற்படுத்துவார்கள். இந்த இரு சமயச் சமுதாயங்களும் அவர்களின் மதத்தில் மட்டுமல்ல; பண்பாடு, வாழ்க்கைமுறை, பழக்க வழக்கங்கள், ஆடை அணிகலன்கள், உணவு, வீட்டுப் பயன்பாட்டுப் பொருள்கள், உணவு சமைப்பதற்கான பாத்திர பண்டங்கள் என்று எல்லா வற்றிலுமே வேறுபட்டும் இருந்தார்கள். அவர்களிடம் பொதுவான வரலாறு என்ற உணர்வு கிடையாது. முஸ்லிம் படையெடுப்பாளர்களான மாவீரர்கள், மேலும் முஸ்லிம் ஆதிக்கத்தை எதிர்க்கிற இந்துப்போராளிகள் குறித்து முஸ்லிம்கள், இந்துக்கள் இருவரிடையே முரண்பட்ட உணர்வுகளே இருந்தன. பிரிட்டிஷ் ஆட்சியின் கீழ் இணைந்து இருக்க நேர்ந்தபோதும் அதே உணர்வை எல்லா நேரங்களிலும் பெற முடியவில்லை.[4]

வரலாறு படிக்கும் இந்து, முஸ்லிம் மாணவர்களில் சிலர், ‘முஸ்லிம்களுக்கு முன்னரே பல்வேறு அந்நிய சக்திகளை (கிரேக்கர்கள், சைதினியர்கள், குஷானர்கள் மற்றும் பலர்) இந்தியா தனக்குள் உள்வாங்கிக்கொண்டுவிட்டது. ஆனால் முஸ்லிம்களை ‘இந்தியமயமாக்க முடியவில்லை...’ என்று எதிர்வாதம் புரிந்தார்கள். பாகிஸ்தானின் ஹாஃபீஸ் மாலிக் இதை உறுதிப்படுத்தும்வகையில் ‘முஸ்லிம்கள் வேறுபட்ட பண்பாட்டுப் பின்னணியும், அரசியல் தனித்தன்மையும் கொண்டவர்கள்’ என்றார்.[5] இந்து வரலாற்றாளர் குழுவினர் 1206-1526 காலகட்ட டெல்லி சுல்தான்கள் ஆட்சியை ஆய்வுசெய்து பார்த்துச் சொன்னது:

> ‘...இவர்களுக்கு முன்பு வந்த படையெடுப்பாளர்களைப் போன்று இல்லாமல் இவர்கள் இந்துக்களோடு கலக்க முன் வரவில்லை. எனவே இந்தியாவின் மக்கட் தொகுப்பில் முதன் முதலாக, அடையாளம் காணத்தக்க வேறுபாடுகளோடு இரண்டுப் பிரிவுகள் உருவானது. இதுதான் இந்து-முஸ்லிம் பிரச்னைக்கான வரலாற்றுத் தொடக்கம்! இதிலிருந்து தொடங்கி அறுநூறு ஆண்டுகளுக்கும் மேலாக தொடர்ந்ததன் இறுதி விளைவுதான் பாகிஸ்தான்.[6]

மாலிக் வெளிப்படையாகவே சொல்லிவிட்டார். ‘ஜிஸியா’ என்பது இந்துக்களின் கீழான நிலையை எடுத்துக்காட்டவைக்கிற

அடையாளம்’[7]; மேலும் அவர் ஔரங்கசீப்புக்கு மராட்டிய மன்னர் சிவாஜி எழுதியுள்ள கடிதத்தை மேற்கோளாக எடுத்துவைக்கிறார். அதில் மராத்தியத்தலைவர், மிகப் பெரிய முகலாயப் பேரரசர்களில் இறுதியாக வந்தவரிடம் அவரின் – கொள்ளுத்தாத்தா அக்பர் ஜெசியா வரியை நீக்கியதையும், அதை இவர் (ஔரங்கசீப்) மீண்டும் விதித்ததையும் சுட்டிக்காட்டி யிருக்கிறார்; ‘இந்தியாவின் பேரரசரான நீங்கள் பிச்சைக்காரனின் பாத்திரத்தைக்கூட பொறாமையோடு பார்ப்பதோடு, பார்ப்பனர் களிடமிருந்தும், துறவிகள், கடனாளிகள், பஞ்சத்தில் அடிபட்டவர் கள் ஆகியோரிடமிருந்தும் பணத்தைப் பறித்துக் கொள்கிறீர்கள்…’ என்றும் எழுதினார்; ‘உங்களுடைய பல கோட்டைகளும் பிராந்தியங்களும் கைவிட்டுப்போய்விட்டன. எஞ்சியவற்றுக்கும் அதே கதிதான் நடக்கும். அவற்றை அழிப்பதில் நான் எந்த அலட்சியமும் காட்டமாட்டேன்’[8] என்றும் குறிப்பிட்டிருந்தார்.

மாலிக் தன்னுடைய கருத்துகளை முடிவுக்குக் கொண்டு வருகிறபோது எழுதுகிறார்: ‘இந்து, முஸ்லிம் இரு தரப்பின் தொடர்பு என்பது முஸ்லிம் ஆட்சி காலத்தின் ஆரம்பகட்டத்திலிருந்தே மோதல் என்பதாகவே இருந்திருக்கிறது’.[9]

இதே கருத்தைக் கொண்ட அம்பேத்கரும், *1920-40* வரையான காலகட்டத்தைப்பற்றிச் சொல்லும்போது, ‘பிரிட்டிஷ் ஆயுதப் படைகள் மூலம் கொண்டுவரப்பட்ட சொற்ப அமைதிக் காலங்கள் நீங்கலாக, இந்தக் காலகட்டம் முழுவதும் இந்துக்களுக்கும் முஸ்லிம்களுக்கும் இடையே உள்நாட்டுப் போர் நடந்து வந்திருக்கிறது’[10] என்று குறிப்பிட்டிருக்கிறார்.

இந்துக்களும் முஸ்லிம்களும் சேர்ந்து வாழமுடியாது என்ற நம்பிக்கை முஸ்லிம்களிடம் மட்டும் இருந்திருக்கவில்லை என்பதை நாம் முன்பே பார்த்திருக்கிறோம். அந்த எண்ணமே பாகிஸ்தான் உருவாக ஒரு காரணம். ‘ கடந்துபோன பன்னிரண்டு நூற்றாண்டு கால வரலாற்றின் அடிப்படையில் பார்த்தால், இரு தரப்பும் ஒரு நாட்டில் இணைந்து வாழ ஏதேனும் வழி இருக்கிறதா? என்று மாலிக் கேட்கிறார். ‘முடியவே முடியாது என்பதே இதற்கான முஸ்லிம்களின் மறுமொழி’ என்றும் அவரே அதற்கு பதிலும் சொல்லியிருக்கிறார்.[11]

அம்பேத்கர் கூறுகிறார்: ‘முஸ்லிம்கள் அவர்களாகவே தங்களைத் தனிமைப்படுத்திக்கொண்டவர்களாக, சில பூடகமான, அவர்களால் விவரிக்கமுடியாத உணர்வுகளால் உந்தப்பட்டவர்களாக இருக்கிறார்கள். தொடர்ந்து கண்ணுக்குத் தெரியாத கரத்தின்

வழிகாட்டுதல்களில் இயங்குகிறார்கள். அந்த மர்மமான உணர்வு, மறைவான கரம் என்பதெல்லாம் 'பாகிஸ்தான்' என்ற தனி நாட்டின் உருவாக்கத்தின் மூலம் உணர்த்தப்படும், முன் தீர்மானிக்கப்பட்ட மனோபாவம் என்பதல்லாமல் வேறொன்றுமல்ல.' [12]

வேறு சொற்களில் சொல்வதென்றால், பாகிஸ்தான் தவிர்க்க முடியாதது, கட்டாயமானது... முன்பே தீர்மானிக்கப்பட்டது! ஒருவேளை அது அப்படியானதுதான் போலிருக்கிறது. அப்படி அது இல்லையென்றாலும் அது உருவாகி 40 ஆண்டுகாலமாகிவிட்டது! நாம் அதன் நன்மையை விழைவோமாக. நான் அதையே செய்கிறேன். எனினும் இரண்டு கேள்விகள் மீதமிருக்கின்றன. ஒன்று – இந்துக்கள், முஸ்லிம்கள் சேர்ந்து வாழ்கிற போக்கு இந்த மூன்று சுதந்தர நாடுகளிலே – (இந்தியா, பாகிஸ்தான், பங்களாதேசம்) சாத்தியமே இல்லையா? இரண்டாவது கேள்வி 9 கோடி (11.4 சதவீதம்) முஸ்லிம்கள் வசிக்கும் இந்தியாவுடன் மட்டும் தொடர்புடையது அல்ல. ஒன்றரைக்கோடி (12.5 சதவீதம்) ஹிந்துக்கள் வசிக்கும் பங்களாதேசத்துடனும் தொடர்புடையது. ஒரு தேசத்தில் இந்துவும் முஸ்லிமும் சேர்ந்து வாழ்வதற்கான வழிமுறைகளை, அவை எவ்வளவுதான் சிரமமானதாக இருந்தாலும் நாம் தேடிக்கண்டடைய முடியாமல் இருந்துவிடமுடியுமா என்ன? உண்மையிலே இந்தக் கேள்வியை பாகிஸ்தானிடம் முழுமையாகக் கேட்கத்தான் வேண்டும். அங்கே இந்துக்களின் எண்ணிக்கை ஏறத்தாழ ஒன்றே கால் கோடி அதாவது 1.4 சதவீதம் மட்டுமே. மிகவும் குறைவான அளவிலே இன்னமும் அங்கே வாழ்ந்து வருகிறார்கள்.

முதல் கேள்விக்கு ஒரே ஒரு விடைதான் இருக்க முடியும்... 'முஸ்லிம் தேசியம்... இந்தியா-பாகிஸ்தான் நாடுகளில்...' என்ற நூலில் மாலிக்,

> 'இந்தியா-பாகிஸ்தான் தலைவர்கள் – தங்களுடைய நாட்டின் பாரம்பரியத்தை, உரிமைகளைப் பாதுகாக்கிற கடமை கொண்டவர்கள். இரு நாடுகளின் தலைவர்களும் கூட்டுறவுடனும் விட்டுக்கொடுத்தும் செயல்படுவதற்குக் கற்றுக்கொண்டால் மட்டுமே அவற்றைப் பாதுகாக்கமுடியும்.' [13]

என்று குறிப்பிட்டிருக்கிறார்.

இந்த நூல் வெளியிடப்பட்டது 1963-ல். அதாவது பங்களாதேசம் பிரிவதற்கு முன்பாக. அதன் பிறகு எழுதப்பட்டிருந்தால் மாலிக் இந்தப் பட்டியலில் பங்களாதேஷின் பெயரையும் நிச்சயம் சேர்த்துக்கொண்டிருப்பார் என்பதில் எந்த ஐயமும் இல்லை.

இத்தகைய கடமை தலைவர்களிடம் மட்டுமல்ல; மக்களிடத்திலும் உள்ளது என்கிறார்.

சுதந்திர நாடுகளாக ஆன பின்னர் இந்தியாவும் பாகிஸ்தானும் மூன்று முறை போர்க்களத்தில் மோதிக்கொண்டன. இந்த இரு நாடுகளின் அதிகாரவர்க்கத்தினர் அவ்வப்போது அந்தந்த நேரங்களில் சமரசப் பேச்சுவார்த்தைகளில் ஈடுபட்டார்கள். அதைவிடக் குறைவான நேரங்களில் ஆட்சிப் பொறுப்பில் இருந்தவர்களும் பேசினார்கள். யாருமே, எங்குமே இந்தியாவும் பாகிஸ்தானும் நட்புவாய்ந்த அண்டை நாடுகள் என்று சொல்லிக் கேட்டதில்லை! வர்த்தகப் பரிமாற்றங்களும் இந்த இரு நாடுகளுக்கு இடையே வெகு குறைவே! அதுமட்டுமின்றி, யாரும் ஒரு நாட்டிலிருந்து இன்னொரு நாட்டுக்கு எளிதாகச் சென்றுவருவதும் சாத்தியமில்லை. புது டில்லிக்கும் இஸ்லாமாபாத்துக்கும் (பாகிஸ்தான் தலைநகரம்) இடையில் விமானங்கள் பறக்காது.

இந்தியா - பாகிஸ்தான் எல்லைக்கோடு எப்போதுமே கொந்தளிப்பான நிலையில் இருப்பது. அதோடு காஷ்மீரில் அந்த எல்லை சர்ச்சைக்குட்பட்டது. இந்த இரண்டு நாடுகளும் ஏழை நாடுகள். ஆனால் நாட்டின் ஆண்டு 'வருவாய் - செலவுத் திட்டத்தில்' பெருமளவு ராணுவப் பாதுகாப்புத் தளவாடங்களுக்காக மட்டுமே ஒதுக்கப்படுகிறது. இந்தியாவில் எங்காவது குழப்பங்கள் நிகழ்ந்தால் அதிலெல்லாம் 'பாகிஸ்தானின் கை' இருப்பதாக உடனடியாக நம்பட்டுவிடுகிறது. அதுபோன்றே பாகிஸ்தான் அரசியலில் ஓர் அரசியல் எதிரியை இழிவுபடுத்தவேண்டுமென்றால் எளிதாக 'இந்திய ஆதரவாளர்' என்று முத்திரைக் குத்திவிடுவார்கள்.

இந்த இரண்டு நாடுகளின் ஆட்சியாளர்கள் அண்டை நாட்டுடன் மோதல் ஏற்படப்போகிறது என்று சொல்லி ஜனநாயக நடைமுறைகளை நிறுத்திவைப்பார்கள்; அல்லது நீண்ட காலமாக வாக்குறுதியளித்த சீர்திருத்தத்தை நிறுத்திவைப்பார்கள். இரண்டு நாடுகளுமே தங்களை அணிசேரா நாடுகள் என்று அறிவித்துக் கொள்வார்கள். அப்படி இருக்கவும் விரும்புவார்கள். ஆனால் பாகிஸ்தான் தொடர்ந்து தன்னுடைய பாதுகாப்பு தொடர்பான நிலைப்பாட்டுக்கு அமெரிக்காவைச் சார்ந்திருக்கும். இந்தியாவோ உடன்படிக்கை, ஒப்பந்தங்கள் வழியில் சோவியத் யூனியனோடு தொடர்புகளைக் கொண்டிருப்பார்கள்.

வல்லரசுகளுக்கிடையே உள்ள முரண்பாடான போக்குகள் இந்த துணைக்கண்டத்தைத் தனியாக விட்டுவைக்காது. அதேபோல் இந்தோ-பாகிஸ்தான் மோதல்கள் வல்லரசுகளின் மோதலாகவும்

மாறக்கூடும். இந்தியாவும் பாகிஸ்தானும் மற்றவர்கள்மீது அணுகுண்டுகளை வீசக்கூடிய பித்துநிலையை எட்டவில்லை. ஆனாலும் தேவைப்பட்டால் அதற்கான ஆற்றல் அவர்களிடம் இருக்கவே செய்கிறது. இந்தியா தன் முதல் அணுகுண்டை 1974-ல் வெடித்துக்காட்டிவிட்டது. பாகிஸ்தானும் அணுகுண்டு தயாரிப்பு முயற்சிகளில் முன்னேறிவிட்டது என்றே நம்பப்படுகிறது. இதனால் இந்தத் துணைக்கண்டத்தில் வாழ்பவர்களுக்கு மட்டுமல்ல; உலகம் முழுவதும் வாழ்பவர்களும் இந்தப் பிராந்தியத்தில் 'கூட்டுறவும் விட்டுக் கொடுத்தலும்' நிலவுவதை உறுதிசெய்தாகவேண்டிய நிலை உருவாகியுள்ளது.

ஒரு நாட்டுக்குள்ளே இருக்கவேண்டிய இந்து-முஸ்லிம் உறவு பற்றிப் பார்ப்போமா?

பாகிஸ்தான் உருவாக்கப்படுவதற்கு முன்பாக இருந்த பாகிதானிகள் மற்றும் பங்களாதேசவாசிகளை நமக்கு நினைவுபடுத்தக்கூடும். ஆனால், பாகிஸ்தான் என்ற நாடு உருவாகாமல் இருந்திருந்தால் என்ன ஆகியிருக்கும் என்று எல்லாவற்றையும் முதலில் இருந்து மீண்டும் பார்க்க விரும்புகிறேன். என்னுடைய நோக்கம், இன்றைய இந்தியாவில் நீடித்த நட்புறவு நிலவுவதற்காக, அடிப்படையை அவற்றின் உண்மையான வடிவத்தில் அலசுவதுதான். நான் ஏற்கெனவே குறிப்பிட்டுள்ளபடி– பாகிஸ்தானுக்கும் வங்காள தேசத்துக்கும் இது பொருந்தக்கூடியதே! எதற்காக இல்லா விட்டாலும் விடுதலை அடைந்துவிட்ட இந்தியாவுக்குத் தொடர்ச்சியாகக் காயங்களை ஏற்படுத்திவரும் இந்து-முஸ்லிம் உறவைப் புதிய கோணத்தில் பார்த்தாகவேண்டும். இதில் குறிப்பாகப் பார்க்கப்பட வேண்டியது, மாலிக்கின் 1980-ஆம் ஆண்டு வெளியான நூலில் அவர் கூறியிருப்பது: '1947-ல் பாகிஸ்தான் உருவான பின்னரும் இந்திய முஸ்லிம்களின் பிரச்னைகள் அல்லது துயரங்கள் இன்னமும் தீர்க்கப்படவில்லை.'[14]

பாகிஸ்தான் தோற்றத்துக்கான சில விஷயங்கள் இங்கே இந்நூலின் பக்கங்களில் சொல்லப்பட்டாலும் அவை யாவும் வரலாற்று அடிப்படையிலான ஆர்வம் தாண்டி, இந்து–முஸ்லிம் விவகாரம் தொடர்பாகவும் அவற்றுக்கு ஒரு முக்கியத்துவம் இருக்கிறது. யாவற்றுக்கும் மேலாக, பாகிஸ்தான் தொடர்பான மனோபாவங்கள் எல்லாம் உண்மையோ கற்பிதமோ இன்றைய இந்து-முஸ்லிம் உறவில் உள்ளார்ந்து இருக்கவே செய்கின்றன.

பாகிஸ்தான் கோரிக்கைக்கு ஆதரவு காட்டும் முஸ்லிம்கள், இந்த நாட்டில் இந்து, முஸ்லிம்களின் நட்புறவு நிறைவான அல்லது

ஆழமான ஒரு நிலையை எட்டிவிட முடியாது என்று நினைத்தார்கள். இந்துக்களில் ஒரு சிலர் இதுபோன்ற கருத்துக்கு உடன்பட்டவர்களாக இருந்தார்கள். அவர்களில் வி.டி. சாவர்க்கர், லஜ்பத் ராய் ஆகியோரும் அடங்குவர். 1939-ல் கூடிய இந்து மகாசபை மாநாட்டில், அதற்கு தலைமைத் தாங்கிய சாவர்க்கர் 'நாம் துணிச்சலோடு கசப்பான உண்மைகளை நேர்காண முன்வர வேண்டும். அது இந்தியாவிலிருப்பது இரண்டு நாடுகள். ஒன்று இந்துக்களுடையது; மற்றொன்று முஸ்லிம்களுடையது'[15] என்றார். 1920-ஆம் ஆண்டு நடந்த காங்கிரஸ் பேரரங்கக் கூட்டத்தில் தலைமை வகித்த லஜ்பத் ராய், 'இந்து முஸ்லிம் ஐக்கியத்தை முஸ்லிம்களின் வரலாறும் அவர்களின் சட்டங்களும் 'ஆற்றல் மிகுந்த தடை'யாக இருந்து தடுத்துவிடுகிறன'[16] என்றார்.

கவிஞர் அல்டாஃப் ஹுசைன் ஹாலி வேறு மாதிரியாகச் சிந்தித்தார். இவரின் புகழ்மிக்க படைப்பான 'முஸாத்தஸ்' என்ற நீள்கவிதை 1879-ல் வெளியிடப்பட்டது. அதில் இஸ்லாத்தின் எழுச்சியும் வீழ்ச்சியும் அதன் எதிர்கால நம்பிக்கையைக் குறித்து 'முறையீடு' செய்து பாடியுள்ளார். அதனை நவீன முஸ்லிம் இந்தியாவும் பாகிஸ்தானின் உருவாக்கமும் (*Modern Muslim India and the Birth of Pakistan*) என்ற நூலின் ஆசிரியரான எஸ்.எம். இக்ரம், 'கவிஞர் ஹாலி வாழ்நாள் முழுவதும் எல்லா நிலைகளிலும் இந்து-முஸ்லிம் ஒற்றுமைக்காகவே எண்ணினார்... எழுதினார்... கனவு கண்டார்... என்று குறிப்பிட்டிருக்கிறார்.[17] அவரின் 'நாட்டுப்பற்று' என்ற கவிதையில் இவ்வாறு கூறுகிறார்:

'உனது நாட்டின் நன்மையை, நீ நாடினால்
உனது நாட்டைச் சேர்ந்த எவ்வரையும் அந்நியராகக் கருதாதே
அவன் முஸ்லிமாகவோ இந்துவாகவோ
பௌத்தனாகவோ அல்லது பிராமணனாகவோ இருந்தாலும்'[18]

அவரின் முஸாத்தாஸ் கவிதை பரந்த நோக்கமுடையது:

'வழிகாட்டி நூலின் (குர்ஆன்) முதல் போதனை இதுவே .
மனித குலம் அனைத்தும் இறைவனின் குடும்பம்.
யார் கடவுளின் படைப்புக்களிடம் அன்பு பாராட்டுகிறாரோ
அவர்தான் கடவுளுக்கு நெருக்கமானவர்;
தொழுகை, சமயம், நம்பிக்கை என்பது என்ன?
ஒரு மனிதன் தன்னொத்த மனிதனான சகோதரனுக்கு உதவுவதே...'[19]

ஹாலியின் முஸாத்தாஸ் கவிதை இஸ்லாமிய உலகை புயல் போல் சுற்றிவளைத்தது. ஒவ்வொரு இஸ்லாமியர் இதயத்திலும் ஒத்திசைவான துடிப்புகளை எழுப்பியது.

அவருடைய கவிதைகளில் அண்ணல் நபிகளிடம் அவர் கொண்ட பேரன்பு பொங்கிப் பிரவகிக்கிறன: 'அண்ணல் நபிகள்- ஏழைகளின் புகலிடம்; இயலாதவர்களின் பாதுகாப்பாளர்; அநாதைகளின் பொறுப்பாளர்; அடிமைகளுக்காகக் குரல் கொடுக்கும் போராளி...' என்கிறார். மேலும், 'இஸ்லாம் என்ற தோட்டத்தின் பாழ்பட்ட நிலை'யை எண்ணி வேதனையில் பாடுகிறார். ஹாலி, இந்திய இஸ்லாமிய வரலாற்றில் மிகவும் குறிப்பிடத்தகுந்தவர்; நூறு ஆண்டுகளுக்கு முந்தைய எஸ்.எம். இக்ரமின் சொற்களில் சொல்வதானால், 'ஹாலி, இந்திய முஸ்லிம்களின் தேசியக் கவிஞர்.[20]

அடுத்ததாக, நாம் ஹக்கீம் அஜ்மல்கான் குறித்துப் பார்க்கப் போகிறோம். ஹக்கீம் அஜ்மல்கான் (1863–1928) ஒரு மருத்துவர்; கவிஞர், எழுத்தோவியர், கல்வியாளர், அரசியல் தலைவர் என்று பன்முகத்திறன் கொண்டவர். இவரைக் குறித்து வரலாற்றாளர் முகம்மது முஜீப் எழுதியுள்ளார் :

'அவருடைய இந்து-முஸ்லிம் ஒருங்கிணைப்பு என்பது வெறும் ஒரு கொள்கையாக மட்டும் இருக்கவில்லை. அது அவரின் பாரம்பரியத்தின் பகுதி; அது அவரின் ரத்தத்தோடு கலந்தது. அது அவரின் அன்றாட வாழ்வின் சாரமாக இருப்பது. இந்த இரு சமுதாயங்களையும் ஒன்றிணைக்கிற பணியில் அவரின் அயராத உழைப்பையும் மீறி, மேன்மேலும் அது பிளவுற்றுக்கொண்டே போவது கண்டு அவர் முற்றிலும் உடைந்துபோனார்'.[21]

'அஜ்மல்கான் 1919-ல் முஸ்லிம் லீக்குக்குத் தலைமை ஏற்றார். 1922-ல் இந்திய தேசிய காங்கிரஸுக்குத் தலைமை தாங்கினார். செங்கோட்டையை இந்திய கட்டடக் கலைக்கான உதாரணம் என்று சொல்வதுபோன்றதுதான் இவரை இந்திய முஸ்லிம்களின் பிரதிநிதி என்று சொல்வதும்' என்கிறார் முஜீப். அஜ்மல்கான் தன்னை 'தேசியவாத முஸ்லிம்' என்றழைக்கப்படுவதைப் பெரிதாகப் பொருட்படுத்திக் கொள்ளவில்லை. காந்தியோடு அவருக்கிருந்த நெருக்கம் பல காயங்களைத் தாண்டியும் நீடித்தது. இதுபற்றி முஜீப் விவரித்துச் சொல்வது:

காந்தியுடனும் காங்கிரஸுடனும் முரண்பட்டு விலகியவர்கள் எல்லாரையும் இந்து முஸ்லிம் ஒற்றுமை குறித்த நம்பிக்கையை இழந்தவர்களாகச் சொல்லிவிடமுடியாது. நம்பிக்கை இழக்காதவர்களில் ஒருவர் சௌத்திரி கலிக்குல் ஜமான். இவர் உ.பி.யின் முஸ்லிம் லீக் தலைவர். பின்னர் பாகிஸ்தானில் லீக் தலைவராகவும் இருந்தார். பாகிஸ்தான் என்ற தனி நாடு வேண்டும் என்பதை அவர் ஏற்றுக்கொண்டது குறித்து அவர் வருத்தப்பட

வில்லை. 'இந்தியாவில் முஸ்லிம்கள் வாழ்ந்து வருவது அங்கு பொதுவான பண்பாட்டு உருவாக்கத்துக்கும், பொதுவான சமூக வாழ்க்கைக்கும் வழிவகுத்துள்ளது'[22] என்றார். சூழ்நிலைகளின் அழுத்தம் காரணமாகவே முஸ்லிம்கள் இந்த நாட்டைப் பிரிக்கவேண்டும் என்று வலியுறுத்தினார்கள். ஆனாலும் கலிக்குல் ஜமானின் பார்வையில் அது ஒருவகையில் முரண்பாடாகவே பட்டது. அவரைப் பொறுத்தவரையில் 'பிரிவினை என்பது ஒத்திசைந்து வாழமுடியாத நிலையின் விளைவு அல்ல. மிகப் பெரிய நகைமுரணே.'

'அதுவொரு நகைமுரண்தான். ஏனென்றால் அதற்கு முன் பல நூற்றாண்டுகளாக முஸ்லிம்கள் இந்தியாவை (மக்களை) ஒன்றிணைக்கவே பாடுபட்டார்கள்'[23] என்றார் கலிக்குல் ஜமான். சிறுபான்மையின் ஆட்சியான இஸ்லாமிய ஆட்சிகாலம் பற்றியே இங்கு அவர் சொல்கிறார். எனினும் இவர் சொல்வதில் உண்மை இருக்கவே செய்கிறது. பாகிஸ்தான் என்பது முஸ்லிம்கள் பலருக்கு மிகுந்த உற்சாகத்தை ஊட்டியது உண்மைதான்; ஆனால் பிரிவினை என்பது பெரும் துயரமே! இந்திய அல்லது ஹிந்துஸ்தானி கலாசாரத்தின் வாரிசுகளாகவே அவர்கள் இருந்தார்கள். இந்தக் கலாச்சாரம் அல்லது பண்பாடு டெல்லியிலும் அதன் சுற்று வட்டாரங்களிலும் பரவலாகக் காணப்பட்டது. இது அக்பரின் ஆட்சிக் காலத்திலேயே *(1556–1605)* தொடங்கிவிட்டது.

அக்பரின் இந்து மனைவி பெற்றுக் கொடுத்த மைந்தன் – அக்பருக்கு வாரிசாக வந்த ஜகாங்கீர்; அதுபோன்றே ஜகாங்கீரின் இந்து மனைவிதான் பேரரசர் ஷாஜகானின் அன்னை. சீரிய முஸ்லிம் பற்றாளர் என்று அழைக்கப்படுகிற (மற்றவர்களுக்கு மதவெறியர்) ஔரங்கசீப் திருமணம் புரிந்துகொண்டது இந்து உயர்குலப் பெண்ணையே! கடைசி மாமன்னர் பகதூர் ஷா 2 *(1837–1857)*வைப் பெற்றெடுத்தவள் ஓர் இந்துப் பெண்மணி. பெயர் லால்பாய்! இந்துப் பெண்கள் அனைவருமே இஸ்லாத்துக்கு மாற்றப்பட்டார்கள் என்பது உண்மையே. ஆனால் இவர்கள் அனைவருமே இந்து கலாச்சாரத்தை செங்கோட்டைக்குள் எடுத்துச்செல்லவும் செய்திருக்கிறார்கள். இதே கலாச்சாரம் இன்னொரு வழியிலும் வேகம் கொண்டு பாய்ந்து சென்றது. ஆம் இந்துக்கள் முஸ்லிம்களின் ஆடை வகைகளை அணியத் தொடங்கினார்கள். முஸ்லிம்கள் அணிகிற நீண்ட மேலாடையான 'அச்கான்', துவண்ட காலடையான 'பைஜாமா'[24] போன்றவற்றைப் பல இந்துகள் அணியத் தொடங்கினர். மேலும் இந்துக்களில் இருபாலினத்தினரும் – முஸ்லிம் சூஃபிகளின் கல்லறைக்குச் சென்று வேண்டிக் கொள்வதுண்டு.

முஸ்லிம் மன்னர்கள் ஹோலி, ராக்கி, தசரா, தீபாவளி போன்ற திருநாட்களைக் கொண்டாடியிருக்கிறார்கள். முஸ்லிம்களுக்கும் இந்துக்களுக்கும் சமபந்தி விருந்துகள் நடத்தியிருக்கிறார்கள்.

இந்து முஸ்லிம்களிடையே மிக முக்கியமான கலப்பாக இருந்தது மொழிதான். அரசவையில் இந்துக்கள், முஸ்லிம்கள் ஆகிய குடிமக்களும் அதுபோன்றே இந்து, முஸ்லிம் கவிஞர்கள், கலைஞர்கள் அனைவரும் ஒரு 'புதிய மொழி'யை அதிகமாகவே பயன்படுத்தி வந்தார்கள். அந்த மொழிதான் உருது. உருது மொழி பாரசீக, அராபிய சொல்வளங்களின் பலத்துடன் பிறந்த மொழி. ஆனால், கவிஞர் ஹாலி, இம்மொழி 'இந்தியை (இந்துஸ்தானி) அடிப்படையாகக் கொண்டது' என்பார். 'மேலும் இதன் வினைச்சொற்கள், முன்னிடை உருபு, சந்தி, பெயர்ச்சொல் யாவுமே இந்தியிலிருந்து வந்தவை.'[25] கலிக்குல் ஜமானின் மதிப்பீட்டில், உருதுவின் 'எழுபத்தைந்து விழுக்காடுச் சொற்கள் இந்தி மற்றும் சமஸ்கிருதத்தின் மூலத்தில் இருந்து பெற்றவை'[26] என்பார்.

கலிக்குல் ஜமான் போன்றவர்கள் கலப்புக் கலாசாரத்தை முன்வைத்தனர். இந்து-முஸ்லிம் நட்புணர்வுபற்றி அவர்களுக்கு நல்லெண்ணம் இருந்ததுபோலவே சொந்த அனுபவங்களையும் மிகவும் மதித்தனர். கலிக்குல் ஜமான் நினைவு கூர்கிறார்:

'நான் லக்னோ நகராட்சிக்கழகத்துக்குத் தலைவராக ஏழாண்டுக் காலங்கள் தொடர்ந்து இருந்துவருகிறேன். அந்தக் கழகத்தில் இருந்த இந்து உறுப்பினர்கள் தொடர்ந்து எனக்கு ஆதரவு காட்டிவந்தார்கள். என்னோடு உண்மையாக ஒத்துழைத்தார்கள். என் வாழ்வின் இந்த இறுதித் தருணத்தில் நான் இப்போது அவர்களுக்கெல்லாம் நன்றி செலுத்துகின்றேன். லக்னோ இந்து மகாசபை தலைவர் ராகஸ் பிகாரி திவாரி, நான் நகராட்சித் தலைவர் பதவிக்காகப் போட்டியிட்ட போதெல்லாம் என்னைக் கடுமையாக எதிர்த்தவர்; அவர் மருத்துவமனையில் இருந்த போது என்னை வந்து சந்திக்கச் சொன்னார். அங்கே அவர் நோயாளியாக இருந்தார்: 'மிகவும் பலம் குன்றி, தளர்ந்து காணப்பட்டார். காச நோயினால் தாக்கப்பட்டிருந்தார். அவர் என் கைகளைப் பற்றிக் கொண்டார். அவர் கண்களிலிருந்து கண்ணீர் வழிந்தோடியது. தன் மகன் பிருகுதத் திவாரியை அழைத்தார். என் கால்களைத் தொட்டு வணங்கி என்னைத் தந்தையாக, அவர் இறந்த பின்னர் ஏற்றுக்கொள்ளும்படிச் சொன்னார். நான் வீடு திரும்பும்போது, அவர் என்மீது கொண்ட மதிப்பும் அன்பும் என் நெஞ்சைப் பிழிந்துவிட்டது. தனிப்பட்ட முறையில் என்னுடைய இந்து நண்பர்களிடமிருந்து என் மீதான அன்பைத்

தவிர வேறு எந்த உணர்வையும் நான் பார்க்கவில்லை. ஆனால் பொது விஷயங்களில் அரசியலில், அவர்களோடு கலந்துபேசி அவர்களைப் புரிந்துகொள்ளவைக்க நான் தவறிவிட்டேன்...'.[27]

இந்து-முஸ்லிம் ஒருங்கிணைப்பை அவர் விரும்பியபோதிலும் இந்திய முஸ்லிம்கள் தங்களுடைய எதிர்காலத்தைக் குறித்து அச்சம் கொண்டிருந்தனர். மக்களால் தேர்ந்தெடுக்கப்பட்ட சட்ட சபைகள் தேவை என்ற கோரிக்கைகள் 1885-ஆம் ஆண்டு தொடங்கப்பட்ட இந்திய தேசியக் காங்கிரஸ் மூலம் முன்னெடுக்கப்பட்டன. அது அவருக்கு மன உளைச்சலை ஏற்படுத்தியது. இந்தியாவில் அரசியல் முன்னேற்ற நடவடிக்கைகளுக்கு அவர் ஆர்வத்துடன் இருந்தார். பிரிட்டிஷாரிடமிருந்து சுதந்தரம் கிடைக்கவேண்டும் என்பதில் ஹிந்துக்களைவிட அவர் ஆர்வத்துடன்தான் இருந்தார். ஏனென்றால் இந்த வெள்ளைக்காரர்கள்தான் டெல்லி சிங்காதனத்திலிருந்து முகலாயர்களைக் கவிழ்த்து ஆட்சியைக் கைப்பற்றிக் கொண்டதோடு, இந்தியாவில் 650 ஆண்டுகால முஸ்லிம்கள் ஆட்சியை முடிவுக்குக் கொண்டுவந்தார்கள் என்று அவருடைய மூத்தோர்கள் தொடர்ந்து அவருக்கு நினைவூட்டிக் கொண்டு வந்திருந்தார்கள். ஆனால், இந்தியாவுக்கு சுய ராஜ்ய உரிமை தேவை என்ற போராட்டங்களை அவர் மிகுந்த பதற்றத்துடனே பார்த்தார். பிரிட்டிஷார் வெளியேறிச் செல்கிறபோது ஆட்சிப் பொறுப்பை அவர்களுக்கு முன்பு ஆட்சியில் இருந்த முகலாய வம்சாவழியினர் கையில் ஒப்படைக்க வேண்டும் என்று காங்கிரஸ் கேட்க மறுத்தது. மக்களால் தேர்ந்தெடுக்கப்பட்ட சட்டமன்ற உறுப்பினர்களைக் கொண்டு ஆளப்படவேண்டிய ஆட்சி அமைப்பைக் கேட்டது. ஒருவருக்கு ஓர் ஓட்டு என்று சொல்கிறது!

இந்துக்கள் பெரும்பான்மையாக இருப்பதால், இந்த ஜனநாயக முறை என்பது ஹிந்து ராஜ்யமே என்று முஸ்லிம்கள் நினைத்தனர். இது தவறான எண்ணம். ஸ்வராஜ்யம் என்றால் இந்து ராஜ்யம் அல்ல; இந்திய ராஜ்யம். அதில் முஸ்லிம்களுக்கு அதில் உரிய இடம் இருக்கும். தொடக்கத்திலிருந்தே இதை எடுத்துக்கொண்டு இந்திய தேசிய காங்கிரஸ் – முஸ்லிம்களை இணங்கவைக்கிற முயற்சிகளில் ஈடுபட்டது. 'தன்னாட்சி என்பது இந்துக்களால் மட்டும் ஆளப்படுகிற ஆட்சி அல்ல; அது இந்தியர்களால் ஆளப்படக் கூடியது. ஆட்சியில் முஸ்லிம்களுக்கு உரிய பங்கு இருந்தே தீரும்' என்றார்கள். ஆனால் ஆட்சியில் பங்கு என்ற கருத்தாக்கம் இந்திய முஸ்லிம்களுடைய அனுபவங்களுக்கு அப்பாற்பட்டது. 650 ஆண்டு கால அனுபவத்தில் இருந்து ஆட்சியாளர் என்றால் எப்படியிருக்க வேண்டும் என்பது பற்றி ஒருவிதப் புரிதல் இருந்தது. தற்கால

அரசியல் அனுபவங்களிலிருந்து அவருக்கு ஒரு நாட்டின் குடிமகன் என்பதற்கான பொருளும் புரியும். அதிகாரத்தைப் பகிர்ந்துகொள்ளுதல் என்பது புதியதொரு கருத்தாக்கம்; அதோடு, இந்துப் பெரும்பான்மை இருக்கும் நிலையில் அது ஒரு முஸ்லிமுக்கு அச்சத்தைத் தரக்கூடியதே. சுய ராஜ்யம் என்பது இந்து ராஜ்யம் என்பதை மறைக்கும் போர்வையே என்று பயந்தனர்.

பிரிட்டிஷ் ஆட்சியைக்காட்டிலும் இந்துக்களின் ஆட்சி முஸ்லிம்களுக்கு இசைவானதாக இருக்கும் என்பதற்கு ஏதேனும் உத்தரவாதம் உண்டா என்று அவர் தன்னைத்தானே கேட்டுக் கொண்டார். 1857 கிளர்ச்சிக்குப் பின்னர் நாற்பது ஐம்பது ஆண்டுகளாக பிரிட்டிஷ் ஆட்சியில் மிக மோசமான நிலையே நிலவியது. அதற்கு இந்துக்களைக் காட்டிலும் முஸ்லிம்களே அதிகமும் காரணம் என்று பிரிட்டிஷார் சொன்னார்கள். அதன் பின் சற்று முன்னேற்றம் தென்படுகிறது.

இந்துக்களால் ஆளப்படுகிற ஆட்சி என்றாலே முஸ்லிம்கள் அதில் பல நெருக்கடிகள் இருப்பதாகக் கருதினார்கள். ஒன்றுகலந்த இந்திய சமுதாயம் என்பதிலே இந்துக்களில் குறிப்பிட்ட வெகுசிலர் மட்டுமே நம்பிக்கை கொண்டிருந்தார்கள். மீதமுள்ள பெரும்பான்மையோர் பழைய வரலாற்றின் தூண்டுதல்களுக்கு செவிசாய்த்துவிடமாட்டார்களா? முஸ்லிம்களை அவர்கள் அந்நியர்களாகக் கருதமாட்டார்களா? அவர்கள் எல்லோருமே இந்துக்களின் பகைவர்கள்; வரம்புகடந்து மூர்க்கத்தனம் காட்டிய முகம்மது கஜினியைப் போன்றவர்கள் என்று கருதி அவர்களைப் பழிவாங்கத் துடிக்கமாட்டார்களா? இந்துக்களின் பெரும்பான்மை பலமுடனான ஆட்சி அதிகாரத்தை எடைபோடுவதில் வரலாறு பற்றிய முஸ்லிம்களின் புரிதல், குறிப்பாக, ஸ்பெயினின் வரலாறு போன்றவை, இந்திய முஸ்லிம்களின் சிந்தனையில் மிகுந்த செல்வாக்கு செலுத்தின. அங்கே இஸ்லாம் பதினொன்றாம் நூற்றாண்டில் முஸ்லிம் ராஜ்யம் ஒன்றை ஐரோப்பிய மண்ணில் தோற்றுவித்தது. ஆனால் காலப்போக்கில் அவர்களின் பலமும் ஆற்றலும் கிறிஸ்தவப் பெரும்பான்மையினருக்கு கைமாறியது. அப்போது அங்கே முஸ்லிம் சிறுபான்மையினர் பெரும் துயரங்களுக்கு ஆளாகினர்.

மதமும் அரசும் பின்னிப் பிணைந்தவை என்னும் மரபான இஸ்லாமிய நம்பிக்கையும் இஸ்லாமியரின் மனப்போக்கை ஓரளவுக்குத் தீர்மானிப்பதாகவே இருக்கிறது. இஸ்லாம் என்பது தனிப்பட்ட மத நம்பிக்கை மற்றும் அரசு இரண்டுமேதானே. இந்திய முஸ்லிம்களில் சிலர், இந்தியா சுதந்தரம் அடைந்து ஆட்சி

நடத்துமானால் அந்த நாடு ஒன்று முஸ்லிம் நாடாக இருக்க வேண்டும்; அல்லது இந்து நாடாக இருக்கவேண்டும்; மதம் சார்ந்த நடுநிலைமைகொண்டதாக அது இருக்கமுடியாது என்று நினைத்தனர். இந்தியாவை ஆளும் பிரிட்டிஷார், ஓர் அரசாங்க மதத்தைத் திணிக்கவில்லை என்பது உண்மைதான். ஆனால், பிரிட்டானியரோ அந்நியர்களே. ஒருவேளை ஆங்கிலேயர்கள் வெளியேறிச் சென்றால், இந்தியாவுக்கு ஓர் அரசாங்க மதம் தேவைப்படும். முஸ்லிம்களில் சிலரும் (அதேபோன்று இந்துக்களும்) இத்தகைய கருத்துக்கு ஆர்வம் காட்டினார்கள். ஆனால், முஸ்லிம்களின் ஆட்சி குறித்த வரலாறு இதுபோன்ற ஒன்றை நமக்குப் பாடமாகக் கொடுக்கவில்லை!

முஸ்லிம் ஆட்சியாளர்களில் பலரும் ஜிஸியா வரியை விதித்தார்கள் என்பது தெரிந்த உண்மையே (அதிலும் ஒரு சிலர் அந்த வரியை விதிக்கவில்லை என்பதும் உண்மையே). அவர்களில் ஒருவர், பிரோஸ் – ஷா – துக்ளக் (1351–1358) இஸ்லாம் மதத்துக்கு மாறினால் வரிவிலக்கு என்று அறிவித்தார். ஆனால் அந்த வரி முஸ்லிம் அல்லாதவர்களை ராணுவத்தில் இருந்து விலக்கிவைத்தது. அவர்களுக்கு கோட்பாட்டளவில் ஆட்சியாளரின் பாதுகாப்பை உறுதிப்படுத்தவும் செய்தது.

முஸ்லிம் மன்னர்களில் பெரும்பாலானவர்கள் இஸ்லாமை அரசாங்க மதமாக அறிவித்தார்கள். அப்படிச் செய்திருக்கவில்லையென்றால், ‘உலமா’ என்ற மரபார்ந்த இஸ்லாமிய மற்றும் புனித நூல் விளக்க உரையாளர்களின் ஆதரவு கிடைக்காமல் போய்விட்டிருக்கும். அவர்களுக்கு மிகுந்த செல்வாக்கும் இருந்தது. முஸ்லிம் மன்னர்களின் முஸ்லிம் எதிரிகள், போட்டியாளர்கள் போன்றோருக்கு குறைவே இருந்திருக்கவில்லை. உலமாக்கள் இவர்களை ஆதரித்துவிடும் அபாயமும் இருந்தது. அரசுரிமை தொடர்பாக இஸ்லாமிய மதத்தில் எந்தவொரு தெளிவான விதிமுறையும் இருந்திருக்கவில்லை. நடைமுறையில், அனைத்து முகலாய மன்னருக்கும் இந்து நிர்வாகிகள், படைவீரர்கள் ஆகியோரின் உதவி தேவையாக இருந்தது. இஸ்லாமிய எதிரிகளின் திட்டங்களைச் சமாளிக்க இந்துக்களின் ஆதரவு மிகவும் அவசியமாகவும் இருந்தது.

இந்துக்களின் நம்பிக்கையும் நல்லெண்ணமும் அவசியம் என்ற நிலை இருந்ததால், இஸ்லாமிய அரசை அது மிதமானதன்மை கொண்டதாக ஆக்கியிருந்தது. அவர்கள் யாரும் இந்துக்களின் சொத்துடமைகளைப் பறித்துக் கொண்டதில்லை. செல்வ வளமிக்க இந்துக்கள் தங்கள் செல்வத்தைப் பெருக்கிடவும், அவற்றைத் தங்கள்

விருப்பம்போல் பிறருக்கு அளிப்பதற்கும் உரிமை பெற்றிருந்தார்கள். ஆனால், முஸ்லிம்களிலுள்ள உயர்குடிப் பெருமகன் எவராயினும் ஆட்சியாளரின் அதிருப்திக்கு ஆளாக நேரிட்டால் அவரின் அனைத்துச் செல்வங்களும் பறிமுதல் செய்யப்படுகிற சூழலும் இருந்தது. ஜிஸியாவைத் திணித்த ஒரேயொரு சுல்தானின் கருத்தினையாவது - நாம் அறிய முற்படுவோமானால் சுல்தான் ஜலாலுதின் கில்ஜி *(1290–1296)* சொல்வதைக் கேட்கலாம்:

'எங்கள் ஆட்சியில் கடவுளின் பகைவர்களும் திருத்தூதரின் பகைவர்களும் எங்கள் பரிவான கண்களின் கீழே, எங்கள் தலைநகரில் மேலான வசதி வாய்ப்புகளோடு, பெருமிதத்துடன் கண்ணிய கௌரவத்தோடு, பல்கிப் பெருகிய செல்வ வளத்தின் அளவற்ற மகிழ்ச்சியோடு, இன்ப அனுபவங்களோடு, உயர் மதிப்போடு – முஸ்லிம்களிடையே வாழ்ந்து வந்தார்கள்...'[28]

இந்துக் கோயில்கள் முஸ்லிம் மன்னர்களால் இடித்துத் தரைமட்டமாக்கப்பட்டன என்பது உண்மையே; அதுபோன்றே அவர்கள் கோயில்களைப் பாதுகாத்துப் பராமரிக்கவும் செய்தார்கள். பசுவைக் கடவுளுக்காகப் பலி கொடுப்பதைச் சில மன்னர்கள் அனுமதித்து இருந்தார்கள். மற்றவர்கள் இந்துக்களின் நம்பிக்கைக்கு மதிப்பளித்து பசுக்கொலையைத் தடுத்தார்கள். முஸ்லிம்கள் வெளிமனிதர்கள், வெளிசாதியினர் என்ற இந்துக்களின் கற்பிதங்களை அவர்கள் மூடிமறைக்காமல் காட்டிக்கொண்ட போதிலும், ஆட்சியாளர்களான முஸ்லிம்கள் அதற்காகச் சீற்றம் கொள்ளவில்லை. கண்டும் காணாமலும் விட்டுவிட்டார்கள்.

ஒரு சில, மத மாற்றங்கள், வெகு சொற்ப அளவில் கொஞ்ச காலம் மட்டுமே வாள்முனையில் நிகழ்ந்தன. ஆனால் பலவும், உயர் பதவிகள் அளிக்கப்பட்டு பெருமதிப்புடன் பொன்னும் பொருளும் வழங்கி நிகழ்ந்தவை உண்டு. ஆனால், இந்து சமயத்தின் சாதி அமைப்பும் தீண்டாமையும் பெருமளவிலான மதமாற்றங்களுக்குக் காரணமாக இருந்தன; இதனிடையே முஸ்லிம் சூஃபித் துறவிகளின் தன்னலமற்ற போக்கும் அவர்களின் எளிய வாழ்க்கையும், அவர்கள் அடித்தட்டு மக்களிடம் காட்டிய பரிவும் இரக்கமும் மதம்மாறிச் செல்வதை ஊக்கப்படுத்தியது. குறிப்பாக வங்காளத்தில். அங்கு மட்டுமின்றி நாடெங்கிலும் இழிவுபடுத்தப்பட்டு, ஒடுக்கப்பட்டுக் கிடந்த மக்கள், முஸ்லிம் சூஃபித் துறவிகளை வரவேற்று இஸ்லாத்தை ஏற்றுக்கொண்டனர். மனிதர்கள் யாவரும் இஸ்லாத்தின் கூரையின் கீழ் ஒரே தரத்தவர்கள் என்ற அவர்களின் முழக்கம் அவர்களை வெகுவாக இழுத்துக்கொண்டுவிட்டது.

பல்வேறு இடங்களில் ஜாதி அல்லது குலத் தலைவர் மதம் மாறியதும் ஒட்டு மொத்த ஜாதியும் குலமும் முழுவதுமாகவே மதம் மாறினார்கள். இனக் குழுவின் தலைவர் ஆன்மிக அல்லது லௌகிகத் தேவைகளுக்காக மதம் மாறியிருப்பார்; எஞ்சியவர்கள் ஜாதியைப் பற்று, அல்லது குலத் தலைவர்மீது கொண்ட மதிப்பு காரணமாக அவருடன் சேர்ந்து மதம் மாறினார்கள்.

இஸ்லாம் ஆளும் இனத்தின் மதம் என்ற அம்சம் இஸ்லாம் மதமாற்றத்துக்குப் பெரிதும் காரணமாக இருந்திருக்கிறது. இதில் எந்த சந்தேகமும் இல்லை. ஆனால், கட்டாய மதமாற்றம் இந்திய முஸ்லிம் மன்னர்களின் கொள்கையாக ஒருபோதும் இருந்தது கிடையாது.

அக்பரின் இந்து-முஸ்லிம் ஒருங்கிணைப்பு என்பது துணிச்சல்மிக்கது: ஆம், அபார துணிச்சல் எனலாம். ஜிஸியா வரியை நீக்கினார் என்பதோடு அவரின் பெரும் பணி முடிந்துவிடவில்லை. அவர் இந்துக்களை அதிகாரம்மிக்க பதவிகளில் துணிந்து நியமித்தார். இரு மதத்தினரும் இணைந்த அதிகாரவர்க்கம் ஆட்சியை நடத்தியது. அரசாங்க மதமாகக் கருதப்பட்ட இஸ்லாம் ஓரங்கட்டப்பட்டது என்று அக்பரின் எதிரிகள் இதைக் கையில் எடுத்துக்கொண்டு குற்றம்சாட்டினார்கள். அவரின் கொள்ளுப் பேரனும் ஷாஜகானின் ஆருயிர் மைந்தனுமான தாரா ஷுக்கோ ‘இரண்டு மாபெரும் கடல்களும் ஒன்றாக சங்கமிக்க வேண்டும்’ என்று கனவு கண்டார். அதனால் உபநிடதங்களின் சில பகுதிகளை மொழிபெயர்த்தார். உபநிடதத்தை தெய்விக அம்சம் கொண்டதாகவே பறைசாற்றினார்.

ஆனால், ஆட்சிக் கட்டிலுக்கான பங்காளிச் சண்டையில் பலம்குன்றியவரும் முடிவெடுப்பதில் தயக்கமும் குழப்பமும் கொள்கிறவருமான தாரா ஷுக்கோ சுயக்கட்டுப்பாடும், மதத் தூய்மையில் தீவிர நம்பிக்கை கொண்ட ஔரங்கசீப்பால் முறியடிக்கப்பட்டார்.

விரும்பத்தகாத ஜிஸியா வரியை மீண்டும் மக்களின்மீது திணித்தார் என்பதுமட்டுமல்ல; அவர் ஆட்சிக் காலத்தில் பல இந்துக் கோயில்கள் இடித்துத் தரைமட்டமாக்கப்பட்டன. இந்துக்களும் சீக்கியர்களும் மரணதண்டனைக்கு உள்ளாக்கப்பட்டார்கள். இதில் ஒன்பதாவது சீக்கியர்களின் மதகுரு – குரு தேக்பகதூர், மேலும் பத்தாவது குருவும் அவரின் இரண்டு மைந்தர்களும் கொல்லப் பட்டார்கள். முஸ்லிம் அல்லாதவர்கள் மிகுந்த வேதனைக் குள்ளானார்கள்; ராஜபுத்திரர்கள், சீக்கியர்கள், மராத்தியர்கள்,

மேலும் தென்னாட்டில் ஆட்சி புரிந்து வந்த முஸ்லிம் அரசர்கள் மீதெல்லாம் ஔரங்கசீப் எடுத்த ஆக்கிரமிப்பு மற்றும் தற்காப்பு ராணுவ நடவடிக்கைகள், மோதல்கள் முகலாயப் பேரரசின் வாழ்நாட்களை அழிக்கத் தொடங்கியது. மேலும், அவரின் செயல்முறைகள், கொள்கைகள் எல்லாம் இந்துக்கள், சீக்கியர்கள் மத்தியில் வெறுப்பை வளர்த்தன. அதன் பின்விளைவுகளை அவர் புரிந்துகொண்டபோது, நடந்தவற்றுக்குத் தானே பொறுப்பேற்று, தன் இறுதி நாட்களில் தன்னுடைய மிக விருப்பமான மகன் காம்பக்ஷுக்கு எழுதிய கடிதத்தில் குறிப்பிட்டவை:

'ஆருயிர் மைந்தா... நான் இப்போது தன்னந்தனியே போகப் போகின்றேன். உன் நிராதரவு நிலைக்காகத் துயர்கொள்கின்றேன். ஆனால் அதனால் என்ன பயன்? நான் பெரும் பாவம் இழைத்து விட்டேன். எத்தகைய துயரம் அல்லது சித்ரவதை எனக்காகக் காத்திருக்கிறது என்பது எனக்குத் தெரியவில்லை. முஸ்லிம்கள் கொல்லப்பட்டுவிடக்கூடாது; கொடும்பழி வீணாய்ப்போன என் மீது விழாதிருக்கட்டும். உன்னையும் உன் பிள்ளைகளையும் கடவுளின் பொறுப்பில் விட்டுச் செல்கின்றேன்; நான் மிகவும் நொந்துப் போய்விட்டேன்...' [29]

ஔரங்கசீப்பையும் அவருக்குக் கெட்ட பெயர் வாங்கித் தந்த வரம்பு மீறிய அவரின் மிகைச் செயல்களையும் ஒதுக்கிவிட்டுப் பார்த்தால் முஜீப் சொன்னதுபோல், 'முகலாய அரசாங்கம் என்பது இஸ்லாமிய அரசாங்கம் என்று சொல்வது, அதன் மன்னர் முஸ்லிம் என்ற அளவிலும் அதிகாரவர்க்கத்தில் அதிகம் இருந்தது முஸ்லிம்கள் என்ற அளவிலும் மட்டுமே.'[30] அரசாங்கம் எப்போதும் ஆளும் வர்க்கத்தினரின் நலனையே பேணும். இங்கு அந்த ஆளும் வர்க்கத்தினர் பெரும்பாலும் முஸ்லிம்களாகவே இருந்தார்கள். ஆனால் அது மதவாத அரசு அல்ல. அதற்கான அடிப்படைச் சான்று சிவாஜியிடமிருந்தே பார்க்கமுடிகிறது. தான் எதிர்த்த ஔரங்கசீபுக்கு எழுதிய கடிதத்தில் அவர் அக்பர், ஜஹாங்கீர், ஷாஜகான் போன்றோரைப்பற்றி இதமாக எழுதியிருக்கிறார். மேலும் அவர் எழுதியிருப்பது:

> 'மாட்சிமை மிக்கவரே! நல்லது... நீங்கள் உண்மையான சுவனப் பெருநூலை (குர்ரானை) நம்பினால், அதைக் கடவுளின் வாக்கியம் என்று நம்பினால், அதில் உள்ளது 'ரப் அல் ஆலமீன்' (அனைவருக்குமான கடவுள்) என்பதுதானேயன்றி, ரப் அல் முஸ்லிமின் (முஸ்லிம்களின் கடவுள்) என்றில்லை. மதச் சகிப்பின்மையை வெளிப்படுத்துவதென்பது புனித நூலில் இருக்கும் வசனங்களை மாற்றுவதற்குச் சமம்.[31]

•

இஸ்லாம் இந்தியாவில் வாளின் மூலம் பரவியது; ஆட்சிக்கட்டிலில் அமர்ந்துகொண்டு உத்தரவிட்டது என்பவை எவ்வளவு உண்மையோ அதே அளவுக்கு அது சூஃபித் துறவிகளின் கைகளைப் பிடித்துக் கொண்டும் நடந்திருக்கிறது. குடிசைகளில் இருந்துகொண்டும் பேசியிருக்கிறது. இஸ்லாமியத் துறவிகளான சூஃபிகள், கடவுளின் கருணையை, சகோதரத்துவத்தை, அற்ப மானுட வாழ்வைப் பற்றி போதித்தனர். மறுமையின் பேரின்ப வாழ்வைப் பற்றி போதித்தனர். இவர்களைக் குறிப்பாக நுணுகிப் பார்த்தால் – இவர்களில் சிலர் மதமாற்றம் செய்வதில் வெற்றி கண்டார்கள். மற்றவர்கள் மனிதர்களைக் கடவுளின் பக்கமாய் திரும்பவைப்பதில் ஆர்வத்துடன் மும்முரம் காட்டினார்கள். மக்கள் முஸ்லிம்களாக மாறவேண்டும் என்பதில் குறைந்த அளவில் மட்டும்தான் அவர்களின் பணிகள் இருந்தன. அவர்களின் போதனைகள் மக்கள் மனங்களில் வேர்விட்டன. அவர்கள் பேசிய மொழி, அம்மக்களுக்கு அந்நியமானதாக இருக்கவில்லை!

இந்து சமயத்தின் அபிமானிகள், சீடர்கள் என்று எண்ணற்றவர்கள் சூஃபிகளால் ஈர்க்கப்பட்டார்கள். சூஃபிகள் இறந்த பின்னர், அவருடைய சமாதியை நோக்கி ஈர்க்கப்பட்டனர். இதுபோன்று குரைஷி சொல்லியதுபோல் 'முஸ்லிம்களில் பலர் இந்து பக்தி இயக்க துறவிகளால் கவரப்பட்டார்கள்...'. வெற்றுச் சடங்குகளின் வெறுமையைச் சுட்டிக்காட்டிய பக்தி இயக்கத்தினரை 'தமது சூஃபிகளைப் போல் இருப்பதால் முஸ்லிம்கள் நெருக்கமாக உணர்ந்தனர்.[32]

சூஃபிகளும் பக்தி இயக்கத்தின் கவிஞர்களும் ஒன்றுசேர்ந்து இந்துக்களையும் முஸ்லிம்களையும் அவர்களின் ஆணிவேரிலிருந்து தொடங்கி, ஒன்றுசேர்க்கிற பெரும் பணியில் ஈடுபட்டார்கள். இந்துக்களுக்கும் முஸ்லிம்களுக்கும் வேறுபாடுகள் என்பது கிடையாது; ராம், ரஹீம் ஆகிய இரண்டுமே ஒன்றுதான்! இந்து மதம், இஸ்லாமிய மதம் என்பதிலும் வேற்றுமை கிடையாது என்று சொன்ன இவர்கள் தங்களை முஸ்லிம் என்றோ, இந்து என்றோ அடையாளப்படுத்துவதை அனுமதிக்கவில்லை. இவர்களில் ஒருவர்தான், 15-ஆம் நூற்றாண்டைச் சேர்ந்த துறவியும் கவிஞருமான கபீர்தாஸர். இவரைப் போன்று மேலும் பலர் இருந்தார்கள். இருதரப்பிலுமுள்ள சமய வழமைகளை விட்டுக் கொடுக்காத கட்டிறுக்கமான பழமைவாதிகள் தங்களின் சமயத்தார் இரு சமயங்களிடையே உள்ள வேற்றுமைகளை மறுதலிப்பவர்களிடமிருந்தும் புற அடையாளங்களைக் கேள்வி கேட்பவர்களிடமிருந்தும் விலகி நிற்கும்படி எச்சரித்தார்கள்.

புற அடையாளங்களைக் கடைப்பிடிக்காமல் உள்ளத்தில் நம்பிக்கை சாத்தியமில்லை என்பதை வலியுறுத்தியவாறு ஒரு கண்டிப்பான மதத் தூய்மைவாதி ஷேக் அகமது சிர்ஹிந்த் (1562–1624) வந்தார்: இவர் பல மதங்களை இணைத்துப் பொதுவழி ஒன்றை நடைமுறைப்படுத்த முயன்ற முகலாயர் அக்பரை எதிர்த்தார். ஆனால் சூஃபிகள் இந்தக் கோணத்தில் சிந்திக்கவில்லை. முஸ்லிம் சூஃபிகள், இந்து பக்தி இயக்கத்தினரின் மறுமலர்ச்சிச் சிந்தனைகள், செய்திகள் ஆகியவை பழமைவாதிகளின் கண்டிப்பு, எச்சரிக்கைகளை எல்லாம் தாண்டி பெருமளவிலான எளிய மக்களைச் சென்றடைந்தது. மிகவும் அடிமட்டத்திலிருந்து அவர்களை இந்து-முஸ்லிம் என்ற வேறுபாடுகள் இல்லாமல் மேம்படுத்தி, ஒன்றுசேர்த்தது. எனினும், சமூகத்தில் வேறு பல பிரிவினர் இதே அளவில் அல்லது இவர்களைவிட அதிக அளவில் இருக்கவும் செய்தனர். சூஃபிகளாலும் இந்து பக்தி இயக்கத்தினராலும் அந்தப் பிரிவினரைச் சென்றுசேர முடிந்திருக்கவில்லை.³³

குரைஷியைப் போன்ற வரலாற்றாசிரியர்கள், 'சடங்கு சம்பிரதாயங்கள், மதவாதம் ஆகியவற்றைத் தள்ளிவைத்து மதங்களின் புற அம்சங்களுக்கு எந்த முக்கியத்துவமும் கிடையாது' என்று சொன்னவர்களால் இந்தியாவில் இஸ்லாம் கடும் எதிர்ப்புகளைச் சந்திக்க நேர்ந்தது' என்று குறிப்பிட்டிருக்கிறார்கள். மேலும் சூஃபிகளும் பக்தி இயக்க ஞானிகளும் மிகப் பெரிய தொண்டாற்றியிருக்கிறார்கள் என்பதையும் ஒப்புக்கொள்கிறார். இவர்கள் இந்து – இஸ்லாம் நட்புறவைப் பலப்படுத்தினர்; மக்களின் இதயங்களைத் தொட்டு நல்லிணக்கத்தைக் கொண்டுவந்தனர். மிகப் பெரிய இஸ்லாமிய மன்னர்களின் கடுமையான முயற்சியாலும் முடியாததைச் சாதித்துக் காட்டினார்கள்.³⁴

இந்தியாவிலுள்ள முஸ்லிம் ஒருவர் தன்னை முதலில் ஒரு முஸ்லிம் என்று முன்வைப்பாரா... இந்தியர் என்று முன்வைப்பாரா? இந்தக் கேள்வியை முஸ்லிம் எவருமே எதிர்கொள்ளாமல் இருக்கமுடியாது: இதுபோன்ற கேள்விகள் எழுவது இயற்கை. ஏனென்றால், ஆதி முஸ்லிம்கள் எல்லாம் அராபியர், துருக்கியர், மத்திய ஆசியர், ஆப்கானியர் அல்லது பாரசீகர் போன்றவர்களே. அவர்கள் அனைவருமே வெளியாட்களே (ஆனால் 'ஆதி இந்துக்களும் இவர்களைப் போன்றவர்களே).

இரண்டாவதாக, முஸ்லிம்கள் ஒவ்வொருவரும் 'மக்கா'வுக்கு உள்ளார்ந்த தீவிரத்துடனும் அதீதப் பற்றுதலுடன் முதலிடம் அளிக்கிறனர். ஆனால் இந்தியாவில் இதுபோன்று, அவர்கள் எந்த ஓர் இடத்தையும் கொண்டிருக்கவில்லை. அவர் ஷியா முஸ்லீமாக

இருந்தால் தங்களின் புனித மண்ணாகக் கருதி மதிப்பளிப்பது – ‘கர்பலா’ ‘நஜஃப்’ ஆகிய ஈராக் நாட்டின் நகரங்களையே.

மூன்றாவதாக, முஸ்லிம் என்பவர் உலகளாவிய இறை நம்பிக்கை சமுதாயத்தின் அங்கத்தினர். தேசப்பற்று அல்லது தேசியச் சிந்தனை என்பது தவறு என்று போதிக்கப்பட்டிருக்கிறார். நடைமுறையில் இந்த சிந்தனை ஒரு முஸ்லிம் ஒரு நாட்டுக்கும், இன்னொரு நாட்டுக்குமான நல்லுறவைக் குலைக்கும். இருந்தும் இஸ்லாத்தின் பரந்துபட்ட சகோதரத்துவத்தின் மீதான நம்பிக்கையை அவர் இழக்கக்கூடாது.

டெல்லியைத் தலைநகராகக் கொண்டு ஆளும் அரியாசனத்தில் அமர்ந்திருக்கிற முஸ்லிம் மன்னர் இஸ்லாத்தின் கலிஃபாவுடன் (கடவுளின் பிரதிநிதியுடன்) நட்புறவுடன் இருந்தாகவேண்டும். இந்த கலிஃபா ஒருவேளை தானாக அரசரான அல்லது நியமிக்கப்பட்டவராக அல்லது பொம்மையாகக்கூட இருக்கலாம். கலிஃபா, பாக்தாதிலோ, கெய்ரோவிலோ எங்கு வேண்டுமானாலும் இருக்கலாம். ஆனால், அவருடனான நல்லுறவு என்பது தில்லி இஸ்லாமிய மன்னரின் மதிப்பை முஸ்லிம்கள் மனதில் உயரவைக்கும். இதனால் சில நேரங்களில் டெல்லி இஸ்லாமிய ஆட்சி காலத்தில் உருவாக்கப்பட்ட நாணயங்கள், எட்டாத தொலைவிலுள்ள அராபிய எழுத்துகளைக் கொண்டிருந்தன.

இன்னொரு பக்கத்தில், ஓர் இந்து, இந்த மண்ணை நேசிக்கிறார். அதோடு இங்கு ஓடும் நதிகளை மலைகளை, மரங்களை என அனைத்தையும் வணங்கவும் செய்கிறார். இந்த இந்துக்களின் பூர்விகமான மத்திய ஆசியா பற்றி யாரும் எதுவும் சொல்வதில்லை. இந்துக்களுக்கு இந்தியாவே புனித பூமி என்றே சொல்லப்படுகிறது.

அவர்களிடம் முஸ்லிம்கள் வாக்குவாதங்களில் ஈடுபட்டாலும், ஈடுபடத்தூண்டப்பட்டாலும் இந்துக்கள் இந்த தேசம், அதன் மண், கல், களிமண் போன்றவற்றை வணங்குதென்பது உருவ வழிபாட்டின் இன்னொரு வடிமே என்று விமர்சிப்பார்கள்.

கடவுள் மட்டுமே... அந்த ஒற்றைக் கடவுளே மனிதனின் உள்ளத்தை அறிந்தவர். எப்போது ஒரு மனிதரின் அன்பு, அர்ப்பண உணர்வு, மதிப்பு, ஒரு இடம் மீதான பற்று எல்லாம் மனிதர்களையும் பொருட்களையும் வணங்குவதாக வீழ்ச்சியுறுகிறது என்பதை அந்த இறைவனே தெரிந்துகொண்டிருக்கிறார்.

இந்துக்கள் மட்டுமல்லாமல், முஸ்லிம் சமூகத்தைச் சேர்ந்தவர்களில் சிலரும் இதுபோன்று புனிதப் பொருட்களை மண்டியிட்டு

வணங்குகிறார்கள்.[35] டெல்லியைச் சேர்ந்த மிர்சா மஸ்ஹர் (1702 – 1787) ஒரு சூஃபி. வாள் வீச்சுக் கலையில் வல்லவர். இவர் 'சிலைகளின் முன்னர் இந்துக்கள் தலைதாழ்த்தி வணக்கம் புரிவது அவர்கள் உள்ளத்தில் வைத்துள்ள பக்தி அல்லது உயர்வான மதிப்பின் காரணமே. அது உண்மையான கடவுளுக்கு இணைவைப்பது அல்ல'[36] என்றார். ஐயத்திற்கிடமின்றி இவர் சிறுபான்மையிலும் வெகு குறைவான எண்ணிக்கை உள்ளவர்களில் ஒருவரே. ஆனால் இவருடைய கூற்று முழுவதும் தவறாக உள்ளதா? இதற்கான விடை தலைவணங்கக்கூடிய மனிதருடைய இதயத்தில் இருப்பதுடன் தொடர்பற்றதா? உண்மையான கடவுளுக்குத்தான் உண்மை தெரியும்.

மதப்பற்று மிகுந்த முஸ்லிம் ஒருபோதும் இந்தியாவை வணங்கமாட்டார். அதேநேரம், தன் உள்ளத்தை இந்தியாவுக்கு அர்ப்பணிக்கத் தயங்கவும் மாட்டார். 1048-ல் லாகூரில் பிறந்த கவிஞர் மசூத் சல்மான். இவருடைய தந்தை கஜினி முகம்மது இந்தியாவைத் தாக்கியபோதும் கைப்பற்றியபோதும் அவரிடம் பணியாற்றியவர். மசூத் சல்மானின் நாற்பதாவது வயதில் அவரைக் கொண்டுபோய் கஜினியில் உள்ள சிறையில் அடைத்துவிட்டார்கள். அப்போது மசூத் சல்மான், தான் பிறந்து வளர்ந்த நகரை எண்ணி ஏங்கித் தவித்ததைக் கவிதையாகப் பாடினார்.

> 'ஓ...கடவுளே நீரே அறிவீர்
> இங்கே நான் இன்னல்களால் விலங்கிடப்பட்டுக் கிடப்பதை....
> பலவீனமானவன், மெலிந்தவன் என்னை நீரே அறிவீர்
> என் பிறந்த ஊரைவிட்டு என்னைப் பிரித்ததனால்
> என் உயிர் படும் பாட்டை நீரே அறிவீர்[37]

இருநூறு ஆண்டுகளுக்குப் பின்னர் – அமீர் குஸ்ரூ – எழுதியுள்ள 'மூன்றாம் வானம்' என்ற கவிதையில் அவர் பாடியிருப்பதை முஜீப் விளக்கி எழுதியுள்ளார்:

'(அமீர் குஸ்ரூ) இந்தியாவை சுவர்க்கமாக நினைத்து அதை விரும்புகிறார். இந்தியாவில் விளைகிற மலர் வகைகள், கனி வர்க்கங்கள், இங்குள்ள அருமையான தட்பவெட்பம் வேறு எந்த நாட்டைக்காட்டிலும் இங்கேதான் சிறப்பாக உள்ளது' என்று எடுத்துரைக்கிறார்.'

மேலும் அமீர் குஸ்ரூ – இந்தியாவைக் குறித்து எழுதியுள்ள சிறு குறிப்பு:

'இந்தியர்கள் அறிவியலிலும் ஞானத்திலும் சிறந்து விளங்குபவர்கள். அவர்கள்தான் எண்களைக் கண்டுபிடித்தவர்கள். பஞ்சதந்திரக்

கதைகளைப் படைத்தவர்கள். அந்தக் கதைகள் உலகியல் ஞானத்தைக் காட்டுகிறது, பாரசீகம், துருக்கி, அரபி, தாரி ஆகிய மொழிகளிலும் அது மொழிபெயர்க்கப்பட்டுள்ளது. இந்தியர்களின் இசைத்திறன் மற்ற நாட்டோரை விட அபாரமானது...' இவ்வாறு வியந்து பாராட்டிய அமீர் குஸ்ரூ, கணவரின் சிதையில் தன்னிச்சையுடன் உடன் கட்டை ஏறும் 'சதி' என்ற பாவத்தைக் குறித்துப் பேசும்போது, 'அந்தப் பெண்களின் கௌரவம், நெஞ்சுரம்' ஆகியவை பற்றிப் பேசுகிறார்[38].

இந்திய முஸ்லிம்களுக்கு ஜனநாயகத்தின் நிழலில் நன்மைகள் கிடைக்கக்கூடும் என்பதில் நம்பிக்கை இழந்துவிட்ட கவிஞர் ஹாலிக்கு இந்த தேசம் மீது கசப்பு ஏற்பட்டுவிடவில்லை. 'விடைபெறுகின்றேன்... ஓ... என்றென்றும் பசுமை மாறாதத் தோட்டங்களைக் கொண்ட இந்தியாவே' என்று சென்ற நூற்றாண்டின் இறுதியில் எழுதினார்:

'நாங்கள் அந்நியர்கள்...
இந்த நாட்டில் நெடுங்காலம்
தங்கி இருந்துவிட்டோம்...
உங்களின் விருந்தினர்களாக...'[39]

இந்திய முஸ்லிம்கள் இந்தியாவுடன் பந்தம் கொண்டவர்களாக இருந்தார்கள்; இருக்கிறார்கள். அதற்கான எளிய அடிப்படைக் காரணங்கள்: அவர்களும் அவர்களின் முன்னோர்களும் இந்த மண்ணிலேதான் பிறந்திருக்கிறார்கள். இந்தியர் அல்லாதவர்களின் வழியில் தோன்றியவர்கள் இந்திய முஸ்லிம்களின் மக்கள் தொகையில் குறைவான எண்ணிக்கையில்தான் இருப்பவர்கள். பிளவுபடாத இந்தியாவின் முஸ்லிம் மக்கள்தொகையிலும் இவர்கள் மிகவும் குறைவாகவே இருந்தனர். பெரும்பான்மையோர் இந்தியாவைப் பூர்விகமாகக் கொண்டவர்களில் இருந்து மதம் மாறியவர்களே. இந்தியாவில் வாழும் இந்துக்களுக்கும் இந்த முஸ்லிம்களுக்கும் இன மூலங்கள் ஒன்றே. இந்த உண்மையை ஏனோ இந்த இரு சமயத்தார்களும் மறந்துவிட்டார்கள்.

முஸ்லிம்கள் இந்த நாட்டின் மீது படையெடுத்தபோது, அவர்கள் அந்நிய ஆதிக்கக்காரர்கள்: அந்தக் காலகட்டம் என்பது வேறானது: ஆனால் இன்றைய நிலையில், இந்தியாவின் பெரும்பரப்புகளில் முஸ்லிம்களும் இந்துக்களும் இன அடிப்படையில் ஒரே தன்மையில் உள்ளவர்கள். அவர்கள் அவ்வாறு இல்லாத இடங்களிலும் நெடுங்காலங்களாக அவர்களைப் பொதுவான பந்தம் பிணைத்து வைத்துள்ளது. கூட்டுறவே நம் இலக்கென்றால் இந்த உண்மைகள் உதவிகரமாக இருக்க முடியும்.

‘நான் சம அளவிலான இரு பெரும் (இனக் குழு) வட்டங்களைச் சேர்ந்தவன்; ஆனால், இரண்டு வட்டங்களின் மையமும் ஒன்றல்ல. ஒரு வட்டம் இந்தியாவைச் சேரும்; மறு வட்டம் முஸ்லிம் உலகத்தைக் காட்டும்! இந்திய முஸ்லிம்களாகிய நாங்கள் இந்த இரண்டு வட்டங்களைச் சேர்ந்தவர்கள். ஒவ்வொன்றும் 30 கோடி மக்கட் தொகை கொண்டவை. இதில் எந்த ஒன்றையும் நாங்கள் விட்டுக் கொடுக்க முடியாது...’[40] 1930-ஆம் ஆண்டு இதைச் சொன்னவர் வசீகரமான மௌலானா முகம்மது அலி. ஒரு காலகட்டத்தில் மகாத்மா காந்தியின் மிக நெருக்கமான சகாக்களில் ஒருவர். இன்றளவும் இவரின் கருத்துகள், பேச்சுகள் பெருமளவில் இந்திய முஸ்லிம்களின் எண்ணங்களை வெளிக்காட்டுவதாக இருக்கின்றன. இந்தியா, இஸ்லாம் ஆகிய இரண்டையும் இரண்டுக்குமான பிரச்னைக்குக் காரணம் என்று நாம் சொல்லும்போதுதான் அவை பிரச்னைக்குரியதாக ஆகின்றன.

1947–க்கு பிந்தைய காலகட்டத்தில் முஸ்லிம்கள் நாட்டுக்காகப் பணியாற்றவும் குரல் கொடுக்கவும் போராடவும் முன்வந்து வேகத்தைக்காட்டவே செய்கிறார்கள். இஸ்லாத்துக்கும் இந்தியாவுக்குமான முரண் ஏற்படும்போது மட்டுமே அவர்கள் சற்று தயங்குகிறார்கள். ஆனால் நம் காலத்தில் அதுபோன்ற மோதல்கள் ஏன் ஏற்படவேண்டும்? அப்படியான மோதல்களை நாம் ஒதுக்கிவைத்தால் இந்திய முஸ்லிம்களின் ‘தேசம் தாண்டிய’ ஆர்வம் என்பதை நாம் நம் தேசத்துக்குக் கிடைத்த நல் வாய்ப்பாகவே பார்க்கமுடியும். அது நமக்கு முஸ்லிம் உலகோடு உடனடியான, அழுத்தமான தொடர்பை ஏற்படுத்திக்கொள்ள வழிவகுக்கிறது. அந்த ‘முஸ்லிம் உலகம்’ செல்வாக்கும் செல்வச் செழிப்பும் கொண்டது. இதற்கும் மேலாக முஸ்லிம்கள் காட்டுகிற ‘தேசம் தாண்டிய’ ஈடுபாடானது, எஞ்சியவர்களை இந்திய எல்லைகளைத் தாண்டிச் சிந்திக்கவும்வைக்கும். நன்மை பயக்கும் அது ஒருவகையில் நமக்கு இயல்பாக ஏற்படுவதில்லை.

அப்படியானால், இந்துக்களும் முஸ்லிம்களும் பங்காளிகளாக ஒன்று சேர்ந்து வாழமுடியுமா? இதற்கு நம்பகமான விடை கிடைக்க வேண்டுமென்றால், பல கோணங்களை முன்வைக்கக்கூடிய முழுமையான, தெளிவான, ஆராய்ச்சிகள் தேவை. இந்து சமயத்தையும் இஸ்லாமையும் ‘சமயங்கள்’ என்ற வரையறைக்குள் இட்டு ஒப்பாய்வு செய்யலாம். இந்து-முஸ்லிம் உறவுநிலைகளைக் குறித்து இந்தியாவின் ஏதோ ஒரு பகுதியை எடுத்துக்கொண்டு கள ஆய்வில் ஈடுபடலாம். அவர்களுக்குள் நடைபெற்ற வன்முறை மோதல்களைத் தொகுத்து ஆராயலாம்.

அல்லது, இந்து-முஸ்லிம்களுக்கிடையே நடைபெறுகிற திருமணங்களைக் கணக்கில் எடுக்கலாம். ஒரு குறிப்பிட்ட பகுதியில் அல்லது காலகட்டத்தில் அப்படியான திருமணங்கள் எத்தனை நடந்துள்ளன; சமூகம் அதை எப்படி ஏற்றுக்கொண்டுள்ளது; என்னவிதமான சமூகத் தாக்கத்தை அது ஏற்படுத்தியிருக்கிறது என்பதையெல்லாம் அலசி ஆராயலாம்.

யாரேனும் ஒருவர், முஸ்லிம்கள் பல்வேறு பணிகளில் எத்தனை சதவிகிதம் இருக்கிறார்கள் என்பதை ஆராயலாம். இன்னொருவர் இந்திய முஸ்லிம்களின் இலக்கியம், கலைவெளிப்பாடுகளில் என்னவெல்லாம் இந்து அம்சங்கள் இருக்கிறன என்பதை அலசிப் பார்க்கலாம். மேலும் தற்கால இந்துக்களின் எழுத்துகளில், இலக்கியப் படைப்புக்களில் இஸ்லாமியச் செல்வாக்குக் குறித்தும் ஆராயலாம். அப்படியாக, பல விஷயங்களில் ஆய்வு செய்ய வேண்டியிருக்கிறது.

இந்த நூற்றாண்டில் இத்துணைக் கண்டத்தில் மிகுந்த செல்வாக்கு செலுத்திய எட்டு முஸ்லிம் தலைவர்களை நான் ஆராய்வதற்காகத் தேர்ந்தெடுத்துக்கொண்டிருக்கிறேன். அவர்களின் முழு வாழ்க்கை மற்றும் இந்துக்களுடனான பரிமாற்றம் ஆகியவையெல்லாம் இந்து-முஸ்லிம் பங்களிப்புக்கான சாத்தியக்கூறுகளை மதிப்பிட உதவும். இந்த எட்டு பேரில், மூவர் – சையத் அஹமது கான், இக்பால், ஜின்னா ஆகியோர் இன்றைய பாகிஸ்தானில் தேசிய அளவில் பெருமதிப்புக்கு உரியவர்கள். இவர்களோடு சேர்த்துப் பார்க்கப்பட்டவர் லியாகத் அலிகான். இவர்தான் பாகிஸ்தானின் முதல் பிரதமர்! இத்துணைக் கண்டத்தின் வான்பரப்பில் இருபதாம் நூற்றாண்டின் தொடக்கத்தில் 'ராக்கெட்' ஆக அரசியல் களத்தில் பாய்ந்தவர். அவர்தான் மௌலானா முகம்மது அலி... இவரையடுத்துப் பார்க்கிறபோது இந்திய தேசிய இயக்கத்தில் உறுதியுடன் நின்றவர்களான அபுல்கலாம் ஆசாத், ஜாகிர் ஹுசைன் ஆகியோர். இவர்கள் இருவரும் விடுதலை பெற்ற இந்தியாவில் பெருமைப்படுத்தப்பட்டார்கள். பசலுல் ஹக் – வங்காள வேங்கை – இவர்தான் 1940-ஆம் ஆண்டு நடைபெற்ற முஸ்லிம் லீக் மாநாட்டில் பாகிஸ்தான் பிரிவினையை முன்மொழிந்தவர். ஜின்னாவுடனான இவருடைய மோதல்போக்கிலான நட்புறவில் பிற்காலத்தில் 'பங்காளதேசம்' உருவாவதற்கான தடயங்களையும் பார்க்கமுடியும்.

இந்த எட்டு பெருந்தகைகளும் பரந்தப் புவியியல் பிராந்தியத்தையும் சிந்தனைப் போக்குகளையும் பிரதிநிதித்துவப்படுத்துகிறார்கள். இவர்களில் சிலர், மற்றவர்களைவிடக் குறைந்தஅளவிலான சர்ச்சைகளை உருவாக்கினார்கள். ஆனால் எவருமே

'நடுநிலையாளர்கள்' அல்லர். இவர்கள் ஒவ்வொருவருக்கும் பகைவர்கள் இருந்தார்கள். இத்துணைக் கண்டத்து இந்துக்கள் இவர்கள் ஒவ்வொருவருக்கும் வெவ்வேறுவிதத்தில் எதிர்வினையாற்றினார்கள்.

தவிர்க்க முடியாதபடி, நாம் சில காலகட்டங்களைப்பற்றி சற்று அதிகமாகவே அலசவிருக்கிறோம்; இந்து-முஸ்லிம் இணக்கம் அதிகமாக இருந்த காலகட்டம்; ஏதேனும் ஒன்றில் அவர்களிடையே ஓர் ஒத்திசைவான உடன்பாடு கைகூடும் என்ற எதிர்பார்ப்பு நிலவிய காலகட்டம்; நம்பிக்கைகள் உடைத்தெறியப்பட்ட காலகட்டம்; பாதைகள் பிரிந்த காலகட்டம் போன்றவை கூடுதல் கவனத்துடன் அலசப்படவிருக்கின்றன. நம் நோக்கங்கள், அவை முழு அளவில் சாத்தியமில்லாதபோதும், 1857 முதல் 1957 வரையில் நடந்த இந்து, முஸ்லிம் உறவின் மைல்கல் நிகழ்வுகளை நாம் நம்மளவில் நடுநிலை பிறழாமல் அலசிப் பார்ப்பதுதான். நடந்து முடிந்து பல வருடங்கள் கழிந்த பின்னரும் அந்த முக்கிய நிகழ்வுகள் இன்றும் சர்ச்சைகளையும் சிலநேரங்களில் கொதிப்புகளையும் உருவாக்கி வருகின்றன.

இந்துக்களின் பொதுவான கண்ணோட்டத்தில் பகைவர்களாக, தடங்கல்களை ஏற்படுத்துகிறவர்களாக, ஏமாற்றம் அளிக்கக் கூடியவர்களாகப் பார்க்கப்படும் அண்மைக்கால முஸ்லிம் தலைவர்களை நெருக்கமாகப் பார்க்கிறபோது நல்ல விஷயங்கள் ஏதேனும் அவர்களின் தென்படுகிறனவா என்பதையும் அலசிப் பார்ப்போம். நாம் ஆதாரபூர்வமான தரவுகளையே தேடுவோம். தேர்ந்தெடுத்த ஒருதலைப்பட்சமான தரவுகளை மட்டும் முன்னிறுத்திக்காட்டி அதன்மூலமாக அதிக அளவிலான நல்லெண்ணத்தை உருவாக்கிவிடலாம் என்ற போக்கினைத் தவிர்த்துவிடுவோம். இந்த விஷயத்தில் அறிவுக்கூர்மையும் தெளிவும் கொண்ட வரலாற்று ஆய்வாளரான முகம்மது முஜீபின் எச்சரிக்கையைக் கவனத்தில்கொள்ளாமல் இருக்கமுடியாது. அது எளிதாக 'முழு உண்மையைத் திரித்துக் காட்டுகிற ஏமாற்று வேலையாகவும் இந்தியர்களை யதார்த்தத்தை எதிர்கொள்கிற துணிச்சல் இல்லாதவர்களாகவும் ஆக்கிவிடும்' என்று அவர் சொன்னதை நிரூபிப்பதாகிவிடும். ஒருவேளை உண்மையைப் பேசுவது நம் நம்பிக்கைகளை ஊனப்படுத்திவிடும்; கனவுகளைச் சிதறடிக்கும் என்றால் அப்படியே ஆகட்டும்.

கட்டுவது சாத்தியமில்லை என்றால் இந்த நட்புப் பாலங்கள் இல்லாமலே நாம் வாழப் பழகிக்கொள்ள வேண்டும். அதுவே மிகச் சிறந்தது. கரைகளின் பலத்தை பரிசோதனை செய்யாமல்

கட்டப்படும் பாலங்களின் மேல் ஏறிச் செல்ல முயற்சி செய்வதைவிட இதுவே நல்லது.

இந்த நூலில் பேசப்பட்டிருக்கும் எட்டு பேரில் சைய்யத் அஹமத் கான் சென்ற நூற்றாண்டின் இறுதிக்குச் சற்று முன்னரே மறைந்துவிட்டார். அவர் ஒருவரே அப்படியானவர். அவருடைய இளமையில், வீழ்ச்சியடைந்து கொண்டிருந்த முகலாயப் பேரரசின் இதயப் பகுதியில் இருந்தார். அவர் காலத்தில் அப்பொழுதுதான் தோன்றிய இந்திய தேசியக் காங்கிரஸோடு அவர் மோதினார். இதுதான் பிரிட்டிஷ் ஆட்சியாளரிடமிருந்து ஆட்சி அதிகாரத்தைப் பெற்றுக்கொண்டது. கடந்த காலங்களும் நிகழ்காலங்களும் ஒன்றுசேர்ந்து இந்த மனிதரிடம் வெளிப்படுகின்றன.

அத்தியாயம் 2

சைய்யத் அகமது கான்

(1817–1898)

சைய்யத் அகமது கான்! இந்தத் துணைக் கண்டத்தில் முஸ்லிம் பிரிவினைச் சிந்தனையை ஊட்டியவர் என்று அவரைப் போற்றுவார்கள்; தூற்றவும் செய்வார்கள். இஸ்லாத்தில் புதுமையைப் புகுத்துகிறார் என்று பழிக்கவும்பட்டார்; பாராட்டவும் பட்டார். இந்த அத்தியாயத்தின் பிற்பகுதியில், இவரைக் குறித்த இந்த மதிப்பீடுகள் சரியானவைதானா, இல்லையா என்று பார்ப்போம்.

எது எப்படியானலும் காலங்களைத் தாண்டி சைய்யத் அகமது கான் அவர்களின் பெயர் இன்னமும் நினைவுகூரப்படுகிறது. பிரிட்டிஷ் அரசாங்கம் அவருக்களித்த சிறப்புப் பட்டத்துடன் சேர்த்தே அவர் பெயர் உச்சரிக்கப்படுகிறது. அவர் மறைந்து தொண்ணூறு ஆண்டுகளுக்குப் பின்னரும், இந்தியா விடுதலை பெற்று நாற்பது ஆண்டுகள் கடந்த பின்னரும் இன்னமும் அவர் 'சர் சைய்யத்' என்றே அழைக்கப்படுகிறார். இஸ்லாம், சிலை வைப்பதை அனுமதிக்காத காரணத்தால் அவரின் தோற்றம் குறித்து நம்மால் உருவகிக்க முடியாமல் போய்விட்டது. ஆனால், சைய்யத் அகமது காலத்தில்

வாழ்ந்த அவரின் நண்பரும் காவல்துறை அதிகாரியாகப் பணியாற்றியவருமான ஜார்ஜ் கிரகாம் என்பவர் அவரைச் சித்திரம் தீட்டியிருக்கிறார். விக்டோரியா காலத்தைச் சேர்ந்தவரான அந்த ஆங்கிலேயர், அவரின் கால வழக்கத்துக்கு மாறுதலாக இந்த 'உள்ளூர்' மனிதரைப் பாராட்டி ஒரு நூல் எழுதியுள்ளார்.[1] அந்தவகையில் எழுதப்பட்ட முதல் புத்தகம் இதுவாகவே இருக்கக்கூடும். வயது முதிர்ந்த சைய்யத் முகம்மது பற்றி கிரகாம் எழுதியுள்ள குறிப்பு:

'நடுத்தரமான உயரம்; கனத்த தசைக் கட்டமைப்புடனான உடல்; 19 ஸ்டோன் எடை இருப்பார் (1 ஸ்டோன் = 6.3 கிலோ). சிங்கம் போன்ற கம்பீரத் தோற்றம் கொண்டவர். அவரின் நோக்கத்தில் அவர் கொண்டுள்ள அழுத்தமும் ஆற்றலும் அதில் வெளிப்படும். வாய் விட்டுப் பலமாகச் சிரிப்பார். எல்லாரையும்போல் நகைச்சுவைகளை ரசிப்பது அவர் இயல்பு.

மனைவியை வெகு காலம் முன்பே இழந்தவர்; அவர் வாழ்வில் இடம் பெற்றது ஒரே மனைவிதான். ஆனாலும் கண்களில் குறும்பு மின்ன ஒருமுறை என்னிடம் சொன்னார்: 'மறு திருமணம் செய்து கொள்ளலாம் என்று நினைக்கிறேன்...' இப்படிப் பேசிவிட்டு கொஞ்ச நேரம் நிறுத்தி விட்டுச் சொன்னார். 'ஆனால்...' அப்படி நான் திருமணம் செய்துகொள்ளப் போகிறவர் ஓர் ஆங்கிலேயப் பெண்ணாக இருக்க வேண்டும். அப்போதுதான் நான் வெகு எளிதாக ஆங்கிலேயச் சமுதாயத்தில் ஒன்று கலக்க முடியும். ஓ... மணப்பெண்ணுக்கு என்ன வயது இருக்கவேண்டும், தெரியுமா? எண்பது வயதை எட்டியவளாக, எல்லாப் பற்களும் விழுந்தவளாக இருக்கவேண்டும்...'

அவர் ஒரு பிறவிப் பேச்சாளர்; அவர் உதட்டின் அசைவுகளில் உணர்ச்சிப் பெருக்குப் புரண்டெழும். அவரின் குரல் வளமும், உடல் அமைப்பும் மிகச் சரியாகப் பொருந்திப்போயிருக்கும். அதிகாலை நான்கு மணிக்கே எழுந்துகொள்பவர் பின் இரவுவரை உழைத்துக் கொண்டே இருப்பார்.[2]

1817-ல் 'முகலாயப் பேரரசர்' அக்பர்ஷா காலத்தில் சைய்யத் அகமது கான் டெல்லியில் பிறந்தார். அப்போது டெல்லியின் மக்கள் தொகை 1,60,000. அப்போது இருந்த 'பேரரசு' வெறும் பெயரளவுக்கான அரசுதான். பிரிட்டிஷ்காரரின் கட்டுப்பாட்டில் அக்பர்ஷா செங்கோட்டையில் இருந்தார். இத்தகைய கசப்பான வாழ்க்கையிலும், அக்பர்ஷாவுக்கு மக்களிடம் செல்வாக்கு இருந்தது. அக்பர்ஷாவின் அரசவையில் மாமன்னரைப் பற்றிய

புகழாரங்கள் எதிரொலிக்கும். ஆனால், பேரரசருக்கு எந்தவிதமான அதிகாரமோ செல்வவளமோ கிடையாது. எல்லாவற்றையும் ஆங்கிலேயர்கள் கைப்பற்றிவிட்டார்கள். திரையிடப்பட்ட உயர்ந்த மதில் சுவர்களுக்குப் பின்னே, அந்த செங்கோட்டைக்குள்ளே அவருடைய நூற்றுக்கணக்கான உறவினர்கள் தனிமைப்படுத்தப் பட்டு வாழ்ந்தார்கள். சில நேரங்களில் அவர்களின் குரலோசை பலமாகக் கேட்கும்: 'பசி எங்களைக் கொல்கிறது.'

அக்பர்ஷாவின் பிள்ளைகளில் ஒருவர் ஐரோப்பியர்களின் பாணியில் தனக்கென்று மாளிகை கட்டிக்கொண்டார். ஐரோப்பியர்களைப் போன்றே ஆடைகள் அணிந்துகொண்டார். ஆனால், மொகலாயப் பேரரசின் பிரபுக்களும், முஸ்லிம்களில் உள்ள உயர் மட்டமும் அதிகாரவர்க்கத்தினரும் - ஷரீப்களும் – தமது அவமானங்களை மறைத்துக்கொள்ள மேற்கத்திய அம்சங்களை அலட்சியமான புன்னகையுடன் பார்ப்பார்கள். உரத்த குரலில் பாடல்கள் பாடினார்கள். தங்கள் கைகளை மேலுயர்த்தி முஸ்லிம்கள் தங்களுடைய பழம்பெருமைகளை, மீட்டெடுக்க வேண்டுமென்று குரல் எழுப்பினார்கள்.

ஒரேயொருவர் மட்டும் இங்கே இவர்களைப்போல நடந்து கொள்ளவில்லை. அவர்தான் சைய்யத் அகமது கானின் தாய்வழிப் பாட்டனார், க்வாஜா ஃபரீத். பிரிட்டிஷ்காரர்கள் இந்தியாவில் தங்கி ஆழமாகக் காலூன்றிவிட்டார்கள் என்பதை உணர்ந்திருந்தார்.

இவர் ஆங்கிலேயரிடத்தில் கல்கத்தாவில் பணி புரிந்தார். அத்துடன் ஈரான், பர்மா ஆகிய நாடுகளில் உள்ள பணியிலும் ஈடுபடுத்தப் பட்டார். க்வாஜா ஃபரீத் பிரிட்டிஷ்காரர்களோடு வைத்திருந்த தொடர்பையும் நெருக்கத்தையும் அறிந்த மொகலாயப் பேரரசர் அக்பர்ஷா, இவரைத் தன்னுடைய முன்னணி அமைச்சராகவே நியமித்துவிட்டார். ஃபரீத் இந்தப் பதவியில் எட்டாண்டு காலங்கள் நீடித்தார். அவருடைய அமைச்சர் பதவியின் முதல் பணி, அரச குடும்பத்தினருக்கு பிரிட்டிஷாரால் அளிக்கப்படுகிற செலவுத் தொகைகளை நிர்வகிப்பதுதான். ஃபரீதுக்குச் சொந்தமான, பிரம்மாண்டமான மாளிகையில், அவருடைய கண் பார்வையில்தான் சைய்யத் அகமது வளர்ந்து வந்தார். சைய்யத் அகமதுவின் தந்தை மீர் முஷ்டாக்கி அண்ணல் நபிகளின் குடும்ப வழியில் வந்தவர். ஆனால், அவர் உலக வாழ்வில் இருந்து உள்ளொடுங்கி விலகியிருந்தார். இவரின் முன்னோர்களில் ஒருவர் ஔரங்கசீப்பால் அரசாங்கப் பணிக்கு அழைக்கப்பட்டவராவார். ஆனால், முஷ்டாக்கி – அக்பர்ஷாவின் எந்த அழைப்பையும் ஏற்றுக் கொள்ளவில்லை. மேலும், அவருக்கு அளிக்கப்பட்ட பட்டங்களையும் அவர் ஏற்கவில்லை.

ஃபரீதும், அவரின் மகள் அஜீஸ-ுல் நிசாவும் சைய்யத் அகமதுவிடம், தந்தை மீர் முஷ்டாக்கியைக் காட்டிலும் அதிக செல்வாக்கு செலுத்தினர். ஆனால், அவரும் தன் பங்குக்கு, எப்போதேனும் பேரரசர் அக்பர்ஷாவைச் சந்திக்கப் போகிற தருணங்களில் தன் மகன் சைய்யத் அகமதுவையும் உடன் அழைத்துச் செல்வார். முஷ்டாக்கிடம் நட்புணர்வோடும் வெளிப்படையாகவும் பேரரசர் பேசுவார். அதுபோல் சூஃபிகளைக் காணச் செல்லும்போதும் முஷ்டாக்கி தன் மகனை அழைத்துச் சென்று சிறுவயதிலேயே சூஃபிகளின் மெய்ஞானத் தேடலுடன் தொடர்புகிடைக்க வழி செய்தார். 'அதுவே அவரின் பிற்காலச் சமய சிந்தனைகளுக்கு அடிப்படை என்று நினைக்கவைக்கிறது' என்கிறார் அறிஞர் ட்ரோல்.[3]

சைய்யத் அகமதுவும் அவரின் சகோதர சகோதரிகளும் வேலைக்காரர்களின் குழந்தைகளோடு சேரக்கூடாது; பேசக்கூடாது என்று கற்பிக்கப்பட்டிருந்தனர். ஏனென்றால், இந்தக் குழந்தைகள் பேசுகிற உருது மொழியை அவர்கள் 'கொச்சை' ஆக்கி விடுவார்களாம். அதுபோல் இரவு உணவு முடிந்தபின்னர் ஒளி மிகு விளக்குகள் பிரகாசிக்கும் 'திவான் கானா'வில் க்வாஜா ஃபரீத் நடத்தும் பாரசீகம், உருது, கணிதம் முதலான பாட படிப்புக்குத் தூய்மையான, மரபு ரீதியான உடையில் வந்து அமரவேண்டும்.

அங்கே எதிர்பாராதவிதமாக ஒரு குழந்தை, பாரசீகக் கம்பளத்தின் மேலே விரிக்கப்பட்டிருந்த வெண்ணிறப் போர்வையை (அது அப்போதுதான் சலவையில் இருந்து வந்திருந்தது) மாசுபடுத்தி விடவே, 'ஒரு நாயைத் துரத்தியடிப்பதுபோல அந்தக் குழந்தை துரத்தியடிக்கபட்டது'. ஃபரீத் தன்னுடைய பேரக் குழந்தைகளிடம் தமது மேட்டுக்குடி குடும்பத்தின் உயர் தரத்தையும் சிறப்பையும் எடுத்துக் கூறி வளர்த்தார். அதோடு, இந்து–முஸ்லிம் நல்லுறவு தொடர்பான போதனைகளையும் சேர்த்தே வழங்கினார். அவரிடம் நீண்ட காலம் பணி புரிந்த இந்து மேலாளர் மலூக் சந்த் என்பவரிடமிருந்து ஃபரீத் 'உணர்வுபூர்வமான பிரச்னைகளில்' ஆலோசனை கேட்பதுண்டு. மேலும் ஃபரீத் எழுதி வைத்த உயிலில், சொந்த சகோதரருக்கு உரிய அதே அளவு பங்குச் சொத்துகளை இவருக்கு வழங்கினார்.

சைய்யத் அகமதுவை அன்னை அஜீஸ-ுல் நிசா வளர்த்த விதம் குறிப்பிடத்தக்கது. வாட்டசாட்டமான சைய்யத் அகமதை ஒரு மனிதர் காயப்படுத்திவிட்டார். சைய்யத் அகமது அவரைப் பழிக்குப் பழி வாங்க துடித்துக் கொண்டிருந்தார். அவரை மன்னிக்கும்படி அஜீஸ-ுல் நிசா வற்புறுத்தினார்; மற்றொருமுறை, சைய்யத் அகமது

ஒரு வயதான வேலைக்காரரைக் கன்னத்தில் அறைந்தார். அப்படி நடந்துகொண்டதற்காக அவரை அஜீஸுல் நிசா அந்த வேலைக்காரரிடம் மன்னிப்புக் கேட்டுவிட்டு வா. இல்லையென்றால் வீட்டுக்குள் நுழையமுடியாது என்று கண்டிப்புடன் சொல்லிவிட்டார். 38 வயதாகியிருந்தபோது தன் முதல் மகனை அவருக்கு இழக்க நேர்ந்தது. அந்த இழப்பை அந்தத் தாய் பொறுமையோடு தாங்கிக்கொண்டார். 'குதா–கி–மர்ஸி' (கடவுளின் விருப்பம்) என்று சொல்லியபடியே தொழுகை விரிப்பை விரித்து, கண்ணீர்க் கொப்பளித்துக் கன்னங்களை நனைக்க, கடவுளிடம் தங்களுக்கு ஆறுதல் கேட்டு மன்றாடினார்.[4]

சைய்யத் அகமது கொஞ்சம் கணக்குப் பாடங்களையும் அரபியையும் தன் மாமாவிடம் கற்றுக் கொண்டார். கீழை நாட்டு மருத்துவத்தைக் குடும்ப நண்பர் ஒருவரிடமிருந்து கற்றுக்கொண்டார். அவர் ஆங்கிலம் கற்றுக்கொள்ளவில்லை. 18ஆம் நூற்றாண்டின் இறுதியில் பிரிட்டிஷ் அரசாங்கத்தால் தொடங்கப்பட்ட மதச் சார்பற்ற டில்லி கல்லூரியிலும் அவர் சேரவில்லை. ஆங்கில வழிக் கல்விக் கூடங்களை 'அறியாமையின் இருப்பிடம்' என்று உலமா (மார்க்க அறிஞர்) ஒருவர் குறிப்பிட்டிருந்தார். தாராளச் சிந்தனையாளரான ஃபரீதும் கூட அவரைப் போன்றே நினைத்தார். அதுவே அவரின் பேரக் குழந்தையைப் பாதித்தது. அந்தக் காலகட்டத்தில் எந்தவொரு முஸ்லிமும் தமது பேரரசை வீழ்த்தியவர்களின் மொழி அல்லது நிறுவனங்களுக்குத் திறந்த மனதுடன் இருந்திருக்கமுடியவில்லை.

வெள்ளைக்காரர்கள்தான், முஸ்லிம் பேரரசு அழிய ஒரே காரணம் என்றும் சொல்லமுடியாது. முஸ்லிம்களிடையே இருந்த போட்டி பொறாமைகள், மராத்தியர், சீக்கியர், ராஜபுத்திரர்களின் ஆயுதங்கள் எல்லாம் அந்த அழிவுக்குக் காரணமாக இருந்தன. ஆனால், எல்லாவற்றுக்கும் மேலாக வெள்ளைக்காரனின் மேலாதிக்கம் கண்ணுக்கு முன்னால் இருந்த மாபெரும் அவமானமாக இருந்தது. சுய மரியாதை கொண்ட முஸ்லிம்கள் பிரிட்டிஷாரின் எந்தவொரு அம்சத்தையும் ஒப்புக்கொள்ளத் தயாராக இல்லை.

டெல்லி கல்லூரியிலிருந்து சைய்யத் அகமது தெளிவான முடிவில் விலகி இருந்தபோதிலும் மேட்டுக்குடி இளைஞர்களுக்கு தில்லி அளித்த சுகபோகங்களை அவர் விலக்கிவிடவில்லை. பதினெட்டு வயதில் அவருக்கு நடந்த திருமணம் அவரைத் நிதானப்படுத்தியிருக்கவில்லை. காயம்பட்ட பெருமிதத்துக்கு கட்டற்ற உடல் இச்சைகள் ஆறுதலைத் தரும் நினைத்தார். இந்த விஷயத்தில் அவர்தான் இப்படிச் சிந்தித்த முதல் நபர் இல்லை. கடைசியும் கிடையாது. 'பொறுப்புகள் எதுவும் இல்லாத அந்த நாட்களில் என்ன

நடந்தது என்பது அவ்வளவாக, ஒரு சிலரைத் தவிர, வேறு யாருக்குமே தெரியாது' என்கிறார் கவிஞர் ஹாலி. அவர் பின்னாளில் சைய்யத் அகமதுவுக்கு நண்பரானார். 'ஷரீஃப்கள் தமது வர்க்க வழக்கத்தின்படி ரகசியமாகச் செய்யும் அனைத்தையும் செய்தனர்'.[5]

சைய்யத் அகமதின் மூத்த சகோதரரின் மரணம் அவரை அதிர்ச்சியிலும் துயரத்திலும் ஆழ்த்தியது. அவரிடத்தில் மிகுந்த பாசம்கொண்டிருந்தார். சைய்யத் அகமது அதன் பின்னர் தாடி வளர்க்க ஆரம்பித்தார். 'பளிச்'சென்ற ஆடைகளைத் தவிர்த்தார். அடுத்த கொஞ்ச காலத்தில் அவர் தந்தையும் இறந்தார். ஃபரீதின் குடும்ப வழியினர் ராஜ தர்பாரிலிருந்து முஷ்டாக்கின் குடும்பத்துக்கு அளிக்கப்பட்டு வந்த மானியத்தை நிறுத்திவிட்டார்கள். அதனால் சைய்யத் அகமது வேலை தேடவேண்டிய கட்டாயத்துக்குள்ளானார். பிரிட்டிஷ் அரசாங்கத்தின் (இந்திய) நீதிமன்றங்களில் அவர் செயல் அதிகாரியாக நியமிக்கப்பட்டார். பல வட இந்திய ஊர்களின் நீதிமன்றங்களில் அவர் தொடர்ந்து பணிபுரிந்தார். அவருக்கு அடுத்தடுத்துப் பதவி உயர்வுகள் கிடைத்தன. முதலில் அவர் ஒரு ரீடர் (Reader), பின்னர் முன்சீப் அல்லது இளநிலை நீதிபதி என்ற பதவிகளில் பணியாற்றினார். கடுமையாக உழைத்துத் தன்னுடைய பதவிகளுக்குத் தகுதியுடையவராகத் தன்னை உருவாக்கிக் கொண்டார். அத்துடன் அவர் எழுதவும் செய்தார்.

அவரின் ஆற்றல் அளப்பரியது. அவரின் ஆரம்பக் காலக் கல்வி போதுமானதல்ல; ஆனால், சைய்யத் அகமது கடுமையான இலக்குகளை முன்வைத்துக்கொண்டதோடு அவற்றை முடித்தும் காட்டினார். 'எழுதுவது' அவரின் வருமானத்தைக் கூட்ட உதவுமென்று நம்பினார். ஆனால், அது நடக்கவில்லை. எல்லோருமே அவர் எழுத்துகளைப் பாராட்டுவார்கள். அந்த இளைஞனின் உயர் தரத்து உருது மொழி ஆற்றல், பொது அறிவு, மேலும் பல்துறைப் பார்வை பற்றியெல்லாம் பொதுமக்களிடம் பாராட்டு இருந்தது.

சைய்யத் அகமதுவுக்கு அப்போது வயது இருபத்தி ஐந்து. புதிதாகப் பதவிக்கு வந்த முகலாயப் 'பேரரசர்' பகதூர்ஷா, சையது அகமதுவின் தந்தை ஏற்க மறுத்த 'சிறப்புப் பட்டத்தை' இவருக்கு வழங்கினார். பட்டமும் பெயரின் முன் போட்டுக்கொள்ளச் சிறப்புப் பெயர் அடையாளமும் இவருக்குக் கிடைத்தது. முன்பு முகலாயப் பேரசின் நிலப்பிரபுக்கள், செல்வந்தர்கள் பெரும் மகிழ்ச்சியுடன் ஏற்றுக் கொண்ட இந்தப் பட்டமானது இப்போது கிழக்கிந்திய கம்பெனியிடம் 100 ரூபாய் மாத வருமானம் பெற்றுப் பணி புரிகிற ஒரு சாதாரண முன்சீப்புக்குத் தரப்பட்டது.[6]

ஐந்தாண்டுகளுக்குப் பின்னர் சையத் அகமது எழுதி வெளியிட்ட நூல் 'அதார்-அல்-சனாதிட்'. இது டெல்லியில் அமைந்துள்ள நினைவாலயங்கள் குறித்தது. இதைத் தொடர்ந்து அக்பரின் அமைச்சரான அபுல் பசல் எழுதிய 16ஆம் நூற்றாண்டின் வரலாற்று நிகழ்வுகளின் தொகுப்பான 'அய்ன்-இ-அக்பரி'யின் உரை 1855ல் வெளியானது. இந்த இரண்டு படைப்புகளும் 'சைய்யத் அகமதை உலகின் மிகச் சிறந்த எழுத்தாளர்களில் ஒருவராக ஆக்கியது'[7] என்று முஜீப் குறிப்பிட்டிருக்கிறார். அவர் பொதுவாக யாரையும் இப்படிப் புகழ்ந்து பேசுபவர் அல்ல.

முகலாய ஆட்சி அதிகாரம் இறங்குமுகமாகிக் கொண்டிருந்த வேளையில் எழுதப்பட்ட சைய்யத் அகமதுவின் எழுத்துகள் கை நழுவிப்போன முகலாயர் பெருமைகளை ஏக்கத்துடன் எடுத்துக் காட்டுவதாக அமைந்திருக்கிறது. பிற ஷெரீப் முஸ்லிம்கள் போலவே தமது அன்றைய வீழ்ச்சியை மறக்கவும் ஈடுகட்டிக் கொள்ளவும் கடந்த காலப் பெருமிதங்கள் பக்கம் திரும்பிவிட்டார். ஆனால், சைய்யத் அகமது மற்றவர்களைப்போல் அல்லாமல் தன் திறமையான எழுத்தாற்றலைக் கொண்டு சாதித்துக்காட்டினார்.

மேலும், சில விஷயங்களை நாம் குறிப்பிட்டுச் சொல்ல முடியும்.

சைய்யத் அகமதுவின் நெஞ்சில் டெல்லிதான் இருக்கிறது. அவரின் மூதாதையர்களின் சொந்த நாடான பாரசீகத்துக்கோ, அரேபியாவுக்கோ அவருடைய மனம் போகவில்லை. டெல்லி ஆட்சியாளர் வரிசையை அவர் எழுதத் தொடங்கினார். அந்த ஆட்சியாளர்களின் வரிசையில் முன்னர் ஆண்ட இந்து ஆட்சியாளர்களிடமிருந்தே தொடங்கியிருந்தார். அவருடைய நூலில் ஔரங்கசீப்பைக் காட்டிலும் அக்பரையே ஆய்வுக்கும் பாராட்டுக்கும் சிறந்த மன்னராகத் தேர்ந்தெடுத்திருந்தார்.

சைய்யத் அகமதுவின் காலத்தைச் சேர்ந்தவர்களில் ஒருவர் கவிஞர் காலிப். சைய்யத் அகமது புதிய உரையுடன் வெளியிட்ட 'அய்ன் இ அக்பரி' அவருக்குப் பிடிக்கவில்லை. ஔரங்கசீப்பைப் போற்றக் கூடியவராக காலிப் இருந்தார் என்பது அல்ல அதற்கான காரணம். மக்கள் இப்போது பிரிட்டிஷாரையே படித்து அறிந்துகொள்ள வேண்டும் என்பதே கவிஞரின் ஆசை! அவர் அப்போது எழுதிய ஒரு கவிதையை சைய்யத் அகமதுவுக்கு அனுப்பி வைத்தார். அதில் காலிப் சொல்வது,

> 'உங்கள் நேரத்தை வீணாக்கிவிட்டீர்கள்!
> அய்ன் இ அக்பரியைத் தள்ளிவையுங்கள், என்னுடன் பேசுங்கள்;
> உங்கள் கண்களை திறவுங்கள், ஆங்கிலேயரை ஆராயுங்கள்;
> அவர்களின் பாணி, பழக்க வழக்கம், வணிகம், கலைத் துறை'[8]

சைய்யத் அகமது அந்தக் கவிதையைக் கோபத்தில் திருப்பி அனுப்பினார். ஆனால், 1857 ல் உருவான சைய்யத் அகமது இதை ஏற்றுக்கொண்டிருப்பார்.

அந்த ஆண்டு (1857) டெல்லி, கலகக்காரர்களின் பிடிக்குள் மாட்டிக்கொண்டது. வேறு சில இடங்களிலும் அந்த எழுச்சி பரவியது. சைய்யத் அகமது அப்போது பிஜ்னார் என்ற ஊரில் இருந்தார். 1801ல் அந்த 'ஔத்' பகுதியின் ஆட்சியாளர் இதன் ஆட்சி அதிகாரத்தை ஆங்கிலேயரிடம் ஒப்படைத்துவிட்டார். அதனால் 'ஷேக்ஸ்பியர்' என்ற பெயருடைய கலெக்டரின் நிர்வாகத்தில் இப்பகுதி இருந்துவந்தது. மே 20ல் நவாப் மஹ்மூத் ஆங்கிலேயரிடமிருந்து சில பகுதிகளைக் கைப்பற்றினார். இதில் இந்த 'பிஜ்னாரும் இருந்தது. கைப்பற்றப்பட்ட பிஜ்னாரில் – ஆங்கிலேய அதிகாரிகள், குடும்பத்தார் என்று பலர் இருந்தார்கள். அப்போது துணிச்சலும் துடிப்பும் கொண்ட சைய்யத் அகமது, நவாப் மஹ்மூதிடம் வாதாடி, அந்த ஐரோப்பியர்களை, கலெக்டர் ஷேக்ஸ்பியர், அவரின் குடும்பத்தார்கள் மற்றும் மேலும் பல பெண்கள், குழந்தைகள் உட்பட எல்லோரையும் அங்கிருந்து நல்லவிதமாக வெளியேறிச் செல்ல உதவினார்.

சைய்யத் அகமதுவின் முயற்சியினால் மஹ்மூத், தான் பிரிட்டிஷாரின் சார்பாக ஆட்சி புரிபவர் என்ற உண்மையை ஒப்புக்கொண்டு செயல்பட்டார். ஆனால், சீக்கிரமே 'பிஜ்னார்' பகுதியைத் சுதந்திர ஆட்சிப்பகுதியாக அறிவித்துவிட்டார். அங்கு மக்கட் தொகை விகிதம் இந்துக்கள்:முஸ்லிம்கள் – 2:1 என்று இருந்தார்கள். மக்கள் ஆதரவு மஹ்மூதுக்கு இருந்ததுபோல் தெரிந்தது. சைய்யத் அகமதுவை, பிரிட்டிஷாரிடம் பணிபுரிவதை விட்டுவிட்டு, தன்னோடு பணியாற்ற மஹ்மூது அழைப்புவிடுத்தார். சைய்யத் அகமது அவரிடம் சொன்னார்: 'நவாப் சாகிப்... நான் சொல்லப்போவது ஒன்றுதான்: இந்தியாவில் பிரிட்டிஷ் ஆதிக்கத்தை யாராலும் அப்புறப்படுத்தமுடியாது"[9]

சைய்யத் அகமது சொன்னதே நடந்தது. புரட்சிக்காரர்கள் பிஜ்னாரில் ஒடுக்கப்பட்டார்கள். டெல்லியிலும் நாட்டின் மற்ற பகுதிகளிலும் இதுவே நடந்தது. ஆங்கிலேயர்கள் அதிகாரத்தை மீட்டெடுக்க பிஜ்னாரில் மட்டுமல்லாமல் அனைத்து இடங்களிலும் முஸ்லிம்களுக்கு எதிராக இந்துக்களைத் தூண்டிவிட்டார்கள்.[10] அதன் பின்னர் நடைபெற்றவை விரும்பத்தக்கவை அல்ல. வெள்ளைக்காரர்களை, அவர்களின் பெண்களை, குழந்தைகளைக் கொடுமையாகக் கொன்றதற்காக பதிலடி கொடுத்தனர். அது மிகவும் கொடுமையாகவும் மிருகத்தனமாகவும் இருந்தது.

கலகக்காரர்கள், தன்னைப் பயன்படுத்திக்கொள்ள அனுமதித்த குற்றத்துக்காக முகலாயப் பேரரசர், மாமன்னர் பகதூர்ஷா ஆலம் பதவியிலிருந்து அகற்றப்பட்டு, பர்மாவுக்கு நாடு கடத்தப்பட்டார். அவரின் இரண்டு ஆண் பிள்ளைகளும் அவரின் கண் முன்னால் கொல்லப்பட்டார்கள். இந்தியா முழுவதும் 'புரட்சிக்காரர்கள்' என்று கருதப்பட்டவர்களின் சொத்து, உடைமைகள் பறிமுதல் செய்யப் பட்டு, பெரும் எண்ணிக்கையிலான மக்கள் டெல்லியை விட்டுத் துரத்தப்பட்டார்கள். அவர்களின் இல்லங்கள் பறிமுதல் செய்யப் பட்டன. இஸ்லாமிய மேட்டுக்குடியினர் வசித்துவந்ததால் செங்கோட்டை, ஜும்மா மஸ்ஜித் இரண்டுக்கும் இடைப்பட்ட இடத்தை, தரைமட்டமாக்கினர்.

அரசு அதிகாரிகளில் வெறி பிடித்த சிலர் பொது மக்களில் பலரை எவ்வித விசாரணைக்கும் உட்படுத்தாமல் சந்தேகத்தின் பேரில் தங்கள் விருப்பத்துக்கு ஏற்ப, கொன்று தீர்த்தார்கள். 'சிறப்பு விசாரணைக் கமிஷன்' அமைக்கப்பட்டு 3306 பேர்களை விசாரித்ததில் 2025 பேர்கள் தண்டிக்கப்பட்டார்கள். இதில் 392 பேர்கள் தூக்கிலிடப்பட்டார்கள். 'டெல்லியின் மண் முஸ்லிம்களின் ரத்தத்துக்காகத் தாகம் கொண்டிருந்தது' என்று ஒப்பாரி பாடினார் காலிப்.[11] இவர் புரட்சியாளர்களை விமர்சனமும் செய்திருந்தார். கர்னல் ஜார்ஜ் கிரகாம் என்ற பிரிட்டிஷ் போலீஸ் அதிகாரி, 'குற்றவாளிகள் செய்த தவறுகளுக்காக ஏராளமான அப்பாவிகள் அந்த மிக மோசமான தருணத்தில் பலியானார்கள் என்பதை வருத்தத்துடன் சொல்கிறேன்.'[12] என்றார்.

குற்றம் எதுவும் செய்யாமல் பலியானவர்களில் சைய்யத் அகமதுவின் மாமா ஒருவரும் உடன் பிறவாத சகோதரரும் இருந்தார்கள். அவர்கள் பிரிட்டிஷ் ஆதரவு சீக்கிய வீரர்களால் வெட்டிக் கொல்லப் பட்டார்கள். அப்படிக் கொல்லப்பட்டவர்களின் வீட்டுக்குப் பக்கத்து வீடுதான் அஜீஸுல் நிசாவின் இல்லம். செப்டம்பர் 1857-ல் அவர் வீட்டுக்குப் போனபோது, சைய்யத் அகமதுவின் தாய் அங்கே இல்லை. அவர் குதிரை மேய்ப்பவரின் வீட்டிலே அடைக்கலம் தேடியிருந்தார். சைய்யத் அகமது அந்தக் குதிரைக்காரரின் குடிசைக்குச் சென்று உரத்த குரலில் 'அம்மா' என்று அழைத்தார். அவர் அன்னை அழுதபடியே, 'நீ ஏன் இங்கே வந்தாய்? எல்லோரையும் கொன்றுவிட்டார்கள். உன்னையும் கொன்று விடுவார்கள். நீ இங்கிருந்து போய் விடு' என்றார்.

அங்கே குதிரைக்காக வைத்திருந்த கொஞ்சம் தானியம் மட்டும்தான் இருந்தது. அதைச் சாப்பிட்டுத்தான் மூன்று நாட்களைக் கழித்திருக்கிறார்கள். தண்ணீரும் இல்லை. கடைசியில் எங்கேயோ

போய் சைய்யத் அகமது ஒரு குவளையில் தண்ணீர் பிடித்துக் கொண்டுவந்தார். அங்கே தன் தாயாரிடம் பணி புரிந்த ஒரு வயோதிகப் பெண்மணியைப் பார்த்தார். அந்தப் பெண்மணியும் தாகத்தில் தவித்துக்கொண்டிருந்தார். சைய்யத் அகமது நீர் அருந்தக் கொடுத்தார். அந்தப் பெண்மணியோ 'உங்கள் தாயார் தாகம் இதைவிட அதிகம்' என்றார். 'பரவாயில்லை, நீங்கள் முதலில் அருந்துங்கள்' என்று சொல்லிக் கொடுத்தார். அடுத்த சில நொடிகளில் அந்தப் பெண் இறந்துவிட்டார். அதன் பின்னர் அன்னை அஜீஸுல் நிசாவை சைய்யத் அகமது மீரட்டுக்கு அழைத்துச் சென்றார். அடுத்த ஒரு மாதத்தில் அஜீஸுல் நிசாவும் இறந்துவிட்டார்.[13]

'மிகவும் நம்பிக்கைக்குரிய முகமதியன்' என்று பிரிட்டிஷ் அரசாங்கம் சைய்யத் அகமதுவைப் பாராட்டிச் சிறப்புச் செய்தது. பல்லாண்டுகள் வரை பேசப்படுமளவுக்கு அவரைக் குறித்த இந்தப் பாராட்டு தொடர்ந்து வந்தது. அவருடைய கணிப்பு சரியாகவே இருந்தது. அதுபோன்று அவரிடம் துணிச்சலும் இருந்தது. ஆனாலும்கூட அவர் துன்பத்தில் உழன்றார். குற்ற உணர்வு பாதி காரணம்; மறு பகுதி இழப்பின் வலி! என்ன இருந்தாலும் அவர் தன் மக்களைக் கைவிட்டு பிரிட்டிஷ்காரர்கள் பக்கம் சேர்ந்து கொண்டுவிட்டார். பிரிட்டிஷ் அரசாங்கத்தின் செயல்திட்டங்களை அவர் செயல்படுத்தும் பணியில் தன்னை ஈடுபடுத்திக் கொண்டிருந்தார். பிஜ்னோரின் இந்து நிலப் பிரபுக்கள் நவாப் மஹ்மூத்கானை எதிர்த்து முன்னெடுத்த நடவடிக்கைகளுக்கு ஆதரவு தரவேண்டியிருந்தது. அகமதுகானின் உறவுக்காரர்கள் உட்பட முகலாயர்களின் வழிவந்தவர்கள் கொல்லவோ சீரழிக்கவோபட்டுவிட்டனர்.

'இந்தியா முஸ்லிம்கள் வாழ்வதற்கு ஏற்ற நாடு அல்ல; தன்மான மிக்க முஸ்லிம்களுக்கு இது வாழ்விடம் அல்ல' என்று அவரையும் நினைக்க வைத்தது.[14] பிஜ்னோரில் புரட்சி செய்த ஒருவரின் பெரிய பண்ணை ஒன்றை ஷேக்ஸ்பியர் கைப்பற்றி அதை சைய்யத் அகமதுவிடம் தந்தபோது இவர் வேதனையுடன் மறுத்துவிட்டார். சைய்யத் அகமது அப்போது அந்த நிகழ்ச்சித் தொடர்புடைய உணர்வுகளை முன் வைக்கிறார்:

> 'என்னைக்காட்டிலும் மன உளைச்சலுக்கு ஆளானவர் யாரும் இருக்கமுடியாது என்று எனக்கு நானே சொல்லிக்கொண்டேன். நம் நாடு இதுபோன்ற அழிவாலும் துயராலும் பாதிக்கப் பட்டிருக்கிறது. இந்நிலையில் அந்தத் துயரத்தைப் பயன்படுத்தி நான் 'தாலுக்கார்' ஆவதா? ஷேக்ஸ்பியரின் அந்த கோரிக்கையை நான் மறுத்துவிட்டேன். அவரிடத்தில் நான் சொன்னேன்: 'இனி இந்த நாட்டில் வாழ நான் விரும்பவில்லை. நம்புங்கள். முதுமைக்கு

முன்பே, என்னை முதியவனாக இது மாற்றிவிட்டது. என் தலைமுடி நரைக்கத் தொடங்கிவிட்டது.'[15]

அவர் ஆழ்ந்து சிந்தித்து எகிப்துக்குக் குடிபெயரலாம் என்று முடிவெடுத்து புறப்பட ஆயத்தமான வேளை, 1858-ல் முராதாபாத் நிகழ்ச்சிகள் அவரின் அனைத்து ஏற்பாடுகளையும் தள்ளிப் போடவைத்தது. ஆயிரக்கணக்கான முஸ்லிம்கள் அவரை நம்பி ஒன்றுகூடி வந்து அவர்களின் துயரத்துக்கு ஆறுதல் தேடினார்கள். அவர்களின் நெருக்கடியான, சோதனையான நிலைக்கு விடிவும் கேட்டார்கள்.

'பாதுகாப்பான இடம் தேடி நான் மேற்கொள்ளவிருந்த என் பயணம், மனித நேயம், இரக்கம் ஆகிய பண்புகளுக்கு எதிராகப் பட்டது. இந்த நாட்டின் துன்பங்களில் நான் பங்கேற்றே ஆகவேண்டும். ஏதேனும் ஒருவகையில் நான் அவர்களுக்கு உதவுவதன் மூலம் அவர்களுடைய இன்னல்களைக் குறைக்க முயற்சி செய்யவேண்டும் என்று நினைத்தேன். அதனால் நான் இந்த நாட்டை விட்டுப் போகப் போவதில்லை என்று அந்த நிமிடத்தில் முடிவெடுத்தேன்.'[16]

அப்போது அவருக்குள் நிகழ்ந்தது உன்னதமான மாற்றம். மொராதாபாத் நிகழ்வு நடக்கும்வரை அவர் வாழ்க்கை அவரை மட்டுமே மையப்படுத்தியதாக இருந்தது. அவர் தன் இன்பங்களிலும் வெற்றிகளிலும் மட்டுமே கவனத்தைக் குவித்திருந்தார். தன் துயரங்கள், குற்ற உணர்ச்சிகளில் மட்டுமே கவனம் வைத்திருந்தார். ஆனால், மொராதாபாத் இந்த 'குவி மையத்தை' மாற்றி அமைத்துவிட்டது. இப்போது சமூக நிலை குறித்த அக்கறை அவர் மனதில் முன்னிலைக்கு வந்துவிட்டது. அந்த அக்கறை கருணையாகப் பரிணமித்தது. 'உர்து மொழியின் தந்தை' என்றழைக்கப்பட்ட அப்துல் ஹக் மிகையாகப் பாராட்டி எழுதியுள்ளார். ஆனால் அதில் உண்மை இருக்கிறது:

'பர்கத்–ஷிரின் காதலோடும் நள-தமயந்திக் காதலோடும் ஒப்பிட்டுப் பார்த்தால் சையத் அகமது தன் தேசம் மீது கொண்டிருக்கும் நேசம் அவற்றையெல்லாம்விட மிக அதிகமானது. உறங்கினாலும் விழித்தாலும், நடந்தாலும் அமர்ந்தாலும் அவருக்கு எப்போதும் சமுதாயச் சிந்தனையே. இதுமட்டுமே அவரின் தொழுகை. அவர் ஒருவிதத்தில் ஆன்மிக மெய்ஞ்ஞான நிலைக்குப் போய்விட்டார் என்று சொல்லலாம். தன் உடலையும் உயிரையும் ஒன்றாகவே தன் தேசத்திடம் அவர் ஒப்படைத்துக் கொண்டார்.'[17]

இவருடைய இந்த மாற்றத்தை இன்னொரு வழியிலும் சீர்தூக்கிப் பார்க்க வேண்டும். இதுவரையில் சைய்யத் அகமது கடந்த கால வரலாற்றையே ஆராய்ந்து கற்றுவந்தார். அதிலிருந்தே உந்துதலும் உத்வேகமும் பெற்றுவந்தார். இப்போதுதான் முதன் முதலாக நிகழ்காலத்தைப்பற்றி நினைத்துப் பார்க்கிறார். அதற்குச் செய்யவேண்டிய கடமையைக் கண்டடைகிறார். சைய்யத் அகமது என்ற யதார்த்தவாதி அவரின் பாட்டனார் ஃபரீத் போன்றே ஆங்கிலேயர் இந்தியாவில் இருப்பது நல்லதற்கென்றே நினைத்திருந்தார். அவர் நினைத்தது சரியென்றால் தேசத்தின் நலன் என்பது பகையை மறந்து பிரிட்டிஷ்காரர்களுடன் நட்புறவுடன் இருப்பதில்தான் இருக்கிறது.

தேச நலனை இலக்காகக் கொண்ட சைய்யத் அகமது அந்த திசையிலேயே நடக்க ஆரம்பித்தார். *1859*-ல், 'நம்முடைய அரசாங்கமும் நம் இந்திய மக்களும் ஓர் உடன்பாட்டின் அடிப்படையில் ஒன்றாகி இணைந்திருக்கவேண்டும். அதுவே என் நெஞ்சார்ந்த விருப்பம்; இதையே நான் கடவுளிடம் இறைஞ்சுகிறேன்'[18] என்றார். இந்தியாவுக்கும் ஆளும் பிரிட்டிஷ் அரசாங்கத்துக்கும் இடையிலான நல்லுறவே தேசத்துக்கு நன்மை தரும். சைய்யத் அகமதுவின் மனதில் *1857*க்குப் பின் இருந்த குமுறல்களையும் கொந்தளிப்புகளையும் அதுவே அமைதிப்படுத்தியது.

சைய்யத் அகமது பிரிட்டிஷ் ராஜுக்கும் தேசத்துக்கும் இடையில் நல்லுறவு தழைக்கப் பணியாற்றினார். *1858*-ல் அவர் எழுதிய 'அஸ்பாப்-இ-பகவத்-இ-ஹிந்த்'ல் (இந்தியக் கிளர்ச்சிக்கான காரணங்கள்) அவர் பிரிட்டிஷ் ஆதிக்க அரசாங்கத்தின் தவறுகளை மிகவும் வெளிப்படையாகச் சுட்டிக்காட்டியிருந்தார். அதில், அக்பர் ஆட்சிக் காலத்தில் ஆட்சியாளர் – குடிமக்கள் இடையே நல்லுறவு நிலவி இருந்ததையும், அதற்கு நேர்மாறாக ஔரங்கசீப் ஆட்சிக் காலத்தில் மக்களுக்கு துன்பங்கள் இழைக்கப்பட்டு அந்த அரசு அந்நியமாகிப் போனதையும் குறிப்பிட்டுள்ளார். மேலும், 'ஆங்கிலேயர் ஆட்சி ஒரு நூறாண்டு காலமாகத் தொடர்ந்திருந்தாலுங்கூட, இன்றைய நாள் வரைக்கும் அது மக்களுடைய அன்பைப் பெறவில்லை'[19] என்றும் எழுதியுள்ளார்.

மேலும், அவர் 'கிழக்கிந்திய கம்பெனிக்கு விசுவாசத்துடன் பணியாற்றியதற்காக பல இந்திய வீரர்கள் பதக்கங்கள் பெற்றிருந்தனர். அப்படியானவர்கள் தமது சமய நம்பிக்கையால், துப்பாக்கிகளில் குண்டு பொதிந்த இழுப்பறையைக் கடித்திழுக்க மறுத்தபோது, தரப்பட்ட தண்டனைகள் மிகவும் தவறானவை. அவர்களின் கைகளிலும் கால்களிலும் விலங்குகள் பூட்டப்பட்டு

தண்டனை வழங்கப்பட்டபோது, அவர்கள் தாங்கள் வாங்கிய பதக்கங்களையும், கை கால்களில் மாட்டப்பட்ட விலங்குகளையும் பார்த்து அல்லவா விம்மி அழுதார்கள்.[20]

எல்லாவற்றுக்கும் மேலாக, 'இந்த நாட்டை ஆள்வதற்கான முன் ஏற்பாட்டில், மேல் சபைகளை ஏற்படுத்தியபோது, அதில் இந்தியர் ஒருவர்கூட இல்லாமல் செய்த செயல் மிகவும் தவறு' என்றும் எழுதியிருந்தார்.[21] ஒரு வருடத்துக்குமுன் நடந்ததை கலவரம் என்று பிரிட்டிஷ் அரசு முத்திரை குத்தியிருந்த நிலையில் 1858லேயே ஒருவர் இப்படிப் பேசியது மிகவும் துணிச்சலானதுதான். பிரிட்டிஷாரைப் பெரிதும் கோபப்பட வைக்கக்கூடியதுதான். சைய்யத் அகமது தாம் எழுதிய 'அஸ்பாப்–இ-பகவத்–இ-ஹிந்த்' அறிக்கையை சமயோஜித மாக இந்தியாவுக்குள் பொது மக்களிடையே சுற்றுக்கு விடவில்லை. இந்தியாவிலுள்ள ஆளும் ஆங்கிலேயர்களுக்கும் இங்கிலாந்திலுள்ள மேல் அதிகாரம் கொண்டவர்களுக்கும் மட்டும் அனுப்பிவைத்தார்.

இவரின் இந்தக் 'குறிப்பேடு' அவர்களிடம் எதிர்விளைவுகளை ஏற்படுத்தியது. லண்டனில் உள்ள அதிகாரிகள் இதைப் படித்தார்கள். இதிலுள்ள கருத்துகளும் உண்மைகளும் ஆலன் ஆக்டேவியன் ஹியூம் என்ற சிவில் அதிகாரியைச் சிந்திக்கவைத்து 1885-ல் 'இந்திய தேசிய காங்கிரஸை' உருவாக்கவைத்திருக்கும் என்று நம்ப இடம் உண்டு.[22] 'அஸ்பாப்' வெளியான இரண்டு ஆண்டுகள் கழித்து அவர் 'லாயல் முகம்மதன் ஆஃப் இந்தியா' என்ற படைப்பை வெளியிட்டார். அதில், எல்லா முஸ்லிம்களும் சிப்பாய் கலகத்துக்கு ஆதரவாக இருந்திருக்கவில்லை என்று குறிப்பிட்டிருந்தார்.

சைய்யத் அகமது தேசத்திடம் ஒரு வேண்டுகோள் விடுத்தார்: 'மக்கள் தங்கள் உள்ளத்தை விரிவாக்கிக்கொள்ளவேண்டும்; ஆங்கிலேயரின் செயற்பாடுகளை, நடைமுறைகளை பரிசீலனை செய்யவேண்டும்' என்றார். 1863-ல் கல்கத்தாவில் முஸ்லிம் மாணவர்கள் மத்தியில் அவர் பேசியபோது, 'உண்மை என்பது பல பக்கங்களைக் கொண்டிருப்பது. ஒருவரின் சொந்த மதம், சமூகம், வகுப்பு என்பவற்றைக் காட்டிலும் உலகம் என்பது பெரியது என்பதை மாணவர்கள் தெரிந்து கொள்ளவேண்டும்'[23] என்றார். அறியாமை என்பதே பெரிய எதிரி. 'இந்தியாவின் பூர்வகுடிகள் (இந்தியர்கள்) ஆங்கிலேயர்களின் பெரு வலிமை குறித்து ஏதேனும் தெரிந்து வைத்திருந்தால் 1857-ல் துயர நிகழ்வுகள் எதுவும் நடந்திருக்காது'[24] என்றார்.

சைய்யத் அகமது மக்களிடம் இவ்வாறு அறிவுறுத்தி, வலியுறுத்திப் பேசுவதோடு நிறுத்தாமல், அதற்கான வாசல்களைத் திறந்தும் வைத்தார். 1858ல் மொராதாபாத்தில் பள்ளிக்கூடம் ஒன்றை

ஆரம்பித்தார். அதுபோன்று காஸிப்பூருக்கு பணியிட மாற்றம் செய்யப்பட்டதும் அங்கும் இன்னொரு பள்ளிக்கூடம் தொடங்கினார். இந்த இரண்டு கல்விச் சாலைகளும் இந்துக்கள், முஸ்லிம்களின் பொருளுதவிகளால் நிறுவப்பட்டது. அது எல்லா சமூகங்களுக்கும் பலன் அளித்தது. இதேவேளையில்தான், பைபிளுக்கு உருது மொழியாக்கத்தை இவர் எழுதி வெளியிட்டார். இந்த நூல் இஸ்லாம், கிறித்துவம் ஆகிய இரண்டுக்கும் இடையே உள்ள நெருக்கத்தையும் காட்டியது. சைய்யத் அகமது காஸிப்பூரில் ஓர் அச்சகத்தை விலை கொடுத்து வாங்கி அதில் அச்சிட்டார்.

1864-ல் 'மொழிபெயர்ப்புச் சங்கம்' என்று அழைக்கப்பட்ட அமைப்பு, 'அறிவியல் சங்கம்' என்று பெயர் மாற்றப்பட்டது. இந்த அமைப்பின் வழியாக, சைய்யத் அகமது, 'மேலை நாடுகள் திரட்டிவைத்துள்ள அறிவியல் உண்மைகளை, இலக்கிய வளங்களைக் கீழைத் திசையில் வாழ்கிற மக்களுக்கும் கிடைக்கச் செய்யவேண்டும்' என்ற நம்பிக்கை கொண்டிருந்தார்.[25] இதேவேளை, இந்த அமைப்பு அல்லது சங்கம் இந்தியாவுக்கான பிரிட்டிஷ் செகரட்டரி, 'அர்ஜில்' பகுதியின் ட்யூக்கின் கரங்கள் அரவணைத்த காரணத்தால் வெகு சீக்கிரமே கிட்டத்தட்ட நாற்பது நூல்கள்வரை மொழிபெயர்த்து வெளியிட்டது. மின்சாரம், வானிலைக் கணிப்பு, வேளாண்மை உள்ளிட்ட பல்வேறு துறை சார்ந்த புத்தகங்கள் அவற்றில் அடங்கும். சைய்யத் அகமது அலிகருக்குப் இடம்பெயர்ந்ததைத் தொடர்ந்து 'அறிவியல் சங்கமும்' இடம்பெயர்ந்தது. அங்கே இந்த அமைப்புக்கான நிலம் கையகப்படுத்தப்பட்டது. அதில் வேளாண்மை தொடர்பான ஆய்வுகள் நடத்தப்பட்டன.

சைய்யத் அகமது இன்னொரு மனிதரையும் தன்னோடு இந்த 'அறிவியல் கழகத்தில்' இணைத்துக்கொண்டார். புரவலர், திறமைசாலி, இந்து. அவர் பெயர் ராஜா ஜெய்கிஷன்தாஸ். இந்தக் காலகட்டத்தில் சைய்யது அகமதுவின் நண்பரான கிரகாமின் கூற்றுப்படி, 'இந்த அறிவியல் கழகத்தின் ஒரே கோட்பாட்டு: கற்பி, கற்பி, கற்பி'[26] என்பதே.

•

யாருக்காக அவர் இந்தப் பெரும் பணியை மேற்கொள்கிறார்? பிரிட்டிஷ் அரசுக்கு யாருடைய ஒத்துழைப்பைப் பெறப் பாடுபாடுகிறார்? இந்தியாவில் வாழும் முஸ்லிம்களையா? அனைத்து இந்தியர்களையுமா? அதற்குக் கிடைக்கக்கூடிய விடை – இப்போதைக்கு இவர்களை; இப்போதைக்கு அவர்களை. ஆங்கில மொழியை அவர் கற்றுக்கொள்ளவில்லை. அவருக்குத் தெரிந்த

மொழியான உருதுவில் 'க்வாம்' (quam) என்பது சில நேரங்களில் இந்தியாவிலுள்ள முஸ்லிம்களை மட்டுமே குறிக்கும். மற்ற நேரங்களில் அது இந்துக்களையும் முஸ்லிம்களையும் சேர்த்தே குறிக்கும்.

இஸ்லாத்தின் உலகளாவிய சகோதரத்துவம் என்பது இங்கே வெகு அரிதாகவே உணரப்பட்டது. ஆனாலும் சைய்யத் அகமது இஸ்லாத்தின் பரந்துபட்ட குறிக்கோளை ஏற்கவே செய்தார். 'நம்பிக்கையாளர் ஒருவர், அவர் வெள்ளையரோ, கறுப்பரோ, துருக்கியரோ, தாஜிக்கியரோ, அராபியரோ, சீனரோ, பஞ்சாபியோ அல்லது இந்துஸ்தானி மொழி பேசுபவரோ – அவரை வேறுபடுத்திப் பார்ப்பது (இஸ்லாத்துக்கு) பொருத்தமற்றது'[27] என்ற கொள்கை யுடையவர்தான். ஆனால், கிலாஃபத் தொடர வேண்டும் என்ற கருத்தை அவர் நேரடியாகத் தாக்கினார். 'துருக்கிய கலிஃபாவின் அதிகாரம் நம் மீது இருக்கக்கூடாது. நாமெல்லாம் இந்தியாவின் குடிமக்கள்; பிரிட்டிஷ் அரசாங்கத்தின் பிரஜைகள்'[28] என்றார்.

'இந்தியா' என்ற நாட்டோடு அவர் ஒன்று கலந்தவராக இருந்தார். ஒருமுறை அவர், 'இந்து' என்ற 'அடைமொழி' இந்தியாவில் வாழ்கிற அனைவரையும் குறிப்பிடுவது. முஸ்லிம்கள், இந்துக்கள் ஆகியோரைச் சேர்த்தே அது சுட்டுகிறது[29] என்றார். அவரின் சிந்தையில் க்வாம்-முஸ்லிம்கள் என்று மட்டும் தோன்றினால் அது இந்திய முஸ்லிம் சமுதாயத்தையே குறிக்கும். உலகளாவிய உம்மா - முஸ்லிம்களை அல்ல.[30]

வைஸ்ராய் லாரன்ஸ், 1886-ல் சைய்யத் அகமதுவுக்குத் தங்கப் பதக்கம் அணிவித்து, அவரின் 'மக்கட் பணி'யைப் பாராட்டிச்[31] சிறப்பித்தார். முஸ்லிம் சமுதாயத்துக்காக மட்டுமே பணியாற்றினார் என்பதற்காக அல்ல!

மொராதாபாத், காஸிப்பூர் ஆகிய ஊர்களில் சைய்யத் அகமதுவால் தொடங்கி நடத்தப்படுகிற பள்ளிகள் எல்லாம் 'இந்தியத் தன்மை'யுடனும் காணப்பட்டன. முஸ்லிம் பள்ளி என்ற வகையில் அல்ல. 'அறிவியல் கழகம்' என்ற அமைப்பு முஸ்லிம்களின் அமைப்பு என்பதைத் தாண்டியதாகவே இருந்தது. 1861-க்குப் பின்னர் – மூன்று இந்தியர்கள் – அவர்களில் முஸ்லிம்கள் யாரும் இல்லை. வைஸ்ராயின் சட்டசபை கவுன்சிலுக்குச் சேர்த்துக் கொள்ளப் பட்டார்கள். இதற்காக சைய்யத் அகமது மட்டற்ற மகிழ்ச்சியைக் காட்டினார். எல்லாம் வல்ல இறைவனுக்கு நன்றி பாராட்டினார். இந்த மூன்று மனிதர்களும் தங்களின் கடமையை ஆண்மையுடனும் சரியாகவும் ஆற்ற வேண்டும்[32] என்றார். அந்த மூன்று மனிதர்களில் இருவர் பாட்டியாலா, பனாரஸ் சமஸ்தான அதிபதிகள்; மற்றொருவர்

சர் தினகர் ராவ். மேட்டுக்குடிகளான இவர்கள் மீது சைய்யதுக்கு மிகவும் இதமான நட்பு இருக்கும் என்பது உண்மைதான். என்றாலும் முஸ்லிம்கள் மீது மட்டும் அல்ல; இந்தியாவின் மீதும் பற்றுக் கொண்டவர் என்பதையும் அது எடுத்துக்காட்டவே செய்கிறது.

அவருடைய இந்த இயல்பை வலுப்படுத்தக்கூடிய மற்ற பல விஷயங்களும் இருக்கின்றன. ஆம். 1851ல் கல்கத்தாவில் பிரிட்டிஷ் இந்தியன் அசோசியேஷன் என்ற அமைப்பு தொடங்கப்பட்டது. இதனால் உத்வேகம் பெற்ற சைய்யத் அகமது 1866ல் அலிகரிலும் அதேபோன்ற 'பிரிட்டிஷ் இந்தியன் அசோசியேஷனை' ஏற்படுத்தினார். இப்போது சைய்யத் அகமது அங்கேதான் பணியில் இடம் மாறுதலாகி வந்திருந்தார். இதுவும் இந்து–முஸ்லிம் உறுப்பினர்களைக் கொண்டதுதான். அதன் தொடக்க விழாவில் அவர் பேசினார்: 'இந்தியர்கள் நம் புகார்களை நம்மை ஆள்கிற பிரிட்டிஷ் ஆட்சியாளர்களிடம் வெளிப்படையாகவும் உண்மை யாகவும் கண்ணியமாகவும் எடுத்துக் கூறவேண்டும்.' மேலும் சொன்னார்: 'கடவுள் மிகப் பெரியவன். நமக்கு மேலிருப்பவன்' அவனுக்கு எல்லோருமே சமம்; அவன்தான் யூதர்களின் கடவுள். இந்துக்கள், கிறித்துவர்கள் மற்றும் முஸ்லிம்கள் ஆகிய அனைவருக்குமான கடவுள்.'[33]

'பிரிட்டிஷ் இந்தியன் அசோசியேஷன்' என்ற அந்த அமைப்பு பிரிட்டிஷாருக்கு அனுப்பிய விண்ணப்பங்கள் எல்லாம் கல்வி, பொருளாதாரம் சார்ந்து மட்டுமே இருந்தன. மத நோக்கம் அதில் இருந்திருக்கவில்லை. அந்தவகையில் வடமேற்கு மாகாணத்தில் (ஓரளவுக்கு இன்றைய உத்தர பிரதேசம்) அப்பகுதி மக்களின் சொந்த மொழியில் ஒரு பல்கலைக்கழகத்தை ஏற்படுத்தித் தரும்படிக் கோரிக்கை வைத்தது; முஸ்லிம் பல்கலைக்கழகத்தை அல்ல. அங்கே கலை, அறிவியல் மற்றும் ஐரோப்பிய இலக்கியங்கள் உருது மொழியில் கற்றுக் கொடுக்கப்படலாம்' என்று சொன்னது.[34]

1857ல் சைய்யத் அகமது பிரிட்டிஷ் அரசாங்கப் பணியில் இருந்தபோது, ஆக்ராவில் நடைபெற்ற விழாவில் இந்திய சிறப்பு விருந்தினர்களை கௌரவக் குறைவான இடங்களில் அமர வைத்ததற்காக வெளிநடப்பு செய்தார். இந்துக்களும் முஸ்லிம்களும் அவருடன் சேர்ந்து வெளிநடப்பு செய்தார்கள்.

இதன் பின் அவருடைய 'சித்திரம்' சற்று மாறியது. அவரின் தற்போதைய பணியிடமான பனாரஸில் இருந்த இந்துக்களில் சிலர் நீதிமன்றங்களில் உருதுவுக்கு மாற்றாக இந்தியை வைத்துக் கொள்ள வேண்டும் என்று பரப்புரை செய்தார்கள். சைய்யத் அகமதுவைப் பொறுத்தவரை, உருது மொழி, இந்த நாட்டில் முஸ்லிம்களின் ஆட்சி

இருந்ததற்கான அடையாளம்.[35] அது மட்டுமின்றி அந்த மொழி இந்து முஸ்லிம்களின் நெஞ்சில் பொதுப் பண்பாட்டைக் காட்டக் கூடியது'.

இந்துக்களின் இச்செயலால் சைய்யத் அகமது காயப்படுத்தப் பட்டார். கசப்பு உணர்வும் தோன்றியது. அவரின் பழைய நண்பர் ஷேக்ஸ்பியர், அவரும் பனாரஸில்தான் பணியிலிருந்தார். அப்போதுதான் முதன்முறையாக சைய்யத் அகமது 'முஸ்லிம்களுக்கு மட்டும் ஆதரவாகப்' பேசினார் என்று குறிப்பிட்டிருக்கிறார். 'இதற்கு முன்பெல்லாம்...' என்று சொல்லி நிறுத்திவிட்டு, 'நீங்கள் எப்போதுமே உங்கள் நாட்டு மக்களின் நன்மைக்காக, எல்லோருக்கும் பொதுவாகத்தானே பேசுவீர்கள்...' என்றார். அதற்கு சைய்யத் அகமது கீழ்க்கண்ட மறுமொழியைத் தந்தார்:

> 'இப்போதுதான் எனக்கு இந்த இரண்டு சமூகங்களும் முழு உள்ளத்தோடு எதற்குமே ஒன்று சேர மாட்டார்கள் என்பது புரிந்தது. 'படித்தவர்கள்' என்று சொல்லிக் கொள்பவர்களின் இடையேயுள்ள எதிர்ப்புணர்ச்சியும் பகைமையும் இந்த இரண்டு சமூகங்களை மிகப் பெரிய அளவுக்கு எதிர்காலத்தில் மோத விடப்போகிறது. அப்போது யார் உயிரோடு இருக்கிறார்களோ அவர்கள் இதையெல்லாம் பார்க்கப்போகிறார்கள்...'[36]

புதிதாக இப்போது ஒரு மோதல் தோன்றியது. அறிவியல் கழகத்தில் அங்கம் வகித்த இந்து உறுப்பினர்கள் உருதுவுக்கு மாற்றாக இந்தியில் கழகத்தின் நூல்களை வெளியிட வேண்டுமென்று கோரிக்கை எழுப்பினார்கள். சைய்யத் அகமதுவுக்கு இவர்களின் கோரிக்கை இந்து முஸ்லிம் நல்லுறவை சாத்தியமே அற்றதாக ஆக்கிவிடும் என்று தோன்றியது.[37] உருது மொழி இப்போது இந்தியாவின் உடைமை என்பது மாறி முஸ்லிம்களின் உடைமை என்று ஆகிவிட்டது. மிகுதியான உள்நாட்டுச் சொற்களின் வளத்தைக் கொண்டு செறிவு பெற்றுள்ள உருது மொழியைப் பற்றி அறியாமல் சில இந்துக்கள் அதன் அந்நிய அம்சங்களைச் சொல்லிக் காட்டுகிறார்கள். அப்படிப் பேசுபவர்களுக்கு உதவும்வகையில் உருது மொழி வாக்கியங்களில் அராபிய அணிநயத்தையும் பாரசீக உணர்ச்சிப் பெருக்கையும் முஸ்லிம்கள் ஒன்று கலக்கச் செய்கிறார்கள்.

கவிஞர் ஹாலி 'எளிய மற்றும் டெல்லியில் அன்றாடப் பேச்சு நடையில் இருக்கும் மொழியை இந்த இரண்டு சமூகங்களும் ஏற்றுக்கொள்ளலாம்'[38] என்றார். மகாத்மா காந்தியும் 'எல்லோருக்குமான ஒரு பொது மொழி இருக்க முடியுமென்றால் உருதுவும் இந்தியும் கலந்து ஒரு மொழி, இரண்டு வெவ்வேறு எழுத்து வடிவங்களுடன் உருவாகியிருக்கும்'[39] என்றார்.

சைய்யத் அகமது உருது மொழி புறக்கணிக்கப்படுவதைக் கண்டு துவண்டு போனார். அதேவேளை அவரால் எதிராளிகளின் ஒத்துழைப்பை மீண்டும் பெற்றுவிடமுடியும் என்ற நம்பிக்கையையும் கொண்டிருந்தார். 1869-ல் அவர் முதல் முறையாக பிரிட்டனுக்குப் பயணம் மேற்கொண்டார். அப்போது அவர் 'இந்துஸ்தானத்தில் வாழும் ஆண்களும் பெண்களும் உண்மையில் ஒன்றானவர்களே...'[40] என்று எழுதினார்.

•

காவல் துறை மேல் அதிகாரியும் சைய்யத் அகமதுவின் நெருங்கிய நண்பருமான கிரகாம்தான் அவருக்கு வெளிநாடு செல்லும் எண்ணத்தை ஏற்படுத்தியவர். சைய்யத் அகமதுவின் மைந்தன் மஹ்மூது, வடமேற்கு மாகாணத்தின் முதற் கல்வி உதவித் தொகையை வென்றெடுத்து, கேம்ப்ரிட்ஜில் கல்வி பயிலும் வாய்ப்பைப் பெற்றிருந்தார். அவரோடு சைய்யத் அகமது உடன் செல்ல வேண்டுமென்று முடிவெடுத்து, அரசுப் பணியிலிருந்து விடுப்பு எடுத்துக்கொண்டு, கடலைத் தாண்டிப் போக முன்வந்தார். இந்தப் பயணத்தில் இவரின் இன்னொரு மைந்தர் ஹமீத், 'குதாதத் பெக்' என்ற இளைய நண்பர் மற்றும் பணியாள் 'சாஜீ' ஆகியோரும் இவரோடு சென்றார்கள்.

அப்போது சைய்யத் அகமதுக்கு ஐம்பத்து இரண்டு வயது. அதுவரை காணாத அமெரிக்காவை நோக்கி ஆர்வத்துடன் புறப்பட்டார். பயண அனுபவங்களை அவரின் அருமை நண்பர் ராஜா ஜெய்கிஷன் தாஸுக்குக் கடிதங்களில் எழுதி அனுப்பினார். அவருக்கு மட்டுமின்றி வேறு சிலருக்கும் எழுதினார். அவையெல்லாம் அறிவியல்கழகத்தின் வெளியீடான 'அலிகர் இன்ஸ்டிடியூட் கெசட்'டில் வெளியிடப்பட்டது.

இந்தப் பயணக் குழுவினர் முதலில் ரயில் மூலமாக ஜபல்பூர் சென்று, அங்கிருந்து மாட்டு வண்டியில் நாக்பூர் போனார்கள். அதற்காக 'மூன்று பகல்களும் மூன்று இரவுகளும்' ஆகின. பின்னர், பம்பாய்க்குப் புறப்பாடு. வழித்தடத்தில் அமைந்திருந்த சுரங்கப் பாதைகளைப் பார்த்து, 'இதை மனிதர்கள் செய்ய முடியாது. இராட்சசர்கள்தான் செய்திருக்கக்கூடும்' என்று வியந்து கூறினார்.

'பரோடா' என்ற பெயர் தாங்கிய கப்பலில் அவர்கள் 'சூயஸ்' கால்வாய்க்குப் பயணம் செய்தனர். அங்கிருந்து ரயில் மூலம் அலெக்சாண்ட்ரியா; 'பூனா' கப்பல் மூலம் மார்செய்ல்ஸ்; மறுபடி ரயில் பயணம். பாரிஸ், கலய்ஸ் ஆகிய நகரங்களின் வழியாக இங்கிலீஷ் கால்வாயைக் கடந்தார்கள். எஸ்.எஸ். பரோடா கப்பலில்

'ஆட்டிறைச்சி, மாட்டிறைச்சி, கோழிக் கறி, புறாக் கறி என்று ஏராளமான விதவிதமான உணவு வகைகள், முகமதியர்கள் உண்ண அனுமதிக்கப்பட்ட முறையில் கிடைத்தன' என்று எழுதியிருக்கிறார். மேலும் சொல்கிறார்:

> 'எங்களுக்கு முதல் உணவாக அங்கே முந்திரி இன்தேறலும், பனிக்கட்டியும், சர்க்கரை சேர்த்த சிவப்பு இன்தேறலும் கோப்பைகளில் எங்கள் சாப்பாட்டுத் தட்டுகளோடு வைக்கப்பட்டிருந்தன. நாங்கள் அந்தக் கோப்பைகளைத் தலைகீழாகக் கவிழ்த்துவைத்தோம். அப்போது பரிமாறுகிற பணிப்பெண் அங்கு வைக்கப்பட்டிருந்த மதுவை நாங்கள் அருந்திவிட்டோம் என்று நினைத்துவிட்டார். பெரிய வெள்ளைத் தாடியோடு இருந்த என்னை 'முக்கிய விருந்தாளி' என்று நினைத்து அளவில் பெரிய மது பாட்டிலை எடுத்துக்கொண்டு என்னிடத்தில் வந்து, அந்தப் பாட்டிலிலிருந்த மதுவை மெள்ள ஊற்றிவிடத் தொடங்கினார். நான் வேண்டாம் என்று தடுத்தேன். உடனே அந்தப் பெண் நான் அந்தக் குறிப்பிட்ட மதுவை தடுக்கிறேன் என்று நினைத்து, வேறு எந்த வகை மதுபானம் எனக்குத் தேவை என்று தெரிந்துகொள்ள, மற்ற மதுபானங்களின் பெயர்களையெல்லாம் உச்சரிக்கலானார். நான் மறுபடி அழுத்தமாக, 'வேண்டாம்... எனக்குக் குளிர்ந்த நீர் மட்டும் போதும்' என்றேன். உடனே அவர் அங்கிருந்த மதுக் கோப்பைகளை எல்லாம் அகற்றிவிட்டு எல்லாம் வல்ல இறைவனால் மனித குலத்துக்கு அளிக்கப்பட்ட 'மது'வான குளிர்ந்த நீரைக் கொண்டுவந்து கொடுத்தார்.'[41]

ஞாயிற்றுக்கிழமை கப்பலின் மேல் தளத்தில் ஆங்கிலேயர்கள் எல்லோருமாக வரிசையாக நாற்காலிகளில் அமர்ந்துகொண்டு 'மத போதகர்' ஜெபிப்பதைச் செவிமடுத்துக் கொண்டிருப்பதைப் பார்த்து விட்டு சைய்யத் அகமது விவரிப்பது:

> 'அங்குமிங்கும் நடந்துகொண்டிருந்த நான் மௌனமாகவும், மதிப்பளிக்கிறவிதத்திலும் ஒரே இடத்தில் நின்றேன். அவர்களின் கடவுள் எப்படி வழிபடப்பட்டார் என்பதையும் அவர் எங்கும் நிறைந்திருக்கும் தன்மையையும் நினைத்து மெச்சிக் கொண்டேன். ஒரு சிலர் சிலைகளின் முன்னர் தலை தாழ்த்தி வணங்கினார்கள். சிலர் நாற்காலிகளில் அமர்ந்தவாறு கடவுளைத் துதித்தார்கள். சிலர் தலையை மூடாமல் திறந்தவாறு இருந்தார்கள். வேறு சிலர் தலையை முக்காடிட்டுக் கொண்டு கடவுளைத் துதித்தார்கள். அவர்கள் கைகளை ஒன்றோடு ஒன்றுப் பிணைத்தவாறு ஆழ்ந்த பக்தியுடன் தெரிந்தார்கள். பலர் அந்தக்

கடவுளின் பெயரால் தவறுகள் செய்கிறார்கள். அவர் அதைப் பொருட்படுத்துவதில்லை.'[42]

'எங்களோடு பயணம் புரிந்தவர்களில் ஒருவர் இறந்துவிட்டார். அவரைக் கடல் நீரில் இறக்கி மூழ்கிடச் செய்தார்கள்.' சைய்யத் அகமது அந்த நிகழ்வை ஒட்டி தன்னுடைய பார்வையைப் பதிக்கிறார்: 'ஒரு மனிதன் இறந்துவிட்டால் உடலை எரிப்பார்கள் அல்லது கடல் ஆழத்தில் விட்டுவிடுவார்கள். அல்லது மண்ணிலே புதைப்பார்கள். எது இருந்ததோ அது இருந்தது; எது இருக்கப் போகிறதோ அது இருக்கப் போகிறது.[43] இந்துவோ, யூதரோ, கிறிஸ்துவரோ யாராக இருந்திருந்தாலும் அவர்கள் தமக்குள் இதைத்தான் மனதுக்குள் சொல்லியிருப்பார்கள். ஆனால், சைய்யத் அகமதுவின் பிற எதிர்வினைகள் எல்லாம் எப்போதும் முஸ்லிம்களின் தனித்தன்மையுடன்தான் இருக்கும்.

'வெள்ளிக்கிழமை விடியலில் எங்கள் கப்பல் செல்லும் வழியில் எங்கள் கண்களுக்கு அரபு நாட்டின் கரையோரம் தென்பட்டது. அதைக் கூர்ந்து கவனித்தேன். அந்த மண்ணில்தானே மனித குலத்துக்கு அருட்கொடையாய் வந்த தீர்க்கதரிசியை – நபிகளைக்- கடவுள் பிறக்கும்படிச் செய்தார்' என்று மனதுக்குள் நினைத்துக் கொண்டார். கப்பல் 'சிசிலியின்' தலைநகரான மெஸ்ஸினா என்ற நகருக்கு வெகு நெருக்கமாகச் சென்றது. அப்போது சைய்யத் அகமது எழுதுகிறார்: 'வெகு காலங்கள் வரை சிசிலி முஸ்லிம்களின் ஆதிக்கத்தில் இருந்தது. நான் பார்த்தபோது, முஸ்லிம்களின் அடையாளங்களைக் காட்டக்கூடிய கட்டடம் ஒன்று கூடக் கண்ணில் தெரியவில்லை. ஆனால், எங்கள் இனத்தவர்கள் தொடர்பான ஏதேனும் சில சான்றுகள் அங்கு நிச்சயம் இருக்கும்.'[44]

ஐரோப்பியக் கண்டத்தில் சைய்யத் அகமது நுழைந்தபோது, அந்த மண்ணின் அழகில் மயங்கிப் போனார். மார்செல்ஸிலும் பாரிசிலும் பார்த்த காட்சிகள்: 'மின்னும் விளக்கொளி, கண்ணைக் கவரும் உயர்மாடக் கட்டடங்கள்... அங்கே சொக்க வைக்கும் ஆடைகள் அணிந்து ஆண்களும் பெண்களும் பவனி வரும் காட்சி'! வெர்செய்ல்ஸில் உள்ள மாளிகை ஒன்றில் அவர் நிஜ உருவங்கள், காட்சிகளைப் போன்றே இருந்த ஓவியங்களைப் பார்த்து வியப்பில் அசைவற்று நின்றுவிட்டார். அந்த மாளிகையில் உள்ள கால்வாயையும், நம் தில்லி செங்கோட்டையருகே ஓடுகிற கால்வாயையும் ஒப்பிட்டுப் பார்த்தபோது – அந்தக் கால்வாயில் குளித்தெழுந்த காலங்களையும் நினைத்துப் பார்த்துவிட்டு 'இதனுடைய சிறப்பின் முன்னால் தில்லி கால்வாய் சந்தேகத்துக்கு இடமின்றி மிகவும் தரம் குறைந்ததுதான்' என்றே உணர்ந்தார்.[45]

சையத் அகமது பதினேழு மாதங்கள் இங்கிலாந்தில் இருந்தார். விடுப்பு எடுத்துக்கொண்டு இவருடன் வந்திருந்த அருமை நண்பர் கிரகாம் இவரை டெர்பிக்குக் கூட்டிச் சென்றார். வைஸ்ராய் பதவியிலிருந்து ஓய்வு பெற்ற லாரன்ஸ் பிரபு அவரை அழைத்து விருந்தோம்பினார். விக்டோரியா பேரரசி ஒரு மேம்பாலம் திறப்பதைப் பார்வையிட்டார். அங்கே அவர் தாமஸ் கார்லைலைச் சந்தித்தார். அங்கு சார்லஸ் டிக்கன்ஸ் கடைசியாக கதை வாசித்த நிகழ்ச்சியிலும் கலந்துகொண்டார். மேலும் அர்ஜில் ட்யூக்கிடமிருந்து 'இந்தியாவின் நட்சத்திரம்' என்ற விருதைப் பெற்றுக்கொண்டார்.

இங்கிலாந்தில் உள்ள வீட்டு வேலைக்காரர்கள்கூட படித்தவர்கள் என்பது அவரைப் பெரிதும் ஈர்த்தது. அவர் தங்கியுள்ள வாடகை அறைகளில் பணி செய்வதற்கு அமர்த்தப்பட்டிருந்தவர்களைக் குறித்தும் எழுதினார்:

> 'முதலாவதாக அன்னி ஸ்மித் பற்றிச் சொல்கிறேன். இவர் நல்ல புத்திசாலி. நாளிதழ்கள் படிப்பார். செய்யவேண்டிய வேலைகளைக் கடிகாரம்போல் இயந்திரம்போல் துல்லியமாக நிறைவேற்றிவிடுவார். எங்களில் அனைவரையும் 'சார்' என்றே அழைப்பார். குதாதாத் பெக்கை 'மிஸ்டர் பெக்' என்று அழைப்பார். அது அவரின் முழுப் பெயர் அல்ல என்பது அன்னி ஸ்மித்துக்குத் தெரியும். அதற்காக அவரிடத்தில், 'ஐயா எம்மைத் தயை கூர்ந்து பொறுத்துக்கொள்ளுங்கள். உங்கள் முழுப் பெயரை உச்சரிப்பது எனக்குக் கடினமாக உள்ளது' என்பார். அவரை இப்படி அழைப்பதை நாங்கள் வேடிக்கையாக எடுத்துக் கொண்டோம். நாங்கள் எல்லோருமே இப்போது 'குதாதாத் பெக்'கை 'மிஸ்டர் பெக்' என்று அழைக்கலானோம். இன்னொரு பணிப் பெண் எலிசபெத் மாத்யூஸ். இவர் மிகவும் இளமையானவர்; எளிமையான தோற்றம். எல்லாப் பணிகளையும் செய்யும் பெண் ஊழியர். அவரின் ஏழ்மை காரணமாக அரைப் பென்னி கொடுத்து 'எக்கோ' என்ற நாளிதழை வாங்கிப் படிப்பார்.'[46]

இங்கிலாந்து மக்களின் நாகரிக மேம்பாட்டுக்கான காரணத்தை சையத் அகமது அறிந்துகொண்டார்: 'அந்நாட்டு மக்களின் மொழியிலேயே அனைத்துக் கலைகளும் அறிவியல் கருத்துகளும் அமைந்துள்ளதே அதற்கான உண்மைக் காரணம்'. 'இந்தியாவை மேம்படுத்தும்' எண்ணம் கொண்டவர்கள் 'வட்டார மொழி களிலேயே அனைத்துக் கலைப்படைப்புகளும், அறிவியல் உண்மைகளும் மொழிபெயர்க்க வழிசெய்யவேண்டும்'.

இந்தியாவுக்குத் திரும்பிய பின்னர் அவரின் நண்பர்களிடம் பேசியபோது, ‘இது உண்மை. இதுவே உண்மை. இதுவேதான் உண்மை’ என்று அவரின் நிதர்சனப் பார்வையைக் குறித்து அழுத்தம் கொடுத்துப் பேசினார். மேலும், ‘இமயமலையில் பிரமாண்டமான எழுத்துகளில் இதை எழுதிவைக்கவேண்டும்’ என்றார்.[47]

இங்கிலாந்தின் சாதனைகள், கோச் வண்டி ஓட்டுபவர்களும் பிற வாகன ஓட்டிகளும்கூட கல்வி அறிவு பெற்றவர்களாக இருக்கிறார்கள். அவர் விருந்துண்ட இல்லங்களில், மனமகிழ் மன்றங்களில் அவருடன் நடத்தப்பட்ட உரையாடல்களின் போது அம்மக்களிடம் காணப்பட்ட பக்குவமான பண்புடைய பேச்சுகளால் ஈர்க்கப்பட்டார். மேலும் பேர் பெற்ற மாளிகைகள், கலை வளர் காட்சியகங்கள், பொறியாளர்களின் தொழில்நுட்பம், வெடிமருந்துக் கிடங்குகள் என்று போகும் இடங்களிலும் பார்க்கும் மனிதர்களிலும் தென்பட்ட நிபுணத்துவம் அவரை அசர அடித்தன. ‘அலிகர் இன்ஸ்டிடியூட் கெசட்’டில் அவர் இவைபற்றி எழுதியவை படிப்பவர்களுக்குப் பிடித்தமானதாக இருந்திருக்க வாய்ப்பில்லை.

> ‘ஆங்கிலேயரை நான் புகழ்வதற்காக அல்ல; நான் உண்மையாகச் சொல்கின்றேன். இந்தியர்கள், மேல் மட்டமோ, கீழ் மட்டமோ, வியாபாரிகளோ, எளிய பெட்டிக் கடைக்காரர்களோ, படித்தவர்களோ, எழுத்தறிவுப் பெறாதவர்களோ, அவர்களை கல்வி, பழக்க வழக்கம், நிமிர்ந்ததன்மை ஆகியவற்றில் ஆங்கிலேயருடன் ஒப்பிட்டுப் பார்த்தால் திறமையும் அழகும் மிகுந்த மனிதரின் முன்னால் அழுக்கான மிருகத்தைப் போலவே இருப்பார்கள்.’[48]

வடமேற்கு மாகாணத்தின் ஆளுநரான சர் வில்லியம் முய்ர் எழுதிய ‘முகம்மது நபி வரலாறு’ சைய்யத் அகமது கானைப் பெரிதும் புண்படுத்தியது. அந்த நூலில் கூறப்பட்ட அவதூறான, உண்மையற்ற கருத்துகளுக்கு விடையும் விளக்கமும் அளிப்பதற்காக சைய்யத் அகமது லண்டனிலுள்ள நூலகங்களில் பல மாதங்களைச் செலவிட்டார். பின் அந்த நூலை எழுதி முடித்து அவர் லண்டனில் இருந்துகொண்டே அச்சிட்டு வெளியிடுவதற்காகப் பண ஏற்பாடு களைச் செய்வதற்கு முடிவு செய்தார். இந்தியாவிலுள்ள தன்னுடைய நூலகத்தை விற்று பணத்தை அனுப்பும்படி இங்கிருந்தவர்களுக்கு தகவல் அனுப்பினார்.

அவர் இங்கிலாந்தில் இருந்தபோது அங்கிருந்த புகழ் பெற்ற கல்வி நிறுவனங்களைக் காணச் சென்றார். ஆக்ஸ்போர்ட், கேம்ப்ரிட்ஜ் பல்கலைக்கழகங்களும் தனியார் பள்ளிகளான ‘ஹார்ரோ’, ‘ஈடன்’

ஆகியனவும் இதில் அடங்கும். அங்கெல்லாம் சென்றிருந்தபோது இதுபோன்ற கல்வி நிறுவனங்களை இந்திய முஸ்லிம்களுக்காகத் துவக்கவேண்டும். அங்கு கல்வியில் சிறந்த நிபுணர்களை உருவாக்கவேண்டுமென்ற கனவும் ஆசையும் அவர் உள்ளத்தில் எழுந்தன. 'முகம்மதிய சமூக மறுமலர்ச்சியாளர்' (தஹ்தீப் அல் அக்லக்) என்ற சஞ்சிகையின் அச்சாக்கத்துக்குத் தேவையானவற்றை இங்கிலாந்திலேயே தயார்படுத்திவிட்டார். அந்த சஞ்சிகை மூலம் இங்கே அவருடைய சமூகத்தாரின் போக்குகளைச் சீர்திருத்த முடிவு செய்தார். அடிஸனும் ஸ்டெல்லேயும் 'டாய்லர்' மற்றும் 'ஸ்பெக்டேடர்' என்ற பத்திரிகைகள் மூலம் இந்த சீர்திருத்தங்களைச் செய்திருப்பதைப் பற்றியும் தெரிந்துகொண்டார். முராதாபாத் அனுபவம் அவரை கடந்த காலங்களிலிருந்து நிகழ்காலங்களுக்குக் கொண்டு வந்தது. இங்கிலாந்தின் அனுபவம் அவரை நிகழ்காலத்தி லிருந்து எதிர்காலத்துக்கு இழுத்துச்சென்றது.

அவருக்குப் பிரிட்டிஷ் அரசாங்கத்தோடு இருந்த நெருக்கமும் உறவும் பல அடுக்குகளாக இருந்தன. ஒருவகையில் அவர் ஒரு விசுவாசமான ஊழியர். அவருடைய வார்த்தைகளில் சொல்வ தானால், 'மாட்சிமை பொருந்திய பேரரரசியாரின் கீழ் அர்ப்பணிப்பு நோக்கத்தோடு பணிபுரியும் துணைநிலை நீதிபதி' பிரிட்டிஷ் அரசுக்கும் மகத்தான கருணை மிகுந்த தலைமைக்கும் நம்பகமும் பற்றும் மிகுந்தவர்'.[49] மற்றொரு நிலையில் அவர் ஒரு வரலாற்று மாணவர். பிரிட்டிஷ் ஆட்சி இந்தியாவில் இருப்பதில் விருப்பம் காட்டுபவர். அவர்களே நிரந்தரமாக ஆட்சியில் நீடிக்க வேண்டுமென்றும் விரும்புபவர்! மேலும் இந்தப் பிரிட்டிஷ் காரர்களின் சாதனைகளை முன்மாதிரியாக நினைப்பவர்.

அவரின் மூன்றாவது நிலையில் அவர் இந்துஸ்தானத்தின் பெருமிதமிக்க பிரதிநிதி – முகலாயர்களின் வழித் தோன்றல். யாரேனும் ட்யூக்கோ பிரபுவோ அழைத்து மரியாதை செய்யப்பட வேண்டியவர்; அவர்களுக்கு இணையானவர் என்ற நம்பிக்கை கொண்டவர். நான்காவது நிலையில் அவர் ஒரு முஸ்லிம்; அவரின் சமயம் உன்னதமானது என்ற உறுதியான நம்பிக்கை கொண்டவர். இங்கிலாந்தில் அவர் இருந்தபோது, ஆங்கிலேய நண்பரிடத்தில் அவர் சொன்னார்: 'என் சமயம் இஸ்லாம்; அதில் நான் உறுதியாக நம்பிக்கை கொண்டிருக்கிறேன். கட்டுப்படுத்தப்பட்ட முடியாட்சியையோ அல்லது வாரிசு உரிமையில் வரக்கூடிய ஆட்சியையோ இஸ்லாம் ஒப்புக்கொண்டதில்லை' என்றார்.[50]

சமூகத்துடனான அவரின் உறவு நிலையும் சிக்கலானதாகவே இருந்தது. எந்த மக்களின் முன்னேற்றத்துக்கும் வளர்ச்சிக்காகவும்

பாடுபடுகிறாரோ, அவர்களை இழிவுபடுத்தக்கூடிய சொற்களைப் பொறுமையிழந்து கொட்டிவிடுவார் அவர்கள் மேற்கத்திய தரத்துக்கு வரவில்லை. கடிந்துரைத்தோ, கனிந்துரைத்தோ அவர்களை ஆயத்தப்படுத்தலாம் என்று நினைத்தார். 'இந்துஸ்தானியர்கள் ஆங்கிலேயர்களுக்கு மேலானவர்களாக ஆகமுடியாவிட்டாலும் ஆங்கிலேயர்களுக்கு இணையாக ஆகும் திறமை கொண்டவர்களே' என்று இங்கிலாந்தில் இருந்துகொண்டு சைய்யத் அகமதுகான் எழுதினார்.'[51]

இந்தியர்களை அகமதுகான் கடிந்துரைத்திருக்கும் நிலையிலும் இதன் பின்னால் இருக்கும் அக்கறையைப் புரிந்துகொண்டு பல இந்தியர்கள் அவருக்கு ஆதரவாகவே இருப்பார்கள்.

•

அக்டோபர் 1870 சைய்யத் அகமது நாடு திரும்பி பனாரஸ் வந்து சேர்ந்தார். அங்கே 'பர்னா' நதிக் கரையில் மாபெரும் மாளிகை ஒன்றில் வசித்தார். ஐரோப்பிய பாணியில் வாழ்ந்தார். இவரின் நண்பர் கிரகாம் இது குறித்து ஒருவகையில் வருத்தத்தைத் தெரிவித்திருக்கிறார். 'இங்கிலாந்தில் சில காலம் வாழ்ந்த ஆசியர்கள், எங்களைப் போன்று உடை, பேச்சு, பழக்கங்களைப் பின்பற்றுவதில் நாட்டம் கொண்டிருக்கிறார்கள்' என்றார். இந்தியாவுக்கு அவர் திரும்பியிருந்தார். இந்தியாவில் வாழும் பிரிட்டிஷார்களின் 'இழிவுபடுத்தும் போக்கு' இங்கிலாந்தின் நற்பெயர்களுக்குக் களங்கம் கற்பித்துவிடும் என்பது தெரிந்திருந்த கிரகாம் அவரின் வீட்டுக்கு சைய்யத் அகமதை இரவு விருந்துக்கு அழைத்தார். அந்த விருந்திலே கலந்து கொள்வதற்காக அகமதுவின் ஆங்கிலேய மேலதிகாரி, பனாரஸ் நீதிபதி, 'ஆங்கிலேய சீமான்களும் சீமாட்டிகளும்' வந்திருந்தனர். 'இந்தியாவில் பிரிட்டிஷ்காரர் அளிக்கும் தனிப்பட்ட விருந்து ஒன்றில் முதன்முதலாக ஒரு முகம்மதிய கனவான் கலந்துகொண்டது இந்த விருந்தில்தான்' என்று கிரகாம் குறிப்பிட்டிருந்தார்.[52]

பெருமை மிகு ஹிந்துஸ்தானியான சைய்யத் அகமது, வட மேற்கு பிராந்திய நிர்வாகி சர் வில்லியம் முய்ர், தான் தவறான தகவல்களை அனுப்பியதாகக் குறைகூறியதாக இங்கிலாந்தில் இருந்தபோது கேள்விப்பட்டார். தன்னை அவர் அவமானப்படுத்திவிட்டதாக நினைத்து மனம் வருந்திய சைய்யத் அகமது ஊர் திரும்பிய தகவலைக்கூட சர் வில்லியம் மூய்ரிடம் தெரிவிக்காமல் இருந்து விட்டார். இத்தனைக்கும் வில்லியம் முய்ர், சைய்யத் அகமது மேல் மிகுந்த மதிப்பும் நம்பிக்கையும் கொண்டவர். இவருடைய மகன்

மஹ்மூதை கேம்ப்ரிட்ஜ் பல்கலைக்கழகத்துக்கும், இவரை 'இந்தியாவின் நட்சத்திரம்' என்று பாராட்டுப் பதக்கத்துக்கும் பரிந்துரைத்தவர் இந்த ஆளுநரே!

சையத் அகமதுவின் உணர்வுகளைப் புரிந்துகொண்ட ஆளுநர் அவரிடம், 'நான் எப்போதுமே, தவறான தகவல்களை அனுப்பினீர்கள் என்று கனவில்கூட உங்களைக் குற்றம் சாட்ட மாட்டேன். நான் சொன்னதைத் தவறாக மொழிபெயர்த்துச் சொல்லியிருக்கிறார்கள்' என்றார். கீழைத்தேயர் அந்த பதிலால் உண்மையைப் புரிந்துகொண்டு அமைதியடைந்தார். பின்னர் வில்லியம் முய்ரிடம் சொன்னார்: 'எவ்வளவு பெரிய தவறு செய்துவிட்டேன் என்பதைப் புரிந்துகொண்டுவிட்டேன்'.[53]

1870, டிசம்பர் *24*-ல் 'தஃஹீப் அல் அக்லக்' முதல் பிரதி வெளியிடப்பட்டது. அப்போது சையத் அகமது நாடு திரும்பி மூன்று மாதங்களே ஆகியிருந்தன. அலிகர் கல்லூரியைப் பின்னாளில் அமைக்கவிருந்த ஒரு குழு முதல் பிரதி வெளியான இரண்டு நாட்கள் கழித்து, களத்தில் இறங்கியது. உண்மையில் அந்த சஞ்சிகை ஒரு புயலை ஏற்படுத்திவிட்டிருந்தது.

'அரபு நாட்டில் ஆரம்ப காலம் தொட்டு நடைமுறையில் இருந்து வந்த அடிமை முறைக்கு திருக்குர்ஆனின் அனுமதி இருந்திருக்கவே இல்லை; ஒவ்வொரு மனைவிக்கும் முழு நியாயம் செய்ய முடிந்தவருக்கு மட்டுமே பல தார மணம் அனுமதிக்கப்பட்டது. ஆனாலும் அந்த ஆண்கள் அவர்களின் மனைவியரைச் சரிசமமாக நடத்த வேண்டும்; அரசாங்கத்தின் வைப்பு நிதி மற்றும் கடன் பத்திரங்களால் கிடைக்கக் கூடிய வட்டி தடை செய்யப்படவில்லை; முஸ்லிம் அல்லாதவர்களைப் போன்று உடை அணிவதும், உணவு உண்பதும் தடுக்கப்படவில்லை; குர்ஆனில் அல்லது சில அதிகாரபூர்வ ஹதீஸ்களில் காணப் பெறாத புதுமையான அல்லது தற்கால பிரச்னை குறித்த கேள்விகளுக்கு சமகால முஸ்லிம்கள் 'இஜ்திஹாத்' முறையில் சுயமாக முடிவெடுப்பதில் தவறேதுமில்லை (இஜ்திஹாத் என்பது மார்க்கக் கல்வியில் சிறந்தோங்கும் குழுவைக் கொண்டு பிரச்னையை அலசி ஆராய்ந்து சிந்தித்து முடிவெடுப்பது); அண்ணல் நபிகள் (சல்) ஒரே இரவில் மக்காவிலிருந்து ஜெருசலேம் ஆலயத்துக்குச் சென்ற நிகழ்ச்சி என்பது நபிகள் நிஜமாகவே மேற்கொண்ட பயணம் என்பதே முஸ்லிம்களின் நம்பிக்கை. ஆனால், இதுபற்றி புனித நூலில் குறிப்பிடும் வரிகள் அதைக் 'கனவு' என்றே குறிப்பிடுவதாகத் தெரிகிறது' என்றார்.[54]

வரலாற்றாசிரியர் இக்ரம் இது குறித்துச் சொன்னவை: 'இந்தக் கூற்றுகள் இஸ்லாமியரின் பெருமிதத்தைக் காயப்படுத்திவிட்டது. அனைத்தையும் இழந்துவிட்டிருந்த அவர்களிடம் அந்தப் பெருமிதம் மட்டுமே இருந்தது'. இதனால் சிலர் அவரை 'காஃபீர்' என்றோ, 'நாத்திகர்' என்றோ, 'கிறிஸ்துவர் ஆகிவிட்டார்' என்றோ பேசினார்கள். அவருக்குப் பல எதிரிகள் உருவான போதிலும் 'குட்டைபோல் தேங்கிக் கிடந்த இஸ்லாமிய சமூகத்தில் அதிர்வலைகளை ஏற்படுத்தவும் செய்தார்' என்றார்.[55] மேலும் சைய்யத் அகமதுவின் சமயக் கருத்துகளை ஏற்காதவர்கள் கூட அவரின் எளிய அலங்காரங்களற்ற உருதுவை ரசித்துப் பாராட்டினர்.

•

தன் வரலாற்றை ஜவகர்லால் நேரு எழுதியபோது அதில், '1857க்குப் பின்னர் இந்துக்களைக் காட்டிலும் முஸ்லிம்கள்மீது பிரிட்டிஷார் கடுமையான அடக்குமுறைகளை ஏவினார்கள். அண்மைக் காலம் வரை முஸ்லிம்கள் பெற்றிருந்த ஆட்சியுரிமை, அதைப் பறிகொடுத்த அவர்களின் வலி ஆகியவை அவர்களைப் பெருமளவுக்குப் பகையுணர்வோடு போராடும் குணம் கொண்டவர்களாக ஆக்கிவிட்டது. அந்தவகையில் அவர்களே மிகவும் அபாயகர மானவர்கள் என்று பிரிட்டிஷார் கருதினார்கள்' என்றார்.[56] அதுபோல் முஸ்லிம்களும் பிரிட்டிஷ் அரசாங்கத்திடமிருந்து விலகி வெறுத்து ஒதுக்கியவர்களாக இருந்தார்கள். இத்தகைய சூழலில் முஸ்லிம் களிடையே சைய்யத் அகமது போன்ற இணக்கமும் ஒத்திசைவும் காட்டுபவர்கள் பிரிட்டிஷாருக்குப் பெரும் பேறாகத் தெரிந்தனர். அதனால் பிரிட்டிஷார் சைய்யத் அகமதுக்கு உதவிக்கரம் நீட்டினார்கள். அவர் தொடங்கவிருந்த கல்லூரிக்கு அலிகரில், பிரிட்டிஷ் ராணுவப் பயன்பாட்டில் இருந்த எழுபத்தைந்து ஏக்கர் நிலத்தை ஆளுநர் முயர் கொடையாக அளித்தார். வைஸ்ராய் நார்த் புரூர் பிரபு தன் சொந்தப் பணத்திலிருந்து ரூபாய் பத்தாயிரம் வழங்கினார். ஜனவரி புதிய வைஸ்ராயாக வந்த லிட்டன் பிரபு இந்தக் கல்லூரிக்கு 1877 ஜனவரியில் அடிக்கல் நாட்டினார். இக்கல்லூரி தொடக்கவிழாவைப் பார்த்த பிரிட்டிஷ்காரர் ஒருவர் சைய்யத் அகமதுவுக்கு, 'இஸ்லாத்தின் முற்போக்கான இந்தியத் தலைவர்' என்ற ஒரு பட்டத்தை அதிகாரபூர்வமற்றவகையில் வழங்கிப் பாராட்டினார்.[57]

சைய்யத் அகமது இதற்கு ஓர் ஆண்டுக்கு முன்னர்தான் பிரிட்டிஷ் அரசாங்கத்தின் நீதித் துறைப் பணியிலிருந்து ஓய்வு பெற்று அலிகரில் வசிக்கத் தொடங்கியிருந்தார். இந்தக் கல்லூரிக்கு இந்தியாவிலுள்ள உயர் வர்க்கமும் உதவிக்கு வந்தது. அதில் ராம்பூர் முஸ்லிம் நவாபும்,

பாட்டியாலாவைச் சேர்ந்த சீக்கிய ஆட்சியாளர், விஜய நகர இந்து அரசர் ஆகியோர் அடங்குவர். சைய்யத் அகமது எளிய இந்தியர்களிடம் கூட நிதி வசூலிக்கவே செய்தார். வீடு வீடாகச் சென்று எளிய மக்களைச் சந்தித்து, அவர்களிடம் ஒரு கவிதையைப் பாடிக்காட்டியோ அல்லது கல்வி நிறுவனத்துக்காக 'லாட்டரி டிக்கெட்' விற்பனை செய்தோ அவர்களிடமிருந்து பணத்தைப் பெற்று தன் கழுத்தைச் சுற்றி வட்டமாகத் தொங்குகிற பையில் போட்டுக் கொள்வார்.

ஆங்கிலேய அரசாங்கத்தில் இருந்த அனைவரும் உதவிகரமாக இருந்திருக்கவில்லை. பிரிட்டிஷ் அரசாங்கம் கல்லூரிக்காக அளிக்க முன்வந்த 75 ஏக்கர் நிலத்தை கல்வி நிறுவனத்தின் பெயரில் மாற்றித் தருவதில் இடையூறு ஏற்படுத்தினார்கள் (பெருமித மிகு இந்துஸ்தானியான சைய்யத் அகமது, அவர்களோடு சமூகரீதியான நடவடிக்கைகளில் கலந்துகொள்வதைத் தவிர்த்தார்). மற்ற அதிகாரிகள் இன்னும் ஒருபடி மேலே சென்று, 'வேண்டுமானால் கல்லூரி தொடங்கிக் கொள்ளலாம்; பல்கலைக்கழகம் தொடங்க அனுமதிக்கமாட்டோம்' என்று அவர்களுக்குள்ள தடை அதிகாரத்தைப் பயன்படுத்தித் தடுத்துவிட்டார்கள். 'முகமதிய ஆங்கிலோ ஓரியண்டல் கல்லூரி' சுருக்கமாக எம்.ஏ.ஓ. கல்லூரி என்று தொடங்கப்பட்டது.

கல்லூரியில் கலையியல், அறிவியல், சட்டம் ஆகிய பாடப் பிரிவுகள் ஆங்கிலத்தில் கற்பிக்க ஏற்பாடு செய்யப்பட்டது. அவர் முன்பொரு முறை சொன்னதுபோல, அக்கல்லூரியில் வட்டார வழக்கு மொழியில் பாடங்கள் கற்றுக் கொடுக்கப்படவில்லை.[58] அது குறித்து அவர் விளக்கம் அளித்தார். முன்னர் அதற்கு ஆதரவாக அவர் சொன்ன கருத்து 'தவறானது' என்று குறிப்பிட்டார். அதற்கு அவர் சொன்ன காரணம்: 'வட்டார மொழியில் போதிய மொழிபெயர்ப்பு கள் இல்லை. அப்படிக் கொண்டுவருவதும் மிகவும் கடினமானது'. அரசாங்கத்தில் இந்திய வட்டார மொழிகளில் அறிவிப்புக்கள், ஆணைகள் வந்து கொண்டிருந்ததை நிறுத்திவிடவேண்டும்'[59] என்றும் கூடச் சொன்னார்.

உருது மொழியில் கற்றுக்கொடுக்க பிரிட்டிஷ் அரசிடம் அனுமதி பெறுவது கடினம்; அதோடு முஸ்லிம் இளைஞர்களுக்கு பிரிட்டிஷ் அரசுப் பணிகள் கிடைக்கவேண்டுமென்றால் ஆங்கிலம் தெரிந்திருக்கவேண்டும் என்பதெல்லாம் சைய்யது அகமதுவுக்குப் புரிந்திருந்தது. இவையே இந்தத் தலைகீழ் மாற்றத்துக்குக் காரணங்களாக இருந்தன.

அவர் நடத்திய ‘மறுமலர்ச்சியாளர்’ இதழ் அளவுக்கு எம்.ஏ.ஓ. கல்லூரி அப்படியொன்றும் புரட்சிச் சிந்தனைகளையோ, புதுமைப் போக்குகளையோ கொண்டிருக்கவில்லை. சையத் அகமது தனது எண்ணங்களுக்கு வடிவம் கொடுப்பதற்கான இடமாக அந்தக் கல்லூரியை உருவாக்கியிருக்கவில்லை. முஸ்லிம்கள் ஆங்கில முறைக் கல்வியை மதம் சார்ந்த எந்தவொரு இறுக்கமான முன் தீர்மானமும் இன்றிக் கற்றுக் கொள்வதற்கான இடம் என்றே நினைத்தார்.[60] அங்கே பெண்கள் கல்வி கற்க அனுமதிக்கப் படுவார்களா என்ற கேள்விக்கு இடமில்லை. அக்கல்லூரி தொடங்கப் பட்டபோது, தொடக்க விழாவில் பேசிய மூய்ர், ‘இஸ்லாமியப் பெண்களையும் கல்வி கற்க வைப்பது மிகவும் அவசியம்’[61] என்றார். அதற்கு சையத் அகமது அதே மேடையிலேயே விடையளித்தார்: ‘ஏராளமான முஸ்லிம் ஆண்கள் முழுமையாகக் கல்வியைக் கற்கும்வரை முஸ்லிம் பெண்களுக்குக் கல்வி வசதியை ஏற்படுத்த முடியாது.’[62]

மேலும் சையத் அகமது, ‘முஸ்லிம் மாணவர்களுக்கு மதக் கல்வி தரும் பொறுப்பை நான் ஏற்கப்போவதில்லை; மரபான முஸ்லிம்கள் கொண்ட குழுவிடமே ஒப்படைப்பேன்’ என்று முன்பே அறிவித்திருந்தார். அந்த வாக்குறுதியைக் காப்பாற்றினார். அவரின் சமயம் தொடர்பான விமர்சனபூர்வமான கருத்துகளை மாணவர் களிடம் ஒருபோதும் கொண்டுசெல்ல மாட்டேன் என்று உத்தரவாதம் கொடுத்தார். தன்னுடைய மறுமலர்ச்சிக் கருத்துகள் இளைஞர் களைக் குழப்பத்தில் ஆழ்த்திவிட அவர் அனுமதிக்கவில்லை.[63]

1920-ல் பல்கலைக்கழகமாக ஆகிய இக்கல்லூரியின் வரலாறு தொடர்பான படைப்புகள் எல்லாம் ஒரு முக்கியமான விஷயத்தைச் சொல்லியபடியேதான் தொடங்குகின்றன. முஸ்லிம்கள் நவீன ஆங்கிலக் கல்வியில் இருந்து விலகி நின்றனர்; பிரிட்டிஷ் அரசின் பள்ளிகளில் இந்துக்களின் எண்ணிக்கை மிகுதியாக இருந்தது. இவற்றை ஈடுகட்டவே சையது அகமது இந்த கல்லூரியை ஆரம்பித்தார் என்றே அவை சொல்கின்றன. அவருமே இதை பலமுறை சொல்லியுமிருக்கிறார். அன்றைய காலகட்டத்தில் முஸ்லிம்கள் அரசாங்கப் பள்ளிகளிலும் கல்லூரிகளிலும் படித்தால் அவர்கள் அங்கே கிறித்துவ சமயப் பரப்புரைக்குப் பலியாவார்கள் என்றும், ஆங்கிலக் கல்வி பெறுவதென்பது கிட்டத்தட்ட கிறித்தவ சமயத்தைத் தழுவுவதற்கு சமம் என்றும் கருதினார்கள் என்பதே சையத் அகமது கண்டு சொன்ன உண்மை.[64]

ஹபீஸ் மாலிக், சையத் அகமதுவை உயர்வாக மதிப்பவர்; இத்துணைக் கண்டத்தில் முஸ்லிம் பிரிவினைக் கொள்கையின்

தந்தை என்று அவரை அழைப்பார். இருந்தும், இவர் விரிவாக ஆய்வு மேற்கொண்ட பின் ஒரு விஷயம் சொல்லியிருக்கிறார்: 'நவீனக் கல்விமுறைக்கு முஸ்லிம்கள் எதிராக இருந்தர்கள் என்பது வெறும் மாயையே. சைய்யத் அகமதுவே அதை உருவாக்கினார். அவரே அந்த மாயையை முறியடிக்கவும் செய்தார்'[65] என்றார். 1882 முதல் 1898 வரையில் (சைய்யத் அகமதுவின்) எம்.ஏ.ஓ. கல்லூரியில் பட்டம் பெற்ற முஸ்லிம் பட்டதாரிகள் எண்ணிக்கை மொத்தமாக 122. அதேநேரத்தில் அரசாங்கத்தால் நடத்தப்பட்ட அலகாபாத் பல்கலைக்கழகத்தில் பட்டம் பெற்ற முஸ்லிம் பட்டதாரிகள் எண்ணிக்கை மொத்தம் 250. மாலிக்கின் கண்ணோட்டத்தில், 'சர் சைய்யத் அகமது இல்லாவிட்டாலும்கூட நவீனக் கல்வி முஸ்லிம்களிடம் சென்று சேர்ந்திருக்கும்...' என்றார்.[66]

வங்காளம், ஒரிசா மற்றும் சைய்யத் அகமதுவின் சொந்த மண்ணான வடமேற்கு மாகாணங்களில், முஸ்லிம்கள் சேர்க்கை அல்லது பங்களிப்பு கல்லூரிகளிலும் பல்கலைக்கழகத்திலும் மிகவும் குறைவுதான். ஆனால், மாலிக்கின் கணிப்பில் இதற்கெல்லாம் காரணம் முஸ்லிம்களின் வறுமை நிலைதான்; சமய அடிப்படையிலான புறக்கணிப்பு அல்ல என்கிறார். மேலும் அவர் இது தொடர்பாக எடுத்துவைக்கிற குறிப்பு : பம்பாய், ஔத், பஞ்சாப் ஆகிய இடங்களில் பிரிட்டிஷார் வழங்கிய கல்வியை முஸ்லிம்கள் ஆர்வத்துடன் ஏற்றுக்கொண்டார்கள்'.

மாலிக் இது குறித்து மேலும் சொல்லும்போது, சைய்யத் அகமதுவின் விருப்பம் முஸ்லிம்கள் இந்த நவீனக் கல்வியில் உரிய நியாயமான எண்ணிக்கையில் சேரவேண்டும் என்பது அல்ல; அதிக அளவிலான எண்ணிக்கையை அவர்கள் எட்டவேண்டும் என்பதே...' என்கிறார்.[67]

சைய்யத் அகமதுவின் செயல்பாடுகள் நமக்கு வேறொரு கதையைச் சொல்கின்றன.[68] அது தொடர்பான உண்மைநிலையை முன்வைத்தவர் வில்லியம் ஹண்டர். 'இந்திய முசல்மான்கள்' என்ற அவருடைய நூலில் வங்காளத்தில் 1860 முதல் 1870 வரையில் 'முஸ்லிம்களிடையே நிலவும் வறுமை, வேலையின்மை, நவீனக் கல்வியைப் புறக்கணித்தக் காரணத்தால் ஏற்பட்ட பின்னடைவு' ஆகியவை பற்றிப் பேசியிருக்கிறார். 1872-ல் ஹண்டர் எழுதியுள்ளது: 'கல்கத்தாவிலுள்ள அரசாங்க அலுவலகங்களில் சுமை தூக்குபவர், செய்திகளைக் கொண்டு செல்பவர், மைப்புட்டிகளை நிரப்புபவர், 'பேனாவை பழுது பார்ப்பவர்' என்ற நிலைக்கு மேலே எந்த ஒரு முஸ்லிமும் இல்லை'. மேலும், ஹண்டர் சொல்கிறார்: 'சில ஆண்டுகளுக்கு முன்புவரை ஆங்கிலக் கல்லூரியில் (கல்கத்தா)

பயிலும் முன்னூறு மாணவர்களில் முஸ்லிம்கள் ஒரு சதவிகிதம் கூட இல்லை.'[69]

இந்த இரண்டு தரவுகளும் ஒன்றை மற்றொன்று மறுதலிக்கின்றன. சையத் அகமது, முஸ்லிம்கள் 'அவரின்' 'நவீன' கல்லூரியில் சேர வேண்டுமென்று வலியுறுத்தி வருகிறார் என்பதில் எந்த சந்தேகமும் இல்லை. அரசாங்கத்தின் நவீனக் கல்வி அளிக்கிற கல்விச்சாலைகளில் சேர வேண்டுமென்று அவர்களை வலியுறுத்தவில்லை. இதிலிருந்து தெரிய வருவது, நவீனக் கல்வியை அவர்கள் கற்கவேண்டும் என்பதுபோலவே முஸ்லிம்களின் கட்டுப்பாட்டில் இருக்கிற கல்வி நிலையங்களில் மட்டுமே முஸ்லிம்கள் பயில வேண்டுமென்பதும்தான் அவரின் நோக்கம். அவரின் இந்த நிலைப்பாட்டை 1882-ல் அவரின் பேச்சு உறுதிப்படுத்தவும் செய்கிறது.

'அனைத்துத் தரப்புக் கேள்விகளையும் முழுவதுமாக ஆராய்ந்து பார்த்தபின் ஒரு தெளிவான முடிவுக்கு வந்திருக்கிறேன். நம் மக்களுக்கான கல்வியை அளிக்க வேண்டுமெனில், அக்கல்வித் துறையின் அனைத்து நிர்வாகக் கட்டுப்பாடும் நம் மக்களின் கையிலே இருக்குமாறு செய்யவேண்டும். அரசாங்கம் தன் குறுக்கீட்டைத் திருப்பிப் பெற்றுக் கொள்ளவேண்டும்.'[70]

காரணம் வெளிப்படையானது. அவர் விரும்புவது முழுமையான ஒரு முஸ்லிம் கல்லூரியை. இதற்கு முஸ்லிம்கள் ஆதரவு தர வேண்டுமென்று விரும்புகிறார். மேலும் இந்தக் கல்லூரியில் நடத்தப்படுகிற 'மதக் கல்வியை' அவர் சமய அடிப்படைவாதிகளிடையே ஒப்படைத்தார். அந்த முஸ்லிம் சமுதாயம் இதிலிருந்து அவருடைய இஸ்லாமியத்தன்மையைப் புரிந்துகொண்டு, ஒரு காலத்தில் அவர் தங்களுடைய சமயத்துக்குப் புறம்பான கருத்துகளைக் கொண்டிருந்தார் என்பதை மன்னித்து விட்டு அவருடைய கல்லூரியை ஆதரித்தார்கள். சையத் அகமது முஸ்லிம் மாணவர்களை ஐந்து வேளை தொழுகைகளைக் கடைப்பிடிக்க வேண்டுமென்று வற்புறுத்தினார். அவர்கள் தலையில் சிவப்பு நிறத் துருக்கி தொப்பி அணிய வேண்டுமென்றும் கூறினார். இதையெல்லாம் சமய அடிப்படைவாதக் குழுவினர் முன்வைத்தவையும் தான்.

1879-ல் வெளிவந்த கவிஞர் ஹாலியின் 'முஸாத்தஸ்' (Musaddas) என்ற கவிதைத் தொகுப்பில் சையத் அகமதுவைப் புகழ்ந்து பாடினார்: 'முஸ்லிம் நம்பிக்கையை அவர் நிலைநிறுத்தினார்.'[71] எதிரிகளின் வசைகள் (காஃபிர், சைத்தான் போன்றவை) ஒரு விளைவையும் ஏற்படுத்தவில்லை. கல்லூரி வளர்ச்சி பெற்றது.

'குர்ஆன் மீது ஆணையிட்டு' அவரின் வாழ்க்கையை முடிப்போம்'[72] என்றெல்லாம் அவருக்கு மிரட்டல் கடிதங்கள் குவிந்தன. இதற்கெல்லாம் அவர் அச்சம் கொள்ளவில்லை. அதோடு அவர் தன் பணிகளைக் குறைத்துக் கொள்ளவுமில்லை.

எம்.ஏ.ஓ. கல்லூரி சமுதாயத்துக்குச் (முஸ்லிம் சமுதாயத்துக்குச்) சொந்தம். முஸ்லிம் சமுதாயத்தின் உட்பிரிவுகளில் உள்ள எந்த ஒரு சார்பினருக்கும் சொந்தமானதல்ல. அங்கே செல்கிற பார்வை யாளர்கள் ஷியா மற்றும் சன்னி மதப் பிரிவுகளுக்கென்று தொழுகைக் கூடங்கள் அடுத்தடுத்து இருப்பதைப் பார்த்து வியப்படையக் கூடும்.[73]

எம்.ஏ.ஓ. கல்லூரி முஸ்லிம்களின் கல்லூரி; ஆனால், முஸ்லிம்களுக்கு மட்டுமேயான கல்லூரி அல்ல. அங்கே இந்துக்கள் சேர்ந்து படிக்கவும், 'பகல் வேளை' மாணவர்களாக இருந்து கொள்ளவும் தடை கிடையாது. முஸ்லிம் மாணவர்களுக்காக விதிக்கப்பட்ட விதிகளும் இஸ்லாம் சமயப் பாடங்களும் இவர்களுக்குக் கிடையாது. மேலும் இந்துக்களின் நம்பிக்கையை யும் நன்மதிப்பையும் பெறும் வகையில் சைய்யத் அகமது கல்லூரி முகாமில் பசுவதைக்குத் தடை விதித்தார்.

1887ல் கல்லூரி செயற்குழுவுக்குத் தேர்ந்தெடுக்கப்பட்ட பதினோரு நபர்களில் மூவர் இந்துக்கள். 1894ல் அங்கு பணியாற்றிய ஏழு இந்திய ஆசிரியர்களில் இருவர் இந்துக்கள். கல்லூரியின் தொடக்கக் காலத்தில் முஸ்லிம் மாணவர்களைவிட இந்து மாணவர்களே எண்ணிக்கையில் அதிகமாக இருந்தார்கள். எம்.ஏ.ஓ. கல்லூரியில் கல்வி உதவித் தொகை பெறுவதற்கு முஸ்லிம் மாணவர்களைப் போன்று, இந்து மாணவர்களும் தகுதி கொண்டவர்கள் என்று சைய்யத் அகமது அறிவித்தார். ஒருமுறை அவர் தன்னுடைய சொந்தப் பணத்திலிருந்து 'இந்து மாணவர்களில் பி.ஏ. படிப்பில் முதல் வகுப்பில் தேர்ச்சி பெறுபவருக்குத் தங்கப்பதக்கம்' என்று அறிவித்தார். 'ஹிந்து முஸ்லின் ஒற்றுமையைப் பார்க்காதவர்கள் எம்.ஏ.ஓ.வுக்கு வந்தால் பார்த்துத் தெரிந்துகொள்ளலாம்' என்று கவிஞர் ஹாலி அதிரடியாகச் சொன்னார். அதில் உண்மை இருக்கவும் செய்தது.[74]

எனினும் காலப்போக்கில் இந்த இந்து முஸ்லிம் நட்புறவு பாதிப்புக்குள்ளானது. இக்கல்லூரி வளாகம் மத மோதல் இல்லாமல் இருந்தாலும் அலிகர் நகரில் சுற்றுவட்டாரத்தில் நடக்கும் மோதல்களின் நிழல் இங்கும் விழுந்தது. எம்.ஏ.ஓ. கல்லூரி (பின்னர் அலிகர் முஸ்லிம் பல்கலைக்கழகம்) அரசாங்கத்துக்கான முஸ்லிம் ஊழியர்களை வரிசையாக, அடுத்தடுத்து உருவாக்கிக் கொண்டே

வந்தது. அப்படி உருவானவர்களில் பலர் சைய்யது மறைந்து ஐம்பது ஆண்டுகளுக்குப் பின் உருவான பாகிஸ்தானில் முக்கிய உயர் பதவிகளை அலங்கரித்தார்கள்.

பேரும் புகழும் கொண்ட தலைவர்களாக விளங்கிய அலி சகோதரர்கள் – சௌகத் அலி, முகம்மது அலி ஆகிய இருவரையும் நாட்டுக்குத் தந்தது. மேலும் பல உன்னதத் தலைவர்களான அரசாங்கத்தின் ஆட்சி அதிகாரத் தலைமைப்பதவிகளை வகித்தவர்களான லியாகத் அலிகான், க்வாஜா நஸீமுத்தீன் போன்றோரை வழங்கியது. சைய்யத் அகமது இங்கிலாந்தில் இருந்தபோது கண்ட கனவான நவீன வளர்ச்சியோ இந்தியாவுக்குத் திரும்பிய பின்னர் அவர் மனதில் இருந்த சமயச் சீர்திருத்தக் கனவுகளோ இவை எதுவும் ஈடேறியிருக்கவில்லை. இஸ்லாமிய ஒற்றுமை மற்றும் மத பழமைவாதம் ஆகிய இரண்டு மட்டுமே வலுப்பட்டது. ஒரு சிலர் அதை முஸ்லிம் தேசியவாதம் என்று சொல்லி, அதற்காகக் கடவுளுக்கு நன்றிப் பாராட்டினார்கள் . இன்னும் சிலர் அதை மதவாதம் என்றுசொல்லி வருத்தம் தெரிவித்தனர். சைய்யத் அகமதுவின் கனவு பாதிதான் நிறைவேறியிருக்கிறது.

•

எம்.ஏ.ஓ. கல்லூரியைத் தொடங்கியதைத் தொடர்ந்து சைய்யத் அகமது கான் நாடு முழுவதும் புகழ் பெற்றார். மேலும், அவர் இந்திய முஸ்லிம்களுக்குத் தலைவராகவும் ஆனார். வைஸ்ராய் லிட்டன் துரை இவரை இம்பீரியல் சட்ட மேலவைக்கு நியமனம் செய்தார். இவருக்கு அடுத்து பதவிக்கு வந்த வைஸ்ராய் ரிப்பன் பிரபுவும் இவரை அதே மேலவையில் தொடர்ந்து இருக்கத் தேர்வு செய்தார். இந்த சட்ட மேலவையில் சர் சைய்யத் அகமது இந்திய மக்களைத் தாக்கும் பெரியம்மை நோய்த்தடுப்புக்கான கட்டாய தடுப்பு ஊசி போடும் திட்டத்தை முன்மொழிந்தார். இந்தியாவிலுள்ள நீதிமன்றங் களில் நிலவும் இனப் பாகுபாடுகளை முடிவுக்குக் கொண்டு எடுக்கப்பட்ட நடவடிக்கைகளுக்கு முழு ஆதரவு கொடுத்தார்.

இந்த பெருமிதமிக்க இந்துஸ்தானி தன் அருமை நண்பர் கிரகாமையே எதிர்க்க வேண்டிய நிலைமைக்கு ஆளானார். ஆம். ஆங்கிலேய ஆட்சி நிர்வாகத்தில் இருந்த ஆலன் ஆக்டோவியன் ஹ்யூம், இந்திய தன்னார்வக் காவல் படைஒன்றை உருவாக்கலாம் என்று ஆலோசனை முன்வைத்தார். கிரகாம் அதற்குக் கடும் எதிர்ப்பு தெரிவித்தார். இதைக் கேள்விப்பட்ட சைய்யத் அகமது, கிரகாமுக்குக் கடிதம் ஒன்றை அனுப்பினார்: ‘இந்த அரசாங்கம் இந்நாட்டு மக்களை நம்பிக்கைக்குரியவர்களாக நினைக்கவில்லை என்று இதற்கு அர்த்தமாகிறது’. மேலும் கிரகாமுக்குத்

தெளிவுபடுத்தும் வகையில், 'உங்களை நாங்கள் நம்ப வேண்டுமென்று விரும்பினால் நீங்களும் எங்கள் மீது நம்பிக்கை வைத்தாகவேண்டும்'[75] என்று எழுதினார்.

இப்படி அடிக்கடி இந்தியர்களை மதிப்புக் குறைவாகக் கருதும் ஆங்கிலேயர்களின் போக்கினால் முகலாய வாரிசு எரிச்சலுற்றார். மனக் கசப்படைந்தார். 'இந்த நாட்டை அடக்கி ஆளும் நம் ஐரோப்பிய நண்பர்கள், அடக்கி ஆளப்படும் இந்தியர்களுடன் என்றைக்காவது ஒரே இருக்கையில் உட்காரும் நிலைக்கு வருவர்களா?'[76] என்று குறிப்பிட்டார்.

அவர் தன் மனக்குமுறலை ஒரு நாளும் ஒளித்ததில்லை. ஆனால், பிரிட்டிஷாரை எதிர்க்கும் நிலைக்கு அவர் என்றும் போகவும் இல்லை. 1857 புரட்சியின் கொந்தளிப்பான நிகழ்வுகள் அவர் மனதில் மறையாமல் அப்படியே இருந்தன. அரசுக்கு எதிராகக் கிளர்ச்சியில் ஈடுபடுவது என்பது முட்டாள்தனம்; அரசாங்கத்துக்கு இணங்கிப் போவதே பலனளிப்பது என்று நன்கு அறிந்திருந்தார். இந்த நோக்கிலும் போக்கிலும் இருந்து அவர் பிறழவே இல்லை. அதுபோல் தங்களுக்கு விசுவாசமாக இருந்த அவரை பிரிட்டிஷ் அரசும் நல்ல முறையில் வளர்த்தெடுத்தது.

வைஸ்ராய்களும் ஆளுநர்களும் அலிகருக்கு வருகை புரிந்தார்கள். எம்.ஏ.ஓ. கல்லூரியைப் பாராட்டிப் பேசினார்கள். கல்வி மற்றும் பொதுப் பணித் துறைக்குத் தலைமைப் பொறுப்பில் சைய்யத் அகமது நியமிக்கப்பட்டார். அவர் மைந்தர் சைய்யத் அகமது நீதிபதியாகப் பணியமர்த்தப்பட்டார். மேலும், எம்.ஏ.ஓ. கல்லூரி பட்டதாரிகளுக்காக நல்ல வேலை வாய்ப்புகள் காத்துக் கிடந்தன. நம்பிக்கையிழந்து அடி ஆழத்தில் முடங்கிக் கிடந்த ஒரு சமுதாயம் இப்போது செல்வாக்குப் பெறத் தொடங்கிவிட்டது. சைய்யத் அகமது தன் வியூகம் மிகச் சிறப்பாகச் செயல் வடிவமும் பெற்று விட்டது என்று நம்பினார். அதைப் பொதுவெளியில் சொல்லவும் செய்தார். முன்பின் தெரியாத வெள்ள நீரில் அவர் வெகு திறமையாக அலைக்கழிப்புக்கிடையே தமது படகைச் செலுத்திக் கரைசேர்த்தார் என்று அவரின் சமூகத்தார் பாராட்டினார்கள். அவர்களைப் பொறுத்தவரையில் அவர்தான் அவர்களின் அறிவார்ந்த தலைவர். 'முஸ்லிம் ஆட்சி மறைந்துவிட்டதால் அவர்களுக்கு ஏற்பட்ட வெறுமையை இவருடைய பணிகள் ஈடுசெய்துவிட்டன.[77]

அரசாங்கம் அவர் சொல்வதைக் காதுகொடுத்துக் கேட்டது உண்மைதான். ஆனால், மக்களுக்கும் அப்படியான முக்கியத்துவம் கிடைப்பதை அவர் விரும்பவில்லை. 'வயது வந்தோருக்கு வாக்குரிமை', வேலைக்குத் தேர்ந்தெடுக்கத் திறந்த போட்டி,

மேலும் 'ஒருவர்க்கு ஓர் ஓட்டு' போன்ற வாக்கியங்கள் அவர் காதில் வந்து விழுந்தன. இவை யாவும் சைய்யத் அகமதுவுக்கு அசௌகரியத்தை ஏற்படுத்தின. 'கல்வி அறிவும், ஒருபடைத் தன்மையும் கொண்ட நாடுகளுக்கு அது சரியாக இருக்கலாம். ஆனால், இந்தியாவுக்கு அந்த இரண்டும் இல்லை. இந்தியர்களிடம் ஜனநாயகத்துக்குத் தேவையான முதிர்ச்சியும் இல்லை; ஒன்றுபட்ட தன்மையும் இல்லை. இவற்றைக் கொண்டுவந்தால் இந்தியாவில் கீழ்மட்ட வகுப்பினரின் ஆட்சியும் இந்து ராஜ்யமுமே நடக்கும்' என்று கருதினர்.

அவருடைய இந்த எண்ணங்கள் அவர் பிறந்த மேட்டுக்குடி வர்க்கப் பார்வையினால் ஏற்பட்டது. 'நல்ல குடும்பத்து மனிதர் கீழ்மட்டத்தில் உள்ளவர்களிடம் தமது நலன்களையோ செல்வத்தையோ நம்பி ஒப்படைக்கமாட்டார்கள். அந்தக் கீழ் மட்டத்தினரின் ஆதார விஷயங்கள் பற்றி அவர்களுக்கு நல்ல பரிச்சயம் இருந்திருக்கும்'.

அதை நேரம் சைய்யத் அகமதுவின் அந்த உணர்வுகள் முஸ்லிம் சமுதாய நலன்களை அடிப்படையாகக் கொண்டதும் கூட.

> 'ஒருவேளை எல்லா ஆங்கிலேயரும் புறப்பட்டுப் போய் விட்டார்கள் என்று வைத்துக்கொள்வோம். அப்போது இந்தியாவை ஆள்வதற்கு யார் வரவேண்டும்? இந்து அரசரும் முஸ்லிம் அரசரும் ஒரே அரியணையில் அமர்ந்து ஆட்சிபுரியமுடியுமா? நிச்சயமாக முடியாது. இங்கே அவர்களில் யாரேனும் ஒருவர்தான் மற்றவரை அடக்கிவிட்டு ஆட்சி அதிகாரம் செலுத்த மேல் எழுவார்கள்.'[78]

இந்தியாவுக்கு சுய நிர்ணய ஆட்சிப் பொறுப்புக்கு வழி செய்யும் சட்ட முன் வடிவு ரிப்பன் பிரபுவால் வைஸ்ராய் கவுன்சிலில் விவாதத்துக்குக் கொண்டுவரப்பட்டது. அப்போது சைய்யத் அகமது முஸ்லிம்களுக்கு உள்ளாட்சி அமைப்புகளிலும், மாவட்டக் குழுக்களிலும் தனி நியமனம் ஏற்படுத்தப்பட வேண்டுமென்ற கோரிக்கையை முன்வைத்துப் பேசி வெற்றியும் கண்டார். அவரின் அன்றைய நீண்ட பேச்சுரை:

> 'ஒரேவிதமான இனத்தினரோ சமயத்தினரோ இருக்கும் நாடுகளில் மக்களைப் பிரதிநிதித்துவப்படுத்துகிற தேர்தல் முறைதான் மிகவும் சிறந்தது என்பதில் சந்தேகமே இல்லை. ஆனால், பிரபுக்களே... இந்தியா போன்ற ஒரு நாட்டில் மாறுபட்ட தரப்புகள் ஏராளமாக இன்னமும் தொடர்ந்து இருந்துவருகின்றன. பல்வேறு இனப்பிரிவுகளிடையே அவர்களுக்குள் எந்தவித ஓட்டு உறவும் ஏற்படுவது கிடையாது.

சமய வேறுபாடுகள் என்பது எப்போதும் வன்முறை அளவிலே வெளிப்பட்டுக் கொண்டிருக்கின்றன. எல்லாத் தரப்பு மக்களிடமும் இன்னமும் நவீனப் பார்வையிலான கல்வி ஏற்படவே இல்லை.

அதுபோல எல்லாத் தரப்பு மக்களிடமும் மக்கள் தொகை அடிப்படையில் சமமான வளர்ச்சி விகிதம் என்பது ஏற்படவில்லை. நான் பெருமளவுக்குச் சிந்தித்துப் பார்த்ததில், லட்சியவாத, பல தரப்புகளைக் கருத்தில் கொள்ளாத எளிய தேர்தல் வழிமுறைகள் உள்ளாட்சி மற்றும் மாவட்ட கவுன்சில்களுக்கு அமல்படுத்தப்பட்டால், எண்ணிக்கையில் அதிகமாக இருக்கும் பெரிய சமுதாயம் சிறிய சமுதாயத்தின் விருப்பங்களையும் நன்மைகளையும் மொத்தமாக முறியடித்து விடும். இந்த நடவடிக்கைகள் இன மற்றும் மத ரீதியான வேறுபாடுகளை இதுவரை இல்லாத அளவுக்கு வன்முறைப் போக்குக்கு இழுத்துச் சென்றுவிடும்.'[79]

மேலே எடுத்துக்காட்டிய உரை ஜனவரி 1883ல் சையத் அகமது பேசியது. கிட்டத்தட்ட இந்திய தேசிய காங்கிரஸ் தோற்று விக்கப்படுவதற்கு மூன்று ஆண்டுகளுக்கு முன்பே நிகழ்த்தப்பட்ட உரை. இந்திய தேசிய காங்கிரஸ் உருவாகக் காரணமானவர் ஆலன் ஆக்டேவியன் ஹ்யூம். இவர் முன்வைத்த இந்தியத் தன்னார்வ காவலர் படை என்ற ஆலோசனை சையத் அகமதுவுக்கும் ஏற்புடையதாக இருந்ததை முன்பே பார்த்தோம்.

காங்கிரஸின் நிறுவனர்களான ஆக்டேவியன் ஹ்யூமும் அவரின் பிரிட்டிஷ் மற்றும் இந்திய நண்பர்கள் அனைவரும் பிரிட்டிஷ் அரசாங்கத்துக்கு உண்மையானவர்களாக இருந்தார்கள். அதேநேரம் அரசு குறித்து ஆக்கப்பூர்வமான விமர்சனங்களை முன்வைத்தார்கள். இக்காலகட்டத்தில் வைஸ்ராயாகப் பதவியில் இருந்தவர் டஃபரின் துரை. இவர் ஆக்டேவியன் ஹ்யூமை ஊக்கப்படுத்தினார். அப்போது பிரிட்டிஷ் ஆட்சியைக் குறித்து பெரும்பான்மை மக்களிடம் இருந்த மனக்குறைகளுக்கு ஒரு வடிகாலாக காங்கிரஸ் அமைப்பு செயல்படட்டும் என்று கருதினார்.

ஜாதிய, இன, சமய வேறுபாடுகளையும், பிராந்திய வெறுப்புணர்வு களையும் களைவதற்கு முடிந்தவரை பணியாற்றுவதே காங்கிரஸின் முதன்மைக் குறிக்கோளாக இருந்தது. ஆனால், அந்த (காங்கிரஸ்) அமைப்பின் முதல் கூட்டத்தில் எழுப்பப்பட்ட கோரிக்கை: 'தேர்ந்தெடுக்கப்பட்ட பிரதிநிதிகள் போதுமான அளவுக்கு சட்டசபை கவுன்சில்களில் இடம்பெறவேண்டும். மேலும் சிவில் சர்வீஸ் துறைகளில் இந்தியர்கள் பெரிய அளவில் நுழைய ஏற்பாடு

செய்யவேண்டும்.' இவையெல்லாம் சைய்யத் அகமதுவின் விருப்பங்களுக்கு மாறானவை.[80]

சைய்யத் அகமது இரண்டு ஆண்டு காலம்வரை மௌனம் காத்தார். முஸ்லிமான பத்ருத்தீன் தையாப்ஜி காங்கிரஸின் தலைவராகத் தேர்வு செய்யப்பட்டார். சைய்யத் அகமது அப்போதுதான் பேசினார். முஸ்லிம்களின் ஆதரவைக் காங்கிரஸ் எதிர்பார்க்கிறது. இதைப் பயன்படுத்தி முஸ்லிம் சமுதாயத்தின் நலன்களுக்கு கூடுதல் உந்துதல் கொடுக்கவேண்டும் என்று சைய்யத் அகமது விரும்பினார். அவர் காங்கிரஸின் கோரிக்கைகளை எதிர்த்தார்: 'தேர்தல்கள் சரியற்றவை, தாழ்ந்த வகுப்பைச் சார்ந்த உறுப்பினர்களைக் கொண்ட அவையில் நம் வைஸ்ராய் பொது உரையாற்றி, 'என் கண்ணியமிக்க நண்பர்களே' என்று விளிக்க முடியாது. அல்லது அவர் அளிக்கும் பெரும் விருந்துகளுக்கு இவர்களுக்கு அழைப்பு விடுக்கமுடியாது'.[81] மேலும் இந்துக்களின் மக்கள் தொகை முஸ்லிம்களைவிட நான்கு மடங்கு அதிகம். இந்துக்களுக்கு நான்கு ஓட்டுகள் இருந்தால், முஸ்லிம்களுக்கு ஓர் ஓட்டுதான். இந்நிலையில் முகம்மதியர்கள் தங்களுடைய விருப்பங்களை அவர்களிடமிருந்து பெற்றுக் கொள்ளவோ காப்பாற்றிக் கொள்ளவோ முடியுமா?[82] ஐ.சி.எஸ். சிவில் சர்வீஸ் போட்டித் தேர்வு என்பது சரியானது அல்ல. காரணம் ஒரு குறிப்பிட்ட சமுதாயத்தார் (வங்காளிகள்) மேற்கத்திய கல்வியில் முன்னிலை வகிக்கிறார்கள். வங்காளிகளை, முகம்மதியர்கள் உயர் ஆங்கிலக் கல்வியில் போட்டிபோட்டு வென்று காட்டமுடியுமா?[83] என்று கேட்டார்.

சைய்யத் அகமது மக்களிடம் பெற்றுள்ள பேரும் புகழும் செல்வாக்கும், தயாப்ஜி, ஆக்டேவியன் ஹ்யூம் பிரபு ஆகியோரை அவர் விஷயத்தில் தணிந்த போக்கைக் கடைப்பிடிக்கச் செய்தது. தயாப்ஜி, சைய்யத் அகமதுவுக்கு அவரின் அச்சத்தைப் போக்கும் விதத்தில் கடிதம் ஒன்றை எழுதினார்:

> 'முஸ்லிம்களை இந்துக்களிடம் விட்டுக் கொடுக்கும் எந்தவொரு தீர்மானமும் அல்லது முஸ்லிம்களுக்கு மேலாக ஹிந்துக்களுக்கு அதிகாரத்தைக் கொடுக்கும் எந்தவொரு தீர்மானமும் விவாதத்துக்கு வந்தால் அதை நான் என் முழு பலத்தைக் கொண்டு எதிர்ப்பேன். காங்கிரஸ் முன்மொழியும் எந்த விஷயமும் தீர்மானமும் அதுபோன்று நிச்சயம் இருக்கவும் செய்யாது. சமுதாயம் முழுமைக்கும் சமமான பலன்களை அளிப்பது ஒன்றே அதன் இலக்குகளாக இருந்திருக்கிறது. எப்போதும் அப்படித்தான் இருக்கவும் செய்யும்.'

தயாப்ஜி மேலும் குறிப்பிடிருந்தது: 'சைய்யத் அகமது நினைப்பது போன்று காங்கிரஸ் 'வங்காள நடுத்தர வர்க்கத்தினரை' மட்டும் கொண்டிருக்கவில்லை. இங்கே இந்துக்கள் மட்டுமல்ல; பம்பாய், சென்னை ஆகிய மாகாணங்களில் உள்ள முஸ்லிம்களும் தனி ஊக்கத்தோடு செயல்படுகிறார்கள்'.[84]

அவரின் இந்த எதிர்வாதத்தை சைய்யத் அகமது ஏற்றுக்கொள்ள வில்லை. இதற்காக அவர் மறு கேள்வியை எழுப்பினார்.

'தேசிய காங்கிரஸ்' என்ற சொற்களுக்குரிய பொருள் எனக்குப் புரியவில்லை. நீங்கள் தவறாகப் பெயர் சூட்டியிருக்கும் 'தேசிய காங்கிரஸ்' செய்பவை இந்தியாவுக்கு நன்மையளிப்பதாக நினைக்கிறீர்கள். என்னைப் பொறுத்தவரை, என் முஸ்லிம் சமுதாயத்தாருக்கு மட்டுமல்ல; ஒட்டுமொத்த இந்தியாவுக்கும் அது தீங்குகளைத்தான் ஏற்படுத்துகிறது.'[85]

சைய்யத் அகமதுவின் அசைக்க முடியாத எதிர்ப்பும் அதற்குக் கிடைத்த ஆதரவும், தயாப்ஜியின் கவனத்தைப் பெரிதும் ஈர்த்தது. ஆக்டேவியன் ஹ்யூமுக்கு எழுதிய கடிதத்தில், 'முகம்மதியர்கள் இரண்டு குழுக்களாகப் பிரிந்துவிட்டார்கள். நான் என்னால் முடிந்த அளவுக்கு மிகுந்த எச்சரிக்கையோடு ஆழ்ந்து சிந்தித்து தெளிவான முடிவுக்கு வந்துவிட்டேன். காங்கிரஸ் கூட்டம் ஒவ்வொரு ஆண்டும் கூட்டப்படுவதை நாம் நிறுத்திவிட வேண்டும்'[86]

இந்த அழுத்தமான பரிந்துரை ஏற்றுக்கொள்ளப்படவில்லை. ஆனால், தயாப்ஜி இப்படி ஒரு முடிவெடுத்தார் என்பது குறிப்பிட்டுச் சொல்லவேண்டியதுதான்.

சைய்யத் அகமதுவுக்கு 1883ல் 'நைட்' (வீரத் திருமகன்) என்ற ஆங்கிலேய அரசாங்கத்தின் உயர்சிறப்பு விருது அளிக்கப்பட்டது. ஜவாஹர்லால் நேரு, சைய்யத் அகமது பற்றிச் சொல்லும்போது 'தேசிய காங்கிரஸுக்கு அவர் எதிரானவராக இல்லை. ஆனால், காங்கிரஸை அவர் இந்துக்கள் மிகுதியாக இருக்கும் அமைப்பாகக் கருதிவிட்டார். மேலும் அந்த அமைப்பின் செயல்பாடுகள் அரசியல்ரீதியில் மிகவும் தீவிரமானவையாக இருப்பதாகவும் கருதினார். இதன் காரணமாகவே அவர் எதிர்த்துக் களம் இறங்கினார்.[87]

அறிஞர் டபுள்யூ.சி.ஸ்மித் நேருவின் கருத்தை ஏற்றுக்கொண்டு சொல்வது: 'சைய்யத் அகமது காங்கிரஸை எதிர்த்தார்; முஸ்லிம்களைக் காங்கிரஸிலிருந்து விலகி ஒதுங்கிக் கொள்ளுமாறு அறிவுறுத்தினார். காரணம், இந்துமயமாக இருப்பதால் அல்ல; காங்கிரஸ் மரியாதைக் குறைவாக நடத்துகிறது என்பதால்தான்.[88]

மாலிக் இதற்கு மாறாகக் கூறும்போது, 'அனைத்திந்திய தேசிய காங்கிரஸ் இந்து நடுத்தர வர்க்கத்து மக்களைப் பெருமளவில் கொண்டிருந்தது. இந்த இந்து அம்சமே சைய்யத் அகமது காங்கிரஸிடமிருந்து விலகியதற்கான காரணம்'[89] என்கிறார்.

இருந்தபோதிலும் சைய்யத் அகமது காங்கிரஸ் மீது முன்வைத்த கண்டனங்களில் காங்கிரஸின் இந்துத்தன்மையைக் காரணமாகச் சொன்னதாக எவ்வித ஆதாரங்களும் கிடையாது. பிரிட்டிஷ் அரசாங்கத்துக்கும் அவரின் சொந்தச் சமுதாயத்துக்கும் இடையே ஒரு நல்லுறவை இத்தனை காலங்களாகப் பாடுபட்டு உருவாக்கி யிருக்கிறார். அந்த சுமுக நிலையை 'காங்கிரஸ்' பாழாக்கி விடும் என்பதனாலேயே அவர் காங்கிரஸைக் கடுமையாக எதிர்த்தார்.

காங்கிரஸை எதிர்ப்பதற்கு சைய்யத் அகமது இந்துக்களின் ஆதரவைக் கேட்டார். அது கிடைக்கவும் செய்தது. இந்த விஷயம் நேருவின் கூற்றை உண்மையாக்கியிருக்கிறது. வடபுலத்தில் உள்ள இந்து ராஜாக்களும் தாலுக்தார்களும் (ஜமீன்தார்களும்) காங்கிரஸின் 'கீழ்ப்படிதலற்ற போராட்டங்களுக்கு'[90] எதிராகவே இருந்தார்கள். சைய்யத் அகமதுவின் கருத்துக்கு ஒரு படி மேலாகச் சென்று பனாரஸ் மகாராஜா, 'மக்கள் பிரதிநிதித்துவ அமைப்புக்கள் என்பது மேற்கத்திய உலகின் கருத்து'[91] என்றார்.

இதுபோன்ற கருத்துகளைக் கொண்ட இந்துக்கள், முஸ்லிம்கள் ஆகியோருக்கு சைய்யத் அகமது ஒரு மேடை அமைத்துக் கொடுத்தார். 1888ல் அவர் 'ஐக்கிய இந்திய நாட்டுப் பற்றாளர் கழகம்' என்ற ஒன்றை ஆரம்பித்தார். ஒரே மாதத்தில் ஐம்பது உள்ளூர் குழுக்கள் இதன் கிளைகளாகச் சேர்ந்தன. அவற்றின் கூட்டங்களிலே காங்கிரஸ் பல வகைகளில் விமர்சிக்கப்பட்டது. அது மட்டுமின்றி 'அலிகர் இன்ஸ்டிடியூட் கெசட்'டில் அந்தக் கருத்துகள் பெருமிதத்துடன் வெளியிடப்பட்டன.[92] மாலிக்கின் கண்ணோட்டம் தவறாகப் போனது. சைய்யத் அகமது இந்துஸ்தானிகளின் சார்பில் காங்கிரஸுக்கு எதிரான போராட்டத்தை முன்னெடுத்தார். முஸ்லிம் சார்பில் அல்ல என்பதே உண்மை.

•

இவ்வாறு உருப்பெற்ற பொதுமேடை சைய்யத் அகமதுவின் வாழ்க்கையின் இறுதிக் காலத்தில் மாற்றங்களைச் சந்தித்தது. 1893 டிசம்பரில் 'ஐக்கிய இந்தியர் நாட்டுப் பற்றாளர் கழகம்' போய், 'முகம்மதியர் பாதுகாப்பு அமைப்பு' உருவானது. எம்.ஏ.ஓ. கல்லூரி முதல்வர் தியோடர் பெக் புதிய கழகத்துக்குச் செயலாளராகத் தேர்ந்தெடுக்கப்பட்டார். இக்ரம் சொல்வதுபோல் சைய்யத் அகமது

இந்த அமைப்புக்கு ‘குறைவான நேரம்’ மட்டுமே செலவிட்டார்.[93] ஹாலி எழுதியுள்ள சர் சைய்யத் அகமது கானின் முழுமையான விரிவான வாழ்க்கை வரலாற்றில் இது குறித்து எதுவும் சொல்லப்பட வில்லை. ஆனால் அந்த ‘முகம்மதிய பாதுகாப்பு அமைப்பு’க்கு சைய்யத் அகமதுவின் ஆதரவு இருந்திருக்கும் என்பதில் சந்தேகமில்லை.

1893ல் பம்பாயில் இந்து–முஸ்லிம் கலவரம் நடைபெற்றது. அதைத் தொடர்ந்து, உருவான இந்து சமயப் புத்தெழுச்சி இயக்கமானது நகர வீதிகளில் திருவிழாக்கால இசையைப் பாட முன்வந்தது. சில நேரங்களில் இந்த இயக்கத்தினர், முஸ்லிம்கள் தொழுகை புரிந்து கொண்டிருந்தபோது பள்ளிவாசல்களின் அருகே இசைக்கத் தலைப்பட்டனர். இது முஸ்லிம்களின் மனம் புண்பட்டது. இன்னொரு பக்கம், இந்து சமயப் புத்தெழுச்சி இயக்கம் பசுவதைக்குத் தடை கோரியது. பசு விஷயத்தில் இந்துக்களின் உணர்வுகளுக்கு மதிப்பு கொடுக்காமல் நடந்துகொண்ட முஸ்லிம்கள் கடுமையான பொருளாதார நெருக்கடிகளுக்கு ஆளாக்கப்பட்டனர்’ என்கிறார் இக்ரம்.[94]

இதுபோன்ற நிகழ்ச்சிகள் பிரிட்டிஷ் ஆட்சியிலேயே நடைபெறுகிறது என்றால், பின் இந்துக்களின் ஆட்சி அதிகாரத்தில் முஸ்லிம்களின் கதி என்ன ஆகும்? இதுபோன்ற காரணங்களே சைய்யத் அகமதுவை எம்.டி.ஏ. சங்கத்தை (முஸ்லிம் பாதுகாப்புச் சங்கத்தை) ஆரம்பிக்கச்செய்தது என்கிறார் இக்ரம்.

இந்தப் பார்வையை வரலாற்றாய்வாளர் தாராசந்த் கேள்விக்கு உட்படுத்துகிறார். ‘சைய்யத் அகமதுவின் உண்மையான நோக்கத்தை, மாற்றியதோடு, அவரை மதவாதியாகத் திசைத் திருப்பி விட்டதன் சந்தேகத்துக்கிடமான பெருமை கல்லூரி முதல்வர் ‘பெக்’குக்கும் மற்றும் அவரோடு சேர்ந்திருந்த சில ஆங்கிலேய நண்பர்களுக்கும் போய்ச் சேரும்’ என்கிறார்.[95] இதே எம்.ஏ.ஓ. கல்லூரியில் பாடங்கள் நடத்தி வரும் பேர் பெற்ற கவிஞர் ஷிப்லி சொல்கிறார்: ‘சைய்யத் அகமது போலிப் புகழ்ச்சி செய்பவர் அல்லர்; ஆனால், அவரின் அரசியல் செயல்பாடுகள் அனைத்திலும் பிரிட்டிஷாரின் செல்வாக்கு இருந்தது’.[96]

சோஷலிஸ்டுகளான அஷோக் மேத்தாவும் அச்சுத பர்வதனும் தங்களுடைய ‘மதவாத முக்கோணம்’ என்ற நூலின் வழியாக பெக் குறித்துக் கூறும்போது, ‘திருவாளர் பெக் கொஞ்சமும் அயராமல் சைய்யத் அகமதுவை தேசிய நோக்கிலிருந்து பிரிக்க முயன்றார். முஸ்லிம்களுக்கும் பிரிட்டிஷ் அரசாங்கத்துக்கும் இடையே உள்ள

உறவு நிலையை மறு சீரமைக்கும் ஆர்வத்தை சைய்யத் அகமதுவின் மனதில் தூண்டுபவராக பெக் விளங்கினார்' என்கிறார்கள்.[97]

நாம் ஆதாரங்களின் அடிப்படையில் ஆராய்ந்து பார்ப்போம். தியோடர் பெக்கின் தந்தை, ஜார்ஜ் ஃபாக்ஸ் உருவாக்கிய அமைப்பின் உறுப்பினர்-க்வாக்கெர். கேம்ப்ரிட்ஜில் கல்வி கற்ற அறிவுச்சுடர் மிகுந்த மாணவர். மேலும் கேம்ப்ரிட்ஜ் மாணவர் யூனியனின் தலைவர். இவரை சைய்யத் அகமதுவின் மைந்தர் மஹ்மூதுகான் அலிகர் கல்லூரிக்கு அழைத்து வந்து பணியில் அமர்த்தினார். அவர் அலிகருக்கு வந்தபோது, 1883ஆம் ஆண்டு அது. அப்போது இவரைப் பார்த்த இன்னொரு பிரிட்டிஷ்காரர் இவருடைய இளமையான, அழகான தோற்றத்தைப் பார்த்துவிட்டு 'மிகவும் இளமையும் அழகும் கொண்ட இளைஞன்; சிவந்த கன்னங்களும் நீல விழிகளும் கொண்டிருக்கும் இளைஞன்'[98] என்று வர்ணித்தார்.

இந்த இளைஞர்-கேம்பிரிட்ஜில் மாணவர் யூனியனுக்குத் தலைவர்களாக இருந்த மேலும் இருவரை இணங்க வைத்து அவர்களையும் எம்.ஏ.ஓ. கல்லூரிக்குப் பணி புரிய அழைத்துவந்தார். இவர்கள், பிற்காலத்தில் ஆகஸ்போர்ட் பல்கலைக்கழகத்தில் பேர் பெற்ற ஆங்கிலப் பேராசிரியராகத் திகழ்ந்த இவரின் மைத்துனர் வால்டர் ராலே[99] என்பவரும், ஹெரால்ட் காக்ஸ் என்ற இன்னொரு கேம்பிரிட்ஜ் பட்டதாரியும் ஆவர். அதற்கு முன்பே அலிகரில் பாடம் நடத்திய கேம்பிரிட்ஜ்காரர்களில் உலகப் புகழ் பெற்ற டி. டபுள்யூ. அர்னால்டும் இருந்தார். இந்தக் குழுவில் தியோடர் மோரிசன் என்பவரும் இருந்தார். பெக் இறந்த 1899லிருந்து மோரிசன் 1905 வரை அலிகரில் முதல்வராகப் பணியாற்றினார்.

ஓர் அமெரிக்கக் கல்வியாளர் டேவிட் லேலிவெல்ட் என்பவர் இந்த கேம்பிரிட்ஜ் பட்டதாரிகளின் வாழ்க்கை மற்றும் பங்களிப்பைப்பற்றி ஆழமாகவும் நுட்பமாகவும் துழாவி ஆராய்ந்துள்ளார். இந்த கேம்பிரிட்ஜ் பட்டதாரிகளே அலிகர் பல்கலைக்கழகத்தின் முதற்கட்ட மாணவர்களைச் செதுக்கினார்கள். அவர்களில் பெக் 'பிரிட்டிஷ் பழமைவாதப் புரட்சியாளர்'. காக்ஸ் ஒரு சோஷலிஸ்ட். இவர்கள் இருவரும் பிரிட்டிஷ் யூனியன் அவை விவாதங்களில் மோதிக் கொள்வார்கள். பெக், பிரபுக்கள் அவைக்கு எதிரான கருத்துக் கொண்டவர். மேலும், அயர்லாந்துக்குத் தன்னாட்சி, பெண்ணுரிமை, வகுப்புப் பேதமற்ற சமூகம் ஆகியவற்றை வலியுறுத்துபவர். மேலும் அவர் இந்தியாவில் பிரிட்டிஷ் ஆட்சி அகல வேண்டும் என்றும் சொன்னார். 'ஜான் புல், புரட்சிசெய்யும் தேசியத்தலைவர்'[100] என்று மோரிசன் கொண்டு வந்த தீர்மானத்தை ஆதரித்தவர்.

லேலிவெல்டின் கருத்து முடிவின்படி, 'பெக் பிறர் மீது செல்வாக்கு செலுத்துவதைவிட பிறருடைய செல்வாக்குக்கு அதிகம் உட்படுவார்'. சைய்யத் அகமதுவினால் முழுமையாக மூளைச் சலவைக்கு ஆளான 'பெக்' இந்தியாவுக்குள் நுழையும் முன்பே அலிகரின் நோக்கத்துக்காக உள்ளத்தையும் உயிரையும் ஒப்படைத்து விட்டார். பட்டப் படிப்பின்போது கொண்டிருந்த இந்திய தேசியவாதத்தின் மீதான கரிசனத்தை 'பெக்' கைவிட்டுவிட்டார்.[101] எந்த மக்கள் ஒரு காலத்தில் பெரிய மாளிகைகளில் அமர்ந்துகொண்டு முகலாயப் பேரரசை ஆட்சி செய்தார்களோ, அவர்களை மீட்டுயர்த்த வேண்டும்' என்பது அவரின் இப்போதைய ஆசையாகிவிட்டது. அவருக்கு முகலாயர்களின் ஆட்சியும் காலமும் பிடித்துப் போய் விட்டது.[102] அலிகர் வந்து சேர்ந்த கொஞ்ச காலத்தில் அவர் 'ரேலே'வுக்கு எழுதிய கடிதத்தில் அவருடைய மன மாற்றத்தைக் குறிப்பிட்டிருந்தார். அதில் அவரின் உரையாடலை எடுத்து எழுதியுள்ளார். அதை மேற்கோள் காட்டி வேலிவெல்ட் அதை 'அலிகர் சார்புடைய நிலையை'க் காட்டுவதாகக் குறிப்பிட்டிருக்கிறார்:

> 'உங்களுக்குத் தெரியும், முகம்மதியர்கள் இரண்டு நூற்றாண்டுகள் மேற்புற இந்தியாவை (வட இந்தியா) ஆட்சி புரிந்தவர்கள். பிரிட்டிஷ்காரர்கள் இங்கு வந்து நுழைந்த பின்னே மிகவும் அடித்தளத்து மக்களான இந்துக்கள், வங்காளிகள் ஆகியோர் ஆர்வத்தோடு ஆங்கிட்ல முறைக் கல்வியைத் தழுவி அதன் பலன்களை அனுபவிக்கிறார்கள். ஆனால் பெருமிதம் கொண்ட முஸ்லிம்கள் பிணங்கிக்கொண்டு விலகி நின்றார்கள். நம்முடைய நிறுவனர் சைய்யத் அகமது கான் இந்த மக்களின் சிந்தனையை மாற்றியமைத்தார்...'[103]

சட்டசபைக் கவுன்சில் கூட்டங்களில், தேர்தல் நடைமுறைக்கான அடிப்படைக்கூறுகள் தொடர்பாக சைய்யத் முன்வைத்த கருத்துகளும் கண்டனங்களும் காங்கிரஸ் ஆரம்பிக்கப்படுவதற்கு முன்பே சொல்லப்பட்டிருந்தன. இக்ராம் குறிப்பிட்டுக் காட்டுவது போல், 'தியோடர் பெக் இந்திய மண்ணில் காலடி வைப்பதற்கு முழுமையாக பதினோறு மாதங்களுக்கு முன்னரே' இது நடந்திருந்தது.[104] லேலிவெல்ட் கண்டுரைத்ததுபோல், 'பெக் பிறர் மீது செல்வாக்கு செலுத்துவதைவிட பிறருடைய செல்வாக்குக்கு அதிகம் உட்படுவார்' என்பது சரியென்றே இதிலிருந்து தெரிய வருகிறது. குறைந்தபட்சம் சைய்யத் அகமது–பெக் நல்லுறவில் ஆரம்பக் கட்டத்தில் இப்படியாகவே இருந்திருக்கவேண்டும்.

பின்னாளில் பெக், 'தன் செயல்பாட்டிலும் கடமையிலும் அதீத நம்பிக்கையுடனும் வழுவாத உறுதியுடனும் காணப்பட்டார்; சில

நேரங்களில் சைய்யத் அகமதுவைவிடத் தீவிரமாகவும் இருந்தார்' என்று லேலிவெல்ட் சான்றளிக்கிறார். 'பிரிட்டிஷ் பேராசிரியர்கள், இஸ்லாமிய மாணவர்கள் கல்லூரியில் நடைபெறும் தொழுகைக் கூட்டத்துக்குக் கட்டாயம் வந்தாகவேண்டும் என்பதில் முன்பிருந்த முஸ்லிம் பேராசிரியர்களையும்விடக் கூடுதல் கண்டிப்பு காட்டினார்கள்'[105] என்று குறிப்பிட்டிருக்கிறார்.

திறமையும் அர்ப்பண உணர்வும் மிகுந்த பெக், அலிகர் கல்லூரியில் பணியாற்றிய காலத்தில் மாணவர்களுடன் இயல்பாக தாராளமாகப் பழகுவார். அவர்களுடன் மைதானத்தில் விளையாடுவார். மாணவர் விடுதியில் அவர்களோடு சேர்ந்திருப்பார். உணவு அருந்துவார். இவையெல்லாம் முஸ்லிம் சமுதாயத்துக்கும் ஆளும் அந்நிய அரசாங்கத்துக்கும் இடையே புரிந்துணர்வை வளர்க்கப் பெரிதும் உதவின. இவருக்கு முன்னே கல்லூரி முதல்வர்களாக இருந்தவர்கள் அரிதாகவே ஈடுபட்ட அரசியல் விஷயங்களில் அதிக ஆர்வம் காட்டினார். காங்கிரஸைப் பொதுவெளியில் கடுமையாகத் தாக்கிப் பேசுவார். ஆங்கிலேயர்களும் முகம்மதியர்கள் ஒன்றுபட்ட ஒரு நிலையான கூட்டுறவை ஏற்படுத்தவேண்டும் என்பார். பசுக் கொலையை எதிர்ப்பவர்களைக் கடுமையாக விமர்சித்தார்.[106]

'முஸ்லிம் தற்காப்புக் கழகம்' என்ற 'எம்.டி.ஏ. சைய்யத் அகமதுவால் நிறுவப்பட்டதல்ல. 'அதை ஏற்படுத்தியவர் 'பெக்'தான். இக்ராமின் சொற்களில் சொல்வதானால் 'இந்தப் புது அமைப்பின் உயிரும் ஆன்மாவுமாக'[107] பெக் இருந்தார். சைய்யத் அகமதுவின் கடைசிக் காலத்தில் அலிகர் கல்லூரியை நடத்தியவர் 'பெக்'தான். இதை சிலர் இப்படிச் சொல்வதுண்டு: 'க்வாம்–சமுதாயம் கடவுளுக்கு உரியது. கல்லூரி, சர் சைய்யத்துக்கு உரியது. அதை ஆள்வதோ 'பெக்'.[108]

இப்படிச் சொல்லப்படுவதால், சைய்யத் அகமது பெக்கின் கைப்பாவையாக இருந்தார் என்று நினைத்துவிடக்கூடாது. சைய்யத் அகமது எப்பொழுதும் போலவே 'பெருமிதம் மிகுந்த இந்துஸ்தானி' தான்! இக்ராம் குறிப்பிடுவதுபோல, 'சைய்யத் அகமதுவின் பிடிவாதமும் நெஞ்சுரமும் காலம் செல்லச் செல்ல அதிகரித்துக் கொண்டே சென்றது'. இக்ராம் சொல்வது ஒருபுறமிருக்க, பசுவதைக்கு எதிரான இயக்கமானது சைய்யத் அகமதுவுக்கு ஏற்படுத்திய இன்னல்களைக் காட்டிலும் 'பெக்'குக்கு மிக அதிகமான பாதிப்பை ஏற்படுத்தியது.

'பசுவைக் கொல்வதை நிறுத்துவதால் கூடுதல் இந்து–முஸ்லிம் நல்லிணக்கத்தை ஏற்படுத்தமுடியும் என்றால், அதைப் பின்பற்றுவதைவிட நிறுத்துவது ஆயிரம் மடங்கு நல்லது'[109] என்று 1897ல் சைய்யத் அகமது கூறியதை, ஷான் முகம்மது மேற்கோள்

காட்டியுள்ளார். 'பெக்'கின் அறிக்கையில் உள்ள கருத்துக்கும் சைய்யத் அகமது இறப்புக்கு ஓராண்டுக்கு முன்பு 1897ல் வெளியிட்ட கருத்துக்கும் இடையில் உள்ள வேறுபாட்டை ஷான் முகம்மது இன்னொரு மேற்கோள் மூலம் எடுத்துக்காட்டுகிறார். பெக் 1895-ல் சொன்னது: 'ஆங்கிலேய முகம்மதியர்கள் நட்புறவு நடைமுறையில் சாத்தியமானது. ஆனால், முஸ்லிம்களுக்கும் இதர இந்துக்கள் மற்றும் சீக்கியர்கள் இடையே உறவு ஒருபோதும் சாத்தியமே இல்லை.'[110]

சைய்யத் அகமது 'எவ்வித ஐயத்துக்கும் இடமின்றி, நான் இந்த இரண்டு (இந்து-முஸ்லிம்) சமுதாயங்களுக்கிடையே நட்புறவை, ஒற்றுமையை, அன்புப் பரிமாற்றத்தை விரும்புகிறேன்'[111] என்றார். இவர்களின் அந்த இருவிதக் கருத்துகளையும் எடுத்துக் கொண்டு பார்த்தால், சைய்யத் அகமதுவின் காங்கிரஸ் மீதான எதிர்ப்புக்கு பெக் காரணமில்லை; அதேநேரம் 'பெக்' இல்லாமல் எம்.டி.ஏ. – தோற்றம் பெற்றிருக்க முடியாது என்பவை புரியவருகின்றன.

•

சைய்யத் அகமதுவின் பெரிய மாளிகை போன்ற வீட்டுக்கு முஸ்லிம்கள், இந்துக்கள், சீக்கியர்கள், பிரிட்டிஷ்காரர்கள் என்று எல்லாத் தரப்பினரும் வருவார்கள். அங்கு ஏராளமான நூல்கள் இருந்தன. ஐரோப்பிய பாணியில் உயர்வகை மரத்திலான வீட்டுப் பொருள்கள், மேஜை, நாற்காலி, சோபா என்று அழகாகக் காட்சி தரும். இப்படியோர் 'அழகுணர்ச்சி'யைக் கொண்டு வீட்டை அலங்கரித்த பெருமைக்குரியவர் கேம்பிரிட்ஜில் கல்வி கற்ற – சைய்யத் அகமதுவின் அருமை மைந்தர் மஹ்மூத். ஊருக்குச் சொன்னதைத் தானும் பின்பற்றிய சைய்யத் அகமதுவும் நடை உடை பாவனைகள் அனைத்திலும் பிரிட்டிஷ் பாணியையே பின்பற்றினார். எனினும் அவர் எழுதுகிறபோது தரையில் உட்கார்ந்துகொண்டே எழுதுவார். சில நேரங்களில் தன்னையே அவர் 'எழுத்தறிவற்றவன்', 'அறிவற்றவன்', 'தகுதியற்றவன்' என்றெல்லாம் அழைத்துக் கொள்வார்.[112] ஆனாலும், இஸ்லாத்தைக் குறித்து நிறைய எழுதினார். 1880 முதல் 1888 வரை நான்கு பாகங்கள் திருக்குர்ஆன் பொருளுரையும் விளக்க உரையும் எழுதி வெளியிட்டார். இக்ராம் இது பற்றிக் கூறுவது:

> 'அவர் திருக்குர்ஆன்னுக்கு விளக்க உரை எழுதியபோது படுக்கையில் சென்று படுப்பதையே நிறுத்திவிட்டார். அவர் தரையில் அமர்ந்தே எழுதுவார். அவரைச் சுற்றி நூல்கள் இரைந்துக் கிடக்கும். அவருக்குத் தூக்கம் வராமல் இருப்பதற்கு அடிக்கடித் தேநீர் அருந்திக் கொள்வார். தூக்கம் கண்ணைச் சொக்கினால், அங்கே கிடக்கும் நூல் ஒன்றைத் தலையணையாக

வைத்துக்கொண்டு தரையிலேயே ஒரு மணி நேரம் வரை தூங்குவார். பின் எழுந்து மறுபடி தன் எழுத்து வேலையைத் தொடர்வார்.'[113]

அவருடைய திருக்குர்ஆன் உரை விளக்கம், அவர் முன்பு எழுதிய இஸ்லாம் தொடர்பான நூல்களுக்கு ஏற்பட்டதுபோலவே கடும் விமர்சனங்களையே இப்போதும் ஏற்படுத்தியது. ஆனால், இஸ்லாத்துக்குக் பாதுகாப்புக் கவசமாக இருக்கும் நோக்கிலேயே எழுதப்பட்டன; தரம் தாழ்த்தும் நோக்கில் அல்ல. இஸ்லாத்தின்பால் அவர் கொண்டுள்ள உறுதிப்பாடு அவரின் கடைசிக் காலங்களில் பலமுறை உறுதிசெய்யப்பட்டுள்ளது.

1884-ல் அவர் கூறினார்: 'நான் ஒரு அற்பன். எனினும் இரண்டு உலகங்களுக்கும் கருணை மிகு தலைவரான திருத்தூதர் நபிகளாரின் பண்பார்ந்த வழித்தொடரில் வந்தவன். என் மூதாதையர் வழியிலேயே பிறழாமல் நடப்பவன்.'[114] அவரின் இஸ்லாம் மீது ஏற்பட்ட பற்றுதலுக்குக் காரணமாக அவர் சொன்னது: 'நான் ஒரு முஸ்லிம் வீட்டிலே பிறந்தேன் என்பதால் அல்ல. திறந்த உள்ளத்துடனான சிந்தனை, ஆழமான நிதானமான ஆராய்ச்சி ஆகியவையே இஸ்லாத்தின் மீது முழுமையான நம்பிக்கையைக் கொண்டுவந்துள்ளன.'[115]

ஒரு பள்ளி மாணவன் இந்த முதிய மனிதரின் சாதனைகளை மெச்சிப் பேசியபோது, சைய்யத் அகமது அவனிடம், 'என்னருமை மகனே! வானளவுக்கு நீ உயர்ந்தபோதும், ஒரு முஸ்லிமாக இருக்கவில்லை என்றால் இந்த வெற்றியினால் என்ன பலன் ஏற்பட்டுவிடப் போகிறது'[116] என்றார்.

கல்வியாளர் முகம்மது உமருத்தீன், 'சர் சைய்யத் அகமது ஆதியோடு அந்தமாக சமய நம்பிக்கையில் உறுதிமிக்கவர்தான்'[117] என்கிறார். கிறிஸ்டியன்ட்ரோல் என்னும் போற்றத்தக்க ஆய்வு முடிவுகளை அளித்து வருகிறவரின் பார்வையில் சைய்யத் அகமது, 'ஐயத்துக்கு இடமில்லாமல் சைய்யத் அகமதுவின் வாழ்க்கையை இயக்குகிற மைய அச்சாக உண்மையான மத நம்பிக்கையே இருந்தது'[118] என்றார். முஜீப் இதை ஒப்புக்கொள்ளவில்லை. அவரின் பார்வையில் சைய்யத் அகமது, 'அடிப்படையில் மதச் சார்பற்ற உள்ளத்தோடு மதச்சார்பற்ற மதிப்பீடுகளை அடையப் பாடுபட்டவர்' என்பதாகும். 'இந்தியாவில் முஸ்லிம்கள், கண்ணியமாக மதிப்புடன் வாழ வேண்டும்; அவர்களின் முன்னேற்றத்துக்கு சமயப் பழமைப் போக்கு, தடைகளை ஏற்படுத்திவிடும்[119] என்று அவர் மிகச் சரியாகவே நினைத்தார் என்றுமுஜீப் சொல்கிறார்

சைய்யத் அகமது ஒருமுறை கூறியிருப்பதை இங்கே நாம் நினைத்துப் பார்க்க வேண்டும்: 'வளரும் பருவத்திலிருந்து என் உள்ளம் சமய வழியிலேயே செல்லும்படி வடிவமைக்கப்பட்டது. இந்த வழியை விட்டுத் தாண்டிப் போகவும் முடியாது'[120]. மேலும் திருக்குர்ஆனுக்கு உரை எழுதியதற்கு ஒரு காரணம் சொல்லியிருக்கிறார். 'முஸ்லிம் இளைஞர்கள் மத்தியில் ஆங்கிலேய அறிவியல் கல்வியைப் பரப்பவேண்டும் என்ற உத்வேகம் கொண்டிருந்த அவர் அதன் அடுத்தகட்டமாக 'உண்மையாக ஒளிரும் இஸ்லாத்தின் திருமுகத்திலே சேர்க்கப்பட்ட அல்லது தவறாகப் புரிந்துகொள்ளப் படும் பகுத்தறிவற்ற கருப்புத் தழும்புகளைப் போக்கிட வேண்டும்' என்பதைத் தன்னுடைய அடுத்த பொறுப்பாக நினைத்தார். இதைச் செய்யவில்லையென்றால் 'தன் மூலம் (தன் கல்லூரியில்) கல்வி பெறுபவர்கள் இஸ்லாம் மீது சரியான புரிதல் அற்றவர்களாகி விடுவார்கள்'[121] என்று அவர் நினைத்தார்.

உந்துதலாக எது இருந்திருந்தாலும், இவரின் பணி குறிப்பிடத்தக்க பலன்களைச் சமுதாயத்தில் ஏற்படுத்தவே செய்தது. சைய்யத் அகமதுவின் 'உள்ளொளி மற்றும் அர்ப்பண உணர்வு ஆகியவவை சமயச் சிந்தனையாளர்கள் செய்யத் தவறக்கூடிய சில பிரச்னைகள் மீது அவர் கவனத்தைக் குவிக்க வழிவகுத்தது'.[122] சைய்யத் அகமது பல ஹதீதுகளின் (நபிகள் அவர்களில் வாழ்வு, வாக்கு ஆகியவற்றின் திரட்டுக்கள்) நம்பகத்தன்மை குறித்துக் கேள்விகள் எழுப்பினார். கடந்த காலகட்டத்தில் வாழ்ந்த கற்றறிந்த மார்க்கச் சட்ட அறிஞர்களைப் போலவே புதிய கண்ணோட்டத்தில் விளக்கங்களை (திருக்குர்ஆனுக்கு) அளிக்க அவர் தகுதியானவர் என்றும் சொன்னார். பழைய விளக்கங்களை ஏற்க வேண்டுமென்பது ('தக்லீத்' (Taqlid) கட்டாயம் கிடையாது என்றும் கூறினார். 'மதம் சம்பந்தப் பட்டதானாலும் உலகியல் வாழ்க்கை தொடர்பானதாக இருந்தாலும் நாம் எல்லாவற்றையும் துழாவி ஆராய்ந்து தெரிந்துகொண்டே ஆகவேண்டும். உலக வாழ்க்கையின் தருணங்களும் போக்குகளும் மாறிக்கொண்டே உள்ளன; நாம் நாள்தோறும் புதிய பிரச்னை களையும் தேவைகளையும் எதிர்நோக்கியுள்ளோம்'[123] என்றார்.

அவர் திருக்குர்ஆன் மேல் முழுமையான நம்பிக்கை கொண்டிருந்தார். ஒரே கடவுள், முகம்மதுதான். அவரே இறுதித் தூதர். இவற்றை அவர் திருக்குர்ஆனுடைய கருத்துகள் இயற்கை யோடு உலக நடைமுறைப் பாங்குகளுக்கொப்ப மிகவும் இயைந்து போவதை வைத்து ஏற்றுக்கொண்டிருக்கிறார். 'கடவுளின் வசன'ங்களும் 'கடவுளின் படைப்பு'களும் ஒத்திசைவுடன் இருந்தாக வேண்டும். இதில் ஆச்சரியப்பட ஒன்றுமில்லை' என்றார்.[124]

இருந்தும், கல்வி அறிவு பெற்றவர்களைத் தக்கவைத்துக்கொள்ள குர்ஆனை பகுத்தறிவு சார்ந்து அணுகவேண்டிய அவசியமும் இருக்கிறது. இஸ்லாமில் இப்படிச் செய்யப்படவேண்டும் என்று சொல்லப்பட்டிருக்கிறது. இதை ஏற்றுக்கொண்டேயாகவேண்டும் என்றெல்லாம் சொன்னால் மனதில் சந்தேகம் இருப்பவர்களைத் திருப்திப்படுத்திவிடமுடியாது'[125]. இஸ்லாத்தை ஒப்புக்கொண்ட, கல்வியறிவு பெற்ற வருங்கால முஸ்லிம் வலதுகையில் தத்துவம், இடதுகையில் இயற்கை விஞ்ஞானம், தலையில் 'அல்லாஹ்வைத் தவிர வணக்கத்திற்குரியவன் யாருமில்லை' என்ற கலிமாவைவை யும் சுமந்தவராக இருப்பார்.[126] சைய்யத் அகமதுவின் உரைகள் 'இதயத்தின் மொழிகளுக்கு உரிய முக்கியத்துவம் தருகின்றன. வெறும் இறுக்கமான விதிமுறைகளுக்கு உட்பட்ட சமய வழக்கங் களையும் சட்ட நியதிகளையும் தாண்டிச் செல்கிறன' என்று ட்ரோல் குறிப்பிட்டிருக்கிறார். 'இது மொத்தத்தில் சூஃபி வழிமுறையைப் பிரதிபலிப்பது; சைய்யத் அகமதுவின் ஆரம்ப கால வாழ்க்கையின் பங்களிப்பே இது.'[127]

சர் சைய்யத் அகமது கான் 'ரிஃபார்மர்' இதழில் எழுதி வந்த சமயக் கருத்துகளுக்காக விமர்சிக்கப்பட்டதை முன்பே பார்த்தோம். அவருடைய திருக்குர்ஆன் உரை விளக்கம் அந்த அளவுக்கு அவருக்கு எதிர்ப்பை ஏற்படுத்தவில்லை. ஏனெனில், அந்த உரை விளக்கம் இவராக எந்தப் புதிய கருத்தையோ, பொருள் கண்டறிந்தோ எழுதப்பட்டிருக்கவில்லை. இருந்தும் இஸ்லாமிய மார்க்கக் கல்விக்கான செல்வாக்குப் பெற்ற மையமான தேவ்பந்த் மத்ரஸா 1889-ல் இது பற்றி ஓர் அறிக்கை வெளியிட்டது. அதன் தலைவர் மௌலானா ரஷீத் அகமதிடம் 'இந்துக்களைக் கொண்டிருக்கிற காங்கிரஸில் முஸ்லிம்கள் சேரலாமா' என்றும் 'எம்.டி.ஏ.வில் சேரலாமா' என்றும் அறிவுரை கேட்கப்பட்டது. மௌலானா சொன்னவை: 'சைய்யத் அகமது இனிப்பு கலந்த நஞ்சை ஊட்டுகிறார். அது மிகவும் ஆபத்தானது. அதனால் அவருடன் சேராதீர்கள். இந்துக்களுடன் கூடச் சேர்ந்துகொள்ளலாம்.'[128]

சைய்யத் அகமதுவின், 'மிகப் பெரிய சாதனை' அவர் இஸ்லாத்தை தாராளமயமாக்கி, அதை நவீனப்படுத்தியதுதான் என்கிறார் மாலிக். மரபார்ந்தவழிகளில் இஸ்லாம் மதம் சார்ந்த மற்றும் மதச் சார்பற்ற விஷயங்கள் இரண்டுக்கும் பொருத்தமான விஷயங்களைப் பேசிவந்திருக்கிறது. '(இஸ்லாம்) சமயம் என்பது ஆன்மிக விஷயங்களை மட்டும் பேசுகிறது...'[129] என்ற நவீனப் பார்வையில் எடுத்துரைத்ததாகச் சொல்கிறார். மதம் மற்றும் சமூக சீர்திருத்தங் களைப் பின்னுக்குத் தள்ளிவிட்டு கல்லூரிப் பணிகளுக்கு

முன்னுரிமை கொடுத்ததாக சைய்யத் அகமதுவை முஜிப் விமர்சிக்கிறார். முஜீப்பின் கடுமையான வார்த்தைகள்:

'அவர் (சைய்யத் அகமது) அவருடைய சமுதாயத்தாரிடம் ஒரு பேரம் செய்துகொண்டதுபோல் தெரிகிறது. 'புதிய வகை' கல்வி தரப்படும் அவருடைய கல்லூரியை அவர்கள் ஏற்றுக்கொள்ள வேண்டும்; இஸ்லாத்தைக் குறித்த புதுக் கருத்துகள் அந்தப் புதிய கல்விக் திட்டத்தில் ஒரு பகுதியாக இருக்காது என்று ஒரு ஒப்பந்தம் செய்துதந்தார். இதனால் உயரிய லட்சியமானது கீழான ஒன்றுக்காக கைவிடப்பட்டது. புழுதி பறக்கும் சில நூறு ஏக்கர்கள் பரப்பளவிலான நிலத்தில் ஒழுங்கைக் கற்றுத் தராத கட்டடங்கள் முளைத்தன. சமயம் மற்றும் அற ஒழுக்கம் ஆகியவை கைவிடப்பட்டன. முழுச் சமுதாயத்தையும் சமூக பொருளாதார வாழ்க்கையில் முன்னேற்றுவதற்கான மறுகட்டமைப்பை உருவாக்குவதற்குப் பதிலாக, வெறும் கீழ்மட்ட அளவிலான பிரிட்டிஷ் அரசாங்கப் பணிகளை ஏதோ ஒரு சில நூறு முஸ்லிம் குடும்பங்களுடைய பிள்ளைகளுக்குப் பெற்றுத் தருவதோடு முடங்கிவிட்டது.' [130]

இதற்கு நேர் எதிராக ஒரு சிலர், சைய்யத் அகமது அவருடைய மதம் சார்ந்த கருத்துகளை வெளிப்படையாகச் சொல்வதன் மூலம் கல்லூரிக்கு மிகப் பெரிய நெருக்கடிகளை உருவாக்கியதாகச் சொன்னார்கள். அவர்களில் ஒருவருக்கு தன்னுடைய இறப்புக்குச் சற்று முன்பாக சைய்யத் அகமது அளித்த அற்புதமான மறுமொழி இங்கே:

'சாத்தான் நம் அனைவரின் பகைவன்; தவறான வழிக்கு அவன் நம்மை இழுத்துச் சென்றுவிடுவான். நாம் மேலான செயல்களைச் செய்கின்றோம் என்று நம்பவைக்கப்படுகிறோம். பலருக்குப் பிடிக்காத உண்மைகளைச் சொன்னால் மக்கள் அச்சம் அடைகிறார்கள். அதனால் நம் மேலான உன்னதச் செயல்கள் பாதிக்கப்படுகின்றன. உண்மைகளை மறைத்து விலகி நின்றுவிட்டு நற்குணம் வளரும் என்று நினைத்தால் பார்லியை விதைத்துவிட்டு கோதுமை விளையுமென்று எதிர்பார்ப்பதைப் போன்றது.' [131]

பின் விளைவுகளைப் பொருட்படுத்தாத தன்மை என்று சிலருக்குத் தோன்றும் இது, உயரிய இலக்குகளைக் கொண்டிருந்த சைய்யது அகமது அதைவிட மிகவும் கீழான பலன்களுக்கு ஒப்புக்கொடுத்து விட்டார் என்று முஜீபுக்குத் தோன்றியிருக்கிறது. உண்மைதான். கவிஞர் இக்பாலின் எளியச் சொற்களில் அவரை மதிப்பீடு செய்தால், 'நவீன யுகத்துக்கு எதிர்வினையாற்றிய இந்தியாவின் முதல்

முஸ்லிம்'[132]. சைய்யத் அகமதுவும் தன்னைப் பற்றி இப்படியேதான் மதிப்பீடு செய்திருந்தார்.

•

குறைந்தபட்சம் இரண்டு அறிஞர்கள் எஸ்.ஃபார்ஹார், கிறிஸ்டியின் ட்ரோல் ஆகியோர் சைய்யத் அகமதுவையும் ராஜா ராம்மோகன் ராயையும் பிரிட்டிஷ் அரசுடனான பரிமாற்றங்கள் அடிப்படையில் ஒப்பிட்டுள்ளனர். இருவருமே (சைய்யத் அகமது, ராஜா ராம்மோகன் ராய்) பைபிள் பெருமளவுக்கு இறைவனால் எழுதப்பட்டது என்று நினைப்பவர்கள்; ஆனால், ஏசு கிறிஸ்துவுக்கு அளிக்கப்பட்ட 'தெய்வீகத் தகுதியை' ஒப்புக் கொள்ளாதவர்கள். அதே போன்று இந்த இருவரும் இந்தியாவுக்கும் ஆங்கிலேய அரசாங்கத்துக்கும் இடையே நல்ல புரிந்துணர்வு நிலவவேண்டும் என்று விரும்புகிறவர்கள்.

ட்ரோலின் கூற்றுப்படி 'இந்த இருவரையும் இணைத்துப் பார்ப்பதென்பது வெறும் தற்செயல் நிகழ்வுதான். அல்லது பொதுவான வரலாற்றுச் சூழ்நிலையில் வாழ்ந்தார்கள் என்பதுதான் காரணம். அல்லது ராஜா ராம்மோகன்ராய், சைய்யத் அகமது மீது செலுத்திய செல்வாக்குக் காரணத்தால் ஒருவேளை அப்படித் தோன்றியிருக்கலாம்'[133] என்கிறார்.

இந்த வங்காளச் சீர்திருத்தவாதியை 1830-ல் முகலாயப் பேரரசரின் அவையில் வைத்து சைய்யத் அகமது பார்த்திருக்கிறார். அதன் பின்னர் சைய்யத் அகமது மேற்கொண்ட பிரிட்டன் பயணத்தின் போது, உடன் பயணித்த பிரிட்டோவைச் சேர்ந்த மிஸ் கார்பெண்டர் இவரிடத்தில் ராஜா ராம்மோகன்ராய் அவரின் தந்தை இல்லத்தில் தான் காலமானார் என்ற செய்தியைக் கூறியிருக்கிறார். சைய்யத் அகமது இந்தச் செய்தியை வீட்டில் உள்ளவர்களுக்கு எழுதிய கடிதத்தில் மிகவும் துயரத்தோடு குறிப்பிட்டிருந்தார்.[134] ஆனால், இவர்கள் இருவருக்கிடையே கருத்துகளைப் பரிமாறிக் கொண்டார்கள், பகிர்ந்து கொண்டார்கள் என்பதுபோன்ற எந்த ஒரு குறிப்போ சான்றுகளோ கிடைக்கவில்லை.

இந்து சமய நூல்களுடனான சைய்யத் அகமதுவின் தொடர்பு குறுகியது அல்ல. அவருடைய இரண்டு அறிக்கைகள் சமயம் தொடர்பானவற்றில் அவருடைய பரந்த மனப்பான்மையைக் காட்டுகின்றன. 1880ல் அவர் 'ரிஃபார்மர்' நாளிதழில் எழுதிய கட்டுரையில், 'இந்து சமய வேதங்களில் கூறப்பட்டுள்ளவற்றை எழுதியவர்களின் கருத்துப்படி கடவுளின் ஒருமை அல்லது மாசற்ற தன்மையைக் குறிப்பிடும்போது கடவுள் ஜோதி வடிவில் தோற்றம்

காட்டுகிறான் என்பதையே 'ஜயோதி ஸ்வரூபா நிர்விகாரா' என்று குறிப்பிட்டுள்ளார்கள்'[135] என்பதைச் சுட்டிக்காட்டியிருக்கிறார்.

மற்றொரு தருணத்தில் அவர், 'சொற்ப எண்ணிக்கையில் உள்ள அராபியர்களை அல்லது யூதர்களைச் நல்வழிப்படுத்த என்று அராபியாவிலும் பாலஸ்தீனத்திலும் மட்டுமே இறைத் தூதர்கள் தோன்றினார்கள். ஆப்பிரிக்காவிலும், அமெரிக்காவிலும், ஆசியாவிலும் உள்ள மக்களை அவர்களின் அறியாமையில் தள்ளிவிட்டார் என்று சொல்வது அபத்தமே. இறைத் தூதரை எல்லோரும் பின்பற்றி ஆகவேண்டும். இறைத்தூதர் சீனா, அமெரிக்கா, மங்கோலியா, ஆப்பிரிக்கா, இந்தியா அல்லது ஈரான் என எங்கிருந்து வந்திருந்தாலும் அனைவரும் பின்பற்றியாக வேண்டும்.[136]

இந்தியாவில் வாழ்கிற முஸ்லிம் சமுதாயத்தின் நலனே எவ்வித ஐயத்துக்கும் இடமற்ற வகையில் சைய்யத் அகமதுவின் மனதில் முதலிடம் பெற்றிருந்தது. ஆனால் ஜின்னாவின் வாழ்க்கை வரலாற்றை எழுதியுள்ள 'பேலித்தோ' (Bolitho) 'சைய்யத் அகமதுதான் முஸ்லிம்களுக்குத் தனி நாடு பிரித்தளிக்க வேண்டும் என்று துணிவோடு கேட்ட முதல் முஸ்லிம்'[137] என்று சற்று வரம்பு கடந்து குறிப்பிட்டிருக்கிறார்.

பிரிவினை எண்ணத்தை அல்லது வார்த்தையை அவர் முன்வைத்ததே கிடையாது. சிலர் என்ன சொல்கிறார்களென்றால், பாகிஸ்தான் என்ற தனி நாடு பற்றி அவர் குறிப்பிடாவிட்டாலும் சைய்யத் அகமது மனோபாவத்தில் அது பிரதிபலித்தது.[138] ஆனால், அவரின் கடைசி இருபதாண்டு வாழ்க்கையில் அவர் எழுதியவை, பேசியவை ஆகியவற்றை எடுத்துப் பார்த்தால் அதில் எங்குமே அப்படியான ஒரு எண்ணம் 'மறைவாகவோ' உறைந்தோ கிடந்ததாகச் சொல்லவே முடியாது. காங்கிரஸ் மீதான எதிர்ப்பு மற்றும் தேர்தல்கள் தொடர்பான எதிர்ப்பின்போதும் சொன்னவை அதற்கான சிறந்த எடுத்துக்காட்டாகத் திகழ்கிறன:

> 'இந்துக்களே... முசல்மான்களே... இந்தியாவைத் தவிர்த்து நீங்கள் வேறெந்த நாட்டையாவது உங்கள் வாழ்விடமாக நினைத்துப் பார்த்ததுண்டா? நீங்கள் இரு சாராரும் வாழ்வது இங்குதானே; உங்களைப் புதைப்பதும் எரிப்பதும் இதே மண்ணில்தானே? இந்து-முஸ்லிம் என்பதெல்லாம் வெறும் மத அடையாளக் குறியீடுகள் மட்டுமே. மற்றபடி இந்துவோ, முஸ்லிமோ, கிறித்தவரோ, இங்கு வாழும் எல்லோருமே ஒரே நாட்டினரே.'[139]

'நூற்றாண்டுகள் கடந்துவிட்டன. இந்துக்களும் முஸ்லிம்களும் இந்நாட்டின் ஒரே தட்பவெப்பநிலை, விளைச்சல் ஆகியவற்றைப் பகிர்ந்துகொண்டு இந்த மண்ணில் ஒன்றாக வாழ்ந்து ஒன்றாக இறக்கவேண்டும் என்பதுதான் இறைவனின் விருப்பம். இங்கு வாழும் இரு சமூகத்தினரும் ஒன்றிணைந்து நண்பர்களாக, இன்னும் அதிகமாகச் சொல்லப் போனால் சகோதரர்களாக வாழவேண்டும். இவர்கள் இந்தியாவின் அழகிய முகத்தின் இரு கண்கள் போன்றவர்கள்.'[140]

'நம்முடைய ஆவல் இந்தியாவிலுள்ள இந்துக்களுக்கும் முஸ்லிம்களுக்கும் இடையே நட்புணர்வு, சகோதரத்துவம், பாசம் போன்றவை நாளுக்கு நாள் வளரவேண்டும். அதனால் அவர்களுடைய சமூக உறவுகளும் முன்னேற்றம் காண வேண்டும். அவர்களின் ஆலயங்களில் மசூதிகளில் மட்டுமே இந்து முஸ்லிம்கள் தனித்துத் தெரியலாம். மற்ற இடங்களில் எந்த வேறுபாடும் இருக்கக்கூடாது.'[141]

முஸ்லிம்களிடையே பயன்பாட்டில் உள்ள 'க்வாம்' என்ற சொல் எதைக் குறிப்பிடுகிறது? இந்த நாட்டைக் குறிப்பிடுகிறதா? அல்லது ஓர் இனத்தைக் குறிப்பிடுகிறதா? இல்லை. துல்லிய மாகச் சமயம் சார்ந்த சமுதாயத்தையே சுட்டிக்காட்டுகிறது.'[142]

'நான் அடிக்கடி கூறி வருவது: இந்தியா ஓர் அழகிய மணமகள். இந்துக்களும் முஸ்லிம்களும் அவளின் இரண்டு கண்கள். ஒரு கண் போனால், அந்த அழகிய மணமகள் அவலட்சணமாகத் தெரிவாள்.'[143]

இந்து-முஸ்லிம் நட்புறவுக்காக அவருடைய பெரும் பணி எல்லோரும் அறிந்ததே! அவரின் மாகாணத்தின் ஆளுநர் எம்.ஏ.ஓ. கல்லூரிக்கு வருகை புரிந்தபோது 'ஓர் இந்து மாணவரையும் முஸ்லிம் மாணவர் போலவே நடத்துகிற அவரின் மனப்பாங்கு' அவரை மகிழவைத்தது.[144] அலிகரில் வசிக்கும் இந்துக்கள் 'சையத் அகமது எங்களின் மதிப்புக்குரிய எங்கள் ஊர்க்காரர். முகம்மதியர்கள் சமுதாயத்தில் சமயப் பொறையுடைமைக் கொண்டுவந்தவர்'[145] என அவர்மீது உயர்ந்த எண்ணம் கொண்டிருந்தார்கள்.

இந்துக்களும் முஸ்லிம்களும் சீக்கியர்களும் கொண்ட லாகூரிலுள்ள இந்தியன் அசோசியேஷன் என்ற அமைப்பு, 'சையத் அகமதுவின் செயற்பாடுகளை முழுமையாகப் பார்க்கும்போது 'அவரிடம் எவ்விதமான மதவெறிப் போக்கோ பாரபட்சமோ இருந்ததில்லை. எவ்விதக் கறையும் படியாதவராகவே அவர் இருந்தார்' என்று குறிப்பிட்டிருக்கிறது.[146]

அரசாங்கப் பதவியில் இருந்த ராஜா ஜெய்கிஷன் இவரின் நெருங்கிய நண்பர். அவர் இவரிடத்தில் பார்த்த நற்பண்பு 'முஸ்லிம்கள் மீது எந்த அளவுக்கு அக்கறை கொண்டிருந்தாரோ, அதே அளவிலேயே இந்துக்களிடமும் அன்பு கொண்டிருந்தார்' என்பதே. 1880-ல் பிரிட்டிஷ்–இந்திய அரசாங்கம் அப்போது மொராதாபாத் மாவட்டத்தில் ஏற்பட்டிருந்த பஞ்ச நிர்வாரணப்பணிகளை கவனித்துக்கொள்ளும் பொறுப்பை சைய்யத் அகமதுவிடம் ஒப்படைத்தனர். 'சைய்யத் அகமதுவின் குறிக்கோள் வெறுமனே முஸ்லிம்களை பிரிட்டிஷ் அரசாங்கத்துடன் ஒத்திசைவு கொள்ள வைப்பது மட்டுமல்ல; அவர்களை இந்த நாட்டோடும், இந்துச் சமுதாயத்தாடும் ஒத்திசைவுடன் வாழ ஆயத்தப்படுத்துவதுமாகும்'[147] என்கிறார் இவரைக் குறித்து டாக்டர் பக்வான்தாஸ்.

அவருடைய முஸ்லிம் சமுதாயம்தான் (கவ்மு) அவருக்கு மிகவும் முக்கியம். அதேநேரம் மற்ற சமுதாயங்களோடு நெருக்கத்தை ஏற்படுத்திக் கொள்ளத் தவறியதே இல்லை. உணர்ச்சிநிலைகளைத் தாண்டிய நல்லுறவு. பாகிஸ்தான் வரலாற்றாசிரியர் இஷ்தியாக் எச். குரைஷி சைய்யத் அகமதுவைப் பற்றிச் சொல்வது: 'சைய்யத் அகமதுவின் மாபெரும் சொத்து என்பது யதார்த்தத்தைப் புரிந்து கொண்டிருந்ததுதான். உணர்ச்சிப் பெருக்கினால் விளையும் குறுகிய சிந்தனையின் சிலந்தி வலைக்குள் அவர் சிக்கிக் கொண்டதில்லை[148] எனக் குறிப்பிட்டுள்ளார்.

சைய்யத் அகமதுவின் யதார்த்த சிந்தனை, 'இந்தியாவைப் பேரரசி விக்டோரியாவிடமிருந்து விடுவித்துக்கொள்வது என்ற கேள்விக்கே இடமில்லை என்று எடுத்துச் சொன்னது. முஸ்லிம்கள் தங்களைத் தக்கபடி தகுதிப்படுத்திக்கொண்டு, பிரிட்டிஷாருக்கு சமமாக அமர்ந்து, கொள்கை முடிவு எடுப்பவர்களாக ஆக வேண்டும் என்ற கனவும் அவருக்குண்டு. 1883-ல் கிரகாம் இப்படியோர் காட்சியைக் கண்ணாரக் கண்டு களித்தார். ஆம், அலிகர் கல்லூரி விருந்தொன்றில் வைஸ்ராய் ரிப்பன் பிரபு, சைய்யத் அகமது கானின் வலப்புறத்தில் அமர்ந்திருந்தார். அதுபோலவே சைய்யத் முகமது வைஸ்ராய்யின் வலப்புறத்திலும் அமர்ந்திருந்தார்.[149] இந்தக் காட்சி இந்தியாவில் ஏற்பட்டிருக்கும் மாற்றத்தை நன்கு எடுத்துக்காட்டியது. க்வாமுவுக்கு ஒரு வகையில் செல்வாக்குக் கிடைத்துவிட்டது. சைய்யத் அகமது இதைச் சாதித்துக் காட்டிவிட்டார்.

அவரின் அந்திமக் காலத்தில் கடைசி மூன்று ஆண்டுகளில் அவருக்குத் தொடர்ந்து அடி விழுந்துகொண்டிருந்தது. ஆம். அதில் முதலில் அவருக்கு ஏற்பட்ட கசப்பு நிலை – எம்.ஏ.ஓ. கல்லூரியை சைய்யத் அகமது கானுக்குப் பின்னர் யார் நிர்வகிக்கப் போகிறார்கள் என்ற

கேள்வி எழுந்தது. இவருடைய எண்ணங்களுக்கும் விருப்பங் களுக்கும் எதிரான ஒரு மனிதரை இவர் எதிர்த்து பாரிஸில் 'மல்லுக்கு'[150] நிற்க வேண்டியிருந்ததால், இவருக்குத் தாளாத சினம். அடுத்ததாக இவருடைய மகன் மஹ்மூத் மன உளைச்சலுக்கு ஆளாகி, தந்தையுடன் மோதினார். இந்து சமயத்தவரான கல்லூரி கணக்கர் மோசடி செய்து லட்சக்கணக்கான ரூபாய்களைத் திருடிவிட்டார். கல்லூரியில் சேருபவர்கள் எண்ணிக்கையும் பெருமளவுக்கு வீழ்ச்சியுற்றது.

மார்ச் 27, 1898 – சைய்யத் அகமது மன வேதனையோடு மரணமடைந்தார். நல்லவேளையாக, அவர் குடும்பத்தார், நல்லபடியாகக் கல்லூரியைக் காப்பாற்றி பலப்படுத்திவிட்டார்கள். சைய்யத் அகமது போன்ற மாமனிதரின் நினைவும், உடைந்து சிதிலமாகிக் கொண்டிருந்த ஒரு சமுதாயத்தை மீட்டெடுத்துக் கொடுத்த அன்னாரின் அர்ப்பணிப்பும் உழைப்பும் அவர்களுக்கு உந்துசக்தியாக நின்று உதவியது.

அத்தியாயம் 3

முகம்மது இக்பால்
~~~~~
(1876–1938)

(இறைவனோடு மனிதன் உரையாடுகிறான்)

'நீ இரவைப் படைத்தாய்... நான் விளக்கை ஏற்றி வைத்தேன்!
நீ களிமண்ணை உருவாக்கினாய்... நான் கோப்பையை வடிவமைத்தேன்!
நீ கானகங்களை ஏற்படுத்தினாய்... நான் பூச்செடிகளைப் பயிரிட்டேன்...
நான் பாறைக்கற்களிலிருந்து கும்மட்ட கோபுரம் செய்துகொண்டேன்!
நச்சுக் கலவையிலிருந்து இனிக்கும் தேறலைப் பிரித்தெடுத்தேன்![1]
பள்ளி வாசலில் உறங்குகிற இறைப்பற்றாளனைக் காட்டிலும்[2]
அதோ – அங்கே விழிப்புற்ற உள்ளத்தோடு சிலைமுன் நிற்கும்
இறை மறுப்பாளன் மேலானவாகத் தெரிகிறான்...
இது உனக்குப் புரியாது முட்டாள் ஃபக்கீரே...
குற்றமிழைத்ததை நினைத்து நெக்குருகும் இதயம் கொண்டவனே
நூறு முறை மண்டியிட்டுத் தொழுகை புரிந்தவனுக்கும் மேல்.[3]

உருது, பாரசீக மொழிகளில் இப்படியான அபாரமான கவிதைகளை எழுதியவரை நாம் மகத்தான சிந்தனையாளராகப் பார்ப்பதில் வியப்பேதும் இருக்க முடியுமா என்ன?

அளந்தெடுத்துப் பேசும் வரலாற்று ஆசிரியர் முஜீப் 'இக்பாலின் கவிதைகள் ஏற்படுத்தும் தாக்கம் மலைக்க வைக்கக்கூடியது'[1] என்கிறார். பாகிஸ்தானின் அறிஞர் பசுலூர் ரஹ்மான் இக்பாலை 'முஸ்லிம் உலகம் கண்டெடுத்த துணிச்சலான நவீன அறிவுஜீவி'[2] என்கிறார்.

இக்பால், மனிதர்களைப் புகழ்ந்தும் 'இறைவனை மனிதனுக்கு சக பயணியாக, சக தொழிலாளராகச் சொல்லியிருப்பதும் ஒரு மகத்தான இறையியல் புரட்சிகர சிந்தனை' என்று 1946-ல் வில்ஃபிரட் காண்ட்வெல் ஸ்மித் புகழ்ந்திருக்கிறார். 'நவீன கால இஸ்லாமுக்கு மிகவும் தேவையான மிக முக்கியமான புரட்சிகர சிந்தனை' என்று குறிப்பிட்டிருக்கிறார்.

ஏன் அப்படிச் சொன்னார்? கடவுளை எங்கோ ஒரு தொலைவில் இருக்கும் ஒருவராகச் சொல்லும் மரபான சிந்தனை மிகவும் தவறானது. 'இக்பால் அந்தத் தொலைதூரக் கடவுளை இந்த பூமிக்குக் கொண்டுவருகிறார். நம்முடன் இருந்துகொண்டு கடவுளும் அத்தனை பிரச்னைகளையும் பார்க்கும்படிச் செய்கிறார். நம்முடன் இணைந்துகொண்டு புதிய, மேலான உலகை நம் மூலமாக கடவுள் உருவாக்கப் போவதாகச் சொல்கிறார்.'[3] இதனால்தான் இக்பாலை மகத்தான, நவீன இஸ்லாமிய சிந்தனையாளர் என்று ஸ்மித் புகழ்கிறார்.

'முகம்மது இக்பால் உறக்கத்தில் கிடந்த முஸ்லிம்களை விழித்தெழக் குரல் கொடுத்தார்' என்று ஸ்மித் மேலும் கூறியிருக்கிறார். இவருக்கு முன்னரும் இதேபோன்று பல எழுத்தாளர்களும் இப்படிச் சொல்லி யிருக்கிறார்கள்.[4] ஆனால் இவரின் கூற்றுகளை ஏற்றுக்கொண்டவர் கள் அல்லது ஏற்றுக்கொண்டதாகச் சொன்னவர்கள் அதற்கு நேர்மாறான விஷயங்களையே செய்தனர். இஸ்லாமிய சோஷலிசவாதத்தில் இருந்து பிரிந்துசென்று தீவிர பிற்போக்கு வாதிகளாக ஆனார்கள்.[5]

1912-ல் இக்பால் எழுதிய 'ஷிக்வா' (புகார்) பற்றி ஸ்மித் 11 ஆண்டுகள் கழித்துப் பேசியபோது சொன்னது: 'இது ஒரு மகத்தான கவிதை. ஆனால், இக்பாலின் கவிதைகளின் வரலாற்று விளைவென்பது இந்திய முஸ்லிம்கள் மத்தியில் தாராள சிந்தனையை பலவீனப் படுத்தவே செய்திருக்கிறது'.[6] ஒரு சிந்தனையாளராக இக்பால் மனிதர்களின் தனி ஆளுமையைப் போற்றுபவராகவே இருக்கிறார். ஆனால், யதார்த்தத்தளத்தில் ஒரு வழிகாட்டியாக இருக்கும்போது, 'ஷரியத் என்ற நகையை இறைவன் மிக அழகாகச் செதுக்கி வைத்திருக்கிறார். வெளிப்படையாக என்ன அர்த்தம் தெரிகிறதோ அதைத் தாண்டி எதையும் நாமாக அதற்குக் கற்பிக்கக்கூடாது' என்று

சொல்லியிருப்பதாக வரலாற்றாளர் முஜீபு குறிப்பிட்டிருக்கிறார். 'இஸ்லாமிய சிந்தனைகளும் வரலாறும் சென்ற வழித்தடத்தில்' தான் இக்பாலும் நடந்து சென்றிருக்கிறார். புதிய வழி அல்லது புதிய பார்வை எதையும் அவர் முன்வைக்கவில்லை'.[7] என்றும் குறிப்பிட்டிருக்கிறார்.

•

பஞ்சாபில் உள்ள சியால்கோட் என்ற நகரில் இக்பால் பிறந்தார். இந்த நகரம் லாகூருக்கும் ஜம்மு காஷ்மீருக்கும் இடையில் அமைந்துள்ளது. இவரின் முன்னோர்கள் காஷ்மீர் பிராமணர்கள். இவர்கள் குடும்பம் சிறிது காலத்துக்கு முன்புதான் இஸ்லாத்துக்கு மதம் மாற்றப்பட்டிருந்தனர்.[8] ஷேக் ரஃபீக் என்ற இவரின் தந்தை வழிப் பாட்டனார் சால்வை வியாபாரி. ரஃபீக்கின் மகன் நூர் முகம்மது. பள்ளிக்கூடம் போகவில்லை. அல்லது அவரால் போக முடியவில்லை. ஒரு தையல்காரராக ஆடைகளுக்கு பூ வேலைப் பாடுகள் செய்பவராக ஆனார். செக்கச்சிவந்த மேனியும் வெள்ளை நிறத் தாடியும் கொண்டவரான இவருக்கு கூரிய ஊடுருவிப் பாய்கிற கண்கள்; இவருக்கு இயல்பாகவே மெய்ஞான நாட்டம் இருந்து வந்தது. சூஃபிகளின் மரபைச் சார்ந்திருந்தார். அவரின் நண்பர்கள் அவரை 'படிக்காத மேதை' என்று அழைப்பார்கள்.

இவருடைய தையல் கலைத்திறமையைக் கேட்டறிந்த அரசாங்க அலுவலர்கள் இவருக்கு அப்போதுதான் புதிதாகக் கண்டுபிடிக்கப் பட்டிருந்த 'சிங்கர்' தையல் இயந்திரம் ஒன்றை வாங்கித் தந்தார்கள். அவரின் மனைவி இமாம் பீவி இஸ்லாமிய சமயச் சட்டதிட்டங் களுக்குக் கட்டுப்பட்டவர். ஹலால், ஹராம் (விதிக்கப்பட்டவை, விலக்கப்பட்டவை) குறித்து உறுதியான நம்பிக்கை கொண்டவர். சிங்கர் தையல் இயந்திரம் அந்த அரசாங்க அலுவலர்களின் ஊழல் பணத்திலிருந்து வாங்கிக் கொடுக்கப்பட்டது என்று தெரிந்து கொண்டு அந்த இயந்திரம் மூலம் கணவர் சம்பாதித்த பணத்தை ஏற்றுக்கொள்ள மறுத்தார். இதனால் நூர் முகம்மது அந்த சிங்கர் இயந்திரத்தைக் கைவிட்டுவிட்டு தொப்பிகளுக்கு சித்திர வேலைப் பாடுகள் செய்யும் தொழிலில் இறங்கினார். அந்தத் தொழில் அவருக்கு வெற்றிகரமாக அமைந்தது. தனக்கு உதவியாக வேலை செய்ய பணியாட்களையும் அமர்த்திக்கொண்டார்.

முகம்மது இக்பால் – நூர் முகம்மதுவுக்கும் இமாம் பீவிக்கும் பிறந்தார். இவருக்கு மூன்று சகோதரிகளும் ஒரு சகோதரரும் உண்டு. சகோதரர் இவரைவிடப் பதினாறு வயது மூத்தவர்; பெயர் அத்தா முகம்மது. அண்ணன் அத்தா முகம்மதுவின் மாமனார் ஓய்வு பெற்ற

ராணுவ வீரர். அவரின் தூண்டுதலால் அத்தா முகம்மதுவும் ராணுவத்தில் சேர்ந்தார். அவர் ராணுவத்தில் 'ஓவர்சீயர்' ஆக மெக்கானிக்கல் துறையில் பணியில் இருந்தார். அண்ணனின் வருமானத்தில்தான் இக்பாலின் கல்விச் செலவு இருந்தது. பள்ளி, கல்லூரிக்கான கல்விச் செலவுகளை அண்ணன்தான் செய்தார்.

இக்பால் வளர்ந்த சூழல் பற்றிப் பின்னாளில் அவர் எழுதியுள்ளதில் இருந்து தெரிந்துகொள்ளமுடிகிறது. சிறுவனாக இருந்தபோது அவரிடம் ஒரு பிச்சைக்காரர் கை ஏந்தியிருக்கிறார். எரிச்சல் அடைந்த இக்பால் அவரைத் தாக்கிவிட்டார். பிச்சைக்காரனின் கையில் இருந்த தட்டு எகிறித் தரையில் விழுந்தது. அந்தப் பிச்சைக்காரர் இரந்து பெற்ற உணவு முழுவதும் தரையில் சிதறியது. அதைக் கண்ட... 'என் தந்தையின் கண்களிலிருந்து கண்ணீர் உருண்டோடியது'; அவர் சொன்னார், 'மறுமைத் தீர்ப்புநாளில் இந்தப் பிச்சைக்காரரின் அழுகையையும் முறையீட்டையும் கேட்கிற நம் அண்ணல் நபிகள் என்னிடத்தில் கேட்பார் : 'உன் பாதுகாப்பில் விடப்பட்ட இந்த முஸ்லிம் சிறுவன், குழைக்கப்பட்ட களிமண் மனிதனாக வில்லையா?' என்று கேட்பாரே. அவரின் தந்தை இக்பாலிடம் மேலும் கூறுகிறார்:

'நியாயத் தீர்ப்புக்காக அனைவரும் இறைத்தூதரின் முன்னால் ஒன்று கூட்டப்படுகிற அந்த மகத்தான நாளை மனதில் நினைத்துப்பார் என் அன்பு மகனே! வெளுத்த தாடியோடு நான் நடுங்கிக் குலுங்கி அண்ணலின் முன் அச்சத்துக்கும் நம்பிக்கைக்கும் இடையே அல்லாடிப் போவதை நினைத்துப் பார். மகனே... உன் தந்தைக்கு இதுபோன்ற ஊமைக்காயத்தைத் தந்துவிடாதே... கடவுளின் முன்னிலையில் வெட்கத்தில் தலைகுனிய விட்டுவிடாதே. முகம்மது என்ற மலர்ச்செடியின் கிளையில் ஒரு மொட்டாக மலர்வாயாக என் மகனே'.⁹

இக்பாலுக்கு அப்போது வயது பதினாறு; அவர் சியால்கோட் ஸ்காட்டிஷ் மிஷன் கல்லூரியில் (இப்போதைய முர்ரே கல்லூரி) சேர்ந்தார். டாக்டர் ஒருவரின் மகள் கரீம் பீவியைக் கைப்பிடித்தார். இந்த இளம் தம்பதிக்கு இரண்டு பெண் குழந்தைகளும் ஓர் ஆண் குழந்தையும் பிறந்தன. ஓர் பெண் குழந்தை பிறந்த உடனேயே இறந்து போனது. மற்றொரு பெண்ணோ வளர்ந்து இளம் பருவத்தில் பத்தொன்பது வயதில் தொடர்ச்சியான பல நோய்களின் தாக்கத்தினால் இறந்துபோனாள். எஞ்சிய ஆண்பிள்ளை பின்னாளில் வளர்ந்து கல்வி கற்று, பன்னாட்டு கார்ப்பரேட் சட்ட நிபுணராக வாழ்ந்தார்.

இக்பாலின் பத்தொன்பதாவது வயதில் அவர் லாகூரிலுள்ள அரசினர் கல்லூரியில் சேர்ந்தார். அங்கே அரபி, ஆங்கில இலக்கியங்களையும், மெய்யியல் கல்வியையும் பயின்றார். தாமஸ் அர்னால்ட் அப்போது அலிகர் எம்.ஏ.ஓ. கல்லூரியிலிருந்து வெளியேறி இங்குள்ள லாகூர் கல்லூரியில் சேர்ந்தவேளை அது. அர்னால்ட் அலிகரில் இருந்த போது 'இஸ்லாத்தின் போதனைகள்' என்ற நூலை எழுதி வெளியிட்டிருந்தார். இஸ்லாம் அமைதி வழியில் பரவியது என்பது மட்டுமே உண்மையல்ல என்ற போதிலும் அந்த உண்மையை எடுத்துச் சொல்லும் வகையில் ஒரு மேலை நாட்டவர் எழுதிய முதல் நூல் இதுவாகத்தான் இருக்கும்.

இதற்கு மறுமொழியாக அலிகர் தரப்பில் இருந்து அர்னால்டின் சக பேராசிரியராக இருந்த ஷிபிலி, 'உலக நாடுகளை ஐரோப்பா தன் வாளால் மட்டுமே வெற்றிகண்டிருக்கவில்லை. புகழத் தகுந்த வகையில் நற்குணம் கொண்டும் செயல்பட்டிருக்கிறார்கள். அதற்கான சிறந்த வாழும் உதாரணம் அர்னால்டுதான்'[10] என்று கூறியிருந்தார். அர்னால்டின் இதமான இயல்பும் இஸ்லாமியப் பண்பாடு மற்றும் பெருமையைக் குறித்து அவரின் தெளிவான அறிதல்களும் இக்பாலை அவர் மீது மதிப்புகொள்ளவைத்தது. மேலும் அர்னால்ட், ஐரோப்பாவுக்குச் சென்று மேற்படிப்பு கற்கும் ஆவலை இக்பால் மனதில் தூண்டினார். 1904-ல் அர்னால்டு லாகூரை விட்டு லண்டன் புறப்பட்டுச் சென்றார். அப்போது இக்பால் நல – இ – ஃபிரக் (பிரிவின் அரற்றல்) என்ற கவிதை நூலை வெளியிட்டார்.

இக்பாலின் கவிப்புலமை குறித்து புகழ் ஆறு ஆண்டுகளுக்கு முன்னரே பரவத் தொடங்கிவிட்டது. அவர் இருபத்திரண்டு வயதிலேயே லாகூரில் ஹக்கிமான் பஜார் சென்று அங்கு நடைபெறுகிற 'முஷாய்யிரா' என்ற கவியரங்கங்களில் கலந்து கொண்டு கவிதைகளைப் பொழிவார். 'என் குற்ற உணர்ச்சியின் பாசி மணிகளை அல்லாவின் கருணை, மின்னிப் பிரகாசிக்கும் நல் முத்துகளாக சேகரித்துக்கொள்கின்றன'. இதைக் கேட்டு மகிழ்ந்த நாடறிந்த கவிஞரான மிர்ஸா கோர்கானி, 'இக்பால்... இந்தச் சிறு வயதில் இவ்வளவு அழகான கவிதையைப் பாடிவிட்டாயே!'[11] என்று வியந்து பாராட்டினார்.

இருபத்தி மூன்றாவது வயதில் இக்பால் லாகூரிலுள்ள ஒரு கல்வி நிறுவனத்தில் 73 ரூபாய் ஊதியத்தில் அரபி மொழி, வரலாறு, பொருளாதாரம் ஆகிய பாடங்களைக் கற்றுக் கொடுக்கும் பணியில் சேர்ந்தார். அப்பணியில் இருந்தபோதே அவருக்கு சட்டக்கல்வி, சிவில் பணிக்கல்வி ஆகியவற்றின்மீது ஆர்வம் திரும்பியது. எதிர்கால வாழ்க்கைக்கு இவை உயர் தகுதியையும் பொருள்

வளத்தையும் உருவாக்கும் என்று எண்ணினார். சட்டப்படிப்புத் தேர்வு எழுதினார். ஆனால் அதில் அவர் வெற்றி பெறவில்லை. அவர் எதிர்பார்த்த அரசு வேலைக்கான மருத்துவ சோதனையில் தோற்றும் போனார். இதுபோன்ற ஏமாற்றங்கள், கசப்பைத்தான் தந்திருக்க வேண்டும். ஆனால், இக்பாலின் உத்வேகம் இந்தத் தடைக்கற்களையே படிக்கட்டுகளாக ஆக்கிக்கொண்டது.

இக்பாலுக்கு இந்த நேரத்தில் இன்னொரு நெருக்கடி ஏற்பட்டது. ராணுவ அதிகாரியாக இருந்த அண்ணன் அத்தா முகமது மீது ஒரு குற்றம் சுமத்தப்பட்டது. இக்பாலுக்கு அப்போது வயது இருபத்தேழு. அத்தா முகமதுமீது சுமத்தப்பட்டிருப்பது பொய்க் குற்றம் என்பது தெரிந்த இக்பால், அப்போது வைஸ்ராயாக இருந்த கர்சன் பிரபுக்கு தனக்குத் தெரிந்த உண்மைகளை நேரடியாக எழுதி அனுப்பினார். கர்சன் இந்த விஷயத்தில் தலையிட்டு, தீர ஆராய்ந்து அத்தா முகமதுமேல் சுமத்தப்பட்ட குற்றச்சாட்டைத் திரும்பப் பெற ஆணை பிறப்பித்தார்.

இத்தருணத்தில் இக்பால், தன்னுடைய அண்ணன் அத்தா முகம்மதுவை எதிரிகளின் சூழ்ச்சி வலையிலிருந்து காப்பாற்றும்படி அல்லாவிடம் இறைஞ்சுமாறு சூஃபி துறவி நிஜாமுத்தீன் அவுலியாவிடம் கேட்டுக்கொள்வதுபோல் ஒரு கவிதை பாடினார். அந்த ‘கவிமாலை’ பெர்க் –இ –குல்’ டெல்லியில் உள்ள நிஜாமுத்தீன் அவுலியா தர்கா ஆலயத்தில் ஆண்டுதோறும் நடைபெறும் விழாவில் இன்றளவும் பாடப்பட்டு வருகிறது. அந்தக் கவிதையின் சில வரிகள் அந்த சூஃபியின் சமாதிக்கு அருகில் தொங்கவிடப்பட்டும் உள்ளது.

இதற்குப் பின்னர் இரண்டு ஆண்டுகள் கடந்து இக்பால் லண்டனுக்கு புறப்பட்டபோது இதே சூஃபி துறவியின்மீது இல்தஜா – இ – முசாஃபிர் (பயணம் புறப்பட்டவனின் விண்ணப்பம்) என்ற இன்னொரு பாமாலையைப் பாடினார். பின்னாளில் சூஃபியிஸம் மீது இக்பால் விமர்சனங்கள் வைத்தார். அண்ணன் அத்தா முகம்மது சேர்ந்துகொண்ட அகமதிய்யா கூட்டத்தையும் விமர்சித்தார். ஆரம்பத்தில் சூஃபிகள் மீதும் அண்ணன் மீதும் பற்று கொண்டவர் பின்னாளில் மாறியநிலையில் இவற்றை இப்போது நாம் தெரிந்துவைத்திருப்பது அவசியமே.

அவர் ஐரோப்பாவுக்கு புறப்பட்ட 1905-க்குள்ளேயே அவர் பெயர் இந்தியர்களிடையே பெருமளவுக்குப் பரவிவிட்டிருந்தது. அதுவரை அவர் எழுதிய கவிதைகள்தான் அதற்குக் காரணம். அவ்வாறு வெளிவந்தவற்றில் நபிகள் மீது எழுதப்பட்ட ‘நல – இ– யத்தீம்’ (அனாதையின் அழுகுரல்), ‘அப்ர் – இ – கவ்ஹார் பார்’ (அருள்

மழைத்துளிகள்); 'தஸ்வீர்–இ–தார்த்' (துயரத்தின் ஓவியம்), 'பரிந்தே –கி –பர்யாத்' (பறவையின் ஓலம்) 'தரனே – இ– இந்த் –' (இந்தியாவுக்கு ஒரு பாட்டு) 'நயா ஷிலாலயா' (புதிய கோவில்) ஆகியவை அடங்கும்.

'பரிந்தே' சுதந்தர வானில் சிறகடிக்க ஏங்கும் கூண்டுப் பறவையின் தவிப்பு, இந்தியா அடிமைத்தனத்திலிருந்து விடுதலை பெற விழைவதைப் பற்றியது. மேலும் 'தஸ்வீர்', 'தரானா', 'நயா ஷிவாலயா' ஆகியவை இந்து–முஸ்லிம் ஒற்றுமைக்காக இக்பால் இசைத்த பாடல்கள். 'தரானா' நாடெங்கிலும் பரவி ஒலித்த அதிகாரபூர்வமற்ற தேசிய கீதம்: 'சாரே ஜஹான் சே அச்சா இந்துஸ்தான் ஹமாரா' (பாருக்குள்ளே சிறந்த நம் நாடு) என்ற பாடல்! இந்தப் பாடலின் முடிவற்ற ஜீவனுக்கு முக்கிய காரணம் அதில் இருக்கும் ஆத்மார்த்தமான உணர்வுதான்.

நயா ஷிலாலயாவில் இக்பால் பேசுகிறார் –

> 'உண்மையைச் சொல்கின்றேன்... ஓ பிராமணர்களே...
> இதை நீங்கள் குற்றச்சாட்டாக பார்க்காதீர்கள்...
> கோவில் சிலைகள் சிதிலமடைந்துக் கிடக்கின்றன...
> இந்த சிலைகள் கொண்டு உங்களவர்களுக்கே தீங்கிழைக்க
> ஆரம்பித்துவிட்டீர்கள்
> முல்லாவுக்கு சச்சரவின் வழிகளைக் கற்றுக் கொடுத்துவிட்டான்.
> ஓ பிராமணரே... இந்த கற் சிலைகள்
> தெய்விகத்தை உள்ளடக்கிக் கொண்டிருப்பதாக சொல்கிறீர்கள்...
> ஆனால் என் நாட்டு மண்ணின் ஒவ்வொரு புழுதியிலும்
> தெய்விகத்தன்மை இருப்பதாகவே பார்க்கின்றேன்...
> வாருங்கள்... நம்மை பிரிக்கும்
> அத்தனை அடையாளங்களையும் களைந்தெறிவோம்...
> புதிதாக நம் மண்ணிலே ஓர் ஆலயத்தை எழுப்புவோம்... நாம்
> விண்ணை முட்டும் அளவில் அதி உயர் கோபுரத்தை எழுப்புவோம்
> இப்புவியில் வாழும் எல்லோரும் கடைத்தேற்றம் காண... !'[12]

இந்தப் புதிய ஆலயத்தை இந்திய மண்ணில் ஏற்படுத்துவோம் என்றார். ஆனால் அது இந்தியா அல்ல. இக்பாலின் கருத்தின் அடிப்படையில் அந்த ஆலயம் இந்து சமயத்தையும் – இஸ்லாத்தையும் ஒன்றிணைக்கிற ஒரு புதிய மதத்துக்காக நிறுவப்பட்ட வழிபாட்டுத்தலம் அல்ல. இந்தியர்களுக்கு இடையேயான அன்பின் இந்திய ஆலயம். ஆனால், விரைவிலேயே இக்பால் இந்தியக் கவிஞராக இருப்பதிலிருந்து இஸ்லாமிய கவிஞராராக ஆனார். 'தரானா-இ-இந்தி' எழுதியவர் அதை

நிராகரித்துவிட்டு ‘தரானா-இ-மில்லி’ (முஸ்லிம் நாட்டுப்பண்) எழுதினார். ஆனால், ‘இக்பாலின் 1900-1905 காலகட்டக் கவிதைகளில் இந்திய மக்களிடையேயான ஒற்றுமைக்கான ஆத்மார்த்தமான ஏக்கம் நிரம்பியிருந்தது. அதற்கு ஆழமான ஆன்மிகக் காரணங்கள்தான் இருக்கின்றன. தற்காலிக அரசியல் உணர்வு எதுவும் இருந்திருக்கவில்லை’ என்று இக்பால் குறித்து முஜீப் சொன்னதை ஏற்பதில் நமக்குப் பெரிய சிரமம் இருக்காது என்றே தோன்றுகிறது.[13]

•

ஐரோப்பாவில் இக்பால் மூன்று ஆண்டுகள் கழித்தார். அவர் கேம்பிரிட்ஜில் மெய்யியலையும் லிங்கன்ஸ் இன்னில் சட்டக் கல்வியையும் பயின்றார். மேலும் அவர், பாரசீக இலக்கியத்தில் ‘மெய்விளக்கவியல்’ என்ற தலைப்பில் எழுதிய ஆய்வு ஏட்டுக்கு ‘முனிச்’ பல்கலைக்கழகம் அவருக்கு ‘டாக்டரேட்’ பட்டத்தை அளித்தது. அவர் ஐரோப்பாவில் இருந்தபோது உடனிருந்த நண்பர் அப்துல்காதரிடம் ‘நான் கவிதை எழுதுவதை விட்டுவிடலாம் என்று நினைக்கிறேன்’ என்று கூறினார். நல்லவேளையாக இக்பாலின் முன்னாள் ஆசிரியர், ‘கூடுதல் பலன் தரும் எதையாவது செய்யலாமே’ என்று ஆலோசனை வழங்கினர்[14]. இங்கிலாந்தில் இருந்தபோது, இக்பால் தன் கவிதைக்கான மொழியை உருதுவிலிருந்து பாரசீக மொழிக்கு மாறிக்கொண்டார். அதைக் குறித்து அவரே பாடுகிறார்.

> ‘இந்துஸ்தானி மொழி கற்கண்டுபோல் தித்திக்கிறது!
> ஆனால் பாரசீக மொழியின் பேச்சு நடையோ அதைவிடத் தித்திப்பு!
> அதன் அழகு என்னை மையல் கொள்ளவைத்துவிட்டது
> என் பேனா, எரியும் விறகுபோல் ஒளிர்கிறது
> என் கருத்துகளின் உயர் தரத்துக்கு
> பாரசீக மொழி ஒன்றே பொருத்தமானது’[15]

ஆனால், அவருக்கும் அவரின் கவிதைகளைப் பாராட்டுகிற இந்திய வாசகர்களுக்கும் அவருடைய உயர்வான எண்ணங்களைச் சுமந்து வர உருது மொழிக்கும் தகுதி உண்டு என்பது நன்கு தெரியும்தான்! ஒருவேளை மாலிக் சொல்வதுபோல் ‘பரந்து விரிந்த இஸ்லாமிய உலகுடன் தொடர்பு கொள்ள பாரசீக மொழிதான் ஏற்றது’ என்பதால் அவர் அப்படிச் சொல்லியிருக்கலாம்.[16]

ஐரோப்பாவில் கழித்த காலங்களில் இக்பாலுக்கு ‘அதியா ஃபைஸீ’ என்ற இளம் பெண்ணிடம் காதல் மலர்ந்தது. இந்தப் பெண் பம்பாயைச் சேர்ந்த மேல்தட்டு முஸ்லிம் குடும்பத்தைச் சேர்ந்தவர்.

அவர்கள் இருவரும் கேம்பிரிட்ஜ், லண்டன், ஜெர்மனி ஆகிய இடங்களில் பொழுதைக் கழித்தார்கள். செல்வி ஃபைபஸீ அப்போதைய இக்பாலைக் குறித்துச் சொன்னவை: 'தன்னம்பிக்கை மிகுந்தவராக ஒத்தவகையினருடன் கலந்து பழகுவதைப் பெரிதும் விரும்புவராக இருந்தார். எனினும் சில நேரங்களில் தனியாக ஒருவகை மோனநிலையில் ஒடுங்கிக்கொள்வார்'.

ஒருமுறை இக்பால் ஃபைபஸீயிடம் சொன்னார்: 'நான் வெளித்தோற்றத்தில் யதார்த்தவாதியாக, பயன்பாட்டுக் கோட்பாட்டைப் பின்பற்றுபவனாகத் தெரிவேன். ஆனால், நான் உள்ளுக்குள் மெய்யறிவுத் தேடல் கொண்டவன்'.

அதியா ஃபைபஸீ கவர்ச்சிமிக்க, அறிவுக்கூர்மையான முற்போக்காகச் சிந்திக்கும் புதுமைப்பெண். இந்தியா திரும்பியபின் இக்பால் அவருக்காக கவிதையொன்றை அனுப்பினார். அதன் தலைப்பு 'விசால்' – சங்கமம் என்பது அதன் பொருள்.

'மெல்லப்பாடு பூங்குயிலே...
ஓய்வில்லாமல் நான் தேடிய நறுமலர்
அதிர்ஷ்டவசமாக எனக்குக் கிட்டியது.
உன் மென்மையான குரல் ஓசை கேட்கையில்
ஏதோ ஓர் கிறக்கம் மேலிட துவண்டுப் போகின்றேன்!
என் நெஞ்சம் பாதரசம் போன்று
நிலை கொள்ளாமல் தளும்புகிறது...
ஒருவேளை காதலின் தாபம் என் இதயத்தை
பொறுமையற்றதாக்கிவிட்டதா?
...
சிறைப்பட்டதால் விடுதலை கிடைத்துவிட்டது எனக்கு...'[17]

ஆனால் இக்பால் இப்படிப் பாடியதெல்லாமே கற்பனை உலகில்தான்! செல்வி பைபஸீக்கு எழுதியுள்ள கடிதத்தில் இக்பால் 'மனிதப் பிறவி எடுத்தவன் என்ற அடிப்படையில் இன்பம் நாடுவதில் எனக்கு உரிமையுண்டு. உயிரற்றதும் வறண்ட வெற்றுத்தாள்களாலானதும் என்னைச் சுற்றிக் கிடக்கிறதுமான நூல்கள் அந்த மகிழ்ச்சியைத் தரவில்லை என்றால், அந்த நூல்களை எரிப்பதற்குத் தேவையான கனல் என் ஆன்மாவில் தகித்துக் கொண்டிருக்கிறது; அது அனைத்துக் கெடுபிடியான சமூக நியதிகளையும்கூடச் சுட்டெரித்துவிடும்' என்றும் எழுதினார். ஆனால், அவர் அந்தப் பெண்ணைத் திருமணம் செய்துகொள்ள வில்லை. அவர் விலகிச் செல்வது குறித்து ஃபைபஸி குற்றம் சாட்டினார். இக்பாலை போலித்தனம் மிகுந்தவர் என்று

குறைகூறினார். இக்பாலோ, 'என் ஆன்மாவை முழுவதுமாகத் திறந்துகாட்ட முடியுமென்றால் அதைச் செய்திருப்பேன். நீயும் என்னை நன்கு புரிந்துகொண்டிருப்பாய்' என்று பதில் சொன்னார். ஆனால், அவர் அவளிடம் திருமணம் செய்துகொள்ளச் சொல்லிக்கேட்கவே இல்லை.

செல்வி பைஸீ, பின்னர் இந்திய மரபுகளைச் சாடினார். 'இக்பால் இப்போது இந்தியாவில் வசிக்கவில்லை. அவர் ஐரோப்பாவில் தான் இருக்கிறார்... ஆனால், அவருடைய சிந்தனைகள் இந்தியாவில் இருந்தபோதே கொஞ்சம் கொஞ்சமாக அரித்துச் சிதைக்கப்பட்டு விட்டது. அவரை வளரவிடாமல் முடக்கிவிட்டது. மேலும் ஐரோப்பாவில் அவர் கண்ட மேதமையை இந்தியா எப்போதுமே பார்த்தது கிடையாது' என்று கூறியிருந்தார். மாலிக்கின் கருத்துப்படி, 'முற்போக்கான செல்வி பைஸீ பஞ்சாபின் பழமைவாத சமூகத்துக்கு நிச்சயம் பொருந்தியிருக்கமாட்டார். அதோடு இக்பால் தன்னுடைய சமூகத் தகுதியைத் தாண்டிப்போய் திருமணம் புரிந்துகொள்ளவும் முடிந்திருக்காது. இதுவே அவர்கள் திருமணம் நடக்காமல் போனதற்கான காரணமாக இருக்கும்'. [18]

•

ஐரோப்பாவின் உயிர்த்துடிப்பு இக்பாலைக் கவர்ந்தது. அம்மக்கள் 'ஒன்றை விரும்பவில்லையென்றால் உடனடியாக அதை மாற்றிய மைக்கும் தன்னம்பிக்கை மிகுந்த பதற்றம் கொண்டவர்களாக' இருப்பதைப் பார்த்தார்.[19] இக்பால் செயலூக்கத்தைப் பாராட்டியும் செயலற்ற அடிமைத்தனத்தை கேலி செய்தும் பாடல்களை எழுதினார். ஆசையின் சூரியக் கதிர்கள் மனதில் ஒளிவீசட்டும் என்று கேட்டுக்கொண்டிருக்கிறார்.

> 'நான் (அலைகள்) சுழன்று சுழன்று அலையடிப்பதால்
> என் இருப்புப் புலப்படுகிறது...
> ஒன்றும் செய்யாமலிருந்தால் நானில்லை!'[20]

என்று அலைகளிடம் இருந்து தொடர்ந்து செயலாற்றும் தன்மையைக் கற்றுக்கொள்ளவேண்டும் என்கிறார்.

'மேலை நாட்டினரின் செயலூக்கம் அந்த நாடுகளை உலகில் முன்னிலை பெறவைத்திருக்கின்றன' என்று இக்பால் குறிப்பிட்டிருக்கிறார். இதன் காரணமாக 'அவர்களுடைய வாழ்வின் வெற்றி ரகசியம், இலக்கியப் பங்களிப்பு, அவர்களின் சிந்தனைகள், கருத்துக்கள் யாவுமே கிழக்கத்திய நாடுகளுக்கு மிகச் சிறந்த வழிகாட்டியாக உள்ளன'[21] என்றும் குறிப்பிட்டிருக்கிறார்.

‘மேற்கத்தியரின் துடிப்பான வாழ்க்கை மட்டுமின்றி, அவர்களுடைய சிந்தனைகளும் கவனித்துப் பார்க்கப்பட வேண்டியவையே’ என்றும் கூறியிருக்கிறார். பெர்க்கூசனுடைய ‘இயலாற்றல் மூலக்கோட்பாடு’ (‘உலக நிகழ்வுகள் எல்லாம் ஓர் இயற்கை ஆற்றலின் உந்து விளைவே’ என்ற கருத்து) பற்றி கூர்ந்து ஆய்வு மேற்கொண்டார். அதுபோன்றே ‘நீட்ஷே’யின் தன் முனைப்பு குறித்தும் அறிந்துகொண்டார். இவற்றிலெல்லாம் சிலவற்றை மட்டும் ஏற்றார்; மற்றவற்றை மறுத்தொதுக்கிவிட்டார்.

மேற்குலகின் உத்வேகம் இக்பாலுக்குப் பிடித்திருந்தது. ஆனால் மனிதர்களுக்கும் நாடுகளுக்குள்ளும் இருக்கும் ஈவிரக்கமற்ற போட்டி மனப்பான்மை அவருக்குப் பிடிக்கவில்லை. மேற்குலகில் சிலர் சோஷலிசம் பற்றிப் பேசியிருக்கிறார்கள். அது போட்டி மனப்பான்மைக்கு எதிரானதுதான். அது அவருக்கு ஓரளவுக்கு ஏற்புடையதாக இருந்தது. ஆனால், அனைத்து கேள்விகளுக்குமான விடையாக அது இருந்திருக்கவில்லை. ஏனென்றால் ஐரோப்பிய சோஷலிசத்தில் நாத்திகம் தவிர்க்கமுடியாத அம்சமாக இருக்கிறது. ‘மேலையுலகில் அன்புணர்ச்சி மாண்டு போனது. ஏனென்றால், அவர்கள் சமயமற்றவர்களாக மாறிவிட்டார்கள்’ என்றார் இக்பால்.[22] அதையே அவர் ஐரோப்பாவில் இருந்தபோது பாடினார்:

> ‘ஐரோப்பிய மதுக்கடைக்காரனின் இன்தேறல் – விருந்துக்
> கொண்டாட்டத்தை களைக் கட்டச் செய்துவிட்டது!
> ஆனாலும், துயரத்தின் மாய மயக்கத்தை அது களைந்திடவில்லை.
> இந்தத் துயரொழிவுக்கு (நம்) வீட்டில் வடித்த
> தளும்பும் அடர் செந்தேறலை எனக்குக் கொடு’[23]

இக்பாலின் உள்ளம் இறுதித் தீர்வை, மீட்சியை வேண்டி நின்றது. புதிய உலகுக்கான முன்மாதிரி. அழிவை ஏற்படுத்தாக செயலூக்கத்தை எங்கே கண்டடைவது? நாடுகளுக்கிடையிலான போட்டி பொறாமைக்கு பதிலாக ஒத்திசைவை எங்கே கண்டடைவது என்று அவர் தனக்குள் கேள்வி எழுப்பினார். ‘ஐரோப்பாவில் செயல் ஊக்கம் மிகுதியாகக் காணப்பட்டாலும் தீர்வு என்பது இஸ்லாமில்தான் இருக்கிறது. இஸ்லாமின் தொடக்க காலகட்டத்தில் தேசியவாதங்கள் எல்லாம் தவிடுபொடியாகி விட்டிருந்தன. அதோடு மானுட மேம்பாட்டுக்குப் பெரும் தடையாக இருக்கும் இன வெறி சிந்தனைக்கு மிகச் சிறந்த வெற்றிகரமான மாற்று என்பது இஸ்லாம்தான்’ என்று அவர் குறிப்பிட்டிருக்கிறார்.[24]

ஒன்றுக்கொன்று மோதிக்கொள்ளும் பலதரப்பட்ட சமூகங்கள் ஒத்திசைவுடன் வாழ்ந்துவரும் மகத்தான முன்னுதாரணமாக இந்திய

சமூகம் திகழ்வதை இக்பால் பார்க்கவும் புரிந்துகொள்ளவும் தவறிவிட்டார். முதல் நான்கு காலிஃபேட் காலகட்டத்தில் நிலவிய இஸ்லாம் உத்வேகமூட்டக்கூடியதுதான். அந்த உண்மையான இஸ்லாமையும் அதன் தேசம் கடந்த தன்மையையும் புரிந்து கொண்டுவிட்டால் நாளைய முஸ்லிம்கள் லட்சிய உலகை உருவாக்கிவிடுவார்கள் என்று இக்பால் நம்பினார். ஐரோப்பியர் களின் செயலூக்கம் தொடர்பான பாராட்டு உணர்வானது இக்பாலின் மனதில் தன்னுடைய க்வாம் (சமூகம்) எது என்ற எண்ணத்தை மாற்றியமைக்க உதவியது. அவருடைய அக்கறைகள் இந்தியர்கள் என்ற வட்டத்தில் இருந்து விலகி உலகளாவிய முஸ்லிம் சமூகம் என்பதன் மீது குவியத் தொடங்கியது.

ஐரோப்பாவின் செயலூக்கமானது இக்பாலின் மனதில் இஸ்லாமின் கடந்த கால சாதனைகள் மீது கவனத்தைத் திருப்ப வழிவகுத்தது. சிறு வயதில் ஒருமுறை அவரது தந்தை சொன்னது நினைவில் வந்து மோதியது: ‘முகம்மது நபி என்ற செடியின் கிளையில் மலர்ந்த மொட்டு’. ‘மேலை நாட்டின் புத்தாக்கச் சிந்தனைகள் பலவும் நேரிடையாக இஸ்லாத்தின் மத்தியகால மகத்தான அறிவார்ந்த தளத்திலிருந்து பெறப்பட்டவையே; அவை ஸ்பெயின், சிசிலி ஆகியவற்றினூடாக நிலைநிறுவப்பட்டவையே’[25] என்ற பொதுமைப்படுத்தும் சிந்தனை இக்பால் மனதில் எழுந்தது. இந்தியாவுக்குத் திரும்பும் முன்னர் அவர் எழுதிய இரண்டு கவிதைகள் இந்த சிந்தனை அவர் மனதில் எவ்வளவு ஆழமாக உருவாகியிருந்தது என்பதை எடுத்துக்காட்டுகின்றன.

அவற்றில் முதல் கவிதை –

‘முடிவில் உலகம் ஆர்வத்துடன் எதிர்பார்த்திருந்தபடி
மக்காவின் மௌனம் கலைந்துவிட்டது!
பாலைவனவாசிகளுடனான பந்தம்
மீண்டும் வலுப்பெறட்டும்!
பாலை நிலத்தின் தளைகளை உடைத்துக்கொண்டு
வெளியேறி வந்து
ரோமாபுரிப் பேரரசை வீழ்த்திய சிங்கம்
விண்ணவர்கள் பேச்சு மீண்டும் கேட்கிறது
விழித்துக் கொள்ளுங்கள் மறுபடியும்... ’[26]

கடல் பயண வழியில் சிசிலியைப் பார்த்து பெருமிதமுற்று பின் அங்கிருந்து கப்பலில் புறப்பட்ட வேளையில் இக்பால் இந்த இரண்டாவது கவிதையைப் பாடினார். சர் சையத் அகமத், சிசிலியைப் பார்த்து நெகிழ்ந்ததையும் அவருடைய ஆதங்கத்தையும்

இந்நூலின் முன்பகுதியில் படித்தோம். ஆனால் இக்பாலின் நெகிழ்ச்சியும் மிகவும் குறிப்பிடத்தக்கதாக வெளிப்படுகிறது. இவரின் மூதாதையர்கள் இந்து பிராமணர்கள்! ஆனால் சையத் அகமதுவின் பாரம்பரியமோ அராபியரின் ரத்தம்.

> ரத்தக் கண்ணீர் வடிக்கிற கண்களே... அழுது தீருங்கள்...
> அதோ... அங்கே கண்ணுக்கெட்டிய தூரத்தில்... இஸ்லாமியப் பண்பாட்டு அடையாளங்களின் சவமேடுகள் கண்ணில் தென்படுகின்றன!
> அந்த நிலத்திலேதான் பாலைவனவாசிகளின் கூடாரங்கள் இருந்தன;
> அவர்களின் கப்பல்களுக்கு கடல்களே விளையாட்டு மைதானம்!
> வல்லமைமிக்க பேரரசர்கள் அரசவைகளை நடுங்கச் செய்தவர்கள்.
> தங்களின் மின்னல் ஸ்பரிசங்களால்
> மூட நம்பிக்கையை தகர்த்தெறிந்தவர்கள்
> உங்கள் தாங்க முடியாத வலியைத் துயரைச் சொல்லுங்கள்...
> இந்தக் கரையில் தங்கிச் சென்ற பெரு வணிக வாகனங்கள்
> எழுப்பிய புழுதியின் ஒரு துகள் நான்
> நான் விழித்தெழ, உங்கள் கடந்து போன காலங்களின்
> உன்னதக் கதைகளைச் சொல்லுங்கள்...
> நான் உங்கள் கதையை இந்தியாவுக்குப்
> பரிசாக எடுத்துச் செல்வேன்...
> நான் இப்போது அழுததுபோல அவர்களை
> இதைக்கேட்டு அழ வைப்பேன்...' [27]

இக்பால் இந்தியாவுக்கு வந்த கொஞ்ச காலத்தில் அமிர்தசரஸில் சமய ஒற்றுமையை வளர்க்கிற சமூகசேவைக் கழகமான 'இந்து முஸ்லிம் - சீக்கியர் அமைப்பு' தங்களின் பணியில் இவரை இணைத்துக் கொண்டு செயல்பட அழைப்புவிடுத்தது. அதை இக்பால் மிகவும் பண்போடு மறுத்துவிட்டார். அதற்காக அவர் அளித்த விளக்கம்:

> 'காலப்போக்கில் இந்நாட்டிலே மத வேற்றுமைகள் மறைந்து போகவேண்டும் என்ற எண்ணம் எனக்கு இருந்தது. என் தனிப்பட்ட வாழ்க்கையில் இந்தக் குறிக்கோளைச் செயலில் கொண்டு வருவதற்கு ஏற்கெனவே என்னை தயார்படுத்தி வந்திருக்கிறேன். ஆனால் இங்குள்ள முஸ்லிம்களும் இந்துக்களும் தங்களின் தனியான தேசிய அடையாளங்களைத் தக்கவைத்துக்கொள்வது அவசியம் என்று இப்போது எனக்குத் தோன்றுகிறது. பொதுவான தேசியத்தன்மைகளுடனான ஒரு நாடாக இந்தியா மலரவேண்டும் என்பது ஓர் அழகிய குறிக்கோள் என்பதில் சந்தேகமில்லை. ஆனால், அது கவிஞர்களின் ஆசையாக இருக்குமே ஒழிய, அது நடைமுறையில் சாத்தியமில்லாததாகவே தெரிகிறது'. [28]

கரீம் பீவியுடனான இக்பாலின் திருமண வாழ்க்கை மகிழ்ச்சிகரமாக இருந்திருக்கவில்லை. இந்தியா திரும்பி சிறிது காலத்தில் இக்பால் 1909-ல் செல்வி பைஸீக்கு எழுதியக் கடிதத்தில், இதைக் குறிப்பிட்டுள்ளார்: 'என் மனைவியோடு என்னைக் கட்டாயப் படுத்திச் சேர்த்துவிட்டார்கள்'.[29] மனைவியை விட்டு நீண்ட காலங்கள் பிரிந்திருந்ததும், செல்வி பைஸீயுடனான நெருக்கமும், அவர்களின் இல்லறச் சூழலை சீர் கெடுத்துவிட்டது. 1916 -ல் கரீம் பீவி இக்பாலின் வீட்டை விட்டு வெளியேறிவிட்டார். ஆனால் இக்பால் தன்னுடைய இறப்புவரை அவரை ஆதரித்து வந்திருந்தார். கரீம் பீவி 1946-வரை வாழ்ந்திருந்தார். இதற்கிடையே இக்பால் வேறு இரண்டு பெண்களைத் திருமணம் செய்திருந்தார். ஒருவர் சர்தார் பேகம், மற்றொருவர் முக்தார் பேகம். முக்தார் பேகம் மிகப் பெரும் வணிகரும், பணக்காரருமான ஒருவரின் சகோதரி மகள்; ஆனால் இக்பால், சர்தார் பேகத்தை வீட்டுக்குக் கூட்டிவரவில்லை.

ஒரு சிலர் இவர்களுக்குள் திருமணம் நடைபெறவில்லை. நிச்சயதார்த்த விழா மட்டுமே நடைபெற்றது என்கிறார்கள். ஆனால் சர்தார் பேகம் இக்பாலுக்கு எழுதிய கடிதத்தில், அவரைக் குற்றம் சுமத்தி வெளிப்படையாகவே எழுதி இருந்தார். அதில், 'நான் உங்களுக்குத் திருமணம் செய்து கொடுக்கப்பட்டுள்ளேன்; ஆனால் நான் வேறொருவரை இரண்டாம் திருமணம் செய்துகொள்வதை என்னால் ஏற்றுக் கொள்ள முடியவில்லை. நான் இதேபோன்றே என் இறுதி காலம்வரை இருந்துவிடுகிறேன். மறுமை நாளில் நீதித் தீர்ப்பு வழங்கப்படும்போது என் வாழ்வு சூறையாடப்பட்டதற்கு நீங்களே காரணம் என்று முறையிடுவேன்' என்று அந்தக் கடிதத்தில் எழுதியிருந்தார்.

அவருடைய மன உறுதி வெற்றிபெற்றது. 1913-ல் இக்பார் அவரை திருமணம் அல்லது மறு மணம் செய்துகொண்டார். 1924-ல் இக்பாலின் மனைவி முக்தார் பேகம் இறந்தார். 1935 சர்தார் பேகம் தன் 37-வது வயதில் இறந்தார். அதுவரை இக்பாலுடன் காதலுடனும் அர்ப்பண உணர்வுடனும் வாழ்ந்தார். ஒரு மகனையும் (ஜாவீத்) ஒரு மகளையும் (முனீரா) பெற்றுக் கொடுத்தார்.[30]

•

இன்றைய காலகட்டத்தில் இஸ்லாம் என்ற பெயரில் முஸ்லிம்களில் பலர், அவர் உட்பட, பின்பற்றிக்கொண்டிருக்கும் கலப்பட இஸ்லாம் அல்ல; 'தூய இஸ்லாம்' என்பதே இக்பால் கண்டறிந்த இறுதியான விடை. தூய இஸ்லாத்தில் சூஃபித் துறவிகள், மெய்ஞ்ஞானிகளின் கல்லறைகளை வணங்க இடம் கிடையாது. சூஃபி தத்துவச் சிந்தனைப் போக்குக்குக்கூட இடம் கிடையாது. அவர் 'பாரசீகத்தின்

மெய்யியல்' (metaphysics) என்ற தலைப்பில் மூனிச்சில் அளித்த ஆய்வேட்டில் தஸவ்வுஃப் அல்லது சூஃபிசம் என்ற வழிமுறைக்கு இஸ்லாமில் உறுதியான, வரலாற்று அடிப்படையிலான ஆதாரங்கள், அங்கீகாரங்கள் எதுவும் இருக்கவில்லை'[31] என்று குறிப்பிட்டிருக்கிறார். அவருடைய நெருங்கிய நண்பரும் நிஜாமுத்தீன் அவுலியா தர்காவின் காப்பாளருமான க்வாநா ஹசன் நிஜாமிடம், சூஃபியிஸம் இஸ்லாமின் ஓர் அங்கமே என்பதற்கான ஆதாரங்களைக் கேட்டார்.

இந்த தர்காவில் இருக்கும் சூஃபியின் பெயரில் முன்பு இக்பால் பிரார்த்தனைக் கவிதைகள் எல்லாம் எழுதியிருக்கிறார். ஆனால், இப்போதைய சிந்தனையின்படி இக்பால் சூஃபியிஸம்-'தஸவ்வுஃப்' என்பது அந்நிய வழிமுறை, அதுமட்டுமின்றி அது இஸ்லாத்தின் வளர்ச்சிக்கு ஊறு விளைவிக்கக் கூடியது'[32] என்ற முடிவுக்கு வந்திருந்தார். சூஃபியிஸம் தொடர்பாக க்வாநா ஹசன் கொடுத்த ஆதாரங்கள் எதுவும் இக்பாலுக்கு ஏற்க முடிந்ததாக இருந்திருக்கவில்லை. எனினும் இக்பால் 'உண்மையான சூஃபிசம்' அல்லது 'இஸ்லாமிய மெய்ஞ்ஞானப் பாதை' குறித்துப் பேசவும் செய்தார். அவர் சூஃபிகளின் சொற்பதமான 'இஷ்க்' (கரைந்துருகும் அன்பு) என்பதைப் பயன்படுத்தினார். சூஃபிகளின் இலக்கான 'முழுமையான மானிடர்' (இன்சானுல் காமில்) என்பதை தனது தத்துவ கருத்துகளில் குறிப்பிடவும்செய்தார். ஈரானின் சூஃபி கவிஞர் ஹாஃபீஸை இழித்துரைத்து எழுதினார். அதில் ஒன்று:

'குடிகாரர் ஹாஃபீஸிடத்தில் எச்சரிக்கையாய் இருங்கள்
அவர் கையிலுள்ள கோப்பையில் இருப்பது சாவின் விஷம்
அவர் ஒரு முஸ்லிம்தான் ஆனால் இறைமறுப்பாளனின்
ஜெப மாலையை அணிந்திருக்கிறார்.
பேரருளானின் கண்ணிமைப் பூமயிர்க் கால்கள் அவரின்
இறை நம்பிக்கையில் துளைகளைப் போட்டுவிட்டது.

இந்தக் கவிதையைத் தாண்டி 'அவர் ஒரு சூஃபியே கிடையாது' என்ற உச்சக் கருத்தை அவரை இழிவுபடுத்தும் தீர்ப்பாகவே இக்பால் வழங்கிவிட்டார்.[33]

அறிஞர்கள் சூஃபிஸம், சூஃபி போன்ற சொற்கள் உருவாகக் காரணமான 'தஸவ்வுஃப்' என்ற பாரசீகச் சொல்லின் வேர் எது என்பதில் மாறுபடுகிறார்கள். வெகு சிலர் இதனுடைய வேர்ச்சொல் 'ஸஃப்' (கம்பளி) என்பர். காரணம் ஆரம்ப கால சூஃபிகள் கம்பளி ஆடையை அணிந்திருந்தார்கள். வேறு சிலர் இது ' ஸஃபா' (தூய்மை) என்ற சொல்லிலிருந்து பிறந்தது என்பர். உள்ளும் புறமும் தூய்மை

கொண்டவர்களாக இறைத்தேட்டமே இலக்காகக் கொண்டு வாழ்க்கையை அர்ப்பணித்தவர்களின் பாதை என்ற அடிப்படையில் 'ஸஃபா' என்பது சூஃபி என்று மருவியது என்பர். மேலும், 'தரீக்கா' என்ற சொல் 'தஸவ்வுஃப்' என்பதற்கு இணையாகப் பயன்படுத்தப் படுகிறது. தரீக்கா என்றால் ஒரு (அல்லது ஒரே) பாதை என்பது பொருள். சூஃபி வழிகாட்டிகள் 'ஷரியத்' என்ற இறைச்சட்ட விதிகளுக்கும், தரீக்கா என்ற இறைநாட்டப் போக்குக்கும் இடையே உள்ள தொடர்பை ஒரு வட்ட குறியீட்டின் மூலம் விளக்குவதுண்டு. சூஃபி மரபை அக்கறையுடன் ஆராய்ந்த நஸ்ர் இதுகுறித்து விளக்கியுள்ளார்:

> ஒட்டுமொத்த இஸ்லாமிய சமூகத்தையும் தழுவியதாக 'ஷரியத் என்ற வட்டம் இருக்கிறது. ஒவ்வொரு முஸ்லிமும் இந்த இறைச்சட்டத்தை ஏற்றவர்கள் என்ற வகையில் அந்த வட்டத்தின் ஒரு புள்ளியாக இருக்கிறார்கள். இதன் ஆரங்களாக, வட்டக் கோட்டின் பக்கவாட்டிலிருந்து மையப்புள்ளியை நோக்கி பல குறுக்குக் கோடுகள், தரீக்கா - பாதைகள் வந்து சேருகின்றன. ஒவ்வொரு குறுக்குக்கோடும் மையப்புள்ளியை நோக்கிச் சென்று சேருவது போன்ற இந்தப் பாதைகள் கடவுளை அடைவதற்கான பாதைகள். ஆதாமுக்குப் பல குழந்தைகள் இருப்பதுபோல் இறைவனை அடையவும் பல பாதைகள் என்று சூஃபிகள் இதைச் சொல்வதுண்டு.
>
> இந்த வட்டத்தின் மையத்தில் இருப்பது 'ஹக்கீகா' அல்லது உண்மை. இதுவே ஷரியத் – தரீக்கா இரண்டுக்குமான ஊற்றுக்கண்! 'ஷரியத்' என்ற சட்ட விதிமுறைகளும், தரீக்கா என்ற இறைமையப் பாதையும் 'கடவுள்' என்ற பேருண்மையால் அதனதன் போக்குக்கு சுதந்திரமாக, விருப்பம்போல் செயல்பட ஏற்படுத்தப்பட்டுள்ளன. ஷரியத்துக்கு உட்பட்டுச் செயல்படுகிறவர் மையம் அல்லது ஓரிறை என்பதன் வழியில் வாழ்க்கையைக் கொண்டிருப்பார். அவருடைய வாழ்க்கைக்குத் தேவையானதும் போதுமானதுமாக அதுவே இருக்கும். அதன் மூலம் அவர் இறையருளுக்குப் பாத்திரமானவராக இருப்பார். ஆனால் வேறு சிலர் மைய பேருண்மையை நோக்கிய தங்கள் பயணத்தைத் தங்களுக்கான பாதையில் மேற்கொள்வார்கள்.[34]

தூண்டி இழுக்கக்கூடிய சூஃபிசத்தின் தன்மைகளைப் புரிந்து கொள்வது கடினமல்ல. அது தனி நபரின் கடவுள் மீதான தணியாத தாகத்தின் வெளிப்பாடு; அது வரலாற்று விஷயங்களை அல்ல நிரந்தரமானவை பற்றிப் பேசக்கூடியது; இறைவனின் வல்லமைமீது மட்டுமல்ல. அவரின் கருணை மீதும் நம்பிக்கை கொள்வது.

ஒருவருடைய நடத்தைகள் மட்டுமல்ல; இதயத்தையும் பண்படுத்தும். இது (தொழுகை) வசனங்களைவிட அதன் பின்னால் இருக்கவேண்டிய உணர்வுக்கு முக்கியத்துவம் தரக்கூடியது. அந்த மெய்யுணர்வின் தூண்டுதலில் அவர்கள் உள்ளங்களிலிருந்து கவிதைகள் பெருக்கெடுக்கும். அந்தக் கவிதைகள் மேலும் மெய்யுணர்வை வலுப்படுத்தும்.

சூஃபிசத்தை எச்சரிக்கைப் பார்வையோடு அணுகுகிறவரான பஸ்லுர் ரஹ்மான், 'சூஃபிகளின் ஆன்மிக முயற்சிகள், முறைகள் யாவும் குறைபாடுகொண்ட ஆன்மிகமாகவே தோற்றம் அளிக்கிறது' என்றார். 'உலமாக்களின் இறுக்கமான செயல்பாடுகள், சட்ட விதிகள் தொடர்பான அவர்களுடைய விளக்கங்கள், உள்ளீடற்ற மேம்போக்கான மத நம்பிக்கைகள் இவற்றினால் மனம் வெறுத்த உண்மையான சமயப் பற்றாளர்கள், சுய தரிசனம் வாய்த்தவர்கள் எல்லாம் சூஃபி மரபின்கீழ் ஒன்று சேர்ந்தார்கள்.'[35] பத்தாம், பதினொன்றாம் நூற்றாண்டுகளின் நிலைமைகளைக் குறிப்பிட்டுத் தான் ரஹ்மான் எழுதியுள்ளார் என்றாலும், அதே நிலைமை எப்போது வேண்டுமானாலும் நடக்க வாய்ப்புள்ளதாகவே இருக்கிறது. அடிக்கடி நடந்தும் இருக்கிறது.

சூஃபி வழியின் அபாயங்கள் அனைவரும் பார்க்க முடியும் வகையில் தெளிவாகவே இருக்கின்றன. தரீக்கா மீது அதிக கவனம் வைத்தால் ஷரியத்தை ஒதுக்கிவிடமாட்டார்களா? ஆதாமுக்கு இருக்கும் கணக்கற்ற குழந்தைகளைப் போல் (அல்லது ஒரு வட்டத்துக்கு இருக்கும் கணக்கற்ற ஆரக்கால்களைப் போல்) கடவுளை அடைவதற்கும் பல பாதைகள் உண்டென்று சொன்னால், இஸ்லாத்தின் தனித்துவம் அல்லது முஸ்லிம்களின் ஒருங்கிணைப்பு என்னவாகும்? சில சூஃபிகள் சொல்வதுபோல் 'உண்மையான ஃபக்கீருக்கு அவருடைய உள்ளொளியே வழிகாட்டி'[36] என்பதை அப்படியே ஏற்றுக் கொண்டால், அது பலர் மனம்போன வழிகளில் செல்லவும் பெரும் குழப்பம் ஏற்படவும் வழிவகுத்துவிடாதா?

சூஃபிகளின் 'சுய ஒழுங்கு மற்றும் உள்ளுணர்வு சார்ந்த வழிகாட்டுதல்' பற்றியும் 'ஞானத்தைத் தமக்கான தனியான சுதந்தரமான வழிகளில் தேடுவது' பற்றியும், 'உலமாக்களின் கண்காணிப்பு மற்றும் கட்டுப்பாட்டுக்கு அப்பால் சூஃபிகள் இருப்பது' பற்றியும் ரஹ்மான் குறிப்பிட்டிருக்கிறார்.[37] 'மாசற்ற உள்ளொளியில் திளைக்கிற சூஃபிகள் ஒரு பக்கமும் போலிப் பாவனைகளுடன் ஆதாயம் தேடுகிற கபடவேடதாரிகள் ஒரு பக்கமும் என சூஃபியிஸம் என்பது இரண்டு புள்ளிகளுக்கிடையே ஊசலாடியபடி இருக்கிறது'[38] என்று ஸ்மித் குறிப்பிட்டிருக்கிறார்.

ஆனாலும் சூஃபிகள் தொடக்கம் முதலே தங்களுடைய நம்பிக்கைகளுக்கும் நடைமுறைகளுக்கும் குர்ஆனின் அங்கீகாரம் இருப்பதாகவே சொல்லிவந்திருக்கிறார்கள்.

மாபெரும் அறிஞர் அல் - கஸ்ஸாலி (மறைவு கி. பி 1111) சூஃபிசத்துக்கு உலமாக்களின் அங்கீகாரத்தைப் பெற்றுக்கொடுத்த நிகழ்வை ஒரு மாபெரும் திருப்புமுனைத் தருணமாகச் சொல்லலாம். அல் கஸ்ஸாலி ஒரு சூஃபியும்கூட. மத்திய கால இஸ்லாமின் மகத்தான நபர் என்று ரஹ்மான் இவரைப் பற்றிக் குறிப்பிடுகிறார். மரபார்ந்த கட்டமைப்புடைய இஸ்லாமிய சமயத்தின் கீழே அதற்கு ஈடு கொடுத்து ஆன்மிகப் பணியாற்ற சூஃபிசத்தைக் கொண்டு வந்தவர் என்ற வகையில் சூஃபிசத்தின் மாபெரும் சீர்திருத்தவாதி என்று இவர் போற்றப்படுகிறார்.³⁹ மேலும் சூஃபிகளில் பலர் அகத்தரிசன ஆன்மிகப் பரிமாண வெளியில் பித்துநிலையுற்றும், தன்வயமிழந்தும் சுழன்றாடுகிற செயல்களை வன்மையாகக் கண்டித்தவர். 'இஸ்லாத்தின் பலதரப்பட்ட வடிவங்களே சூஃபியிஸத்தின் இலக்குகளாக இருக்கவேண்டும்' என்றும் வரையறுத்தார்.

இதயத்தின் வழியில் பயணம் செய்துதான் விசுவாசத்தை அடைய முடியும் என்றும் சொன்னார்.⁴⁰ கஸ்ஸாலி மிகவும் கவனமாக இரண்டுக்கும் இடையில் சம நிலை பேணியபடியான ஒரு வழிமுறையை முன்வைத்தார். ஆனால் உலமாக்களும் சரி... சூஃபிகளும் சரி... அதை முழுவதுமாகவோ எல்லா நேரங்களிலுமோ ஏற்றுக்கொள்வதில்லை. இஸ்லாத்தைப் பொறுத்தவரை இந்தப் பிரச்னை தொடர்ந்து கொண்டேதான் உள்ளது. சூஃபியிஸம் போன்ற சுதந்தரமான இறைத் தேடலை அது தடை செய்யவுமில்லை. அதேநேரம் அதற்கு முழு சுதந்தரத்தைத் தூக்கிக் கொடுத்துவிடவும் இல்லை.

•

மத்திய காலகட்டத்தின் இன்னொரு முக்கியமான மாமேதை ஸ்பெயின் நாட்டு அராபியரும் மாபெரும் தத்துவவாதியுமான இப்னுல் - அரபி (1165 – 1240). இஸ்லாத்தில் சூஃபிசத்தின் தடுமாற்றமான இடத்தைச் சுட்டிக்காட்டுபவர். குர்ஆன் சொல்லும் 'தௌஹீத்' (கடவுள் ஒருவனே; அவன் தனித்தவன்) என்ற முக்கியமான கோட்பாடு இரண்டு அர்த்தங்களைக் கொண்டது என்று இவர் குறிப்பிட்டிருக்கிறார் இப்னுல் - அரபி. ஒன்று ஆன்மிகப் பரிமாணம், மற்றொன்று தத்துவப் பரிமாணம். ஆன்மிக நோக்கில் முஸ்லிம் ஒருவரின் இறைத் தேடலின் நோக்கம் இறைவனோடு

ஒன்றிணைந்துவிடுவது. தத்துவ நோக்கில் இருப்பின் ஒருமை. அதுவே வஹ்தத்துல் உஜீத் என்பது.

இந்தப் பேரண்டம் என்பது கடவுளின் புறவெளித்தோற்றம். அவன் அதனுள்ளிருக்கும் ஆதார அம்சம். இதை ஆழமாகச் சிந்தித்துப் பார்த்தால் மனிதர்களும் இறை அம்சத்துக்கு மிகவும் நெருக்கமானவர்களே என்றார். இந்தக் கருத்துக்கு ஆதரவாக, திருக்குர்ஆன் வாக்கியத்தை மேற்கோள் காட்டுகிறார்: 'நாம் (இறைவன்) அவருக்கு அவரின் (இறைத்தூதரின்) பெருந்த மனியைவிட நெருங்கி இருக்கின்றோம்'. நபிகளாரின் வழமைகளும் வாய் மொழிகளும் ஒன்று திரட்டப்பட்டு, எடுத்துக்காட்டுகளாக உள்ள ஹதீஸில் இருந்து ஒரு நபிமொழி: 'ஆதமை இறைவன் தன் சொந்த வடிவழகில் (சூரத்தில்) படைத்தான்' [41] என்கிறது. ஆனால் இப்னுல் – அரபி, கிரேக்கர்களின் பல் இறைக் கோட்பாட்டைப் பேசுவதாக தூய்மைவாத முஸ்லிம்கள் குறை கூறினார்கள். ஆனாலும்கூட முஸ்லிம் அறிஞர்கள் அவர்களின் குற்றச்சாட்டை மறுத்தனர்.[42]

எப்படியிருந்தாலும் 'இப்னுல் அரபியின் கருத்துகள் முஸ்லிம் களிடையே நல்ல வரவேற்பைப் பெற்றது. கற்றவர்களும் சூஃபிசத்தின்பால் சார்புடைய கருத்து கொண்டவர்களும் அவரின் கருத்துக்கு உடன்பட்டவர்களாகவே ஆனார்கள்' என்கிறார் கல்வியாளர் நூருத்தீன். அரபி, பார்ஸி, உருதுக் கவிஞர்கள் தங்களுடைய கவிதைகளில் இப்னுல் – அரபியின் கடவுட் கோட்பாடை உள்ளடக்கிப் பாடினார்கள்.[43] நூருத்தீனின் பார்வையில், 'இஸ்லாமிய மெய்யியல் துறை இப்னுல் அரபியால் கிரேக்கச் சிந்தனையின் செல்வாக்குக்கு உள்ளாகியது; அல்லது கிரேக்கச் சிந்தனைகளால் கலப்படம் ஆனது'. மேலும் 'படைப்புக்கம் மிகுந்த மேதையாக'[44] இப்னுல் அரபி இருந்ததால் அவருடைய கருதுகோள் சூஃபிச இஸ்லாத்தின் பகுதியாகவே ஆனது' என்று ரஹ்மான் வர்ணித்திருந்தார். 'தவ்ஹீத்' என்ற அராபியச் சொல் 'ஒருமை' மற்றும் 'ஒன்றுகூடல்' ஆகிய இரு அர்த்தங்களைக் கொண்டது. இதுவும் இப்னுல் அரபியின் கோட்பாட்டுக்கு வலு சேர்த்தது.

இப்னுல் அரபியை அடுத்து இந்த மரபில் வந்தவர் மாபெரும் ஆன்மிகக் கவிஞரான ஜலாலுதீன் ரூமி (இவரின் இறப்பு 1273). இவர் எழுதிய கவிதைத்தொகுப்பு 'சூஃபிகளின் குர்ஆன்' என்று சில நேரங்களில் அழைக்கப்படுவதுண்டு. சூஃபியிஸத்தின் மீது அவ்வளவாக பாராட்டுணர்வு இல்லாத ரஹ்மான்கூட[45] 'அபாரமான அழகு' கொண்ட படைப்பு என்று பாராட்டியிருக்கிறார். ரூமி தூய்மை கோட்பாட்டாளர்களைப் புண்படுத்துவதில் தேர்ந்தவர்.

ரூமிக்கு ஆதரவாக கர்த்தர் மோசஸிடம் சொன்ன கூற்று திகழ்கிறது: 'நான் ஒவ்வொருவரையும் குறிப்பிடத்தக்க முறையில் வழிபாடு நடத்தச் சொல்லிப் பணித்திருக்கிறேன். ஒவ்வொருவருக்கும் ஒவ்வொருவிதமான வெளிப்பாடுகளுக்கு வழிவகுத்திருக்கிறேன். இந்துஸ்தானத்தின் மரபுவழி இந்துக்களுக்கு அதி சிறந்தது'.[46]

ஐநூறு ஆண்டுகளுக்குப் பின்னர் சிந்து மாகாணத்தைச் சேர்ந்த இன்னொரு மெய்ஞ்ஞானத்தேடல் கொண்ட 'ஷா அப்துல் லத்தீப்' இதே போன்ற 'தவறை'ச் செய்திருக்கிறார். 'உண்மை என்பது ஒன்றே; அன்புக்குரியவர் ஒருவரே; அப்படியான நிலையில் இந்த வழியா அந்த வழியா எது சிறந்தது என்று மனிதர்கள் ஏன் சண்டையிட வேண்டும்?' என்று எழுதினார். அவரிடம் எந்தச் சமய வழியைப் பின்பற்றுகிறீர்கள் என்று கேள்வி கேட்டபோது அவர் சொன்னார்: 'எல்லா சமயங்களையுமே; அல்லது எதையுமே அல்ல'.[47] இப்படியாக ரூமியும் லத்தீஃபும் மட்டுமே அல்ல; வேறு பலரும் சொல்லியிருக்கிறார்கள்.

இனி வரப்போகும் தூய்மைவாதிகளும் இப்போது இருப்பவர்களும் இப்படியான நபர்கள் எல்லாம் இஸ்லாமை நீர்த்துப் போகவைக்கிறார்கள்; குழப்பம் விளைவிக்கிறார்கள் துரோகம் செய்கிறார்கள் என்றே சொல்வார்கள். முகலாயப் பேரரசரும் பல தரப்பிலிருந்து நன்மைகளைத் தேர்ந்தெடுப்பதில் வல்லவருமான அக்பர் இவர்களின் பார்வையில் இஸ்லாமைப் புண்படுத்துபவர் களின் அரசர். ஆழமான கல்வியால், அறிவு நுட்பத்தால் இத்தகைய போக்குக்கு முடிவுகட்டவும் இஸ்லாத்தை தூய நிலையில் கட்டுக்கோப்போடு பாதுகாக்கவும் வந்தார் ஷேக் அக்மத் சிர்ஹிந்த் (1564–1626). இவர் ஒரு சூஃபியும்கூட. கிரேக்கத் தத்துவங்கள், பாரசீக மெய்யியல் போக்குகள், இந்தியச் சித்தாந்தங்களுடனான சமரசங்கள் ஆகியவற்றையெல்லாம் நீக்கிவிட்டு தூய இஸ்லாத்தை முன்வைத்தார். அதனால் அவர் தூய்மைக் கோட்பாட்டுவாதிகளின் தளபதியானார். இன்னமும்கூட அவர் அவ்வாறே போற்றப் படுகிறார். ஆனால், இஸ்லாமிய அகிலத்தின் ஒருங்கிணைப்புக்கு ஷியாக்களின் மார்க்க விரோத கொள்கைகள் என்று அவர் குறிப்பிடுபவை ஊறுவிளைக்கின்றன என்ற இவரின் குற்றச்சாட்டு துரதிஷ்டவசமானது.

இப்போது இக்பாலிடம் வருவோம். இக்பால் சூஃபி ஒருவரின் மைந்தர்; அவர் அல் அராபியின் பாடல் வரிகளை எப்போதும் உச்சரிப்பார். அவர் தந்தையே அவருக்கு ஞான ஆசிரியராக இருந்து கைப்பிடித்து 'காதிரிய்யா' என்ற மெய்வழித் தடத்திலே (தரீக்கா) 'பைஅத்' செய்துவைத்து சீடராக ஆக்கிக்கொண்டார். மூனிச் நகரின்

பல்கலைக்கழகத்தில் சமர்ப்பித்த ஆய்வேட்டின் முன்னுரையில் இப்னுல் அரபிக்கு அற்புதமான அஞ்சலியை இக்பால் செலுத்தியிருக்கிறார். எனினும் இக்பாலுக்கு சூஃபியிசத்துடனான இடைவெளி அதிகரித்தபடியே சென்றது.

இப்போதைய புதிய இக்பால் வெகுவாக மாறிப்போய்விட்டார். இப்போது அவர் சூஃபியிசத்தைக் கைகழுவிவிட்டார். 'முர்ஷித் முரித்' என்ற முறையில் (குரு – சீடர்) சூஃபியிச முறையில் சீடர்களை நியமிக்க மறுத்தார். இப்னுல் அரபியை நிராகரித்தார். மதங்களை ஒன்றுபடுத்தும் அக்பரின் செயலை விமர்சித்தார். ஷேக் அகமத் சிர்ஹிந்த்தைத் தந்ததற்கு உருதுக் கவிதையின் வாயிலாகக் கடவுளுக்கு நன்றி செலுத்தினார். அந்தக் கவிதை :

'சீர்திருத்த வீரரின் கல்லறையில் நிற்கின்றேன்
இங்கே பறந்து வந்த தூசி ஒன்றுக்கு
விண்மீன் பொட்டு நாணித் தலை சாய்க்கிறது...
யாருக்கும் தெரியாததைத் தெரிந்துகொண்ட அறிஞரை
யாருக்கும் தெரியாமல் மண் மூடிமறைத்துக் கொண்டுவிட்டது!
இந்தியாவில் இஸ்லாத்தின் கருவூலத்தைக் கண்காணிக்க
தக்க நேரத்தில் அல்லா இவரையே நியமித்திருந்தார்...[48]

இக்பால் தன் சொந்த குறிப்பு நூலில் எழுதியுள்ளவை: 'கடந்த கால முஸ்லிம் வம்சங்களின் ஆட்சியானது ஔரங்கஜீபுக்கு ஒரு விஷயத்தைக் கற்றுக்கொடுத்திருக்கிறது: இந்தியாவில் இஸ்லாமின் வலிமையானது அக்பர் நினைத்ததுபோல் இந்த மண்ணின் மக்களின் நல்லெண்ணத்தைப் பெருமளவுக்குச் சார்ந்திருக்கவில்லை; ஆளும் வர்க்கத்தின் அதிகாரபலத்தையே பெரிதும் சார்ந்திருக்கிறது'.[49]

டென்னிசன் பார்வையில், 'மார்க்க நம்பிக்கையற்றவர்களிடமிருந்து வருமானம் ஈட்டமாட்டேன்'[50] என்ற சிந்தனையே அக்பர் இந்துக்கள் மீதான 'ஜிஸியா' வரியைத் திரும்பப் பெறக்காரணம். ஆனால் ஔரங்கசீப் ஜிஸியாவை மீண்டும் கொண்டு வந்ததற்காக இக்பால் பாராட்டுகிறார்.

'மார்க்கப் பற்றாளருக்கும் காஃபிருக்குமான போரில்
கடைசியாக நம் தரப்பில் இருந்து சீறிப் பாய்ந்த அம்பு.
இந்தியாவின் விக்ரஹ ஆராதனை மையத்தில் ஒரு ஆபிரகாமியன்'[51]

இக்பாலின் புதிய தூய்மைக் கோட்பாட்டில் ஒரு மனிதாபிமான, வசீகரமான முரண் இருந்தது. இதற்கு ஒரு நிகழ்ச்சியை எடுத்துக்காட்டாகச் சொல்லலாம். 1923-ல் இக்பால், ஷேக் சிர்ஹிந்த் அடக்கப்பட்டிருந்த (தர்கா) ஆலயத்துக்கு வந்து தனக்கொரு மகன்

பிறக்க வேண்டுமென்று வேண்டிக்கொண்டார். அடுத்த ஆண்டிலேயே அவருக்கு ஆண்குழந்தை பிறந்தது. அந்தக் குழந்தைக்கு 'ஜாவீத்' என்று பெயரிட்டார். பின்னர் சிறுவன் ஜாவீத்துக்குப் பத்து வயதானபோது அவனையும் அழைத்துக் கொண்டு இதே அடக்கத்தலத்துக்கு வந்தார். இந்த நிகழ்ச்சியை ஜாவீத் நினைவுகூர்கிறார்: 'என் தந்தை என்னைக் கூட்டி வந்து இந்த தர்காவிலே அந்தப் பெரியவரின் அடக்கமேடைக்கு அருகே அமரச் செய்தார். திருக்குர்ஆன் ஓதினார். அப்போது அவரின் வேதனை நிரம்பிய குரல் அந்த இருண்ட கும்மட்ட அறை முழுவதும் அதிர்வலைகளை எழுப்பியது. அவரின் கண்களிலிருந்து கண்ணீர் உருண்டோடி வந்து கன்னங்களை நனைத்தது'...[52]

இக்பால் சூஃபிகளை எதிர்த்தார். ஏனென்றால் சூஃபிகள், ஷரியத் என்ற ஆதார வட்டத்தை மறந்துவிட்டனர். அதற்குள்தான் அவர்கள் நின்றிருக்கவேண்டும். ஆனால் அவர்களோ கடவுளை நோக்கிய தங்களுடைய பாதையில் முன்னேறிச் செல்லும் மும்முரத்தில் மூழ்கிவிட்டனர். அவர்கள் எல்லா சமயங்களும் ஒன்றுதான் என்ற நம்பிக்கைக்கு ஆதரவு காட்டி நின்றார்கள். அவர்களுடைய கருத்தோட்டம் பல் இறைக் கொள்கைக்கு நெருக்கமாகத் தெரிகிறது. அது வேதாந்திகளின் தத்துவமான – 'அகம் பிரம்மா அஸ்மி'[53] என்பதை முன்வைக்கிறது. இந்தியாவில் சூஃபிகளின் மூலம் மதம் மாறியவர்கள் தங்களுடைய பழைய உருவ வழிபாட்டு வழிமுறைகளை விட்டொழிக்கவில்லை.

புத்த சமயத்தினரைப் போன்றும் சில இந்துக்களைப் போன்றும், சுயத்தை அழித்து கடவுளோடு ஒன்றுகலக்கவேண்டும்; ஒரு கடலில் ஒரு மழைத்துளி கலப்பதுபோல் கலக்கவேண்டும் என்று சூஃபிகளும் சொல்ல ஆரம்பித்தனர். ஆனால் இக்பாலோ 'மனிதன் முத்துப்போல் இருக்கவேண்டும்; வெறும் நீர்த்துளியாக அல்ல' என்றார். 'கடவுளோடு ஒன்றாகக் கலந்துவிட முடியாது. மனிதன் கடவுளின் ஊழியன்' என்றார். மானுட வெற்றியைப் பற்றிப் பேசினார். சுயத்தை அழிப்பதைச் சொல்லவில்லை. தொழுகை யானது கடவுளுடனான தொடர்பை தனி மனிதருக்குப் புரிய வைக்கும். ஆனால், கடவுளோடு ஒன்றுகூடல் (விசால்) சாத்திய மற்றது. அது விரும்பத் தக்கதும் அல்ல' என்றார் இக்பால். மேலும்,

> 'தஸவ்வுஃப் எப்பொழுதுமே ஒரு நாட்டின் நலிவின் அடையாளம். கிரேக்க மெய்ஞ்ஞானம், பாரசீக இறையியல், இந்தியாவின் மெய்ஞானம் யாவுமே இந்த நாடுகளின் நலிவுக்கும் தளர்ச்சிக்குமான அடையாளங்கள். இதே உண்மை இஸ்லாமிய மெய்ஞானத்துக்கும் பொருந்தக்கூடியதுதான். எந்த தத்துவமோ

அல்லது மதஅறிவுறுத்தலோ மனித ஆளுமையின் மலர்ச்சியைத் தடுக்கக்கூடுமென்றால், அது பயனற்றது; பாழ்படுத்தக் கூடியது'...[54]

ஹாபீஸ் இவரின் கருத்துக்கு எதிர்மறையான கருத்தை முன்வைக்கிறார்.

சுய பெருமிதமும் தற்செருக்கும் மிகைத்திருப்பார்கள்
இவர்களும் இறை மறுப்பார்களே...
ஆனால் ஒன்றை மட்டும் சொல்கின்றேன்
இதையெல்லாம் பார்க்க வேண்டாம்!
இப்படித்தான் இருக்க வேண்டுமென்று யார் சொல்வது?
அவர்கள் போக்கிலேயே போகட்டும்... விடுங்கள்'...[55]

மனிதன் கடவுளின் நற்குணங்கள் சிலவற்றைத் தனதாக்கிக்கொள்ள வேண்டுமென்கிறார் இக்பால். 'இறைவனை மனிதன் தன்னுடைய சக பணியாளனாகக் கொண்டுவிட வேண்டும்' என்கிறார். இறைவனிடமிருந்து பிரிந்து நிற்பதை (Firaq) அவர் கொண்டாடுகிறார்.

'இறைவன் மீதுற்ற காதல் நெருப்பில்
எரிந்து போவதும்
பித்தேறிய ஆற்றாமையில்
புலம்பித் தவிப்பதுமாக
அவனோடு 'சங்கமம்' என்பதைவிட
பிரிந்து நிற்பதே மேலானது!
சங்கமத்தில் ஆசைகள் மரணிக்கின்றன
பிரிவில் தேடலின் கொண்டாட்டம் இருக்கிறது...[56]

இருந்தும் இக்பாலின் 'லட்சிய மானுடன்' ஷரியத் எல்லைக்குட்பட்டு நிற்பதில் மன நிறைவு காண்பவன். தன் ஆளுமையை மலரச் செய்வான். கடவுளுடனான அவனுடைய பந்தம், இடம் என்ன என்பதை உணர்ந்துகொண்டுமிருப்பான். ஆனால், கடவுளின் ஸ்பரிசம் அல்லது அரவணைப்பைத் தவிர்ப்பான்.

ஆனாலும் இக்பாலின் பெருமித மிகுந்த, மலர்ச்சியடையும், வெற்றிகரமான மானுடன் மனிதாபிமானம் இல்லாதவன் அல்ல. இறைத் தொடர்புடனான தாகம் மிகுந்தவன். பிரிந்து நிற்பதை போதிக்கும் இந்த பிரசாரகர் இறைவனுடனான தொடர்புநிலையை அடைகிறார். ஆனால் அது விசால் (wisal) 'சங்கமம்' அல்ல! மானுடனுடைய கீழ்நிலையான இடத்தை ஏற்க மறுக்கிறார். இக்பாலின் மானுடன் தன் தலையைக் கொண்டுபோய் கடவுளின் தோளிலே வைத்து இளைப்பாறமாட்டான். ஆனால், அவன்

அமைதியில் அயர்ந்துதோய ஒருவகையில் இறைவன் இடமளிக்கிறான்.

'ஆயிரம் முறைகள் தொழுகைகளுக்கும் மேலானது
நானும் கடவுளும் நட்பால் ஒரு அடி நெருங்கிவருவது வா...
வந்து என் மார்பில் தலைவைத்து இளைப்பாறு
கடவுளாக இருந்து களைத்து, சலித்துப் போன என் இறைவனே'[57]

சில நேரங்களில் இக்பால் ஒரு சூஃபியைப் போன்றே பேசுவார். 'விசுவாசம் என்பது கடவுள் (தரும்) போதை...' என்றும், 'கடவுள் மீதான விசுவாசம்' இப்ராகிமுக்கு சுடுநெருப்பில் அமரும் ஆற்றலை அளித்தது'...[58] என்றும் பேசினார். முன்பு எடுத்துக்காட்டப்பட்ட பகுதி ஒன்றில் தஸவ்வுஃப் என்ற கருத்தை அவர் முற்றிலுமாக மறுத்ததைப் பார்த்தோம். ஆனால், உண்மையில் தூய இஸ்லாமிய தஸவ்வுஃப் என்பதை முன்வைக்கிறார். அதில் 'இறை ஆணைகள் எல்லாம் ஒரு மனிதனின் தன்னிச்சையான விருப்பத்தின் மூலம் ஏற்றுக் கொள்ளப்படுபவையாக இருக்கும்'[59] என்கிறார்.

இக்பாலின் நெருங்கிய நண்பரான மிர்சா ஜலாலுத்தீன் இக்பாலை துறவு சாராத சூஃபியாகவே பார்த்தார். அவர் கூறுகிறார்:

'அவரின் வாழ்க்கையின் கடைசிக் காலங்களில் பெரிய அளவில் உலகத்திலிருந்து தன்னை விடுவித்துக்கொண்டு 'தர்வேஷ்'களின் வழியைப் பின்பற்றினார். பொருள்மய உலகை மறுத்தொதுக்கி தன் பாணியிலான ஆன்மிக உலகில் மூழ்கினார்'...[60]

இஸ்லாமியக் கருத்தியல் வரலாற்றில் இக்பாலின் இடம் இன்னதென்றோ உலகுக்கு அவரின் செய்தி எதுவென்றோ திட்டமாக நாமொன்றும் இதுவரையில் வரையறை செய்யத் தொடங்கி யிருக்கவில்லை. அதற்கு முன்பாக அவரின் 'குதி' (EGO / SELF / PERSONALITY) சுயம்-சுயஆளுமை என்றெல்லாம் மொழி பெயர்க்கப்படும் கருத்தோட்டம் பற்றியும் இஸ்லாத்தைக் குறித்து இக்பால் சொல்லியிருப்பவைபற்றியும் முதலில் பார்ப்போம்.

இத்துணைக்கண்டத்தின் முதன்மை வரிசையில் மதிக்கப்படுகிற எழுத்தாளர்; இஸ்லாமிய சமயத்தின் தலையாய முற்போக்குச் சிந்தனையாளர், அடிப்படைவாதிகளான ஜமாஅத் –இ – இஸ்லாமி குறித்துத் தயங்காமல் குறை நிறைகளைச் சுட்டிக்காட்டுவர்; தன்னளவில் 'தூய்மைக் கோட்பாட்டுவாதியாக' தனித்துத் தெரிபவரான பஸ்லுர் ரஹ்மான், இக்பாலைக் குறித்து சொன்னது:

'நவீன காலகட்டத்தின் மிகவும் தீவிரமான இஸ்லாமிய தத்துவ சிந்தனையாளர். இவருடைய போதனைகள் மறுமலர்ச்சி சார்ந்த விஷயங்களில் அளவுக்கதிகமான ஆர்வத்துடன் வெளிப்பட்டன'.[61]

முதலில் மார்க்சிய சிந்தனைகளைப் பரிவுடன் ஆராய்ந்து பின்னர் கிறிஸ்தவத்தின்பால் தன் ஆர்வத்தைத் திருப்பிக்கொண்டவரும் இத்துணைக்கண்டத்தில் வாழ்நாள் முழுவதும் இஸ்லாமின் மிகத் தீவிரமான மாணவராக இருந்த வில்ஃபரெட் காண்ட்வெல் ஸ்மித், இக்பாலைப் பற்றிச் சொன்னவை: ‘நவீன முஸ்லிம் எவரேனும் மதத்தைப் பற்றிப் பேசுவதாக இருந்தால் இக்பால் விட்ட இடத்திலிருந்தே தொடங்கவேண்டும்’ என்றார்.

அமெரிக்க அறிஞரான பார்பரா மெட்கால்ஃப், ‘இக்பால் திருமறைத் தூய்மைவாதி. அதாவது திருமுறையின் (குர் ஆன்னின்) வரி பிறழாமல் அதன் கோட்பாடுகள், விதி முறைகள், பொதுமைப்படுத்த முடிந்த குர் ஆன் விதிமுறைகள், மத சட்ட திட்டங்கள் ஆகியவற்றின் மீது கவனத்தைக் குவித்தவர். பிராந்திய சமய மரபுகள் மற்றும் சமய விழாக்களை[63] எதிர்ப்பவர்’ என்று கூறியிருக்கிறார்.

எனினும், இக்பால் எத்தகையவராக இருக்கவில்லை என்பதுபற்றி நிச்சயம் நாம் உறுதியாகச் சில விஷயங்கள் சொல்லமுடியும். அவர் நிச்சயமாக சூஃபிகளில் ஒருவர் அல்ல. தாரா சந்த் சொன்னதுபோல், ‘மத உண்மைகளைத் தேடி இந்து துறவிகளுக்கு இணையான ஆன்மிகப் பயணம் மேற்கொண்ட இஸ்லாமிய துறவிகள்; உண்மை ஒன்றே என்ற கண்டடைதல், ஒரேவிதமான வழிமுறைகள், செயல்பாடுகள், மத பிரக்ஞையின் அடி ஆழத்தில் எந்தவித வேறுபாடுகளும் இல்லை என்ற புரிதல் ஆகியவற்றைக் கொண்டவர்கள்’[64] என்ற வகையினருக்குள் இக்பால் வரமாட்டார்.

‘கைக்காப்பில் உள்ள தங்கமும்
காதில் அணியும் தொங்கலின் தங்கமும்
எப்படி வெவ்வேறானதோ அப்படி
முஸ்லிம் தொழுகை என்பது
இந்துவின் பூஜையிலிருந்து வேறுபட்டது...[65]

என்று வடிவம் வேறானாலும் சாராம்சம் ஒன்றே என்ற அர்த்தத்தில் சொன்ன கபீரைப் போன்றவரும் அல்ல இக்பால்.

‘இந்துக்கள் அனைவரும் ‘இறைவன் ஒருவரே’ என்ற நம்பிக்கை கொண்டிருப்பார்கள். மிகுந்த பக்தியோடு சிலைகளை வணங்குவதுண்டு. ஆனால் அவர்கள் சிலை வழிபாட்டாளர்கள் அல்ல. நான் என்னளவில் இது குறித்து இந்துமதத்தின் கற்றறிந்தவர்களோடு, நேர்மையான சான்றோர்களோடு உரையாடியிருக்கிறேன். இந்த உருவங்கள் எல்லாம் அவர்கள் வழிபடும் உண்மைப் பரம்பொருளின் குறியீட்டு அடையாளங்களே. பிரார்த்தனையின்போது மனம்

அலைபாயாமல் ஒருமுகப்பட வேண்டித்தான் இந்தச் சிலைகளைப் பயன்படுத்திக்கொள்கிறார்கள்'[66] என்று அக்பரின் அமைச்சர் அபுல் பைசல் இந்துக்களைப்பற்றி எழுதியுள்ளார். இக்பால் இந்தப் பார்வையிலிருந்தும் வேறுபட்டவர்.

•

உள்ளத்தின் ரகசியம் (அஸ்ரார்- இ- குதி) என்ற தன்னுடைய நூலில் 'குதி' சுயம் என்பது நமக்கு ஒருவித முக்கியத்துவத்தை வழங்குகிறது என்று குறிப்பிட்டிருக்கிறா. 'அது நன்மை தீமை இரண்டுக்கு மிடையேயான வேறுபாட்டைத் தீர்த்துவைக்கிறது. சுயத்தைப் பாதுகாப்பவை நல்லவை. அதை பலங்குன்றச் செய்பவை கெட்டவை'[67] என்கிறார். செயலற்ற நிலையில் இருக்கும் துறவிகளை மறுதலிக்கிறார். உயிர்த் துடிப்பான, நிலைகொள்ளாமல் இயங்கும் வெற்றியாளரை அவர் பாராட்டுகிறார். பதற்ற நிலையை, செயல் வேகம் கொண்டநிலையாகச் சொல்கிறார். அமைதியான நிலையை மந்தமானதாகச் சொல்கிறார். உறுதியும் வலுவும் வேகமும் கொண்டவர்கள்தான் எதிர்கால உலகை உருவாக்கப் போகிறார்கள்' என்றார். 'சுயத்தின் தலையை வாளால் வெட்டி வீழ்த்து என்றார் ரூமி.[68]

எத்தனை எத்தனையோ பாரசீக, உர்து (மற்றும் இந்து) கவிஞர்கள் 'நான்' என்ற சிறையிலிருந்து விடுபட்டு வெளியேற வேண்டுமென்ற வேட்கை கொண்டவர்களாக இருந்திருக்கிறார்கள். ஆனால் இக்பால் 'குதி' என்ற சுயத்தை உன்னதமானதாகச் சொல்கிறார். அது கர்வமோ திமிரோ அல்ல என்கிறார். 'சுய அறிதல் மற்றும் சுய நம்பிக்கை' என்று சொல்கிறார். 'மனிதருக்குள் அடி ஆழத்தில் இருக்கும் உயிர்த்துடிப்பு; செயலூக்கத்துடன் வெளிப்படத் துடிக்கும் மௌன சக்தியே சுயம்[69] என்கிறார்.

இக்பாலின் 'அஸ்ரார்-இ-குதி'யை ஆங்கிலத்தில் படித்த ஈ.எம்.பாஸ்டர் எழுதியுள்ளவை:

> 'நீட்ஷேயின் கருத்துகள் இக்பால் மீது செல்வாக்கு செலுத்தியுள்ளன. அவருடைய சற்று தடுமாற்றம் கொண்ட 'லட்சிய மாமனிதன்' என்ற கருத்தாக்கத்தை நடத்தைகளுக்கான ஒரு வழிகாட்டிக் கோட்பாடாக இக்பால் சொல்கிறார். அவருடைய குறுங்கவிதைகள் அபாயகரமான துணிச்சலான வாழ்க்கையை வாழும்படித் தூண்டுகின்றன. நாம் பாறையைப் போன்று கடினமானவர்கள்; கண்ணாடி போன்றவர்கள் அல்லர். வைரம் போன்ற உறுதிமிக்கவர்கள்; நீர்க்குமிழிகள் அல்ல. புலிகளைப் போன்றவர்கள்... செம்மறிகள் அல்ல என்றார். நடத்தைக்கான

வழிகாட்டிக் கோட்பாடாக நீட்ஷே சொன்னதை முன்வைப்பதென்பது ஐரோப்பியர்களுக்கு ஏற்புடையது அல்ல. 'மாமனிதன்' கோட்பாட்டில் உள்ள சிக்கல் என்னவென்றால் அடுத்து இருப்பவர்களும் மாமனிதனாக முயற்சி செய்யத்தொடங்கிவிடுவார்கள்.'[70]

இக்பால் 'நீட்ஷே' மீது பெருமதிப்பு காட்டினார். அந்த ஜெர்மானியரிடத்தில் 'மகத்தான பார்வை' இருந்ததாகக் குறிப்பிட்டிருக்கிறார்.[71] அதேநேரம் 'நீட்ஷே'யின் மாமனிதனைக் காட்டிலும் இக்பாலுக்கு சூஃபிகளின் கருத்தாக்கத்தில் உருவான 'முழுமையான மனிதன்' (இன்சானுல் காமில்) மேலானவனாகவும் சரியானவனாகவும் தெரிந்தான். அதன் தாக்கமே தன்னிடம் இருப்பதாகவும் சொன்னார். எப்படியானாலும் இக்பால் புகழக்கூடிய முழுமையான மனிதர் நிச்சயமாக நீட்ஷே சொல்லும் மாமனிதரிடமிருந்து வித்தியாசமானவரே. அவனொன்றும் உயர்குடிப்பிறப்பினன் அல்லன். 'மனித மந்தைக் கூட்டத்தினிடையே பீடுடனும் பெருமையுடனும் எழுந்து அவர்களுக்குக் கட்டளையிடப் பிறந்தவன் அல்ல'[72] இக்பாலின் நாயகன். மனிதர்களின் எந்தவொரு வர்க்கத்திலிருந்தும் எழுந்து வரக்கூடியவன். 'மக்கள் அனைவரும் பலமிக்கவர்களாக துடிப்பான ஆளுமை கொண்டவர்களாக ஆகவேண்டும்'[73] என்று இக்பால் கருதினார்.

முடிவாக நீட்ஷேயின் உலகில் கடவுள் கிடையாது. ஆனால் இக்பாலின் வலிமையான முழு மனிதன், தன் பேருழைப்பால் அதி உன்னத சுயமான இறைவனை அடையத்துடிப்பவன்.

இவையெல்லாம் ஒருபுறமிருக்க ஆளுமைமிக்க சாதனையாளர்கள் இக்பால் மீது தாக்கம் செலுத்தினார்கள். 1932-இல் முசோலினியைச் சந்தித்த பின்னர், இவர் அந்த சர்வாதிகாரியின்'வலிமை'யைப் பாராட்டியும் அவரின் 'மின்னும் கண்களின் காந்த சக்தி'யைப் புகழ்ந்தும் கவிதை எழுதினார்[74] (அதே வேளையில் அவரைச் சந்தித்த காந்தி, இத்தாலி எதேச்சாதிகாரியின் கண்களைக் குறித்துப் பேசும்போது, 'ஒரு நிலையில் நிற்காத கண்கள்' என்றார்). துருக்கியின் முஸ்தஃபா கமால் 1920 தொடக்கத்தில் எழுச்சி அடைந்தபோது இக்பால் பெருமைப்படக் கூறினார்: 'இன்றைய முஸ்லிம் நாடுகளிடையே துருக்கி மட்டுமே அதன் பழமைவாத உறக்கத்தைக் களைத்தெறிந்து தன்னுணர்வோடு செயல்படத் தொடங்கிவிட்டிருக்கிறது'[75] என்றார். எனினும் முசோலினி அபீசீனியாவைத் (எதியோப்பியாவைத்) தாக்கிக் கைப்பற்றியபோது, இக்பால் எதிர்ப்பைக் காட்டினார். அதுபோன்றே முஸ்தஃபா கமாலின் எதேச்சாதிகார ஆட்சிக்குக் கண்டனமும் தெரிவித்தார்.

‘காலை இளங்குளிர்க் காற்று
இன்னமும் சோலைகளைத் தேடி
அலைந்து கொண்டிருக்கிறது...

கிழக்கின் ஆன்மா
இன்னமும்
ஓர் உடலைத் தேடிக்கொண்டிருக்கிறது...[76]

இங்கே ஒரு விஷயத்தை நாம் கவனத்தில் கொள்ளவேண்டும். இஸ்லாமின் பழம் பெருமை மீதான இக்பாலின் பெருமிதமானது டமாஸ்கஸ்ஸிலும் பாக்தாத்திலும் ஸ்பெயினிலும் நடைபெற்ற மாபெரும் முஸ்லிம் வல்லரசுகளின் ஆட்சியினால் உருவானதல்ல. அது முதல் நான்கு கலிபாக்களின் எளிய ஜனநாயக சமூக நலன் சார்ந்த ஆட்சிமீதான பெருமிதமே. ‘முஸ்லிம்கள் மற்றவர்களைப் போன்று போர் நடத்தி பிறநாடுகளைக் கைப்பற்றித் தங்களுடைய ஆதிக்கத்துக்குக் கொண்டு வந்தது என்னவோ உண்மைதான்! அவர்களின் தலைவர்களோ, தளபதிகளோ தங்களுடைய சொந்த ஆசைகளுக்காக சமயத்தின் முகத்திரையை அணிந்துகொண்டு அதைச் செய்தார்கள் என்பதையும் மறுப்பதற்கில்லை. ஆனால், நாடுகளைப் பிடிப்பது இஸ்லாத்தின் அடிப்படை செயல்திட்டத்தில் ஒருபோதும் இருந்திருக்கவில்லை என்று என்னால் உறுதியாகச் சொல்லமுடியும்’.[77]

வாள் மூலம் கிடைக்கும் வெற்றிகளின் நிரந்தரமின்மை பற்றி இக்பாலுக்கு நன்கு தெரியும்:

‘அலெக்ஸாண்டர் மின்னலாய் தோன்றி
இடியாக முழங்கிப் புயலாக வந்தார்!
ஆனால் நமக்கெல்லாம் தெரியும்...
திடீரென்று இறந்தும்போனார்.
நாதிர்ஷா நம் டெல்லியின்
கருவூலத்தை ஒரேயடியில்
கொள்ளை அடித்தான்!
ஆனால் அவனின் குறுகிய வரலாறை
ஒரு வாள்
ஒரே வீச்சில் முடித்து வைத்தது’[78]

தனிமனித ஆளுமையின் மேன்மையில் இக்பால் அக்கறை காட்டினாலும், முழுக்கவும் ஆண்களை மட்டுமே கவனத்தில் எடுத்துக் கொண்டிருந்தார் என்பதுதான் உண்மை. ‘கவித்துவ உச்சத்தில், மிகத் தீவிரமான முற்போக்கு பேசிய இடங்களில், லட்சிய உலகம் குறித்த அனைவரையும் அரவணைத்த முன் மாதிரி

திட்டத்தில் என அனைத்திலுமே பெண்களை அவர் முழுமையாகப் புறக்கணித்திருந்தார்' என்கிறார் ஸ்மித். மேலும் ஸ்மித் தொடர்ந்து எழுதுகிறார்: 'பெண்களுக்கு செயல் வேகம், சுதந்திரம் எதுவும் தேவையில்லை என்றே கருதினார். அவரின் மனைவியரை பர்தாவுக்குள் பூட்டிவைத்திருந்தார். அயர்வு இல்லாமல் உலகுக்கு அடக்க ஒடுக்கமான தன்னுடைய லட்சியப் பெண்ணைக் குறித்து எடுத்துக்கூறி பெருமைபட்டுக்கொண்டார். அப்படி அவர் திருத்தாதுர் அண்ணல் நபிகளின் அருமைப் புதல்வியைக் குறித்து எழுதியுள்ளார்:

'கற்பரசி பாத்திமா
அடக்கத்தின் வயல்வெளியில் விளைந்த அறுவடை
லட்சிய அன்னையருக்கான
முன்மாதிரி இவரே.
பசியில் அடிபட்ட ஓர் ஏழையின் அவலநிலை
அவர் நெஞ்சத்தைத் தொட்டது!
தன் திருமணத்துக்காக வைத்திருந்த
மணமகளின் முக்காட்டுத் திரையை
விலைக்கு விற்று
அந்த ஏழையின் பசியைப் போக்கினார்...
சுவனத்திலும் நரகத்திலும்
உள்ள ஆன்மாக்களை
அதிகாரம் செலுத்தும் பேரரசி!
கணவனின் விருப்பங்களையே
தன் விருப்பங்களாக மாற்றிக்கொண்டார்

அவரிடம் மேலோங்கிக் காணப்பட்ட
நற்பண்புகளின் வெளிச்சம்
அது காலகாலமும் பின்பற்ற
வேண்டிய நயத்தகு நடைமுறை...

அவரின் பொறுமை
பொறையுடமைக்கு இலக்கணம்!
தானியமணிகளை
அரைக்கிற வேளையிலும்
அவரின் நாவு
விடாது
குர் ஆனின் வசனங்களை
முணுமுணுத்துக்கொண்டிருக்கும்'[79]

இக்பாலின் இறுதிப் பெரும்படைப்பு 'ஜாவீத் நாமா' (நிலைப்பேற்றின் நூல்). அதில் இக்பால் இத்துணைக்கண்டத்தில் வசிக்கிற மேற்கத்தியமயமான பெண்ணொருத்தி இங்கு வாழும் நம்

எளிய இந்தியப் பெண்களை நோக்கி அங்கதம் கலந்த அறிவுரை கூறுவது போன்று அமைத்துப் பாடியுள்ளார். அது:

‘செல்வச் சீமாட்டிகளே
தாய்மார்களே... சகோதரிகளே...
எவ்வளவு காலங்கள்தான்
நீங்களெல்லாம்
அன்புக்குக் கட்டுப்பட்டவர்களாகவே
தொடர்ந்துகொண்டிருப்பீர்கள்...?
இந்த அன்புச் சுமையின் பாரம்
உங்களுக்கு இன்னமும் தெரியவில்லையா?
உங்களிடம் அன்புகாட்டி வைப்பதுதான்
உங்களை அடக்கி
ஒடுக்கிப் பணிய வைக்கிற உத்தி!
அதுதான் உங்களுக்கு
மானக்கேடு... தரக்கேடு
உங்களைக் கீழேத் தள்ளி
துயரப் பள்ளத்தில்
அமுத்துகிறது[80]

இந்தப் பாடல்களைப் படித்துப் பார்த்தால் இக்பாலுக்கு இந்த பிரச்னையின் ஆழம் புரிந்துதான் உள்ளது என்பது தெரிகிறது. ஆனால் இதற்கு எப்படித் தீர்வு காண்பது, வழி சொல்வது என்பதை அவர் அறியவில்லை. ‘பெண்’ என்ற தலைப்பில் அவர் எழுதியுள்ளார்.

‘பெண்களுக்கு இழைக்கப்படுகிற அநீதி, அடக்குமுறை,
கொடுமை
எனக்கும் பெரும் துன்பத்தை விளைவிக்கிறது.
ஆனால், இந்த பிரச்னை மிகவும் சிக்கலானதாக உள்ளது.
இதற்கு என்ன தீர்வு என்பதை என்னால் சொல்ல
முடியவில்லை.’[81]

•

இக்பாலின் ‘குதி’ என்ற கருத்துருவாக்கத்தில் பல பிழைகள் இருப்பதைச் சுட்டிக்காட்ட முடியும். இஸ்லாம் என்றால் பணிதல் அல்லது சரணாகதி என்பதே பொருள். இக்பால் பெண்களைப் பற்றிப் பேசுகிறபோது, இதனை அவர்களிடம் கண்டு பெருமிதத்தோடு பாராட்டுகிறார். ஆனால் அதையே ஆண்களுக்குத் தேவையற்றதாகக் கருதிவிட்டார். ஆண்களைப் பொறுத்தவரையில் மேலேற்றம், கலக குணம், சுய உறுதி இவற்றை முன்வைத்தார். ஒருவேளை இவற்றையே பெண்களுக்கும் சேர்த்து முன்வைத்திருந்தால் நாம்

ஏற்றுக்கொண்டிருப்போமா? இது குறித்து உறுதியாக எதுவும் சொல்லமுடியாதுதான். பலம் கொண்டவர்கள் எல்லாம் அழுத்தமான தாக்கத்தை ஏற்படுத்தக்கூடியவர்கள்தான். ஆனால், தங்களைச் சுற்றியுள்ள பலமற்றவர்களை இன்னலுக்கு உட்படுத்தவும் செய்கிறார்களே?

மனிதன் இயற்கையை எதிர்த்துச் செயல்பட்டு வெற்றிபெறுவதை வியந்து பாராட்டுகிறோம். ஆனால், சில நேரங்களில் தன்னுடைய இயல்பை மறுத்தும் செயல்படவேண்டும் என்றும் விரும்புகிறோம். உயிர்த்துடிப்பான வாழ்க்கையை வாழ மனிதன் துணிந்து முன்வருவது நல்லதுதான். ஆனால் அவனே தன்னல நோக்கில் கேடான ஆசைகளுக்கு இடம் கொடுக்கலாமா? மேலும், பலமற்ற மனிதர்களை மிகைப்பலம் கொண்டவர்களிடமிருந்து பாதுகாப்பது கடமை அல்லவா?

இக்பால் இந்த சிந்தனைகளை அல்லது இவற்றில் சிலவற்றின் எதிர்பார்ப்பைப் பூர்த்திசெய்யும் நோக்கில்தான் ஷரியத்துக்குக் கட்டுப்படவேண்டும் என்றும் சுயக் கட்டுப்பாடு அவசியம் என்றும் சொன்னார். ஆனால், இக்பால் தன்னுடைய கருத்துருவாக்கமான 'குதி' சுயம் பற்றிப் புகழ்ந்து பேசும்போது இதை மறந்துவிடுகிறார். புதிதாக ஒன்றைக் கண்டுபிடிப்பவர்களுக்கு இருப்பதுபோன்ற பெரு மகிழ்ச்சியில் சுயம் பற்றி எல்லையற்றுப் புகழ்கிறார். நமக்கெல்லாம் சட்ட திட்டங்களை நினைவூட்டக் கூடியவர், தனது கொள்கையைப் பேசும்போது மட்டும் அதற்கு மட்டுமே மிகுந்த விசுவாசத்துடன் நடந்துகொண்டுவிடுகிறார். 'இஷ்க்' அல்லது அன்பு அல்லது தன்னுடைய சுய ஆளுமையை மட்டுமல்லாமல் அடுத்த மனிதரின் ஆளுமையை மலரச் செய்யவும் உதவவேண்டும் என்பதை மறந்துவிடுகிறார்.

எந்தவொன்றுக்கும் அடங்கிப்போகிற இயல்பு என்பது கீழைநாடுகளின் மக்களிடம் காணப்படுகிற பொதுவான குறைபாடு என்பதை யார்தான் மறுக்கமுடியும்? அனல் தெறிக்கும் சொற்களால் அறிவுக்கூர்மையின் வேகத்தில் அவர்களுடைய குறையை இக்பால் தோல் உரித்துக்காட்டினார். இந்தக் குறைபாட்டைப் பொதுமைப் படுத்தி அதிரடியாகவும் பேசினார். ஆனால், அதற்கு ஒரு அவசியம் இருக்கத்தான் செய்தது.

இப்போது நாம் ஒன்றைக் குறிப்பாகக் கவனிக்கவேண்டும். இக்பாலின் 'முழுமனிதன்' தன்னம்பிக்கை மிக்கவன்; சாதனை புரிபவன்; சாகசங்கள் புரிபவன். அதேநேரம் அவர் காட்டும் மனிதன் 'தனிமை மற்றும் போதாமையால் ஓயாது தவிப்பவனாகவும்

இருக்கிறான். ஆனால் குர்ஆன் அவனை மேன்மைமிக்கவனாக தூக்கிக் காட்டுகிறது. குர்ஆனுடைய மொழியில் சொல்வதனால் கடவுளின் உதவியாளர் (Vice-regent) என்பதுதான் மனிதரின் உச்சபட்ச இலக்காக இருந்தபோதிலும் இதே மனிதனை இக்பால் சில நேரங்களில் 'இப்பேரண்டத்தின் தூசி' அல்லது 'பரிதாபத்துக்குரிய படைப்பு' என்கிறார். ஓரிடத்தில் இக்பால் கடவுளிடம் கேட்கிறார்:

'மனிதன்
எனக்குத் தெரிந்த மனிதன்
அவன் தான்
கடலுக்கும் மண்ணுக்கும் அதிகாரம் செலுத்தப் பிறந்தவனா?
ஆனாலும்
அந்தப் பரிதாபத்துகுரிய படைப்பு குறித்து
நான் என்ன தான் சொல்ல?
இவன் தானா
உன்னுடைய கைகள் உருவாக்கியதிலேயே
மகத்தானப் படைப்பு?[82]

இக்பால் கேள்வியாக, சந்தேக தொனியில் தான் இதைக் கேட்கிறார். என்றாலும் சந்தேகம் அல்லது திருத்தம் என்பது பொதுவாக எதையோ மறைக்கவே செய்கிறது. ஆனால் அமெரிக்க அறிஞர் ஷெய்லா மெக்டோனா, 'பிரபஞ்சத்தின் அதி அற்புதமான வித்தியாசத்தன்மையின் முன்னால் இக்பாலினுடைய அல்லது பிற எவருடைய சிந்தனையும் நம்பிக்கைகளும் எந்த அளவுக்கு சிறியவையாக மிக மிக வரையறைக்கு உட்பட்டவையாக இருக்கின்றன' என்பது தொடர்பான இக்பாலின் விழிப்புணர்வு பற்றிக் குறிப்பிட்டிருக்கிறார். இது தொடர்பாக அவர் இக்பால் எழுதியிருப்பவற்றில் இருந்து மிகவும் பொருத்தமான வாக்கியத்தை எடுத்துக்காட்டியுள்ளார்.

'நீரோடையருகே வளரும் ஒரு செடி
கீழிருந்து தாங்குவதன்
இனிய இசையை அறிந்திருக்காது
எல்லையற்றப் பெருவெளியின் ஓரம்
வளரும் மனிதன்
அவன் ஆன்மாவின்
உயிராக
ஒத்திசைவாகத் திகழும்
இறைமையின் ஆதாரக்குரலைக்
செவிமடுப்பதே இல்லை[83]

எப்போதும் வளர்கிற எப்போதும் தேடலில் இருக்கும் இக்பாலின் மனம் பேருண்மையின் இடத்துக்குப் போய்ச்சேர்ந்திருக்காமல் இருக்கலாம். ஆனால், மூலப் பெருவெளியின் விளிம்பில் இருந்த அவர் இறைமையின் சில ஆதார ஸ்வரங்களைக் கண்டுணர்ந்து அதை மீண்டும் மீண்டும் இசைத்தார். நம் மனதில் கூட அந்த ஸ்வரங்கள் சில நேரங்களில் இசைவான ஸ்வரங்களைத் தட்டி எழுப்பவும் செய்கின்றன.

•

இக்பாலின் தனிமனித ஆளுமை குறித்த கோட்பாட்டில் 'ஒருவித உலகளாவிய தன்மை இருக்கிறது' என்று முஜீப் கூறுகிறார். ஆனால், இக்பாலோ, 'தனி மனித ஆளுமையின் உச்சம் என்பது அவர் முஸ்லிமாக மாறுவதும் மனித இனத்தின் உச்சம் என்பது இஸ்லாமிய சமூகமாக ஆவதும்தான்'[84] என்றே சொல்கிறார். அதோடு, முஸ்லிம் ஒருவர் 'நான்' என்ற சிந்தனையை அகற்றி, இஸ்லாமிய சமுதாயத்தோடு ஒன்று கலக்கும்போதுதான் அவருடைய உண்மையான சுய ஆளுமை எட்டவும் முடியும் என்கிறார். கடவுளின் பெருங்கடலில் மனிதன் தன்னை வைரக்கல்லாக ஆக்கிக்கொள்ளவேண்டும். அதேவேளை முஸ்லிம் ஒருவர், இஸ்லாமிய சமுதாயத்தில் ஒரு துளி நீராகக் கருதிக்கொள்வதிலேயே மனநிறைவடைந்துவிடவேண்டும்.

இந்த விசேஷமான இடத்தில் மட்டும் அடையாளம் தெரியாமல் கலந்துகரைவது சரியே. அதுதான் மனிதனை முழுமைக்கு இட்டுச்செல்லும். அப்படியாக, இந்தியாவில் உள்ள முஸ்லிம்கள் 'தங்களின் மத அடையாளத்தை, ஆளுமையை வளர்ப்பது, பாதுகாப்பது, ஒருங்கிணைப்பது' ஆகியவற்றுக்காக உழைக்கவேண்டும்[85] என்கிறார் இக்பால்.

ஐரோப்பிய விமர்சகர் டிக்கின்சன் சொன்னவை: 'திருவாளர் இக்பாலின் தத்துவமானது உலகளாவியது. ஆனால், அதன் நடைமுறைச் செயலாக்கம் என்பது குறுகியது மற்றும் குறிப்பிட்டவர்களுக்கானது மட்டுமே. முஸ்லிம்களுக்கு மட்டுமே விண்ணுலக சாம்ராஜ்ஜியம் கிடைக்கும். உலகிலுள்ள மற்றவர்கள் அனைவரும், ஒன்று இஸ்லாமுக்குள் இழுத்துக்கொள்ளப் பட்டுவிடவேண்டும்; அல்லது விலக்கிவைக்கப்படவேண்டும்'. இக்பால் இதற்குச் சொன்ன பதில்:

'உலகளாவிய மனிதாபிமான லட்சியம் என்பது எல்லா நாட்டுக் கவிதைகளிலும் தத்துவங்களிலும் காணப்படுகிற விஷயம்தான். ஆனால், நிஜ வாழ்வில் அதை நடைமுறைப்படுத்துகிறபோது, நன்கு

வரையறுக்கப்பட்ட தனித்த அடையாளத்தை ஏற்றுக்கொண்ட சிறப்புக் குழுவாகவும் அதேவேளையில் முன் மாதிரியான நடத்தை மற்றும் தமது வழிக்குக் கொண்டுவரும் முயற்சிகளின் மூலம் தங்களுடைய சமூகக் குழுவின் எல்லைகளை விரிவுபடுத்திக் கொண்டே செல்லக்கூடியவர்களாகவும் இருக்கக்கூடிய குழுவில் இருந்துதான் ஆரம்பிக்கவேண்டும். என் பார்வையில் அப்படியான சமூகமாக இஸ்லாம் இருக்கிறது.

முஸ்லிம்கள் மட்டுமே அல்ல; எல்லா மனிதர்களுமே இம்மண்ணில் கடவுளின் சாம்ராஜ்ஜியத்துக்கு உகந்தவர்களே. ஆனால், அவர்கள் சிலைகளை இணைவைத்து வணங்குவதை விட்டுவிடவேண்டும். அதுபோன்றே இனம், நாடு போன்ற அடையாளங்களையும் விட்டுவிட வேண்டும். உலக மக்கள் அனைவரையும் சம ஆளுமைகளாக மதித்து நடக்கவேண்டும்'.[86]

இக்பாலின் விசுவாசம் மற்றும் இலக்கு என்பதுதான் என்ன? இக்பால் சொல்லும் இலக்குகளை ஏற்றுக்கொண்டு நடக்கும் தனி மனிதர்களைக்கொண்ட எதிர்கால சமூகத்தை உருவாக்குவதா? அல்லது, ஸ்மித்தின் வார்த்தைகளில் சொல்வதானால், 'இந்திய அரசாங்கம் இஸ்லாமியர் என்று அங்கீகரிக்கும் மக்கள் குழுவா?' இக்பால் இரண்டையும் குழப்பிக்கொண்டுவிட்டார்'[87] என்று ஸ்மித் கூறியிருக்கிறார்.

கவிஞர் என்ன நினைத்தாரென்றால், தன்னுடைய லட்சிய நோக்கத்தை ஏதாவது ஒரு சாத்தியமுள்ள இடத்திலிருந்து ஆரம்பித்து இலக்கை அடைந்துவிடவேண்டும்; அப்படியான நிலையில் இந்திய முஸ்லிம்களிடமிருந்து அதை ஆரம்பிக்கலாம் முடிவு செய்திருக்கிறார். தேசியவாத சிந்தனையை மறுதலிக்கும் அதே நேரம் உலகளாவிய இஸ்லாமிய சமூக சகோதரத்துவம் என்று ஆரம்பிக்காமல் இந்திய முஸ்லிம் சமூகத்தில் இருந்துதான் ஆரம்பிக்க விரும்பினார். இக்பால் தன் மனக்கண்ணில் கண்ட லட்சிய இல்லத்தின் முதல் செங்கல் இந்த இந்திய க்வாம்தான் (இஸ்லாமிய சமூகம்தான்).

இந்திய முஸ்லிம்கள் ஒத்த கருத்துகொண்டவர்களாக இருப்பதாக அவர் கருதியதால் இந்திய இஸ்லாமியர் மத்தியில், அவர்களுடன் இணைந்து செயல்படவிரும்பினார். சமூக மரபு, அல்லது மொழி ஒற்றுமை அல்லது இன பூகோள ஒற்றுமை போன்று அவர் பயன்படுத்தும் பதங்கள் எல்லாம் இந்தியாவுக்கு ஒருமைப்பாட்டைக் கொண்டுவருமா அல்லது இந்து முஸ்லிம் இடையே கூட்டுறவை ஏற்படுத்துமா என்பது பற்றி அவர் எதுவும் சிந்தித்திருக்கவில்லை.

இக்பால் இதுபற்றித் தன்னுடைய கருத்தாக இதையே வெளிப்படையாக முன்வைத்திருக்கிறார். அதே நேரம், 'முஸ்லிம்களுக்கு மட்டுமல்ல;[88] மனிதர்கள் அனைவருக்கும் கடவுளின் சாம்ராஜ்ஜியம் கிடைக்கும்' என்று அவர் சொல்லியிருப்பதையும் நினைவில் கொள்ள வேண்டும். இக்பாலின் புதிய உலகம் கொஞ்சம் நெகிழ்வுத்தன்மை கொண்டதாகவே இருக்கும் என்பதை இது எடுத்துக்காட்டுகிறது. இந்தக் கூற்றின் அடிப்படையில் இஸ்லாமியக் கவிஞராக ஆனபின் அவர் எழுதிய இரண்டு கவிதைகளைப் பார்ப்போம்.

'இறைக்காதலின் முற்றிய போதையில்
திளைக்கும் ஒரு தர்வேஷ் (இஸ்லாமியர்)
கிழக்கைச் சேர்ந்தவருமல்ல
மேற்கைச் சேர்ந்தவரும் அல்ல

என் இல்லம்
அது டெல்லியல்ல
இஸ்ஃபகான் அல்ல
சமர்கண்டும் அல்ல
எங்கே இருந்தாலும்
நான் உச்சரிப்பவை
நான் உண்மையெனக் கருதுபவற்றையே[89]

பள்ளிவாசலில்
கண்மூடித்தனமான நம்பிக்கையோடு
நிற்பவன் அல்ல
இன்றைய நாகரிக சமுதாயத்தினால்
உருவாக்கப்பட்டவனும் அல்ல

தலைமுதல் பாதம்வரை
எரிந்து எரிந்து
பேருண்மைத் தேடலின்
ஜுவாலை நெருப்பில்
சுடர் விடுவதுதான் மதம்

அதன் ஒற்றை இலக்கு
பேரன்புப் பெருக்கே!

நம்பிக்கையாளரும்
நம்பிக்கையற்றவரும்
கடவுளால் படைக்கப்பட்டவர்களே!

அன்பில் திளைக்கிற
பற்றாளனின் ஆன்மா

நம்பிக்கையாளனுக்கும்
நம்பிக்கையற்றவனுக்கும்
ஒருபோலவே துடிக்கும்[90]

இக்பாலின் முஸ்லிம்தன்மை தொடர்பான நம் அலசலை நிறைவு செய்ய அவருடைய சில கவிதைகள் மற்றும் இலக்கிய வரிகளைப் பார்ப்போம். இறைத்தூதர் பற்றியும் அரேபிய இஸ்லாம் பற்றியுமான தன் புரிதல் மற்றும் கருத்துகள் சார்ந்த பெருமிதம் கொண்டவராக இக்பால் இருந்தார். இந்திய வேர்கள் தொடர்பான எந்தப் பெருமிதமும் அவருக்கு இருந்திருக்கவில்லை. அவரின் மைந்தர் ஜாவீத் இக்பால் நினைவுபடுத்துகிறார்:

'அறையில் அமர்ந்திருந்த ஒருவர் அண்ணல் நபிகளாரைப் போற்றி ஹாலி எழுதியுள்ள கவிதைகளைப் பாடச் சொன்னார். 'நபிமார்கள் இடையே பேரருளாக அழைக்கப்பட்டவர்' என்று நான் பாட ஆரம்பித்தேன். அடுத்த வரியை உச்சரிக்கும் முன்னே, என்னுடைய தந்தையின் கண்களிலிருந்து கண்ணீர் பெருக்கெடுத்துவிட்டது'.

மேலும் ஜாவீத் தொடர்ந்தார்: 'இன்னொரு நாள் அவர் இஸ்லாமிய வரலாற்று நிகழ்வுகளை எடுத்துச் சொன்னார். நெப்போலியனின் மூதாதையர்கள் அராபியாவிலிருந்து சென்றவர்கள்; மேலும், இந்தியாவுக்குச் செல்லும் கடல்வழியை வாஸ்கோடகாமாவுக்குக் காட்டியவர்கள் அரபிகளே'[91]

1932-ல் இக்பால் ஸ்பெய்னுக்குச் சென்றார். ஸ்பெயினை இக்பால் 'இஸ்லாத்தின் புனித பூமி' என்றும், அது முஸ்லிம்களின் தியாகத்தால், ரத்தத்தால் அடைந்த பொக்கிஷ பூமி' என்றும் சொன்னார்.

கார்போபாவிலுள்ள பள்ளிவாயிலை 1236-ல் 'சர்ச்' ஆக மாற்றிவிட்டார்கள். அங்கே சென்று இக்பால் இரு கையுயர்த்தி கண்ணீர் கன்னங்களில் உருண்டோட கடவுளிடம் மன்றாடினார். அவருடைய உணர்ச்சித் ததும்பல் கவிதையாக வெளிவந்தது. அது:

'கலை வேலைப்பாடுகளில்
குவித்து வைத்த நுட்பங்கள்
கொழிக்கும் எழிற்கோல
விசித்திர மாயங்கள் உருவாவதெல்லாம்
எல்லாமே எல்லாமே
மீண்டும் ஒன்றுமில்லாமல் போவதற்கே

மண்ணில்
கட்டி எழுப்பப்பட்ட
கோபுரங்கள், மாட மாளிகைகள்

பழையபடிக்கே
ஒன்றுமில்லாமல்
மணல் கோட்டைகள் போல்
மண்ணோடு மண் ஆகின்றன

இருந்தும் சில
காலத்தால் அழியாமல்
நிரந்தரமாக ஒளி வீசி ஜொலிக்கின்றன

கடவுளின் ஊழியன்
அரும்பாடுபட்டு
செதுக்கி, சீர்ப்படுத்தி,
உருவாக்கியக் கலைப்படைப்பு இது
பேரன்பின் பேரழகினால்
முழுமை பெற்ற பிரமண்டம்
கார்டோபா மசூதியே...
அன்பிலிருந்தே கருவாகி உருவானாய்
முடிவே இல்லாத பேரன்பு
அப்படியான ஒன்று அதற்கு முன் இருந்திருக்கவில்லை
அதற்குப் பின்னும் இருந்திருக்கவில்லை[92]

ஸ்பெயினின் அல்–ஹாம்ரா மாளிகைக்குச் சென்றபோது தன்னுடைய 'முழு மனிதன் 'என்ற கருத்துருவுக்கு மீண்டும் திரும்பினார். 'எந்தப் பக்கம் திரும்பிப் பார்த்தாலும் 'அவனே மேலானவன், மிகைத்தவன்' என்பதையே பார்த்தேன். எனக்குள்ளே சொல்லிக்கொண்டேன்: இங்கு அனைத்திலும் அல்லா மேலானவனாக இருக்கிறான். மனிதரும் இது போல் எங்காவது மேலானவனாக இருக்கவேண்டும்'[93].

ஆனால், அவர் எழுதிய 'ஷிக்வா' (1911-ல் இயற்றினார்). அதைக் குறித்து ஸ்மித் எழுதுகிறார். இதில் இக்பால் உணர்வெழுச்சி மிகுந்தவராகவோ சுய பெருமிதம் கொண்டவராவோ வெளிப்பட வில்லை. குழப்பமும் கோபமும் மிகுந்தவராகவே இருக்கிறார். முஸ்லிம்கள்தான் இறைவனை உருவமற்றவனாக, ஒற்றைப் பெரும் கடவுளாக ஏற்றுக்கொண்டிருக்கிறார்கள். இணை வைப்புகளை விட்டு விலகி நிற்கிறார்கள். அந்த விசுவாசத் தன்மைக்கு கடவுள் பிரதியுபகாரமாக முஸ்லிம்களுக்கு என்ன கொடுத்துவிட்டார்?' என்று சீற்றத்தோடு கேள்வி எழுப்புகிறார்.

'எத்தனை எத்தனையோ நாடுகள் உள்ளன;
அவர்களுக்குள்ளும் பாவிகள் இருக்கிறார்கள்
பலவீனமானவர்களும் இருக்கிறார்கள்

தற்செருக்கின் போதையில் வெறிகொண்டோரும் இருக்கிறார்கள்
அவர்களில் உதவாக்கரைகளும் உள்ளார்கள்
பொறுப்பில்லாதவர்களும் உள்ளார்கள்
விழிப்போடு துள்ளி எழும்
துடிப்பானவர்களும் உள்ளார்கள்
உன் பெயரைக் கேட்டு
வெறுப்படைவோரும் நூற்றுக்கணக்கில்
இருக்கவே செய்கிறார்கள்...
ஆனாலும், இறைவனே நீ என்னவோ
உன் கருணையைக் காட்டுவதெல்லாம்
அருள் மழையைக் கொட்டுவதெல்லாம்
இவர்களின் மீது தானே... ?
இவர்களின் வாழ்விடங்களின் மீது தானே?
முஸ்லிம்களின் மீது
உன் சீற்றமும் பேரிடியும் அல்லவா விழுகிறது...'[94]

ஒருங்கிணைப்பின் மீது நம்பிக்கை கொண்டிருந்த இக்பால் இந்திய முஸ்லிம் சமுதாய ஒற்றுமையைத் தனது லட்சிய உலகின் முதல் படியாகக் கருதினார். ஆனால் அந்த சமூகம் அவருடைய எதிர்பார்ப்புக்கு ஏற்ப நடக்கவில்லை. இது பெரிய அளவுக்கு இக்பாலை வேதனைப்படவும் மனம் கசப்படையவும் செய்து விட்டது. ஒருமுறை அவர் எழுதினார்: 'ஆட்சி அதிகாரம் கைவிட்டுப் போனதிலிருந்து இந்திய முஸ்லிம்கள் மிக வேகமாக தார்மிக வீழ்ச்சியை அடைந்துவிட்டனர். உலக முஸ்லிம் சமுதாயங்களில் இந்த இந்திய முஸ்லிம் சமுதாயம்தான் நடத்தையில் மிக மோசமான நிலையை எட்டிவிட்டிருக்கிறது'.[95]

•

நிலைகொள்ளாமையையும் மனிதனுடைய ஆளுமையையும் ஆதரிப்பவரான இக்பால், சமயச் சீர்திருத்தம் என்பதில் இருந்து விலகிச் சென்றுவிட்டார். ஒரு காலத்தில் அவர்தான் முஸ்லிம்களின் அவலநிலையை மாற்றி, மேம்படுத்தத் தேவையான அனைத்து சீர்திருத்த நடவடிக்கைகளுக்கும் முதலில் ஆதரவாக இருந்தார். ஆனால், பின்னாளில் இக்பாலின் ஆற்றல் முழுவதும் சீர்திருத்தப் படாத மரபுகளுக்கு ஆதரவாகப் பேசுவதிலேயே செலவானது...[96] என்று வரலாற்றாசிரியர் இக்ரம் தனது ஏமாற்றத்தைப் பதிவு செய்திருக்கிறார். ஐரோப்பாவிலிருந்து இக்பால் நாடு திரும்பிய வேளையில் இந்தியாவில் உருவாகியிருந்த உணர்வுபூர்வமான சூழல் இதற்கு ஒருவகையில் காரணம் என்று அவர் சொல்லியிருக்கிறார்.

இந்தக் காலகட்டத்தில் இந்திய முஸ்லிம்களின் நெஞ்சம் கவர்ந்தவர்களாக, அவர்களின் சிந்தையில் கிளர்ச்சியைத் தூண்டுபவர்களாக தங்களின் எழுத்தாலும் பேச்சாலும் இடம் பிடித்த கவிஞர் ஷிப்லிநூமானி, அக்பர் அலகாபாதி, கல்வியாளரும் நாளிதழ் ஆசிரியருமான அபுல்கலாம் ஆசாத் ஆகியோர் இருந்தார்கள். அவர்கள் எல்லாம் 'இஸ்லாமிய மக்கள் அந்நிய, இஸ்லாமியரல்லாதவர்களின் ஆட்சிக்கு அடிவருடிகளாகக் கிடக்கிற இழிந்த நிலையை' இடித்துக் கூறினார்கள். இவர்களின் எழுத்தும் பேச்சும் இக்பாலுக்குப் பிடித்திருந்தது. இத்தகைய எண்ணப் போக்குக்கு எதிராக நின்று செயல்பட்டவர்தான் சர். சையத் அகமது.

ஐரோப்பியப் பயணம் இக்பால் மனதில் புதிய சிந்தனைகளைத் தூண்டியிருந்தது. ஆனால், 'அலிகர் பல்கலைக்கழக பாணியிலான நவீன கல்வி பற்றி அவர் சொன்னவை:

'புதிய மது அறிவை மேலும்
மழுங்கடிக்கும்.
புது விளக்கின் வெளிச்சம்
கொஞ்சம் கொஞ்சமாக
இருளைத்தான் பெருக்கும்..'[97]

சைய்யத் அகமதுவின் ஆதரவாளர்களை கவிஞர் அக்பர் அலகாபாதி தன் நாவன்மையால் கிண்டலடித்தார். இக்பால் அக்பரை மெச்சுகிற வகையில் சொன்னார்: 'ஓர் ஆன்மிக வழிக்காட்டியை (முர்ஷித்) அவருடைய சீடன் பணிந்து பெருமையுடன் பார்ப்பதுபோலவே உங்களைப் பார்க்கிறேன்'. இக்ரம் இதுபற்றிச் சொல்லும்போது, 'அக்பர் அலகாபாதியை வெளிப்படையாக நகலெடுக்கும் பாணியில் இக்பால் கவிதைகளை இயற்றினார்'[98].

முதல் உலகப்போரில் பிரிட்டனும் துருக்கியும் எதிரெதிர் அணியில் இருந்து மோதின. ஆஸாத், அக்பர் மற்றும் பெருமளவிலான இந்திய முஸ்லிம்கள் துருக்கிக்கு ஆதரவு தெரிவித்தனர். அது ஒரு இஸ்லாமிய நாடு என்பதால் மட்டுமல்ல; அதன் சுல்தான் இந்தியாவில் இருப்பவர்கள் உட்பட அனைத்து சன்னி முஸ்லிம்களின் காலிஃபா. அரேபியாவில் இருக்கும் இஸ்லாமின் புனிதஸ்தலங்கள் அனைத்தின் பாதுகாவலரும் கூட. போரில் தோற்றுப்போன துருக்கியை பிரிட்டன் நடத்தியவிதம் இந்திய முஸ்லிம்களை வேதனையடையச் செய்தது. பிரிட்டிஷ் – இந்திய அரசாங்கம் முன்னெடுத்த புதிய பாதுகாப்பு நடவடிக்கையான ரௌலட் சட்டம் இந்துக்களையும் முஸ்லிம் களையும் ஒருசேரப் பாதித்தது.

இதே காலகட்டத்தில் 1915-ல் தென் ஆப்பிரிக்காவிலிருந்து நாடு திரும்பியிருந்த காந்தி, இந்து முஸ்லிம்களை தேசியப்

போராட்டத்தின் அடிப்படையில் ஒன்று சேர்க்கக் கிடைத்த நல்ல வாய்ப்பாக இதைக் கருதினார். அவர் ஆரம்பித்த கிலாஃபத் இயக்கத்தில் முன்னெப்போதும் இருந்திராதவகையில் இந்து முஸ்லிம்கள் ஒன்றுகூடிப் போராடினர். 'தொடக்கத்திலே குறுகிய காலத்துக்கு இக்பால் இவ்வியக்கத்தினால் ஈர்க்கப்பட்டார்'[99] என்று பதிவு செய்துள்ளார் இக்ரம். இக்பால் தனிக்கவிதைகள் சிலவற்றில் மகாத்மாவைப் போற்றிப் பாடியுள்ளார். ஆனால், இந்த இயக்கத்தினால் இவரைத் தொடர்ந்து தக்கவைத்துக்கொள்ள முடியவில்லை.

1922-ல் பிரிட்டிஷ் அரசாங்கத்தின் உயர்சிறப்புமிக்க 'KNIGHT' 'வீரத்திருமகன்' என்ற பட்டம் இக்பாலுக்கு அளிக்கப்பட்டது. இது இவருடைய கவிதைகளுக்காகக் கிடைத்த அங்கீகாரம். ஆனால், கிலாஃபத் இயக்கம் உச்சத்தில் இருந்த நேரத்தில் இக்பால் ஆங்கிலேய அரசாங்கத்தின் இந்தப் பட்டத்தை ஏற்றுக்கொண்டது அந்த இயக்கத்திலிருந்து அவர் தன்னைத் துண்டித்துக் கொண்டதற்கான அடையாளமாக ஆனது. பழிச்சொற்கள் அவர் மீது வீசப்பட்டன.

'அந்தோ... என்னே பரிதாபம்
அல்லாமா (கற்றறிந்த அறிஞர்)
என்ற நிலையிலிருந்து சரிந்து
அவர் கீழே போய்விட்டார்!
கேவலம் ஒரு வீரத்திருமகனாக
இழிவடைந்துவிட்டார்
முன்பு இவரோ
இச்சமுதாயத்தின் மணிமகுடமாக இருந்தார்

கேளுங்கள் இந்தச் செய்தியை
இப்போது
இக்பால் மகுடத்தின் (பிரிட்டிஷ்)
கீழே பணியாற்றுகிற
ஒரு வீரன் மட்டுமே...'[100]

கிலாஃபத் இயக்கத்தினரோடு இக்பாலுக்கு இருந்த அரசியல் தொடர்புகள் முறிந்தன. ஆனால் கிலாஃபத் இயக்கத்தினர் பலரைப்போல் பழமைவாதப் பிடிப்பிலே மாற்றமில்லாமல் இருந்தார். சில நேரங்களில் கொள்கைக்கும் நடைமுறைக்கும் இடையிலான இடைவெளியினால் பெரிதும் அலைக்கழிக்கப் பட்டார். 1925-ல் அவர் நண்பர் ஒருவருக்கு எழுதிய கடிதத்தில் சொன்னவை:

‘இஜ்திகாத் (சுதந்தர சிந்தனை) குறித்த ஆங்கிலக் கட்டுரையை எழுதினேன். அதை இங்கு ஒரு கூட்டத்தில் படித்துக் காட்டினேன். இறைவன் விருப்பம் அதுவாக இருந்தால் இதை அச்சிட்டு வெளியிடுவேன். ஆனால், இதற்கிடையே என்னைக் காஃபிர் என்று பழிப்பது என் காதில் விழுகிறது. இதுதொடர்பாக நீங்கள் லாகூர் வரும்போது நாம் விரிவாகப் பேசலாம். இப்பொழு தெல்லாம் ஒருவர், குறிப்பாக இந்தியாவில் மிக எச்சரிக்கையாக விழிப்போடு நடக்க வேண்டியுள்ளது’.[101]

அவர் எழுதிய அந்தக் கட்டுரை அதன் பின்னர் அச்சிட்டு வெளியிடப்படவில்லை. ஆனாலும் அக்கட்டுரையில் சில பகுதிகள் இக்பாலின் ‘இஸ்லாமியச் சமய கருத்தாக்கத்தின் மறு கட்டமைப்பு’ என்ற நூலில் (1930) இடம்பெற்றிருந்தன. அதில் இக்பால், ‘தற்கால முஸ்லிம் தாராளவாதத் தலைமுறையினர் தாங்கள் பெற்றுள்ள அறிவனுபவங்கள், நவீன உலகின் மாறுபட்ட வாழ்க்கைச் சூழல் ஆகியவற்றின் அடிப்படையில் இஸ்லாத்தின் ஆதாரக் கொள்கை களுக்குப் புதிய விளக்கங்கள் கொடுக்கலாம். அதற்கு அவர்களுக்கு உரிமை உண்டு’ என்றார். மேலும் அவர் கூறுகையில் ‘ஒவ்வொரு தலைமுறையினரும் முன்னோர்களால் வழிகாட்டப்படலாமே தவிர, அவர்களால் முடக்கப்படும் நிலை வரக்கூடாது. ஒவ்வொரு காலகட்டத்தினரும் தம்முடைய பிரச்னைகளைத் தமக்கான வகையில் தீர்த்துக்கொள்ளும் உரிமை பெற்றிருக்கவேண்டும்’ என்றார்.[102]

இக்பாலின் இத்தகைய கருத்துகள் சீர்திருத்தவாதிகளுக்கு ஊட்டமும் பலமும் அளித்தன. அவர்கள் இவரின் கருத்துகளைப் பொது வெளியில் அவ்வப்போது எடுத்துக்காட்டிப் பேசுவார்கள். ஆனாலும் இக்பால் ஒரு சிந்தனையில் தன்னை நிலைப்படுத்திக் கொள்ளாமல் எதிரான கருத்துகளையும் சொல்லிவந்தார். தாராளவாதம் குறித்த அவரின் எச்சரிக்கையும் இதில் அடங்கும். அதுபோன்றே, கிலாஃபத் இயக்கம் மறைந்து பல காலங்கள் ஆன பின்னாலும் ‘மிகுந்த எச்சரிக்கை உணர்வை’ வெளிப்படுத்திவந்தார். ‘சில இடங்களில் சிற்சில மாற்றங்கள் ஏற்பட்டிருக்கலாம்; என்றாலும் துணிச்சலைவிட எச்சரிக்கை உணர்வே மிகவும் அவசியம்’[103] என்று இக்பால் சொன்னதை முஜீப் மேற்கோள் காட்டி அவருடைய மனநிலையை அழுத்தமாக வெளிப்படுத்துகிறார்.

ஸ்மித்தின் பார்வையில், ‘கொள்கைகளைப் பற்றிப் பேசும்போது இக்பால் மிகவும் துணிச்சலாகப் பேசுகிறார். ஆனால் பெண்களைக் குறித்தோ, உணவு அருந்துவது, மதுபானம் ஆகியவற்றியோ குறுப்பிட்டுக் கேள்விகள் எழுப்பும்போது, அவரால் புதுமையாகச்

சிந்திக்கமுடிவதில்லை. இஸ்லாமிய சமய சட்டதிட்டங்களை உயர்த்திப் பிடிப்பவராகவும் அதை முழுமையாகப் பின்பற்றாமல் இருக்கிற நவீனத்துவர்களை கண்டிப்பவராகவுமே இருக்கிறார்’.[104]

எச்சரிக்கை மனநிலை கொண்டவராக மட்டுமே இருந்தார் என்று இக்பாலை முத்திரை குத்துவது அவருக்குச் செய்யும் நியாயமாக இருக்காது. ஷரியத் பற்றிப் பேசும்போது அவர் மூளையின் மொழியில் அல்ல; இதயத்தின் மொழியிலேயே பேசுகிறார்:

‘எவன் பரிதியையும் தாரகைகளையும் வல்லமை கொள்வானோ
அவனுமே தன்னை (ஷரியத்) சட்டத்தின் கைதியாக ஆக்கிக் கொள்ளட்டும்!
தாரகைகள் அதன் இலக்கை நோக்கியே நகர்கின்றன
விதிகளுக்குப் பணிந்துத் தலையைத் தாழ்த்தி.

அந்த விதிக்கு உட்படுவதே
இயற்கையின் நியதி
அந்தக் கலையே
அதிகமும் பின்பற்றப்படட்டும்
மீண்டும் ஒருமுறை உன் பாதங்களை
அதே அழகிய வெள்ளிச் சங்கிலி பிணைக்கட்டும்![105]

இஸ்லாத்தின் திட்டவட்டமான கோட்பாட்டுத் தூய்மைவெளியில் கறை ஏற்படுத்துவதாக அவர் கருதிய சூஃபியிஸ நடைமுறைகளை இக்பால் கண்டித்துள்ளதை முன்பே பார்த்திருக்கிறோம். அதுபோன்றே அவர் அகமதிய்யாக்களையும் விமர்சித்தார். அதற்குக் காரணம் இதன் நிறுவனர் தன்னை ‘இறைத்தூதர்’ என்றே பறை சாற்றியிருந்தார்; அல்லது தான் இறைத்தூதர் இல்லை என்பதைத் தெளிவாக மறுக்காதவராக இருந்தார். இஸ்லாமிய உலகில் அகமதிய்யாக்களுக்கு இடமில்லை என்று கடுமை காட்டியதோடு அப்படி அவர்களை இஸ்லாத்தின் கூடாரத்துக்குள் அனுமதிக்க வேண்டுமென்றால் அவர்களின் தலைவர் ‘இறைத்தூதர் ‘என்று தன்னை அழைத்துக் கொள்வதை விட்டுவிடவேண்டும். முகம்மது நபி (சல்) அவர்களே இறுதி நபி என்று உறுதிப்படவேண்டும். அகமதிய்யாக்கள் இந்த நிபந்தனையை ஏற்கவில்லையென்றால் அவர்கள் முஸ்லிம்கள் கிடையாது என்று இக்பால் சொன்னார். அவருடைய மூத்த சகோதரர் அத்தா முகம்மது, அகமதிய்யா இயக்கத்தில் சேர்ந்ததைத் தொடர்ந்து இக்பாலின் பார்வையில் அவரும் முஸ்லிம் அல்லாதவராகிவிட்டார்.

எவராயினும் தங்களை உண்மையான முஸ்லிம்கள் என்றோ, ஷரியத் நெறிமுறை பிறழாதவர்கள் என்றோ வெளிப்படுத்திக்கொண்டால்,

அவர்கள் அவருடைய ஆழமான நம்பிக்கையைப் பகிர்ந்துகொள்ளா விட்டாலும் கூட அவற்றையெல்லாம் தாண்டி அவர்களை அரவணைத்துக்கொள்வதிலே தயக்கம் காட்டியதில்லை. அப்படியானவர்களில் ஒருவரே தேர்ச்சி பெற்ற இளம் எழுத்தாளர், துடிப்பான கொள்கைப் பற்றாளர் அபுல் அஃலா மௌதூதி. அவரைக் கவிஞர் சந்தித்து உரையாடி அவரை பதான்கோட் நகருக்கு வரவைத்தார். இவரே பின்னாளில் ஜமாஅத் – இ – இஸ்லாமியை நிறுவியவர். 'இவருக்கு அறக்கொடையாக அச்சுக்கூடத்துடன் கூடிய பரந்த பரப்பளவில் நிலமும் கட்டடமும் அளிக்கப்பட்டது'.[106] நாட்டுப் பிரிவினைக்குப் பின்னர் பாகிஸ்தானுக்குச் சென்றுவிட்டார். புதிய நாடான பாகிஸ்தானை இஸ்லாமிய நாடாக ஆக்குவதற்காக ஓர் இயக்கத்தைத் தலைமை தாங்கி நடத்தினார். இஸ்லாத்தின் முழுமையான சட்ட வழிமுறைகளும் உயிர்த்துடிப்பான நடவடிக்கைகளும் பெயரளவில் என்றில்லாமல் முழுமையாக செயல்படுத்தப்பட வேண்டுமென்று வலியுறுத்தினார். இந்த முயற்சிக்கு, தேவைப்பட்டால் அரசாங்கத்தின் உதவியையும் பெறுவது என்று தீர்மானித்திருந்தார்.[107]

அமெரிக்கக் கல்வியாளர் ஃப்ரீலாண்ட், அப்போட் மௌதூதியின் சிந்தனையாக எடுத்துச் சொல்லியிருப்பவை:

'இஸ்லாமின் புற அடையாளங்களை, சடங்கு சம்பிரதாயங்களை வெளிப்படையாகப் பின்பற்றவேண்டும். உள்ளார்ந்த ஈடுபாடு இல்லாமல் பின்பற்றப்படும் புற அடையாளங்களினால் எந்தப் பயனும் இல்லை என்பது உண்மையே. அதே நேரம், உள்ளார்ந்த ஈடுபாடு இருக்கிறதா என்பதை எடுத்துக்காட்டுவதே அந்தப் புற அடையாளம்தான்'[108].

இக்பாலின் இதயமும் இப்படித்தான் துடிக்கவும் செய்தது. இக்பால் தனிமனித ஆளுமையைக் கொண்டடுவதென்பது அதன் விடுதலையோடு தொடர்புடையது. சிருஷ்டிகரத்தில் மகிழ்வதே வாழ்க்கையின் விதி'[109] என்று அவர் அதனால்தான் நம்பினார். மௌதூதியிடம் இக்பால் தனி ஆர்வம் கொண்டிருந்தார் என்பது உண்மையே. அதேநேரம், இக்பால் மாறிவிட்டிருக்கும் நவீன வாழ்க்கைச் சூழலின் அடிப்படையில் முஸ்லிம்களின் ஷரியத் சட்டத்துக்கு விளக்கங்கள் தரும் நூலையும் எழுதினார். ஆனால் அவருடைய அகால மரணம் அப்பெருமுயற்சியை, அவருடைய அறிவார்ந்த நோக்கத்தை செய்துமுடிக்க முடியாமல் தடுத்துவிட்டது.[110]

தாராளவாதிகளும், பழமைவாதிகளும், தீவிர பழமைவாதிகளும் இக்பாலின் கூற்றுகளை மேற்கோள்காட்டியதுபோல், சோஷலிசச்

சிந்தனையாளர்களும் செய்தார்கள். ‘போல்ஷவிசத்துடன் கடவுளைச் சேர்த்துக்கொண்டால் அது கிட்டத்தட்ட இஸ்லாமுக்கு இணையானதுதான்...’[111] என்று இக்பால் கூறினார். ‘கடவுளின் முன்னாள் லெனின்’ என்று இக்பால் எழுதிய கவிதையில் இக்பாலின் லெனின், கடவுளிடம் ஏழைகளின் நிலைக்கண்டு சீற்றமும் துயரமும் கொண்டு குமுறுவதாகச் சித்திரித்திருந்தார். அதைத் தொடர்ந்து வந்த கவிதையில், பணக்காரர்களை அழித்து, பாட்டளிகளை மீட்கும்படி அல்லா அமரர்களிடம் கட்டளையிடுவதாகப் பாடுகிறார். கம்யூனிஸ்ட்கள் கடவுளை மறுதலிப்பது இக்பாலுக்கு நெருடலாகவே இருக்கிறது. ரஷ்ய கிறிஸ்தவ சர்ச்சின் தீமைகளுக்கு எதிரான எதிர்வினையாகவே அந்தப் போராட்டத்தைப் பார்த்தார்.

‘ரஷ்யாவின் கடவுள் மறுப்புக்கொள்கை
உயர் படியிலிருந்து தூண்டி எழச்செய்தது!
அது புறச்சமயத்தாரின்
குருட்டுத்தனமான சிலை வணக்கத்தை
தகர்த்துச் சிதைத்தொழிந்தது...’[112]

ஜனநாயக விரும்பிகளும் இக்பாலின் கருத்துகளை மேற்கோள் காட்டினார்கள். இக்பால் எழுதினார்: ‘இஸ்லாமில் தனி மனித ஆளுமையே அதிகாரம் மிகுந்தது. இந்தச் சமுதாயத்தில் வாழும் அனைவரும் முழுமையான சமத்துவத்தைப் பேணவேண்டும்’ என்பதுதான் இஸ்லாமிய அரசியல் சாசனத்தின் அடிப்படை விதி’. அதேநேரம் ‘ஜனநாயகம் என்பது மனிதர்களின் எண்ணிக்கையைப் பார்த்துக் கணக்கிடப்படுவது. மக்களின் தரத்தைப் பார்த்து எடை போடப்படுவதல்ல. இருநூறு கழுதைகளின் மூளை ஒன்று சேர்ந்தாலும் ஒற்றை மனிதனின் மூளையிலிருந்து உருவாகிற எண்ணங்களுக்கு ஈடாக முடியாது’[113] என்றும் அவர் பேசியிருக்கிறார்.

இப்போது இக்பாலின் தத்துவ நோக்கம் சமய நம்பிக்கை பற்றி ஒரு தெளிவான முடிவுக்கு நாம் வந்துவிடலாம். அவர் துணிந்து செயல்பட்டார்; தயக்கமும் காட்டினார். முற்போக்காக கவிதைகள் எழுதினார். நிஜத்தில் மிகுந்த எச்சரிக்கையுடன் நடந்துகொண்டார். அவருடைய சிறகுகள் நம்மையெல்லாம் புது உலகுக்குக் கூட்டிச் சென்றன. பழகிய பாதையிலேயே நாம் நடக்க விரும்பினால் அவரும் நம்மோடு தட்டுத் தடுமாறி நடந்துவந்தார். மனித குளத்தில் சகோதரத்துவம் மலர வேண்டுமென்ற எதிர்பார்ப்பு அவரிடம் இருந்தது. அதேநேரம் இந்தியாவிலுள்ள முஸ்லிம் ‘க்வாம்’ சமுதாயத்தோடு மிக மிக நெருக்கமாகத் தன்னைப் பிணைத்துக் கொள்ளவும் செய்தார். அவருடைய கால்தடங்கள் மிக அழுத்தமாகப்

பதிந்திருக்கின்றன. ஆனால், பல்வேறு திசைகளை அவை சுட்டிக்காட்டியபடியும் இருக்கின்றன.

●

இக்பாலின் சொல்லும் செயலும் ஒன்றுபோல் இருக்கவில்லை. ஆம், அவர் கவிதைகளில் சிங்கமும் கழுகும் வீரத்தின் படிமங்களாகத் தோற்றம் தருகின்றன. அவை மிக உயர்வாகப் போற்றிப் பாடப்பட்டுள்ளன. ஆனால், 'உண்மை வாழ்க்கையில் இக்பால் ரத்தத்தை நேரில் பார்க்கவே முடியாதவர்'. அவரை மிக நன்கறிந்த அவரின் மைந்தர்கூட இதை உறுதிப்படுத்தியுள்ளார். அவர் தன் கவிதைகளில் உடல் உழைப்புக்கும் செயலூக்கத்துக்கும் முதலிடம் அளிக்கிறார். ஆனால் அவரோ 'தன்னுடைய வீட்டின் முற்றத்தில் இங்குமங்கும் நடந்ததைத் தவிர வேறு எதையும் செய்ததில்லை'. அவர் மைந்தர் ஜாவீத் சொல்கிறார்:

'அவர் வெளியில் செல்வதை விரும்பமாட்டார். சோபாவில் அமர்ந்திருப்பதையும், படுக்கையில் இருந்தவாறு படிப்பதையும் குறிப்புக்கள் எடுப்பதையும் மட்டும் பெரிதும் விரும்புவார். நண்பர்கள், ஆர்வலர்கள் பலரை அவர் பெரும்பாலும் மாலை வேளைகளில் சந்திப்பார். அவருடைய படுக்கையைச் சுற்றி நாற்காலிகளைப் போட்டு அவர்களை உட்கார வைத்துக் கொண்டு ஹுக்கா குடித்தபடியே அவர்களோடு பேசுவது அவருக்கு மிகவும் பிடிக்கும்.'[114]

அவர் 'இஷ்க்' (அன்பு) குறித்துப் பாடியுள்ளார். ஆனால் அவரோ தன் குழந்தைகளை ஒருபோதும் ஆசையாக முத்தமிட்டுக் கொஞ்சியதில்லை. இஸ்லாம்தான் அவருடைய உள்ளார்ந்த விருப்பம்; மேலும் அவரின் உலகம் என்பது இஸ்லாமிய 'க்வாம்' தான். ஆனால், அவருடைய இரண்டு மிக நெருங்கிய நண்பர்களோ சீக்கியர்களே... சர். ஜோகிந்தர் சிங், இன்னொருவர் உம்ராவ் சிங். அவருடைய மதம் கடந்த மனிதாபிமானத்துக்கு எடுத்துக்காட்டாக நெகிழ வைக்கிற நிகழ்ச்சியாகத் தெரிய வருவது ஓர் இந்து இளைஞன் விரக்தியின் அக்னி படுகுழியில் எழ முடியாதபடி விழுந்துகிடந்து, தற்கொலை என்ற பாழ்கிணற்றில் விழ இருந்தபோது உற்சாகமூட்டும் கண்களில் அன்பு மின்ன, கர்ம வினை பற்றிய ஒரு தர்க்கபூர்வமான விளக்கம் கொடுத்து அவரை மீட்டார்.[115]

இக்பாலுக்குப் பேராசை கிடையாது. ஆனால், அவ்வப்போது அவருக்கு பணத்தட்டுப்பாடு வருவதுண்டு. அவருடைய கவிதைகளிலிருந்து கிடைக்கக்கூடிய வருவாய் போதுமானதாக

இருக்காதென்பதால், உபரியாக அவர் சட்டத் தொழிலுக்குச் சென்று பணம் திரட்டுவார். ஆனால் வழக்குரைஞர் பணியினால் அவருடைய நண்பர்களோடு பொழுது கழிப்பதற்கோ தன் கலை இலக்கிய ஈடுபாடுகளுக்கோ இடையூறு ஏற்படக்கூடுமென்றால் அவர் வழக்குரைக்கப் போகமாட்டார். அவரின் மைந்தர் ஜாவீத் ஓவியங்களில் ஈடுபாடு காட்டுபவர். இக்பால் அவரை ஊக்கப்படுத்துவார். அவருக்காக ஐரோப்பாவின் ஓவிய மேதைகளின் சித்திரங்களை வாங்கித் தருவார். ஒரு தடவை ஜாவீத் தன் தந்தை ஐரோப்பாவில் இருந்தபோது, தனக்கு ஒரு கிராமஃபோன் பெட்டி வாங்கித் தரும்படி கேட்டார். ஆனால் ஜாவீத் கேட்டதை இக்பால் வாங்கித் தரவில்லை. அதற்கு மாறாக ஒரு பாடலை இயற்றி அனுப்பிவைத்தார். 'மகனே... ஒலிப் பெட்டியிலிருந்து கற்றுக் கொள்ளவேண்டாம். ரோஜா மற்றும் மணிவடிவக் கொன்றை மலரின் நீண்ட மௌனத்திலிருந்துக் கற்றுக்கொள்' என்று அறிவுறுத்தினார். இக்பாலின் அந்தக் கவிதை –

இந்தியக் களிமண்ணில்
உருவாக்கிக்கொள்
உன் மண்பாண்டக் கோப்பையையும் குடுவையையும்
என் வழி யோகியுடையது... போகியுடையது அல்ல.
ஆன்மாவை விற்காதே
யாசகனின் கொப்பரையும் ஒளிரும்[116]

அவர் சூஃபியிசத்தை எதிர்த்தாரென்றாலும் மனதளவில் மெய்யறிவுத் தேடல் கொண்டவரே (mystic). உண்மையான சூஃபிகளைப் பற்றிய ரூமியின் பாடல் வரிகளைப் படித்துக் காட்டுகிறபோதும் அவரே படிக்கும்போதும் இக்பாலின் கண்களில் கண்ணீர் பெருக்கெடுக்கும். இக்பாலின் ஆர்வலர் கவிதை ஒன்றை எடுத்துக்காட்டுகிறார்.

'தாயகம் பற்றிய நினைவு ஏற்படும்போதெல்லாம்
காரணமில்லாமலே
ஏதோ ஒருவித உருக்கம் நெஞ்சைக் கவ்வுகிறது.
சில நேரங்களில் அது ஆர்வ எழுச்சியூட்டி
வாழ்ந்த இடத்தின் சிறப்பையும் அழகையும்
திரும்பிப் பார்க்கச் சொல்கிறது!
சில நேரங்களில் நமக்கு
சினமூட்டி, உணர்ச்சிப்பெருக்கை
ஏற்படுத்துகிறது...'

இந்தக் கவிதைகளைப் படித்துப் பார்த்தால் இதில் வெளிப்படுகிற ஆற்றாமை அது இக்பாலின் ஊர் நினைப்பை, வீட்டுத்

தேட்டத்தைத்தான் காட்டுவதாக நினைக்கத் தோன்றும். அவர் வாழ்ந்த லாகூரையோ, சியால் கோட்டையோ இது நினைப் பூட்டுகிறது என்று நினைக்கத் தோன்றும். ஐரோப்பாவில் இருந்த போது அவருக்கு ஏற்பட்ட ஊர் ஏக்கத்தின் பிரதிபலிப்பு என்று சொல்லத் தோன்றும். உண்மைதானா என்று அவரிடமே கேட்டார்கள். அவர் சொன்னார்:

'அந்தக் கவிதையின் அர்த்தம் வேறு. நாமெல்லோரும் எந்த விண்ணுலகில் இருந்தோமோ அங்கிருந்து இந்த மண்ணுலகம் வந்ததனால் ஏற்பட்ட பிரிவாற்றாமை. அதுதான் இந்தக் கவிதையின் வெளிப்பாடு...'[117]

இக்பாலின் வாழ்க்கையைப் பற்றி எழுதியவர்கள் அனைவரும் தொடர்ந்து நீடித்த அவருடைய சோகம் பற்றிப் பேசியிருக்கிறார்கள். ரப்பார் எழுதியுள்ளார்: 'அவருடைய ஆன்மாவில் அவரின் துயரம் ஆழமாகப் படிந்துக்கிடக்கிறது. அவ்வாறு புதைந்துக் கிடக்கிற துயரத்தின் தகிப்பு அவர் நண்பர்களோடு அளாவளாவுகிற தருணங்களில் உயிர்த்துடிப்பான உரையாடல்களினூடாக வெளிப்பட்டு அவர்களை காந்தம் போன்று தன் பக்கமாக கவர்ந்துவிட்டது'.[118] 'மேலை நாட்டு இன்தேறல் துயரம் எதையும் வழங்குவது கிடையாது' என்ற அவருடைய புலம்பலை முன்பே பார்த்திருக்கிறோம். ஆனால், அவரிடமுமே அப்படியான வாசனை கிடையாது. அவர் திருக்குர்ஆனை ஓதுகிறபோதோ, அல்லது திரு நபி அவர்களைக் குறித்த செய்திகள், கருத்துக்கள் போன்றவற்றை யாரேனும் அவர்முன் படித்துக் காட்டும்போதோ அல்லது அவரே எடுத்துப் படிக்கும்போதோ அவர் மனதில் உறைந்திருக்கும் சோகம் கண்ணீராகப் பொங்கிப் பிரவகிக்கும்.

'ஹதீஸ்கள்' என்றழைக்கப்படுகிற அண்ணல் நபிகளின் வாழ்வியல் முறைகளை (சொல்லையும் செயலையும்) திரட்டுகிறப் பணியில் ஈடுபட்டிருந்த சிலர் குறிப்பிட்டுக் காட்டியுள்ள நிகழ்ச்சி ஒன்று; ஓர் அரேபியர் அண்ணலாருக்கு மரியாதை காட்டுகிற வகையில் தங்களுடைய மரபுப்படி நபிகளாரின் பாதங்களை முத்தமிட முற்பட்டபோது அண்ணல் நபிகள் அதை உடனடியாக தடுத்துக் கொண்டார்கள். 'தலை வணங்கவேண்டியது அல்லா ஒருவனுக்கே. மூத்தவர்களுக்கு மதிப்புக் கொடுத்தால் போதும்' என்கிறார்கள். காலைத் தொட்டு வணங்குவதோ, முத்தமிடுவதோ இஸ்லாத்தில் அனுமதி கிடையாது. இதை அறிந்துகொண்ட இக்பாலின் குரல் தழுதழுத்தது. இதில் உள்ள மானுட ஆளுமையின் பெருமை அவரை நெக்குறச் செய்தது. அண்ணலாரின் செயலின் உயர்வைப் பாராட்டி இக்பால் சொன்னார்: 'இதைவிட மேலான சொற்களை

இலக்கியத்திலோ முழு உலகிலோ எங்குமே காணமுடியாது'. ரப்பார் மேலும் இக்பாலைக் குறிப்பிட்டுப் பேசும்போது… 'அவருக்குள் ததும்பிக் கொண்டிருந்த கண்ணீரின் பெரு வெள்ளத்தை தடுத்து நிறுத்திய அணையின் எஃகு, கற்கள், தார் ஆகியவையாக இக்பாலின் அழகிய உடல்கட்டு, நகைச்சுவை உணர்வு, திறமையானப் பேச்சுத்திறன் ஆகியவையே இருந்தன' என்று குறிப்பிட்டிருக்கிறார். 'இருந்தும் இந்த அணையையும் உடைத்தபடி கண்ணீர் பொங்கிப் பிரவகிக்கத்தான் செய்தது…'[119]

'பேரன்பின் இடம் அது சமயகுரு அமரும் பகட்டான அறவுரை மேடை அல்ல! உயிர்ப்பலி வாங்கும் தூக்கு மரமே!' இந்த வரிகளை இக்பால் தன் மரணத்துக்குச் சிறிது முன்பே எழுதினார்.[120] ஒன்பதாம் நூற்றாண்டில் வாழ்ந்த மெய்ஞ்ஞானத் துறவி மன்சூர் ஹல்லா பரவச நிலையின் உச்சத்தில் சொன்ன சர்ச்சைக்குரிய கருத்துகளுக்காகத் தூக்கிலிடப்பட்டார். அதை உணர்த்துவதாகவே இக்பாலின் பாடல் வரிகள் உள்ளன. அவரை பல் இறைக் கொள்கை கொண்டவராகக் கருதி முதலில் மறுதலித்த இக்பால், பிற்காலத்தில் தன் 'குஹ்தி' என்ற சுய ஆளுமை குறித்த கருத்துக்கு அவை வலு சேர்ப்பதாகப் புரிந்துகொண்டார். அதன்பின் தன்னை ஹல்லாவுடன் சேர்த்து அடையாளப்படுத்திக்கொண்டார். ஜாவீத் நாமாவில் ஹல்லா, இக்பாலிடம் கூறுவதாக இக்பால் எழுதியிருப்பவை:

'உயிர்த்தெழுவாய்' என்ற
இடியோசையொத்த அழைப்பு
என் மனதில் ஒலித்தது
மக்கள் கூட்டம் கூட்டமாய்
தமது கல்லறை நோக்கி விரைந்தனர்
சுய ஆளுமையின் இயல்பை
மறுதலித்தபடி.

என் அன்புக்குரிய நண்பரே
உனக்காக அஞ்சி நட
நான் செய்வதையே
திரும்பச் செய்கிறாய்[121]

கேம்பிரிட்ஜ் பல்கலைக்கழகத்தில் பேராசிரியராகப் பணியாற்றிக் கொண்டிருந்த ரெனால்ட் நிகல்சன், இக்பாலுக்கு கடிதம் எழுதி இக்பால் எழுதியுள்ள 'அஸ்ரார் –இ – குதி' (இதயத்தின் ரகசியம்) என்ற நூலை ஆங்கிலத்தில் மொழிப்பெயர்க்க அவரிடம் அனுமதி கேட்டார். இதைப் படித்த இக்பாலின் கண்களில் கண்ணீர் பெருக்கெடுத்தது.[122]

இக்பாலின் கண்கள் கலங்கியதற்குக் காரணம் என்ன? அப்போது அருகில் இருந்தவர் அவரிடம் கேட்டபோது, அவர் சொன்னார்: 'என்னுடைய மக்கள் தங்களுடைய உண்மையான சுய ஆளுமையை உணர்ந்து, மீண்டெழ வேண்டுமென்பதற்காக இதை எழுதினேன். பிறரின் பாராட்டுக்கும், அங்கீகாரத்துக்கும் இதை நான் எழுத வில்லை. ஐரோப்பியர்களுக்காக இதை நான் எழுதவில்லை. ஆனால் அவர்கள்தான் நான் எழுதிய இந்த நூலைப் படிக்க ஆர்வம் காட்டுகிறார்கள். நான் சொல்கிறச் செய்தியை, கருத்தைத் தெரிந்து கொள்ள விரும்புகிறார்கள்' என்றார். எந்த வெளிப்படையான காரணம் இன்றியும் இக்பால் வருத்தப்படுவதுண்டு. அவரின் மைந்தர் ஜாவீத் இக்பால் கூறியதை பதிவு செய்துள்ளார். 'யாருமே என்னிடம் வந்ததில்லை. என்னோடு நேரம் செலவிட்டதில்லை'...[123]

உள்ளபடி பார்க்கப்போனால் இக்பால் தனிமையிலே பொழுதைக் கழித்தது கிடையாது. பிரபலமானவர் என்பதால் அல்ல; அவருடைய பேச்சைக் கேட்டு ரசிக்க பலரும் அவரைத் தேடி வந்துகொண்டே இருப்பார்கள். அவருடைய வீட்டில், காலை முதல் மாலை வரை அவரைப் பார்ப்பதற்காக யாரேனும் வந்த வண்ணம் இருப்பார்கள். எளிய ஆடைகளை அணிந்தவராக கட்டிலின்மீது விரிக்கப்பட்ட விரிப்பில் அமர்ந்தவாறோ அல்லது ஒரு நாற்காலியில் அமர்ந்து கொண்டோ பேசுவார்'. யார் வந்தாலும் ஆர்வத்துடன் பேசுவார். யாருக்கும் அவருடைய பேச்சு சலிப்பை ஏற்படுத்தவும் செய்யாது. துடிப்பான அவரின் பேச்சில் வெகுளித்தனமான குறும்பு, மனதார வெளிப்படும் சிரிப்பு வெளிப்படும். சமயம் தொடர்பான விஷயங்களே பேச்சில் பெரிதும் இடம் பெறும். பஞ்சாபி அல்லது உருது மொழியில் பேசுவார். அவர் பேசும் உருதுவில் தாய்மொழியான பஞ்சாபி தொனி கலந்திருக்கும். இக்பாலின் பஞ்சாபி, உர்து மொழி உரையாடலை அப்படியே ஆங்கிலத்தில் மறுவடிவில் கொண்டு வருவது முற்றிலும் இயலாதது. எனினும் அந்த உரையாடல் சூழலை ரப்பார் நன்கு விவரித்திருக்கிறார்:

'யாரேனும் அவரிடம் பேச வருகிறபோது அவர்கள் 'சலாம்' கூறுவதற்கு இவர் மறுவினையாற்றுவதைப் பார்ப்பதற்கு வேண்டா விருப்புடன் செய்வதுபோலிருக்கும். வலதுக் கரத்தைச் சற்று மேலாக உயர்த்தி, பின் தொய்ந்து விழச் செய்வார். ஆனால், அப்போது அவருடைய முகத்தில் ஒரு முழுமையான மலர்ச்சி வெளிப்படும். அவ்வாறு வருகை தந்தவர் அவரோடு பேசுவதற்கு முற்படுகிறபோது, இவருடைய அனுமதிக்காகச் சற்று தயக்கத்தோடு பார்த்தால், இவரிடமிருந்து 'இம்ம்' என்று ஒலி தொண்டையிலிருந்தும் நாசியிலிருந்தும் சேர்ந்தொலித்து

அனுமதியைக் காட்டும். வருகை புரிந்தவர் பூரித்த முகத்தோடு பேசத்தொடங்குவார். அப்படிப் பேச வருபவர் எதைப் பேசுவாரோ, பேச்சு எங்கு கொண்டு போகுமோ அது முடிவில்லாதது. இப்படிப்பட்ட உரையாடல்களிடையேயான மௌனத் தருணங்களில் அவர் தலைமுடியை விரல்களால் கோதிக்கொள்வார். அவ்வப்போது 'யா அல்லா' என்று கூறி மூச்செறிவார். பொதுவாக பாதி இமை மூடியவாறு பேசுகிற இக்பால் ஏதேனும் விறுவிறுப்பாக, ஆர்வத்துடன் பேசும்போது தன் இமைகளை முழுவதுமாக விரித்துக்கொள்வார்.'[124]

ரப்பார் மேலும் தொடர்ந்து எழுதுகிறார். 'இக்பாலைத் தேடி வருகிற அன்பர்களின் நீண்ட வரிசைக்கு அவர் தன் நெஞ்சம் நிரம்பிய நன்றியைத் தேக்கிவைத்திருப்பார். ஓர் உரையாடல் கலைஞன் இதைக்காட்டிலும் பெரிதாக வேறு எதை விரும்பக்கூடும்?'[125]

சில நேரங்களில் அவரும் நண்பர்களும் அவரின் நண்பர் மிர்சா ஜலாலுதீன் இல்லத்தில் கூடிப் பேசுவார்கள். அங்கே அவர்களோடு ஜோகிந்திர சிங்கும், ராவ் சிங்கும் சேர்ந்து கொள்வார்கள். அங்கே இசைக் கச்சேரிகள் நடப்பதுண்டு. சாதுர்யமான பேச்சும் அகடவிகடமும் பரிமாறிக்கொள்வார்கள்.[126] சிலவேளைகளில் அந்த இசை இக்பாலைக் கவிதைகள் எழுதத் தூண்டுவதுண்டு. 'இக்பால் கவிதைகள் பாட ஆரம்பித்ததும்இசைக் கலைஞர்கள்தான் இசைக்கும் பாடலைக் கொஞ்சம் நிறுத்துவிட்டு கவிஞரின் பாடலுக்கு ஏற்ற மென்மையான இசையை இசைக்க ஆரம்பிப்பார்கள்'[127] என்று ரப்பார் குறிப்பிட்டிருக்கிறார்.

கவிதைக்கான உத்வேகம் இக்பாலுக்கு எப்போது எங்கே நிகழக்கூடும் என்று திட்டவட்டமாகச் சொல்ல முடியாது. சில நேரங்களில் வீட்டிலேயோ வேறெங்கேயுமோ கூட நிகழலாம். அப்போது அங்கே குழந்தைகள் இருந்தால் அவர்கள் பேச்சொலி, சிரிப்பொலி எழுப்பாமல் அமைதியாக இருக்க வேண்டும். சில நேரங்களில் நடு இரவிலே அந்தக் கவி உந்துதல் ஏற்படும். அதை நினைவில் கொண்டுவந்து ஜாவீத் எடுத்துரைக்கிறார்:

'கவிதை மனதில் கருக்கொள்ளும்போது அவருடைய முகத்தின் நிறம் மாறும். ஏதோ ஒருவித அவஸ்தையில் தவிப்பதுபோல் தெரியும். பின்னிரவில் கைகளைத் தட்டி, உதவியாளர் அலி பக்ஷியை அழைத்து பேனாவையும் நோட் புக்கையும் எடுத்து வரச் சொல்வார். கவிதை வரிகளை எழுதி முடித்த பின்னர்தான் மிகுந்த வலியிலிருந்து மீண்ட உணர்வை அடைவார்.[128]

•

கற்பனைச் சிறகுகள் விரித்துப் பறக்கும் இக்பால் சர்வதேச இஸ்லாமிய சகோதரத்துவம் வேண்டிப் பாடினார். ஆனால் அவரின் பாதங்களோ பஞ்சாபின் சொந்த நிலத்திலே ஆழமாகவும் அழுத்தமாகவும் பதிந்திருந்தன. அங்கு அவர் அரசியலுக்குத் தள்ளப்பட்டார். 'உங்களின் மாண்பும் மதிப்பும் உங்கள் நம்பிக்கையை நிறைவேற்றப் பயன்படவேண்டும்' என்றார்கள் அவரின் மேல் அக்கறைக்கொண்ட நண்பர்கள். இக்பாலும் தான் வெறும் கற்பனைக் கோட்பாட்டாளர் அல்ல; நடைமுறை ஞானம் மிகுந்த அரசியல் தலைவர் என்றே நினைத்தார்.

ஆனால், தேர்தல் பணி எதுவும் ஆற்றாமல் வீட்டுக்குள்ளேயே இருந்தபோதிலும் பஞ்சாப் சட்டமன்றக் கவுன்சில் உறுப்பினராக முஸ்லிம்களின் தொகுதியிலிருந்து 1926-ல் தேர்ந்தெடுக்கப்பட்டார். இதற்கு மூன்று ஆண்டுகளுக்குப் பின்னர் அவர் அனைத்திந்திய முஸ்லிம் லீக்கின் தலைவராக வரலாற்றில் இடம் பெறத்தக்க சொற்பொழிவொன்றை ஆற்றினார். 1931–32-ல் அவர் லண்டனில் நடைபெற்ற வட்டமேசைக் கருத்தரங்கில் கலந்துகொண்டு இந்தியாவுக்குத் தேவையான அரசியல் சீர்திருத்தங்களை வலியுறுத்திப் பேசினார். 1935-ல் இக்பாலும் அவர் குடும்பமும் முதன்முதலாக சொந்த வீட்டுக்குக் குடிபுகுந்தார்கள். ஆனால் குடி புகுந்த இரண்டாம் நாளே அவர் மனைவி சர்தார் பேகம் இறந்துபோனார். ஜாவீத் அந்தத் துயரக் காட்சியை விவரிக்கிறார்:

> 'நாங்கள் இருவருமே (ஜாவீத் – வயது 11, சகோதரி முனீரா, வயது 5) அடக்க முடியாமல் அழுதோம். ஒருவரையொருவர் கையைப் பிடித்தபடி எங்கள் அப்பாவின் அறைக்குப் போனோம். அவர் படுக்கையில் படுத்திருந்தார். அவருக்கும் உடல்நிலை சரியில்லை; அவரும்கூட தொண்டை அடைப்பினால் தெளிவாகப் பேசமுடியாத நிலையில் இருந்தார். முனீராவும் நானும் கதவருகிலேயே நின்றோம். என்ன செய்வது என்று எங்களுக்குத் தெரியவில்லை. அவர் எங்களைப் பார்த்து அழைத்தார். அவர் அருகே சென்றோம்... எங்களைத் தன் வலப்பக்கத்திலும்இடப்பக்கத்திலும் உட்காரச் சொன்னார். பின் பரிவோடு கைகளை எங்களின் தோள்களில் போட்டுக்கொண்டு என்னிடத்தில் கொஞ்சம் கோபத்தோடு சொன்னார்... 'இதுபோல நீ அழக்கூடாது. ஆண்பிள்ளை அழலாமா?' என்றார். பின் எங்கள் நெற்றியில் முத்தமிட்டார்; வாழ்க்கையில் எங்களை அவர் முத்தமிட்டது அதுதான் முதல்முறை'.[129]

•

1930 இறுதியில் இக்பால் தன் பிம்பத்துடன் பொருந்தாத முரண்பட்ட ஒரு கருத்தைச் சொன்னார். அதைக் கேட்டவர் எவரும் அவரின் கருத்துக்கு ஒத்திசைத்திருக்க முடியாதுதான். ஆனால் அவர் சொன்னது பின்னாளில் நடந்தேறத்தான் செய்தது. லக்னோவில் அந்த ஆண்டு நடைபெற்ற முஸ்லிம் லீக் மாநாட்டில் அதற்குத் தலைமைத் தாங்கிய இக்பால் சொன்னவை:

'பஞ்சாப் வடமேற்கு எல்லைப்புற மாகாணம், சிந்து, பலுசிஸ்தான் ஆகியன தனி மாநிலமாக, அரசாக ஒன்றிணைக்கப் பட வேண்டுமென்று விரும்புகிறேன். அவ்வாறு வடமேற்கு இந்திய முஸ்லிம் பகுதிகள் ஒன்றிணைக்கப்படுவதுதான் குறைந்த பட்சம் வடமேற்கு முஸ்லிம்களின் ஒரே லட்சியம், ஒரே விதி.[130] அவரின் இந்த விருப்பத்தின் உள்நோக்கம் என்னவாக இருக்கக்கூடும்? இந்தியச் சூழ்நிலைபற்றிய அவருடைய பார்வையே இதற்குக் காரணம் எனலாம். 1927-ல் அவர் சொன்னவை: 'ஒருங்கிணைந்த தேசியம் என்ற பேச்சு பயனற்றது. இந்த வாக்கியம் கடந்த ஐம்பது ஆண்டுகளாகத்தான் இந்நாட்டு மக்களின் உதடுகளில் உச்சரிக்கப்பட்டு வந்துள்ளது. ஒற்றை முட்டை கூட இடாமல் வெறுமனே கூவிக் கொண்டே இருக்கும் கோழி போலவே இந்த விஷயம் இருக்கிறது; இந்நாட்டில் ஒரு சமுதாயம் இன்னொரு சமுதாயத்தை அழிக்க வேண்டும் என்பதையே குறிக்கோளாகக் கொண்டிருக்கிறது.'[131]

ஆனால், முஸ்லிம்களுக்காக தனித் தாயகம் வேண்டும் என்ற இக்பாலின் விருப்பத்துக்கு முக்கிய காரணம், உலகளாவிய சகோதரத்துவத்தை ஏற்படுத்துவதற்கான ஒரு தொடக்கம் அது என்ற அவருடைய நம்பிக்கைதான். உலக முஸ்லிம்களுக்கு துருக்கிதான் தலைமை ஏற்று வந்தது. ஆனால் முதல் உலகப் போர் துருக்கிப் பேரரசுவின் தலைமைத்துவத்தை நொறுக்கிப்போட்டுவிட்டது. இனிமேல் இந்திய முஸ்லிம்களே இஸ்லாத்தின் கொடியை உயர்த்திப் பிடிக்கவேண்டும் என்று இக்பால் நினைத்தார். இந்தக் கவிஞர் 1930-ல் ஒருகூட்டத்தில் பேசியபோது 'பிற ஆசிய நாடுகளில் வாழும் முஸ்லிம்களின் எண்ணிக்கையைவிட அதிக முஸ்லிம்கள் இந்தியாவில்தான் வாழ்கிறார்கள். அந்தவகையில் இஸ்லாத்தின் மிகப் பெரிய சொத்து தாங்கள்தான் என்பதைப் புரிந்துகொள்ள வேண்டும்.'[132]

பாகிஸ்தான் கல்வியாளர் ரெஃப்பட் ஹசன், 'இக்பால் குறிப்பிடுகிற முஸ்லிம் நாடு என்பது 'உலக சகோதரத்துவத்தையும் ஒருவருக்கொருவர் அன்பு பாராட்டுவதையும் வாழ்வியலாக

ஏற்கக்கூடிய சமுதாயத்தை உருவாக்கும் வழிமுறை' என்றே பார்த்தார்.[133]

இக்பால் உருவாக்க நினைத்த நாடு புதியதொரு தொடக்கத்துக்கான முன்னேற்பாடு. அது பிரிவினை அல்ல. ஒரு புதிய சமுதாயத்தை அதன் உரிய அடையாளப் பண்புகளுடன் கட்டமைத்துக் காட்ட முன்வைத்த சாத்தியக்கூறு; இந்தியாவிலிருந்து வெளியேறுவதற்கோ, விலகுவதற்கோ அல்ல! இந்தியாவில் முஸ்லிம்கள் பெருமளவில் கூட்டிணைக்கப்பட்ட முஸ்லிம் ஒன்றியம் இருந்தால் அதனால் நடைமுறையில் பல்வகைப் பலன்கள் ஏற்படக்கூடும். ஆனாலும் அவருடைய அகத்தூண்டல் என்பது இலட்சியவாத அடிப்படையைக் கொண்டதே. இக்பால் சொல்லும் அந்த நாட்டிலே அல்லது மாநிலத்திலே அங்குள்ள மக்கள் இக்பாலின் லட்சிய நோக்கங்களை நிறைவேற்றுகிற தகுதி கொண்டவர்களா?' என்பது வேறொரு கேள்வி. இக்பால் இவ்வளவு தூரம் போனதற்கு அவருடைய மித மிஞ்சிய லட்சியவாதச் சிந்தனைகள்தான் காரணம். இந்துக்கள் மீதான வெறுப்பு அல்ல.

இந்தியாவில் இருந்து பிரிந்து செல்வதை இக்பால் விரும்பியிருக்க வில்லை 'இந்தியாவுக்குள் முஸ்லிம் இந்தியா' என்பதுதான் இக்பாலின் உள்ளத்தில் இருந்தது என்பதை லக்னோ மாநாட்டில் அவர் பேசியதிலிருந்து அறிந்து கொள்ளலாம்.[134] 'ஓர் உயர்தரத்திலான மதவாதத்தை' முன்வைத்தவராகவே அவர் அடையாளம் காணப்பட விரும்பினார். 'ஒவ்வொரு குழுமமும், பிரிவும் அவரவர் விரும்பும் பாதையில் முன்னேற முழு உரிமை இருக்கவேண்டும் என்ற தன் கொள்கை, குறுகிய மதவாத சிந்தனையால் தூண்டப்பட்டது அல்ல' என்று சொன்னார். இக்பால் மேலும் தொடர்ந்தார்: 'நான் பிற சமயத்தார் – சமூகத்தாரின் மரபுகள், பழக்க வழக்கங்கள், சட்ட சம்பிரதாயங்கள் அனைத்தையும் பெரிதும் மதிக்கிறேன். அதை என் கடமையாகவே ஏற்கின்றேன். குர்ஆனுடைய அறிவுறுத்தல்கள்படி அவர்களின் வழிபாட்டுத் தலங்களைப் பாதுகாக்க வேண்டிய பொறுப்பையும் தேவைப்படுமெனில் ஏற்கிறேன்.'[135]

புதிய நாடு என்பது முஸ்லிம் நாடாக இருக்கும். ஆனால் 'அங்கு சமய அடிப்படையிலான ஆட்சியே இருக்கும் என்று இந்துக்கள் அச்சமடையத் தேவையில்லை.'[136] இக்பாலின் வேறு இரண்டு கருத்துகளை இங்கு நாம் கவனத்தில் கொள்ளவேண்டும். ஒன்று, பஞ்சாபின் இந்துப் பெரும்பான்மையினர் வாழ்ந்து வருகிற கிழக்குப்புற மாவட்டங்களை புதிய இஸ்லாமிய நாட்டில் இணைக்கவேண்டாம் என்று அவர் கூறினார். ஆனால் இந்தக்

கருத்தை பிற்காலத்தில் ஜின்னா ஏற்கவில்லை. இரண்டாவதாக, முஸ்லிம்கள் பெரும்பான்மையாக வாழும் துணைக்கண்டத்தின் கிழக்குப் பகுதி இக்பாலின் கனவுத் திட்டத்தில் இடம்பெறவில்லை. தெளிவாக இக்பால் கலப்படமற்ற, முஸ்லிம் பெரும்பான்மை கொண்ட கச்சிதமான ஒரு பகுதியையே அவர் தன் கனவுத் திட்டத்தை நிறைவேற்றிக்கொள்ளத் தேர்ந்தெடுத்தார்; ஜின்னாவின் 'முஸ்லிம் இந்தியா' என்பதில் லட்சியக் கொள்கை சார்ந்து எதுவும் இருந்திருக்க வில்லை. அது முழுவதும் முஸ்லிம் அல்லாதவர்களுக்கு இணையான அங்கீகாரம் என்ற வகையில் மட்டுமே இருந்தது. பாகிஸ்தான் உருவாக்கத்தில் ஜின்னாவின் பங்களிப்பு வரலாற்று முக்கியத்துவம் வாய்ந்ததுதான். ஆனால், முஸ்லிம்களுக்காகத் தனித்தாயகம் என்பது தொடர்பான நம்பிக்கை இக்பால் கருதியதைப் போல் இருந்திருக்கவில்லை.

1916-ல் காங்கிரஸ் – லீக் இடையே புரிதல் ஏற்பட்டதில் ஜின்னாவின் பங்கு மிகவும் அதிகம். அதன் மூலம் முஸ்லிம்களுக்கு இந்தியா முழுவதும் தனித் தொகுதிகள் உருவாக்கப்பட்டன. அதுபோன்றே இந்து மற்றும் சீக்கிய சிறுபான்மையினர் நலன் கருதி பஞ்சாபில் அவர்களுக்கு 'முக்கியத்துவம்' தரப்பட்டன. இக்பால் முஸ்லிம் களுக்குத் தனித்தொகுதி ஒதுக்கப்படுவதை வரவேற்றார். ஆனால், பஞ்சாபில், முஸ்லிம்களின் செல்வாக்கு குறைக்கப்படுவதை எதிர்த்தார். பின்னர் இருபதுகளின் இறுதியில் புதிய லீக் காங்கிரஸ் உடன்பாட்டை ஜின்னா முன்வைத்தார். அதில் இஸ்லாமியருக்கான தனித் தொகுதி முறையை விட்டுக் கொடுத்தார். அதற்கு பதிலாக அனைத்திந்திய அரசியல் தளங்கள் யாவிலும் முஸ்லிம்களின் 'பலம்' கூட்டப்படும் வகையில் ஓர் ஏற்பாடு செய்யப்படவேண்டுமென்று வலியுறுத்தினார்.

காங்கிரஸ் ஜின்னாவின் கோரிக்கையை ஏன் ஏற்கவில்லை? இந்த நூலில் ஜின்னா பற்றிய பகுதியில் அது விவரிக்கப்பட்டுள்ளது. இங்கே நாம் பார்க்க வேண்டியது ஜின்னாவின் இதுபோன்ற கோரிக்கையை இக்பாலும் எதிர்த்தார் என்பதே. ஆம், கவிஞர் இரு நாடு கோரிக்கையை முன்வைத்து, இந்து முஸ்லிம் கூட்டு வாக்காளர் தொகுதியைத் திட்டவட்டமாக மறுத்தொதுக்கிவிட்டார்.

1936–37ல் இக்பாலும் ஜின்னாவும் பரஸ்பரம் பல கடிதங்கள் பரிமாறிக்கொண்டார்கள். கவிஞர், ஜின்னாவுக்கு எழுதிய கடிதம்ங்கள் ஜின்னாவால் 1946-ல் பொதுவெளியில் வெளியிடப்பட்டன. ஆனால், இக்பாலுக்கு ஜின்னா அனுப்பிய கடித நகல்கள் ஒன்றுகூட இதுவரை கிடைக்கவில்லை. இந்தக் கடிதங்களில், இந்த நேரத்தில் காங்கிரஸ் தலைவர் என்ற வகையில்

ஜவாஹர்லால் நேரு முஸ்லிம்களோடு பெரிய அளவில் தொடர்புகளை ஏற்படுத்திக் கொள்ளவேண்டும் என்று அறிவித்திருந்ததைப் பற்றியும் நேரு தன்னுடைய சோஷலிச நம்பிக்கையை முன்வைத்ததன் அடிப்படையிலும் இக்பாலும் ஜின்னாவும் தமது கருத்துகளைப் பரிமாறிக் கொண்டிருந்தார்கள். ஆனால் ஜவாஹர்லாலின் கடவுள் மறுப்பு சோஷலிசம் முஸ்லிம்களிடம் எடுபடாது என்று சொன்னதோடு இதற்கு பதிலாக ஜின்னா என்ன சொல்லவேண்டும் என்பதையும் முன்வைத்திருந்தார். 'தனியான முஸ்லிம்களின் மாகாணங்கள் இணைந்த கூட்டரசு திட்டம்' என்பதே முஸ்லிம்கள் மற்றும் லீக்கின் குறிக்கோள் என்று ஜின்னா சொல்லவேண்டும். அதுவே நேருவுக்கு சரியான பதிலாக இருக்கும் என்று இக்பால் இந்தக் கடிதத்தில் குறிப்பிட்டிருக்கிறார்.

'வடமேற்கு இந்தியா மற்றும் வங்காள முஸ்லிம்களை சுய நிர்ணய உரிமைகொண்ட தனி நாடுகளாக ஏன் கருதக்கூடாது' என்று இக்பால் கேட்டார். இப்போதான் இக்பால் வங்காளத்தையும் ஒரு தனி முஸ்லிம் நாடாகக் கருத ஆரம்பித்திருந்தார். வட மேற்கு இஸ்லாமிய நாட்டிலிருந்து தனி நாடாகவே இதை அவர் முன்வைத்திருந்தார்.

இக்பாலின் கடிதங்களில் அவர் ஒருவகையான இஸ்லாமிய சோஷலிசத்தை ஏற்படுத்தவேண்டும் என்று குறிப்பிட்டிருக்கிறார். 'இஸ்லாமின் ஷரியத் ஒவ்வொரு மனிதருக்கும் வாழ்வாதாரத்தை ஏற்படுத்திக் கொடுப்பதை மிகவும் கட்டாயமான அடிப்படையன விஷயமாக முன்வைக்கிறது. ஆனால், ஒரு சுதந்தரமான இஸ்லாமிய அரசாங்கத்தினால் மட்டுமே ஷரியத்தை நடைமுறைப்படுத்த முடியும். நவீன சிந்தனைகளின் அடிப்படையில் இஸ்லாமிய விதிமுறைகளை அந்த அரசு வரையறுக்கவேண்டும்' என்று குறிப்பிட்டிருக்கிறார். முஸ்லிம் லீகின் அடுத்த வருடாந்திர கூட்டத்தை, முஸ்லிம்கள் சிறுபான்மையாக இருக்கும் எந்தப் பகுதியிலும் நடத்தக்கூடாது. அவற்றையெல்லாம் தற்போதைக்கு ஒதுக்கித் தள்ளிவிட்டு லாகூரில் வைத்து நடத்தவேண்டும் என்று ஜின்னாவிடம் கோரிக்கைவிடுத்திருந்தார்.

இதுநாள்வரைக்கும் பிரிவினை வேண்டுமென்று ஜின்னா கேட்கும் மனநிலைக்கு வந்திருக்கவில்லை. எனவே, இக்பாலின் எந்தப் பரிந்துரையையுமே அவர் ஏற்கவில்லை. முஸ்லிம் சிறுபான்மையினராக வாழும் பகுதியான உ. பி.யின் தலைநகர் லக்னோவில் முஸ்லிம் லீக்கின் அடுத்த மாநாடை நடத்த முடிவெடுத்தார். 1937 நடுவில் இந்துப் பெரும்பான்மை மாநிலங்கள் அனைத்திலும் காங்கிரஸ் அமைச்சரவைகள் ஆட்சி அதிகாரத்துக்குத்

தேர்ந்தெடுக்கப்பட்டன. இது இந்து ராஜ்யம் ஏற்பட்டுவிடக் கூடும் என்ற அச்சத்தை முஸ்லிம்களிடம் ஏற்படுத்தியது. உண்மையோ கற்பனையோ அந்த அச்சமானது உ.பி. போன்ற மாகாணங்களில் ஒரு சாதகமான நிலையை லீகுக்கு ஏற்படுத்திக் கொடுத்தது. ஜின்னா அதை இறுகப்பற்றிக்கொண்டார்.

இந்த நேரத்தில் பஞ்சாபின் யூனியனிஸ்ட் கட்சித் தலைவரான சர். சிக்கந்தர் ஹயாத் கான் பஞ்சாப் மாகாண முதல்வரானார். செல்வ வளமிக்க முஸ்லிம்கள், இந்துக்கள் சீக்கியர்களின் அமோக ஆதரவைப் பெற்ற கட்சி அது. ஹயாத் கானின் செல்வாக்கு ஜின்னாவை அவர் பக்கம் பார்வையைத் திருப்பவைத்தது. ஹயாத் கானைத் தன்பக்கம் கொண்டுவர முயற்சிகள் மேற்கொண்டார். ஆனால், இக்பாலோ ஏழை எளிய பாட்டாளிகளைத் தன் பக்கமாக சேர்த்துக்கொண்டு இந்த ஆட்சியை அகற்ற வேண்டுமென்று வியூகம் வகுத்தார்.[137]

இறுதியில் 1940ல் லாகூரில் நடந்த முஸ்லிம் லீக் மாநாட்டில், முஸ்லிம்களுக்காகத் தனி நாடு அல்லது மாநிலங்கள்தான் ஒரே குறிக்கோள் என்று தீர்மானம் நிறைவேற்றப்பட்டது. ஆனால் இந்த லட்சியக் கனவை உச்சரித்துவந்த இக்பால் அப்போது உயிரோடு இல்லை. அங்கு நடந்த மாநாட்டில் தன்னுடைய தலைமை உரையில் ஜின்னா, இக்பால் குறித்தும் அவரின் திட்டம் இது என்றும் குறிப்பிட்டு எதுவும் பேசவே இல்லை.

'டிஸ்கவரி ஆஃப் இந்தியாவில்' நேரு, இக்பால் குறித்து எழுதியுள்ளார். இக்பாலின் இறப்புக்குச் சில மாதங்கள் முன்பு இருவரும் சந்தித்தார்கள். அப்போது நேருவிடம் பேசிய இக்பால், 'ஜின்னாவுக்கும் உங்களுக்கும் பொதுவானத்தன்மை என்று என்ன இருக்கிறது? அவர் ஓர் அரசியல்வாதி; நீங்கள் நாட்டுப் பற்றாளர்...'[138] என்று சொல்லியிருக்கிறார்.

பிரிட்டிஷ் எழுத்தாளர் எட்வர்ட் தாம்சன், இக்பால் தன் கடைசிக் காலத்தில் 'அப்போது பேசப்பட்டுக்கொண்டிருக்கும் தனி இஸ்லாமிய நாடு தொடர்பாக தீவிரமான தயக்கங்கள்' கொண்டிருந்ததாகக் குறிப்பிட்டிருக்கிறார்.[139]

இதிலிருந்து நாம் தெரிந்துகொள்ளவேண்டியது என்ன? இக்பால்-ஜின்னா உறவு எப்பொழுதுமே சுமூகமாக இருந்திருக்க வில்லை; மேலும் புதிதாக உருவாகவிருந்த பாகிஸ்தான் எப்படிப் பட்ட நாடாக இருக்கவேண்டும் என்பது குறித்து இருவருக்கும் மாறுபட்ட பார்வையே இருந்திருக்கின்றன.

இஸ்லாமியருக்கு தனி நாடு வேண்டும் என்பதில் இக்பால் தீவிரமாக இருந்திருக்கிறார் என்பதில் எந்த மாற்றுக்கருத்தும் இல்லை. ஜின்னா, இக்பால் இருவரும் பரஸ்பரம் செலுத்திக்கொண்ட செல்வாக்கு குறித்தும் எந்த சந்தேகமும் இல்லை. 1937-ல் இக்பால், ஜின்னாவுக்கு எழுதிய கடிதத்தில், 'நீங்கள் மட்டுமே இந்திய முஸ்லிம்களுக்கு வழிகாட்டமுடியும்' என்று குறிப்பிட்டிருக்கிறார். அதேபோல் ஜின்னாவும் 'இக்பால் தன் கொள்கையில் மலைபோல இருந்தார்' என்று கூறியிருக்கிறார்.[140]

இக்பாலுக்கும் சிக்கந்தருக்கும் இடையே கசப்பான உறவுதான் இருந்து வந்தது. கவிஞர் இக்பாலைச் சிறப்பித்து அவரைப் பாராட்டி 'கவிஞர் நாள்' கொண்டாடப்படவிருந்தது. அதுபோலவே இக்பாலின் உடல்நிலைச் சீர்கெட்டிருப்பதும் அவரின் பொருளாதார நிலை, நிலைகுலைந்திருப்பதும்கூட எல்லோருக்கும் தெரியும். இந்நிலையில் பஞ்சாபில் பிரதமராக இருந்த சிக்கந்தர், டிசம்பர் 1937-ல் ஓர் அறிக்கை வெளியிட்டார். அது இக்பாலின் தன்மானத்தைக் காயப்படுத்துவதாக இருந்தது:

'ஆழ்ந்த உறக்கத்தில் கிடந்த முஸ்லிம்களைத் தன் அறிவு முழக்கத்தால் விழித்தெழச் செய்தவர் இக்பால்; இன்று இந்நாளில் இங்கே நகரங்களில் எங்கெங்கே 'இக்பால் தினம்' கொண்டாடப் படுகிறதோ அங்கெல்லாம் பொது மக்களிடம் பணம் திரட்டி மக்கள் அதை அந்த மாபெரும் கவிஞனுக்கு அளிக்க வேண்டும்'.

தன்மீது கனிவு காட்டுவதாக நாடகமாடிய தன்னுடைய பகைவருக்கு தன் மானம் மிகுந்த இக்பால் பதிலடி கொடுத்தார்:

> 'ஒரு கலைப்படைப்பாளியின் பணிதான் பெரும்பாலான மக்களுக்குத் தூண்டுகோலாகவும் அடிநாதமாகவும் இருக்கும் போதிலும் அந்த ஒரு தனி மனிதனுடைய தேவைகளை விட ஒட்டுமொத்த மக்களின் தேவைகளே மிகப் பெரியது. ஒருவேளை அந்தக் கலைஞனைப் பாராட்டிப் போற்ற மக்கள் விரும்பினால் அந்தந்தப் பகுதியில் உள்ள இஸ்லாமியக் கல்லூரியில் நவீன நோக்குடைய இஸ்லாமிய ஆய்வு மையத்தை ஏற்படுத்தலாம். இந்தக் கோரிக்கைக்கு மாகாணத்தின் ப்ரீமியர் சம்மதம் தெரிவிப்பார் என்று நம்புகிறேன். இந்தப் பணியைச் செய்துமுடிக்க நன்கொடையாக ஒரு நூறு ரூபாயைப் பணிவுடன் என் பங்காக அளிக்கிறேன்'[141]

•

பஞ்சாப் அரசியலில் இக்பால் தீவிரம் காட்டினார். மேலும் லண்டனில் நடைபெற்ற வட்ட மேசைக் கருத்தரங்குகளின்

அமர்வுகளில் உச்சபட்ச பேச்சுவார்த்தைகளில் இந்தியாவின் எதிர்கால நன்மைகளுக்காக மிகுந்த அக்கறையோடு வாதாடினார். இருந்தும் அரசியல்வாதி என்பதைவிட இக்பால் தீர்க்க தரிசனப் பார்வை கொண்டவர் என்பதுதான் உண்மை. அதுவும் அவருடைய பார்வை கவிஞனின் பார்வை. கடவுள், மனிதன், உலகம் பற்றிய அவருடைய தீவிர அக்கறையானது ஒரு கவிஞனின் அக்கறையே. ஹாதி ஹுசைனின் கட்டிப் போடுகிற சொற்களிலே சொன்னால், 'இக்பாலின் கடவுள், ஓர் ஆதி கவி.அதி உன்னதக் கலைஞன்; சுய வெளிப்பாட்டுப் பேரார்வத்தில் இடைவிடாமல் சிருஷ்டித்துக் கொண்டே இருப்பவர்'.

இக்பாலின் லட்சிய மாந்தன் அல்லது முழு மானிடன் குறித்து ஹுசைன் விவரிக்கிறார்.

> 'அவன் கடவுளின் பயிற்சி மாணவன்; படைப்புக் கலையில் உதவுபவன். தன் எஜமானனின் படைப்புகளுக்குத் துணை நிற்பதோடு துணிந்து அதை மேம்படுத்தவும் செய்பவன். அவனின் பிரபஞ்சம் முழுமை பெறாத கவிதை. அதை அவனும் கடவுளும் கூட்டு சேர்ந்தே முழுமையை நோக்கி எழுதிக் கொண்டிருக்கிறார்கள்...'[142]

முகம்மது இக்பால் இந்நூற்றாண்டின் மாபெரும் கவிஞர்களில் ஒருவர். அவரின் கவிதைகளின் ப்ரியத்துக்குரிய பாத்திரப் படைப்பு, இயற்கை எழிலோ, அழகியப் பெண்ணோ கிடையாது. செயலூக்கத்துடன் ஓயாது இயங்கிக் கொண்டிருக்கிற ஆண்.

> 'சென்று சேரமுடியாமல்
> தொடர்ந்து கொண்டேயுள்ளது பயணம்!
> எங்கேயும் நிற்கவில்லை...
> முடிவே இல்லாது போகிறது வாழ்க்கைப் பாதை!
> உச்சி வானிலிருந்துத் தொடங்கி
> கடலின் அடியாழம் வரை என்று
> எல்லையற்று நீள்கிறது
> காலமும் வெளியும்
> பாதையில் மண்டிக் கிடக்கும் தூசிக்கு சமம்.[143]

வேறு சில கவிஞர்களும் கடவுளின் அடியவர்களும் மனிதனையே தூசி என்பார்கள். ஆனால் இக்பால் மனிதனைப் பொன் தூசியாகப் பார்ப்பவர். செயலூக்கம் மிகுந்த மனிதன்; இக்பாலும் அப்படிப் பட்டவரே.

ஆப்கானிய மன்னர் லாகூருக்கு வருகை தந்தபோது இக்பாலைச் சந்தித்தார். மன்னர் இக்பாலைக் கண்டு முகம் மலர்ந்து

இந்திய முஸ்லிம் தலைவர்கள் | 157

சிரித்துவிட்டுச் சொன்னார், 'நீங்கள்தான் இக்பாலா? எனக்கு வியப்பாக உள்ளது. நீங்கள் தாடியோடு இருப்பீர்கள் என்று நினைத்திருந்தேன்' என்றார்.

பெருமிதங் கொண்ட மனிதர், மக்களால் மதிக்கப்படும் மாபெரும் கவிஞர் என்ற தகுதி இருப்பவரான இக்பாலுக்கு மன்னரின் பேச்சு நறுக்கென்று குத்துவதாக இருந்தது. இக்பால் உடனே விருட்டென்று அவருக்கு பதிலடி கொடுத்தார். 'உங்கள் வியப்பை விட உங்களைப் பற்றிய என்னுடைய வியப்புதான் பெரிதாக இருக்கிறது! நீங்கள் ராணுவ ஜெனரல்; பெரிய உடலும் பலமும் கொண்டவராக இருப்பீர்கள் என்று நினைத்திருந்தேன். ஆனால் நீங்களோ ஒடிசலாக கூனல் விழுந்தவராக இருக்கிறீர்கள்' என்றார்.[144]

இக்பாலுக்குப் பிடித்தவர்களுடன் பேசிக் கொண்டிருக்கும்போது மிகவும் ஆசுவாசமாகவும் அதி உற்சாகத்துடனும் இருப்பார். அப்படித்தான் ஒருமுறை ரமலான் மாதத்தின் மாலை நேரத்தில் இரண்டு நண்பர்கள் அவரைப் பார்க்க வந்தார்கள். நோன்பு திறப்பதற்கு கொஞ்ச நேரம்தான் இருந்தது. இக்பால் கைகளைத் தட்டி தன் பணியாளர் ரஹ்மாவை அழைத்து, ஆரஞ்சுப் பழங்கள், பேரீச்சை, இனிப்புப் பதார்த்தங்கள், நொறுக்குத் தீனி ஆகியவற்றைக் கொண்டு வரும்படிக் கூறினார். வந்திருந்தவர்களில் ஒருவரான மௌலானா சாலிக், 'விருந்தோம்பல் வழமைகள் பார்க்க வேண்டாம், கொஞ்சம் பேரீச்சம் பழங்களே போதுமானது' என்றார். இக்பால் உடனே 'அது…வந்து ஒரு பெரிய பட்டியலை உங்களை அசத்துவதற்காகச் சொன்னேன்' என்றார். இக்பாலின் ஏவலின்படி அவர் பட்டியல் இட்டதையெல்லாம் எடுத்து வருவது தேவையற்றது என்று நினைத்து மௌலான சாலீக் விருப்பப்படி நோன்பு திறப்பதற்கு பேரீச்சம் பழங்களை மட்டுமே ரஹ்மா கொண்டு வந்தார்.[145]

அனைத்திந்திய வானொலி நிலையத்தின் லாகூர் நிலையத்திலிருந்து, 1938 புத்தாண்டு அன்று சர்வ தேச மனநிலை கொண்ட இக்பால் தன்னுடைய குரலில் முழங்கினார்:

> 'ஒரே ஒரு ஒற்றுமைதான் நம்பத்தகுந்தது. அது உலகளாவிய சகோதரத்துவ உணர்வுதான். இனம், நாடு, நிறம், மொழி அனைத்தையும்விட மேலோங்கி நிற்பது சகோதரத்துவம் மட்டுமே! எனவே, மனித குலம் அனைத்தும் தங்களைக் கடவுளின் குடும்பம் என்பதைப் புரிந்துகொண்டு செயலில் அதை வெளிப்படுத்தவில்லையென்றால், சுதந்திரம், சமத்துவம், தோழமைப் பண்பு ஆகியன எதுவும் பலனளிக்காது.'[146]

இக்பால் இப்போது நோய்வாய்ப்பட்டுவிட்டார். ஆஸ்துமா நோய் அவரைப் பீடித்துவிட்டது. அந்த 1938 ஆம் ஆண்டின் ஏப்ரல் மாதம் 20ம் நாள் அவரின் இளம் வாசகர், இக்பால் சில மாதங்களுக்கு முன்னர் எழுதிய கவிதைகளைப் பாடிக்காட்டும்படி வேண்டிக் கொண்டார். நேரில் வந்த நேசரின் வேண்டுகோளை, அந்த நிலையிலும் தட்டாமல் ஏற்று இக்பால் பாடினார்:

'பாடி முடித்த என்னிசைப் பாடல்
மீண்டும் கேட்குமோ... கேட்காதோ
ஹிஜாசியிலிருந்து வீசிய தென்றல்
மறுபடி வீசுமோ வீசாதோ...
பக்கீரின் நாட்கள் முடிவுக்கு வந்து விட்டன...
இன்னொரு ஞானி இனிமேல்
எப்போது வருவாரோ... . மாட்டாரோ[147]

இந்தப் பாடலை அவர் பாடி முடித்து சில மணித்துளிகள் கடந்து, ஜாவீத் தன் தந்தையை நெருங்கிப் போனார். இக்பால் மரணத்தருவாயில் தன்னுடைய 14 வயது மகனையே அடையாளம் தெரிந்துகொள்ள முடியவில்லை. 'நீ யார்?' எனக் கேட்டார் அந்தக் கவிஞர்.

'நான்தான் ஜாவீத்...'

இக்பால் புன்னகை செய்தார். பின் அவரின் நண்பரின் பக்கம் தலையைத் திருப்பிச் சொன்னார். சௌத்திரி சாகிப் ஜாவீத் நாமாவில் இந்த பாடல் வரிகளை இவர் படித்துள்ளாரா என்று கேட்டுப் பாருங்கள். அந்த இலக்கியப் படைப்பில் 'ஜாவீத்துக்குச் சொல்வது'...[148] என்ற தலைப்பில் பாடப்பட்டவைதான் கடைசி பகுதி' என்றார்.

பின் சற்று நேரத்திலேயே இக்பால் இறந்துவிட்டார்.

இறைப்பற்றுணர்வு கொண்ட அந்த முஸ்லிம் தன் மகனுக்காகச் செய்யும் அறிவுரைப்பகுதி:

'அன்பால் ஆன மனிதன்
மற்றவர்களை எல்லாம்
கடவுளின் கண்வழியே பார்க்கிறார்!
வழி தவறியவரையும்
மார்க்க நம்பிக்கையாளரையும்
ஒரே மாதிரி நேசிக்கிறார்
இருவருக்குமே
இதமான இடத்தை
உன் நெஞ்சில் கொடுத்து விடு!

இதயங்கள் பிரிய நேர்ந்தால்
துயரங்களில் அழுதுவிடு

முஸ்லிம்களிடம்
உனக்குக் கிடைப்பது ஏமாற்றமே!
உறுதிப்பாட்டில் நிலைத்தவர்களும்
இறைஅணுக்கத்தில் திளைத்தவர்களும்
இருந்தார்கள்... அந்தக்
காலங்கள் போய் மறைந்தன!

கடவுளின் போதை தலைக்கேறிய
யாரேனும் ஒரே ஒரு மனிதனைக் காட்டுங்கள்
உங்கள் மனதுக்குகந்த
கடவுளால் படைக்கப்பட்ட ஒருவரை
ஆன்மாவின் துணையாகக் கொள்ளுங்கள்...'[149]

அத்தியாயம் 4

முகம்மது அலி

(1878–1931)

முன் எப்போதும் இருந்திராதவகையில் 1919-ல் தொடங்கி, 1921வரையிலான காலகட்டத்தில் இந்து–முஸ்லிமிடையே ஒற்றுமை பலப்பட்டது. பாகிஸ்தான் வரலாற்று ஆசிரியர் இக்ராம், 'இதுபோன்ற காட்சிகளை நேரில் பார்த்திராதவர்களால் எளிதில் நினைத்துப் பார்த்திருக்கவோ நம்பவோ முடிந்திருக்காது. ஆம், அவர்கள் ஒரே குவளையிலே நீர் அருந்தினார்கள்...'¹ என்றார்.

முஸ்லிம் பேராசிரியர் ஒருவர், 'ஓர் அற்புத நிகழ்ச்சி; கனவிலோ கற்பனையிலோ காண இயலாதது; அதீத நம்பிக்கை கொண்ட மனிதராலும் நம்பமுடியாத மகத்தான நிகழ்வு'² என்றார்.

முஸ்லிம் லீக் நிறுவனர்களில் ஒருவரான ஹக்கீம் அஜ்மல் கான் 1919-ல் அந்தக் கட்சியின் மாநாட்டைத் தலைமை ஏற்று ஆற்றிய உரையில், 'நன்றி உணர்வை வார்த்தைகளில் வடிக்கமுடியு மென்றால், முஸ்லிம் சமுதாயத்தின் சார்பில் நான் என் நெஞ்சின் அடி ஆழத்திலிருந்து அந்த நன்றியை ஹிந்துக்களுக்கு உரித்தாக்குகின்றேன்'³ என்றார்.

இந்து முஸ்லிம் ஒற்றுமை எப்படி இவ்வாறு உருவானது; பின்னர் அது எப்படி விலகியது என்பதைப் பற்றிய வரலாறானது முகம்மது அலியுடன் தொடர்புடையவை. முகம்மது அலியின் அறிவார்ந்த, ஆர்ப்பரிப்பான, அதேநேரம் துயர் கவிந்த வாழ்க்கை 1878-ல் டில்லிக்குக் கிழக்காக 150 மைல் தொலைவிலுள்ள ராம்பூர் சமஸ்தானத்திலிருந்து தொடங்கியது. இவர் தந்தையின் பெயர் அப்துல் அலி. இவர் ஐந்தாவது பிள்ளை. நவாப் யூசுப் அலிகான் என்ற ராம்பூர் சமஸ்தான ஆட்சியாளரின் அவையில் அப்துல் அலி முக்கிய அங்கம் வகித்தார்.[4] நவாபுக்கு நெருக்கமானவர். அப்துல் அலியின் தந்தை இலாஹி பக்ஷியும் இதே நவாபுடைய அவையிலே இருந்தவர்தான். 1857-ல் ஆங்கிலேயரை எதிர்த்துக் கலவரம் வெடித்தது. ராம்பூர் நவாபும் இலாஹி பக்ஷியும் பிரிட்டிஷார் பக்கம் இருந்தார்கள். அதனால் பிரிட்டிஷ்காரர்கள் இலாஹி பக்ஷிக்கு அன்பளிப்பாக சிறிய அளவிலான நிலத்தை அளித்தார்கள்.

அப்துல் அலி சமஸ்தானத்தில் தன் வருமானத்துக்கு மீறிய வாழ்க்கையை வாழ்ந்தார். தன் மாளிகையில் ஆண்கள் வசிக்கும் 'மர்தானா' பகுதிகளில் நண்பர்கள், முகஸ்துதியாளர்களை அழைத்து விருந்தோம்பல் செய்வார். காடைகளை வைத்து சண்டைப் போட்டிகள் நடத்துவார். அவரின் குடும்பத்தார் மனைவி, மக்கள் தனியாக அங்கோர் 'ஸனானா'வில் சொகுசு வாழ்க்கை வாழ்ந்தார்கள். கொட்டைப் பாக்குகளை நறுக்கி, வெற்றிலைகளில் வைத்து மென்றுகொண்டும், பணிப் பெண்களை அதிகாரம் செய்து கொண்டும், அக்கம்பக்கம் உள்ளவர்கள்பற்றி வம்பளந்து கொண்டும் தங்கள் நேரத்தைக் கழித்துக் கொண்டிருப்பார்கள்.[5]

அப்துல் அலி காலராவால் இறந்து போனார். அவருக்கு அப்போது வயது முப்பது; அவர் மனைவிக்கு இருபத்து ஏழு; சிறுவன் முகம்மது அலிக்கு இரண்டு வயது. வாங்கிய கடன் தொகையோ ரூபாய் முப்பதினாயிரம். முகம்மது அலியின் அன்னை ஆபாதிபானு பேகம். பின்னாளில் இந்திய மக்களால் 'பாய் அம்மா' என்றழைக்கப்பட்ட அந்த இளம் கைம்பெண் துணிவாக முடிவெடுத்தார். அவர்கள் அதுவரை வாழ்ந்த வந்த வசதிகளைப் புறந்தள்ளிவிட்டு நிதர்சன உலகில் அடி வைத்தார். அவர் பிள்ளைகளுக்கு எளிய உடைகளை உடுத்தினார்; அடக்கமான வாழ்க்கைக்குப் பழக்கினார்; சாதாரண உணவு வகைகளை உண்ண வைத்தார்; நபிகளாரின் சொல்லுரைக் கேற்ப குடும்ப வாழ்க்கையை வடிவமைத்துக்கொண்டார்.

மேலும், தன் பிள்ளைகளின் எதிர்கால நன்மைகளை எண்ணி பக்கத்து நகரமான பரேலியில் உள்ள ஆங்கிலப் பள்ளிக்கு அனுப்பி வைத்தார். குடும்பம் இந்த அன்னையின் சகோதரர் பராமரிப்பில் நடந்தது. அவர்

மார்க்க விரோதிகளாக ஆக்கும் ஆங்கிலக் கல்விக்கு பணம் கொடுக்கமாட்டேன் என்றுசொல்லிவிட்டார். பாய் அம்மாவோ தன் நகை நட்டுகளை அண்டை வீட்டில் குடியிருந்த இந்துக் குடும்பத்தின் பணிப்பெண் மூலம் அடகு வைத்துப் பணம் புரட்டிப் படிக்கவைத்தார்.

கறுத்த விழிகள்; கட்டழகான உடலமைப்பு; கனவுகள் கனக்கும் கண்கள், மெதுவான நடை கொண்ட முகம்மது அலி பரேலியில் இருந்து தன் சகோதரர் சௌகதலியுடன் எம்.ஏ.ஓ. கல்லூரியும் அதனுடனான பள்ளியும் இருக்கும் அலிகருக்கு வந்துவிட்டார். முகம்மது அலியின் அண்ணன் சௌகத் அலியும் அந்த எம்.ஏ.ஓ. கல்லூரியில்தான் பயின்று வந்தார். சௌகத் அலி உயரமானவர். அவரின் அகன்ற முகத்தில் இளம் தாடியோடு தோற்றமளிப்பார். அவர்தான் அக்கல்லூரி கிரிக்கெட் அணிக்குக் கேப்டன்; முகம்மது அலி, அண்ணன் சௌகத் அலிக்கு அறிவில் சற்றும் குறையாதவர் தான். எனினும் அண்ணன் அளவுக்கு முக்கியத்துவம் வாய்ந்தவராக இருந்திருக்கவில்லை. முகம்மது அலி அது பற்றிச் சொன்னவை:

'என்னைவிட ஆறு ஆண்டுகள் மூத்தவரான சௌகத் அலி, அலிகர் கல்லூரியில் பெரும் செல்வாக்குப் பெற்ற மாணவராக இருந்தார். கல்லூரி கிரிக்கெட் அணிக்கு அவர்தான் கேப்டன். கல்லூரி மாணவர் சங்கத்தின் செயலாளர். இன்னும் எது எதற்கெல்லாம் முக்கியத்துவம் உண்டோ அங்கெல்லாம் அவரே இருப்பார். மொத்தத்தில் கல்லூரி மாணவர்களுக்கு 'பிக் பாஸ்' ஆக இருந்தார். சௌகத் அலி அடக்கமான, தொடக்கத்திலிருந்தே கட்டுப்படும் இயல்புடைய என்னை அதிகம் பொருட்படுத்தவே இல்லை'.

இத்தனைக்கும் எங்களுக்கு வீட்டிலிருந்து வருகிற பாக்கெட் மணி போதுமானதாக இருக்காது. சௌகத் அலிக்கு அவர் ஒரு கிரிக்கெட் கேப்டன் என்ற தகுதிக்கேற்ப மிடுக்கான உடைகள் தேவை. அதை வாங்குவதற்கு என்னுடைய பாக்கெட் மணியும் கொடுத்தும் போதாது என்பதால் நான் படிப்பில் முதலாவதாக வந்து பெறுகிற மெரிட் கல்வி உதவித் தொகை பணத்தையும்கூட சௌகத் அலியின் கிரிக்கெட் உடைகள் வாங்குவதற்காகத் தந்து உதவினேன். சில நேரங்களில் இளவலான என் மீது சௌகத் அலியின் பார்வை விழும். நான் என்னதான் அவருக்குத் தெரியாமல் சாகசங்கள் செய்தாலும் என் பள்ளிக்கூட சக மாணவர்கள் அவரிடம் என்னைப்பற்றி சொல்லிக் கொடுத்துவிடுவார்கள். அவர் என்னிடம் கண்டிப்பைக் காட்டும்போது என்னுடைய பிடிவாதம் அல்லது போர்க் குணம் அளவில் இன்னும் அதிகரிக்கும். அவரும்

அதேபோன்று என்னிடத்தில் கடுமையைக் காட்டுவார், கன்னத்தில் அடி பலமாக விழும்..."⁶

குறும்புத்தனம், வயதுக்கு மீறிய அறிவு முதிர்ச்சிம், பிறரைப் பேச்சால் வெற்றி கொள்கிற வாய் வீச்சு, பலமான அடி வாங்குவது எல்லாம் முகம்மது அலியின் இயல்புகளாக இருந்தன. இந்த இயல்புகள் அவரின் வாழ்நாள் முழுதுமே காணப்பட்டன. ஆனால், மேலே இடம்பெற்றிருக்கும் அவருடைய மேற்கோள் வாக்கியங்கள் சொல்லாத ஒரு முக்கியமான அம்சம் அவரிடம் நிலையாக இருந்த இஸ்லாம் மீதான பற்று. சிறு பருவம் முதலே அது ஆரம்பித்திருந்தது.

முகம்மது அலி பயின்ற காலத்தில் எம்.ஏ.ஓ. கல்விக்கூட வளாகத்தில் எம்.ஏ.ஓ. பிரின்ஸ்பலின் அரங்கில் ஷிப்லி நூமானி என்ற மார்க்க அறிஞரால் வாரந்தோறும் கல்லூரி மாணவர்களுக்கு திருக்குர்ஆன் விளக்க உரை நடக்கும். பள்ளி மாணவராக இருந்தால் அங்கு இவருக்கு அனுமதி கிடையாது. ஆனால், இவரோ கதவுக்குப் பின்னால் நின்றுகொண்டு கேட்பார். இவருடைய ஆர்வம் தெரியவந்ததும் ஷிப்லி அழைத்துப் பேசினார். அவர் கேட்ட கேள்விகளுக்கு முகமது அலி சொன்ன பதில்கள் திருப்தி தரவே கல்லூரி மாணவர்கள், பேராசிரியர்கள் மத்தியில் சின்னஞ் சிறிய பள்ளி மாணவரான இவருக்கு சிறப்பு விருந்தினராக அந்த உரைகளைக் கேட்கும் அனுமதி கிடைத்தது.

முகம்மது அலி இப்போது கல்லூரி மாணவராகிவிட்டார். முகம்மது அலி வகுப்புக்களை 'கட்' செய்வார்; கல்லூரி மேடையில் ஏறி விளையாட்டுத்தனமாகப் பேசுவார். இறையியல் வகுப்பில் அவர் யாரைப் பற்றியாவது கேலிப் பாட்டுக்கள் எழுதுவார். இல்லையென்றால் சாக்பீஸால் வகுப்பு ஆசிரியரைக் கேலிச் சித்திரம் வரைவார். ஆனால், அலகாபாத் பல்கலைக்கழகத்தின் உறுப்புக் கல்லூரியான எம்.ஏ.ஓ. கல்லூரியில் பி.ஏ. தேர்வு முடிவுகள் வந்தன. அலிதான் முதலிடம் பிடித்துத் தேர்ச்சி பெற்றிருந்தார். பி.ஏ. படிப்பு முடிந்தவுடன் அன்றைக்கு எல்லோரும் மேற்படிப்புக்கு எங்கே போக விரும்புவார்கள்? இங்கிலாந்துதான் எல்லோரின் விருப்பமும். அங்கு கல்வி முடிந்தபின் முடிந்தால் ஐ.சி.எஸ். படிப்பு. இதுதான் அன்றைய வழக்கம். அதன்படி இவரும் லண்டன் ஆக்ஸ்ஃபோர்டு பல்கலையில் படிக்கப் புறப்பட்டார். இவரின் கல்விச் செலவுகளை ஏற்றுக்கொள்ள இவர் அண்ணன் சௌகத் அலி முன்வந்தார். அவர் அப்போது பட்டம் பெற்று, ஐ.சி.எஸ்ஸில் புரவிஷனல் கேடராகப் பணி புரிந்துகொண்டிருந்தார்.

ஆக்ஸ்ஃபோர்டு - லிங்கன் கல்லூரி மாணவராகிவிட்ட முகம்மது அலி நடையுடைகளில் பெரிதும் மாறிப் போனார். இந்தியர்கள்,

பிரிட்டிஷ்காரர்கள் முதலான அவரின் சமகாலத்து நண்பர்கள் இதைப்பற்றிக் குறிப்பிடும்போது, நவீன உடைகளில் அவருக்கு அலாதி விருப்பம். அதை அணிந்துகொண்டு நிறைய புகைப்படங்களும் எடுத்துக்கொள்வார். நண்பர்களை விரைவில் ஏற்படுத்திக் கொள்வதிலும் வேகம் காட்டினார். அதே வேகத்தோடு பிரச்னைகளிலும் மாட்டிக்கொள்வார்[7] என்று குறிப்பிட்டிருக் கிறார்கள். அவர் ஐரோப்பிய மோகம் கொண்டிருந்தாலும் உள்ளத்தில் இஸ்லாத்தின்பால் கொண்ட ஈடுபாட்டுக்குக் குறை ஏற்படவில்லை. அது அவருடைய சொற்களிலே வெளிப்படுவதை இங்கே பார்க்க முடிகிறது:

> ‘திருக்குர்ஆனுடைய பொருட் செறிவான செம்மையான நடையில் அமைந்த உருது மொழிப்பெயர்ப்பு ஒன்றை, ஆக்ஸ்ஃபோர்டில் நான் இருந்தபோது எனக்கு அனுப்பி வைத்திருந்தார்கள். எனக்குள் ஏற்கெனவே மத உத்வேகம் இருந்தது. என் அண்ணன் எனக்காக எவ்வளவு வேண்டுமானா லும் செலவிடத் தயாராக இருந்தார். எனவே, இந்த குர்ஆனை போட்லீன் (Bodlein) பகுதியைச் சேர்ந்த மிகச் சிறந்த பைண்டரால் மிக அதிக செலவில் அதிக வேலைப்பாடுகளுடன் அற்புதமாக பைண்ட் செய்துகொண்டேன். என் அலமாரியில் நான் சேகரித்து வைத்திருக்கிற நூல்கள் எல்லாம் சாதாரணமாகக் காணப்பட்ட நிலையில் இந்த நூல் ஓர் அற்புத அழகோடு திகழ்ந்தது. ஆனால், அந்த நூல் எனக்கு எந்த நோக்கத்துக்காக ஆர்வத்துடன் அனுப்பப் பட்டதோ, அதை நிறைவேற்றாமல் வெறும் அலங்காரப் பொருளாகவே பெரிதும் இருந்துவிட்டது.’[8]

மாணவர் யூனியன் கூட்டங்களில் முகம்மது அலி பேசுவதுண்டு. பெருமளவுக்கு பணிவுடன் இருந்தது அவருடைய குற்றம் அல்ல. அக்பர் பாதுஷாவின் அவையை அலங்கரித்த ஒன்பது பேர்களை ‘நவரத்தினங்கள்’ என்றழைத்ததைப்போன்று இவரும் தன் நண்பர் குழுவை அப்படியே அழைத்தார். இந்த நவ நாயகர்களில் இந்துக்கள், முஸ்லிம்கள், பாரசீகர்கள் என்று பலர் இடம் பெற்றிருந்தார்கள். பரோடா ஆட்சியாளரின் மைந்தரும் இவர்களில் ஒருவர். அண்ணன் செளகத் அலிக்கும் முகம்மது அலிக்கும் வருத்தம் தோன்றும்வகையில் ஐ.சி.எஸ். தேர்வில் முகம்மது தோல்வி யடைந்தார். அவர் அந்தத் தேர்வில் ஏன் தோல்வி கண்டார்? ‘இங்கிலாந்தின் வசந்தமும் இளைஞனின் மனதில் இருந்த மடத்தனமான மயக்கமும்’[9] தான் காரணம் என்று முகம்மது அலி குறிப்பிட்டார். அதன் மூலம் என்ன சொல்லவருகிறார் என்பதைப் பூடகமாகவே விட்டுவிட்டார்.

வேறொரு ஆசையை அவர் பூர்த்திசெய்துகொள்ளவேண்டியும் இருந்தது. அவர் மணக்க விரும்பிய பெண்ணொருத்தி – அவருடைய முறைப் பெண் – அவருக்காக இந்தியாவில் காத்திருந்தாள். பாய் அம்மா, முகம்மது அலிக்கு அவரின் அண்மைய ஐ.சி.எஸ். தோல்வி வலியைப் போக்கத் திருமணம் நல்ல மருந்தாக அமையும் என்று உறுதியாக நம்பினார். முகம்மது அலி இந்தியா வந்தார்; திருமணம் புரிந்தார்; பின் சில மாதங்களில் மீண்டும் ஆக்ஸ்போர்ட் பல்கலைக்கழகம் திரும்பினார். நவீன வரலாற்றில் பி.ஏ. ஹானர்ஸ் பட்டம் பெற்றார். ராம்பூர் சமஸ்தானத்தில் முதன்முதலாக ஆக்ஸ்போர்ட் பல்கலைக்கழகத்தில் பி.ஏ. பட்டம் பெற்றவர் என்ற பெருமைக்குப் பாத்திரமானார்.

இந்தியா திரும்பிய முகம்மது அலி, அவர் படித்த எம்.ஏ.ஓ. கல்லூரியில் பேராசிரியராகப் பணிபுரிய விரும்பினார். ஆனால், அக்கல்லூரி முதல்வராக இருந்த பிரிட்டிஷ்காரருக்கு முகமது அலியின் போர்க்குணம் தெரியும். ஆகவே அந்த வாய்ப்பு அவருக்கு மறுக்கப்பட்டது. ஆயினும் ராம்பூர் சமஸ்தான மன்னர் அவரைத் தலைமைக் கல்வி அதிகாரியாக நியமித்தார். ஆனால், அங்குள்ள நிலவுடைமை ஆதிக்கக் கட்டமைப்பு அவரை அமைதியாக இருக்கவிடவில்லை. ஓராண்டு காலத்தில் அவர் அப்பதவியை ராஜினாமா செய்தார். அது அவருக்கு நன்மையிலே முடிந்தது. ஆம், அவருடன் ஆக்ஸ்போர்ட் பல்கலைக்கழகத்தில் ஒன்றாகப் பயின்ற – நவரத்தினங்களில் ஒருவரான – பரோடா இளவரசர் ஃபதேசிங் அவருக்குக் கைகொடுத்தார். அவரைத் தங்களுடைய பரோடா சமஸ்தானத்தில் சேர்த்துக்கொண்டார். பரோடாவின் ஆட்சியாளர் சாயாராவ் கேய்க்வார் (1875–1936) முற்போக்கானவர். அவர் முகம்மது அலியை விருப்பம்போல் எழுதவும் பேசவும் பயணங்கள் மேற்கொள்ளவும் அனுமதியளித்தார்.

இந்த இளம் அரசு அதிகாரி சமஸ்தானத்து வருவாய் வளர்ச்சிக்கு வித்திட்டார். அவருக்குப் பல மட்டங்களில் நல்ல பெயர் கிடைத்தது. அது மட்டுமின்றி முகம்மது அலியின் நகைச்சுவை உணர்வு, சரளமான ஆங்கிலப் பேச்சு, அவர் கழுத்துப் பட்டியின் நிறத்துக்கு இணையான கைக்குட்டையை வைத்துக்கொள்ளும் ஆர்வம் இவையெல்லாம் அவருக்கு நல்ல மதிப்பை ஏற்படுத்திக் கொடுத்தன. ஆனால், பெயர் பெரிதும் வெளியில் தெரியாத சமஸ்தான அதிகாரியாகவே கிடப்பது அவருக்கு உகந்ததாக இல்லை. சுதந்திரமாகப் பேசவும் எழுதவும் கிடைத்த அனுமதி மட்டும் இல்லாதிருந்தால் அந்த சமஸ்தானத்தில் ஏழு ஆண்டுகளை நிச்சயம் ஓட்டியிருக்கமுடியாது.

இந்தக் காலகட்டத்தில் 'பிரிட்டிஷ்காரர்கள் ஒன்றும் சாத்தான்கள் அல்லர்; அவர்களில் பலர் அவர்களில் சிலர் 'தாராள உள்ளுணர்வுடன்' செயல்படுகிறார்கள் என்றார். 1907-ல் அவர் எழுதியது:

'நம் நாட்டுப்பற்றாளர்கள் யாரும் 'பர்க் அண்ட் பிரைட்', 'மெக்காலே', 'பெண்டின்க்ட்' ஆகியோரைப் போன்று இந்தியாவுக்குச் சிறப்பான பணிகளை ஆற்றியிருக்கவில்லை' என்று குறிப்பிட்டார். மேலும் அவர், 'அனைவருக்கும் தேவதைகளின் இறக்கைகள் முளைக்கமுடியாது. பெரும்பாலான ஆங்கிலேயர்களிடம் அதற்கான தோள்பட்டை எலும்புகள் இல்லை. அதற்காக பிளவுபட்ட குளம்புகளைக் கொண்ட விலங்காக அவர்களை குறைசொல்லவேண்டுமா என்ன ? இந்தியாவிலுள்ள ஆங்கிலேயர்களிடம் நாம் பார்க்கிற தவறு அவர்கள் 'மாக்கியவில்லிகள்' என்பதற்காக அல்ல; உலக மக்கட் தொகையில் ஆறில் ஒன்றாக உள்ள மக்களைத் தீண்டாது ஒதுக்குவதும், தங்களை மேலானவராகக் கருதி பிரித்துப் பார்க்கிற குறுகிய மனப்பான்மையையும்தான் அவர்களிடம் குற்றம் பார்க்கவைக்கிறது.'[10]

இஸ்லாத்தின் உணர்வுபூர்வமான நம்பிக்கைகளுக்கு எதிரான பகையோ, பேதமோ முகம்மது அலி இந்தியாவில் இருப்பதாக நினைக்கவில்லை. இந்து-முஸ்லிம் உரசல் இருப்பது என்பது உண்மையே. ஆயினும், 'பெரும்பாலான மதவெறிக் கலவரங்கள் என்பது ஒன்றும் அறியாத அப்பாவிகளான, எழுத்தறிவற்ற மக்களால் அவர்கள் உள்ளங்களிலிருந்து தூண்டப்படவில்லை. ஆனால், உணர்ச்சிவயப்பட்ட, வெறி நிலைக்குத் தள்ளப்பட்ட படிப்பறிவு உள்ளவர்களான சிலரால்தான் இது ஏற்படுகிறது'[11] என்கிறார். மேலும், இதுபற்றி அவர் சொல்லும்போது, 'இதுபோன்ற மத பகையுணர்ச்சி ஒருவர் தன்னுடைய சமயத்தை நேசிப்பதாலேயே ஏற்படுவதில்லை. ஆனால், ஒருவரின் சொந்த இலக்குகள் அல்லது சுயநல நோக்கமே பிற சமயம் சார்ந்த சக குடிமகனைச் சண்டைக்கு இழுக்க வைக்கிறது[12] என்று குறிப்பிட்டிருக்கிறார். இது குறித்து இந்து–முஸ்லிம் சமுதாயத்துக்கு அவர் கூறியது:

> 'இன்றைய காலகட்டத்தில் பெருகிவரும் மக்களின் தேவைகள் தவிர்க்கமுடியாமல் மற்ற சக்திகளுடன் மோதல்களை உருவாக்கி விடுகின்றன. இறுதியில் அனைத்து மத நோக்கங்களும் தேசத்தின் நலனுக்கு ஒத்திசைவானதாக விட்டுக்கொடுக்கப்பட்டாக வேண்டும்.'[13]

இஸ்லாமியப் பற்றுடன் கூடிய இந்திய நலன்

> 'இங்கே இந்த நாட்டிலே கோடிக்கணக்கான மனிதர்கள் சமயத்துடன் நெருங்கிய பந்தம் கொண்டவர்களாக

இருக்கிறார்கள். அதேவேளையில் அவர்கள் பல்வகைச் சமூகப் பிரிவுகளாக, சாதிகளாக உயர்வு–தாழ்வு என்ற தர வரிசைகளில் பிரிந்தும் கிடக்கிறார்கள். புதிய ஒற்றுமையை உருவாக்கி நாம் தீர்க்க வேண்டும் என்பதற்காக இறைவன் ஒரு விசித்திரமான நெருக்கடியை நம் முன் உருவாக்கிவைத்திருக்கிறார்: மதங்களின் கூட்டமைப்பு உருவாக்கப்படவேண்டும்.'[14]

அவரின் நீண்ட சொல்லாடல்களினூடே மேற்கோள் காட்டத்தகுந்த பல வரிகளும், உருவகச் சித்தரிப்பும் இடம் பெற்றிருக்கும்.

பழமைச் சிந்தனைவாதப் போக்குடைய முஸ்லிம்கள், ஆளும் பிரிட்டிஷ் அரசாங்கத்திடம் இலவச மற்றும் கட்டாயக் கல்வியைக் கேட்டுப் பெறுவதில் தயக்கம் காட்டினார்கள்.

முகம்மது அலி அவர்களிடம் 'மிகச் சிறந்த சுதந்திரம் என்பது நமக்கு இலவசக் கல்வியைக் கேட்டுப் பெறுவதிலே இருக்கிறது; மிகவும் இனிமையான நிர்ப்பந்தம் நம் மக்களுக்குக் கட்டாயக் கல்வியை நிர்பந்தப்படுத்துவதுதான்'[15] என்றார்.

இந்துக்களில் ஒரு சிலருக்கு உருது மொழியில் மிகச் சொற்பமான பார்சி, அராபிய சொற்கலப்பு இருப்பதுகூடப் பிடிக்கவில்லை. அதற்கு முகம்மது அலி ஒரு விளக்கத்தை முன் வைத்தார்; அது –

'முஸ்லிம்கள் உருது மொழியை அராபிய நாட்டிலிருந்தோ, பாரசீக நாட்டிலிருந்தோ ஆப்கானிஸ்தானிலிருந்தோ கொண்டு வரவில்லை அது நம் நாட்டின் மன்றங்களிலும் மக்கள் கூட்டமாகப் புழங்கும் சந்தைகளிலும் உருவாக்கப்பட்ட மொழி. அதிலே மக்களின் அன்றாட பயன்பாட்டில் உள்ள எண்பது சதவிகிதச் சொற்களுக்கு அராபிய மொழியிலோ, பாரசீக மொழியிலோ துருக்கிய ஆப்கானிய மொழிகளிலோ பொருள் தேட முடியாது. எந்தவொரு இந்து வியாபாரியும் சுத்தத் தங்கத்தையோ வெள்ளிப் பாளங்களையோ அது அரேபியாவிலோ, பாரசீகத்திலோ இருந்து கொண்டுவரப்பட்டது என்பதற்காகத் தூக்கிவீசுவார்களா? உ.பி.யிலும் பஞ்சாபிலும் வாழும் இந்துக்கள் யாரும் உருது மொழியில் உள்ள அராபிய–பாரசீக மூலச் சொற்களை வெளிநாட்டுச் சொல் என்று மறுத்து ஒதுக்கக்கூடாது.'[16]

1906-ல் ஆகாகான் தலைமையில் முஸ்லிம்களின் பிரதிநிதித்துவத் தூதுக் குழுவினர் வைஸ்ராய் மிண்டோ பிரபுவைச் சந்திக்க சிம்லா சென்றார்கள். அக்குழுவினர் வைஸ்ராயிடம் முஸ்லிம்களின் 'தனி வாக்குகள்' மூலம், பிரதிநிதிகளைத் தேர்ந்தெடுக்க வசதி வேண்டுமென்று கோரினார்கள். மேலும் 'தங்களுக்குப் போதுமான

அளவு பிரதிநிதித்துவம் கிடைக்கவேண்டும்; அந்தப் பிரதிநிதித்துவம் வெறும் எண்ணிக்கை அளவிலானதாக மட்டுமின்றி முஸ்லிம்களின் அரசியல் முக்கியத்துவத்தை வெளிப்படுத்தக்கூடியதாகவும் அவர்கள் பிரிட்டிஷ் பேரரசின் பாதுகாப்புக்கு அளிக்கும் பங்களிப்பைக் காட்டக்கூடியதாகவும் இருக்கவேண்டும்[17] என்று வலியுறுத்தினார்கள். மிண்டோ பிரபு அவர்களின் கோரிக்கைகளை ஏற்றுக்கொண்டார். அதன் தொடர்ச்சியாக, 1909-ல் இயற்றப்பட்ட சட்டத்தில் அவர் கொடுத்த வாக்குறுதிகளும் இடம்பெற்றன: 'முஸ்லிம்கள் மட்டுமே வாக்களித்து முஸ்லிம் பிரதிநிதிகளைத் தேர்ந்தெடுப்பார்கள். எண்ணிக்கை அளவைத் தாண்டி முஸ்லிம் களுக்கு அதிக இடங்கள் கிடைப்பதை இது உறுதிப்படுத்தும்'.

இதன் மூலமாக இந்திய சமூகங்கள் தனித்தனிப் பெட்டிகளாகப் பிரிக்கப்பட்டன. ஓர் உறுதியான முடிவு எடுக்கப்பட்டுவிட்டது.

சிம்லாவில் முஸ்லிம்களுக்குப் பிரதிநிதித்துவ இடங்கள் உறுதிப் படுத்தப்பட்டதைத் தொடர்ந்து முஸ்லிம்களுக்கு ஓர் அரசியல் கட்சி தேவை என்ற நிலை உருவாகிவிட்டது. மிண்டோ பிரபுவைச் சந்தித்த சில மாதங்களுக்குள் அனைத்திந்திய முஸ்லிம் லீக் டாக்காவில் தோற்றம் கண்டது. டாக்கா நவாப் தலைமையில் கூடிய தொடக்கக் கூட்டத்தில் முஸ்லிம் லீக்கின் நிரந்தரத் தலைவராக ஆகாகான் நியமனம் செய்யப்பட்டார். அப்போது முகம்மது அலி பரோடா சமஸ்தானத்து பணியில் இருந்தார். அவரை சமஸ்தானாதிபதி கேய்க்வார் இந்தக் கூட்டத்துக்கு அனுப்பி வைத்தார். முகம்மது அலி அக்கூட்டத்தில் முக்கிய பங்கெடுத்துக் கொண்டார். அக்கூட்டத்தைக் குறித்துத் தவறான கருத்துகளைப் பரப்புவோருக்கு எதிராக தேவையான விளக்கங்களை அளித்தார். அது மட்டுமின்றி, முஸ்லிம் லீக் முதல் மாநாடு குறித்து அதிகாரபூர்வ விவர அறிக்கை ஒன்றையும் எழுதிக் கொடுத்தார்.[18]

முஸ்லிம் லீக்கின் முழக்கம்: 'பாதுகாப்பு... வெறுப்பு அல்ல; விசுவாசம்... கிளர்ச்சி அல்ல; கல்வி...கலகம் அல்ல'[19] என்றே ஒலித்தது.

இம்முழக்கம் எந்தவகையிலும் 1885ல் தோற்றுவிக்கப்பட்ட காங்கிரஸின் இலக்குகளுடன் தொடர்புடையது அல்ல. அது ஆளும் பிரிட்டிஷ் அரசாங்கத்தை எதிர்த்து புரட்சிகரமாக இயங்க ஆரம்பித்ததாக பிரிட்டிஷார் கருதினர். எனவே, பிரிட்டிஷ்காரர்களே வெகு தந்திரமாகப் பிரித்தாளும் சூழ்ச்சியைக் கையாண்டு முஸ்லிம் லீக் அமைப்பை உருவாக்கினர் என்ற குற்றசாட்டு இயல்பாகவே எழுந்தது. மிண்டோ சீமாட்டியால் எழுதப்பட்ட புத்தகத்தின் ஒரு பத்தி இந்தக் குற்றச்சாட்டை உறுதிப்படுத்தப்படுத்துகிறது.

மிண்டோ சீமாட்டி, அவரிடம் ஒரு பிரிட்டிஷ் அதிகாரி தெரிவித்தவற்றிலிருந்து இதை எழுதியுள்ளார்:

'முஸ்லிம்களின் தூதுக் குழுவின் கோரிக்கைகளுக்கு வைஸ்ராய் இணக்கம் காட்டியதன் மூலம் பிரிட்டிஷ் பேரரசுக்கு எதிராகக் கிளர்ந்தெழகூடியவர்களிலே 6.2 கோடி மக்களைப் பின்னுக்கு இழுக்கும் யுத்தி இதில் இருந்தது'.[20]

ஆனால், பிரிட்டிஷார் ஒரு சம்பவத்துக்கு மகிழ்ச்சியைத் தெரிவிப்பதால் அவர்கள்தான் அதற்கு மூல காரணம் என்று சொல்லிவிடமுடியாது.

முஸ்லிம் லீக் அரசியல் களம் இறங்கியபோது பிரிட்டிஷ்காரர்கள் மகிழ்ச்சி அடைந்தார்கள். நிச்சயம் உதவிக்கரமும் நீட்டினார்கள். ஆனால், தனியான பிரதிநிதித்துவம் வேண்டும் என்பதும் தமது முக்கியத்துவம் அதிகமாக இருக்கவேண்டும் என்பதும் பல்வேறு இஸ்லாமியர்களின் மனதின் ஆழத்தில் இயல்பாகவே இருந்த ஓர் உணர்வுதான்.

லீகின் உருவாக்கத்தில் முகம்மது அலி முக்கிய பங்காற்றியது உண்மைதான். எனினும் அவர் தன் மதத்தினரிடம் இந்துக்களுடன் ஒற்றுமை ஏற்படப் பாடுபடும்படியும் அறிவுறுத்தினார். டாக்கா மாநாட்டைத் தொடர்ந்து நடந்த கூட்டங்களில் கூட அவர், 'மக்களிடையே (இந்து–முஸ்லிம்) ஒற்றுமையைச் சீர்குலைக்கிற எந்த ஒரு செயலுக்கும் ஆதரவு காட்டமாட்டேன். இரு சமயத்தினரையும் ஒன்றிணைக்கத்தான் முஸ்லிம் லீக் ஆரம்பிக்கப்பட்டுள்ளது'[21] என்றார்.

முகம்மது அலி பரோடா சமஸ்தானத்தில் சேர்ந்து ஐந்து ஆண்டுகள் ஆகியிருந்தன. அந்த நேரத்தில் சமஸ்தான மன்னர் சாயாஜீ ராவின் அருமை மைந்தர், முகம்மது அலியோடு ஒன்றாக ஆக்ஸ்ஃபோர்ட் பல்கலைக்கழகத்தில் பயின்றவர், நவரத்தினங்களில் ஒருவரான பதேசிங் மரணமடைந்துவிட்டார். அப்போது அவருக்கு வயது வெறும் இருபத்து நான்குதான். முகம்மது அலிக்குப் பக்க பலமாக நின்ற ஆப்த நண்பர் இளவரசர் பதேசிங்கின் மறைவு அவருக்குப் பேரிடியாக இருந்தது. அவர் இறந்த போது முகம்மது அலி சிறு குழந்தைபோல தேம்பித் தேம்பி அழுதார். அவருக்காக உருது மொழியில் இரங்கற்பா எழுதினார்.

இளவரசரின் இழப்பு ஓயாது துன்புறுத்தியது. ஆகவே, அவர் பதவி விலகி கல்கத்தா வந்துவிட்டார். அப்போதுவரை கல்கத்தாவே இந்தியாவின் தலைநகரம். கல்கத்தா வந்த முகம்மது அலி 'காம்ரேட்' என்ற பெயரில் ஆங்கில வார இதழைத் தொடங்கினார்.

அது, 'எவருக்கும் காய்த்தல் உவத்தல் இல்லாமல் எல்லோருக்குமான தோழன்' போல் இருக்கும் என்று குறிப்பிட்டார்.

பரோடாவில் வேலையைவிட்டு விலகியது துணிச்சலான முடிவுதான். அவரிடம் கையில் பணமில்லை. ஆனாலும், அவரிடம் அது குறித்த கவலையுமில்லை. மற்றொரு சமஸ்தான அரசு அவர் திறமையை அறிந்து அவருக்கு நல்ல சம்பளத்துடன் ஒரு பதவியை அளிக்க முன்வந்தது. கல்கத்தாவுக்குப் புறப்படும் முன்பே அந்த வாய்ப்பு அவரைத் தேடி வந்தது. சமஸ்தான பதவியை ஏற்கத் தயங்கினார். பின்னாளில் பஞ்சாப் ஆளுநராகப் பதவி பெற்ற சர் மைக்கேல் ஓ டோயர் (Sir Michael O Dwyer) அப்போது அந்த சமஸ்தானத்துத் தலைமை நிர்வாகியாக இருந்தார். அவர் முகம்மது அலி அந்தப் பொறுப்பை ஏற்கவேண்டுமென்று கேட்டுக் கொண்டார். காம்ரேட் பத்திரிகையைக் கொண்டுவருவதற்காக கல்கத்தா போகிறீர்களென்றால் அதை பஞ்சாபில் இருந்தும் செய்யலாமே என்று சர் மைக்கேல் சொல்லிப் பார்த்தார். ஆனால், முகம்மது அலி, பஞ்சாப் சமஸ்தான மன்னரிடமும் சர் மைக்கேலிடமும் தன் மறுப்பைத் தெரிவித்துவிட்டு, கல்கத்தா புறப்பட்டுவிட்டார்.

முகம்மது அலி கல்கத்தா புறப்பட்ட பின்னர் பஞ்சாபிலிருந்து அவரைத் துரத்திக்கொண்டு தந்தி ஒன்று வந்தது. முகம்மது அலி அதைத் திறந்து பார்க்கவில்லை. அந்தத் தந்தி அவர் உள்ளத்தை ஒருவேளை இளக வைக்கலாம் என்ற எச்சரிக்கையில் அவர் அதைப் பிரித்துப் படிப்பதைத் தவிர்த்தார். 'காம்ரேட்' வார இதழ் வெளிவந்து தெருக்கள் தோறும் விற்கப்படும்வரை அவர் தந்தியைத் திறந்து படிக்கவில்லை.

'காம்ரேட்'டின் முத்திரை வாசகம்:

'நிமிர்ந்து நில்; வெளிப்படையாகப் பேசு;
அனைவரும் ஏற்கும்படியான உண்மைகளை அறிவி!
அச்சம் தவிர்
அஞ்சாமையை வலியுறுத்து.
வீரம் உள்ளவரே உயிர் வாழ்கிறார்.'[22]

'காம்ரேட்' வார இதழின் முதல் இதழ் ஜனவரி 14, 1911ல் வெளியானது. அதில், 'இந்து முஸ்லிம்களைப் பிரிக்கும்படியாக அதிர்ச்சியில் வாய் பிளந்து பார்க்கவைக்கும் அளவிலான வேறுபாடுகள் இருப்பது உண்மைதான்' என்று வெளிப்படையாக ஒப்புக்கொண்டது. ஆனால், முகமது அலி மேலும் சொன்னவை:

‘அப்போது இருந்த வைஸ்ராய் காங்கிரஸ் கட்சி ஆரம்பமாக உதவினார். பின்னர் அது குறித்து தன் வருத்தத்தைத் தெரிவித்தார். இந்தியர்களுக்கு தமது உள்ளக் குமுறல்களுக்கு ஒரு வடிகால் ஏற்படுத்திக் கொடுத்தால் வன்முறை ஏற்படும் வாய்ப்பு குறையும் என்று நம்பப்பட்டது. ஒருவேளை முஸ்லிம்களும் இந்துக்களும் ஆங்கிலேயரை எதிர்க்கிற நடவடிக்கையில் ஒருவரோடு ஒருவர் ஒத்துழைப்புக் காட்டாமல் இருந்தால் சாதா தோல்வி அல்ல; மாபெரும் அவமானகரமான தோல்வியே கிடைக்கும். ஐரோப்பிய நாட்டோர், பிற நாடுகளின் மேல் போர் தொடுக்க வேண்டுமென்ற விருப்ப வேட்கையிலோ, ஒரு நாட்டின் மேல் கொண்ட காழ்ப்புணர்ச்சியாலோ போரில் ஈடுபட்டுக்கொண்டேயிருக்கிறார் கள். அப்போது அந்நாட்டைச் சேர்ந்த அரசியல்வாதிகளும் நல்லெண்ணம் கொண்ட பெருமக்களும் போரை நிறுத்தவே முடியாது என்று சோர்ந்துபோய்விடுகிறார்களா? இல்லையே. அப்படியிருக்கையில் நாம் மட்டும் நம்முடைய இந்திய தேசியத் தன்மைகளில் நம்பிக்கை இழக்க வேண்டுமா என்ன?

முழு ஒத்திசைவு கொண்ட ஜப்பான் நாட்டின் நாற்பது மில்லியன் மக்களும் தீவிர நாட்டுப் பற்றோடு ஓரினத்து மக்களாக ஒருசேர நின்று எதிரிகளை எதிர்கொண்டார்களே அதுபோல் நம்மால் முடியாமல் போகலாம். கனடா நாட்டினர் செய்து கொண்டிருக்கும் ஒப்பந்தத்துக்கு நடைமுறை வரம்புகள் இருக்கத்தான் செய்கின்றன. இந்த ஒற்றுமை எளிய விஷயம் இல்லைதான். ஆனால், இந்தியர்கள் அனைவரும் செய்து காட்டியாகவேண்டிய விஷயமே.’[23]

முகம்மது அலி அவரே எழுதவும் ஆசிரியராகவும் இருந்ததோடு பதிப்பாளராகவும் இருந்து வெளியிட்ட ‘காம்ரேட்’ விலையுயர்ந்த தாளிலே வெளியானது. அது வாசகர்களிடையே பெரும் வரவேற்பைப் பெற்று நல்ல தாக்கத்தையும் ஏற்படுத்தியது.

‘ஒரு பத்திரிகைக்குத் தோற்றப் பொலிவு எவ்வளவு முக்கியம் என்பதை வங்காள பத்திரிகையாளர்களுக்கு முகம்மது அலி கற்றுக் கொடுத்துவிட்டார்’[24] என்று ஒரு வங்காள பத்திரிகையாளர் பாராட்டினார். ஆனால், ‘காம்ரேட்’ தோற்றத்தில் மட்டுமின்றி பல்வேறு விஷயங்களிலும் பொலிவுடன் காணப்பட்டது. ‘எல்லாரையும் வயப்படுத்தக்கூடிய முகம்மது அலியின் சரளமான ஆங்கில நடை, தன்னம்பிக்கை, பிரிட்டிஷ் வாழ்க்கை, இலக்கியம் தொடர்பான நல்ல பரிச்சயம் இவையெல்லாம் வாசகர்களை வசீகரித்தன’ என்கிறார் முஜீப். நூல் திறனாய்வு, நகைச்சுவைத் துணுக்குகள், அன்றாட நிகழ்வுகள் குறித்த அலசல் என்று முகமது அலி பங்காற்றினார். முஜீப் அதுபற்றி மேலும் கூறுகையில்:

'உணர்ச்சிக் கொந்தளிப்புகளோடு வெளிவந்த வாக்கியங்கள், சொல்ல வந்ததில் இருந்து அடிக்கடி விலகிச் செல்லும் போக்குகள், தற்பெருமை மிகுந்த வரிகள் இருந்த பின்னும் ஆரம்ப வரவேற்பு குறையவே இல்லை. ஏனென்றால் எந்தவித இலக்கியரீதியான திட்டமிடலும் இன்றி ஆங்காங்கே விரவிக் கிடந்த புத்திசாலித்தனமான குறிப்புகள், நகைச்சுவை, அபாரமான கதைகள் இவையெல்லாம் வாசக ஆர்வத்தையும் ஆதரவையும் தொடர்ந்து தக்கவைத்தன.'[25]

வெள்ளைக்கார அரசாங்க அதிகாரிகளும்கூட 'காம்ரேட்'டுக்கு சந்தாதாரர்கள் ஆனார்கள். வைஸ்ராயின் மனைவி லேடி ஹார்டிங்ஸ் இப்பத்திரிகையைத் தொடர்ந்து ஆர்வத்துடன் படித்தார். ஓர் இதழ் தாமதமானால்கூட தொலைபேசியில் தொடர்பு கொண்டு விசாரிப்பார். இருபது மாதங்களுக்குப் பிறகு 'காம்ரேட்' டெல்லிக்குத் தன் அலுவலகத்தை மாற்றியது. ஏனென்றால், டெல்லி இப்போது பிரிட்டிஷ் இந்தியாவின் தலைநகரமாகிவிட்டிருந்தது. டெல்லிக்கு மாறியவுடன், 'காம்ரேட்'டுக்கு ஓர் துணை கிடைத்தது. ஆம், உருது நாளிதழான 'ஹம்தர்த்'. இந்த நாளிதழைச் சிறப்பாகவும் பொலிவாகவும் வெளியிட முகம்மது அலி விரும்பினர். அதற்காகப் பெய்ரூத்திலிருந்து அச்சு இயந்திரத்தையும் கெய்ரோவிலிருந்து எழுத்துருக்களையும் அவர் இறக்குமதி செய்தார்.

'ஹம்தர்த்' உருது வாசகர்களுக்குப் பழக்கமில்லாத அச்சு வடிவிலும் எழுத்துருவிலும் வெளிவந்தது. அதற்கு வாசகர்களிடம் வரவேற்பில்லை. ஆகவே வழக்கமாக மற்ற உருதுப் பத்திரிகைகளில் எப்படி காலிகிராபி, லித்தோ கிராபி முறைகளில் எழுதி வெளியிடு வார்களோ அதேமுறைக்கு மாறி 'ஹம்தர்த்' வெளிவந்தது. முகம்மது அலி உருது மொழியில் 'ஹம்தர்த்' நாளிதழில் எழுதினார். அவருடைய ஆங்கிலம் அளவுக்கு அவரின் உருது எடுபடவில்லை. ஆனாலும், அவருடைய சமூகத்தினரிடையே பேச அது வழிவகுத்துக் கொடுத்தது.

முஜீப்பின் கருத்துப்படி முகம்மது அலி, 'உலகில் தான் யாருக்கும் சளைத்தவர் அல்ல என்ற எண்ணம் கொண்டவராகவே இருந்தார். அவருக்கு இந்தியாவின் வைஸ்ராய் ஆகட்டும், பிரிட்டிஷ் பிரதமராகட்டும் அவர்களிடம் வெகு அமர்க்களமாக, நகைச்சுவை யோடு நெருங்கிய நண்பர்களுடன் இருப்பதுபோலவே சகஜமாக உரையாடுவார்'. வெளிப்படையாக பதிலடி கொடுக்கவும் செய்வார். 1907-ல் எம்.ஏ.ஓ. கல்லூரி முதல்வர், ஆர்ச்போல்டுடன் நடந்த உரையாடல் இதற்கு நல்ல உதாரணம்.

முகம்மது அலியின் ஆலோசனையின் பேரில் எம்.ஏ.ஓ. கல்லூரி மாணவர்கள் அவர்கள் நடத்திய ஒரு விழாவுக்கு காங்கிரஸ் தலைவர் கோகலேயை அழைத்தனர். இதைக் கல்லூரி முதல்வர் விரும்பவில்லை. எனவே, முதல்வர், முகம்மது அலியை கல்லூரி வளாக எல்லைக்குள் கால் வைக்கக்கூடாதென்று உத்தரவு பிறப்பித்தார்.

முகம்மது அலி அவர் உத்தரவுக்குப் பணிய மறுத்தார். கல்லூரிக்குள் நுழைந்து கல்லூரியில் இருந்த பள்ளிவாசலில் நின்றுகொண்டார். முகம்மது அலி கல்லூரி எல்லைக்குள் வந்துவிட்டார் என்று தெரிந்து, கல்லூரி முதல்வர் அங்கு வந்தார். சினம் பொங்க, முகம்மது அலியைப் பார்த்து,

'கல்லூரி எல்லைக்குள் நீங்கள் வரக் கூடாதென்று நான் தடை போட்டிருப்பது உங்களுக்குத் தெரியாதா?' என்று வினவினார்.

'இது என் கல்லூரி. என்னை வரக்கூடாதென்று தடுப்பதற்கு நீங்கள் யார்? அதிலும் நான் நின்று கொண்டிருப்பது கடவுளின் இல்லத்தின் முன்னால்' என்று முகம்மது அலி காட்டமாக விடையளித்தார்.

'நினைவில் வையுங்கள்; நீங்கள் இப்படிப் பேசினால் நான் அடுத்த பத்து நாட்களில் இங்கிலாந்து திரும்பிப் போய்விடுவேன்.'

'அதே பத்து நாட்களில் இன்னொரு ஆங்கிலேயர் இதே ஊதியத்துக்கு இந்தியாவுக்கு வருவார். என்ன பெரியதாக நடந்துவிடும்?'[26] என்றார் முகம்மது அலி.

'ஹம்தர்த்' நாளிதழின் ஆசிரியரான காஜி அப்துல் கஃபார் ஒரு நிகழ்ச்சியை எடுத்துக்காட்டி முகம்மது அலியின் உணர்ச்சிக் கொந்தளிப்பான இயல்பை இங்கே சித்திரிக்கிறார்.

'ஒரு தடவை முகம்மது அலி எழுதிய கட்டுரையில் பிழைதிருத்திய போது சில அச்சுப்பிழைகள் திருத்தப்படாமல் விடப்பட்டிருந்தன. அப்படியே அது நாளிதழிலும் வந்திருந்ததை முகம்மது அலி பார்த்தார். அவ்வளவுதான். அவருக்குக் கோபம் வந்துவிட்டது. அதை எடுத்துக்கொண்டு என்னுடைய அலுவலக அறைக்கு வந்தார். என்னைக் கடுமையாகக் கடிந்துகொண்டார். நான் பதவி விலகல் கடிதத்தைக் கொடுத்துவிட்டு வெளியேறி விட்டேன். மறுநாள் சௌகத் அலி என் வீட்டுக்கு வந்தார்: 'நீங்கள் போனதிலிருந்து முகம்மது அலி சாப்பிடவில்லை' என்று சொன்னார். நான் உடனே புறப்பட்டு முகம்மது அலியைப் பார்ப்பதற்கு அலுவலகம் போனேன். முகம்மது அலி என்னைக்

கண்டவுடன் அப்படியே இறுகக் கட்டிக்கொண்டார். அவர் கண்களில் கண்ணீர் வழிந்தோடியது...'[27]

'வாய் பிளந்து பார்க்க வைக்கும் அளவிலான வேறுபாடுகள்' என்று முகம்மது அலி சொன்னவை, பிரிட்டிஷ் அரசாங்கம் 1905-ல் முன்வைத்த வங்காளப் பிரிவினைத் திட்டத்தை 1911-ல் ரத்து செய்தபோது நன்கு புலப்பட்டன. இந்தப் பிரிவினையை காங்கிரஸ் கட்சி எதிர்த்தது. இன்னும் ஒரு சிலர் தங்கள் எதிர்ப்பை வெடிகுண்டுகளைக் கொண்டும் காட்டினார்கள். இந்துக்கள் பிரிவினைத் திட்டம் ரத்தானதை வரவேற்றார்கள். அதனால் பிரிட்டிஷ்காரர்களின் பிரித்தாளும் தந்திரம் நிறுத்தப்படும் என்று நம்பினார்கள். ஆனால், கிழக்கு வங்காளத்தில் அதிகப் பெரும்பான்மையாக இருந்த முஸ்லிம்கள் வங்காளப் பிரிவினையை ஆதரித்தார்கள். இந்த ரத்து அவர்களுக்கு வருத்தத்தைத் தந்தது.

கலீக்குல் ஜமான், 'இந்திய முஸ்லிம்களின் வாழ்க்கையில் அவர்களுக்குக் கிடைத்திருக்கும் மிகப் பெரிய அதிர்ச்சி...'[28] என்று இதைக் குறிப்பிட்டார். பிரிட்டிஷ் ஆளும் அரசு இந்தியாவிலுள்ள தீவிரவாதத்துக்குப் பணிந்து இத்திட்டத்தை கைவிட்டதாக முஸ்லிம்களில் சிலர் குற்றம் சாட்டினார்கள். முகம்மது அலி பிரிவினைத் திட்டம் கைவிடப்பட்டதை ஆதரிக்கவில்லை. ஆனால், இந்திய முஸ்லிம்கள் இதை ஏற்றுக்கொள்ளவேண்டும்' என்றார்.

அவரின் நிலைப்பாடு மற்றும் 'காம்ரேட்'டிலும் 'ஹம்தர்த்'திலும் எழுதப்பட்டிருந்தவையெல்லாம் ஒருவகையில் 'மதவாதமாகவும்' இன்னொருவகையில் 'தேச பக்தி' கொண்டதாகவும் இருந்தன. தனித்தொகுதி தொடர்பாகவும் அவருடைய கருத்துகள் இப்படித் தான் ஒருவகையில் ஆதரவாகவும் இன்னொருவகையில் வருத்தம் தந்ததென்றும் இருந்தது. 1912-ல் இதுபற்றிப் பேசியபோது, 'அது தவிர்க்க முடியாத தீமை; மணவிலக்கை இஸ்லாம் எப்படி வெறுப்புணர்ச்சியோடு அனுமதிக்கிறதோ அதே போன்றதொரு நிலைதான் இது...'[29] என்றார். சமுதாயத்தில் சமய நல்லுறவு தழைத்ததும் தனித் தொகுதி முறையை ரத்து செய்துவிடலாம். அரசாங்கத் துறைகளில் முஸ்லிம்களுக்கென்று இருக்கும் ஒதுக்கீட்டு முறையையும் நீக்கிவிடலாம்'[30] என்று கூறினார்.

1909 மற்றும் 1912ல் நடைபெற்ற முஸ்லிம் லீக் மாநாடுகளில், 'தென்னாப்பிரிக்காவில் இந்தியர் இன வேற்றுமைக்கு எதிராக நடத்தியதை ஒரு வலுவான போராட்டம்' என்று வர்ணித்தார். 1912ல் நடத்தியதற்கு ஒப்பானது இது' என்றார்.[31] அந்தப் போராட்டம் இந்தியர்களால் நடத்தப்பட்டது; முஸ்லிம்கள் தொடர்பானது அல்ல.

அதேநேரம், துருக்கி குறித்த அவரின் பேச்சு முழுக்க முழுக்க இஸ்லாமியச் சமயச் சார்புடையதாக 'மதவாத'மாகவே வெளிப்பட்டது (அதைப் பற்றிப் பின்னர் விரிவாகப் பார்ப்போம்). அடுத்த நொடியே மிகத் தெளிவான தேச பக்தியுடன், 'இந்தியாவுக்கு உகந்த சுயநிர்ணய அரசாங்கம் அமைய வேண்டிப் போராடுவதையே' முஸ்லிம் லீக் தன் இலக்காக ஏற்று, செயல்படுத்த வேண்டுமென்று குரல் எழுப்பினார்.[32]

•

நாம் இப்போது பார்க்கவிருக்கும் காலகட்டத்தில், இந்திய முஸ்லிம்களைப் பொறுத்தவரை துருக்கிக்கு ஆதரவு தருவதும், இஸ்லாமியராக இருப்பதும் இரண்டும் ஒன்றுதான் என்ற நிலைக்கு வந்துவிட்டிருந்தனர். துருக்கி, உலகின் தலையாய முஸ்லிம் நாடு. இஸ்லாமின் புனிதத்தலங்கள் எல்லாம் அதன் எல்லைக்குள்தான் இருக்கின்றன. அது உலகில் வாழும் 'சன்னி' முஸ்லிம்களின் தலைமை குருவாக கலீஃபாவாக விளங்குபவர். இந்திய முஸ்லிம்கள் இதன் காரணமாக துருக்கிக்கு எங்கேனும் அச்சுறுத்தலோ நெருக்கடியோ ஏற்பட்டால் அது இஸ்லாத்துக்கே ஏற்பட்டதாகத் துடித்து எழுவார்கள்.

துருக்கியில் அப்போது சில துருக்கியர் இஸ்லாத்தின் மரபுவழி நடைமுறைகளை நாட்டு மக்கள் கைவிடச் செய்யும் முயற்சிகளில் ஈடுபட்டார்கள். இந்திய முஸ்லிம் தலைவர்களைப் பொறுத்த வரையில், துருக்கியர் ஐரோப்பியமயமாக மேற்கொண்ட முயற்சிகளில் பின்னடைவைச் சந்தித்திருக்கிறனர் என்று கருதினர். மேலை நாட்டை நகலெடுக்க நினைத்தவர்கள் அதன்படி துருக்கி இராணுவத்துக்கு ரஷ்யச் சீருடை, பெல்ஜியத் துப்பாக்கி, துருக்கியத் தலைக்கவசம், ஹங்கேரி நாட்டுக் குதிரை – சேணம், ஆங்கிலேயரின் வாட்கள், பிரெஞ்சு நாட்டு ஈட்டி என்று ஐரோப்பாவின் கோமாளிக் கலவையாக மாறிவிட்டார்கள். எது எப்படி இருந்தாலும் முற்காலங்களைப் போன்றே துருக்கியின் எதிர்காலம் இஸ்லாத்தைச் சார்ந்ததே. அதுபோல் இந்திய முஸ்லிம்களுடைய எதிர்காலமும் பிறை நிலா தேசமான துருக்கி பாதுகாப்பாக நீடிப்பதிலேதான் பிணைந்திருக்கிறது என்று இந்திய முஸ்லிம் தலைவர்கள் நம்பினார்கள்.

முகம்மது அலி, முஸ்லிம் அல்லாதவர்களால் துருக்கி நகரம் ஒன்று அச்சுறுத்தலுக்கு உள்ளாகியிருப்பதாக நினைத்தார். நிலத்தாலும் நீராலும் பிரிக்கப்பட்டிருப்பினும் எதனாலும் மாறாத புனித வசனம் அவர் மனதில் பிரதிபலித்தது: 'நான்தான் இஸ்லாம்: உங்கள்

இறைவனின் ஒருமை; அவருடைய இறைத்தூதர் அருளிய உண்மை; நான் ஓர் அடையாளம்; நான் காத்திருப்பேன்...'[33]

1911-ல் இத்தாலி, திரிப்போலியைத் தாக்கியது. திரிப்போலி அப்போது துருக்கி ஆட்சியில் இருந்த நகரம்; இப்போது அது லிபியாவில் உள்ளது. இந்த நேரத்தில் துருக்கியர்கள் எகிப்து வழியாகத் திரிப்போலி செல்ல பிரிட்டிஷர் தடைபோட்டார்கள். இது துருக்கிக்கு திரிப்போலியை மீட்க முடியாத பின்னடைவை ஏற்படுத்தியது. முகம்மது அலி 'காம்ரேட்' சஞ்சிகையில் பிரிட்டனைத் தாக்கி எழுதினார். எம்.ஏ.ஓ. கல்லூரி மாணவர்கள் பிரிட்டனை எதிர்த்து நாள்தோறும் போராட்டம் நடத்தினார்கள். திரிப்போலியின் வீழ்ச்சியைத் தொடர்ந்து 1912–13ல் பால்கன் போர் ஏற்பட்டது. நூற்றாண்டுகளாக துருக்கியின் குடிமகன்களாக இருந்த பல்கேரியர்களும், செர்பியர்களும், கிரேக்கர்களும், துருக்கிக்கு எதிராக போரில் குதித்தார்கள். அது துருக்கியையும் அது பெற்றிருந்த தலையாய முஸ்லிம் பேரரசு என்ற பெருமையையும் தகர்த்து விட்டது. இந்திய முஸ்லிம்கள் அதிர்ச்சியில் உறைந்தனர். முகம்மது அலி அது அவரை எவ்வாறு பாதித்தது என்பதை விவரித்தார்:

'பால்கன் போரின் இழப்புகள் என்னைப் பெரிதாக வாட்டின. ஒருகட்டத்தில் அது என்னைத் தற்கொலைக்குத் தள்ளிவிடுமோ என்றுதான் அஞ்சினேன். ராய்ட்டரில் வந்திருக்கும் கடைசிச் செய்தியின்படி பல்கேரியர்கள் கான்ஸ்டாண்டிநோபிளுக்கு 25 மைல் தொலைவில் வந்துவிட்டார்கள். அந்தோ... கான்ஸ்டாண்டிநோபிள் ஐநூறு ஆண்டுகளாக ஒவ்வொரு முஸ்லிமும் புனித நகரமாக எண்ணிப் போற்றி வந்திருக்கிற நம்பிக்கை மையம்...

'என் மன வலிமைக்கும் கோழைத்தனத்துக்கும் இடையே போராட வேண்டிய சூழ்நிலைக்கு நான் தள்ளப்பட்ட நிகழ்ச்சியை உங்களோடு பகிர்ந்துகொள்கிறேன். மிக சமீபத்தில் ஆக்ஸ்ஃபோர்ட் பல்கலைக்கழகத்தில் பட்டம் பெற்ற என் முஸ்லிம் நண்பர் ஒருவர். அவர் தன்னோடு பயின்ற, பட்டம் பெற்ற ஓர் ஆங்கிலேய இளைஞரை அழைத்துக்கொண்டு என்னைப் பார்க்க திடீரென்று வந்தார். அவர் தன்னுடைய ஆங்கிலேய நண்பர் இந்தியாவில் நாட்டிய நிகழ்ச்சி ஒன்றைக் கண்டுகளிக்க விரும்புவதாகத் தெரிவித்தார். அதோடு என்னையும் அந்த நாட்டிய அரங்கத்துக்கு வர வேண்டி அழைத்தார்.

'எனக்கு இதுபோன்ற விஷயங்களில் நாட்டம் கிடையாது. நான் அவர்களின் வற்புறுத்தலிலிருந்து தப்பிக்க எவ்வளவோ

முயன்றேன். பத்திரிகைப் பணிகள் நிறைய இருப்பதாகச் சொன்னேன். அதோடு பால்கன் போர் தொடர்பாக வந்துகொண்டிருந்த செய்திகள் தந்த வேதனையை என்னால் வெளியில் முழுமையாகச் சொல்லவும் முடியவில்லை. ஆனால் நான் எவ்வளவு சொல்லியும் கேட்காமல் 'குண்டுக்கட்டாக' என்னைத் தூக்கிக்கொண்டு அந்த நாட்டிய நிகழ்ச்சிக்குப் போனார்கள். ரத்தம் ஒழுகும் உடல்கள், முறிந்த எலும்புகள் என்றிருந்த என் வேதனை மனநிலையோடு என் அருமை ஆக்ஸ்ஃபோர்டியர்களின் ஆசையை நிறைவேற்றி வைக்க அந்த ஆடல் பாடல் களியாட்டக் கூத்துக்கு நான் செல்ல வேண்டிவந்தது.'[34]

துருக்கி தாக்கப்பட்ட விஷயம் சகோதரர் செளகத் அலிக்கும் மிகப் பெரிய துயரத்தை ஏற்படுத்தியது. பிரிட்டிஷ் அரசாங்கப் பதவியிலிருந்து விலகி தன் சமுதாயத்தினருக்காகத் தொண்டாற்ற முன்வந்தார். எம்.ஏ.ஓ.வுக்கு நிதிதிரட்டினார். அப்போது மக்காவுக்கு புனிதப் பயணம் மேற்கொள்ளப் புறப்பட்டு, பம்பாயில் மாட்டிக் கொண்ட ஹஜ் பயணிகளுக்கு உதவினார். முகமது அலி இது பற்றி எடுத்துரைக்கிறார்:

'கச்சிதமாகவும் பாதி ஐரோப்பியராகவும் நவீன உடைகள் அணிந்த ஓர் அரசாங்க அதிகாரியாக இருந்தவர், அலிகர் கல்லூரியில் புகழ் வாய்ந்த கிரிக்கெட் அணியின் கேப்டன்; அவர் அணிகிற பட்டுச் சட்டைகளின் மேல் ஒருவகை பெருமை கொண்டவர். அந்த என் சகோதரர் செளகத் அலி இப்போதோ மாறிப் போனார். சாதாரண எளிய உடைகளை அணிந்தார். அதற்காக அவரின் தோற்றம் பஞ்சைப் பராரிபோல் இல்லை. தொளதொளவென்று தொங்கும் பம்பாய் வாலாக்களின் பச்சை நிறக் கோட்டு அணிந்து ஒரு விந்தையான உடையில் தோன்றினார். அவரின் மழித்துவிட்ட மென்மையான கன்னங்களும் முகவாயும்கூட இப்போது புதர்போல் மண்டிய தாடியோடு காட்சியளிக்கிறது. இதுவே அவர் ஐரோப்பியர் களுக்கும் கிறித்துவ உலகத்துக்கும் தன் எதிர்ப்பைக் காட்ட எடுத்த முடிவு...'[35]

துருக்கியின் துயர் துடைப்புப் பணிக்காக 'காம்ரேட்' நிதி திரட்டியது. அலிகர் மாணவர்கள் தங்கள் உணவுச் செலவுகளைக் குறைத்துக் கொண்டு நிதி அளித்தார்கள். பெண்கள் தங்கள் ஆபரணங்களை வழங்கினார்கள். முகம்மது அலியின் கோரிக்கைகளை ஏற்று வைஸ்ராய் உதவி நிதியை துருக்கி அனுப்ப ஏற்பாடு செய்தார். மேலும், துருக்கிக்கு ஒரு மருத்துவக் குழுவை அனுப்பவும் ஏற்பாடு

நடந்தது. டாக்டர் முக்தார் அகமது அன்சாரி தலைமையில் எட்டு டாக்டர்களைக் கொண்டு அந்தக் குழு துருக்கிக்குப் புறப்பட்டுச் சென்று, அங்கே காயமடைந்தவர்களுக்குச் சிகிச்சை அளித்தது. டாக்டர் அன்சாரிக்குக் 'கண்ணீர் ததும்பும் கண்களோடு'[36] துருக்கி சுல்தான் நன்றி தெரிவித்தார்.

முகம்மது அலியின் பெருமுயற்சியே இந்த மருத்துவக் குழுவின் பயணத்துக்கும் பிற ஏற்பாடுகளுக்கும் முக்கிய காரணம். இந்த மருத்துவக் குழு சிறப்பாகப் பணியாற்றி நாடு திரும்பியது. இவர்களின் பணியைப் பாராட்டவும் பெருமைப்படுத்தவும் வேண்டுமென்று முகம்மது அலி கோரிக்கை விடுத்தார்; வைஸ்ராய் ஹார்டின்ஜ் அவர் எழுப்பிய கோரிக்கைகளை ஏற்கவில்லை. அதன் பின்னால் ஒரு காரணம் இருந்தது. டாக்டர் அன்சாரி தலைமையில் மருத்துவக் குழுவை வழியனுப்பிய பின் நடந்த ஒரு நிகழ்வில் முகம்மது அலி பிரிட்டிஷாரை எதிர்த்து ஆற்றிய உரை வைஸ்ராய்க்குக் கோபத்தை ஏற்படுத்திவிட்டது. லாகூரில் நடந்த விழாவில் முகம்மது அலி மருத்துவச் சீருடையில் பங்கேற்று, 'துருக்கிக்கு எதிராக பிரிட்டன் நடந்துகொண்டால் இந்திய குடியாண்மைச் சக்திகள் சும்மா விடாது. பிரிட்டிஷாரின் தலைகள் சீவி எறியப்படும்'[37] என்று பேசினார்.

வரலாற்றாசிரியர் முஜீப் சொல்வதுபோல், 'முகம்மது அலியின் தீவிரம் சில நேரங்களில் அவரை சற்றும் பொறுப்பற்றவராகவே காட்டியது.'[38] இதுவும் அப்படியான ஒரு தருணமே. அது அவர் தரப்பை வலுவிழக்கச் செய்தது.

முகம்மது அலி 1913-ல் ஒரு குளிர்காலத்தில் இங்கிலாந்து சென்றார். அந்தப் பயணத்தில் அவரோடு முஸ்லிம் லீக் தோழர் வஸீர் ஹுசைனும் உடன் சென்றார். கான்பூரிலுள்ள ஒரு பள்ளி வாசல் தொடர்பான முறையீட்டுக்காக இருவருமாகச் சென்றிருந்தார்கள். கான்பூரில் ஒரு சாலையை விரிவாக்க வேண்டி அங்குள்ள பள்ளிவாசலின் ஒரு பகுதி முஸ்லிம்களுடைய எதிர்ப்பையும் மீறி இடிக்கப்பட்டது. அப்பகுதி முஸ்லிம்கள் பள்ளி வாசல் அருகில் ஒன்றுகூடி, இடிக்கப்பட்ட பகுதியை மீண்டும் கட்ட முயன்றார்கள். அரசு காவலர்கள் அதைத் தடுத்தார்கள். கலைந்து செல்ல உத்தரவிட்டார்கள். கூட்டம் போலீஸின் கட்டளைக்குக் கட்டுப்பட மறுத்தது. அதனால், போலீஸ் துப்பாக்கிச் சூடு நடத்தவே சில உயிர்கள் பலி ஆயின. முகம்மது அலி இதை இங்கிலாந்திலுள்ள இந்தியாவை ஆளும் அரசாங்கத்திடம் முறையிட வஸீர் ஹுசைனுடன் வந்தார். அத்துடன் துருக்கியைக் குறித்து இந்திய முஸ்லிம்களின் உணர்வுகளை எடுத்துக் கூறவும் செய்தார்.

முகம்மது அலியும் ஹுசைனும் இங்கிலாந்து சென்றிருந்தபோது, வைஸ்ராய் ஹார்டிங்ஸ், உ.பி. கவர்னர் சர் ஜேம்ஸ் மெஸ்டனிடம் பள்ளிவாசல் பிரச்னையில் இணக்கமான முடிவெடுக்க அறிவுறுத்தி, இடிக்கப்பட்ட பள்ளிவாசலின் பகுதியைக் கட்டிக் கொடுக்கவும் சொன்னார். அதேநேரம், அவர் இந்தியாவுக்கான ஸ்டேட் செகரட்டரியான க்ருவிடம் முகம்மது அலியின் வேண்டுகோள்கள் எதற்கும் செவிசாய்க்க வேண்டாமென்றும், அவர் 'தந்திரமான' மற்றும் 'மோசமான ஆர்ப்பாட்டக்காரர்' என்றும் கூறிவிட்டார்.[39]

ஆட்சியாளர்களின் கணிப்பு எப்படி இருந்தபோதிலும் முகம்மது அலியை இந்திய முஸ்லிம்கள் வேறுவிதமாகவே பார்த்தனர். ஆம். கலிக்குல் ஜமானுடைய மதிப்பீட்டில் 'முஸ்லிம்களின் சமூகம் முகம்மது அலியைக் கண்ணியமானவர்; நேர்மையானவர்; தகுதி மிக்கத் தலைவர்[40] என்று மதித்தது. ஆனாலும்கூட ஹார்டின்ஜின் எச்சரிக்கைக்கேற்ப முகம்மது அலிக்கு லண்டனிலுள்ள அமைச்சகத் துறைகளின் கதவுகள் எல்லாம் மூடப்பட்டுவிட்டன.

முகம்மது அலியும் வஸீர் ஹுசைனும் லண்டனில் இருந்த அதேநேரத்தில், மற்றொரு இந்தியப் பெருமகனாரும் அங்கே இருந்தார். அவர்தான் எம்.ஏ. ஜின்னா! காங்கிரஸ் கட்சியின் முக்கிய பிரமுகரான அவர், இந்த இருவரையும் சந்தித்துப் பேசினார். காங்கிரஸின் தொடர்புகளைத் துண்டித்துக்கொள்ளமாட்டேன் என்று தெளிவாகச் சொல்லியபடியே முஸ்லிம் லீக்கில் இணைவதற்கு முடிவெடுத்தார். ஜின்னாவின் இந்த முடிவு துருக்கி தொடர்பாக இந்திய முஸ்லிம்களிடையே இருந்த வலுவான ஆதரவுக்கான நல்ல எடுத்துக்காட்டு.

•

ஆகஸ்ட் 1914-ல் முதல் உலகப் போர் தொடங்கியது. முகம்மது அலி உடனே பிரிட்டிஷாரோடு அவருக்கிருந்த வேறுபாடுகளைத் தள்ளி வைத்துவிட்டு, இந்தியாவுக்குத் தேவையான சீர்திருத்தம் ஏற்படத் தக்க தருணத்துக்காகக் காத்திருக்கலாம் என்றார்.[41] துருக்கிக்கு அனுப்பத் திரட்டிய மருந்துப் பொருள்களில் கைவசம் இருப்பவற்றை பிரிட்டிஷ் அரசாங்கத்திடம் கொடுத்து அதன் மூலம் முகம்மது அலி அரசாங்கத்துக்கு ஆதரவாளர் எனக் காட்டிக் கொண்டார். இந்த நிலையில் முகம்மது அலியின் எதிர்பார்ப்புக்கு மாறாக துருக்கி அரசு ஜெர்மனியுடன் கைக் கோர்த்துக் கொள்ளும் சூழல் ஏற்பட்டது. முகம்மது அலியும் டாக்டர் அன்சாரியும் துருக்கி உள்துறை அமைச்சருக்குத் தந்தி அனுப்பினார்கள்: 'நீங்கள் போரில் இறங்குவதற்கு முன்பாக ஆயிரம்முறை யோசியுங்கள். உங்களைக்

கெஞ்சிக் கேட்டுக் கொள்கிறோம். உங்களுக்கும் இங்கிலாந்துக்கும் போர் ஏற்பட்டால் அப்போது எங்கள் நிலைமை மிகவும் இக்கட்டுக்குள்ளாகும்...,'[42]

லக்னோவில் உள்ள புகழ் பெற்ற இஸ்லாமிய மையம் 'ஃபிராங்கி மகால்'. இந்த மையத்தின் தலைவர் மார்க்க அறிஞர் மௌலானா அப்துல் பாரி, முகம்மது அலியின் வேண்டுகோளின் பேரில் துருக்கி சுல்தானுக்கு நேரிடியாக வேண்டுகோள் விடுத்தார்: 'மாட்சிமை தங்கிய தங்களிடம் நாங்கள் (இந்தியர்கள்) மரியாதையுடன் கேட்டுக்கொள்வது ஒன்றே: நீங்கள் பிரிட்டனை ஆதரியுங்கள். இல்லையேல் நடுநிலை வகியுங்கள்.'[43]

'தி டைம்ஸ் ஆஃப் லண்டன்' நாளிதழில் தலையங்கம் வெளியானது. அதன் மறைமுகமான செய்தி 'நேச நாட்டுப் படைகளுடன் துருக்கி சேர்ந்து விடவேண்டும். இல்லையென்றால் எதிரியாகக் கருதப்படும்' என்பதுதான்.

முகம்மது அலி இதற்கு மறுப்பாக, 'லண்டன் டைம்ஸ்' நாளிதழ் வைத்திருந்த 'துருக்கியர்க்கு உள்ள ஒரே தெரிவு' என்ற அதே தலைப்பில், காம்ரேட் பத்திரிகையில் எழுதினார். அதில் பிரிட்டிஷார் மூலம் துருக்கி அனுபவிக்க நேர்ந்த துயரங்கள், இழப்புகள் பற்றி ஒரு நீண்ட பட்டியலை வெளியிட்டிருந்தார். இவ்வாறு பிரிட்டன் நடந்துகொண்ட காரணத்தால், 'இந்தப் பிறைக்கொடி நாடு பிரிட்டனுக்கு எதிர் அணியில் சேரக் கூடாதென்று சொல்லத் தகுதி கிடையாது...' என்று எழுதினார். ஆனாலுங்கூட துருக்கி நடுநிலை வகிப்பதே சிறந்தது என்றும் எழுதியிருந்தார். ஆனால், நவம்பரில் துருக்கி, ஜெர்மனியோடு கூட்டணி சேர்ந்து கொண்டது.

இதையறிந்ததும் இந்திய முஸ்லிம்களைப் போலவே முகமது அலியும் துவண்டார். ஜெர்மனியுடன் துருக்கி இணைந்தாலும் நாங்கள் அதைக் கைவிட முடியாது'[44] என்றார்.

இவை கலிக்குல் ஜமான் சொன்னவை. ஆனால், அலி சகோதரர்கள் உட்பட இந்திய முஸ்லிம்கள் பலருடைய கருத்தும் அதுவே. கலிக்குல் ஜமான் முன்னாள் அலிகர் மாணவர். துருக்கிக்குச் சென்ற மருத்துவர் குழுவில் இடம் பெற்றவர். அவர் சொன்னவை:

'டிசம்பரில் ஒரு நாள் இரவு அலி சகோதரர்கள் என் அறைக்கு வந்தார்கள். மெல்லிய தாழ்குரலில் பேசினார்கள். பிரிட்டன் துருக்கியைத் தாக்கி அழித்துவிட்டாலும் உலக முஸ்லிம்களின் தலைமைக் கேந்திரமான கிலாஃபத்தைத் தகர்த்துவிடாமல் இருக்க, பிரிட்டனுக்கு எதிராக எங்களின் எதிர்ப்பைக் காட்ட நாங்கள்

எண்ணியிருந்த வேளை; பிரிட்டனை எப்படியாவது முடக்கிப் போடவோ அவர்களின் போர் முயற்சிகளில் ஏதேனும் இடையூறு ஏற்படுத்தவோ செய்ய வேண்டி, ஒரு கருத்தை அலி சகோதரர்கள் காதோடு சொன்னார்கள். வடமேற்கு எல்லைப் புறத்தில் பதான் பழங்குடி மக்கள் வாழும் பகுதியில் உள்ள ஆயுதத் தொழிற் சாலைகளுக்கு ஓர் ஆய்வுப் பயணம் மேற்கொண்டு அங்கு நடப்பதை நாம் அறிந்து கொள்ளவேண்டும் என்றார்கள்...' [45]

இந்த உரையாடலைத் தொடர்ந்து கலிக்குல் ஜமானும் அவரின் நண்பர்களும் பாதி சுய நிர்ணய உரிமை கொண்ட வடமேற்கு எல்லைப்புறத்துக்குச் சென்றார்கள். அங்கு அலி சகோதரர்களும் சென்றார்கள். அங்கே சென்றவர்கள் அந்தத் தொழிற்சாலையில் உற்பத்தி செய்யப்பட்ட துப்பாக்கிகளை எல்லாம் பரிசோதித்துப் பார்த்தார்கள். அலி சகோதரர்கள் பயங்கரத் தோற்றமளிக்கும் பதான்களுடன் நட்புறவில் இருந்தபோதிலும் அங்கே எப்போதும் அவர்களைச் சுற்றிக் கண்காணித்த ரகசிய போலீசாரையும் கண்டு பின்வாங்கினார்கள் என்று கலிக்குல் ஜமான்[46] கூறியிருக்கிறார்.

துருக்கி போரில் இறங்கியது. இதனால், ஒரு சராசரி ஆங்கிலேயர் அந்தப் போரை எப்படி எடுத்துக்கொண்டார்களோ அதுபோல் முகம்மது அலி போன்றவர்களால் எடுத்துக்கொள்ளமுடியவில்லை. கலிக்குல் ஜமான் சொன்னதுபோல் 'முஸ்லிம்கள், அவர்களின் நெஞ்சாழத்திலிருந்து வெளிப்பட்ட வேதனையில் உழன்று கொண்டிருந்தார்கள்.'[47]

முகம்மது அலியின் ஆக்ஸ்ஃபோர்ட் அனுபவங்கள் அவர் மனதில் ஒருதலைப்பட்சமாக பிரிட்டிஷாருக்கு ஆதரவான மனநிலையை உருவாக்கியிருந்தன. 'என் கல்லூரியில் இருந்த மாணவர்களும் பிறரும் செய்த உயிர்த்துடிப்பான செயல்கள் எல்லாம் பிரிட்டிஷார் மேல் சாதகமான உணர்வை ஏற்படுத்தியிருந்தன' என்று அவர் சொன்னதில் உண்மை இருக்கத்தான் செய்கிறது.[48] ஆனால், இஸ்லாம் மீதான அவருடைய நேசம் துருக்கிக்கு எதிரான போரை ஆதரிக்க மறுத்தது. 'துருக்கியை ஆள்பவரே உலக முஸ்லிம்களின் கலீஃபா; அதாவது சமயத் தலைவர். நபிகளாரின் வாரிசு; அல்லது நம்பிக்கையாளர்களின் தலைவர். குர்ஆனைப் போன்றே 'கலீஃபேட்டும் முஸ்லிம்களுக்கு இன்றியமையாதது'[49] என்றார் முகம்மது அலி.

பிரிட்டிஷ் அரசாங்கம் அதனுடைய நிர்பந்தங்களுக்கு உட்பட்டு, அலி சகோதரர்களைக் கைது செய்து சிறையில் அடைத்தது. முதலில் அவர்கள் சிறைவைக்கப்பட்ட ஊர் ராம்பூர்; பின்னர் டில்லிக்குப் பக்கமுள்ள 'மெஹ்ரௌளி'. அடுத்து லேன்ஸ்டவுன் என்ற உ.பி.யில்

உள்ள மலைப்பகுதி. லேன்ஸ்டவுன் சிறைவாசத்தின்போது, அலி சகோதரர்களை யாரோ 'கீழ்ப்படிதலற்றவர்கள்' சிலர் சந்தித்தாகத் தெரியவந்ததும் அவர்கள் உடனே சிறை மாற்றப்பட்டார்கள். மத்திய மாகாணத்தின் கடைக்கோடியில் உள்ள 'சின்த்வாலா' என்ற பகுதியிலிருந்த சிறைக்கூடத்தில் வைக்கப்பட்டார்கள். பின்னர் கடைசி ஆறு மாதங்கள் 'பெடூல்' என்ற மத்திய மாகாணத்திலுள்ள ஊரின் சிறைக்குக் கொண்டுபோனார்கள்.

கடைசியாக சிறை இருந்த 'பெடூல்' சிறையைத் தவிர மற்ற இடங்களிலுள்ள சிறைவாசத்தின் போதெல்லாம் அலி சகோதரர்களின் குடும்பத்தினரும் உடனிருக்க பிரிட்டிஷ் அரசாங்கம் அனுமதித்திருந்தது. காம்ரேட் பத்திரிகையின் சொத்துகளை அரசங்கம் முடக்கியது. ஹம்தர்த் பத்திரிகையும் மூடப்பட்டது. மேலும், அவர்களின் செலவுகளுக்கு பிரிட்டிஷ் அரசாங்கம் கொடுத்த அலவன்ஸ் போதுமானதாக இல்லை. எனவே அவர்களுக்கு இருந்த குடும்பச் சொத்தை – அவர்களின் பாட்டன் அப்துல் அலிக்கு ஆங்கில அரசு 1857-ல் செய்த உதவிக்கு அளித்த வெகுமதி நிலமும் அதில் உள்ள கட்டடமும் சேர்த்து - விற்கும்படி நேரிட்டது.

நான்காண்டு சிறை வாழ்வில் முகம்மது அலி திருக்குர்ஆன் ஓதுவதில் முழு கவனத்தையும் குவித்தார். அவர் அதை நிதானமாக ஓதினார். மனப்பாடம் செய்தார். நேசமுடனும் நெகிழ்ச்சியுடனும் குர்ஆனை உள்வாங்கினார். அந்த அனுபவத்தைக் குறித்து அவர் எழுதியுள்ளது:

> 'திருக்குர்ஆன் பகுதிகளில் ஏதேனும் ஒன்றை எங்கள் தொழுகைகளில் ஓதுகிறபோது, திருக்குர்ஆனுடைய அந்தச் சொல், வரிகள் அந்த நாளின் தொடர்புடைய நிகழ்ச்சிக்கு ஏற்றதொரு விடையை அல்லது வழியை நாங்கள் உணரச் செய்கிறவகையில் தருவதோடு எங்களால் முடிவுக்கு வர முடியாத, கடினமான பிரச்னைகளுக்கு உடனடித் தீர்வு அளிக்கக்கூடியதாகவும் இருந்தன. என் சகோதரர் தன்னறையில் இருந்தவாறு என்னை அழைத்து திருக்குர்ஆன் வாக்கிய வரிகளை உரக்கச் சொல்வார்; நானும் சில நேரங்களில் அதுபோல் சொல்வேன். அவை எவ்வளவு பொருத்தமாக இருக்கிறன என்பதைக் கண்டு நாங்கள் நெகிழ்வோம்.'[50]

அவர்களுடைய இந்த நம்பிக்கை நெருப்புபோல பற்றிக்கொண்டு விட்டது. முகம்மது அலி இப்போது உணர்ச்சி மேலிட்டு – தமக்கு மன்னர்களோ, பேரரசர்களோ, வைஸ்ராய்களோ இணை கிடையாது; அவர்களுக்கெல்லாம் மேலானவராகத் தன்னை உணர்ந்தார். அவர்களிடம் இல்லாத இஸ்லாம் என்ற நல்முத்துதான் காரணம் என்றார்; இஸ்லாமே, உலக மக்களுக்கான இறுதி

மீட்புக்கான வழித்துணை[51] என்றார். அவர் ஆனந்தப் பரவசத்தில் திளைத்தார். கவிதைகள் யாத்தார். மேலும் ஐரோப்பாவின் இன்றைய தேவை இஸ்லாம்; குறுகிய தேசியவாதத்தாலும் அதனால் ஏற்படும் போர்களாலும் நிலைகுலைந்த ஐரோப்பாவுக்குக் கட்டாயத் தேவையாக அது உள்ளதென்றும் அதை அவர்களுக்குப் பிரசாரம் செய்து புரியவைக்கவேண்டுமென்றும் விரும்பினார்.

•

அரசாங்கத்தின் காவல் கட்டுப்பாட்டுக்குள் அலி சகோதரர்கள் வருவதற்குச் சிறிது காலத்துக்கு முன்புதான் அவர்கள் முதன்முறையாக காந்தியைச் சந்தித்தார்கள். தென்னாப்பிரிக்காவில் இந்தியர்களின் உரிமைக்காக காந்தி தலைமையில் நடைபெற்ற போராட்டங்கள் அவர்களுடைய கவனத்தை முன்பே ஈர்த்திருந்தன. 'முதல் பார்வையிலேயே ஒருவரோடொருவர் அன்பு மிகுந்தது' என்று காந்தி பின்னாளில் தங்களின் முதல் சந்திப்பை வர்ணித்தார்.[52] லேன்ஸ்டவுனில் சிறையிலிருந்த அலி சகோதரர்களைச் சந்தித்து உரையாடிய கலிக்குல் ஜமான் எழுதுகிறார்:

'அலி சகோதரர்கள் காந்திஜியைக் குறித்து மிக மேலான எண்ணம் கொண்டிருந்தார்கள். காந்தியை எவ்வளவு முடியுமோ, அவ்வளவு விரைவாகத் தொடர்புகொள்ளச் சொன்னார்கள். மேலும் 'அவர் மட்டுமே நம்மைச் சேர்ந்தவர்' என்று கூறினார்கள். கல்கத்தாவில் காந்திஜி மாணவர்களிடம் பேசிய பேச்சு அலி சகோதரர்களைத் தொட்டுவிட்டது:

> 'சொந்த நாட்டுக்காகப் பேசுவது தேசத் துரோகம் என்றால் நான் பேசுவது தேசத் துரோகம்தான்; அப்படிப் பேசுவதால் ஏற்படும் விளைவுகளை நான் எதிர்கொள்ளத் தயார்'[53] என்றார்.

காந்திஜி அலி சகோதரர்களை விடுதலை செய்யுமாறு வைஸ்ராயிடம் வேண்டுகோள் விடுத்தார். காங்கிரஸ், முஸ்லிம் லீக் ஆகிய கட்சிகளும் இதையே வலியுறுத்தின. பெரும்பாலோர் இதற்காகக் குரல் கொடுத்தார்கள். 1918ஆம் ஆண்டு வைஸ்ராயின் செயலாளருக்கு மகாத்மா எழுதிய கடிதத்தில் பின்வரும் காரணங்களைக் காட்டி அலி சகோதரர்களை விடுதலை செய்ய வற்புறுத்தி இருந்தார்:

1. அரசாங்கத்துக்கு எதிராக அவர்கள் ஒன்றும் செய்யக்கூடாது என்று கருதி அலி சகோதரர்களைச் சிறைவைத்திருந்தால், அந்த எண்ணம் உங்களை ஏமாற்றத்துக்கு ஆளாக்கக்கூடியது. ஏனென்றால் அவர்கள் யாரோடு வேண்டுமானாலும் எளிதாகத் தொடர்புகொள்ளவும், யாருடன் வேண்டுமானாலும் செய்திகளைப் பரிமாறிக் கொள்ளவும் செய்துதான் வருகிறார்கள்.

2. அவர்கள் சிறையில் இருப்பதனால் அவர்களின் புகழும் செல்வாக்கும் கூடுகிறது.

3. அவர்களைச் சிறை வைத்திருப்பது உங்கள் மீதான அதிருப்தியை அதிகரிக்கவே செய்கிறது.

4. மௌலானா அப்துல் பாரி சாஹிப் ஆயிரக்கணக்கான முஸ்லிம்களின் மீது அபார செல்வாக்குக் கொண்டவர். அவர்களுடைய ஆன்மீக நெறியாளர். அலி சகோதரர்களை விடுதலை செய்வதன் மூலம் அவரை உங்கள் பக்கம் கொண்டுவந்து கொள்ளமுடியும்.

5. நான் அறிந்தவரையில், அலி சகோதரர்கள் உறுதியான கொள்கைப் பிடிப்பு கொண்டவர்கள்; மேலான நற்குடியில் பிறந்தவர்கள்; பண்பாளர்கள்; கற்றவர்கள்; மேலும் கல்வி கற்ற முஸ்லிம்களிடையே பெருத்த செல்வாக்குகளை வளர்த்து வைத்திருப்பவர்கள்; திறந்த உள்ளத்தினர்; நேர்வழி நாட்டமுள்ளவர்கள்; நிச்சயமாக அரசாங்கம் இத்தகைய மனிதர்களைத் தன் பக்கம் வைத்திருக்கவே விரும்பவேண்டும்.[54]

மேலும் அரசாங்கத்துக்கு எழுதும் கடிதத்தில் அவர்களின் மொழி, நடை தணிவாக இருக்கும்படி அலி சகோதரர்களிடம் காந்தி அறிவுறுத்தினார்.

1919 தொடக்கத்தில் வைஸ்ராய்க்கு முகம்மது அலி ஒரு கடிதம் தயார் செய்தார். அதன் மாதிரியை காந்திக்கு அனுப்பிவைத்தார். அந்த மாதிரிக் கடிதத்தைப் படித்த காந்தி, முகம்மது அலிக்கு பதில் அனுப்பினார். அது:

'உங்கள் கடிதத்தில் அனல் பறக்கிறது. உணர்ச்சிப் பிழம்பாகவும் இருக்கிறது. முகம்மதியர்களின் கோரிக்கைகள் தொடர்பான உங்கள் வாக்கியங்கள் மறுக்கமுடியாததாக இருப்பதற்குப் பதிலாக மிகைப்படுத்தப்பட்டவையாக இருக்கின்றன. நானாக இருந்தால், தன்னிரக்க அல்லது சுய துயரங்களைக் காட்டுகிற பகுதிகளை நீக்கிவிடுவேன். அவை வாழும் உண்மைகளாக தனியே நின்று பேசட்டும். நீங்கள் என்னுடைய ஆலோசனைகளை ஏற்றுக் கொண்டால் உங்கள் கடிதப் பிரதியை நான் செழுமைப்படுத்தித் தருகிறேன்.[55]

'இங்கிலாந்தும் அதன் நட்பு நாடுகளும் துருக்கியைத் தோற்கடித்த பின்னர் அதனை முறையாக நடத்தவில்லையென்றால் இந்திய முஸ்லிம்கள் ஒரு முடிவுக்கு வந்தாகவேண்டிய கட்டாயத்துக்குத் தள்ளப்படுவார்கள்: பிரிட்டிஷாருக்கு எதிரான ஜிஹாதா? (புனிதப் போர்) அல்லது புனிதத்தை இழந்துவிட்ட இந்தியாவைத் துறந்து

வெளியேறிச் செல்லும் ஹிஜ்ரத்தா? இஸ்லாத்தின் புனிதத்தை வீழ்த்தும் ஆட்சியாளர்களால் ஆளப்படும் இந்தியா இனிமேல் முஸ்லிம்கள் வாழத் தகுதியற்றதாகிவிட்டது...' என்றார் முகம்மது அலி.

நாட்டை விட்டு வெளியேறல்-'ஹிஜ்ரத்' என்ற கருத்தோட்டம் முகம்மது நபிகளார் எதிரிகளின் பிடியில் இருந்த மக்காவிலிருந்து மதீனாவுக்கு வெளியேறிச் சென்ற நிகழ்வுடன் தொடர்புபடுத்திப் பார்க்கப்பட்டது. முகம்மது அலியின் இந்தப் பேச்சுக்கு காந்தி தக்க விடையளித்தார்: 'முகம்மது நபிகளாரின் இடப்பெயர்வு முற்றிலும் மாறுபட்டது; நபிகளார் முஸ்லிம்கள் அனைவரையும் மக்காவில் இருந்து மதீனாவுக்கு அழைத்துப் போனார். இது அவர்களின் சத்தியாக்கிரகம்; மக்காவிலிருந்த அவநம்பிக்கையாளர்களை எதிர்த்து நடத்திய அறப் போராட்டம்.'[56]

அலி சகோதரர்களின் கடிதம் வைஸ்ராய்க்கு அனுப்பப்பட்டது. காந்தியடிகளின் அறிவுரைக்கேற்ப கடிதத்தில் எந்தவொரு மாற்றமும் செய்யப்படவில்லை. அதன் காரணமாக அவர்களின் விடுதலை தள்ளிப் போனது. ஆனாலுங்கூட அலி சகோதரர்கள் காந்தியைத் தங்களுடைய 'வழிகாட்டி, தத்துவத் தோன்றல், ஆருயிர் தோழர்'[57] என்றே அந்தக் கடிதத்தில் குறிப்பிட்டிருந்தனர். அவர்கள் வாழ்க்கை வரலாற்றைக் கூறும் நூலில் அவர்களின் தாயார் 'பாய் அம்மான்'னைக் குறித்து பெரும் மதிப்பும் இதனுடன் குறிப்பிட்டுக் காட்டப்பட்டுள்ளது. 'பாய் அம்மான்'னின் பெருமையை எடுத்துக் காட்டுகிற ஒரு நிகழ்வை இங்கே பார்க்கலாம்.

பர்தாவின் உள்ளே இருக்க வேண்டிய ஒரு முஸ்லிம் பெண்ணுடைய மதக் கடமைகளைக்கூடத் தாண்டி, அருமை மைந்தர்களான அலி சகோதரர்களுடன் அவர்களின் விடுதலை குறித்து விவாதித்துக் கொண்டிருந்த காவல்துறைத் துணைக் கண்காணிப்பாளர்களோடு நடந்த உரையாடலில் அந்தத் தாயும் கலந்துகொண்டு,

> 'இறுதியாக என் மைந்தர்களுக்கு நீதி வழங்க அரசாங்கம் விரும்புவதாகத் தெரிகிறது. எனக்கு இதில் மிகுந்த மகிழ்ச்சியே. ஆனால், இந்த விடுதலைக்காக அரசாங்கம் என் மகன்களிடம் உறுதியாக சிலவற்றை எதிர்பார்க்கிறது என்பதை நான் தெரிந்து கொண்டேன். நல்லது. அவர்கள் இதிலே எப்படி முடிவெடுப்பது;, எது தங்களுக்குப் பயனளிப்பது; எது சரி எது தவறு என்பதையெல்லாம் அறியக் கூடிய வயதை எட்டிவிட்டார்கள். அதே நேரம் அவர்கள் விஷயத்தில் நான் தெரிந்துகொள்ள வேண்டியது இருக்கிறது. சிறைப்பட்டதாலே

அவர்கள் அனுபவித்து வருகிற துன்பங்களிலிருந்து விடுபட வேண்டி, அரசாங்கத்துக்கு ஏதேனும் உறுதிமொழி அளித்தார்களா? அந்த உறுதிமொழி எங்களுடைய சமய நம்பிக்கைகளுக்குப் புறம்பாகவோ நாட்டு நலன்களுக்கும் எதிராகவோ இருக்குமெனில், கடவுள் மீது ஆணையாக, இந்தத் தாயின் நெஞ்சம் தாங்கும் ஆற்றல் பெறட்டும். ஒருபோதும் அப்படியோர் நிலையை அவர்கள் எடுக்கக் கூடாது. ஒருபோதும் கைகள் முடங்கிப் போகவோ, கை பிசைந்து நிற்கக்கூடிய நிலைமை ஏற்படவோ நான் அனுமதிக்க மாட்டேன். என் பிள்ளைகள் எனக்கு எப்பொழுதும் அன்புக்குரியவர்களே. இதுவரை சட்டத்தை மதிக்கும் குடிமக்களாக மாமன்னருக்குப் பணிந்தவர்களாக இருந்து வந்திருக்கிறார்கள். இனியும் இப்படியே இருக்கும்படியே அவர்களுக்கு நான் உத்தர விடுகிறேன்'[58] என்றார்.

இந்த சம்பவம் 1917-ல் நடந்தது. ஆனால், 1919 டிசம்பர் வரை அவர்கள் விடுதலை செய்யப்படவில்லை. 1916ல் காங்கிரஸுக்கும் முஸ்லிம் லீக்குக்கும் இந்தியாவில் அமையவிருக்கிற சுய நிர்ணய அரசாங்கத்தில் முஸ்லிம்களுக்கான இடங்கள் குறித்து ஓர் உடனபடிக்கை எட்டப்பட்டது. மறு ஆண்டில், முஸ்லிம் லீகின் வெளியில் இருந்து நிர்வகிக்கும் தலைவராகத் தேர்ந்தெடுக்கப் பட்டார். அந்தக் கூட்டத்தில் முகம்மது அலியின் தாயார் பாய் அம்மா மேடையில் அமர்ந்தார். தலைவர் அமரும் நாற்காலியில் முகம்மது அலியின் உருவப் படம் வைக்கப்பட்டிருந்தது.

•

முதல் உலகப்போரில் ஜெர்மனி தோற்கடிக்கப்பட்டதோடு சேர்ந்து துருக்கியும் வீழ்ச்சியுற்றது. துருக்கி சுல்தான் என்ன ஆவார், கலீபா பதவி என்னவாகும் என இந்திய முஸ்லிம்கள் கலங்கினர். 1919ன் தொடக்கத்தில் கொண்டுவரப்பட்ட ரௌலட் சட்டம் இந்தியர்க்ளின் தனி மனித உரிமைகளில் கை வைத்தது. காந்தி தலைமையில் இதற்குக் கடும் எதிர்ப்பு ஏற்பட்டது. அதே ஆண்டு 1919 ஏப்ரலில் நடக்கக்கூடாத ஒரு துயரச் சம்பவம் நடைபெற்றது. அமிர்சரஸில் ஜாலியன்வாலா என்ற இடத்தில் இந்தியர்கள் மீது ஆங்கிலேய அரசு காட்டுமிராண்டித்தனமாக நடந்துகொண்டது. மூடுண்ட இடத்தில் கண்மூடித்தனமாக ஆங்கிலேயப் படையினரால் இந்துக்களும் முஸ்லிம்களும் சீக்கியர்களுமாக ஏறத்தாழ 400 பேர் சுட்டுக் கொல்லப்பட்டார்கள்.

இந்தத் துயர நிகழ்ச்சியை ஒட்டி காங்கிரஸும் முஸ்லிம் லீக்கும் கூட்டம் ஏற்பாடு செய்தார்கள். 1919 இறுதி வாக்கில் அலி சகோதரர்கள்

விடுதலை ஆன அதேவேளை இந்தக் கூட்டம் நடக்க இருந்ததால் அவர்கள் இந்தக் கூட்டங்களில் கலந்துகொள்ள வந்தார்கள்.

அலி சகோதரர்களைக் காண அவர்கள் போகிற ரயில் பாதைகளிலுள்ள ஸ்டேஷன்களில் கட்டுக்கடங்காத மக்கள் கூட்டம் கூடியது. காங்கிரஸ் மேடையில் முகம்மது அலி பேசினார். பின்னாளில் ஆயிரக்கணக்கான இந்திய சுதந்தரப் போராட்ட வீரர்கள் சொன்ன அந்த வீர வசனத்தை முதல் ஆளாக அவர் சொன்னது: 'நான் சிறையில் இருந்து நேராக இங்கு வந்திருக்கிறேன்; மீண்டும் அங்கு திரும்பிச் செல்வதற்கான டிக்கெட்டோடு வந்திருக்கிறேன்'[59] என்று தொடங்கினார்; கூட்டம் ஆரவாரித்தது.

நாம் ஒரு மகத்தான யுகத்தில் வாழ்கிறோம். ஏராளமான முஸ்லிம்களும் இந்துக்களும் இந்தியாவின் விடுதலைக்கும் இஸ்லாத்தின் புகழை நிலைநாட்டவும் ஒன்று சேர்ந்து போராடத் தொடங்கியிருக்கிறோம். இதில் ஒரு மகத்துவம் இருக்கிறது. ஆனால், அதே போன்று இன்னல்களும் உள்ளன. வாய்மை உள்ளது; தவறும் சேர்ந்து இருக்கிறது. ஒற்றுமை தெரிகிறது; ஐயப்பாடுகளும் ஏற்படுகின்றன! முஸ்லிம்கள் இந்துக்கள் இரு தரப்பினருக்கும் ஒரே நேரத்தில் ஏற்பட்டிருக்கும் அதிப்தியே இந்தப் போராட்டத்தை முன்னெடுக்க உதவி இருக்கின்றன.

துருக்கியின் வீழ்ச்சி ஒருவகையில் கலக்கத்தை ஏற்படுத்திவிட்டது. இஸ்லாத்தின் புனித மண்ணிலுள்ள மக்கா, மதீனா நகரங்களிலுள்ள புனித இடங்கள் இதுநாள்வரை துருக்கி சுல்தானுடைய பொறுப்பிலும் பராமரிப்பிலும் பாதுகாப்பிலும் இருந்து வந்தன. இது இனிமேல் துருக்கியை வெற்றி கொண்ட முஸ்லிம் அல்லாதவர்கள் கைகளுக்குப் போய்விடுமோ என்ற அச்சம் இந்திய முஸ்லிம்களிடம் ஏற்பட்டது.

இந்துக்கள், முஸ்லிம்கள், சீக்கியர்கள், மற்றவர்கள் என்று ஒட்டுமொத்தமாக இந்தியர்கள் அனைவருமே ரௌலட் சட்டத்தை வெறுக்கிறார்கள். ஜாலியன் வாலாவில் நடைபெற்ற கோரத் தாண்டவம் மக்களை உலுக்கி எடுத்துவிட்டது. அங்கே இன்னும்கூட கொடுமைகள் தொடர்கின்றன. ஆங்கிலேயப் பெண்ணொருத்தி தாக்கப்பட்டதைத் தொடர்ந்து, அமிர்தசரஸ் தெருக்களில் இந்தியர்கள் இனிமேல் முட்டிக்கால் போட்டு ஊர்ந்துதான் செல்லவேண்டும் என்று சட்டம் போடப்பட்டுள்ளது. அது வேதனையை மேலும் அதிகரித்துவிட்டிருக்கிறது. அது மட்டுமின்றி, இந்தியர் யாரேனும் தன்னுடைய வாகனத்திலோ அல்லது குதிரையிலோ பயணம் செய்கிறபோது, ஓர் ஆங்கிலேய அதிகாரியைப் பார்த்தால் அதைவிட்டு இறங்கிவிடவேண்டும். இதை

மறுப்பவர்களுக்கு சவுக்கடி நிச்சயம். மக்கள் அனைவரும் துயரத்திலும் அவமானத்திலும் கிடக்கிறார்கள். அரசாங்கம் தன்னிடம் வந்து குவியக் கூடிய புகார் மனுக்களையும் நாட்டு வெடிகுண்டுகளையும் சமாளிக்கும் திறமையுடன் இருப்பது அனைவருக்கும் தெரியும்.

இந்தக் கட்டத்தில் காந்தி முஸ்லிம்களுக்கும் இந்துக்களுக்கும் மூன்றாவது வழி ஒன்றை அறிவுறுத்தினார்: அகிம்சை மற்றும் ஒத்துழையாமை... பிரிட்டிஷ் ஆதிக்க அரசாங்கம் இதற்கு ஒன்று செவி சாய்க்கும்; இல்லையேல் நாட்டை விட்டு வெளியேறும்... இந்தியர்கள் பிரிட்டிஷ் அரசாங்கத்துடனான தொடர்புகளை அறுத்துக்கொண்டு, அந்த அரசு இந்தியர்களுக்கு அளித்த பட்டங்களை, பதவிகளை, பரிசுகளை, அலுவல் பணிகளை முற்றிலுமாகத் திருப்பியளிக்க வேண்டும். இது இந்தியர்களுக்கு ஆர்வத்தையும் நிதானத்தையும் ஏற்படுத்தியது.

காந்தி தன்னுடைய இந்தப் புதிய உத்திக்காக மக்களுக்கு அழுத்தம் கொடுத்துவந்தார். காந்தி தேசத்துரோகம் பற்றி சொன்னது முன்பே நாம் பார்த்தது போல் முகமது அலியின் மனதில் பதிந்திருந்தது. 1919 தொடக்கத்தில் இந்திய அரசியலின் முன்னணி தலைவர்கள் சிலரிடம் சிறைக்குச் சென்றாலும் செல்லுவோமே தவிர ரௌலட் சட்டத்துக்குக் கீழ்படியமாட்டோம் என்று காந்தி உறுதிமொழி பெற்றிருந்தார்.

காந்தியின் ரௌலட் சட்ட எதிர்ப்புப் போராட்டம் நாடெங்கும் தொற்றிக் கொண்டது. காந்தியின் அழுத்தம் காரணமாக போராட்டம் அமைதிப் போக்கிலே நடந்தது. காந்தி கிலாஃபத் போராட்டத்துக்கும் முஸ்லிம்கள் இந்த ஒத்துழையாமைப் போராட்டத்தையே பயன்படுத்தவேண்டும் என்று கேட்டுக்கொண்டார். முஸ்லிம்களுடைய நலன்களைப் பாதுகாப்பதையும் இந்துக்கள் தம்முடைய இலக்காகக் கொள்ளவேண்டுமென்று காந்தி கூறினார்.

அனைவருமே காந்தி சொன்னதை ஏற்றுக்கொண்டார்கள் என்று சொல்லமுடியாது. பல இந்து, முஸ்லிம் அரசியல் தலைவர்கள், 1919 சட்டம் முன்வைக்கும் சீர்திருத்தப்பட்ட குழுக்களில் இடம்பெறலாம் என்று நினைத்திருந்தனர். இத்தகைய அமைப்புகளின் அதிகாரம் என்பது மிக சொற்பமானதே. ஆனாலும், இந்த அதிகாரம் சிலருக்கு சற்று வசீகரமாகவும் இருந்தது. மற்றவர்களோ ரௌலட் சட்டம், பஞ்சாபில் ஜாலியன் வாலாபாக் கொடூரம், கிலாஃபத் இயக்கம் என பலவகையில் நெருக்கடிக்கு உள்ளாக்கப்பட்டிருந்ததால் மிகச் சரியான ஆயுதமாக ஒத்துழையாமை இயக்கத்தைப் பார்த்தனர்.

முகம்மது அலியின் விடுதலையை வரவேற்று முகம்மது இக்பால் கவிதை பாடினார். முகம்மது அலி ஒத்துழையாமை இயக்கத்தை முதலில் ஏற்றுக்கொள்ளவில்லை. ஆனால், பின்னாளில் அதை ஏற்றுக்கொண்டு மகாத்மாவோடு தன்னை இணைத்துக்கொண்டு நாடெங்கும் பரப்புரை செய்தார். அவரின் ஆரவாரப் பேச்சு மக்களை இழுத்தது. எழுச்சிகொள்ள வைத்தது.

முஸ்லிம்களின் புனித இறை இல்லங்கள் மீதான துருக்கியின் கட்டுப்பாடு தொடரவேண்டுமென்று கோரிக்கையை முன்வைத்து முகம்மது அலி தலைமையில் ஒரு தூதுக் குழு லண்டன் புறப்பட்டுச் சென்றது. முகம்மது அலி இப்போதுதான் சிறையிலிருந்து வெளியே வந்திருக்கிறார். சொந்த நாட்டில் சுதந்தரமாக இருப்பது அவருக்கு மிகவும் பிடிக்கும். ஆனால், உடனேயே நாட்டைவிட்டு நீலக் கடலில் நெடும் பயணம் போகவேண்டி வந்துவிட்டது.⁶⁰ வெளியில் வந்த ஒரு மாதத்திலும் தன்னுடைய சொந்த ஊரான ராம்பூருக்கு இடையில் வெறும் நான்கு நாட்கள்தான் போய் வந்தார். மீதி நாட்கள் எல்லாம் நாடு முழுவதும் பயணம் செய்து சொற்பொழிவு ஆற்ற வேண்டியிருந்தது. அவருடைய குடும்பம் ராம்பூரில்தான் இருந்தது. அவர் அங்கிருந்த நான்கு நாட்களில்கூட அவரால் குடும்பத்தினருடன் முழுமையாகத் தன் பொழுதுகளைச் செலவழிக்க முடியவில்லை.

ஊருக்கு அவர் போனவுடன் அவரைப் பார்க்க ஏராளமானவர்கள் வந்து குவிந்துவிட்டார்கள். அவர்களைச் சந்திக்கவும் பேசவும்தான் பொழுது சரியாக இருந்தது. போனதுபோல் திரும்பியும் வந்து விட்டார். சிறையில் இருந்து வெளியே வந்தபின் நீங்கள் எங்களுடன் ஒரு நாள்கூட உட்கார்ந்து ஒரு வாய்கூடச் சாப்பிடவில்லையே என்று அவருடைய இரண்டு மகள்கள், லண்டனுக்கு அவருக்கு அனுப்பிய முதல் கடிதத்திலேயே வருந்தி எழுதியிருந்தனர்.

'ஐரோப்பாவில் எனக்கு என்னவெல்லாம் தேவைப்படும் என்பதை என் பணியாளர் அவரே பார்த்துப் பார்த்து எடுத்துவைத்து பட்டியலும் போட்டுக் கொடுத்துவிடுவார். என் சிறு வயதிலிருந்தே அவர் என் பணியாளாக இருந்துவருகிறார். அவர் பயணப் பெட்டிகளின் சாவியைக் கொடுக்கும்போதுதான் என்னென்ன பொருட்கள் எடுத்துவைக்கப்பட்டிருக்கின்றன என்பதே எனக்குத் தெரியவரும்'⁶¹ என்று முகம்மது அலி தன் பயண ஏற்பாட்டைக் குறித்து பின்னர் ஒரு நேரம் நினைவுகூர்ந்தார்.

சிறை வாசத்தின் போதைய சிந்தனைகள், கலீபா தலைமை இழப்பு குறித்த துயரங்கள், மேலும் காந்தியின் எளிமைக் கோலம் இவை யாவும் முகம்மது அலியின் தோற்றத்தையே மாற்றிவிட்டது.

ஒருகாலத்தில் அவருடைய உடைகள் தையற்கலையில் கைதேர்ந்தவர்களால் வடிவமைக்கப்பட்டவை. எல்லோரின் மெச்சத்தக்க படாடோபமாக இருந்தன; இப்போதோ அவர் அணிகிற உடைகள் வெகு சாதாரணமாகவும், தொளதொளவென்று தொங்கும் கால் சராயுடன் பருத்திகளினால் நெய்த ஆடைகளாக இருந்தன. மேலும் அவர் தலையிலே தொப்பி ஒன்று அலங்கரிக்கும். அதில் பிறை நட்சத்திரம் பொறிக்கப்பட்டிருக்கும்.[62] இதுதான் முகம்மது அலியின் இன்றைய கோலம். ஆனால், இங்கிலாந்தில் காலடி வைத்தவுடனே, முகம்மது அலி பழையபடிக்குத் தன் கோலத்தை மாற்றிக்கொண்டார். மிக நேர்த்தியான உடைகளோடு படாடோபப் பெருமகனாக மாறிவிட்டார்.[63]

லண்டன் வந்த தூதுக் குழுவுக்கு, அதற்குத் தலைமை ஏற்றிருந்த முகம்மது அலிக்கு இருந்த தலையாய பணி பிரிட்டிஷ் பிரதமர் உடனான சந்திப்புதான். அச்சந்திப்பின்போது பிரிட்டிஷ் பிரதமர் துருக்கியரிடமிருந்து அரேபியர்களின் விடுதலை விருப்பத்தைத் தெரிவித்தார். அராபியர்கள் மற்றும் துருக்கியர்கள் இடையே மத்யஸ்தம் செய்யத் தயாராக இருப்பதாகச் சொன்ன முகம்மது அலி, புனித பூமியிலுள்ள இறை ஆலயங்கள் முஸ்லிம்களால் மட்டுமே பராமரிக்கவும் பாதுகாக்கவும் படவேண்டுமென்று கேட்டுக் கொண்டார். துருக்கியர்களும் அராபியர்களும் இருவருமே முஸ்லிம்கள். எனவே புனித இடங்களை எப்படிப் பராமரிப்பது என்பதை அவர்கள் பேசி முடிவு செய்துகொள்வார்கள். ஆனால், ஐரோப்பிய சக்திகள் அதிலிருந்து முழுமையாக விலகி நிற்கவேண்டும் என்று கேட்டுக் கொண்டார்.

மேலும் லாயிட் ஜார்ஜ், 'ஆர்மேனியர்கள் மீது துருக்கியர்கள் நடத்திய கொலை வெறித்தாண்டவம் தொடர்பான குற்றச்சாட்டுகளை முகமது அலியிடம் எடுத்துரைத்தார். முகம்மது அலி அதற்கு, 'துருக்கியர்கள் அதைப் போன்ற கொடூரச் செயல்களில் ஈடுபட்டது உண்மையென்றால் நாங்கள் துருக்கிக்குத் தரும் ஆதரவை இப்போதே கைகழுவத் தயார். இஸ்லாத்தின் நல்ல பெயருக்கு ஒரு களங்கம் ஏற்படுமானால் அதை நாங்கள் பார்த்துக் கொண்டிருக்கமாட்டோம்; அதுதான் எங்களுக்கு முக்கியம்'[64] என்றார். தூதுக் குழுவின் கோரிக்கைகளுக்கு பிரிட்டிஷ் பிரதமரின் பதில் மிகவும் தெளிவாகவே இருந்தது. இவர்களுடைய இந்தச் சந்திப்புக்குப் பின்னர் லாயிட் ஜார்ஜ் எழுதினார்.

> 'எப்பொழுதும் உறுதுணையாக இருந்த கூட்டாளியின் முகத்துக்கு எதிரே துருக்கி தன் கதவுகளை அறைந்து சாத்திவிட்டது. இந்நிலையில் முகம்மது அலி துருக்கியின்

விருப்பங்கள் பற்றிப் பேசுவதை என்னால் புரிந்து கொள்ள முடியவில்லை. துருக்கிக்காக நீதி வேண்டுமென்கிறார். துருக்கிக்கு நீதி கிடைக்கும். கிறிஸ்தவ நாடுகளுக்கு ஒரு வகையிலும், முஸ்லிம் நாடுகளுக்கு ஒரு வகையிலும் நாங்கள் தீர்ப்பு வழங்குகிறோம் என்று இந்தியாவில் வாழும் முஸ்லிம்கள் நினைத்துவிடக்கூடாது. ஆஸ்திரியாவுக்கு என்ன நீதியோ... ஜெர்மனிக்கு என்ன நீதியோ... அந்தச் சரியான கடினமான நீதிதான் துருக்கிக்கும் கிடைக்கும்; இதில் துருக்கி மட்டும் தப்பித்துக் கொள்ளவேண்டுமா?'[65]

லாயிட் ஜார்ஜ் சரியாகப் புரிந்துகொள்ளவில்லை. பிரிட்டனும் அதன் நேச நாடுகளும் மற்ற போர் குற்றவாளி நாடுகளை நடத்துவது போன்று துருக்கியையும் நடத்துவதை இந்திய முஸ்லிம்கள் விரும்பவில்லை. இஸ்லாம் தொடர்பாக துருக்கிக்கு இருக்கும் முக்கியத்துவத்தைக் கணக்கில் கொள்ளவேண்டும் என்று அவர்கள் எதிர்பார்க்கிறார்கள். மேலும், பிரிட்டிஷ் பிரதமர் லாயிட் ஜார்ஜ் ஏற்கெனவே அளித்த வாக்குறுதிக்கேற்ப துருக்கியின் ஆட்சிக்குட் பட்ட ஆசியா மைனரிலுள்ள பகுதிகள், இடங்களை பிரிட்டனும் அதன் நேச நாடுகளும் கைப்பற்றக்கூடாது.[66] இந்த உத்தர வாதத்தினால்தான் இந்திய முஸ்லிம்கள் துருக்கிக்கெதிராகவே பிரிட்டிஷ் ராணுவத்தில் மிகப் பெரிய அளவில் சேர்ந்திருந்தார்கள்.

இந்திய ஸ்டேட் செகரட்டரி மாண்டேகு, முகம்மது அலியின் துருக்கி தொடர்பான பேச்சுக்களில் பயனற்ற, வெற்றுச் சலசலப்புகளையே பார்த்தார். ஆனால், முகம்மது அலி தனிப்பட்டவகையில் மிகவும் நேர்மையான சிந்தனையாளராகவும் வாதத்திறமை கொண்டவராக வும் அவருக்குத் தெரிந்தார்.[67] ஆனால், அந்த இந்தியத் தலைவர், தன்னுடைய புத்திசாதுரியம், மிகை அணுகுமுறை ஆகியவற்றைக் கைவிடவே இல்லை.

லண்டனிலுள்ள பள்ளிவாசல் ஒன்றில் ஏராளமான முஸ்லிம் களுக்கிடையே முகம்மது அலி பேசினார்: 'பிரிட்டனுக்கும் துருக்கிக்கும் போர் ஏற்பட்டால் அப்போது இந்தியர்கள், துருக்கியர் கள் பக்கம் நின்று பிரிட்டனை எதிர்த்துப் போர் புரிவார்கள்.'

மற்றொரு நிகழ்ச்சி ஒன்றில் அவரின் சொன்னது: 'இந்தியர்கள் பிரிட்டன் மற்றும் அதன் நேச நாட்டு அணியுடன் இருந்ததால்தான் துருக்கியை முறியடிக்க முடிந்தது.'[68]

வெற்றி கிடைக்க வழி இருந்திருக்கவில்லை. இங்கிலாந்தில் துருக்கியர்களுக்கு ஒன்றும் பெரிய ஆதரவு எதுவும் கிடையாது. முகம்மது அலியின் தலைமையில் துருக்கிக்காகப் பரிந்துகொண்டு

வந்திருந்த தூதுக் குழுவினகளை இங்கிலாந்தில் வாழ்கிற அராபியர்களும் ஆர்மீனியர்களும் விமர்சித்தனர். ஐரோப்பியர்கள் இஸ்லாத்தையும் துருக்கியையும் இணைத்துப் பேசியதோடு அராபியர்களுடைய விடுதலை முழக்கத்தையும் முன்னெடுத்தனர். பெரும்பான்மை இந்திய முஸ்லிம்கள் ஆகட்டும், முகம்மது அலி ஆகட்டும் அவர்கள் அராபியர் – துருக்கியர் பிளவைக் கணக்கில் கொள்ளவில்லை. இந்தப் பிளவு ஐரோப்பியர்களுடைய அரசியலுக்கு மிகவும் வாகாக இருந்தது. ஆனால், அது அவர்கள் திட்டமிட்டுச் செய்த ஒன்றல்ல.

1920 மே மாதம் – துருக்கியின் நடத்தைக்கான தீர்மானம் அறிவிக்கப் பட்டது. பல்லாண்டுகளாக துருக்கி தனது கட்டுப்பாட்டில் வைத்திருந்த பெருமளவு கிரேக்க நிலப் பகுதிகளையும், அதனுடைய குடியேற்றப் பகுதிகளையும் இத்தீர்ப்பின் மூலம் இழக்க நேர்ந்தது. அராபிய தீபகற்பத்தின் ஹிஜாஸ் பகுதி (பின்னாளில் சவுதி அரேபியா) தன்னதிகார உரிமையுடன் மன்னர் பைசல் வசம் ஒப்படைக்கப் பட்டது. மக்காவிலும் மதீனாவிலும் உள்ள இறை இல்லங்களைப் போன்று புனிதமாகக் கருதப்படுகிற ஜெருசலமும் கர்பலாவும் இருக்கக்கூடிய பாலஸ்தீனமும் ஈராக்கும் பிரிட்டிஷ்காரர்களின் பொறுப்பில் ஒப்படைக்கப்பட்டது. மேலும், சிரியா'வுக்கு 'ஆலோசனையும்', 'உதவியும்' வழங்கும் பொறுப்பு ஃப்ரான்ஸ் வசம் ஒப்படைக்கப்பட்டது.

இந்த ஏற்பாடு அல்லது தீர்வு இந்திய முஸ்லிம்களுக்கு ஏமாற்றமாக வும், நம்பிக்கை மோசடியாகவும் இருந்தது. ஃபைசல் மன்னர் ஒரு முஸ்லிம் என்பது போதுமானதாக இருந்திருக்கவில்லை. மக்கா, மதீனா ஆகிய புனித பள்ளிவாசல் நகரங்களின் பராமரிப்பும் பாதுகாப்பும் கலீஃபாவைத் தவிர வேறு யார் பொறுப்பிலும் இருக்கக்கூடாது. கலிஃபேட் உரிமையை மீட்டெடுக்க, 'ஜிஹாத்' போர் புரிய வேண்டும். இதில் பின்வாங்கினால் எல்லா இந்திய முஸ்லிம்களும் நம்பிக்கை துரோகிகள் ஆகிவிடுவோம் என்று கருதினர்.

முகம்மது அலி, ஓராண்டு காலத்துக்கும் முன்பாக சிறையில் இருந்தபோது வைஸ்ராய்க்கு ஒரு கடிதம் எழுதியுள்ளார். அதில், 'இந்திய முஸ்லிம்கள் ஜிஹாத்தில் குதிப்பார்கள். இல்லையென்றால் 'ஹிஜ்ரத்' (நாட்டை விட்டு வெளியேறல்) மேற்கொள்வார்கள்...' என்று குறிப்பிட்டிருந்தார். 1920 மத்தியில் வடமேற்கு எல்லைப் புறத்தைச் சேர்ந்த முஸ்லிம்களும் பஞ்சாபில் இருந்த சில முஸ்லிம்களும் தங்களுடைய அசையா சொத்துகள், அசையும் சொத்துகள் அனைத்தையும் விற்றுவிட்டு ஆப்கானிஸ்தானத்துக்கு

இடம் பெயர்ந்தார்கள். 'இனிமேலும் பிரிட்டிஷ் கொடியின் கீழே இந்த நாட்டில் வாழ நினைப்பது இஸ்லாத்துக்குப் புறம்பானது' என்று அவர்கள் முடிவெடுத்திருந்தனர்.

இடம் பெயர்ந்து சென்ற அம்மக்கள் ஆப்கானிஸ்தானின் அமீர் தங்களைக் கவனித்துக் கொள்வதாகச் சொன்னதைக் கேள்விப்பட்டு அங்கு சென்றிருந்தனர். ஆனால் அவர் கொடுத்த வாக்குறுதியை நிறைவேற்றவில்லை. சில வாரங்கள் கழித்து அவர்களுக்குக் கதவுகள் மூடப்பட்டுவிட்டன. அமீரின் இந்த நடவடிக்கை இந்திய முஸ்லிம்களுக்குப் பெரும் ஏமாற்றமாகவும் பேரிழப்பாகவும் ஆனது. இந்திய முஸ்லிம்கள் பெரும்பாலோர் மீண்டும் நாடு திரும்பினார்கள். அவர்களில் சிலர் ஆப்கானிஸ்தானில் இறந்தும் போனார்கள்.

•

1920 மே மாதம் ஹன்டர் கமிஷன் அறிக்கை வெளியிடப்பட்டது; பஞ்சாபில் ஜாலியன் வாலாவில் பிரிட்டிஷ் ஆட்சியாளர்களால் பொதுமக்கள் மேல் நடத்தப்பட்ட கொடுமையான தாக்குதல்கள் குறித்த விசாரணை அறிக்கை அது; இந்த அறிக்கை ஜாலியன் வாலாவில் நடைபெற்ற கோரக் கொடுமைகளை உறுதி செய்தாலும் பஞ்சாப் ஆளுநரை அது குற்றமற்றவர் என்று சொல்லி விடுவித்து விட்டது.

இங்கிலாந்தின் நாடாளுமன்றத்தின் பிரபுக்கள் அவையிலே பஞ்சாபில் நடத்தப்பட்ட கொடுமைகளைக் குறித்துக் கண்டனத் தீர்மானம் நிறைவேற்றினார்கள். அதேநேரம் அவைக்கு வெளியே வெள்ளைக்காரர்கள் 'டயரை'ப் பாராட்டி அவருக்கு 20,000 பவுண்டுகள் பரிசுத் தொகையும் ஒரு வீர வாளும் பரிசாக வழங்கினார்கள். முஸ்லிம்கள், முஸ்லிம் அல்லாதவர்கள் என்று ஒட்டுமொத்தமாக இந்தியர்கள் அனைவரையும் பிரிட்டிஷ் ஆட்சியாளர்கள் எரிச்சலடையச் செய்தனர்.

இப்படியானவை நடந்து முடிந்தபின், இந்தியா திரும்பிய முகம்மது அலி தன்னை ஒத்துழையாமை இயக்கத்துக்கும் கிலாஃபத் இயக்கத்துக்கும் முழுமையாக ஒப்புக்கொடுத்து காந்தியின் பிரதான தளபதியானார். 'கிலாஃபத்' இயக்கத்தை முன்னெடுக்க அமைக்கப் பட்ட தேசிய அரசியல் அமைப்புதான் ஒத்துழையாமை இயக்கத்தை முதன்முதலாக ஏற்றுக்கொண்ட அமைப்பு. காங்கிரஸ்காரர்களுக்கு இதில் தயக்கம் இருந்தது. ஆனால், பொதுமக்களிடையே மிகுந்த வரவேற்பு இருந்தது. 1920க்குள் காங்கிரஸுக்கும் முஸ்லிம்

லீக்குக்கும் கிலாஃபத் அமைப்போடு ஒன்றாகச் சேர்ந்து இந்துக்களுக்கும் முஸ்லிம்களுக்கும் அழைப்பு விடுத்து, அவர்களை ஒன்றாக கைக்கோர்த்துக் கொண்டு பிரிட்டிஷாருக்கு எதிராக ஒத்துழையாமை இயக்கத்தில் ஈடுபட வைத்தது.

இதனிடையே காந்தி இந்து-முஸ்லிம் தலைவர்களிடம் ஒரு வாக்குறுதியைப் பெற்றுவிட்டார். அது போராட்ட காலத்தில் கடைப்பிடிக்க வேண்டிய அகிம்சை வழி! நாடெங்கும் 'கிலாஃபத்' நாள் கடைப்பிடிக்கப்பட்டது. ஊர்கள்தோறும் – எங்குமே அகிம்சை வழியில் மக்கள் கிளர்ச்சியும் கண்டனங்களும் தெரிவித்தனர். அஹிம்சை உறுதிமொழிகளும் நிறைவேற்றப்பட்டன. இதை ஒரு பாகிஸ்தான் அறிஞர் 'மாபெரும் வெற்றி' என்று குறிப்பிட்டார்.[69]

'நாம் அகிம்சை வழியை ஒரு கொள்கை என்ற அளவில் ஏற்றுக் கொண்டிருக்கிறோம். அதை வாழ்நாள் லட்சியமாக ஏற்கவில்லை' என்றே முகம்மது அலி உட்படப் பலர் சொன்னார்கள். மகாத்மா, 'இந்தப் போராட்ட நடவடிக்கைகளில் வன்முறை கலக்குமென்றால் அதை விட்டு விலகிவிடுவேன்' என்றார். மேலும், 'காங்கிரஸ் கட்சி ஜாலியன் வாலா கொடுமைகளைக் கண்டித்துக் கண்டனம் தெரிவிப்பது போன்றே இந்தியர்கள் சில இடங்களில் வரம்பு மீறி ஈடுபட்டுள்ளதையும் கண்டிக்கவேண்டுமென்று வற்புறுத்தினர். 'பிரிட்டிஷ் ராஜாங்கம் வெறி பிடித்து நடந்துகொண்டார்கள். அவர்களைப் போன்று நாமும் வெறி பிடித்தவர்களாக நடந்து கொண்ட நிகழ்ச்சிகளும் உண்டு' என்றார். இதை ஒப்புகொண்டு காங்கிரஸ் ஒரு தீர்மானம் கொண்டுவந்தது. அதுகூட காந்திஜியின் அழுத்தம் காரணமாகவே கொண்டுவரப்பட்டது.[70]

தேசிய மருத்துவக் கல்லூரி ஒன்றை ஹக்கீம் அஜ்மல்கான் தொடங்கினார். புகழ் பெற்ற மருத்துவரான இவர் காந்திக்கு நெருக்கமானவர். இவர் காந்தியைக் கொண்டு அக்கல்லூரியைத் திறந்து வைக்க ஏற்பாடு செய்திருந்தார். அப்போது அக்கல்லூரியில் வைஸ்ராய் ஹார்டின்ஜ் – லேடி ஹார்டின்ஜ் உருவப் படங்கள் திறப்பு நிகழ்ச்சியையும் நடத்த இருந்தார். காந்தி இதற்கு ஒப்புக்கொண்டு நிகழ்ச்சிகளில் பங்கு கொண்டு உருவப் படங்களையும் திறந்து வைத்தார். 'ஒத்துழையாமை என்பது ஆங்கிலேயர்களுக்கு எதிராகச் செயல்படுவது அல்ல; நல்ல செயல்களை யார் செய்தாலும் அதைப் பாராட்டவேண்டும். அது ஆங்கிலேயராக இருந்தாலும் இந்தியராக இருந்தாலும் ஒன்றுதான். அதை நம் நினைவில் நிறுத்திப் போற்றிட வேண்டும்.'[71]

'பிரிட்டிஷ் அரசு எம்.ஏ.ஓ. கல்லூரிச் செலவுகளுக்கு மானியமாக அளிக்கும் தொகையைப் பெற்றுக்கொள்ளவேண்டாம். அதை

மறுக்கவேண்டும்' என்று கல்லூரி நிர்வாகத்திடம் முகம்மது அலி வலியுறுத்தினார். ஆனால், அக்கல்லூரியின் தாளாளர்கள் அதை ஒப்புக்கொள்ளவில்லை. முகமது அலி மாணவர்களிடம் நேரடியாகப் பேசினார். அவர்கள் ஆதரித்துக் குரல் கொடுத்தார்கள். கூட்டம் கூட்டமாகக் கல்லூரியை விட்டு விலகி முகம்மது அலியும் பிறரும் ஆரம்பித்த 'தேசிய முஸ்லிம் பல்கலைக்கழகம்' என்ற புதிய கல்வி நிறுவனத்தில் இணைந்துகொண்டார்கள். எம்.ஏ.ஓ. கல்லூரி வளாகத்தைத் தாண்டிய இடங்களிலுள்ள வீடுகளிலும் கூடாரங்களிலும் இதன் கல்விப் பணிகள் நடந்தன. ஜாமியா மிலியா இஸ்லாமிய கல்லூரியின் தொடக்கம் இது.

இக்கல்வி நிறுவனம் அடுத்த சில ஆண்டுகளில் டெல்லிக்கு இடம் மாறியது. இந்தக் கல்வி நிறுவனம், 'டாக்டர் ஹக்கீம் அஜ்மல்கான், டாக்டர் அன்சாரி, டாக்டர் ஜாகிர் ஹுசைன் ஆகியோரின் மிகுதியான அக்கறையினால் வளர்ச்சி பெற்று, பூத்துக் குலுங்கி தனித்தன்மை களாலும் பயன்மிகு பங்களிப்புகளாலும் பேர் பெற்றது' என்கிறார் பாகிஸ்தானிய வரலாற்றறிஞர் இக்ராம்.[72]

1921ல் இக்கல்வி நிறுவனத்தைத் தலைமை தாங்கி நடத்துவதற்காக காந்தியும் முகம்மது அலியும் முகம்மது இக்பாலுக்கு அழைப்பு விடுத்தனர். 'தேசிய முஸ்லிம் பல்கலைக்கழகம் உங்களை அழைக்கிறது' என்றார் காந்தி. ஆனால் கவிஞர் அந்த அழைப்பை ஏற்கவில்லை. அதன் பின்னரே முகம்மது அலி அந்தப் பல்கலைக்கழகத்தின் முதலாவது 'ரெக்டார்' ஆனார்.[73]

முகம்மது அலி தன்னுடைய பொது வாழ்வையும் குடும்ப வாழ்வையும் குறித்து ஜனவரி 1921ல் ஒரு கடிதத்தில் எழுதியுள்ளார். அது:

> 'காந்தியும் என் சகோதரரும் ஒரு வாரத்தில் இரண்டு இரவுகளுக்கு மேல் தங்கள் படுக்கைகளில் நிம்மதியாகப் படுக்கவில்லை. காரணம் அவர்களின் ஓய்வு ஒழிச்சல் இல்லாத பயணங்கள். இரவும் பகலுமான அப்பயணத்தில் ரயிலிலேயே தூங்கினார்கள். மற்றபடி வழி எங்கிலும் தங்களின் பரப்புரை வாயிலாக மக்களிடம் கருத்துகளை எடுத்துச் சென்றார்கள். நிதி வசூலித்தார்கள்.... நானோ தேசிய முஸ்லிம் பல்கலைக் கழகத்தின் சங்கிலிகளால் கட்டுப்பட்டவனாக இருந்தாலும், என்னைப் பிணைத்த சங்கிலிகளையும் இழுத்துக்கொண்டுபோய் கூட்டங்களில் பேசிவருகிறேன். மாத முடிவில் அதைக் கணக்கெடுத்தால் நூற்றுக்கணக்கில்கூட அது இருக்கும்.
>
> 'நவம்பர் இறுதியில் என் இரண்டு மகள்களின் திருமணத்தை முடித்து அந்தத் தளைகளில் இருந்து விடுபட்டேன்! நம் நாட்டை

ஆளும் அந்நிய அரசாங்க எஜமானர்களுக்கு அஞ்சி, ராம்பூர் சமஸ்தானம் எங்கள் குடும்பத்தினருக்கு எதிராகத் திரும்பியது. ஊரிலுள்ள எங்கள் வீட்டை விட்டு எங்களை வெளியேற்றி விட்டது. அதோடு நில்லாமல் எவ்வித முகாந்திரமும், விசாரணையும் இல்லாமல் எங்களின் ஒன்று விட்ட சகோதரனையும், என் சகோதரி மகனையும் இருபது ஆண்டுகள் சிறையில் அடைக்க உத்தரவிட்டது. இந்நிலையில் நாங்கள் எங்கள் வீட்டுத் திருமணத்தை அங்கே நடத்த முடியாது. அதனால் மணமக்களை நாங்கள் பக்கத்து நகரத்துக்கு அழைத்து வந்துவிட்டோம்.

'என்னுடைய வேலை மும்முரங்களுக்கிடையே என்னால் திருமணம் தொடர்பான வேலைகளைச் செய்ய முடியாது என்பது தெரிந்ததே. அதனால், என் மனைவி அத்தனை பொறுப்பையும் ஏற்று, எல்லாவற்றையும் மிகச் சரியாகச் செய்துவிட்டாள். நான் திருமணத்துக்குச் செல்லும் விருந்தாளிபோல கையை வீசிக் கொண்டுபோய்விட்டு வந்தேன்.'[74]

ஒத்துழையாமை குறித்து காந்தியும் அலி சகோதரர்களும் அவர்களைச் சேர்ந்தவர்களும் எதிர்பார்த்தது என்ன? நமது சட்ட மேதைகள், வழக்குரைஞர்கள், நீதிமன்றங்களுக்குச் சென்று வழக்காடக் கூடாது; அதிகாரவர்க்கத்தினர் பிரிட்டிஷ் அரசாங்கம் அளித்துள்ள சிறப்புப் பட்டங்களைத் திருப்பி ஒப்படைத்துவிட வேண்டும்; அரசியல்வாதிகள் உறுப்பினர்களாகப் பங்காற்றுகிற மக்கள் பிரதிநிதித்துவ மன்றங்களை விட்டு விலகவேண்டும்.

அனைவரும் 'காதி' அல்லது 'கதர்' என்றழைக்கப்படுகிற கைகளால் நூற்கவும் நெய்யவும்படுகிற பருத்தித் துணியினால் ஆன ஆடைகளையே அணியவேண்டும்; அவை காந்தியைப் பொறுத்த வரை தற்சார்பு மற்றும் ஏழை மக்கள் மீதான நெருக்கத்தை எடுத்துக்காட்டுவதாக இருந்தன. மற்றவர்கள் அதை சுதந்தரத்தின் சீருடையாகக் கருதினர். முகம்மது அலி கதர் துணிகளை அணிந்து கொண்டார். அவருடைய தாயார் பாய் அம்மாவும் கதர் அணியத் தொடங்கியதோடு கதராடை நூற்கவும் கற்றுக்கொண்டுவிட்டார். இத்தகைய போராட்டங்களின் இறுதி வடிவம்: : 'வரி கொடா இயக்கம்.'

மிகப் பெரும் வழக்கறிஞர்கள் வேலையை விட்டுவிட்டு ஒத்துழையாமைக்கு ஆதரவு தெரிவித்தார்கள். அவர்களில் குறிப்பிட்டு சொல்லத் தக்கவர்கள் – கல்கத்தாவில் சித்திரஞ்சன்தாஸ், உ.பி.யில் மோதிலால் – ஜவாஹர்லால் நேருக்கள், அகமதாபாத்தில் வல்லபாய் பட்டேல், தமிழ்நாட்டில் ராஜகோபாலாச்சாரி – பாட்னாவில் ராஜேந்திர பிரசாத் ஆகியோர் அடங்குவர்.

இவர்களுடைய வாழ்க்கை பின்னாளில் அதிகாரமும் புகழும் மிக்கதாக ஆனது. அந்த எதிர்பார்ப்புகள் எதுவுமின்றியேதான் இவர்கள் முதலில் போராட்டத்தில் ஈடுபட்டிருந்தார்கள். ஆயிரக்கணக்கில் மக்கள் இப்போராட்டத்தில் ஈடுபடுத்திக் கொண்டார்கள். உ.பி.யில் வாழும் முஸ்லிம்களின் பங்கு இதில் கவனிக்கத்தக்கது. கலிக்குல் ஜமான் நீதிமன்றப் புறக்கணிப்பு செய்தார். ஆயிரக்கணக்கான துடிப்பான இளைஞர்கள் அரசின் நிதி பெற்று நடக்கும் கல்வி மையங்களைப் புறக்கணித்து வெளியேறினார்கள். அவர்களில் ஒரு சிலர் புதிதாகத் தொடங்கப்பட்ட தேசிய பள்ளிகளிலும் கல்லூரிகளிலும் சேர்ந்துகொண்டார்கள். அவ்வகையில் புதிதாகத் தொடங்கப்பட்ட ஜாமியா மில்லியா நம்முடைய தேசியக் கல்லூரிகளில் ஒன்றாகும்.

பல முஸ்லிம் இளைஞர்கள் கதர்த் துணி மூட்டையை முதுகில் சுமந்து விற்பதிலும், ஹிந்துஸ்தானி மொழியைப் பரப்புவதிலும் தங்களை ஈடுபடுத்திக் கொண்டார்கள். மேலும், தீண்டத்தகாதவர்களின் நிலையை உயர்த்தப் பாடுபட்டார்கள். மது விலக்கு, இந்து–முஸ்லிம் ஒற்றுமை, கலிஃபேட்டின் மீட்டெடுப்பு என பலவகைகளில் மக்கள் மத்தியில் பிரசாரம் மேற்கொண்டார்கள். காங்கிரஸ் போராட்டங்கள் வேறு கிலாஃபத் இயக்கம் வேறு என்ற வேறுபாடே இல்லாமல் போனது. இது சிலருக்கு மகிழ்ச்சியையும், சிலருக்கு மகிழ்ச்சி யின்மையையும் ஏற்படுத்தியது என்று முகம்மது அலியின் வாழ்க்கை வரலாற்றைச் சித்திரித்தவர் குறிப்பிட்டுள்ளார்.

கிராம மக்கள் நீதிமன்றங்களை நாடாமல் தங்களுடைய வழக்குகளைத் தாங்களே தீர்த்துக்கொண்டனர். இதில் மிகவும் கவனிக்கத்தக்க போராட்ட அடையாளமாக மதுவிலக்கு முன் நின்றது. அதனால் அரசாங்கத்தின் கஜானாவுக்கு வரவேண்டிய வருவாய் வெகுவாகக் குறைந்தது. ‘ஒத்துழையாமை இயக்க பிரசாரங்களும் கள்ளுக்கடை மூடும் போராட்டங்களும் தமிழ்நாட்டில் கள்ளுக் கடை விற்பனை குறையக் காரணம்’ என்று என்று ஓர் பிரிட்டிஷ் அரசாங்க ஊழியர் குறிப்பிட்டார்.[75] சாதாரண எளிய ஊழியர் அரசுப் பணியிலிருந்து விலகுவார் என்று எதிர்பார்க்க முடியாவிட்டாலும், அரசாங்கத்தின் மீதான அச்சம் என்பது மங்கத் தொடங்கியது.

காங்கிரஸ் கட்சி, பிரிட்டிஷருடன் வாதிடும் கட்சி என்ற நிலைபோய் மக்களின் மாபெரும் இயக்கமாக மாறிவிட்டது. பிரிட்டிஷார் உடனே நாட்டைவிட்டு வெளியேறிவிடவில்லை; என்றாலும் ஆங்கிலேயரின் ஆட்சி அதிகாரம் குறையத் தொடங்கியது; பிரிட்டிஷ் அரசாங்கத்துக்கு மாற்றாக இந்திய மண்ணில் தோன்றிய

அதிகாரபூர்வமற்ற இணை அரசாங்கத்துக்கு மக்கள் பெரும் ஆதரவு கொடுத்தனர். 'கலீஃபேட்' மீட்கப்படவில்லை. ஆனால், வைஸ்ராய் அவ்வப்போது, 'துருக்கி விஷயத்தில் நியாயமான சலுகைகள் தரப்படவேண்டும்' என்று மாட்சிமை தங்கிய பிரிட்டிஷ் அரசாங்கத்திடம் விண்ணப்பித்துக் கொண்டே இருக்க வேண்டியிருந்தது.[76] துருக்கி மீது கடுமையான நடவடிக்கைகள் எடுக்கப்படாமல் இருந்ததற்கு இந்தியாவில் இருந்து கொடுக்கப்பட்ட அழுத்தம் முக்கியமான காரணமாக இருந்தது.[77]

முன் எப்பொழுதும் இல்லாதவகையில் இந்துக்களும் முஸ்லிம்களும் அப்படியோர் நெருக்கத்தில் ஒன்று கலந்தார்கள். வைதிக பிராமணர்கள்கூட முஸ்லிம்களைத் தங்கள் வீட்டுக்கு அழைத்து உணவருந்தச் செய்தார்கள். இந்து சமயத்தின் மறுமலர்ச்சிக்குப் பாடுபட்டவர்களில் முக்கியமான ஒருவரான சுவாமி ஷரத்தானந்தா, முஸ்லிம்களால் அழைக்கப்பட்டு டெல்லி ஜும்மா மசூதியில் மத குருமார்கள் நின்று நல்லுரை ஆற்றும் 'மிம்பர்' மீது அவரை அமர்ந்து பேசவைத்தார்கள். இதுபோன்றே காந்தியடிகளும் பம்பாயில் உள்ள பள்ளிவாசல்களில் உரை நிகழ்த்தினார். இவை ஒன்றும் வியப்பதற்கில்லை. ஏனென்றால், **1921** இறுதியில் முகம்மது அலி, 'எங்கள் முகம்மது நபி (சல்) அவர்களின் கட்டளையை எப்படி ஏற்று நடப்போமோ அதுபோல அவர்களுக்குப் பின் காந்தியடிகளின் கட்டளையை ஏற்று நடப்பது என்னுடைய கடமை'[78] என்று கூறியிருந்தார்.

'கிலாஃபத்' போராட்டத்தில் தங்களுக்குக் கிடைத்த இணக்கமான ஆதரவுக்கு இந்துக்களுக்கு நன்றி பாராட்டும் வகையில் முகம்மது அலி 'மாட்டுக் கறி' சாப்பிடுவதை விட்டொழித்தார். அவரும் அவருடைய ஆன்மிக குரு மௌலானா அப்துல்பாரியும் இஸ்லாம் சமூகத்தினரை அப்படியே 'மாட்டுக் கறி' உண்பதை விட்டுவிடச் சொன்னார்கள். அடுத்த ஆண்டு முதன் முதலாக மாட்டுக்கறி இல்லாமல் ஈத் பெருநாள் பல முஸ்லிம் வீடுகளில் கொண்டாடப்பட்டது. இதையெல்லாம் கவனித்து வந்த வைஸ்ராய் லார்ட் ரீடிங், தன் மைந்தருக்கு எழுதிய கடிதத்தில் 'இந்து–முஸ்லிம்களுக்கிடையில் இருந்து வந்த இடைவெளிக்குப் பாலம் ஏற்படுத்திவிட்டார்கள்' என்று குறிப்பிட்டிருந்தார்.[79]

எனினும் உணர்ச்சிக் கொந்தளிப்புகளும் ஐயப்பாடுகளும் இந்தப் பாலத்தைப் பலவீனப்படுத்தின. ஒத்துழையாமையைக் கடைப்பிடிக்க எடுத்துக்கொண்ட சத்தியத்தைக் காப்பாற்றும் வலு சிலருக்கு இருந்திருக்கவில்லை. தனி மனிதராக அவர்கள் செய்த தவறுகளுக்கு மதச்சாயம் பூசப்பட்டது. 'முஸ்லிம்களின் உதடுகள் ஒத்துழை

யாமையை உச்சரிக்கின்றன; ஆனால், பிரிட்டிஷ் அரசாங்கத்தின் பதவிகளையும் தொடர்புகளையும் அவர்கள் விட்டு விடவில்லை' என்ற இந்துக்களின் முணுமுணுப்பு எங்கும் கேட்டது. சில முஸ்லிம்களிடமும் இந்துக்களைக் குறித்து இப்படியான எண்ணங்கள் இருந்தன.

போராட்ட காலத்தில் இம்மக்களிடையே ஐயப்பாடுகளும் பகை உணர்ச்சியும் இருந்தன. அதை அப்போது பிரிட்டிஷ் ராணுவம் மற்றும் காவல் பணியில் முஸ்லிம்கள் சேரக்கூடாது என்று ஒரு முஸ்லிம் அமைப்பு பிறப்பித்த 'ஃபத்வா' (பொறுப்பு ஆணை) தொடர்பாக வரலாற்றாசிரியர் இக்ராம் குறிப்பிட்டிருக்கும் மேற்கோள் எடுத்துக்காட்டுகிறது:

> 'இந்த 'ஃபத்வா' பஞ்சாபில் இருந்து வெளியாகும் இந்துப் பத்திரிகைகளின் பெரும் வரவேற்பையும் பாராட்டையும் பெற்றது; முஸ்லிம்கள் மீதான குற்றச்சாட்டுக்களில் ஒன்று அவர்கள் போலீஸிலும் ராணுவத்திலும் விஞ்சிய செல்வாக்கோடு இருக்கிறார்கள் என்பதே! ஆனால், அதனால் பெரிய விளைவுகள் எதுவும் ஏற்படவில்லை. அந்த 'ஃபத்வா'வுக்குச் சில ராணுவ வீரர்களும் போலீஸ்கார்களும் மட்டுமே உடன் பட்டார்கள்.'[80]

இந்நேரத்தில் முகம்மது அலியின் வாழ்க்கை வரலாறை எழுதியவர் சொன்னதை இங்கு குறிப்பிடுவது மிகவும் அவசியம்.

> 'இந்தியாவில் முதன்முதலாக மக்களின் எழுச்சி நாட்டையே குலுக்கியது; ஏறத்தாழ ஆங்கில ஆட்சி அதிகாரத்தை ஸ்தம்பிக்க வைத்துவிட்டது. இந்தியா இப்பொழுதுதான் முதன்முதலாக புதிய பெருமையையும் ஒருவிதமான ஒற்றுமையையும் அடைந்துள்ளது. முதலாவதாகவும் முழுமையாகவும் இந்த மக்களிடையே நல்லிணக்கம் வெளிப்பட்டுள்ளது. இந்துக்களும் முஸ்லிம்களும் ஒரே கோப்பையிலிருந்து அருந்துகிறார்கள்...'[81]

•

அலி சகோதரர்கள் வெளிப்படுத்துகிற கருத்துகளில் அகிம்சை தலையாய இடத்தைப் பெற்றிருக்கவில்லை. மார்ச் 1921ல் முகம்மது அலி ஓர் அறிவிப்பை வெளியிட்டார். அது பிரிட்டிஷாரை மட்டுமல்ல; அவருடைய இந்து நண்பர்களையும் நெருக்கடிக்கு உள்ளாக்கியது: 'ஆப்கானிஸ்தானிலிருந்து பிரிட்டிஷ் இந்தியா மீது படையெடுப்பு நடத்தப்பட்டால் இந்திய முஸ்லிம்கள் அந்தப் படைக்கு உதவுவார்கள்'[82] என்று சொன்னார்.

ஆப்கானியர்கள் இந்தியா மீது படையெடுத்து வந்து விடுவிக்கவேண்டும்; அப்போதுதான் இந்த உதவி செய்யப்படும் என்ற அர்த்தத்தில் சொன்னார். படையெடுத்து இந்தியாவை விடுவித்தபின் என்ன செய்வார்கள் என்பது பற்றி அவர் தெளிவாக எதுவும் சொல்லியிருக்கவில்லை.

'முகம்மது அலியின் நோக்கத்தைச் சரியாகப் புரிந்துகொள்ள வேண்டும். 'ஆஃப்கானிய ஆக்கிரமிப்பு பற்றி பயப்படத் தேவையில்லை'![83] என்று காந்தி இதைப் பற்றி இந்துக்களிடம் விளக்கவேண்டியிருந்தது. ஆனால் இந்துக்களில் சிலர் முகம்மது அலியின் பேச்சில் இருந்த அபாயத்தை நம்பினார்கள். இந்துக்களின் பயத்தைப் போக்கவும் தனது போராட்டங்களின் அகிம்சை அம்சத்தைக் காப்பாற்றவேண்டியும் காந்தி, 'தேவையற்ற கொந்தளிப்பை ஏற்படுத்தியிருக்கும் பேச்சுக்கு' முகம்மது அலியிடம் வருத்தம் தெரிவிக்கச் சொன்னார். மேலும், காந்தியிடம் அலி சகோதரர்களின் வன்முறைப் பேச்சு பற்றி வைஸ்ராய் குற்றம் சுமத்திய போது காந்தி, 'அவர்களை மன்னிப்பு கேட்க அல்லது இந்தக் கூற்றிலிருந்து விலகி நிற்கச் சொல்கிறேன்' என்று கூறினார். அலி சகோதரர்கள் காந்தி சொன்னதை ஏற்றுக்கொண்டு, தங்கள் செயலுக்காகப் பொதுவெளியில் வருத்தம் தெரித்தார்கள்.

உள்துறைச் செயலாளர் மான்டேகு, 'அலி சகோதரர்களின் பின்வாங்கல் அவருடைய அரசியல் பாதையிலும் நிகழவேண்டும்' என்று குறிப்பிட்டார். மேலும் வைஸ்ராய்க்கு அவர் எழுதிய கடிதத்தில்:

> 'காந்தியின் வற்புறுத்தலே அவர்களுடைய மறுதலிப்புக்குக் காரணம் என்று நம்புகிறேன். அவர்கள் தங்களுக்கும் காந்திக்கும் இடையில் எவ்விதப் பேதமும் வந்துவிடக் கூடாதென்பதில் கவனமாக இருக்கிறார்கள். மறுத்து அறிக்கை விட்டதன் மூலம் அந்த பேதத்தைத் தவிர்த்திருக்கிறார்கள். ஆனால், அவர்கள் மனதில் இது தொடர்பான வருத்தத்தையே உருவாக்கியிருக்கும். எல்லாம் நன்மைக்கே.'[84]

அரசாங்கத்தின் ரகசிய புலனாய்வுத் துறை, முகம்மது அலியின் மறுதலிப்பு குறித்து மக்களின் மன ஓட்டத்தைக் கண்டறிந்தது. சிலர் அது 'அவர்களுக்குத் துரதிர்ஷ்டமான தோல்வி' என்றும் சிலர் 'கண்ணியமான நடவடிக்கை' என்றும், சிலர் 'ராஜதந்திரம்' என்றும் பலவாறாகக் கருதியதாகத் தெரிவித்தது. இதையெல்லாம் கடந்து – காந்திக்கும் அலி சகோதரர்களுக்கும் இடையில் பிளவு ஏற்படும் என்ற எதிர்பார்ப்பு மாண்டேகுக்கு இருந்ததுபோல் வேறு பலருக்கும் இருந்தது. ஆனால், அந்த எதிர்பார்ப்பு பொய்த்துப் போனது. காந்தி – முகம்மது அலி கூட்டணி மேலும் வலுவோடு தொடர்ந்தது.

முகம்மது அலி தன் நண்பர் ஒருவருக்கு எழுதிய கடிதத்தில், தான் வருத்தம் தெரிவித்ததற்கான காரணங்களைக் குறிப்பிட்டிருக்கிறார்:

'நாம் இந்து-முஸ்லிம்களுக்கிடையே நட்புறவுவை ஏற்படுத்த வேண்டும் என்று முடிவெடுத்திருக்கிறோம். இந்துக்கள் சிலருடைய தேவையில்லாத ஐயங்களைப் போக்கிட வேண்டும். நமது சக பயணிகள் மற்றும் தலைவரின் உணர்வுகளுக்கு நாம் மரியாதை கொடுப்பதை நிரூபிக்கவும் வேண்டும்' என்றெல்லாம் பல காரணங்களைச் சொல்லியிருந்தார்.

காந்தியடிகள் 'யங் இந்தியா'வில் அலி சகோதரர்களின் பணியைப் பாராட்டும் வகையில் எழுதினார்:

> 'அலி சகோதரர்கள் பெரும் சுமையைத் தங்களின் தோளில் சுமந்து நிற்கிறார்கள். இஸ்லாத்தின் கண்ணியத்தைக் காப்பாற்ற வேண்டிய பொறுப்பில் உள்ளார்கள். இவர்களுடைய பழி பாவங்களுக்கு அஞ்சுகிற, யாரையும் நோகடிக்காத மேம்பட்ட நடத்தையால்தான் அதன் கண்ணியம் அளவிடப்படும்.'[85]

இந்து–முஸ்லிம்களின் நல்லிணக்கத்துக்கு ஆகஸ்ட் 1921-ல் பலத்த அடி விழுந்தது. தங்களின் சமயத் தலைவர்களுக்கு ஏற்படுத்தப் பட்டதாகச் சொல்லப்பட்ட அவமதிப்புகளால் கொதிப்படைந்த மலபார் பகுதில் வாழும் மாப்பிளா முஸ்லிம்கள் கிளர்ச்சியில் இறங்கினார்கள். ஒரு காலத்தில் அராபிய நாடுகளிலிருந்து வந்து குடியேறிய அராபிய வம்சா வழியினரான மாப்பிளா முஸ்லிம்களின் முதல் தாக்குதல் அந்நிய ஆட்சிக்கு எதிராக இருந்தது; பின்னர் அங்கு வாழும் இந்து நிலவுடைமையாளர்கள் மீது அவர்கள் கோபம் திரும்பியது. 'சுதந்திர முஸ்லிம் நாடு' அறிவிக்கப்பட்டது. கொலைகள், கொள்ளையடிப்பு, தீ வைத்தல் ஆகியன நடைபெற்றன. சில இந்துகள் வலுக்கட்டாயமாக மதமாற்றம் செய்யப்பட்டார்கள். ஆங்கிலேய அரசாங்கம் ஆயிரக்கணக்கான துருப்புகளை மலபாருக்கு அனுப்பி வைத்தது. அங்கு முழுமையான ராணுவ நடவடிக்கை எடுக்கப்பட்டது. 2,339 பேர்கள் கொல்லப் பட்டார்கள். 24,167 கிளர்ச்சிக்காரர்களும் சிறு குற்றம் இழைத்தவர்களும் கைது செய்யப்பட்டார்கள். புள்ளிவிவரங்கள் வெகு பின்னரே வெளியிடப்பட்டன.

துருக்கியின் சுல்தான், இந்திய முஸ்லிம்கள் யார் பொருட்டு தங்கள் உயிரை அர்ப்பணிக்கவும் தயாராக இருந்தார்களோ அந்த 'கலிஃபா' துருக்கியின் அரியணையிலிருந்து இறக்கப்பட்டார். துருக்கியின் தலைவிதியை நிர்ணயிக்க வந்த ஒரு தலைவனின் எழுச்சி! முஸ்தபா கமால் என்ற புரட்சியாளர் – சுல்தானையும் அவரது ஆட்சியையும்

தூக்கி எறிந்துவிட்டார். சுல்தானின் ஆட்சி முஸ்தபா கமாலுக்கு மரண தண்டனை விதித்தது. துருக்கியில் அப்படி ஓர் உள் மோதல் நடக்கிறவேளையில் நம் இந்தியாவிலுள்ள 'கிலாபத் இயக்கத்தினருக்கு இவை எதுவும் எட்டியதாகத் தெரியவில்லை.

ஆனால், 1921ல் இந்தியாவில் நடைபெற்ற கிலாஃபத் மாநாட்டில் காந்தியும் முகம்மது அலியும் கலந்துகொண்டார்கள். அம்மாநாட்டில் காந்தி தனி அரசு அமைத்திருக்கும் முஸ்தபா கமாலுக்கு நட்புக்கரம் நீட்டும்படி துருக்கி சுல்தானிடம் ஒரு கோரிக்கை விடுத்தார். கமால், படை திரட்டி, பிரிட்டிஷ் ஆதரவு கிரேக்கர்களை போரில் வென்றுவந்தார். முஸ்தபா கமால் தொடர் வெற்றியும் பெற்று வந்தார். அவருடைய 'சாமர்த்திய நடவடிக்கைகளால் ஏற்பட்ட வெற்றிகளுக்கும் – இஸ்லாமியப் பேரரசை அந்நியப் படையெடுப்பு களிலிருந்து மீட்டெடுத்துத் தற்காத்து நின்ற வீரதீரச் செயல்களுக்கும்' பாராட்டி இந்தியாவின் கிலாஃபத் குழு வாழ்த்து தெரிவித்திருந்தது.[87]

முஸ்தபா கமால், 'இஸ்லாமியப் பேரரசை நிலைநிறுத்த அரும்பாடு பட்டாரா'? உலகளாவிய இஸ்லாமிய சமயப் பீடமாக மதிக்கப் பெற்ற 'கலீஃபேட்'டை அவர் அவசியம் என்று கருதினாரா? இந்தக் கேள்விகளுக்கெல்லாம் அப்போது பதில் இருந்திருக்கவில்லை. இந்தியத் தலைவர்கள் முஸ்தபா கமாலின் செயலாற்றல்களைக் கண்டு உத்வேகம் பெற்றிருந்தார்கள். கமாலுக்கும் துருக்கியின் சுல்தானுக்கும் நட்புறவு மலரவேண்டும் என்று கேட்டுக் கொண்டார்கள். கராச்சியில் ஜூலை மாதம் நடந்த கூட்டத்தில், பிரிட்டிஷ் அரசு அங்கோரா அரசுக்கு எதிராக நடவடிக்கை எடுக்கவிருப்பது பற்றிப் பேசினார்கள். இப்போதைய நிலையில், முஸ்லிம்கள் பிரிட்டிஷ் ராணுவத்தில் சேர்வதை புனித ஷரியத் தடைசெய்கிறது என்று சொன்னார்கள். முஸ்லிம்கள் காங்கிரஸுடன் ஒத்துழைப்பது பற்றியும் பிரிட்டிஷ் அந்நிய ஆட்சியை எதிர்த்து நடைபெறுகிற ஒத்துழையாமை இயக்கத்தில் தொடர்ந்து பங்கெடுப்பது பற்றியும் கலந்தாலோசிக்கப்பட்டது. மேலும், இந்தியாவில் ஒரு சுதந்திரமான குடியரசு உருவாக்கப்படுவதை இனி புறந்தள்ள முடியாது' என்றும் அறிவித்தது.[88]

எல்லைகள் தாண்டப்பட்டன; அதைவிட, வேல்ஸ் இளவரசர் இந்தியாவுக்கு இன்னும் நான்கு மாதங்களுக்குள் வரவிருக்கும் நிலையில் அந்த எல்லை மீறல் தொடங்கிவிட்டது. லண்டனிலுள்ள இந்திய ஸ்டேட் செகரட்டரிக்கு ரீடிங் பிரபு, எழுதிய கடிதத்தில், 'இளவரசர் இந்தியாவில் இருக்கும்போது குடியரசு பற்றிய பேச்சு எழுவது மிகவும் தர்ம சங்கடமானது'[89] என்று குறிப்பிட்டிருந்தார்.

முகம்மது அலி செப்டம்பர் 14-ல் தென்னிந்தியாவில் உள்ள வால்டேரில் கைது செய்யப்பட்டார். அவரும் காந்தியும் ரயில் பயணம் மேற்கொண்டு மலபார் வருகிற வழியில் (வால்டேரில்) கைது செய்தார்கள். மலபாரில் நடைபெற்ற மாப்பிளா கலவரம் குறித்து நேரிடையாகத் தெரிந்துகொள்ளவே காந்தியும் முகம்மது அலியும் இந்தப் பயணத்தை மேற்கொண்டார்கள். சௌகத் அலியும் கைதானார். இந்த வால்டேர் நிகழ்ச்சியை காந்தி விவரிக்கிறார்:

> 'நாங்கள் இருந்த ரயில் வண்டி வால்டேரில் இருபத்தைந்து நிமிடங்கள் நிறுத்தப்பட்டது. மௌலானா முகம்மது அலியும் நானும் ரயில் நிலையத்துக்கு வெளியே சென்று ஒரு கூட்டத்தில் பேச இருந்தோம். நுழைவாயிலைக் கடந்து நாங்கள் சில அடிகள் எடுத்து வைப்பதற்குள், பின்னால் உரத்த குரலெடுத்து, அவர் கையில் கொடுக்கப்பட்ட ஒரு நோட்டீஸைப் படிக்கத் தொடங்கினார். அப்போது நான் அவருக்குச் சில அடிகள் முன்னால் இருந்தேன். அதற்குள் இரண்டு வெள்ளைக்கார அதிகாரிகள், ஆறு இந்திய போலீஸ்காரர்களுடன் வந்து அவரைச் சூழ்ந்து கொண்டார்கள். மௌலானா படித்துக்கொண்டிருந்த தாளை, அந்த அதிகாரி முடிக்கவிடவில்லை. தாவிப் போய்ப் பிடித்து கையால் அதைப் பறித்துவிட்டு, மௌலானாவைக் கைப்பிடியாக அழைத்துக் கொண்டுபோனார்கள். அப்போது மௌலானாவின் முகத்திலே அர்த்தப் பொலிவுடன் ஒரு புன்னகை. கைகளை ஆட்டி விடைபெற்றுக்கொண்டார். எனக்கு அவர் உணர்த்திய அர்த்தம் புரிந்தது: எடுத்த காரியத்தை நான் மேற்சென்று முடிக்கவேண்டும்'

மேலும் காந்தி எழுதியுள்ள தொடர்ச்சியில்...

> 'அலி சகோதரர்கள் மீது சாட்டப்பட்ட குற்றம் அவர் சிப்பாய்களை பிரிட்டிஷ் கட்டளைக்குப் பணியக்கூடாது என்று தூண்டுகிறார். அதன் மூலம் ராஜத் துரோகக் குற்றம் புரிந்திருக்கிறார்' என்பதாகும்; ஆனால் ராஜ துரோகம் என்பது காங்கிரஸின் அடிப்படைச் செயல்பாடாகிவிட்டிருந்தது. ஒவ்வொரு ஒத்துழையாமைப் போராட்டத் தொண்டரும் அரசாங்கத்தின் மீது வெறுப்பு காட்டுவேன் என்று சத்தியம் செய்துகொண்டுவருகிறார்கள். இது புதிய கண்டுபிடிப்புமல்ல; செம்ஸ்போர்ட் பிரபுவுக்கு இது நன்றாகத் தெரியும். ரீடிங் பிரபுவுக்கும் இது தெரியும். எங்களுக்கு இந்த அந்நிய அரசாங்கத்திடமிருந்து எதுவும் தேவையில்லை. ஒரு கால் காசும் வேண்டாம். இந்த அரசாங்கத்தின் மீது எங்கள் மக்களிடம்

வெறுப்புணர்வை ஏற்படுத்த அஞ்ச மாட்டோம். வெளிப்படை யாகவே பரப்புவோம். அரசாங்கம் எங்களைக் கைது செய்யும் வரை ஓய மாட்டோம்.'[90]

முகம்மது அலி நீதிமன்றத்தில் அவரே வாதாடினார். தான் செய்தவை குர்ரான் தமக்கு போதித்தவையே என்றும் அரசரா கிலாஃபத்தா என்றால் கிலாஃபத்தையே அவர் தேர்ந்தெடுப்பார் என்றும் சொன்னார்: 'மன்னருக்கு எதிராக ஒரு சொல்கூட கூறவில்லை; அதுபோன்று அரச குடும்பத்துக்கு எதிராகவும் எதையும் பேசவில்லை. ஆனால், நான் கடவுளுக்கு உண்மையாக நடக்கும் எங்கள் உரிமையைத் தடுக்கும் இந்த மன்னரை ஏற்றுக் கொள்ளவில்லை' என்றார்.

இரண்டு நாட்கள் தொடர்ச்சியாக அவரின் வாதம் தொடர்ந்தது. இறுதியில் உணர்ச்சிவசப்பட்டு, குரல் கம்ம, கண்களில் நீர் மல்க அவர் அப்படியே உட்கார்ந்துவிட்டார்'.[91]

சௌகத் அலி, முகம்மது அலி சகோதரர்கள் இருவருக்கும் இரண்டு ஆண்டுகள் கடுங்காவல் தண்டனை அளிக்கப்பட்டது. இதற்கு எதிர்ப்பு தெரிவித்து காந்தி, நவம்பர் தொடக்கத்தில் குஜராத்திலுள்ள சூரத் ஜில்லாவிலுள்ள பர்தோலி தாலுகாவில் தன்னுடைய தலைமையில் ஒத்துழையாமைப் போராட்டம் நடைபெறும் என்று அறிவித்தார். பர்தோலியில் உள்ள மக்கள், வரி மறுப்புப் போராட்டத்துக்கு ஒத்துழைப்பு தந்தார்கள். அதை காந்தி விரித்துரைக்கிறார்:

'பர்தோலியில் வெற்றிகரமாகச் சுவராஜ்யக் கொடி பறக்க விடப்பட்டதைப் பார்த்து பக்கத்து ஊர்க்காரர்கள் அதேபோன்றே தங்கள் ஊர்களில் மைய இடங்களில் கம்பம் ஊன்றிக் கொடியை ஏற்றவேண்டும். அதுபோன்றே மாவட்டம் அடுத்து மாவட்டம் என்று இந்திய தேசம் எங்கிலும் சுவராஜ்யக் கொடி ஏற்றப்படவேண்டும்...'[92]

வேல்ஸ் இளவரசர் நவம்பர் 17-ல் இந்தியாவுக்கு வருகை புரிந்தார். அந்த நாள் நாடு முழுவதும் கடையடைப்பு நாளாகக் கடைப்பிடிக்கப் பட்டது. ஆனால் இந்த வெற்றியை, பம்பாயில் ஒரு சிலருடைய அடாவடிச் செயல்களால் ஏற்பட்ட வன்முறையானது கறைபடுத்தி விட்டது. அராஜகக் கும்பல் இளவரசரை வரவேற்பதற்காக வந்திருந்தவர்களைத் தாக்கியது. இதில் ஏற்பட்ட கலவரத்தில் 58 பேர் கொல்லப்பட்டார்கள். 'இந்த ஸ்வராஜ்யம் நாற்றமடிக்கிறது' என்று சொல்லி காந்தி தன்னுடைய பர்தோலி போராட்டத்தைத் தள்ளி வைத்துவிட்டார்.[93]

அரசாங்கம் பத்திரிகைகளைத் தணிக்கைக்கு உட்படுத்தியது. அரசியல் கூட்டங்களுக்கும் தடை விதித்தது. ஆயிரக்கணக்கானவர்கள் அரசாங்கத்தின் கட்டுப்பாடுகளை பிரிட்டிஷ் அரசின் சிறைகளை நிரப்பினர். 1922 ஜனவரி இறுதிவாக்கில் 30,000 பேர் இதற்காகக் கைது செய்து சிறையில் அடைக்கப்பட்டனர். சிறைக்குச் செல்லும் அச்சம் நம் மக்களை விட்டு அகன்று போனது. இதைக் கேள்வியுற்ற முகம்மது அலி,

'எங்கள் இயக்கம் மக்களின் அச்சத்தை எந்த அளவுக்குப் போக்கியிருக்கிறது என்ற அடிப்படையில் அளவிடப்பட வேண்டும். 30 கோடி மக்கள், நூறாயிரம் ஆங்கிலேயர்கள்மீது கொண்ட அச்சம் அது; கடவுளுக்கு நன்றி சொல்ல வேண்டும். அந்த அச்சம் இப்போது மறையத் தொடங்கிவிட்டது. அதைத் தொடர்ந்து இந்தியாவின் அடிமை நிலை நிச்சயம் விரைவில் மறைந்துபோகும்...'[94] என்றார்.

புகழ் பெற்று விளங்கும் பிரமுகர்களான வழக்கறிஞர்கள், டாக்டர்கள், பேராசிரியர்கள் மற்றும் அலி சகோதரர்களும், நேருக்களும், (தந்தை, மைந்தர்களாக மோதிலால், ஜவஹர்லால் ஆகியோர்) சித்தரஞ்சன் தாஸ், வல்லபாய் பட்டேல், ராஜகோபாலாச்சாரி, அபுல் கலாம் ஆகியோரும் கைதான அந்த முப்பதாயிரம் பேரில் அடங்குவர். ஒத்துழையாமைப் போராட்டத்தின் உச்சகட்டம் அது. இதில் அபுல் கலாம் ஆசாத் காங்கிரஸ் கட்சிக்காரர் என்பதோடு 'கிலாஃபத்' இயக்கத்தின் தளகர்த்தருமாவார். இவரைக் கைது செய்யும் போது, இந்து-முஸ்லிம் ஐக்கியத்தை இஸ்லாம் ஏற்படுத்திவிட்டது'[95] என்று பிரகடனப்படுத்தினார்.

பர்தோலியில் வாழ்கிறவர்கள் ஜனவரி 29ஆம் நாள் அன்று ஒன்று திரண்டு, தாங்கள் அனைவரும் இந்த அந்நிய அரசாங்கத்துக்கு வரி கொடுக்கப்போவதில்லை என்ற முடிவை அறிவித்தார்கள். சிறைக்கொடுமை அல்லது மரணம் என அதனால் விளையும் எத்தகைய துன்பங்களையும் தண்டனைகளையும் எதிர்கொள்ளத் தயார் என்றார்கள்.[96] இவர்களில் சிலர் காந்தியின் தலைமையில் தென்னாப்பிரிக்காவில் போராட்டத்தில் கலந்துகொண்டவர்கள் என்பது குறிப்பிடத்தக்கது.

காந்தி தலையசைத்தால் போதும் அந்த உச்சபட்ச எதிர்ப்பு உடனே ஆரம்பித்துவிடும். பிப்ரவரி 1ஆம் நாள் காந்தி-ரீடிங் துரைக்கு ஓர் இறுதி எச்சரிக்கை விடுத்தார்: சிறையில் அடைக்கப்பட்டவர்களை ஏழு நாட்களுக்குள் விடுதலை செய்யவேண்டும். பத்திரிகைகளுக்கு விதிக்கப்பட்ட தடுப்பு ஆணைகளும், பொதுக் கூட்டங்களுக்கு

விதிக்கப்பட்ட தடைகளும் நீக்கப்படவேண்டும். இல்லையேல் வரி கொடா போராட்டம் ஆரம்பிக்கும்' என்றார்.

ரீடிங் பிரபு அசைந்து கொடுக்கவில்லை. இவற்றையெல்லாம் எதிர்கொள்ள அரசாங்கம் உறுதியோடு இருப்பதாகக் கூறினார். காந்தி அதற்கு பதில் கொடுத்தார்: காந்தி உடனே போராட்டத்தை அறிவித்தார்.

உத்தரப்பிரதேசத்திலுள்ள சௌரி சௌரா என்ற ஊரில் தங்களை ஒத்துழையாமை இயக்கப் போராளிகள் என்று சொல்லிக்கொண்டு ஒரு கூட்டம் இருபத்திரண்டு போலீஸ்காரர்களை அடித்து, அவர்கள் உடலை சின்னாபின்னப்படுத்தி கொலைத் தாண்டவம் ஆடினார்கள். இந்தச் செய்தி காந்திக்குப் பேரிடியாக வந்து தாக்கியது. முன்னறிவித்த போராட்டத்தை உடனடியாக நிறுத்துவது ஒன்றே இதற்கான தீர்வு என்ற முடிவுக்குக் காந்தி வந்தார். இந்தப் போராட்ட ரத்து அறிவிப்புக்குப் பின்னர் அவர் எழுதினார். இவ்வளவு பெரிய வன்முறை நடந்த பின்னரும் போராட்டத்தைத் தொடர்ந்து நடத்தவேண்டும் என்று மனதுக்குள் ஒரு குரல் அவருக்கு எழுந்திருக்கிறது: 'போராட்டத்தை அறிவித்த மறுநாளே ரத்து செய்வதென்பது கோழைத்தனம் என்று சாத்தான் எனக்குள் இருந்துகொண்டு பேசியது. மிக மிகக் கசப்பான அவமானத்தைப் பருகவேண்டியிருந்தது. உண்மையை மறைக்கும்படி சாத்தான் அழைப்புவிடுத்தது.'[97]

கட்டுப்படுத்த முடியாத அளவில் கலவரம் ஏற்படும் என்பதால் அரசாங்கம் இதுவரை காந்தியைக் கைது செய்திருக்கவில்லை. அவர் திடீரென போராட்டத்தை நிறுத்தியதும் கிலாஃபத் இயக்கத்தினரும் காங்கிரஸ் இயக்கத்தினரும் சோர்வடைந்தனர். ஒத்துழையாமைப் போராட்டம் குறித்து சிலர் ஐயங்களை எழுப்பலானார்கள். ஒரு சிலர் காந்தி மீது கொண்டிருந்த பற்றுதலைப் பிரிட்டிஷ் ஆட்சி மீது மாற்றிக் கொண்டார்கள். மக்களிடம் காங்கிரஸ் பேரியக்கத்துக்கு மதிப்பிழப்பு ஏற்பட்ட அவல நிலையில் பிரிட்டிஷ் ராஜ்யத்துக்குத் துணிவு ஏற்பட்டுவிட்டது. அவர்கள் காந்தியை மார்ச் மாதம் கைது செய்தார்கள். காந்தி குற்றத்தை ஏற்றுக்கொண்டவராக, 'பிரிட்டிஷ் அரசாங்கத்தை எதிர்ப்பதும், அதை மக்களிடம் பரப்புவதும் எங்களுடைய கொள்கையும் கடமையும் ஆகும். அதுதான் ராஜ துரோகம் என்றால் அதை ஒப்புக் கொள்கிறேன்' என்றார். அவருக்கு ஆறு ஆண்டுகள் சிறைத் தண்டனை விதிக்கப்பட்டது.

கைது செய்யப்படுவதற்கு முன்பாக அவர் கட்சிக்காரர்களுடன் கலந்துரையாடினார். 'ஒத்துழையாமைப் போராட்டத்தை'

தொடரவோ, தீவிரம் காட்டவோ வேண்டாம். அமைதியான முறையில் தேசக் கட்டமைப்பு வேலைகளைத் தொடர்ந்து செய்துவாருங்கள்' என்றார்.[98] சௌரி சௌரா நிகழ்ச்சி, இந்தியாவின் விடுதலை அல்லது இஸ்லாமின் கௌரவத்தைக் காப்பாற்றுவது என எதுவாக இருந்தாலும் முழு அளவிலான ஒத்துழையாமை போராட்டத்தில் ஈடுபட இந்தியர்களுக்கு இன்னும் கூடுதல் பயிற்சி தேவை, என்பதைப் புரியவைத்தது.

லாயிட் பிரபுதான் அப்போதைய பம்பாய் மாகாண ஆளுநர். 'அவர் (காந்தி) எங்களுக்குப் பயமுறுத்தலை ஏற்படுத்துகிறார். பிரமாண்ட அளவில் அவர் செய்த பரிசோதனை முயற்சிகள் சிறியதொரு வெற்றியைத்தான் தரமுடிந்தது'[99] என்றார்.

அஃப்சல் இக்பால், 'வெளிப்படையான தோல்வியை இயக்கம் பெற்றதோடு எல்லாம் முடிந்தது. ஆனால், பல விஷயங்கள் மாற்றமடைந்துவிட்டன. இவை நவீன இந்தியாவின் முன்னேற்றத்தின் திருப்புமுனைத் தருணமாக அமைந்தன. காலனிய ஆதிக்கத்துக்கு அடிமைப்பட்டுக் கிடக்கும் மனநிலை துடைத்து எறியப்பட்டது'[100] என்றார்.

பீஜப்பூர் சிறையில் அடைபட்டுக் கிடந்த முகம்மது அலிக்கு காங்கிரஸ் முன்னெடுத்தப் போராட்டங்கள் பின்வாங்கப்பட்டதைக் கேட்டதும் குழப்பமே ஏற்பட்டது. 'முழுமையாக சரணடைந்ததற்கு சமம்'[101] என்றார். சிறையில் அலி சகோதரர்கள் மிக மோசமாக நடத்தப்பட்டார்கள். அளவில் குறைவான, சுகாதாரமற்ற, உண்ணத் தகுதியற்ற உணவுதான் அவர்களுக்குத் தரப்பட்டன. சௌகத் அலி அவரது ஆடைகளைக் களைந்துகொண்டு நிற்கும்படி வற்புறுத்தப் பட்டார். கைகளைத் தூக்கிக்கொண்டு நிற்கவும், வாயைத் திறந்து காட்டச் சொல்லியும் நிர்ப்பந்திக்கப்பட்டனர். ஆயுதங்கள் ஏதேனும் ஒளித்து வைத்திருக்கிறாரா என்பதைச் சோதிக்கும் நோக்கில் இவை செய்யப்பட்டன. சௌகத் அலி இதற்கெல்லாம் மறுத்தார். ஆனாலும் சிறைக் காவலர்கள் வலுக்கட்டாயமாகத் தாங்கள் சொன்னதைச் செயல்படுத்திக்கொண்டார்கள். மேலும் சௌகத் அலியைத் தனிமைச் சிறையில் கொண்டுபோய் அடைத்தார்கள்.

முகம்மது அலி எதிர்ப்பு தெரிவித்தார். அவர் சிறையிலே தன் நேரத்தைத் தொழுகைகளில் செலவழித்தார். இஸ்லாத்தையும் அண்ணல் நபிகளையும் பற்றி நிறையப் படித்தார். எழுதினார். கவிதைகளும் இயற்றினார். அவருடைய சிறைவாசத் தொடக்கத்திலே அவரின் அருமை மகள், ஆமீனா எலும்புருக்கி நோய்க்குட்பட்டார். உயிருக்குப் போராடிக் கொண்டிருந்தார்.

சிறையிலே இருந்த முகம்மது அலி, ஆமீனாவை நினைத்து உருகினார். பெற்ற உள்ளம் பதறித் தவித்தது. அப்படித் தனிமையில் இருந்த அவருக்குக் கடவுளும் கவிதையும்தான் பக்கபலம். அவர் எழுதினார்:

'நானோர் அநாதை; ஆனால் அல்லா மகத்தானவர்
நான் உன் அருகிலே இல்லைதான்!
ஆனால், அவர் நம்மோடு நெருங்கி இருக்கிறார்
உன் உடல் நலம் வேண்டி ஏங்கிக் காத்திருக்கிறேன்
அவர் உனக்கு நலம் அளிக்கட்டும்
அவரிடத்தில் உன்னை ஒப்புக் கொடுத்துவிட்டேன்.'

இறைவனிடத்தில் முகம்மது அலியின் மன்றாட்டம் தொடர்கிறது.

'அளவற்ற கருணையாளனே... யா அல்லா
உம்முடைய ஆற்றல் மகத்தானது.
ஆமீனாவுக்காக இரக்கம் காட்டுவாயாக.
உம் இரக்கம் மட்டுமே அவள் உயிரைக் காக்கும்'

இங்கே மற்றொரு பாடல் அவரிடத்திலிருந்து கேட்கிறது:

'எல்லா நாட்களும் தனிமையின் நாட்களாகவே கழிகின்றன
எல்லா இரவுகளும் தனிமையின் இரவாகவே கழிகின்றன
அருளாளடனான சந்திப்புகள் எல்லாம்
அந்தரங்கமாக ஆரம்பித்துள்ளன
ஒவ்வொரு கணமும்... அமைதி...
ஒவ்வொரு கணமும் சமாதானம்
என்னுடைய தொழுகை எனக்கொரு விண்ணேற்றம் (மிஃராஜ்)
நானோர் பாவி
உன் அற்புதங்களை எனக்கு நீ அருளுகிறாயே
ஏழைகள் நாங்கள் எளியோர் நாங்கள்
இருந்தும் உன் பேரருளைப் பொழிகிறாயே!
ஒரு சில தொழுகைகளில் எங்களை
உன்னிடம் ஒப்படைத்து விட்டோம்'[102]

முகம்மது அலி வெகுநாட்களாக அண்ணல் முகம்மது நபிகளாரின் வாழ்க்கை வரலாற்றை எழுதும் முயற்சியில் ஈடுபட்டிருந்தார். அதற்காகப் பல நூல்களைத் தருவித்துப் படித்து வந்தார். பேராசிரியர் மார்கோலியாத், ஆக்ஸ்போர்ட் பல்கலைக்கழகத்தில் முகம்மது அலிக்கு அரபி மொழி கற்றுக் கொடுத்தவர். அவர் எழுதியுள்ள நூல், 'முகம்மதுவின் வாழ்க்கை வரலாறு' என்பது. இதை முகம்மது அலி படித்துப் பார்த்தார்.

பேராசிரியரின் நூலில் அண்ணல் நபிகளின் குணப்பண்புகளும் பிற சிறப்புகளும் திரிக்கப்பட்டிருந்ததைப் பார்த்தார். அவ்வளவுதான். முகம்மது அலியால் அதைப் பொறுக்க முடியவில்லை. அந்த நூலாசிரியரின் பெயர் 'மார்கோலியத்'. அந்தப் பெயரில் இறுதிப் பகுதியான 'யத்' என்பதை அந்நூலில் அழித்துவிட்டு, அதை 'மார் கோலி' என்று ஆக்கினார்.[103] 'மார் கோலி' என்றால் உருது மற்றும் ஹிந்துஸ்தானியில் 'சுட்டுத் தள்ளு' என்று அர்த்தம். முகம்மது அலிக்குள் இருந்த குறும்புக்கார சிறுவன் மறையவில்லை.

பீஜப்பூரில் இருந்தபோது முகம்மது அலி எழுதியவை யாவும் அவரின் மரணத்துக்குப் பின்னர்தான் வெளியிடப்பட்டன: 'மை லைஃப்: எ ஃப்ராக்மெண்ட்' என்ற நூலில் அவரின் வாழ்க்கை நிகழ்ச்சிகள் விவரிக்கப்பட்டுள்ளன. மேலும், முகம்மது நபி (சல்) அவர்களின் வாழ்க்கையைக் குறித்து எழுதுவதற்கு அவருக்கு இருக்கும் தகுதி பற்றியும் சில பகுதிகள் விவரிக்கின்றன. முகம்மது அலி தன் வாழ்க்கை வரலாற்றை எழுத ஆரம்பிப்பதற்குள் சிறைவாசம் முடிந்து விடுதலை செய்யப்பட்டுவிட்டார்.

•

இந்தியாவோ, துருக்கியோ ஒன்றுக்கொன்று வாழ்த்துகளைப் பரிமாறிக் கொள்ளவில்லை. அக்டோபர் 1923-ல் முகம்மது அலி விடுதலை ஆனார். அதேவேளை, முஸ்தபா கமால் துருக்கியை குடியரசாகப் பிரகடனப்படுத்தினார். தன்னை அதிபராக நியமித்துக்கொண்டார். சுல்தானுக்கு அதிகாரம் எதுவும் கிடையாது. 'முஸ்லிம் உலகின் கலீஃபா' தனது 'அரசவை' நடத்த கூடுதல் நிதி உதவி கேட்டபோது கலீபாவின் அவையில் இருந்த உறுப்பினர்கள், செயலாளர்கள், ஆலோசகர்கள் அனைவரையும் பதவி நீக்கம் செய்து வீட்டுக்கு அனுப்பினார். 1924 மார்ச் மாதம் முறைப்படி கமால் 'கலிஃபேட்டை' ரத்து செய்தார். துருக்கியை விட்டு சுல்தானை வெளியேற்றினார்.

முஜீப் அப்போது முகம்மது அலி என்ன செய்தார் என்பதை எழுதியுள்ளார்: தனது வேதனையை மறைத்துக்கொள்ளும் நோக்கில், 'கிலாஃபாத்' குறித்துக் கலந்துபேச விரும்புவதாக'[104] முஸ்தபா கமாலுக்கு முகம்மது அலி செய்தி அனுப்பினார். தன் முடிவை மாற்றிக்கொள்ள விரும்பாத கமால், முகம்மது அலியின் வேண்டுகோளை நிராகரித்தார்.

இந்திய முஸ்லிம்களின் துடிப்பான, கவர்ச்சிகரமான இந்தத் தலைவர் கிலாஃபத்துக்காக நிதி அளிக்கவும், தேவைப்பட்டால், உயிரைத் தரவும் கேட்டுக்கொண்டிருந்தார். ஆனால், இப்போது என்ன

செய்வதென்று தெரியாமல் தவித்தார். கிலாஃபத் ரத்து செய்யப்பட்ட எட்டு நாட்களில் ஆமீனா இறந்துபோனார். எந்த மகளுக்காகச் சிறையில் இருந்தபோது இறைவனிடம் மன்றாடினாரோ, அந்த அன்பு மகள் மரணமடைந்தார். முகம்மது அலி அப்போதைய அவரின் உணர்வை, வலியை ஒரு நண்பருக்குக் கடிதத்தில் எழுதினார். அதில், 'மூஸா நபியின் மாயக் கைத்தடி, மந்திரக்காரர்களின் பாம்புகளை விழுங்கியதுபோல் உலகப் பேரிடர் நிகழ்வுகள் என் சொந்தக் கவலைகளை விழுங்கிவிட்டன'[105] என்று எழுதியிருந்தார்.

அவமானமும் வேதனையும் நிறைந்த காலகட்டம் அது. கிலாஃபத் கமிட்டி திரட்டிய நிதி முறைகேடாகப் பயன்படுத்தப்படுவதாக நாடெங்கும் பேச்சு அடிபட்டது. அதில் அடிப்படை உண்மை இல்லாமல் இல்லை. 'எத்தனையோ பேர் தாமாக முன்வந்து உணர்வுபூர்வமாக அளித்த பணமும் நகைகளும் எங்கு போனது? அது குறித்து ஐயங்களும் கசப்புணர்வும் மக்களிடம் ஏற்பட்டது'[106] என்று முஜீப் எழுதியுள்ளார். அலி சகோதரர்கள் சிறையில் இருந்த போதுதான் இந்தக் கையாடல்கள் நடந்திருந்தன. ஆனால், பிரிட்டிஷ் இந்திய அரசாங்கம் தமக்குக் கிடைத்த பெரிய வாய்ப்பாக இதைக் கையில் எடுத்துக்கொண்டது. தன் எதிரிகளைப் பிளக்கும் வேளையில் அது சாமர்த்தியமாக இறங்கியது. வைஸ்ராய் கவுன்ஸில் உறுப்பினர் ஒருவர், அலி சகோதரர்கள் சிறையில் இருக்கும்போது சொன்னது:

> 'துர்பாக்கியவான்களான அந்த முஹாஜிரின்களின் (முஸ்லிம் விரோத ஆட்சி நடக்கும் நாட்டை விட்டு வெளியேறிச் சென்றவர்களின்) வெள்ளை எலும்புகள் கைபர் மண்ணில் மூடியும் மூடாமலும் சிதறிக் கிடக்கின்றன. இவர்களை நாட்டைத் துறந்து செல்லத் துர்போதனைப் புரிந்தவர்கள் இங்குள்ள இரண்டு பெரிய மனிதர்களும் அவர்களுடைய தொண்டர்களுமே! ஆனால், இந்த அதிசய மனிதர்கள் மேற்கொண்ட ஹிஜ்ரத் என்பது பாரிசுக்கும் லண்டனுக்கும் புறப்பட்டுப் போவதே! அந்தோ... இந்நாட்டின் ஏழை எளிய முஸ்லிம் மக்களிடமிருந்து பெறப்பட்ட பணம் பல வழிகளில் ஊதாரித்தனமாக செலவழிக்கப்பட்டது. முகம்மது அலியின் தூண்டுதல் காரணமாகவே மலபாரில் மாப்பிளா முஸ்லிம்களால் கலவரம் ஏற்பட்டு, அதனாலேயே அம்முஸ்லிம்களால் இந்துக்கள் மானபங்கப்படுத்தப்பட்டார்கள்; கொல்லப்பட்டார்கள். இவ்வாறு மாப்பிளா முஸ்லிம்களுக்குத் தவறான வழிகாட்டி அவர்களுக்கும் நேர்ந்த மரணத்தையும் பொருள் இழப்புக்களையும் ஏற்படுத்தியது முகம்மது அலியின் தூண்டுதலே என்று நினைக்கத் தோன்றுகிறது. ஏமாளித்தனத்தால்

இவர்களை இன்னமும்கூட தலைவர்களாக மதித்து – இவர்களுடைய பகட்டு நாடகத்துக்கு இஸ்லாமிய மக்கள் பலியாவதை நினைத்து வியந்து நிற்கிறேன்'[107] என்று வைஸ்ராய் அவையில் பேசினார்.

ஹிஜிரத் பற்றி அலி சகோதரர்கள் பேசியிருக்கிறார்கள். ஆனால், அதைப் பிரதானமாக முன்வைத்தது அவர்கள் அல்ல; வன்முறையில் ஈடுபட்ட மலபார் மாப்பிளாக்கள் அலி சகோதரர்களை பார்த்ததோ கேள்விப்பட்டதோகூட இல்லை. இந்தியாவின் பிற பகுதிகளில் நடந்து வந்த கிலாஃபத் இயக்கம்தான் அவர்களை அப்படி வன்முறைப்பாதைக்குத் தள்ளிய ஒரே காரணம் என்றோ முக்கியமான காரணம் என்றோகூடச் சொல்லவே முடியாது. ஆனால், போர் என்று வந்துவிட்டால் எதையும் செய்யலாமே. அந்த வகையிலேயே பிரிட்டிஷ் பிரமுகர் அலி சகோதரர்கள் மீது பழியைச் சுமத்தினார்.

வைஸ்ராய் கவுன்சில் உறுப்பினர் 'மலபாரில் இந்துக்கள் மானபங்கப்படுத்தப்பட்டார்கள்; கொல்லப்பட்டார்கள்' என்று தன் உரையில் குறிப்பிட்டுக் காட்டியதானது இந்து–முஸ்லிம் உறவைப் பலப்படுத்தும் நோக்கில் சொல்லப்பட்டிருக்கவில்லை. தான் செய்வது என்ன என்பதை நன்கு புரிந்துகொண்டு, நம்பிக்கையைச் சிதைத்த ஒரு விஷயத்தைச் சுட்டிக்காட்டியிருக்கிறார். மலபாரில் வலுக்கட்டாய மத மாற்றம் நடந்தது தொடர்பான செய்திகள் நாடு முழுவதும் பரவியது. இந்து சமூகத்தை பலப்படுத்தவும் ஹிந்து மதத்துக்கு திரும்ப வரவைக்கவும் முயற்சிகள் ஆரம்பித்தன. அதற்காக 'சங்கதன்' (அமைப்பு), 'சுத்தி' (தூய்மைப்படுத்தல்) என்னும் இயக்கங்கள் தொடங்கப்பட்டன. இதனால் முஸ்லிம்கள் மத்தியில் பதற்றம் அதிகரித்தது. அவர்கள் பதிலுக்கு 'தப்லீக்' (பிரசாரம்), 'தன்ஸீம்' (நெறிப்படுத்தல்) இயக்கங்களுடன் களத்தில் இறங்கினார்கள்.

கிலாஃபத் இயக்கம் முடிவுக்கு வருவதற்கு முன்பு முஸ்லிம்களில் சிலர் கிலாஃபத்துக்கு எதிராக இருக்கும் இந்துகளைக் குறித்துப் பேசியிருந்தார்கள்.[108] இப்போது கிலாஃபத் ஒரேயடியாக மறைந்துவிட்டது. ஆனால் 'ஸ்வராஜ்யம்' அடைய வாய்ப்புகளிருந்தன. எல்லா முஸ்லிம்களும் ஒரேவிதமான ஆர்வத்தை இதில் காட்டவில்லை. அலி சகோதரர்களின் வழிகாட்டி, ஆசான் என்றெல்லாம் அறியப்படும் மௌலானா அப்துல் பாரி, ஒரு நண்பருக்கு எழுதியுள்ள கடிதத்தில், 'இந்துக்கள் ஸ்வராஜ்யம் அடைவதில் வெற்றி பெறுவார்கள்; ஆனால், அதனால் முஸ்லிம்களுக்கு ஒரு பயனும் கிடைக்காது...'[109] என்று குறிப்பிட்டிருந்தார்.

மறுபக்கத்தில் கட்டாய மதமாற்றம், உலகளாவிய இஸ்லாமிய கட்டமைப்பு போன்றவையெல்லாம் இந்துகளைக் கவலைப்பட வைத்தது. முஸ்லிம்கள் போற்றுகிற புனித இடங்கள் எங்கேயோ அந்நிய நாடுகளில் இருக்கின்றன. இந்த நிலையில் இந்தியா மீது முஸ்லிம்களுக்கு விசுவாசம் இருக்குமா என்று கேள்வி எழுப்பினர்.

முகம்மது அலி, இந்து முஸ்லிம் உறவுகளில் இப்போது ஏற்பட்டுள்ள தொய்வு குறித்து அதிர்ச்சியில் இருந்தார். ஆனாலும், இந்தியாவைச் சொந்த பூமியாகக் கருதி வாழும் முஸ்லிம்கள் எந்த நிலையிலும் நாட்டுக்கு ஒத்துழைப்பு நல்கத் தயங்க மாட்டார்கள்; அதே வேளையில் அவர்கள் உலகளாவிய முஸ்லிம்களுடனான கூட்டிணக்கத்தை விட்டுக் கொடுக்கவும் மாட்டார்கள். இஸ்லாத்தின் மீது முஸ்லிம்கள் வைத்திருக்கும் மதிப்புக்குச் சற்றும் கூடவோ, குறைவோ இல்லாத வகையில் உலகளாவிய இஸ்லாம் அகிலம் என்ற கருத்தாக்கமும் உள்ளது என்றார்.[110]

சிறையில் இருந்து வந்த முகம்மது அலியை 1923-24-ல் காங்கிரஸ் கட்சித் தலைவராக காங்கிரஸ்காரர்கள் தேர்ந்தெடுத்தார்கள். அவர் தன்னுடைய செயலாளர்களில் ஒருவராக ஜவாஹர்லால் நேருவைத் தேர்வு செய்தார். காசியில் (வாரணாசி) காங்கிரஸ் மாநாடு நடைபெறுவதற்கான ஏற்பாடுகளைச் செய்து கொண்டிருந்த ஜவாஹர்லாலுக்கு அவர் ஒரு கடிதம் எழுதினார்:

'காசியின் புனித மண்ணில் நடக்கவிருக்கும் தேசிய காங்கிரஸின் மகத்தான உறுதியான 'சங்கதம்' உலகுக்கு ஒரு செய்தியை உரக்கச் சொல்லட்டும். தாழ்த்தப்பட்டச் சமூகங்களும், ஒடுக்கப்பட்ட இனக் குழுக்களும் ஒன்றாகி மேலெழுவதற்கான முயற்சிகளை முன்னெடுக்கட்டும். இந்த மாநாட்டிலிருந்து தொடங்கி உண்மையான 'சுத்தி' (தூய்மை) நோக்கி நகர்வோம். தேச விடுதலைக்காக அனைத்துவகையான குறுகிய மனப்பான்மை, சகிப்பின்மை, முன் தீர்மானம் ஆகிய அனைத்தையும் விட்டுவிட்டு ஒன்றுபடுவோம்.'[111]

'காகிநாடா' என்ற ஊரில் நடந்த காங்கிரஸ் ஆண்டு மாநாட்டில் முகம்மது அலியின் பேச்சு பொறுப்பான அரசியல்வாதியின் பேச்சாக வெளிப்பட்டது: 'ஒவ்வொரு சமுதாயமும் தங்களுக்கு இழைக்கப்பட்ட துன்பங்களை, கொடுமைகளை மட்டுமே மறக்காமல் நினைவில் நிறுத்திக்கொண்டு வருகிறது. அவர்கள் பிறருக்கு ஏற்படுத்திய துயரங்கள், கொடுமைகள் பற்றி எதையும் நினைவில் வைத்திருப்பதில்லை.'

மேலும் தாழ்த்தப்பட்ட வகுப்பு மக்களை முஸ்லிம்களாக மதமாற்றம் செய்வது, மீண்டும் அவர்களைத் திருப்பி பழைய மதத்துக்கே இழுப்பது குறித்தும் பேசினார்.

'நாம் நமது ஒடுக்கப்பட்ட வகுப்பினரோடு இணக்கம் பாராட்டுவது அவர்கள் பட்ட காயங்களைப் போக்குவதற்காகவே இருக்கட்டும். அது மற்ற சமூகக் குழுவினரைக் காயப்படுத்துதற்காகவோ, நமது காயங்களுக்குப் பழி வாங்குவதற்காகவோ இருக்கவேண்டாம். இரு தரப்பினரும் இப்பணிகளை ஆற்றுவது என்பது இங்கு பத்தாண்டுக்கு ஒருமுறை எடுக்கப்படும் மக்கட்தொகை கணக்கெடுப்பில் தமது தரப்பை அதிக எண்ணிக்கையில் ஆக்குவதற்காகவே இருக்கிறது' என்றார்.

புத்திசாலித்தனமான அதே நேரம் வில்லங்கமான சொல்லாட்சியை அவர் கைவிடவே இல்லை. இந்து-முஸ்லிம்களுடையேயான வாதப் பிரதிவாதங்கள் முகம்மது அலியை எரிச்சலூட்டியது. 'உண்மையாகச் சொல்லப்போனால் நமது மூதாதையர்கள் தங்களுக்கிடையே ஏற்பட்ட பிரச்னைகளை எதிரிகளின் தலைகளை வெட்டி வீசுவதன் மூலம் தீர்த்துக் கொண்டார்கள். தலையை எண்ணிப் பார்த்துக் கொண்டிருக்கவில்லை; அந்த நாள் இனி வராதா' என்று ஏக்கம் ததும்ப ஒருமுறை எழுதினார்.[112]

சிறைக்குச் சென்ற காங்கிரஸ்காரர்கள் பெரும்பாலோர் வெளியில் வந்துவிட்டார்கள். ஆனால், ஒற்றுமை போய்விட்டது. இந்தியர்களுக்கு நிர்வாகத்தில் கவுன்சில் உறுப்பினர்கள் என்ற பெயரில் ஒரு கவர்ச்சிகர வாய்ப்பை அந்நிய அரசாங்கம் திறந்து விட்டபோது, அந்தக் கவுன்சில்களில் பங்கு கொள்ள முன்வந்தவர்கள் எண்ணிக்கை அதிகரிக்கத் தொடங்கியது. ஆனால், காங்கிரஸ் கட்சி, அந்த உறுப்பினர் பதவிகளைப் புறக்கணித்து, அதன் மூலம் பிரிட்டிஷ் ஆட்சியைத் தூக்கி எறியும் போராட்டத்தை வலியுறுத்தியது. ஆனால், வெறுமையாக அப்படிப் புறக்கணிப்பது என்பது மட்டுமே போராட்டம் ஆகி விடாது. சித்தரஞ்சன் தாஸும், மோதிலால் நேருவும் காங்கிரஸின் இந்தக் கொள்கை முடிவை மாற்ற முயற்சி எடுத்தார்கள். அதற்கு எதிர்ப்பாளர்களாக - கவுன்சில்களில் பங்காற்றுவதிலிருந்து விலகி இருப்பதே சரியென்று கருதியவர்கள் - இதற்கு ராஜகோபாலாச்சாரிதான் தலைவர் - இவரைச் சார்ந்து நிற்பவர்களாக பட்டேல், ராஜேந்திர பிரசாத் ஆகியோர் இருந்தார்கள்.

முகம்மது அலி, அபுல்கலாம் ஆசாத், ஜவகர்லால் நேரு ஆகியோர் இவர்களுக்கிடையே சமரசம் ஏற்படுத்தும் முயற்சியில்

ஈடுபட்டார்கள். ஆனால், ஒரு சில கூற்றுகள் நீங்கலாக, 'ஸ்வராஜ்யம் என்பது இந்துக்கள் மட்டும் அடையப் போகிற பரிசு' என்ற பெரும்பான்மை முஸ்லிம்களின் கருத்தை முகம்மது அலியும் ஆதரித்தார். ஒத்துழையாமைப் போராட்டம் கைவிடப்பட்டால் முஸ்லிம்கள் சுய நிர்ணய அரசாங்கத்தில் அல்லது ஸ்வராஜ்யத்தில் கிடைக்கப்போகிறவற்றில் தமக்கான நியாயமான பங்குரிமையை உறுதி செய்வதற்காக பாடுபடவேண்டியிருக்கும்.

கிலாஃபத் இலக்குகள் மறைந்துபோன நிலையில், பங்காளிகளாக இருக்கவேண்டிய இந்துக்கள் பகையாளியாக மாறிப் போனார்கள். உண்மையில் ஸ்வராஜ்யப் போராளிகளைப்போல் அல்லாமல், காந்தி மற்றும் ஒத்துழையாமை இயக்கத்தில் நம்பிக்கை கொண்டவர்கள் அரசுப் பதவிகள் தொடர்பாக வேறுவிதமான எண்ணங்கள் கொண்டிருந்தனர். மேலும் காந்தியைக் கூட முஸ்லிம்கள் இப்போது எப்படிப் பார்க்கிறார்கள்? கிலாஃபத் இயக்கத்துக்கு அவர் பயனுள்ளவராக ஒருவகையில் தவிர்க்க முடியாத தலைவராகவே தான் இருந்தார். ஆனால், இனியும் காந்திக்கு விசுவாசமாக இருப்பதால் முஸ்லிம்களுக்கு எந்தப் பயன் எதுவும் கிடையாது. அது ஒருவகையில் பகைமையைக்கூட உருவாக்கும்.

1923 முடிவில் முஸ்லிம்களில் சிலர் முகம்மது அலியிடம் குறை கண்டார்கள். அவர் சிறையிலிருந்து வெளியே வந்தவுடனேயே 'காந்தி... காந்தி... காந்தி...' இதுதான் மக்களின் மனங்களில் பதியவைக்கப்படவேண்டும். ஏனென்றால் இந்து முஸ்லிம் ஒற்றுமை, ஒத்துழையாமை ஆகியவற்றின் முழு உருவம் அவர்' என்று சொல்லியிருந்தார். எனவே (முகம்மது அலி) காந்தியின் தொண்டராக ஆனதோடு, அவரின் சமயக் கொள்கைக்கே போய்விட்டார்[113] என்று விமர்சித்தனர்.

வேறொரு மனிதராக இருந்தால், இப்படியெல்லாம் பேசப்படுவதை ஆதாரமற்றது, அபத்தமானது என்று சொல்லிப் பொருட்படுத்தாமல் புறந்தள்ளிவிடுவார்கள். முகம்மது அலிக்குச் சுருக்கமாகப் பதில் சொல்லிப் பழக்கம் இல்லை. எனவே, கேட்கப்படாத கேள்விகளுக்குமாகச் சேர்த்து நீண்ட விளக்கத்தையே அளித்தார். அது:

> 'உண்மையான முஸ்லிம் ஒருவர் எந்த அளவுக்கு நம்பிக்கை கொண்டிருப்பாரோ, அந்த அளவு நம்பிக்கையை நானும் கொண்டிருக்கிறேன். முகம்மது நபி (சாந்தியும் சமாதானமும் உண்டாகட்டும்) அவர்களையே என் வாழ்க்கையில் முற்று முழுதாகப் பின்பற்றி வாழ்கிறேன்; காந்திஜியை அல்ல! இன்னும் சொல்லப் போனால், இஸ்லாத்தை, இறைவன்

அளிக்கும் உன்னத அருட்பேறாகக் கருதுகிறேன்; என் மார்க்கத்தின் மேல் உள்ள நம்பிக்கையோடு கூடிய பற்றுதலோடும், காந்தியின் மேல் நான் கொண்டிருந்த அன்பின் மிகையாலும் அவருடைய ஆன்மாவை உண்மை இஸ்லாமின் ஒளியினால் பிரகாசிக்கச் செய்யும்படி நான் இறைவனிடம் வேண்டிக்கொண்டிருக்கிறேன்.'

'காலமெல்லாம் என் அன்புத் தாயை மனதில் வைத்துப் போற்றுகிறேன். மார்க்க வாழ்வுக்கு என்னை நெறிப்படுத்தும் மௌலானா அப்துல் பாரி அவர்களை என் ஆன்மிக ஆசானாக மதிக்கிறேன். அவருடைய அன்பான அக்கறை என்னை அவர் பால் கட்டிப்போட்டிருக்கிறது. இவை எல்லாவற்றையும் தாண்டி நான் துணிச்சலோடு சொல்லப்போவது – மகாத்மா காந்தியைப்போன்ற உண்மையான நற்குணப் பண்பாளரை, மேலான மனிதரை நான் இதுவரை கண்டதில்லை!'

ஆனால், மத நம்பிக்கைக்கும், நற்குணங்களுக்கும் வேறுபாடு உள்ளது. இஸ்லாத்தை ஏற்றுக்கொண்டவன் என்ற நிலையில் ஒரு சாதாரண அல்லது கடைநிலையிலுள்ள முஸ்லிமைக்கூட நான் உயர்வாக மதிப்பேன். ஆனால், இஸ்லாத்தைச் சாராத யாராக இருந்தாலும் அவர் எவ்வளவுதான் நற்குணங்கள் கொண்டவராக இருந்தாலும், அவர் மகாத்மா காந்தியே ஆனாலும் அந்த மதிப்பை நான் தர முடியாது.'[114]

முகம்மது அலியின் இந்த நீண்ட விளக்கம் எதிர்மறை விளைவையே ஏற்படுத்தியது. அவரை எதிர்த்துக் கடும் கண்டனக்குரல்கள் எழுந்தன. காங்கிரஸ் கட்சியின் தலைவர் பதவியைவிட்டு அவர் விலகவேண்டுமென்று சிலர் சொன்னார்கள்.

பிப்ரவரி 1924ல் காந்தி அவரின் தண்டனைக் காலத்துக்கு நான்கு ஆண்டுகள் முன்னதாகவே விடுதலை ஆனார். காரணம், உண்மையிலேயே அவர் நோய்வாய்ப்பட்டிருந்தார். அவர் முகம்மது அலியை எதிர்த்துத் தொடுக்கப்பட்ட பாணங்களைக் கண்டு, 'அவர்கள் மடுவை மலையாக்குகிறார்கள்' என்றார். முகம்மது அலி சொன்னதற்கு காந்திக்கு விளக்கம் கொடுக்கும்வகையில், 'தன்னுடைய சொந்த சமயத்தார்களிடம் இஸ்லாத்தின்பால் அவருக்கு இருக்கும் அப்பழுக்கற்ற நம்பிக்கையை வெளிப்படுத்தவே அப்படிச் சொல்லியிருக்கிறார்'[115] என்றார்.

'அவர் அர்ப்பண உணர்வு மிகுந்த மார்க்க விசுவாசி என்பதை மிக அழுத்தமாகச் சொல்லமுடியும்வகையில், கண்ணியமாக நடக்க வேண்டும் என்பதை அடிக்கடி மறந்துவிடுகிறார்'[116] என்று முகம்மது

அலி பற்றி வரலாற்று எழுத்தாளர் முஜீப் எழுதியபோது அவர் மனதில் நிச்சயம் இந்த சம்பவம் நினைவில் இருந்திருக்கும்.

காந்தி – அலி சகோதரர்களின் நட்புறவை ஆராய்ந்து பார்க்க, சரியாகச் சொல்வதென்றால், குலைக்க வைஸ்ராய் அவையின் உறுப்பினரான சர் முகம்மது ஷஃபி, அலி சகோதரர்களுடனும் அவர்கள் பெருமதிப் பளிக்கிற மௌலானா அப்துல் பாரியுடனும் பிப்ரவரி 1924ல் மூன்று மணி நேரங்கள் கழித்தார். பின்னர் அவர் தன்னுடைய டைரியில் பின்வருமாறு அதைப் பதிவு செய்துள்ளார். அது:

> 'நான் அவர்களிடத்தில் வெளிப்படையாகப் பேசினேன்; துருக்கிப் பிரச்னையின்போது, ரீடிங் பிரபு என்னவெல்லாம் செய்தார் என்பதைச் சொன்னேன். இந்துக்களின் இயக்கமான 'சுத்தி', 'சங்கதன்' மூலமாக இஸ்லாத்துக்கு ஏற்படவிருக்கும் ஆபத்தை அழுத்தமாக எடுத்துச் சொன்னேன். இஸ்லாத்தை இந்தியாவில் காப்பாற்றுதல், வளர்த்தல் ஆகிய நோக்கங்களில் இஸ்லாமிய சமூகத்தை ஒருங்கிணைக்கும் வகையில் எடுக்கும் முயற்சிகளைத் தடுக்கமாட்டோம் என்று மூவரும் உறுதியளித்தார் கள்.'[117]

முகம்மது அலியும் காந்தியும் ஜுஹுவில் சந்தித்துக்கொண்டபோது நோயிலிருந்து மீண்டெழுந்த புத்துணர்வோடு காந்தி அவரிடம் நீண்ட நேரம் உரையாடினார். அவர்களின் பேச்சு ஸ்வராஜ்யம் பற்றி இருக்கவில்லை. முகம்மது அலி சொன்னதுபோல் 'இந்து–முஸ்லிம் இடையே ஏற்பட்டுவரும் மோதல்கள் குறித்தே இருந்தது'. அதிலும் இந்துக்களே இச்சம்பவங்களால் பெரிதும் பாதிக்கப்பட்டிருக் கிறார்கள் என்று காந்தி வருந்தினார். 'முஸ்லிம்களின் பக்கமும் அதே அளவு பாதிப்புகள் ஏற்பட்டுள்ளன' என்றார் முகம்மது அலி. மேலும் காந்திஜியிடம் அவர், 'இந்தச் சமுதாயத்தின் மதிக்கத்தக்க பெரியதலைவரும் பிரிட்டிஷ் அரசாங்கத்துடன் நெருக்கம் காட்டி வருபவருமான மாளவியா போன்றோரின் 'முஸ்லிம் எதிர்ப்பு மனப்போக்கு' குறித்து புகார் கூறினார். காந்தியோ, மாளவியா குறித்து தன் கணிப்பு வேறானது என்று கூறிவிட்டார். இது குறித்து முகம்மது அலி ஜவாஹர்லால் நேருவுக்கு எழுதியுள்ள கடிதத்தில் சொல்லியிருந்தவை:

> 'மாளவியாவைப் பற்றி பாபுஜி சொன்னதையெல்லாம் அவர் உண்மையில் நம்புகிறார் என்றால், தொட்டடுத்து வரப்போகும் எதிர்காலம் என்னவாகுமோ என்ற விரக்தியே எனக்கு ஏற்படுகிறது. உங்களின் தந்தையாரிடம் நான் மாளவியா குறித்துச் சொன்னதை அவர் கேட்டு ஏற்றுக்கொண்டிருக்கிறார். காந்தியத்தை மாளவியாஜி முறியடித்துவிட்டு, இந்துக்களுக்கு

மட்டுமேயான தலைவராக ஆகப் பார்க்கிறார். ஏனென்றால் அவரால் இந்து, முஸ்லிம் இருவருக்குமான தலைவராக முடியாது. இந்து-முஸ்லிம் ஒற்றுமை அவர் குறிக்கோளும் அல்ல; என்னருமை ஜவாஹர்லால், முஸ்லிம்களிலும் மாளவியாக்கள் இருப்பார்கள் என்பதும் எனக்கும் அவர்களுக்குமான அன்பு முறிந்துபோய்விடவில்லை என்பதும் கடவுளுக்குத் தெரியும்.'[118]

பின்னர் காந்தி விவகாரமான கருத்து ஒன்றை வெளியிட்டார். அப்போது நடந்துவந்த சமய மோதல்களைப் பற்றிக் கருத்து சொல்ல வந்தவர், 'பெரும்பாலான மோதல்களில் இந்துக்கள், முஸ்லிம்களுக்கு இரண்டாவதாக, அதாவது பின்தங்கியே இருக்கிறார்கள் என்பதில் எனக்கு எந்த ஐயப்பாடுகளும் கிடையாது. முஸ்லிம்கள் அடிப்படையிலேயே அடாவடித்தனம் மிகுந்தவர்களாகவே இருக்கிறார்கள். என் சொந்த அனுபவங்களும் இதையே உணர்த்தி யிருக்கின்றன. ஹிந்துக்கள் கோழைகளாக இருக்கிறார்கள். எங்கே கோழைகள் இருப்பார்களோ அங்கே இப்படி அடாவடித்தனம் செய்பவர்களும் இருக்கவே செய்வார்கள்.'[119]

முஸ்லிம்கள் செய்யும் வன்முறைகள் குறித்து இந்துக்கள் காந்தியிடம் புகார் சொன்னபோது காந்தி இந்த பதிலைச் சொல்லியிருந்தார். இந்துக்களின் அச்சம் விலக வேண்டுமென்று சொன்னதோடு நிறுத்திக்கொள்ளாமல் முஸ்லிம்கள் பற்றிப் பொதுமைப்படுத்திச் சொன்னதை, முஸ்லிம்கள் நியாயமற்ற கருத்தாகவே பார்த்தனர். நடுநிலையான தெளிவான சிந்தனை என்பது மகாத்மாவுக்குமே சில நேரங்களில் கடினம்தான்போல.

அந்த நேரத்தில், வடமேற்கு எல்லைப்புற மாகாணத்தில் உள்ள கோஹாட் என்ற ஊரில் புதிதாக இன்னொரு மதக் கலவரம் வெடித்தது. மகாத்மா 21 நாள் உண்ணாநோன்பு தொடங்க முடிவெடுத்தார். இதற்கு, 'தூய்மைப்படுத்தும் நோன்பு' என்று பெயரும் வைத்தார். 'மக்களின் மகத்தான ஆற்றலை ஒன்று திரட்டும் செயலைச் செய்திருக்கிறேன். இன்று அந்த ஆற்றல் தன்னையே அழித்துக்கொள்ளும் நிலைக்குப் போய்விட்டிருக்கிறது'. இந்தத் தவறுக்கு அவர் பிராய்ச்சித்தம் செய்யவேண்டும் என்று நினைத்தார். அவரின் இந்தத் தவ முயற்சியை டெல்லியிலுள்ள முகம்மது அலியின் வீட்டில் அவரின் விருந்தாளியாக இருந்துகொண்டு செய்யப்போவதாகச் சொன்னார்.[120]

காந்தியின் இந்த உண்ணாநோன்பு அறிவிப்புக்கு மௌலானா முகம்மது அலி கண்டனம் தெரிவித்தார். காந்தி இந்த உண்ணாவிரதத்தில் உயிர் துறந்துவிட்டால், முஸ்லிம்கள் மீது

இந்துக்களின் கோபம் திரும்பும் என்றார். தன்னுடைய வீட்டில் விருந்தாளியாக இருக்கும்போது இந்த உண்ணாவிரதத்தை ஆரம்பித்திருக்கும் காந்தி தன்னிடத்தில் முன்பே சொல்லியிருக்க வேண்டும்; மேலும் காங்கிரஸ் கட்சியின் தலைவர் என்ற வகையிலாவது அவரிடத்தில் காந்தி உண்ணாநோன்பு நோற்பதுபற்றி கலந்தாலோசித்திருக்க வேண்டும். தனக்கு அந்த உரிமைகள் மறுக்கப்பட்டுவிட்டன என்று குறை கூறினார்.

முகம்மது அலி காந்தியிடம் குர்ஆனிலிருந்து ஒரு திருவாக்கியத்தைப் படித்துக் காட்டினார். ஒரு மனிதன் சரியாகச் சிந்திக்காமல் சபதம் ஒன்றைச் செய்துவிட்டால் அதை அவன் பின் வாங்கிக் கொண்டுவிடலாம்; இறைவன் அதை மன்னித்துவிடுவான் என்ற பொருளடங்கிய வாசகத்தை எடுத்துச் சொன்னார். அத்துடன் நோய்ப்படுக்கையில் இருந்த அவரின் தாயார் பாய் அம்மா காந்தியிடம் விரதத்தை நிறுத்தும்படி விண்ணப்பம் வைத்தபோதும் காந்திஜி அவருக்கும் அசைந்து கொடுக்கவில்லை. பாய் அம்மாவிடம் அவர், 'என்னைப் பெற்ற தாய் இந்த விஷயத்தில் வலியுறுத்தி, அதைக் கேட்டு நடபதற்கான நிலையில் நான் இருந்திருந்தால் உங்கள் சொல்லையும் ஏற்றிருப்பேன். ஆனால், இது கடவுளின் தீர்மானம்' என்று சொல்லிவிட்டார்.

சௌகத் அலி இந்தப் பதற்றமான சூழ்நிலையில் பம்பாயிலிருந்து அவசரமாகப் புறப்பட்டு வந்து காந்தியின் உண்ணாநோன்பைத் தடுத்து நிறுத்த முயன்றார். முன்பு அலி சகோதரர்கள் சிறையியிலும் காந்தி வெளியிலும் இருந்தபோது, சௌகத் அலியைப் பிரிந்திருந்த நிலையைச் சொல்லிக் காட்டியிருந்தார்: 'என் பக்கத்தில் சௌகத் அலி இல்லாமல் போனது எனக்குப் பெரிய குறையாக இருக்கிறது. முஸ்லிம்களின் மேல் எனக்கு எந்தச் செல்வாக்கும் கிடையாது. ஒரு முசல்மான் மூலமே அது எனக்குச் சாத்தியம். எந்த ஒரு முசல்மானுக்கும் என்னை அவ்வளவாகத் தெரியாது; என்னைத் தெரிந்தவர் என்றால் அது சௌகத் அலி மட்டுமே. சௌகத் அலிதான் முஸ்லிம்களிடையே என்னைக் கொண்டுசேர்த்தவர்'[121] என்று சொல்லியிருந்தார். அந்த சௌகத் அலியின் முறையீடும் மன்றாட்டமும் எந்தப் பயனும் இல்லாமல் போனது.

'மற்றவர் சமயத்தை இழித்துரைப்பது; ஒன்றுமறியாத மக்களின் தலைகளை வெட்டி வீசுவது; கோயில்களையோ மசூதிகளையோ இடித்துத் தகர்ப்பது; இதுதான் இந்தியா எனக்குக் காட்டும் சித்திரம். இதை மாற்ற நான் உண்ணாவிரதம் இருந்தே தீரவேண்டும்' என்று காந்தி மன வேதனையோடு கூறினார்.[122] உண்ணாவிரதம் ஆரம்பித்து எட்டு நாட்கள் முடிந்தவுடன் காந்தி சொன்னார்:

'ஒரு முசல்மானின் வீட்டில் இருந்துகொண்டு உண்ணா நோன்பைத் தொடங்கியதும் இங்கேயே முடிப்பதும்தான் மிகவும் பொருத்தமாக இருக்கும். முகம்மது அலியின் வீட்டைக் காட்டிலும் வேறு எங்கும் எனக்கு இதுபோன்ற சிறப்பான உபசரிப்பை, கவனிப்பைச் செய்திருக்க முடியாது. என்னுடைய ஒவ்வொரு தேவையையும் எதிர்பார்த்து ஆர்வத்தோடு பூர்த்திசெய்கிறார்கள். அவர் வீட்டில் இருப்பவர்கள் அனைவரின் இலக்கும் என்னை சந்தோஷமாகவும் வசதியாகவும் பார்த்துக் கொள்வதாகவே இருக்கிறது.'[123]

மௌலானா முகம்மது அலி வீட்டில் காந்தி இருந்தவரைக்கும் வீட்டிலுள்ளவர்கள் எல்லோரும் சைவ உணவுக்கு மாறிக் கொண்டார்கள். அது மட்டுமல்ல. காந்தியடிகளின் உண்ணா நோன்பை முடித்துக்கொண்ட கடைசி நாளில் முகம்மது அலி ஒரு கசாப்புக்காரரிடமிருந்த ஒரு பசுவை விலைக்கு வாங்கி, அதைப் பசு பாதுகாப்பகத்துக்கு (Pinjrapole) 'கோதானம்' செய்தார். முகம்மது அலியின் இச்செயல் காந்தியை மிகவும் நெகிழ வைத்தது. முகம்மது அலியின் செயலை மெச்சி, காந்தி அவருக்குக் கடிதம் ஒன்றை எழுதினார். 'உங்களின் செயல் மூலமாக வெகுவாக என் மீதுள்ள அன்பை வெளிக்காட்டியிருக்கிறீர்கள். எனக்கும் உங்கள் இருவருக்கும் உள்ள பிணைப்பு இந்துகளையும் முஸ்லிம்களையும் பிரிக்கமுடியாத பந்தத்தில் ஒன்றிணைக்கவழி வகுக்கட்டும்.'[124]

முகம்மது அலியின் வீட்டில் காந்தி உண்ணாநோன்பு நோற்றது – மிகச் சரியான முடிவென்று காந்தி கருதியது ஏன்? ஓர் இந்து, முஸ்லிமின் வீட்டில் இருந்துகொண்டு உண்ணாநோன்பு நோற்பது என்பது ஒரு நாடகீயமான நிகழ்வுதான்; அதேநேரம் ஆழமான காரணமும் கொண்டதே என்பது ராஜகோபாலாச்சாரியின் கூற்றில் இருந்து புலப்படுகிறது. ராஜகோபாலாச்சாரி, காந்தியின் மிக நெருக்கமான சகாக்களில் ஒருவர். அவர் காந்தியின் இந்த உண்ணாவிரதத்துக்கு ஆதரவு தெரிவித்திருந்தார். காந்தியின் மைந்தர்களில் ஒருவரான தேவதாஸுக்கு எழுதியுள்ள கடிதத்தில் இந்த நோன்புக்கு பின்னால் இருந்த 'மனரீதியான காரணம்' பற்றிக் குறிப்பிட்டிருக்கிறார்: 'முஸ்லிம்களின் நன்றியற்ற நடத்தை, இந்துக்களின் துன்பங்களுக்குக் காரணமான செயல்கள், அதைக் கண்டும் காணாத முஸ்லிம் தலைவர்களின் பொறுப்பற்றதன்மை ஆகியவை தொடர்பான காந்தியின் வேதனையின் வெளிப்பாடே இந்த உண்ணாநோன்பு' என்று குறிப்பிட்டிருந்தார். மேலும் அந்தக் கடிதத்தில், 'ஆனால், முஸ்லிம் தலைவர்கள் இந்த உண்ணா விரதத்தின் பின்னரும் அதை உணரத் தலைப்படவில்லை என்பதே கசப்பான உண்மை'[125] என்றார்.

காந்தி உண்ணாநோன்பு நோற்ற வேளையில் அலி சகோதரர்கள் அவரை மிகச் சிறப்பாகக் கவனித்தார்கள். இறுதிக்கட்டச் செயல் பாடுகளினால் அவருடைய மனதுக்கு மிகவும் நெருங்கினார்கள். ஆனால், இந்துக்கள் பட்ட இன்னல்கள் அவர்கள் அறிவுக்குப் பெரிதாகப்படவில்லை. ஏனென்றால் இந்தப் பிரச்னை அவர்கள் அளவில் இந்த அளவுக்கு ஒருதலைப்பட்சமானது அல்ல என்று கருதினார்கள்.

அடுத்த வந்த மாதத்திலேயே பாய் அம்மா மரணமடைந்தார். அவருக்கு வயது 81. 'காம்ரேட்' அப்போதுதான் மீண்டும் ஆரம்பிக்கப் பட்டிருந்தது. அதில் முகம்மது அலி தாயை நினைத்து மூன்று கட்டுரைகளை எழுதினார். அதன் தலைப்பு 'அம்மா'.

பாய் அம்மாவின் உடல் நிலை மிகவும் மோசமான செய்தி கேட்டு காந்தி, முகம்மது அலி வீட்டுக்கு விரைந்து வந்தார். 'மௌலானா முகம்மது அலியின் கன்னங்களில் கண்ணீர் வழிந்தோடிக் கொண்டிருந்ததைப் பார்த்தேன். இருந்தும் எந்த அழுகுரலும் அங்கு கேட்கவில்லை. அவரின் அண்ணன் சௌகத், மிகுந்த சிரமத்தோடு தன்னைக் கட்டுப்படுத்திக்கொள்ள முயன்றார். எல்லோரும் அல்லாவின் பெயரைத் துதித்துக் கொண்டிருந்தார்கள்...' என்று எழுதியுள்ளார்.[126]

இப்போது காந்தி – அலி சகோதரர்கள் நட்புறவுக்கும் முடிவு நெருங்கியது. கோஹெட்டில் நடந்த கலவரத்தின் நிலைமையைக் கண்டறிய காந்தியும் சௌகத் அலியும் போனார்கள். திரும்பி வந்தவர்கள் வெவ்வேறு கருத்துகளை வெளியிட்டார்கள்.

'நான் ஒருவகை நடுக்கத்துடனே அவற்றை அச்சிடக் கூறினேன். ஒரு மிகப் பெரிய இடைவெளி இந்த விஷயத்தில் நமக்கிடையேயுள்ளது' என்று காந்தி சௌகத் அலியிடம் சொன்னார். இருவரின் அறிக்கைகளும் 'யங் இந்தியா'வில் வெளியிடப்பட்டன. இருந்தபோதிலும் 'நாங்கள் இன்னமும் ஒருவரோடொருவர் அன்புடன்தான் இருக்கின்றோம்' என்றார் மகாத்மா. ஆனால், எல்லோரும் அவர்களின் கூட்டணி உடையப்போவதைத் தெரிந்துகொண்டார்கள்.[127]

முகம்மது அலியின் காங்கிரஸ் தலைவர் பதவிக்காலம் 1924 கடைசியில் முடிவுக்கு வந்தது. காந்தியின் உண்ணா நோன்பு காலத்தில் அமைக்கப்பட்ட ஒருங்கிணைப்புக் குழுவினால் எந்த நன்மையும் விளையவில்லை. முஸ்லிம்களின் அச்சம் குறித்தும் அவர்களின் உரிமைகள் குறித்தும் அதிகம் பேசிய முகம்மது அலி,

காங்கிரஸ் அமைப்புக்குள் இந்து மதவாதப் போக்கு வலுப்பெறத் தொடங்கியிருப்பதாக உணர்ந்தார்.

அத்தகைய நிலைமையை காந்திஜி அழுத்திவைத்துவிடுவார் என்றுதான் முகம்மது அலி நம்பினார். ஆனால் காந்தி இந்துக்களிடமும் முஸ்லிம்களிடமும் தனது பிடி நழுவிப் போய்விட்டது என்று எண்ணினார். அவர் விரக்தி அடைந்திருந்தார். இந்து–முஸ்லிம் நல்லுறவு முயற்சிகள் பலன் தராதது அவரைத் தளர வைத்தது. அதனுடன் ஸ்வராஜ்யவாதிகள் பிரிட்டிஷ் அமைப்புகளின் பதவிகள் மீது கொண்டிருந்த மிதமான போக்கு அவரை மனமுடையச் செய்தது. மொத்தத்தில் அரசியல் அரங்கிலிருந்து அவர் விலகிப்போனார். முஸ்லிம் நண்பரொருவர் காந்தியிடம் அவரின் மௌனம் குறித்துக் குற்றம்சாட்டியபோது அவருடைய மறுமொழி:

> ‘இதுவரை இவர்களை (இந்து–முஸ்லிம்களை) ஓர் இணக்கமான நிலைக்குக் கொண்டுவருவதற்கு என்னால் இயலவில்லை. மாளவியாஜியும் மற்றவர்களும் முஸ்லிம்களின் எதிரி என்பதை என்னால் ஏற்க முடியாது. அதுபோலவே முகம்மது அலியை இந்துக்களின் எதிரியாகவும் என்னால் பார்க்க முடியாது. ரத்தத்துக்கு ரத்தம், கோயிலுக்கு மசூதி என்று பழிக்குப் பழி நிற்பதை எப்போதும் என்னால் ஏற்க முடியாது. ஆனால், என் பேச்சை யார் கேட்கிறார்கள். நான் எழுதியும் பேசியும் வருவதால் என்ன பயன்?’[128]

•

இரு தரப்பையும் நாம் தொகுத்து அலசிப் பார்ப்போம்.

துருக்கியர்கள் கிலாஃபத் முறையை இல்லாமல் செய்துவிட்டதென்பது இந்தியப் போராட்டத்தை ஒழித்துவிட்டது. கிலாஃபத் இயக்கத்தில் ஈடுபாடு காட்டிய இந்தியத் தலைவர்கள் துருக்கியின் நிகழ்வுகளையோ, அராபியர்களின் மனநிலைகளையோ புரிந்துகொள்ளாமல் நடந்துகொண்டதும் நிலைமையை மேலும் மோசமாக்கியது. அவர்கள் உண்மை நிலைக்கு மாறான கற்பனையான நினைப்புகளில் நேச நாடுகள் துருக்கியிடம் தனிச் சலுகை காட்டுமென்ற எதிர்பார்ப்பில் இருந்தார்கள். பின்னாளில் முஸ்தபா கமாலும் துருக்கி சுல்தான் மீது நட்புணர்வுடன் இருப்பார் என்றும் எதிர்பார்த்தனர். தோற்றவர்களிடம் வெற்றியாளர்கள் எப்படி நடந்துகொள்வார்கள் என்பது புரிந்திருக்கவேண்டும்.

அது மட்டுமல்ல, அது இவர்கள் இஸ்லாத்தைப் புரிந்துகொண்டதில் பெரும் பிழை உள்ளது. முகம்மது அலி தலைமையில் லாயிட்

ஜார்ஜைச் சந்தித்து வர இங்கிலாந்துக்குச் சென்ற தூதுக் குழு துருக்கிக்காகப் பரிந்துப் பேசி விட்டுத் திரும்பிய சில காலங்களுக்குள் ஜே. டபிள்யூ. ஹோர் என்ற பிரிட்டிஷ் சிவில் அதிகாரி, பிரிட்டிஷ் அரசாங்கத்திடம், 'முஸ்லிம்கள் துருக்கி சுல்தானுக்குப் பணிந்து நடக்கவேண்டுமென்பதுபோல் இஸ்லாத்தில் எந்த நிபந்தனையும் இல்லை. அதுபோன்று துருக்கி சுல்தானே கலீபாவாகத் தொடர்ந்து இருக்கவேண்டுமென்பது போலவும் இல்லை[129] என்று சொன்னார்.

ஹோர் சொன்னதே சரியானதும் உண்மையானதுமாகும். இந்திய முஸ்லிம்கள் கிலாஃபத்துக்காகப் போராடியது, ஆதரவுக் குரல் எழுப்பியது எல்லாமேதான் தவறு. நடைமுறையில் பழக்கமாக இருந்தது என்பதாலேயே ஒரு விஷயம் மத அங்கீகாரம் பெற்றதாகிவிடமுடியாது. துருக்கி சுல்தான் நாடு கடத்தப்பட்டார்; கலீபா பதவி அதற்குப் பிறகு ரத்து செய்யப்பட்டுவிட்டது. இதற்கெல்லாம் பிறகும் இந்தியாவில் முஸ்லிம்கள் எந்த ஓர் இந்திய முஸ்லிமும் தங்களுடைய முஸ்லிம் தன்மைகள் குறைந்து போனது என்று கருதவில்லை.

இந்தியத் தலைவர்கள் இஸ்லாத்தைப் பற்றித் தெரிந்துகொண்டதில் தவறு இருந்தது போலவே மற்றொரு புறம் அவர்களின் இஸ்லாத்தின் கண்ணியம் குறித்த புரிதலும் தவறானதே!

முஸ்லிம் அல்லாதவர்கள் இஸ்லாத்தின் மரபுகளையும் அதன் அமைப்பியல் முறைகளையும் எப்படி எடுத்துக்கொள்கிறார்களோ அதுபோலவே, முஸ்லிம்கள் இஸ்லாமிய விஷயங்களை எப்படிப் பின்பற்றுகிறார்கள் என்பதையும் பொறுத்தே இஸ்லாத்தின் கண்ணியம் உள்ளது என்பதை அவர்கள் புரிந்துகொள்ளவில்லை. இந்தியாவில் நல்ல முஸ்லிம்கள் மிகவும் தேவை என்பது குறித்து மிக அரிதாகவே பேசினார்கள். முஸ்லிம் அல்லாதவர்களால் ஐரோப்பாவிலிருந்து எழுந்த மனதைக் காயப்படுத்தும் செயல் மற்றும் அச்சுறுத்தல்கள் ஆகியவை பற்றியே அதிகமும் பேசினார்கள். உண்மையான இஸ்லாத்தைப் பரப்பாமல் மதக் கொதிப்பையே பரப்பினார்கள். அடுத்தவர்களைக் குற்றம் சாட்டுவதில் குறியாக இருந்தனரே தவிர மன்னிப்பதாகவோ பிராயச்சித்தம் செய்வதாகவோ இருந்திருக்கவில்லை.

ஒத்துழையாமை என்ற இந்தியத் தலைவர்களின் போராட்டப் பாதை பிரிட்டிஷ் அந்நிய ஆட்சியை சிறிது காலத்துக்கு குழம்பவும் நெருக்கடிக்கு உள்ளாக்கவும் செய்து விட்டது என்பதில் சிறிதும் சந்தேகமில்லை. அத்துடன், அது முஸ்லிம் இந்து ஆகியோரிடம் – பொதுவாகச் சொன்னால் – இந்தியர்களுக்குத் தன்மானத்தை

ஏற்படுத்திக் கொடுத்துவிட்டது. இருந்தும் இந்தப் போராட்டங்கள் என்னவிதமான தியாகங்களைக் கோரி நின்றனவோ அவற்றுக்கு ஈடுகொடுக்க முடியாமல் போனதால் இந்தப் போராட்டங்களின் தாக்கம் குறைந்துவிட்டது. அகிம்சை நெறியையும் ஒத்துழையாமைப் போராட்டத்தையும் வழிநடத்தும் முன்னோடியான காந்தி, இந்திய மக்கள் சரியான பயிற்சி இல்லாத காரணத்தினால் அமைதி வழியில் போராட்டத்தைத் தொடரமுடியாமல் போய்விட்டது என்று ஒப்புக்கொள்ளும் நிலைக்கு வர வேண்டி இருந்தது. இதனால் பல மனித உயிர்கள் பலியாகின. கடைசியில் போராட்டம் கைவிடப்பட்டது.

போராட்டத்தைக் கைவிடும் காந்திஜியின் முடிவானது, சில முஸ்லிம்களால் விரும்பப்படவில்லை; அதுபோன்றே இந்துக்களில் சிலரும்கூட அதை விரும்பவில்லை. 'முழு வெற்றியே' அவர்களின் இலக்காக இருந்தது. எனினும் இந்தப் போராட்டத்தைத் தொடர்ந்து நடத்தியிருந்தால் அது முஸ்லிம்களின் நலன்களை எந்த அளவுக்குக் காப்பாற்றியிருக்கும் என்பதுபற்றி எதுவும் சொல்லமுடியவில்லை. துருக்கியில் நடந்தவற்றில் எந்த மாற்றத்தையும் நிச்சயம் ஏற்படுத்தியிருக்கமுடியாது. இந்தியாவில் ஒத்துழையாமைப் போராட்டத்தின் அந்த 'வெற்றி' பெரும்பாலும் இந்துக்களின் கைகளுக்கே போய்ச் சேர்ந்திருக்கும்.

வெள்ளையர்களின் தவறுகளுக்கு எதிராக ஒன்று சேர்வதென்பது நீண்ட கால ஒற்றுமைக்கு வழிவகுக்காது. இந்து–முஸ்லிம்களின் ஒற்றுமை நீடிக்கவில்லை. ஏனென்றால் இரு தரப்புக்கும் அது பிரதான இலக்காக இருந்திருக்கவில்லை. இந்துக்களின் நாட்டம் ஸ்வராஜ்யம்; முஸ்லிம்களின் நாட்டம் கிலாஃபத். பிந்தையது மேற்குலகில் மறைந்துபோனதால் இந்துக்களின் ஆதரவு தேவை என்று நினைத்த முஸ்லிம்களின் எதிர்பார்ப்பும் ஆவியாகிப் போனது. இந்துக்களுக்கு ஸ்வராஜ்யத்துக்கு முஸ்லிம்களின் ஆதரவு தேவை. முஸ்லிம்கள் அந்த ஆதரவை நல்குவதற்குத் தயாராகவே இருக்கிறார்கள். ஆனால், நாட்டு விடுதலைக்குப் பின்னர் இந்துக்களின் மேலாதிக்கம் ஏற்படக்கூடும் என்ற அந்த அச்சத்தைப் போக்கினால்தான் அந்த ஒத்துழைப்பு சாத்தியம் என்பது முஸ்லிம்கள் தரப்பு வாதம். சையத் அகமத்கானின் கணிப்புகள் மீண்டும் செல்வாக்கு பெற்றுவிட்டன.

1919–23 காலகட்டங்களில் கிலாஃபத் போராட்டம் பஞ்சாபில் நடைபெற்ற ஜாலியன்வாலா படுகொலை எதிர்ப்புப் போராட்டங்களுடன் சேர்த்துப் பார்க்கப்பட்டன. இந்துக்களுடன் முஸ்லிம்கள் அணி சேர்ந்துகொண்டு தங்களின் ஒற்றுமையைப் பறை

சாற்றினார்கள். ஆனாலும், இந்து-முஸ்லிம் ஐக்கியம் இயற்கை யானதாக இல்லை.

வேறொன்றை இலக்காகக்கொண்டு உருவாகும் ஒற்றுமை நிலைக்காது. அந்த வேறொன்று தேச விடுதலையாகவே இருந்தாலும் ஒற்றுமை நீண்ட காலம் நீடிக்காது. அதேநேரம் தேச விடுதலையைப் பின்னுக்குத் தள்ளிவிட்டு இந்து-முஸ்லிம் ஒற்றுமையை முன்னுக்குக் கொண்டுவந்து போராடுவது காங்கிரஸ்காரர்களுக்கு சிரமமாகத் தோன்றியது. சுய ராஜ்யம், அந்நியர் ஆட்சியை அகற்றல் என்பதைக் காட்டிலும் வேறு எதையும் பெரிதாக நினைக்க அவர்களால் முடியவில்லை. முஸ்லிம்களின் உதவி கிடைத்தால் அதை வைத்துக்கொண்டு; கிடைக்காவிட்டால் அவர்கள் இல்லாமல் தங்களுடைய லட்சியத்தை அடைவதே அவர்கள் தீர்மானம். கிலாஃபத் இயக்கம் உடைந்து நொறுங்கிப்போன பிறகு முஸ்லிம் களுக்கு எதிர்காலப் பாதுகாப்பு வேண்டும். சுய ராஜ்யம் மூலம் அல்லது தேவையென்றால் அது இல்லாமல் அந்தப் பாதுகாப்பு கிடைக்கவேண்டும். இதுவே முஸ்லிம்களின் தீர்மானம்.

ஒத்துழையாமை இயக்கத்துக்கு ஓர் ஆக்கபூர்வமான பக்கம் இருக்கிறது. மக்களிடம் பிரிட்டிஷ் அதிகாரவர்க்கம் மீதிருந்த அச்சத்தை அகற்றிவிட்டது. அது மக்களைப் போராட்டத்தில் இறக்கிவிட்டது. சில நேரங்களில் போராட்டக்காரர்கள், கட்டுப் பாட்டை இழந்துவிட்டார்கள். இருந்தும் பெரிதும் அபாரமான ஒழுங்குடன் இருந்தார்கள். தவறுகளையே எதிர்க்கவேண்டும்; தவறு செய்பவர்களை அல்ல என்ற அறிவுரையைச் செவிமடுத்தார்கள். இவை யாவும் இதற்கு முன் எப்போதும் இருந்திராதவை. எல்லாவற்றுக்கும் மேலாக, இந்து-முஸ்லிம் கூட்டுறவை இந்த இயக்கம் ஏற்படுத்திக் கொடுத்தது. குறுகிய காலமே எனினும் இந்தக் கூட்டுறவு முகம்மது அலியின் வரலாற்று எழுத்தாளர் சொன்னது போல் 'அபார அழகு வாய்ந்ததாக' இருந்தது.[130]

கிலாஃபத் இயக்கம் முடிவுக்கு வந்த பின்னர் முஸ்லிம்களின் நம்பிக்கையைப் பெறுவதற்கு எந்த ஒரு விடுதலை இயக்கக் குழுவாலும் முடியவில்லை. மாளவியா, லஜ்பத்ராய், சுவாமி ஷரத்தானந்தா போன்றோர் அதைப் பெற எந்த முயற்சியையும் எடுக்கவும் இல்லை. அவர்கள் இந்துக்களின் உணர்ச்சிகளுடன் மட்டுமே பேசினார்கள். இதற்கிடையே பிரிட்டிஷ் கவுன்சில்களில் இடம்பெறத் துடித்த காங்கிரஸ்காரர்களின் செயல்பாடுகள் முஸ்லிம்கள் மனதில் ஒருவகையில் அச்சத்தையே ஏற்படுத்தின. கிலாஃபத் இயக்கத்துக்கு காந்தி முழு ஆதரவு தந்திருந்த நிலையிலும்

காந்தி மீது முஸ்லிம்களுக்கு நம்பிக்கை உருவாகியிருக்கவில்லை. அலி சகோதரர்களை மன்னிப்புக் கேட்க வைத்தது; சௌரி சௌரா போராட்டத்தைப் பின் வாங்கியது; முகம்மது அலி வீட்டிலே காந்தி உண்ணாநோன்பு நோற்றது இவற்றையெல்லாம் முஸ்லிம்கள் விரும்பவில்லை. அந்நிய சதியாகவே பார்த்தனர்.

காந்தி உள்ளார்ந்த அவசியம் என்று கருதிய ஒன்றை அவர்கள் ஒரு தந்திரமான வியூகமாகவே ஏற்றுக்கொண்டிருந்தனர். திரும்பிப் பார்த்தால் அந்த வியூகம் இப்போது சரியானதுதானா என்ற கேள்வியும் எழுந்திருந்தது. காந்தி அவர் நோற்ற உண்ணாநோன்பை 'பிராயச்சித்த தவம்' என்று அழைத்திருந்தார். ஆனால், சில முஸ்லிம்களோ அவர்களுக்குக் கொடுக்கப்பட்ட 'தார்மிக நெருக்கடி' என்று பார்த்தார்கள்.

'காந்தியின் ஆணைக்கு ஏற்ப சிறைகளை நிரப்பத் தயாராகுங்கள்'. 'எல்லோரும் மகாத்மாவை மனம் தளராமல் பின்பற்றுங்கள்.' இந்த இரண்டுதான் 1922 தொடக்கத்தில் முக்கியமான இஸ்லாமிதத் தலைவர்கள் 'கவ்ம்' என்றழைக்கப்படுகிற தங்களுடைய சமூகக் கூட்டத்தார் முன் வைத்த கோஷங்கள்.

இப்போதோ, 1925லும் அதைப் பின்தொடர்ந்து வந்த வருடங்களிலும் காந்தி இந்துக்களுடைய தலைவராகவும் இந்துத் தலைவராகவும் முத்திரை குத்தப்பட்டார். எல்லா முஸ்லிம்களும் அப்படித்தான் கருதினார்கள் என்று சொல்ல முடியாது. டாக்டர் ஹக்கீம் அஜ்மல்கான், எம்.ஏ. அன்சாரி, அபுல்கலாம் ஆசாத் போன்றோர் காந்தியின் பக்கமே இருந்தார்கள். விடுதலைப் போராட்டத்தில் அவர்கள் மனம் தளராமல் தொடர்ந்து ஈடுபட்டார்கள். ஆனால், அலி சகோதரர்கள் பாதை மாறிவிட்டார்கள். அது போலவே முஸ்லிம் சமுதாயத்தில் பெரும்பான்மையினரும் விலகி நின்றனர்.

•

முகம்மது அலிக்கு அவரின் ஞானத் தந்தை மௌலானா அப்துல் பாரியுடனும் விலகல் ஏற்பட்டது. அராபியத் தீபகற்பத்திலுள்ள 'ஹிஜாஸ்' நிலப் பகுதியில் (பின்னாளில் சவுதி அரேபியா) ஏற்பட்ட மோதல் நிகழ்வுகளால் இவர்களிடையே இந்தக் கருத்து வேறுபாடு ஏற்பட்டது. இப்னு சவூத் அப்பகுதியில் ஆட்சியில் இருந்த ஷரீப் ஹுசைனை எதிர்த்து வந்தார். இப்னு சவூத் தர்கா வழிபாட்டு மையங்களை உடைக்கும் அதி தூய மார்க்கவாதி. 'வஹாபிஸம்' என்ற இஸ்லாமிய சமயத் தூய்மைவாத பிரிவைச் சேர்ந்தவர். அந்த சமயத் தூய்மைவாதிகளின் (Puritons) கொள்கைப்படி சமாதிகள் மேலே தர்கா

கட்டடங்கள் எழுப்புவதும், வழிபடுவதும் இறைவனுக்கு இணை வைப்பதற்கு ஒப்பானதாகும். அந்த சமாதிகள் இஸ்லாத்தின் இறை நேசர்கள், தியாகிகள், சமய ஞானிகள் புதைக்கப்பட்ட இடமென்றாலும் விதிவிலக்குக் கிடையாது.

மௌலானா அப்துல் பாரிக்கு இப்னு சவூத்தின் வஹாபிஸ நடவடிக்கைகள் பிடிக்கவில்லை. அதை அவர் இஸ்லாமிய சமய விரோதமாகப் பார்த்தார். ஆனால், முகம்மது அலிக்கு இப்னு சவூத்தின் நடவடிக்கைகள் சரியாகவேபட்டன. தர்கா கூடங்களை இடித்துத் தகர்ப்பதற்கு அவர் ஆதரவு காட்டியதற்கு முக்கிய காரணம் இப்னு சவூத் ஹ¯ஜாஸில் ஓர் இஸ்லாமிய குடியரசை நிறுவுவார் என்று ஓர் எதிர்பார்ப்பு. அப்படி நடந்தால் முஸ்லிம் உலகம் சமயரீதியான புதிய தலைமையை 'கலிஃபாவை' தேர்ந்தெடுக்க வழிபிறக்கும் என்ற நம்பிக்கையைக் கொண்டிருந்தார்.

இப்னு சவூத்தின் படைகள், திருநபியின் கல்லறை மகூதியை இடித்துவிட்டதாக உறுதியற்றச் செய்திகள் இந்திய முஸ்லிம்களை வந்தடைந்தன. அவர்கள் இப்னு சவூத்துக்கு எதிராகக் கொதித்து எழுந்தார்கள். மௌலானா அப்துல் பாரி இதைக் காரணமாகக் கொண்டு ஒரு போராட்டத்தைத் தலைமை ஏற்று நடத்தினார். புதிய அராபியத் தளபதியைக் இப்னு சவூதைக் கடுமையாகச் சாடவும் செய்தார். இங்கே மௌலானா அப்துல் பாரியின் தொண்டர்களும் ஆதரவாளர்களும் முகம்மது அலியைத் தாக்கிப் பேசினார்கள். முகம்மது அலி கல்லறைகளை உடைப்பதை ஆதரிப்பதிலும், அவற்றின் தெய்விகக் கண்ணியத்தைக் குலைப்பதிலும் 'வஹாபிய' கொள்கை கொண்டவர்களோடு சேர்ந்துவிட்டார் என்றும் குறை கூறினார்கள். 'இந்தப் பிரச்னை நீடித்த காலத்தில் முகம்மது அலி மீது வீசப்பட்ட விமர்சனக் கணைகள் நாகரிகத்தின் அத்தனை வரம்பு களையும் கடந்துவிட்டன[131] என்று அஃப்சல் குறிப்பிட்டிருக்கிறார்.

இப்னு சவுத், ஷரீப் ஹ¯சைனை வீழ்த்திவிட்டார். ஆனால், அப்துல் பாரியால் அவரை மன்னிக்க முடியவில்லை. இந்நிலையில் இடையில் நின்று போய் மீண்டும் தொடங்கிய முகம்மது அலியின் செய்தி இதழ்கள் காம்ரேட், ஹம்தர்த் இரண்டிலும் முகம்மது அலி, தனது ஆன்மிக ஆசான் அப்துல் பாரியுடனான நல்லுறவை முறியடித்துக்கொண்டதாகத் தெரிவித்தார். இது வெளிவந்த நான்கே நாட்களில் அப்துல் பாரி பக்கவாதத்தால் முடக்கப்பட்டார். அடுத்த இரண்டு நாட்களில் இறந்தும்விட்டார். செய்தி அறிந்த முகம்மது அலி லக்னோவிலிருந்து விரைந்து வந்தார். தன் ஆன்மிக ஆசானுக்காக வெடித்து அழுதார். அவரின் கண்ணீர் மௌலானா பாரியின் மண்ணறையை ஈரமாக்கியது.

முகம்மது அலியின் துயரம் இப்போது இரண்டு மடங்காகிவிட்டது. இப்னு சவூத் தன்னை அரேபியாவின் மன்னர் என்று பிரகடனப் படுத்திக்கொண்டார். அதேநாளிலேதான் முகம்மது அலி தன்னுடைய ஆசான் அப்துல் பாரியுடனான நல்லுறவை முறித்துக் கொண்ட அறிக்கையை வெளியிட்டிருந்தார். முகம்மது அலியைப் புறக்கணிப்பதில் துருக்கியரைப் போலவே இப்னு சவூதும் முகம்மது அலிக்கு துரோகம் செய்துவிட்டார்.

செய்தித்தாள்களுக்காக நீண்ட இரவுகள் விழித்திருந்து எழுதுவது; பகல் வேளைகளில் அவரைச் சந்திக்க வருபவர்களுடன் இடைவிடாமல் உரையாடுவது; பல்வேறு மனிதர்களிடம் பல்வேறு விஷயங்களைக் குறித்து விவாதிப்பது; அவரோடு சுற்றி இருப்பவர்களிடம் உரத்த வாதங்களை எதிர்வாதங்களை மீண்டும் மீண்டும் அடுக்குவது; பத்திரிகைகளில் எழுதுவது; துடிப்பான சிந்தனையாளராகவும் எதிர்ப்பாளராகவும் கருதி எந்த ஒரு கருத்துகளையும் எதிர்கொள்வது; தன்னிலையில் உறுதி கொண்டு எதிர்த்தரப்புடன் தொடர்ந்து மோதுவது என்று முகம்மது அலி பரபரப்பான, ஓய்வறியாத போக்கிலே நாள் முழுவதும் இருந்தார். அது மட்டுமா, உடல்நிலை குறித்த கவனம் அவரிடம் கிஞ்சித்தும் இல்லை. ஆடம்பர உணவு வகைகளை உடலுக்குக் கேடு என்று தெரிந்த பின்னும் தொடர்ந்து சாப்பிட்டுக் கெடுத்துக் கொண்டுவிட்டார். நீரிழிவு நோய் அவரை உள்ளிருந்து அழித்துக்கொண்டிருந்தது. பார்ப்பதற்கு அவருடைய வயதைக் காட்டிலும் முதுமை அடைந்தவராகவே தெரிந்தார். ஜனவரி 1926ல் அவருக்கு வயது 47தான். உடல் நிலை காரணமாக அவரால் இயலாமல் போனதால் அவரின் 'காம்ரேட்' நின்று போனது.

அவரின் சமுதாயத்துடன் அவருக்கு இடைவெளி ஏற்பட்டதற்கு இப்னு சவூத் தொடர்பான பிரச்னைகள் மட்டுமே காரணமல்ல. 1925 வாக்கில் அகமதியாக்கள் (இவர்கள் தங்களுடைய கொள்கைகளால் இஸ்லாத்திலிருந்து சற்று வேறுபட்டிருப்பவர்கள். தங்களையும் முஸ்லிம்கள் என்று அழைத்துக் கொள்வார்கள்) என்ற கிளைக் குழுவைச் சேர்ந்தவர்களில் இருவர் இஸ்லாத்தின் அடிப்படை நம்பிக்கையான முகம்மது நபியை 'இறுதி நபி' என்று ஒப்புக் கொள்ளாத காரணத்தைக் காட்டி கல்லால் அடித்துக் கொல்லப் பட்டார்கள். மாற்றுக் கருத்தைப் பேசுபவர்களைக் கொல்வதன் மூலம் மாற்றுக் கருத்தைக் கொல்லமுடியாது என்று சொல்லி முகம்மது அலி இந்தச் செயலைக் கண்டித்துக் குரல் எழுப்பினார். அனைத்து முஸ்லிம் நாளிதழ் ஊடகமும் மற்றும் அனைத்து முஸ்லிம் தலைவர்களும் இந்தக் கொலை நடவடிக்கைக்கு ஆதரவு தெரிவித்தார்கள்[132] என்று அஃப்சல் குறிப்பிட்டிருக்கிறார்.

இரண்டாண்டுகளுக்குப் பின்னர், 'ரங்கீலா ரசூல்' என்ற பெயரில் முகம்மது நபியை இழிவுபடுத்தி ஒரு சிற்றேடு (இந்து சமயத்தைச் சேர்ந்த மதத் தலைவர் ஒருவரால் எழுதப்பட்டது) வெளியிடப் பட்டது. பஞ்சாப் உயர்நீதிமன்றத்தில் அதை எழுதியவருக்குத் தண்டனை அளிக்கக் கோரி வழக்குத் தொடுத்தார்கள். நீதிபதிகள் அந்த நூலை வெளியிட்டவர்களைத் தண்டிக்கவில்லை. இதனால் இஸ்லாமிய சமூகம் மிகவும் கொந்தளித்தது. முகம்மது அலி 'ஹம்தர்த்' இதழில் 'இது போன்று ஒரு சமயத்தார் போற்றக்கூடிய மாண்பு கொண்டவர்களை அல்லது கடவுளைப் பழித்துரைப்பது என்ற செயலைத் தடுக்கவோ, தண்டிக்கவோ சட்டத்தில் இடம் இல்லை. இதில் தவறு, அப்படியான சட்டம் இயற்றப்படவில்லை என்பதில் உள்ளது. தீர்ப்புரைக்கும் நீதிமான்களிடம் அல்ல' என்று எழுதினார். இதுவுங்கூட முஸ்லிம்களை முகம்மது அலியின் மீது நெருப்பை வீச வைத்தது. ஆனால், முகம்மது அலிக்கே இறுதி வெற்றி கிடைத்தது.

மத உணர்வுகளைப் புண்படுத்தி மோதலைத் தூண்டுவகையான செயல்பாடுகளுக்கு தண்டனை தர வழிவகுக்கும் சட்ட முன்வரவை முகமது அலி கொண்டுவந்தார். அனைத்து தரப்பினரும் அதை ஆதரித்தார்கள். பிரிட்டிஷ் இந்திய அரசாங்கம் இதை ஏற்று இந்திய குற்றவியல் சட்டங்களில் இடம்பெறச் செய்தது.

இப்படி முகம்மது அலி எடுத்த நிலைப்பாடுகள் 'ஹம்தர்த்' உருது நாளிதழைத் தொடர்ந்து வெளியிட முடியாதபடி முடக்கின. பொருளாதார நெருக்கடிகள் ஏற்பட்டன. 'ஹம்தர்த்' வாசகர்களும் அவரின் நெருங்கிய நண்பர்களும் அவருக்கு பணம் கொடுத்து உதவ முன்வந்தார்கள். ஆனால், சுய கௌரவம் மிகுந்த அவர் பிடிவாதமாக அதை ஏற்க மறுத்துவிட்டார். பிறகு மே மாதம் 1928ல் 'ஹம்தர்த்' உருது நாளிதழ் முடிவுக்கு வந்தது. அவர் தங்கியிருந்த வீட்டுக்கு வாடகை கொடுக்கமுடியாமல் நிலுவைத்தொகை ஏறிக்கொண்டே போனது. கடந்த கால அரசியல் உலகின் பரபரப்பான நட்சத்திர நாயகர், தேசியத் தலைவர் – இப்போதோ உடல்நலம் கெட்டவராக, நொறுக்கப்பட்டவராக, கடனில் குறுக்கப்பட்டவராக அவரிருந்த வீட்டைக் காலி செய்ய நேர்ந்தது.

ஆல்வார் சமஸ்தானத்து இந்து அரசர், முகம்மது அலியின் உருதுக் கவிதைகளில் தன்னைப் பறிகொடுத்தவர். அவர் முகம்மது அலியின் உடல் நிலையை அறிந்து அவரைத் தன் செலவில் ஐரோப்பாவுக்கு சிகிச்சைக்காக அனுப்புவதற்கு முன்வந்தார். சகோதரர் சௌகத் அலியும், டாக்டர் அன்சாரியும் அவரை வலியுறுத்திய பின்னர் முகம்மது அலி இந்த ஏற்பாட்டுக்கு இணங்கினார். இங்கிலாந்து

சென்று சிகிச்சை மேற்கொண்டதில் அவர் உடல்நிலை ஓரளவுக்குத் தேறியது. தனக்காக சிகிச்சை அளிக்கும் விஷயத்தில் அவர் ஒத்துப்போனாலும், மற்ற விஷயங்களில் அவர் எதையும் விட்டுக் கொடுக்க முன்வரவில்லை.

நெய்யில் அல்லது எண்ணெயில் நன்கு பொறித்த உணவு வகைகள் அங்கே கிடைக்கவில்லை. அது அவருக்கு மிகவும் சிரமமாக இருந்தது. வெளிப் பார்வைக்காகத் தன் அன்றாட பழக்க வழக்கங்களை மாற்றிக் கொள்கிற குணம் அவரிடம் இல்லை. அதற்கு எடுத்துக்காட்டாக இதோ ஒரு நிகழ்ச்சியைக் கூற முடியும். ஒரு தடவை காமன்ஸ் அவையின் பார்வையாளர்கள் பகுதியில் அவர் தொழுகை நேரத்தில் தன்னுடைய தொழுகை விரிப்பை விரித்துத் தொழத் தொடங்கிவிட்டார். அவர் மகிழும்வகையில் மறுநாள் காலை தினசரிகளில் இவர் காமன்ஸ் அவை பார்வையாளர் பகுதியில் தொழுது கொண்டிருந்த காட்சிதான் செய்தியோடு இடம் பெற்றிருந்தது.

முகம்மது அலி நாடு திரும்பினார். அப்போது சாரதா சட்டம் நடைமுறைக்கு வந்தது. பாலர் திருமணத்தைத் தடுக்கும் இச்சட்டத்தை இவர் முஸ்லிம்களுக்கு விலக்கு வேண்டுமென்று வேண்டுகோள் விடுத்தார். அச்சட்டம் முஸ்லிம்களின் 'ஷரியத்' சட்டத்துக்கு எதிரானதல்ல; 'ஒத்த வயதும் விருப்பமும் முன் வைத்து இஸ்லாமியத் திருமண ஒப்பந்தம் நிறைவேறவேண்டும். ஆகவே இஸ்லாமிய 'ஷரியத்' சட்டத்தின் நோக்கத்துக்கு ஒத்ததாகவும், அதை நிறைவு செய்யத்தக்கதாகவும் இந்த 'சாரதா' சட்டம் இருக்கிறது என்பதை அவரும் அறிந்திருந்தார்' என்கிறார் முஜீப்.

பின் எதற்காக இவர் எதிர்ப்புக் குரல் எழுப்பினார். பால்ய வயதிலோ முதிய வயதிலோ திருமணம் புரிவதை ஒருவரின் முடிவுக்கு விட்டு விட வேண்டுமென்று ஷரியத் சொல்லியிருப்பதை அவர் எடுத்துச் சொல்லி, தன் எதிர்ப்பைக் காட்டியிருந்தார். உணவையும் தூக்கத்தையும் ஒதுக்கிவைத்துவிட்டு, 24 மணி நேரம் செலவழித்து, 25 பக்கங்கள் கொண்ட முறையீட்டை அவர் தயாரித்து வைஸ்ராய்க்கு அனுப்பினார். முகம்மது அலியின் இந்த நடவடிக்கை உண்மையில் விசித்திரமும் வேதனையுமான செய்கை என்கிறார் முஜீப். அவரின் (முஜீப்பின்) கருத்துப்படி, 'பாலர் திருமணம், அதைத் தொடர்ந்து சிறுவயதிலேயே தாயாவது ஆகியவையெல்லாம் கிராமப்புறத்தில் வாழும் அனைத்து முஸ்லிம்கள், நகர்ப்புற முஸ்லிம்களில் அடித்தட்டு மக்கள் ஆகியோர் வீடுகளில் நடந்துவந்தன.'[133]

•

1926ல் இந்து–முஸ்லிம் உறவு பெருமளவு பாதிப்புக்குள்ளானது. சுவாமி ஷரத்தானந்தாவை முஸ்லிம் ஒருவன் கொலை செய்து விட்டான். இந்து–முஸ்லிம் கலவரம் ஏற்பட்டது. ஒவ்வொரு ஆண்டும் அதிகரித்துக்கொண்டேபோனது. 1923ல் 11 கலவரங்களும், 1924ல் 18 கலவரங்களும், 1926ல் 35 கலவரங்களும், 1927 நவம்பர் வரை 31 கலவரங்களும் நிகழ்ந்து மக்களை உயிர்ப் பலி வாங்கியது. அதே வேளையில் ஆளும் மட்டத்தில் அரசியல் சாசனத் தீர்வுக்கான ஏற்பாடுகள் தொடங்கின.

1916ல் ஏற்பட்ட லக்னோ ஒப்பந்தம் தந்த தீர்வுகள் இந்துக்களுக்கும் முஸ்லிம்களுக்கும் போதுமானதாக இல்லை என்ற நிலை உருவானது. ஹிந்துக்கள் பெருமான்மையாக இருக்கும் இடங்களில் இந்துக்களும் சீக்கியர்களும் முஸ்லிம்களுக்கானத் தனி வாக்காளர் தொகுதிகளை ஒதுக்கவும் கூடுதல் முஸ்லிம் பிரதிநிதித்துவம் தரவும் ஒப்புக்கொண்டிருந்தனர் அதுபோல் முஸ்லிம்கள் பெரும் பான்மையாக இருக்கும் பஞ்சாப் போன்ற இடங்களில் முஸ்லிம் அல்லாதவர்களுக்கு, முஸ்லிம்களுக்கு இணையான அதிகாரம் வழங்க ஒப்புக்கொண்டனர். அதுபோல் முஸ்லிம்கள் பெரும் பான்மையாக இருந்த வங்காளத்தில் இருந்த இந்துக்களுக்கு சிறுபான்மை என்பது போன்ற சலுகைகள் தரத்தயாராகியிருந்தனர். கலிக்குல் ஜமானின் கருத்துப்படி – இந்தத் திட்டம் காரணமாக இந்தியப் பிரிவினைக்கு லக்னோவில் விதை விதைக்கப்பட்டு விட்டது. முஸ்லிம்களின் அனுபவமின்மை காரணமாக, அவர்கள் பஞ்சாபில் இந்துக்களுக்கு சம அளவில் தொகுதிகளைத் தர ஒப்புக்கொண்டதும் வங்காளத்தில் சிறுபான்மை அங்கீகாரம் தந்ததும் இதற்குச் சாட்சி’[134] என்கிறார்.

1927 வாக்கில் பஞ்சாபிலும் வங்காளத்திலும் முஸ்லிம்களின் பெரும்பான்மை அதிகாரத்தை விட்டுக் கொடுக்கக்கூடாதென்பதில் தீவிரமாக இருந்தனர். மேலும் பம்பாய் மாகாணத்திலிருந்து சிந்துப் பகுதியைப் பிரிக்கவேண்டுமென்பதற்கு முஸ்லிம்களிடையே பெரும் ஆதரவு இருந்தது. அதுபோன்றே வடமேற்கு எல்லை மாகாணமும், பலூசிஸ்தானமும் தன்னதிகாரம் கொண்டவைகளாக மாற்றப்படவும் இஸ்லாமியர் தரப்பில் ஆதரவு இருந்தன. இவையெல்லாம் நடந்தால் மூன்று முஸ்லிம் பெரும்பான்மை கொண்ட மாநிலங்கள் உருவாக வழி பிறக்கும்.

இதேவேளையில் இந்துக்களிடமிருந்து முஸ்லிம்களுக்குத் தனி வாக்காளர் தொகுதி அளித்தது குறித்து எதிர்ப்பு வலுத்தது. இது ‘தேசியத் தன்மையைக்’ குலைக்கும் செயல் என்று சொல்லப்பட்டது.

முஸ்லிம்கள் தனித் தொகுதி ஒதுக்கீட்டை விட்டுக் கொடுக்க வேண்டும்; அதற்கு மாற்றாக மூன்று புதிய பகுதிகள் மற்றும் பஞ்சாப், வங்காளம் கவுன்சில்களில் முஸ்லிம்களுக்குப் பெரும்பான்மை தரப்படும் என்ற பேரத்தை அமல்படுத்தியிருக்க முடியாதா?

அந்த பேரம் 'டெல்லித் தீர்மானம்' என்றழைக்கப்பட்டது. முகம்மது அலி, ஜின்னா ஆகியோரின் தலைமையை ஏற்ற முஸ்லிம்கள் முன்வைத்த தீர்மானம் அது. மத்திய அவையில் முஸ்லிம்களின் பிரதிநிதித்துவம் மூன்றில் ஒரு பங்காக இருக்க வேண்டுமென்றும் அது வலியுறுத்தியது. இந்து-முஸ்லிம்-சீக்கியர்களின் செல்வாக்கு மிக்க தலைவர்கள் இதற்கு எதிர்ப்பு தெரிவித்தார்கள். பஞ்சாபில் வாழ்கிற இந்துக்களும் சீக்கியர்களும் தங்களுடைய மாகாணத்தில் முஸ்லிம்களின் மேலாதிக்கம் ஏற்படக்கூடும் என்று அச்சம் தெரிவித்தார்கள். மேலும், முஸ்லிம்கள் மத்திய அவையில் கேட்கும் மூன்றில் ஒரு பங்கு பிரதிநிதித்துவ இடங்களை இந்துக்களால் எந்த நிலையிலும் ஏற்க முடியாது என்று உறுதிகாட்டினார்கள். அப்போது பிளவுபடாத நம் நாட்டில் முஸ்லிம்களின் மக்கட் தொகை 25 சதவிகிதம்தான்.

கலிக்குல் ஜமானின் கூற்றுப்படி 'முஸ்லிம்களின் தரப்பில் கூட்டு வாக்காளர் தொகுதித் திட்டத்துக்கான பெருவாரியான எதிர்ப்பே இருந்தது'.[135]

லீக் பிளவுபட்டது. சர். முகம்மது ஷஃபி தலைமையில் கூட்டு வாக்காளர் தொகுதி திட்டத்துக்கு எதிர்ப்புத் தெரிவித்து பிரிந்து போனார்கள். முகம்மது அலியையும் ஜின்னாவையும் முகம்மது ஷஃபி, எதிர்ப்பதற்கு இன்னொரு காரணம் இருந்தது. 1928-ல் நம் நாட்டின் எதிர்காலத்துக்கான அரசியல் அமைப்பை உருவாக்கும் நோக்கில் இந்தியாவுக்கு வந்த 'சைமன் கமிஷன்' குழுவை காங்கிரஸ் கட்சி புறக்கணிக்கவேண்டுமென்று மக்களைக் கேட்டுக்கொண்டது. காங்கிரஸின் நிலைப்பாட்டை ஜின்னாவும் முகம்மது அலியும் ஏற்றுக்கொண்டிருந்தனர். முகம்மது ஷஃபி ஏற்றுக்கொள்ள வில்லை.

முகம்மது அலியும் ஜின்னாவும் 'டெல்லி தீர்மானம்' நிறைவேற வேண்டி நாடெங்கும் பரப்புரைச் செய்தார்கள். காங்கிரஸின் ஆதரவைப் பெறும் நோக்கம் அதில் இருந்தது. முன்னரே மோதிலால் தலைமையிலான குழு முன்வைத்த நேரு அறிக்கைக்கு காங்கிரஸ் ஆதரவாகப் பேசியிருந்தது. இந்த அறிக்கையில் முஸ்லிம்களுக்குத் தனி வாக்காளர் தொகுதி, சிறுபான்மைச் சமூகத்துக்கு முன்னுரிமை என்பனவற்றை நாட்டின் எல்லா இடங்களிலும் மறுத்ததுடன்,

பஞ்சாப் வங்காளம் போன்ற முஸ்லிம்கள் பெரும்பான்மை கொண்ட மாநிலங்களிலும் இந்த அளவுகோலை அது பரிந்துரைத்தது. ஆனால், மூன்று புதிய பிராந்தியங்கள் அமைவதற்கு நேரு அறிக்கை ஆதரவு காட்டியது. நேரு அறிக்கையில் முஸ்லிம்களுக்கு மூன்றில் ஒரு பங்கு இடங்கள் அல்ல; நான்கில் ஒரு பங்கு இடங்கள் தரவே சம்மதித்திருந்தது. மேலும், நேரு அறிக்கை மத்தியில் பலமான அதிகார மையம் நாட்டை நிர்வகிக்க வேண்டும். அதுவே எல்லா மாநிலங்களையும் வழிநடத்த வேண்டுமென்றும் அறிவுறுத்தியது.

இன்னொரு பக்கம் முகம்மது அலியும் ஜின்னாவும் தங்களுடைய நிபந்தனைகளில் பிடிவாதமாக நின்றார்கள். 1928-ல் அறிவிக்கப் பட்ட கூட்டு வாக்காளர் தொகுதியை ஒப்புக் கொள்ளவேண்டு மென்றால் அதற்கு முன்பாக சிந்துவும் வடமேற்கு எல்லை மாகாணம் பலூசிஸ்தானமும் பிரிக்கப்படவேண்டும். அல்லது தனி பிராந்தியங்களாகத் தகுதி உயர்த்தப்படவேண்டும்.

இதற்கு மேலாக சிறுபான்மைத் தகுதி பஞ்சாப், வங்காளம் நீங்கலாக பிற பகுதிகளில் அவர்களுக்கு நீடிக்கவேண்டும். பஞ்சாப், வங்காளம் இரண்டிலும் முஸ்லிம்கள் பெரும்பான்மைத் தகுதி கொண்டிருப்பதால் அங்கு அவர்களின் தகுதி உறுதிப்படுத்தப்பட வேண்டும். நாட்டின் அரசியலமைப்பு முறை – வலுவான ஒன்றியங்கள் கொண்ட கூட்டமைப்பாக இருக்க வேண்டும் என்பதே அவர்கள் தரப்பு வலியுறுத்தல்கள்.

இதற்கு மாற்றுத் திட்டங்கள் குறித்து 1928 டிசம்பரில் ஓர் அனைத்துக் கட்சி கருத்தரங்கு கல்கத்தாவில் கூட்டப்பட்டது. அப்பொழுதுதான் ஐரோப்பாவில் மருத்துவ சிகிச்சை பெற்றுத் திரும்பியிருந்த முகம்மது அலி தன்னுடைய கருத்துகளை அழுத்தமாகவும் உருக்கமாகவும் முஸ்லிம்களுக்காக வாதிட்டார். அதுபோலவே திரு ஜின்னாவும் செய்தார்.

கலிக்குல் ஜமான், முகம்மது அலியின் பேச்சைக் குறித்துக் கூறுகிறார்: ‘அவரின் உரை வெடிக்கும் எரிமலையாக, தீக்குழம்பைக் கக்கி, திரண்டெழும் புகையும் புழுதியுமாக வெளிப்பட்டது. மறைமுகக் குத்தல்கள், மிரட்டல்கள், அதிரடிகள் என நிரம்பிவழிந்தன.’[136] பார்வையாளர்களில் சிலர் கேலி செய்தனர். ஜின்னாவை, செல்லம் கொடுத்து வளர்த்ததால் கெட்டுப்போன குழந்தை என்று சொல்லியிருந்தார் தேஜ் பகதூர் சாப்ரூ. இந்தியாவில் அப்போதைய நீதியாளர்களில் பேர் வாய்ந்தவரும் வைஸ்ராய் அவையில் முன்னாள் உறுப்பினருமான அவர் முகம்மது அலி, ஜின்னா ஆகியோர் முன்வைத்ததை ஏற்றுக்கொள்வதே விவேகம் என்று உரைத்தார்.

ஆனால், அவர் பேச்சுக்கு உடனே முட்டுக்கட்டை போட்டுக் கொண்டு ஒருவர் எழுந்தார். அவர் இந்து மகாசபை பிரதிநிதியாக வந்த எம்.ஆர். ஜெயக்கர்:

'நேரு அறிக்கையை 'மிகவும் சிரமப்பட்டு' ஹிந்து அமைப்புகள் ஏற்றுக்கொண்டிருக்கின்றன. இந்நிலையில் இந்த விஷயங்களை மீண்டும் கிளறினால் கடுமையான விளைவுகளை எதிர்கொள்ள வேண்டியிருக்கும்' என்று எச்சரித்தார். 'இந்த நான்கு உரைகளைத் தொடர்ந்து இந்தியாவின் எதிர்கால விதி இறுதிசெய்யப்பட்டு விட்டது'[137] என்று கலிக்குல்ஜமான் குறிப்பிட்டிருக்கிறார்.

ஜின்னா–முகம்மது அலியின் கோரிக்கைகள் நிராகரிக்கப்பட்டன. ஜின்னா, முகம்மது அலி ஆகியோரின் கோரிக்கைகள் நேரு அறிக்கையில் திருத்தம் கொண்டு வர வேண்டும் என்பதுதான். மோதிலால் நேரு, அதிகபட்சமாக, 'முஸ்லிம்களின் இடங்களை மைய அசெம்பிளியில் 25 சதவிகிதத்திலிருந்து 27 சதவிகிதமாக உயர்த்த வகை செய்யலாம்' என்றார்.

கலிக்குல் ஜமான், 'நேரு அறிக்கையில் முகம்மது அலியும் ஜின்னாவும் கோரிய சில திருத்தங்களை கூட்டத்தில் கலந்துகொண்ட பலம் மிக்க அமைப்பான காங்கிரஸ் ஏற்றுக்கொண்டிருந்தால் இணக்கமின்மையின் துயர அத்தியாயத்தை முடிவுக்குக் கொண்டுவந்திருக்கலாம்' என்று கருத்துத் தெரிவித்தார்.[138] அதே வேளை கலிக்குல் ஜமான் சொல்வதையே வைத்துப் பார்த்தால், முகம்மது அலியின் அனல் பறந்த பேச்சு இணக்கமான ஒப்பந்தத்தை எதிர்பார்த்துப் பேசப்பட்டதாக இருக்கவில்லை.

காங்கிரஸ் வெளிப்படையாக ஜின்னா–முகம்மது அலி ஆகியோர் முன்வைத்த நிபந்தனைகளில் பல பகுதிகளை ஒப்புக் கொள்ள வில்லை. ஏனெனில், இந்துக்களும் சீக்கியர்களும் அதை ஏற்றுக் கொள்ளவில்லை. அதோடு இந்த இருவருடன் செய்துகொள்ளும் ஒப்பந்தம் என்பது முஸ்லிம்கள் அனைவருடனும் செய்துகொள்ளும் ஒப்பந்தமாக ஆகாது. ஷஃபியின் முஸ்லிம் லீக் பிரிவு ஏற்கெனவே கூட்டு வாக்காளர் தொகுதியை நிராகரித்திருந்தது.

காங்கிரஸ் இப்படி நடந்துகொள்ள இன்னொரு காரணம் என்னவென்றால், பிரிட்டிஷ் ராஜுடனான அதன் வலுவான மோதல் போக்கு. காங்கிரஸ்காரர்களுக்குப் பொறுமை போய்விட்டது. சுதந்தரப் போராட்டத்தை எப்படி முன்னெடுப்பது என்பதிலும் அவர்களிடையே கருத்து வேறுபாடுகள் இருந்தன. ஜவாஹர்லால் நேரு, சுபாஷ் சந்திரபோஸ் போன்ற இளம் தலைவர்கள் புது வேகத்துடன் 'முழுமையான விடுதலை' என்ற முழக்கத்தை

எழுப்பினார்கள். இதேவேளையில் மோதிலால் நேரு மற்றும் அவர்களைப் போன்ற மூத்த தலைமுறைத் தலைவர்கள் தங்களுக்கு டொமினியன் தகுதியே போதும் என்று நினைத்தார்கள். மேலும், இதுவே விவேகமான செயல்பூர்வமான குறிக்கோள் என்று நினைத்தனர்.

மூன்று ஆண்டு கால இடைவெளிக்குப் பின்னர் தீவிர அரசியலுக்கு வந்த காந்தி காங்கிரஸ்காரர்களை ஒன்றுப்படுத்தி, விடுதலைப் போராட்டத்தை முடுக்க ஆர்வம் காட்டினர். இது அவருக்கு இந்து-முஸ்லிம் ஒற்றுமையைக் காட்டிலும் முக்கியத்துவம் கொண்டதாகத் தெரிந்தது. ஏனெனில், இந்து-முஸ்லிம் ஒற்றுமை செயல் வடிவம் பெறும் என்பதில் நம்பிக்கை வரவில்லை.

ஆசாத், அன்சாரி ஆகியோரின் தலைமையில் முஸ்லிம்களில் சிலர் நேரு அறிக்கைக்கு ஆதரவு காட்டியதுடன் அந்நிய ஆட்சியை எதிர்த்துப் போராட்டம் தொடங்க ஆர்வம் காட்டினர்கள். ஆனால், முஸ்லிம் சமுதாயத்தின் பெரும்பான்மையின் ஆதரவு அவர்கள் பக்கமாக இல்லை. அவர்கள் முஸ்லிம்களின் ஒற்றுமையை வலியுறுத்தினார்கள். அந்த ஒற்றுமை அவர்களிடம் ஏற்பட்டது. முகம்மது அலி, ஜின்னா, ஷஃபி ஆகியோர் கை கோர்த்துக் கொண்டு கூட்டு வாக்காளர் தொகுதி திட்டத்தைக் கைவிட்டனர். காங்கிரஸின் பிரிட்டிஷ் ஆட்சி எதிர்ப்புக்கு ஆதரவு காட்டுவதில்லை என்று முடிவெடுத்தார்கள்.

ஏப்ரல் 1926-ல் மோதிலால் நேருவுடன் நடந்த உரையாடலின் போது முகம்மது அலி அவரிடம், ‘காந்தி, மோதிலால், ஜவாஹர்லால் தவிர்த்து காங்கிரஸ்காரர்களில் எல்லோருமே முஸ்லிம்களின் எதிரிகள்’ என்றார்.[139] 1928 முடிவில் முகம்மது அலி, ‘மோதிலால் நேரு முதலில் டெல்லி தீர்மானத்தை ஒப்புக்கொண்டார். பின்னர் மறுதலித்தார். காந்தியும்கூட தன்னுடைய செல்வாக்கைப் பயன்படுத்தி ஓர் இணக்கத்துக்குக் கொண்டு வருவதற்கு மாறாக, ‘பெரும்பான்மையினரின் மதவாதப் போக்குக்கு இடம்கொடுத்து விட்டார்...’[140] என்றார்.

டெல்லி அறிக்கை ஓரளவுக்கு, முகம்மது அலியின் சிந்தனையின் உருவாக்கமே. முடிவில் அது குப்பைத் தொட்டியில் போடப் பட்டது. இறுதியில் சீற்றமும் வெறுப்பும் அடைந்த முகம்மது அலி காங்கிரஸ் கட்சியை விட்டு விலகினார். காங்கிரஸ் கட்சிக் கூட்டங்களுக்குப் போகவேண்டாம் என்று முஸ்லிம்களைக் கேட்டுக் கொண்டார்.

•

முகம்மது அலியின் உடல் நிலை மோசமானது. அவருக்கிருந்த நீரிழிவு நோயின் விளைவாக ஒரு கண் பார்வை இழந்தது. அவர் கால்கள் வீக்கம் கண்டன. எழுதும்போது கைகள் நடுக்கம் கொண்டன. பொதுவாக அவருக்கே உரித்தான துடிப்பான அன்றாட நடவடிக்கைகளில் மாற்றங்கள் ஏற்பட்டன. ஆனாலும்கூட அவரின் உள்ளத்தில் ஊற்றெடுத்துப் பொங்குகிற உருது, பார்சி கவிதைகள் தடங்கலின்றிக் கரையுடைந்துப் பாய்ந்தன. அதுபோன்றே அவருக்கே சொந்தமான அங்கத மொழி நடை, அதற்கும் குறைவில்லை. பொதுக்கூட்டங்களுக்குச் செல்வதை நிறுத்த வேண்டிவந்தது. மேலும், முகம்மது அலி இப்போது அந்தக் கூட்டத்தின் ஆவலுக்குரியவராக இல்லை. அவர் முஸ்லிம்களின் நலனுக்காக இப்போது எழுப்புகிற கோரிக்கைகள் அல்லது முழக்கங்களுக்கு மக்கள் ஆதரவு இருக்கத்தான் செய்கிறது. என்றாலும் கிலாஃபத் கோரிக்கைபோல் அவ்வளவாக அவை மக்களை ஆட்கொள்ளவில்லை. மேலும், அதுபோன்ற முழக்கங் களை, கோரிக்கைகளை எழுப்புவதற்கு முஸ்லிம்களிடையே இப்போது புதியவர்கள் வந்துவிட்டார்கள். முகம்மது அலியைவிட நல்ல உடல் நலமும் துடிப்பும், நல்வாய்ப்பும் கொண்டவர்களாக அவர்கள் இருந்தார்கள்.

அதிர்ஷ்டம் அவரிடமிருந்து முகத்தைத் திருப்பிக்கொண்டுவிட்டது. 1929-ல் அவர் ஓய்வெடுக்க பர்மா சென்றார். ஆனால், இடையிலேயே இங்கே நம் நாட்டில் ஏற்பட்ட மதக் கலவரம் அவரைத் திரும்பிவரவைத்துவிட்டது. அதுபோன்றே அவரை தென்னாப்பிரிக்காவில் வாழும் இந்தியர்கள் அங்கே அழைத்தார்கள். அவரும் அங்கே போக ஆர்வமாக இருந்தார். ஆனால் நிற வேற்றுமை பாராட்டும் நாட்டில் அவரின் கௌரவத்துக்கு இழுக்கு ஏற்படாது என்பதற்கு அங்கிருந்து எவ்வித உத்திரவாதமும் கிடைக்காததால் அந்தப் பயணமும் ரத்து செய்யப்பட்டது.

மற்றொருபுறம் அவர் மகள்களில் இன்னொருவரும் இறந்து விட்டார். அடுத்த சில நாட்களில் அவர் பேரன் ஒருவரும் இறந்தார். அவர்கள் குடும்பம் ராம்பூரில்தான் இருந்தது. இவர்கள் குடும்பத்தின் மீது அந்த சமஸ்தான மன்னர் போட்டிருந்த தடைச் சட்டம் இன்னும் நடப்பில் இருந்தது. முகம்மது அலிக்குத் தன் பேரனின் இறந்த உடலைப் பார்க்க முடியாத நிலைமை ஏற்பட்டது.

முஸ்லிம் சமுதாயத்தில் முகம்மது அலிக்கு இருந்த எதிரிகள் பழியும் அவதூறும் பரப்பினர். அவர் பிரிட்டிஷ் ஆட்சியாளரிடம் ஏதேனும் செல்வாக்குள்ள பதவியை வாங்கிக் கொள்ளப்போகிறார் என்று சொன்னார்கள். வேறு சிலர், அவரின் தற்போதைய வறுமை

நிலையில் எந்தப் பணி கிடைத்தால் அதை அவர் ஏற்றுக்கொள்ளவே செய்வார் என்றும் பேசினார்கள். அவரைக் குறை கூறி இழிவாக எழுதப்பட்டிருப்பதைப் படித்ததும் காட்டமான பதிலடியைக் கொடுப்பார். ரத்த அழுத்தம் தலைக்கு ஏறும். நல்லவேளையாக அவரைப் பற்றி எழுதப்படும் விஷயங்கள் அனைத்தையும் அவர் படிப்பதில்லை. அதற்குக் காரணம் அவருடைய கண்களில் ஏற்பட்ட பிரச்னை. அதுவும் ஒருவகையில் அவருக்கு நல்லதுதான்.

1930-ல் காந்தியின் தலைமையில் காங்கிரஸ் மாபெரும் சட்ட மறுப்புப் போராட்டத்தை ஆரம்பித்தது. போராட்டத்தின் முதல் கட்டமாக 'உப்பு சத்தியாக்கிரகம்' அமைந்தது. கடற்புறங்களில் காவலை மீறி சட்டத்தை மீறி அரசாங்கத்தை எதிர்த்து நடத்தப்படும் போராட்டம்.' இதில் ஆயிரக்கணக்கில் பெண்களும் ஆண்களுமாகக் கலந்து கொண்டு உப்பு எடுத்தார்கள். கைது ஆனார்கள். பிரிட்டிஷ் சிறைகளை நிரப்பினார்கள். ஏராளமான பெண்களும் அதில் ஈடுபட்டனர். அது ஓர் மகத்தான போராட்டம். முழு நாடளவிலும் பரபரப்பாக நடைபெற்ற இந்தப் போராட்டம் வடமேற்கு எல்லைப்புற மாகாணத்தில் ஒடுங்கிக் காணப்பட்டது. ஆம், அங்கே கஃபார்கானும் அவரது ஆதரவாளர்களும் மேற்கொண்ட போராட்டம் வெறிச்சோடியது. அங்கு இருந்த பெரும்பான்மை முஸ்லிம்கள் புறக்கணித்துவிட்டார்கள்.

கசந்த மனதுடன் முகம்மது அலி காந்தியைக் குற்றம்சாட்டினார். 'காந்தியின் நோக்கம் விடுதலை அல்ல. நாட்டின் அங்கமான ஏழுகோடி முஸ்லிம்களை ஒட்டுமொத்தமாகக் கொண்டுபோய் இந்து மகாசபையிடம் அடிமைகளாக ஒப்படைப்பதுதான் அவர் நோக்கம்'[141] என்றார்.

முகம்மது அலியின் நிலைமை மோசமடைந்தது. அரசாங்கம் அவருக்கு சிம்லா மருத்துவமனையில் ஓர் அறையை ஒதுக்கியது. வைஸ்ராய் லார்ட் இர்வின், அவருடைய தனி மருத்துவரை முகம்மது அலிக்கு சிகிச்சையளிக்க அனுப்பிவைத்தார். முன்னாள் 'தேச துரோகி'க்கு அரசாங்கத்தின், வைஸ்ராயின் விசேஷ சலுகை! இப்போது முகம்மது அலியின் உடல் நலனில் கொஞ்சம் முன்னேற்றம். அப்போது இந்தியாவின் எதிர்காலத் திட்டம் குறித்து லண்டனில் நடக்கவிருந்த வட்ட மேஜை கருத்தரங்குக்கு லார்ட் இர்வின், முகம்மது அலிக்கு அழைப்பு விடுத்தார். காங்கிரஸுக்கும் அழைப்பு விடுக்கப்பட்டது. காங்கிரஸ் இந்த அழைப்பைப் புறக்கணித்தது. போராட்டத்தில் ஈடுபாடு காட்டியது. மேலும், காங்கிரஸ்காரர்கள் எல்லோரும் ராஜ்யத்தின் சட்டமன்ற உறுப்பினர் பதவிகளை விட்டு விலகினார்கள்.

ஆனால், 1921–22ன் ஒத்துழையாமை இயக்கத்தின் நாயகர் முகம்மது அலியோ வைஸ்ராயின் அழைப்பை ஏற்றுக்கொண்டுவிட்டார். அவரோடு முதன்முதலாக அவரின் மனைவியையும் ஐரோப்பிய பயணத்தில் சேர்த்துக்கொண்டார். 'என்னோடு எல்லா நிலைகளிலும் உடன் நின்ற வாழ்க்கைப் பங்காளி, அவளை உடனழைத்துச் செல்ல விரும்பி, அதற்காக மூன்று அல்லது நான்காயிரம் ரூபாய்வரை கடன் வாங்கினேன். காலமெல்லாம் என்னோடு இருந்தவள் நான் இறுதிப் பயணம் புறப்படும்போது என்னோடு இருக்கட்டும் என்பதே என் ஆசை'[142] என்று அவர் தன்னுடைய நண்பருக்கு எழுதியிருந்தார்.

முகம்மது அலியை விமான காபினுக்கு ஸ்ட்ரெச்சரில் வைத்துத்தான் கொண்டு வந்தார்கள். 'ஜமீன்தார்' என்ற சஞ்சிகையில் அவரின் ஒரு காலத்து கிலாஃபத் இயக்க நண்பர்களில் ஒருவர் கிண்டலாக எழுதியது:

'மௌலானாவின் உடல்நிலை தேறி அவர் பழைய நிலைய அடைய வேண்டுமென்று நாங்கள் கடவுளிடம் மன்றாடுகின்றோம். பிரிட்டிஷ் எஜமானர்களின் காலில் விழவேண்டும் என்று இந்தத் தள்ளாத வயதில் அவருக்கு ஏற்பட்டிருக்கும் ஆசை அப்போதுதான் நிறைவேற வழிபிறக்கும்.'[143]

காங்கிரஸ் ஒதுங்கிக்கொண்டதால் லண்டன் மாநாட்டினால் எந்தப் பயனும் விளையவில்லை. இங்கிலாந்தில் மௌலானா தங்கியிருந்த நாட்களெல்லாம் அவரின் உடல்நிலை நலிந்தே இருந்தது. சில முக்கியமான கருத்துகளை முன்வைத்தார். அவர் பிரிட்டிஷ்காரர்களை நோக்கிச் சொன்னார்: 'எனக்கு சுந்தரமான ஒரு நாட்டில் இறக்கவேண்டும் என்றுதான் ஆசை. இந்தியாவில் எங்களுக்கு நீங்கள் விடுதலை தரவில்லையென்றால், எனக்காக இந்த நாட்டில் ஒரு கல்லறையாவது தாருங்கள். அந்நிய நாடென்றாலும் இது ஒரு சுதந்தரமான நாடு அல்லவா...' என்றார்.

'இந்து–முஸ்லிம் பிரச்னை என்பது உங்கள் கண்டுபிடிப்பு; ஆனால் முழுவதும் உங்களுடையது அல்ல; பழம் பெரும் கோட்பாடான பிரித்தாளும் சூழ்ச்சி. அதிலே ஒரு தொழில் பங்கீடு இருக்கிறது. நாங்கள் பிரிந்து கிடந்தோம். நீங்கள் எங்களை ஆட்சி செய்தீர்கள்.'

முகம்மது அலி தன் மகள்களில் ஒருவருக்கு எழுதிய கடிதம்:

> 'இந்துக்கள் முஸ்லிம்கள் ஆகியோர் நேர்மையும் நியாயமும் பொறுத்தருளும் பாங்கும் கொண்டு வாழும் பேற்றை இறைவன் வழங்குவானாக! தங்களின் அடிமை நிலையை எண்ணி வெறுப்புக் காட்டவும் விடுபட்டுத் துடித்தெழவும் வேண்டும். யாருக்கும் அடிமை செய்யோம்; யாரையும் அடிமை கொள்ளோம் என்ற முழக்கம் எழ வேண்டும்.'

லண்டனில் இருந்தபோது, இந்திய முஸ்லிம்கள் பற்றி அவர் சொன்னவை வரலாற்றில் பொறிக்கத்தக்க சொல் வடிவமாக வெளிப்பட்டன:

> ‘நான் சம அளவிலான இரு பெரும் (இனக் குழு) வட்டங்களைச் சேர்ந்தவன்; ஆனால், இரண்டு வட்டங்களின் மையமும் ஒன்றல்ல. ஒரு வட்டம் இந்தியாவைச் சேரும்; மறு வட்டம் முஸ்லிம் உலகத்தைக் காட்டும்! இந்திய முஸ்லிம்களாகிய நாங்கள் இந்த இரண்டு வட்டங்களைச் சேர்ந்தவர்கள். ஒவ்வொன்றும் 30 கோடி மக்கட் தொகை கொண்டவை. இதில் எந்த ஒன்றையும் நாங்கள் விட்டுக் கொடுக்க முடியாது…’

‘முஸ்லிம்கள் நம் நாட்டுக்கு ஒற்றை அரசாங்கத்தை மறுக்கவேண்டும். கூட்டாட்சி அரசாங்கத்தையே பெறவேண்டும். முஸ்லிம்கள் பெரும்பான்மையாக வாழும் இடங்களில் முஸ்லிம்களின் ஆட்சி அது நமக்குத் தேவையான பாதுகாப்பைத் தரும். ஏனென்றால், இந்துக்கள் மிகைப் பலம் கொண்டுள்ள மாகாணங்களில் நாம் பிணைக்கைதிகள்; நாம் பலம் கொண்டுள்ள மாகாணங்களில் நமக்கும் பிணைக்கைதிகள் இருந்தாகவேண்டும்.’[144]

ஜனவரி 3, 1931-ல் பிரிட்டிஷ் பிரதமர் ராம்சே மக்டோனால்ட்க்கு ஒரு நீண்ட கடிதத்தை முகம்மது அலி எழுத வைத்து அனுப்பினார். அதே மாலைப் பொழுதில் அவருக்குப் பக்கவாதம் ஏற்பட்டது. அடுத்த நாள் காலையில் இறந்துவிட்டார். அப்போது அவருக்கு வயது 52.

யாருடைய அதிகாரத்தை அவர் வெறுத்திருந்தாரோ அந்த ஆட்சியாளரர்களான ஆங்கிலேயர்கள் அவரின் விதவை மனைவியையும், அண்ணன் சௌகத் அலியையும் சந்தித்து முன்னாள் கலகக்காரருக்கு அஞ்சலி செலுத்தினார்கள். இந்தியாவில் கவிஞர் அல்லாமா முகம்மது இக்பால், ஜாபர் அலி ஆகியோர் அவரின் மறைவுக்காக உருக்கத்துடன் இரங்கற்பாக்களைக் கண்ணீரோடு வடித்தார்கள்.

முகம்மது அலியை எங்கே அடக்கம் செய்தார்கள் தெரியுமா? பிரிட்டனிலோ, இந்தியாவிலோ அல்ல! அவரின் உறவினர்களும் நண்பர்களும் ஆர்வலர்களும் அவரை ஜெருசலத்தில் ‘டோம் ஆஃப் தி ராக்’ என்று போற்றப்பட்ட பைத்துல் முகத்தஸ் என்ற தொன்மையான பள்ளிவாசலில் – மூன்று சமயத்தார்களும் வழிபாடு நடத்தக்கூடிய ஆலயத்தின் அருகிலேயே அடக்கம் செய்யப்பட்டார். இந்த ஆலயத்திலிருந்துதான் முகம்மது நபி சுவர்க்கத்துக்குப் புறப்பட்டார் என்பது முஸ்லிம்களின் நம்பிக்கை.

மௌனத்தின் அழுத்தம், துயரத்தின் இறுக்கம், இழப்பின் சோக பாரம், வெடிக்கத் துடிக்கும் இதயத்தோடு சௌகத் அலி – தன் ஆருயிர் தம்பியைப் புதைக்கும்வரை பக்கத்திலேயே இருந்தார். 'இங்கே அல்-சையத் முகம்மது அலி அல் ஹிந்தி அடக்கம் செய்யப்பட்டுள்ளார்' என்று அந்த கல்லறையின் மேல் பொறிக்கப் பட்டது.

முகம்மது அலி 'உயில்' எழுதி வைக்கவில்லை. அவருக்குச் சொத்துக்களோ, வங்கிகளில் இருப்போ கிடையாது. இஸ்லாமிய அகிலத்துக்காக அவர் நெருப்பைப் பற்ற வைத்தார். அதற்குத் தன் உடலையே, வாழ்க்கையையே விறகாக்கினார். வெற்றிகரமான தொடக்கத்துக்குப் பின்னார் அவர் இந்து முஸ்லிம் நட்பின் தோட்டம் என்று நம்பிப் பயணம் செய்த பாதையில் முட்கள் குத்திக் கிழித்தன. அவருடைய மரணத்துக்குப் பின்னாலும் துன்பங்கள் தொடர்ந்தன. அவரின் உடல் புதைக்கப்பட்ட இடம் இப்போது இஸ்ரேல் கட்டுப்பாட்டுக்குப் போய்விட்டது.

அவர் மேல் அன்பும் மதிப்பும் மிக்க நண்பர்கள், ஆர்வலர்கள் அவரை நினைத்துப் பார்க்கிறபோது – அவர்களின் நெஞ்சில் கசப்புணர்வு, கனக்கும் சோகம் நிறைந்த, வீழ்த்தப்பட்ட, யாராலும் அடக்கமுடியாத முகம்மது அலியை நினைத்துப் பார்க்கும்போது யாருக்கும் அவர் மேல் ப்ரியம் தோன்றாமல் இருக்காது. திறந்த நெஞ்சத்தோடு, அழுகையும் உரத்த சிரிப்பும் கொண்டவராக இருந்தார். கடவுளின் கருணையின் மேல் அளவற்ற நம்பிக்கை கொண்டிருந்தார்.[145] அவரது அன்னை பாய் அம்மா, அண்ணன் சௌகத் ஆகியோரின் நினைவுகளும் இதே உணர்வலைகளையே ஏற்படுத்தவும் செய்கின்றன.

※

அத்தியாயம் 5

முகம்மது அலி ஜின்னா

(1876 – 1948)

இந்தியாவுக்குத் தலைமை தாங்கப் போகிறவராகத் தோற்றமளித்த முகமது அலி ஜின்னா அதற்கு மாறாக பாகிஸ்தானைத் தோற்றுவித்தார்.

இந்து-முஸ்லிம் ஒற்றுமைக்காக வாழ்வின் பெரும்பகுதியைச் செலவிட்ட ஜின்னா, பின்னர் முஸ்லிம்களுக்காகத் தனித்தாயகம் கேட்டுப் போராடிப் பெற்று, ஓராண்டு காலம் தலைமை ஏற்று நடத்தினார். அவர் முஸ்லிம்களிடையே காணப்படுகிற 'சுன்னி, அல்லது 'ஷியா' போன்ற பெரும்பான்மைக் கூட்டத்தைச் சேர்ந்தவர் அல்லர். மிகச் சிறிய 'கோஜா' அல்லது 'இஸ்மாயிலீ' என்ற பிரிவைச் சேர்ந்தவர். இந்தப் பிரிவு 'ஆகாகான்' தலைமையின் கீழ் உள்ள சமூகம். இருந்தும் இறுதியில் இந்திய முஸ்லிம்களின் ஒரே தலைவராக இவரே இருந்தார். ஆங்கிலேயமயமானவர்; தனிமை நாட்டம் கொண்டவர்; மக்களைக் கவரும் வகையில் இந்திய மொழி எதிலும் சொற்பொழிவு ஆற்றும் திறமை இல்லாதவர்;

பள்ளிவாசல்களிலிருந்து தன்னை தூரமாக்கிக் கொண்டவர்; அரசியலையும் மதத்தையும் ஒன்று கலப்பதை எதிர்த்தவர்; இருந்தும் இறுதிக்காலங்களில் இஸ்லாத்துக்கு ஆபத்து என்ற முழக்கத்தில் இருந்து பிரித்துப் பார்க்க முடியாத அளவுக்கு மூழ்கியவர்.

1876 கிறிஸ்துமஸ் நாளிலே (25.12.1876) அவர் பழைய கராச்சி நகரில் பிறந்தார். இவருடைய தந்தை ஜின்னாபாய் பூஞ்சா, ஓரளவுக்கு செல்வந்தரான தோல் வணிகர். இந்து. கத்தியவாரைச் சேர்ந்த குஜராத்தியான பூஞ்சாவின் தந்தை இஸ்லாத்தைத் தழுவினார். குஜராத் இந்துக்களிடையே பரவலாகக் காணப்பட்ட 'மித்துபாய்' என்பதுதான் இவர் மனைவியின் பெயர். சின்னஞ்சிறு வயதிலேயே ஜின்னா குழப்பமில்லாதவராகவும் தன்னம்பிக்கை மிக்கவராகவும் இருந்தார். கராச்சியிலும் பம்பாயிலும் உள்ள பல பள்ளிக்கூடங்களில் கல்வி கற்றார்; பதினைந்து வயதில் 'அமாய் பாய்' என்ற கோஜா இனத்துப்பெண்ணை மணந்துகொண்டார். அதன் பின் சட்டம் பயில்வதற்காக இங்கிலாந்துக்குப் புறப்பட்டுவிட்டார்.

'அங்கு யரையுமே எனக்குத் தெரியாது; லண்டனிலுள்ள மூடுபனியும் குளிர்காலமும் என்னைப் பெருமளவுக்கு மனச்சோர்வு அடையச் செய்தன. ஆனால் வெகு விரைவிலேயே அந்த நாட்டின் சூழ்நிலைக்குப் பழகிவிட்டேன். அதன் பின் மிகவும் மகிழ்ச்சியாகவே இருந்தேன்'[1] என்று குறிப்பிட்டிருக்கிறார். அவர் படித்த 'லிங்கன்ஸ் இன்' நுழைவாயிலிலுள்ள சுவர் ஓவியம் அவரை ஈர்த்தது. அதன் கீழே 'தீர்க்கதரிசி முகம்மது நபி உலகின் மிகச் சிறந்த நீதிமான்களில் ஒருவர்' என்று பொறிக்கப்பட்டிருந்தது. அது அவரை மகிழ்ச்சி கொள்ளவைத்தது. ஆனால் அந்தப் பதினாறு வயது ஜின்னாவுக்கு மதத்தில் ஈர்ப்பு இருந்திருக்கவில்லை. இலக்கியம், கலை, வரலாறு இவற்றிலும் ஆர்வம் கிடையாது. சட்டம் படிக்கவேண்டும்; அரசியல் களத்தில் தொழில்வாழ்க்கையை முன்னெடுக்கவேண்டும் என்ற இரண்டு விருப்பங்கள் மட்டுமே இருந்தன.

அரசியல் துறை சார்ந்த தூண்டுதல் இவர் லண்டன் வந்து சேர்ந்த ஒரு மாதத்திலேயே கிடைத்தது. 'காமன்ஸ்' அவை உறுப்பினர் பதவிக்காக லிபரல் கட்சியின் சார்பாக தாதாபாய் நௌரோஜி தேர்தலுக்கு நின்றார். இந்தத் தேர்தலில் மூன்று வாக்குகள் அதிகம் பெற்று முதல் இந்தியராக அந்த அவையில் நுழைந்தார் தாதாபாய். இது நடைபெற்றுப் பதினான்கு ஆண்டுகளுக்குப் பின்னர் ஜின்னா நௌரோஜியிடம் செயலாளராகப் பணியாற்றினார்.

ஜின்னா 18வயது ஆனபோதே, சட்டப் படிப்பில் தேர்ச்சி பெற்றார். என்றாலும், மேலும் இரண்டு ஆண்டுகள் லண்டனில் இருந்து கொண்டு, லிங்கன்ஸ் இன்-ல் வழக்கறிஞர் குழாமில் சம்பிரதாய

வழமைகளை முழுமை செய்கிற பயிற்சிகளில் ஈடுபட்டார். 'வழக்கறிஞர் குழாமில் இவ்வளவு இளவயதுடைய இந்திய மாணவர் வேறு யாரும் இருந்ததில்லை...'[2] என்று ஜின்னா நினைத்தார்.

ஆக்ஸ்ஃபோர்ட் – கேம்பிரிட்ஜ் பல்கலைக் கழக மாணவர்கள் ஒருநாள் இரவில் படகுப்போட்டி நடத்தினார்கள். அந்த இரவில் ஜின்னாவும் அவரின் இரண்டு நண்பர்களும் ஒரு கைவண்டியை இழுத்துக்கொண்டு ஒருவரையொருவர் தள்ளிவிட்டும் மேலேற்றிக் கொண்டும் ஒழுங்கு மீறி நடந்து கொண்டதைப் பார்த்த போலீஸ் அவர்களைப் பிடித்துக்கொண்டது. அந்த நிகழ்வைக் குறித்து ஜின்னா பின்னர் சொல்லியபோது, 'நான் உண்மையில் மிகவும் பயந்து விட்டேன். நல்ல வேளையாக போலீஸ் எங்களை எச்சரித்து விட்டுவிட்டது. சிறையில் அடைக்கவில்லை.[3]

ஜின்னா ஷேக்ஸ்பியர் நாடகக்குழுவிலும் சிறிது காலம் பயணித்தார். ஜின்னா 'ரோமியோ' வேடம் போட்டு நடித்தார்; மற்ற நடிகர்களுக்குப் பின்னரங்கில் இருந்துகொண்டு வசனங்களை எடுத்துக் கொடுத்தார். தெருவில் நடந்த அந்த சம்பவமும் நாடகங்களில் பங்கேற்றதும், வசனங்கள் சொல்லிக் கொடுத்ததும் ஓய்வு நேரச் செயல்பாடுகளாகவே இருந்தன. இங்கிலாந்தில் வசித்தபோது அவரின் கவனம் எப்பொழுதும் சட்ட நூல்களில்தான் இருக்கும். இதைவிட்டால் நாடாளுமன்ற காமன்ஸ் அவையில் நடைபெறுகிற விவாதங்களைச் செவிமடுப்பதிலே இருக்கும். 'அவர் எப்போதுமே வீண் பொழுதுபோக்குகளில் ஈடுபாடு காட்டியது கிடையாது. அவற்றில் அவருக்குத் திறமையும் கிடையாது'[4] என்று அவருடைய வாழ்க்கை வரலாற்றை எழுதியவர் களில் ஒருவரான ஹெக்டர் போலித்தோ குறிப்பிட்டிருக்கிறார்.

ஜின்னா இந்தியாவுக்குத் திரும்பியபோது இருபது வயதுகூட முடிந்திருக்கவில்லை. இந்திய அரசியலில் நுழையத் தக்க தருணம் வரும்வரை பொறுத்திருப்பது என்றும் அதுவரை துடிப்போடு வழக்கறிஞர் தொழிலில் ஈடுபடுவதென்றும் முடிவு செய்திருந்தார். லண்டன் வாழ்க்கை அவரை மாற்றியிருந்தது. இப்போது அவர் மிஸ்டர் ஜின்னா; 'ஜின்னா பாய்' அல்ல. இனி எப்போதுமே அவர் மிஸ்டர் ஜின்னாவாகத்தான் இருக்கவும் போகிறார். அவர் உடை அணியும் பாணி முழுக்க ஆங்கிலேயர் போன்றதே. இந்திய வழமைகளைப் பின்பற்றுவது கிடையாது. அவர் விரும்பிப் படித்த, பிடித்த அரசியல் தத்துவம், 'தாராளவாதம்'. ஒற்றைக் கண்ணாடி அணிந்துகொண்டார். கேட்பவர்களின் முகத்துக்கு முன்னே கை விரல்களை நீட்டி ஆட்டிப்பேசும் பழக்கத்தை மேற்கொண்டார். 'என்னருமை நண்பரே... நான் சொன்னதை நீங்கள்

புரிந்துகொள்ளவில்லை' என்று விரல்களை ஆட்டியபடி பேசுவார். இந்தப் பழக்கம் இறுதிக்காலம் வரை நீடித்தது.[5]

கராச்சியும் முன்புபோல இல்லை. மாறிவிட்டது. அவரின் தாயார் இறந்துவிட்டார். அவரின் சின்னஞ்சிறு பருவத்து மனைவியும் மடிந்து போனார். தந்தையோ தொழிலில் நொடிந்து போனார். துணிச்சல் மிகுந்தவர்களை ஈர்த்த பம்பாய்க்குச் சென்றார். அந்நகரில் அவரைக் கவர்ந்திழுத்தது அங்கிருந்த உயர்நீதி மன்றம். இளைஞர் ஜின்னாவை அந்நகரம் மூன்றாண்டு காலங்கள் மிகுந்த சோதனைக்குள்ளாக்கியது. அவர் வசித்த ஏழ்மை மிகுந்த பகுதியிலிருந்து நகரின் மையத்தில் இருந்த உயர் நீதிமன்றத்துக்கு தினமும் நீண்ட தூரம் நடந்தே போய்வந்தார். அக்காலகட்டத்தில் அவர் பட்டபாடுகளைப் பின்னர் 'இருண்ட சோகம்' என்றே குறிப்பிட்டார். இந்த நெருக்கடிகளுக்கு ஒரு முடிவு வந்தது. அப்போது அவருக்கு வயது 23. குருட்டுத் துணிச்சலோடு அவர் நேராக நீதித்துறை பொறுப்பதிகார உறுப்பினரான சர். சார்லஸ் ஒலிவண்ட்டைப் பார்க்கச் சென்றார். தற்காலிக மாகாண மாஜிஸ்திரேட் பணிக்குக் காலியிடம் இருப்பதைக் கூறி அதற்கு தன்னைத் தேர்வு செய்யக் கோரினார்.[6]

அவருக்கு அந்தப் பணி கிடைத்துவிட்டது. அவரின் வருவாய்ப் போராட்டம் ஓய்ந்தது. அவர் தங்கியிருந்த வீட்டைவிட நல்ல இடத்துக்கு மாறினார். எனினும் அவர் தன்னுடைய அந்த நெருக்கடியான காலத்தை மறந்துவிடவில்லை. அந்த நினைவுகள் அவரை சிதைந்து இலக்கற்றுப் போகச் செய்துவிடவில்லை. அவர் இடத்தில் வேறு யாரேனும் இருந்திருந்தால் அப்படி ஆகியிருக்க கூடும். ஆனால், ஜின்னாவுக்கு அந்த நினைவுகள் எல்லாம் மிகுந்த எச்சரிக்கை உணர்வையும் தனிமை நாட்டத்தையும் உண்டாக்கின. அதுவே அவரது அடையாளமாகவும் ஆனது.

அப்போது தன்னந்தனியாக நின்ற அவர், ஒருவரை மட்டும் சார்ந்திருந்தார். அந்த ஒருவர் அவரின் தங்கை பாத்திமா. அவரின் பெற்றோர்களின் கடைசி மகள். அவருக்கு மூன்று சகோதரர்களும் இரண்டு சகோதரிகளும் உண்டு. ஆனால் அவரின் வாழ்க்கையில் அவர்களைப்பற்றி எதுவுமே காணப்படவில்லை. பாத்திமா மட்டுமே தனியாக அவருடன்கூட இருந்தார். தற்காலிக மாகாண மாஜிஸ்திரேட் ஆன ஜின்னா, பாத்திமாவை கராச்சியிலிருந்து அழைத்து வந்து அவளை 'பாந்த்ரா'விலுள்ள கத்தோலிக்கக் கான்வெண்ட்டில் சேர்த்துவிட்டார். இருவரும் ஒருவரின் மீது மற்றொருவர் கொண்டுள்ள அக்கறை குறை காண முடியாதது. ஜின்னாவின் கடைசி மூச்சு இருந்தவரை பாத்திமா அவரிடம்

உண்மையான பாசத்தோடு அவர் பக்கத்திலிருந்து அவரை கவனித்துக் கொண்டார்.

●

ஜின்னாவின் குறுகிய கால மாஜிஸ்திரேட் பதவி அவருக்கு நற்பெயரை ஏற்படுத்திக் கொடுத்ததோடு, கட்சிக்காரர்களை அவரைத் தேடி வர வைத்தது. அவருடைய வழக்குரைஞர் தொழிலுக்குப் பெருத்த வரவேற்பு ஏற்பட்டது. உயரமான, தட்டக்குச்சி போல் மெலிந்த, அதேநேரம் அழகான இளம் வழக்குரைஞர், அதிகமாகவே ஊதியம் பெற்றார். ஆனால் அவருடைய முக்கியத்துவம் அதைவிட உயர்வாக இருந்தது. அவர் நீண்ட நெடிய நேரங்கள் செலவழித்து சட்டங்களை நுணுகி, ஆழ்ந்துப் படித்து தன் வாதத்துக்கான குறிப்புகளைத் தெளிவாகத் திரட்டுவார். எதிர்தரப்பினரின் குறையையும் நன்கு கண்டறிவார். தன் தரப்பு வாதங்களை முன்வைக்கும்போது அமைதியாக, மெதுவாக அதேவேளை எந்தவித உணர்வுகளுக்கும் இடம் கொடுக்காமல், ஈவு இரக்கமின்றிக் கடுமையாகவே எடுத்துரைப்பார். அவரின் சம காலத்தவர் கூறுகிறார்: 'அவர் நீதிமன்றத்திலே கம்பீரமாக எழுந்து நிற்பார். மெள்ளத் தன் கண்களை நீதிபதியை நோக்கிக் குவிப்பார். ஒற்றைப்பார்வை கண்ணாடியை கண்ணில் பொருத்திக் கொள்வார். ஒரு நடிகரைப் போல் கச்சிதமாகத் தன் வாதங்களை அடுக்குவார்.[7]

அவர் எதிர்தரப்பினரை அவர்களின் வழக்குரைஞர்களை, நீதிபதிகளை காயப்படுத்துகிற அவருடைய அணுகுமுறையின் பின்விளைவுகளை அவருடைய வாதத் திறமை ஈடுகட்டியது. யாரையும் மதிக்காத அகந்தையும் அதிகார மனப்பாங்கும் கொண்டிருந்த அவரை யாராலும் தவிர்க்கவும் முடியவில்லை; மிகவும் அறிவார்ந்ததாக இல்லாதபோதிலும் அவர் முன்வைக்கும் எதிர்வாதங்கள் மிகவும் வலிமையாகவே இருக்கும்.

நீதிபதி: 'திரு. ஜின்னா, நீங்கள் பேசிக்கொண்டிருப்பது ஒரு மூன்றாம் தர மாஜிஸ்திரேட்டிடம் அல்ல என்பதை நினைவில் வைத்துக் கொள்ளுங்கள்'.

ஜின்னா: 'மைலார்ட்... நீங்கள் பேசிக்கொண்டிருப்பது ஒரு மூன்றாம் தர வழக்குரைஞரிடமல்ல என்பதையும் நான் எடுத்துச்சொல்ல அனுமதிக்க வேண்டும்'.[8]

அவருடைய இதுபோன்ற சில பதிலடிகள் அவரை முரட்டுத்தனமாகக் காட்டக்கூடும். ஆனால் பொதுவாக அவருடைய பதில்கள் மிகவும் வெளிப்படையானவையே. மற்றவர்கள் அவரைக்

கடுமையானவர் என்று நினைத்தபோது ஜின்னா தன்னை ஒளிவு மறைவில்லாமல் பேசுபவராகவே கருதினார். 'அவரின் இந்த முரட்டுத்தனம் அவரின் ஆழமான நேர்மையோடு தொடர்புடையது' என்கிறார், போலித்தோ. உதாரணமாக ஓர் உரையாடலை அவர் எடுத்துக்காட்டுகிறார்:

> பேர் பெற்ற வியாபாரியான ஹாஜி அப்துல் கரீம் ஒருமுறை அவர்மீது சுமத்தப்பட்ட குற்றச்சாட்டுக்கான வழக்குக்கு நீதிமன்றம் செல்ல வேண்டி வந்தது. அவர் ஜின்னாவிடம் சென்று தன்னுடைய வழக்கை அவர் எடுத்து நடத்தும்படி கேட்டுக் கொண்டு, அந்த வழக்குக்காக ஜின்னாவின் கட்டணத்தொகை எவ்வளவாகும் என்று கேட்டார். அவரிடம் ஜின்னா 'ஒருநாளைக்கு ஐநூறு ரூபாய்' என்று பளிச்சென்று சொன்னார்.
>
> அந்த வியாபாரி எச்சரிக்கையோடு அவரிடம் கேட்டார்: 'வழக்கு முடிவதற்கு எவ்வளவு காலம் பிடிக்கும்? என்னிடம் ஐயாயிரம் ரூபாய்தான் உள்ளது. மொத்தக் கட்டணமாக இதை ஏற்றுக் கொள்ளமுடியுமா?'
>
> ஜின்னா அவரிடம் சொன்னார், 'எத்தனை நாள் ஆனாலும் ஒரு நாளைக்கு ஐநூறு என்னுடைய பீஸ். இதற்கு ஒப்புக்கொண்டால் என்னிடம் வரலாம்; இல்லையென்றால் வேறு வக்கீலைப் பார்த்துக் கொள்ளுங்கள்' என்றார்.⁹

அப்துல் கரீம் ஜின்னாவின் நிபந்தனைக்கு ஒப்புக்கொண்டு அவரிடம் தனது வழக்கை ஒப்படைத்தார். ஜின்னா அந்த வழக்குக்காக வாதாட மூன்று நாட்கள் எடுத்துக்கொண்டு வெற்றி பெற்றார். கட்சிக்காரரிடமிருந்து அன்போடு, ஆயிரத்து ஐநூறு மட்டுமே பெற்றுக்கொண்டார்.

ஜின்னாவின் வெளிப்படைத்தன்மை பற்றி அவருடைய நண்பர் ஒருவரின் அனுபவம் இங்கே:

> 'நான் நிவாரண நிதி வசூலித்துக் கொண்டிருந்தேன். 'பார்' நூலகத்துக்கு அவரைப் பார்க்கப் போனேன். அவரிடம் அந்த நிவாரணத் தொண்டுக்கு நிதி அளித்தவர்களுடைய பட்டியலைக் கொடுத்தேன். ஜின்னா அதை வாங்கிக்கொண்டு தன் ஒற்றைக் கண்ணாடியைக் கண்ணில் பொருத்திக்கொண்டு, அதைப் படித்தார். பின் திருப்பி என்னிடம் கொடுத்தார், சொன்னார்: 'எனக்கு இதிலெல்லாம் ஆர்வம் கிடையாது'.¹⁰

ஜின்னா கட்டணம் வசூலிக்காமல் வழக்காடிய நிகழ்வுகள் மிகவும் குறைவுதான். ஆனால் அப்படியான நேரங்களில் வழக்கில் வெற்றி

பெற்றதும் சம்பந்தப்பட்டவர் முடிந்த தொகையைத் தர முன்வந்தால் ஜின்னா திருப்பிக் கொடுத்துவிடுவார். ஒருமுறை இதுபோன்று ஒரு கட்சிக்காரர் மன மகிழ்ந்து பேசிய தொகையைவிட ஒரு பெருந்தொகையை அளித்தார். ஜின்னா தனக்குரிய கட்டணத்தை எடுத்துக்கொண்டு, எஞ்சியத் தொகையைக் கட்சிக்காரருக்கு ஒரு குறிப்புடன் அனுப்பிவிட்டார். அதில்: 'நீங்கள் கொடுத்த தொகை (இவ்வளவு); வக்கீல் கட்டணம் (இவ்வளவு); மீதித்தொகை (இவ்வளவு) தங்களுக்கு அனுப்பப்படுகிறது' என்று எழுதி அனுப்பிவிட்டார்.[11]

அவருடைய பெருமிதத்துக்குரிய ஆளுமை, உணர்ச்சிகளுக்கு அடிமையானதில்லை; பேராசையில் வீழ்ந்ததில்லை என்பதை அவருடன் அப்போது நெருங்கிய நண்பராக இருந்த சரோஜினி நாயுடுவும் குறிப்பிட்டிருக்கிறார். சரோஜினி நாயுடு, ஜின்னா இங்கிலாந்திலிருந்து புறப்பட்டுச் சென்ற பிறகு, கேம்பிரிட்ஜில் படிக்கச் சென்ற மாணவி; பிற்காலங்களில் பெரிதும் பாராட்டப்பட்ட கவிஞராகத் திகழ்ந்தவர். இந்திய விடுதலைப் போராட்டத்தில் பங்கேற்றவர். இந்த நூற்றாண்டின் ஆரம்ப காலங்களில் அவர் ஜின்னாவைக் காதலித்ததாகத் தெரிகிறது. ஆனால் ஜின்னா பதிலுக்கு நேசித்திருக்கவில்லை. அவர் எப்பொழுதும்போல மாலை நேரங்களை தீர்ப்புக் குறிப்புகளைப் படிப்பதிலும், எழுதுவதிலும் செலவழிப்பார். தன் தொழில் முன்னேற்றத்துக்கான சிந்தனையிலேயே முழு கவனத்தைச் செலவிட்டுக் கொண்டிருப்பார். பிறவற்றில் ஆர்வமற்றவராகவே இருந்தார். இருந்தும் நேசத்தின் கண்கள் பிறர் காணத் தவறுபவற்றைக் கண்டன. ஆம், 1917-ல் சரோஜினி நாயுடு வெளியிட்ட 'தன் வரலாற்றுக் குறிப்பு' நூலில் ஜின்னாவைப் பற்றி எழுதியுள்ளார். 'மிகவும் யதார்த்தமான மனிதர்; உணர்ச்சிகளுக்கு இடம் கொடுக்காதவர். உள்ளொடுங்கியவர்; வாழ்க்கையை அதன் போக்கில் ஏற்றுக்கொள்பவர்; மகத்தான லட்சிய நோக்கு கொண்டவர்; அவருடைய அமைதியான செருக்குப் பின்னே இவையெல்லாம் புதைந்திருக்கும்'.[12]

ஜின்னாவின் லட்சியவாதக் கொள்கைப்பிடிப்பும் இந்த உணர்வுகளும் லண்டன் நாட்களில் இருந்தே அவரிடம் இருந்தன. இவை அவருக்கென்று ஓரிடம் இந்திய அரசியல் அரங்கில் உள்ளது என்பதை எடுத்துக்காட்டின. அவையே 1906-ல் அவரைக் கொண்டுபோய் இந்திய தேசியக் காங்கிரஸில் சேரவைத்தன. மூன்றே ஆண்டுகளில் பிரிட்டிஷ் ஆளுகைக்குட்பட்ட இந்தியச் சட்டமன்ற (பம்பாய்) கவுன்சிலுக்கு, பம்பாய் முஸ்லிம்களால் அவர் தேர்ந்தெடுக்கப்பட்டார். 1906 மாநாட்டில், காங்கிரஸ் தலைவராக இருந்த தாதாபாய் நௌரோஜிக்குத் தனிச்செயலாளராக ஜின்னா

பணிபுரிந்தார். இது குறிப்பிடத்தக்க மாநாடு. அப்போதுதான் தலைவர் நௌரோஜி மூலமாக, காங்கிரஸ் கட்சி முதல் முறையாக 'சுய ராஜ்யத்துக்காக' குரல் கொடுத்தது. ஆம், இந்த இந்திச் சொல்லை 'தன்னாட்சி' என்ற பொருளில் முதன்முதலாகப் பயன்படுத்தியது. பின்னர் 'சுய ராஜ்யம் என் பிறப்புரிமை, அதை அடைந்தே தீருவேன்' என்ற புகழ் பெற்ற முழக்கத்தை பூனாவைச் சேர்ந்த பால கங்காதர் திலகர் முன்வைத்தபோது அந்நிய பிரிட்டிஷ் அரசாங்கம் அதற்காகச் சிறையிலிட்டது. அந்த பிராமண வாதிக்காக நீதிமன்றத்திலே வாதாடிய வக்கீல்களில் ஜின்னாவும் ஒருவர்.

பிரிட்டானிய முடியாட்சியின் கீழ் இயங்கும் இந்தச் சட்டமன்ற கவுன்சிலில் ஜின்னாவின் முதல் பணி, தென்னாப்பிரிக்காவில் இந்தியர்களின் போராட்டத்துக்கு அனுதாபம் தெரிவிக்கும் தீர்மானத்தை ஆதரிப்பதாக அமைந்தது. இந்தப் போராட்டத்துக்கு அங்கே தலைமை ஏற்று நடத்தியவர், இவரைப்போன்றே லண்டனில் கல்வி பயின்ற இன்னொரு பாரிஸ்டர். அவர் பெயர் மோகன்தாஸ் கரம் சந்த் காந்தி. ஜின்னாவைக் காட்டிலும் ஏழு ஆண்டுகள் மூத்தவர்; இவரைப்போன்றே 'கத்தியவார்' பெற்றோருக்குப் பிறந்தவர்.

கவுன்சிலில் பேசிய ஜின்னா, 'தென்னாப்பிரிக்காவில் போராடும் இந்தியர்கள்மீது பிரிட்டிஷ் நடத்திய வரம்பை மீறிய அடக்கு முறையும் கொடூரத்தையும் பார்த்து அனைத்து தரப்பு இந்தியர்களும் கோபமும் அச்சமும் அடைந்திருப்பதாகக்' குறிப்பிட்டார்.

> அம்மன்றத்துக்குத் தலைமை தாங்கிய வைஸ்ராய் லார்ட் மிண்டோ இவரிடம் இடைமறித்து, 'மாண்புமிகு கனவானை நிதானமாகப் பேசும்படிக் கேட்டுக்கொள்கிறேன். 'கொடூரம்' என்பது மிகவும் கடுமையான சொல். மாண்புமிகு உறுப்பினர் நட்பு பாராட்டுகிற இடத்தில் இருக்கிற பேரரசின் அங்கமான ஒரு நிர்வாகத்தைப் பற்றிப் பேசிக்கொண்டிருக்கிறார் என்பதை நினைவில்கொள்ள வேண்டும். மேலும் இந்த (அவையின்) சூழ்நிலைக்கேற்ற மொழியையே அவர் உண்மையில் கையாளவேண்டும்'.[13]

யார் எதைப் பேசினாலும் வெறுமே கேட்டுக்கொண்டு பொறுத்துப் போகக்கூடியவர் அல்ல ஜின்னா என்று பின்னாளில் பிரிட்டிஷ் ராஜாங்கப் பொறுப்பில் உள்ளவர்கள் தெரிந்துகொண்டதை மிண்டோ பிரபு அன்று தெரிந்துகொள்ள நேர்ந்தது.

> 'நல்லது... நான் முழுமையாக இந்தக் கவுன்சிலின் சட்ட நடைமுறையை நன்கறிந்தவன். ஒரு சிறுகணம்கூட அந்த வரைமுறையை மீறிட மாட்டேன். பிரபுவே... நான் அந்தக்

கடுமையான மொழியைப் பயன்படுத்த வேண்டியிருக்கிறது. தென்னாப்பிரிக்காவில் இந்தியர்கள்மீது வரம்புமீறி நடத்தப்பட்ட கொடுமைகளை யாருமே கற்பனை செய்துகூட பார்த்திருக்க மாட்டார்கள். நான் இப்பொழுதும்கூட சொல்லிக் கொள்கின்றேன். அத்தகைய உணர்வுப்பெருக்கு அனைவர் மனதிலும் ஒருமனதாக இருக்கவே செய்கிறது...'[14]

ஜின்னாவுக்கும் காந்திக்கும் இதற்கு அடுத்து தொடர்பு ஏற்படுவதற்கு இன்னொருவர் காரணமாக இருந்தவர், கோபால கிருஷ்ண கோகலே. அவர்கள் இருவருமே அவரை விரும்பவும் மதிக்கவும் செய்தார்கள். அவர் பூனாவில் இருபது ஆண்டுகள் சொற்ப ஊதியத்துக்கு ஆசிரியப் பணி புரிந்தவர். அதன் பின்னே அவர் காங்கிரஸ் அரசியல் தளத்திலே தொண்டூழியம் புரிந்தார். பின்னர், சட்டமன்ற கவுன்சிலில் பணியாற்றினார். தன்னலமற்ற நாட்டுப் பற்றின் காரணமாக இந்தியப் பெருமக்களால் பெரிதும் விரும்பப்பட்டார். ஆங்கிலேய அரசாங்கத்தில் இருந்தவர்களும்கூட அவருடைய திறமையையும் மிதவாதப் போக்கினையும் மெச்சினார்கள்.

தென்னாப்பிரிக்காவில் காந்தியின் பணிகளை நன்கு கவனித்த கோகலே 'எத்தகைய நற்குணங்கள் கொண்ட ஒருவர் இந்தியாவுக்குக் கட்டாயத் தேவையாக இருப்பாரோ, அத்தகைய இயல் புக்குரியவராக காந்தி தெரிகிறார்' என்றார். ஜின்னாவும், தன் பங்குக்கு காந்தியைக் குறித்துக் கூறியுள்ளார்: 'அவரிடம் உண்மை யான செயலாற்றல் இருக்கிறது. அனைத்துத் தரப்பினரையும் ஒருதலைப்பட்சமான முன் அனுமானங்கள் இன்றிப் பார்க்கும் மனோபாவம் அவரை 'இந்து-முஸ்லிம்களின் ஒற்றுமைக்கான தூதுவராக ஆக்கும்'[15]

தன்னைக் குறித்து பேசும்போது, ஜின்னா, 'என்னுடைய ஒரே ஆசை என்னை ஒரு 'முஸ்லிம் கோகலே' ஆக ஆக்கிக்கொள்வது'[16] என்றார். 1942-ல் கோகலே சட்டமன்ற கவுன்சிலில் ஆரம்பக் கல்வி முன்வடிவைக் கொண்டுவந்தார். அப்போது அவர் காங்கிரஸ் கட்சிக்காரர். ஜின்னா இந்தச் சட்ட வரைவை ஆதரித்தார். மிகுந்த நெகிழ்ச்சியோடு, 'ஐயா (அரசே) உங்களிடம் பணமில்லை என்பது மிகவும் பழைய கதை. எல்லோருக்குமாக எல்லாவற்றுக்குமாக நான் சொல்வது ஒன்றுதான்; பணத்தைத் தேடுங்கள்... பணத்தைத் தேடுங்கள்...' என்பதுதான். உங்கள் திட்டத்துக்குத் தேவையான மூன்று கோடி ரூபாயைத் திரட்டுவது மலைக்க வைக்கிற செயலா என்பதே என் கேள்வி' என்றார்.[17]

ஓராண்டு கடந்து கோகலேயும் ஜின்னாவும் ஐரோப்பாவுக்கு ஒன்றாகவே பயணம் புறப்பட்டார்கள். எட்டு மாதகாலம் இருவரும்

ஒன்றாக இருந்தார்கள். அவ்வாறு அவர்கள் சேர்ந்திருந்த பொழுதுகளில், இங்கிலாந்திலும் ரயில் மற்றும் கப்பல் பயணங்களிலும் அவர்கள் இருவருக்குமிடையே நடந்த சொல்லாடல்கள் கருத்துப் பரிமாற்றங்கள் குறித்த செய்திகள் எதுவும் பதிவாகவில்லை. இங்கிலாந்தில் இருந்தபோது ஜின்னா குறிப்பிடத்தக்க ஒரு முடிவை எடுத்தார். அப்போது இங்கிலாந்துக்கு வருகைபுரிந்த முகம்மது அலி, வஸீர் ஹீசைன் ஆகியோரை ஜின்னா பார்த்து, கலந்துரையாடினார். அதன் பின்னரே அவர் 1906 ஆம் ஆண்டு தொடங்கப்பட்ட அரசியல் தளமான 'முஸ்லிம் லீக்'கில் சேர ஒப்புக்கொண்டார்.

முந்தைய அத்தியாயங்களில் நாம் பார்த்ததுபோல், துருக்கிக்கும் அண்மையில் வாழ்கிற முஸ்லிம் அல்லாதவர்களுக்கும் இடையிலான மோதல் வலுவடைந்தது. அதைத் தொடர்ந்து இஸ்லாமியர்கள் மத்தியில் ஓர் எழுச்சி உருவானது. ஜின்னா லீகில் சேர்ந்துகொண்டது இந்த எழுச்சியை அங்கிகரித்ததன் வெளிப்பாடுதான். இதன் பின்னால் மிகத் தெளிவான சிந்தனை இருந்தது. இஸ்லாமிய மைய நீரோடையில் கலந்துவிடவேண்டும் என்று புரிந்துகொண்டார். முழு இந்திய மண்ணிலிருந்து தன் கால்களை விலக்கிக்கொள்ள அவர் விரும்பவில்லை. அவர் அதைக் கைவிடவில்லை என்பதை அதற்குப் புரியவைக்க வேண்டும் என்றும் விரும்பினார்.

சரோஜினி நாயுடுவின் சொற்களில் பார்த்தால், ஜின்னா லீகில் சேர்வதற்கு, முகம்மது அலி, வஸீர் ஹீசைன் ஆகியோர் ஒரு நிபந்தனையைப் பூர்த்தி செய்யவேண்டியிருந்தது. 'முஸ்லிம்களின் நலன்களுக்கும் முஸ்லிம் லீக்கின் வளர்ச்சிக்கும் விசுவாசமாக இருப்பதென்பது, அவர் (ஜின்னா) தன் வாழ்க்கையை அர்ப்பணித்திருக்கும் பரந்து விரிந்த இந்திய நாட்டு நன்மைகளுக்கு எந்தவகையிலும் ஒருபோதும் விசுவாசக் குறைவுக்குக் காரணமாகி விடக்கூடாது' என்று கேட்டுக்கொண்டிருந்தார்.[18]

1913க்கு முற்பட்ட காலத்தில் ஜின்னா முஸ்லிம்கள் சார்ந்த நோக்கங்களில் ஈடுபாடு காட்டாதவராகவே இருந்தார் என்று சொல்லிவிட முடியாது. இதற்கு இரண்டு ஆண்டுகளுக்கு முன்னர் அவர் 'வக்ஃப் வேலிடேட்டிங் பில்' என்ற சட்ட முன்வரைவு ஒன்றை முன்மொழிந்திருந்தார். முஸ்லிம் குடும்ப அறக்கட்டளை களை அதை நிறுவிய குடும்ப உறுப்பினர்களில் யாரேனும் முடக்க நினைத்தால் அதைத் தடுத்து, அறக்கட்டளையின் நோக்கத்தை நிறைவேற்றிட வழிவகுக்கும். இந்தச் சட்ட முன்வடிவுக்கு வைஸ்ராயின் ஒப்புதல் கிடைத்து சட்டமாக்கப் படுவதற்கு சற்று முன்னால்தான் கோகலேயும் ஜின்னாவும் ஐரோப்பாவுக்குப் புறப்பட்டுப் போனார்கள். இந்தச் சட்டம் நிறைவேற்றப்பட்டதன்

காரணமாக ஜின்னாவுக்கு முஸ்லிம்களிடையே பெரிய அளவில் மதிப்பு உயர்ந்தது. மேலும் ஜின்னாவை முழுமையாக முஸ்லிம் லீக்கின் உள்ளே இழுத்துக்கொண்டு வரவேண்டுமென்ற முகம்மது அலியின் நோக்கமும் இதிலிருந்து நன்கு புலனாகிறது.

•

ஒருவேளை ஜின்னாவின் நற்பேறோ அவருடைய அறிவு நுட்பத்தின் சாதுர்யமோ அல்லது இரண்டுமோ சேர்ந்து இளவயதிலேயே காங்கிரஸிலும் லீக்கிலும் சட்டமன்ற கவுன்சிலிலும் குறிப்பிடத்தக்க பொறுப்புகள் கிடைக்க வழிவகுத்தன. காங்கிரஸில் கோகலேயும் இவரைப்போன்றே அரசியலில் செல்வாக்குடையவரான பெரோஸ் மேத்தாவும் 1915-ல் காலமானார்கள். இதனால் ஜின்னாவின் முக்கியத்துவம் மேலும் கூடிவிட்டது. திலகர் மண்டேலேயில் சிறையில் இருந்தார். அப்போது களத்தில் ஆளுமைமிக்க தலைவர்களாக மீதமிருந்தவர்களில் ஜின்னாவின் அளவுக்கு திறமையும் செல்வாக்கும் பெற்றிருந்தவர்கள் வெகு சொற்பமே. 1915-ல் காங்கிரஸும் லீக்கும் தமது வருடாந்தர மாநாட்டு ஊர்வலங்களை ஒரே இடத்தில், ஒரே நேரத்தில் நடத்த ஒப்புக்கொண்டன. இந்த முடிவு பெருமளவுக்கு ஜின்னாவின் முனைப்பினால் எடுக்கப்பட்டது. இதைத் தொடர்ந்து ஜின்னாவின் இடம் மேலும் பலம்பெற்றது.

சில இந்துத் தலைவர்களும் அழைக்கப்பட்டிருந்த லீக் கூட்டங்களைச் சீர்குலைக்க பம்பாயில் சில முஸ்லிம்கள் முயன்றார்கள். ஒரு கூட்டத்தின்போது போலீசார், தொல்லை கொடுப்பவர்களைக் கட்டுப்படுத்தத் தவறினர். ஜின்னா இந்த நிகழ்வைக் குறித்துக் கூறும்போது 'அந்நிய ஆட்சியாளர்களின் மறைமுக ஊக்குவிப்பை அது காட்டுகிறது'[19] என்றார். 1915-ல் இருந்த இந்த ஜின்னாவைப் போலவே பின்னாளில் காங்கிரஸும் இந்து முஸ்லிம் ஒற்றுமையைக் குலைக்கும் சக்திகள் பற்றி இதேபோல் பிரிட்டிஷ் அரசின் போலீஸ் 'மறைமுகமாக ஊக்குவிக்கிறது' என்ற குற்றச்சாட்டையே முன்வைத்தார்கள்.

> மறு ஆண்டிலேயே அகமதாபாத்தில் ஜின்னா பேசினார். அந்தப் பேச்சு அவரை லட்சியவாதப் பற்று மிகுந்தவராகவே காட்டியது. அவரின் பேச்சு இன்றைக்கும் பொருத்தமானதாகவே இருக்கிறது. 'உண்மையான, 'புதிய இந்தியா' உருவாகவேண்டுமென்றால் நம்மிடையே உள்ள சின்னஞ் சிறிய வேற்றுமைகளை, பிணக்குகளை நாம் விட்டுவிடவேண்டும். நாம் மீண்டெழுவதற்காக இந்தியர்கள் அனைவருமே நம்முடைய நல்ல விஷயங்களைத் தியாகம் செய்தால் மட்டும் போதாது;

கண்மூடித்தனமாகப் பின்பற்றும் தீமைகளையும் விட்டுவிட வேண்டும். நாம் வெட்கப்படவேண்டியவற்றின் மீதான பெருமிதங்களை, வெறுப்புகளை, பிரிவினைகளை, சச்சரவுகளை, தவறான புரிதல்களை எல்லாம் விட்டுவிட வேண்டும். கடவுள் இந்த தியாகத்தையே பெரிதும் விரும்புவார்'[20]

1916 இறுதியில் ஜின்னா உச்சத்தில் இருந்தார். திலகர் சிறையிலிருந்து விடுதலையாகி வந்திருந்ததைத் தொடர்ந்து காங்கிரஸ் வலுப்பெற்றிருந்தது. ஜின்னாவின் தலைமையிலான லீக்கும் காங்கிரஸும் இந்தியாவின் சுய நிர்ணய அரசங்கம் தொடர்பாக ஓர் லக்னோ உடன்படிக்கையைச் செய்துகொண்டன. இதன் திட்டங்களை ஒரு சிலர் எதிர்த்தார்கள். ஆனாலும்கூட இந்த லக்னோ உடன்படிக்கை பொதுவாக பெரும் பாராட்டுதல்களைப் பெற்றது. இந்த லக்னோ உடன்படிக்கை உருவாக்கிய சிற்பிகளாக இருந்தவர்கள் ஜின்னா, திலகர், அன்னிபெசன்ட் போன்றோர். அயர்லாந்துப் பெண்மணி அன்னிபெசன்ட் இந்தியாவைத் தனது தாயகமாகக் கருதினார். இந்தியாவுக்குத் தன்னாட்சி கிடைக்க வேண்டுமென்பதற்காகப் பாடுபட்டார்.

அன்னிபெசன்ட் அடுத்து வந்த கோடைப்பருவத்திலே கைதானார். நீலகிரி மலைப்பகுதியில் அவர் சிறைவைக்கப்பட்டார். அவருடைய கைது நாடளவில் நன்கறியப்பட்ட தலைவர்களிடையே, முதுமையிலும் நோயிலும் உட்பட்டிருந்த திலகரையும் சேர்த்து, அது பெருந்தாக்கத்தை விளைவித்தது. அப்போது அவர்கள் இதை எதிர்த்து நடத்தவேண்டிய வலுவான போராட்டம் பற்றிப் பேசுவதற்காக ஒரு தலைவரின் வீட்டில் கூடினார்கள். அவரையே இந்தப் போராட்டத்துக்குத் தலைவராக ஆக்க முடிவு செய்ததுபோலிருந்தது. அப்படித் தலைவராகவிருந்தவர் ஜின்னா. நீலகிரிக்கு வன்முறையற்ற அறப்போராட்ட வழியில் நடைபயணம் புரிந்து தங்கள் எதிர்ப்பைப் பதிவு செய்யவேண்டுமென்று காந்தி முன்வைத்த வழிமுறையைச் சிறிது நேரம் யோசித்துவிட்டு நிராகரிக்கவும் முடிவெடுத்திருந்தனர்.[21]

காந்தி 1915-ல் தென்னாப்பிரிக்காவிலிருந்து திரும்பி வந்திருந்தார். அவர் நாடு திரும்பியதை வரவேற்று, ஜின்னா பம்பாயில் நடைபெற்ற கூட்டத்தில் பேசினார். 1915-ல் லீக்கின் வருடாந்தர மாநாட்டில் அழைக்கப்பட்ட பல இந்துத் தலைவர்களில் காந்தியும் ஒருவர். அப்போது காந்தி மிகவும் விலகி இருப்பவராகவும் வித்தியாசமானவராகவும் அரசியல் அம்சம் இல்லாதவராகவும்தான் தெரிந்தார் என்று ஜவாஹர்லால் நேரு பின்னர் ஒருமுறை குறிப்பிட்டிருந்தார்.[22] எனவே அப்படியான காந்தியின் விசித்திரமான

ஆலோசனையை நிராகரிப்பதில் ஜின்னாவின் வீட்டில் ஒன்று கூடியவர்களுக்கு ஒரு பிரச்னையும் இருந்திருக்கவில்லை. விசித்திரமான ஆலோசனையைச் சொன்ன அந்த மனிதர் பிற்காலத்தில் அவர்களின் திட்டங்களை எல்லாம் முடக்கப்போகிறார் என்பதை 1917 கோடைப்பருவத்தில், யாருமே யூகித்திருக்கவில்லை.

இந்தியப் படைகள் ஆங்கில முடியரசுக்காக போரில் ஈடுபடுத்தப் பட்டிருந்தன. 1914 பிரான்சிலும் ஃபிலாண்டர்ஸிலும் கடுங்குளிரிடையே அவர்கள் காட்டிய அசாத்திய துணிச்சல்கள் பாராட்டப்பட்டன. ஆனால், இந்திய மண்ணிலே அந்நிய ஆட்சியாளர்களால் 'இந்தியப் பாதுகாப்பு விதிகள்' நடைமுறைப்படுத்தப்பட்டிருந்தது. கூடுதல் அரசியல் உரிமைகள் தேவை என்று போராடியவர்கள் இந்த விதிகளினால் முடக்கப்பட்டிருந்தனர். இந்தப் புதிய விதிகளைப் பயன்படுத்தித்தான் திருமதி. பெசன்ட் கைது செய்யப்பட்டிருந்தார்.

இந்திய உள்துறைச் செயலாளராக ஜூலை 1917 எட்வின் மாண்டேகு நியமிக்கப்பட்டார். இவர் மாட்சிமை பொருந்திய மாமன்னர் ஆட்சியின் பொருட்டு 'இந்தியாவில் ஒரு பொறுப்பு வாய்ந்த அரசாங்கம்' அமைய 'போதிய வழிமுறைகள்' வகுக்கப்பட்டு நடைமுறைக்குக் கொண்டுவரப்படும் என்று அறிவித்தார்.[23] அதனால் புதிய நம்பிக்கை பிறந்தது. 'கிங்ஸ் கமிஷன்' ராணுவப் பயிற்சியில் இந்தியர்களுக்கு இருந்த இன ரீதியிலான தடைகள் நீக்கப்பட்டன. திருமதி. பெசன்ட் விடுதலை செய்யப்பட்டார். நடைமுறை சாத்தியமுள்ள சீர்திருத்தங்கள் பற்றிப் பேச்சுவார்த்தை நடத்த மாண்டேகு நவம்பர் 1917-ல் இந்தியாவுக்கு வந்தார்.

மாண்டேகு நாட்டின் பல பகுதிகளுக்கும் பயணம் செய்து எண்ணற்ற நபர்களைச் சந்தித்ததைக் குறித்து நாட்குறிப்பேட்டில் எழுதியுள்ளார். அது பதிமூன்று ஆண்டுகளுக்குப் பின்னர் வெளியிடப்பட்டது. 'அழுத்தமான தாக்கத்தை ஏற்படுத்தக் கூடியவராக' அன்னி பெசண்ட் பற்றிக் குறிப்பிடிருக்கிறார். 'தான் கேட்டதிலேயே மிகவும் இனிமையான குரல்' அவருடையது என்றும் குறிப்பிட்டிருக்கிறார். மாண்டேகு காந்தியைப்பற்றிக் குறிப்பிடுகிறபோது 'புகழ்பெற்ற' என்கிறார். அவரை 'சமூக சீர்திருத்தவாதி; ஆனால் ஏழைப் பாட்டாளி போல் உடை அணிந்திருக்கிறார். உண்மையில் வெறும் காற்றைச் சுவாசித்து வாழ்கிறார்' என்று குறிப்பிட்டிருக்கிறார். அவர், ஜின்னாவைக் குறித்து எழுதும்போது,

'ஜின்னா மிகவும் பண்பட்ட பழக்க வழக்கங்களைக் கொண்டவர்'; 'மிகவும் புத்திசாலி'; 'அழுத்தமான தாக்கத்தைச் செலுத்தக் கூடியவர்'; தன் தரப்பு வாதங்களைத் திறமையாக முன்வைப்பதில் தேர்ந்தவர்[24] என்றெல்லாம் குறிப்பிட்டிருக்கிறார்.

மாண்டேகு மேலும் அவரைக் குறித்து எழுதுகிறார்: 'இப்படியான ஒரு மனிதர் தனது சொந்த நாட்டின் நடவடிக்கைகளைத் தீர்மானிக்க முடியாத நிலையில் இருப்பதென்பது மிகவும் அவமானகரமானது; ஆத்திரமூட்டக்கூடிய விஷயம்' என்றும் மாண்டேகு குறிப்பிட்டிருக்கிறார்.

மேலும் மாண்டேகு ஜின்னாவை 'அவர் ஒரு நெஞ்சழுத்தமிக்கவர்; பிடிவாதம் மிகுந்தவர்' என்றும் குறிப்பிட்டிருக்கிறார். ஜின்னா, மாண்டேகு எழுதிய நாட்குறிப்பில், 'சுய நிர்ணய அரசாங்கம் தொடர்பான லக்னோ தீர்மானத்தை முழுவதுமாக ஸ்டேட் செகரட்டரியை சம்மதிக்க வைப்பதில் ஜின்னா மிகவும் பிடிவாதமாக இருந்தார். எந்த சமரசத்துக்கும் தயாராக இல்லை. ஒன்று முழுமையாக ஏற்றுக்கொண்டாகவேண்டும். அல்லது எதுவுமே வேண்டாம் என்ற முடிவில் இருந்தார்'[25] என்று குறிப்பிட்டிருக்கிறார்.

'மான்செஸ்டர் கார்டியன்' இதழின் செய்தித் தொடர்பாளர் வாக்கர், மாண்டேகிடம் சொன்னவை: 'ஜின்னாவின் செயற்பாடுகளுக்கு ஆணிவேராக இருப்பது அவருடைய லட்சியப்பற்று. திருமதி. பெசண்ட், திலகர் ஆகியோர் விலகிய பின்னர் அவர்தான் தலைவராகப் போகிறார் என்று நம்புகிறார்'.[26]

•

மாண்டேகு பிரபுவும் வைஸ்ராய் செம்ப்ஸ்ஃபோர்ட் பிரபுவும் இணைந்து உருவாக்கியது என்பதால் மாண்ட்ஃபோர்ட் என்ற பெயரில் இந்தத் திட்டம் அறியப்படுகிறது. பிரிட்டிஷ் ஆட்சி மாண்ட்ஃபோர்ட் சீர்திருத்தங்களை 1918 ஜூன் மாதம் அறிவித்தது. இதன்படி, மாகாணங்களுக்கு பாதி தற்சார்பு அரசாங்கத் தகுதி அளிக்கப்பட்டன. மக்களால் தேர்ந்தெடுக்கப்பட்ட பிரதிநிதித்துவ சட்டமன்ற உறுப்பினர்களால் மாகாணங்கள் நிர்வகிக்கப்படும். இதற்கு இந்திய அமைச்சர்களின் 'கேபினெட்கள்' இருக்கும். ஆனால் நிர்வாகத்தைப் பொறுத்தவரை, முக்கியத்துறைகள், விஷயங்கள் எல்லாம் ஆளுநருக்கு 'ஒதுக்கப்பட்டிருக்கும்'. அவரால் நியமிக்கப்படுகிறவர்களைக் கொண்ட ஒரு நிர்வாகக் கவுன்சில் அவருக்கு உதவியாக இருக்கும்.

இங்கே நிர்வாக கவுன்சிலில் அங்கம் வகிக்கிற உறுப்பினர்களுக்கு கேபினெட் உறுப்பினர்களைவிட மேலான செல்வாக்கு இருந்தது. நடுவண் அரசாங்கத்தில் அதிகாரங்கள் எதுவும் பகிரப்பட்டிருக்காது. முன்னாள் வைஸ்ராயும் மாட்சிமை பொருந்திய மன்னராட்சியின் வெளியுறவுத்துறைச் செயலாளருமான கர்சன் பிரபு, இந்தச் செயல்முறைத் திட்டங்களை 'பின்விளைவுகளைப் பற்றி

யோசிக்காத பிற்போக்கானவை' என்றார். மாண்டேகு பிரபு இதை, 'சீர்திருத்தங்களை முன்னெடுத்துச் செல்லும் மிகப் பெரிய முயற்சி' என்றார். ஆனால் இந்தியர்களுக்கு இவை பற்றி எந்தத் தீர்மானத்துக்கும் வரமுடியவில்லை. விரைவிலேயே இந்த 'சீர்திருத்தத் திட்டம்' பின்னுக்குத் தள்ளப்பட்டது. மக்களை ரௌலட் சட்டமும் பஞ்சாப் (ஜாலியன் வாலா) கொடூரங்களும் கிலாஃபத் உரிமைக் கோரிக்கைகளும் கிளர்ந்தெழச் செய்துவிட்டன.

இதற்கிடையே ஜின்னாவின் வாழ்க்கையில் முதலும் கடைசியுமாக ஒரு பெண் நுழைந்தார். 1917-ல் ஜின்னாவுக்கு வயது 40. தீவிர ஒண்டிக்கட்டை. இப்போது சில காலங்களாக பெரிய, ஆனால் பழமை நெடி மிகுந்த மலபார் ஹில் மாளிகை ஒன்றில் தனிமையில் வாழ்ந்துவந்தார்.

அவரைச் சந்திக்கிற பெண்களிடம் தலை குனிந்து மரியாதை காட்டுவார். அவர்கள் அணியும் ஆடைகளைப் பாராட்டுவார். இதற்குமேல் அவர் பெண்களிடமிருந்து கொஞ்சம் தள்ளியே நின்று கொள்வார். அத்தகைய ஜின்னா இப்போது 'ரூட்டன்பாய்' அல்லது 'ருட்டி' என்னும் பதினேழு வயது பருவப் பெண்ணிடம் காதலில் விழுந்தார். சர். தீன்ஷா பெட்டிட் என்னும் பம்பாயில் பெயர்பெற்ற வணிகராகத் திகழ்ந்த ஒரு பார்சிக்காரரின் மகள்தான் இவர். ஜின்னா பெட்டிட்ஸ் மாளிகையில் விருந்துக்குச் செல்வார். அங்கேதான் இருவரின் சந்திப்பு நிகழ்ந்தது. அந்தச் சந்திப்பு தொடர்ந்தது. அவர்கள் பூனாவிலும் டார்ஜிலிங்கிலும் சந்தித்துக் கொண்டார்கள். இளமைத்துடிப்பு, வசீகரம், தன்னியல்பான வெளிப்பாடுகள் கொண்ட ரூட்டி, தனிமையில் இருந்த வழக்கறிஞர் நீண்ட காலம் மனதுக்குள் மறைத்துவைத்திருந்த உணர்வுகளைத் தொட்டு எழுப்பினாள். ஜின்னாவும் தன் மகளும் திருமணம் புரிந்துகொள்ள விரும்புகிறார்கள் என்பது சர். தீன்ஷாவுக்குத் தெரிந்தவுடனேயே அவர், இவர்கள் இருவரும் சந்தித்துக் கொள்வதற்குத் தடைபோட்டார்.

ஜின்னாவும் ருட்டியும் ஓராண்டுகாலம் காத்திருந்தார்கள். 1918 ஏப்ரலில் அவள் பதினெட்டு வயதை எட்டினாள். முஸ்லிமாக மதம் மாறினாள். பின் அவர்கள் திருமணம் செய்துகொண்டார்கள். 'ஜின்னா தன் ஆசைக்குகந்த நீலமலரைக் கொய்துவிட்டார்' என்று சரோஜினி நாயுடு அவரின் நண்பர் ஒருவருக்கு எழுதியுள்ள கடிதத்தில் வர்ணித்துள்ளார். மேலும், அவர் 'அந்தக் குழந்தை எவ்வளவு பெரிய தியாகத்தைச் செய்திருக்கிறாள் என்பதை இதுவரை அவள் புரிந்துகொள்ளவும் இல்லை'[27] என்றும் குறிப்பிட்டுள்ளார்.

ஜின்னாவின் வாழ்க்கையில் இப்போது மகிழ்ச்சியும் சிரிப்பும் உள்ளே நுழைந்தன. அவரின் 'மலபார் ஹில்' மாளிகை பிரகாசமானது. 1919 ஆகஸ்டில் 'தினா' என்ற பெண் குழந்தை பிறந்தது. அந்தோ... அந்த மகிழ்ச்சி நீடிக்கவில்லை. ஆம், சரோஜினி முன்கூட்டியே கணித்தது உண்மையானது. தன்னுடைய இலக்கில் மட்டுமே தீவிர கவனம் செலுத்தும் ஜின்னாவின் குணம் ருட்டியைச் சோர்வடையச் செய்தது. அரசியல்வாதிகளுடனான ஜின்னாவின் தொடர்புகள், அவர்களுடனான முடிவற்ற பேச்சுக்கள் அவளுக்குப் பிடிக்கவில்லை. இந்த வயதில் ஜின்னாவினால் ஓவியம், இசை, நாட்டியம் மீது திடீர் விருப்பத்தைக் கொண்டுவரவும் முடிந்திருக்கவில்லை. எனினும் இரண்டு ஆண்டுகள் இருவரும் மிகவும் நெருக்கமான வாழ்க்கை வாழ்ந்தனர்.

இருவருமே, வைஸ்ராய் செம்ஸ்ஃபோர்ட் பிரபு, பம்பாய் ஆளுநர் வெலிங்டன் பிரபு ஆகியோர் தொடர்பான விஷயங்களில் ஒருவருக்கொருவர் ஆதரவாக நின்றனர். கூர்மையான பதிலடிகள், வெளிநடப்புகள் குறித்து உறுதிப்படுத்த முடியாத பல கதைகள் உலவின. ஜூன் 1918-ல் பம்பாயில் மாநாட்டில் நடைபெற்ற சம்பவம் உண்மைதான். ஜின்னாவும் இருந்த கூட்டத்தில் ஆளுநர் வெல்லிங்டன் வெளிப்படையாக ஒரு கேள்வியை எழுப்பினார். அந்தப் பொது அரங்கிலே அவர் பேச்சு சலசலப்பை ஏற்படுத்தி விட்டது. 'பெருமளவிலான பொதுமக்கள் செல்வாக்கைக் கொண்ட சிலர், 'ஹோம்ரூல் லீக்' என்று அழைக்கப்படும் அமைப்பிலிருக்கும் நபர்கள்' போர் நடவடிக்கைகளுக்கு உண்மையிலேயே ஆர்வத்துடன் ஆதரவு தருகிறார்களா என்பது சந்தேகமாக இருக்கிறது' என்று பொதுவெளியில் குற்றம் சாட்டினார்.[28] அவர் குறிப்பிட்ட அந்த 'ஹோம்ரூல்-லீக்' அமைப்பு அன்னிபெசன்ட், திலகர் ஆகியோர் வழிகாட்டுதலில் இயங்குவது. அந்த அமைப்பைச் சேர்ந்தவர் ஜின்னா. இந்தப் பேச்சு ஜின்னாவுக்கு அவமதிப்பை ஏற்படுத்திவிட்டது.

அதே ஆண்டு இறுதியில் ஜின்னா பதிலடி கொடுத்தார். வெல்லிங்டன், ஆளுநர் பதவி விலகியதைத் தொடர்ந்து அவரைப் பாராட்டி வழியனுப்ப ஓர் ஏற்பாடு 'பம்பாய் குடிமக்கள்' என்ற அமைப்பின் வழியாகச் செய்யப்பட்டிருந்தது. ஆனால் உண்மையில் பம்பாய் குடிமக்களுக்குப் பதவி விலகிச்செல்லும் ஆளுநர் மேல் எந்தவிதப் பரிவும் பற்றும் கிடையாது. இந்தக் கூட்டம் நடைபெறுவது பிடிக்காத ஏராளமானவர்கள் இருந்தார்கள். அவர்களை ஒன்றுதிரட்டிக்கொண்டு கூட்டம் நடைபெறவிருந்த டவுன் ஹாலுக்கு ஜின்னாவும் ருட்டியும் வந்தனர். அந்தக் கூட்டம் டவுன் ஹாலில் நுழைந்தது. உட்காருவதற்காக நாற்காலித் தேடி

ஒருவரோடு ஒருவர் அடித்துக்கொண்டார்கள். உரத்தக்குரலில் எதிர் முழக்கம் இட்டார்கள். ஆளுநரைப் பாராட்டித் தீர்மானம் நிறைவேற்றுவதற்கு முன்னரே ‘ஹால்’ அமர்க்களப்பட்டது. கூக்குரலும் கூச்சலும் மேலோங்கிய நிலையில் தீர்மானம் நிறை வேற்றப்படாமலே முடிந்தது.

போலீஸ் நுழைந்து கூட்டத்தை விரட்டியடித்தது. ஒருவருக் கொருவர் தாக்கிக்கொண்டதிலும் போலீஸ் விரட்டியதிலும் பலருக்குக் காயங்கள் ஏற்பட்டன. ஜின்னாவும் தாக்கப்பட்டார். ரூட்டி அருகில் நிற்க, ஜின்னா தன் ஆதரவாளர்களோடு டவுன் ஹால் வாசலில் பேசினார். ‘பெருந்தகையீர்... பம்பாயின் குடிமக்களாகிய நீங்கள் எல்லோரும் இன்றைய நாளில் ஆற்றியுள்ள செயலால் ஜனநாயகத்துக்குப் பெரும் வெற்றியைத் தேடிக் கொடுத்திருக் கிறீர்கள். இன்றைய நாள் டிசம்பர் 11, பம்பாய் வரலாற்றில் இடம் பெற்றுவிட்ட ஒரு சிவப்பு நாள்: மகிழ்ச்சிப்பொங்க இந்த நாளைக் கொண்டாடுங்கள்...’[29] என்றார்.

இந்த ஒரு நிகழ்ச்சி ஜின்னாவைப் பெரிய வெற்றி வீரனாக ஆக்கியது. அவரின் ஆதரவாளர்கள் 30 ஆயிரம் ரூபாய் நிதி திரட்டிக் கொடுத்தார்கள். அதைக் கொண்டு ‘ஜின்னா ஹால்’ என்று பொது மண்டபம் கட்டி எழுப்பப்பட்டது. இந்த மண்டபம் பின் வந்த காலத்தில் ஏற்பட்ட கசப்புணர்வையும் மீறி அதே பெயரில் நீடித்தது. அம்மண்டப நுழைவாயிலில் ஒரு கல் பலகைப் பதிக்கப்பட்டது. அது ஒரு வரலாற்றுச் சிறப்புமிக்க வெற்றி வாகையின் அடையாளமாக பம்பாய் மக்களால் கருதப்பட்டது. ஜின்னாவைப் போற்றி அந்தக் கல் பலகையில் பொறிக்கப்பட்ட வாக்கியங்கள்..., ‘வீரமும் அறிவும் நிறைந்த முகம்மது அலி ஜின்னாவின் தலைமையின் கீழ் பெற்ற வெற்றியின் நினைவாக...’[30] என்றிருந்தது.

•

தேசிய அளவில் 1916 – 1917 ஆண்டுகளில் அவர் இருந்த உச்சநிலையில் ஒரு சரிவு ஏற்பட்டது. அன்னிபெசன்ட் சிறையிலிருந்து வெளிவந்த பின்னர் காங்கிரஸின் தலைமைப் பொறுப்பைக் கைப்பற்றிக்கொண்டுவிட்டார். 1917–18-ல் காங்கிரஸின் தலைவரானார். அதுபோன்றே 1917–ன் இறுதியில் லீக்கின் மாநாட்டுக்காகக் கூடிய பெருந்திரளான கூட்டம் மௌலானா முகம்மது அலிக்காகவே வந்திருந்தது. அப்போது முஸ்லிம் லீக் தலைவராக அவரே இருந்தார். 1918 இறுதியில் உலகப் போர் முடிந்தது. அப்போது ‘தேசியவாதிகள்’ என்று தங்களை அழைத்துக் கொண்டவர்கள், மாண்ட்ஃபோர்ட் சீர்திருத்தங்களில் உள்ள குறைபாடுகளைக் குறிப்பிட்டுத் தாக்கினார்கள். அவர்கள் காங்கிரஸ்

அரசியல் தளத்தையும் கைப்பற்றிக் கொண்டார்கள். அந்த சீர்திருத்த முயற்சிகளைப் பெரிய அளவில் எதிர்க்காத ஜின்னா சிறுபான்மைக் கூட்டத்தில் முடங்க நேர்ந்தது. அதேநேரம் சீர்திருத்தங்களை ஆதரித்த காங்கிரஸ்காரர்களால் உருவாக்கப்பட்ட 'லிபரல் கட்சியில்' சேரவும் விருப்படவில்லை. நிலைமை மாறும் நம்பிக்கையோடு காத்திருந்தார்.

மாற்றம் ஏற்பட்டது. ஆனால் அவருக்கு சாதகமாக இல்லை. 1919 ஜனவரியில் இம்பீரியல் கவுன்சில், தேசத் துரோகத்துக்கு எதிராக ரௌலட் சட்டத்தைக் கொண்டுவந்தது. அதைத் திரும்பப் பெற்றுக்கொள்ள வேண்டுமென்று காந்தி குரல் எழுப்பினார். 'அச்சட்டம் நடைமுறைப்படுத்தப்பட்டால் அதற்கு உடன்படப் போவதில்லை' என்றும் அறிவித்தார். இதனால் காந்தி தேசிய அளவில் கவனம் பெற்றார். அவரின் தலைமையில் வல்லபாய்பட்டேல், சரோஜினி நாயுடு மற்றும் ஏராளமானவர்கள் இதேபோன்ற கருத்தை வெளியிட்டார்கள். அதே வேளையில் அவர்கள் அனைவருமே வன்முறைக்கு எதிராக சபதம் மேற்கொண்டார்கள்.

1909 முதற்கொண்டு இம்பீரியல் கவுன்சில் உறுப்பினராக இருந்த ஜின்னா, ரௌலட் சட்டத்தை உறுதியாக எதிர்த்து வாதாடினார். 'நீங்கள் இந்தச் சட்டத்தை நடப்புக்குக் கொண்டுவந்தால், இந்நாட்டில் நீங்கள் கண்டிராத எதிர்ப்பு உணர்ச்சியையும் அதிருப்தியையும் காணப் போகின்றீர்கள் என்பதை நான் எச்சரிக்கையாக உங்கள் முன் வைக்கின்றேன்...'[31] என்று முழங்கினார்.

ஜின்னாவின் எச்சரிக்கையையோ, காந்தியின் முறையீட்டையோ ஆட்சியாளர்கள் கொஞ்சமும் மதிக்கவில்லை. இம்பீரியல் கவுன்சிலில் அதாவது ஒருவகையில் பிரிட்டிஷாரால் நியமிக்கப் பட்டவர்களைக் கொண்ட அவையில் சட்டம் நிறைவேறியது. மார்ச் 22 அன்று வைஸ்ராய் அதில் கையெழுத்திட்டுச் சட்டமாக்கினார். மறுநாள் காந்தி, 'இந்தியாவிலுள்ள அனைவரும், வேலை நிறுத்தத்தில் ஈடுபடவேண்டும். வேலை நிறுத்தம் கடைப்பிடிக்கிற நாளான ஏப்ரல் 6-ல் ஒவ்வொருவரும் உண்ணாவிரதம் இருந்து பிரார்த்தனை செய்யவேண்டும்'[32] என்று காந்தி அறிவுறுத்தினார். இதற்கு ஐந்து நாட்கள் கடந்து ஜின்னா 'கறுப்புச் சட்டம்' என்று அவர் அழைத்த இந்தச் சட்டத்தை எதிர்த்து கவுன்சில் உறுப்பினர் பதவியைவிட்டு விலகல் கடிதம் அனுப்பினார்.[33]

அவரின் இந்த விலகல் முடிவு ஒன்றும் சாதாரணமானதாகவோ ஜின்னாவுக்கு இழப்பு எதுவும் ஏற்படுத்தாததாகவோ இருந்திருக்க வில்லை. உண்மையில் ஜின்னா தன்னுடைய கவுன்சில் உறுப்பினர் பதவியை விரும்பவே செய்தார். அங்கே அவர் சிறப்பாகச்

செயலற்றியும் வந்தார். ஆனால், காந்தியின் வேலை நிறுத்த அறப்போராட்ட அளவுக்கு எழுச்சியை ஏற்படுத்தியிருக்கவில்லை.

போராட்டங்களில் ஈடுபட்டதோடு நில்லாமல் காந்தியை 'மகாத்மா' மகத்தான ஆத்மா என்றும் புகழ்ந்தது. காந்தியின் அழைப்பில் இந்தியா சந்தித்த நாடு தழுவிய முதல் வேலை நிறுத்தப் போராட்டமான ஏப்ரல் 6 போராட்டத்தில் நாடுமுழுவதும் எந்த இடத்திலும் எந்த வேலையும் நடக்கவில்லை. இதுகுறித்து இந்நூலின் முந்தைய பகுதியில் இதைத் தொடர்ந்து, இந்திய மக்கள் பலரும் கண்ணியமாகவும் துணிச்சலாகவும் செய்த செயல்கள் பற்றிப் பார்த்தோம். இந்தியர்கள் மற்றும் ராஜ் செய்த தவறுகள் பற்றியும் பார்த்தோம். இங்கு நாம் கவனத்தில் கொள்ளவேண்டியது காந்தியின் திடீர் ஏறுமுகத்தையே.

காந்தி நிரப்பியிருக்கும் இந்த இடம் ஜின்னா தன்னால் நிரம்பியிருக்கவேண்டியதாக நினைத்த இடம். இந்த தலைமையை ஜின்னா சில காலமாகவே எதிர்பார்த்துக் காத்திருந்தர். 1916-17 வாக்கில் அந்த இடத்தைக் கிட்டத்தட்ட அடைந்தும்விட்டிருந்தார். ஆனால், அவருக்கு அது கிடைக்காமல் போய்விட்டது. எப்படி நடந்தது என்பது முக்கியமில்லை. ஜின்னாவுக்குக் கிடைத்திருக்க வேண்டியதும் அவர் தனது திறமை மற்றும் பொறுமை மூலம் எதிர்பார்த்துக் காத்திருந்ததுமான அந்த தலைமைப் பதவி அவருக்குக் கிடைக்காமல் போய்விட்டது; அல்லது அவர் ஏமாற்றப்பட்டு விட்டார் என எப்படிச் சொன்னாலும் உண்மை என்னவென்றால் ஜின்னா இருந்திருக்க வேண்டிய தலைமை இடத்துக்கு காந்தி வந்துவிட்டார்.

•

சிறிது காலம் இருவரும் இணைந்து பணியாற்றினர். காந்தியின்மீது பிரிட்டிஷ் இந்திய அரசாங்கம் நீதிமன்ற அவமதிப்பு வழக்குத் தொடுத்தது. காந்தி, ஜின்னாவின் உதவியை நாடினார். ஜின்னா அப்போது மனைவி ருட்டியோடு விடுமுறையைக் கழிக்க இங்கிலாந்துக்குச் சென்றிருந்தார். காந்தி ஜின்னாவுக்குக் கடிதம் எழுதினார். அந்தக் கடிதத்தில் காந்தி, ஜின்னாவின் மேல் சில நம்பிக்கைகளை வைத்திருந்தது தெரிகிறது. ஜின்னா நாடு திரும்பியவுடன் காந்தியின் கைராட்டினத்தில் நூல் நூற்கிற வகுப்புக்கு வந்து கலந்து கொள்வார் என்றும், அதுமட்டுமின்றி ஜின்னா குஜராத்தியையும் இந்தியையும் எவ்வளவு முடியுமோ அவ்வளவு விரைவாகக் கற்றுக்கொள்வார் என்றும் தன் நம்பிக்கையைத் தெரிவித்திருந்தார்.[34] இவை யாவும் நடைபெற்றது

1919-ன் கோடைப்பருவத்தில்தான். அந்த ஆண்டு இறுதியில் காங்கிரஸ் கட்சியின் ஆண்டு மாநாடு அமிர்தசரஸில் நடைபெற்றது. மாண்ட்ஃபோர்ட் சீர்திருத்தங்களுக்கு ஆதரவான காந்தியின் நிலைப்பாடுகளுக்கு ஜின்னா பக்கபலமாக நின்றார். 1919-ல் சட்டமாக அது ஆகியிருந்தது. ஜின்னா தன் பேச்சில், காந்தியை 'மகாத்மா காந்தி' என்று அழைத்தார்[35] மேலும் கல்கத்தாவில் சித்தரஞ்சன் தாஸ் தலைமையில் ஒன்றுகூடிய தேசியவாதிகள் எதிர்த்தபோதிலும் காங்கிரஸ் மாண்ட்ஃபோர்ட் சீர்திருத்தங்களை ஏற்றுக்கொண்டு செயல்படுத்த முடிவெடுத்தது. ஆனால், பஞ்சாப் மற்றும் கிலாஃபத் குறித்து பிரிட்டனின் நிலைப்பாட்டைப் பார்த்த பின்னரே காங்கிரஸ் பிரிட்டிஷ் அரசாங்கத்துக்கு ஒத்துழைப்பு அளிப்பது பற்றிய முடிவை எடுக்கும் என்று அமிர்தசரஸ் கூட்டத்தில் முடிவெடுக்கப்பட்டது. இதேவேளை அமிர்தசரஸில் கிலாஃபத் கருத்தரங்கு மாநாடும் லீக் மாநாடும் கூட்டப்பட்டன. இந்த இரு பெரும் முஸ்லிம் அமைப்புகளில் கிலாஃபத் கூட்டமே மிகப் பெரியதாக அப்போது இருந்தது. லீக், கிலாஃபத் இயக்கம், காங்கிரஸ் மூன்றுமே பிரிட்டிஷ் அரசாங்கத்திடம் ஒரே கோரிக்கையையே முன்வைத்தன.

இந்நூலின் முந்தைய அத்தியாயத்தில் நாம் பார்த்ததுபோல், பிரிட்டிஷ் ஆட்சியினரின் எதிர்வினை இந்தியர்களை ஏமாற்றமடையச் செய்தது. அது அவர்களின் உணர்வுகளைக் காயப்படுத்தியது. அப்போதுதான் காந்தி ஒத்துழையாமை திட்டத்தை முன்னெடுத்தார். அவரின் இத்திட்டத்துக்கு கிலாஃபத் அமைப்பு உடனடியாக ஒப்புதல் அளித்தது. ஆனால், காங்கிரஸ் கட்சியில் பல காலங்களாக இருந்து வந்தவர்கள்கூட காந்தியின் ஒத்துழையாமைத் தீர்மானத்தை ஆர்வமில்லாமலோதான் பார்த்தார்கள். சிலர் எதிர்க்கவும் செய்தார்கள்.

காந்தியின் போராட்ட அழைப்பு குறித்து காங்கிரஸும் லீக்கும் ஒன்றாகக் கூடிக் கலந்து பேசுவதற்கு ஒரு சிறப்புக்கூட்டம் ஏற்பாடு செய்யப்பட்டிருந்தது. 'ஹவ்ரா' ரயில் நிலையத்தில் ஜின்னாவைச் சென்று சந்தித்தார் மோதிலால் நேரு. அவர் காந்தியை முறியடிக்க வியூகம் வகுக்கத் திட்டமிட்டிருந்தார்.[36] ஆகஸ்ட் 1, 1920ல் திலகர் இறந்துவிட்டிருந்தார். அவர் இருந்திருந்தால் அவருடைய ஆதரவு கிடைத்திருக்கும். தாஸ், பிபின்பால், லஜ்பத்ராய், மாளவியா ஆகியோர் ஒத்துழையாமை இயக்கத்துக்கு ஒத்திசைவற்று இருந்தார்கள். ஆனால், இளவயதுடையவர்களான வல்லபாய் பட்டேல், ராஜேந்திர பிரசாத், ஜவஹர்லால் நேரு ஆகியோர் காந்திக்கு ஆதரவாக நின்றார்கள். மேலும் அவர்களுடன் சேர்ந்து முஸ்லிம் தலைவர்கள் அனைவருமே காந்திக்கு ஆதரவாக

நின்றார்கள். எல்லாத் தரப்பு மக்களிடத்திலும் இருந்த ஆதரவைப் பார்த்த சமூகத்தின் முக்கிய பிரமுகர்கள், உயர் வர்க்கத்தினர் காந்தியின் பின்னால் அணிதிரண்டனர்.

முதலில் வங்காளத்திலும் பின்னர் டிசம்பரில் நாக்பூரிலும் நடந்த கூட்டங்களில் காங்கிரஸும் லீகும் ஒத்துழையாமை இயக்கத்துக்கு ஆதரவு தெரிவித்துத் தீர்மானம் இயற்றின. அரசாங்கப் பதவிகளையும் பணிகளையும் விட்டு விலகுவது, அரசாங்கம் அளித்துள்ள சிறப்புப் பட்டங்களைத் துறப்பது மற்றும் நீதி மன்றங்களிலும் (வழக்கறிஞர்கள் பணி செய்வதிலிருந்து ஒதுங்குதல்) கல்லூரிகளிலும் இருந்தும் விடுபட்டு வெளியேறுவது என்று இயங்கினார்கள். எதிர் நிலையில் இருந்த பிரமுகர்கள் ஒவ்வொருவராக காந்தியின் பின்னால் திரண்டனர். ஜின்னா, அன்னிபெசன்ட் மேலும் இந்துக்களின் தலைவராக செல்வாக்கு பெற்ற மாளவியா ஆகிய மூவர் நீங்கலாக.

உண்மையிலேயே ஜின்னா தன் முடிவைச் சொல்ல கொஞ்ச காலம் எடுத்துக்கொள்ளலாம் என்றே நினைத்தார். கல்கத்தாவில் நடந்த லீக்கின் சிறப்புக்கூட்டத்தில் அங்கே நடைபெற்ற காந்தியின் அரசியல் நடவடிக்கைக் குறித்த விவாதத்தில் தன்னை உட்படுத்திக் கொள்ள அவர் விரும்பவில்லை. அப்போது அவர் பேசினார்:

'முதலில், மனித உரிமைகளை நசுக்குகிற ரௌலட் சட்டம் கொண்டு வரப்பட்டது. அதைத் தொடர்ந்து பஞ்சாபில் நடத்தப்பட்ட படுகொலை அட்டூழியங்கள். அதற்குப் பின்னே துருக்கியில் உதுமான் பேரரசை அழிக்கும் நடவடிக்கைகள், வாழ்வா சாவா போராட்டம்.

இந்தியர்களின் ரத்தமும் இந்தியாவின் செல்வங்களும் கோரப்பட்டன. துரதிஷ்டவசமாக அவை கொடுக்கப்பட்டன. துருக்கியைச் சிதைக்கவும் ரௌலட் சட்ட விலங்குகளைப் கொண்டுவரவும் தான் அவை பயன்பட்டிருக்கின்றன. மிஸ்டர் காந்தி தன்னுடைய ஒத்துழையாமைப் போராட்டத் திட்டத்தை இந்நாட்டின் முன் வைத்திருக்கிறார். இப்போது அதை ஏற்பதா மறுப்பதா; அதன் வழிமுறைகளை ஏற்பதா வேண்டாமா என்று முடிவெடுங்கள்.

இதற்கிடையே இங்கே ஆளுகிற ஆட்சியாளர்களை நான் கேட்டுக்கொள்கிறேன். மக்களை அவநம்பிக்கைக்கு, விரக்தி நிலைக்குத் துரத்தாதீர்கள். அப்படியோர் நிலைமை தொடர்ந்தால் மக்கள் ஒத்துழையாமைப் போராட்டத்துக்கு ஆதரவுக்கரம் நீட்டி அதைத் தொடங்கி விடுவார்கள். அது திருவாளர் காந்தியின் அழைப்பால்தான் நிகழக்கூடும் என்பது கிடையாது'.[37]

இணையாக நடைபெற்ற காங்கிரஸ் கூட்டத்தில் ஜின்னா பிபின்பாலின் தீர்மானத்தை ஆதரித்துப் பேசினார். அந்தத் தீர்மானம் காந்தியின் ஒத்துழையாமை அழைப்பைக் கொள்கையளவில் ஏற்றுக்கொண்டது; அதோடு, ஒரு குழு அமைத்து இந்தத் திட்டத்தை நிறைவேற்றுவதற்கேற்ற சாத்தியக் கூறுகளை, 'சரியான முறையில்' போராட்டத்தைக் கொண்டு செல்லும் யுத்திகளைக் கண்டடைய வேண்டும் என்று குறிப்பிட்டிருந்தது. இந்தத் தீர்மானம் தோல்வி அடைந்தது. ஜின்னா என்ன பேசினாரோ அது பதிவு செய்யப் படவில்லை. ஆனால் அவரின் பேச்சு சௌகத் அலியைச் சீற்றம்கொள்ள வைத்தது. அப்போது சௌகத் அலி நடந்துகொண்ட மட்டுமீறிய செயலைக்குறித்து வங்காள ஆளுநர், உள்துறைச் செயலாளருக்கு ஓர் அறிக்கை அனுப்பினார். அதில், சௌகத் அலி மாற்றுக் கருத்துரைத்த ஜின்னாவை அடிக்கப் போவதாக மிரட்டினார். மாநாட்டில் பங்கேற்ற பிறர் தடுத்ததாலே அப்படி ஒரு அசம்பாவிதம் நடப்பது தவிர்க்கப்பட்டது'.[38]

இந்த நிகழ்ச்சி நடைபெற்று ஒரு மாதம் கடந்து ஜின்னாவுக்கும் காந்திக்கும் நேரடியான மோதல் ஏற்பட்டது. அது 'ஹோம் ரூல் லீக்' தொடர்பானது. அதற்கு காந்தி ஏப்ரலில் தலைவராகியிருந்தார். காந்தியின் விருப்பப்படி அந்த அமைப்பின் பெயர் 'ஸ்வராஜ்ய சபா' என்று அக்டோபர் மாதம் இந்தியில் பெயர் மாற்றப்பட்டது. மேலும் அதன் சட்டத் திட்டங்களும் நோக்கங்களும் பெருமளவுக்கு மாற்றத்துக்குட்பட்டது. அதன் நோக்கம் இப்போது 'பேரரசுவின் கட்டுப்பாட்டுக்கு உட்பட்ட ஸ்வராஜ்ய ஆட்சி' அல்ல; (முழு) ஸ்வராஜ்யம் அடைவதே இலக்கு. இந்த மாற்றங்களுக்கு ஆதரவாக 42 வாக்குகள் விழுந்தன. இதற்கு எதிராக விழுந்த வாக்குகள் 19. இந்த அமைப்பில் நீண்ட காலத் தொடர்புடைய ஜின்னாவும் அந்த 19 பேர்களில் ஒருவர்.

ஜின்னா, பிரிட்டிஷ் அரசாங்கத்தின் தலைமையை அப்படியே வைத்துக்கொள்ளவேண்டும் என்றார். மேலும் இந்தக் கூட்டத்தினருக்கு அந்த அமைப்பின் சட்டதிட்டங்களை மாற்றும் அதிகாரம் அளிக்கப்படவில்லை என்றார். இதற்கு காந்தி ஒப்புக்கொள்ளவில்லை. மேலும் காந்தி எதேச்சாதிகாரப்போக்கில் செயல்படுகிறார் என்று குற்றம் சாட்டினார் ஜின்னா. அத்துடன் அவர் அந்த அமைப்பிலிருந்து விலகிக்கொண்டார். அவரைப்போன்றே மீதமுள்ள 18 பேர்களும் ராஜினாமா செய்துவிட்டார்கள். இவர்கள் அனைவரின் விலகல் தனக்கு 'வலியை ஏற்படுத்தியதாக' காந்தி கூறினார். காந்தி ஜின்னாவுக்குக் கடிதம் எழுதி, அவரின் விலகலை மறுபரிசீலனை செய்யும்படி வேண்டிக் கேட்டுக்கொண்டார்.

அத்துடன் 'இந்நாட்டில் மலரவிருக்கும் புதிய வாழ்க்கையில் உங்களுக்கான உரிமைப் பங்கை ஏற்றுக்கொள்ளுங்கள்' என்றார்.[39]

காந்தி முன்வந்து அளித்ததை ஜின்னா ஏற்றுக் கொள்ளவில்லை. அந்த 'இடம்' அவருக்குப் பொருத்தமற்றது என்று அவர் நினைத்தார்.

> 'உங்களுக்கான உரிமைப் பங்கை ஏற்றுக்கொள்ளுங்கள்' என்று பரிவோடு என்னிடம் சொன்னதற்காக நான் நன்றி கூறிக்கொள்ள விரும்புகின்றேன். 'புது வாழ்க்கை' என்று நீங்கள் குறிப்பிடுவது உங்கள் செயல் முறைகளையும் திட்டங்களையும் நடைமுறைப் படுத்துகிற முயற்சிதானே? நான் அதை ஒருபோதும் ஒப்புக் கொள்ளப்போவதில்லை. அது தேசத்தை அழிவுக்கே கொண்டுசெல்லும் என்று உறுதியாக நம்புகிறேன்'. [40]

மற்றவர்கள் விடுதலையின் தேராக மதித்ததை ஜின்னா அனைத்தையும் தரைமட்டமாக்கும் புல்டோசர் வண்டியாகப் பார்த்தார். டிசம்பரில் நாக்பூரில் காங்கிரஸ், லீக்குக்கும் இடையேயுள்ள வேற்றுமைகளை நீக்கி, ஒத்துழையாமைத் திட்டம் குறித்து ஒரு முடிவுக்கு வரவேண்டுமென்ற நோக்கத்தில் கூடினார்கள். அப்போது சித்தரஞ்சன் தாஸ் மூன்று மாதங்களுக்கு முன்னர் கல்கத்தாவில் கூடிய மாநாட்டில் எதை எதிர்த்தாரோ அதையே இப்போது ஆதரித்து முன்வைத்தார். அதுபோன்று மற்ற எதிராளிகளும் காந்தியின் திட்டத்துக்கு ஆதரவு தெரிவித்தார்கள். காங்கிரஸ் முழு பொறுப்பையும் காந்தியிடம் விட்டுவிட்டது. இந்தக் கூட்டத்தில் அன்னிபெசன்ட் கலந்துகொள்ளவில்லை. அவர் தமக்கு 1917-ல் இருந்த செல்வாக்கு கணிசமாகக் கரைந்துவிட்டது என்று தயங்கி, கூட்டத்தைத் தவிர்த்தார். ஆனால் மாளவியா கலந்துகொண்டார். தன்னுடைய எதிர்ப்பை வெளிப்படுத்தினார்.

ஜின்னா எதிர்ப்புகளை மீறித் தன் கருத்தை அழுத்தமாக மீண்டும் முன்வைத்தார். காங்கிரஸ் ஒத்துழையாமைப் போராட்டம் குறித்துத் தன் முடிவை அறிவித்ததோடு தன்னுடைய 'இலக்கை' விரிவு படுத்தியது. ஹோம் ரூல் லீக் செய்ததுபோல் 'பேரரசின் கட்டுப் பாட்டின் கீழே...' என்ற வாக்கியம் நீக்கப்பட்டது. 'ஸ்வராஜ்ஜியமே' இலக்கு என்று அறிவித்தது.

ஜின்னா இதைக் கடுமையாக எதிர்த்தார். முதலில் சித்தரஞ்சன் தாஸ், பால் இருவருமாக ஜின்னாவோடும் மாளவியாவோடும் சேர்ந்துகொண்டு 'மாமன்னராட்சிக்கு உட்பட்டு' என்ற வரிகளுக்கு ஆதரவாக இருந்தார்கள். அலி சகோதரர்கள் 'முழுமையான விடுதலை' என்பதற்கும் மேலாக அதையொரு 'குடியரசு' ஆக்குவது என்பதற்கு அழுத்தம் கொடுத்தார்கள். காந்தி அவர்களை இணக்கமான

வழிக்குக் கொண்டு வருவதற்கு முயன்றார். 'மாமன்னராட்சிக்கு உட்பட்டு' என்பதையும் அவர் ஏற்கவில்லை. 'முழுமையான விடுதலைக்கு' என்பதையும் ஆதரிக்கவில்லை. 'ஸ்வராஜ்யம்' என்று மட்டுமே குறிப்பிட்டிருந்த காந்தியின் தீர்மானத்தை இறுதியில் சித்தரஞ்சன் தாஸ், பால் அலி சகோதரர்கள் ஆகியோர் ஏற்றுக் கொண்டனர்.

'பிரிட்டனுடனான தொடர்பு நன்மையளிக்குமென்றால் அதனுடனான தொடர்பைத் துண்டித்துக் கொள்ளவேண்டாம்' என்று காந்தி சொன்னார். 'அது நம்முடைய தேசிய தன்மானத்தைப் பாதிக்கிற வகையில் இருக்கக்கூடுமானால் அந்த உறவை முறித்துக்கொள்ளலாம்' என்றார்.[41] இதனை ஜின்னா கடுமையாக எதிர்த்தார். 'காந்தி என்னதான் சொன்னாலும் புதிய தீர்மானம் முழு விடுதலையைத்தான் முன்வைக்கிறது' என்றார்.

ஜின்னா தன்னுடைய பேச்சில் அந்தக் கூட்டத்தில் காந்தியையும் முகம்மது அலியையும் குறிப்பிடுகிறபோது 'திருவாளர் காந்தி' என்றும் 'திருவாளர் முகம்மது அலி' என்றும் கூறியபோது பலர் எதிர்த்துக் குரல் எழுப்பினார்கள். உரத்தக் குரலில், 'மகாத்மா காந்தி' என்றும் 'மௌலானா முகம்மது அலி' என்றும் அடைமொழி சேர்த்துப் பெயரை உச்சரிக்கச் சொன்னார்கள். ஜின்னா அதற்குச் செவிசாய்க்கவில்லை.[42]

அவர் தன்னுடைய நிலைப்பாட்டில் உறுதிகுலையாது நின்று வாதாடினார். 'அரசியல் சட்ட வழிமுறையில்தான் விடுதலையை அடையவேண்டும். அதுவே சரியான வழி' என்று உரத்துக்கூறினார். அப்போது முகம்மது அலி குதித்தெழுந்து எள்ளி நகைத்தவாறு 'இதுவே சரியான வழி' என்று சொல்லும் ஒரு போதகரை மேற்கோள்காட்டி கிண்டலடித்தார்' என்று ஜின்னாவின் நண்பர் திவான் சமன் லால் குறிப்பிட்டிருக்கிறார். அவர் மேலும் சொல்கிறார், 'சட்டென்று பேச்சை நிறுத்திவிட்டு அமைதியாக உட்கார்ந்துவிட்டார். அவர் புண்பட்டதை முகம் காட்டியது'.[43]

அதே நாளின் மாலையில் கூட்டம் நடைபெற்றுக் கொண்டுதானிருந்தது. ஜின்னா ரயிலில் பம்பாய் புறப்பட்டு விட்டார். காங்கிரஸுடனான அவரின் பதினான்கு ஆண்டுகாலப் பிணைப்பு அத்தோடு முடிந்து போனது. அது காந்தியின் காங்கிரஸ் ஆகிவிட்டதால் முடிந்துபோனது. ஜின்னா புறப்பட்டுப்போன பின்னர் உடல்நலம் குன்றியிருந்த மாளவியா, அந்தக் கூட்டத்துக்கு ஒரு செய்தி அனுப்பினார். அது கூட்டத்தில் படிக்கப்பட்டது. அதில் அவர் விடுதலைக்கான புதிய வழியையும் ஒத்துழையாமைத் திட்டத்தையும் கைவிடவேண்டுமென்று கோரிக்கை விடுத்தார். ஆனால்

யாரும் அதை ஏற்கவில்லை. ஒத்துழையாமைத் திட்டம் வாக்குக்கு விடப்பட்டது. இரண்டே இரண்டு பேர் மட்டுமே எதிர்த்தார்கள். அவர்களில் ஒருவர் சிந்து மாகாணத்தைச் சேர்ந்தவர். மற்றொருவர் உ.பி.யைச் சேர்ந்தவர். இருவரின் பெயர்களும் பதிவு செய்யப்படவில்லை.[44]

லண்டனில் பெற்ற சட்டக்கல்வி பயிற்சியும் குஜராத்தி பின்னணியும் மட்டுமே ஜின்னாவுக்கும் காந்திக்குமான பொதுவான விஷயங்கள் அல்ல; இருவருமே இந்து முஸ்லிம் ஐக்கியத்தையும் சுய நிர்ணய அரசாங்கத்தையும் விரும்பியவர்கள். இப்போது அவர்களுக்கு இடையேயான வேற்றுமைகளை எடுத்துக்கொண்டால், காந்தி தன்னுடைய மத நம்பிக்கைகளை வெளிப்படையாகப் பின்பற்றினார். ஜின்னாவிடம் மதம் பற்றிய பேச்சுக்கே இடமில்லை. காந்தி ஏழ்மைக்கோலத்தைத் தழுவிக்கொண்டு அதேபோன்று எளிய வாழ்க்கையைக் கடைப்பிடித்து நடக்கும்படி தன் தொண்டர்களிடமும் ஆதரவாளர்களிடமும் கேட்டுக்கொண்டார்.

ஜின்னா செல்வச் செழிப்புடன் திகழ்ந்தார்; பிறரையும் அவரைப் போன்று நடக்கத் தூண்டுவார். மிக நேர்த்தியாகத் தைக்கப்பட்ட சூட் கோட்டுகளை விரும்பி அணிபவர். செல்வச் செருக்கையும் செழுமையையும் பறைசாற்றுகிற பிரம்மாண்டமான 'மலபார் ஹில்' மாளிகையில் வாழ்ந்தார். காந்தியோ எளிய உழவன் அணிகிற ஆடையை அணிந்து, சாதாரண குடிசையில் கிராமப்புறத்தில் வசித்தார். அவரைச் சென்று பார்த்தவர்கள் அனைவருமே அவருடைய கனிவையும் பரிவையும் புரிந்துகொண்டிருப்பார்கள். ஜின்னா அப்படி இருந்ததாக வெகு சிலரே சொல்லமுடியும்.

காந்தி புலனடக்கச் சூழலிலும் மிகுந்த மகிழ்ச்சியுடன் இருப்பார். ஜின்னாவோ மிகுந்த மகிழ்ச்சியான சூழலிலும் புலனடக்கத்துடன் இருப்பார். காந்தி பணிவை வளர்ப்பவர். ஜின்னாவோ திமிரை வளர்த்தெடுத்து வந்ததுபோல் இருக்கும். காந்தி எளிய மக்களோடு இணைந்து செயல்படுவார். வெல்லிங்டன் பிரபுடனான நிகழ்வு நீங்கலாக ஜின்னாவோ தன் மேட்டுக்குடி சூழலிலேயே இருப்பதில் மன நிறைவு அடைவார். வேற்றுமைகளின் பட்டியல் இன்னும் நீளும்.

நாக்பூரில் நடந்த கூட்டத்திலிருந்து உள்ளம் நொந்தவராக ஜின்னா வெளிநடப்பு செய்த பின்னர் இரண்டு மாதங்கள் கடந்து பம்பாயில் ஒரு கூட்டத்தில் பேசினார். அதில், காந்தியின்மீது நான் தொடர்ந்து பெருமதிப்பும் பாராட்டும் கொண்டிருக்கிறேன். ஆனால், காந்தி மக்களை அழைத்துச் செல்லும் 'பாதை தவறானது'. பொதுமக்களை

வெகுவாகக் கொண்டுவந்து சேர்க்கிற இயக்கத்தில் அது வன்முறையை விளைவித்துவிடும். இந்திய மக்கள் சாதாரண மனிதர்களே. துறவிகள் அல்லர்'[45] என்றார்.

மேலும் ஜின்னாவின் வாழ்க்கை வரலாறு எழுதிய பொலித்தோவின் பார்வையில் ஜின்னா 'காந்தியின் சிந்தனைகள்மேல் ஆழமாக உள்ளார்ந்த வெறுப்புணர்ச்சி கொண்டிருந்தார்'. பொலித்தோவின் கணிப்பில் இந்த வெறுப்பு முதலில் எப்போது வந்தது என்பதைக் குறிப்பிடவில்லை. ஆனால், அவருடைய பார்வையில், ஹோம் ரூல் லீக்[46] விவகாரத்தின் போதுதான் அந்த வெறுப்பு 'இறுதியாக வெளிப்பட்டது'. ஆளுமை, வாழ்க்கைமுறை ஆகியவற்றில் இருந்த வேறுபாடு; சுய நிர்ணய அரசாங்கம் அமைப்பது தொடர்பான வழிமுறையில் இருந்த வேறுபாடு; காங்கிரஸின் மற்றும் இந்தியாவின் தலைமைக்கான போட்டி, ஆகிய காரணங்களினால் இந்திய விடுதலை, இந்து-முஸ்லிம்களின் கூட்டுறவு ஆகியவற்றில் பொதுவான ஈடுபாடு கொண்டிருந்தபோதிலும் காந்தியும் ஜின்னாவும் பிரிந்து செல்லவேண்டிவந்தது. பின்னாட்களில் காந்தியுடன் பல பேச்சுவார்த்தைகளில் ஈடுபடவேண்டியிருந்த போதிலும் ஜின்னாவின் மனதில் உருவான இடைவெளி மறையவே இல்லை'[47] என்று பொலித்தோ குறிப்பிட்டிருக்கிறார்.

•

நாக்பூர் கூட்டத்திலிருந்து வெளியேறிய பின்னர் ஜின்னா தன்னை அரசியலிலிருந்து விடுவித்துக்கொண்டவர் போன்று தோன்றினார். ஆனாலும் லீக்குடனான தொடர்பில் தன்னை நீடித்து வைத்துக் கொண்டிருந்தார். கிலாஃபத் தோல்வியில் முடிந்ததையடுத்து லீக் என்ற இந்த அமைப்பு வலுவிழந்துவிட்டிருந்தது. இதனால் ஜின்னாவுக்கு 1921-லும் அதன் பின்னரும் எந்தப் பயனும் இல்லை. அதன் பின்னர் ஜின்னா தொடர்ந்து மூன்று ஆண்டு காலங்கள் லீக் தொடர்புடைய கூட்டங்களில் கலந்துகொள்ளவில்லை. டிசம்பர் 1920-ல் இயற்றிய தீர்மானத்தில் காங்கிரஸின் ஒத்துழையாமைத் திட்டத்தை லீக் ஏற்றுக்கொண்டிருந்தது. 'மாமன்னராட்சிக்குக் கீழ்படிந்து' என்பதை நீக்கிடவும் சம்மதித்திருந்தது. இருந்தும் அவர் லீக்கை விட்டு விலகவில்லை.

அரசியலில் அழுத்தமாகக் கால்களை ஊன்றி நிற்க விரும்பி இருந்தால், அவர், 1917–18ல் காங்கிரஸிலிருந்து வெளியேறி தங்களுக்கு என்று தனிக்கட்சி கண்ட 'லிபரல்'களோடு சேர்ந்துகொண்டிருக்கலாம். ஆனால், சேரவில்லை. அவர்களுடைய மிதவாதம் அவருக்குப் பிடிக்காமல் இருந்திருக்கலாம். அவர்களிடம் மதவாத நோக்கம் இருக்கவில்லை. 'இந்தியன்' என்பதே பிரதான இலக்காக இருந்தது.

இந்த இயக்கத்துக்குத் தலைமைத் தாங்கியவர்கள் இந்து பிராமணர்கள். உண்மையில் ஜின்னாவின் உள்ளத்தில் ஒரு புதிய 'பரந்த அடிப்படையிலான' அரசியல் கட்சியைத் தொடங்க வேண்டும் என்ற எண்ணம் இருந்த. ஆனால் இப்போது அந்த எண்ணத்தை விட்டுவிட்டர்.[48] ஒருவேள அவரின் உள்ளுணர்வு தன் எதிர்காலம் முஸ்லிம் சமுதாயத்தைச் சார்ந்துதான் இருக்கும்; அனைவரையும் உள்ளடக்கிய கட்சியை அல்ல என்று உணர்ந்திருக்குமோ?

முஸ்லிம்களின் தொகுதியில் நின்றுதான் டில்லி கவுன்சில் தேர்தலில் வெற்றி பெற்றிருந்தார். இனியும் அப்படியான தொகுதியில்தான் தேர்தலில் நிற்கவும் போகிறார். புரட்சிகர அணுகுமுறையைக் கைவிட்டுவிட்டு தாராளவாதமா... முஸ்லிம் சமுதாயமா என்ற கேள்விக்கு அவர் தேர்ந்தெடுத்தது அல்லது தேர்ந்தெடுக்க வேண்டி இருந்தது, 'க்வாம்' பக்கம் நிற்க வேண்டும் என்பதுதான். இப்போதும் கூட அவர் இந்து முஸ்லிம் ஒருங்கிணைப்பை வலியுறுத்திப் பாடுபடக்கூடியவரே; ஆனால் அது முஸ்லிம்களின் பக்கமிருந்து கொண்டுதான். அனைத்து இந்திய மேடையில் இருந்து அல்ல.

ஜனவரி 1922-ல் ஜின்னா, 'நடுநிலையாளர்' சிலரைச் சேர்த்துக் கொண்டு காந்தியுடன் பேச்சுவார்த்தைக்கு முனைந்தார். காந்தியின் போராட்டம் உச்சத்தில் இருந்தது. ஆனால் காந்தியின் போராட்டம் வெற்றிபெறவில்லை. இந்நூலின் முற்பகுதியில் பார்த்ததுபோல், பிப்ரவரியில் நடைபெற்ற சௌரி – சௌரா துயர நிகழ்ச்சி பெரும் திருப்பத்தை ஏற்படுத்திவிட்டது. காந்தி போராட்டத்தைத் திரும்பப் பெற்றுக்கொண்டுவிட்டார். பிரிட்டிஷ் இந்திய அரசாங்கம் காந்தியைக் கைதுசெய்து சிறையில் அடைத்தது.

இவையெல்லாம் நடந்து ஓராண்டு கடந்து, ஜின்னா புதுடில்லி சட்டமன்றத்துக்கு மறுபடி தேர்ந்தெடுக்கப்பட்டார். அது இப்போது நாடு முழுவதற்குமான 'மையச் சட்டமன்றம்' என்று மாண்ட்ஃபோர்ட் சீர்திருத்தத்துக்குப் பின்னர் ஆகியிருந்தது. பழைய இம்பீரியல் சட்டமன்றத்தைப்போல் இல்லாமல் ஓரளவுக்கு அதிகாரங்களைக் கொண்டதாக விளங்கியது. பம்பாய் முஸ்லீமுக்கு ஒதுக்கப்பட்ட இடத்தில் பதவி வகித்தார். மறு ஆண்டு துருக்கியில் புரட்சி வழியில் ஆட்சியைப் பிடித்த புதிய அரசாங்கம் (அத்தா துர்க் கமால்) கிலாஃபத் முறையை நீக்கியது. இதன்பின்னர் என்ன செய்வது என்று தெரியாத குழப்ப நிலையில் முஸ்லிம் லீக் ஜின்னாவை லாகூர் லீக் மாநாட்டுக்குத் தலைமை ஏற்க அழைப்பு விடுத்தது. அக்கூட்டத்தில் ஜின்னா இந்து முஸ்லிம்களுக்கிடையே இணக்கமும் நம்பிக்கையும் கட்டாயத் தேவை என்று அழுத்தமாகப்

பேசினார்: 'இந்துக்களும் முஸ்லிம்களும் என்றைக்கு ஒன்று சேர்ந்து கொள்கிறார்களோ அன்றைக்கு இந்தியாவுக்கு டொமினியன் தகுதிகொண்ட ஆட்சி அதிகாரம் கைக்கெட்டும்!'[49]

சிறையில் இருந்து வெளிவந்திருந்த காந்தி 'திருவாளர் ஜின்னா சொன்னதை ஏற்றுக்கொள்கின்றேன். இந்து முஸ்லிம் நல்லிணக்கம் என்பதற்கு பொருள்தான் ஸ்வராஜ்யம்'[50] என்றார். இருந்தபோதிலும் நாம் முன்பு பார்த்ததுபோல், *1924*, *1925*, *1926* ஆண்டுகளில் இந்து முஸ்லிம்களுக்கிடையே ஒற்றுமை அதிகரிப்பதற்கு மாறாக அவர்களுக்கிடையே ஐயப்பாடுகளும் கசப்புணர்வுகளும் அதிகரித்து ஒற்றுமை குலைந்துகொண்டே போனது. காந்தியும் ஜின்னாவும் ஒருங்கிணைப்புக் கூட்டத்தில் ஒன்றாக அமர்ந்து பேசினார்கள். ஆனால் பலன் எதுவுமில்லை.

கேப்டன் கிரேஸி என்ற பிரிட்டிஷ் ராணுவ அதிகாரி, – பிற்காலத்தில் ஜெனரல் சர் டக்லஸ் கிரேஸி என்ற பெயரில் பாகிஸ்தான் ராணுவத்தில் பதவி வகித்தவர் – எழுதிய குறிப்புகளில் 1925 காலகட்ட மற்றும் பிந்தைய ஜின்னா சித்தரிக்கப்பட்டுள்ளார். முழுமையற்றதாக இருந்தாலும் எதுவும் உண்மையற்றதல்ல என்று ஒதுக்கிவிட முடியாதபடிக்கு முக்கியமான ஆவணமே அது. கேப்டன் கிரேஸி அப்போது ஜின்னாவோடும் இன்னும் அவரோடு சேர்ந்த 'மைய சட்டமன்ற' உறுப்பினர்கள் சிலருடனும் சேன் துர்ஸ்ட் என்ற இடத்துக்குச் சென்றார். இந்தியாவில் ராணுவப் பயிற்சிக் கல்லூரி ஒன்று ஏற்படுத்த அமைக்கப்பட்ட ஆலோசனைக் குழுவில் அவர்கள் அனைவரும் இடம் பெற்றிருந்தார்கள். அப்போது நிகழ்ந்தவற்றை கேப்டன் கிரேஸி நினைவுகூர்கிறார்:

> 'அந்தத் தூதுக்குழு அல்லது விசாரணைக்குழுவிடம் அதிகாரிகள் சான்றுண்மைகளை வழங்க முற்பட்டபோது ஜின்னா நடந்து கொண்ட விதம் முரட்டுத்தனமாக இருந்தது. நீதிபதி முன்னிலையில் எதிர்தரப்பு சாட்சிகளிடம் நடந்துகொள்வது போன்று செயல்பட்டார். நான் அப்போது உடனடியாக அவரின் செய்கையை எதிர்த்துவிட்டு 'அந்த அதிகாரிகள் சான்றாதாரங்களை வலிய வந்து அவருக்கு உதவும்பொருட்டு அளித்துள்ளார்கள். அவர்களைக் கண்ணியமாக நடத்த வேண்டும்'. என்றேன். இதைக் கேட்டவுடன் ஜின்னா அமைதியானார். இதுதான் நான் அவரிடத்தில் விரும்பிய நற்குணம். அவருக்கு எதிர்ப்புக்காட்டி, விஷயத்தை எடுத்துச் சொன்னால் புரிந்துகொண்டுவிடுவார். அதன் பின் அவரிடம் எந்தத் தீய எண்ணமும் மனதில் இருக்காது.[51]

•

1927, 1928 ஆண்டுகளில் இந்து முஸ்லிம் ஒற்றுமை தொடர்பாக ஜின்னா முன்னெடுத்த முயற்சிகளை அடுத்ததாகப் பார்ப்போம். 1924 இறுதியில் காந்தியும் 'தீண்டாமை' என்ற மாபெரும் அரக்கனுக்கு எதிரான போரில் குதித்துவிட்டார். அத்தோடு நாட்டு மக்களிடையே காணப்பட்ட வறுமை, மதுப்பழக்கம் ஆகியவற்றை ஒழித்துக்கட்ட உறுதியோடு களம் கண்டார். அதனால் காங்கிரஸின் அரசியல் நடவடிக்கைகளை அரசியல்வாதிகள் இயக்கவும் முன்னெடுக்க வழிவிட்டு ஒதுங்கிவிட்டார்.

காங்கிரஸில் மாளவியா, மோதிலால் நேரு, சீனிவாச ஐயங்கார் போன்றோர் இருக்கிறார்கள். சீனிவாச ஐயங்கார் காங்கிரஸின் தலைவராக 1926 – 27ல் இருந்தார். இவர்கள் மையச் சட்டமன்றத்துக்கு நுழைந்தனர் (1925-ல் வங்காளச் சட்டமன்றத்துக்கு காங்கிரஸ் சார்பாக சேரவிருந்த சித்தரஞ்சன் தாஸ் திடீரென்று இறந்துவிட்டார்). ராஜ்ய கவுன்சிலில் பங்காற்றுவதில் ஜின்னாவைப் போன்று இவர்களும் இருந்தார்கள். இந்த ராஜிய கவுன்சிலர்கள் என்ற மாகாணச் சட்டமன்றங்களுக்கு அதிகாரங்கள் கிடையாது. இந்து முஸ்லிம் ஐக்கிய முன்னணியால் பிரிட்டிஷ் ஆட்சியிடமிருந்து போதிய அதிகாரங்களைப் பெறமுடியும் என்பதை நன்கறிந்து கொண்ட ஜின்னா ஓர் உடன்பாட்டை செய்துகொள்ள முன்வந்தார். ஜின்னா, முகம்மது அலி இன்னும் முஸ்லிம்களில் சிலர், 'ஸ்வராஜ்யவாதிகள்' என்று தங்களை அழைத்துக்கொண்ட காங்கிரஸ் கட்சியினருடனும் சேர்ந்து முதற்கட்டமாக 1927 – 28ல் ஓர் உடன்படிக்கை ஏற்படுத்திக்கொண்டார்கள்.

இந்நூலின் முந்தைய பகுதியில் நாம் பார்த்ததுபோல் இவர்களின் இந்த உடன்படிக்கை எதிர்பார்த்த வெற்றியடையவில்லை. எதனால் இது வெற்றியடையவில்லை என்பது குறித்து பார்ப்போம். டில்லி தீர்மானங்கள் என்று அறியப்பட்டதற்கு காங்கிரஸின் சம்மதத்தைப் பெற ஜின்னா தீவிரமாக முயற்சிகள் எடுத்தார். அந்தத் தீர்மானத்தில் கூட்டு வாக்காளர் (பொது வாக்காளர்) தொகுதி என்ற அம்சமும் இடம்பெற்றிருந்தது. அதில் அதிக நன்மையும் அதிக இழப்பும் ஏற்பட வாய்ப்பு இருந்தது. இங்கே கூட்டுத்தொகுதியை ஏற்றுக் கொண்டால் ஜின்னா பெருமளவு முஸ்லிம்களை அந்நியப்படுத்து விடுவார். காங்கிரஸ் அந்தத் திட்டத்தை ஏற்றுக்கொண்டால் ஒரு கூட்டணி உருவாக வாய்ப்பு உண்டு. 1916 -ல் ஜின்னாவுக்கு இருந்த நிலையையும் மீட்டுத்தரும். 1925 ஆண்டு சட்டமன்றத் தளத்தில் ஜின்னாவின் பிரகடனம்: 'முதலாவதாக நான் ஒரு தேசியவாதி! இரண்டாவதாகவும் நானொரு தேசியவாதி! இறுதியாகவும் நானொரு தேசியவாதி'[52] என்று சொன்னவர் அந்தத் தலைமைக்குக் கடின முயற்சி மேற்கொண்டார்.

அதுவொரு கடினமான பணி. செங்குத்தான மலைமீது ஏறிச் செல்கிற முயற்சி. ஜின்னாவோடு மைய அவையில் உறுப்பினராக இருந்தவரான கஸ்னஃப்பர் அலிகானின் கூற்றுப்படி, 1927-ல் மோதிலால் நேருவுக்கும் ஜின்னாவுக்கும் இடையே அதற்கான முயற்சி ஆரம்பித்தது. மார்ச் முடிவில் 'டில்லி தீர்மானம்' முழுமைபெற்றது. ஆனால் அதனை ஷஃபி கடுமையாக எதிர்த்தார். அவருக்குக் கவிஞர் அல்லாமா இக்பால் பக்கபலமாக ஆதரவு காட்டினார். முஸ்லிம்களுக்கு 'தனித் தொகுதி' ஒதுக்கப்பட வேண்டுமென்று பஞ்சாப் முஸ்லிம்கள் வலியுறுத்தினார்கள். லாலா லஜ்பத்ராய் தலைமையில் பஞ்சாப் இந்துக்கள், முஸ்லிம்களுக்கு பெரும்பான்மை வலு கொடுக்கும் முயற்சியைக் கடுமையாக எதிர்த்தார்கள். சீக்கியர்கள் இந்துக்களுக்கு ஆதரவாக கை கொடுத்தார்கள். இந்த நிலையிலும்கூட ஜின்னா நம்பிக்கை இழந்துவிடவில்லை. காங்கிரஸ் இந்தத் தீர்மானத்தை எடை போட்டுப்பார்த்து முடிவெடுக்கக் காத்திருந்தது.

இதற்கு பதிலாக காங்கிரஸின் 'நேரு அறிக்கை' வெளிவந்த வேளையில், ஜின்னா இந்தியாவில் இல்லை. முஸ்லிம்களுடைய கோரிக்கைப்படி அவர்களுக்கு மூன்றில் ஒருபங்கு இடங்களை இந்த அறிக்கை மைய சட்டமன்றத்தில் ஒதுக்கவில்லை. முஸ்லிம் அல்லாதவர்களுக்கு பஞ்சாபிலும் வங்காளத்திலும் அவர்களை வலுவேற்றுகிறவகையில் ஒதுக்கீடு வழங்கவில்லை. அதேநேரம் அந்த டில்லி தீர்மானங்களின் பரிந்துரைகளில் முஸ்லிம்களுக்குப் பெரும்பான்மை பெறத்தக்கவகையில் இரண்டு மாகாணங்களில் உறுதி அளிக்கப்பட்டிருந்ததையும் மறுதலித்தது. அதேவேளையில் வயது வந்தோர் அனைவரும் வாக்களிக்கும்போது இந்த பெரும்பான்மை எப்படியும் கிடைத்துவிடும் என்று சொன்னது. மாகாணங்களுக்கும் மத்திய அரசுக்கும் இடையிலான அதிகாரப் பகிர்வில் மாகாணங்களுக்கு ஜின்னா எதிர்பார்த்த வகையில் பிரதிநிதித்துவ பலம் உருவாக்கப்படவில்லை.

ஐரோப்பாவிலிருந்து திரும்பியவுடன் ஜின்னா இந்தப் பிரச்னையை மறுபடியும் கையிலெடுத்துக் கொண்டார். நேரு அறிக்கையைப் பார்த்த ஜின்னா அமைதியாகவே சொன்னார்: 'டெல்லி முஸ்லிம் கோரிக்கையை வெற்றிபெறச் செய்ய தீவிர முயற்சிகள் எடுத்தேன். இதை மறுதலிக்கும் முஸ்லிம்கள் கலகம் செய்யவேண்டாம். அமைதியாக இருக்கவேண்டும். உங்கள் கருத்துக்கு அழுத்தம் கொடுக்க உங்களை ஒருங்கிணைத்துக் கொள்ளுங்கள்'.[53]

ஜின்னாவின் ஆதரவாளர்களும் தொண்டர்களும் கிளர்ச்சி ஒன்றும் செய்யவில்லை. நேரு அறிக்கையை ஏற்கும் அதிகாரத்தையும்

அவருக்கு அளிக்கவில்லை. அவர் நாடு திரும்பிய இரண்டு மாதங்களுக்குப் பின்னர் ஜின்னா கல்கத்தா சென்று, காங்கிரஸுக்கு அழுத்தம் கொடுத்து, அறிக்கையில் திருத்தங்கள் செய்யச்சொல்லி அந்த டில்லி பரிந்துரைத் தொகுப்பை ஏற்றுக் கொள்ளவைக்க முயற்சிகள் மேற்கொண்டார். 'பெரும்பான்மையாக இருப்பவர்கள் சிறுபான்மையினரின் மேல் அடக்குமுறையைப் பயன்படுத்துகிற வாய்ப்பை வசதியாகப் பெற்றுவிடுகிறார்கள். சிறுபான்மையினராக உள்ளவர்களுக்குத் தெளிவான திட்டவட்டமான சட்டவிதிகளின் அடிப்படையில் பாதுகாப்பு வழங்கப்பட்டால் ஒழிய தங்களுடைய நலன்களுக்கோ, உரிமைகளுக்கோ குரல் எழுப்ப இயலாதவர்களாக அஞ்சி நடுங்குவார்கள். அவர்கள் துயரங்களில் மூழ்குவார்கள்'. மேலும் அவர் எச்சரிக்கை விடுத்தார்: 'இதற்கு ஒரு நிலையான தீர்வு காணப்படாவிட்டால், அப்போது புரட்சியும் உள்நாட்டு மோதல்களும் ஏற்படக்கூடும்.'[54]

ஹோம் ரூல் லீக்கில் ஜின்னாவோடு இருந்த, *1920*-ல் அதிலிருந்து வெளியேறிய கே.எம். முன்ஷி சொல்கிறார், 'ஜின்னா கல்கத்தாவுக்கு வந்தபோது ஆற்றல் கொண்ட மாவீரராகத் தோற்றம் தந்தார். மேலும் அவர் யாருக்கும் இறங்கிப் போகாதவராக போர்க்குணம் கொண்டவராக வந்திருந்தார்'.[55] இந்து தாராளவாதி சப்ரூ, ஜின்னாவைப்பற்றிச் சொல்லும்போது 'செல்லம் கொடுத்துக் கெடுக்கப்பட்ட சேட்டைகள் நிறையச் செய்யும் குழந்தை' போன்றவர் என்று சொல்லியிருகிறார். இருந்தும் 'ஜின்னா கேட்பதைக் கொடுத்துவிட்டு அத்துடன் முடித்துக்கொண்டுவிட வேண்டும்'[56] என்றும் காங்கிரஸிடம் கேட்டுக்கொண்டார். அவரின் அறிவுரையை காங்கிரஸ் பொருட்படுத்தவில்லை. இந்துக்களிடம் எதிர்ப்பு ஏற்படும் என்று காங்கிரஸுக்கு அச்சம் இருந்தது. மேலும் ஜின்னாவுடனான ஒப்பந்தம் என்பது ஒட்டு மொத்த முஸ்லிம்களுடனான ஒப்பந்தமாக இருக்குமா என்பதும் நிச்சயம் தெரியாது.

இந்த ஒரு நிகழ்ச்சியை நினைவுகூர்கிறார், ஜின்னாவின் பார்சி நண்பர்களில் ஒருவரான ஜாம்ஷெட் நுஸ்ஸிர்வான்ஜீ. இவர் பின்னர் கராச்சிக்கு மேயரானார். அவர் சொன்னவை:

> 'இங்கிலாந்திலிருந்து கொண்டுவரப்பட்ட நவீன நேர்த்தியான ஆடையணிகளை அணிந்துகொண்டு ஜின்னா நிமிர்ந்து நின்றவாறு, முஸ்லிம்களுக்கான வாதங்களை அடுக்கினார். அவருடைய கோரிக்கைகள் மறுக்கப்பட்டன. அங்கிருந்த ஒருவர் 'அனைத்து முஸ்லிம்கள் சார்பில் பேசுவதற்கு ஜின்னாவுக்கு உரிமை கிடையாது. அவர்களின் பிரதிநிதியாக அவர் நியமிக்கப் படவில்லை' என்றார். இதைக்கேட்ட ஜின்னா சோகத்துடன்

அடக்கமாகப் பின்வாங்கினார். அதன்பின் அவர் தங்கியிருந்த ஹோட்டலுக்குத் திரும்பிவிட்டார். அடுத்த நாள் காலையில் அவர் ரயிலில் கல்கத்தாவுக்குப் புறப்பட்டார். நான் அப்போது அவரை வழியனுப்பப் போனேன். அப்போது அவர் முதல் வகுப்பு கூபேயின் கதவருகே நின்றுகொண்டிருந்தார். அவர் என் கைகளைப் பிடித்துக்கொண்டு கண்களில் நீர் மல்கச் சொன்னார், 'ஜாம்ஷெட்... நாம் பிரிந்து சொல்லப்போகும் பாதைக்கு வந்துவிட்டோம்'[57] என்றார்.

ஜின்னாவின் வருத்தத்தைப் புரிந்துகொள்ள முடிகிறது. 1916-ல் லக்னோவில் கிடைத்த வெற்றி இப்போதும் கிடைத்துவிடும் என்று நினைத்தார். இந்து முஸ்லிம் நல்லிணக்கத்துக்காக ஓர் உடன்படிக்கையை தன் முழு ஆற்றலைப் பயன்படுத்தி உருவாக்கி விடமுடியும் என்றும், முஸ்லிம் சமுதாயத்தை மட்டுமின்றி, முழு இந்தியாவையே வழிநடத்துக்கும் முக்கிய இடத்துக்கு முன்னேறிவிடுவோம் என்று நம்பினார். ஆனால் கல்கத்தா நிகழ்வுகள், அந்த மனச் சித்திரத்தை ஆட்டம் காண வைத்தன. ஜின்னா அதை மறுபடி திரும்பிப் பார்க்கப்போவதில்லை என்று முடிவு செய்துகொண்டார்.

நுஸ்ஸர்வான்ஜியின் கூற்றை உறுதிப்படுத்துவதுபோல், 1928 கல்கத்தா நிகழ்வுகள் ஒரு மாபெரும் திருப்புமுனைத் தருணம் என்று வேறு பலரும் சொல்லியிருக்கிறார்கள். கலிக்குல் ஜமான் 'நாட்டின் தலைவிதி முடிவு கட்டப்பட்டுவிட்டது. இந்து அரசியல்வாதிகளுடைய தொலைநோக்குப்பார்வையின்மையை விஞ்சும் விஷயம் உலகில் வேறு எதுவுமே இல்லை'[58] என்றார். அந்தத் தருணத்தில் சப்ரூ, 'ஒத்துப்போவதற்கான முயற்சியில் ஏற்படும் தோல்வி இந்தியாவுக்கு மிகப் பெரிய சேதத்தை ஏற்படுத்தும். அதிலிருந்து மீண்டெழ கால் நூற்றாண்டு காலம் தேவைப்படும்' என்றார்.[59]

கல்கத்தா நிகழ்ச்சிக்குப் பின்னர் காங்கிரஸுக்கு வெளியே இருந்த எந்தவொரு முஸ்லிமும் கூட்டு வாக்காளர் தொகுதி குறித்து மறுபேச்சு பேசவில்லை. ஜின்னாவின் பிடிவாதமான 1927 – 28 கோரிக்கைபோல் அது நடைமுறைக்கு உகந்ததாக இருந்திருக்க வில்லை. பஞ்சாபில் முஸ்லிம்களும் இந்துக்களும் சீக்கியர்களும் எல்லோருமே பல்வேறுபட்ட காரணங்களுக்காக டில்லி தீர்மானத்தைக் கடுமையாக எதிர்த்தார்கள்.[60] இந்தியா முழுவதும் அரசியல்வாதிகளின் கைகள் கட்டப்பட்டிருந்தன. முஸ்லிம்களின் உணர்ச்சிக் கொந்தளிப்பு ஜின்னாவை டில்லி தீர்மானத்தில் மாற்றங்கள் எதையும் செய்யவிடாமல் தடுத்துவிட்டது. 'நேரு அறிக்கையை' ஒப்புக்கொண்ட அன்சாரியும் ஆசாதும் தனிமைப்

படுத்தப்பட்டார்கள். பஞ்சாபிலுள்ள சீக்கியர்களையும் இந்துக்களையும் மிகவும் சிரமப்பட்டே, காங்கிரஸ்காரர்கள் நேரு அறிக்கைக்கு ஒப்புக்கொள்ளவைத்திருந்தார்கள். இதனால் நேரு அறிக்கையைவிடக் கூடுதலாக எதையும் செய்ய காங்கிரஸ்காரர்களாலும் முடிந்திருக்கவில்லை.⁶¹

ஜின்னாவிடம் அப்போது கல்கத்தாவில் இருந்த காந்தி, 'முஸ்லிம்களின் கோரிக்கைகளை விட்டுக்கொடுக்க தனிப்பட்ட முறையில் எனக்கு சம்மதமே. ஆனால், நேரு அறிக்கைப் பரிந்துரைகளில் ஏதேனும் கூடுதலாகச் சேர்க்கப்பட்டால் (அதாவது முஸ்லிம்களுக்காகச் சேர்க்கப்பட்டால்) தாங்கள் செய்துகொண்ட ஒப்பந்தத்திலிருந்து பின் வாங்கிவிடுவோம் என்று சீக்கியர்கள் சொல்லியிருக்கிறார்கள்' என்பதைச் சுட்டிக்காட்டினார்.⁶²

●

கல்கத்தா ஏமாற்றம் கொடுத்த அடிக்கு சற்று முன்பாகத்தான் ஜின்னாவின் மண வாழ்க்கை முறிந்திருந்தது. 1928-ன் தொடக்கத்திலேயே அவர் மனைவி ருட்டி (Ruttie) ஜின்னாவின் மௌண்ட் பிளேசண்ட் ரோடு பங்களாவை விட்டுக் கிளம்பி தாஜ்மகால் ஹோட்டலில் உள்ள அறையில் தங்கிக்கொண்டார். ஜின்னாவையும் அவர் மனைவியையும் சமரசம் செய்ய முயன்ற அவரின் பார்சி நண்பரொருவரிடம் ஜின்னா சொன்னார்: 'எங்கள் இருவரிடையே ஒருவகையிலான புரிந்துணர்வு தேவை. அதை எங்களால் அளித்துக்கொள்ள முடியவில்லை'.⁶³ அதன்பின் ருட்டி ஐரோப்பாவுக்குத் தன் பெற்றோர்களுடன் புறப்பட்டுச் சென்றார்.

ஜின்னா ஐரோப்பாவுக்கு ஏப்ரல் 1928-ல் புறப்பட்டுச் சென்றார். அவர் அயர்லாந்து சென்றிருந்தபோது, பாரிஸில் தங்கியிருந்த 'ருட்டியின்' உடல்நிலை மிகவும் மோசமடைந்திருப்பதைத் தெரிந்துகொண்டார். உடனே அவர் பாரிஸுக்குச் சென்றார். ருட்டியைப் பார்த்துவிட்டு அந்த மருத்துவமனையின் அறையிலிருந்து வெளிவந்தவுடன், அவர் நண்பர் சமன் லாலிடம் சொன்னார்: 'இவளை நம்மால் காப்பாற்ற முடியுமென்று நினைக்கிறேன். டாக்டரை நாம் மாற்றியாக வேண்டும். இவளை வேறொரு மருத்துவ மனைக்குக் கொண்டுபோகவேண்டும்' என்றார். சமன் லால் அதன்பின்னர் நடந்தவற்றை நினைவுகூர்கிறார்:

'ருட்டி ஜின்னா நலமடைந்துவிட்டார். நான் அதன்பின் பாரிஸை விட்டுப் புறப்பட்டுவிட்டேன். ஜின்னாவும் அவர் மனைவியும் மறுபடி சேர்ந்து வாழ்கிறார்கள் என்று நம்பியிருந்தேன். சில வாரங்களில் நான் பாரிஸ் திரும்பினேன். ஜின்னாவுடன்

ஒருநாளைச் செலவிட்டேன். ஜின்னா தனியாகவே இருந்தார். ஏன் இவர் இப்போது தனியே இருக்கிறார் என்று வியந்தேன். அன்று மாலையில் அவரிடம் கேட்டேன், 'ருட்டி எங்கே இருக்கிறார்?' 'நாங்கள் சண்டை போட்டுக்கொண்டோம்; அவள் பம்பாய்க்குத் திரும்பிப்போய் விட்டாள்...' அதை அவர் சொன்னபோது 'முடிவாக அவள் பிரிந்துபோய்விட்டார் என்று சொல்வதுபோன்ற பொருள் தொனித்தது. மேற்கொண்டு நான் கேள்வியெதுவும் எழுப்பவில்லை'. [64]

ஜின்னா கல்கத்தாவில் டில்லி தீர்மானங்களை காங்கிரஸ் ஒப்புக் கொள்ளச் செய்வதற்காக வலியுறுத்திக்கொண்டிருந்தார். அப்போது பம்பாயிலிருந்த தாஜ்மஹால் ஹோட்டலிலுள்ள அறையில் ருட்டி மறுபடியும் மிக மோசமான நிலையில் பாதிக்கப்பட்டுக் கிடந்தார். இரண்டு மாதங்கள் கடந்து, 'ருட்டியின் பிரிந்து சென்ற கணவர்' நகரில் இல்லாத போது 28 வயதே ஆன ருட்டி மரணமடைந்தார். ஜின்னா பம்பாய் திரும்பி வந்தார்.

ருட்டி அடக்கம் செய்யப்படுகிற முஸ்லிம் ஈமத்தோட்டத்துக்கு வந்தார். அங்கே இறந்தவர்களுக்கான இறுதிச் சடங்குகள் நடைபெற்றுக்கொண்டிருந்தபோது ஜின்னா அவரின் அரசியல் ஆதங்கங்களைத் தன் இந்து நண்பரான கன்ஜ் துவாரகாதாஸுடன் பகிர்ந்து கொண்டிருந்தார். அந்தத் துயரம் கவ்விய மயானச் சூழலில் ஜின்னா எப்படி இருந்தாரென்பதை துவாரகாதாஸ் கூறுகிறார். 'இருந்தவரின் உடல் புதைகுழியில் இறக்கப்பட்டபோது, ஜின்னா தன் தலையைத் தாழ்த்திக்கொண்டு தேம்பி அழுதார்'. [65]

அவர் பழைய நெஞ்சுரத்தை மீட்டுக்கொண்டுவிட்டார். அவருடைய பழைய நண்பரொருவர் அவரிடம் 'ருட்டியின்' மரணத் தருவாய் குறித்துச் சொல்லவந்திருந்தார். ஜின்னா மீண்டும் உணர்ச்சிவசப் பட்டுவிடக்கூடாதென்பதில் உறுதியாகிவிட்டிருந்தார் என்பதைப் பார்க்க முடிந்தது. அவர்கள் (கணவனும் மனைவியும்) சேர்ந்திருந்த புகைப்படங்களும், அவை வெளியிடப்பட்ட சஞ்சிகைகளும் அவரின் பழைய நினைவுகளை எழுப்பி உறுதியைக் குலைப்பதாகக் கருதியதால் அவை யாவும் அவரின் கண்கள் படும் தூரத்துக்கு அப்பால் கொண்டுபோகப்பட்டிருந்தன. அதேவேளை ஜின்னாவின் சட்டையின் இடதுப்புறத் தோள்பட்டையில் சிலநாட்கள் வரையில் கருப்புப்பட்டை மரபு ரீதியாகத் துக்கத்தை அனுசரிக்கும் அடையாளமாக இருந்துகொண்டிருந்தது. ருட்டியைக் குறித்த பேச்சுகள் எதுவும் தேவையில்லை என்ற தீர்மானத்தை எடுத்திருந்தார். அதனால் அந்த நண்பர் அவரிடத்தில் ருட்டியின் மரணத் தருவாய் குறித்து எதுவும் பேசவில்லை. [66]

ஜின்னாவுக்கு முகம்மது ஆசாத் என்பவர் வாகன ஓட்டியாக இருந்தார். அவர் ஜின்னாவின் நெகிழ்வுத் தன்மையைக் குறித்துக் கூறியுள்ளார்: 'உங்களுக்கே தெரியும்; வீட்டில் வேலை செய்பவர்களுக்கு எல்லா விஷயங்களும் தெரியவந்திருக்கும். பேகம் ஜின்னா இறந்துபோய் பன்னிரண்டு ஆண்டுகளுக்குப் பின்னரும்கூட, அவள் அணிந்திருந்த உடைகளைச் சேகரித்து வைத்திருந்த மரத்தாலான பெட்டகத்தை சில நாள் நள்ளிரவில் ஜின்னா எடுத்து வந்து திறந்து காட்டச்சொல்வார். இறந்துபோன மனைவியின் உடைகளை நீண்ட நேரம் பார்த்துக் கொண்டே அமர்ந்திருப்பார். அவர் கண்களில் நீர் கசியும்'[67]

•

கல்கத்தா நிகழ்வுகளுக்குப் பின்னர் முஸ்லிம்களின் நிபந்தனைகள் மேலும் இறுக்கமாகின என்று நாம் இந்நூலின் முகம்மது அலி குறித்த பகுதியில் குறிப்பிட்டிருந்தோம். அவர்கள் இப்போது டில்லி தீர்மானங்களுடன் தனி வாக்காளர் தொகுதிகளையும் கேட்டார்கள். 1929-ல் காந்தி, ஜின்னாவுடன் இரண்டு முறை பேச்சுவார்த்தைகள் நடத்தினார். எந்தவொரு உடன்பாடும் ஏற்படவில்லை. பல்வேறு முஸ்லிம் குழுக்கள் டில்லியில் ஒன்றுகூடி, க்வாமின் நிலைப்பாட்டை முன்வைத்தன.

இந்தக் கருத்தரங்குக்காக பின்னால் நின்று செயலாற்றியவர் முகம்மது ஷஃபி. இந்தக் கருத்தரங்கின் தலைவர் ஆகாகான். ஜின்னா இதில் பங்கேற்கவில்லை. 'லீக்கை' பிரித்த ஷஃபியை மன்னிக்க அவரால் முடியவில்லை. ஆனாலும் இந்தப் பிணக்கு குறுகிய காலமே நீடித்தது. மீண்டும் க்வாமின் மையத்துக்கு வந்து சேர்ந்துவிட்டார் ஜின்னா. அவர் டில்லி தீர்மானத்தில் சிலவற்றைக் குறைத்துவிட்டு இன்றியமையாத பதினான்கு கோரிக்கைகளை மட்டும் முன்வைத்தார். விரைவிலே இதற்கு 'ஜின்னாவின் 14 அம்ச கோரிக்கைகள்' என்று பெயர் வந்தது.

இதற்கிடையே காங்கிரஸ் இரண்டாவது பெரும் தாக்குதலை பிரிட்டிஷ் ஆட்சியாளர்கள் மேல் தொடுக்க ஆயத்தமானது. மகாத்மா மீண்டும் அதன் மையத்துக்கு வந்திருந்தார். அமைதி வழியில் 'உப்புச் சத்தியாக்கிரகம்' என்ற பெயரில் ஒத்துழையாமைப் போராட்டத்தை ஆரம்பித்தார். வடமேற்கு எல்லைப்புற முஸ்லிம்கள் அப்துல் கஃபார்கான், அவரின் சகோதரர் டாக்டர் கான்சாகிப் தலைமையில் போராட்டம் நடத்தினார்கள். அன்சாரி, அபுல்கலாம் ஆசாத் மேலும் சில முஸ்லிம்கள் ஆங்காங்கே ஆதரவு தெரிவித்துப் போராடினார்கள். இதுவொரு குறிப்பிடத்தக்க பெருநிகழ்வு. ஆனாலும் ஒட்டுமொத்த முஸ்லிம் சமுதாயமும் முழுவதுமாக இதிலிருந்து விலகியே நின்றது.

1930 குளிர்காலத்தில் காந்தியும் ஆயிரக்கணக்கானவர்களும் சிறைகளில் இருந்தார்கள். புகழ்பெற்ற முஸ்லிம்கள், இளவரசர்கள், சீக்கியர்கள் இந்து மகா சபைக்காரர்கள் மற்றும் தாராளவாதிகள் எல்லோருமே அரசியலமைப்புச் சட்ட நெறிமுறைகளின் பாதையில் தன்னாட்சி அரசாங்கம் அமைப்பதற்காக மாட்சிமைப் பொருந்திய மாமன்னர் அரசாங்கத்திடம் முறையிட்டார்கள். ஒரு வட்ட மேஜை 'கருத்தமர்வு' ஏற்பாடு செய்யவேண்டுமென்பது இந்தியர்களின் எதிர்பார்ப்பு. ஜின்னா இதற்கு முஸ்லிம்களின் சார்பாக அழைக்கப்பட்டார். அப்போது இந்தியாவில் இருந்த வைஸ்ராய் இர்வின், பிரிட்டிஷ் பிரதமர் பால்ட்வின்னுக்கு எழுதியக் கடிதத்தில் 'நான் பார்த்த ஒரு சில இந்தியர்களில் ஜின்னா ஒருவரே கூர்மையான அறிவாற்றலும் சுதந்திரமான சிந்தனைப்போக்கும் கொண்டவராகத் தெரிகிறார்' என்று எழுதியுள்ளார்.[68]

வட்டமேஜை கருத்தமர்வுக் கூட்டம் தோல்வியைக் கண்டது. ஆகா கான் தலைமையில் சென்றிருந்த முஸ்லிம் தலைவர்கள் உட்பட இந்தியத் தலைவர்கள், பிரிட்டனுடனோ, தமக்குள்ளோ ஒத்துப்போகவில்லை. மனம் தளர்ந்த ஜின்னா இந்தியாவுக்குத் திரும்பப்போவதில்லை என்று முடிவெடுத்தார். இங்கிலாந்திலேயே தங்கி வழக்கறிஞர் தொழிலைப் புரியலாம் என்று திட்டமிட்டார். அங்கே அவருக்கு பிரிவி கவுன்சிலுக்கு அனுப்பப்பட்ட எண்ணற்ற இந்திய வழக்குகள் காத்திருந்தன. அதை அவர் ஏற்று நடத்த முன்வந்தார். ஆக்ஸ்போர்டில் முஸ்லிம் மாணவர் ஒருவரிடத்தில் அவர் சொன்னார்,

> 'இந்துக்களுக்குத் தொலைநோக்குப் பார்வை கிடையாது. அவர்களைத் திருத்த முடியாதவர்கள் என்றே நினைக்கிறேன். முஸ்லிம்களின் கூட்டம் முழுக்க முழுக்க முதுகெலும்பு இல்லாதவர்கள். அவர்கள் ஒவ்வொரு விஷயத்துக்கும் துணை கமிஷனரிடம் போய் என்ன செய்வது என்று கருத்துக் கேட்டுக் கொண்டிருக்கிறார்கள். இந்த இரண்டு கூட்டங்களுக்கிடையே என்னைப் போன்றவனுக்கு எங்கே இடம் இருக்கிறது'.[69]

சில ஆண்டுகளுக்குப் பின்னர் ஜின்னா அவரின் அந்த நிலையை நினைவு கூர்கிறார்: 'நான் மிகவும் நம்பிக்கை இழந்து, லண்டனிலேயே தங்கிவிடலாம் என்ற முடிவுக்கு வந்திருந்தேன். அதன் பொருள் நான் இந்தியாவை விரும்பவில்லை என்பதல்ல. இந்தியாவுக்கு நான் துளியும் உதவ முடியாதவனாக ஆகிவிட்டேன் என்பதே அதற்குக் காரணம்.'[70] 1930-ல் அவருடைய இந்தக் கையறு நிலைக்கான காரணம், 1920-ஐ போலவே காங்கிரஸ் தன்னை முழுவதுமாக காந்தியின் கைகளில் ஒப்படைத்திருந்ததுதான்.

ஓராண்டு கடந்து இரண்டாவது வட்டமேஜை கருத்தரங்கம் மறுபடி லண்டனில் கூட்டப்பட்டபோது ஜின்னா அதில் கலந்துகொண்டார். அப்போது ஓய்வுபெறவிருந்த வைஸ்ராய் இர்வின், சிறையிலிருந்த காந்தியை விடுதலை செய்திருந்ததால் அவரும் கலந்துகொண்டார். தேசிய முஸ்லிம் அணிக்குத் தலைவராக இருந்த டாக்டர் அன்சாரிக்கும் அந்த கருத்தரங்கில் இடம் வேண்டும் என்று காந்தி கோரிக்கை விடுத்தார். புதிய வைஸ்ராயாகப் பதவி ஏற்றிருந்த வில்லிங்டன் அதை நிராகரித்துவிட்டார்.

ஆசாத், அன்சாரி முதலான இஸ்லாமியர்களும் காங்கிரஸுக்கு ஆதரவு தருவதால் அது இந்துக்களின் கட்சி அல்ல; இந்தியர்களின் கட்சி என்று காந்தி சொன்னார். இதை ஆகாகானும் ஜின்னாவும் ஏற்றுக்கொள்ளவில்லை. 'ஸ்வராஜ்யம் முதலில் வரட்டும். அதன்பின் இரு மதங்களுக்கிடையே இருக்கிற வேற்றுமையின் பனிப்பாறை, விடுதலை என்ற கதிரவனின் வெப்பத்தில் தானாக உருகிவிடும்.'[71]

அவரின் எதிராளிகளான முஸ்லிம்கள், சமஸ்தான இளவரசர்கள் மற்றும் தீண்டத்தகாதவர்கள் ஆகியோர் நாடு விடுதலையடைவதற்கு முன்கூட்டியே ஓர் ஒப்பந்தம், பல்வேறுபட்ட இனக்குழுக்களோடு செய்து கொள்ளப்பட வேண்டியது கட்டாயத்தேவை. இல்லை யென்றால் ஸ்வராஜ்யம் சிறுபான்மையோரை ஒடுக்கவே செய்யும் என்றார்கள். இப்போது இவர்களின் வாதம் மீண்டும் ஒரு முட்டுக்கட்டையைப் போட்டுவிட்டது.

இதேவேளையில் லண்டனில் ஹாம்ப்ஸ்டெட் பகுதியில் மூன்று அடுக்கு வில்லா ஒன்றை ஜின்னா வாங்கினார். அவரின் தங்கை பாத்திமா அவரோடு தங்கியிருந்து அவரையும் வீட்டையும் கவனித்துக்கொண்டார். ஜின்னாவின் பதிமூன்று வயது மகள் 'தினா' அப்போது அங்கே தங்கும் விடுதியுடன் கூடிய ஆங்கிலப் பள்ளியில் படித்துக்கொண்டிருந்தாள். அவள் ஆண்டுதோறும் வீட்டுக்கு வந்து தந்தையோடும் அத்தையோடும் விடுமுறை நாட்களைக் கழிப்பாள். ஜின்னா அவளுக்கு நூல் ஒன்றைப் பரிசளித்தார். நூலின் பெயர் 'கிரே உல்ஃப்.' அது முஸ்தபா கமாலின் வரலாற்றைக் கூறுவது. ஜின்னா அவளிடம், 'இதைப் படித்துப் பார்... நன்றாக இருக்கும்' என்றார். நூலைப் பெற்றுக்கொண்ட அவள்.... 'இங்கே வா சாம்பல் நிற ஓநாயே... என்னைப் பண்டோமைன் நிகழ்ச்சிக்கு கொண்டுச்செல்' என்று கிண்டலடித்தாள்.[72] தந்தை அவளை எங்கும் அழைத்துச் செல்வதில்லை என்பதை மறைமுகமாகக் குத்திக் காட்டியது போலவும் அது இருந்தது. ஜின்னாவை அவர் வாழ்நாளில் வேறு யாரும் இதுவரை இப்படிக் கேலி செய்ததில்லை. இதற்குப் பின்னும் அவர் யாரையும் செய்யவிட்டிருக்கவில்லை.

ஜின்னாவின் வழக்குரைஞர் தொழில் சூடு பிடித்தது. வார இறுதியில் அவர் இயற்கை அழகுமிக்க இடங்களுக்குச் சென்று பொழுதைக் கழிப்பார். அவரின் வாழ்க்கை இந்தியாவைவிட இங்கே நல்ல ஒழுங்குடனும் அமைதியோடும் இருந்தது. ஆனாலும் அவர் இந்தியாவுடனான தொடர்புகளைத் துண்டித்துக்கொள்ளவில்லை.

இரண்டாவது வட்டமேஜை கருத்தரங்கு அமர்வு நடைப் பெறுவதற்கு சற்று முன்பே அவர் இந்தியாவுக்கு வந்து, காங்கிரஸ் சார்புடைய முஸ்லிம்களிடம் அவர்களெல்லோரும் ஒன்றுபட்ட முஸ்லிம் முன்னணியில் சேரும்படி எடுத்துக்கூறினார். அவர்களை இணங்கவைக்கப் பெருமுயற்சி எடுத்துக்கொண்டார். அதேநேரம் அவர் ஏற்கெனவே விடுத்த பதினான்கு அம்ச கோரிக்கைகளை வலியுறுத்தவும் செய்தார். தனிப்பட்ட முறையில் 'கூட்டு வாக்காளர் தொகுதி' என்பதை ஏற்பதற்கு தயார் என்றும் கூறினார்.[73] மேலும் அவர் எச்சரித்தார்: 'பிரிட்டிஷ் அரசாங்கம் இந்துக்களின் விருப்பப்படி அரசியலமைப்பை உருவாக்கினால், முஸ்லிம்கள் இயல்பாகவே அந்த அரசியலைமைப்பைத் தகர்த்து, சீர்குலைத்துச் செயலற்றதாக்கிவிட்டே ஓய்வார்கள்.'[74] இவ்வளவு கடுமையான, வலிமையான வாக்கியங்களை அவர் இதற்கு முன்பு எந்நிலையிலும் எக்காலத்திலும் இந்து, முஸ்லிம்கள் குறித்துச் சொன்னதில்லை.

ஹாம்ப்ஸ்டெட் திரும்பிய ஜின்னா கவிஞர் இக்பாலிடம் பேசியதிலிருந்து அவரிடம் தனிச் சிறப்பான இயல்பைக் கண்டுணர்ந்தார். இக்பால் 1931–லும் 1932–லும் இங்கிலாந்துக்குச் சென்றுவந்தார். இவர்கள் இருவருமாக இக்பாலின் கற்பனையில் இருந்த முஸ்லிம்களுக்கான தனி நாடு என்பது குறித்துக் கலந்துரையாடி இருக்கக்கூடும். இந்தியாவில் வாழ்கிற முஸ்லிம்கள் சில நேரங்களில் அவரிடம் கருத்து கேட்பதுண்டு. ஜின்னா அவர்களுக்குத் தந்தி மூலமாக பதிலளிப்பார். 'முஸ்லிம்கள் எச்சரிக்கையோடு இருந்து காங்கிரஸையும் பிரிட்டிஷ் அரசாங்கத்தையும் எச்சரிக்கையுடன் கையாளவேண்டும்' என்பதே அந்தத் தந்திகளின் அடிநாதமாக இருக்கும்.

ஒருவகையில் அவர் வெளியிலிருந்தவாறு நாட்டு மக்களுக்காக ஏதேனும் செய்துகொண்டிருப்பவராகவே இப்போது இருந்தார். 1932-ல் வட்டமேஜை மூன்றாவது கருத்தரங்கம் லண்டனில் நடைப்பெற்றபோது அவருக்கு அழைப்பு இல்லை. மீண்டும் சிறையில் அடைக்கப்பட்டிருந்ததால் காந்தியும் அந்தக் கருத்தரங்கில் கலந்துகொள்ளவில்லை. அப்போது ஜின்னா அரசியல் அரங்கத்தில் தன்னுடைய இடம் பறிபோய்விட்டது என்று பயந்தாரா? சில நேரங்களில் அவர் 'மிகவும் மகிழ்ச்சியற்றவராக' தெரிந்தார்.[75] ஆனால்

முஸ்லிம் சமுதாயம் அவரைத் தனியேவிடத் தயாராக இருக்கவில்லை. முஸ்லிம் சமுதாயத்தைச் சரியான திசையில் செலுத்த ஒரு 'வலுவான கை' அங்கே இருக்கவில்லை.

பிரான்ஸிலிருந்து கொண்டும் ஸ்விட்சர்லாந்திலிருந்து கொண்டும் இந்திய முஸ்லிம்களுக்குத் தலைமை தாங்கும் நடைமுறை சாத்தியமற்ற பணியை ஆகாகான் முயற்சி செய்தார். மௌலானா முகம்மது அலி இறந்துவிட்டிருந்தார். ஜின்னாவுக்கு இப்போது லீகில் இருந்த ஒரே போட்டியாளரான முகம்மது ஷஃபியும் இறந்திருந்தார்.

முஸ்லிம் லீக்கின் அப்போதைய நிலைமை மிகவும் பரிதாபத்துக்குரியதாக இருந்தது. அது மிகவும் குறுகிவிட்டது. அதன் கட்டுக்கோப்பும் குலைந்துபோய்விட்டது. அதன் நிதி ஆதாரங்கள் தவறாகப் பயன்படுத்தப்பட்டன. நம்பிக்கை இல்லா தீர்மானங்கள் கொண்டுவரப்பட்ட பின்னரும் அதனுடைய நிர்வாகிகள் பதவி விலக மறுத்தார்கள். 1932-ல் காங்கிரஸ் முன்னெடுத்த ஒத்துழையாமைப் போராட்டங்களை வில்லிங்டன்; மூர்க்கத் தனமாக ஒடுக்கியிருந்தார். காந்திக்கு இதற்கு முந்தைய மூன்றாண்டுகளில் இருந்த செல்வாக்கு 1933-ல் கணிசமாகக் குறைந்து போயிருந்தது.

1933 ஜூலையில் 37 வயதுடைய ஒருவர் ஐரோப்பாவில் தன் இளம் மனைவியோடு தேன் நிலவு கொண்டாட வந்தார். அவர் ஹாம்ஸ்டெட் இல்லத்துக்குச் சென்றார். அவரின் பெயர் லியாகத் அலிகான். அவர்தான் பின்னாளில் பாகிஸ்தானில் முதல் பிரதமராக பதவி வகித்தார். அந்த இளந்தம்பதிகள் கணவனும் மனைவியும் ஒரு நோக்கத்தோடுதான் ஜின்னாவைப் பார்ப்பதற்கு வந்திருக்கிறார்கள். லியாகத் அலிகானின் மனைவி பேகம் தனது கணவர், 'ஜின்னா ஒருவரால்தான் முஸ்லிம் லீக்கையும் முஸ்லீம்களையும் காப்பாற்ற முடியும்...' என்ற கருத்து கொண்டிருப்பதாகச் சொன்னார். அவரும் லியாகத்தும் ஜின்னாவை நாடு திரும்பும்படி வற்புறுத்தினார்கள்.

ஜின்னா, 'இங்கிலாந்தில் இங்கே ஹாம்ஸ்டெட்டில் நிம்மதியான வாழ்க்கை வாழ்ந்துகொண்டிருக்கின்றேன்' என்றார். லியாகத் தன் விருப்பத்தை மீண்டும் சொன்னார். அந்த நீண்ட இரவு விருந்தின் முடிவில் பேகம் லியாகத் அலிகான், 'ஜின்னாவை இங்கிலாந்திலிருந்து யாரும் நகர்த்திக்கொண்டுபோக முடியாது' என்ற முடிவுக்கு வந்துவிட்டிருந்தார். கடைசியில் ஜின்னா அவர்களிடம் கூறினார், 'நீங்கள் நம் நாட்டுக்குத் திரும்பிச் செல்லுங்கள்... அங்குள்ள சூழ்நிலையைக் கணித்துப் பாருங்கள்... நாட்டின் எல்லாப்

பகுதிகளிலும் மக்களின் உணர்வு எப்படி உள்ளது என்று தெரிந்துக் கொள்ளுங்கள். அதன்பின் என்னை நீங்கள் 'திரும்பி வாருங்கள்' என்று அழைத்தால், அப்போது... நான் இங்கு வாழும் வாழ்க்கையை உதறிவிட்டுத் திரும்புவேன்' என்றார்.[76]

ஜின்னா சொன்னதுபோல் லியாகத் செயல்பட்டார். நாட்டின் சூழ்நிலையை, மக்களின் மனநிலையை வெற்றிடமாக இருக்கிற அரசியல் தலைமைக்கான கட்டாயத் தேவையை அவர் நாடு முழுவதும் பயணம் மேற்கொண்டு புரிந்துகொண்டார். ஜின்னாவுக்கு 'திரும்பி வாருங்கள்' என்ற செய்தியை அனுப்பினார். அவரும் தான் வசித்துவந்த வில்லா மாளிகையை விற்றார். அந்த வீட்டில் இருந்த விலை மதிப்புமிக்க பொருட்களை விற்றார். தங்கை பாத்திமாவுடன் ஜின்னா நாடு திரும்பினார். ஹேம்ஸ்டட் பகுதியில் வாழ்ந்து வந்தவர்கள் ஜின்னா புறப்பட்டபோது மகத்தான செயல் ஒன்றைச் செய்யப் புறப்பட்ட தோரணையில் கம்பீரமாக விடைபெற்றார் என்று குறிப்பிட்டிருக்கிறார்கள்.

ஏப்ரல் 1934-ல் முஸ்லிம் லீக் ஒருமனதாக ஜின்னாவை நிரந்தரத் தலைவராகத் தேர்ந்தெடுத்தது. ஆறு மாதங்கள் கழித்து, அவர் மீண்டும் மத்திய அசெம்பிளிக்கு முன்பு தேர்ந்தெடுக்கப்பட்ட அதே பழைய பம்பாய் தொகுதியில் இருந்து தேர்ந்தெடுக்கப்பட்டார். மையச் சட்டமன்றத்தில் இருந்த 22 சுயேட்சைகளின் தலைவராக ஆனார். அவர்களில் 18 உறுப்பினர்கள் முஸ்லிம்கள். காங்கிரஸும் அவர்களை ஆதரிப்போரும் சேர்த்து 60 உறுப்பினர்கள் இருந்தார்கள். காங்கிரஸ் கட்சிக்காரர்கள் மூன்று ஆண்டு காலங்களாகச் சட்டமன்றங்களில் நுழையமாட்டோம் என்ற ஒத்துழையாமை சபதத்தைக் கடைப்பிடித்து வந்தவர்கள். இப்போது அதை விட்டுவிட்டு சட்டமன்றங்களுக்கு நுழைந்தார்கள். இந்த நேரத்தில் காந்தி பரபரப்பு அரசியலிலிருந்து விலகியிருந்தார்.

அந்நிய ஆட்சியாளர்கள் கூட நியமன உறுப்பினர்கள், விசுவாசிகள் என இருந்த அறுபது பேரை நம்பிச் செயல்படலாம் என்ற நிலை ஏற்படிருந்தது. இந்த நிலை ஜின்னாவின் அணிக்கு கூடுதல் பலத்தைக் கொடுத்தது. இவர்களால் தங்களிடமுள்ள உறுப்பினர்களை வைத்துக்கொண்டு அரசாங்கத்துடன் இணைந்து காங்கிரஸின் தீர்மானங்களைத் தோற்கடிக்க முடியும். அல்லது காங்கிரஸுடன் இணைந்துகொண்டு பிரிடிட்ஷ் அரசு கொண்டுவரும் தீர்மானத்தை எதிக்கமுடியும். வைஸ்ராய் தன்னுடைய தடுப்பாணை (Veto) கொண்டுவந்து சட்டமன்றத் தீர்மானத்தை மீறி எந்தச் சட்டத்தையும் நடைமுறைக்குக் கொண்டுவர முடியும். இதனால் அரசாங்கத்தின் சட்ட மன்றத் தோல்விகள் எதுவும் அவர்கள் கொண்டு வரவிரும்பிய

சட்டங்களைத் தடுத்துவிடவில்லை. இருந்தும் அந்த சட்ட மன்ற வெற்றிகள் மக்களுக்கு தன்னம்பிக்கை ஊட்டின.

ஜின்னா சட்டமன்றத்தளத்தில் தனது திறமையை நன்றாகவே வெளிக்கொணர்ந்தார். மேலும் அவர் நாடு நகரெங்கிலும் பயணம் செய்தார். புதிதாக லீக் உறுப்பினர்களைச் சேர்த்துக்கொண்டார். இஸ்லாமிய சமூகத்தின் 'கேள்விக்கு அப்பாற்பட்ட குரலாக' லீகை உயர்த்துவதற்குப் பாடுபட்டார். அதன் செல்வாக்கு 1937 மாகாண சட்டமன்றத்தேர்தல்களில் சோதித்துப் பார்க்கப்பட்டது. 1935 ஆண்டின் புதிய சட்டப்படி மாகாண சட்டமன்றங்களுக்கு போதிய அதிகாரங்களை வழங்க வகை செய்யப்பட்டிருந்தது. மேலும் தனி வாக்காளர் தொகுதி மற்றும் முஸ்லிம்களுக்கும் சீக்கியர்களுக்கும் கிருத்துவர்களுக்கும் தனித் தொகுதிகளை அது வழங்கியது. மாட்சிமை பொருந்திய மாமன்னராட்சி, காங்கிரஸின் கூட்டு வாக்காளர் தொகுதி ஏற்படுத்த வேண்டுமென்ற கோரிக்கையைப் புறக்கணித்தது.

காங்கிரஸும் லீக்கும் ஒரே மாதிரியான தேர்தல் அறிக்கைகளை வெளியிட்டன. அவர்கள் மாகாணங்களில் போட்டியிட்ட பிரிட்டிஷ் ஆதரவுக் கட்சிகளைத் தங்களுடைய எதிரிகளாகப் பார்த்தார்கள். தமக்குள் பகைமை பாராட்டவில்லை. லீக் வேட்பாளர்கள் போட்டியிட்ட, முஸ்லிம்களுக்கு ஒதுக்கப்பட்ட பல இடங்களில் காங்கிரஸ் எதிர்ப்பைக் காட்டவில்லை. இதற்குக் காரணம் தேர்தலுக்குப் பின்னர் லீக்கின் உதவி தங்களுக்கு வேண்டியிருக்கும் என்று நினைத்ததால், 'தேர்தலுக்கு முன்பும் தேர்தலின் போதும் காங்கிரஸ் தலைவர்கள் முஸ்லிம் லீக் கட்சிக்காரர்களிடம் நட்பு பாராட்டினார்கள்' என்றார் இக்ரம்.[77]

யாருமே எதிர்பார்க்காத அளவில் காங்கிரஸுக்கு மாபெரும் வெற்றி கிடைத்தது. இந்த வெற்றிக்கான காரணங்களாக இக்ரம் சொன்னவை: 'மகாத்மா என்ற மந்திரப்பெயர்'; 1936 – 37 -ல் காங்கிரஸ் கட்சிக்குத் தலைவராக இருந்த நேரு மேற்கொண்ட சூறாவளி சுற்றுப்பயணம்; அப்போது டாக்டர் அன்சாரி இறப்புக்குப் பின்னர் காங்கிரஸ் பார்லிமெண்டரி போர்டின் தலைவர் பதவிக்கு வந்த பட்டேலின் அமைப்புரீதியான செயற்திட்டம்[78] மேற்கண்ட யாவும் வெற்றிக்குப் பாதை வகுத்தன. இந்துக்கள் பெரும்பான்மையாய் இருந்த மாகாணங்களில் காங்கிரஸ் கட்சிக்கு மிகப் பெரும் வெற்றியும், 'கான் சகோதரர்களின்' ஒத்துழைப்பால் வடமேற்கு எல்லைப்புற மாகாணத்திலும் வெற்றி கிடைத்தது.

லீக், இந்துப் பெரும்பான்மை மாகாணங்களில் குறிப்பாக யுனைட்டட் பிராவின்ஸ், பம்பாய் ஆகிய மாகாணங்களில்

முஸ்லிம்களுக்காக ஒதுக்கப்பட்ட தொகுதிகளில் பல இடங்களைக் கைப்பற்றினார்கள். ஆனாலும் பஞ்சாபில் அந்த வெற்றி கிடைக்க வில்லை. அங்கிருந்த மாகாண யூனியனிஸ்ட் கட்சி நிறைய இடங்களில் வெற்றி பெற்றுவிட்டது. லீக் இரண்டு இடங்களில் மட்டுமே வெற்றி பெற்றது. வங்காளத்தில் லீக் பெரும்பான்மைக் கட்சியாக தன்னை முன்னிறுத்திக் கொண்டு அமைச்சரவை அமைக்க உரிமைக் கோரினாலும் ப்ரீமியர் பதவியைக் கிரிஷக் பிரஜா கட்சித் தலைவரான பசுலுல் ஹக்குக்காக விட்டுக்கொடுக்க வேண்டி இருந்தது. இந்தத் தேர்தலில் பசுலுல் ஹக், லீக் வேட்பாளர்கள் பலரைத் தோற்கடித்திருந்தார்.

கற்றுக்கொண்ட பாடம் மிகவும் தெளிவானது. எந்தெந்த மாகாணங்கள் எல்லாம் தங்களுக்குப் பாதுகாப்பு இல்லை என்று நினைத்தார்களோ அங்கெல்லாம் முஸ்லிம்கள் லீக்கை ஆதரித்தார்கள். ஆனால் இந்துக்களைவிட எண்ணிக்கையில் மிகுதியாக இருந்த இடங்களில் முஸ்லிம்கள் அப்படி நடக்கவில்லை. அதன் விளைவுகள் என்னவாகும் என்பதைச் சட்டென்று புரிந்துக்கொண்ட ஜின்னா, தன்னுடைய 'காய்களை' வெகுத் திறமையாக நகர்த்தினார். அவரது தற்செருக்கும், புறக்கணிப்பை ஒத்துக்கொள்ளாத குணமும் அவரின் க்வாம் பலவீனமாக இருந்த நேரத்தில் பேருதவியாக இருந்திருக்கிறது. ஆனாலுங்கூட ஜின்னா தன் செருக்கையோ எதிர்ப்பையோ தேர்தலுக்கு முன்னரேயும் காட்டியிருந்தார்.

1937-ல் 'காங்கிரஸா பிரிட்டிஷ்காரர்களா... இரண்டில் ஒன்றை இந்தியா தேர்ந்தெடுத்துக்கொள்ளவேண்டும்' என்றார் நேரு. உடனே ஜின்னா பதிலடிகொடுத்தார்... 'இதை நான் எதிர்க்கின்றேன். மூன்றாவது கட்சியும் இருக்கிறது. முஸ்லிம்கள். நாங்கள் யாருடைய அதிகாரத்தையும் ஏற்கப்போவதில்லை' என்றார்.[79]

காங்கிரஸின் பெரும்பான்மை பலத்தைப் பொருட்படுத்தாமல் ஜின்னா தீவிரமாக தன் நிலைப்பாட்டில் உறுதியாக இருந்தார். லீக்கையும் ஜின்னாவையும் ஒதுக்கிவிட்டு எந்த முடிவையும் இந்தியாவில் அடையமுடியாது என்று அனைவரும் உணரும்வரை அதில் நிலைத்து நின்றார்.

•

1937 மே மாதம் காங்கிரஸ் கட்சி மிகப் பெரிய வெற்றியைத் தேர்தல் களத்தில் பெற்றிருந்தபோதும் அது ஆட்சி அமைப்பதற்கு முற்படுமா என்பது கேள்விக்குறியாகவே இருந்துவந்தது. ஜின்னா ஒரு தனிநபர்

வழியாக வாய்மொழிச் செய்தியை காந்திக்கு அனுப்பி வைத்தார். காந்தி விலகி நின்றபோதிலும் அவரே அதன் வழிகாட்டியாக இருந்தார். இந்தச் செய்தி பம்பாய் சட்டசபையில் காங்கிரஸ் சார்பில் வெற்றி பெற்ற பி.ஜி. கெர் மூலம் அனுப்பப்பட்டிருந்தது. இந்து, முஸ்லிம் ஐக்கியத்துக்காக காந்தி முன் கை எடுக்கவேண்டும் என்று ஜின்னா சொல்லி அனுப்பியிருந்தார். அந்த செய்தியில் வேறு என்ன சொல்லப்பட்டது என்று யாருக்கும் தெரியவில்லை. ஆனால் அந்தத் தூது அனுப்பப்பட்ட நேரம், அதற்கு திரு கெர் தேர்ந்தெடுக்கப்பட்டது இவையெல்லாம் ஜின்னா மாகாணங்களில் அதிகாரப்பங்கீடு உள்ளிட்ட பல விஷயங்களில் காங் – லீக் உடன்பாட்டுக்குத் தயாராக இருந்தார் என்பதை எடுத்துக்காட்டுகின்றன.

காந்தியின் எழுத்து வடிவிலான பதில் கடிதம் ஜின்னாவின் முயற்சியை மறுதலிப்பதாக இருந்தது. அந்தக் கடிதத்தில் காந்தி, 'கெர் நீங்கள் சொன்னதை என்னிடம் சொன்னார். நான் ஏதேனும் செய்யலாம் என்றே விரும்புகிறேன். ஆனால், நான் முற்றிலும் உதவ முடியாத நிலையில் இருக்கிறேன். இந்து-முஸ்லிம் ஒற்றுமை மிகவும் அவசியம் என்றே இப்போதும் நம்புகிறேன். ஆனால் அது எப்படி எட்டப்படும் என்பதுதான் தெரியவே இல்லை.[80]

மாகாண அமைச்சரவைகளின் சுதந்திரமான அதிகாரம் தொடர்பான பேச்சுவார்த்தைகள் எல்லாம் முடிந்தபின் பிரிட்டிஷ் இந்திய ஜூலையில் காங்கிரஸ் பிராந்திய அமைச்சரவைகளை அமைக்க ஒப்புக்கொண்டது. இதைத் தொடர்ந்து பம்பாய் மற்றும் உ.பி.யில் காங்கிரஸூம் லீக்கும் அதிகாரங்களைப் பகிர்ந்து கொள்வதற்கான பேச்சுவார்த்தைகளை மேற்கொண்டன. பம்பாயில் ஜின்னாவும் கெர்ரும் சுருக்கமாகவும் அதிகாரபூர்வமற்றவகையிலும் பேசினார்கள். வட இந்தியாவில் அமையவிருக்கிற அமைச்சரவைகளை மேற்பார்வையிட அபுல்கலாம் ஆசாத்திடம் காங்கிரஸ் கேட்டுக் கொண்டது. அவர் உ.பி. அமைச்சரவை தொடர்பாக அந்த மாகாணத்தின் லீக் தலைவர் கலிக்குல் ஜமாலுடன் பேச்சுவார்த்தை நடத்தினார்.

பம்பாய் சமரசப்பேச்சு வார்த்தை முறிந்துப்போனது. லீக்கின் சட்டமன்ற உறுப்பினர்கள் காங்கிரஸ் கட்சியில் சேர்ந்தால்தான் அமைச்சர் பதவி ஏற்க முடியும் என்று நிபந்தனை விதித்த பட்டேலின் வெளிப்படையான பிடிவாதப்போக்கு அதற்குக் காரணம். கெர் பேச்சுவார்த்தையில் ஈடுபட்டபோதிலும் பட்டேலின் சம்மதம் இருந்தாலே எந்தத் தீர்மானமும் சாத்தியமாகும். ஆனால், கூட்டணி ஆட்சி அமைப்பதற்குத்தான் ஜின்னா ஒப்புக்கொண்டிருக்கிறார். இப்போதோ 'கூட்டணி ஆட்சியா... கட்சிகளின் இணைப்பா' என்ற

கேள்வி யுனைட்டட் பிராவின்ஸ் பேச்சு வார்த்தையிலும் மேலோங்கியது. இதை ஜின்னா விரும்பவே இல்லை. ஏனென்றால் ஜின்னாவைக் கலந்து பேசாமலே இந்த விஷயங்கள் முன்னெடுக்கப்பட்டன.

கலிக்குல் ஜமான் தன்னுடைய நினைவுக் குறிப்பில், '1937-ல் காங்கிரஸ்காரர்கள் யுனைட்டட் பிராவின்ஸின் லீக் கிளையை மூடிவிடச் சொன்னார்கள்,' என்று கூறியுள்ளார்.'[81] இரு கட்சிகளுக்கிடையே எழுந்த முரண்பாட்டுக்கு ஆசாத் இன்னொரு காரணத்தை எடுத்துரைத்தார் – 'இதற்கான மூலகாரணம் நேருவின் எதிர்பாராத குறுக்கீடு; லீக்குக்காக அமைச்சரவையில் ஒதுக்குவதாக ஒப்புக்கொண்ட இரண்டு இடங்களை நேரு ஒன்றாகக் குறைத்தார்.[82]

அது எப்படி இருந்தாலும் உ.பி.யிலும், பம்பாய் மற்றும் இதர ஐந்து மாகாணங்களிலும் பெரும்பான்மை பலம் பெற்றிருந்த காங்கிரஸ் கட்சி லீக்கின் உதவியின்றி அமைச்சரவைகளை அமைத்தது. காங்கிரஸ்காரர்கள் இந்த வெற்றியைக் கொண்டாடினார்கள். 'சுய நிர்ணய அரசாங்கம்' அமைந்துவிட்டதாகவும் 'ஸ்வராஜ்யத்தை நோக்கிய முன்னேற்றம்' என்றும் மகிழ்ந்தார்கள். பிறரோ 'இந்து ராஜ்ஜியம் வந்துவிட்டது' என்று அலறினர். முஸ்லிம் சமுதாயத்தில் பலர் அதை நம்பினர். காங்கிரஸில் இருந்தவர்களில் பெரும்பாலானோர் இந்துக்களே என்பதை யாரும் மறுக்கவோ மறைக்கவோ முடியாது. இக்ரம் இதனை எளிமைப்படுத்தி ஆனால் திரிக்காமல் எடுத்து வைக்கிறார்: 'நாட்டின் பெரும்பகுதிகளில் எங்கெல்லாம் காங்கிரஸ் அமைச்சரவை வெற்றிகரமாக அமைக்கப்பட்டதோ, அங்கே முஸ்லிம்கள் 'இந்து ராஜ்யம்' வந்துவிட்டது என்றே நம்பினார்கள்.[83]

பல அறிஞர்களும் அரசியல் தலைவர்களும் 1937-ல் லீகுடன் காங்கிரஸ் அதிகாரத்தைப் பகிர்ந்துகொள்ள முடியாமல் போனதால்தான் முஸ்லிம் சமுதாயம் பாகிஸ்தான் நோக்கி நகர்ந்துவிட்டது என்றார்கள். இதைக் குறித்து காந்தியின் செயலாளரும் வரலாற்று ஆசிரியருமான பியாரிலால், 'காந்தியின் மிகச் சிறந்த கணிப்புகளையும் தாண்டி லீகைத் தவிர்க்கவேண்டும் என்று காங்கிரஸ் உயர்மட்ட அதிகார பீடம் எடுத்த தீர்மானம் மிக மிக மோசமான அரசியல் வியூகப் பிழை...' என்றார்.[84] பிரான்க் மோரேஸ் '1937 தேர்தலுக்குப் பின் லீக்கை காங்கிரஸ் சாமர்த்தியமாகக் கையாண்டிருந்தால் பாகிஸ்தான் உருவாகி இருக்கவே செய்யாது'[85] என்று கூறியிருக்கிறார். இந்திய விடுதலைக்கு முன்னரும் பின்னரும் பணியாற்றிய பிரிட்டிஷ் ஐ.சி.எஸ் அதிகாரி பெண்டர்ட் மூன், '1937-ல் லீக்குடன் காங்கிரஸ் ஒத்துழைக்காமல் போனதே பாகிஸ்தான் உருவாவதற்கான மூல காரணம்' என்றார்.[86]

1937-ல் காங்கிரஸின் செயல்முறைகள் மிகவும் கருமித்தனமாகவும் மேலாதிக்க மனோபாவம் கொண்டதாகவும் இருந்தது. காங்கிரஸ் வெளிப்படையாகவே லீக்கைத் தன் பங்காளியாகக் கருதி ஆட்சியில் பங்கு கொடுத்திருக்கலாம். அது காங்கிரஸ்மீது சுமத்தப்பட்ட 'இந்து ராஜ்ஜியம்' என்ற குற்றச்சாட்டையும் நீர்த்துப்போகவைத்திருக்கும்.

காங்கிரஸின் கஞ்சத்தனம் அல்லது வெற்றி மிதப்பு ஆகியவை மட்டுமே ஜின்னாவுடனான கூட்டுறவு முறிந்ததற்குக் காரணம் என்று சொல்லிவிடமுடியாது. ஓர் ஒத்திசைவான அமைச்சரவை இருக்க வேண்டும் என்ற எதிர்பார்ப்பிலும் தான் அப்படிச் செய்திருந்தார்கள். நேரு, பட்டேல், ஆசாத் ஆகியோர் ஜின்னாவை ஒரு பிரச்னைக்குரிய அரசியல் பங்காளி என்றே நினைத்தார்கள். புதிய அமைச்சரவையின் ஒவ்வொரு தீர்மானத்துக்கும் செயல்பாட்டுக்கும் ஜின்னாவின் ஒப்புதல் பெற்றாக வேண்டியிருக்கும்.[87] அது இவர்களுக்கோ பிற காங்கிரஸ்காரர்களுக்கோ ஏற்புடையதாகக் இருந்திருக்கவில்லை. இதுபோன்ற உரிமையை ஜின்னாவுக்கு அளிக்கக் காந்திக்கு விருப்பம் கிடையாது. ஏனெனில், அது நேரு, பட்டேல், ஆசாத் ஆகியோரின் செல்வாக்கைக் குறைத்துவிடும். மேலும் காங்கிரஸ் முதலமைச்சர்களின் சுதந்தரத்தையும் நெருக்கடிக்கு உள்ளாக்கிவிடும். ஆனாலும்கூட காந்தியின் 'மிகச் சிறந்த கணிப்பு' கூட்டணி ஆட்சிக்கு ஆதரவாக இருந்தபோதிலும் ஜின்னா காந்திக்குத் தனிச்செய்தி ஒன்றை 'கெர்' வழியாக அனுப்பியபோது, அதற்கு காந்தி பொறுப்பான முறையில் நடந்து கொள்ளவில்லை.

காந்தி, நேரு, பட்டேல், ஆசாத் ஆகியோர் தமக்கிடையே இருந்த வேறுபாடுகளைத் தாண்டி ஒன்றாகச் சேர்ந்து பணியாற்றக் கற்றுக்கொண்டிருந்தார்கள். ஆனால் அதேபோன்று ஓர் அணியாக ஜின்னாவுடன் பணியாற்ற முடியுமா என்பது அவர்களுக்கு சந்தேகமாகவே இருந்தது. மாறுபட்ட ஆளுமைகள் இணைந்து செயல்பட முடியுமா முடியாதா என்பதல்ல இங்கே பிரச்னை. மிகவும் முக்கியமான கருத்தியல் மோதலும் இவர்களுக்கிடையே இருந்தது. 'இந்துகளின் பிரதிநிதித்துவ அமைப்பாக காங்கிரஸ் இருப்பதுபோல் முஸ்லிம்களுக்குப் பிரதிநிதித்துவ அமைப்பாக முஸ்லிம் லீக் இருக்கிறது' என்ற ஜின்னாவின் கருத்தை காந்தி, நேரு, பட்டேல் ஆசாத் போன்றவர்கள் ஏற்றுக்கொள்ளவில்லை.

1938 வரையில் லீக் – காங்கிரஸ் உடன்படிக்கைகளில் இதுபோன்ற முன் நிபந்தனையை ஜின்னா எழுப்பியிருக்கவில்லை. ஆனால் அவர் 1931 தொடக்கம் முதலே இந்தப் பார்வையில் உறுதியாக இருந்தார். 1937-ல் காந்தியோ நேருவோ பட்டேலோ ஜின்னாவுடன்

பேச்சுவார்த்தைக்கு முன்வந்திருந்தால், இதை ஒப்புக்கொள்ள வேண்டுமென்று ஜின்னா அழுத்தம் கொடுத்திருக்கக்கூடும்.

பெரிய அளவிலான பெருந்தன்மை அல்லது பெரிய அரசியல் ஞானம் காங்கிரஸுக்கு இருந்திருந்தால்கூட ஜின்னாவுடன் ஓர் உடன்பாடு உருவாகாமல் போயிருக்கவும்கூடும். ஆனால், குறைந்த அளவிலேனும் முஸ்லிம் சமுதாயத்தின் அச்சத்தைத் தணித்திருக்கும். லீக்கின் சில பிரிவினரைத் தங்களோடு சேர்த்துக்கொண்டிருக்கலாம். பஞ்சாபின் பிரதமரும் யூனியனிஸ்ட் கட்சித் தலைவருமான சர் சிக்கந்தர் ஹயாத், தங்களது கட்சிக்கு அறுதிப் பெரும்பான்மை இருந்த வேளையிலும்கூட அவர்களின் அமைச்சரவையில் இந்து மகாசபையினருக்கு இடம் அளித்திருந்தார். இதுபோல் காங்கிரஸ் கட்சி இந்துக்கள் பெரும்பான்மையினராக இருந்த மாநிலங்களில் லீகுக்கு பங்கு கொடுத்திருந்தால் காங்கிரஸ் கட்சி முஸ்லிம்களுக்கு எதிரானது என்று ஜின்னாவுக்கு முஸ்லிம்கள் மத்தியில் பரப்புரை செய்வது மிகவும் கடினமாகியிருக்கும்.

நாம் நம்முடைய ஊகங்களைக் கொஞ்சம் தள்ளி வைத்துவிட்டு, உண்மை நடப்புகளின் பக்கம் பார்வையைச் செலுத்துவோம். காங்கிரஸ் தனக்குக் கிடைத்த அரிய வாய்ப்பைக் குளறுபடி செய்து கெடுத்துவிட்டது. ஜின்னா கிடைத்த வாய்ப்பைப் பயன்படுத்திக் கொண்டார். காங்கிரஸ் அதிகாரத்துக்கு வந்த ஒரு சில மாதங்களில் ஜின்னா பேசினார்: 'நாடெங்கிலும் ஆயிரக்கணக்கில் இருக்கும் காங்கிரஸ் கமிட்டி உறுப்பினர்களும், சில இந்து அதிகாரிகளும்கூட 'இந்து ராஜ்யம்' ஏற்கெனவே அமைக்கப்பட்டு விட்டதாகவே நினைத்துக்கொண்டு நடக்கிறார்கள்'[88] என்றார். க்வாம் ஒன்றுபட்டுத் தீரவேண்டும் என்றார். அதன்படி முஸ்லிம் சமுதாயம் ஒன்றுபட்டது.

'காங்கிரஸ் கட்சி சார்பில் போட்டியிட்ட முஸ்லிம்களில் சிலர் தேர்ந்தெடுக்கப்பட்டிருக்கிறார்கள். அவர்களில் ஒரு சிலர் அமைச்சரவையில் இடம் பெற்றுள்ளார்கள்' என்று காங்கிரஸ் தங்கள் பக்கமும் முஸ்லிம்கள் இருக்கிறார்கள் என்று உண்மையை எடுத்துச்சொல்லி எதிர்வாதம் புரிந்தது. லீக் அவர்களை (காங்கிரஸ் ஆதரவு முஸ்லிம்களை) 'அடிமைகள்' என்றும் 'கைக்கூலிகள்' என்றும் அவமானப்படுத்தியது. இஸ்லாமிய சமுதாயம் என்ன நினைக்கிறது என்பது புரிய ஆரம்பித்ததும் சுயேட்சையாக வெற்றிபெற்ற முஸ்லிம் வேட்பாளர்களை காங்கிரஸ் தன் அமைச்சரவையில் சேர்த்துக்கொண்டது. இப்போது 'கொள்கை நெறி இல்லாத சபல புத்திகொண்ட முஸ்லிம்களை' விலைக்கு வாங்கி விட்டதாக காங்கிரஸ் மீது விமர்சனம் வைக்கப்பட்டது.[89] இப்போது அது மதவாதக் கட்சி மட்டுமல்ல; தீய கட்சியாகவும் ஆகிப்போனது.

அவ்வப்போது உடல்நலம் பாதித்தாலும்கூட அவர் அதையெல்லாம் பொருட்படுத்தாமல் தொடர்ந்து செயற்பட்டார் ஜின்னா. அவரிடம் சாதகமான, வலுவான சீட்டுக்கள் இருந்திருக்கவில்லை. ஆனாலும் இருமலுடன் இருந்தவரின் தீவிரமான பிடிவாதம் கையில் இருந்த சீட்டுக்களின் முகமதிப்பைக் கூட்டிவிட்டது. ஆட்டத்தில் ஜின்னா பலமான கையாக மாறினார். ஆம், அவரின் வாக்கு 'பலம்' அதிகரிக்கச் செய்த நிகழ்வு, அக்டோபர் 1937-ல் நடைபெற்ற லக்னோ மாநாடு! இந்திய முஸ்லிம்களின் எதிர்காலம் குறித்து ஒரு முடிவை எட்ட கூட்டப்பட்ட லீக் கூட்டம் அது. இக்கூட்டத்துக்கு பஞ்சாப், வங்காளம் மாகாணங்களின் பிரதமர்களான ஹயாத், ஹக் ஆகியோர் வருகை தந்தார்கள். இது பற்றி வரலாற்றாசிரியர் இக்ரம் சொன்னவை: 'லீக்கை மிகப்பெரிய அளவில் தங்கள் மாகாணங்களில் முறியடித்து வெற்றி வாகைச் சூடிய ஹயாத்தும் ஹக்கும் ஜின்னாவுடன் சமரசத்துக்கு வந்தார்கள். இந்தியா முழுவதற்குமான விஷயங்களில் முஸ்லிம் லீக் எடுக்கும் தீர்மானிங்களை ஏற்றுக்கொள்வதென முடிவெடுத்தார்கள்.[90]

ஒரு பக்கத்தில் காங்கிரஸ் கட்சியின் நெருக்குதல், மறுபக்கத்தில் அந்நிய ஆட்சியாளர்களின் கெடுபிடி இவற்றுக்கிடையே மாகாணத்தில் அரசியல் நடத்திவந்த முஸ்லிம் தலைவர்களுக்கு ஜின்னாவின் லீக் தேசிய அளவிலான தோழமைக்கு மதிப்பான இடமாக இருந்தது. முஸ்லிம்களும் கூடத் தங்களின் மாகாணங்களில் ஓரணியில் திரளத் தயராக இருப்பதைப் புரிந்துகொண்டார்கள். இதனால், ஹயாத்தும் ஹக்கும் தங்களுடைய மாகாணங்களை ஜின்னாவின் கையில் ஒப்படைத்துவிட்டார்கள். நுண்ணறிவும் செயலாற்றலும் மிக்க ஜின்னா, தன்னிடம் நம்பிக்கை வைக்கும்படி கேட்டுக்கொண்டார். அவ்வாறு நம்பிக்கை வைத்தவர்களுக்குப் பாதுகாப்புத் தருவது தன் பொறுப்பு என்றார். ஜின்னா-ஹயாத் உடன்படிக்கை ஏற்பட்டது. ஹயாத்தை எந்தவகையிலும் பஞ்சாப் லீக் கிளை பலமிழக்கவோ பகைக்கவோ செய்யாது என்று லீக் ஹயாத்துக்கு உறுதியளித்தது.

ஜின்னாவின் வியூகம் கவிஞர் இக்பாலின் மனதில் இப்போது உருவாகியிருந்த உணர்வுகளைவிட சாதுரியமாக இருந்தது. இந்த அடிப்படையில் 1937 ஆம் ஆண்டு முஸ்லிம் லீக் மாநாட்டை பஞ்சாபில் வைத்துக்கொண்டால் அது லீக்- யூனியனிஸ்ட் கட்சிப் பிணைப்பை பலப்படுத்த உதவும் என்று இக்பால் சொன்னார். சாமர்த்தியம் மிகுந்த ஜின்னா, ஹயாத்தை விலக்கி வைக்காமல், தன் பக்கம் இழுக்கத் தீர்மானித்தார். இக்பால் 'பஞ்சாபின் நலனுக்கு ஜின்னா தேவைப்படுகிறார்' என்று நினைத்தார். 'க்வாமின் நலனுக்கு தனக்கு ஹயாத் முழுமையாகத் தேவை' என்று ஜின்னா நினைத்தார்.

நாம் முன்பே பார்த்ததுபோல், லீகின் பலம் இந்துக்கள் பெரும் பான்மையாக உள்ள மாகாணங்களில் வாழும் முஸ்லிம்களை அடிப்படையாகக் கொண்டது என்று ஜின்னா புரிந்து கொண்டிருந்தார். அதனாலேயே அவர் மாநாடு நடத்துவதற்கு லக்னோவைத் தேர்ந்தெடுத்தார். அதுதான் புதிய ஜின்னாவை வெளிக்காட்டியது. அதுவரை 'இந்து-முஸ்லிம் ஒற்றுமைக்கான தூதர்' என்ற அடையாளத்துடன் இருந்த ஜின்னா, முஸ்லிம் பிரிவினைவாதம் என்பதைத் தேர்ந்தெடுத்துக்கொண்டது இந்த லக்னோ மாநாட்டில்தான். இங்குதான் அவர் 1916-ல் லீக்- காங்கிரஸ் உடன்பாட்டையும் உருவாக்கியுமிருந்தார்.

இந்த மாநாட்டில் ஜின்னா காங்கிரஸை வன்மையாகக் கண்டித்தார். காங்கிரஸ் 'இந்துக்களுக்காக மட்டும்' என்ற கொள்கையைப் பின்பற்றி வருகிறது.[91] இனி இந்துஸ்தானம் இந்துக்களுக்கு மட்டுமே என்று பெரும்பான்மை சமூகம் மிகத் தெளிவாக வெளிப்படுத்தி விட்டது[92] என்றார் ஜின்னா. இந்த மனிதர்தான் முன்சென்ற காலங்களில் இரு சமூகங்களுக்கிடையே பாலம் ஏற்படுத்தப் பாடுபட்டவர். இப்போதுதான் முதல்முறையாகக் கடக்க முடியாத அகழியை ஏற்படுத்திக் கொண்டிருக்கிறார். இதே மனிதர்தான் இந்தியாவின் தலைமைபீடத்தை ஏற்கவிருக்கிற இடத்தை நெருங்கிக் கொண்டிருந்தவர்; இப்போது, முதன்முதலாக இஸ்லாமிய க்வாமுடன் தன்னை முடக்கிக் கொண்டுவிட்டிருக்கிறார். மிஸ்டர் ஜின்னா, ஜனாப் ஜின்னா ஆகிவிட்டார். விரைவிலேயே காயீதே ஆசாம் 'மாபெரும் தலைவர்' ஆகப்போகிறார். இந்த லக்னோ மாநாட்டின் போதுதான், அவர் முதன்முதலாக இந்திய முஸ்லிம்கள் அணியக்கூடிய நீண்ட கோட்டுகளையும் துவளும் கால் உடைகளையும் அணிந்துக்கொண்டு காட்சியளிக்கத் தொடங்கினார். எப்போதும் அவர் வழக்கமாக அணியக்கூடிய ஐரோப்பிய கோட், சூட் ஆடை வகைகளைத் தவிர்த்துவிட்டார்.

காங்கிரஸ்மீது கடுமையைக் காட்டியதோடு, பிரிட்டிஷ் அரசாங்கத்திடமும் மென்மையைக் கடைபிடிக்கவில்லை. 'முழு சுதந்தரம் தேவை' என்று லக்னோ மாநாட்டில் தீர்மானம் இயற்றப்பட்டது. காங்கிரஸ் கட்சி ஏழு ஆண்டுகளுக்கு முன்னரே அறிவித்த லட்சியப் பிரகடனம் அது. இப்போது 'முழு சுதந்தரம் தேவை' என்ற இந்த லீக் பிரகடனத்தை முன்வைத்த கலிக்குல் ஜமான் இதுபற்றி ஜின்னாவின் மனநிலையைப் பற்றிச் சொல்வதைப் பார்ப்போம்:

> 'இதிலே எனக்கேற்பட்ட மிகப் பெரிய வியப்பு ஜின்னா இந்த மாற்றத்தை எதிர்ப்பதை நிறுத்திவிட்டார். காங்கிரஸ் இந்தக்

கொள்கை வேறுபாட்டை நன்கு பயன்படுத்தி எங்களுக்குப் பின்னடைவை உருவாக்கும் என்று மனப்பூர்வமாக நம்பினேன். இதைத் தொடர்ந்து நான் மிஸ்டர் ஜின்னாவிடம் முறையிட்டேன். 'நீங்கள் முஸ்லிம் லீக்கை ஒரு வழியாக முடிவுக்குக் கொண்டுவரப் போகிறீர்களா? அப்படியோர் நிலைக்கு நீங்கள் போகக்கூடாது' என்றேன். அதன் பின் ஜின்னா உற்சாகமாக எழுந்துகொண்டு சொன்னார்: 'நல்லது... நமக்கு பூரண விடுதலை வேண்டாம். முழு விடுதலைதான் வேண்டும்' என்றார். இதுதான் ஜின்னா. அவர் தோல்வியை எப்பொழுதுமே ஒப்புக்கொண்டவர் கிடையாது. மிக அமைதியாக, அலட்சியமாக இருப்பவர் போலவே இருந்து அந்தத் தோல்வியை வெற்றியாக்கிவிடுவார்.'[93]

•

இதற்குப் பின்னர் ஜின்னா எப்போதுமே காங்கிரஸையோ அல்லது வேறு எந்த காங்கிரஸ் தலைவர்களையோ தொடர்புகொள்ளவோ, பேசிக்கொள்ளவோ இல்லை. மே 1937-ல் அவர் காந்திக்கு அனுப்பிய செய்திதான் அவரின் கடைசி முயற்சி. 'புதிய ஜின்னா' காங்கிரஸ் தன்னிடத்தில் வந்தே தீரும் என்று காத்திருந்தார். 'முஸ்லிம்கள் உங்களோடு இருக்கிறார்களா?' என்ற பிரிட்டிஷ் அரசாங்கத்தின் கேள்விக்கு காங்கிரஸ் பதில் சொல்ல வேண்டியிருந்தது.

இக்ரம் இந்த நிலையைக் குறித்து விவரிக்கிறார். 'ஜின்னா தன்னுடையக் கொடியை காங்கிரஸோடு நிபந்தனைகளை நிறைவேற்றிக்கொள்ளவேண்டி ஒருபோதும் தாழ்த்தக் கூடியவர் அல்லர்; அவர் பிறர் நிபந்தனைகளை ஒப்புக்கொள்வது என்பதைத் தாண்டி அவரே நிபந்தனைகளை விதிப்பார்.'[94] இதுதான் ஜின்னாவின் பாணி; அவரின் சமுதாயம் இதையே விரும்பியது.

லக்னோ மாநாடு முடிந்த உடனேயே காந்தி ஜின்னாவுக்குக் கடிதம் எழுதினார். 'நான் உங்களின் (லக்னோ) பேச்சைக் கவனமாகப் படித்தேன். நான் படித்துப் பார்த்தவரையில் அது ஒரு போர்ப் பிரகடனமாக இருந்தது.' ஜின்னா பதிலுரைத்தார்; 'மன்னிக்கவும். நீங்கள் என் லக்னோ பேச்சைப் போர் பிரகடனம் என்று கருதி விட்டீர்கள். அது முழுவதும் தற்காப்புத் திட்டம்.'

காந்தி மறுபடியும் எழுதினார். 'நீங்கள் உங்கள் பேச்சைப் போர்ப் பிரகடனம் கிடையாது என்று மறுத்துவிட்டீர்கள். ஆனால் உங்களின் அண்மைக்கால பேச்சுகள் உங்களைப்பற்றிய என் அந்த எண்ணத்தையே உறுதிப்படுத்துகின்றன. உங்கள் பேச்சுக்களில் பழைய தேசியவாதியை நான் பார்க்க முடியவில்லை. நீங்கள் அதே திருவாளர் ஜின்னாதானா?'

ஜின்னா அதற்குப் பதிலடியாக, 'காங்கிரஸ் செய்தி ஊடகத் துறையில் என்ன நடக்கிறது என்பது உங்களுக்குத் தெரியவில்லை. அங்கே என்மீது ஏவப்படுகிற தூற்றுதலும் பழிச்சொல்லும் எனக்குத் தெரியும். இவை யாவும் உங்களுக்குத் தெரிந்திருந்தால் நீங்கள் என்னைக் குற்றம் சாட்டியிருக்கமாட்டீர்கள். என்னுடைய பேச்சுகளில் என் பழைய தேசியத் தன்மையைக் காணவில்லை என்று சொல்கிறீர்கள். 1915 – வாக்கில் மக்கள் உங்களைக் குறித்து பேசிக்கொண்டது என்ன... இப்போது அவர்கள் உங்களைப்பற்றி என்ன நினைக்கிறார்கள். என்ன பேசிக் கொள்கிறார்கள் என்பதையும் நான் சொல்ல வேண்டியதில்லை.'

லக்னோ கூட்டத்தில் ஜின்னா வெளிப்படையாக காந்தியைத் தாக்கிப் பேசினார். ஜின்னா மே மாதம் தொடர்புகொண்டபோது காந்தி அவருக்குச் சரியான முறையில் பதிலளிக்கவில்லை. அந்தக் கடிதத் தொடர்புக்குப் பின்னர் காந்தி, ஜின்னாவை பம்பாயில் சந்திக்க ஒப்புக்கொண்டார். நீங்கள் வார்தாவுக்கு வந்து சந்திப்பீர்களா என்று காந்தி கேட்டிருந்தார். ஜின்னா அந்த இடம் தனக்கு ஒத்துவராது என்று பதில் அனுப்பியிருந்தார். காந்தி, ஜின்னாவைச் சந்திக்கும்போது, தன்னுடன் ஆசாதும் உடனிருப்பார் என்று தகவல் தெரிவித்தார் காந்தி. 'நான் உங்களைத் தனியாக சந்திக்கவே விரும்புகின்றேன்.' என்றார் ஜின்னா.

ஆனால் பின்னர் காந்தி – ஜின்னா பேச்சுவார்த்தைகளில் சுபாஷ் சந்திர போஸ் உடனிருந்தார். இவர்தான் நேருவுக்குப் பின்னர் காங்கிரஸ் கட்சிக்குத் தலைவராகத் தேர்ந்தெடுக்கப்பட்டவர். காங்கிரஸ் இப்போது 'லீக்கோடு' கூட்டணி தொடர்பாகப் பேசத் தயாராக இருந்தது. ஆனால் இந்தச் சந்திப்பு தோல்வியடைந்தது. இந்தத் தோல்விக்கான காரணம் பற்றி பின்னர் காந்திக்கு ஜின்னா எழுதிய கடிதத்தில் குறிப்பிட்டிருக்கிறார்:

'நாம் ஒரு முக்கியமான கட்டத்தை எட்டிவிட்டிருக்கிறோம். நீங்கள் முஸ்லிம் லீக்கை இந்திய முஸ்லிம்களின் ஒரே அதிகாரப்பூர்வ பிரதிநிதித்துவ அமைப்பு என்பதை ஏற்றுக் கொள்வதை சந்தேகத்துக்கு இடமின்றித் தெளிவுபடுத்தியாக வேண்டும். அதுபோன்று இன்னொரு பக்கம் காங்கிரஸ் இந்தியா முழுமைக்காக இந்துக்களின் பிரதிநிதித்துவ அமைப்பு என்பதையும் ஒப்புக் கொண்டாகவேண்டும். இந்த இரண்டையும் ஏற்றுக் கொண்டால் மட்டுமே நாம் பேச்சு வார்த்தையைத் தொடர முடியும்.'[95]

இந்தக் கெடுபிடியான கோரிக்கையை குறித்து அறிஞர் மேரியம் சொல்வது: 'ஜின்னா கேட்கிற அங்கீகாரத்தை காங்கிரஸ் ஒருபோதும்

அளிக்க முடியாதது. அது மட்டுமல்ல உண்மையில் இந்தியாவின் அரசியல் சூழ்நிலையில் அது நியாயமற்றது.'[96] லீக், முஸ்லிம்கள் அனைவருக்குமான அமைப்பாக, பிரதிநிதித்துவப்படுத்தவில்லை. மேலும் மேரியமின் கருத்துப்படி, காங்கிரஸுக்கு முஸ்லிம்களில் பலர் ஆதரவு காட்டி வருகிறார்கள்.[97] மேலும் வேறு குறிப்பிடத்தகுந்த முஸ்லிம் அமைப்புகள் பல இந்நாட்டில் செயல்பட்டு வருகின்றன. அவையும் முஸ்லிம்களுக்காகவும் நாட்டு விடுதலைக்காகவும் குரல் எழுப்புகின்றன. அவரின் கோரிக்கை உண்மை நிலையைக் காட்டக்கூடியதாக இல்லை. ஆனால், வெகு விரைவிலேயே ஜின்னாவின் நிபந்தனைக்கேற்ப உண்மை நிலை மாறியது. அதற்கு ஜின்னாவின் திட சித்தம் ஒரு காரணம் என்று சிலர் சொன்னார்கள். வேறு சிலர் அவருடைய பிடிவாதம் காரணம் என்றார்கள்.

1938 ஏப்ரல் மாதம் ஜின்னா, காங்கிரஸிடம் அவர்களின் மையக் கமிட்டியில் எந்தவொரு முஸ்லிமையும் நியமிக்கக்கூடாது என்றார். அதற்கு போஸ் பதில் கொடுத்தார். 'காங்கிரஸ் தனது கொள்கையைக் கைவிட முடியாது; இஸ்லாமியர்களை வெறுத்து ஒதுக்கவும் செய்யாது'[98] என்றார். கோட்பாட்டு இடைவெளி இட்டு நிரப்ப முடியாததாகிவிட்டது. உண்மை நிகழ்வுகள் எல்லாம் வெவ்வேறு கோணங்களில் பார்த்துப் புரிந்துகொள்ளப்பட்டன.

•

அவரைக் குறைத்து மதிப்பிட்டு யாராவது நடந்துகொண்டாலோ அப்படி நடந்துகொள்வதாக ஜின்னா தாமாக நினைத்துக் கொண்டாலோ அதைப் பொறுத்துக்கொள்ள மாட்டார். கடுமையாக பதிலடி கொடுத்துவிடுவார். 1938-ல் நேருவுடன் அவர் கொண்டிருந்த கடிதப் போக்குவரத்தில் இதைக் காணலாம்.

> ஜின்னாவுக்கு நேருவின் கடிதம், பிப்ரவரி 25, 1938: 'நான் வெளிப்படையாகக் கூற விரும்புவது. என்னென்ன அடிப்படைக் கருத்து வேறுபாடுகள் இருக்கின்றன என்பது பற்றி எனக்கு எதுவும் இதுவரை தெரியாது. அதைச் சற்று விளக்குமாறு கேட்டுக்கொள்கின்றேன்.'
>
> நேருவுக்கு ஜின்னாவின் பதில், மார்ச் 3, 1938: 'நான் உங்களின் அறியாமையைக் கண்டு உண்மையில் நம்ப இயலாத வியப்புக்குள்ளாகியிருக்கிறேன்.'
>
> ஜின்னாவுக்கு நேருவின் மடல், ஏப்ரல் 6, 1938: ஐயத்துக்கு இடமின்றி 'முஸ்லிம் லீக்' இன்றியமையாத மதவாத அமைப்பு. மேலும் அதை நாங்கள் அவ்வாறே பார்க்கவும், எதிர்கொண்டு

செயலாற்றவும் முடியும். அதேநேரம் நாங்கள் எங்கள் எல்லைக்குள் வரும் அனைத்து அமைப்புகளுடனும் தனியார் களுடனும் செயல்பட்டாகவேண்டியிருக்கிறது. நாங்கள் இந்த அமைப்புகள் அல்லது தனிநபர்களை எவ்வித அளவுகோலும் கொண்டு நிர்ணயித்து அவர்களுக்குத் தனி முக்கியத்துவம் அளிப்பதில்லை. அவர்களின் தனிச்சிறப்பு, மேம்பாடு காரணமாக சலுகைக் காட்டுவதில்லை. முக்கியத்துவம் அல்லது முன்னுரிமை என்பது வெளியிலிருந்து கிடைக்கும் அங்கீகாரத் தினால் வருவதல்ல; அது உள்ளார்ந்த பலத்தைச் சார்ந்தது.

நேருவுக்கு ஜின்னாவின் மடல், ஏப்ரல் 10, 1938: உங்கள் குரலும் மொழியும் மறுபடியும் உங்களுடைய அதே ஆணவப் போக்கையும் போர்க்குணத்தையும் காட்டுகிறது. காங்கிரஸ் மட்டுமே சர்வ அதிகாரம் கொண்டது என்பதுபோலவே நடந்துகொள்கிறீர்கள். காங்கிரஸ், முஸ்லிம் லீக்கை சமமான நிலையில் மதித்து முழுமையாக ஏற்றுக்கொள்ளாவிட்டால், நாங்கள் எங்கள் 'உள்ளார்ந்த பலத்தை' மட்டும் நம்பிச் செயல்படவேண்டிவரும்; அதுவே எங்களின் 'முக்கியத்துவம் அல்லது முன்னுரிமையை' உங்களுக்கு புரியவைக்கும்.[99]

காந்தி மீதான ஜின்னாவின் வெறுப்பு அவரை விட்டு விலகிச் செல்லவே இல்லை. அவரைக் கட்டம் கட்டித் தாக்கிவந்தார். 1938-ல் டிசம்பரில் ஜின்னா கூறினார்: 'இந்தியாவில் இந்து ராஜ்யத்தை ஏற்படுத்தவும், இந்து மதத்தை மீட்டுப் புத்துயிர் அளிக்கவும் காங்கிரஸை ஒரு கருவியாக்கித் திசைத் திருப்பும் பொறுப்பை ஏற்றுக்கொண்டுள்ள ஒரே நபர் காந்தியே'.[100] அதேநேரம் தனக்குத் தரப்படும் பதிலடிகளை, குறைந்தபட்சம் அவருக்குப் பிடித்தவர் களிடமிருந்து வரும்போது, ஜின்னா இதமாக ஏற்றுக்கொள்வதும் உண்டு. அப்படிப்பட்ட நிகழ்ச்சி ஒன்றை நமக்குக் கொண்டுவந்து காட்டுகிறார் போலித்தோ. இப்ராகீம் ஹபிபுல்லா என்ற இளைஞர் ஒருமுறை ஜின்னா, நேரு ஆகியோரின் சொற்பொழிவைப் பொதுக்கூட்டம் ஒன்றில் கேட்டார். அதை வரலாற்றாசிரியர் போலித்தோ விவரிக்கிறார்:

'ஹபிபுல்லா கூட்டம் நடைபெற்ற மண்டபத்திலிருந்து ஜின்னாவோடு வெளியே நடந்துவந்தார். அவரிடம் ஜின்னா கேள்வி எழுப்பினார்: 'நேருவின் பேச்சு முட்டாள்தனமாக இருந்தது என்று உங்களுக்குத் தோன்றவில்லையா?'

'இல்லை. அவர் கருத்துகள் எல்லாவற்றையும் ஒப்புக் கொள்கிறேன்' என்றார் ஹபிபுல்லா. ஜின்னா உடனே நேருவின் பேச்சில் இருந்து சிலவற்றை எடுத்துச் சொல்லிவிட்டு 'எப்போதும்

கானக விதிகளே வெல்லவேண்டும். அதைப் புரிந்துகொள்ள வில்லையென்றால் நீங்கள் வெறும் முட்டாள்தான்'.

ஹபிபுல்லா, ஜின்னா சொன்னதற்கு பதில் சொன்னார். 'நாம் நம்மை மனிதகுலம் என்று அழைத்துக் கொள்கின்றோம்... காரணம் நாமெல்லாம் காட்டிலிருந்து வெளியே வந்துவிட்டவர்கள். அதை ஒப்புக்கொள்ளவில்லையென்றால் ஐயா, நீங்களும் ஒரு முட்டாள்தான்.'

ஜின்னா அந்த இளைஞரின் பேச்சால் மகிழ்ச்சியடைந்தார். அவர் வயதில் பாதிகூட இல்லாத இந்த இளைஞரின் பேச்சு அவரைக் கவர்ந்துவிட்டது. உடனே அந்த இளைஞரிடம் ஜின்னா சொன்னார், 'ஓ... எனக்குத் தேவை உங்களைப் போன்ற இளைஞர் தான். என்னோடு வந்து சேர்ந்துகொள்ளுங்கள்' என்றார்.[101]

ஜின்னாவின் தனி வாழ்க்கையில் மகிழ்ச்சி என்பது வெகுகுறைவே. அவரின் மகள் 'தினா' தாயின் உறவினர்களோடே தங்கிவிட்டார். ஜின்னாவுடன் இருப்பது மிகவும் குறைவுதான். பின்னாளில் ஜின்னாவின் விருப்பத்துக்கு மாறாக, கிருஸ்துவரைத் திருமணம் செய்து கொண்டுவிட்டாள். ஒரு கட்டத்தில் தந்தையை வெறுக்கவும் ஆரம்பித்திருந்தாள். ஆனாலும் ஜின்னாவின் வீட்டில் அவரோடு தங்கை பாத்திமா இருந்தார். அவளின் அலாதி அன்புக்குக் குறைவில்லை. ஜின்னா ஒரு தருணத்தில் தன்னுடைய 'தனிமைத் துயரத்தை' வெளியில் பகிர்ந்துக்கொண்டார். மாணவர்களிடையே நீண்ட உரை நிகழ்த்தியபோது 'எனக்கு ஒரு மகன் பிறந்திருக்க வேண்டும் என்று விரும்பினேன்' என்றார்.[102]

இன்னொரு தருணம் அவர் அரசியல் சுற்றுப்பயணத்தில் இருந்தபோது, அவர் ஒரு விளையாட்டுப் பொருள்கள் கடைக்குச் சென்று 'ஆடும் குதிரை பொம்மை' ஒன்றை வாங்கினார். அவர் அதை வாங்கியது தன் வீட்டைப் பராமரிக்கும் பணிப்பெண் ஒருத்தியின் மகனுக்காக.

•

1937 தேர்தல் முடிந்து ஓராண்டுக்குள் லீக்கின் கட்சி உறுப்பினர்கள் எண்ணிக்கை பத்தாயிரத்திலிருந்து லட்சங்களில் கூடியது.[103] அந்தக் காலகட்டத்தில் அவர் ஒரு பொதுக்கூட்டத்தில் பேசினார். அவரின் உள்ளத்திலிருந்து பொங்கி எழுந்த உணர்வுகளை எந்தவிதத் தடையுமின்றிப் பேசினார். 'இந்திய முசல்மான்களின் சமூக, பொருளாதார அரசியல் நிலைகளை மேம்படுத்துவதற்காக நான் முயற்சிகள் எடுத்தால் என்னை அவர்கள் மதவாதி என்று முத்திரை குத்துகிறார்கள். நான் உங்களிடத்தில் உறுதியோடு சொல்கின்றேன்.

அப்படியான ஒரு மதவாதியாக இருப்பதற்குப் பெருமைப் படுகின்றேன் என்றார்.[104] அவர் இப்போது அராபிய நலன் குறித்து குரல் எழுப்புகிற தளகர்த்தராக மாறிப்போனார். பிரிட்டன் 'தன்னுடைய நண்பர்களை ஓநாய்களிடத்தில் கொண்டுபோய் விட்டுவிட்டது' என்றும் பேசினார். இந்திய முஸ்லிம்களை சூடானிய ஜெர்மானியர் களோடு ஒப்பிட்டுப் பேசினார். 'பெரும்பான்மை செக்கோசுலே வாக்கியாவினரின் காலடியில் அவர்கள் வாழ நேர்ந்தது. அவர்கள் சூடானிய ஜெர்மானியரை அடக்கி ஒடுக்கி கொடுமைகளுக்கு உட்படுத்தினர்.'[105] இந்துப் பெரும்பான்மையினரின் கீழ் இந்திய முஸ்லிகளுக்கும் இப்படியான நிலையே ஏற்படும் என்ற அர்த்தத்தில் அப்படிக் கூறினார்.

இந்தியா முழுவதும் லீக் பேச்சாளர்கள் காங்கிரஸ் அமைச்சரவையைக் கடுமையாகத் தாக்கிப் பரப்புரை செய்தார்கள். 'அவர்கள் முஸ்லிம்களின் வேலைவாய்ப்பை மறுக்கிறார்கள். சம்ஸ்கிருதம் கலந்த இந்தியைத் திணிக்க முயற்சி செய்கிறார்கள். பள்ளிக் குழந்தைகள் காந்தியின் உருவப்படத்தை வணங்கச் சொல்லி வலியுறுத்தப்படுகிறார்கள். மேலும் பக்திப்பாடல்கள் என்ற பெயரில் இஸ்லாத்தின் நம்பிக்கைகளுக்கு மாறுபட்டவரிகளைப் பாடச் செய்திருக்கிறார்கள்'. முஸ்லிம் சமுதாயம் இவற்றை உண்மை என்றே நம்பத் தொடங்கிவிட்டது. இப்படியான நிலையில் இத்தகைய பரப்புரைகளில் அடிப்படை உண்மை இருக்கிறதா இல்லையா – அவர்கள் குற்றச்சாட்டுகள் சரியானவை தானா என்பதெல்லாம் இரு பொருட்டே இல்லை என்றாகிவிட்டது.

இரண்டாம் உலகப்போர் ஜின்னாவுக்கு இரண்டாவது மிகப்பெரிய வாய்ப்பை அளித்தது. அது பிரிட்டிஷ் இந்திய அரசாங்கத்துடனான காங்கிரஸின் உடன்பாட்டை முறித்தது. பிரிட்டிஷ் ஆட்சியாளர்கள் இந்திய விடுதலைக்கான முயற்சிகளை எடுத்தால் அவர்களின் உலகப் போர் தொடர்பான நடவடிக்கைகளுக்கு ஆதரவு தர காங்கிரஸ் முன்வந்தது. ஆனால், பிரிட்டிஷார் அதில் ஆர்வம் காட்டவில்லை. பிரிட்டிஷ் அரசாங்கம் எதனால் காங்கிரஸின் கோரிக்கைகளை ஏற்கவில்லை? முதலாவதாக, நெருக்கடி மிகுந்த போர்க் காலகட்டத்தில் இப்படியான விடுதலைப் பேச்சு வார்த்தையை ஆரம்பித்ததை அவர்கள் விரும்பவில்லை. காங்கிரஸில் இருந்த தீவிர சிந்தனையாளர்கள் பல்லாண்டுகளாகவே பிரிட்டிஷ்காரர்கள் மீது தொடுத்த வார்த்தைத் தாக்குதல்களினால் பிரிட்டிஷார் சிலரின் மனம் புண்பட்டிருந்தது இன்னொரு காரணம். இந்தியர்களுக்குத் தன்னாட்சி அளித்தால் அதனால் சிறுபான்மை மக்களுக்குப் பாதுகாப்பு கிடைக்காது என்று சில பிரிட்டிஷார்

உண்மையாகவே நம்பினார்கள். அவர்களிலே வேறு சிலர் இந்தியாவுக்கு விடுதலை கொடுக்கவேண்டிய அவசியமே இல்லை என்றே நினைத்தனர். அதனால் காங்கிரஸின் கோரிக்கைகள் மறுக்கப்பட்டன. காங்கிரஸ் தன்னுடைய அமைச்சரவைகளை ராஜினாமா செய்யச் சொல்லியது.

இத்தனை நாள் கழித்து இன்றைக்குப் பார்க்கும்போது, காங்கிரஸின் அந்த நடவடிக்கை எல்லை மீறிய முட்டாள்தனமாகத் தோன்றக்கூடும். ஆனால், சுதந்தரப் போராட்டம் தீவிரமாக முன்னெடுக்கபட்ட அன்றைய சூழ்நிலையில் காங்கிரஸுக்கு வேறு வழி எதுவும் இருந்திருக்கவில்லை. சுதந்தரத்துக்கான திசையில் இதுபோல் அடியெடுத்துவைத்திருக்காவிட்டால் 'அடிவருடிக் கட்சி' என்றெல்லாம் இழிவுபடுத்தப்பட்டிருக்கும்.

மீண்டும் ஒருமுறை, ஜின்னா தன் காய்களை மிகவும் திறமையாக நகர்த்தினார். 'நடைபெறுகிற உலகப்போரில் பிரிட்டிஷ் அரசாங்கத்துக்கு, லீக்கினரும் இந்திய முஸ்லிம்களும் ஆதரவு தருவார்கள்; ஆனால் பின்னாளில் உருவாகவிருக்கும் இந்திய அரசியல் சாசனத்தில் முஸ்லிம்களின் நலன்கள் அவர்கள் விரும்புவதுபோல் பாதுகாக்கப்பட்டிருக்க வேண்டும். அப்படியானால் மட்டுமே பிரிட்டிஷாருக்கு ஆதரவு தருவோம்' என்று குறிப்பால் உணர்த்தினார். அதேவேளை இந்திய விடுதலை தொடர்பாக எந்தவிதமான நிபந்தனையையும் அவர் விதிக்க வில்லை. காங்கிரஸைப்போல் அன்றி அவர் நாட்டு விடுதலைக்குக் காத்திருக்கவே செய்தார். இப்போது அவருடைய க்வாம், தங்களுடைய பிரதான எதிரியாக பிரிட்டனை அல்ல; இந்துக்களையே பார்த்தது.

ஆட்சி அதிகாரத்தில் இருந்த பிரிட்டிஷ் அரசாங்கம் தனக்கு வசதியாகக் கிடைத்த வாய்ப்புகளைப் பயன்படுத்திக்கொள்ளவே பார்த்தது. அதை வைஸ்ராய் லின்லித்தோ பிரிட்டிஷ் மாமன்னருக்கு எழுதியுள்ள கடிதம் அப்பட்டமாக வெளிப்படுத்துகிறது:

> 'விரைவிலேயே நான் உணர்ந்தறிந்து கொண்டதன்படி, எனக்குப் பலமான தொடர்ச்சியான அழுத்தம் கொடுத்து காங்கிரஸ் கட்சி நமக்கு போர்க்காலத்தில் அளிக்கப்போகும் உதவி, ஒத்துழைப்பு, கூட்டுறவு ஆகியவற்றுக்குக் கைமாறாகப் பெருமளவுக்கு அரசியல் ஆதாயங்களை விலையாகக் கேட்கிறது. இவர்களைப் போன்று நான் இந்த நாட்டிலுள்ள இன்றியமையாத அமைப்புகள், ஆர்வலர்கள், இந்திய சமஸ்தான இளவரசர்களின் பேரவைத் தலைவர் என அனைவரையும் அழைத்து பேசிப்

பார்த்தேன். அந்த வரிசையில் மிஸ்டர். ஜின்னாவும் ஒருவர். இவர்களைப் போன்றவர்களை ஒவ்வொருவராக சந்தித்தேன். அது அவ்வளவு எளிதான செயலல்ல. சோர்வடையவைக்கும் மிகவும் சிரமமான செயல். இருந்தும் பட்ட பாட்டுக்கு பலன் கிடைத்தது.'[106]

வைஸ்ராய் தமக்கு அழைப்பு அனுப்பியது காந்திக்கும் காங்கிரஸுக்கும் பெரும் அதிர்ச்சியை ஏற்படுத்தியிருக்கக்கூடும் என்று ஜின்னா நினைத்தார்.[107] லீக்கும் அரசாங்கமும் கைகோர்ப்பது காங்கிரஸை வெற்றிபெறாமல் தடுக்கும் முயற்சி மட்டுமே. ஜின்னா ஒருபோதும் விடுதலைக் கனவுகளைக் கைவிடமாட்டார் என்பது காங்கிரஸ் தலைவர்களுக்கு நன்கு தெரியும். சென்னை மாகாண ப்ரீமியர் ராஜகோபாலச்சாரி, ஜின்னா லின்லித்தோ சந்திப்புக்குப் பின்னர் கூறினார்: 'எனக்கு மிஸ்டர் ஜின்னாவைத் தெரியாதா? அவரின் நெஞ்சின் அடி ஆழத்திலிருந்து வேர்விட்டு வளர்ந்து நிற்கிற ஆசை இந்தியாவின் விடுதலை. அதை அடைய வேண்டுமென்பது தான் அவரின் மாறாத குறிக்கோள். அதை நான் அறிய மாட்டேனா?' மேலும் காங்கிரஸின் மனவேதனையை வெளிப்படுத்தியபடி ராஜாஜி கூறினார், 'லீக் மட்டும் சரியாக ஆடியிருந்தால் (செயல்பட்டிருந்தால்) நாம் இதற்குள் ஸ்வராஜ்யத்தைப் பெற்றுவிட்டிருப்போம். ஆனால், அவர்கள் தவறுக்கு மேல் தவறு செய்துவருகிறார்கள். சக்கரங்களை பஞ்சர் ஆக்கி இந்திய காரை முஸ்லிம் லீகினர் முடக்கி வருகிறார்கள்'[108] என்றும் தெரிவித்தார்.

அமைச்சரவையிலிருந்து காங்கிரஸ் பதவி விலகியதும், அதை ஜின்னா முஸ்லிம் சமுதாயத்தை 'விடுதலை மீட்சி நாள்' கொண்டாடக் கேட்டுக்கொண்டார். 'இந்து' அமைச்சர்களின் 'எதேச்சாதிகார' ஆட்சியிலிருந்து நமக்கு விடுதலை கிடைத்து விட்டது என்றார். இதைக் கேட்ட காங்கிரஸ் தலைவர்கள் கொதிப் புற்றார்கள். உண்மையோ இல்லையோ அவர்கள் முஸ்லிம்களிடம் நியாயமாகவும் நல்லவிதமாகவும் நடந்து கொண்டதாகவே கருதினார்கள். ஆனால் முஸ்லிம்களில் பெரும்பான்மையோர் 'விடுதலை மீட்சி நாளை' கொண்டாடினர்.

முஸ்லிம்கள் உணர்வுப் பெருக்குற்றுத் தங்கள் வேகத்தைக் காட்டினார்கள். 'மதத்தால் முஸ்லிம்கள்: நாட்டால் இந்தியர்கள்' என்ற பழைய நிலைப்பாட்டை விட்டுவிட்டு, 'மதத்தால் முஸ்லிம்கள்; நாட்டாலும் முஸ்லிம்கள்' என்று சொல்ல ஆரம்பித்திருந்தனர். காந்தி இந்தப் பேரலையைத் தன் கடும் முயற்சியால் அடக்கப் பார்த்தார். அவரின் அறிவுரைப்படி 1940-ல் காங்கிரஸ் தலைவராக அபுல் கலாம் ஆசாத் தேர்ந்தெடுக்கப்பட்டார்.

1940-ல் காந்தி, ஜின்னாவுக்கு எழுதிய கடிதத்தில் அவரை, ‘என்னருமை காயீதே ஆசாம்’ என்று அழைத்திருந்தார். காந்தியின் செய்தித்தாளான ஹரிஜனில் அவர் ஜின்னாவை ஏற்றிப்போற்றி எழுதினார். அவரை ‘என்னுடைய பழைய காம்ரேட்’ என்று அழைத்து, அவர் இந்நாட்டிலுள்ள தீண்டாமைக்கெதிராகப் போராடும் அம்பேத்கரின் தொண்டர்களை, காங்கிரஸுக்கு எதிராக தமிழர்களைக் கிளர்ந்தெழச் செய்த ராமசாமி நாயக்கரின் ஆதரவாளர் களை என காங்கிரஸுக்கு எதிரான அனைவரையும் ஒருங்கிணைத்து அவர்களின் தலைவராக இருந்து வழிநடத்தும்படிக் கேட்டுக் கொண்டார். இதனால் ஜின்னாவின் முஸ்லிம் பிரிவினை வாதம் என்பது இரண்டாவது இடத்துக்குப் போய்விடக்கூடும். காங்கிரஸை எதிர்க்கும் ஜின்னாவின் போராட்டம் முன்னிலைக்கு வந்துவிடக் கூடும் என்று நினைத்தார். இதனால் காங்கிரஸ் பாதிப்படையும்; ஆனாலும் முஸ்லிம் சமுதாயம் இந்தியாவுடன் இணைந்து நிற்கும் என்று நினைத்தார். ஜின்னா அந்தத் தூண்டிலில் சிக்கவில்லை.

‘இந்தியா ஒரு நாடே அல்ல; இது ஒரு தேசமும் அல்ல. பல்வேறு நாட்டு மக்கள் ஒரு துணைக்கண்டத்தில் ஒன்று சேர்க்கப் பட்டுள்ளார்கள் என்ற கருத்தில் எனக்கு எந்தக் குழப்பமும் இல்லை.’ அவருக்குக் காங்கிரஸோடு போர்புரிவதற்கு மகிழ்ச்சிதான். ஆனால் இனிமேல் அவர் எல்லாவற்றுக்கும் மேலாக ‘ஒரே இந்தியா’ என்பதை எதிர்க்கவும் முடிவெடுத்துவிட்டார். அதைக் குறிக்கோளாகக் கொண்டு போர்க்களம் குதித்துவிட்டார். உண்மையிலேயே, அவர் அம்பேத்கரையும் நாயக்கரையும் கூட இந்தியாவுக்கு எதிராகப் போராடும்படி உற்சாகப்படுத்தவும் முன்வந்தார்.[109]

1940 மார்ச் மாதம் முறைப்படி இந்த மகத்தான தீர்மானம் நிறைவேற்றப்பட்டது. லாகூரில் நடந்த மாநாட்டில் இந்தத் தீர்மானத்தை பசுலுல் ஹக் கொண்டுவந்தார். அது லீக்கின் முற்று முடிவான நிலைப்பாட்டை வெளிப்படுத்தியது. ‘தனியான, சுய நிர்ணய அதிகாரம் பெற்ற இஸ்லாமிய நாடு வேண்டும். வடமேற்கு மற்றும் கிழக்குப் புறங்களில் உள்ள இந்திய நிலப் பகுதிகள் போல் புவியியல் அடிப்படையில் சேர்ந்து உள்ள நிலப் பகுதிகளில் முஸ்லிம்கள் எங்கெல்லாம் பெரும்பான்மையினராக வாழ்கிறார்களோ அவை யாவும் இணைக்கப்பட்டு தனி சுதந்தர அரசுரிமை அளிக்க வேண்டும்’[110]

1937-ல் இக்பால் ஜின்னாவிடம் இதே போன்ற ஒன்றைத்தான் முஸ்லீம் லீக் இலக்காகக் கொள்ளவேண்டும் என்று கோரியிருந்தார். இதே கவிஞர் உண்மையிலேயே 1930 தொடக்கத்திலோ அதற்குச் சற்று முன்போ முஸ்லிம்களுக்காக தனிநாடு வேண்டும் என்று குரல்

எழுப்பியிருந்தார். ஆனால் அந்தத் தனி நாட்டின் பெயரை 'பாகிஸ்தான்' என்று குறிப்பிட்டிருக்கவில்லை. லாகூர் தீர்மானத்திலும்கூட நாட்டின் பெயர் குறிப்பிடப்படவில்லை. 1930-ன் தொடக்கத்தில் இந்தப் பெயர் முதன்முதலாக வேறு ஒருவரால் சூட்டப்பட்டது. அவரின் பெயர் க்வாஜா அப்துர் ரஹ்மான். பாகிஸ்தான் என்பதற்குப் பொருள் 'தூயநாடு'. மேலும் ஆங்கில மொழியில் அவர்கள் குறிப்பிடுகிற மாகாணங்களின் முதலெழுத்தைக் கொண்டும் பிற்பகுதியைக் கொண்டும் இச்சொல் அல்லது பெயர் உருவாக்கப்பட்டது. பஞ்சாப், ஆப்கானியா (வடமேற்கு எல்லைப்புறப்பகுதிகள்), காஷ்மீர், சிந்து, பலுசிஸ்தான் என்பதன் ஆங்கில வார்த்தைகளின் முதல் எழுத்துகளைச் சேர்த்து உருவான சொல் வடிவம்.

அப்போது கேம்பிரிட்ஜ் பல்கலைக்கழகத்தில் படித்துக் கொண்டிருந்த ரஹ்மத் அலி என்ற மாணவர்தான் இந்தப் பெயரை முதன்முதலாக அச்சில் குறிப்பிட்டு சிறிய அளவுக்கு பயன் பாட்டுக்குக் கொண்டுவந்தார். இது நடைபெற்றது 1933 -ல். ஜின்னாவுக்கு தனிநாட்டு சிந்தனை வருவதற்கு ஏழு ஆண்டுகள் முன்னரே இதைச் செய்துவிட்டார். லாகூர் தீர்மானத்தின்போது, தனி நாட்டுக்குப் பெயர் தேவைப்பட்டபோது அச்சு ஊடகத்துறை 'பாகிஸ்தான்' என்ற பெயரை முன்வைத்தது. விரைவிலேயே, 'லீக்' இப்பெயரை எடுத்துக்கொண்டது.

லாகூர் தீர்மானம் புதிய நாட்டின் எல்லைகளை நிர்ணயம் செய்யவில்லை என்பதை இங்கு குறிப்பிட்டாகவேண்டும். அதற்கான காரணத்தை, லாகூர் மாநாட்டிலேயே லீக்கின் பொதுச் செயலாளர் லியாகத் அலி கான் கூறியிருந்தார். தீர்மானத்தின் சொற்களால் சுட்டிக் காட்டப்படுகிற மாகாணங்களில் பஞ்சாப்பும் வங்காளமும் இடம்பெற்றால் பின்னர் அவை இரண்டாகப் பிரிக்கப்படலாம் என்ற அச்சம் அவர்களுக்கிருந்தது. இதுகுறித்து ஒரு பங்கேற்பாளர் 'ஐயந்திரிபட புதிய நாட்டு எல்லைகள் குறிப்பிடப்பட வேண்டியது கட்டாயம்' என்ற கருத்தை வைத்தபோது, லியாகத் மறுமொழியளித்தார்:

> 'நாம் பஞ்சாப் என்று குறிப்பிட்டுக் காட்டிவிட்டால், நம் நாட்டின் எல்லை குர்கானோடு முடிந்துவிடும். ஆனால், நாம் நமது கலாசாரத்தின் மையங்களான தில்லி, அலிகர் ஆகியவற்றையும் சேர்த்தே கேட்கிறோம். மற்றபடி பஞ்சாபில் எந்தப் பகுதியையும் விட்டுக்கொடுக்க நாம் முன்வரப்போவதில்லை.'[111]

முஸ்லிம்களுக்கென்று தனித்தாயகம் என்ற கொள்கையை ஜின்னா, 1940க்குப் பின் முன்னெடுத்த வேகத்தைப் பார்த்த பலருக்கும் அதற்கு

முன் அவருக்கு அதை முன்வைக்கத் தயக்கம் இருந்தது என்பதே மறந்துபோய்விடும். அவர் இந்தக் கொள்கைக்காக தன் காலடிகளை மெதுவாகவே எடுத்துவைத்து தலைமை ஏற்றார். இந்து முஸ்லிம் ஒற்றுமைக்கான அவரின் நீண்ட காலப் போராட்டங்களுக்கு இந்த முடிவு முற்றிலும் முரணானது என்பதே அதன் முக்கிய காரணம். 1939 இறுதியில் ஜின்னாவிடம் 'உங்களின் அண்மைய நிலைப்பாட்டுக்கு தர்க்கரீதியான அர்த்தம் தனி நாடு என்பதுதான்' என்று லின்லித்கோ சொன்னபோது கோபத்தில் ஜின்னாவின் 'முகம் சிவந்தது'[112] என்று குறிப்பிட்டிருக்கிறார். அவர் முஸ்லிம்களின் தனி நாட்டுக்காகப் போராடத் தலைமை ஏற்றுக்கொண்டது கட்டாயத்தால்தான். காரணம் முஸ்லிம் சமுதாயத்தில் பிரிவினைச் சிந்தனை முழுமையாக உருவாகிவிட்டிருந்தது.

முப்பதுகளில் அவர் எடுத்த முடிவுப்படி அவர், க்வாமின் விருப்பங்களோடு தன்னை முடக்கிக் கொள்ளத் தீர்மானித்திருந்தார். ஆனாலும் முஸ்லிம் சமுதாயத்தினரின் பிரிவினைச் சிந்தனை அவரால்தான் பெரிதாக வளரவும் செய்தது. அவருடைய சமுதாயத்தினரும் அவரும் பரஸ்பரம் பற்ற வைத்த நெருப்பு பற்றி எரியத் தொடங்கியது. இருந்தும் இவற்றின் பின்னணியில் காங்கிரஸின் 1937ஆம் ஆண்டின் வெற்றி இருந்தது. நீண்டகாலப் பார்வையில், இந்தியா விடுதலையை நோக்கி வேகம் எடுத்தது; முஸ்லிம் சமுதாயம் நேர்மாறாகத் திரும்பி பாகிஸ்தானை நோக்கிப் பாய்ச்சல் எடுத்தது.

•

லாகூர் மாநாட்டில் ஜின்னா 'இந்துக்களும் முஸ்லிம்களும் எக்காலத்திலும் பொது தேசிய உள்ளடக்கத்தில் ஒன்று சேர்ந்து இருக்கமாட்டார்கள்' என்று முழங்கினார். 'எண்ணிக்கை அளவில் சிறுபான்மையினர் மற்றொன்று மிகப் பெரும்பான்மையினர் ஆகிய இரண்டு வெவ்வேறு நாடுகளை ஒரே நுகத்தடியில் பூட்டிச் செலுத்த நினைத்தால் முடிவில் அழிவுக்கே இழுத்துக்கொண்டுபோய்விடும்'[113] என்றார். அவரிடம் 'ஒருவேளை முஸ்லிம்களுக்கு தனியாக நாடு கிடைக்காமல் போய்விட்டால் நீங்கள் என்ன செய்வீர்கள்?' என்று கேட்கப்பட்டது. 'அதை அடைய என் உயிரையே கொடுப்பேன்' என்று ஜின்னா கூறினார். 'அவர் சொல்லி முடிப்பதற்குள் நீண்ட கரகோஷம் எழுந்து இந்த வாக்கியத்தை கிட்டத்தட்ட மூழ்கடித்தது'[114] என்று டைம்ஸ் ஆப் இந்தியா எழுதியது.

காந்தி உடனடியாக அவரின் அடுத்த ஹரிஜன் இதழில் மறுவினையாற்றினார். 'காங்கிரஸ் என்பது இந்து அமைப்பு அல்ல'

என்று அழுத்தமாக எழுதினார். அவர்களின் அமைப்பில் தலைவராக இருப்பவர் ஒரு முஸ்லிம்; மேலும் நான்கு முஸ்லிம்கள் அவர்களின் பதினைந்து பேர்க்கொண்ட செயற்குழுவில் இடம் பெற்றுள்ளார்கள். இந்துக்கள், முஸ்லிம்கள் இரண்டு நாடுகளைச் சேர்ந்தவர்கள் அல்ல. அவர்கள் அப்படி ஒருபோதும் இருக்க மாட்டார்கள். இஸ்லாத்துக்கு மதம் மாறியதென்பது இந்திய முஸ்லிம்களின் நாட்டை மாற்றிவிடவில்லை. ஜின்னாவின் பெயரின் பின்னொட்டு என்பது எந்தவொரு இந்துக்குக் கூட இருக்கலாம். இந்திய தேசியப் பண்பு அவரின் முகத்திலும் நடைமுறையிலும் அழுத்தமாகத் தெரிகிறது' என்றார்.

ஜின்னா, காந்திக்கு பதில் சொன்னார்: 'நிச்சயமாக இன்றைய நாளில் இந்தியா இயற்கையாகவே பிரிக்கப்பட்டும் பிளவுபட்டும் இருக்கிறது. எதற்காக இப்படி ஓர் ஆர்ப்பாட்டம். பிரிக்கப் படுவதாகச் சொல்லப்படும் நாடு எங்கே இருக்கிறது?' காந்தி, 'குர் ஆனுடைய கடவுளும், கீதையின் கடவுளும் ஒருவரே என்று நான் முழு உள்ளத்தோடு நம்புகிறேன்' என்றார். மதச்சார்பற்றவராகத் தோற்றம் காட்டிய ஜின்னா 'தன்னை பணிவான, பெருமிதமான முஸ்லிம்' என்று அழைத்துக்கொண்டார். 'பாகிஸ்தானுக்காக போர் நடத்துவதுதான் இஸ்லாமியத் தொண்டர்களின் புனிதக் கடமை... ஏனென்றால் முஸ்லிமும் இந்துவும் முற்றிலும் மாறுபட்ட கோட்பாடு மற்றும் நடைமுறைகளையும் இரு வேறுபட்ட பண்பாட்டுப் பாரம்பரியங்களையும் சேர்ந்தவர்கள்' என்றார்.[115]

இவர்களின் நேருக்கு நேரான மோதல்கள் ஏழாண்டுகள்வரைத் தொடர்ந்தன. லாகூரில் நடைபெற்ற கூட்டத்தில் ஜின்னாவின் வெளிப்படையான பேச்சு அவரின் தனிப்பட்ட ஆதங்கத்தை வெளிக்கொணர்ந்தது. 'போர்ப்பிரகடனம் அறிவிக்கப்பட்ட அந்த நேரம்வரைக்கும் வைஸ்ராய் எங்களை சட்டமன்றத்தில் உள்ள முக்கியத்துவம் மிக்க கட்சி என்று நினைக்கவே இல்லை. வைஸ்ராய் என்னை ஒரு பொருட்டாக மதிக்கவே இல்லை.'[116]

அந்த லாகூர் தீர்மானத்துக்குப் பின்னர் ஜின்னா தனிப்பட்ட இதுபோன்ற விஷயங்களைப் பேசவே இல்லை. இப்போதெல்லாம் இந்து முஸ்லிம் நல்லிணக்கம் என்பது ஒருபோதும் நடைமுறைக்குச் சாத்தியமற்றது என்பதை மட்டும் எடுத்துரைப்பதாகவே அவர் பேச்சு இருந்தது. 1942-ல் அவரின் 'வசீகரம் மிக்க அழுத்தமான அறிக்கையை'[117] மேரியம் எடுத்துரைக்கிறார்.

> 'இந்துக்களுக்கும் முஸ்லிம்களுக்குமிடையே உள்ள வேற்றுமைகள் ஆழமாக வேர்விட்டவை. அவற்றை அழிக்கவே

முடியாது. நாங்கள் ஒரு தனி நாடு; எங்களுக்கென்று தனித்தன்மைகள் கொண்ட பண்பாடு, பாரம்பரியம், மொழி, இலக்கியம், கலை, கட்டடக்கலை, பெயர்கள், அந்தப் பெயர்களுக்கான மரபுவழி மற்றும் அதன் அளவுகோல்கள் உள்ளன. நன்னெறி நடத்தைகள், மரபு மாண்புகள், சட்ட வழிமுறைகள், ஒழுக்கவிதிகள், வரலாறு, மரபுகள், விருப்பு வேட்டல்கள் மற்றும் லட்சியங்கள் என எல்லாமே எங்கள் இரு தரப்புக்கும் தனியானவை.'[118]

மாட்சிமை பொருந்திய மாமன்னர் அரசாங்கத்திடம் காங்கிரஸ், இந்திய மக்களைப் பிரதிநிதித்துவப்படுத்துகிறவகையில் ஒரு 'தேசிய அரசாங்கம்' அமைக்கப்படவேண்டும் என்று தொடர்ந்து வலியிறுத்தியது. இதை நிறைவேற்றுவதற்கு காங்கிரஸ் கட்சித் தலைவரான அபுல் கலாம் ஆசாத் ஜின்னாவின் ஒத்துழைப்பை வேண்டினார். 'காங்கிரஸ் தனிக்கட்சியாக அந்த ஆட்சி அதிகாரத்தை எடுத்துக்கொள்ள நினைக்கவில்லை. பல கட்சிகள் சேர்ந்த ஒன்றுபட்ட அமைச்சரவைதான் அதன் நோக்கம்' என்று ஜின்னாவிடம் உறுதியளித்தார். ஆசாத், மிகவும் மரியாதையான மொழியில் பேசினார். ஜின்னாவின் நயமற்ற இறுமாப்பான பதிலானது அவருடைய அப்போதைய நிலைப்பாட்டின் மீதான அவருடைய ஆர்வம் மிகுந்த அக்கறையின் அடிப்படையில் அமைந்திருந்தது. மேலும் ஆசாத் மீதான வெறுப்பும் ஒரு காரணம். காந்தியோடு ஆசாத் சேர்ந்திருப்பது வேறு ஜின்னாவுக்குப் பொறுக்க முடியாத எரிச்சலை ஏற்படுத்தியது. ஆசாத்துக்கு ஜின்னா சொன்ன பதில்:

'நான் உங்களிடம் கலந்துரையாடவோ ஏதேனும் ஒருவகையில் தொடர்பு ஏற்படுத்திக்கொள்ளவோ மறுக்கின்றேன். காங்கிரஸின் தலைவராக முஸ்லிம் 'அழகுப் பதுமையாக' உங்களை அவர்கள் வைத்திருக்கிறார்கள் என்பது உங்களுக்குப் புரியவில்லையா? அங்கே 'பொம்மையாக' இருப்பதை நீங்கள் உணரவில்லையா? காங்கிரஸ் என்பது ஓர் இந்து அமைப்பு. உங்களுக்குத் தன்மானம் இருந்தால் உடனே விலகிவிடுங்கள். லீக்குக்கு இதுவரையில் உங்கள் பங்குக்கான தீங்கைச் செய்தாயிற்று. நீங்கள் முழுத் தோல்வியடைந்துவிட்டீர்கள் என்பது உங்களுக்குத் தெரியாதா? காங்கிரஸை விட்டுவிடுங்கள்.'[119]

காங்கிரஸ் முஸ்லிம் சமுதாயத்தைப் பிளக்கத் தலைப்பட்டால், ஜின்னா இந்தியாவைப் பிளக்க விரும்பியவர்களுக்கு உதவுவார். லாகூர் தீர்மானம் நிறைவேற்றப்பட்டு ஓராண்டு கடந்தபின் ஜின்னா

சென்னைக்குப் பயணம் மேற்கொண்டார். அங்கே ராமசாமி நாயக்கரின் தொண்டர்களிடையே பேசினார். ராமசாமி நாயக்கர் தென்னிந்தியாவின் திராவிடர்களை ஆரியரின் ஆதிக்கத்தை எதிர்க்கச் சொல்லி இயங்கிவந்தார். ஜின்னா அவர்களிடையே 'இந்த நிலப்பகுதி உண்மையிலேயே திராவிடர்களுக்குச் சொந்தமானது. என்னால் முடிந்த அனைத்தையும் செய்து நீங்கள் 'திராவிடஸ்தான்' அடைவதற்கு ஆதரவாக இருப்பேன்' என்றார்.'[120]

அவர் புது டில்லியில் மிகவும் எச்சரிக்கையோடு அரசியல் நடத்த வேண்டியிருந்தது. காங்கிரஸாரிடம் அதிகாரத்தை ஒப்படைக்க மாட்டோம் என்ற உத்தரவாதத்தை அவர் பிரிட்டிஷ் ஆட்சியாளரிட மிருந்து எதிர்பார்த்தார். அதேவேளையில் ஆட்சியாளர்களோடு லீகுக்கு நெருக்கம் உள்ளதாக ஓர் எண்ணம் மற்றவருக்கு உருவாகி விடக்கூடாது என்பதையும் அவர் கவனத்தில் கொள்ள வேண்டியிருந்தது. அப்படியோர் கருத்து ஏற்பட்டு விட்டால் முஸ்லிம்களிடையே 'லீக்குக்கு' மதிப்பும் செல்வாக்கும் குன்றிவிடும். இன்னமும்கூட முஸ்லிம்கள் தங்களுடைய (முகலாயர்) ஆட்சியை முடிவுக்குக் கொண்டுவந்தது பிரிட்டிஷ்காரர்கள்தான் என்பதை மறந்துவிடவில்லை.

கடந்த பல ஆண்டுகளாக காங்கிரஸ் மேற்கொண்டுவந்த போராட்டங்களினால் ஆத்திரமடைந்திருந்த பிரிட்டிஷாருக்கு காங்கிரஸிடம் இந்திய நாட்டை ஒப்படைத்துவிட்டு வெளியேற விருப்பம் இருந்திருக்கவும் இல்லை. இருந்தும் பிரிட்டிஷ்காரர்கள் பலரும் இந்தியாவில் இன்னமும் இருப்பதை அவ்வளவாக விரும்பவில்லை. அவர்களில் பலர் தொழிற்கட்சியைச் சேர்ந்தவர்கள். இப்போது அவர்கள் பிரதமர் சர்ச்சிலின் (கன்சர்வேடிங் கட்சி) கட்சியோடு கூட்டணியில் இருந்தார்கள்.

பிரிட்டிஷ் அரசு லீக் மீது பரிவு காட்டினால் போரில் இறங்கிய பிரிட்டிஷ் அரசாங்கத்துக்கு லீக்கின் ஆதரவைத் தரலாம் என்று ஜின்னா முடுவெடுத்தார். அதேநேரம் பிரிட்டிஷ் அரசு காங்கிரஸின் கோரிக்கைகளுக்குச் செவிசாய்த்துவிடவும் கூடாது. காங்கிரஸுக்கு சாதகமாக பிரிட்டிஷ் அரசு நடந்துகொண்டால் முஸ்லிம் சமுதாயம் கலகம் செய்யும் என்பதையும் பிரிட்டிஷாருக்குப் புரியவைக்க விரும்பினார். அவர் வகுத்த வியூகம் பலித்தது. 1940 ஆகஸ்டில் மாட்சிமை பொருந்திய மாமன்னராட்சி, 'இந்திய தேசிய அளவில் மிகப் பெரிய செல்வாக்குடன் இருக்கும் எந்தவொரு சக்தியினாலும் நேரடியாக எதிர்க்கப்படும் எந்தவொரு அரசாங்க அமைப்பிடமும் அதிகாரத்தை ஒப்படைக்காது' என்று வைஸ்ராய் மூலம் அறிவித்தது.[121]

நாட்டிலுள்ள தற்போதைய குழப்பமான சூழலை மாற்றவேண்டும் என்ற நோக்கில், லியோபோல் ஆமெரி என்ற உள்நாட்டு (இந்தியா) துறைச் செயலாளர் பிரிட்டிஷ் நாடாளுமன்றத்தில் பேசியபோது, 'இப்படியான செல்வாக்குள்ள சக்திகளில் தலையாயதாகத் தெரிவது இந்தியாவின் வடமேற்கிலும் வடகிழக்கிலும் பெரும்பான்மையாக இருக்கும் முஸ்லிம் சமுதாயம் - அவர்கள் எண்ணிக்கையில் 90 மில்லியன் இருக்கிறார்கள்'[122] என்று சொன்னார். ஜின்னாவுக்கு ஒரு மகத்தான ஆயுதம் கிடைத்துவிட்டது. காங்கிரஸ், தேசத்தின் முன்னேற்றத்தை தடுக்கும் 'வீட்டோ' அதிகாரம் என்று இதை விமர்சித்தது.

பிரிட்டன் தொடர்பான ஜின்னாவின் அணுகுமுறைக்கும் காங்கிரஸின் அணுகுமுறைக்கும் இடையில் இருக்கும் வேற்றுமையை இங்கு பார்ப்போம். போர் தொடங்கிய காலகட்டத்தில் காந்தி லின்லித்தோவிடம், பிரிட்டனுக்கு நிபந்தனையற்ற ஆதரவை காங்கிரஸ் அளிக்குமென்று தெரிவித்தார். ஆனால் அப்படிச் செய்யவில்லை. மக்களிடையே எழுந்த எழுச்சியைப் பார்த்தபின், உலகப் போரில் அரசாங்கத்துக்குப் பக்கபலமாக இருக்க வேண்டுமென்றால் அதற்கு பதிலாக இந்திய விடுதலையைத் துரிதப்படுத்தும் செயல்திட்டத்தை அரசாங்கம் முன்னெடுக்க வேண்டுமென்று காங்கிரஸ் நிபந்தனை விதித்தது. காங்கிரஸின் இந்த இடைவிடாத அழுத்தமான நெருக்கடியை லின்லித்தோவால் பொறுத்துக்கொள்ள முடியவில்லை. அவர் எரிச்சல் அடைந்தார். நிர்வாகத்தில் இருந்த மற்ற பிரிட்டிஷ் அதிகாரிகளும் இவரைப் போன்றே வெறுப்புணர்வில் இருந்தார்கள். ஜின்னாவும்கூட தன் நிபந்தனைகளை முன்வைத்தார். ஆனால், பிரிட்டிஷ் அரசாங்கத்துக்கு அது எளிதாகத் தோன்றியது. மேலும் அவை 'அதிகார மாற்றத்தைத் துரிதப்படுத்தாமல் முடிந்தவரை தாமதப்படுத்த' வழிவகுப்பதாக இருந்தது.

மேரியம் இதனை 'ஜின்னாவுக்கும் பிரிட்டிஷ் அரசாங்கத்துக்கும் ஏற்பட்ட தற்காலிக நெருக்கம்' என்று வர்ணித்தார். 'ஜின்னா இப்போதும் சந்தேகமில்லாமல் பிரிட்டிஷ் ஆட்சியை விரும்பவில்லை'[123] என்றும் குறிப்பிட்டிருக்கிறார். இந்தத் 'தற்காலிக நெருக்கத்துக்கு' காந்தியால் அளிக்கப்பட்ட நிபந்தனையற்ற ஆதரவைக் கொடுக்க காங்கிரஸால் முடியாமல் போனதும் கூடுதல் வலுவைச் சேர்த்தது.

காந்தியுடன் ஜின்னா இணைந்து செயல்படாமல் இருப்பதற்கான காரணமாக அனைத்திந்திய முஸ்லிம் மாணவர் அமைப்பின் முதல் செயலாளர் முகம்மது நோமன் விவரிப்பது:

‘ஒருநாள் நான் ஜின்னாவைப் பார்ப்பதற்கு அதிகாலை நேரத்தில் போனேன். அவர் தன் படுக்கையில் அமர்ந்தவாறு காந்தியின் பேச்சு அச்சிடப்பட்ட செய்தித்தாளைப் படித்தவாறு இருந்தார். அது 1940 ஜனவரி அல்லது பிப்ரவரியில் ஒரு நாளாக இருக்கலாம். ஜின்னா என்னிடம் சொன்னார், ‘உனக்குத் தெரியுமா... ஒரு நொடிகூட நான் தூங்கவில்லை. காந்தியின் உள்ளத்தில் என்ன இருக்கிறது என்பதைக் கண்டுபிடிக்க என்னால் முடியவே இல்லை...’[124]

ஜின்னாவின் மனம் பற்றிப் பேசிய இன்னொரு மனிதர் வங்காள ப்ரீமியர் பசுலுல் ஹக். காங்கிரஸின் குடையின் கீழ் நிற்பதற்கு பதிலாக லீகின் பக்கம் நகர்ந்திருந்தார். உள்ளூர் ஆதரவு மிகுந்தவர். மேலும் சுதந்தர சிந்தையும் புத்திசாலித்தனமும் மிகுந்தவர். 1941-ல் அவர் ஜின்னாவிடம் தெரிவிக்காமல் வைஸ்ராய் வழங்கிய தேசியப் பாதுகாப்பு கவுன்சில் உறுப்பினர் பதவியை ஒப்புக்கொண்டவர்.

வங்காளத்தின் ப்ரீமியர் என்ற தகுதியில் இந்தப் பதவி அவருக்கு வழங்கப்பட்டது. ‘லீக்’ தலைவர் என்ற முறையில் அல்ல. இருந்தும் இவருடைய இந்த நடத்தை ஜின்னாவுக்குப் பிடிக்கவில்லை. லீக் அவரைக் கண்டித்து எழுதியவுடன், தேசியப் பாதுகாப்பு கவுன்சிலிலிருந்து உடனடியாக அவரை விலகும்படிக் கட்டளை இட்டது. ஹக் அதற்கு இணங்கினார். ஆனால், அதேவேளை அவர் ஜின்னாவுடனான உறவைத் துண்டித்துவிட்டு மற்ற கட்சிகளின் ஆதரவைத் தேடினார். லீக் அவரை வங்காள ப்ரீமியர் பதவியிலிருந்து வெளியேற்ற முயன்று தோல்வியுற்றது. ஹக் வெற்றிகரமாகப் புதிய கூட்டணி அமைச்சரவையை உருவாக்கினார். ஜின்னாவின் கொடி வங்காளத்தில் இறக்கப்பட்டு விட்டது. ஜின்னா ஹக்கைக் கடுமையாகச் சாடினார். அவரை ‘நம்பிக்கைத் துரோகி’ என்றும் அவருடைய அமைச்சரவையை ‘கேவலமானது’ என்றும் தூற்றினார். ஹக், ஜின்னாவைத் ‘சர்வாதிகாரத்தனம் மிகுந்தவர்’ என்றார்.[125]

‘பேர்ல் ஹார்பார்’ தாக்குதலைத் தொடர்ந்து பிரிட்டன் ஆசியப் பகுதியில் பின்னடைவைச் சந்திக்க நேரிட்டது. ஹாங்காங், மலேயா, சிங்கப்பூர் ஆகிய நாடுகள் ஜப்பானிடம் சரணடைந்தன. 1942 மார்ச்சில் ரங்கூன் வீழ்ச்சிக்குப் பின்னர் சர். ஸ்டாஃப் போர்ட் கிரிப்ஸ் இந்தியாவுக்காகப் புதிய தீர்மானத்தைக் கொண்டுவந்தார். சர். கிரிப்ஸ் பிரிட்டிஷ் அமைச்சரவையில் தொழிற்கட்சியைச் சார்ந்தவர். ஜின்னாவைப்போன்ற அறிவுத்திறன் கொண்ட வழக்கறிஞர். மாட்சிமை பொருந்திய மன்னராட்சியின் சார்பாக கிரிப்ஸ் ‘காமன் வெல்த்திலிருந்து’ விலகும் உரிமையோடு இந்தியாவுக்கு

முழுமையான டொமினியன் ஆட்சியுரிமை அளித்தார்; அதனைப் போர் முடிந்தபின்னர் நடைமுறைப்படுத்த தீர்மானிக்கப்பட்டது.

மேலும் போருக்குப் பின்னர், தேர்ந்தெடுக்கப்பட்ட பிராந்திய சட்டமன்றங்கள் கூடி ஓர் அரசியலமைப்பு அடிப்படையிலான அமைச்சரவையை ஏற்படுத்திக் கொள்ளவும் வழிவகுக்கப்பட்டது. அதில் ஒரு பகுதியினரான உறுப்பினர்களை இந்தியாவின் சமஸ்தான மன்னர்கள் நியமிக்கலாம். மேலும் உடனடியாக ஒரு தேசிய அரசாங்கத்தை இந்தியாவிலுள்ள தலையாய அரசியல் கட்சிகளின் பிரதிநிதிகளைக் கொண்டு ஏற்படுத்தவேண்டும் என்றும் தீர்மானிக்கப்பட்டது. இந்தப் பட்டியலில் சமஸ்தானாதிபதிகளுக்கு சட்டமன்ற உறுப்பினர்களை நியமிக்கிற உரிமையைத் தவிர்த்து ஏனையவை காங்கிரஸுக்கு ஏற்புடையதாக இருந்தது. ஜின்னாவின் ஒப்புதலைப் பெறவே டொமினியன் ஆட்சியிலிருந்து நாட்டின் எந்தவொரு பகுதியும் தனியாகப் பிரிந்து செல்லலாம் என்ற உரிமையை கிரிப்ஸ் வழங்கியிருந்தார்.

என்றாலும்கூட, லீக்கும் காங்கிரஸும் கிரிப்ஸ் தீர்மானத்தை நிராகரித்தன. பிரிட்டன் இந்தியாவைக் கூறுபோட ஆயத்தமாகி விட்டதென்பது காந்தியைப் பெரிதும் துன்புறுத்தியது. 'தேசிய அரசாங்கம்' வைஸ்ராயின் வீட்டோ அதிகாரத்துக்குக் கட்டுப்பட்டது என்பதைக் காரணம் காட்டி காங்கிரஸ் சார்பில் பேச்சுவார்த்தையில் கலந்துகொண்ட ஆசாதும் நேருவும் தீர்மானத்தைப் புறக்கணிக்க முடிவெடுத்தனர். ஜின்னா, பிரிந்து செல்லும் உரிமையை அளித்துள்ள தீர்மானத்தின் ஷரத்துகளை வரவேற்றார். அது பாகிஸ்தான் பிரிவினையை ஏற்பதற்கான வழியைக் குறிப்பிட்டுக் காட்டியுள்ளதாகக் கருதினார். அதேவேளை அவரும் தீர்மானத் திட்டத்தை நிராகரித்தார். அதற்கான காரணம் 'பிரிந்து செல்லும் உரிமை மாகாணங்களுக்குத்தான் அளிக்கப்பட்டுள்ளது; 'முஸ்லிம் நாட்டு'க்கு பிரிந்து செல்லும் உரிமை வழங்கப்பட்டிருக்கவில்லை'. [126]

இந்தக் காரணத்தை அவர் வெளிப்படையாகச் சொல்லியிருக்க வில்லை. பிரிவினை வேண்டுமா வேண்டாமா என்பதை முஸ்லிம்கள் பெரும்பான்மையாக வாழ்கிற மாகாணங்களில் முஸ்லிம்கள் வாக்குகளைக் கொண்டு மட்டும் தீர்மானிக்கவேண்டும்; ஒட்டுமொத்த வயது வந்தோர் அனைவருடைய வாக்குகளைக் கொண்டு தீர்மானிக்கக்கூடாது என்று பின்னர் முஸ்லிம் லீக் வலியுறுத்தியது. அதிலிருந்து க்ரிப்ஸ் பரிந்துரைக்கான ஜின்னாவின் எதிர்ப்பைத் தெரிந்துகொள்ள முடிந்தது.

பிரிவினைக்கான உரிமையை அந்தத் தீர்மானத்தில் முறைப்படி பிரிட்டிஷ் அரசாங்கம் சேர்த்துக்கொண்டதென்பது ஜின்னாவுக்குக்

கூடுதல் பலத்தை அளித்தது. ஆனாலும் காங்கிரஸைத் திருப்திப் படுத்துவதற்காக கிரிப்ஸ் கொஞ்சம் கூடுதலாக இறங்கி வந்ததை பார்த்தபோது ஜின்னாவுக்கு அதிருப்தி உண்டானது. கிரிப்ஸ் இன்னும் அதிகம்கூட காங்கிரஸுக்கு விட்டுக் கொடுத்திருப்பார். ஆனால், சர்ச்சில் அவரைத் தடுத்துவிட்டார். வைஸ்ராய் லின்லித்தோவும் இந்தியாவின் படைகளுக்குக் கமாண்டர் இன் சீஃப் ஆக இருந்த வேவலும் சர்ச்சிலுக்கு ஆதரவு தெரிவித்திருந்தனர்.

காந்தி மிகுந்த துன்பத்துக்குள்ளானார். ஜின்னா கையிலே வீட்டோ அதிகாரத்தை எடுத்துக் கொண்டவராக, க்வாமின் திசையில் நகரத்தொடங்கியிருந்தார். சர்ச்சில் கையிலே ஒரு பென்சிலை வைத்துக்கொண்டு இந்தியாவைப் பிளவுபடுத்தத் தயாராக இருந்தார். காந்தியின் பார்வையிலேயே இந்தியர்களின் முகங்கள் பிரிட்டன்மீது பெரும் வெறுப்பைக் காட்டிக் கொண்டிருந்தன. அவர்களின் உள் நெஞ்சிலே ஜப்பான் மீதான நேசம் நாளுக்கு நாள் வளர்ந்து வந்தன. மேலும் அவ்வளவு மறைவாகவெல்லாம் இல்லாமல் சுபாஷ் சந்திர போஸ் மீதும் மக்களுக்கு மதிப்பு கூடிவந்ததையும் பார்த்தார். இந்தியச் சிறையில் இருந்து போஸ் தப்பித்து வெளிநாட்டிலே ‘இந்திய தேசியப் படையை’ நிறுவினார். இந்திய விடுதலையைத் துப்பாக்கி கொண்டும் ஜப்பானியர்களின் உதவியைக்கொண்டும் அடைந்தே தீருவேன் என்ற சூளுரையோடு வெற்றி முழக்கம் செய்தார்.

இதுபோன்ற நடப்புகள் காந்தியின் எதிர்பார்ப்புகள் அல்லது நல்வாய்ப்புகள் யாவற்றையும் பின் தள்ளிவிட்ட நிலையில், காந்தி புதிய நம்பிக்கையோடும், எழுச்சியோடும் ‘வெள்ளையனே வெளியேறு’ போராட்டத் திட்டத்தைக் கையிலெடுத்தார். எந்தப் பேச்சுவார்த்தைக்கும் இனி இடமில்லை. நீங்கள் கிளம்புங்கள் என்றார். அதை வலியுறுத்த ‘வன்முறையற்ற அறப்போராட்ட நடவடிக்கையை முன்னெடுத்துச் செல்ல மிகப் பெரும் மக்கட் திரளை ஒன்றுகூட்டினார். ஒருவேளை ஜப்பானியர்கள் இந்தியாவைக் கைப்பற்றினால், பிரிட்டிஷ்காரர்கள் வேறு வழியில்லாமல் வெளியேறித்தானே தீரவேண்டும் என்றும் நினைத்தார். ‘அவர்கள் தோற்கடிக்கப்பட்டால், எவ்வாறு சிங்கப்பூர், மலேயா, பர்மா ஆகிய நாடுகளிலிருந்து பிரிட்டிஷ் ஆண், பெண், குழந்தைகள் என ஒவ்வொருவராக வெளியேறினார்களோ, அதேபோல் இந்தியாவிலிருந்தும் வெளியேறிவிடுவார்கள். இந்தியா பிரிட்டிஷ் மக்களின் தாய்வீடு அல்ல’ என்றார்.

அவர் (காந்தி) ஆங்கிலேயர்களை ஜப்பானியர்கள் வருவதற்கு முன்பே வெளியேறச் சொன்னார். மேலும் அவர்கள்

(ஆங்கிலேயர்கள்) இந்தியாவைப் பிரிப்பதற்கு முன்பாகவே வெளியெறிவிடச் சொன்னார். 'முறையாக பிரிட்டிஷ்காரர்கள் அவர்களின் நாட்டுக்குத் திரும்பிச் சென்றால், இந்தியர்கள் உள்ளத்தில் பிரிட்டிஷ்காரர்கள் மேலுள்ள வெறுப்புணர்ச்சி அன்புணர்ச்சியாக மாறக்கூடும். அதுமட்டுமல்ல, ஜப்பானின் மீதுள்ள இந்தியர்கள் அனைவரின் விருப்பும் மறைந்துவிடும்[127] என்றார். இதன் பின்னரும்கூட பிரிட்டிஷ்காரர்கள் வெளியேறாவிட்டால், 'வெள்ளையனே வெளியேறு' போராட்ட அழைப்பு இந்தியர் உள்ளங்களை காந்தியின் பக்கம் நிற்கச் செய்யும். அவரின் பாதைக்கு இழுத்துக்கொண்டுவரும்.

இஸ்லாமிய சமுதாயத்தில் பெரும்பான்மையினர் நீங்கலாக ஒட்டு மொத்த இந்திய மக்கள் உடனடியாக போராட்டத்தில் இறங்கினார் கள். ஆனாலும் சில தலைவர்கள் தயக்கம் காட்டினார்கள். வெள்ளையனே வெளியேறு போராட்டத்தால் சீனா, ரஷ்யா போன்ற நாடுகளின் பாதுகாப்புக்கு அச்சு நாடுகளிடமிருந்து 'கேடு' நேரலாம் என்று நேரு அஞ்சினார். வெகுவிரைவாகவே அவருக்குள் இருந்த 'தேசியவாதி' மற்றும் 'நாட்டுப் பற்றாளர்' வெளியில் வந்தார். நேரு அந்த வேகத்தோடு சொன்னார், 'இந்தியா அழிவுறும் வேளையில் மற்ற நாடுகள் வாழ்ந்தாலும் அதனால் நமக்கென்ன நன்மை ஏற்பட்டுவிடப்போகிறது?'[128] என்றார்.

ஆசாத், பிரிட்டிஷ் அரசாங்கம் இந்த இயக்கத்தை ஆரம்ப கட்டத்திலேயே நசுக்கிக்கொன்றுவிடுமே என்று பயந்தார்.[129] சென்னை மாகாண முன்னாள் பிரதமர் ராஜகோபாலாச்சாரி, 'பிரிட்டன் வெளியேறக்கூடாது... வெளியேற வேண்டாம்...' என்றார். 'இதுவரை செய்து வந்த குற்றங்களுக்கெல்லாம் மகுடம் வைத்தாற்போல் இந்தியாவை இந்த நெருக்கடியான நேரத்தில், அந்நிய ஆதிக்க சக்திகளின் விருப்பங்களுக்கு இரையாக விட்டுச் சென்றுவிடக்கூடாது' என்றார்.[130]

காந்தியின் சிந்தனை வேறு கோணத்தில் இருந்தது. ஜப்பான் பிரிட்டனின் இடத்தைக் கைப்பற்றினால் தன்னாலும் அஹிம்சையில் நம்பிக்கை உள்ளவர்களாலும் ஜப்பானும் அஹிம்சை வழியில் எதிர்க்கப்படும். மற்றவர்கள் ஆயுதம் கொண்டு அதை எதிர்ப்பார்கள் என்றார். விடுதலை பெற்ற இந்தியா, அதிகாரபூர்வமாக நேச நாடுகளுடன் கூட்டுச் சேரும்; தன் மண்ணில் நேச நாட்டுப் படை கள் காலூன்றி ஜப்பானை எதிர்க்க அனுமதிக்கும்' என்றார். ஆகஸ்ட் 8, 1942 காங்கிரஸ் 'வெள்ளையனே வெளியேறு' போராட்டத் திட்டத்தை முன்னெடுத்தது. நேருதான் அந்த விதிவயப்பட்ட தீர்மானத்தைக்

கொண்டு வந்தார். ஆசாத் தன்னுடைய சம்மதத்தை அறிவித்தார். ராஜகோபாலச்சாரி ஒருவர்தான் தனியாக எதிர்த்தார்.

முடிந்தால் இஸ்லாமிய சமுதாயத்தைச் சேர்த்துக்கொண்டு; தேவைப்பட்டால் அவர்கள் இல்லாமல்கூட இந்தப் போராட்டக்களத்தில் குதிக்க காந்தி முன்வந்தார். காந்தியும் காங்கிரஸும் விடுதலையை நோக்கிய பயணத்தை இப்படித்தான் மீண்டும் முன்னெடுக்க விரும்பினார்கள். 'அந்தத் தருணத்தில்' தன்னை முஸ்லிம்களை நெருங்கவிடாமல் 'லீக்' தடுத்துவிட்டது என்பதை ஒப்புக்கொண்ட காந்தி, 'ஆனால் இந்திய மக்கள் 'இனிமேல் வெறுமனே காத்திருந்து வீண்பொழுது கழிக்கவும்மாட்டார்கள்' என்றார்.[131] 'வெள்ளையனே வெளியேறு' போராட்ட நிகழ்வில் காந்தி, ஜின்னாவைக் குறித்துப் பேசினார்:

> 'ஜின்னா சாகிப் காங்கிரஸ்காரராகக் கடந்த காலத்தில் இருந்தார். நான் அவரின் நீண்ட வாழ்வுக்காக இறைஞ்சுகின்றேன். மேலும் அவர் எனக்குப் பின்னரும் வாழ்ந்திருக்க வேண்டுமென்று விரும்புகின்றேன். ஜின்னாவுக்கும் முஸ்லிம்களுக்கும் நான் எந்தக் கெடுதலும் செய்யவில்லை என்பதை அவர் புரிந்துகொள்ளும் ஒருநாள் நிச்சயம் வரக்கூடும். அதுபோன்றே ஜின்னா சாகிப் தன்னை மாற்றிக்கொண்டு இந்திய விடுதலையைக் கோரும்வரை நான் காத்திருக்க முடியாது.'[132]

லீக் முன் வைத்த கோரிக்கைகளுக்குத் தீர்வு காண முன் வராமல் மேற்கொண்டு செல்லும் காந்தியின் முடிவு ஜின்னாவைக் கொதிப்புறச் செய்தது. இந்தியாவின் சார்பாக, உலகை அவரே எதிர்கொள்வார் என்பதையும் ஜின்னாவால் ஏற்றுக்கொள்ளமுடியவில்லை. ஜின்னாவின் பார்வையில் வெள்ளையனே வெளியேறு போராட்டம் விடுதலையை நோக்கியது அல்ல; 'காந்தியும் அவரின் இந்து காங்கிரஸும் பிரிட்டனை மிரட்டித் தங்கள் வசம் ஆட்சி அதிகாரத்தை மாற்றிக்கொள்ளவும், ஓர் இந்து ராஜ்யத்தை உடனடியாக அமைத்துக் கொள்வதற்காகவும் செய்த ஏற்பாடு'[133] என்றார்.

பிரிட்டிஷ் அரசாங்கத்தின் போர்க்கால ஆட்சி 'வெள்ளையனே வெளியேறு' போராட்டத்தில் ஈடுபட்டவர்களை விட்டு விடுவதற்குத் தயாராக இல்லை. காந்தி, ஆசாத், நேரு, பட்டேல் ஆகியோருடன் நூற்றுக்கணக்கான காங்கிரஸ் தொண்டர்களை அரசாங்கம் போராட்டம் தொடங்கிய குறுகிய காலத்திலேயே கைதுசெய்து சிறையில் அடைத்தது. காங்கிரஸ் கட்சிக்குத் தடை விதிக்கப்பட்டது. சில நாட்களிலே முஸ்லிம் சமுதாயம் நீங்கலாக ஒட்டுமொத்த நாடும் எரிமலையாய் வெடிக்கும் நிலையை எட்டியது. இங்கேயும் அங்கேயுமாக நாட்டின் சின்னஞ்சிறுப் பகுதிகள்

அவர்களாகவே விடுதலை அடைந்துவிட்டதாக அறிவித்தன. போராட்டக்காரர்கள் தெருக்களுக்கு வந்து போர்க்குரல் எழுப்பினார்கள். நூறாயிரத்துக்கும் அதிகமான இந்தியர் சிறைக்குள் அடைக்கப்பட்டார்கள்.

'ஆகஸ்ட் இயக்கம்' என்று அழைக்கப்பட்ட இந்த இயக்கத்தின் கிளர்ச்சித் தொடங்கிய முதல், ஐந்து நாட்களிலேயே குறைந்த அளவில் பார்த்தால்கூட அறுநூறுக்கும் மேலான போராட்டக்காரர் கள் அரசாங்கத்தால் கொல்லப்பட்டார்கள். செப்டெம்பரில் புரட்சிக்காரர்களின் முதுகெலும்பு உடைக்கப்பட்டது. ஆனாலும் 1857 எழுச்சிக்குப் பின்னர் பிரிட்டிஷ் ஆட்சிக்கு ஏற்பட்ட மிக மோசமான அச்சுறுத்தல் இதுவே.

ஜின்னா இந்த நிகழ்வுகளால் பாதிக்கப்பட்டதுபோலிருந்தது. ஆகஸ்ட் 1942 இறுதியில் இந்தப் போராட்டம் முழு அளவில் இருந்தபோது அவரைப் பார்க்க வந்த அவரின் நண்பர் கன்ஜி துவாரகாதாஸ் – 'ஜின்னா மிகவும் பலமிழந்தும் ஆடிப்போயும் தனித்தும் இருந்தார்' என்றார். அன்றாட தலைப்புச் செய்திகளில் காந்தியும் காங்கிரஸுமே ஆதிக்கம் செலுத்தினார்கள். ஒவ்வொருவரும் காந்தியைப் பற்றியே பேசினார்கள். ஜின்னா ஒதுக்கப்பட்டவராக உணர்ந்தார்.[134] பிரிட்டிஷ் ஆதிக்க அரசாங்கம் மறுபடியும் நாட்டைத் தன் கட்டுப்பாட்டுக்குள் கொண்டுவந்தது. காங்கிரஸ் கட்சிக்காரர்கள் சிறையில் அடைக்கப்பட்டார்கள். வெகு சிலர் தலைமறைவாகப் போனார்கள். ஜின்னா தன்னுடைய நிலைமை பலம் பெற்றுவிட்டதை உணர்ந்தார். வங்காளத்தில் பசுலுல் ஹக் வற்புறுத்தப்பட்டு பதவியிலிருந்து விலக்கப்பட்டார். இவருக்கு மாற்றாக, புதிய ப்ரீமியராக லீக்கைச் சேர்ந்த, ஜின்னாவுக்கு நம்பகமான காஜா நஸீமுத்தீன் தேர்ந்தெடுக்கப்பட்டார். வேறு இடங்களிலும் காங்கிரஸ்காரர்களின் விலகல் மற்றும் கிளர்ச்சி காரணமாகக் காலியான சட்டமன்ற இடங்களை லீகினர் நிரப்பினர்கள். மறுமலர்ச்சி கண்ட ஜின்னா, 'இந்தியா முழுவதும் பயணம் மேற்கொண்டு முஸ்லிம் தேசியவாதத்தைப் பரப்பினார்'.[135]

1944-ல் ஜின்னா தனிபலத்தோடு திடமான வெற்றி கண்டார். இப்போது லீக் இரண்டு மில்லியன் உறுப்பினர்களைக் கொண்டிருக்கிறது. பதினேழு ஆண்டுகளுக்கு முன்னர் இவர்களின் எண்ணிக்கை வெறும் 1330 மட்டுமே. 1937 முதல் 1943 வரையிலான காலகட்டத்தில் மாகாணங்களில் நடந்த இடைத் தேர்தல்களில் போட்டியிட்டு 61 முஸ்லிம் தொகுதிகளில் லீக் 47 இடத்திலும் சுயேச்சை முஸ்லிம்கள் 10 இடத்திலும் வென்றார்கள். காங்கிரஸ் முஸ்லிம்கள் 4 இடத்திலும் மட்டுமே தேர்ந்தெடுக்கப்பட்டார்கள்.

இருந்தும் சின்னஞ்சிறு முஸ்லிம் குழு ஜின்னாவை வெறுத்து ஒதுக்கவே செய்தது. ஆங்கிலேயர்களுக்கு எதிராக லீக்கும் காங்கிரசும் கைகோர்த்துக்கொண்டு இயங்கவும் வியூகம் தீட்டவும் தவறிவிட்ட 'துரோகி' என்று ஜின்னாவை விமர்சித்தார்கள். 1943 ஜூலை மாதத்தில் ஒருநாள் ரஃபீக் சபீர் என்ற இளைஞன் ஜின்னாவின் மலபார் ஹில் வீட்டில் நுழைந்தான். அவனின் நல்வாய்ப்பு அங்கே நுழைவாசலுக்கு அருகிலுள்ள ஓர் அறையில்தான் ஜின்னா அவருடைய உதவியாளரோடு பேசிக் கொண்டிருந்தார். அந்த அறையிலிலிருந்து அவர் தன் அறையை நோக்கி திரும்பிச் சென்று தான் கடிதம் எழுதிக் கொண்டிருந்த மேஜையை நெருங்கியபோது உள்ளே அத்துமீறி நுழைந்த சபீர் ஜின்னாவைத் தாக்கினான். சபீர் அவரை எப்படித் தாக்கினான் என்பதையும் பின் அடுத்து என்ன நடந்தது என்பதையும் ஜின்னா விசாரணையில் சொன்னவை:

'என் முழு சிந்தனையும் எழுதப் போகிற கடிதத்திலே இருந்தது. அதே நினைப்போடு நான் அறையைவிட்டு வெளியே வரும் அந்தக் கணத்தில், குற்றவாளி சட்டென்று கண் இமைக்கும் நேரத்தில் முட்டியை மடக்கிக்கொண்டு என் இடது முகவாய்க் கட்டையில் குத்தினான். நான் இயல்பாக அப்படியே பின்னால் கொஞ்சம் சரிந்தேன். அப்போது அவன் தன் இடுப்பிலிருந்து நீண்ட கத்தியை உருவி எடுத்தான்.'

சபீர் தன் கத்தியை ஓங்கிக்கொண்டு தாக்க வர, 66 வயது முதியவர் ஜின்னா சட்டென்று வளைந்து குனிந்தார். குத்த வந்தவனின் கரத்தை அழுத்திப் பிடித்துக்கொள்ள அவரின் மேல் விழ இருந்த தாக்குதலின் வேகம் குறைந்தது. அவரின் சமையற்காரர் உட்பட மற்றவர்கள் உதவிக்கு வந்துவிடவே சபீரை அழுத்திப் பிடித்து மடக்கிவிட்டனர். ஜின்னாவின் முகவாய்க் கட்டையிலும் கையிலும் வெட்டுக் காயங்கள் இருந்தன. ஒரு டாக்டர் வரவழைக்கப்பட்டார். பாத்திமா உதவி புரிய ஜின்னாவுக்கு பாண்டேஜ் கட்டுப் போட்டார். அதன் பின்னர் ஜின்னா வீட்டைவிட்டு வெளியேறி, தன்னுடன் பிணக்கில் இருந்த தன் மகளுக்கு போன் செய்தார். என்ன நடந்தது என்று சொல்லிவிட்டு, 'நான் நன்றாக இருக்கிறேன்' என்றார்.[136]

•

ஜின்னாவின் அரசியல் வியூகம் மிகவும் தெளிவானது. இந்து முஸ்லிம் பிளவை அவர் தொடர்ந்து வலியுறுத்தினார். அதுமட்டுமல்ல, 'சிறையிலிருக்கும் காந்தி, இந்துக்களுக்கான தலைவர் என்பதற்கு மேல் எதுவும் கிடையாது' என்றார். பேவர்லி நிக்கோலஸிடம் டிசம்பர் 1943-ல் ஜின்னா சொன்னார், 'அவர்களை

(இந்து-முஸ்லிம்களை) ஒன்று சேர்க்கும்படியாக, 'வாழ்க்கையில் ஒன்றுமே இல்லை.'[137] '1924-ல் காந்தி வெளியிட்ட அறிக்கையில் இருப்பதைத் திரும்பவும் நினைவுகூர்ந்தார். அதில் அவர் என்ன சொல்லியிருக்கிறார்: 'என்னுடைய நாடி நரம்பு ஒவ்வொன்றும் நான் இந்து என்பதைக் காட்டிக்கொண்டிருக்கிறது'. இந்துக்களுக்காக மட்டுமே பேசுவதோடு நிறுத்தாமல் அனைவருக்குமாக காந்தி பேசுவதை இந்த வாக்கியத்தைச் சொல்லிக் காட்டி ஜின்னா கேலிசெய்தார்.[138]

ஜின்னாவின் அரசியல் வியூகத்தில் இன்னொரு அம்சமும் இருந்தது. பாகிஸ்தான் என்பதற்கான திட்டவட்டமான எல்லையை அவர் குறிப்பிட்டுக் காட்டவே இல்லை. அவர் அந்த விபரத்தை வெளியிட்டால் ஒருவேளை முஸ்லிம் சமுதாயத்தினரிடமும் அவரின் சொந்தக் கட்சியான லீக்கின் உள்வட்டத்திலும்கூட முரண்பாடுகளும் சர்ச்சைகளும் தோன்றிவிடும் என்பது அவருக்குத் தெரிந்திருந்தது. அதனால் அதனை அப்படியே குழப்பமாகவே விட்டுவிட்டால் வெவ்வேறு முஸ்லிம் குழுக்கள் அவர்களுடைய விருப்பம் போல் பாகிஸ்தானின் எல்லைகளை மனதில் நினைத்துக்கொள்ள வழி பிறக்கும். மேரியம்மின் இது பற்றிக் கூறியிருப்பவை:

> 'முஸ்லிம் வியாபாரிகள் இந்துக்களின் வாணிபப் போட்டி அல்லது ஆதிக்கத்திலிருந்து விடுபட்ட 'புதிய சந்தைகள்' உருவாகும் என்று நம்பினார்கள். பெருநிலக்கிழார்கள் தாம் ஆண்டு அனுபவித்து வருகிற ஜமீன்தாரிமுறை நீடிக்கக்கூடும் என்று மகிழ்ச்சியுற்றனர். படித்தவர்கள், அறிவுஜீவிகள், மேல்தட்டு வர்க்கத்தினர் எல்லாம் பிரிட்டிஷாராலும் இந்துக்களாலும் புறமொதுக்கப்பட்ட தங்களுடைய பண்பாட்டுச் சிறப்புகள் மறுபிறப்பு எடுக்கும் என்று நினைத்தார்கள். மத அடிப்படை வாதிகளுக்கோ 'பாகிஸ்தான்' என்பது வாக்களிக்கப்பட்ட (இஸ்லாமிய) புனித பூமி; மதநெறிகள் பிறழாமல் பின்பற்றுவதற்கு ஏற்ற சமயச் சார்புடைய நாடு. அரசாங்க அலுவலர்கள், அதிகாரிகள் புதிய நாடானது தங்களுக்குக் குறுக்குவழிகளில் பதவி உயர்வுகள் கிடைக்க வழி வகுக்கும் என்று நினைத்தனர். எல்லைகளை வரையறுக்காமல் பாகிஸ்தான் கோரிய ஜின்னாவுக்கு இவை யாவும் அவருடைய வேலையை மிக எளிதாக்கித் தந்தன.'[139]

ஜின்னா இதுபோன்ற எதிர்வினைகளை முன்கூட்டியே யூகித்திருந்தார் என்று சொல்லமுடியாது. இருந்தும் எல்லை எதுவும் குறிப்பிடாமல் கோரிக்கை எழுப்புவதே நல்லது என்பதை உணர்ந்திருந்தார். அவர் வேண்டுமென்றே ஓர் உள்நோக்கத்துடன்

தான் புதிய நாட்டின் எல்லைகளை வரையறுத்துச் சொல்லாமல் விட்டார் என்பதே உண்மை. ஏப்ரல் 1944-ல் ஜின்னாவுடன் பிரிவினை குறித்துப் பேசுவதற்கு அப்போது வெளியிலிருந்த காங்கிரஸ் தலைவர் ராஜகோபாலாச்சாரி முன்வந்தார். சிறையில் அவர் சந்தித்த காந்தி பிரிவினை குறித்து தன்னைப் பேசச் சொன்னதாகச் சொல்லி ஜின்னாவைச் சென்று சந்தித்தார்.

ராஜகோபாலாச்சாரி திட்டம் என்று அழைக்கப்படும் அந்தத் திட்டத்தின்படி (காந்தியின் அங்கீகாரம் பெற்ற திட்டம்) 'லீக்கும்' 'காங்கிரஸும்' கூட்டாக ஒரு தேசிய அரசாங்கத்தை அமைக்க பிரிட்டிஷாரை வற்புறுத்தவேண்டும்; அந்தத் தேசிய அரசாங்கம் விடுதலைக்குப் பின்னர் முஸ்லிம்கள் பெரும்பான்மையினராக வாழ்கிற தொடர்ச்சியான நிலப்பகுதிகள் தனி நாடாகப் பிரிந்து செல்வது தொடர்பாக அந்த நிலப்பகுதிகளில் இருக்கும் வயது வந்தோர் வாக்குரிமை மூலம் முடிவெடுக்கவேண்டும். பிரிவினையின்போது தேசப் பாதுகாப்பு, தகவல் தொடர்பு ஆகியவை தொடர்பாக பரஸ்பரம் பேசி ஒரு ஒப்பந்தம் உருவாக்கப்பட வேண்டும் என்றும் அந்தத் திட்டத்தில் சொல்லப்பட்டது.

ஜின்னா இந்த திட்டம் மூலம் உருவாவது 'முடக்கப்பட்ட, ஊனமுற்ற, பூச்சிகள் அரித்த' பாகிஸ்தானாகவே இருக்கும் என்றார். அவர் மனதில் இருந்த பாகிஸ்தான் எது என்பதை முதன் முறையாக விவரித்தார். அந்த பாகிஸ்தான் முழு பஞ்சாப், முழு வங்காளம், சிந்து மாகாணம், பலுசிஸ்தான் மற்றும் வடமேற்கு எல்லைப்புற நிலப்பகுதி அடங்கியது.[140] இதன்படிப் பார்த்தால் மிகப் பரந்த இந்த பாகிஸ்தானில், இந்துக்கள் பெரும்பான்மையினராக வாழ்கிற கிழக்கு பஞ்சாப்பையும் மேற்கு வங்காளத்தையும் சேர்த்துத்தான் உரிமை கோருகிறார்.

ஜின்னாவும் ராஜகோபாலச்சாரியும் சந்தித்து ஒருமாதம் கழிந்து, காந்தி எதிர்பாராதவகையில் சிறையிலிருந்து விடுவிக்கப்பட்டார். அவருக்குக் கடுமையான மலேரியா காய்ச்சலின் தாக்குதலால் உடல்நிலை மிகவும் நலிவுற்றிருந்தது. இதே நிலையில் அவரைச் சிறைக்குள் தொடர்ந்து வைத்திருந்து ஒருவேளை மரணம் ஏற்பட்டுவிட்டால் அதுவொரு பெரிய தியாகமாகப் பேசப்பட்டுவிடும். அதனால் அப்படிப்பட்ட நிலை ஏற்படுவதற்கு முன்னரே அரசாங்கம் அவரைச் சிறையிலிருந்து விடுவித்துவிட்டது.

ராஜகோபாலச்சாரி மகாத்மாவோடு கலந்துபேசிவிட்டு ஜின்னாவுக்கு தந்தி அனுப்பினார். 'காந்தி இன்னமும் அந்த 'ராஜாஜி ஃபார்முலா'வைச் சரியென்று கருதுவதாகவும் அதனைச் செய்தி ஊடகங்களில் வெளியிட விரும்புவதாகவும் ராஜாஜி தந்தி மூலம்

ஜின்னாவுக்குத் தெரிவித்தார். ஜின்னா இந்த ஃபார்முலாவை ஒப்புக்கொள்ள மறுத்ததையும் சேர்த்தே ஊடகங்களில் வெளியிட விரும்புகிறார் என்றும் அதில் குறிப்பிட்டிருந்தார். ஜின்னாஅதைப் பொருட்படுத்தினாரா? ஜின்னா பதில் தந்தி அனுப்பினார்: 'இந்தத் திட்டத்தை நான் மறுத்துவிட்டேன் என்று சொல்வது தவறு; ஒருவேளை காந்தி என்னுடன் நேரடியாகத் தொடர்பு கொண்டிருந்தால் இதனை லீக்கின் பரிசீலனைக்கு அனுப்பிவைத்திருப்பேன்' என்றார் காயீத் (ஜின்னா).

ஜூலை 17ஆம் நாள் காந்தி சிறையிலிருந்து வெளியே வந்து இரண்டரை மாதங்களுக்குப் பின்னர் காந்தி, ஜின்னாவுக்குக் குஜராத்தி மொழியில் கடிதம் எழுதினார். அதற்கு ஆங்கில மொழிபெயர்ப்பில் நகலும் வைத்திருந்தார். சகோதரர் ஜின்னாவுக்கு என்று தொடங்கியிருந்த அந்தக் கடிதத்தில் இருந்தவை:

> 'என்னுடைய சிறைவாசம் முடிந்து வெளிவந்தபின் நான் உங்களுக்கு இதுவரை கடிதம் எதுவும் எழுதவில்லை. ஆனால் இன்று என் மனம் உங்களுக்குக் கடிதம் எழுதத் தூண்டியது... நீங்கள் குறிப்பிடுகிற இடத்தில் நாம் சந்திக்கலாம். என்னை இஸ்லாத்துக்குப் பகைவன் என்றோ இந்நாட்டிலுள்ள முஸ்லிம்களுக்குப் பகைவன் என்றோ நினைக்கவேண்டாம்.[141]
>
> உங்கள் சகோதரன்
> எம்.கே.காந்தி

ஜின்னா அப்போது காஷ்மீரில் ஓய்வெடுத்துக் கொண்டிருந்தார். அவர் உடனே காந்திக்குப் பதில் அனுப்பினார். அது காந்தியின் கடிதம் போன்று அதிகக் கனிவுடன் இருக்கவில்லை. ஆனால், அதில் பணிவு இருந்தது. 'தவறு செய்ய வாய்பில்லாத மொழியாக' ஜின்னா கருதிய ஆங்கிலத்தில் எழுதப்பட்டிருந்தது.[142] 'அன்புக்குரிய மிஸ்டர். காந்தி, நான் ஊர் திரும்பிய பின்னர், என்னுடைய பம்பாய் இல்லத்தில் உங்களை மகிழ்வோடு வரவேற்க உள்ளேன். அதற்குள் உங்கள் உடல்நலம் முழுவதுமாகத் தேறி விடுமென்று நம்புகின்றேன். நாமிருவரும் சந்திக்கும்வரையில் வேறு எதையும் சொல்வதற்கில்லை.'[143]

காந்தி இன்னும் ஒரு மாதத்தில் 75 வயதைத் தொடுகிறார். ஜின்னா 68 வயதை நெருங்குகிறார். இருவருமே நோயால் பாதிக்கப்பட்டவர்கள். ஆனாலும்கூட முன்னவர் மெள்ளத் தன் உடல்நலத்தை மீட்டெடுத்து வந்தார். ஆனால் நோயால் குலைவுற்ற ஜின்னாவுக்கு இப்போது தான் தெரியவந்துள்ளது – அவரின் நோய் 'குணப்படுத்த முடியாத நிமோனியா. அது அவரின் நுரையீரல்களைப் பெரிதும் பாதித்து

விட்டது'.¹⁴⁴ கால்சியம் ஊசிகள், ஊட்டச் சத்து மருந்துகள் 'டையாதெர்மி' சிகிச்சை இவற்றால் அவருக்கு ஓரளவுக்கு நிவாரணம் கிடைத்தது. இன்றும் கூட நம் நாட்டில் நாற்பது வயதைக் கடக்கிற நடு வயதினருக்கு நிமோனியா நோய் அச்சத்தைத் தரக்கூடிய நோயாகவே உள்ளது.

மலபார் ஹில்லில் உள்ள ஜின்னாவின் இல்லத்தில் செப்டெம்பர் மாதம் காந்தியும் ஜின்னாவும் பதினான்கு முறை சந்தித்து உரையாடினார்கள். அவர்களின் கலந்துரையாடல்கள் யாவும் தொடர்ச்சியாக கடிதங்களாக எழுதி வைக்கப்பட்டுப் பதிவு செய்யப்பட்டன. சிறையிலிருந்த காங்கிரஸ் தலைவர்கள் மிகுந்த பதற்றத்துடன் இருந்தார்கள். அவர்களில் ஆசாத்தும் ஒருவர். அவர் 'காந்திஜி மிகப் பெரும் பிழையைச் செய்கிறார்'¹⁴⁵ என்று கருதினார். இருந்தாலும் இதேவேளை செய்தி ஊடகங்களில் இரு தலைவர்களும் சேர்ந்து புன்னகை புரிந்தபடி இருக்கும் புகைப் படங்கள் வெளியாகின.

நாடெங்கும் நல்லது நடக்கட்டும் என்று மக்கள் பிரார்த்தித்துக் கொண்டிருந்தார்கள். அரசியல் நோக்கர்கள் கட்சி சார்ந்த கொள்கை வழியினர் ஒவ்வொரு நாளும் கூடிப் பேசினார்கள். நம்பிக்கையோடு காத்திருந்தார்கள். லின்லித்தோவுக்குப் பின்னர் வைஸ்ராய் பதவிக்கு வந்த வேவல், இருதரப்பாரும் ஓர் ஒப்பந்தத்துக்கு வந்துவிடுவார்கள் என்று நம்பினார். அவர் தன்னுடைய டைரியில், 'கா-ஜி சந்திப்பு, செயற்குழுவை உருவாக்க ஒரு கட்டாயத்தை உருவாக்கிவிடும்' என்று எழுதினார்.¹⁴⁶ இருந்தாலும் பேச்சு வார்த்தை தோல்வியில் முடிவடைந்தது. 'ஒரு மூன்றாம் தரப்பை' நடுவராக இருந்து தீர்த்து வைக்க அழைக்கலாம் என்ற காந்தியின் கருத்தை ஜின்னா நிராகரித்துவிட்டார்.

காந்தி தர முன்வந்த பாகிஸ்தானை ஜின்னா ஒப்புக்கொள்ளவில்லை. ஜின்னா நினைத்த அளவுக்கு அது பெரிதாக இல்லை. அது இந்துப் பெரும்பான்மையினராக உள்ள வங்காளம், பஞ்சாப்பைத் தவிர்த்திருந்தது. போதிய இறையாண்மை இல்லை என்று ஜின்னா கருதினார். 'இந்துஸ்தானத்துக்கும் பாகிஸ்தானுக்கும் இடையே ஒரு கூட்டு உறவு இருக்கவேண்டும்' என்பது காந்தியின் விருப்பம். மேலும் ஜின்னா 'முஸ்லிம்களுக்கு சுய நிர்ணய உரிமை வேண்டும்' என்பதை வலியுறுத்தினார். 'முஸ்லிம் பெரும்பான்மைப் பகுதிகளில் வயது வந்தோர் அனைவரையும் வாக்கெடுப்புக்காக சேர்க்க வேண்டும்' என்றார் காந்தி.

இறுதிக் கருத்தாக 'இந்தியா விடுதலை பெற்ற பின்னர் எவ்வளவு விரைவாக முடியுமோ அவ்வளவு விரைவாக முஸ்லிம்களுக்காக

தனிநாடு பிரித்துத் தரப்படும்' என்றார். ஜின்னா அந்தத் 'தனிநாட்டை விடுதலைக்கு முன்னரே பிரிக்கவேண்டும்' என்றார். காங்கிரஸ் ஆளுகிற இந்தியா, பாகிஸ்தான் பிரிவினைக்கான உறுதி மொழியை நடைமுறைப்படுத்தும் என்ற நம்பிக்கை ஜின்னாவுக்கு இல்லை.[147]

இதற்கு காந்தி ஒப்புக்கொள்ளவில்லை. காந்தியைப் பொறுத்தவரை பிரிட்டிஷ்காரர்கள் வெளியேறுவதற்கு முன்பே நாட்டைப் பிரிப்பதை விரும்பவில்லை. சகோதரர்கள் தமக்குள் பாகப் பிரிவினை செய்துகொண்டு பிரிவது நல்லது என்று கருதினார். இருவருக்குமான இடைவெளி அதிகமானது.

இத்தகைய பேச்சுவார்த்தைகள் நடைபெற்றுவந்த தருணத்தில் ஜின்னா, காந்தி ஒரு தனி மனிதராகத் தன்னைக் காட்டிக்கொண்டு பேச்சுவார்த்தை நடத்துவதைவிட்டு காங்கிரஸின் 'அதிகாரபூர்வ மான பிரதிநிதி'யாக வரும்படிக் கேட்டுக்கொண்டார். காங்கிரஸ் தலைவர்கள் பலர் அப்போது சிறையில் இருந்ததால் இது நடைமுறை சாத்தியமில்லாத விஷயம். அதோடு அது அவசியமில்லாததும் கூட. காந்திக்கு காங்கிரஸ் மீது செல்வாக்கு உண்டு என்பது சந்தேகத்துக்கு அப்பாற்பட்ட விஷயம். ஜின்னா, ராஜகோபாலச்சாரிக்கு அனுப்பிய பதில் தந்தியில் கூட காந்தியிடமிருந்து ஒரு திட்டத்தைக் கோரியிருந்தார். ஜின்னா காந்தியின் அதிகாரபூர்வமற்ற இடத்தைக் குறிப்பிட்டுக் காட்டியதோடு, அது 'தனக்குக் கூடுதல் பாதகமான விஷயம்' என்றும் குறிப்பிட்டிருக்கிறார். மேலும் அந்தக் கடிதத்தில் அவர் இந்த நிலையை எடுத்து விளங்குகிறபோது, 'எந்த ஒப்பந்தமானாலும் அதற்கு இணங்கிக் கட்டுப்படுகிற பொறுப்பு லீக்கின் தலைவரான எனக்கு இருக்கிறது. நீங்களோ ஒரு தனிநபராக இருப்பதால் உங்கள் கட்சிக்கு அதைப் பரிந்துரைக்க மட்டுமே முடியும்'[148] என்றார்.

ஜின்னா – காந்தியிடையே உருவாகும் ஒப்பந்தத்தை காங்கிரஸ் கட்சி நிராகரிக்கக்கூடும் என்று ஜின்னா நினைத்தார். மேரியம் சொல்கிறார்: 1928-ல் அவர் இந்துக்களால் இதேபோன்று முஸ்லிம்களின் அதிகாரப்பூர்வமான பிரதிநிதி கிடையாது என்று சொல்லி அவமதிக்கப்பட்டார். எனவே ஜின்னா காங்கிரஸையும் காந்தியையும் பழிவாங்குவதற்காக எடுத்த முடிவாக இது இருக்கலாம்.[149]

மற்றொரு குறிப்பிடத்தக்க நிகழ்ச்சி, காந்தி, லீக் குழுவினரிடம் நேரிடையாகப் பேசுகிற வாய்ப்பைத் தரும்படிக் கேட்டார். ஜின்னா மறுத்துவிட்டார். அவர்களின் கவுன்சில் கூட்டத்தில் கலந்து கொள்பவர்கள் அல்லாமல் வேறுவகைப்பட்டவர்களை அழைக்க முடியாது என்றார். ஒருவேளை அவருக்கு 1920 நாக்பூர் காங்கிரஸ் கூட்டத்தில் அங்கு கூடியிருந்த பார்வையாளர்கள் ஜின்னாவின்

பேச்சைக் கேட்கவிடாமல் நடந்துகொண்டமை இன்னமும் அவர் உள்ளத்தில் கொதிப்புறச் செய்ததோ?

பேச்சு வார்த்தைகள் முடிந்த பின்னர் ஜின்னா, காந்தி 'மிகவும் வெளிப்படையாக' தன்னிடம் நடந்துகொண்டதாகக் கூறினார்.[150] மறுபக்கத்தில், காந்தி ஜின்னாவை 'நல்ல மனிதர்' என்றார்.[151] ஆனால் அவர்கள் ஒருவரைக் குறித்து ஒருவர் கொண்டிருந்த மதிப்பீடு 'வெளிப்படைத்தன்மை' 'நல்லவர் என்ற கூற்று' எந்தப் பலனையும் அளிக்கவில்லை. ஜின்னாவின் செல்வாக்கும் புகழும் மேலும் மேலும் கூடியது. பாகிஸ்தான் என்பதன் மூலம் அவர் சொல்ல விரும்புவது என்ன என்பது நன்கு புரிய ஆரம்பித்தது என்பதைத் தவிர்த்து எந்தப் பலனும் இல்லை. உண்மையில் காந்தி பதினான்கு முறை ஜின்னாவின் வீட்டுக்குப் பேசப் போனார். அவர் காயீத்க்கு எவ்வளவு பெரு மதிப்பு அளித்தார் என்பதற்கு இது ஓர் எடுத்துக் காட்டாகும். இது குறித்து கருத்துக்கள் பலவாறாக இருந்தாலும் முஸ்லிம் ஆதரவாளர்களிடையே அவருக்கு முன்பிருந்த பெருமதிப்பு இதனால் மேலும் கூடிவிட்டது.

●

பம்பாய் பேச்சு வார்த்தைகளுக்குப் பின்னர் மூன்று ஆண்டுகள் கடந்து ஜின்னா துளிகூடக் குறையாத இறையாண்மை கொண்ட பாகிஸ்தான் என்ற நாட்டை அடைந்துவிட்டார். அதைக்கூட அவருடைய விருப்பப்படி, பிரிட்டிஷாரிடமிருந்தே பெற்றுக்கொண்டார். விடுதலை பெற்ற இந்தியாவிடமிருந்து வாங்கிக் கொள்ளவில்லை. இப்போது இந்தப் பிரித்தெடுக்கப்பட்ட பாகிஸ்தான், காந்தி முன்பு அளிக்க முன்வந்த அதே அளவிலானதே. ஜின்னாவும் காந்தியும் அவர்கள் விரும்பாததையே அருந்த வேண்டி வந்தது.

ஜின்னாவின் மறைவுக்குப் பின்னர் பாகிஸ்தான் முஸ்லிம் லீக்கின் தலைவரான கலிக்குல் ஜமான் இந்த பம்பாய் பேச்சுவார்த்தை குறித்துக் கூறுவதைக் கேட்டுப்பாருங்கள்:

'ஊனமான பாகிஸ்தானை ஏற்றுக்கொள்ள ஜின்னாவுக்கு விருப்பம் இருந்திருந்தால் ஜின்னா பேச்சு வார்த்தைகளில் மேற்கொண்டு போகமுடியாமல் இருக்கும் தடைகள் பற்றிக் கலந்தாலோசித்திருப்பார். துரதிஷ்டவசமாக திரு. ஜின்னா இந்தப் பேச்சு வார்த்தைகளை முறித்துக்கொள்ளப்போவதற்கு முன்பாக கட்சியின் செயற்குழுவைக் கூட்டியிருக்கவில்லை.'[152]

பஞ்சாப், வங்காளம் ஆகிய மாகாணங்களில் இந்துக்கள் பெரும்பான்மையாக வாழும் பகுதிகளை ஜின்னா வலியுறுத்திக் கேட்டதை நாம் நிச்சயம் விமர்சிக்க முடியும். மேரியம் குறிப்பிட்டுக்

காட்டுவதுபோன்று 'சுய நிர்ணய உரிமை என்பதால் குறிப்பிட்ட பகுதியை வாழ்விடமாகக் கொண்ட எல்லோருடைய சார்பாகவுமே அது பொதுவாகக் கோரப்படுகிறது.'[153] கலிக்குல் ஜமானின் பலமான சொற்களில்.. 'சுய நிர்ணய உரிமை என்பது ஒரு பகுதியில் வாழ்கிற ஒரு சமுதாயத்தினரின் வாக்குகளை மட்டுமே கணக்கில் எடுத்துக் கொள்ளப்பட்டு உருவான நிகழ்வு உலகில் வேறு எங்குமே நடந்திருக்கவில்லை.'[154] முஸ்லிம் சமுதாயத்தின் (கவ்மு) உரிமைகள் மீதான ஜின்னாவின் அளவுகடந்த பற்று அவரை அதீத நிலைப்பாட்டை எடுக்கவைத்துவிட்டது.

பிரிவினை நடந்த நேரம் தொடர்பான ஜின்னாவின் கணிப்புகளில் காரணங்கள் இல்லாமல் இல்லை. காங்கிரஸ் ஆள்கிற இந்தியா பிரிவினையை மறுத்துவிடக்கூடும் என்ற அச்சம் அவருக்கு இருந்ததனால் அவர் பிரிட்டனிடம், இந்தியாவைப் பிரித்துக் கொடுத்துவிட்டுப் பின்னர் வெளியேறும்படிக் கேட்டுக்கொண்டார். ஜின்னாவின் பெயரின் முன்னால் இந்திய தேசியவாதி என்பதற்கு பதிலாக முஸ்லிம் தேசியவாதி என்ற அடைமொழி இப்போது வந்துவிட்டிருக்கிறது. எனினும் கிழக்கு உலகத்தின் தேசிய வாதியான காந்தியைப் போலவே தன்னையும் ஒரு தலைவராக நினைத்தபடியே, அவர் அந்த நேரத்தில் காந்தியிடம் 'ஒரு முழுமையான உடன்படிக்கை உடனடியாக அவசியம்'[155] என்றார். ஆனாலும் அந்த உடன்படிக்கையை பிரிட்டன் முன்நின்று நிறைவேற்றிவைக்கவேண்டும். காங்கிரஸ் செய்யக்கூடாது என்றார். காந்தி அதற்கு ஒப்புக்கொண்டிருக்கலாம். லௌகீக ரீதியில் எந்த இழப்பும் நேர்ந்திருக்காது. அப்படிச் செய்திருந்தால் ஒரு சுமுகமான தீர்வு உருவாகியிருக்கக்கூடும். நாமறிந்தவரையில் காந்தியின் தேசப்பற்று அதைச் செய்வதிலிருந்து அவரைத் தடுத்திருக்கக்கூடும். ஜின்னாவோடு அவருடைய பேச்சுவார்த்தைகள் வாதத்துக்கு எதிர்வாதமாக, உணர்ச்சிக்கு எதிர் உணர்ச்சியாக நடந்துமுடிந்து விட்டது.

•

அடுத்த காட்சி சிம்லாவிலுள்ள வைஸ்ராய் லாட்ஜ் என்றழைக்கப்படுகிற மாளிகைக்கு மாறுகிறது. பிரிட்டிஷாருடனான தொடர்புகளை முறித்துக்கொள்ளவேண்டும் என்ற ஜின்னா, காந்தி ஆகியோரின் விருப்பங்களுக்கு மிகப் பெரிய மக்கள் ஆதரவு இருக்கிறது; உலகப் போருக்குப் பின்னர் இந்தியாவுக்கு விடுதலை அளிப்பது என்ற முடிவுக்கு பிரிட்டிஷார் வந்துவிட்டார்கள். இந்த உண்மைகள் எல்லாம் தெரிந்த வேவல், இந்தியாவுக்கு இப்போது அளிக்கப்போகிற புதிய திட்டங்கள் தொடர்பாக சர்ச்சிலிடம்

அனுமதி கேட்டார். அதற்கு '(நம் நெருக்கடியைப் புரிந்துகொண்டு) எங்கள் மீது கொஞ்சம் கருணை காட்டுங்கள்' என்று பதில் கொடுத்தார் சர்ச்சில்.[156] ஆனாலும் வேவல் தொடர்ந்து அழுத்தம் கொடுத்தார்.

மாட்சிமை பொருந்திய அரசாங்கத்தின் சம்மதத்துடன் வேவல் சிறையிலிருந்த காங்கிரஸ் தலைவர்களை விடுதலை செய்தார். அவர்களைப் பேச்சுவார்த்தை நடத்த சிம்லாவுக்கு அழைத்தார். பேச்சுவார்த்தை விடுதலையைக் குறித்தோ, பிரிவினையைக் குறித்தோ அல்ல. அமைப்புரீதியான அரசியல் பிரதிநிதிகளின் கருத்துகளைக் கேட்டு 'புதிய நிர்வாகக் கவுன்சில்' நிறுவுவது தொடர்பாகப் பேசவே அழைப்புவிடுத்திருந்தார்.[157]

1945 கோடைப்பருவத்தில் ஜின்னாவும் காந்தியும் மலைவாசஸ்தல மான சிம்லாவுக்குச் சென்றார்கள். காங்கிரஸ் குழுவுக்கு ஆலோசனை சொல்லும் முகமாகவே அங்கு காந்தி சென்றிருந்தார். அவர்களுக்குத் தலைமைத் தாங்குவதற்கு சிறையில் இருந்து விடுதலையான ஆசாத் வந்திருந்தார். ஜின்னா அவருடைய வழக்கமான வைராக்கியத்துக்கேற்ப ஆசாதைப் பொருட்படுத்த வில்லை. வேவல் சொன்னதையும் ஒப்புக்கொள்ளவில்லை. அமையவிருக்கிற புதிய தேசிய அரசாங்கத்தில் முஸ்லிம்களுக்கும் இந்துக்களுக்கும் சரிசமமான இடங்கள், பொறுப்புக்கள் அளிக்கப்பட வேண்டும் என்று ஜின்னா வலியுறுத்தினார். இதற்கு வேவலும் ஒப்புக்கொண்டார். காங்கிரஸும் ஒப்புக்கொண்டது. அதன் பின்னர் ஜின்னா லீக் தலைவர் என்ற தகுதியில் அவர் மட்டுமே முஸ்லிம் உறுப்பினர்களைத் தேர்ந்தெடுப்பேன் என்றார். வேவலும் காங்கிரஸும் இதனை ஒப்புக் கொள்ளவில்லை. வேவல் மத்தியஸ்தம் செய்ய மறுத்துவிட்டார். இதனால் காங்கிரஸுக்கு ஏமாற்றம் ஏற்பட்டது. லீக்குக்கு சாதகமாகிப் போனது. வேவல் 'பேச்சுவார்த்தைகள்' தோல்வியடைந்தன என்றும் எந்தத் தீர்மானமும் உருவாகாத, யாருக்கும் வெற்றி தோல்வியற்ற பழைய நிலையே தொடரும் என்றும் அறிவித்தார்.

மாகாண ஆளுநர்கள் பலரும் வேவலிடம் மேற்கொண்டு அவராகவே புதிய நிர்வாக கவுன்சில் அமைக்கும்படியும், அதில் ஜின்னா தரப்புக்கு கௌரவமான இடங்களை ஒதுக்கிவைக்கவும் கேட்டுக்கொண்டார்கள். ஜின்னா தன் முடிவை மாற்றிக்கொண்டு வந்தால் அந்த இடங்களை பின்னர் நிரப்பிக் கொள்ளலாம் என்று சொன்னார்கள். ஆனால், அப்படிச் செய்தால் அது காங்கிரஸின் ஆதிக்கம் மிகுதியாக இருக்கக்கூடிய அமைச்சரவையாகவே ஆகிவிடக்கூடும் என்பதால் இந்த யோசனைக்கு அவர் மறுப்புத் தெரிவித்தார். வைஸ்ராய் என்ற பொறுப்பிலே இருந்த வேவல்

ஓராண்டுக்குப் பின்னர் இங்கிலாந்து அரசருக்குக் கடிதம் ஒன்றை எழுதினார். அதில், அவர் கமாண்டர் – இன் – சீஃப் ஆக இருந்தபோது உலகப் போர் நடைபெற்ற காலச்சூழலில், 'வெள்ளையனே வெளியேறு' போராட்ட நிகழ்வுகளை நாடெங்கும் நடத்தி ஒரு நெருக்கடியை ஏற்படுத்தியவர்களையும் அந்த நிகழ்ச்சிகளையும் என் நெஞ்சிலிருந்து முழுதும் போக்க முடியவில்லை'[158] என்று குறிப்பிட்டிருந்தார்.

ஜின்னாவின் உறுதி அல்லது அவரின் பிடிவாதம் அவருக்குப் பலன்களை அளித்தன. சிம்லா பேச்சுவார்த்தைகளுக்குப் பின்னர், ஜின்னாவிடம் தான் முழுப் பிடியும் இருக்கிறது என்பது க்வாமுக்குத் தெரிந்துவிட்டது. அது மட்டுமா? மிக முக்கியமான பகுதியாக இருந்த பஞ்சாபில் கிலுர் ஹயாத், காயீதே ஆசாமிடம் சரணடைந்துவிட்டார்.

முழு வேகத்தோடு தனிநாடு கேட்டுக் களம் இறங்கிய ஜின்னா காங்கிரஸைக் கடுமையாகச் சாடினார். 'ஜெர்மனியில் யூதர்களுக்கு ஏற்பட்ட பரிதாப கதிதான் முஸ்லிம்களுக்கு இந்து ராஜ்யத்தில் ஏற்படும்' என்றார். 1945 இறுதியில் மிகுந்த உணர்ச்சிவசப்பட்டுப் பேச ஆரம்பித்தார். 'நான் ஒருபோதும் இந்துக்களுக்கு முஸ்லிம்கள் அடிமைகள் ஆவதை அனுமதிக்கமாட்டேன்'. 'நேரம் வரும்போது ஒருபோதும் தயங்கவும்மாட்டேன்; ஒரு அடி கூட பின்வைக்க மாட்டேன்'. திருவாளர் காந்தியும் காங்கிரஸூம் நம்மை நசுக்கிப் போட அவர்களால் முடிந்த அளவுக்கு முயன்றார்கள். ஆனால், முஸ்லிம் லீக்கை நசுக்க உலகில் யாராலும் முடியாது. அந்தச் சோதனையான காலகட்டம் வந்துவிட்டால் நான்தான் முதலாவதாக என் நெஞ்சில் துப்பாக்கித் தோட்டாக்களை வாங்கிக் கொள்வேன்.'[159]

ஜின்னாவின் ஆளுமை க்வாமை மயக்கியது. இதன் பின்னே அவருடைய நேர்மை, ஒருமுகப்பட்டச் சிந்தனை, நிலைமாறாத கொள்கைப்பிடிப்பு ஆகியயே இருந்தன.

முஸ்லிம் சமுதாயம் முழுவதற்கும் மிக நன்றாகத் தெரிந்த உண்மை, காயீத் சொன்னதைச் செய்வார் என்பதுதான். அவர் என்றுமே தன் குறிக்கோளை விட்டுப் பார்வையை அகற்றாதவர். அவர் தனக்கென்று ஒற்றைப் பாதையை வகுத்துக்கொண்டார். அதிலேயே தான் அவரின் பயணம். ஜின்னா தன்னுடைய வலிமையைப் புரிந்து கொண்ட பின், அதை நடையுடை பாவனைகளில் வளர்த்துக் கொண்டார். பேகம் லியாகத் அலி சொன்னவை:

> 'ஒருவரை நோக்கி ஜின்னா விரல்களை ஆட்டியபடி சொன்னார்: 'உங்கள் பேச்சு முட்டாள்தனமானது. நீங்கள் என்ன பேசுகிறீர்கள் என்பது உங்களுக்கே தெரியவில்லை.' அப்படி அவரால்

கண்டிக்கப்பட்டவர்கள் உடனே அடங்கிப் போவார்கள். மிகப் பெரிய கூட்டங்களில்கூட, அவர் தன்னுடைய ஒரு பக்கப் பார்வைக் கண்ணாடியைக் கண்களில் பொருத்திக்கொள்வார். பின்னர் அதை கையிலே எடுத்து வைத்துக்கொண்டு பேசுவார். இத்தனைக்கும் மொழி சார்ந்த தடையும் உண்டு. அவர் முழுக்க முழுக்க ஆங்கில மொழியிலேயே பேசுவார். வேறு எந்த மொழியிலும் ஜின்னா பேசமாட்டார். ஆனால், கூட்டம் மெய் மறந்து கேட்கும்.[160]

ஜின்னா பொது மக்களிடமிருந்து தன்னைத் தனிமைப்படுத்திக் கொள்வதையே விரும்புவார். அதைக்கூட அவரின் க்வாம் அவருடைய சுதந்திரம் என்று பாராட்டியது. வேறு யாரேனும் இப்படி நடந்துகொண்டிருந்தால், முரடர் என்று சொல்லி ஓரங்கட்டியிருக்கும். பேகம் லியாகத், 'அவர் பலுசிஸ்தான் சென்றிருந்தபோது அவரைப் பார்ப்பதற்கு நூற்றுக்கணக்கில் மக்கள் ஒரு பூங்காவில் குழுமியிருந்தார்கள். அங்குதான் ஜின்னாவுக்கு வரவேற்பு விருந்து அளிக்க இருந்தார்கள். அங்கே ஜின்னாவுக்கு முதிய பழங்குடித் தலைவர் ஒருவர் அவருக்கு நட்புடன் கைகளை நீட்டினார். ஜின்னா தன் கைகளை இழுத்துக்கொண்டு சொன்னார், 'நான் உங்களோடு கைக்குலுக்கினால் இதன் பின்னர் இங்கு கூடியுள்ளோர் அனைவர் கைகளையும் குலுக்க வேண்டிவரும். அதற்கெல்லாம் நேரம் இல்லை' என்றார்.[161]

கட்சித் தொண்டர்களும் பொதுமக்களும் நினைப்பதற்கு மாற்றாக அவர் நடந்துகொண்டார் என்று அர்த்தமில்லை. லீக்கின் செயல் வீரர்கள் கூட்டம் கல்கத்தாவில் நடந்தபோது மார்ச் 1946 அவர் பேசினார்: 'நானோர் முதியவன்... கடவுள் எனக்கு போதியதை வழங்கியுள்ளான். எதற்காக நான் தேவையில்லாமல் என் ரத்தத்தைத் தண்ணீராகச் செலவிடவேண்டும். தேவையில்லாமல் ஓடி வீண் தொல்லைகளை விலைக்கு வாங்கவேண்டும்? என்னுடைய இந்த உழைப்பு உங்களுக்காக, ஏழை எளிய மக்களுக்காக, முதலாளித்துவவாதிகளுக்காக அல்ல.'[162]

லீக்குக்காக அளிக்கப்படுகிற நன்கொடைகளுக்கு அவரே ரசீதில் கையெழுத்திடுவார். 'ஒவ்வொரு ரசீதில் கையெழுத்திடும் போதும் என் குறிக்கோளுக்கு ஆதரவாளர் கிடைத்ததை உணர்ந்துகொள்கிறேன்'[163] என்றார்.

அவருடைய தங்கை பாத்திமா முஸ்லிம் பெண்களைப் போல் முகத்திரை அணியமாட்டார். எனவே, பழமைவாதிகளுக்கிடையே ஜின்னா பேசச் சென்றால் அவர் தன் தங்கையைத் தன்னோடு மேடையில் அமரவைக்கமாட்டார். ஜின்னா 'டான்' (விடியல்) என்ற

பெயரில் செய்தித்தாள் ஒன்றைத் தொடங்கினார். அது அவருடைய குறிக்கோளை வலிமையுறச் செய்வதற்காகத் தொடங்கப்பட்டது. அவர் பொது அரங்கில் தோன்றும் வேளையில் தன்னுடைய கெடுபிடியையும் எச்சரிக்கையையும் கை விட்டுவிடாது கவனமாக இருப்பார். அவர் அப்படி விலகி நிற்பது அவருடைய வசீகரத்தை அதிகரிக்கவே செய்தது.

'காயீதே' பொழுதுபோக்குக்காக நேரம் ஒதுக்கினாரா? எப்பொழுதாவது அவர் ஓய்வாக இருந்தால் அவரின் வீட்டிலுள்ள பில்லியர்ட்ஸ் மேஜையில் பொழுதைக் கழிப்பார். சில நேரங்களில் சீட்டு விளையாடுவார் அவ்வளவுதான். அவரின் வாழ்க்கை வரலாற்றை எழுதியுள்ள போலித்தோ, 'அவரின் மேஜைகளின் பக்கவாட்டு முனைகள்தான் அவரின் தொடுவானமும் அடிவானமும். பெரும்பாலும் அவர் எல்லா நாட்களிலும் பகலிலும் இரவிலும் அவர் பேசுவதற்காக வெளியிடங்களுக்குப் பயணம் செல்கிற நாட்களைத் தவிர, மற்ற நாட்களில் அவர் தன்னுடைய நேரத்தை இந்த மேஜையில்தான் செலவிடுவார்.[164] அவரின் நுரையீரல் நோய் குறித்து அவர் அவ்வளவாகப் பொருட்படுத்திய தில்லை. அவரின் நண்பர்களிடம் சொல்வார், 'அந்த நோய் அப்படியொன்றும் ஆபத்தானதாக எனக்குத் தெரியவில்லை.'[165]

ஜின்னாவின் குறிக்கோள், அதற்காக அவர் புரிந்த கடும் உழைப்பு அவரின் நேரத்தை எல்லாம் சூறையாடிவிட்டது. வெளி உலகில் அந்த லட்சியம் மேலும் மேலும் வளர்ந்து வந்தது. ஆனால் அவரின் பெரிய மாளிகையில் அவர் தனிமையில் கழிக்க நேர்ந்தது. நெருக்கமான, பரிவான, மலர்கிற மனிதர்களை அவரோடு பார்க்க முடியவில்லை. நல்லவேளையாக அண்ணனுக்காகத் தன்னை அர்ப்பணித்துக்கொண்ட தங்கை பாத்திமா அவரோடு இருந்தார். சமையற்காரர் ஒருவர் அங்கே உதவிக்கு இருந்தார். போகிறபோக்கில் அவர் யாரென்று சொல்கிறேன்: அவர் ஓர் இந்து.

•

உலகப்போர் முடிந்துவிட்டது. லண்டனில் சர்ச்சிலின் இடத்துக்கு (பிரதமராக) 'ஆட்லீ' வந்துவிட்டார். இந்தியாவுக்கு 1946 ஜனவரியில் பொதுத்தேர்தலை நடத்த அவர் ஆணை பிறப்பித்துவிட்டார். தேர்தலில் ஜின்னாவுக்கு மாபெரும் வெற்றி கிடைத்தது. மைய நாடாளுமன்றத்துக்கு நடந்த தேர்தலில் லீக் எல்லா 30 இடங்களையும் வென்றெடுத்துவிட்டது. மாகாண சட்டமன்றத் தொகுதிகளில் முஸ்லிம்களுக்காக ஒதுக்கப்பட்ட 507 தொகுதிகளில் 427 இடங்களிலே அது வெற்றியை அள்ளிக்குவித்துவிட்டது. ஒன்பது ஆண்டுகளுக்கு முன்னர் அது எல்லா இடங்களிலும் சுத்தமாக

துடைத்தெறியப்பட்டிருந்தது. ஒன்பது ஆண்டுகளுக்கு முன்பு ஜின்னா 'இந்திய முஸ்லிம்களுக்கு மட்டுமே நான் பேசமாட்டேன்' என்றார். இப்போது அடியோடு எல்லாம் மாறிப்போனது! இது அவருடைய பொன்னான நேரம்.

நாட்டின் ஒரேயொரு பகுதி முஸ்லிம் மக்கள் மட்டும்தான் ஜின்னாவுக்கு ஆதரவாக இருந்திருக்கவில்லை. வடமேற்கு எல்லைப்புற மாகாணத்தில் காங்கிரஸும் செஞ்சட்டைக்காரர்களின் கட்சியும் ஒன்றாகக் கூட்டணி சேர்ந்து மறுமுறையும் ஆட்சியைப் பிடித்துவிட்டார்கள். ஆனால், நாட்டின் மற்ற பகுதிகள் எங்கெங்கும் ஜின்னா அல்லது பாகிஸ்தான் ஆதரவு முழக்கமே ஓங்கி ஒலித்தது. எதிர்தரப்பில் காங்கிரஸ் கட்சிக்கு மையச் சட்டமன்றத்தில் 56 இடங்களும் மாகாணங்களில் 930 இடங்களும் கிடைத்தன. அவர்கள் மொத்தம் இருந்த 11 மாகாணங்களில் 8 மாகாணங்களில் அமைச்சரவை அமைத்தார்கள். லீக் தனிப்பெரும் கட்சியாக இருந்த வங்காளத்திலும் சிந்துவிலும் கூட்டணி அரசாங்கம் அமைந்தது. இதேபோன்ற பெரும்பான்மை இருந்த நிலையிலும் லீக்கினால் பஞ்சாபில் அமைச்சரவை அமைக்க முடியவில்லை. இப்போதும் காங்கிரஸ் கட்சியின் தலைவராக இருந்த அபுல் கலாம் ஆசாத், பஞ்சாபில் யூனியனிஸ்ட் கட்சியோடு ஓர் உடன்படிக்கையை வெற்றிகரமாக உருவாக்கி, கிலுர் ஹயாத் தலைமையிலான காங்கிரஸ்-அகாலி கூட்டணி அமைச்சரவை அமையக் காரணமாக இருந்தார்.

பிரதமர் 'ஆட்லி' காபினெட் தூதுக்குழு ஒன்றை இந்தியாவுக்கு அனுப்பினார். புதுடெல்லி அரசாங்கமும் இந்திய அரசாங்கமாக மாற (விடுதலை கொடுக்க) என்னென்ன வாய்ப்பு வழிகள் இருக்கின்றன என்பதைப் பார்க்க அனுப்பினார். இதன் பின்னர் அவரின் அடுத்த அறிவிப்பு காங்கிரஸ்காரர்களின் காதுகளில் தேன் பாய்ச்சியது. 'ஆம், நாங்கள் சிறுபான்மையினரின் உரிமைகளில் அக்கறைக் காட்டுவோம். ஆனால், இன்னொரு பக்கத்தில் பெரும்பான்மையோரின் முன்னேற்றத்தைத் தடுப்பதற்கு அவர்கள் தடையாணையைப் பயன்படுத்த நாங்கள் அனுமதிக்க மாட்டோம்.'[166]

'மூன்று புத்திசாலி மனிதர்கள்' மார்ச் 24-ல் இந்தியாவுக்குப் புறப்பட்டு வந்தார்கள். இவர்கள்தான் காபினெட் தூதுக்குழுவினர். பேத்திக் லாரனஸ், இவர்தான் இந்தியா தொடர்பான உள்துறைச் செயலாளர்; இந்தியர்கள்மீது தனியொரு அக்கறையும் நல்லெண்ணமும் கொண்டவர். அடுத்தவர் ஸ்டாஃபோர்ட் கிரிப்ஸ். தொழில்துறைக் கழகத்தின் தலைவர், அறிவு நுட்ப மிக்கவர், இப்பொழுதோ மிகவும் துணிச்சலோடும் நம்பிக்கையோடும் களம் இறங்கி இருப்பவர்.

வேவல் இவரின் செயலாற்றலைக் குறிப்பிடுகிறபோது 'அவர் கருமையையும் வெண்மையையும் நடுநிலையான மற்றும் ஒப்புக்கொள்கிற வகையிலான சாம்பல் நிறமாக்கிக் காட்டுபவர்' என்றார்.[167] அடுத்தவர் ஏ.வி அலெக்ஸாண்டர். கடற்படையின் முதல் நிலைத் தலைவர்.

தூதுக்குழுவுக்கு இரண்டு நோக்கங்கள் இருந்தன. ஒன்று வைஸ்ராய் நிர்வாகக் கவுன்சிலைத் தற்காலிக தேசிய அரசாங்கமாக மாற்றுவது; இன்னொன்று பாகிஸ்தான் தனிநாடு வலியுறுத்தலுக்கு அரசியலமைப்பு வழியிலான நீண்டகாலத் தீர்வு ஒன்றைக் காண்பது. வேவலையும் தம் குழுவில் இணைத்துக்கொண்ட அவர்கள் ஜின்னாவால் புறந்தள்ளப்பட்ட 'ராஜகோபாலச்சாரி ஃபார்முலா' திட்டத்தில் இருந்ததுபோலான 'வெட்டப்பட்ட' பாகிஸ்தானை அளிக்க முன்வந்தார்கள். முழு சுய நிர்ணய உரிமை கொண்ட அதை நேரிடையாக பிரிட்டிஷாரிடமிருந்து ஜின்னா பெற்றுக்கொள்ளலாம் என்றார்கள். காயீத் அதை நிராகரித்துவிட்டார். அதற்கு மாற்றாக இன்னொருத் திட்டத்தை அவர்கள் முன் வைத்தார்கள். சுயாட்சி அதிகாரங்களுடன் இறையாண்மையோடு கூடிய, தளர்வான கூட்டமைப்பில் இந்திய யூனியனில் அங்கம் வகிக்கிற ஒன்றாக பாகிஸ்தான் இருக்கும். முழு வங்காளம், பஞ்சாப், அஸ்ஸாம், சிந்து, பலுசிஸ்தான், வடமேற்கு எல்லைப்புறங்கள் என ஜின்னா கேட்ட முழு நிலப்பரப்புகளைக் கொண்டதாக அந்த பாகிஸ்தான் இருக்கும் என்று சொன்னார்கள்.

ஜின்னா இது தொடர்பான தன் மறுப்புகளைத் தெரிவித்தார். இப்படியான உடன்பாட்டை ஒப்புக்கொள்ளவேண்டுமென்றால், மைய அரசு என்று ஒன்று இருக்கக்கூடாது என்றார். அவ்வாறு ஒன்று தேவைப்பட்டால் இணையான இரு அமைப்புகளின் தொகுப்பாக அது ஏற்படுத்தப்பட வேண்டும். ஒன்று முஸ்லிம்களைக் கொண்ட அமைப்பு; மற்றொன்று இந்துக்களைக் கொண்ட அமைப்பு. அந்த மைய அமைப்பின் அதிகாரங்கள் மட்டுப்படுத்தப்பட்டதாக இருக்க வேண்டும். முஸ்லிம் அமைப்பு ஐந்து அல்லது பத்தாண்டு காலங்களில் பிரிந்துச் செல்வதற்கான முடிவெடுத்தால் அதற்கான அனுமதி அளிக்கப்படவேண்டும் என்றார்.

காங்கிரஸ் சார்பில் பேசுவதற்கு ஜின்னா கை குலுக்க மறுத்த ஆசாத், நேரு, பட்டேல் ஆகியோர் வந்தார்கள். பலமற்ற மைய அதிகாரப் பீடத்தையும் பிரிந்து செல்லும் உரிமையையும் முற்றிலுமாக மறுத்தார்கள். அத்துடன் முடித்துக்கொள்ளாமல் 'பாகிஸ்தானு'டன் சேர விருப்பமில்லாத மாகாணங்கள் தனியாக ஒதுங்கிக்கொள்ள உரிமை அளிக்கப்படவேண்டுமென்ற புதிய கோரிக்கையையும்

அழுத்தமாக வலியுறுத்தினார்கள். இந்துப் பெரும்பான்மை கொண்டுள்ள அஸ்ஸாம்; அத்துடன் வடமேற்கு எல்லைப்புற மாகாணம்- இங்கே முஸ்லிம் லீக் தேர்தலில் முறியடிக்கப்பட்டு விட்டது. இங்கே பாகிஸ்தான் என்ற முழக்கம் எடுபடவில்லை. இங்கே முழுக்கவும் முஸ்லிம்கள் வாழ்கிறனர். ஆனாலும் காங்கிரஸ் அரசாங்கம் இங்கே நடைபெற்று வருகிறது. அதனால் அஸ்ஸாமும் வடமேற்கு எல்லைப்புற மாகாணமும் 'பாகிஸ்தானோடு' இணைவதற்கு முன்வராது; எனவே அவற்றுக்கு அந்த உரிமை வேண்டும் என்று காங்கிரஸ் நினைத்தது. அவற்றின் 'கட்டாய வகைப்படுத்தல்' தொடர்பாக ஜின்னா மோதலை ஆரம்பித்தார். 'பாகிஸ்தானுடன் இணைவதைவிட்டால் அஸ்ஸாமுக்கு வேறு வழி கிடையாது' என்றார்.[168] அதுமட்டுமின்றி வடமேற்கு எல்லைப்புற மாகாணம், அது முஸ்லிம்களை மட்டுமே கொண்டுள்ள நிலப்பகுதி. அதற்கும் வேறு வழி கிடையாது என்றார்.

சிம்லாவிலும் டெல்லியிலும் நீண்ட வாரங்களாக நடைபெற்ற பேச்சுவார்த்தைகளில் எந்த முடிவும் எட்டப்படவில்லை. உடன்படிக்கை ஏற்படுவதற்கான வாய்ப்புக்கள் முற்றிலும் இல்லை என்பது வெளிப்படையாகவே தெரிந்துவிட்டது. அந்த 'புத்திசாலி மனிதர்களின் தூதுக்குழு' அறிக்கை அளிக்க முன்வந்தது. மிக மோசமான முரண்பாடுகளைக் கொண்டதாக அது இருந்தது.

மே மாதம் 16ம் நாள் ஓர் அறிவிப்பு வெளியானது. ஒரு மைய அமைப்பு அல்லது அரசாங்கம் எதிர்காலத்தில் உருவாக்கப்படும். அதன் அதிகாரம் மட்டுப்பட்டதாக இருக்கவேண்டும். ஆனாலும் அதற்கு முக்கியமான சில அதிகாரங்கள் அல்லது துறை சார்ந்த நிர்வாக உரிமை உண்டு. நாடு முழுவதுமான வெளியுறவு, ராணுவம் அல்லது பாதுகாப்புத்துறை, தகவல் தொடர்புத்துறை (தபால் தந்தி இலாகா) ஆகியன மைய அரசாங்க நிர்வாகத்தில் இருக்கும். பிராந்தியங்களுக்கு கணிசமான அதிகாரங்கள் இருக்கும். குழுக்களுக்கு கணிசமான அதிகாரங்கள் இருக்கும். அந்த அறிக்கையில் தெளிவாகவே 'பிரிவினை சரியான யோசனை அல்ல' என்று கூறப்பட்டிருந்தது. இப்போதைய உடனடித் தேவை ஓர் அரசியல் அமைப்பு வழியிலான மக்கட் பிரதிநிதித்துவ சட்டமன்றம் ஏற்படுத்தப்படுவதுதான் என்று சொன்னது. அந்த மைய சட்டமன்றம் தற்போதைய மாகாணச் சட்டமன்றங்களினால் தேர்ந்தெடுக்கப்பட வேண்டும் என்றும் சொன்னது.

மேலும் அஸ்ஸாமும் வடமேற்கு மாகாணமும் பாகிஸ்தான் அணியோடு சேர்ந்துகொண்டாகவேண்டுமா வேண்டாமா என்பது பற்றித் தெளிவாக எதுவும் குறிப்பிடப்படவில்லை. மேலும் 15-ம்

பத்தியில் 'மாகாணங்கள் குழுக்கள் அமைத்து, அவற்றுக்கென தனியான நிர்வாக அமைப்புகளும் சட்டமன்றமும் இருக்கலாம்' என்று சொல்லப்பட்டிருந்தது. 19-ம் பத்தியில் குழுக்களில் இருக்கும் பகுதிகளின் பிரதிநிதிகள் 'தங்களுக்கென்று தனி மாகாண அரசியல் அமைப்புச் சட்டத்தை ஏற்படுத்திக் கொள்ளலாம்' என்றும் 'விரும்பினால் அவை கூட்டு அரசியலமைப்பு சாசனம் உருவாக்கிக் கொள்ளவும் செய்யலாம்' என்றும் குறிப்பிட்டிருந்தது.[169]

மிகுந்த அதிருப்தியை ஏற்படுத்திய, இதில் இருக்கும் முரண்பாடுகளைப் பார்ப்போம். ஜின்னாவும் முஸ்லிம் லீக்கும் தூதுக்குழுவினர் முன்வைத்த திட்டத்தினால் திருப்தியில்லை. இருந்தும் ஜுன் 6-ம் நாள் அன்று லீக் அத்திட்டத்தை ஏற்றுக்கொண்டது. 'கட்டாய வகைப்படுத்தல்' அனுமதிக்கப் பட்டிருப்பதால் அதனுள் 'பாகிஸ்தானுக்கான அடித்தளம்' இருப்பதாகக் கருதியது. முழுமையான, இறையாண்மை கொண்ட பாகிஸ்தானை அடையும் அதன் இலக்கில் எவ்வித மாற்றமும் இல்லை என்றும் 'முஸ்லிம் குழுவினருக்கு' பிரிந்துச் செல்வதற்கான உரிமை இந்தத் திட்டத்தில் அளிக்கப்பட்டுள்ளது'[170] என்றும் சொன்னது. காபினெட் மிஷனின் அதிகாரி உட்ரோ லியாட் அரசாங்க கெஜெட்டில் பதிவிட்ட செய்தியில், 'முஸ்லிம்கள் இந்தத் திட்டத்தை ஏற்றுக்கொள்ளவேண்டுமென்றும், இது 'பாகிஸ்தான்' என்ற தனிநாடு பெறுகிற முயற்சிக்கு எடுத்துவைக்கும் முதல் காலடி என்றும் பிடிக்காவிட்டாலும் இதை ஏற்றுக்கொள்ளவேண்டும்' என்றும் அறிவுறுத்தியிருந்தார்.[171]

காங்கிரஸுக்கு இரண்டு சிந்தனைகள் இருந்தன. மிஷன் அறிக்கையில் பாகிஸ்தான் கோரிக்கை வெளிப்படையாகப் புறக்கணிக்கப்பட்டதையும் 15-ம் பத்தியில் இடம் பெற்ற விஷயங்களையும் காங்கிரஸ் வரவேற்றது. ஆனால் மே 25ஆம் நாள் வெளியிடப்பட்ட மிஷனின் அறிக்கையில் 'மாகாணங்கள் வகைப்படுத்துதல் தொடர்பான காங்கிரஸின் புரிதல், தூதுக் குழுவின் நோக்கத்துக்கு மாறுபட்டதாக'[172] இருப்பதாகச் சொல்லப்பட்டிருந்தது. இது காங்கிரஸை சோகத்தில் ஆழ்த்தியது. அவர்களைத் துவண்டுப் போகச் செய்தது. காங்கிரஸார் எடுத்த இறுதி முடிவு, புதிய 'தேசிய அரசாங்கம்' தொடர்பாக பிரிட்டிஷ் அரசு சொன்ன வாக்கியத்தினால் பெருமளவுக்குத் தீர்மானிக்கப்பட்டிருந்தது.

ஜுன் 16-ம் நாள் வைஸ்ராய் 14 தனிநபர்களை, தேசிய அரசாங்கம் அமைப்பது தொடர்பான பேச்சுவார்த்தைக்கு அழைத்திருந்தார். ஜின்னா, அவரோடு லீக்கின் உறுப்பினர்கள் நால்வர்; ஆசாதுக்குப் பின் காங்கிரஸின் தலைவராகியிருந்த நேரு, அவரோடு ஐந்து

காங்கிரஸ்காரர்கள்; அவர்களில் ஒருவர் ஹரிஜன், மற்ற மூவரில் ஒருவர் சீக்கியர், ஒருவர் பார்சிக்காரர் இன்னொருவர் கிருத்துவர். லீக்கும் காங்கிரஸும் அரசாங்கம் அமைப்பதற்காக ஒன்று சேரவில்லையென்றால் என்ன ஆகும்? இதுகுறித்து வைஸ்ராய் கூறியுள்ளது: 'எத்தனை பேர் இந்தத் திட்டத்தை விரும்பி ஏற்றுக் கொள்கிறார்களோ அவர்களைப் பிரதிநிதிகளாகக் கொண்ட புதிய அமைச்சரவை அமைக்கப்படும்'. இது கிரிப்ஸ் முன்வைத்த தீர்மானம். காங்கிரஸையும் லீக்கையும் இந்தத் திட்டத்தை ஒப்புக்கொள்ளச் செய்வதற்கு கொடுத்த அழுத்தம்.'[173]

கிரிப்ஸின் இந்த முன்மொழிவுத் திட்டத்தின் வழியில் அரசாங்கம் அமைப்பதற்கு ஜின்னாவுக்கு விருப்பம் கிடையாது. இதற்கு இன்னொரு காரணம் காங்கிரஸுக்கு ஆறு இடங்களும் லீக்குக்கு ஐந்து இடங்களும் முன்வைக்கப்பட்டது. அதோடு இங்கே சீக்கியர், பார்சிக்காரர்கள், கிருத்துவர்கள் என அழைக்கப்பட்டவர்களும் காங்கிரஸ் ஆதரவாளர்கள்போலவே இருந்தனர். ஆனால், இன்னொரு முக்கியமான விஷயத்தில் ஜின்னா திருப்தியாக இருந்தார். லீக்கிலிருந்து மட்டும்தான் முஸ்லிம்கள் யாரையும் அழைக்கவோ தேர்ந்தெடுக்கப்படவோ வேண்டும் என்று அழுத்தமாகச் சொல்லியிருந்தார். அதன்படியே நடந்திருந்தது.

ஜின்னா இந்த திட்டத்தை நிராகரிக்கவில்லை. காங்கிரஸ் என்ன செய்யப் போகிறது என்று கண்காணித்தார். அவருக்குத் தெரியும், வேவலுக்கும்கூட, மற்றும் எல்லோருக்குமே காங்கிரஸ் இதற்கு வேவலிடம் ஒப்புதல் அளிக்காது என்று தெரியும். லீக்கைச் சாராத முஸ்லிம்களை ஒதுக்கியிருந்ததால் காங்கிரஸ் நிச்சயம் இந்தத் திட்டத்தை எதிர்க்கும் என்பது உறுதியாகியிருந்தது. வேவலின் அமைச்சரவைத் திட்டத்தைக் காங்கிரஸ் புறக்கணித்து, ஜின்னா ஏற்றுக்கொண்டால், பிரிட்டிஷ் ஆட்சிக்குப் பின்னர் புதிய இந்திய அரசாங்கத்தைத் தலைமை ஏற்று நடத்தும் வாய்ப்பு அவருக்குத்தானே கிடைக்கும்.

பேத்திக் லாரன்ஸ், கிரிப்ஸ் ஆகியோர் இந்தியாவின் அதிகாரப் பரிமாற்றத்தை லீக்கிடம் ஒப்படைப்பது என்பது நடைமுறைக்கு ஒத்துவராது என்று முடிவெடுத்தார்கள். அலெக்ஸ்சாண்டர், வேவல் ஆகிய இருவரையும் கலந்து ஆலோசிக்காமல் இவர்களாகவே பட்டேல், நேரு, ஆசாத் ஆகியோரிடம் அரசியலமைப்புத் திட்டத்துக்கு இணக்கம் தெரிவிக்கக் கோரினார்கள் ('தூண்டினார்கள்' என்று வேவல் குறிப்பிட்டிருக்கிறார்[174]). 'வைஸ்ராயின் காபினெட் திட்டத்தைப் புறக்கணித்து, அரசியலமைப்பு திட்டத்தை ஏற்றுக்கொண்டால், கிரிப்ஸின் ஒப்பந்தப் பிரிவுகள் அவர்களை

அமைச்சரவையில் பிரதிநிதித்துவப்படுத்துவதோடன்றி அந்தப் பிரதிநிதிகளை அவர்களே தேர்ந்தெடுத்துக்கொள்ளவும் அனுமதிக்கிறது' என்று காங்கிரஸிடம் சொன்னார்கள்.

லீக் அரசாங்கம் அமைக்கப்போகிறது என்பதை காங்கிரஸ் தலைவர்களால் ஒருபோதும் ஏற்றுக்கொள்ளவே முடியாது. எனவே காங்கிரஸ்காரர்கள் பிரிட்டிஷார் முன்வைத்த திட்டத்தை ஏற்றுக்கொண்டனர். ஆனால், காங்கிரஸ் அந்த தீர்மானத்தை தன் விருப்பத்துக்கு ஏற்பப் புரிந்துகொண்டிருந்தது. 15ம் பத்தியின்படி, 'பாகிஸ்தானோடு' சேர விருப்பமற்ற பகுதிகள் பிரிந்துகொள்ளலாம் என்று அவர்கள் நினைத்தனர். தூதுக்குழுவினரின் மே 25-ம் நாள் அறிக்கை என்ன சொல்கிறது என்பது காங்கிரஸுக்குப் ஒருபொருட்டே இல்லை. அஸ்ஸாமையும் வடமேற்கு எல்லைப்புறப் பகுதியையும் அந்தப் பகுதியினரின் சம்மதம் பெறாமல் பாகிஸ்தான் தொகுப்பில் இடம்பெற வைத்ததை காந்தி எதிர்த்தார். எனவே காங்கிரஸுக்கும் இந்தத் திட்டத்தை நிராகரிக்கும்படி ஆலோசனை வழங்கியிருந்தார். ஆனால், அமைச்சரவை பதவிகள் பலருடைய மனதை மயக்கின. காந்தியின் அறிவுரையை காங்கிரஸ் நிராகரித்தது.

ஜூன் 25ஆம் தேதி காங்கிரஸ் செயற்குழு ஒரு தீர்மானத்தை நிறைவேற்றி, அதை பிரிட்டிஷ் அரசாங்கத்துக்கும் ஜின்னாவுக்கும் அனுப்பி வைத்தது. வைஸ்ராய் வேவல் பரிந்துரைகளைத் தீர்மானங்களை நிராகரித்தும், தூதுக்குழுவினரின் அறிவுரைக்கேற்ப நீண்ட கால நோக்கிலான அரசியலமைப்பு நிர்ணயக் குழுவில் சேருவதற்கு இணங்கியும் அந்தத் தீர்மானம் இருந்தது. காயீத் உடனடியாக பதில் அனுப்பினார். வேவலின் நிபந்தனைகளை ஏற்பதாகவும் அவர் முன்வைத்திருக்கும் அரசாங்கத்தில் சேரத் தயார் என்றும் லீக்கின் சார்பாக ஜின்னா உடனே ஒப்புதல் தெரிவித்தார். அதேநேரம் அவர் பிரிட்டிஷ் அரசாங்கத்திடம் 'நீண்ட கால அரசியல் சாசன திட்டத்தை' காங்கிரஸ் 'முழுமனதோடு ஏற்றுக் கொள்ளாததைக்' குறிப்பிட்டுக்காட்டவும் செய்தார். அப்படியாக ஜின்னா, தன்னுடைய தலைமையில் 'ஜின்னா அரசாங்கம்' ஒன்றை அமைக்க வழிசெய்யும்படி பிரிட்ஷாரிடம் கேட்டுக்கொண்டார். அது நிச்சயம் நடந்தேறும் என்றும் நம்பினார்.

காலம் கடந்துவிட்டிருந்தது. ஜின்னா கருதியதைப் போன்றே காங்கிரஸ் தெரிவித்திருக்கும் சம்மதம் முழுமனதுடனாக இல்லை என்பது கிரிப்ஸுக்கும் புரிந்துவிட்டிருந்தது. ஆனாலும் வைஸ்ராய் கிரிப்ஸ் 'காங்கிரஸின் தீர்மானத்தை சம்மதம் என்றே எடுத்துக் கொள்ளவேண்டும்'[175] என்று முடிவுசெய்தார். அப்படி அவர் முடிவெடுத்ததால், கிரிப்ஸின் முன்மொழிவுகளின் படி,

காங்கிரஸுக்கு புதிய அரசு அமைப்பது தொடர்பாக வேவலுடன் பேச்சுவார்த்தையை ஆரம்பிக்கும் உரிமை கிடைத்துவிட்டது. வேவலின் ஜூன் 16-ம் நாள் திட்டம் நிராகரிக்கப்பட்டது.

ஜின்னா பெரும் ஏமாற்றத்துக்கு ஆளானார். மோசமான உடல் நிலையில் இருந்தபோதிலும் அவர் குறிப்பிடத்தக்க விழிப்புணர்வோடும் துணிச்சலோடும் இருந்தார். அவர் ஒவ்வொரு தீர்மானத்தின் ஒவ்வொருஅம்சத்தையும் ஆழமாக அலசி ஆராய்ந்து வந்திருக்கிறார். பல கோரிக்கைகளை முன்வைத்து அவற்றை வேவலிடமிருந்து பெறவும் செய்திருந்தார். மிஷன் தூதுக்குழுவின் புத்திசாலி மனிதர்களிடமிருந்து சிலவற்றைப் பெற்று லீக்கின் நிலையைப் பலப்படுத்தியிருக்கிறார். இப்போது இறங்கிவந்து பிரிட்டிஷ் அரசாங்கத்தின் திட்டத்தை ஏற்றுக்கொண்டிருக்கிறார்.

உண்மையில் 'முழுமையான இறையாண்மை கொண்ட பாகிஸ்தானை' அடைவதுதான் அவரின் லட்சியம். ஆனால் இப்போது அவர் முதன் முதலாக, அந்த பாகிஸ்தானைத் தர முன்வராத ஒரு திட்டத்தை ஏற்றுக்கொண்டுவிட்டிருக்கிறார். அவருடைய வியூக மாற்றங்கள், காங்கிரஸின் மனோபாவம் ஆகியவை மாபெரும் பரிசுக்கு வெகு அருகில் அவரைக் கொண்டு வந்து நிறுத்தியிருந்தது. ஆனால், கடைசி நொடியில் எல்லாம் கைநழுவிப்போய்விட்டது.

ஜின்னா கொதித்துப்போனார். காங்கிரஸின் நாணயமற்ற செய்கையைக் கடுமையாகச் சாடினார். பெத்திக்-லாரன்ஸ் மற்றும் கிரிப்ஸ்ஸின் நயவஞ்சகத்தை விமர்சித்தார். வேவலின் துரோகத்தைக் கண்டித்தார். இவர்களின் இரண்டுத் திட்டங்களையும் ஜின்னா ஏற்றுக்கொண்டுவிட்டிருக்கிறார். காங்கிரஸோ வேவலின் கோரிக்கையை நிராகரித்த பின்னர் வைஸ்ராய் தன்னுடைய வாக்குறுதியின் அடிப்படையில், 'கண்ணியம் காப்பதென்றால்' என்ன செய்திருக்கவேண்டும்? தன்னைத்தானே அரசாங்கம் அமைக்க அழைத்திருக்கவேண்டும்'[176] என்று ஜின்னா நினைத்தார். இங்கேதான் ஜின்னா பிழை செய்கிறார்.

பாகிஸ்தான் எழுத்தாளர் ஜே. அகமதுவும் அதே தவறைச் செய்திருக்கிறார். அவர் எழுதியிருப்பது: '8-ம் பத்தியில் இருந்தவற்றுக்கு சர் ஸ்டாஃப்போர்ட் கிரிப்ஸ் தவறான பொருள் விளக்கம் தருகிறார். அதில் எழுதப்பட்டிருப்பதன் நேரடிப் பொருளில் பார்த்தால் லீக் தான் ஆட்சி அமைக்க அழைக்கப் பட்டிருக்கவேண்டும்.'[177] என்கிறார். ஆனால், காங்கிரஸ் அரசியல் சாசன அமைப்பு உருவாக்கத்துக்கு சம்மதம் தெரிவித்ததால்,

கிரிப்ஸின் அறிக்கையின் படி, வேவலுக்கு லீக் அரசாங்கம் அமைக்கவிடாமல் தடுக்கும் அதிகாரம் கிடைத்துவிட்டது.

முழு விழிப்போடும் எச்சரிக்கையோடும் ஜின்னா அனைத்தையும் அலசிப் பார்த்த பின்னும் கிரிப்ஸ் சொன்னவற்றைச் சரியாகப் புரிந்துகொள்ளத் தவறிவிட்டார். சீற்றம் மிகுந்தவராக அவர் கடுமையாக கிரிப்ஸைச் சாடினார். 'கிரிப்ஸ் அவரின் அறிவுக் கூர்மையைப் பயன்படுத்தி அருமையான நாணயமற்ற அர்த்தத்தைக் கற்பித்துவிட்டார்' என்றார்.[178] இது தவறான வாதம். ஆனால், மிஷன் திட்டம் தொடர்பாக காங்கிரஸ் நாணயமற்ற போக்கிலேயே நடந்துகொண்டது என்று குற்றம்சாட்டியது சரியானதுதான். அதுபோன்றே காங்கிரஸோடு கூட்டுச்சதியில் பெத்திக்-லாரன்ஸுூம் கிரிப்ஸுூம் பங்கு கொண்டிருக்கிறார்கள் என்று விமர்சித்ததும் சரியானதுதான். முதலில் தூதுக்குழுவினர், மாகாணங்களை 'கட்டாயமாக வகைப்படுத்தல்' மூலம் தொகுக்கத் தீர்மானித்திருப்பதாகச் சொன்னபோது ஒன்று காங்கிரஸ் அந்த திட்டத்தை முழுமையாக நிராகரித்திருக்கவேண்டும் அல்லது கட்டாய வகைப்படுத்தலை ஏற்றுக்கொண்டிருக்கவேண்டும்.

பிரிட்டிஷ் அரசாங்கம், காங்கிரஸின் சம்மதம் முழு மனதாக இல்லை என்று சொல்லி நிராகரித்திருக்கமுடியாது. ஆனால், உண்மையில் பாரா 15-ல் சொல்லப்பட்டிருப்பவை காங்கிரஸின் நிலைப்பாட்டுக்கு ஆதரவாகவே இருக்கிறது. அதேநேரம், இன்னொரு பக்கத்தில் பாரா 19ன் படிப் பார்த்தால் அது லீக்கின் நிலைப்பாட்டுக்கு ஆதரவாகத் தோன்றும். இந்த முரண்பாடு, திட்டமிட்டே உருவாக்கப்பட்டது. அதை நோக்கியே காங்கிரஸையும் லீகையும் பிரிட்டிஷார் தவறாக வழி நடத்தவும் செய்தார்கள் என்பதையும் பார்த்தோம். இரு தரப்பும் அரை மனதுடன் சம்மதித்தாலும் போதும் என்றே வழி நடத்தினார்கள். இரு தரப்பின் 'சம்மதத்தையும்' பெற்றுவிட்டோம் என்று காட்டிக்கொள்ள அப்படி அவர்கள் செயல்பட்டார்கள். புதுடில்லியில் இந்திய அரசாங்க ஆட்சி அமையப் போகிறது என்று ஆட்லிக்கும் (பிரதமர்) காமன்ஸ் சபைக்கும் சொல்லிவிடலாம் என்று அந்தக் குழுவினர் ஆர்வத்துடன் இருந்தனர். எனினும் இந்த 'கருமையையும் வெண்மையையும் நடுநிலையான மற்றும் ஒப்புக்கொள்கிற வகையிலான சாம்பல் நிறமாக்கிக் காட்டும்' சாதுரியமானது காங்கிரஸுூக்கும் லீக்குக்கும் இடையிலான இடைவெளியை குறைக்க எதுவும் செய்திருக்கவே இல்லை. அவர்களுக்கிடையே கசப்பையே அதிகரித்தது.

காங்கிரஸின் பொறுப்பின்மை என்று ஜின்னா முன்வைத்த விமர்சனத்துக்கு பதிலாக காங்கிரஸ் ஜின்னாவின் மீது பழி

சொன்னது. ஜின்னா மிஷன் திட்டத்தை ஏற்றுக் கொள்ளாததால் தான் பிரச்னை முற்றியது என்று சொன்னது. பெரிய அளவிலான பாகிஸ்தானை பெறுவதற்கான படிக்கட்டு அது என்று ஜின்னா வெளிப்படையாகச் சொல்லிக் காட்டத்தானே செய்திருந்தார்.

இந்த வேளையில் புதிய காங்கிரஸ் தலைவராகப் பொறுப்பேற்ற நேரு ஒரு அதிரடியான அறிக்கையை வெளியிட்டார். மைய அரசாங்கத்தின் பலம் தூதுக்குழுவிட அதிகமானது; மேலும் கட்டாய வகைப்படுத்தல்' நடைமுறைக்கு வராது; தூதுக்குழுவின் வழிகாட்டுதலின் படி அமையவிருக்கிற அரசியலமைப்பு சாசன மையச் சட்டமன்றம் கட்டாய வகைப்படுத்தலில் மாற்றங்களைக் கொண்டுவரும் அதிகாரம் படைத்தது என்று ஓர் அறிக்கையை அவர் வெளியிட்டார்.

ஜின்னா தளர்ந்துபோய்விடுவார் என்று சிலர் எதிர்பார்த்தார்கள். காயீதே ஆஸமைப் பார்க்க சென்ற அவருடைய ஆதரவாளர் ஒருவர் தங்களுடைய 'மூத்த தலைவர் பார்ப்பதற்கு மிகவும் முதியவராகத் தெரிந்தார். அவர் கையிலே எடுத்த கோப்பை நடுக்கத்தில் ஆடியது. பல ஆண்டுகளாக அவரை நான் அறிவேன். இப்பொழுதுதான் முதல்முறையாக அவரை இப்படித் தளர்ந்த நிலையிலே பார்க்கிறேன். அவரது பாரம் சுமக்க முடியாததாகிவிட்டிருந்தது.'[179] என்று பல காலம் கழித்து அந்த ஆதரவாளர் நினைவுகூர்ந்தார்.

ஆனால், அவருடைய கணிப்பு தவறு. உண்மையில் நேரு சொன்னவற்றைக் கேட்டு ஜின்னா போர்க்களம் இறங்கினார். தூதுக்குழுப் பரிந்துரைகளுக்கு இணக்கம் தெரிவித்த முடிவை முறித்துப்போட்டார். 'பாகிஸ்தானை அடைவதற்கு நேரடி நடவடிக்கையில் இறங்க' தொண்டர்களுக்குக் கட்டளையிட்டார்.[180] மேலும் முஸ்லிம்களுக்கு – பிரிட்டிஷ்காரர்கள் அளித்துள்ள பட்டங்களைத் துறக்கச் சொன்னார். 'நேரடித் தாக்குதல் நாள்' கடைப்பிடிக்க பிரகடனம் செய்தார். காயீத் சொன்னார்:

'வரலாற்றில் மிகவும் குறிப்பிட்டுக்காட்டக்கூடிய அருஞ்செயலை இன்று நாம் புரிந்துள்ளோம். இந்த நாளில் நாம் சட்டபூர்வமான அரசியலமைப்பு வழிமுறைகளுக்கு விடை கொடுத்துவிட்டோம். ஆரம்பம் முதலே பிரிட்டிஷ்காரர்களும் காங்கிரஸ்காரர்களும் கைகளிலே கைத்துப்பாக்கிகளை ஏந்திக் கொண்டு நின்றார்கள். ஒருவருடைய துப்பாக்கி என்பது அவர்களுடைய ஆட்சி அதிகாரமும் ஆயுதப்படையும். மற்றவரின் துப்பாக்கி என்பது பெருந்திரளான மக்களை ஒன்று திரட்டிக்கொண்டு நடத்துகிற போராட்டங்களும் ஒத்துழை

யாமைப் போராட்டங்களும். இன்றைய நாளில் நாமும் நமக்காக ஒரு துப்பாக்கியைக் கையில் எடுத்துவிட்டோம். நாம் அதை இப்போது பயன்படுத்தத் தயாராகிவிட்டோம்.[181]

ஜின்னாவின் அதிரடி அறைக்கூவல், 'நேரடி நடவடிக்கை', லீக், நியாயமான நடைமுறையை நாடி முன்னெடுக்கப்பட்டிருக்கிறது. ஒட்டு மொத்த இந்தியாவுக்கும் விடுதலையைப் பெறுவதற்காக காங்கிரஸின் பலிபீடத்தில் முழுமையான இறையாண்மை கொண்ட பாகிஸ்தானைத் தியாகம் செய்ய முன்வந்துவிட்டிருக்கிறது.'[182] இது நமக்கு இழைக்கப்பட்ட அத்தனை எதிர்ப்புகளுக்கும் அவமதிப்புகளுக்கும் கூலியாகத் தரப்பட்டிருக்கிறது.'

ஜின்னா சட்ட வரம்புகள் எதையும் இதுவரை மீறவில்லை. ஆனால், இப்போதுதான் முதன்முறையாக அவர் வாழ்க்கையில் அரசாங்கத்துக்குக் கீழ்ப்படியாதபோக்கில் அமைந்த அவருடைய பேச்சைக் கேட்கின்றோம். முஸ்லிம் லீக் பேரணி ஒன்றில் அவர் பேசியபோது, 'நான் சிறை புகவும் தயார்' என்றார். அவர் கைதாகக் கூடும் என்று அவர் நம்பியதாகவும் தெரிந்தது. அவர் பேசியதைக் கேட்டு கூட்டத்தில் இருந்த எழுபந்தைந்து வயது முதியவர் ஒருவர் முழங்கினார்: 'காயீதே ஆசாம்.... சிறைச் செல்லக் கூடாது. நாங்கள் எங்கள் உயிர்களைத் தியாகம் செய்யத் தயார். போலீஸ் சுடும்போது, நான் முதல் மனிதனாக அவர்கள் முன்நின்று என் நெஞ்சைத் திறந்துகாட்டி துப்பாக்கி ரவைகளை ஏந்திக் கொள்வேன்.'[183] ஆனால் ஜின்னாவைச் சிறைப்பிடிக்க வேண்டுமென்ற எண்ணமெதுவும் அரசாங்கத்துக்கு இருந்ததாகத் தெரியவே இல்லை.

'நேரடித் தாக்குதல்' என்ற அறைக்கூவல் பெரும் தாக்கத்தை ஏற்படுத்திவிட்டது. வங்காளத்தின் தலைநகர் கல்கத்தாவில் சொல்ல முடியாத கோரத்தாண்டவத்தை அரங்கேற்றிவிட்டது. அங்கே படுகொலைகள், தீவைத்துக் கொளுத்துதல், கற்பழிப்பு, சூறையாடல் என்று வன்முறை வெறியாட்டம் கட்டுமீறிப்போய்விட்டது. அப்போது வங்காளத்தில் லீக் தலைமையிலான கூட்டணி அரசாங்கத்தின் முதல்வராக பிரதமராக பொறுப்பு வகித்தவர் சுராவர்த்தி. 'ஸ்டேட்ஸ்மென்' லீக் மீது விரோதம் கொண்டிராத பத்திரிகை. ஜின்னாவுக்கும் வேவலுக்குமிடையே நடைபெற்ற பேச்சு வார்த்தைகளில் ஜின்னாவின் பக்கம் நியாயம் உள்ளது என்று அவர் பக்கத்துக்கு சாதகமாக எழுதிய ஸ்டேட்ஸ்மென், கல்கத்தாவில் நடந்த வன்முறை வெறியாட்டக் கலவரம் குறித்து இவ்வாறு எழுதியுள்ளது: 'இந்திய வரலாற்றில் இதுபோன்ற வன்முறை வெறியாட்டத்தை, மிருகத்தனத்தையும் தாண்டிய

கொலைவெறித் தாண்டவத்தைப் பார்க்க முடியாது. இந்தக் கோர நிகழ்வுகளின் மூல காரணம் முஸ்லிம் லீக்கினால் ஆரம்பிக்கப்பட்ட ஓர் அரசியல் போராட்டமே'.[184]

இந்தப் படுகொலைகளைத் தொடங்கியது லீக்தான். ஆனால் விரைவிலேயே இந்துக்கள் அவர்களை மிஞ்சத்தொடங்கிவிட்டனர். ராஜகோபாலச்சாரிக்கு பட்டேல் எழுதிய கடிதத்தில், '(கல்கத்தாவில் நடத்தப்பட்ட கொலைகள்) முஸ்லிம்களுக்கு நல்ல பாடத்தைக் கற்றுக்கொடுத்துவிட்டது. அதிகம் பலியானது முஸ்லிம்கள்தான் என்பதே எனக்கு வந்த செய்தி.'[185]

இதற்கிடையே வைஸ்ராய் வேவல் நேருவை இடைக்கால அமைச்சரவையில் காங்கிரஸ் அணியைச் சேருவதற்கு கேட்டுக் கொண்டார். செப்டெம்பர் தொடக்கத்தில் காங்கிரஸைச் சேர்ந்த முஸ்லிம் ஒருவரும் இரண்டு சுயேட்சை முஸ்லிம்களும் பதவி ஏற்றுக்கொண்டார்கள். இதற்கான முயற்சியில் இறங்கியவர் போபால் நவாப். இவர் ஜின்னாவுக்கும் காந்திக்கும் நெருக்கமானவர். இரு துருவங்களான ஜின்னாவும் காந்தியும் அக்டோபர் 1946-ல் ஒரே இடத்தில் சந்தித்துப் பேச்சுவார்த்தை நடத்தக் காரணமாக இருந்தவர் நவாப். இதற்கிடையே இவர்கள் ஒருவரையொருவர் சந்தித்துப் பேசி இரண்டு ஆண்டுகள் ஆகியிருந்தன. 'இந்தியாவின் முஸ்லிம்களின் ஒரே பிரதிநிதி முஸ்லிம் லீக்; அது கேள்விக்கப்பாற்பட்ட உரிமையுடையது' என்று காந்தி அறிக்கை வெளியிட்டார். அதையொட்டி, ஜின்னாவும் 'அமையவிருக்கும் காங்கிரஸ் – லீக் கூட்டணி அரசாங்கத்தில் தங்களுடைய பிரதிநிதிகளை காங்கிரஸ் அதன் விருப்பத்துக்கு ஏற்பத் தேர்ந்தெடுத்துக்கொள்ளலாம்' என்று ஒப்புக்கொண்டார்.'[186]

இவர்களுக்குக்கிடையே ஏதோ ஒருவகை இணக்கம் ஏற்பட்டிருப்பதாகத் தோன்றியது. ஆனால் அவர்களின் நெஞ்சங்கள் நெருங்கியிருக்கவில்லை. பாகிஸ்தான் விஷயத்திலும் 'கட்டாய வகைப்படுத்தல்' விஷயத்திலும் இருவரும் ஒரு முடிவுக்கு வரமுடியவில்லை.

வேவலும், கூட்டணி அரசு அல்லது தேசிய அரசு குறித்து ஜின்னாவுடன் பேச்சு வார்த்தை நடத்தினார். ஜின்னா அவரிடத்தில் கூட்டணி அரசாங்கத்தில் லீக் சேரும் என்றார். வேவல் ஜின்னாவிடம் காங்கிரஸ் கட்சியிலுள்ள முஸ்லிம்களை அமைச்சரவையில் சேர்த்துக் கொள்ளக்கூடாது என்பது நடைமுறை சாத்தியமற்றது என்றார். காயீத் அமைச்சரவை அதிகாரத்துக்காக இதனை விட்டுக் கொடுக்கத் தயாராகிவிட்டிருந்தார். ஆனாலும் அவர் ஓர்

அதிர்ச்சியைக் கொடுத்தார். அவர் லீக் சார்பாக உறுப்பினர்களைத் தேர்ந்தெடுத்தபோது யோகேந்திர மண்டல் (இந்து) என்ற கிழக்கு வங்காளத்தைச் சேர்ந்த ஹரிஜன் ஒருவரையும் நியமித்தார். இதுகுறித்து ஜின்னா குற்றம் சாட்டியதுபோல் காங்கிரஸ் முஸ்லிம்களைப் பிளவுப்படுத்தினால் அவர் ஹரிஜன்களைப் பிரிப்பார்.

ஜின்னா அமைச்சரவையில் சேராமல் விலகி நின்றார். அவர் நேருவின் தலைமையின் கீழ் பணியாற்றமாட்டார். மேலும் அவர் ஒன்றைத் திட்டவட்டமாக உறுதிப்படுத்தினார். இந்த இடைக்கால தேசிய அரசாங்கத்தில் முஸ்லிம் லீக் சேர்ந்துகொள்வதால், அது மைய அரசாங்கத்திலே நீண்ட காலம் அங்கம் வகிக்கும் என்றோ பாகிஸ்தான் கோரிக்கை நீர்த்துப்போய்விட்டது என்றோ பொருள் கிடையாது என்றார். ஜின்னாவின் 'தனித் தூதர்' இஸ்பஹானி அமெரிக்கா சென்றிருந்தபோது, 'கூட்டணி அரசாங்கத்தில் லீக் சேர்ந்திருப்பதென்பது உண்மைதான். ஆனால் அதற்கு அரசாங்கத்துக்குள்ளிருந்தும் வெளியிலிருந்தும் பாகிஸ்தான் கேட்டுப் போராட்டம் நடக்கும் என்றுதான் அர்த்தம்'[187] என்றார்.

அமைச்சரவையில் இடம்பெற்ற லீக் உறுப்பினர்கள் எல்லோரும் தனியொரு இணையான அதிகாரம் கொண்டவர்களாகவே நடந்துகொண்டார்கள். அவர்களால் நேருவை, ஆளும் கவுன்சிலின் துணைத்தலைவராக அவர் இருந்தபோதிலும், அதிகாரபூர்வமற்ற ஆனால் அதிகாரம் கொண்ட பிரதமர் என்ற பொறுப்பில் அவர் இருந்தாலும் அவருடைய மேலதிகாரத்தை ஏற்றுக்கொள்ளவில்லை. இதன் பின்னர் ஜின்னா பொதுவெளியில் அறிக்கை வெளியிட்டார். 'அவர் (நேரு) முதலில் தரைக்கு இறங்கி வரட்டும்; அமைதியாகவும் தனியாகவும் சிந்தித்துப் பார்க்கட்டும். அப்போது அவருக்குப் புலப்படட்டும். அவர் பிரதமர் இல்லை; அல்லது இது அவருடைய அரசாங்கமும் அல்ல. அவர் வெளியுறவு மற்றும் காமன்வெல்த் துறையின் கீழ் உள்ள உறுப்பினர் மட்டுமே.'[188] அப்படியாக முதல் நாளிலிருந்தே அந்தக் கூட்டணி அரசாங்கம் கலவர இல்லமாக மாறிப்போனது.

●

1946 டிசம்பர். எதிர்கால இந்தியாவில் கூட்டாட்சிக்கு ஒப்புதல் வேண்டுமென்று லீக்கிடம் காங்கிரஸ் தொடர்ந்து கேட்டுக் கொண்டது. அதற்கு மாற்றாக 'கட்டாய வகைப்படுத்தலுக்கு காங்கிரஸ் சம்மதிக்க வேண்டும்' என்று லீக் அழுத்தம் கொடுத்தது. இனியும் ஓர் இணக்கத்தைக் கொண்டுவரமுடியும் என்ற நம்பிக்கையோடு மாட்சிமை பொருந்திய பிரிட்டிஷ் அரசாங்கம் ஜின்னாவையும்

இந்திய முஸ்லிம் தலைவர்கள் | 333

நேருவையும் வேவலையும் பேச்சு வார்த்தைகளுக்கு லண்டனுக்கு அழைத்தது. விமானப் பயணத்தில் இந்த மூவரும் குறைவாகவே பேசினார்கள். அது மரியாதை மிகுந்த உரையாடலாகவே இருந்தது. லண்டனில் நடைபெற்ற பேச்சுவார்த்தை இயல்பான, வெளிப்படையான பேச்சுக்களாகவே இருந்தன. ஆனால் அவை ஒரு முடிவுக்கு வரமுடியாததாகவே இருந்தன.

பிரிட்டிஷ் அமைச்சரவையில் கிரிப்ஸ், பெத்திக் லாரன்ஸ் ஆகியோர் காங்கிரஸின் போக்குக்கு ஆதரவாளர்களாகத் தெரிந்தார்கள். அலெக்ஸ்சாண்டர், வேவல் ஆகியோர் லீக்கின் நிலைப்பாட்டுக்கு ஆதரவாக இருந்தார்கள். பிரதமர் ஆட்லியின் தராசு முள் ஜின்னாவின் பக்கமே சாய்ந்தது! பிராந்தியங்கள் அவற்றின் குழுக்களுடன் தொகுக்கப்பட்டாகவேண்டும். அந்தந்தக் குழுக்களின் அரசியல் சாசனத்துக்குக் கட்டுப்பட்டாகவேண்டும் என்று மாட்சிமை பொருந்திய முடியரசு தெரிவித்தது. இது குறித்து பட்டேல், 'ஜவாஹர்லால் உடைந்த நெஞ்சோடு நாடு திரும்பினார்'[189] என்றார். பட்டேலும் கடுஞ்சினத்துக்கு ஆளானார். அவர் அதே வேகத்தோடு வேவலுக்குக் கடிதம் எழுதினர்.

> காந்திஜி கடுமையாக இந்த உடன்பாட்டை எதிர்க்கிறார் என்பது உங்களுக்குத் தெரியவரும். என் முழு பலத்தையும் காட்டி அவருக்கு ஆதரவு காட்ட இருக்கின்றேன். இது ஒரு நம்பிக்கைத் துரோகம். பிரிட்டிஷ் அரசு சொல்வது என்னவென்றால் வங்காள முஸ்லிம்கள் அஸ்ஸாமின் அரசியல் சாசனத்தை வகுக்கலாம். அஸ்ஸாமின் இந்துக்களால் இந்த ராட்சஸ தீர்மானத்தை ஏற்றுக்கொள்ள முடியுமா'?[190]

பிரிட்டிஷ் அரசாங்கம் இப்படிச் சொன்ன நிலையிலும் 'அஸ்ஸாமும் வடமேற்கு எல்லைப்புற மாகாணமும் அவர்களின் விருப்பத்தின்படிச் செயல்படலாம்' என்று காங்கிரஸ் அறிவித்தது.[191] ஜின்னா தூதுக்குழுவின் திட்டத்தை ரத்து செய்யவேண்டும் என்றார். இடைக்கால அரசாங்கம் கலைக்கப்பட வேண்டும் என்றார். பாகிஸ்தானை உரத்து வலியுறுத்தினார்.

ஜின்னா நோயும் களைப்புமாக நரம்புத் தளர்ச்சிக்கு ஆளானார். வானொலியில் செய்திகள் கேட்பதைத் தவிர்க்கும்படிக்கூட மருத்துவர்கள் ஆலோசனை வழங்கினர். பிரிட்டிஷ் அரசாங்கத்தின் மிகப் பெரும் அடுத்தக்கட்ட நகர்வு அவரைக் கொஞ்சம் மீண்டெழச் செய்தது. பிப்ரவரி, 20, 1947-ல் பிரதமர் ஆட்லியின் அதிகாரப்பூர்வ அறிவிப்பு வெளிவந்தது. 'ஜூன் 1948க்கு முன்னதாக அதிகாரப் பரிமாற்றம் பொறுப்புள்ள இந்தியர் கைகளில் ஒப்படைக்கப்படும்' என்பது அந்த அறிக்கையின் செய்தி. மேலும் அந்த அறிக்கையில்

'பிரிட்டிஷ் இந்திய அரசாங்கம் அதிகாரங்களை யார் கையிலே ஒப்படைப்பது என்பது குறித்து பரிசீலித்து வருகிறது. அனைத்து அதிகாரங்களையும் ஏதேனும் ஒருவகையிலான மைய அரசாங்க அமைப்பிடமோ, சில அதிகாரங்களை ஏற்கெனவே ஆட்சி செய்து வருகிற மாகாண அரசாங்கங்களிடமோ, அல்லது வேறு ஏதேனும் மிகப் பொருத்தமான வழிகளிலோ அதைச் செயல்படுத்திட முற்படும். வைஸ்ராய் வேவல் பதவி விலகி வரட்டும்' என்றார் ஆட்லி.[192] அவருடைய இடத்துக்கு பிரிட்டிஷ் மாமன்னரின் ரத்த உறவு முறையுடைய லூயீஸ் மௌண்ட்பேட்டன் பிரபு பதவிக்கு வந்தார்.

'இந்தப் புதிய மாற்றங்களும் செயல் திட்டங்களும் பாகிஸ்தானை விரும்பும் பிராந்தியங்கள் அல்லது பகுதிகளுக்கு சாதகமாகவே இருக்கிறது' என்று காந்தி, நேருவுக்கு எழுதியுள்ள கடிதத்தில் குறிப்பிட்டார்.[193] பிரிட்டிஷ் அரசாங்கம் பிரிவினைக்குத் தயாராகிவிட்டால், காங்கிரஸ் எப்படியாவது தடுத்தாகவேண்டும் என்ற காங்கிரஸின் மன உறுதி கைவிட்டுப் போயிருந்தது. காங்கிரஸ் - லீக் கூட்டணி அரசு தந்த கசப்பு அனுபவம் காங்கிரஸை விரக்தியடையச் செய்துவிட்டது. எந்தவொரு காங்கிரஸ் அமைச்சருக்கும் ஓர் அலுவலரை நியமித்துக்கொள்வது, ஒரு பணியாளரை மாற்றுவது என ஒவ்வொன்றுக்கும் லீக் அமைச்சரின் எதிப்புகளைச் சமாளித்தாகவேண்டியிருந்தது.

மேலும் அப்போது நாடெங்கும் உணவுப் பற்றாக்குறை உச்சத்தில் இருந்தது. ஆங்காங்கே வேலைநிறுத்தப் போராட்டங்கள் நடந்தன. இருந்தும் அமைச்சரவையிலும் அதிகாரவர்க்கத்திலும் இருந்த குழு மனப்பான்மைகளினால் நிவாரண நடவடிக்கைகளில் சுணக்கம் ஏற்பட்டது. அகன்ற, 'ஒன்றுபட்ட' இந்தியாவிலே கைகள் கட்டப்பட்டிருக்கும். சிறிய இந்தியாவிலே சுதந்திரமாகச் செயல்பட முடியும் என்ற முடிவுக்கு நேருவும் பட்டேலும் வந்துவிட்டார்கள். ஆட்லியின் அதிகாரபூர்வ அறிவிப்பு வருவதற்கு மூன்று நாட்கள் முன்னரே பட்டேல், வேவலிடம் 'முஸ்லிம்களுக்காக மேற்குப் பஞ்சாப், சிந்து மாகாணங்களைக் கொடுத்துவிடலாம். வடமேற்கு எல்லைப்புற நிலப்பகுதிகளையும் அம்மக்கள் உடன்பட்டால் சேர்த்துக் கொள்ளலாம். இதனுடன் கிழக்கு வங்காளமும் போகட்டும்' என்றார்.[194]

சமஸ்தானங்களுக்கு எந்த நாட்டுடன் வேண்டுமானாலும் சேர்ந்து கொள்ள உரிமை உண்டு என்று ஆட்லி சொன்னதும் அவற்றைத் தங்களின் கட்டுப்பாட்டுக்குள் கொண்டுவர போட்டி ஆரம்பித்தது. ஏற்கெனவே லீக் ஆட்சியில் நீடிக்கிற வங்காளமும் சிந்து

மாகாணமும் எங்கே போய் சேர்ந்துக்கொள்ளும் என்பது எல்லோருக்கும் தெரிந்ததே! அதனுடன் பலுசிஸ்தானையும் சேர்த்துக் கணக்கிட்டுக் கொண்டார்கள். பஞ்சாப்பையும் வடமேற்கு எல்லைப்புற பகுதிகளையும் கைப்பற்றிவிட வேண்டுமென்பது அவர்களின் (லீக்) திட்டம். அஸ்ஸாமில் காங்கிரஸ் அமைச்சரவை ஆட்சியில் இருந்தது. அதைக் கவிழ்க்க முயற்சி செய்தார்கள். ஆனாலும் முஸ்லிம்கள் பெருமளவுக்கு வாழ்கிற மாகாணங்களில் 'பாகிஸ்தான் வேண்டும்.' 'இஸ்லாத்துக்கு ஆபத்து' என்ற முழக்கங்கள் எழுப்பப்பட்டன. இதற்குப் பெரும் வரவேற்பு கிடைத்தது. வடமேற்கு எல்லைப்புற மாகாணத்தில் கூட்டணி ஆட்சி நடத்திய சிவப்பு சட்டைக்கட்சி காங்கிரஸ் அரசாங்கத்துக்கு எதிராக லீக் தலைமையில் பொதுமக்கள் ஒத்துழையாமைப் போராட்டம் நடத்தி அங்கு இருந்த டாக்டர் கான் சாகிப் ஆட்சியைக் கதிகலங்க அடித்துவிட்டது. ஆனாலும் இதேபோன்ற போராட்ட அறைக்கூவல் பஞ்சாபிலும் நடத்தப்பட்டது. இங்கும் பெரும் ஆதரவு லீகுக்குக் கிடைத்தது.

'இஸ்லாத்துக்குத் துரோகி' என்று தூற்றப்படுவதை இனியும் தாங்க முடியாதென்று கிலுர் ஹயாத் மார்ச் 2 ஆம் நாள் பதவியை விட்டு விலகினார். அடுத்த நாளே லீக்கின் பஞ்சாப் சட்டமன்றத் தலைவர் மம்தூத் கான் அமைச்சரவை அமைக்க அழைக்கப்பட்டார். ஆனால், அங்கே கிலுர் ஹயாத் ஆட்சிக்கு ஆதரவு காட்டிய சீக்கியர்கள் கட்சி, இதற்கு எதிராகக் கிளர்ச்சி செய்தது. சீக்கியர் கட்சித் தலைவர் மாஸ்டர் தாராசிங் சீக்கிய இளைஞர்களைக் கிளர்ந்தெழ ஆணையிட்டார். முஸ்லிம்களும் தங்களைத் தற்காத்துக்கொண்டு எதிரிகளைச் சந்திக்க ஆயத்தமாக இருந்தார்கள். பஞ்சாப் முழுவதும் கலவரம் பரவியது; லாகூர், அமிர்தசரஸ், ராவல்பிண்டி, முல்தான் போன்ற இடங்களில் படுகொலைகள், தீவைப்பு, கொள்ளை என்று எல்லாமே நடந்தேறின. இவையெல்லாம் பிரிவினைக்கெதிராக காங்கிரசைப் பேச முடியாதபடி வாயடைக்கவைத்துவிட்டது.

ஆகஸ்ட் 1946-ல் கல்கத்தாவில் நடைபெற்ற படுகொலைகளைத் தொடர்ந்து, கிழக்கு வங்காளத்திலுள்ள 'நவகாளியில்' நடந்த கலவரத்தில் இந்துக்கள் கொல்லப்பட்டனர். அதுபோன்றே பீகாரிலும் யுனைட்டட் பிராந்தியங்களிலும் முஸ்லிம்கள் கொல்லப்பட்டனர். மிகக் கொடிய காட்டுமிராண்டித்தனத்தின் உச்சமாக இவையெல்லாம் நடந்தன. ஒன்றுபட்ட இந்தியா என்பதற்காக கொடுக்கும் விலை, உள் நாட்டுப்போராக இருக்கும் என்ற அச்சம் ஏற்பட்டது. மௌண்ட்பேட்டன் இந்தியா வருவதற்கு இன்னமும் மூன்று வாரங்கள் இருந்த நிலையில் மார்ச் 5-ல் காந்தியை அழைக்காமலும், அவரிடம் கலந்தாலோசிக்காமலும் கூட்டப்பட்ட

அக்கூட்டத்தில் காங்கிரஸ் செயற்குழு பஞ்சாபின் பிரிவினை பற்றித் தீர்மானம் எடுத்தது. வங்காளப் பிரிவினை பற்றியும் சுட்டிக் காட்டியிருந்தது. இப்போதைய அமைச்சரவை உருவாக்கும் அரசியல் சாசனமானது அதை ஏற்றுக்கொள்ளும் பகுதிகளுக்கு மட்டுமே பொருந்தும் என்றும் சொன்னது.[195] அதாவது, பாகிஸ்தான் பிரிவினைக்கு இறுதியில் காங்கிரஸ் ஒப்புக்கொண்டுவிட்டது.

ஆனால், ஜின்னா உரிமை கோரிய பாகிஸ்தான் அல்ல அது. பஞ்சாபையும் வங்காளத்தையும் இரண்டாகப் பிரிக்க வேண்டுமென்று காங்கிரஸ் சொன்னதை ஜின்னா கடுமையாக எதிர்த்தார். காந்திகூட இந்தப் பிரிவினையை ஒப்புக்கொள்ளவில்லை. காந்தி இன்னமும் கூட 'ஒரே இந்தியா' என்ற பிம்பத்தை இறுகக் கட்டிப்பிடித்துக் கொண்டிருந்தார். அவரின் கண் முன்னாலேயே அவரின் கனவுக் கோட்டை உடைந்து சிதறப் போவதை அவர் இனிமேல் பார்க்கத்தான் போகிறார். அதேபோன்று ஜின்னாவும்கூட அவரின் மனதில் உள்ள 'முழு' பாகிஸ்தானைப் பெற்றுக்கொள்ள மாட்டார். சிதறுண்ட பாகங்களைத்தான் அவர் அடையப் போகிறார்.

மௌண்ட்பேட்டன் வருகைக்கு சில நாட்கள் கழித்து காந்தியும் ஜின்னாவும் சந்தித்துக்கொண்டார்கள். டில்லியில் ஜின்னாவின் இல்லத்திலே அவர்களின் நட்பார்ந்த பேச்சுவார்த்தை மூன்றுமணி நேரம்வரை தொடர்ந்தது.

பட்டேல் இவர்களின் சந்திப்பை எதிர்த்தார். காரணம் இந்தச் சந்திப்பு ஜின்னாவின் மதிப்பைத்தான் பெருமளவுக்கு உயர்த்தும் என்றார். இதற்கு பதில் சொல்லும்விதமாக, தேவைப்பட்டால் 'ஏழெழுபது தரம்' சென்று மன்றாடவும் தயார் என்றார் காந்தி.[196] மாற்றுக் கருத்துகளை மதித்தபடியே, மக்கள் அமைதி காக்க வேண்டுமென்று முன்பு இருவரும் இணைந்து விடுத்த வேண்டுகோளை மீண்டும் மக்கள் மத்தியில் வைத்தார்கள். அவர்களுக்கிடையேயுள்ள வேற்றுமைகள் இப்போதும் குறைந்தபாடில்லை. அவர்களின் வேண்டுகோளை ஜின்னா ஆங்கிலத்தில் கையெழுத்திட்டார். காந்தி, உருதூ, இந்தி, ஆங்கிலம் ஆகிய மொழிகளில் கையெழுத்திட்டார்.

பாகிஸ்தான் உருவாக்கத்தைத் தடுக்க காந்தி இறுதி முயற்சியில் இறங்கினார். மௌண்ட்பேட்டனிடம் அவர் தற்பொழுதுள்ள இடைக்கால அரசாங்கத்தைக் கலைத்துவிட்டு ஜின்னாவிடம் அவர் தலைமையில் புதிய அமைச்சரவை அமைக்கக் கோரிக்கை எழுப்பலாம் என்று கேட்டுக்கொண்டார். ஜின்னா முழு சுதந்திரத் தோடு தன் அமைச்சர் குழாமைத் தேர்ந்தெடுத்துக் கொள்ளவும், மேலும் 'பாகிஸ்தான்' தொடர்பாக அவர் விரும்புவதைச் செய்துகொள்ளவும் அனுமதிக்கலாம் என்றார்.

பத்தாண்டுகளுக்கு முன்னர் ஜின்னா அமைச்சரவை ஒன்றை அமைத்து அதற்கு ஜின்னாவே தலைவராவதற்கு காந்தி இணக்கம் காட்டவில்லை. காரணம் நேருவையும் பட்டேலையும் அவர் விட்டுக்கொடுக்க தயாரில்லை. இப்போது அவரே அவர்களை பலிக்கடா ஆக்கத் தயாராகிவிட்டார். ஜின்னா தலைமையிலான அமைச்சரவையை இந்திய நலன் சார்ந்து செயல்படுவதாக மௌண்ட்பேட்டன் நம்பும் வரையில் காங்கிரஸின் பெரும்பான்மை எதிர்க்காது என்று உறுதிமொழி எடுக்கும்' என்று சொன்னார்.

ஜின்னா, மௌண்ட்பேட்டன் ஆகிய இருவரும் ஒரேவேளையில் அதிகாரம் செலுத்துகிற இணை ஆட்சியாளர்களாக இருப்பதற்குக் காங்கிரஸ் தலைவர்கள் விருப்பம் காட்டவில்லை. ஆசாத் சொல்கிறார்:

'ஜவஹர்லாலும் பட்டேலும் இந்தக் கருத்துக்கு எதிர்ப்பை உடனடியாக வெளிப்படுத்தினார்கள். உண்மையில் அவர்கள் காந்திஜியை வற்புறுத்தி அந்தக் கருத்தைத் திரும்பப் பெறச் சொன்னார்கள்.'197 காங்கிரஸ்காரர்களை ஒருபோதும் நம்பியிராத ஜின்னா இந்த உறுதிமொழியை நம்பி ஏற்றிருப்பாரா? மாட்டார் என்கிறார் சௌத்திரி முகம்மது அலி. ஆனால் ஜின்னாவின் வாழ்க்கை வரலாற்றை எழுதியுள்ள அண்மைக்கால எழுத்தாளர் ஸ்டான்லி வோல்பர்ட், காந்தியின் இந்தக் கூற்றை 'தனிச்சிறப்பான பெருந்தன்மையான உவந்தளிப்பு' என்றார். மேலும் 'அது நல்ல பலன் தந்திருக்கக்கூடும். உறுதியாக இது சாலமன் மன்னன் தீர்ப்புப் போன்று சாதுர்யமிக்கது' என்கிறார்.198 ஆனால் விஷயம் என்ன வென்றால் இவை எதுவும் ஜின்னாவிடம் சொல்லப்பட்டிருக்கவே இல்லை.

எல்லோருக்கும் தெரிந்த மௌண்ட்பேட்டன் திட்டத்தின் விபரங்களை இங்கே விளக்கிக்கொண்டிருக்க வேண்டியதில்லை. அவரின் திட்டத்தை எல்லாத் தரப்பினரும் முடிவாக ஏற்றுக்கொண்டு விட்டார்கள். 'துண்டாடப்பட்ட பாகிஸ்தான்' பெற்றுக்கொள்ள ஜின்னாவுக்கு விருப்பமே இல்லை. இருந்தும் அதை ஒப்புக்கொண்டு அத்துடன் முடித்துக்கொண்டுவிட்டார்.

மேற்கு மற்றும் கிழக்கு பாகிஸ்தானை இணைக்க நில வழியிலான பாதை வேண்டுமென்றார். அது மறுக்கப்பட்டது.199 வடமேற்கு எல்லைப்புற மாகாணம் உட்பட முஸ்லிம் பெரும்பான்மைப் பகுதிகள் அவருக்குக் கிடைத்தன. பொதுமக்கள் வாக்கெடுப்புக்குப் பின்னர் வடமேற்கு எல்லைப்புற நிலப்பகுதி பாகிஸ்தானுடன் சேர்ந்தது. 'பாகிஸ்தான் என்ற ஒன்று இல்லாமல் போவதைவிட

செல்லரித்துப்போன பாகிஸ்தான் கிடைத்ததே மேலானதுதான்' என்றார் ஜின்னா.[200]

'இதற்கு மாற்றாக ஒரு வழியைத் தேர்ந்தெடுப்பதென்றால் அதற்கு ஒரே வழி இந்தியா முழுவதையும் ஒரே நாடாக வைத்துக்கொள்வது தான்[201] என்று ஜின்னாவிடம் மௌண்ட்பேட்டன் வெளிப்படை யாகச் சொன்னார். பிற்காலத்தில் 1955 முதல்கொண்டு 1956 வரையிலும் பாகிஸ்தான் பிரதமர் பதவி வகித்த சௌத்திரி முகம்மது அலி இந்த இணக்கமான முடிவுக்கு இவர்கள் அனைவருமே வந்ததற்கு மௌண்ட்பேட்டனின் ராஜ தந்திரங்கள் ஒரு காரணம் என்று சொல்லியிருக்கிறார். 'இந்த மாபெரும் வசீகரமான ராஜ வம்சத்து மனிதரிடம்'[202] ஜின்னா, லியாகத் அலி, காங்கிரஸ் தலைவர்கள் என அனைவரும் கட்டுண்டுவிட்டனர். மேலும் அவர் கூடுதலாக எடுத்துரைத்திருப்பது:

> 'உள்ளோடுங்கியும் யாரையும் பெரிதாக நம்பியும் பழகாத ஜின்னா கூட மௌண்ட்பேட்டன் மீது இதமான உணர்வுகள் கொண்டிருந்தார். மௌண்ட்பேட்டன் இவரிடம் அப்படி நடந்துகொள்ளவில்லை. எனினும் ஜின்னாவுக்கு அது தெரிந்திருக்கவும் இல்லை. மௌண்ட்பேட்டன் காங்கிரஸ், முஸ்லிம் லீக் தலைவர்களின் நம்பிக்கையைப் பெற்றுவிட்டார். ஏனெனில், அவர் ஒரு தரப்பினரைக் குறித்து மற்ற தரப்பினரிடம் குறை கூறவும், பழி சொல்லவும் செய்வார். அதனால் அவர்களைத் தங்கள் பக்கம் இருப்பவர் என்று நம்ப வைத்துவிடுவார். எப்போதும் காங்கிரஸ் தலைவர்களிடம் நயந்து, புகழ்ந்து பேசிக்கொண்டேயிருப்பார். அதே நேரம் ஜின்னாவிடம் பேசும்போது காங்கிரஸ் தலைவர்களை நியாயமற்று நடந்துகொள்பவர்கள் என்று சித்திரித்தும்வந்தார்.'[203]

குறுக்கப்பட்ட பாகிஸ்தானை ஜின்னா ஒப்புக்கொண்டுவிட்டார். அவரால் அதற்குமேல் எதையும் செய்ய முடியவில்லை. அவர் எந்தக் காரணங்களைச் சொல்லி, பாகிஸ்தான் வேண்டும் என்று கேட்டாரோ அவையே பஞ்சாப், வங்காளம் ஆகிய பகுதிகள் பிரிக்கப்படவும் காரணமாக அமைந்தன. இருந்தும் காயீத் தன் சம்மதத்தை எழுத்தில் கொடுக்க மறுத்துவிட்டார்.

ஜின்னா குறித்து சௌத்திரி முகம்மது அலி சொன்னது போல் 'யாருக்கும் வளைத்து கொடுக்காத, பிடிவாதமான' இயல்பை இறுதிவரை கைவிடவே இல்லை. 'பாகிஸ்தானை வென்றெடுப்ப தற்கான போரில் ஜின்னாவின் இந்த குணமே முக்கிய பங்காற்றியிருக்கிறது' என்று பாராட்டியுமிருக்கிறார்.[204]

ஜின்னா, மௌண்ட்பேட்டனிடமும் தணிந்துபோகவில்லை. மௌண்ட்பேட்டன் ஜின்னாவிடம் கையெழுத்தைக் கோரியபோது ஜின்னா மறுத்துவிட்டார். மௌண்ட்பேட்டன் அவரிடம் இதனால் ஏற்படக்கூடிய இழப்பு என்ன என்பது குறித்து எச்சரிக்கை செய்தார்: 'முழுமையான ஒன்றிணைந்த இந்தியா ஏற்படுத்தப்படும். அப்போது 'முஸ்லிம்கள் இந்துக்களுடைய தயவில்தான் இருக்க வேண்டும்.'[205] இந்த அபாய அச்சுறுத்தலைக் கேட்ட பின்னரும் ஜின்னா எப்படி நடந்துகொண்டார் என்பதை மௌண்ட்பேட்டனின் ஊடகப் பொறுப்பாளர் ஆலன் காம்ப்பல் ஜான்சன் விவரிக்கிறார்: ஜின்னா மிக அமைதியாக, வெகு இயல்பாக மௌண்ட்பேட்டனிடம் சொன்னார். 'அப்படி நடந்தால் அதை நான் தடுக்கமாட்டேன்'. மௌண்ட்பேட்டன் ஆழம் பார்ப்பதுபோல், மிரட்டிப் பணிய வைப்பதுபோல் பேசிய பேச்சு எந்த விளைவையும் ஜின்னாவிடம் ஏற்படுத்தவில்லை. ஜின்னா எந்த நிலையிலும் நிலை குலையாதவர் என்பதே நிரூபணமானது.'[206] ஜின்னா இறுதிவரை கையெழுத்திட்டுக் கொடுக்கவில்லை. அவருடைய சிறிய தலையசைப்பையே சம்மதம் என்று எடுத்துக்கொண்டு பிரிவினை செய்துமுடிக்கப்பட்டது.

ஆகஸ்ட் 7, 1947 ஜின்னா டில்லியிலிருந்து புறப்பட்டு கராச்சி சென்றார். அவர் உருவாக்கிய புதிய நாட்டின் தற்காலிகத் தலைநகரம் அது. அவர் விமானத்தில் காலடி எடுத்து வைப்பதற்கு முன், டில்லியைச் சற்று திரும்பிப் பார்த்தார். இந்த மாநகரில்தான் அவர் தன்னுடைய குறிக்கோளுக்காக முப்பது ஆண்டுகளுக்கு மேலாக வாக்குவாதங்கள், உரையாடல்கள், கருத்துப் பரிமாற்றங்கள், பேரங்கள், போராட்டங்கள் எல்லாம் செய்திருந்தார். இதே மாநகரில் இருந்துகொண்டுதான் இஸ்லாமின் மைந்தர்கள் இந்தியாவை பல நூறு ஆண்டுகள் ஆட்சி புரிந்திருந்தார்கள். உரத்தகுரலில் சொன்னார்: 'நான் டில்லியைப் பார்ப்பது இதுவே கடைசி தடவையாக இருக்கும் என்று நினைக்கிறேன்.' விமானம் வேகமெடுத்துப் பறக்கத் தொடங்கியது. அவர் சொன்னார், 'அதன் முடிவு அதுதான்.'[207]

விமானத்தில் அவர் மௌனமாகவே இருந்தார். அவரை சுமந்துகொண்டு பறந்துவந்த டகோடா விமானம் கராச்சியின் வான்வெளியை வட்டமிட்டுத் தரை இறங்கும்போது, லட்சக்கணக்கானவர்கள் அவருக்காகக் காத்திருப்பதைப் பார்த்தார். அவ்வளவுதான், அம்மக்களைப் பார்த்ததும் துள்ளி எழுந்தார். மகிழ்ச்சிப் பெருக்கில் மிதந்தார். இளமை திரும்பி வந்ததுபோல் தெரிந்தார். அவரும் தங்கை பாத்திமாவும் மக்கள் வெள்ளத்தில் நீந்தியபடி கராச்சியின் அரசாங்க மாளிகையின் படிக்கட்டுகள்வரை நடந்து வந்து சேர்ந்தார்கள்.

புதிய டொமினியனின் முதல் கவர்னர் ஜெனரலாகப் பதவி ஏற்க முடிவு செய்திருந்தார். அவர் தன்னுடைய ஏ.டி.சி யிடம் சொன்னார். 'உங்களுக்குத் தெரியுமா? நான் என் வாழ்நாளில் பாகிஸ்தானை பார்ப்பேன் என்று நினைக்கவில்லை. இதற்காக இந்தப் பேறுக்காக நாம் கடவுளுக்கு அதிக நன்றியுடையவர்களாக இருக்கவேண்டும்.'[208]

நடந்த ஒட்டு மொத்த நாடகீய நிகழ்வுகள் பற்றி இதோ இங்கு வருத்தம் கலந்த வியப்பளிக்கிற குறிப்பு. மார்ச் 1947-ல் பஞ்சாப், வங்காளம் ஆகியவற்றைப் பிரிப்பது தொடர்பாக காங்கிரஸ் இயற்றிய தீர்மானத்தை மேற்கோள் காட்டி சௌத்ரி முகமது அலி சொன்னவை: 'வார்ப்பு தயாராகிவிட்டது. இந்தியா பிரிவினைக்கு உட்படுத்தப்படுவது தவிர்க்க முடியாததாகிவிட்டது.'[209]

பாகிஸ்தான் வரலாற்றாசிரியரும் பிரிவினையின்போது இந்திய ஆட்சிப் பணி'யில் இருந்தவரும் (I.C.S) இங்கிருந்து பாகிஸ்தானுக்குப் புலம்பெயர்ந்து சென்று பணியாற்றிய மூத்த அதிகாரியுமான இக்ராம் கேபினட் குழுவின் பரிந்துரைகள் தொடர்பான காங்கிரஸின் அணுகுமுறை பற்றி எழுதியுள்ளார்: 'யாரெல்லாம் 'காயிதே' (ஜின்னா) உடன் தொடர்பு கொண்டிருந்தார்களோ அவர்கள் சொன்னது என்னவென்றால் அவர்களுடைய (காங்கிரஸ்காரர்கள்) நடத்தைதான் பாகிஸ்தான் உருவாக வழிவகுத்தது.'[210]

வேவலுக்குப் பின்னர் வைஸ்ராயாக மௌண்ட்பேட்டனைத் தேர்வு செய்ததென்பது காங்கிரஸ்-தொழிலாளர் கட்சி கூட்டணியின் எண்ணங்களை நிறைவேற்றும் வகையில் பிரதமர் ஆட்லி எடுத்த அபார நடவடிக்கை'.[211] இதன் அர்த்தம் என்னவென்றால் 1947-ல் நடந்தது காங்கிரஸின் எதிர்பார்ப்புகளையே பூர்த்தி செய்தது; லீக்கின் குறிக்கோளை அல்ல. சௌத்திரி முகமது அலி, 'ஜின்னா காபினட் தூதுக்குழுவினரின் திட்டங்களை ஏற்றுக்கொள்வதாக அறிவித்தது தீரமிக்க, தொலைநோக்குப் பார்வை மிகுந்த முடிவு' என்கிறார். மேலும் அவர் கூறுகையில், 'இந்து-முஸ்லிம் பிரச்னைக்கு ஒரு சரியான தீர்வு கிடைத்துவிட்டதுபோல் தெரிகிறது' என்றார்.[212]

ஜின்னா தனியாக வெளியிட்ட அறிக்கை ஏற்கெனவே இங்கே எடுத்துக் காட்டப்பட்டுள்ளது. தூதுக் குழுவினரின் செயற்திட்டத்தை ஒப்புக்கொண்டதன் மூலம் 'முழு இறையாண்மை கொண்ட பாகிஸ்தான் என்ற நாட்டை தியாகம் செய்ய முன்வந்ததாக' இதுபோலவே குறிப்பிட்டிருந்தார். இவற்றையெல்லாம் பார்க்கும் போது லாகூர் தீர்மானம் நீங்கலாக ஜின்னாவின் ஒரே வளைந்து கொடுக்காத இலக்காக பாகிஸ்தான் இருந்திருக்கவில்லை என்பது புலப்படுகிறது. காங்கிரஸ்காரர்கள் மிஷனின் திட்டத்தை அரசியல் முதிர்ச்சியோடு அல்லது சாணக்கியத்தனத்தோடு அணுகியிருந்தால்

'பாகிஸ்தான்' என்ற தனிநாடு உருவாகியிருக்க முடியாது. அதற்குத் தேவை கிடையாது என்ற நிலைமை ஏற்பட்டு இருக்கும். இதையே பாகிஸ்தானில் அறிஞர் ஹலீப் அல் முஜாஹித் உறுதிப்படச் சொல்கிறார்: அவர்கள் (காங்கிரஸ்காரர்கள்) காபினட் மிஷன் திட்டத்தை எவ்வித தயக்கங்களும் இல்லாமல் ஒப்புக் கொண்டிருந்தால் பாகிஸ்தான் கோரிக்கை வேகம் இழந்து அடங்கிப் போயிருக்கும்.'[213]

சௌத்திரி முகமது அலியின் கருத்தின்படி, காபினெட் மிஷன் திட்டம் சார்ந்து காங்கிரஸ் 'அற்ப விஷயங்களைப் பெரிதுபடுத்திப்' பேசியது; அக்கட்சியின் இந்துத் தலைவர்கள் 'சிறிதளவுகூட பெருந்தன்மை' காட்டாமல் நடந்துகொண்டனர். அதோடு முஸ்லிம்களைப் பங்காளிகளாகச் சேர்த்துக்கொள்ள விருப்பம் காட்டாமல் நாட்டின் 'மொத்த அதிகாரத்தை' கைப்பற்றிக் கொள்ளவே தங்களுடைய முழு ஆற்றலையும் செலவழித்தார்கள்.[214] மேலும் அவர், 'மகாத்மா, 'மனித நேயம் மிகுந்தவர்தான். ஆனால், இந்தத் துணைக்கண்டம் முழுவதிலும் 'இந்து ராஜ்ஜியம்' நடைபெறச் செய்ய வேண்டுமென்பதே அவரின் விருப்பம்' என்றே குற்றம் சாட்டுகிறார்.

மேலும் அவர் கூறுகிறார்: 'பாகிஸ்தானுக்காக ஒதுக்கப்படவிருந்த நிலப்பகுதிகளைப் பெருமளவுக்குக் குறைப்பதை நோக்கமாகக் கொண்டே செயல்பட்டார். மேலும் தன்னுடைய இந்து சுயரூபத்தை வெகுத் தந்திரமாக அன்பு, ஒற்றுமை என்ற போர்வையில் மூடி மறைந்தே இருந்தார்.[215] மௌண்ட்பேட்டனிடம் ஜின்னா இந்துக்களைக் குறித்து பேசியதுகூட இதேபோன்றதொரு கருத்துதான்: 'இந்துக்கள் எப்போதுமே ஒரு ரூபாயில் பதினேழு அணாக்களைக் கேட்பார்கள்.'[216] (ஒரு ரூபாய்க்குப் பதினாறு அணாக்கள் மட்டுமே).

'இந்து ராஜ்யம்' ஏற்படுத்த வேண்டுமென்ற நாட்டம் காந்திக்கோ காங்கிரஸுக்கோ இருந்ததோ இல்லையோ அதுகுறித்து அலசுவது இந்நூலின் நோக்கத்துக்கு அப்பாற்பட்டது. அந்தக் குற்றச்சாட்டு மறுக்கப்பட்டது என்பதை மட்டும் இங்கே சொன்னால் போதும். ஆனால், கேபினெட் தூதுக்குழுவின் திட்டத்தில் 'பாகிஸ்தான் நிலப்பகுதிக்கு' வடமேற்கு எல்லைப்புற மாகாணமும் அஸ்ஸாமும் 'கட்டாய வகைப்படுத்தல்' வரையறைக்குள் உட்படுத்தப்படுவதற்கு காந்தியும் காங்கிரஸும் எதிர்ப்பு தெரிவித்தனர் என்பதில் எந்த மாற்றுக் கருத்தும் இல்லை. இதைத் தொடர்ந்து நேருவின் அதிரடி வார்த்தைகளும் அந்தத் திட்டத்தைக் கொன்றுபோட்டன.

சௌத்ரி முகம்மது அலியின் கண்ணோட்டத்தில், 'இந்த முழுத் துணைக் கண்டத்தையும் ஆளவேண்டுமென்ற இந்துப் பெரும்

பான்மையினரின் விருப்பம் தான் இந்த நிலைப்பாட்டுக்குக் காரணம்'.[217] இருந்தபோதிலும் இதற்கு இன்னொரு விளக்கமும் இருக்கிறது. 'கட்டாய வகைப்படுத்தல்' என்பது நீண்டகாலத் துயரக் கதைகளை முடிவுக்குக் கொண்டுவந்துவிடாது என்று காங்கிரஸ் நினைத்தது. அது மட்டுமின்றி, லீக் 'கட்டாய வகைப்படுத்தல்' என்பது ஏற்றுக்கொள்ளப்பட்டால் 'முழு இறையாண்மையுடனான பாகிஸ்தானை' அடைவதற்கான அதன் இலக்கில் பாதி வெற்றி கிடைத்ததாக மகிழ்ந்து முழு வெற்றியை நோக்கி நடக்கத் தொடங்கும். தூதுக்குழுவின் திட்டத்தை முதன்முதலாக முன்வந்து ஒப்புக்கொண்டபோது லீக் இதைக் கோடிகாட்டவும் செய்திருந்தது. அப்படியான 'முழு பாகிஸ்தான்' பிரிந்து செல்வதைத் தடுக்கும் நோக்கில்தான் அஸ்ஸாம், வட மேற்கு எல்லைப்புற மாகாணங்களை அதனுடன் சேர்ப்பதை காங்கிரஸ் எதிர்த்தது.

கட்டாய வகைப்படுத்தலுக்கு ஆதரவாக உள்ள பிரிட்டிஷ் அரசாங்கத்தின் முடிவு தொடர்பாக கிரிப்ஸுக்கு பட்டேல் எழுதிய கடிதத்தில், 'ஜின்னா அவருக்குக் கொடுக்கப்படும் பிரிவினைப் பகுதிகளை ஆதாரமாக வைத்துக்கொண்டு மேலும் பாகிஸ்தானுக்குக் கூடுதல் பகுதிகளைக் கேட்பார். முழு பாகிஸ்தான் தான் அவருடைய இலக்கு'[218] என்று குறிப்பிட்டிருந்தார். 'பாகிஸ்தான் தனி அதிகார இறையாண்மை கொண்ட நாடாகத் திகழ முடியாதென்றால், அதற்கு மிக அதிக நிலப்பகுதி இருப்பது அவசியம்' என்று ஜின்னா ஒருமுறை சொன்னதையும் நாம் கணக்கில் கொள்ளவேண்டும். இது குறித்து அபுல் கலாம் ஆசாத், 'இந்தக் கூற்றில் ஓர் அழுத்தமான உண்மை இருக்கிறது' என்று ஒப்புக் கொண்டார்.[219]

கட்டாய வகைப்படுத்தலே இறுதி இலக்கு என்று ஜின்னா காங்கிரஸ்காரர்களிடம் கூறி அவர்களின் சம்மதத்தைப் பெறுவதற்கு அதிக அக்கறை எடுக்கவில்லை. இன்னும் சொல்லப்போனால் அதற்காக அவர் எந்த முயற்சியும் செய்யவும் இல்லை. தனிப்பட்ட முறையில் அவரின் வயதும் உடல் நலிவும் இருந்த நிலையில் கட்டாய வகைப்படுத்தல்தான் சந்தேகத்துக்கு இடமின்றி அடைய முடிந்த இறுதி முடிவு என்று நினைத்துவிட்டிருந்தார். பலியிடல் (தியாகம்) என்று அவர் சொன்னபோது உண்மையிலேயே அவர் மனதில் நினைத்ததைத் தான் சொல்லியிருக்கிறார். ஆனாலும்கூட லீக் அறிக்கையில் 'முழுமையான, இறையாண்மை கொண்ட பாகிஸ்தான்' என்பதே அவர்களின் முற்று முடிவான குறிக்கோள் என்று சொன்னதுதான் காங்கிரஸ்காரர்களுக்கு ஐயத்தை ஏற்படுத்தியது.

பிரிட்டிஷ் அரசாங்கம், காங்கிரஸ், லீக் என மூன்று தரப்பினரில் யாருமே வெளிப்படைத் தன்மையோடு நடந்துகொள்ளவில்லை. அரசாங்கம் கட்டாய வகைப்படுத்தலை விரும்பியது போல் தெரிந்தது. ஆனால், அது குறித்து தெளிவுபட எதையும் கூறவில்லை. காங்கிரஸ், பிரிட்டிஷ் தூதுக்குழுவின் திட்டத்தை 'ஒப்புக் கொண்டாலும்' அதனுடைய முக்கிய கோட்பாடுகளை ஏற்கவில்லை. லீக்கைப் பொறுத்தவரையில் பாகிஸ்தான் இலக்குக்குக் குறைவான ஓர் ஏற்பாட்டை ஏற்றுக்கொள்ளத் தயாராக இருந்தபோதிலும் அதற்கு எதிராகவே பேசியது. காந்தி, நேரு ஆகியோர் முன்னிலையில் ஜின்னாவிடம் காங்கிரஸ் தரப்பிலிருந்தோ பிரிட்டிஷ் தரப்பிலிருந்தோ யாரேனும் ஒருவர் 'பாகிஸ்தான் தொகுப்பில்' அவர் கேட்ட பகுதிகள் அனைத்தையும் கொடுத்துவிட்டால் முழு இறையாண்மை கொண்ட பாகிஸ்தான் கோரிக்கையைக் (தனி நாடு கோரிக்கையைக்) கைவிட்டுவிடுவாரா என்று கேட்கவில்லை. அதுபோன்றே ஜின்னாவின் முன்னிலையில் காந்தியிடமும் நேருவிடமும் 'பாகிஸ்தான் கோரிக்கையை ஜின்னா கைவிட்டால் அஸ்ஸாமையும் வடமேற்கு எல்லைப்புற மாகாணத்தையும் 'பாகிஸ்தான் தொகுப்புக்குள்' இணைக்க சம்மதித்திருப்பீர்களா' என்றும் யாரும் கேட்டிருக்கவில்லை.

•

காங்கிரஸ் கட்சிக்கும் ஜின்னாவுக்கும் இடையில் நடந்த மோதல் இரு நாடு கோட்பாட்டை மட்டுமே அடிப்படையாகக் கொண்டதல்ல. காங்கிரஸ் அந்தப் பிரிவினையை ஒருபோதும் ஏற்றுக்கொண்டிருக்கவே இல்லை. முஸ்லிம்கள் பெரும் பான்மையினராக வாழ்கிற நிலப்பகுதிகளை அந்தப் பகுதி மக்கள் விரும்பினால் 'பாகிஸ்தான்' ஆக உருவாக்கிக் கொள்ளலாம் என்றுதான் அது இறுதியில் சொன்னது. ஜின்னாவைப் பொறுத்த வரையில் முஸ்லிம்களைப் பெரும்பான்மையோராகக்கொண்ட பகுதி மட்டுமே பாகிஸ்தான் ஆக முடியும் என்பதை அவர் நம்பியிருக்கவில்லை.

மாட்சிமை பொருந்திய பிரிட்டிஷ் முடியாட்சி, இந்தியாவிலுள்ள சமஸ்தானங்கள் சுதந்திர நாடுகளாகவோ, அல்லது இரண்டு நாடுகளில் ஏதேனும் ஒன்றுடனோ தங்களை இணைத்துக் கொள்ளலாம் என்று அறிவித்தது. அந்த நிலையில் ஜின்னா பஞ்சாப், சிந்து மாகாணங்களின் எல்லைப் புறங்களில் உள்ள இந்துப் பெரும்பான்மை சமஸ்தானங்களை பாகிஸ்தானோடு இணைத்துக் கொள்கிற முயற்சியில் மும்முரமானார். ஆனால் அவர் இதில் வெற்றி பெற முடியவில்லை. பாட்டியாலாவை ஆட்சிபுரிந்த சீக்கிய

சிற்றரசர், 'ஜின்னா சீக்கியர்களின் ஆதரவைக் கேட்டார்' என்றார்.[220] சீக்கியர்களிடம் ஜின்னா, 'அவர்களுடைய உரிமைகள் யாவும் காக்கப்படும்; அவர்களுடையத் தேவைகள், கோரிக்கைகள், பெருந்தன்மையோடு கவனிக்கப்படும் என்று பல முறை சொல்லியிருக்கிறார்'[221] என்று சௌத்திரி முகம்மது அலி எடுத்துக் கூறியுள்ளார்.

'அதிகாரப் பரிமாற்றம் தொடர்பான பேச்சு வார்த்தைகளின் இறுதிக் கட்டத்தில் முஸ்லிம் லீக் தலைவர்கள், சீக்கியர்களைத் தங்களோடு இணைத்துக் கொள்வதற்காக எல்லாவகையிலும் முயன்றார்கள். அவர்களின் விருப்பங்களை நிறைவேற்ற முழு ஒத்துழைப்பும் அளிப்பதாக வாக்குறுதி தந்தார்கள்'. அகமது சொல்கிறார், 'ஆனால் சீக்கியர்களிடமிருந்து அவர்களுக்கு இணக்கமான சமிக்ஞை வரவே இல்லை.'[222]

1947 ஜுன் மாத இறுதி நாட்களில் தொடங்கி செப்டெம்பர் வரையில் நடந்த நிகழ்வுகளை யார் நினைத்துப் பார்த்தாலும் மிகுந்த வேதனையே ஏற்படும். இந்திய விடுதலையும் பாகிஸ்தான் தோற்றமும் நடந்தகாலகட்டம் அது. கலிக்குல் ஜமான் இந்தக் காலகட்டத்தை 'இந்திய வரலாற்றின் மிக இருண்ட பக்கங்கள்'[223] என்கிறார். மனிதர்கள் பேய் பிடித்தவர்களாகி, கொடூரச் செயல்களில் இறங்கினார்கள். அண்டை அயலில் சேர்ந்து வாழ்ந்தவர்கள்கூட ஒருவரையொருவர் கொலை செய்துகொண்டார்கள். குழந்தைகளும் கர்ப்பிணிகளும் கொஞ்சம் கூட இரக்கமே இல்லாமல் கொல்லப்பட்டார்கள். எண்ணிக்கைக்கு அடங்காதவர்கள் தங்கள் வீடுகளை விட்டு வெளியேறி புதிய இந்திய – பாகிஸ்தான் எல்லையைக் கடந்தார்கள். முஸ்லிம்கள் ஒரு வழியில் வெளியே போனார்கள். இந்துக்களும் சீக்கியர்களும் மற்றொரு வழியில் இங்கே வந்தார்கள்.

போலித்தோ அப்போது ஜின்னாவின் நிலையைக் குறித்து விவரிக்கிறார்: 'அவர் அப்போதும் அவருடைய டில்லி வீட்டில்தான் இருந்தார். கண்மூடித்தனமான கொடுமைகள், கோரப்படுகொலைகள் நடைபெறுகின்றன என்ற செய்திகள் அவருக்குச் சொல்லப்பட்டன. ஆனால் அவரோ கையறு நிலையில், நீண்ட நெடுங்காலங்களாக சொற்போர் நடத்திய களைப்பு, நோயின் தாக்கத்தால் ஏற்பட்ட வலுவிழப்பு ஆகியவற்றினால் பாதிக்கப்பட்டிருந்ததால் இந்தக் கோரக் கொடூரங்களைக் குறைப்பதற்கு எந்த முயற்சியும் எடுக்க முடிந்திருக்கவில்லை.[224] கலிக்குல் ஜமானின் கூற்றின்படி, அவர் ஆகஸ்ட் 1 அன்று டில்லியில் ஜின்னாவை வீட்டிலே பார்த்தபோது, 'மிகவும் குலைந்த நிலையில், இதுவரையில் அவர் பார்த்திராத நிலையில்' ஜின்னா இருந்தார். இந்தியாவில் எஞ்சப்போகும் முஸ்லிம்கள்

குறித்துக் கேள்வி கேட்டபோது, அவரால் எந்த பதிலும் சொல்ல முடியவில்லை.[225]

பாகிஸ்தான் உருவாகி ஒரு மாதத்துக்குப் பின்னர் வங்காளம் இரண்டாகப் பிரிக்கப்பட்டதனால் தன் ப்ரீமியர் பதவியைப் பறிகொடுத்த சுராவர்த்தி சொன்னார், 'இந்திய யூனியனைச் சேர்ந்த முஸ்லிம்கள் நிராதரவாக விடப்பட்டார்கள்.'[226]

ஒரு வழியாக ஜின்னா தன் கையறு நிலையைக் கடந்து வந்து ஒரு மெல்லிய புன்னகையை உதிர்த்தார். ஆகஸ்ட் 15, பாகிஸ்தான் உருவான மறுநாள் காலை அவரின் ஏ.டி.சி., 'காயீத் பால்கனிக்குப் போனார். யாருக்கும் தெரியாத வகையில், அவர் அங்கே புதிய அமைச்சரவையில் உறுப்பினர்களாகப் பதவி ஏற்கப் போகிறவர்களையும் அவர்களைத் தாண்டி பெருந்திரளான கூட்டத்தையும் பார்த்தார்.' ஏ.டி.சி. மேலும் தொடர்கிறார்:

> 'அப்போது ஜின்னாவின் முகத்தில் சிரிப்பு மலர்ந்தது'. ஜின்னா புன்னகை புரிந்து அவர் பார்த்த முதல் தருணம். 'அவர் முகத்தில் மகிழ்ச்சியைப் பார்த்தேன்'. அது அவரின் வெற்றிப் புன்னகை. அந்த மகிழ்ச்சி நியாயமானதுதான். எனினும், அடுத்த நொடியே ஜின்னா அதை அவசர அவசரமாக மறைத்துக்கொண்டார். அதன் பின் அவர் அந்தப் பதவி ஏற்பு நிகழ்ச்சியை நடத்திவைக்கப் போனார். 'அங்கே அவர் தன் முகத்தில் எந்த உணர்ச்சியையும் வெளிப்படுத்தவில்லை.'[227]

நான்கு நாட்களுக்கு முன்னர், அவர் பாகிஸ்தானின் அதிபர் என்ற முறையில் அரசமைப்பு சட்டமன்றத்தில் உரையாற்றினார். அதில் மிக முக்கியமான ஒன்றைச் சொன்னார். அது:

> 'கடந்த காலத்திலிருந்து நீங்கள் விடுபட்டு ஒவ்வொருவரும், அவர் எந்த சமூகத்தைச் சேர்ந்தவராக இருந்தாலும், முதலாவது, இரண்டாவது கடைசி என அனைத்து வகையிலும் இந்த நாட்டின் குடிமகன் என்ற ஒற்றை அடையாளத்துடன் சம உரிமையோடு முழு வேகத்துடன் பணியாற்ற வேண்டிய தருணம் இது. உங்கள் முன்னேற்றத்துக்கு முடிவே கிடையாது. இதை நான் அதிகமாக எடுத்துச் சொல்லத் தேவையில்லை. நாம் இந்த எழுச்சியோடு பணியாற்றத் தொடங்கினால் காலப்போக்கில் இப்பொழுதைய பெரும்பான்மை, சிறுபான்மை, இந்து-முஸ்லிம் ஆகிய முரண்பாடுகள் எல்லாம் மறைந்துபோகும். அதையே நம்முடைய குறிக்கோளாக முன்வைத்து நாம் செயல்படவேண்டும். காலப்போக்கில் இந்துக்கள் இந்துக்களாகவும் முஸ்லிம்கள் முஸ்லிம்களாகவும் இருப்பது முடிவுக்குவந்துவிடும். நான்

சொல்வது மத அடிப்படையில் அல்ல. ஏனென்றால், அது அவரவருடைய தனிப்பட்ட சமய நம்பிக்கை. ஆனால் அரசியல் அடிப்படையில் அவர்கள் அனைவரும் இந்நாட்டின் குடிமக்கள் என்று ஆகிவிடுவார்கள்.[228]

போலித்தோ இந்த உரையை 'ஜின்னா அவரின் வாழ்க்கையில் நிகழ்த்திய உன்னதமான உரை' என்கிறார்.[229] ஆனால், லாகூரில் முஸ்லிம் லீக், முஸ்லிம்களுக்காக தனிநாடு வேண்டுமென்று முதன் முதலாகக் கேட்டபோது 'இந்துக்களும் முஸ்லிம்களும் எக்காலத்திலும் ஒரு பொதுவான தேசியத்தில் ஒன்றுகூடி இருக்க முடியாது. அது ஒரு கனவு' என்று சொல்லியிருந்ததோடு இது முரண்படுகிறது.[230] கலிக்குல் ஜமானின் கருத்துப்படி 'ஜின்னா இரண்டு நாடுகள் என்ற கொள்கைக்கு விடை கொடுத்து அனுப்பி விட்டார். அவருடைய ஆகஸ்ட் 11 ஆம் தேதி பேச்சு இதற்கு ஒரு எடுத்துக்காட்டு.'[231] இதேபோன்ற கருத்தை நயீபும் உறுதிப்படுத்திக் கூறுகிறார்: 'இரு நாடுகள் என்ற கோட்பாட்டை மிகத் தெளிவாக திட்டவட்டமாக இந்த உரை மூலம் ஜின்னா மறுத்து விட்டிருக்கிறார்'[232]

மேரியமின் சொற்களில் பார்த்தால் 'நாட்டின் ஒற்றுமையைப் பாதுகாப்பது'தான் பிரிவினைக்கு முன்பே காந்தியின் அடிப்படைக் குறிக்கோள்களில் ஒன்றாக இருந்துவந்தது. இப்போதோ பாகிஸ்தான் பிரிவினைக்குப் பின்னர் இது ஜின்னாவின் பிரதான நோக்கங்களில் ஒன்றாக மாறிவிட்டது' என்று குறிப்பிட்டிருக்கிறார். மேரியம் மேலும் தொடர்கிறார். 'அதிகாரத்துக்கு வந்ததும் 'இந்து-முஸ்லிம் நல்லுறவு தொடர்பான தன் முடிவைத் தலைகீழாக மாற்றிக்கொண்டார்.'[233]

எம்.எஸ்.எம். சர்மா கராச்சியை வாழ்விடமாகக் கொண்ட பத்திரிகையாளர்; இந்து; பாகிஸ்தான் பிரிவினை ஏற்பட்டு ஓராண்டு வரைக்கும் அங்கேயே இருந்து வந்தவர்; அவர் ஜின்னாவுடனான ஓர் உரையாடலைப் பதிவு செய்துள்ளார்:

'அவர் என்னிடம் பேசியதன் சாராம்சம் இதுதான்: இப்போது அவர் பாகிஸ்தானைப் பெற்றுக்கொண்டுவிட்டார். இனிமேல் அவருக்கு இந்துக்களின்மீது எவ்விதக் காழ்ப்புணர்ச்சியும் இல்லை. உண்மையில், ஆரம்பத்தில் இருந்ததுபோல் அவர் 'இந்து-முஸ்லிம் ஒற்றுமைக்கான தூதர்' என்ற பங்களிப்பை மீண்டும் முன்னெடுக்க உற்சாகத்துடன் இருக்கிறார்'. அவர் என்னிடம் முழங்கினார்: 'என் அருமைக்குரியவரே பாகிஸ்தானிலுள்ள இந்துச் சிறுபான்மையினர்களின் பாதுகாப்பு

ஜெனரலாக (தளபதியாக) என்னை நியமித்துக் கொள்ளப் போகிறேன்.'[234]

பாகிஸ்தானிலுள்ள இந்துக்கள், சீக்கியர்களை அரணாக நின்று காப்பாற்றும் அவருடைய திறமை மேலுள்ள நம்பிக்கை, அவருடைய வளைந்து கொடுக்காத குணத்தை விஞ்சி மேலெழுந்தது. கராச்சியில் நடந்த கலவரத்தில் இந்துக்கள் தாக்கப்பட்டார்கள். சர்மா அதுபற்றி எழுதுகிறார்: 'எந்தவொரு தனிமனிதரும் அவரைவிட அதிர்ச்சியடைந்திருக்க மாட்டார்கள் என்பதைப் பதிவு செய்யக் கடமைப்பட்டுள்ளேன். அவர் அங்கிருந்த இந்து அகதி முகாம்களுக்குச் சென்றார். அவற்றில் ஒன்றில் இந்த இரும்பு மனிதர் உணர்ச்சிவசப்பட்டு சில துளி கண்ணீர் சிந்தினார்.'[235]

அந்த நேரத்தில் கராச்சியின் நகரத் தந்தையாக இருந்தவர் ஒரு பார்ஸிக்காரர். ஜின்னாவின் நண்பர்களில் ஒருவரான அவரும் அகதி முகாமுக்குச் சென்றிருந்தார். அந்த முகாமில் ஜின்னாவின் உணர்ச்சிப் பெருக்கினை விவரிக்கிறார்: 'ஜின்னா அவர்களின் (இந்துகள்) பரிதாப நிலையைப் பார்த்தபோது அழுதார்; அவர் கன்னங்களில் கண்ணீர் வழிந்தோடியதைப் பார்த்தேன்.'[236]

சிந்தி இந்துக்கள் பாகிஸ்தானை விட்டு இடம்பெயர்ந்து வெளியேறியது அவருக்கு பெரும் துயரத்தைத் தந்தது. அவரால் அவர்களைத் தடுத்து நிறுத்த முடியவில்லை. இந்துக்களும் சீக்கியர்களும் பாகிஸ்தானிலேயே தங்கியிருப்பது அவசியம் என்று கருதியிருந்தார்.

ஜின்னா தன் சமயச் சார்பற்றச் சிந்தனையை நடைமுறையில் கொண்டு வருவதற்காக முயற்சி எடுத்தார். பாகிஸ்தானின் தோற்றத்துக்குச் சில மாதங்கள் கழித்து 'முஸ்லிம் லீக்'கில் ஒரு மாற்றத்தைக் கொண்டு வந்தார். 'லீக்' இனிமேல் சமயச் சார்பற்ற தேசிய அமைப்பு; அதிலே உறுப்பினராவதற்கு பாகிஸ்தானின் அனைத்துத் தரப்புக் குடிமக்களுக்கும் கதவு திறந்திருக்கிறது; அவர்கள் எந்த சமயத்தைச் சேர்ந்தவர் என்பது பொருட்டல்ல' என்று அறிவித்தார்.[237]

இந்த அமைப்பின் தலைவராக அவரே தொடர்ந்து இருந்து வந்தார். இவற்றையெல்லாம் சொன்னது சர்மா என்ற போதிலும் இக்ரமும் இந்தக் கூற்றுகளில் உண்மை உண்டு என்று சொன்னதையும் கருத்தில் கொள்ளவேண்டும்.[238] ஜின்னாவின் அரசியல் நாளிதழ், 'டான்' கராச்சிக்கு அவருடனே இடம்பெயர்ந்து சென்றிருந்தது. டிசம்பர் 1947-ல் அவர் என்ன சொன்னார் என்பது அந்த நாளிதழில் வெளிவந்தது. காயீதே கூறினார்: 'பாகிஸ்தானில் முஸ்லிம்களை

மட்டுமே உறுப்பினராகக் கொண்டிருக்கும் ஓர் அமைப்பை மாற்றவே முடியாது என்றெல்லாம் இல்லை. தேவைகளை முன்னிட்டு அதில் மாற்றங்கள் நேரிடலாம்.[239]

ஜின்னாவின் மனதில் காந்தி தொடர்பாகவும் சிறிது மாற்றம் நிகழ்ந்தது. லீக் செயற்குழுக் கூட்டத்தில் ஜின்னா பேசியிருப்பதை சர்மா இதற்கு ஆதாரமாகச் சுட்டிக் காட்டியுள்ளார். ஜின்னா அங்கே பேசும்போது, 'திருவாளர் காந்தி முஸ்லிம்களின் உண்மையான நண்பர்; இந்திய முஸ்லிம்கள் ஒற்றுமையோடு அவருக்குப் பக்கபலமாக இருக்கவேண்டும்' என்றார்.[240]

பாகிஸ்தான் தோற்றத்துக்குப் பின்னர் சர்மா, ஜின்னாவோடு நடத்திய உரையாடல்களிலிருந்து ஜின்னாவின் மனதில் இருந்த லட்சியவாத சிந்தனைகளை சர்மா தெரிந்துகொள்ள முடிந்திருக்கிறது. முப்பது ஆண்டுகளுக்கு முன்னர் சரோஜினி நாயுடுபார்த்த அதே ஜின்னா. சர்மா கண்டறிந்து கொண்டது: 'மனிதர்களை ஒடுக்கு முறைகளிலிருந்து விடுவிக்கப் பிறந்தவர் என்று பாராட்டப்பட வேண்டும் என்பதுதான் ஜின்னாவின் மிகப் பெரிய லட்சியமாக இருந்தது'.[241] அந்த லட்சியம் சுடர் விட்டு பிரகாசிக்க தலைமையின் மேலாதிக்கம் தேவைப்பட்டது. அந்தச் சுடர் ஒளிமங்கியிருந்தபோது, ஜின்னாவுக்குள்ளிருந்த லட்சியவாதி பின்னுக்குப் போயிருந்தார். ஆனால், பாகிஸ்தான் நிதர்சனத்துக்கு வந்த பின்னர், கேள்விக்கு அப்பாற்பட்ட அந்தத் தலைமைச் சுடர் பிரகாசிக்கத் தொடங்கியது. லட்சியவாதி முன்னுக்கு வந்துவிட்டார்.

●

நாம் அவருடைய புதிய நாட்டை பார்க்கப் போகின்றோம். மக்கட்தொகை எண்ணிக்கையில் உலகில் ஐந்தாவது வரிசையிலும், உலகிலேயே மிகப் பெரிய முஸ்லிம் நாடாகவும் விளங்குகிறது பாகிஸ்தான். ஜின்னா அந்நாட்டின் அதிபதி; அவரின் தலைமையில் தான் அரசாங்கம் உள்ளது. அவர்தான் பாகிஸ்தானில் அரசியலமைப்புச் சட்டப்படி அமைந்த முதல் நாடாளுமன்றத்துக்கும் ஆளும் கட்சிக்கும் தலைவர். மேலும் அவரே முதல் பிரதமரைத் தேர்ந்தெடுத்திருந்தார். அமைச்சரவை முழுவதையும் அவரே நியமித்திருந்தார். அவர் காஷ்மீர் தொடர்பான துறையைத் தன் பொறுப்பின் கீழ் வைத்துக்கொண்டிருந்தார். அதை மையமாகக் கொண்டே மிகவும் கசப்பான மிக அதிக இழப்புகளை ஏற்படுத்திய இந்திய-பாக் மோதல் விரைவில் ஆரம்பிக்கவிருந்தது. எல்லைப்புற (வடமேற்கு) மாகாணங்களின் நிர்வாகத்தையும் தன் பொறுப்பிலே வைத்துக்கொண்டார். பாகிஸ்தான் கல்வியாளர் சலீம் குரைஷி எழுதியுள்ளார்:

'நாடாளுமன்ற மரபியல் வழியில் அமைந்த அரசாங்கம் ஜின்னாவுக்குப் போதுமானதாக இல்லை. அதிக அதிகாரங்களைக் கொண்ட கவர்னர் ஜெனரலாக இருந்தால்தான் அவரால் முழுதாகச் செயலாற்ற முடியும். எனவே தேர்ந்தெடுக்கப்பட்ட சட்டமன்றம் மேலும் கூடுதலான அதிகாரங்களை கவர்னர் ஜெனரலுக்கு அளித்தது.'[242] இங்கே போகிற போக்கில் இதையும் நாம் குறிப்பிட்டுக்காட்ட வேண்டியுள்ளது. அரசியலமைப்பு முறையில் நிறுவப்பட்ட நாடாளுமன்றம் முறைப்படி ஒரு தீர்மானத்தை நிறைவேற்றியது. அதன்படி, அரசாங்க நடவடிக்கைகளின் சட்டங்கள், ஆவணங்கள், ஆணைகள், கடிதங்கள், அறிக்கைகள், மேலும் இதர எழுத்து வடிவங்கள் யாவற்றிலும் ஜின்னாவை 'காயீதே ஆசாம்' என்றே அழைக்கப்பட வேண்டும் என்று உத்தரவிடப்பட்டது.[243]

'இந்த அதிகாரக் குவிப்பு மற்றும் ஆளுமைப் பெருக்கம் எல்லாவற்றையும் அதிகார வெறி அல்லது புகழ் போதை என்று நிச்சயம் சொல்லிவிடவே முடியாது' என்று குரேஷி மிகவும் சரியாகவே குறிப்பிட்டிருக்கிறார். ஏனென்றால், முஸ்லிம் இந்தியாவின் காயீதே ஆசாமான ஜின்னாவுக்கு இந்த இரண்டுமே ஏராளமாக ஏற்கெனவே இருந்தது.[244] யார் ஒருவரும் அவருடைய அதிகாரத்தைக் கேள்விக்குள்ளாக்கவில்லை. அவருடைய உயரிய அந்தஸ்துக்கு அவை தானாகவே கிடைத்தன. பாகிஸ்தான் உருவானதைத் தொடர்ந்த காலகட்டம் அந்த பாணியை வடிவமைத்தன. குரைஷி சொன்னதை மீண்டும் பார்ப்போம்:

> 'முஸ்லிம்களுக்கு ஒரே குரலில் பேசியாக வேண்டியிருந்தது. காங்கிரஸுடனும் பிரிட்டிஷாருடனுமான லீகின் அரசியல் என்பது மோதல் போக்குடையதாக இருந்தது. இவையெல்லாம் ஒற்றைத் தலைமையின் கீழ் அனைத்து தரப்புகளும் பார்வைகளும் கீழடங்க வேண்டியிருந்தது. அது எப்போதும் ஜின்னாவுடைய குரலாக ஆதிக்கமாக மட்டுமே இருந்தது. முஸ்லீம் லீகை எப்படி நடத்தினாரோ அதுபோலவே பாகிஸ்தானிய அரசையும் அவர் நடத்தினார்.[245]

சௌத்திரி முகம்மது அலி கூறுகிறார். 'ஒருவேளை ஜின்னா பாகிஸ்தானின் அதிகாரப்பதவி எதையும் ஏற்காமல் இருந்திருந்தால் கூட அங்குள்ள ஆட்சியில் இருப்பவர்கள் அவரிடத்தில் தங்களுக்கு வழிகாட்டும்படி வேண்டி நின்றிருக்கும்.'[246]

இந்தியாவுக்கும் பாகிஸ்தானுக்கும் பொதுவாக கவர்னர் ஜெனரலாக மௌண்ட்பேட்டன் இருப்பார் என்ற தீர்மானத்தை ஜின்னாவும் லீக்கும் மறுத்துவிட்டார்கள். அதற்கு மூன்று காரணங்கள் சொல்லப்பட்டன. முதலாவதாக பொதுவான கவர்னர் ஜெனரல்

என்ற பதவி இரண்டு நாடுகளாகப் பிரித்து நிற்கிற உணர்வு நிலையை நீர்த்துப் போகச் செய்துவிடும். இரண்டாவதாக மௌண்ட்பேட்டன் நடுநிலையோடு செயல்படுவார் என்பதில் ஜின்னாவுக்கு நம்பிக்கை கிடையாது. கடைசியாக இந்த ஏற்பாட்டில் மரபு வரிசையில் ஜின்னாவுக்கு இரண்டாவது இடம்தான் கிடைக்கும். இது ஜின்னாவுக்கு மதிப்புக் குறைவை ஏற்படுத்தக்கூடியது. ஜின்னா சொல்வதன்படியே நிர்வாகம் நடக்கும் என்பது மட்டும் போதாது.

அவ்வப்போது நடைபெறுகிற அமைச்சரவைக் கூட்டங்களுக்கு அவர் தலைமை வகிக்கிறபோது அங்கு பேசப்படுபவற்றை நிதானமாகக் கேட்டு, தீர்மானம் எடுத்து விளக்கிக் கூறுவார். எப்போதாவது யாரேனும் அறிவீனமாக எதையாவது கூறினால் அவர் சட்டென்று சினங்கொண்டு வெடிப்பார். அதிகார வர்க்கத்தின் தலைவராக இருந்த சௌத்திரி முகமது அலி, 'ஜின்னாவிடம் அனுப்பப்படுகிற ஒவ்வொரு காகிதத்தையும் அவர் மிகவும் கவனமாக பொறுப்புடன் படித்து முடிவெடுப்பார். எந்த ஒரு தகவலும் அவரிடமிருந்து தப்ப முடியாது'[247] என்கிறார். கடின உழைப்பு, நாணயம் ஆகிய உயரிய இலக்குகளை அவர் முன்வைத்தார். ஆனால் அவர் உருவாக்கிய நாட்டுக்காக ஓர் அரசியலமைப்புச் சட்டத்தை வடிவமைப்பதற்கான நேரமோ உடல் பலமோ அவருக்கு இருந்திருக்கவில்லை. எனினும் சில குறிப்பிடத்தக்க எண்ணங்களை அதற்காகக் குறிப்பிட்டுக் கூறியிருக்கிறார்.

> 'நம் அரசியலமைப்பு சாசனத்தின் இறுதி வடிவம் எவ்வாறு அமையப்போகிறது என்பது எனக்குத் தெரியவில்லை. ஆனால் உறுதியாக நான் நம்புவது அது நிச்சயமாக ஜனநாயகக் கோட்பாட்டின் அடிப்படையில் இஸ்லாத்தின் இன்றியமையாத கொள்கைகளை உள்ளடக்கியதாகவே இருக்கும். இஸ்லாமும் அதன் கொள்கைகளும் தான் நமக்கு ஜனநாயகத்தைக் கற்றுக் கொடுத்துள்ளன. எந்தவகையில் பார்த்தாலும் பாகிஸ்தான் இறைச்சார்பு ஆட்சியைக் (Theocratic) கொண்டதாக, இறைப்பணியில் அர்ப்பணித்துக் கொண்ட மத போதகர்களைக் கொண்டு நடத்தப்படுகிற ஆட்சியாக இருக்காது. நம்மிடையே இந்துக்கள், கிறிஸ்தவர்கள், பார்சிகள் என பல முஸ்லிம் அல்லாதவர்கள் இருக்கிறார்கள். ஆனால், அவர்களெல்லாம் பாகிஸ்தானியரே. அவர்களும் மற்ற குடிமக்களைப் போன்ற அதே உரிமைகளை இந்த நாட்டில் அனுபவிக்கலாம்.[248]

1941-ல் ஜின்னா சென்னை வந்திருந்தபோது, 'நல்லவேளையாக இந்தி இங்கு அதிகம் ஊடுருவவில்லை'[249] என்றார். எனினும்

தன்னுடைய புதிய நாட்டின் ஐக்கியத்தைக் கட்டிக் காக்க தேசிய மொழி கட்டாயம் தேவை என்று புரிந்துகொண்டவர், கிழக்குப் பாகிஸ்தானிடம் உருது மொழியை ஏற்றுக்கொள்ளச் சொல்லி வலியுறுத்தினார். அம்மாநிலத்தில் வங்காள மொழிக்கு உரிய முக்கியத்துவம் இருந்தது. இருந்தும் 'இஸ்லாமிய கலாசாரத்தை மிகச் சிறப்பாக வெளிப்படுத்துவது உருது' என்பதால் இரு பாகிஸ்தான்களின் பொது மொழியாக அதுவே இருக்கட்டும் என்றார்.[250] அது வங்காளத்தில் எதிர்ப்பை ஏற்படுத்தியது. 'நாமெல்லாம் முஸ்லிம்கள்... நாம் அனைவரும் பாகிஸ்தானியர்' என்று அவர், உரக்கக் குரல் கொடுத்துப் பார்த்தார். அதன்பின் ஓர் எச்சரிக்கையும் விடுத்தார். 'இந்தியாவின் பரப்புரையாளர்களும் அவர்களின் கையாட்களும் நம்முடையே புகுந்து பிளவை ஏற்படுத்தப் பார்க்கிறார்கள்'[251] என்று ஒருபழியைத் தூக்கிப்போட்டு பார்த்தார். எந்த விளைவையும் அது ஏற்படுத்தவில்லை. ஜின்னா தன் வாழ்நாட்களிலேயே வங்காளிகளின் ஒன்றுபட்ட எதிர்ப்பு முகத்தைப் பார்த்துவிட்டார்.

•

எழில் குலுங்கும் காஷ்மீரை நாம் இப்போது பார்ப்போம். எண்பது விழுக்காடு முஸ்லிம்கள் வாழ்கிற அந்த அந்த சமஸ்தானத்தை ஆட்சி செய்தவர் இந்து மன்னர். பாகிஸ்தானையும் இந்தியாவையும் எல்லைகளாகக்கொண்ட நிலப்பகுதி. பிரதான நதிகளின் உற்பத்தி மூலம். காஷ்மீரி பிராமண குலத்திலிருந்து வந்த ஜவாஹர்லால் நேருவுக்கு 'காஷ்மீர்' மீது அலாதிப்பற்று. காஷ்மீரில் பேர்பெற்ற தலைவர் ஷேக் அப்துல்லா, நேருவின் நண்பர். இந்தியாவின் ஆதரவாளர். ஜின்னாவின் பார்வையில் காஷ்மீர் திட்டவட்டமாக பாகிஸ்தானோடு இணைந்துவிடும் என்று எதிர்பார்த்தார். காரணம் அங்குள்ள முஸ்லிம் பெரும்பான்மை எண்ணிக்கையும், புவியியல் அமைப்பும்.[252] 'காஷ்மீர் நம் மடியில் தானாக பழுத்தப்பழம் போல வந்து விழும்' என்று ஜின்னா கூறியதாக சௌத்திரி முகம்மது அலி குறிப்பிட்டிருக்கிறார்.[253]

பிரிட்டிஷ் அரசாங்கம் காஷ்மீர் ஆட்சியாளரின் விருப்பப்படி முடிவெடுக்க விட்டுவிட்டது. மகாராஜா ஹரிசிங்கினால் ஒரு முடிவுக்கு வர முடியவில்லை. இந்தியாவுக்கு அவர் சாதகமானவராகவும் இல்லை. அவர் சுதந்திரமாகவோ பாகிஸ்தானோடு சேரவோ முடிவெடுப்பார் என்று இந்தியர்கள் அஞ்சினார்கள். பாகிஸ்தானியரோ மன்னர் ஓர் இந்து என்ற காரணத்தால் இந்தியாவோடு இணைத்துவிடுவார் என்று அஞ்சியது. 'காயீதே ஆசாம் அவராகவே செப்டெம்பர் நடுவில் காஷ்மீர் சென்று

மகாராஜாவோடு நட்பு முறையில் பேசிப் பார்க்கலாம் என்ற நம்பிக்கையோடு இருந்தார். ஆனால் ஜின்னா காஷ்மீர் வருவதை மகாராஜா விரும்பவில்லை'[254] என்று நினைவுகூர்கிறார் சௌத்ரி முகம்மது அலி.

1947 அக்டோபர் 24ஆம் நாள் பாகிஸ்தானிலுள்ள மலைப்பகுதியைச் சேர்ந்த ஐயாயிரம் கொரில்லா வீரர்கள் (பதான்கள்) பாகிஸ்தான்-காஷ்மீர் எல்லையைக் கடந்தார்கள். இந்தியா இந்தச் செயலைப் பாகிஸ்தானின் திட்டமிட்ட சதி என்று குற்றம் சாட்டியது. பாகிஸ்தான் குற்றச்சாட்டை மறுத்தது. ஆனால் இந்தத் தாக்குதல் நடத்தப்படுவதற்கு முன்னரே, இதுகுறித்து பாகிஸ்தான் அதிகாரவர்க்கம் அறிந்தே இருந்தது என்கிறார் சௌத்திரி முகம்மது அலி. அவர் எழுதியிருப்பது,

> அக்டோபர் 21 அன்று லியாகத் அலி கான் வழக்கத்துக்கு மாறான பதற்றத்தோடு என்னிடத்தில், 'ஒரு மலைவாழ் லஸ்கர், சில ஆயிரம் வலுவானவர்களைத் திரட்டிக்கொண்டு காஷ்மீரை நோக்கிச் செல்கிறார். நான் உடனே, 'இதுகுறித்து காயீதே ஆசாமுக்கு தெரிவிக்கப்பட்டதா?' என்று கேட்டேன். 'இதுவரைக்கும் தெரிவிக்கவில்லை. அந்தச் செய்தி அறிக்கை இப்பொழுதுதான் எனக்கு வந்தது' என்றார்.

'இதில் பாகிஸ்தான் அரசாங்கம் எதுவும் செய்ய முடிந்திருக்க வில்லை' என்று சொல்லும் சௌத்திரி முகம்மது அலி, மேலும் தொடர்கிறார். அவர் சொல்பவை ஆர்வமுட்டுபவை:

> 'அந்த பழங்குடி லஷ்கர்கள் விரைவிலேயே காஷ்மீர் மகாராஜாவின் படையை அடக்கி ஒடுக்கிவிட்டார்கள். அக்டோபர் 26ஆம் நாள் அவர்கள் ஸ்ரீநகரின் பார்வை எட்டும் தூரத்துக்கு வந்துவிட்டார்கள். அதுதான் காஷ்மீரத்தின் தலைநகரம். இதற்கு முதல்நாள் இரவே மகாராஜா ஸ்ரீநகரிலிருந்து ஜம்முவுக்குச் சென்றுவிட்டார். அந்த பழங்குடி லஸ்கர் படையினர் மிகுந்த கட்டுப்பாட்டோடு நடந்துகொண்டிருந் தாலோ அவர்கள் படை நடத்தி வந்த வழிகளில் கொள்ளையடிப்பில் இறங்காமல் இருந்திருந்தாலோ அக்டோபர் 26 காஷ்மீர் பள்ளத்தாக்கு முழுவதையும் அவர்கள் கைப்பற்றிவிட்டிருப்பார்கள்.'[255]

பழங்குடிப் படையின் வருகைதான் ஹரிசிங்கை உறுதியான ஒரு முடிவை எடுக்கவைத்தது. அவர் 'இந்தியப் படைகளை உதவிக்கு வருமாறு கேட்டுக் கொண்டர்; அதனால் இந்தியப் படைகள் விரைந்து காஷ்மீர் பள்ளத்தாக்குக்குச் சென்று பாகிஸ்தானியப்

பழங்குடிப் படையை வந்த வழியே துரத்தியடித்தது' என்று இந்தியா கூறியது.

அப்போது ஜின்னா லாகூரில் இருந்தார். அங்கிருந்து அவர் பாகிஸ்தான் ராணுவத்துக்கு செயல் கமாண்டர்-இன்-சீஃப் ஆகப் பணியாற்றிய ஜெனரல் கிரேஸியிடம் ராணுவத்தை காஷ்மீர் அனுப்ப உத்தரவிட்டார். கிரேஸி, உடனே பீல்ட் மார்ஷல் சர். கிளாட் அக்கின்லெக்கைத் தொடர்பு கொண்டார். இவர் இந்திய ராணுவத்தை இரண்டாகப் பிரிப்பதற்கான நடவடிக்கைகளை மேற்பார்வையிட்டு, அதை நிறைவேற்றுகிற பணியில் இருந்தவர். மேலும் இந்தியப் படையிலும் பாகிஸ்தான் படையிலும் இன்னமும்கூட தொடர்ந்துப் பணியாற்றி வருகிற பிரிட்டிஷ் அதிகாரிகளுக்கான பொறுப்பை ஏற்றிருந்தவர். அவர்கள் இன்னமும் இந்தியாவிலும் பாகிஸ்தானிலும் பணியில் தொடர்கிறார்கள். இந்நிலையில் அவர் கிரேஸியிடம் சொன்னார், 'காஷ்மீர் மன்னர் இந்தியாவோடு தன் நாட்டை இணைத்துக்கொண்டுவிட்ட நிலையில், இந்திய துருப்புகள் அங்கே இருப்பது சரியானதே' என்றார். அத்துடன் 'அவர்களை (இந்திய துருப்புகள்) தாக்கவோ வெளியேற்றவோ பாகிஸ்தான் துருப்புகள் அங்கு சென்றால், நான் உடனடியாக இந்தியாவிலும் பாகிஸ்தானிலும் (படைகளில்) மிச்சமிருக்கிற பிரிட்டிஷ் அதிகாரிகளையும் மற்றவர்களையும் நாடு (பிரிட்டன்) திரும்பக் கூறி ஆணைப் பிறப்பிப்பேன்' என்றார்.

ஜின்னா இந்த நிலைமையைக் கொஞ்ச காலத்துக்கு அப்படியே விட்டுவிட்டார். ஆனால் ஏப்ரல் 1948-ல் அவர் தனது ராணுவப்படைகளை காஷ்மீருக்கு அனுப்பினார். காஷ்மீர் பிரச்னை அவரின் உடல்நிலையில் மிகப் பெரிய பாதிப்பை ஏற்படுத்தியது. காயீதே ஆசாமின் ஆரம்பக்கால நம்பிக்கை இப்போது அவரைப் பெரும் ஏமாற்றத்தில் கொண்டுபோய் தள்ளிவிட்டுவிட்டது. 'நாம் தவறான திசையில் செல்கிற பஸ்ஸில் ஏறிவிட்டோம்' என்று தன் ஆதங்கத்தை வெளிப்படுத்தினார்.[256]

•

நவம்பர் மாதத்தில் பெரும்பாலான நாட்கள் அவர் படுக்கையிலேயே கிடைக்க நேர்ந்தது. அவரின் உடல்நலச் சீர்கேட்டால் அரசாங்கமே நிலைகுலைந்து நின்றது. ஜின்னாவின் ராணுவச் செயலாளராகப் பணியாற்றிய ஆங்கிலேய அதிகாரி கர்னல் பிர்னி அவருடைய அப்போதைய நிலைமையைக் குறித்து தன் நாட்குறிப்பில் எழுதியுள்ளார். 'ஜின்னாவின் உடல்நலிவு... அதனால் எல்லாப் பணிகளும் நின்றுபோனது. அமைச்சர்கள்கூட எந்த முடிவையும்

எதற்குமே எடுக்க முடியாமல் முடக்கிக் கிடந்தார்கள்.'[257] இதே அதிகாரி, ஜின்னா கராச்சி திரும்பியபோது, அவரைப் பார்த்து 'நிஜமாகவே பெரும் அதிர்ச்சிக்கு' உள்ளானார்: 'ஜின்னா இங்கிருந்து போகிறபோது அவரின் தோற்றம் அறுபது வயதுடையவராகக் காட்டியது. இப்போது அவர் எண்பது வயதைத் தாண்டியவராகக் காணப்படுகிறார்.'[258]

ஆனாலும் கூட அவரின் உள்ளத்திலே பெருக்கெடுத்த எழுச்சி வேகம் இன்னமும் அவரைச் சும்மா இருக்கவிடவில்லை. காஷ்மீரில் அமைதியை உருவாக்க இரண்டு கவர்னர் ஜெனரல்களுக்கு முழு அதிகாரத்தைத் தரவேண்டும்; மேலும் நேருவின் வாக்குறுதிக்கு ஏற்ப பொது வாக்கெடுப்புக்கு ஏற்பாடு செய்யவேண்டும் என்று மௌண்ட்பேட்டனிடம் கேட்டுக் கொண்டார்.[259] நேரு இதற்கு ஒப்புக்கொள்ளவில்லை. ஆனால் ஜனவரி 1948 தொடக்கத்தில் காஷ்மீர் பிரச்னையை ஐக்கிய நாடுகள் சபைக்கு எடுத்துச் சென்று பாகிஸ்தான், காஷ்மீரை அபகரிக்க பழங்குடிகளைத் தூண்டிவிட்டதாக நேரு குற்றம்சாட்டினார். ஜின்னா அங்கே அதற்கு ஒரு பதில் குற்றச்சாட்டை முன்வைத்தார்.

ஜனவரி நடுவில் காந்தி உண்ணா நோன்பைத் தொடங்கினார். டில்லியிலுள்ள முஸ்லிம்கள், இந்து, சீக்கியர்களின் கைகளினால் படும் துன்பங்களை பழிவாங்கும் போக்குகளை நிறுத்தக்கோரி இந்த அறவழிப் போராட்டத்தில் இறங்கினார். அதுமட்டுமின்றி பாகிஸ்தானுக்குச் சேரவேண்டிய அவர்களின் பங்குத்தொகையான ஐம்பத்து ஐந்து கோடி ரூபாய்களை நிறுத்தி வைத்திருப்பதை அறிந்து அந்தத் தொகை அவர்களுக்கு அனுப்பப்பட வேண்டும் என்றும் வலியுறுத்தினார். இந்திய அமைச்சரவை அதை ஏற்று தீர்மானம் நிறைவேற்றியது. அதுபோன்று இந்து மற்றும் சீக்கியத் தலைவர்கள் காந்தியின் நிபந்தனைகளை ஏற்றார்கள். காந்திஜி ஆறாவது நாளில் தன் உண்ணா நோன்பை முடித்துக்கொண்டார். பன்னிரண்டு நாட்கள் கடந்தது. ஜனவரி 30, 1948 இந்து அடிப்படைவாதக் குழுவைச் சேர்ந்த ஒருவரால் காந்திஜி சுட்டுக் கொல்லப்பட்டார்.

பொதுக்கூட்டத்தில் வெளிப்படையாகவே காந்திஜியைக் குறித்து 'இந்து சமுதாயத்தால் உருவாக்கப்பட்ட மிகச் சிறந்த மனிதர்களில் அவர் ஒருவர்' என்றார். அதுபோன்று தனிப்பட அவர் பேசியபோது, 'முஸ்லிம்களுக்கு அவரின் இறப்பு மிகப் பெரிய இழப்பு' என்றார்.[260] ஜின்னா அவருடைய பாதுகாப்பை முன்னிட்டு ராணுவச் செயலாளர் கர்னல் பிர்னி முன்பு, முன்வைத்த கோரிக்கைகளை அவர் இதுநாள்வரை பொருட்படுத்தாமல் இருந்தார். கராச்சி அரசாங்க மாளிகையின் சுற்றுச்சுவரை ஜின்னா அங்கு வசித்து வருவதனால்

சற்று உயர்த்த வேண்டும் என்பது கர்னலின் வேண்டுகோள்: காயீத் அதற்கு 'எனக்கு எந்தத் தீங்கும் ஆபத்தும் வராது' என்றுகூறி, 'இது தேவையற்ற பணச்செலவு' என்று தடுத்துவிட்டார். ஜனவரி 30 மாலை காந்திஜியின் படுகொலை செய்தியைக் கேட்ட பின்னர், கர்னல் பிர்னியிடம் ஜின்னா சொன்னார், 'அந்தச் சுற்றுச் சுவர் கட்டும் வேலையை உடனே தொடங்கலாம்' என்றார்.[261]

•

ஜின்னா பண விஷயத்தில் அதிகக் கவனமாக இருப்பவர். சிலர் அவரைக் கருமி என்று கூடச் சொல்லக்கூடும். சொந்தச் செலவுகள் நீங்கலாக எப்போதாவது வெகு அரிதாகவேதான் பணத்தைச் செலவழித்தார் என்கிறார் சலீம் குரேஷி.[262] பாகிஸ்தானின் அமெரிக்காவுக்கான வெளிநாட்டுத் தூதராகப் பணிபுரிந்த இஸ்ஃபானி, அவ்வப்போது அவரைச் சந்தித்து உரையாடுவது உண்டு. அவர் ஜின்னாபற்றிச் சொல்வது, 'அவரின் வாழ்வு முழுவதிலும் அவர் செய்த முதலீடுகள் யாவும் மிக மிகக் கவனமாக லாபம் ஈட்டக்கூடியவையாகப் பார்த்தே செய்யப்பட்டன.'

மேலும் இஸ்ஃபானி சொல்கிறார். 'அவரின் வாழ்நாளில் அவர் பண விஷயத்தில் தாராளமாக இல்லை என்பது உண்மைதான்'[263] நாம் மேலே பார்த்ததுபோல் அவர் பொதுப்பணம்சார்ந்தும் சிக்கனமாகவே இருந்தார். பலரும் அவரின் இந்தப் பழக்கத்தை எடுத்துக்கூறி இருக்கிறார்கள். இஸ்ஃபானியும் இதுபோன்ற அவரின் தனி இயல்பை பதிவுச் செய்துள்ளார்: 'கவர்னர் ஜெனரலின் மாளிகையில் தேவையற்று எரியும் விளக்குகளை எல்லாம் அவர் அணைத்தபடியே இருந்தார்'.[264] ஆனால், பிறருக்கு உதவ வேண்டும் என்ற எண்ணம் அவருக்கு இருக்கத்தான் செய்தது. அவரின் இறப்புக்குப் பின்னர் அது தெரியவந்தது. சிக்கனமாக இருந்து அவர் சேர்த்து வைத்திருந்த சொத்துளில் பெரும்பகுதியை கல்வி மையங்களுக்கும் பிற நிறுவனங்களுக்கும் நன்கொடையாக உயில் எழுதி வைத்திருந்தார்.[265] அப்படிப் பெற்ற நிறுவனங்களில் ஒன்று அலிகர் முஸ்லிம் பல்கலைக்கழகம்.

உணர்ச்சிவசப்படுவதைவிட ஒழுங்குமுறையே மிக முக்கியம். இஸ்ஃபானியின் குறிப்புகளின்படி, இதுவே ஜின்னாவின் முத்திரை வாக்கியம். இந்தக் கொள்கையை காயீதே திட சித்தத்துடன் மிகக் கறாராகக் கடைப்பிடித்ததைப் பார்த்து, அவர் மேல் அன்பு பாராட்டுகிறவர்கள் கூட அதிர்ச்சிக்கு உள்ளாகி வாயடைத்து நின்றிருக்கிறார்கள். இதற்கு ஒரு நிகழ்வை எடுத்துக்காட்டலாம். லீக்கின் பேர்பெற்ற செல்வாக்குடைய ஒருவர் உடல்நலக்குறைவால் மருத்துவமனையில் இருந்தபோது, அவரை ஜின்னா சென்று சந்திக்க

வேண்டும் என்று அவரிடம் சொல்லப்பட்டது. 'கோப்புகளைப் பார்த்துக்கொண்டிருந்த ஜின்னா நிமிர்ந்து பார்த்து, 'நோயாளிகளைச் சென்று பார்ப்பதையெல்லாம் ஒரு வழக்கமாக வைத்துக்கொண்டால் என்னால் வேறு எதையும் செய்யவே முடியாது' என்று சொல்லிவிட்டு, தன் முன்னால் இருந்த கோப்புகளுக்குள் மூழ்கிவிட்டார்'[266] என்கிறார் இஸ்பானி.

பாகிஸ்தான் உருவான பின்னர் பஞ்சாப் மாநில ஆளுநராக இருந்த சர். பிரான்சிஸ் முடே ஜின்னாவைப் பற்றி, 'அவர் ஒருபோதும் முடிந்தவரையில் சமரசம் செய்துகொண்டதே இல்லை' என்றார். கவர்னர் ஜெனரலாக ஜின்னா லாகூருக்கு வருகை தந்தபோது, அவரை வரவேற்று விருந்தளித்தது இவர்தான். 'ஜின்னா என்னை மிகவும் கவர்ந்துவிட்டார். நான் இதுவரை இவரைப் போன்றவரைப் பார்த்ததில்லை. எனக்கு அவரை மிகவும் பிடித்துப்போய்விட்டது.'[267]

1945 வாக்கில் வங்காள ஆளுநராகப் பதவியில் இருந்தவர் ஆர்.ஏ. கெசெ (Casey). இவர் ஜின்னாவைக் குறித்து சொன்னவை: தன் மனதில் இருப்பதை பிறருக்குக் காட்டிக்கொள்ளவே மாட்டார். 'இதமான' மனிதர் அல்ல. அவர் கொண்ட கொள்கையில் வீராப்பும் வீம்பும் மிக்கவர். தான் தவறு செய்யக்கூடும் என்ற எண்ணமே அவருக்கு இருந்திருக்காது என்றே நினைக்கிறேன்'. மேலும் அவரைக் குறித்து கெசெ (Casey) தொடர்ந்து சொல்கிறார். 'ஆனால், ஜின்னாவின் கண்களில் ஒருவித நகைச்சுவை உணர்வு எப்போதும் மின்னும்'.[268] கெசேயின் வார்த்தையில் சொல்வதென்றால் அவருடைய 'எஃகு போன்ற வலிமையான ஒழுக்கம்' பெரும்பாலான நேரங்களில் அவரின் இந்த உணர்வுகளை மறைத்துவிட்டது.[269]

மாரல் ரீ-ஆர்மமெண்ட் என்ற அமைப்புடன் தொடர்புடைய ஆங்கிலேயர் ரோஜர் ஹைக்ஸ், டிசம்பர் 1946 -ல் ஜின்னாவை இரண்டு நிகழ்ச்சிகளில் கூர்ந்து கவனித்துள்ளார். ஒன்று இங்கிலாந்து நாடாளுமன்ற காமன்ஸ் அவையில் ஒரு நாடாளுமன்ற உறுப்பினர் சொன்ன நகைச்சுவையை ரசித்து, புன்னகை புரிந்தார். இரண்டாவது முறை ஜின்னா நாடகம் ஒன்றைக் காணச் சென்றார். அந்த நாடகத்தின் பெயர், The forgotten factor. மேடையில் தோன்றிய ஒரு நடிகர், தன் கையிலே ஒரு செய்தித்தாளை வைத்துக்கொண்டு தலைப்புச் செய்திகளை உரக்கப் படிப்பார். '(துளியும்) விட்டுக்கொடுக்க முடியாது' (will not budge)[270] என்பார். இந்தக் காட்சியைப் பார்த்து ரசித்துச் சிரித்தார் ஜின்னா.

வைஸ்ராய் வேவலிடம் ஜின்னாவைப்பற்றிக் கூறும்படி கேட்டபோது, அவர் பெருமூச்சு விட்டபடிக் கூறினார்: 'அவரைக் கையாள்வது மிகவும் கடினமானது' என்றார்.[271]

மௌண்ட்பேட்டனும் அவரை மிகவும் கடினமானவர் என்று குறிப்பிட்டதோடு, ஒருமுறை அவர் தன்னுடைய செய்தி ஊடகத் தொடர்பு அதிகாரியிடம் சொன்னாராம், 'உங்களுக்குத் தெரியுமா? இந்த முதிய மனிதரை நான் உண்மையிலேயே மிகவும் விரும்புகின்றேன்.'[272] அக்கின்லெக், ஜின்னாவின் 'அசைக்க முடியாத திட சித்தம்' பற்றிப் 'பாராட்டி' இருக்கிறார்.[273] ஜின்னாவின் இந்த திட சித்தம் தான் காந்திஜியின் ஒரே இந்தியா என்ற நம்பிக்கையைச் சுக்கு நூறாக்கிப் போட்டது. இருந்தும், மகாத்மா காயீதே ஆசாமை 1944 யிலேயே 'நல்ல மனிதர்' என்றும் 1946 -ல் 'மிகச் சிறந்த இந்தியர்' என்றும் பாராட்டியிருக்கிறார்.[274] அதற்கு முன் இருபதுகளின் இறுதியில், ஜின்னா, சர் தேஜ் பகதூர் சப்ரு இருவரையும் 'இந்தியாவின் இரண்டு அறிவுக்கூர்மைமிக்க வழக்கறிஞர்கள்' என்று காந்திஜி வர்ணித்திருக்கிறார்.[275]

முஸ்லிம் சமுதாயம் அவரை மிகவும் நேசித்தது. அவரை நினைத்து பெருமிதம் அடைந்தது. அவரால்தான் இந்தத் துணைக் கண்டத்தின் ஒரு பகுதியை முஸ்லிம்கள் தமது ஆளுகைக்குப் பெற்றுக்கொள்ள முடிந்தது. கொஞ்சம் மெதுவாக அவரைத் தள்ளினாலே போதும், அந்த மெலிந்த முதியவர் தரையில் சாய்ந்துவிடுவார். ஆனால் அவருடைய மனோபலம் பாறாங்கல் போன்ற உறுதியும் நிலைத்த தன்மையும் கொண்டது; கத்தியின் கூர்மையை மிஞ்சிய மனம் கொண்டவர். அவர் யாருக்கும் விட்டுக்கொடுக்கமாட்டார். வாக்குவாதத்திலும் பேச்சுவார்த்தைகளிலும் இவரே வெற்றி பெறுவார்.

ஜின்னா ஷியா பிரிவைச் சேர்ந்தவர். சன்னி முஸ்லிம்கள் பெரும்பான்மையாக இருந்த பாகிஸ்தானிய இஸ்லாமிய சமூகம் இவரை ஏற்றுக்கொண்டது. இவரும் லீக்கும் வெற்றிகரமாக, 'ஒரே கடவுள், ஒரே திருமறை, ஒரேயொரு இறைத்தூதர்' என்ற முழக்கத்தை முன்னெடுத்தார்கள். இந்த இடத்தில் இஸ்லாமிய சமூகத்தின் உள் மோதல் பெரிதாகாமல் இருக்க அடிப்படையாக இருந்த விஷயம்: 'பங்காளிகளுக்குள்ளான மோதலில் சகோதரர்களுடன் அணிவகுப்போம். அந்நியருடனான மோதலில் பங்காளிகளுடன் கை கோர்ப்போம்' என்ற சூத்திரம்தான். காலகாலமாக, அத்தனை இடங்களிலும் பயன்படுத்தப்பட்டுவரும் சூத்திரம் இது.

ஜின்னா பொதுமக்களோடு ஒன்று கலந்து உணவருந்தவோ, அவர்களோடு நகைச்சுவை ஒன்றில் ஒன்று கலக்கவோ செய்ததில்லை. அதுபோன்றே முஸ்லிம் மக்கட்திரளிடம் அவர்களின்

பின்தங்கியநிலையைக் குறிப்பிட்டுக் குற்றம் சாட்டவோ, குறை காணவோ செய்ததும் இல்லை. சீர்திருத்தவாதியான சர் சைய்யித் அகமத் கான் அப்படிச் செய்தார். அதற்கான விலையும் அவர் கொடுக்கவேண்டிவந்தது. சமுதாயத்தின் குறைபாடுகளைப் போக்கும் முயற்சியில் ஜின்னா இறங்கவில்லை. அவர் அவர்களிடம் கேட்டதெல்லாம் தன் அரசியல் நோக்கங்களுக்கான ஆதரவு மட்டுமே. அவரின் வளைந்து கொடுக்காத இயல்பு அவருடைய கட்சியை வலிமைப்படுத்தியது. எனவே முஸ்லிம்கள், அவருடைய இயல்பைப் பொறுத்துக் கொண்டதோடு நில்லாமல் அவரைப் பாராட்டி ஆராதிக்கவே செய்தார்கள்.

ஜின்னா ஒன்றும் சமய அல்லது சமூகப் புரட்சியாளர் அல்ல; சமய அல்லது சமூகச் சிந்தனையாளரும் கிடையாது. ஆனால் 'ஜின்னாவிடம் உள்முகமான ஆன்மிக வாழ்க்கை உணர்வு இருந்திருக்கவே இல்லை'[276] என்று சலீம் குரைஷி சொன்னது மிகைக் கூற்றாகவே தெரிகிறது. ஜின்னா நாற்பது வயதை நெருங்குகையில் லட்சியவாத சிந்தனைகளுடன் இருந்தார் என்பதை சரோஜினி நாயுடுவின் வார்த்தைகளில் முன்பே பார்த்திருக்கிறோம். அது அவரிடம் மறைந்துவிடவும் இல்லை என்பதையும் பார்த்திருக் கிறோம். இப்போது நாம் அந்த உணர்வை வெளிப்படுத்தும் வேறு இரண்டு நிகழ்வுகளைப் பார்ப்போம்.

> 1948 மார்ச் மாதம் காஷ்மீர் ஏற்படுத்திய கசப்புணர்வு முழுமையாக இருந்தபோது ஜின்னா காணப்பட்ட தருணத்தில் Neue Zurcher Zeitung என்ற செய்தி இதழின் செய்தியாளர் Eric Streiff இவரிடத்தில் 'வெளியிலிருந்து ஓர் ஆக்கிரமிப்பு ஏற்படுகிற நிலையில் பாகிஸ்தானும் இந்தியாவும் அதை முறியடிக்க ஒன்று சேரக்கூடுமா என்று கேட்டார். அதற்கு ஜின்னா அளித்த விடை: 'நிச்சயமாக. தனி நபராக என் உள்ளத்தில் இந்த விஷயத்தில் எவ்வித ஐயமும் கிடையாது என்றே சொல்வேன். இந்தியா, பாகிஸ்தான் என்ற சுதந்திரமான இறையாண்மையைக் கொண்ட இரு நாடுகளுக்கும் ஒன்றோடு ஒன்று நட்புப் பாராட்டி, ஒத்துழைப்பு நல்கி, தங்களின் எல்லைப்புறங்களைக் காப்பாற்ற வேண்டிய பொறுப்பு கட்டாயக் கடமையாக உள்ளது என்பேன். ஆனால் இதற்கு முன்பாக பாகிஸ்தானும் இந்தியாவும் தங்களுடைய சொந்த வேற்றுமைகளை தீர்த்துக்கொண்டுவிட முடிகிறதா என்று பார்க்கவேண்டும். எங்கள் சொந்த வீட்டை ஒழுங்குபடுத்திக்கொண்டுவிட்டோமென்றால் பன்னாட்டுப் பிரச்னைகளில் மிகச் சிறப்பாக பல விஷயங்களைச் செய்ய வழிபிறக்கும்.'[277]

நவம்பர் 1939, ஈத் பெருநாள் அன்று வானொலியில் ஜின்னா நிகழ்த்திய உரையை இங்கே சேர்த்துப் பார்க்கலாம்:

'எந்தச் சமூகத்தைச் சேர்ந்தவர்கள் என்று பாராமல் கடவுளின் குழந்தைகளான மனிதர்கள்மீது நமக்கு அன்பும் சகிப்புத் தன்மையும் உண்டென்றால் நம் அன்றாடச் செயல்களிலும் அந்த நம்பிக்கையுடன் நாம் செயல்பட்டாகவேண்டும். உலகில் உள்ள அனைத்து மனிதர்கள் மீதும் அன்பும் சகிப்புத் தன்மையும் கொண்டிருக்கவேண்டும் என்பதை அல்லாமல் வேறு எதையும் இறைத்தூதர் நமக்கு கட்டாய விதியாகச் சொல்லியிருக்க வில்லை. அதைத் தவிர வேறு இறைப்பற்று வேறு எதுவும் இல்லை.'[278]

•

1948 ஆண்டின் தொடக்க மாதங்களில் ஜின்னா நீண்ட காலங்களாக அவருக்குக் கிடைத்திருக்காத அமைதியும் ஓய்வும் கொண்ட நாட்களை அனுபவிக்கும் வாய்ப்பைப் பெற்றார். அரசாங்க மாளிகையின் தோட்டத்தில் அமர்ந்து ஆற அமர எதைப் பற்றியாவது நினைக்கவும் அதே திறந்தவெளித் தோட்டத்தில் சிறு உறக்கம் போட்டுக்கொள்ளவும் நேரம் கிடைத்தது. அந்தத் தோட்டத்தில் பூத்த மலரைச் சற்றேக் குனிந்து பறித்தெடுத்து கொள்ள முடிந்தது. இங்கும் அவர் தன்னுடைய அரசாங்க அல்லது அரசியல் பணிகளைத் தவிர்த்திருக்கவில்லை. அவரைப் பார்ப்பவர்கள் அவர் அமர்ந்திருக்கிற இடத்தைச் சுற்றி மலைபோல் குவிந்துகிடக்கிற ஏராளமான பைல்களை எப்போதும் காணமுடியும்.[279] அவருடைய கையெழுத்துக்காகக் கொண்டு வரப்பட்டுள்ள சட்ட வரைவுகள், அரசாங்க செலவினப் பற்றுத்தாள் அனைத்தையும் கவனமாகப் பரிசீலித்த பின்னரே கையெழுத்திடுவார். பல நேரங்களில், தெளிவான மொழியில் எழுதிக் கொண்டுவரும்படிச் சொல்லித் திருப்பி அனுப்பிவிடுவார்.

ஏப்ரல் 1948-ல் மேஜையின் முன் அமர்ந்து பணியாற்ற முடியாத அளவுக்கு நோயால் நலிவுற்றார். அரசாங்க மாளிகையில் அவர் சோபாவில் சாய்ந்து படுத்தவாறு, அரசாங்க ஆணைகளையும் செய்தித் தாள்களையும் நீளநீளமாக உருவப்பட்டு அளிக்கப்படுகிற டெலி&பிரிண்டர் தாள்களையும் படிப்பார். அடுத்த மாதத்தில் அவர் மலை நகரமான ஷியாரத் சென்றார். அது கியோட்டாவிலிருந்து எழுபது மைல் தொலைவில் உள்ள இடம். ஆனால் அங்கே ஜின்னா விடுமுறையை அனுபவிக்கப் போகவில்லை. கறுப்புச் செவ்வகப் பெட்டிகளில் எம்.ஏ.ஜே. என்ற எழுத்துகள் பொறிக்கப்பட்டு அதில்

அரசாங்கத்துறை சார்ந்த பைல்கள் நிரப்பப்பட்டு ஒவ்வொரு நாளும் அவர் பார்வைக்காக வந்துகொண்டிருக்கும். காயீத் அதை நிதானமாக முழுமையாகப் படித்து முடிவெடுப்பார்.

ஸியாரத்தில் அவருடன் இருந்த ஏ.டி.சி. சொன்னார், 'என் மனதில் அவர் தொடர்பாக இருக்கும் பிம்பம் ஒன்றுதான். அவரின் மெலிந்த கைகள் எந்நேரமும் அந்த பைல்களில் மும்முரமாய் செயல்பட்டுக் கொண்டிருக்கும்.'[280] இன்னொரு உதவியாளர் நினைவுகூர்வது, 'ஜின்னா சட்டென்று கோபப்பட்டுவிடுவார். அதேநேரம் பின்னர் மன்னிப்பு கேட்டுக்கொள்ளவும் செய்வார்'. 'எனக்கு வயதாகி விட்டது; பலவீனமாகிவிட்டேன். சிலநேரங்களில் பொறுமையை இழந்தும்விடுகிறேன். என்னுடைய இந்தக் கெட்ட பழக்கத்தை நீங்கள் மன்னிப்பீர்கள் என்று நம்புகின்றேன்' என்பார்.[281]

ஜூலை (1948) இறுதியில் பாத்திமா, டாக்டரை அழைத்தார். கர்னல் இலாஹிபாக்ஷி காயீத்தின் உடல்நிலையைப் பரிசோதித்தார். ஜின்னாவின் நுரையீரல் மிக மோசமாகப் பாதிப்படைந்து அபாயகரமான நிலையில் அவர் இருப்பதாகத் தெரிவித்தார். ஜின்னாவிடமும் அவர் தங்கை பாத்திமாவிடமும் 'மாபெரும் சோகச் செய்தியை'ச் சொல்லிவிட்டார். ஆனால் அரசாங்கத்துக்கு இந்தச் செய்தி தெரிவிக்கப்படவில்லை. லியாகத் அலி கான் ஸியாரத் வந்து சேர்ந்து டாக்டர்களிடம் வினவியபோதும், ஜின்னாவின் அப்போதைய உடல்நிலை குறித்துத் தெளிவாக எதையும் சொல்லவில்லை. மறுநாள் காலை டாக்டர் கர்னல் இலாஹி பக்ஷியிடம் ஜின்னா கேட்டார்: 'பிரதமர் உங்களிடம் என்னைப்பற்றி என்ன கேட்டார்?' என்று. பக்ஷி அவரிடம் அவர் எந்தப் பதிலும் சொல்லவில்லை என்றார். ஜின்னா 'நல்லது. இந்நாட்டின் தலைமைப் பொறுப்பிலுள்ள நான், தக்க நேரம் வரும்போது எனக்கேற்பட்ட நோயையும் அதன் கடுமையையும் நானே சொல்லுவேன்' என்றார்.[282]

க்யோட்டா சிவில் மருத்துவமனையின் நர்சிங் கண்காணிப்பு மேலதிகாரியான ஆங்கிலேயப் பெண்மணி பில்லிஸ் டன்காம் என்பவர் ஜின்னாவுக்கு சேவகம் செய்ய வந்தார். காயீத் இந்த ஏற்பாட்டை விரும்பவில்லை என்றாலும் அனுமதித்தார். ஆகஸ்ட் 9ஆம் நாள் அபாயகரமான உயரத்தில் இருந்த மலை நகரமான ஸியாரத்திலிருந்து க்யோட்டாவுக்கு மாற்றினார்கள். ஒரு கட்டத்தில் அவரின் உடல்நிலையில் சற்று முன்னேற்றம் ஏற்பட்டதுபோல் தெரிந்தது. ஆகஸ்ட் 29 அன்று அவர் டாக்டர் பக்ஷியிடம் கூறினார். 'நீங்கள் ஸியாரட் வந்து எனக்கு சிகிச்சை தொடங்கியபோது வாழ்வதற்கான விருப்பம் எனக்கிருந்தது. நான் வாழ்ந்தாலும் இறந்தாலும் அது ஒன்றும் எனக்கு இப்போது பெரியதாகத்

தோன்றவில்லை.' இதைக் காயீத் அவரிடம் சொன்னபோது அவர் கண்களில் கண்ணீர் ததும்பியது.

செப்டெம்பர் 11 அன்று கவர்னர் ஜெனரலின் வைக்கிங் விமானம் க்யோட்டா வந்தது. அவரை கராச்சிக்குக் கொண்டுசெல்லவிருந்தது. மக்களிடம் பரபரப்பும் பதற்றமும் ஏற்படக்கூடாது என்பதற்காக இந்தப் பயணம் ரகசியமாக வைக்கப்பட்டது. பிரதம அமைச்சர் லியாகத் அலி கானிடம் அவருடைய வருகை பற்றிய செய்தி சொல்லப்பட்டதோடு விமானதளத்துக்கு வரவேண்டாம் என்றும் சொல்லப்பட்டது.

ஜின்னா 72 ஆண்டுகளுக்கு முன்னர் பிறந்த கராச்சி நகருக்கு வைக்கிங் விமானம் தரை இறங்கியபோது அந்த நகரம் வழக்கம்போல் தன் பணிகளைச் செய்தவண்ணம் இருந்தது. காயீது விமானத்திலிருந்து ஒரு ஸ்டெரெச்சரில் படுக்க வைக்கப்பட்டு ராணுவ ஆம்புலன்ஸுக்குக் கொண்டுவரப்பட்டார். கராச்சி நகர் செல்லும் வழியில் ஏராளமான அகதிகள் இருந்த முகாமைக் கடந்து சென்றதும் சாலையில் ஆம்புலன்ஸ் நின்றுவிட்டது. கராச்சியிலிருந்து மாற்று ஆம்புலன்ஸ் வந்து சேர ஒருமணி நேரம் ஆனது.

அந்த அறுபது நிமிடங்களில் அந்த நாட்டின் கவர்னர் ஜெனரல், மக்கள் அனைவராலும் 'மாபெரும் தலைவர்' என்று அழைக்கப்பட்டவர், 'தேசத் தந்தை' என்று போற்றப்பட்டவர், அவருடைய வாகனம் அப்போதுதான் கடந்து வந்த அகதிகள் முகாமில் வாடிக்கொண்டிருக்கும் அநாதைகளில் ஒருவரைப் போலவே உதவிக்கு யாருமின்றி ஆம்புலன்ஸில் உயிருக்குப் போராடிக்கொண்டிருந்தார். ஈக்கள் அவரை மொய்த்தன. மருத்துவ தாதி டன்காம் கையிலே ஒரு காகித அட்டையைக் கொண்டு ஜின்னாவின் முகத்தில் விசிறி அந்த ஈக்களை விரட்டிக் கொண்டிருந்தார். ஒரு சில நிமிடங்கள் கழித்து மருத்துவ தாதி டன்காம் கைகளின்மீது ஜின்னா தன் ஒரு கையைத் தூக்கி வைத்தார். 'ஜின்னா அப்போது பேசவில்லை; ஆனால், அவர் கண்கள் மிகுந்த கனிவுடன், நன்றியுடன் என்னைப் பார்த்தன' என்று பின்னர் குறிப்பிட்டார். பின்னர் மற்றொரு ஆம்புலன்ஸ் வந்து சேர்ந்து, அவரைச் சுமந்துகொண்டு அரசாங்க மாளிகைக்கு விரைந்தது. அங்கே அவரைப் படுக்கையில் கிடத்தினார்கள். அன்றிரவு (செப்.11,1948) 10:20-க்கு ஜின்னாவின் உயிர் பிரிந்தது.

அத்தியாயம் 6

பசுலுல் ஹக்

~~~

(1873 – 1962)

வங்காள ஆளுநராக இருந்த சர் ஜான் ஆண்டர்சன் 1937ல் வைஸ்ராய் லின்லித்தோ பிரபுவுக்கு எழுதியுள்ள கடிதத்தில் பசுலுல் ஹக் பற்றிக் குறிப்பிட்டுள்ளார்: 'பசுலுல் ஹக் முஸ்லிம் அரசியல் அரங்கில் மிகவும் நிச்சயமற்ற ஓர் அரசியல்வாதியாகக் கருதப்படுகின்றார். அவரிடம் எந்தக் கொள்கையும் கிடையாது; யாருடைய நம்பிக்கையையும் அவர் பெறவில்லை.'[1]

1940ல் லாகூரில் கூடிய மாநாட்டில் முஸ்லிம் லீகின் மிக முக்கியமான, தீர்மானத்தை ஹக் கொண்டுவந்தார். அடுத்த இரண்டாண்டுகள் கழித்து, ஜின்னா அவரை ஒரு 'வஞ்சகமான மனிதர்' என்றும், 'வங்காள முஸ்லிம்களுக்குப் பாதகங்கள் ஏற்படுத்தியவர்' என்றும் கடுமையாகத் தாக்கினார்.[2] ஆனாலுங்கூட பசுலுல் ஹக்கைப் 'பாட்டாளிகளின் தோழர்' என்றும், 'வங்காளத்தின் வேங்கை' என்றும் பிறர் போற்றிப் புகழ்ந்தார்கள். அவர் 'துணைக் கண்டத்தின் பலவான்'[3] என்றும், 'அரசியலில் மாய வித்தைக்காரர்'[4] என்றும்,

'கழுகுக் கண்கள் கொண்ட அரசியல்வாதி'[5] என்றும் பலவாறாகப் பார்க்கப்பட்டார்.

அபுல் காசிம் பசுலுல் ஹக் அக்டோபர் 26, 1873-ல் அவரின் தாயாரின் ஊரான 'சத்தூரியா'வில் பிறந்தார். இந்த ஊர் பாரிசல் மாவட்டத்தைச் சேர்ந்தது. இப்போது இது இன்றைய பங்களாதேசத்தின் பகுதி. பத்தொன்பதாம் நூற்றாண்டுகளில் வங்காள முஸ்லிம்கள், பிரிட்டிஷ் அரசாங்கம் நடத்திய பள்ளிக்கூடங்கள், கல்லூரிகள், அரசு அலுவலகப் பணிகள் ஆகியவற்றில் இருந்து ஒதுங்கிக்கொண்டு அல்லது ஒதுக்கப்பட்டு இருந்தார்கள். அவர்களின் வறுமை, பழமைவாதப்போக்கு, அரசாங்கத்தின் நம்பிக்கையின்மை எல்லாம் சேர்ந்து இப்படிச் செய்துவிட்டன. எனவே, எந்தவொரு முஸ்லிம் நபரின் பெயரும் 1845–52 காலகட்டத்தில் வங்காள அரசாங்கப் பட்டியல்களில் எந்தவொரு பணிக்கும் தகுதியுடையதாக இடம் பெற்றிருக்கவில்லை.[6]

இருந்தபோதிலும் ஹக்கின் முந்தைய தலைமுறையினர் ஏழைகளாகவோ, பழமைவாதிகளாகவோ இருந்திருக்கவில்லை. அவரின் தந்தை முகம்மது வசீத் பாரிசல் மாவட்டத்தின் 'சாக்கர்' என்ற சின்னஞ்சிறு கிராமத்துவாசி; இவருக்கு 'ஆங்கிலக் கல்வி' அளிக்கப்பட்டது. இவர்தான் வங்காளத்தில் பட்டதாரியான மூன்றாவது முஸ்லிம். அந்த மாகாணத்தில் இவர்தான் சட்டம் பயின்ற இரண்டாவது முஸ்லிம். பாரிசல் நகரத்தில் அவர் அரசாங்கத் தரப்பு வழக்கறிஞராகப் பணிபுரிந்தார். இந்தப் பணியில் அவர் சிறந்து விளங்கினார். இதேவேளையில் அவர் குறிப்பிட்ட காலத்தில் 'இந்துக்களாலும் முஸ்லிம்களாலும் ஒருசேர வாக்களிக்கப்பட்டு' மாவட்டக் கழகத்தில் துணைத் தலைவராகவும் தேர்ந்தெடுக்கப்பட்டார்.[7]

இதே வசீதின் மைந்தர் குறித்துதான் இங்கே பார்க்கவிருக்கிறோம். இந்த மைந்தருக்கு அரபி, பார்சி, உருது பாடங்கள் வீட்டிலேயே கற்றுக் கொடுக்கப்பட்டன. பின்னர் கல்கத்தாவுக்கு அனுப்பப் படுவதற்கு முன்னர் பாரிசலிலுள்ள ஒரு பள்ளியில் சேர்க்கப்பட்டார். கல்கத்தாவில் கணக்குப் பாடங்களும் சட்டமும் பயின்றார். அங்கு, முகம்மதியன் கால்பந்து அணி நிறுவுவதில் உதவியதாகத் தெரிகிறது. ஹக், கல்வியில் சிறந்து விளங்கினார். எம்.ஏ. கணிதத்தில் பட்டம் பெற்று தேர்வாளராகவும் பணிபுரிந்தார். சிறிது காலத்தில் அவர் சட்டத்துறையைத் தன் தொழிலாக வரித்துகொண்டார். அதற்கேற்ற பயிற்சித் திறன்களை வளர்த்துக்கொள்ள சட்ட நுட்பங்களில் பேர் பெற்ற கல்வியாளரும் வழக்குரைஞருமான சர். அசுதோஷ் முகர்ஜியிடம் பயிற்சியாளராகச் சேர்ந்தார்.

1901-ல் தந்தை வசீத் மரணமடைந்ததால் ஹக் பாரிசல் திரும்பினார். அங்கே அவர் தந்தை விட்டுச்சென்ற சொத்துகளைப் பராமரித்தபடி, வழக்கறிஞர் தொழிலை நடத்த ஆரம்பித்தார். நகராட்சிக்கழகத்தில் சேர்ந்துகொண்டார். இளைஞர்களுக்கான பத்திரிகை ஒன்றைத் தொடங்கினார். பகுதி நேர கணித ஆசிரியராகப் பணியாற்றினார். இப்படிப் பல்வேறு பணிகளில் ஈடுபட்டார். திருமணமானது. அவரின் மனைவி குர்ஷித் பேகம் செல்வ வளம் மிக்க பெருநிலக்கிழாரின் மகள். அவர் இரண்டு பெண் குழந்தைகளை ஹக்குக்குப் பெற்றுத் தந்தார். குர்ஷித் பேகத்தின் ஒரு சகோதரர் சைய்யத் ஹுசைன், மோதிலால் நேருவின் தனிச் செயலாளராகப் பணியாற்றினார். நாட்டு விடுதலைக்குப் பின்னர் இவர் எகிப்துக்கு இந்திய தூதராகப் பணிபுரிந்தார். குர்ஷித் பேகத்தின் தங்கையை சர் ஹசன் சுராவர்த்தி மணம் முடித்தார். இவர் கல்கத்தா பல்கலைக்கழகத்தின் முதல் முஸ்லிம் துணைவேந்தர். ஹசன் சுராவர்த்தியின் சகோதரி மகன் ஹெச்.எஸ். சுராவர்த்தி, ஹக்கின் வாழ்க்கையில் கடைசி காலத்தில் நுழைந்தார்; இவர் ஹக்குக்கு ஆதரவாகவும் எதிராகவும் மாறி மாறி அரசியல் செய்தார்.

ஹக் அரசியலுக்கும் பேச்சாற்றலுக்கும் என்றே பிறந்தவர் போலிருந்தார். நல்ல குரல் வளம் கொண்டவர். ஆங்கிலம், வங்காளி, உருது ஆகியவற்றில் சரளமாக, அடுக்கு மொழி லயத்தோடு பேசுவார். முஸ்லிம்களுக்காக வங்காளப் பிரிவினை ஏற்படுத்த வேண்டுமென்று முதல் குரல் எழுப்பிய டாக்கா நவாப் சர். சலிமுல்லாவின் கோரிக்கைக்குப் பக்கபலமாக நின்றார். 1905-ல் இந்தக் கோரிக்கைகளை பிரிட்டிஷ் ஆளும் அரசாங்கம் ஏற்றுக்கொண்டது. இதன் காரணமாக டாக்கா, புதிய கிழக்கு வங்காளத்துக்கும் அஸ்ஸாமுக்கும் தலைநகரானது.

ஹக் வசித்து வந்த நகரமான பாரிசல், மாவட்டத் தலைநகராக இருந்தாலும் அவரின் தேடல்களுக்கு அது மிகச் சிறிய ஊர். 1906-ல் அவர் டாக்காவுக்குச் சென்று 'முஸ்லிம் லீக்' தொடங்கப்பட்ட நிகழ்ச்சியில் கலந்துகொண்டார். அங்கு அவரை 'முஸ்லிம் லீக்' அமைப்புச் சட்ட விதிமுறைகளை எழுதித் தருமாறு வேண்டிக் கேட்டுக்கொண்டனர். அதேவேளை, புதிய கிழக்கு வங்காள மாகாணத்தின் ஆளுநராக இருந்த சர் பேம்ப் பைல்ட் ஃபுல்லர் இவருக்குத் துணை மாஜிஸ்ட்ரேட் பதவி வழங்கினார். ஹக் இதனை ஏற்றுக்கொண்டு, டாக்கா, ஜமால்பூர், மதாரிப்பூர் ஆகிய இடங்களில் பணியாற்றினார்.

காங்கிரஸ் கட்சியின் பலத்த எதிர்ப்பு காரணமாக வங்காள மாகாணப் பிரிவினைத் திட்டம் 1911ல் திரும்பப் பெறப்பட்டது. இத்திட்டம்

கைவிடப்பட்டதாலும், ஆவலோடு எதிர்பார்த்திருந்த பதவி வேறொருவருக்கு அளிக்கப்பட்டதாலும் ஏற்பட்ட வருத்தம் அவரை அரசாங்கப் பணியிலிருந்து வெளியேறச் செய்தது. மீண்டும் கல்கத்தாவுக்குப் புறப்பட்டுப் போனார். அவரை சர் முகர்ஜி வரவேற்றார். மறுபடி நீதிமன்றப் பணியில் சேர்ந்து கொண்டார். அங்கு அவரின் முன்னேற்றம் அதி வேகமாக இருந்தது.

•

ஹக் பின்பு அரசியல் ஏணியிலும் ஏறித் தொடங்கினார். 1913-ல் அவர் வங்காள (தற்காலிக) மாநில கவுன்சில் தேர்லில் டாக்கா தொகுதியில் வென்றார். இந்த மன்றத்தில் அவர் ஆற்றிய உரைகள் அவரை மற்றவர்கள் உடனடியாகக் கூர்ந்து கவனிக்கச் செய்தது. இதனால் அவர் வங்காள மாகாண முஸ்லிம் லீக் கட்சியின் பொதுச் செயலாளராகத் தேர்ந்தெடுக்கப்பட்டார். டாக்காவில் ஒரு பல்கலைக்கழகம் அமைக்கப்பட வேண்டுமென்ற கோரிக்கை வங்காள முஸ்லிம் லீக்கினாலும், பொதுச் செயலாளர் ஹக்கினாலும் வலியுறுத்தப்பட்டது. 1921-ல் இந்தக் கோரிக்கை நிறைவேறியது. பல்கலைக்கழகம் தொடங்கப்பட்டது. 1914-ல் முஸ்லிம் லீக்கின் வங்காள மாகாணத் தலைவர் டாக்கா நவாப் சர். சலிமுல்லா மறைந்தார். அவருக்குப் பின்னர் ஹக் வங்காள முஸ்லிம் லீக்கின் தலைவர் பதவி ஏற்றார். அப்போது அவர் ஆற்றிய தலைமையுரையில் பிரிட்டிஷார் அளிக்க முன்வந்த முஸ்லிம்களுக்கான தனி வாக்காளர் தொகுதிக்கு ஆதரவாகப் பேசினார்.[8] மேலும் அவர் பேசியவை:

'முஸ்லிம் லீகினால் முதலில் முன்வைக்கப்பட்ட பிரிவினைக் கொள்கைகள் படிப்படியாக நீர்த்துப் போய்வருகின்றன. ஒரு அரசியல் கட்சியாகவும் ஒருங்கிணைந்த இந்திய தேசம் என்பதில் மேலும் மேலும் நம்பிக்கை கொண்டவர்களாகவும் ஆகிவருகிறார்கள்.'[9]

அவரின் பேச்சின் சாராம்சம், முஸ்லிம்களை பிரிட்டிஷார் அவர்கள் விருப்பத்துக்கு ஆட்டிவைக்கமுடியாது என்பதாக இருந்தது. வங்காளப் பிரிவினைத் திட்டத்தைத் திரும்பப் பெற்றதைக் குறிப்பிட்டுப் பேசியவர், 'ஒட்டுமொத்த முஸ்லிம் சமுதாயத்தின் உணர்வுகள் காலடியில் போட்டு மிதிக்கப்பட்டுவிட்டன; அரசியல் சதுரங்கத்தில் பகடைக் காய்களாக முஸ்லிம்கள் நடத்தப்படுகிறார்கள். அரசியல் லாபத்துக்காக ஈவிரக்கமின்றி முஸ்லிம்கள் பலி கொடுக்கப்படுகிறார்கள்'[10] என்றார். நமது சமூகம் அரசியல் அரங்கத்திலிருந்து விலகி நிற்பதானது இந்திய தேசியக் காங்கிரஸின் தாக்குதல்களிடமிருந்து அரசு தன்னைப் பாதுகாத்துக்கொள்ள

வசதியாக இருந்துவருகிறது[11]. பிரிட்டிஷ் அரசு லீகின் கோரிக்கைகளுக்கு இசைந்துகொடுக்காமல் இருந்தால் 'முஸ்லிம் லீக் காங்கிரஸோடு கரம் கோர்த்துக்கொண்டுவிடும்' என்று ஹக் எச்சரித்தார்.

ஹக்கின் எச்சரிக்கை இரண்டே ஆண்டுகளில் நனவாகியது. துருக்கியில் நடந்தவை இந்திய முஸ்லிம்களை பிரிட்டனுக்கு எதிராகத் திருப்பிவிட்டன. 1916 இறுதியில் காங்கிரஸும் லீக்கும் 'லக்னோ' ஒப்பந்தத்தில் கையெழுத்திட்டதில் ஹக் முக்கிய பங்குவகித்தார். காங்கிரஸ், முஸ்லிம்களுக்காகத் தனித் தொகுதியையும், இந்துக்கள் பெரும்பான்மை பலம் கொண்ட மாநிலங்களில் முஸ்லிம்களுக்கு கூடுதல் முக்கியத்துவம் தரப்பட வேண்டும் என்ற கோரிக்கையையும் ஏற்றுக்கொண்டது. முஸ்லிம் லீக்கும் முஸ்லிம்கள் பெரும்பான்மை பலம் கொண்டுள்ள மாகாணங்களில் இந்துக்களுக்கும் சீக்கியர்களுக்கும் பஞ்சாபிலும் வங்காளத்தில் ஹிந்துக்களுக்கும் இதேபோல் முக்கியத்துவம் அளிக்க முன்வந்தது. மேலும், இந்த இரண்டு தரப்பினரும் இந்திய நலன் சார்ந்த விஷயங்களை இணைந்து முன்னெடுக்கவும் முன்வந்தனர்.

நாம் முன்னரே பார்த்ததுபோல், லக்னோவில் முஸ்லிம்களுக்கு மிக முக்கியமான தலைவர் என்றால் அவர் ஜின்னாதான்! அவர்தான் முஸ்லிம் லீக்கின் தலைவராக அந்த ஆண்டில் தொடர்ந்திருந்தார். அதேவேளை, ஹக்கின் இடத்தைக் குறைத்து மதிப்பிட்டுவிட முடியாது. வங்காளத்துக்கு முக்கிய தலைவர் என்றவகையில் அவரின் மாகாணத்தில் இந்துக்களுக்குக் கூடுதல் முக்கியத்துவம் தர சம்மதித்தது இழப்புதான் என்ற கருத்தில் இருந்தார். இருந்தும் இந்த சிரமத்தை ஏற்றுக்கொண்டார். இவருடைய நடவடிக்கைகளைப் பார்த்து லக்னோவில் இருந்த பஞ்சாப் முஸ்லிம் பிரதிநிதிகள் அவர்களுடைய பகுதியில் ஹிந்து முஸ்லிம்களுக்கு அவையில் முக்கியத்துவம் கொடுக்க சம்மதித்தனர். ஹக் செய்தது ஒருவகையான சூதாட்டம்தான். வங்காளத்தில் கொஞ்சம் விட்டுக் கொடுப்பதன் மூலம் இந்தியா முழுவதிலும் செல்வாக்கைப் பெருக்கிக்கொள்ளலாம் என்று நினைத்தார். அவரின் லக்னோ பேச்சு ஒரு முஸ்லிமுடைய, வங்காளியுடைய குரலாக அல்ல; ஓர் இந்தியரிடமிருந்து வெளிப்படும் பேச்சாகவே அங்கே ஒலித்தது:

'இந்துக்களும் முஸ்லிம்களும் ஒன்றாகச் சேர்ந்து நின்று அரசியலமைப்பு காட்டக்கூடிய வழியிலும் சட்டபூர்வமான நியாயமான வழியிலும் செயலாற்றி, ஆட்சி அதிகாரத்தை மாற்றி ஜனநாயகத்துக்கு நாட்டைக் கொண்டுசெல்லவேண்டும். இந்தியா

புதிய திசைக்கு மாறப்போகிறது. வாக்களிக்கப்பட்ட பூமி நமக்குக் கிடைக்கப் போகிறது.' [12]

ஹக்கின் சூதாட்டம் பலன் தரத்தொடங்கியதுபோல் இருந்தது. 1918-ல் ஹக் முஸ்லீம் லீக்கின் அனைத்திந்தியத் தலைவரானார். காங்கிரஸிலும் சேர்ந்தார். இதில் வியப்படைவதற்கு எதுவுமில்லை. அப்போதெல்லாம் பல முஸ்லிம்கள் அப்படிச் சேர்ந்து கொண்டார்கள். காங்கிரஸில் அவருக்குப் பொதுச் செயலாளர் பதவி கிடைத்தது. அடுத்த ஆண்டில் அவர் வங்காள காங்கிரஸ் மாநாட்டுக்குத் தலைமை வகித்தார். மேலும், ஜாலியன் வாலாபாக் அவலங்களை விசாரிக்க, காங்கிரஸால் அமைக்கப்பட்ட குழுவில் இவரும் இடம் பெற்றார்.

●

காங்கிரஸிலும் லீக்கிலும் பிரிட்டிஷ் ராஜ் கவுன்சில்களிலும் பொறாமைப்படும்படியான முக்கியத்துவத்தை வென்றெடுத்து விடுபவராகவே இருந்தார். ஜின்னா இவரைவிட மூன்றாண்டுகள் இளையவர்; அவருமே இதுபோலவே சாதித்தார். இருவருமே வெற்றிகரமான வழக்குரைஞர்கள்; ஆனாலும், இதில் சில வேறுபாடுகள் உண்டு. ஜின்னா மக்களோடு ஒன்று கலக்கமாட்டார். ஹக் இதில் வேறுபட்டு வங்காள விவசாயிகளோடு சேர்ந்து பழகுவார்; அவர்கள் மொழியில் உரையாடுவார். இவர்களுக்காக வங்காள நிலப் பெரு உடைமையாளர்களை எதிர்த்து நிற்கவும் செய்வார். இதன் காரணமாகவே 1917-ல் கல்கத்தா விவசாயிகள் சங்கம் உருவாக்கப்பட்டது.[13]

1919-ல் இவர்களின் இந்த வேறுபாடுகள் எதுவும் குறிப்பிடத்தக்க வகையில் வெளிப்படவில்லை. அதே ஆண்டில் இந்த இருவருமே தேசியத் தலைவராகும் அளவுக்கு செல்வாக்குடன் இருந்தனர். 1920 நிகழ்வுகளையும் உற்றுக் கவனிக்கவேண்டும். அரசியலில் காந்தியின் ஏற்றம், கிலாஃபத் இயக்கத்தின் வேகமான தாக்கம் ஜின்னாவை இஸ்லாமிய க்வாமை நோக்கிப் போகவைத்தது. அதன் விளைவாக ஹக் வங்காளத்துக்குள்ளேயே சுருங்கநேர்ந்தது. இத்தருணத்தில் காந்தியோடு நெருக்கமாக இருந்த அலி சகோதரர்களும் ஆசாத்தும் கிலாஃபத் மேடையில் முக்கிய இடத்தைப் பிடித்திருந்தனர். 1920ல் முஸ்லிம்களின் தலையாய மேடை இந்த கிலாஃபத் இயக்கம்தான்.

ஹக், கிலாஃபத் கோரிக்கைக்கு ஆதரவாகக் குரல் கொடுத்தார். வங்காளத்தில் அவர் முன் திரண்டெழுந்த வெகுமக்களிடையே அவர் இடியாக முழங்கினார். ஆனாலும், அவரால் அனைத்திந்திய

அளவில் அலி சகோதரர்களுக்கோ ஆசாத்துக்கோ இணையாக வளர முடியவில்லை. அவரால் உருது மொழியில் சரளமாக மேடையில் பேசமுடிந்தபோதிலும் அவர்களுக்கு இணையாக தேசிய அளவில் புகழ்பெற முடியாமல்போய்விட்டது. அதுபோன்றே காந்தியின் ஒத்துழையாமை இயக்கப் போராட்டத்தில் அவருக்குப் பெரிய ஈடுபாடு இருந்திருக்கவில்லை. ராஜ் அரசின் கவுன்சில்கள், நீதிமன்றம், அரசாங்கக் கல்லூரிகளில் பணியாற்றுபவர்கள் ஒத்துழையாமை இயக்கத்தில் ஆர்வம் காட்டாமாட்டார்கள் என்று நினைத்தார். மேலும் கல்லூரிகளைப் புறக்கணித்தால் அரசாங்கக் கல்லூரிகளில் படிக்கிற வங்காள முஸ்லிம் இளைஞர்களைப் பெரிதும் பாதிக்கும் என்று நினைத்தார். இதுமட்டுமல்லாமல் காங்கிரஸ் பிரதிநிதிகளாகச் சொல்லிக்கொண்ட சிலர், 'அவர்களிட மிருந்து மாறுபட்டு இருப்பவர்கள்' குறித்து முன்வைத்த 'கேலிகளும் கிண்டல்களும்' ஹக்கை கோபமுறச் செய்தன.[14]

செப்டம்பர் 1920-ல் கல்கத்தா நகரில் காங்கிரஸ் கூட்டிய கருத்தரங்கில் ஹக் ஒத்துழையாமை இயக்கத்துக்கு ஆதரவாகவே வாக்களித்தார். ஆனால், பிப்ரவரி 1921-ல் வங்காளத்தின் முதன்மை காங்கிரஸ் பிரமுகர் சரத் போஸ் இவரை வங்காளத்திலுள்ள இவரின் சொந்த மண்ணான பாரிசல் நகரில் நடக்கவிருந்த ஒத்துழையாமைக் கருத்தரங்குக்கு அழைப்புவிடுத்தபோது அந்த இயக்கத்துக்கான தன்னுடைய மறுப்பைக் கடிதம் மூலம் அனுப்பினார்:

'நீங்களெல்லாம் சேர்ந்து காங்கிரஸில் ஒரு லட்சிய திட்டத்தை முன்னெடுக்கிறீர்கள். அதனுடன் உடன்பட்டுச் சேர்ந்திருக்க என்னால் முடியாது. என்னிடம் எந்த அளவுக்கு மோசமாக நடக்க முடியுமோ அவ்வாறு நடந்துகொண்ட அரசியல்வாதிகளோடு ஒரே மேடையில் அமர என்னால் முடியாது. ஒத்துழையாமைச் செயல்திட்டத்தில் நான் எப்போதுமே நம்பிக்கை கொண்டிருக்க வில்லை. எனக்கு இசைவுடன் இல்லாதவர்களுடன் நான் சேர்ந்திருக்க இதுவரை சம்மதித்துவிட்டேன். உங்கள் கருத்தரங்குக்கு நான் ஒத்துழைப்பு நல்கமாட்டேன் என்பதே என் இப்போதைய கொள்கை.'[15]

காங்கிரஸோடு உறவைத் துண்டித்துக்கொண்ட ஹக், ராஜ் அரசவைப் பணிகளில் கூடுதல் கவனம் செலுத்தினார். 1918-ல் பிரிட்டிஷ் இந்திய அரசாங்கம் தேர்ந்தெடுக்க மக்கள் பிரதிநித்துவ கவுன்சில்களுக்குக் கூடுதல் அதிகாரங்களை வழங்க முன்வந்தது. அவர்களின் சீர்திருத்த முயற்சியை ஹக் வெறும் கண்துடைப்பு என்று சாடினார்.[16] அதேநேரம் அவர் வங்காள மாகாணத்துச் சட்டமன்ற கவுன்சிலில் 1921-ல் மீண்டும் இடம்பெற்றார். அங்கே அவருக்கு

இந்திய முஸ்லிம் தலைவர்கள் | 369

கிடைத்த வெற்றிகள் எல்லாம் அந்த மன்றத்தில், இந்து-முஸ்லிம் உறுப்பினர்கள் கூட்டாகப் பணியாற்றியதன் மூலமே கிடைத்திருந்தன. பிரிட்டிஷ் அரசாங்க ஊழியர்களுக்கும் அதிகாரிகளுக்கும் மிக அதிக ஊதியம் கொடுப்பதை எதிர்க்கும் தீர்மானத்தைக் கொண்டுவந்து அதில் வெற்றிபெற்றார். வங்காள அரசாங்கத்தின் பிரிட்டிஷ் அதிகாரிகள் ஆண்டுதோறும் கோடைப் பருவத்தில் டார்ஜிலிங்குக்கு இடம் பெயர்வதைத் தடுப்பதற்காகவும் ஒரு தீர்மானம் கொண்டு வந்தார்.[17] இத்தகைய தீர்மானங்கள் அரசாங்கத்தை எந்தவகையிலும் கட்டுப்படுத்தவில்லை. ஆனால், இந்தச் செயல்கள் இவர்களுக்குப் பொதுவெளியில் நல்ல பெயரைப் பெற்றுக் கொடுத்தன.

1924-ல் சட்டமன்ற கவுன்சிலில் ஹக் முன்னேறி அமைச்சராக்கப் பட்டார். உண்மையான நிர்வாக அதிகாரம் என்பது ஆளுநரால் நியமிக்கப்பட்ட நிர்வாக உறுப்பினர்களுக்குத்தான் இருந்தது. இருந்தும் கல்வி அமைச்சராக இருந்த ஹக் தகுதியுள்ள முஸ்லிம் மாணவர்களுக்காக ஓர் 'உதவி நிதியை' ஏற்படுத்தினார். கல்கத்தாவில் இஸ்லாமியக் கல்லூரி உருவாகவும் அதில் ஓர் இந்தியர், பி.எம். சென், முதல்வராக நியமிக்கப்படவும் வழிவகுத்தார்.[18] அடுத்த ஆறு மாத காலத்தில் கவுன்சிலின் நம்பிக்கையை அமைச்சர்கள் அனைவரும் இழந்தனர். இதனால் பதவியை விட்டு விலகினார்கள்.

•

ஹக்கின் அரசியல்களம் முழு இந்தியா அல்ல; வங்காளம் தான் என்பது முடிவானதும் வங்காள இந்துக்களுக்கு கூடுதல் முக்கியத்துவம் வழங்கிய லக்னோ உடன்படிக்கையை எதிர்க்க ஆரம்பித்தார். பிரிட்டிஷ் அரசும் அந்த உடன்படிக்கையை அமலாக்கியிருந்தது. இப்போது வங்காள இந்துக்களின் முக்கியத்துவத்தைக் குறைக்கத் தீர்மானித்த ஹக் அதற்குப் பதிலாக கூட்டு வாக்காளர் தொகுதியை ஏற்றுக்கொள்ள முன்வந்தார். மோதிலால் நேருவின் அறிக்கையில் அது இடம் பெற்றிருந்தது. ஹக் அதை ஆசாத், அன்சாரி போன்ற முஸ்லிம்களோடு சேர்ந்து முன்பு ஆதரித்திருந்தார். லக்னோ உடன்பாடு உருவானதில் பங்காற்றிய ஹக்கின் இப்போதைய நிலைப்பாடு:

'லக்னோ உடன்பாடு குறித்து எதுவும் பேசாமல் இருப்பதே நல்லது என்று நினைக்கின்றேன். முஸ்லிம்களைப் பொறுத்த வரையில் அதில் பஞ்சாப் மற்றும் வங்காள முஸ்லிம்களுக்கு மிகப் பெரிய அநீதி இழைக்கப்பட்டுள்ளது. ஓரளவு செல்வாக்குடைய எல்லா முஸ்லிம் தலைவர்களும் அதை எதிர்க்கவே செய்திருக்கிறார்கள்.[19]

விவசாயிகளிடத்தில் அவருக்குள்ள பரிவுக்கும் நெருக்கத்துக்கும் எடுத்துக்காட்டாக 1929 ஆகஸ்டில் வங்காள சட்டமன்ற கவுன்சிலில் கொண்டு வரப்பட்ட 'வங்காள நிலக் குத்தகைதாரர் வாரச் (திருத்தச்) சட்ட முன்வரைவைச் சொல்லலாம். இதற்கு ஹிந்து, முஸ்லிம் என அனைத்துத் தரப்பு உறுப்பினர்களின் ஒருமித்த ஆதரவும் இருந்தது. இதற்கு ஆதரவு காட்டியவர்கள் அனைவருமே பெருநிலவுடைமை யாளர்களுக்கு ஒதுக்கப்பட்ட தொகுதிகளிலிருந்து தேர்ந்தெடுக்கப் பட்டவர்கள். இவர்களோடு ஐரோப்பிய உறுப்பினர்களின் பெருத்த ஆதரவும் இந்தச் சட்ட முன்வரைவுக்குக் கிடைத்தது.

இச்சட்டம் நிலக்குத்தகைதாரர்களுக்கு நன்மைகளை ஏற்படுத்துவது போன்று சொல்லப்பட்டாலும் உண்மையில் இந்தச் சட்ட முன்வடிவம் நிலவுடைமையாளர்களுக்குச் சாதகமாகவே இருந்தது. இதனால் 'ஹக்' இச்சட்டத்தைத் தீவிரமாக எதிர்த்தார். இவரோடு 'ஜெஸ்ஸூர்' தொகுதி உறுப்பினர் நௌஷத் அலியும் மற்றும் பல முஸ்லிம் சட்டமன்ற கவுன்சில் உறுப்பினர்களும் சேர்த்து எதிர்ப்பைக் காட்டினார்கள். ஜே.எல். பானர்ஜி, நரேஷ் சென்குப்தா என இரண்டு இந்து உறுப்பினர்களும் இவர்களுக்கு ஆதரவு தெரிவித்தனர். ஆனால் சட்டமன்ற கவுன்சிலில் இடம் வகித்த மற்ற இந்துச் சமுதாயத்தைச் சேர்ந்த உறுப்பினர்கள் அனைவருமே சட்டமுன் வடிவுக்கு ஆதரவு நல்கினார்கள். இவர்கள் அனைவரும் காங்கிரஸ் கட்சியைச் சேர்ந்தவர்கள். இவர்களில் சரத் போஸ் மற்றும் சுபாஷ் போஸ் ஆகியோரும் இருந்தார்கள். சட்ட முன்வடிவம் அவையில் நிறைவேற்றப்பட்டு சட்டமாக்கப்பட்டது.

ஹக், நௌஹத் அலி, பானர்ஜி, சென்குப்தா ஆகியோர் நிலக் குத்தகைதாரர்களுக்கு நன்மைகள் பயக்கக்கூடிய, வகையில் முன்வைத்த திருத்தங்கள் ஏற்றுக்கொள்ளப்படவில்லை. வங்காள சட்டமன்ற கவுன்சிலில் இந்த சட்ட முன்பொழிவை நிறைவேற்ற எடுத்த முயற்சியின்போது நடைபெற்ற வாக்குவாதங்கள், நிறைவேறவிடாமல் செய்த அவர்களின் செயல்கள் இவையெல்லாம் வங்காள விவசாயப் பெருங்குடியினரிடையே காங்கிரஸ் மீது வெறுப்பை ஏற்படுத்திவிட்டது. வங்காள விவசாயிகளில் பெரும்பான்மையினர் முஸ்லிம்கள். அவர்கள், காங்கிரஸ்காரர்களை பெருநிலவுடைமையாளர்களின் ஆதரவாளர்கள் என்றும் முஸ்லிம்களின் பகைவர்கள் என்றும் நம்பத்தொடங்கிவிட்டனர். 'ஜாம்கீர்' என்ற முஸ்லிம்களின் வார இதழ் அதுவரை காங்கிரஸ் ஆதரவு நிலையை எடுத்திருந்தது. ஆனால், இந்த நிகழ்ச்சிக்குப் பின்னர் அவர்கள் தங்களின் நிலைப்பாட்டை மாற்றிக்கொண்டார்கள். இஸ்லாமிய விவசாயிகளின் உணர்வுகளைப் புரிந்துகொண்ட முஸ்லிம் லீக், அரசால் புதிதாகக் கொண்டு வரப்பட்ட சட்டம் 'கிராமப்புற மக்களின்

வாழ்வில் பெருமளவு விரும்பத்தகாத விளைவுகளை விளைவிக்கும்' என்றது.[20]

இதைத் தொடர்ந்து வங்காளத்தில் முஸ்லிம்களில் பலர் காங்கிரஸை விட்டுவிலகினார்கள். தொடக்கத்திலிருந்தே ஹக் தன்னுடைய அரசியல் கோட்டைக்கான அடித்தளம் அமைந்திருப்பது கிராமங்களில்தான் என்பதைப் புரிந்துவைத்திருந்தார்.[21] ஆகவே அவர் 'நிக்கல் புரோஜா சமிதி' அல்லது 'அனைத்து வங்காள மக்கள் மன்றம்' என்ற ஓர் அமைப்பைத் தொடங்கிக் களம் இறங்கினார். இந்தப் புதிய அமைப்பில் உறுப்பினர்களாக இருந்தவர்கள் பெரும்பாலோர் முஸ்லிம்களே. ஆனாலுங்கூட இந்த அமைப்பு முழுக்க முழுக்க முஸ்லிம்களை மட்டுமே கொண்டிருக்கவில்லை. ஹக் விவசாயத்தை முன்னிலைப்படுத்தியே அந்த அரசியல் அமைப்பை ஏற்படுத்த முயன்றார். மதத்தை மையப்படுத்தி அல்ல.[22] விவசாயிகளோடு ஹக்குக்கு இருந்த தொடர்பினால் அமைப்பை வளர்ச்சியும் வலுவும் பெறவைத்தார்.[23] கிழக்கு வங்காளத்தில் கிராமப்புறங்களில் மிகுந்த பலம்கொண்ட அமைப்பானது.

•

நாட்டுப்புறத்திலே முடங்கிவிடும் நினைப்பு ஹக்குக்குக் கிடையாது. வங்காளத்து எளிய மக்கள், குறிப்பாக விவசாயிகள் ஹக்கை தங்களுடைய துயரங்களைக் காது கொடுத்துக் கேட்டு இரக்கம் காட்டுபவராகப் பார்த்தார்கள். மேலும் தங்களுடைய உரிமைகளுக்காகக் குரல் கொடுக்கும் போராளியாகவும் பார்த்தனர். ஆனால், அவர் நகர்ப்புறங்களில் அதுவும் தலைநகரிலே அவருக்குக் கிடைக்கவிருந்த மதிப்பையும் வரவேற்பையும் விட்டுக் கொடுக்கவும் தயாராக இல்லை. *1930–31*ல் அவர் பிரித்தானிய அரசாங்கத்தின் அழைப்பின் பேரில் லண்டனில் நடந்த வட்ட மேஜை மாநாட்டில் கலந்துகொண்டார். இவர் இங்கிலாந்தில் செய்தவை தொடர்பான செய்திகள் குறைவாகவே உள்ளன. இவரைப் புகழ்ந்துப் பாராட்டுகின்ற இவரின் வாழ்க்கை வரலாற்றை எழுதியுள்ள அப்துர் ரப்பியின் குறிப்பின்படி, இவர் இரண்டாவது சுற்று வட்ட மேஜை கருத்தரங்கில் பங்கெடுக்காமல் ஒரு தேர்தல் ஊர்வலக்கூட்டத்தில் பேசுவதற்குப் போய்விட்டார்:

'ஹக்கின் பேச்சில் அறிவுச் சுடர் வீசியது; கேட்போரைக் கட்டிப் போடுகின்ற வித்தை தெரிந்த அவரின் பேச்சைக் கேட்டு அங்கு மயங்கிக் கிடந்தவர்களின் எண்ணிக்கை பத்தாயிரத்தைத் தாண்டும். அவர் பிரிட்டிஷார் ஆட்சியை மோசமானது என்று கூறினார். அந்த ஆட்சியை நடத்துகிற பிரிட்டிஷாரைக் குறித்து ஒரு பயங்கரமான சித்திரத்தையும் மக்கள் நெஞ்சில் தோற்றுவித்தார். தேர்தல் களத்தில்

இவர் ஆதரித்துப் பேசிய வேட்பாளர் இந்தியாவின் நன்மையைக் கருதியிருந்தவர். எதிர்த்து நின்ற வேட்பாளரைவிட பன்மடங்கு வாக்குகள் அளித்து அவரை மக்கள் எளிதாக வெற்றி பெறச் செய்துவிட்டார்கள்.[24]

அப்துல் ரப் அந்த வேட்பாளர் யார் என்று அடையாளம் காட்டவில்லை. எங்கே, எப்போது அந்தத் தேர்தல் கூட்டம் நடைபெற்றது என்றும் குறிப்பிடவில்லை. ஆனால், இது மிகைப்படுத்திப் பேசப்பட்டது என்று தோன்றினாலும்கூட பிரிட்டனில் நடைபெற்ற தேர்தல் கூட்டத்தில் ஹக் வீரமாகப் பேசியிருப்பார் என்பதை நாம் நிச்சயம் நம்பலாம். ஹக் பிரிட்டனுக்குச் சென்று வட்ட மேஜை கருத்தரங்கில் பேசியவை எல்லாம் பதிவு செய்யப்பட்டுள்ளன. அவரின் பேச்சில் வெளிப்பட்டவை யாவும் வங்காளம் குறித்த ஆர்வமும் கவலையும்தான். முழு இந்தியாவைப்பற்றியதாகப் பேச்சு இருக்கவில்லை. முஸ்லிம் என்ற நிலையில் உறுதியோடு இருந்தவாறே பேசினார். காங்கிரஸ் கட்சி முஸ்லிம்களை 'மதவாத முஸ்லிம்கள்' என்றும், 'தேசிய முஸ்லிம்கள்' என்றும் பிரித்துப் பார்ப்பதை அவர் தாக்கவும் செய்தார். அவர் பேசியவை இங்கே:

'தேசிய முஸ்லிம்கள் என்ற ஓர் அணி தனியாக இருப்பதாக என் நண்பர் கூறுகிறார். அந்த 'சொல்லாட்சியை' நானும் கேட்டிருக் கின்றேன். அப்படியோர் 'அடையாளம்' பொருளற்றது. ஒவ்வொரு முஸ்லிமும் தேசியவாதிதான். முஸ்லிம்களை தேசியவாத முஸ்லிம்கள் என்றும் தேசியம் சாரா முஸ்லிம்கள் என்றும் பிரிப்பது சாத்தியமே இல்லை. அவர்களை உயரமானவர், குள்ளமானவர், தடிமனானவர், ஒடிசலானவர் என்றெல்லாம் பிரித்துப் பார்ப்பதுபோல் இது அர்த்தமற்ற பகுப்பு.[25]

இந்திய கவுன்சில்களில் 'சிறப்பு இடம்' ஏற்படுத்தி அரசாங்கம் ஒரு சிலரை நியமித்ததைக் கடுமையாகத் தாக்கினார்.

'வட்டிக்குக் கடன் கொடுக்கிற தொழில்செய்வர்களுக்காக ஓர் அமைப்பு உள்ளது. அதற்கு 'மகாஜன சபா' என்று பெயர். அவர்களின் அமைப்பு 213 உறுப்பினர்களைக் கொண்டுள்ளது. அவர்கள் தங்களின் பிரதிநிதியாக உரிமையோடு ஒருவரைச் சட்டமன்ற கவுன்சிலுக்கு உறுப்பினராக அனுப்புவதற்கு வசதி ஏற்படுத்தப்பட்டுள்ளது. அதே வேளை நான் தேர்ந்தெடுக்கப் பட்ட தொகுதியில் வாக்காளர் எண்ணிக்கை 21,000. இது சமமற்ற நிலையை மட்டும் காட்டவில்லை. இப்படியான சிறப்பு பிரதிநிதித்துவம் என்பது மிக மோசமான அநீதியே.[26]

இந்தியாவின் துயரங்களுக்கெல்லாம் காரணம் பிரிட்டிஷார் என்ற கூற்றை மறுத்தார்:

'இந்திய அரசியல் அமைப்பு சார்ந்த முன்னேற்றங்களுக்கு பிரிட்டிஷ் நாடாளுமன்றம் முட்டுக்கட்டை போடுவதாகச் சொல்லப்படும் பொய்க் குற்றச்சாட்டினை இந்த வட்ட மேஜை கருத்தரங்கு போக்கிவிட்டது. நமது சொந்த கஷ்டங்களை நாமே தீர்த்துக்கொள்ள வழி செய்து கொடுக்கவேண்டும் என்ற ஒற்றைக் குறிக்கோளுடன் மிகுந்த ஆர்வத்துடன் இவர்கள் (பிரிட்டிஷார்) முன்வந்திருக்கிறார்கள் என்பதை இந்தக் கூட்டத்தில் பங்கெடுத்த அத்தனை பேரும் நன்கு புரிந்துகொண்டிருப்பார்கள் என்றே நம்புகிறேன்'.[27]

நாட்டுப்புற மக்களைப் பேச்சால் மயக்கிய இந்த நாவலர் 1934-ல் இந்தியாவின் மிகப் பெரிய நகரத்தின் 'மேயர்' பதவிக்கான தேர்தலில் போட்டியிட்டுத் தோல்வியுற்றார். அடுத்து வந்த ஆண்டில், மறுபடியும் அவரின் முயற்சி அவருக்கு வெற்றியைத் தேடித் தந்தது. அதற்குக் காரணம் இந்துக்களும் முஸ்லிம்களும் ஒன்றுப்பட்டு செய்துகொண்ட ஒப்பந்தம். அதனால் ஏற்பட்ட இணக்கம் அவரை நகரத் தந்தையாகத் தேர்ந்தெடுக்க வைத்தது. இதனை உள்ளம் நெகிழ ஹக் எடுத்துரைக்கின்றார். அது:

'இந்தியாவில் வாழக்கூடிய முஸ்லிம்களும் இந்துக்களும் ஓயாது சண்டையிட்டுக்கொண்டு ஒருவர் கழுத்தினை இன்னொருவர் வெட்டிக்கொண்டுதான் இருக்கின்றார்கள் என்று சிலர் நினைத்துக் கொண்டிருக்கிறார்கள். இந்தியாவின் எதிர்காலம் இருள்மயமாகத் தெரிகிறது என்கிறார்கள். இதோ என்னுடைய வலது பக்கம் பாருங்கள் (ஹக் கை நீட்டிய இடத்தில் துணை மேயர் அமர்ந்திருந்தார்). இந்துச் சமுதாயத்தைச் சேர்ந்தவர் அமர்ந்திருக்கிறார். இந்தக் கூட்டுறவு நம்முடைய தாய்நாட்டுக்குப் பெரும் பலனளிக்கின்றவகையில் இறைவன் ஏதோ ஒரு நன்மையை இதன் மூலம் செய்யத் தீர்மானித்திருக்கிறார் என்பேன்.'

மறதியாகவோ ஏதோ ஒரு காரணமாகவோ நான் யாரிடமாவது பாதகமாக நடந்துகொண்டேனென்று யாரேனும் என்னைப்பற்றி நினைத்தால் அவர்கள் என்னை மன்னிக்கும்படி மனப்பூர்வமாகக் கேட்டுக் கொள்கிறேன். என்னிடம் போதாமைகள் உண்டு. அதி உயர்ந்த மதிப்பீடுகளை அடிப்படையாக வைத்து என்னை மதிப்பிடவேண்டாம்.'[28]

•

ஹக் அரசியல் ஏணியில் தொடர்ந்து முன்னேறினார். அவர் அடைய நினைத்த ‘உச்சம்’ வங்காளத்தின் ப்ரீமியர் பதவிதான். 1935-ல் இந்திய–ஆங்கிலேய அரசாங்கம் ‘நிர்வாக உறுப்பினர்’களைக் கொண்டு ஆட்சி நடத்தி வந்த முறையை மாற்றி, அதிகாரங்கள் கொண்ட பிரீமியர் பதவியை உருவாக்கியது. இந்தப் பதவிகளுக்கான தேர்தல் 1937 தொடக்கத்தில் நடைபெற இருந்தது. இதையறிந்த ஹக் 1936 ஏப்ரலில் அவரின் நண்பர்களுடன் சேர்ந்து நடத்தி வந்த ‘மக்கள் குழு’ என்ற அமைப்பை ‘கிரிஷக் ப்ரஜா பார்ட்டி’ என்று அதாவது ‘உழவர்கள் மற்றும் மக்கள் கட்சி’ என்ற பெயரில் புதிய கட்சியைத் தொடங்கினார்கள்.

ஹக் இந்தக் கட்சிக்குத் தலைவர் ஆனார். இவர்களுடைய கே.பி.பி. கட்சி தனித்து தேர்தலில் நின்று ஆட்சியைப் பிடிக்கமுடியாதென்பது அவருக்குத் தெரிந்திருந்தது. கூட்டணி கிடைத்தால் ஒருவேளை முடியலாம். காங்கிரஸ் கட்சி கூட்டணிக்கு வரும் என்று ஹக் நம்பிக்கை கொண்டிருந்தார். வங்காள மாநில காங்கிரஸில் சிலர் இதற்குத் தயாராகவும் இருந்தனர். இப்படிப்பட்ட கூட்டணி ஒன்றும் இயல்புக்கு மாறுபட்டதல்ல. கே.பி.பி. கட்சியின் கொள்கைகள் சமயச் சார்பற்றதாக இருந்தன; காங்கிரஸ் நிலச் சுவான்தாரர்களுக்குச் சாதகமாக இருக்கும் நிலையில் இருந்து விலக ஆரம்பித்திருந்தது.

ஆனாலுங்கூட ‘திருமணம்’ நடக்கவில்லை. காரணம், பிரிட்டிஷ் இந்திய ஆதிக்க அரசாங்கம் முஸ்லிம்களுக்குத் தனி வாக்காளர் தொகுதிகளை ஏற்படுத்திக் கொடுத்ததை காங்கிரஸ் கடுமையாக எதிர்த்தது. முஸ்லிம்களைப் பெரும்பான்மை உறுப்பினர்களாகக் கொண்டிருக்கின்ற கே.பி.பி.க்கு இதனால் காங்கிரஸுடன் கூட்டணி சேர்வதென்பது சிரமமானது. அந்தத் தீர்மானத்தை காங்கிரஸால் ஆதரிக்கவும் முடியாதென்பதால் எதிர்க்காமல் இருக்கலாம் என்று முடிவெடுத்தது. நடுநிலைமை வகிப்பதில் வங்காள காங்கிரஸுக்கு ஏற்பில்லை. அந்தத் தீர்மானத்தை விமர்சித்தனர். எனவே, காங்கிரஸ் பக்கம் வர இருந்த முஸ்லிம்கள் மேலும் விலகிச் சென்றுவிட்டனர்.

காங்கிரஸ் அல்லாத இந்துக்கள்கூட முஸ்லிம்களுக்கு அரசாங்கம் அளித்த சிறப்புச் சலுகையை பலமாக எதிர்த்தனர். கவிஞர் தாகூரின் தலைமையில் வங்காளத்தின் 120 தலைசிறந்த இந்துப் பெருந்தகைகள் ‘மாட்சிமை பொருந்திய’ பிரிட்டிஷ் அரசாங்கத்திடம் ஜூன் 1936 அன்று இது குறித்துக் கோரிக்கை விடுத்தார்கள். அந்தக் கோரிக்கையில், அவர்கள் அரசாங்கத்திடம் முஸ்லிம்களுக்கு வழங்கப்பட்ட ‘சிறப்பு சலுகையைத்’ திரும்பப் பெற்றுக்கொள்ள வேண்டுமென்றும், மேலும் இன்னும் அதிக எண்ணிக்கையில் இந்துக்கள் வங்காள சட்டமன்றத்தில் நுழைவதற்கு வாய்ப்புகளை

ஏற்படுத்தித்தித் தர வேண்டுமென்றும் விண்ணப்பம் செய்தார்கள். வங்காள மாகாணமெங்கிலும் இந்தக் கோரிக்கைகளை மக்களிடம் எடுத்துச் சொல்லியும் அரசாங்கம் முஸ்லிம்களுக்கு ஏற்படுத்திக் கொடுத்த தனித் தொகுதிகள் என்ற வெகுமதியைக் கண்டித்தும் கூட்டங்கள் நடத்தினார்கள். அவர்கள் நடத்திக் காட்டிய ஊர்வலங்களும், கூட்டங்களும், முழக்கங்களும் பிரிட்டிஷ் ராஜாங்கத்தை அவர்கள் பக்கம் திரும்பிப் பார்க்க வைக்கவில்லை. ஆனால், அவர்களின் இத்தகைய செயல்களும் நடவடிக்கைகளும் கே.பி.பி.கட்சி முஸ்லிம்கள் காங்கிரஸோடு கூட்டணி சேருவதற்கான வழியை அடைத்துவிட்டது.[29]

கல்கத்தா மாநகராட்சி போதிய அளவில் முஸ்லிம்களை வேலைக்குத் தேர்வு செய்யவில்லை என்ற குற்றச்சாட்டும் காங்கிரஸ்–கே.பி.பி. கூட்டணி வாய்ப்புகளைப் பாழடித்துவிட்டது. கல்கத்தாவில் வாழ்ந்து வருகிற முஸ்லிம்கள் இந்தக் குற்றச்சாட்டை, நம்பினார்கள். முந்தைய ஆண்டு மேயராக இருந்த ஹக் உட்பட அனைத்து இஸ்லாமிய உறுப்பினர்களும், ஒரே ஒருவர் நீங்கலாக, பதவி விலகிவிட்டதாக இஸ்லாமிய க்வாமில் அழுத்தமாக நம்பினார்கள்.[30]

ஹக்குக்கு வங்காளத்தின் ப்ரீமியர் பதவி மீதுதான் ‘கண்’. ஆனால், ஜின்னாவுக்கோ முழு வங்காளமுமே வேண்டும். ‘லீக்’ ஜின்னாவுக்கு முழு அதிகாரங்களை வழங்கியிருந்தது. 1937 தேர்தலுக்கு இஸ்லாமிய சமுதாயத்தை ஒன்றிணைக்கும் நோக்கில், அதன் மத்திய அவைக் குழுவில் (CPB), அனைத்து மாகாணங்களிலுள்ள முஸ்லிம் தலைவர்களை எல்லாம் சேர்த்துக்கொள்ள முடிவெடுத்தது.[31] ஹக்கின் மக்கள் செல்வாக்கை அறிந்த ஜின்னா, அவரை சி.பி.பி.யின் வங்காளத் தலைவராக நியமித்தார். இது குறித்து முன்கூட்டியே ஹக்கிடம் கலந்துபேசினாரா என்பது தெரியவில்லை.

லீக்கின் வங்காள கட்சிக் கிளைக்கு வலு இருந்திருக்கவில்லை. வங்காளத்தில் ஹக்கை எதிர்ப்பவர்களான முஸ்லிம்கள் லீக்கைச் சேர்ந்தவர்கள் அல்ல; அவர்கள் ஐக்கிய முஸ்லிம் கட்சி (UMP) என்ற அமைப்பைச் சேர்ந்தவர்கள். 1936 மே மாதத்தில் அவர்கள் எல்லோரும் அவசர அவசரமாகக் கூடி அந்த அமைப்பை உருவாக்கியிருந்தனர். யூ.எம்.பி. கட்சித் தலைவர்கள், டாக்காவைச் சேர்ந்த நவாப் ஹபீபுல்லா, சர். க்வாஜா நஸீமுத்தீன், ஹெச்.எஸ். சுராவர்த்தி, ஏ.ஆர். சித்திக், எம்.ஏ. ஹெச். இஸ்ஃபானி ஆகியோராவார்கள். இவர்களின் ஒரே முழக்கம், ‘இஸ்லாத்தின் குடைக்குள் முஸ்லிம்களை ஒன்று சேர்ப்பது’ என்பதே. இந்தப் பெரிய மனிதர்கள் எல்லாம் அரசியலுக்கு வந்தது ஒருவகையான வணிக ஆதாயத்தை எதிர்பார்த்துத்தான்.

கல்கத்தாவுக்கு வந்து சேர்ந்ததும் முதல் வேலையாக ஜின்னா சாகிப் கே.பி.பி. கட்சியையும், யூ.எம்.பி. கட்சியையும் முஸ்லிம் லீக் என்ற ஒரே குடையின் கீழே கொண்டுவரும் முயற்சிகளை ஆரம்பித்தார். அது இந்த இரண்டு கட்சிக்காரர்களையும் தயக்கத்துக்கு உள்ளாக்கியது. ஜமீன்தாரி அல்லது நிலப் பெருடைமை ஆதிக்கத்துக்கு எதிராக கே.பி.பி. மிதமான போக்கைக் கடைப்பிடிக்கவேண்டும்; லீக்கிலே இணைந்து விடவேண்டும் என்ற ஜின்னாவின் நிபந்தனைகளை ஹக் ஏற்கவில்லை. இதைக் காட்டிலும் இன்னொரு குறிப்பிடத்தக்க காரணமும் இருந்தது. முஸ்லிம் லீக்கோடு தன்னுடைய கட்சியைக் கொண்டுபோய் இணைத்தால் அல்லது ஒன்றுகலக்க வைத்தால் அவரின் கட்சியில் இருக்கும் மற்றும் கட்சிக்கு ஆதரவு தந்து வருகிற இந்துக்களுக்கு அநீதி இழைத்து விட்டதாக ஆகிவிடும் என்று ஹக் கருதினார்[32].

ஜின்னாவின் மேற்பார்வையின் கீழ் இருப்பதை விரும்பாத யூ.எம்.பி. தலைவர்களும்கூட லீக்குடன் தங்கள் கட்சியைக் கொண்டு போய்ச் சேர்ப்பதிலே தயக்கம் காட்டினார்கள். ஆனால், கட்சியை ஒன்றிணைக்காமல் தனியாக நிற்பது 'க்வாம்' (இஸ்லாமிய சமுதாயத்தின்) ஒற்றுமைக்குத் தடையாக இருக்கிறார்கள் என்ற குற்றச்சாட்டுக்கு இலக்காக நேரிடும். அதனால் ஜின்னாவின் நிபந்தனைகளை ஏற்றுக்கொண்டனர். ஜின்னா கல்கத்தாவை விட்டுப் புறப்படும் தருணம், யூ.எம்.பி. தாங்களாகவே கட்சியைக் கலைப்பதாகவும் ஒட்டுமொத்தமாக லீக்கில் சேருவதாகவும் அறிவித்தார்கள். லீக்கின் வங்காள பார்லிமெண்டரி குழு உருவாக்கப்பட்டது. அந்தக் குழுவுக்கு டாக்கா நவாப் தலைவராக இருந்தார். இதில் யூ.எம்.பி.யிலிருந்து வந்தவர்கள் 15 பேர்கள்; பெங்கால் முஸ்லிம் லீக்கிலிருந்து ஏழு பேர்கள்; மற்றும் 11 பேர்கள். இவர்களில் ஜின்னா நேரிடையாக நியமிக்கின்ற நான்கு பேர்களும் அடங்குவார்கள். கே.பி.பி. அதாவது ஹக் கட்சி, ஜின்னாவின் நிபந்தனைகளை ஏற்றுக்கொண்டால் தங்கள் சார்பில் பதினைந்து பேர்களைத் தேர்ந்தெடுத்து அனுப்பலாம் என்று அவர்களுக்குச் சொல்லப்பட்டது.[33]

ஹக் இந்தக் கோரிக்கையை ஏற்கவில்லை. 'ஹக் வங்காள ஒப்பந்தத்தை மீறி விட்டார்' என்று சொல்லி உடனே அவரை லீக்கின் மத்திய குழுவிலிருந்து ஜின்னா விலக்கினார். இதுபற்றி வங்காள தேசத்தின் எழுத்தாளர் இனாயத்துர்-ரஹீம் சொல்கிறார்:

'தான் சேர்ந்திராத ஒரு குழுவில் இருந்து, தான் ஒப்புக் கொண்டிருக்காத ஓர் ஒப்பந்தத்தை மீறியதாகச் சொல்லப்பட்டு ஹக் நீக்கப்பட்டிருக்கிறார்.'[34]

ஹக், ஜின்னாவுக்குப் பதிலடி கொடுத்தார்: 'ஜின்னா சர்வாதிகார மனப்போக்குக் கொண்டவர்'[35] என்றார்.

•

தேர்தல் களம் போர்க்களமாக இருந்தது. இந்தத் தேர்தலில் ஹக் துணிச்சலாக க்வாஜா நஸீமுத்தீன் நின்ற அதே இடத்தில் போட்டியிட்டார். க்வாஜா நஸீமுத்தீன் பெரிய ஜமீன்தார். பண்பட்ட அரசியல்வாதி. அரசாங்கத்தின் நிர்வாகக் குழுவின் உறுப்பினரான டாக்கா நவாபின் ஒன்றுவிட்ட சகோதரர். க்வாஜா நஸீமுத்தீன் ஆள்பலம் மிக்கவர். இருந்தும் முஸ்லிம் லீக்கில் சேர்ந்ததனால் தொலைதூரத்திலிருந்துகூட லீக் தொண்டர்கள் அவருக்கு வேலை செய்ய வந்தார்கள். இப்படிப்பட்ட வலுவான வேட்பாளரை ஹக்கினால் வெல்ல முடியுமா?

ஹக்கின் வாழ்க்கை வரலாற்றை எழுதியுள்ளவர் இவரைக் குறித்துச்சொன்ன கருத்து: ஹக் உண்மையில் 'மாக்கியவல்லியை'ப் போன்றவர். மக்களின் உணர்ச்சிகளை எளிதில் கிளறிவிடுகின்றவர்; தேர்தல் வியூகம் வகுப்பதில் தேர்ந்தவர்'. அவர் சொன்னார், 'நான் வசதி வாய்ப்புக்கள் இல்லாத குடும்பத்திலிருந்து வந்தவன்; அல்லாவின் அருளால், நாம் விரைவிலேயே ஜமீன்தாரி முறையை ஒழித்துக்கட்டுவோம். வங்காள விவசாயிகளே என் மனதுக்கு நெருக்கமானவர்கள்...'[36] என்றார்.

சர் க்வாஜா நஸீமுத்தீன் தோற்கடிக்கப்பட்டார். 250 உறுப்பினர்கள் கொண்ட வங்காளச் சட்டமன்றத்தில் காங்கிரஸ் 60 இடங்களை வென்றிருந்தது. லீக் 40; ஹக் தலைமையிலான கே.பி.பி. 35; சுயேட்சை முஸ்லிம்கள் 41; ஷெட்யூல்ட் இனத்தவர்கள் 23; ஐரோப்பியர்கள் 25. சுயேட்சையாக தேர்தலில் நின்று வெற்றி பெற்ற முஸ்லிம்கள், லீக்கிலோ அல்லது கே.பி.பி.யிலோ சேர்ந்து கொண்டார்கள். இதனால் லீக்கின் எண்ணிக்கை 60 ஆக உயர்ந்தது. அதுபோன்றே, கே.பி.பி.யின் எண்ணிக்கை 58 ஆனது.

காங்கிரஸ், லீக், கே.பி.பி. ஆகிய கிட்டத்தட்ட சம பலமுள்ள இந்த மூன்று கட்சிகளில் ஏதேனும் இரண்டு சேர்ந்தால் ஆட்சி அமைக்கமுடியும். ஆனால், ஒருக்காலும் கே.பி.பி.யும் லீக்கும் கூட்டணி சேர முடியாது. காரணம், தேர்தல் களத்தில் ஹக் – க்வாஜா நஸீமுத்தீன் மோதல் மிகத் தீவிரமாக இருந்தது. அதனால் கே.பி.பி.யும் காங்கிரஸும் கூட்டணி சேரமுடியும்; அது நடக்கக்கூடியதுதான். கௌதம் சாட்டோபாத்யாயா என்ற அரசியல் கருத்துக் கணிப்பாளர் கூறியது: 'கே.பி.பி.யின் தலைவர்கள்

எல்லோருமே காங்கிரஸோடு இணைந்து அரசாங்கம் அமைப்பதற்கு ஆர்வம் காட்டினார்கள்.'[37]

ஆனால், இந்த நம்பிக்கை நிறைவேறவில்லை. அதற்கு இரண்டு காரணங்கள் இருந்தன. ஒன்று கொள்கைரீதியானது; மற்றொன்று நடைமுறைரீதியானது. காங்கிரஸின் மையக் குழு காங்கிரஸ் கட்சிக்குப் பெரும்பான்மை கிடைக்காத மாகாணங்களில் காங்கிரஸ்காரர்கள் அமைச்சகத்தில் சேரக்கூடாது என்று கட்டளை இட்டிருந்தது. ஆனால், இந்தக் கொள்கை முடிவானது 'புதிய சாத்தியக்கூறு சார்ந்த கலந்துரையாடல்களை' தடுப்பதாக இருந்திருக்கவில்லை. இதுபோன்ற கலந்துரையாடல்களில் ஏதேனும் புதிய தீர்வுகள் முன்வைக்கப்பட்டால் கொள்கையை அதற்கு ஏற்ப மாற்றியமைக்கலாம்; அல்லது புதிய விளக்கம் கொடுத்துக்கொள்ளலாம்.

கலந்துரையாடல்கள் நடைபெற்றன. முடிவில் அவர்கள் ஓர் உடன்படிக்கைக்கு வந்ததுபோலிருந்தது. இதன்படி, ஹக்தான் பிரீமியர். காங்கிரஸுக்கு உரியவிகிதத்தில் அமைச்சர் பதவிகளில் பங்கு அளிக்கப்பட்டன. ஹக் தலைமையிலான கே.பி.பி.யும் காங்கிரஸும் இணைந்து அரசியல் மற்றும் பொருளாதார சீர்திருத்தங்களை முன்னெடுக்கலாம் என்று தீர்மானம் செய்யப் பட்டது. ஒரு காங்கிரஸ் எம்.எல்.ஏ. வீட்டில் இரவு விருந்துக்கு ஏற்பாடு செய்யப்பட்டிருந்தது. விருந்து முடிந்ததும் கூட்டணி ஒப்பந்தத்தில் கையெழுத்திடும் நிகழ்ச்சி என்று திட்டமிடப் பட்டிருந்தது.

ஆனால், விருந்து நடந்துகொண்டிருக்கும்போது, கே.பி.பி. கட்சிக்காரர், 'குத்தகைதாரர்களுக்கும், கடன் சுமையால் வாடுகிற விவசாயிகளுக்கும் நிவாரணம் அளிக்கும் சட்டத்தைத்தான் புதிய அமைச்சரவை முதலில் கொண்டுவரவேண்டும்' என்றார். அதைக் கேட்ட காங்கிரஸ் கட்சிக்காரர், 'அதைச் செய்யவேண்டும்தான். ஆனால், அதற்கு முன்பாகச் செய்ய வேண்டிய வேலை ஒன்று இருக்கிறது. முந்தைய அரசாங்கம் காங்கிரஸைச் சேர்ந்த பல விடுதலைப் போராளிகளைச் சிறையில் அடைத்து வைத்துள்ளது. அவர்களை விடுதலை செய்வதே இந்த அரசாங்கத்தின் முதல் பணியாக இருக்கவேண்டும்' என்றார்கள்.

கே.பி.பி. கட்சிக்காரர்கள், 'தொடக்கத்திலேயே இதுபோன்ற பேச்சுகள் வந்தால் அது கூட்டணியைப் பாதிக்கும். பிரிட்டிஷ் கவர்னர், சிறையில் இருப்பவர்களின் விடுதலைக்குத் தடை விதிப்பார். அமைச்சரவை ராஜினாமா செய்யும்படி நிர்பந்திக்கப் படும். புதிதாகத் தேர்தல் நடந்தால், கே.பி.பி. கட்சியை காங்கிரஸின்

'பி' அணி என்று சாயம் பூசுவார்கள். மேலும் கே.பி.பி. கட்சியினர் விவசாயிகளுக்கு உதவமுடியாமல் போவதை லீக் கட்சியினர் குத்திக்காட்டுவார்கள் என்றெல்லாம் கே.பி.பி. தரப்பில் சொன்னார்கள். அபுல் மன்சூர் அகமத் என்ற கே.பி.பி. கட்சிக்காரர் சொன்னவை:

> 'இந்த நிலையில் காங்கிரஸ்காரர்கள் கொஞ்சமும் அசைந்து கொடுக்கவில்லை. அவர்களுடைய வங்காள மண்ணின் மைந்தர்கள் நூற்றுக்கணக்கானவர்கள் அந்தமான் தீவுச் சிறைகளிலே உண்ணா விரதம் இருக்கிறார்கள். அவர்களுடைய உயிரைப் பணயப் பொருளாக்கிவிட்டார்கள். இங்குள்ள விவசாயிகளுடைய நிலைமையை மேம்படுத்த வலியுறுத்தப் படும் கோரிக்கைகளைவிட சிறைவாசிகளை விடுதலை செய்வதற்கே முன்னுரிமை அளிக்கப்படவேண்டும் என்றார்கள். சரியாக இரவு மணி ஒன்று ஆன போது கூட்டணிக் கட்சிகளின் பேச்சுவார்த்தை முறிந்தது. காங்கிரஸ் எம்.எல்.ஏ.க்கள் எல்லோரும் திருவாளர் குப்தாவின் வீட்டிலிருந்து உடைந்த உள்ளத்தோடும் குமுறல்களோடும் வெளியேறினார்கள்...'[38]

நாட்டின் மற்ற பகுதிகளில் பதவி ஏற்றுக்கொண்ட காங்கிரஸ் அமைச்சரவைகள், காங்கிரஸ் தொண்டர்களைச் சிறையிலிருந்து விடுதலை பெற வழிவகுத்தன. அந்தப் பகுதிகளின் பிரிட்டிஷ் ஆளுநர்கள் காங்கிரஸ் அமைச்சரவையின் நடவடிக்கைகளில் தங்கள் அதிருப்தியை வெளிப்படுத்தினார்களேயொழிய, தடை செய்ய வில்லை. ஆனால், பிரிட்டிஷ் இந்திய அரசாங்கம் பணிந்து போகக்கூடும் என்று கே.பி.பி. கட்சி எப்படி எதிர்பார்த்திருக்க முடியும்?

'காங்கிரஸ் பொன்னான வாய்ப்பை நழுவவிட்டுவிட்டது' என்பதுதான் காங்கிரஸ் எம்.எல்.ஏ. நிகரெண்டு துட்டா – மஜூம்தார் கருத்து.[39] ஹக்குடன் தனக்கேற்பட்ட பழைய பிணக்குகளை ஒதுக்கி வைத்தார் ஜின்னா. வங்காளத்தில் லீக்–கே.பி.பி. அமைச்சரவை அமைக்கவும் அதற்கு ஹக்கின் தலைமையை வங்காள லீக் ஏற்றுக்கொள்ளவும் கட்டளையிட்டார். ஹக் எதை எதிர்பார்த்தாரோ, அது அவருக்குக் கிடைத்துவிட்டது. அதேவேளை, ஜின்னா தன் இலக்கு நோக்கி வேக நடை போட ஆரம்பித்தார். பதினொரு உறுப்பினர்கள் கொண்ட ஹக் தலைமையிலான அமைச்சரவையில் லீக்குக்கு நான்கு அமைச்சர்கள். அவர்களில் சுராவர்த்தியும், இடைத்தேர்தலில் வெற்றி பெற்றிருந்த க்வாஜா நஸீமுத்தீனும் இடம் பெற்றிருந்தார்கள். கே.பி.பி.க்கு இரண்டு அமைச்சர்கள். ஹக்கும், நவ்ஹர் அலியும். மேலும் அமைச்சரவை வலுவோடு

இருப்பதற்காகவும் வங்காள இந்துக்களுடைய நன்மதிப்பைப் பெறவும் காங்கிரஸைச் சேராத ஐந்து இந்து உறுப்பினர்களும் அமைச்சரவையில் சேர்க்கப்பட்டார்கள். அவர்களில் இருவர் பட்டியல் சாதியைச் சேர்ந்தவர்கள்.

கே.பி.பி. கட்சியும் லீக் கட்சியும் இரண்டும் இணைந்து செயல்படுவதற்கு கல்கத்தாவின் முஸ்லிம் மாணவர்களும் பத்திரிகை ஊடகவியலாளர்களும் ஆற்றிய பங்கு முதன்மையானது. அவர்கள் முஸ்லிம்களிடையே சமூக ஒற்றுமையை வலியுறுத்தினர். அதோடு முஸ்லிம்களைப் பிளவுபடுத்த காங்கிரஸ் கட்சி செயல்படுகின்றது[40] என்று அவர்களைச் சாடினார்கள். வைஸ்ராய் லின்லித்தோ பிரபுவுக்கு வங்காளத்தின் ஆளுநர் ஆண்டர்சன் அவ்வப்போது அனுப்பிய அறிக்கைகளில் குறிப்பிடிருந்த விஷயம்: 'தம் தலைவர்கள் எப்பாடுபட்டாவது ஒற்றுமையுடன் இருந்தாக வேண்டும் என்று முஸ்லிம்கள் பொதுவாக விரும்பினர். அந்த உணர்வே மாகாணத்தில் நடைபெறுகிற நிகழ்ச்சிகளின் மீது தாக்கம் செலுத்தின' என்று குறிப்பிட்டிருந்தார். [41]

'ப்ரீமியர்' என்ற பதவி என்பது சுகமான விஷயம்தான். ஆனால், அதிலே நீடிப்பது அத்தனை சுலபமானதல்ல. இந்துச் சமயத்தைச் சேர்ந்த ஐந்து அமைச்சர்கள் இடம்பெற்றிருப்பது மிக அதிகம் என்று லீக் குறை சொன்னது. முஸ்லிம்களின் பேரணிகளில் 'இந்த அமைச்சரவை முஸ்லிம்களுக்கானதாக, அழுத்தமாக அவர்களைப் பிரதிநிதித்துவப்படுத்துவதாக இல்லை'[42] என்ற குரல் உரக்கக் கேட்டது. இது ஒரு பக்கம் என்றால் ஜமீன்தாரி முறையை முற்றிலும் நீக்குவதாக அளித்திருந்த வாக்குறுதியை நிறைவேற்றாமல் ஹக் சமரசம் செய்து கொண்டுவிட்டார் என்ற குற்றச்சாட்டை கட்சியில் இருந்த இடதுசாரிகள் எழுப்பினார்கள். உண்மையில் ஹக், ஜமீன்தாரி முறையை உடனே ஒழித்துவிடுவதற்கு பதிலாக 'எவ்வளவு முடியுமோ அவ்வளவு சீக்கிரம்' ஒழிப்பதற்கான விதிமுறைகளை வகுக்க ஒரு வழிகாட்டிக் குழுவை அமைத்திருந்தார்.

இந்த சமரசத்தைச் செய்யாதிருந்தால் ஹக், லீக்கின் ஆதரவை இழந்திருப்பர். அத்துடன் அவரை ஆதரித்த இரண்டு இந்து அமைச்சர்களின் ஆதரவையும் இழந்திருப்பார். ப்ரீமியர் பதவியும் கை நழுவிப் போயிருக்கும். அவரின் இந்து அமைச்சர்களில் ஒருவர் பி.பி. சின்கா அமைச்சர் பதவியில் இருந்துகொண்டே 'ஜமீன்தாரி முறையை'ப் புகழ்ந்தும், அது தொடர்வதை ஆதரித்தும் நில உரிமையாளர்கள் கருத்தரங்கிலே[43] பேசினார். இவ்வாறு பேசிய அவரே, வருவாய்த் துறைக்குப் பொறுப்பேற்றிருந்தார். மேலும்

ஜமீன்தார் ஒழிப்புக்கான மசோதா எதையேனும் ஹக் அமைச்சரவை பரிந்துரை செய்தால் அதை செயல்படுத்த வேண்டியவர் இவரே.

பிரிட்டிஷ் இந்திய அரசாங்கம் அமைச்சர்களுக்காக வகுத்திருந்த ஊதியத்தை ஹக் குறைக்கப்போவதாக அறிவித்திருந்தார். ஆனால், அவரின் கூட்டணிப் பங்காளிகள், பிரிட்டிஷ் அரசு நிர்ணயித்த மாதம் மூவாயிரம் ரூபாய் சம்பளமே வேண்டுமென்று வலியுறுத்தினர். அதற்குப் பணிந்து மாதம் ரூ. 3,600 ஊதியமாக ஹக்கும் பெற்றுக் கொண்டார். ஆனால், காங்கிரஸ் ஆளுகிற மாகாணங்களின் அமைச்சர்கள் ரூ. 500 மட்டுமே ஊதியமாகப் பெற்றுக் கொண்டார்கள். இதனால் கே.பி.பி. கட்சியிலுள்ள புரட்சியாளர்கள் தங்கள் குரலை உயர்த்தினார்கள். அவர்கள் ஹக்கை விட்டு வெளியேறி காங்கிரஸ் தலைமையிலான எதிர் அணிக்குச் சென்றார்கள். இதனால் ஹக் மேலும் மேலும் லீக் பக்கமாக சாய வேண்டிய நிலை உருவானது.

1937 அக்டோபரில் லக்னோவில் நடந்த மாநாட்டில் ஹக், ஜின்னாவைக் கட்டித் தழுவிக்கொண்டார். லீக்கின் ஒப்பந்தத்தில் கையெழுத்திட்டு அவருடன் சேர்ந்திருந்த கூட்டணிக் கட்சிக்காரர்களையும் லீக்கில் சேரும்படி அறிவுறுத்தினார். எப்படியோ ஜின்னா வங்காளத்தைக் கைப்பற்றிவிட்டார். 1916-ல் லக்னோவில் காங்கிரசுக்கும் லீக்குக்குமான உடன்படிக்கையை இந்த இரு தலைவர்கள்தான் சேர்ந்து உருவாக்கினார்கள். இப்போது இவர்கள் மீண்டும் லக்னோவில் காங்கிரஸை எதிர்த்து ஒன்று சேர்ந்தார்கள்.

சுயநலம் மிகுந்த, ஏமாற்றுகிற போலி வேடக்காரர்களான காங்கிரஸ்காரர்களிடமிருந்து விலகியிருக்கும்படியும் இஸ்லாம் என்னும் ஒரே குடையின் கீழேவரும்படியும் முஸ்லிம்கள் அனைவருக்கும் வேண்டுகோள் விடுத்தார். மேலும் 'காங்கிரஸ் ஆளுகின்ற மாகாணங்களில் முஸ்லிம்கள் துன்புறுத்தப்பட்டாலோ, அவமதிக்கப்பட்டாலோ வங்காள அமைச்சரவை அதற்குப் பழிக்குப் பழி வாங்கத் தயங்காது' [44] என்றும் எச்சரித்தார். ஹக் இப்படிப் பேசியிருந்தபோதிலுங்கூட, வங்காளத்தில் உள்ள அவரின் இந்து நண்பர்களும் ஆர்வலர்களும் 'ஹக் இப்படியான எச்சரிக்கை முழக்கங்களை நடைமுறையில் செயல்படுத்த மாட்டார்' என்றே நம்பிக்கை வைத்திருந்தார்கள்.[45] அந்தந்த நேரங்களின் அழுத்தமான உணர்வுகளே என் அத்தனை நடவடிக்கைகளையும் தீர்மானித்தன என்று ஹக் பின்னாளில் சொல்லியிருக்கிறார்.[46] லக்னோவில் உணர்ச்சிவசப்பட்டுப் பேசியவர், கல்கத்தாவுக்குத் திரும்பி வந்த போது, அங்கே கூடியிருந்த கூட்டத்தில் (அவர்களில் பெரும்பாலோர்

இந்துக்களே) கூறினார்: 'நான் அதிகாரத்தில் உள்ளவரையில் நீங்கள் அஞ்சத் தேவையில்லை.'[47] பின்னர் வங்காள முஸ்லிம்கள் கருத்தரங்கு ஒன்றில் பேசியபோது அவர் லக்னோவில் உணர்ச்சி வேகத்தில் பேசியதன் தாக்கத்தை மட்டுப்படுத்த முயன்றார்:

'முஸ்லிம்கள் தனிப் பெரும்பான்மை கொண்ட அணியாக சட்டமன்றத்தில் இருப்பதால்தான் அவர்களின் கரங்களில் அதிகாரம் வந்து சேர்ந்திருக்கிறது. ஆனால், அதிகாரம் உங்கள் கைகளில் இருக்கும் வேளையில் நீங்கள் தன்னலத்தோடு நடக்கக்கூடாது. இந்துக்களின் நன்மையையும் கருத்தில் கொள்ளவேண்டும். (முஸ்லிம்கள்) விருப்பு வெறுப்புக் காட்டாது நடுநிலையோடு நடந்துகொள்ளவேண்டும்.' [48]

லீக்கின் மையச் செயற்குழு உறுப்பினராகவும் வங்காள மாகாணத்தில் லீக் கிளை அமைப்பின் தலைவராகவும் எந்த எதிர்ப்பும் இல்லாமல் ஜின்னாவால் பதவியளிக்கப்பட்டவர் ஹக். இதற்கிடையே ஹக்கின் லக்னோ உரை பெரிய அளவில் முஸ்லிம் லீக்கைக் கிழக்கு வங்காளத்து முஸ்லிம் மக்கட் திரளிடம் கொண்டு போய்ச் சேர்த்தது. ஹக் தன்னை வங்காளத்துக்குள்ளேயே பூட்டி வைத்துக்கொள்ளவில்லை. அஸ்ஸாம், ஒரிசா, பீகார் மற்றும் பல இடங்களில் பரப்புரையாற்றி லீகின் புகழைப் பரவச் செய்தார்.

லீக்கின் ஆதாயம் (வங்காளத்தில்) கே.பி.பி.யின் இழப்பாக முடிந்தது. கே.பி.பி.யைக் கலைத்துவிடச் சொல்லி லக்னோவில் எழுந்த எதிர்ப்புகளைச் சமாளித்துவிட்டிருந்தார். ஆனால், அவரால் அக்கட்சியின் வீழ்ச்சியைத் தடுக்க முடியவில்லை. ஹக்குக்கு உண்மையானவர்களாக இருந்த கே.பி.பி.யினர் இப்போதோ லீக்கின் பணியாளர்களைப் போலாகிவிட்டனர். இக்கட்சியிலிருந்து இடதுசாரிகளும் இந்துக்களும் காங்கிரஸ் கட்சிக்குப் போய் விட்டார்கள். ஒரு முக்கியமான சமயச் சார்பற்ற இயக்கம் தூளாகிச் சிதைந்துபோய்விட்டது.

காங்கிரஸில் சேரும்படி இவரிடம் கேட்டுவருபவர்கள் முகத்துக்கு நேராக தகவை அறைந்து சாத்தவில்லை. அதேவேளையில் காங்கிரஸை விமர்சிப்பதால் கிடைக்கும் ஆதாயத்தை விட்டுக் கொடுக்கவும் இல்லை. அவர் இது தொடர்பாகச் சொன்னவை:

'வங்காளத்தில் முஸ்லிம்களுக்கிடையே பிளவுகளை உருவாக்கி, ஒரு சகோதரனை அடுத்த சகோதரனுக்கு எதிராகத் தூண்டி விட்டு சாத்தானையும் விட மோசமாக காங்கிரஸ் நடந்துகொள்கிறது. ஆனால், முஸ்லிம் லீக்கின் கீழே இந்திய முஸ்லிம்கள் ஒன்றுபட்டு நின்றால், லீக் வெகு எளிதாக அதன் எதிரிகளின் அனைத்து சதி வலைகளையும் அறுத்து எறிந்துவிடமுடியும்.' [49]

ஹக் தலைமையில் இருந்தவர்கள் அவரைக் கைவிட்டு வெளியேறத் தொடங்கினார்கள். பட்டியல் இன எம்.எல்.ஏ. காங்கிரஸ் பக்கம் போய்விட்டார். இவர்களை அடுத்துத் தனித்து நின்ற ஒரே ஒரு கே.பி.பி. அமைச்சர் – நௌஷத் அலி – இவரும் எதிரணிக்குப் போய் விட்டார். ஹக்குக்கு எதிராக ஆகஸ்ட் மாதம் 1938-ல் நம்பிக்கை இல்லாத் தீர்மானம் கொண்டுவரப்பட்டது. அவரை 25 உறுப்பினர்கள் கொண்ட ஐரோப்பிய அணியே காப்பாற்றியது. தீர்மானத்தை எதிர்த்து 130 ஓட்டுகளும் ஆதரித்து 111 ஓட்டுகளும் விழுந்தன. இந்த வாக்கெடுப்பில் தப்பிப் பிழைத்த ஹக்கிடம் முன்பு விலகிச் சென்ற இரண்டு கே.பி.பி. எம்.எல்.ஏ.க்கள் திரும்பி வந்தார்கள். அவர்களுக்கு அமைச்சர் பதவி அளிக்கப்பட்டது. ஆனால், 1939 இறுதியில் ஹக் நிதி அமைச்சராக இருந்த ரஞ்சன் சர்க்காரை இழக்க நேரிட்டது.

நளினி ரஞ்சன் சர்க்கார், செல்வாக்குப் படைத்த இந்து அரசியல் தலைவர். முன்னாள் காங்கிரஸ்காரரும்கூட. இவர் ஹக்குடன் இருந்த காரணத்தால் கே.பி.பி.யின் மீதான இந்துக்களின் எதிர்ப்பு மிதமாக உதவியாக இருந்தவர். இரண்டாம் உலகப் போர் தொடங்கியதைத் தொடர்ந்து இவர் பதவி விலகினார். இந்நூலின் ஆரம்பப்பகுதிகளில் கூறப்பட்டுள்ளபடி காங்கிரஸுக்கும் லீக்குக்குமான இடைவெளி இந்தக் காலகட்டத்தில் அதிகரித்தது. இதன் பின்னும் ரஞ்சன் சர்க்கார் ஹக்குடனே நீடித்திருந்தால் அவருடைய செல்வாக்கு சுத்தமாகக் குறைந்துபோய்விட்டிருக்கும். இவர் விலகிய பின்னர் ஹக் அமைச்சரவையில் ஒரே ஓர் இந்து எம்.எல்.ஏ. கூட பதவியை ஏற்க முன்வரவில்லை.

சியாமா பிரசாத் முகர்ஜி, இந்து மகாசபைத் தலைவர். இவர் ஹக்கின் சட்ட வழிகாட்டியும் சீனியருமாக இருந்த சர் அசுதோஷ் முகர்ஜியின் மைந்தர். அதாவது ஹக்கை வழக்குரைஞராகப் பயில்வித்தவரின் மகன்! இப்போது சட்டமன்றத்தில் இவருக்கும் ஹக்குக்கும் இடையில் நடந்த சொற்போர் ரஞ்சன் சர்க்காரை கே.பி.பி.யில் இருந்து விலகவைத்துவிட்டது. கல்கத்தா மாநகராட்சியில் முஸ்லிம்களுக்காக முதன்முதலாக தனித் தொகுதி ஒதுக்க வழி செய்யும் சிறப்புச் சட்ட முன் வடிவத்தை ஹக் முன்மொழிந்தார். இதை முகர்ஜி வன்மையாக எதிர்த்தார். அவர் அப்போது அவையில் கூறியவை:

'இன்றைய நாளில் இருளும் தீயச் சகுனங்களும் சூழ்ந்திருக்கப் பார்க்கின்றேன். அமைதியா போராட்டமா... அரசே முடிவு செய்யட்டும். நீங்கள் சண்டையிட்டால் நாங்களும் எங்களுடைய வாழ்க்கைக்காக, உரிமைகளுக்காக, விடுதலைக்காகப் போராடுவோம்.[50]

ஹக் சட்ட முன்வடிவத்தை ஆதரித்துப் பேசினார். அதன் பின்னர் அது நிறைவேறியது. ஹக் பேசியவை:

'டாக்டர் சியாமா பிரசாத் முகர்ஜி ஏதோ இங்கே சட்டமன்றத்தில் இருக்கின்ற முஸ்லிம் கூட்டணி உறுப்பினர்களை மட்டுமல்ல; மூன்று கோடி வங்காள முஸ்லிம்களையும் சேர்த்து ஒரு போருக்கு அறைகூவல் விடுக்கின்றார். வங்காளத்தில் இருப்பவர்களிலேயே மிக அதிக மதவாத சிந்தை கொண்டவர் அவர்தான் என்பதை வெளிப்படையாகவே சொல்லவிரும்புகிறேன்.' [51]

•

இந்து முஸ்லிம் தரப்பு இரு துருவங்களாகப் பிரிந்து நின்றது வங்காள சட்ட சபையில் மட்டுமல்ல; நாம் ஏற்கெனவே கடந்து வந்த இந்த நூலின் பகுதிகளில் பார்த்ததுபோல், சரியோ தவறோ, காங்கிரஸ் அமைச்சரவை அமைந்த இடங்களில் வாழும் முஸ்லிம்கள் அந்த அமைச்சரவையை இந்து ஆதரவு அவையாகவே கருதினர். உலகப் போர் ஆரம்பித்ததும் இந்த அமைச்சரவையினர் ராஜினாமா செய்ததை பெரும்பாலான முஸ்லிம்கள் வரவேற்றுக் கொண்டாடியதையும் முந்தைய அத்தியாயங்களில் பார்த்திருக்கிறோம்.

இந்த பிளவுகளுக்கு ஏற்ப ஹக் உடனடியாகத் தன்னை மாற்றியமைத்துகொண்டார். அதுவும் அதிதீவிரமாக மாறினார். மார்ச் 1940-ல் லாகூரில் நடைபெற்ற லீக் மாநாட்டில் 'இந்தியாவிலுள்ள முஸ்லிம்கள் பெரும்பான்மையாக வாழ்கிற நிலப் பகுதிகள் தனியாகப் பிரிக்கப்படவேண்டும்' என்ற தீர்மானத்தை அவர் மிகுந்த உற்சாகத்துடன் முன்வைத்தார். இந்தத் தீர்மானத்தை அவர் மாநாட்டில் முன்வைத்தபோது கூறினார்: 'இடியோசை போன்ற கர ஓசைகளுக்கு இடையே நான் இதை முன்னெடுக்கின்றேன்.'

> '1937-ல் நாம் முஸ்லிம்கள் மற்றும் வங்காள மொழி பேசுபவர்களின் சார்பில் ஆட்சி அதிகாரத்தைப் பெற்றோம். இந்த அதிகாரம் நமக்குக் கடவுளால் நம் மக்களுக்குத் தொண்டாற்ற வேண்டுமென்பதற்கு ஒரு சில நூற்றாண்டுகளுக்குப் பின் அளிக்கப்பட்ட பெரிய வாய்ப்பு! இதை நாம் அறியாத, கற்பனைக் கனவு போன்ற மத்திய அதிகார மையத்துக்கு விட்டுக்கொடுக்கப் போவதில்லை. நான் முதலில் ஒரு முஸ்லிம்; அதன் பின்னரே ஒரு வங்காளி. 1906-ல்தான் முதன்முதலாக வங்காளத்தில் முஸ்லிம் லீக் கொடி ஏற்றப்பட்டது. இப்போது வங்காளத்தின் தலைவர் என்ற தகுதியில், ஒரு தீர்மானத்தை முன்மொழிய ஆயத்தமாகிவிட்டேன். முஸ்லிம்களுக்காகத் தனித் தாயகம்

வேண்டும். அதே முஸ்லிம் லீக்கின் தளத்தில் இருந்து கொண்டு உரிமைக் குரல் எழுப்பப்போகின்றேன்.' [52]

ஹக்கின் பேச்சிலேயே முஸ்லிம்களுக்கான தனித் தாயகம் என்று தெளிவாகக் குறிப்பிட்டுவிட்டார். ஆனால் அவர் கொண்டுவந்த மற்றும் லீக் ஆதரித்த அந்தத் தீர்மானத்தில், 'வடமேற்கு மற்றும் கிழக்குப் புறங்களில் உள்ள இந்திய நிலப் பகுதிகள் போல் புவியியல் அடிப்படையில் சேர்ந்து உள்ள நிலப் பகுதிகளில் முஸ்லிம்கள் எங்கெல்லாம் பெரும்பான்மையினராக வாழ்கிறார்களோ அவை யாவும் இணைக்கப்பட்டு தனி சுதந்தர அரசுரிமை அளிக்க வேண்டும்' என்றே குறிப்பிடப்பட்டிருந்தது. இந்தக் கோரிக்கை அல்லது தீர்மானம் நிறைவேற்றப்பட்டபோது, யாருமே அவ்வளவாகக் கவனித்திருக்காத ஒரு விஷயம்: முஸ்லிம் லீக்கின் இந்த 'பாகிஸ்தான்' கோரிக்கையிலேயே 'வங்காள தேசம்' என்ற தனி தேசத்தின் விதைகளும் ஊன்றப்பட்டுவிட்டன.

ஹக்கும், ஜின்னாவும் தனிப் பெரும் தலைவர்களாக அந்த லாகூர் மாநாட்டில் காட்சியளித்தார்கள். இவர்கள் வங்காளத்தின் அதிகாரத்திலும் பங்கு கொண்டிருந்தார்கள். ஆனாலும் இவர்கள் ஒருவருக்கொருவர் நெருக்கத்தை வளர்த்துக் கொள்ளவில்லை. வங்காளத்தின் இயல்பான, மக்கள் தலைவர் தான்தான் என்று உறுதியாக நம்பிய ஹக்கைப் பொறுத்தவரை அவர் ஜின்னாவைச் சார்ந்து இருக்க நேர்வதையும் வங்காளத்தின் லீக் உறுப்பினர்கள் ஜின்னாவுக்கு விசுவாசமாக இருப்பதையும் பார்த்து மனம் கசந்திருந்தார். 1937 தேர்தல்களின் போது ஜின்னாவின் வழிக்கு ஹக் வராமல் இருந்தது அவர் மனதில் ஆழமாகப் பதிந்தும் இருந்தது. ஹக்குக்கும் வங்காள இந்துக்களுக்கும் இடையில் ஓர் புரிதல் ஏற்பட்டிருந்ததாக ஜின்னா சந்தேகித்தார்.

லாகூரில் என்ன பேசியிருந்தாலும், ஹக் முழுக்க முழுக்க ஒரு வங்காளியே. அது ஜின்னாவுக்கும் தெரியும். ஹக் தன்னை வங்காளத் தலைவர் என்ற நிலையிலேயே வைத்துக்கொண்டதால், வங்காளத்தில் இந்து–முஸ்லிம் நல்லிணக்கத்தைக் கொண்டுவரும் பொறுப்பு தனக்கு உண்டு என்று கருதினார். உண்மையில் வங்காளத்தில் இந்துக்களின் மக்கள் தொகை வீதம் 43.8% (முஸ்லிம்கள் 54%).[53]

வங்காளத்தில் எந்த ஒரு முஸ்லிமும் ஆள வேண்டிவந்தால் அவரால் இந்துக்களின் ஆதரவில்லாமல் ஆட்சியமைக்க முடியாது. இந்த அரசியல் யதார்த்தம், வங்காளத்தின் கலாச்சாரம் மற்றும் பொருளாதாரத்தினால் மேலும் வலுவூட்டப்பட்டுமிருக்கிறது. இந்த மண்ணின் கலாச்சார மரபு குறித்து ரகீமின் விளக்கம்:

'பசுலுல் ஹக்கும் அவரின் தொண்டர்களும் மிகவும் உணர்வுப் பெருக்கோடு வங்காள அடையாளத்தையும் மரபுகளையும் கடைப்பிடிப்பதிலே ஆர்வம் மிகுந்தவர்கள். ஒன்றுபட்ட வங்காள பாரம்பரியச் சிறப்புகளை அறிந்து அதைக் கைவிடாதவர்கள்.' [54]

பொருளாதார அடிப்படையில் விவசாயிகளின் மேம்பாட்டுக்கான முயற்சிகளை ஹக் எடுத்தார். மத ஊர்வலங்களில் எழுப்பப்படுகின்ற கோஷங்கள் அவரின் இலக்கை அடைவதற்குப் போதுமானதல்ல என்பது அவருக்குத் தெரியும்.

லாகூரில் நடைபெற்ற மாநாட்டில் 'தனி நாடு' தீர்மானத்தை நிறைவேற்றுவதற்கு மூன்று வாரங்களுக்கு முன்னர் அவர் கல்கத்தாவில் பேசியவை கவனத்துக்குரியது. 'எல்லா சாதிகளையும் மதங்களையும் சேர்ந்த என் நாட்டு மக்களே...' என்றும் 'இது நம் எல்லோருக்குமான பொதுவான தாய்நாடு'[55] என்றும் பேசியிருந்தார். லாகூர் கூட்டத்துக்கு முன்னரும் அதற்கு அடுத்தடுத்த கூட்டங்களிலும் அவர் சமயச் சமுதாயங்களின் ஒற்றுமை மற்றும் சக வாழ்வுக்காக உணர்வுப்பெருக்கோடு வேண்டுகோள்களை விடுத்தார். லாகூர் மாநாடு நடந்து ஒரு மாதத்திலேயே அவர் ஆசாத்துடன் பேச்சுவார்த்தை நடத்தத் தயாராக இருப்பதாக அறிவித்தார். அப்போது ஆசாத், காங்கிரஸ் கட்சியின் தலைவர். அவரிடம் மத, அரசியல் அமைப்பு ஆகியவை குறித்து பேசத் தயாராக இருப்பதாகக் கூறினார்.[56] அது ஜின்னாவுக்கு எதிரான நிலைப்பாடு. அவர் ஆசாத்தை மிகவும் வெறுப்பவர் என்பது எல்லோருக்கும் தெரியும். அதற்கும் மேலாக, ஜின்னா முன்வைக்கின்ற நிபந்தனை: காங்கிரஸோடு எந்தப் பேச்சுவார்த்தைக்குப் போவதென்றாலும் அதற்கு முன்பாக அவர்கள் முஸ்லிம் லீக்கை இந்தியாவிலுள்ள முஸ்லிம்களின் ஒரே பிரதிநிதித்துவக் குரல் என்று காங்கிரஸ் ஒப்புக் கொண்டே தீர வேண்டும்.

முஸ்லிம் லீக்கின் தலைவரை மீறிக்கொண்டு காங்கிரஸை நெருங்குவது, பேசுவது என்பதெல்லாம் மிகவும் தவறானது என்று கல்கத்தாவிலிருந்த ஜின்னாவின் ஆதரவாளர்கள் ஹக்கை எச்சரித்தார்கள். 'ஹக் முஸ்லிம்களின் கூடாரத்தைப் பிரிக்கிறார்' என்று ஜனவரி 1941-ல் ஜின்னாவே நேரடியாக ஹக்கைக் குற்றம் சாட்டினார்.[57]

1941 ஆகஸ்டில் தாகூர் மறைந்தார். வங்காள சட்டமன்றத்தில் அவருக்கு நினைவேந்தல் பேணப்பட்டது. ஹக் அவருக்கு அஞ்சலி செலுத்தியபோது, 'பெருமை படைத்த வங்காள பேரினத்தின் உறுப்பினராக இருந்துகொண்டு அவருக்கு அஞ்சலி செலுத்துவதில் பெருமைப்படுவதாக' கூறினார். மேலும்,

'ரவீந்திரநாத் தாகூரை மகத்தானவர் என்று சொல்வதுகூட அவருக்குப் போதுமானதாகாது. அவர் ஒரு மகத்தான கவிஞர். ஒரு மகத்தான தத்துவவாதி. மகத்தான கல்வியாளர். மகத்தான மனித நேயம் மிக்கவர். என்னுடைய சொற்கள் அவரின் இழப்பு நமக்கு ஏற்படுத்தியிருக்கும் ஆழமான துயரத்தை வெளிக்காட்டக்கூடும் என்று நம்புகின்றேன்! மாபெரும் வங்காள இனத்தின் உறுப்பினர்கள் என்ற தகுதியும் பெருமையிலும் நாம் கூறிக் கொள்ளக் கூடியது. அவர் நம் காலத்தில் நம்மிடையே வாழ்ந்தார் என்பதுதான்.'[58]

•

ஜின்னாவிடமிருந்து பிரிந்துசெல்ல இந்த நேரத்தில் ஹக் முடிவெடுத்தார். இவர்களின் முறிவுக்குக் காரணம், ஜுலை 1941ல் வைஸ்ராய், தேசிய பாதுகாப்பு கவுன்சிலில் இடம் பெற ஹக்குக்கு அழைப்புவிடுத்தார். இந்த அமைப்பு, பிரிட்டிஷ் இந்திய அரசாங்கத்தின் உறுப்பு. ஹக், வைஸ்ராயின் கோரிக்கையை ஏற்றுக் கொண்டார். இது ஜின்னாவின் பார்வையில் கண்டிப்புக்கு உரியதாகப்பட்டது.[59] லீக் உறுப்பினர் என்ற முறையில் ஹக் அவர் சார்ந்திருக்கின்ற கட்சியிடம் முன் அனுமதி பெற்று அதன் பின்னரே தன் ஒப்புதலை வைஸ்ராயிடம் தெரிவித்திருக்கவேண்டும் என்றார். ஹக்கும் மற்ற பஞ்சாப், அஸ்ஸாம் ப்ரீமியர்களும் இதே குற்றச்சாட்டுக்கு ஆளானார்கள். எனவே, அவர்களெல்லாம், தேசியப் பாதுகாப்புக் கவுன்சிலிலிருந்து உடனடியாக ராஜினாமா செய்ய வேண்டுமென்று லீக் கட்டளையிட்டது.

சிக்கந்தர் ஹயாத், சாதுல்லாஹ் பாஷா ஆகியோர் பஞ்சாப், அஸ்ஸாம் மாகாணங்களில் முதல்வர்களாக இருந்தனர். அவர்கள் கட்சியின் கட்டளைக்கு உட்பட்டு உடனே பதவி விலகினார்கள். ஹக் நீண்ட காலம் கழித்தே ராஜினாமா செய்தார். அதேவேளையில் லீக்கின் செயல்குழுவில் இருந்தும் விலகினார். பொதுச் செயலாளரான லியாகத் அலிக்கு ஹக் ஒரு கடிதம் அனுப்பினார். அந்தக் கடிதத்தில், 'ஜின்னா தனியொரு மனிதராக இருந்துகொண்டு அனைத்தையும் ஆதிக்கம் செலுத்த நினைக்கிறார். வங்காள மாகாணத்தில் வாழ்கின்ற 3 கோடி முஸ்லிம்களின் கதியை நிர்ணயிக்கிற அதிகாரத்தையும்கூட அவரே கைக்கொள்ள நினைக்கின்றார்'[60] என்று எழுதியிருந்தார்.

வங்காளத்தின் தன்னாட்சி உரிமையா... ஜின்னாவா / லீக்கின் மைய அரசியல் நடவடிக்கைக் குழுவா என்ற கேள்வியே ஹக்கின் மனதில் ஆழமாக இருந்தது. லியாகத்துக்கு ஹக் எழுதியுள்ள கடிதம் இதற்கு நல்ல எடுத்துக்காட்டு:

'என்னைப் பொறுத்தவரை 3 கோடி வங்காள முஸ்லிம்களின் நலனை ஒரு வெளி சக்தியின் ஆதிக்கத்தின் கீழ் விட்டுவிட முடியாது. அது எவ்வளவு உயரியதாக இருந்தபோதிலும்...'[61]

இக்கடிதத்தில் அவர் எடுத்தாண்டச் சொல் அம்புகள் மிகவும் கூர்மையானதாகவும் வழக்கத்துக்கு மாறானதாகவும் இருந்தன. என்றாலும் ஹக் பிற இடங்களில் ஆதரவு கிடைக்கும்வரை வெளிப்படையாக முறித்துக்கொண்டுவிடவேண்டாம் என்று கவனமாக இருந்தார். இறுதி முடிவை எடுக்க முடிந்தவரை காலம் கடத்திவந்தார். அவர் முதலில் தன்னுடைய செயல்களுக்கு விளக்கம் அளித்தார். பின்னர் தன் பக்கமுள்ள நியாயத்தை எடுத்துச் சொன்னார். அவர் ஒரு மாகாணத்தின் ப்ரீமியர் என்பதால்தான் தேசிய பாதுகாப்பு கவுன்சிலில் அவரைச் சேர்த்துக்கொள்ள பிரிட்டிஷ் இந்தியா அரசு அழைப்பு விடுத்திருக்கிறது; லீக் உறுப்பினர் என்பதால் அல்ல என்று சொன்னார். தான் எந்தத் தவறும் செய்யவில்லை; ஆனாலும்கூட தலைமைக்குக் கட்டப்பட்டு அவர் அதிலிருந்து விலகியும்விட்டார். இது அவருடைய கட்சி விசுவாசத்தைக் காட்டுகிறது என்றார். ஜின்னாவைத் தாக்கி எழுதிய சில நாட்கள் கழித்து அரை மனதுடன் மன்னிப்பும் கேட்டார்.

அதே வேளையில், வங்காள இந்து அரசியல்வாதிகளின் மனதில் என்ன இருக்கிறது என்பது குறித்து ரகசியமாக விபரங்கள் திரட்டினார். காங்கிரஸ் எம்.எல்.ஏ. ஆக இருந்த ஜே.சி. குப்தாவின் வீட்டில் நவம்பர் மாதத்தில் ஒரு விருந்து ஏற்பாடானது. அதில் ஹக், சரத் சந்திரபோஸ், சியாமா பிரசாத் முகர்ஜி இவர்களுடன் மேலும் சில எம்.எல்.ஏ.க்கள் கலந்துகொண்டார்கள். முன்பு கே.பி.பி. கட்சியினருக்கும் காங்கிரஸினருக்கும் இடையே நடந்த கூட்டமும் இவர் வீட்டில்தான் நடந்தது. அந்தக் கூட்டம் தோல்வியில் முடிந்தது. ஆனால், இந்தக் கூட்டம் பலனளித்தது.

இரண்டு நாட்கள் கழித்து லீக் எம்.எல்.ஏ.க்கள் 'இந்தக் கூட்டத்தின் உண்மை நோக்கம் என்ன? அது சட்டமன்றத்தில் எத்தகைய விளைவுகளை அல்லது போக்குகளை ஏற்படுத்தப்போகின்றது' என்றெல்லாம் கேள்விகள் எழுப்பினர். பசுலுல் ஹக் அவர்களின் சாடல்களை ஒரேயடியாக மறுத்தார்.[62] ஆனால், உண்மை நிலை புரிந்தவர்களுக்குப் போர் தொடங்கிவிட்டது என்பது தெரிந்து விட்டது. வாழ்வா... சாவா? என்ற அளவுக்கான போர்க்களம். ஜின்னாவின் கல்கத்தா தோழரும் நம்பிக்கைக்குரியவருமான 'இஸ்ஃபானி', 'காயீதுக்கு' ஒரு கடிதம் எழுதினார்.[63] அதில் ஹக் அமைச்சரவையிலுள்ள லீக் கட்சியைச் சார்ந்தவர்கள், க்வாஜா நஸீமுத்தீனும், சுராவர்த்தியும் பதவி விலகி விட்டார்கள் என்ற

செய்தி சொல்லப்பட்டது. அமைச்சரவையின் சட்ட முறைமையைப் பாதுகாக்கிற அடிப்படையில் ஆளுநர் சர் ஜான் ஹெர்பர்ட் ஹக்கின் பதவி விலகல் கடிதத்தைக் கோருவார் என்ற அவர்களுடைய எதிர்பார்ப்பும் பூர்த்தியானது. ஆனால், க்வாஜா நஸீமுத்தீன்தான் புதிய அமைச்சரவையை அமைக்கப் போகின்றவர் என்ற எதிர்பார்ப்பு அந்தக் கடிதத்தில் முன்வைக்கப்பட்டிருந்தது; அது நடக்கவில்லை.

லீக் உறுப்பினர்களின் விலகலைத் தொடர்ந்து உடனடியாகவே ஹக் தன்னுடைய புதிய கூட்டணியை அறிவித்தார். அதன் பெயர் முன்னேற்றக் கூட்டணிக் கட்சி. அதற்கு சட்டமன்றத்தில் பெரும்பான்மை பலம் உள்ளது என்றும் சொன்னார். இந்தக் கூட்டணியில் காங்கிரஸ், கே.பி.பி.யின் பழைய உறுப்பினர்கள், தாழ்த்தப்பட்ட ஒடுக்கப்பட்டவர்களின் பட்டியல் இன அணி மற்றும் காங்கிரஸ் அல்லாத இந்துக்கள் என பலரின் ஆதரவு இருந்தது.

அதிகாரபூர்வமாக கே.பி.பி. தலைமையில் அமைச்சரவை அமைப்பதற்கு அந்த பலம் போதுமானதாகவும் சரியானதாகவும் இருந்தது. இந்த நேரத்தில் வங்காளச் சட்டமன்றத்தில் காங்கிரஸ் கட்சி எம்.எல்.ஏ.க்கள் இரு பிரிவினராக இருந்தார்கள். அதற்கு முக்கிய காரணம் அப்போது காங்கிரஸ் கட்சியில் ஏற்பட்ட விரிசல். 1939-ல் காந்திஜிக்கும் சுபாஷ் சந்திர போஸுக்கும் இடையே ஏற்பட்ட கருத்து வேறுபாடு கட்சிக்காரர்களிடையே வேற்றுமையை ஏற்படுத்தியிருந்தது. இங்கே ஹக்கின் தலைமையில் ஆட்சி அமைக்கும் அவரின் வேண்டுகோளுக்கு காங்கிரஸின் இரு சாராருமே ஆதரவு அளிப்பதாக உறுதியளித்தார்கள். இதில் 'போஸ் அணி' அமைச்சரவையில் சேர்வதற்கு முன்வந்தது. 'அதிகாரபூர்வ காங்கிரஸ் கட்சி' ஹக் அரசு அமைக்க முழு ஆதரவை அளிப்போம்; ஆனால், அமைச்சரவையில் சேர்ந்துகொள்ளமாட்டோம்' என்று சொல்லிவிட்டது.

ஆளுநர் ஹெர்பர்ட், ஹக்கை மறுபடியும் அமைச்சரவை அமைப்பதற்காக அழைக்கத் தயங்கினார். கூட்டணியின் கொள்கைகள் சார்ந்து சில சந்தேகங்கள் இருந்திருக்கலாம். ஆனால், நம்முடைய முன்னாள் கணித விரிவுரையாளரிடம் ஆளுநரால் கூட்டணி ஆதரவுக் கணக்கு சார்ந்து எந்தவொரு பிழையையும் கண்டுபிடிக்க முடியவில்லை. இருந்தும் ஹக்கை ஆளுநர் காத்திருக்கவைத்தார். அது ஒரு நீண்ட, வழக்கத்துக்கு மாறான காத்திருப்புதான். ஹக் பின்னர் ஒருபொழுதில் இது குறித்துப் பேசும்போது குறிப்பிட்டது: ஆளுநரின் இந்தச் செயலுக்குக் காரணம் அவர் க்வாஜா நஸீமுத்தீனை ஆட்சியில் அமர்த்த எண்ணியிருந்தார் என்பதே.[64]

சில நாட்களில் ஹக் தன்னுடைய இரண்டாவது அமைச்சரவையை அமைப்பதற்காக ஆளுநரால் டிசம்பர் 10-ல் அழைக்கப்பட்டார். துணை முதல்வராக காங்கிரஸ் கட்சியின் சுபாஷ் அணியில் இருந்த சரத் போஸ் தேர்ந்தெடுக்கப்பட்டார். மறுநாள் டிசம்பர் 11-ல் சரத் போஸ் இந்தியப் பாதுகாப்புச் சட்டப்படி பிரிட்டிஷ் இந்திய அரசாங்கத்தால் கைது செய்யப்பட்டார்.

இந்தச் சூழ்நிலையில் அடுத்த நாளே ஹக் தன் புதிய அமைச்சரவையை அறிவித்தார். அந்த அமைச்சரவையில் ஹக் ப்ரீமியராக ஆனார். டாக்கா நவாபும், ஹக் இரண்டு ஆண்டுகளுக்கு முன்புதான், வங்காளத்தின் மிகவும் மோசமான மதநோக்கவாதி என்று விமர்சித்திருந்த சியாமா பிரசாத் முகர்ஜியும் அமைச்சரவையில் இருந்தார். அது பலரை அதிர்ச்சிக்குள்ளாக்கியது. மேலும், மூன்று பேர் முஸ்லிம்கள். நான்கு பேர் இந்துக்கள். இவர்களெல்லாம் அடுத்துக் கொஞ்ச நாட்களில் அமைச்சராகப் பதவி ஏற்றார்கள்.

லீக் ஆதரவாளர்கள் ஹக்கை 'துரோகி' 'மீர் ஜாபர்' என்றெல்லாம் அழைத்தார்கள் (பதினெட்டாம் நூற்றாண்டில் சிராஜ்-உத்-தௌலாவைக் காட்டிக் கொடுத்து, வெள்ளையரிடம் விலைபோன 'மீர் ஜாபர்'). 'ஹக்கின் நடத்தை நம்பிக்கைத் துரோகமே' என்று உறுதிபடச் சொல்லி ஜின்னா அவரை லீக்கிலிருந்து நீக்கினார். 'எக்காலத்திலும் அவரை மீண்டும் சேர்க்கக்கூடாது' என்றும் சொன்னார்.[65] இதுபோன்ற நிலையில் ஹக் புதிய அமைச்சரவையின் உருவாக்கத்துக்குக் காரணமான இந்து-முஸ்லிம் நட்புறவில் அதிக கவனம் செலுத்தினார்.

> 'பல்வேறுபட்ட தரப்புகளை ஒன்றுபடுத்திக்கொண்டு ஒரு கட்சி உருவானதென்பது இந்திய வரலாற்றில் முன்னெப்போதும் கண்டிராதது.'[66]

சரத் போஸ், 'இந்து-முஸ்லிம் ஐக்கியம் எமது பங்கையும் பணிகளையும் வடிவமைத்துள்ளது' என்றார். அவர் சிறைப்பட்ட காலத்தில் ஆளுநர் ஹெர்பர்ட்டுக்குப் பின் பதவிக்கு வந்த கேஸி (Casey)க்கு எழுதியுள்ள கடிதத்தில்,

> 'வங்காள மக்களின் உரிமைகளும் நலன்களும் ஹிந்து முஸ்லிம் சட்டமன்ற உறுப்பினர்கள் ஒற்றுமையாகவும் சுதந்திரமாகவும் செயல்பட்டால்தான் சாத்தியம் என்று நம்பி வந்திருக்கிறேன். அதற்கு பிரிட்டிஷ் காலனியாதிக்கத்தின் செல்வாக்கில் இருந்து வெளிவந்தாகவேண்டும் என்றும் நம்புகிறேன். அந்த அடிப்படையிலேயே நவம்பர் 1940ல் வங்காளத்தில் ஒரு

கூட்டணிக் கட்சி உருவாக்கத்தில் நானும் ஒருவனாகப் பங்கேற்றேன்.[67]

இந்தக் கூட்டிணைவு ஒரு வெற்றிபோல் தோற்றமளித்தாலும் தாமதமாகவே ஏற்பட்டிருந்தது. அது 1937லேயே ஏற்பட்டிருக்க வேண்டும். போஸுூம் காங்கிரஸ்காரர்களுக்கும் இந்த வாய்ப்பான தருணத்தைப் பயன்படுத்திக் கொண்டிருக்கவில்லை. 1941 நவம்பரில் இவர்கள் ஏற்படுத்திய கூட்டணியினால் இந்துக்களையும் முஸ்லிம்களையும் ஒன்று சேர்த்துவிட முடியவில்லை. ஹக்குக்கு தனிப்பட்ட முறையில் செல்வாக்கு இருந்தது. ஆனால், வங்காள முஸ்லிம்கள் முஸ்லிம் லீக்கை ஆட்சிக்கு வர விடாமல் தடுக்க நினைத்த இந்துக்களின் சூழ்ச்சி இது என்று கருதினார்கள். 1945–46 ஆண்டுகளில் நடந்த தேர்தல்களில் வங்காளத்தில் முஸ்லிம்களின் ஒட்டுமொத்த வாக்குகள் முஸ்லிம் லீக்குக்கே விழுந்தன.

•

புதிய அமைச்சரவை நீடிக்கும் என்று ஜின்னா நினைக்கவில்லை. ‘அந்த ஆட்சியைப் பதவியைவிட்டு விரட்டுவது பட்ட மரத்தை வெட்டி வீழ்த்துவதுபோல் மிக எளிது’[68] என்றார். ஆனால், வங்காளத்தில் ஹக் தலைமையிலான கூட்டணி ஆட்சி 16 மாதங்கள் தொடர்ந்தது. ‘இந்துக்களின் நலன்களைப் பாதுகாக்கிற இடத்தில் நான் இருக்கின்றேன். முஸ்லிம் நலன்களைப் பாதுகாக்க முகர்ஜி இருக்கிறார்’[69] என்று அழகு நடையில் சொன்னார். லாகூரில் ஹக் முன்மொழிந்த ‘தனி நாடு’ (பாகிஸ்தான்) தீர்மானத்தைக் கைகழுவினார். அது வங்காள தேசத்துக்குப் பொருந்தாது[70] என்றார். முகர்ஜி அரசாங்கப் பணிகளிலும் கல்கத்தா பல்கலைக்கழகத்திலும் முஸ்லிம்களுக்கு இடம் கிடைக்க உதவினார்.[71] புதிய அமைச்சரவை இந்து–முஸ்லிம் நல்லுறவை, ஒற்றுமையை மேம்படுத்திடவில்லை. ஆனால், அவர்களுக்கிடையே மத மோதல்கள் ஏற்படாமல் வெற்றிகரமாகத் தடுத்துவிட்டார்கள் என்பதில் ஐயமில்லை.

இறுதியில் மூன்று முக்கிய நிகழ்வுகள் புதிய அமைச்சரவையை முடக்கிப் போட்டன. 1.ஜப்பானோடு பிரிட்டன் போரில் குதித்தது. 2.‘வெள்ளையனே வெளியேறு’ போராட்டத்தை காங்கிரஸ் வேகப்படுத்தியது. 3.வங்காளத்தில் கடுமையான பஞ்சம் தலை தூக்கியது.

முதல் இரண்டு நிகழ்வுகளினால் பிரிட்டிஷ் இந்திய அரசாங்கம் இறுக்கமான நிலைக்குச் சென்றது. ஹக்குக்கு என்ன செய்யவென்றே புரியவில்லை. காங்கிரஸின் கிளர்ச்சி நடவடிக்கைகளுக்கு ஆதரவாக வங்காள அரசு இருந்தால் அது பதவியை விட்டு நீக்கப்படும்.

அதேநேரம் இந்திய விடுதலைப் போராட்ட நடவடிக்கைகள் உச்சத்தை எட்டியிருக்கும் நேரத்தில் பிரிட்டிஷ் இந்திய அரசாங்கத்துக்கு சாதகமாக நடந்துகொண்டால் வங்காள மக்களின் கண்டனத்துக்கும் பழிப்புக்கும் ஆளாக நேரிடும்.

அடுத்துவந்த அமைச்சரவையே வங்காளத்தில் ஏற்பட்ட பஞ்சத்தினால் பெரிதும் பாதிக்கப்பட்டது. ஹக்கின் அமைச்சரவை அல்ல. எனினும் அரிசிப் பற்றாக்குறை பெரிய அளவில் மிரட்டியது. அபோது ஏற்பட்ட பயங்கர புயல் மற்றும் ஜப்பான் பர்மாவைக் கைப்பற்றிக் கொண்டது ஆகியவையே காரணம். பர்மாவில் விளையும் நெல் வங்காளத்துக்கு வந்து சேரும். ஆங்கில ஆட்சி (நடுவணரசு) வங்காளத்திலிருந்து ஒரு மணி தானியம்கூட ஜப்பான் படை எடுப்பாளர்களுக்குப் (பர்மாவுக்குப்) போகக் கூடாது என்று தடை போட்டது.

மிகையாக விளைந்த பகுதியிலிருந்து பற்றாக்குறைப் பகுதிகளுக்குப் பகிர்மானம் செய்வற்கு ஆளுநரும் அவரின் அரசு ஊழியர்களும் இறங்கினார்கள். அந்த அதிகாரக் குழு, அதிலிருந்த பிரிட்டிஷ் மற்றும் இந்திய அதிகாரிகள், ஒவ்வொரு பகுதிகளிலிருந்தும் கணக்கெடுத்து உபரியாக இருக்கும் இடங்களிலிருந்து குறைவான இடங்களுக்கு அனுப்பினார்கள். இங்கேதான் பிரச்னைகள் தொடங்கியது. இந்த முடிவுகள் எல்லாம் தெளிவான திட்டமிடலின்றி கடுமையான முறையில் மேற்கொள்ளப்பட்டன. பிரிட்டிஷ் ராஜ் அரிசியை வாங்க முன்வந்ததால் அதன் விலை உயர்ந்தது. அவசரகதியில் நியமிக்கப்பட்ட இடைத்தரகர்கள் விற்பனையாளர்களிடமிருந்து கொழுத்த கமிஷனைப் பெற்றுக்கொண்டனர்.

இவ்வாறு தவிர்க்க முடிந்த அல்லது தவிர்க்க இயலாத ஆளுநரின் நேரடி அதிகாரம் நெல் கொள்முதல் நடவடிக்கையில் குறுக்கிட்ட தால் தேர்ந்தெடுக்கப்பட்ட அமைச்சர்களின் செல்வாக்கை அது பாதித்தது. நெல் கொள்முதல் நடவடிக்கைகள் ஒன்றும் பெரிய அளவிலோ அல்லது முழு அளவிலோ அமைச்சர்களுடையதாக இருந்திருக்கவில்லை என்ற போதிலும் அவர்களுக்கே அவப்பெயர் ஏற்பட்டது. ப்ரிமியராகப் பதவியிலிருந்த படியே ஹக் இந்த நடவடிக்கையை எப்படி விமர்சிக்கமுடியும். அவர் பிரிட்டிஷ் அரசை விமர்சித்தால் ஒன்று அமைச்சரவை கலைக்கப்படும். அல்லது அவருடைய இயலாமையை அவரே அம்பலப்படுத்திக்கொள்வதாக ஆகும்.

அனைத்து அவமானங்களையும் சகித்துக்கொண்டார். கயிறின் மேல் நடப்பதுபோல் கவனமாகச் செயல்பட்டார். ஆனால், இறுதியில் ஆளுநர் அவரை ஆட்சியிலிருந்து அகற்றினார். 1943 பிப்ரவரியில்

முகர்ஜி பிரிட்டிஷ் இந்திய அரசாங்கம் மீது ஒரு தாக்குதல் தொடுத்தார். அது ஹக்குக்கு மிகுந்த நெருக்கடியைக் கொடுத்தது.

'வெள்ளையனே வெளியேறு' போராட்டம் வலுவடைந்ததோடு, மாகாணத்தில் ஏராளமான எண்ணிக்கையில் அதற்கு ஆதரவாகக் கூட்டம் திரண்டது. மிதிலாபூரில் நடந்த போராட்டத்தில் அரசு அதிகாரிகளின் அத்துமீறல்கள் போராட்டக்காரர்களைச் சிதறடித்தது. சியாமா பிரசாத் முகர்ஜியை இது குமுறச் செய்தது. செயலற்ற அமைச்சராக நீடிக்க விருப்பவில்லை என்று சொல்லி அவர் பதவி விலகினார். ஒரு காங்கிரஸ் எம்.எல்.ஏ. சட்டமன்றத்தில் மிதிலாப்பூர் கலவரம் குறித்த விசாரணை கோரினார். ஹக் 'அத்தகைய விசாரணை வேண்டியதுதான்'[72] என்றார்.

பிரிட்டிஷ் இந்திய ஆட்சியாளர்களின் பக்கம் இருப்பவர்கள்மீது விசாரணையா? கொதிப்படைந்த ஆளுநர் ஹெர்பர்ட் ப்ரீமியர் ஹக்கிடம் அவரின் நடவடிக்கைக்கு அல்லது நடத்தைக்கு விளக்கம், அதையும் மறுநாள் காலைக்குள் அளிக்கவேண்டுமென்று ஆணையிட்டார். ஹக் ஆளுநரிடத்தில் இதற்காக எவ்விதமான தனி விளக்கமும் அளிக்க வேண்டிய கட்டாயமில்லை என்று எழுதியதோடு 'உங்கள் கடிதத்தில் பயன்படுத்தியிருக்கும் நயமற்ற, தகுதிக் குறைவான மொழியை இனி வருங்காலத்தில் நீங்கள் தவிக்கவேண்டும் என்று மென்மையாக எச்சரிப்பது என் கடமை'[73] என்று எழுதினார்.

இதன்பின் சட்டமன்றத்தில் ஹக் மீது ஒரு கண்டனத் தீர்மானம் கொண்டு வரப்பட்டது. இதற்கு ஆளுநரின் ஆதரவு கட்டாயம் இருந்திருக்கும் என்பதில் சந்தேகமே இல்லை. அந்தத் தீர்மானம் பத்து வாக்குகள் வித்தியாசத்தில் முறியடிக்கப்பட்டது. இதற்கு அடுத்த நாளே ஆளுநர் ஹெர்பர்ட், ஹக்கை இணங்கவைத்து அல்லது அழுத்தம் கொடுத்து பதவி விலகல் கடிதம் கொடுக்கவைத்தார்.

ஹக் ஏன் கையெழுத்திட்டார் என்பது தெரியவில்லை. கையெழுத்திடவில்லையென்றால் டிஸ்மிஸ் செய்யப்படுவார் என்று மிரட்டியிருக்கலாம். நமக்குத் தெரியவந்திருப்பதெல்லாம் ஏற்கெனவே தட்டச்சு செய்யப்பட்டிருந்த கடிதம் ஹக்கிடம் ஹெர்பர்ட்டால் கொடுக்கப்பட்டது. அவர் அதில் கையெழுத்திட்டார்.

> அன்பு மிக்க சர் ஜான்,
>
> என் பதவி விலகலையடுத்து பெரும்பாலான கட்சிகள் அமைச்சரவை அமைக்கும் நம்பிக்கையில் இருப்பதை என்னால் புரிந்துகொள்ள முடிகிறது. வங்காள மக்களின்

நன்மைகளின் பொருட்டு, அதில் உண்மையான நம்பிக்கைக் கொண்டவனாக அதை உறுதிப்படுத்துகின்றவகையில் இந்தப் பதவி விலகலை உங்களிடத்தில் அளிக்கின்றேன்.

தங்களின் உண்மையான

ஏ.கே. பசுலுல் ஹக் [74]

ஆளுநர் ஹெர்பர்ட், அவரே முன்வரைவு செய்த பதவி விலகல் கடிதத்தில், பசுலுல் ஹக் கையெழுத்திட்டுக் கொடுக்க அதை முறைப்படி 'ஏற்றுக்கொண்டார்'. அதன்பின் ஆளுநர் ஹெர்பர்ட் வங்காளத்தை ஒரு மாத அளவுக்கு நேரிடையாக ஆட்சி புரிந்தார். அச்சு ஊடகங்களுக்குக் கட்டுப்பாடுகளும் தடையும் விதிக்கப் பட்டது. ஏப்ரல் 24ஆம் நாள் அவர் க்வாஜா நஸீமுத்தீனை அழைத்து ப்ரீமியர் பதவியை ஏற்க வைத்தார். க்வாஜா நஸீமுத்தீனுக்குத் தன்னுடைய பலத்தை உறுதிப்படுத்தவும், ஆதரவு உறுப்பினர்கள் எண்ணிக்கையை அதிகரிக்கவும், அதன் பின்னால் சட்டமன்றத்தில் பெரும்பான்மையை நிலைநிறுத்தவும் போதிய கால அளவு தேவைப்பட்டது. ஆளுநர் ஹெர்பர்ட் இது தொடர்பாக க்வாஜா நஸீமுத்தீனுக்கு அனைத்து உதவிகளும் செய்துகொடுத்தார். பத்து கேபினெட் அமைச்சர்களும் ஒரு நாடாளுமன்றச் செயலரும் இருந்த தன் அமைச்சரவையை விரிவுபடுத்தவேண்டி, ஹக் முன்னர் அனுமதி கேட்டிருந்தார். அந்தக் கோரிக்கை மறுக்கப்பட்டது. ஆனால், க்வாஜா நஸீமுத்தீனுக்குப் பதினான்கு அமைச்சர்களும் பதினைந்து நாடாளுமன்றச் செயலர்களும் நான்கு கொரடாக்களும் (WHIP) நியமித்துக்கொள்ள அனுமதியளித்தார்.

ஹக்கைப் பதவியைவிட்டு இறக்குவதில் மிகுந்த ஆதாயம் உண்டு என்பதை உணர்ந்திருந்த வைஸ்ராய் லின்லித்தோ பிரபுவுக்கு ஆளுநர் ஹெர்பர்ட் நடந்து கொண்டமுறை ஒரு வகையில் குழப்பத்தையே ஏற்படுத்தியது. இது குறித்து வைஸ்ராய் லண்டனுக்கு 'ரகசிய கடிதம்' ஒன்றை எழுதினார். அதில் ஆளுநர் ஹெர்பர்ட்டின் நடத்தை 'முட்டாள்த்தனமானது' என்றும், அவர் 'அரசியல் சித்து வேலைகளில் ஈடுபடுகிறார்' என்றும் எழுதினார். வைஸ்ராயின் உள்ளக் குமுறலுக்கு மருந்தாக ஆளுநர் ஹெர்பர்ட்டுக்கு லண்டனிலிருந்து விறைப்பான மொழிநடையில் ஒரு கடிதம் அனுப்பப்பட்டது. தவிர, வேறு எந்த நடவடிக்கையும் அவர்மீது தொடுக்கப்படவில்லை.

இந்தியா தொடர்பான செயலாளராகப் பணியாற்றுகின்ற ஆமெரியிடம் லின்லித்தோ பிரபு : 'நான் ஆளுநர் ஹெர்பர்ட் விஷயத்தில் என்னை மாற்றிக்கொண்டேன். ஏனென்றால், ஆளுநர்

ஹெர்பர்ட்டின் பதவியைக் காப்பாற்றுவதும் அவர் முகத்தில் கரி பூசாமல் பாதுகாக்கப்படுவதும் அவசியம் அல்லவா.' [75]

ஆளுநரின் திட்டமிட்ட வியூகம் அவருக்கு வெற்றியைத் தந்தது. அதே போன்று அதுவே துயரத்தையும் தேடிக் கொடுத்தது. டிசம்பர் 1941ல் ஹக் பதவியைத் தக்க வைத்துக்கொண்டபோது செய்ததைப் போல் ஆனது. இரண்டாவதாக செய்யும் பிழை முதலாவது பிழையைச் சரிசெய்து விடாது. ஹக் சட்டமன்றத்தில் நடந்தது குறித்து உள்ளம் கொதித்துப் போயிருந்தார். அவர் ஒன்றும் தவறு செய்யாதவரல்ல. எனினும் அவையில் அற்புதமாகப் பேசினார். ப்ரிமியர் பதவியை அவர் இழந்துவிட்டார். ஆனால், சட்டமன்றவாதத்தில் வென்றுவிட்டார்.

'சர் ஜான் ஹெர்பர்டைச் சந்திப்பதற்கு முன்பாக, நான்கு அடுத்தடுத்த ஆளுநர்களோடு நான் கழித்த அந்த மகிழ்ச்சிகரமான நாட்களை நோக்கி என் நினைவுகள் பயணிக்கின்றன. இந்த ஆளுநர்களோடு பணியாற்றிய அந்த நாட்களில் எங்கள் அமைச்சரவைக் குழுவும் ஆளுநரும் ஒரே அணியாகச் செயல்பட்டதாகவே உணர்ந்திருந்தோம்.

'சிறிதுகாலத்துக்கு சர் ஜான் ஹெர்பர்ட் என்னிடம் மிகவும் நட்புடன் இருந்தார். கொஞ்சம் கொஞ்சமாக, நிர்வாக விஷயங்களில் தலையிடத் தொடங்கினர். அவரின் குறுக்கீடும் தடங்கல்களும் மிகவும் தீவிரமாக உணரப்பட்டன. அதை நான் அவருக்கு எழுதியுள்ள கடிதத்திலும் குறிப்பிட்டுக் காட்டியுள்ளேன்.

'ஆகஸ்ட் 2, 1942-ல் நான் அவருக்குக் கடிதம் எழுதினேன். நான் உங்களோடு வெளிப்படையாகப் பேச வேண்டிய நேரம் வந்து விட்டதாகக் கருதுகிறேன். அமைச்சர்கள் என்று யாரும் இல்லாததுபோல் நடந்துகொள்கிறீர்கள். கேபினெட் கூட்டங்களில் நடக்கும் கலந்துரையாடல்களிலும் நீங்களே தனி ஆதிக்கம் செலுத்துகின்றீர்கள். மேலும் உங்களின் முடிவுகளை அமைச்சர்களிடம் நடைமுறைப்படுத்துமாறு வலியுறுத்தித் திணிக்கிறீர்கள். அந்த முடிவுகள் பெரும்பாலும் நிரந்தர அதிகாரிகள் உங்களுக்குச் சொன்ன ஆலோசனைகளை அடிப்படையாகக் கொண்டதாகவே இருக்கின்றன.'

'இதற்கிடையே மிகத் தவறாகக் கையாளப்பட்ட அரிசிக் கொள்கை மிகமோசமான விளைவுகளை ஏற்படுத்த ஆரம்பித்து விட்டது. மேலும், 'விலகல் கடிதம்' என்ற பெயர் சொல்லப்பட்ட கடிதத்தை என்னிடத்திலிருந்து பெறுவதற்காக சர் ஜான் ஹெர்பர்ட் நடத்திய நாடகத்தின் பின்னால் உண்மையில் சர்

க்வாஜா நஸீமுத்தீனை எப்படியாவது அதிகாரத்துக்குக் கடத்திக் கொண்டு வந்துவிடவேண்டும் என்ற எண்ணமே இருந்தது.'

'அவர் என்னிடம் அளித்த வாக்குறுதியிலிருந்து பிறழ்ந்து விட்டார். ஆம். ஒரு தேசிய (பல கட்சிகள் சேர்ந்த) அமைச்சரவையை அமைப்பதற்கு முயற்சி மேற்கொள்வதாகக் காட்டிக் கொண்டார். என் ராஜினாமா கடிதம் என்று சொல்லப்படும் இவர் தயாரித்த அந்தக் கடிதமும் இந்த விஷயத்தையே கூறியிருந்தது.'

'ஆளுநர் புரிந்துள்ள அனைத்து பிழைகளிலும் ஓரவஞ்சனையோடு நடந்துகொண்டவே மிகவும் கண்டிக்கத் தகுந்த பெரிய தவறு. நடுநிலை தவறிய நீதிபதி எப்படி நீதிபதியாக இருக்கக் கூடாதோ அதுபோல் நடுநிலை தவறிய ஆளுநர் உயர்வான தகுதி கொண்ட அந்த அதிகாரப்பீடத்தில் இருக்கக்கூடாது.'

'உங்களுக்கு (புதிய அமைச்சர்களுக்கு) எதிராக விழுந்த வாக்குகள் அல்ல நீங்கள் சமாளிக்க வேண்டியவிஷயம். பஞ்சத்தால் அடிபட்ட வங்காள மக்களின் துயரக் குரலையே நீங்கள் செவிமடுத்துத் தீர்க்கவேண்டும். கடவுள் கருணையுடன் மனது வைத்தாலே உங்கள் பாவங்களுக்கு ஒருவேளை மன்னிப்பு கிடைக்கலாம். விரைவிலேயே குற்றம் இழைத்தவர்கள் துடைத்தழிக்கப்படுவார்கள். இன்னும் ஒரு சில நாட்களிலோ கொஞ்சம் காலம் கடந்தோ அதுதான் நடக்கப்போகிறது.'[76]

பரிதாபத்துக்குரிய சர். ஜான் ஹெர்பர்ட், டிசம்பர் **1943**-ல் கல்கத்தாவில் மரணமடைந்தார்.

•

ஆறு ஆண்டுகள் ப்ரீமியராக ஆட்சியிலிருந்த ஹக் சாதித்துக் காட்டியவை என்னென்ன? அவரின் முதல் அமைச்சரவை பெருநிலக்கிழார்கள், வட்டிக்கடைக்காரர்கள் ஆகியோரிடமிருந்து ஏழை எளிய விவசாயிகளைப் பாதுகாக்க சட்டம் கொண்டுவந்தது. எனினும் ஹக் வங்காள மாகாண ஆட்சியில் அமருவதற்கு முன்பே அவர் மக்களைச் சந்தித்த வேளையில் கொடுத்த வாக்குறுதிப்படி, அது பொருத்தமானதாகவோ, பெரிய அளவிலோ இருந்திருக்க வில்லை. அது உண்மையாக நிலத்தில் பாடுபட்ட குத்தகைதாரருக்கு அறுவடையில் உரிய பலனைப் பெற்றுத் தந்திருக்கவில்லை. ஆயினுங்கூட ஐயத்திற்கிடமின்றி விவசாயிகளின் முன்னேற்றத்துக்காக எடுத்தவைத்த முதல் காலடி என்று சொல்லலாம். அதேபோன்று இவரின் முதல் அமைச்சரவைதான் முஸ்லிம் மாணவர்களுக்காக ஏராளமான பாடசாலைகளையும் கல்லூரிகளையும் மாணவர் தங்கும்

விடுதிகளையும் தொடங்கியது. மேலும் அரசாங்கப் பணிகளில் முஸ்லிம்களுக்கு ஐம்பது சதவிகிதமும் தாழ்த்தப்பட்ட சாதியினருக்குப் பதினைந்து சதவிகிதமும் இட ஒதுக்கீடு அளித்தது.

ஆனால், கிழக்கு வங்காளத்திலுள்ள சணல் பயிரிடுபவர்களுக்கு இவரால் உதவ முடியாமல் போனது. அதற்குக் காரணம் சட்டமன்றத்தில் சணல் உற்பத்தியாளர்களின் பிரதிநிதிகளாக இருந்தவர்களின் ஆதரவு இவருக்குக் கிடைக்கவேண்டியிருந்தது.

ஹக்கின் தலைமையில் அமைந்த இரண்டாவது அமைச்சரவை, முதல் அமைச்சரவையைவிட தன்னைத் தற்காத்துக்கொள்வதில் மிக அதிக கவனம் செலுத்த வேண்டியிருந்தது. எனவே, பெரிய அளவில் அவர்கள் மக்களுடைய சமூக பொருளாதாரச் சீர்திருத்தங்களில் ஆர்வம் காட்ட முடிந்திருக்கவில்லை.

க்வாஜா நஸீமுத்தீன் அமைச்சரவை 23 மாதங்கள் நீடித்தது. அப்போது வங்காளத்தில் மக்களை வாட்டி வதைத்த பஞ்சத்தை எதிர்கொள்ள அவர்களால் முடியவில்லை. அவர்களுக்கு மேலிருந்து ஆட்சிபுரிந்த லண்டனில் இருந்தவர்கள் இங்குள்ள கடுமையான நிலைமையைக் குறைத்து மதிப்பிட்டுவிட்டார்கள். லின்லித்தோ பிரபுவுக்குப் பின்னர் வைஸ்ராயாக பொறுப்பு வகித்த வேவல் ‘மாட்சிமை பொருந்திய மாமன்னர் அரசு வங்காளத்துக்கு ஓர் ஆளுநரை நியமிப்பதற்கான நெருக்கடியான காலகட்டத்தில் இரண்டு மாதங்களை வீணடித்து விட்டது’ என்று குறை கூறியிருந்தார். மேலும் அப்போதும்கூட தற்காலிகச் செயல் ஆளுநர் ருதர்ஃபோர்ட் விடுமுறையில் செல்லும் எண்ணத்திலேயே இருந்தார்’[77] என்றும் குறிப்பிட்டிருக்கிறார்.

மேலும், வைஸ்ராய் வேவலின் கருத்துப்படி, க்வாஜா நஸீமுத்தீனின் அணியினர் வங்காள பஞ்சத்தைச் சமாளிக்கும் எண்ணத்தையோ திறமையையோ கொண்டிருக்கவில்லை’.[78] 1944 ஜனவரியில் வைஸ்ராய், மாட்சிமை பொருந்திய மாமன்னரின் அரசாங்கத்திடம் க்வாஜா நஸீமுத்தீன் தலைமையிலான ‘லீக்’கின் கட்டுப் பாட்டிலுள்ள அமைச்சரவையைக் கலைத்துவிட்டு நேரிடையாக பிரிட்டிஷ் ஆட்சியை ஏற்படுத்த வலியுறுத்தினார். ஆனால், சர்ச்சிலும் ஆமெரியும் அவர்களின் தனிச் சிறப்பான அதிகாரத்தால் இதைத் தடுத்துவிட்டார்கள். அவர்கள், தேசத் துரோக இயக்கமாக உள்ள காங்கிரஸின் முன்னேற்றத்தைத் தடுத்து நிறுத்திவரும் லீக்கைப் பலவீனப்படுத்த விரும்பவில்லை.

லட்சக்கணக்கான மக்கள் வங்காளப் பஞ்சத்தில் செத்து மடிந்தார்கள். அன்றாடம் எழுதும் டைரியில் வேவல் எழுதுகிறார்: ‘முதியவர்கள், பெண்கள் மற்றும் குழந்தைகள் எல்லோரும் கல்கத்தா நகருக்கு

விரைந்தோடி வந்தார்கள். அவர்களுக்கெல்லாம் தேவையான உணவு, தங்கும் இடம் ஆகியவற்றுக்குப் போதிய ஏற்பாடு செய்ய முடியவில்லை. அவர்கள் ஈசல்களைப்போல செத்துவிழுந்தார்கள்.' [79]

க்வாஜா நஸீமுத்தீன் மார்ச் 1945 வரையில் பதவியில் நீடித்தார். அவர் அமைச்சரவை முன் கூட்டியே நடத்தப்பட்ட வாக்கெடுப்பில் தோற்றது. ஹக் தம் அணியினருக்கு அமைச்சரவை அமைக்கும் தகுதி இருப்பதாக உரிமை கோரினார். அவர் கோரிக்கை ஏற்கப்பட வில்லை. மாட்சிமை பொருந்திய மாமன்னரின் ஆட்சியாளர்கள், புதிய ஆளுநர் கேசே ஆட்சி புரியட்டும் என்று முடிவெடுத்தார்கள். செப்டம்பரில் சட்டமன்றம் கலைக்கப்பட்டது.

ஹக் 'நீதி' கோரி சர்ச்சிலிடம் தந்தி அனுப்பி முறையிட்டார். ஆனால், வங்காளம் இனிமேலும் அவரை விரும்பாது என்பது அவருக்குத் தெரிந்துவிட்டது. மனோரீதியில் வங்காளம் இரண்டாகப் பிளவுபட்டுக் கிடக்கிறது. முஸ்லிம்களும் பாதி இந்துக்களும் ஹக்கின் தலைமையை விரும்பவில்லை. பெரும்பாலான முஸ்லிம்கள் அவரை முஸ்லிம்களுக்கு நம்பிக்கைத் துரோகம் இழைத்தவராகவே வெறுத்தொதுக்கிவிட்டார்கள். சட்டமன்றம் செயலற்றுக் கிடக்கும்போது இவரால் எந்தப் பயன்களும் கிடையாது என்று கருதி இந்துக்களும் இவரை ஓரம் கட்டினார்கள். எழுபத்திரண்டு வயதான அரசியல் மேதை ஹக் தன் உள்ளுணர்வை நம்பினார். அவர் அரசியலை விட்டுவிலகுவது நன்றாக இருக்காது. ஆனால் அது ஒன்றும் அரசியல் வாழ்க்கையை முழுமையாக முடித்து விடாது. என்றாலும், இனி அவருடைய அரசியல் எதிர்காலம் என்பது முஸ்லிம் சமுதாயத்தைப் பொறுத்துதான் அமைய முடியும் என்பதைப் புரிந்துகொண்டார்.

> முஸ்லிம் சமுதாயத்தில் மீண்டும் சேர்ந்துகொள்வதற்கு கரடுமுரடான, நீண்ட, சுற்றி வளைத்துச் செல்லும் வழியில் போயாகவேண்டியிருக்கும். எனினும் அவர் அந்தத் திசையில் நடக்க ஆரம்பித்தார். முஸ்லிம்களுக்கான தனிநாடு பிரிவினைக் கோரிக்கையைத் தான் கைவிட்டுவிட்டதாகச் சொல்வது தவறு என்று சொன்னார். முன்பு முஸ்லிம் லீக்கின் லாகூர் மாநாட்டில் இவரே உருவாக்கி முன்மொழிந்து நிறைவேற்றிய பிரிவினைத் தீர்மானத்தை இப்போதும் ஆதரிப்பதாகச் சொன்னார்.[80]

ஜின்னாவுடன் ஹக் மீண்டும் சேரவேண்டும் என்று சொல்லிவந்தவர்களிடம், 'தன்னை மீண்டும் முஸ்லிம் லீக்கில் சேர்ப்பதில்லை என்று ஜின்னா விதித்த தடை ஆணையை நீக்கக் கோரி எழுதுங்கள். அப்படி நீக்கினால்தான் அவர் லீக்கில் சேர

முடியும்'[81] என்று சொன்னார். அதாவது ஹக் இப்போது முஸ்லிம் லீகி சேரத் தயாராகிவிட்டார்.

ஆனால், ஜின்னாவுக்கு இனிமேல் ஹக் வேண்டாம். முஸ்லிம் லீக் வங்காளத்தில் நடைபெற்ற இடைத்தேர்தலில் எல்லாத் தொகுதிகளையும் கைப்பற்றிவிட்டிருந்தது. லீக்குக்கு எதிராக சரத் போஸ், சியாமா பிரசாத் முகர்ஜி ஆகியோருடன் கூட்டணி அமைத்திருந்த ஹக் படுதோல்வி அடைந்திருந்தார். எனவே ஜின்னாவுக்கு எதிர்வரும் பொதுத் தேர்தலில் லீக்கை ஹக் இல்லாமலேயே எளிதாக ஆட்சிக்குக் கொண்டு வர முடியுமென்ற நம்பிக்கை பலமாக ஏற்பட்டுவிட்டது. வங்காளத்தில் பொதுத் தேர்தல் நடத்துவதற்குப் பிரிட்டனில் புதிதாக ஆட்சிக்கு வந்துள்ள தொழிற்கட்சி அரசாங்கம் முடிவெடுத்து அறிவிப்பும் வெளியிட்டு விட்டது.

கைவிடப்பட்ட ஹக் முஸ்லிம் லீக்குக்கு அல்லது ஜின்னாவுக்குப் பதிலடி கொடுக்க முடிவெடுத்தார். அவரிடம் மீதமிருந்த கே.பி.பி. கட்சிக்காரர்களைக் கொண்டு லீக்குக்கு எதிராக தேர்தலில் போடியிட்டார். ஆனால், ஓர் உண்மையை அவர் தெரிந்து கொள்ளத் தவறிவிட்டார். இன்றைய காலகட்டம் 1946-ன் தொடக்கம். அது 1937 அல்ல. ஹக் போட்டியிட்ட இரண்டு தொகுதிகளிலும் வெற்றி பெற்றார். முஸ்லிம், விவசாயிகள் மத்தியில் இன்னமும்கூட அவர் செல்வாக்கை இழந்துவிடவில்லை. ஆனால், அவருடைய கே.பி.பி. கட்சி துடைத்தெறியப்பட்டு விட்டது. முஸ்லிம் லீக்குக்கு 114 இடங்களும் கே.பி.பி.க்கு வெறும் 3 இடங்களும் கிடைத்தன. பொதுத் தொகுதிகளை காங்கிரஸ் அள்ளிக்கொண்டு போய்விட்டது. அவர்கள் வெற்றி பெற்ற தொகுதிகள் 86. லீக்கின் வங்காள வெற்றி வாகையின் பின்னால் இருந்த சூத்திரதாரி – ஹெச்.எல். சுராவர்த்தி. அவர்தான் இப்போது புதிய முதலமைச்சர்.

•

ஹக்கின் திருமண வாழ்க்கையைக் கொஞ்சம் பார்ப்போம். அவர் முதலாவதாகச் செய்த திருமணம் குர்ஷித் பேகம் என்ற பெண்ணோடு. இவர் மூலம் அவருக்கு இரண்டு பெண் குழந்தைகள் பிறந்தார்கள். ஆனால், இந்தத் திருமணம் நீடிக்கவில்லை. குர்ஷித் பேகம் அவரை விட்டு வெளியேறி, அவர்மீது வழக்கு தொடுத்தார். தீர்ப்பின்படி அவருக்கு ஒரு வீடும், மாதச் செலவுக்காக ரூ.500/-ம் கொடுக்கும்படி முடிவானது. அவரின் இரண்டாவது மனைவி பெயர் முஸாமத் ஜன்னத்துன்னிசா. மேற்கு வங்காளத்தில் ஹவ்ராவிலுள்ள முஸ்லிம்கள் பெரிதும் மதிக்கின்ற ஆன்மிகப் பெரியவர் ஃபர்ஃபரா பீரின் சகோதரி மகள். இந்த தம்பதிக்குக் குழந்தைகள் இல்லை.

எனவே, மூன்றாவதாக ஒரு திருமணத்தை ஹக் செய்துகொண்டார். அப்போது அவர் வங்காளத்துக்குப் ப்ரீமியராகியிருந்தார். அந்த மணமகள் கதீஜா பேகம். உ.பி.யில் மீரட்டைச் சேர்ந்தவர். இவர் ஓர் ஆண் குழந்தையைப் பெற்றுக் கொடுத்தார். அந்தக் குழந்தைதான் ஃபெய்சல்.

ஹக்குக்கு உறவு கொண்டாட நிறைய பேர்கள் இருந்தார்கள். அவரின் தந்தையோடும் தாயோடும் கூடப் பிறந்தோரின் பிள்ளைகள், அவர்களின் பிள்ளைகள் பெண்கள் என்று பெரும் எண்ணிக்கையில் சொந்த பந்தங்கள் இருந்தன.

ஹக் அவர்களுக்கெல்லாம் வேண்டியதைச் செய்து தருபவராக இருந்தார். அவரின் சகோதரர் பிள்ளைகளில் ஒருவரான யூசுப் அலி, பள்ளிப் படிப்பை முடித்திருந்தார். அவரின் சிறிய தந்தை ஹக் தான் மாநிலத்தின் ப்ரீமியராக இருந்தபோது அவர் பதிவுத் துறைக்கான தலைமைக் கண்காணிப்பாளர் பணிக்கு விண்ணப்பித்திருந்தார். பதிவுத் துறை இன்ஸ்பெக்டர் ஜெனரலாக இருந்த எம்.முகர்ஜி என்பவரிடம் ஹக் நேராகவே தன் அண்ணன் மகனான 'யூசுப் அலியின் விண்ணப்பத்தை கவனத்தில் கொள்ளும்படி'க் கூறியிருந்தார். மாகாணத்தின் ப்ரீமியரே பரிந்துரைத்தபோதிலும் முகர்ஜி அப்பணிக்கு இவரைவிடத் தகுதி மிக்க ஒருவருக்கு 'பணி ஆணை' வழங்கினார். இதனால் மனதளவில் 'காயம்பட்ட' ஹக், ஆளுநர் சர் ஜான் ஆண்டர்சனிடம் முறையிட்டார். அவர் யூசுப் அலிக்கு விசேஷமாக ஒரு பணியை வழங்க ஆணை பிறப்பித்தார். இது குறித்து சட்டமன்றத்தில் எதிர்க்கட்சிக்காரர்கள் கேள்வி எழுப்பினர்: 'எந்தத் தகுதியில் யூசுப் அலிக்கு அந்தப் பணி அளிக்கப்பட்டது?' அதற்கு ஹக் அளித்த மறுமொழி: 'அவர் இந்த மாகாணத்தின் ப்ரிமியரின் சகோதரர் மகன் என்ற தகுதியில்தான்.'[82]

ஹக்கின் சிறப்பான தனிப் பண்பு என்னவென்று அலசிப் பார்த்தால், அவருடைய 'நேர்மை' என்பது நிச்சயம் நம் மனதில் எழாது. அதுபோல் அவர் 'நிலையான கொள்கை கொண்டவர்' என்ற எண்ணமும் நம் மனதில் உருவாகாது. அவர்கூட 'மாறுபட்ட அரசியல் முடிவுகள்' எடுத்திருக்கிறேன் என்று சொல்வாரே தவிர 'கொள்கையிலிருந்து மாறிப் போகவில்லை' என்றுதான் சொல்வார். அரசியல் முடிவுகள் எல்லாம் குடையைப் போன்றவை. தேவைக்கு ஏற்ப அதை எப்படி வேண்டுமானாலும் பிடித்துக்கொள்ளலாம். சூரியனிடமிருந்து மழையில் இருந்தும் உடம்பைக் காப்பாற்ற வேண்டும் என்பதுதான் நோக்கம். அதுதான் கொள்கை போன்றது. அதைத்தான் மாற்றிக்கொள்ளக்கூடாது[83] என்று விளக்கம் அளித்தார்.

இந்த மேற்கோளைக் குறிப்பிடும் அப்துர் ரப் சொல்லும் அளவுக்கு ஹக் மரியாதைக்குரியவர் அல்ல. ஹக்கின் மாறுபட்ட அரசியல் முடிவுகள் எல்லாம் அவருடைய அரசியல் கொள்கையைக் காப்பாற்றத்தான் எடுக்கப்பட்டன என்று இந்த மேற்கோள் குறிப் பிடுகிறது. ஹக் வளைந்து கொடுத்ததன் மூலம் வெற்றிகள் பெற்றார் என்பதையும் யாரும் மறுக்கமுடியாது. எனினும் அப்துர் ரப் குறிப்பிட்டுக் காட்டியுள்ளபடி, அதற்கும் ஓர் எல்லை உண்டு.

ஹக் காங்கிரஸோடு பொருதினார். ஆனால், பிரிட்டிஷ் ராஜ் தந்த மரியாதைகளை ஏற்றுக்கொள்வதைத் தாண்டிச் செல்லவில்லை. கே.பி.பி. கட்சியின் புரட்சிகர சிந்தனையாளர்களைக் கைவிட்டார். ஆனால், ஜமீந்தார்களுடன் கூட்டணி வைத்ததற்கு மேல் எதுவும் செய்யவில்லை. ஜின்னாவுடன் மோதினார்; பாகிஸ்தான் வேண்டாம் என்று முழங்கியிருக்கவில்லை. என்னதான் அரசியல் முடிவுகளை மாற்றிக்கொண்டிருந்தபோதிலும் ஹக் தன் கொள்கைகளை விட்டுக் கொடுத்திருக்கவில்லை.

வரலாற்றுச் சிறப்பு மிக்க மூன்று தருணங்களில் ஜின்னாவும் ஹக்கும் ஒன்றாகச் சேர்ந்து இணைந்து இடம்பெற்றிருக்கிறார்கள். அதில் இரண்டு நிகழ்வுகள் லக்னோவில் நிகழ்ந்தவை; இன்னொன்று லாகூரில் நடந்தது. இந்த இருவருக்குமிடையே வேறுபாடுகள் ஏராளம். ஜின்னா நேர்மையானவர்; நேர்மையானவர்; நுண் அறிவு கொண்டவர்; உணர்ச்சிகளை வெளிக்காட்டாதவர். ஹக், வளைந்து கொடுப்பவர். இயல்பாய் இருப்பார். இதமாக இருப்பார்.

ஜின்னாவைப் பொறுத்தவரை அவரின் மனதுக்கும் மனசாட்சிக்கும் கட்டுப்பட்டவர். ஹக் தன் உள்ளார்ந்த உணர்வுகளுக்குக் கட்டுப்பட்டவர். ஜின்னா உள் ஒடுங்கியவர். ஹக் எளிதில் அணுக முடிந்தவர். அனைவருடனும் கை குலுக்க நேரமில்லை என்பதால் பலூச்சித் தலைவருக்கு நீட்டிய கரத்தை உள்ளிழுத்துக்கொண்டார். ஹக் இதில் மாறுபட்டவர்; ஆயிரக்கணக்கானோர் முன்னால் கூடியிருக்கும் நிகழ்ச்சியின் மேடை என்றாலும் தன் வீடு என்றாலும் ஓர் எளிய விவசாயைப் பார்த்தால், ஹக் அவரை இன்முகத்தோடு கட்டித் தழுவிக்கொள்வார். அவருடைய கல்கத்தா இல்லத்தில் கிழக்கு வங்காளத்திலிருந்து வரும் இளைஞர்கள் தங்கியிருக்கவும் அனுமதித்தார். அவரிடம் சென்று உதவி கேட்கிறவர்களுக்கு, அவர்கள் மாணவர்களாக, கைம்பெண்களாக அல்லது வழிபாட்டு மையங்களுக்காக யாரானாலும் அவர் தர வேண்டிய அவசியமே இல்லாத நிலையிலும் அவர் பணம் கொடுப்பார். ஜின்னா கருமி. வரலாற்றாசிரியர் அப்துர் ரப்பின் வார்த்தைகளில் சொல்வதென்றால் 'ஹக் ஒரு வள்ளல் குணங்கொண்ட ஏழை'.

ஜின்னா வாக்கியத்தின் அர்த்தத்திலும் வாக்கியத் தொடர் அமைப்பிலும் கவனம் செலுத்துவார். ஹக் தான் பயன்படுத்தும் வார்த்தைகளின் ஒலி லயத்தைப் பெரிதும் விரும்புவார். ஜின்னா சட்டவிதிகள், அரசியல் தீர்மானங்கள் இவற்றையே அதிகம் படிப்பார். ஹக் பெரிதும் கவிதைகள், மதம் சார்ந்த நூல்களைத் தேடிப் படிப்பார். டெல்லியிலுள்ள இஸ்லாமிய நூல்களின் முன்னணி விற்பனையாளர்களில் ஒருவர் சொன்னார், 'இந்தியாவில் இஸ்லாமிய சமயத் துறை மற்றும் இலக்கியத் துறை சார்ந்த நூல்களை அதிகம் வாங்கிப் படிக்கும் இருவரில் ஹக் ஒருவர்'.[84] ஹக் ஐந்து நேரங்கள் தவறாமல் தொழுவார். பெரும்பாலான நாட்களின் காலை நேரங்களில் திருக்குரானின் சில பகுதிகளை வழக்கமாக ஓதி வருவார். இதுபோன்ற பழக்கங்களில் ஜின்னா எப்போதும் ஈடுபாடு காட்டியதில்லை.

ஹக்கின் அற்புதமான குணம் அவரின் இரக்க குணம்தான். அவர் காலத்தில் உணவு, சுதந்தரம் மட்டுமல்ல; இரக்க குணமும் நம் நாட்டில் பற்றாக்குறையாகவே இருந்தது. அவர் அதை வெளிப்படுத்தியபோது வங்காளத்தின் எளிய வெகு மக்கள் அதற்குப் பதிலுக்கு நன்றிப் பாராட்டினார்கள். அவர் பதவியில் இருந்தபோதிலும், இல்லாதபோதிலும் அவரிடம் உதவி கோரி அணுகியவர்களிளின் கோரிக்கைகளுக்காக அதிகாரத்தில் உள்ள யார் யாருக்கோ பரிந்துரைத்து அவர் கடிதங்கள் எழுதியவண்ணம் இருந்தார். ஆனால் அவரின் முயற்சிக்கான பலன்கள் அரிதாகவே கிடைத்திருக்கின்றன. அவர் அதை மிக அதிக அளவில் வெகு சகஜமாக அனுப்பிக்கொண்டே இருந்ததால் அந்த சிபாரிசுக் கடிதங்கள் முக்கியத்துவத்தை இழந்துவிட்டன. சிலரின் முயற்சிக்கு எவ்வித நற்பெயரும் கிடைக்கவில்லை. இருந்தும் யாருக்காக அந்தக் கடிதங்கள் எழுதினாரோ அவர்கள் அதைப் பெரிதும் மதித்தனர். எளிய மனிதர்களுடைய குறைகளை அதற்கு முன் யாரும் காது கொடுத்துக் கேட்டிருக்கக்கூட இல்லை. அந்தக் குறைந்தபட்ச அன்பு, கரிசனம் கூட அவர்களுக்குக் கிடைத்திருக்கவில்லை. ஹக் அந்த கரிசனத்தை பலர் மீது, நீண்ட காலம் வெளிப்படுத்தியதால் பலரால் அவர் நேசிக்கப்பட்டார்.

ஹக் ஒரு கையில் பிடித்திருந்த குடையை தாழ்த்தியோ உயர்த்தியோ சாய்த்தோ அடிக்கடி கோணத்தை மாற்றிக்கொண்டு சென்றபோது, அவரின் இன்னொரு கையாலே வெளியே நிற்பவரை குடைக்குள் இழுத்துக் கொள்கிற பெருந்தன்மையையும் கொண்டிருந்தார். இத்துணைக் கண்டம் அவரின் இரக்கக் குணத்தைத் தெரிந்து வைத்துள்ளது. அவரின் செல்வாக்குக்கு அது ஒரு காரணம்.

இந்த அத்தியாயத்தைத் தொடங்குமிடத்தில் ஆளுநர் ஆண்டர்சன் குறிப்பிட்டிருப்பதுபோல வேவல்கூட ஹக்கைக் கொள்கை, குறிக்கோள் அற்றவர் என்றே நினைத்திருந்தார். 1946 வேனிற் பருவத்தில் தன் நடுவண் அரசாங்க அமைச்சரவையில் ஹக்குக்காக ஓர் இடத்தை அளிக்க நேரு முன் வந்தபோது வேவல் அதிர்ச்சியடைந்தார். அவருடைய பலத்த எதிர்ப்பு நேருவைப் பின் வாங்கச் செய்தது. இருந்தும் பெரும்பாலோர் கருதுவதுபோன்று ஹக்கின் நேர்மையின்மை போன்ற குறைபாடுகள் எல்லாம் அவரின் இரக்ககுணத்தின் முன்னே ஒன்றுமில்லாமல் கரைந்து காணாமல் போய்விடுகிறது; நாம் ஏற்கின்றோமோ இல்லையோ அப்துர் ரப் 'ஹக், வங்காளத்தின் மகத்தான மைந்தர்' [85] என்கிறார்.

ஹக்கின் பிற குணங்கள் அவருக்கு உதவிகரமாகவே அமைந்தன. அவரின் உத்வேகமானது பார்ப்பவர்களுக்கும் தொற்றிக்கொண்டு விடும். 'சற்றும் மனம் தளராத நம்பிக்கைவாதி'[86] என்று அவரே அவரைப்பற்றி குறிப்பிட்டதுபோல் அவர் ஒருபோதும் தோல்வியை ஒப்புக்கொண்டதில்லை. அதுபோல் அதிகாரத்தின் முன் மண்டியிட்டதும் இல்லை. ஆளுநருக்கே 'மிதமாக எச்சரிக்கை' விடுத்ததுபோல் நம்நாட்டில் எந்த மாகாண அல்லது மாநில ப்ரீமியர் யாரும் இதுவரை செய்ததில்லை. அந்நிய அரசாங்கத்தினர் ஹக்கை எதிர்த்ததற்கான பல காரணங்களில் ஒன்று ஹக்கின் வெளிப்படைத் தன்மை. இந்தியர்கள் அவரை அதற்காகவே ஆதரித்தார்கள்.

அவருடைய இந்து நண்பர்களின் நட்பு வட்டம் மிகப் பெரியதாக இருந்தது. இந்து நண்பர்கள் அவரின் கல்வித் தகுதிகளை, சட்டங்களில் அவருக்குள்ள நுட்ப அறிவைப் பெரிதும் போற்றி மதித்தார்கள். நம் நாட்டுக்கு சுய நிர்ணய அரசாங்கம் அமைய வேண்டுமென்ற அவரின் குறிக்கோளைப் பாராட்டினார்கள். எல்லாவற்றுக்கும் மேலாக அவர் 'முழுக்க முழுக்க ஒரு வங்காளி' என்பதற்காக அவரை மிகவும் விரும்பினார்கள்.[87]

•

1947-ல் பாகிஸ்தான் உருவானபோது அதிலே ஹக்குக்கு எவ்விதமான பங்களிப்போ அங்கீகாரமோ கிடையாது. அவரின் 1941–45 காலகட்டத்து அரசியலைக் கூர்ந்து பார்ப்பவர்களுக்கு அது மிகவும் நம்ப முடியாததாக, வியப்பை ஏற்படுத்துவதாகவே இருக்கும். ஆனால் அவர் ஒன்றும் செய்யாமல் முடங்கிவிட்டிருக்கவும் இல்லை. பாகிஸ்தான் பிரிவினைக்குச் சற்று முன்னதாக நடைபெற்ற ராட்கிளிஃப் கமிஷனில் அவர் சர்ச்சைக்குட்பட்ட சில நிலப் பகுதிகளை, மாவட்டங்களை பாகிஸ்தானோடு சேர்க்க வேண்டுமென்று வாதாடியிருக்கிறார். கல்கத்தாவைக்கூட

முழுமையாகவோ அல்லது பாதியாகவோ கிழக்குப் பாகிஸ்தானோடு இணைக்கச் சொன்னார். முஸ்லிம் பெரும் பான்மையாக இருக்கும் வங்கத்திலிருந்து, பிரிந்து செல்லும் இந்துக்கள், தலைநகரை எடுத்துக்கொண்டு போகக்கூடாது என்று வலியுறுத்தினார். சில காலத்துக்குப் பின்னர் ஹக் இதே கோரிக்கையைப்பற்றிப் பேசுகின்றபோது, 'ஜின்னா கல்கத்தாவைக் கேட்டுப் போதுமான அளவுக்குப் போராடவில்லை' என்று குறை பட்டார். அதில் உண்மை இல்லை. ஜின்னா கல்கத்தாவைப் பெறுவதற்காக உண்மையில் கடுமையாக முயற்சி செய்தார். ஆனால், அவரால் இந்து–முஸ்லிம் கணக்கு விகிதத்தை மாற்ற முடியாது என்பதால் ஒன்றும் செய்ய முடியவில்லை.

உண்மை என்னவென்றால், பாகிஸ்தான், கல்கத்தா என இரண்டிலும் வசிக்க ஹக் விரும்பினார். கல்கத்தாவை பாகிஸ்தானுடன் சேர்ந்திருந்தால்தான் அவரால் அப்படி வசிக்க முடியும். கல்கத்தா நகரம்தான் அவருக்குப் புகழையும் பெருமையையும் பெற்றுத் தந்தது. அவரை நேசித்தது. இந்த அற்புத நகரில்தான் அவர் கல்வி கற்றார். தொழில் புரிந்தார். அரசியல் முழக்கங்களை எழுப்பினார். ஆட்சி புரிந்தார். இந்த நகரத்தில் எல்லா அகன்ற சாலைகளையும், குறுக்கு வழிகளையும், முட்டுச் சந்துகளையும் அவர் அறிவார். இந்நகரத்தை விட்டுப் பிரிவதற்கு உள்ளம் இசையவில்லை. ஆனால், அவருடைய எதிர்கால அரசியல் வாழ்க்கை கல்கத்தாவைத் தாண்டித்தான் இருந்தது. அவர் பாகிஸ்தானுக்குப் புறப்பட்டுப் போனார். அப்படிப் போகும் போதுகூட அவர் 'முழுக்க முழுக்க ஒரு வங்காளி'யாகவே போனார். அப்படி அவர் சென்று அடிவைத்த பாகிஸ்தானும் வங்காள மண்ணாகவே இருந்தது. ஆம். அவர் சென்றது கராச்சி அல்ல, டாக்கா நகரம்![88]

கல்கத்தாவிலும் அதன் சுற்றுவட்டாரத்திலும் வாழ்ந்திருந்த பல்லாயிரக்கணக்கான முஸ்லிம்கள் அவரைப் போலவே இடம் பெயர்ந்து வாழ்வதற்காக டாக்காவுக்கு வந்தார்கள். வங்காளத்தின் வேங்கை, முன்னாள் வங்காளப் பகுதியை ஆட்சி புரிந்த ப்ரீமியராக இருந்த ஹக்குக்கும்கூட விதிவிலக்குக் கிடையாது. அவரும் அவர்களில் ஒருவர்தான். இப்பொழுதுகூட பாகிஸ்தான் அரசியல் அமைப்பு ஏற்பாட்டின்படி அமைந்த சட்டமன்றத்தில் அவருக்கும் ஓர் இடம் அளிக்கப்பட்டிருந்தது என்றாலும் இடம்பெயர்ந்த மக்கள் கூட்டத்தில் ஒருவராகவே இருந்தார். ஒரு வருட காலம் அவருடைய ஆர்வலர்களில் ஒருவர் அவராகவே முன்வந்து காலி செய்து கொடுத்த ஃபிளாடில் வசித்தார். அதன் பின்னரே கே.எம். தாஸ் லேனில் ஒரு வீட்டை ஹக் விலைக்கு வாங்கினார். அந்த வீட்டை வாங்கிய பின்னரே, அரசாங்கத்தின் பயன்பாட்டுக்காக அந்த வீடு தேர்ந்தெடுக்கப்பட்டுள்ளது என்பது இவருக்குத் தெரிந்தது .

ஹக் அது தெரிந்ததும் எதிர்த்துக் குரல் கொடுத்தார். இது முதலமைச்சர் க்வாஜா நஸீமுத்தீனுக்குத் தெரியவந்தது. அவர் அரசாங்கத்தின் பயன்பாட்டு நோக்கத்திலிருந்து அதை நீக்கிக் கொடுத்தார். க்வாஜா நஸீமுத்தீன் சுராவர்த்தியை எதிர்த்த நின்று வங்காள முதலமைச்சர் பதவிக்குப் போட்டியிட்டு வெற்றி பெற்றிருந்தார்.

அரசியல்வாதி ஹக்குக்கு மக்கள் மத்தியில் கூட்டங்களில் பேசியாக வேண்டியிருந்தது. ஆகவே, இவருக்காக ஒரு பொதுக் கூட்டம் டாக்காவில் ஏற்பாடு செய்யப்பட்டது. இவருடைய அரசியல் எதிரிகள் இந்தக் கூட்டத்தில் அமளியில் ஈடுபட்டார்கள். கூட்டம் நடைபெற இருந்த அந்தப் பூங்காவில் போடப்பட்ட நாற்காலிகள் எரித்து சாம்பலாக்கப்பட்டன.[89]

நாட்டுப் பிரிவினைக்குப் பின்னர் ஓர் ஆண்டிலேயே ஜின்னா மரணமடைந்தார். ஹக்கின் நீண்ட கால அரசியல் எதிரி க்வாஜா நஸீமுத்தீன் பாகிஸ்தான் கவர்னர் ஜெனரல் ஆனார். இதைப் பார்த்த 77 வயதான ஹக் பதற்றமடைந்தார். 1950 இறுதியில் அவர் தன் நண்பர் ஒருவருக்குக் கடிதம் ஒன்றை எழுதினார். அதில்:

‘கராச்சியில் காவல் தெய்வங்களாக இருப்பவர்கள் கிழக்கு வங்கத்து மக்களை ஆடுகளைப்போலவே பார்க்கிறார்கள். நினைத்த மாத்திரத்தில் வெட்டிக் கொல்லமுடியும் என்றும் நினைக்கிறார்கள். கிழக்கு வங்காளத்தில் இருப்பவர்களைக் கறவைப் பசுக்கள் என்று கருதிவிட்டார்கள். இங்கிருக்கும் ‘வங்காள ராஜவேங்கை’ இறந்துபோய்விட்டது என்று நினைக்கிறார்கள். ‘ஷேர்-இ-பங்களா’ இப்பொழுது இல்லை என்று நினைக்கிறார்கள். காலம் வரும்போது ‘ ஷேர்-இ-பங்களா’ மீண்டும் வந்து கர்ஜனை புரியும்; நான் வரும் 15ஆம் நாள் கராச்சி செல்கிறேன்... அங்கு சென்று, பின் திரும்பி வரும் போது, என்ன செய்யப் போகிறேன் என்பதை முடிவெடுப்பேன்’. [90]

பாகிஸ்தானின் ஆட்சியாளர்களான பிரதமர் லியாகத் அலியும் கவர்னர் ஜெனரல் நஸீமுத்தீனும் ஹக்கின் குமுறலைப் புரிந்துகொண்டு, கிழக்கு வங்காளத்துக்கான ‘அட்வகேட் ஜெனரல்’ பதவியை அவருக்கு அளித்தார்கள். இந்தப் பதவி ஹக்கைக் குளிர வைத்துவிட்டது. இந்தப் பதவியால் அரசியலிலிருந்தும் ஹக்கை விலக்கிவைத்துவிடலாம் என்பது அவர்களின் எண்ணம். இவரோ அந்தப் பதவியை ஒப்புக்கொண்டார்; ஆனால் மனதுக்குள் இருந்த ரகசிய ஆசையை விட்டுக்கொடுக்கவில்லை.

இதனிடையே லியாகத் அலிகான் சுட்டுக் கொல்லப்பட்டார். பண்பு நலம் மிக்க க்வாஜா நஸீமுத்தீன் பாகிஸ்தானின் பிரதமரானார். மிகவும் கண்ணியமானவர்; ஆனால் திறமையற்றவர். இவர் பிரதமர் ஆன ஒன்றரை ஆண்டு முடிவில் கவர்னர் ஜெனரல் குலாம்

முகமதுவால் பதவி நீக்கப்பட்டார். இவரின் இடத்துக்கு வாஷிங்டனில் பாகிஸ்தான் தூதுவராக இருந்த எம்.ஏ.போக்ரா புதிய பிரதமராக நியமிக்கப்பட்டார். இவரும் நஸீமுதீனைப் போன்று ஒரு வங்காளிதான். இவ்வாறு வங்காளி இனத்தைச் சேர்ந்தவர்கள் உயர் பதவிகளில் இருந்தாலும்கூட அவர்களுக்குச் சரியான பிரதிநிதித்துவம் அளிக்கப்படவில்லை என்றும் கிழக்கு வங்காளம் பாகிஸ்தானால் புறக்கணிக்கப்பட்ட பகுதி என்றும் வங்காள மக்களின் உள்ளத்தில் ஓர் உணர்வு மேலோங்கியது.

கிழக்கு வங்காளம் ஏற்றுமதி மூலம் பெற்றடைந்த அந்நியச் செலாவணி, மேற்குப் பாகிஸ்தானில் முதலீட்டுக்குப் பயன்படுத்தப் பட்டது. ஜின்னா பாகிஸ்தானின் ஆட்சி மொழி 'உருது' மட்டுமே என்று அறிவித்தது அவர்களுக்குச் சீற்றத்தை ஏற்படுத்தியது. டாக்கா நகரில் மாணவர்கள் வங்காள மொழிக்கு உருதுவுக்கு இணையான தகுதி/இடம் அளிக்கப்பட வேண்டும் என்று குரல் எழுப்பினார்கள். வங்காளி மொழிதான் உருது, பஞ்சாபி, மொழிகளைக் காட்டிலும் அதிகமாகப் பேசப்படுகிற மொழி என்று சொன்னார்கள். இந்த மொழிப் போராட்டம் பெரிய அளவில் நீடித்தது. மாணவர்களின் ஊர்வலத்தின் மீது போலீஸார் துப்பாக்கிச் சூடு நடத்தினார்கள். சில மாணவர்கள் கொல்லப்பட்டார்கள். ஒரு புதிய போராட்டம் ஆரம்பித்துவிட்டது.

அரசாங்கத்தைக் குறைகூறுபவர்களை நாட்டின் பகைவர்கள், துரோகிகள் என்று முத்திரை குத்துவது லீக்கின் வாடிக்கை. அதனால் 'நாம்' என்றும், 'அவர்கள்' என்றும் பிரித்துப் பேசும் மனோபாவம் அங்கே வளர்ந்தது. கிழக்கு வங்காளத்தில் இருக்கும் பெரும் பான்மையினர், 'தங்களுடைய' மனநிலை வெகு தொலைவிலுள்ள கராச்சியிலிருந்து தங்களை ஆளும் 'அவர்களுக்கு', புரியவில்லை என்று கருதினார்கள்.

இத்தகைய சூழ்நிலையை ஹக்கின் அரசியல் எதிராளி சுராவர்த்தி தனக்கு சாதகமாக்கிக்கொண்டு பயனடையக்கூடியநிலையில் இருந்ததுபோல் தோன்றியது. இவருக்கு ஆதரவு காட்டுகின்றவராக மௌலானா பாஷானி வந்தார். இவரோ தணலாகத் தகிக்கின்ற முஸ்லிம் சோஷலிஸ்ட். இவரோடு இன்னொரு இளைஞர் துடிப்பாக நின்றார். அவர்தான் ஷேக் முஜீபுர் ரகுமான். இவர்களெல்லாம் சேர்ந்து ஒரு புதிய கட்சியைத் தொடங்கி, அதன் தளத்திலிருந்து செயல்பட்டார்கள். அந்தப் புதிய கட்சிதான், 'அவாமி லீக்'. கிழக்கு வங்காளத்தில் கொந்தளித்துக் கிடந்த மக்களின் குரலாக ஒலித்தார் சுராவர்த்தி.

•

ஹக்கின் உள்ளுணர்வுகள் அவரை மீண்டும் யாரும் எதிர்பார்த்திராத உச்சநிலைக்குக் கொண்டுச் சென்றன. அவரால் அது முடியும் என்றும் யாரும் கருதியிருக்கவில்லை. அவர் வகித்து வந்த பதவியை விட்டு விலகினார். அவரின் கே.பி.பி. கட்சியை மறு உருவாக்கம் செய்தார். அதை கே.எஸ்.பி. என்று பெயர் மாற்றினார். 'க்ரிஷெக் சரமிக் பார்ட்டி' (விவசாயிகள் தொழிலாளர் கட்சி) என்ற புதிய பெயரோடு அது நிமிர்ந்து நின்றது. முஸ்லிம் லீக்கிலிருந்து பிரிந்து போனவர்கள், பிணக்குக் காட்டியவர்களை இணைத்துக்கொண்டார். சுராவர்த்திக்கு நேசக்கரம் நீட்டினார். சுராவர்த்தி அதை ஏற்றுக் கொண்டார். வங்கப் புலி இரண்டாம் இடத்தை ஒருபோதும் ஏற்றுக்கொள்ளாதே. இப்பொழுது ஹக் அந்த ஐக்கிய முன்னணியின் தலைவரானார்.

1954 மார்ச் மாதம் தேர்தல் நடைபெற்றது. லீகின் சார்பில் மேற்குப் பாகிஸ்தானைச் சேர்ந்த ஒரு ராணுவ அதிகாரி டாக்காவின் தேர்தல் தொடர்பான நிலவரத்தைப் பார்வையிட நியமிக்கப்பட்டார். அவருடைய கணிப்பில், 'நிலைமை நம்பிக்கை அளிப்பதாக' தெரிந்தது. நடுவணரசின் ஆட்சிப் பொறுப்பிலுள்ள அமைச்சர்கள், லீக் தலைவர்கள், மிஸ் பாத்திமா ஜின்னா உட்பட பலரும் டாக்காவுக்கு வந்து தேர்தல் பரப்புரையை மேற்கொண்டார்கள். தொடக்கத்தில் எண்பது சதவிகித வெற்றி கிடைக்கும் என்று கணித்தார்கள். நாளாக, நாளாக அவர்களின் கணிப்பு வீதம் குறைந்துகொண்டேபோனது. எனினும் ஐம்பது சதவிகிதத்துக்கும் கீழே போகாமல் வெற்றி கிடைத்துவிடும் என்று நம்பினார்கள்.[91]

தேர்தல் போட்டி ஹக்குக்குப் புதிய வாழ்வளித்தது. இப்போது அவர் கிழக்கு வங்காளத்தின் ஒரு மூலையிலிருந்து மறு மூலைக்கெல்லாம் போய் இடி முழக்கம் செய்தார். ஹக்கின் பேச்சாற்றலும், சுராவர்த்தியின் 'அருமையான ஒருங்கிணைப்புத் திறமையும்'[92] சேர்ந்து கிழக்கு வங்காளத்தின் மனக்குறையைப் போக்கி மாபெரும் வெற்றியைச் சாதித்துக்காட்டிவிட்டார்கள். இஸ்லாமிய ஐக்கிய முன்னணி 223 இடங்களில் வெற்றி பெற்றது. முஸ்லிம் லீக் வெறும் 10 இடங்களில் மட்டுமே வெற்றி கண்டது. இடைக்கால முதலமைச்சர் நூருல் அமீன் இந்த அணியின் வேட்பாளராக நிறுத்தப்பட்ட ஒரு மாணவரால் தோற்கடிக்கப்பட்டு டெபாசிட் இழந்தார்.

ஏப்ரல் 1954 தொடக்கத்தில், 'வேங்கைப் புலி' (ஹக்) மீண்டும் முதல்வராக ஆனார். பதவி ஏற்று இரண்டு மாதத்துக்குள்ளேயே அவர் நெருக்கடியைச் சந்திக்க நேர்ந்தது. அவருடைய ஆர்வம் ஒன்று எதிரிகளுக்கு ஒரு வாய்ப்பை உருவாக்கிக் கொடுத்தது.

கல்கத்தாவுக்கு முதலமைச்சராகச் செல்லவேண்டும் என்ற ஆசை அவருக்குள் வலுவாக எழுந்தது. தன்னுடைய பழைய நண்பர்கள், அவருடைய வங்காள மண்ணின் அடையாளத்தைப் பெருமையாகப் பார்த்து மகிழக் கூடியவர்கள் ஆகியோரின் நடுவில் ஹக் வெளிப்படையாகவே ஒரு விஷயத்தை பேசினார். இந்துஸ்தானம் – பாகிஸ்தான் இரண்டுக்கும் இடையே எந்தப் பெரிய வேறுபாட்டையும் தான் பார்க்கவில்லை என்பதுபோல் பேசினார். நியூயார்க் டைம்ஸ்ஸில் இதை, கிழக்கு வங்காளத்துக்கு பாகிஸ்தானிடமிருந்து விடுதலையைக் கோருகிறார் என்பதாக எழுதினர்கள். 'நான் கேட்பது சுயாட்சிதான்; சுதந்தர ஆட்சி அல்ல' என்றார்.[93] இதன் பின்னர் கொஞ்ச காலத்திலேயே வங்காளிகளுக்கும் வங்காளி அல்லாதவர்களுக்கும் ஆதம்ஜி சணல் ஆலைகளில் கலவரம் வெடித்தது.

திட்டமிட்ட சதி என்று ஹக்கின் ஆதரவாளர்கள் குற்றம்சாட்டினர். 'உள்ளூர்க்காரர்கள் அல்லாதவர்மீது தொடுக்கப்பட்ட போர் நடவடிக்கை' என்று மேற்கு பாகிஸ்தானிகள் குற்றம் சுமத்தினார்கள். மே 30ஆம் நாளன்று ஹக் அமைச்சரவை பாகிஸ்தான் நடுவண் அரசாங்கத்தால் பதவி நீக்கம் செய்யப்பட்டது. நடுவண் ஆட்சி கொண்டுவரப்பட்டது. பாகிஸ்தான் பிரதமர் போக்ரா, வானொலியில் உரையாற்றினார். வங்காள வேங்கைமீது முன்பு சுமத்தப்பட்ட அதே குற்றச்சாட்டை இந்த உரையிலும் முன்வைத்தார்: 'ஹக் ஒரு துரோகி'.

முதுமை அல்ல; கோபமும் ஏமாற்றமும் அவரைக் கொன்று தீர்த்திருக்கவேண்டும். ஆனாலுங்கூட, இந்த 'சற்றும் மனம் தளராத நம்பிக்கைவாதி'க்கு தான் பறிக்கவேண்டிய வெற்றிக்கனிகள் இன்னும் மீதி இருக்கின்றன என்ற நம்பிக்கை இருந்தது. கல்லூரிப் படிப்பை முடித்துவிட்டு வெளியில் வருகின்ற ஒரு மாணவனைப்போல மிகுந்த எதிர்பார்ப்புகளுடன் அப்போதும் இருந்தார். அவருடைய எதிர்பார்ப்புக்கு பலன் கிடைத்தது. அவர் பாகிஸ்தானின் உள்துறை அமைச்சரானார்.

முதலில் போக்ராவின் நாற்காலி ஆட்டம் கண்டது. எனவே, அவர் ஹக்கின் தயவை எதிர்பார்த்தார். கிழக்கு வங்காளத்தில் திணிக்கப்பட்ட மைய ஆட்சி திரும்பப் பெறப்பட்டது. புதிய வங்காள அரசாங்கத்தின் மாநில முதலமைச்சராக ஹக்கால் கைக்காட்டப்பட்ட அபூ ஹுசைன் சர்க்கார் நியமிக்கப்பட்டார். அதன் பின் ஆகஸ்ட் 1955 தொடக்கத்தில் போக்ராவின் நெடுநாள் பகைவர் சௌத்திரி முகம்மது அலியின் அணியில் ஹக் சேர்ந்து கொண்டார். ஹக்கின் உதவியால் சௌத்திரி முகம்மது அலி

பாகிஸ்தான் பிரதமர் ஆனார். இந்த உதவியின் காரணமாக சென்ற ஆண்டு 'துரோகி'யாக இருந்தவர், இப்பொழுது பாகிஸ்தானின் உள்துறையமைச்சர் ஆகிவிட்டார். போக்ரா பழையபடி பாகிஸ்தானின் தூதுவராக வாஷிங்டனுக்குத் திரும்பினார்.

கல்கத்தாவில் அவர் சொன்னதைக் குறித்த அவருடைய கருத்து என்ன? 'உணர்ச்சி மேலிட்ட நிலையில் நான் சொல்லக் கூடாதவற்றைச் சொல்லிவிட்டேன்'[94] என்றார். கராச்சிக்குப் புறப்பட்டுச் சென்றவர் அங்கிருந்துகொண்டு பாகிஸ்தானின் முதல் அரசியலமைப்புச் சட்டம் உருப்பெறுவதற்கு அவர் சௌத்திரி முகம்மது அலிக்கு உதவியாக இருந்தார். இஸ்லாத்தின் தேவைகளையும் நவீனப்பாதையில் நாட்டை இட்டுச் செல்வதற் கான வழிவகைகளையும் உள்ளடக்கியதுபோல் அது இருந்தது. மேலும் உருது மொழிக்கு இணையான தகுதியுடன் வங்காள மொழியும் தேசிய மொழிகளில் ஒன்றாக இடம் பெற்றது. பாகிஸ்தான் ஒரு குடியரசாகத் தன்னைப் பிரகடனப்படுத்திக் கொண்டது.

ஹக் ஒரு இறுதிக் கனியை எட்டிப் பறித்துவிட்டார். கராச்சியிலிருந்து டாக்காவுக்குத் திரும்பினார். வங்காளத்தின் ஆளுநர் பதவியில் அமர்ந்துகொண்டார். கராச்சியில் மேற்கொண்டிருந்த கடும் பணிக்கு வெகுமதியாகக் கிடைத்திருந்தது. இருந்தும் அவரின் அரசியல் நாசி ஏதோ ஓர் ஆபத்தை நுகர்ந்தது.

முகம்மது அலியும் ஹக்கும் ஓர் ஒப்பந்தம் அமைத்துக் கொண்டபோது அதனால் பாதிக்கப்பட்டது போக்ரா மட்டுமே அல்ல; போக்ராவின் இடத்தில் முதலமைச்சராக தன்னைத்தான் ஆக்குவார்கள் என்று எதிர்பார்த்திருந்த சுரவர்த்தியும் இதனால் வருத்தமடைந்திருந்தார். போக்ரா அமைதியாக வாஷிங்டனுக்கு தூதுவராகச் சென்றுவிட்டார். ஆனால் சுராவர்த்தி பழிவாங்கத் துடித்தார். அவர் கையிலே சில துருப்புச் சீட்டுக்கள் இருந்தன. அவர் திறமைசலியும் கூட. அவரை கராச்சியிலிருந்தே ஹக் கண்காணித்துக் கொண்டுதான் இருந்திருக்கிறார். டாக்காவிலுள்ள அரசாங்க மாளிகைக்கு வந்த பின்னரும் தொடர்ந்து அவரை உன்னிப்பாகக் கண்காணித்துக் கொண்டுதானிருந்தார். ஆனால் அதனால் எந்தப் பலனும் இருந்திருக்கவில்லை.

ஹக் அங்கே ஆளுநராக இருந்தபோதிலும் முதலில் சுராவர்த்தி கிழக்கு வங்காள அமைச்சரவையைக் கவிழ்த்தார். அதன்பின் ஹக்கின் ஆதரவாளரும் அவரால் முதல்வராக்கப்பட்ட அபூஹுசைன் சர்க்காரைத் துரத்தி விட்டு அந்த இடத்துக்குத் தன்னுடைய ஆதரவாளரான அத்தாவூர் ரகுமான் கானை நியமித்தார். அதன்பின் சௌத்திரி முகம்மது அலியை பிரதமர் பதவியிலிருந்து

வெளியேற்றிவிட்டு சுராவர்த்தி பாகிஸ்தானின் பிரதமர் ஆனார். ஆண்டர்சன், ஹெர்பர்ட் போன்றோர் வகித்த ஆளுநர் பதவியில் இருக்கும் மனநிறைவில் ஹக் இருந்தார். அத்தாவூர் ரகுமானுக்கு எழுதிய கடிதம் ஒன்றில் 'ஹெர்பர்ட்டுடனான மகிழ்ச்சிகரமான நாட்கள்'[95] பற்றி அல்லது அதை மறக்க நினைப்பது பற்றி நினைவுகூர்ந்திருந்தார். ஆனால், வங்காள ஆளுநராக பதவியில் இருக்கும் அவர், பாகிஸ்தானின் பிரதமராக தற்போது பதவியிலுள்ள மாட்சிமை பொருந்திய ஹெச்.எஸ். சுராவர்த்தி டாக்காவுக்கு வருகை தரும்போது அவர் விமான நிலையம் சென்று அவரை வரவேற்க வேண்டியிருந்தது. அப்போது அவர் நிச்சயம் வேறு மன நிலையில்தான் இருந்திருப்பார்.

கடிகாரத்தின் பெண்டுலம் சில நேரங்களில் வேகமாக ஆடும். 13 மாதங்கள் கழித்து சுராவர்த்தி பாகிஸ்தான் சட்டமன்றத்தில் ஒரு வாக்கெடுப்பில் பதவியை விட்டுப்போக வேண்டி வந்தது. அவருடைய நெடுங்கால பகையாளி (ஹக்) இன்னமும் கிழக்கு வங்காளத்தின் ஆளுநராகவே நீடித்தார். என்றாலும் மார்ச் 31, 1958-ல் சுராவர்த்திக்குப் பதவி பறி போன ஆறே மாதங்களில் விதியின் ஊசல் இந்த வேங்கைப் புலியின் தலையைத் தாக்கியது. ஆம். இப்போது ஜனாதிபதியாக இருந்த இஸ்கந்தார் மிர்சா, ஹக்கை ஆளுநர் பதவியிலிருந்து நீக்கினார். வெறும் 85 வயது மட்டுமே ஆகியிருந்த ஹக் நம்பிக்கை இழக்காமல் மீண்டும் கே.எஸ்.பி.பி.யின் தலைவர் ஆனார். பொதுத் தேர்தல்கள் ஓராண்டுக்கும் குறைவான காலகட்டத்தில் வரவிருந்தது. ஆனால், தேர்தல்கள் நடத்தப்பட வில்லை. 1958 செப்டம்பரில் ஜனாதிபதி மிர்சா ராணுவ ஆட்சியை அமல்படுத்தினார்.

•

ஹக்கின் செல்வாக்கு மற்றும் அவரின் அரசியல் வழிமுறைகள் பற்றி கிழக்கு வங்காள ஆளுநருக்கு ஏ.டி.சி. ஆகப் பணியாற்றிய மேஜர் ஜெய்லானி நேர் அனுபவங்கள் வாயிலாகக் குறிப்பிட்டிருப்பவை:

> 'ஆளுநர் ஹக், பாரிசல் மாவட்டத்தைச் சேர்ந்த அவரின் சொந்த ஊரான 'சாக்கர்' என்ற கிராமத்துக்குச் சென்றார். அந்த ஊரைச் சென்று சேர பாரிசல் மாவட்டத்தில் அவர் நீராவிக் கப்பலில் ஏறிப் பயணித்துப் பின் அங்கிருந்து ஜீப்பில் ஏறி, படுமோசமான மேடு பள்ளங்கள் மிகுந்த சாலையில் 20 மைல்கள் வரைச் சென்று, பின் இறுதியாகக் கடைசி ஒரு மைல் தொலைவைக் கால்நடையாகச் சென்று சேரவேண்டும். அவ்வாறே ஹக் பயணம் சென்று சேர்ந்ததும் ஊர் எல்லையில் அவ்வூர் மக்கள் அவரை வரவேற்று பல்லக்கில் ஏற்றித் தோள்களில் சுமந்தார்கள். அவரை அவ்வாறு

சுமந்துச் செல்வதற்குப் போட்டி போட்டுக்கொண்டு முட்டி மோதினார்கள். அந்த எளிய கிராமத்தார்கள் ஹக்கிடம் காட்டிய அன்பு, பற்று, மரியாதை எல்லாம் நெஞ்சைத் தொடுவதாக இருந்தன.[96]

ஹக்கின் சொந்த மாவட்டமான பாரிசலுக்கு ஆளுநராக அவர் சென்றிருந்தபோது, அங்கே ஒரு மருத்துவக் கல்லூரி நிறுவப்பட வேண்டும் என்று கோரிக்கை முன்வைக்கப்பட்டது. கோரிக்கை மனு கொடுத்த மக்களை ஒன்றுதிரட்டி, ஒரு வெட்டவெளிக்கு அழைத்துச் சென்று மருத்துவக் கல்லூரிக்கான அடையாளமாக சிறிய பள்ளம் தோண்டி, அடிக்கல் நாட்டி அங்கேயே அமர்ந்து கூட்டத்தோடு கூட்டமாக இறைவனிடம் அவர்களின் விருப்பத்தை நிறைவேற்றிட வேண்டி பிரார்த்தனை செய்தார்.[97]

ஜெய்லானியின் கூற்றுப்படி இதன் மூலம் ஆளுநர் (ஹக்) மக்களிடம் ஓர் இன்ப அதிர்ச்சியை, வியப்பை ஏற்படுத்தவேண்டி, இப்படிச் செய்தார். உண்மையில் அவர்களுக்கு மருத்துவக் கல்லூரி கட்டித் தரவேண்டுமென்பது அவருடைய கனவு மற்றும் அவர் கொடுத்த வாக்குறுதியும் கூட. 1939ல் முன்னாள் ஆளுநர் ஹெர்பர்ட் இதற்காக அடிக்கல்கூட நாட்டியிருந்தார். அதன்பின் கே.எஸ்.பி. கட்சி அமைச்சரவையில் இவரால் பதவியில் அமர்த்தப்பட்ட சர்க்கார் முதல்வராக இருந்தபோது 1956-ல் இதைப் புதுப்பித்துச் செயல்படுத்தத் திட்டம் வரையப்பட்டது. ஆனால், அடுத்து பதவிக்கு வந்த எதிர்க்கட்சி முதல்வரான அத்தாவூர் ரகுமான் இத்திட்டத்தை 'முற்றிலுமாக கிடப்பில் போட்டுவிட்டார்கள்' என்பது ஹக்கின் குற்றச்சாட்டு. 'இந்த அவமதிப்பை ஒருபோதும் நான் விட்டுவிடப் போவதில்லை' என்று சபதமிட்டார்.[98] இறுதியில் அங்கே மருத்துவக் கல்லூரியும் அதைச் சேர்ந்த மருத்துவமனையும் தோற்றம் கண்டது. ஆனால், அப்போது ஹக் இறந்து ஆறு ஆண்டுகள் ஆகிவிட்டிருந்தது.

அவரிடம் உதவி கேட்பவர்களுக்காக எழுதிக் கொடுக்கிற பரிந்துரைக் கடிதத்துக்கு இங்கே இதோ ஓர் எடுத்துக்காட்டு. அவர் ஆளுநராக இருந்தபோது மாவட்ட அதிகாரி ஒருவருக்கு அவர் எழுதியனுப்பிய பரிந்துரைக் கடிதம்:

'இந்தக் கடிதத்தைக் கொண்டு வருகின்ற முகம்மது இஸ்ஷாக் முன்ஷி, இப்பொழுது மிகுந்த மோசமான வகையில், அவரின் சொத்துக்கள் தொடர்பான தொல்லைகளில் சிக்கியுள்ளார். அவர் ஒரு தெருப் பிச்சைக்காரன் நிலைக்குத் தூக்கி வீசப்படப் போகிறார். அவர் சொல்வதைப் பொறுமையோடு கேட்டுப் பாருங்கள். பின் அறிவுரை பகருங்கள். அவரின் கதை மிக

நீளமானது. ஆனாலும்கூட நீங்கள் அவர் சொல்வதைப் பொறுமையோடு கேட்டுக் கொள்வீர்கள் என்று நம்புகின்றேன்.' [99]

அரசாங்க மாளிகையில் நாட்கள் கழிந்தபோது அவருக்கு பழங்கால நினைவுகளே நெஞ்சில் அதிகமும் எழுந்தன. பாரிசல்வாசியான அவரின் நண்பர் ஒருவருக்கு ஹக் எழுதிய கடிதத்தில் அவருடைய தந்தையிடமிருந்து அவருக்கு வாரிசுரிமையாகக் கிடைத்த வீட்டைப் பற்றிக் குறிப்பிட்டுள்ளார். 'என் தாயும் தந்தையும் அவர்களின் கடைசி மூச்சை விட்ட இடத்தை நினைவுபடுத்தும் வகையில் ஏதேனும் பளிங்கு சலவைக் கல் அங்கே வைக்கப்படவேண்டும். சுக் மொய் பாபுவை உங்களை விட்டுப் பார்க்கச் சொல்லியிருக்கிறேன். என் மூதாதையர்கள் நினைவுகள் நிலைத்து நிற்கவேண்டும்.' [100]

அரசாங்க மாளிகையிலிருந்து ஹக் வலுக்கட்டாயமாக வெளியேற்றப்படுவதற்குக் கொஞ்ச காலத்துக்கு முன்னர், சொந்த வாழ்க்கை வரலாற்றை எழுதுவதற்கு எண்ணியிருந்தார். அவருடைய 'தன் வரலாற்றில்' பொதுவாழ்க்கையை எப்படி நிர்வகித்தேன் என்பது பற்றி காட்சிப்படுத்திவிட முடியும் என்று திட்டமிட்டிருந்தார். ஆனாலும், அவருடைய நினைவாற்றல் குறைந்திருந்தது. நான் என்னவெல்லாம் செய்தேன்... எனக்கு என்னவெல்லாம் செய்யப்பட்டன என்பதெல்லாம் மறந்துவிட்டன என்றார். தன் வாழ்க்கையில் நடைபெற்ற வரலாற்று நிகழ்வுகளைத் திரட்டித் தரும்படி நண்பர்களிடம் கேட்டுக் கொண்டார். ஆனால் அவர்களால் உரிய நேரத்தில் அவரின் வேண்டுகோளைத் நிறைவேற்றி வைக்க முடியவில்லை. [101]

பிப்ரவரி 1957ல் டாக்கா பல்கலைக்கழகப் பட்டமளிப்பு விழாவில் ஆளுநராக இருந்த ஹக் ஆற்றிய உரை –

'நான் பேசுவதற்கு நினைத்திருந்ததைவிட அதிகமாகவே உங்களோடு பேசிவிட்டேன். நான் ஓர் முதியவன். பொதுவாக முதியோரின் பேச்சில் அற்ப விஷயங்களே வளவளவென்று நீண்டிருக்கும். தயை கூர்ந்து என்னை அதற்காகப் பொறுத்து மன்னித்துவிடுங்கள். வங்காளம் மற்றும் கிழக்குப் பாகிஸ்தானின் கடந்த அறுபது ஆண்டுகளின் வாழும் வரலாறாக உங்கள் முன் நிற்கின்றேன். தன்னலமற்ற தீரமிக்க முஸ்லிம்கள் மிகக் கடுமையான சவால்களை எதிர்த்து அச்சமின்றிப் போராடிய கூட்டத்தின் கடைசியாக மிஞ்சியுள்ள ஒரே மனிதன் நான்தான்.

நான் இப்போது என் வாழ்க்கையின் அந்திமக் காலத்தில் இருக்கின்றேன். என் அறுபது ஆண்டு காலப் போராட்டத்தின்

போது எனக்கேற்பட்ட விழுப்புண்களை வருடிப் பார்த்துக் கொண்டிருக்கிறேன். உடலளவில் எனக்கு வயதாகிவிட்டது. ஆனால், உள்ளத்தளவில் இன்னும் நான் ஓர் இளைஞனைப் போன்று துடிப்பும் ஆற்றலும் குறைவில்லாதவனாகவே இருக்கிறேன். நல்லதே நடைபெறும் என்று நம்பிக்கை துளியும் மங்கிவிடவில்லை.' [102]

தன்னைத் தானே 'வாழும் வரலாறு' என்று பெருமிதமாக அழைத்துக் கொள்ளும் இதே மனிதர் தன்னடக்கத்துடனும் வெளிப்பட்டிருக்கிறார். ஜூலை 1957ல் டாக்காவில் ஒரு சட்டக் கல்லூரித் திறப்பு விழா நிகழ்ச்சியில் (அப்பொழுதும் அவர் ஆளுநராகவே இருந்தார்) அவரின் பேச்சு தன்னடக்கத்துக்கும் நன்றியுணர்வுக்கும் அத்தாட்சி! அங்கு அவர் ஆற்றிய உரையில் சொன்னவை:

'எனக்கு சட்டக் கலை நுட்பத்தைப் பயிற்றுவித்த பெரிய உள்ளங்களுக்குச் சொந்தக்காரர்கள், அவர்களைப் பணிவோடு நினைவுகூர்ந்து, அன்னாரின் காலடியில் அமர்ந்து கற்றுக்கொண்ட அந்த அற்புதத் தருணங்களை நெகிழ்ச்சியோடு நினைத்துப் பார்க்கிறேன்' என்றார். மேலும், 'டாக்டர் சர் அசுதோஷ் முகர்ஜி ஜூனியர்களைத் தேர்ந்தெடுப்பதில் மிகவும் கண்டிப்பாக இருப்பார். அவர் என்னைத் தேர்ந்தெடுத்தது நான் பெற்ற பேறு.' [103]

•

அரசாங்க மாளிகையிலிருந்து (ஆளுநர் இல்லம்) அவர் வெளியேறிய நான்கு ஆண்டுகளுக்குப் பின்னர் ஹக், டாக்கா மருத்துவமனையில் மரணமடைந்தார். 1943-ல் அவரின் அரசியல் எதிரியான க்வாஜா நஸீமுத்தீனையும் சுராவர்த்தியையும் மண்ணில் வீழ்த்தி ஒழித்துக் கட்டிவிட நினைத்தார். இப்போது அந்த மண்ணில் அவர்கள் மூவருமே நீளவாட்டில் அடுத்தடுத்து வரிசையாக டாக்கா உயர்நீதிமன்ற வளாகத்தில் புதைக்கப்பட்டிருக்கிறார்கள். இங்கே அவ்வாறு புதைக்கப்பட்டவர்களில் இருவர் பாகிஸ்தானின் பிரதமர்களாக சிறிது காலத்துக்குப் பதவி வகித்தவர்கள். பசுலுல் ஹக் அந்தப் பதவியை வகிக்கவில்லை. ஆனாலும், 'வங்காளத்தின் ராஜ வேங்கை' என்று அவர் மட்டுமே மக்களால் அழைக்கப்பட்டுக் கொண்டிருக்கிறார்.

அத்தியாயம் 7

அபுல் கலாம் ஆசாத்

(1888 – 1958)

'பிறக்கும்போதே அவருக்கு வயது ஐம்பது'[1] என்று மௌலானா அபுல் கலாம் ஆசாதின் இளம்பருவச் சாதனைகளை வியந்து பாராட்டுகிறார் சரோஜினி நாயுடு. அபுல் கலாம் இளம் வயதிலேயே கவிதைகள், கட்டுரைகள் எழுதினார். பத்திரிகைகளை வெளியிட்டார். அவருடைய எழுத்தாற்றலைக் கண்டு வியந்து அவரைப் பார்க்க வந்தவர்கள் பலரும், கவிஞர் ஹாலி உட்பட, அவர்கள் சந்திக்க விரும்பிய எழுத்தாளரின் மகன் என்றே அபுல் கலாமை நினைத்தனர். அபுல் கலாம் 1888-ல் மக்காவில் பிறந்தார். அவருக்கு அப்போது வைக்கப்பட்ட பெயர் 'அபுல் கலாம் முகையுத்தீன் அகமத்'. அவரின் தந்தை மௌலானா கைருத்தீன், சிறந்த அறிஞர்; இறை நம்பிக்கை மிகுந்தவர். இவர் 1857-ல் பிரிட்டிஷ் ஆதிக்க அரசாங்கத்தின் கையில் அகப்பட்டு துன்பங்களுக்கு ஆளானார்.

அரேபியாவில் கைருத்தீன் முப்பது ஆண்டுகளைக் கழித்தார். ஒரு கால்வாயைச் செப்பனிடும் பணியில் பல ஆண்டுகளை அங்கே

செலவிட்டார். அரபி மொழியில் பல நூல்களை எழுதியுள்ளார். அந்நாட்டில் பேரும் புகழும் பெற்ற அறிஞர் ஷெய்க் முகமது ஸஹீர் வாத்ரீ என்பவரின் சகோதரி மகள் ஆலியாவை மணம் புரிந்துகொண்டார். கைருத்தீனின் முன்னோர்களில் சூஃபிகள் சிலர் இருக்கிறார்கள். மற்றவர்கள் இந்தியாவில் முகலாய அரசாங்கத்திடம் ஆக்ரா, தில்லி ஆகிய நகரங்களில் திறமையாகப் பணியாற்றியுள்ளார்கள். அரேபியாவில் கொஞ்ச காலம் வசித்த பின்னர், கைருத்தீன் இந்தியாவில் கல்கத்தாவைத் தன் வாழ்விடமாகத் தேர்ந்தெடுத்தார். அவருக்கு இங்கே சீடர்களும் ஆதரவாளர்களும் உருவானார்கள்.

ஆசாதின் சகோதரி பாத்திமா பேகம், தன் இளவல் குறித்த இனிய நினைவை இங்கே பகிர்ந்து கொள்கிறார்: ‘சின்னஞ்சிறுவராக இருந்த ஆசாத் உயரமாக உள்ள திண்ணையில் ஏறி நிற்பார். அவரைச் சுற்றி அவரின் சகோதரிகளைச் சூழ்ந்து நிற்கவைப்பார். சுற்றி நிற்கும் சகோதரிகள் அவரைக் கைதட்டி உற்சாகப்படுத்த, திண்ணையிலிருந்து ஆசாத் மெள்ள இறங்கி வருவார். அந்த நடையிலே ஒரு நிதானம்... கம்பீரம்... வெளிப்படும்’[2]. ஆசாத்துக்கு ஏழு வயதாகும்போது அவரின் அன்னை மறைந்தார். பத்து ஆண்டுகள் கழித்து, தந்தையும் இறந்தார். பதிமூன்று வயதில் ஜுலைகா என்ற பெண்ணோடு அவருக்குத் திருமணம் நடைபெற்றது. அவரின் தந்தை மறைந்த காலவெளியில் அவர் ஆசைகளுக்கும் சபலங்களுக்கும் பலி போனார். அதைப்பற்றி அவர் பிற்பாடு மேலோட்டமாகக் குறிப்பிட்டிருந்தாலும், எதையும் விளக்கமாகக் குறிப்பிட்டுச் சொல்லவில்லை. அவர் தனது ‘தஸ்கீரா’வில் (1917-ல் எழுதப்பட்டது) தன்னுடைய அக்காலக் கட்டத்தைக் குறிப்பிட்டிருக்கிறார். அந்தக் கட்டம் 17 மாதங்கள் தொடர்ந்தது. பொதுப்பட எழுதியுள்ள அவர் சொற்களிலிருந்து இங்கே சில வரிகள் :

> ‘கோப்பைகளில் போதை நிரம்பியது. இளமைத்துடிப்பு என்னைக் கையில் ஏந்திக்கொண்டது. ஆசையும் காமமும் இட்டுச் செல்லும் பாதையே மனித வாழ்வின் இலக்கு என்று பலவீன இதயம் அப்போது நம்பியது. முதலில் தயங்கினாலும் அறிவும் விழிப்புணர்வுமேகூட அதுவே சரியான பாதை... அதுவே கொண்டாட்டத்துக்கான காலம் எனத் தலையசைத்தன. பார்த்த இடங்களெல்லாம் அழகுக் கோலம் கொண்டு மயக்கின. பேரழகுப் பதுமைகள் இதயத்தையும் பகுத்தறிவையும் மயக்கின. தன்மானத்தையும், சுயக் கட்டுப்பாட்டையும் மின்னல் போல் தாக்கி வீழ்த்தின. ஓரப்பார்வைகள் அத்தனை தடைகளையும் அடித்து நொறுக்கின. அடைக்கலம் தேடி ஓடி ஒளிந்த

இடங்களெல்லாம் என் சிந்தையையும் நிதானத்தையும் சிறைப்பிடித்தன. வெளிப்படையாக நான் உண்மையை ஒப்புக்கொள்வதே சரியானது. நான் மீறாத மரபின் விதிகள் இல்லை; நான் கடக்காத எல்லைகள் இல்லை...'[3].

●

சையத் அகமதுவின் சமயங்கள் குறித்த நவீனப் பார்வை ஆசாத்தைப் பெரிதும் ஈர்த்தது. அவரின் இளமைத் தூண்டல்களோடு அந்தப் பார்வையும் சேர்ந்துகொண்டு சதி செய்தன:

'பல நாள் தீவிர சிந்தனைக்குப் பின் மறுநாள் காலை முதல் தொழுகையை விட்டுவிடுவது என்று தீர்மானித்தேன். யா அல்லா... அந்த (மோசமான) இரவை நான் இன்னமும் நினைவில் வைத்திருக்கிறேன். அதை என்றைக்கும் நான் மறக்கவே மாட்டேன்.'

ஆசாத் அதன் பின்னர் எப்போது இறை நம்பிக்கைக்கும் உள்ளத் தெளிவுக்கும் மீண்டார் என்பது குறித்து எங்கும் குறிப்பிடவில்லை. இருந்தும் இறை நம்பிக்கை மீண்டு வந்தது குறித்து குறியீட்டு மொழியில் சொல்லியிருக்கிறார்:

'ஒருதலைக் காதலின் அதிர்ச்சி புதியதொரு உலகத்துக்குச் சென்றதுபோல் என் கண்களைத் திறந்துவிட்டது. மலர்கள் தங்கள் அதரங்களை விரித்தன. இலைகள் எல்லாம் எழுத்துகளாகத் தெரிந்தன. உருளும் கற்கள் எல்லாம் ஏதோ ஒன்றையே கைகாட்டின. வானம் இறங்கி வந்து என் கேள்விகளுக்கு விடையளித்தது. நான் தள்ளாடி விழாமல் இருக்க, தேவதைகள் இரு கரங்களால் தாங்கிக் கொண்டனர். பாதையில் நான் தடுமாறக் கூடாதென்று செங்கதிர் என் பாதையில் எனக்கு வெளிச்சம் காட்டியது. யாவற்றின் முகத்திரைகளும் அகற்றப்பட்டன...'[4]

அவருடைய தந்தைக்கு ஐரோப்பிய முறைக் கல்வியையும் சையத் அகமதுவின் பாதையும் அறவே பிடிக்கவில்லை. எனவே வீட்டிலேயே ஆசாதுக்கு கல்வி கொடுக்கப்பட்டது. 16 வயதுக்குள் அரபி, பார்சி மற்றும் இஸ்லாமிய சமயத் தொடர்பானவை ஆகியவற்றில் உயர் கல்வி பெற்றுவிட்டிருந்தார். இப்போது மகிழ்ச்சி, சோகம், அமைதி என அவர் அனுபவித்தவையெல்லாம் அவருடைய ஆசான்கள் போதித்த மத நம்பிக்கைகளின் உண்மையை உறுதிப்படுத்தின. சுதந்திரமான நிலையில் அவருக்கேற்ற சமயவழியை அவர் எதிர்கொண்டார். 'இஸ்லாம்' அவருடைய தேர்வாக இருந்தபோதும், புத்தம் புதியவராகவே அதனுள்

நுழைந்தார். அனைத்து மரபார்ந்த விஷயங்களில் இருந்தும் விடுதலை பெற்றவராகக் கருதி 'ஆசாத்' என்று அவர் சூட்டிக் கொண்டிருந்த புனைபெயரை மட்டும் அப்படியே தொடர்ந்து வைத்துக்கொண்டார்.[5]

1906-ல் ஆசாதுக்கு வயது பதினெட்டு. டாக்காவில் நடந்த முஸ்லிம் லீக் தொடக்க நிகழ்ச்சியில் பங்கேற்றார். இருந்தாலும் முஸ்லிம் லீக்கின் அந்நிய ஆட்சிக்கு உண்மையோடு இருக்கவேண்டுமென்ற நிலைக்கு எதிராக அவர் நெஞ்சம் கிளர்ந்தெழுந்தது. எனவே, அவர் அப்போது வங்காளத்தில் இருந்த புரட்சிகரமான இயக்கமொன்றில் சேர்ந்தார். அந்நிய ஆட்சிக்கு எதிராகத் திரண்டுப் புரட்சி செய்ய வந்தவர்கள் எல்லோருமே இந்துக்கள். மேலும் முஸ்லிம்களை பிரிட்டிஷாரின் கூட்டாளிகள் என்றும் நினைத்தனர். அப்போது வங்காளப் பிரிவினைக்கு முஸ்லிம்கள் ஆதரவாக இருந்தார்கள். இது புரட்சி இயக்கத்தினரை பெரிதும் பாதித்தது. அதோடு, கிழக்கு வங்காளத் துணை ஆளுநர் ஃபுல்லர், 'முஸ்லிம் சமுதாயத்தை அரசாங்கம் அதனுடைய விருப்பமான மனைவியைப்போல் கருதுகிறது...'[6] என்றபோது அவர்கள் மேலும் கோபமுற்றனர். இந்த வேளையில் ஆசாத் அவர்களின் இயக்கத்தில் சேர முன்வந்தது அவர்களை வியப்புடன் பார்க்கவைத்தது. ஆசாத் பின்னர் ஒரு நேரத்தில் இதைக் குறித்துப் பேசும்போது, 'முதலில் அவர்கள் என்னை முழுமையாக நம்பவில்லை. அவர்களின் உள்வட்டக் குழுக்களில் என்னைத் தவிர்த்தேவந்தார்கள். காலப்போக்கில் என் நடத்தையைப் பார்த்தபின், அவர்கள் நினைத்தது தவறு என்று புரிந்துகொண்டு, என்மீது பெரிதும் நம்பிக்கை கொண்டார்கள்.'

அந்த இயக்கத்தின் நடவடிக்கைகள் வங்காளம் மற்றும் பீகார் அளவிலேயே இருந்தன. நாட்டின் பிற பகுதிகளிலும் குறிப்பாக, வடநாட்டின் நகரங்கள் மற்றும் பம்பாய் போன்ற இடங்களில் இந்த ரகசியக் குழுக்களை ஆரம்பிக்க வேண்டுமென்று புரட்சியாளர்களை ஆசாத் வலியுறுத்தியதாகத் தெரிகிறது. புதிய புரட்சிகரக் குழுக்கள் எப்படியெல்லாம் உருவாக்கப்பட்டன; புதிய உறுப்பினர்கள் எப்படியெல்லாம் சேர்க்கப்பட்டனர் என்பது தொடர்பான சுவாரசியமான விவரங்கள் அனைத்தையும் எழுத்தில் வடிப்பேன் என்று ஆசாத் கொடுத்த வாக்குறுதியை அவர் நிறைவேற்றாமலேயே இறந்துவிட்டார்.'[7]

அவரின் ஒரே மகன் 'ஹசீன்' நான்கு வயதில் இறந்துபோனான். ஆசாதின் அரசியல் சிந்தனைகள் புரட்சி வழியில் போக ஆரம்பித்ததைத் தொடர்ந்து, 1908-ல் அவர் ஈராக், எகிப்து, சிரியா, துருக்கி ஆகிய நாடுகளுக்குப் பயணம் மேற்கொண்டார்.

அங்கிருந்தவர்கள் அவரிடம், 'இந்திய முஸ்லிம்கள் எதற்காக பிரிட்டிஷ் ஆட்சியாளர்களுக்கு ஆதரவு கொடுக்கிறார்கள் என்பதைப் புரிந்துகொள்ளவே முடியவில்லையே' என்று கேட்டார்கள். இந்திய விடுதலை இயக்கத்துக்கு இந்திய முஸ்லிம்களின் ஒத்துழைப்பு கட்டாயம் தேவை என்று மேலும் உறுதியான தீர்மானத்தோடு இந்தியா திரும்பினார்.[8] இந்த தீர்மானமே புதிய உணர்வுபூர்வமான மொழி நடையில் அதிசயிக்கத்தக்க வலிமையுடன் மிகுந்த தாக்கத்தை ஏற்படுத்திய 'அல்ஹிலால்' என்ற நாளிதழ் வெளியாகக் காரணமாக அமைந்தது என்கிறார் டபிள்யு சி.ஸ்மித்.[9]

ஜூலை 13, 1912-ல் கல்கத்தாவில் 'அல்ஹிலால்' முதல் பிரதி வெளியிடப்பட்டது. ஆசாத்தைக் குறித்துப் பல நேரங்களில் மிகக் கூர்மையாக விமர்சித்து எழுதியிருக்கும் அறிஞரும் திறனாய் வாளருமான முஷிர் ஹக் கூறியவை: 'அல்ஹிலால் உருது பேசும் முஸ்லிம்களுக்கிடையே நல்ல வரவேற்பைப் பெற்றது. மிகக் குறைந்த காலத்திலேயே அது நாட்டின் மூலை முடுக்கெல்லாம் சென்று சேர்ந்துவிட்டது.'[10] பாகிஸ்தானிய வரலாற்றறிஞர் இக்ராம் இதுபற்றிக் கூறுகையில், 'தீர்க்கதரிசியின் உயர் ஆன்மிக மொழிநடையில் இந்த நாளிதழ் பேசியது; வாசகர்கள் அனைவரையும் முழுமையாகத் தன் பக்கம் ஈர்த்துவிட்டது.'[11]

'அல்ஹிலால்' இதழ் தூய இஸ்லாம் பற்றியும் இந்திய விடுதலை பற்றியும் ஒருங்கே பேசியது. பத்திரிகையைத் தொடங்கியபோதே அவருக்கு இந்த இரண்டுக்கிடையே எந்தவொரு முரணும் இருப்பதாகத் தோன்றியிருக்கவில்லை. அப்படியான ஒரு முரண் இருப்பதாக கடைசி வரையிலும் அவர் நம்பியிருக்கவும் இல்லை. குர்ஆன் அடிமைத்தனத்தை எதிர்த்துப் போராட உத்தரவிட்டிருக்கிறது. அதை ஒழிக்க இந்து-முஸ்லிம் ஒத்துழைப்பை அது அங்கீகரித்துமிருக்கிறது என்று அவர் சொன்னார். புனித குர் ஆன் 'ஆட்சியாளர்களுக்குக் கட்டுப்பட்டு உண்மையோடு நடக்கவேண்டும்' என்றுதானே சொல்லியிருக்கிறது? ஹிந்துக்களுடனான நட்புறவை அது ஆதரிக்கவில்லையே என்றெல்லாம் கேள்விகள் எழுப்பப்பட்டன. இப்படிக் கேள்வி எழுப்பியவர்களுக்கு ஆதரவாளர்கள் நிறையக் கிடைக்கவும் செய்தனர். ஆனால், இதற்கு ஆசாத் சொன்ன அற்புதமான பதில்களுக்கு நிகராகப் பேசியவர் யாருமில்லை.

விடுதலைப் போராட்டத்தைப் பற்றிய செய்திகளும் அல்ஹிலாலில் வெளியாகின. காலிப், உமர் கயாம் ஆகியோருடைய படைப்புகள், அவர்களைப் பற்றிய இலக்கியப் படைப்புகள் ஆகியவையும் அதில் வெளியாகின. அப்படியாக நாளிதழ் எழுத்துக்கும் படைப் பிலக்கியத்துக்கும் இடையிலான தடுப்புச் சுவரை அல் ஹிலால்

தகர்த்தெறிந்தது. இதை அதன் வாசகர்கள் விரும்பி வரவேற்றனர்.[12] இதனால் அது ஆரம்பித்த மூன்று மாதங்கள் கழித்து அனைத்து இதழ்களும் மறு பதிப்பு கண்டன. அத்தனை வாசகர்களும் அந்த முழு தொகுப்பு தமக்கு வேண்டும் என்று வாங்கிக் கொண்டனர். இதனால் இந்த 'உருது' நாளிதழின் விற்பனை இரண்டே ஆண்டுகளில் 26,000 பிரதிகளை எட்டியது. பிற உருது பத்திரிகைகளைவிட இது மிக மிக அதிகம்.

அல்ஹிலால் செய்தித்தாளின் கருத்துகளை பிரிட்டிஷ் அரசாங்கத்தால் பொறுத்துக்கொள்ளமுடியவில்லை. அல்ஹிலாலின் ரூ 2,000 மற்றும் ரூ 10,000 தொகைக்கான இரண்டு டிபாசிட்களை அரசாங்கம் பறிமுதல் செய்தது. மேலும் தண்டனைத்தொகையும் கட்டச் சொன்னது. நவம்பர் 1914-ல் அல்ஹிலால் நிறுத்தப்பட்டது. ஓராண்டு கழிந்து 'அல் பலக்' (விடியல்) என்ற பெயரில் மறு வடிவம் எடுத்தது. ஆனாலும் அதன் வாழ்நாள் ஆறுமாதமே. ஏனெனில் இந்திய பாதுகாப்புச் சட்டப்படி ஆசாத் கைது செய்யப்பட்டு கல்கத்தாவிலிருந்து வெளியேற்றப்பட்டார். பீகாரிலுள்ள ராஞ்சிக்கு அனுப்பப்பட்டார். அங்கு அவர் அரசாங்கத்தின் கட்டுப்பாட்டில் தங்கியிருக்க வேண்டும்; ராஞ்சியை விட்டு வெளியே செல்லக் கூடாது. ஒரு சிறைவாசியைப் போன்று அவர் ஜனவரி 1, 1920 வரையில் அப்படி இருந்தார்.

ஆசாத் மீதான பிரிட்டிஷ் ராஜின் விரோதம் மற்றும் அவருடைய இதழ்களின் வரவேற்பு ஆகியவற்றுக்கு முக்கிய காரணம் துருக்கி. முதல் உலகப் போருக்கு முன்பும் பின்புமான வருடங்களில் துருக்கிக்கு இழைக்கப்பட்ட அநீதிகள், அதனால் இந்திய முஸ்லிம்களுக்கு ஏற்பட்ட கவலைகள், கசப்புணர்வுகள் குறித்தெல்லாம் 'முகமது அலி' பற்றிய அத்தியாயத்தில் நாம் பார்த்திருக்கிறோம். முகமது அலியின் 'காம்ரேட்'டும், ஆசாத்தின் 'அல்ஹிலால்' மற்றும் அல்-பலக்கும் ஒரே போராட்டம் பற்றியே பேசின. ஆனால் முகமது அலி போலல்லாமல் ஆசாத் தொடக்கத்திலிருந்தே இந்திய தேசியவாதத்துக்கு சாதகமாக துருக்கி விவகாரத்தை பயன்படுத்தவேண்டும் என்ற வெகு தெளிவான பார்வையுடன் இருந்தார். 1920-க்குப் பின்னர், முகமது அலி தன்னை காந்தியோடு முழு அளவில் இணைத்துக்கொண்ட போது, நாட்டு விடுதலை, கிலாஃபத் இரண்டுக்குமான போராட்டக் களத்தில் குதித்தார். ஆனால், அதன் பின்னர் இந்திய அரசியல் அரங்கத்தில் இஸ்லாமிய க்வாம்களின் பிரதிநிதியாக மாறிவிட்டார். ஆனால் ஆசாத்தைப் பொறுத்தவரையில் இந்திய தேசியமும் இஸ்லாமிய அகிலமும் ஒருபோதும் பிரிக்க முடியாதவை. 1912-க்கு முன்னர் அவர் ஒருமுறை சொன்னார், 'இந்துக்களுக்கு நாட்டுப்பற்று என்பது மதம்

சாராத ஒரு விஷயம். ஆனால் முஸ்லிம்களுக்கு அது சமயக் கடமை...'[13]

முன்ஷிர் ஹக் குறிப்பிட்டுக் காட்டியபடி ஆசாத் 'முஸ்லிம்கள் இந்துக்களைப் பின்பற்றவேண்டும் என்று ஒருபோதும் சொல்லவில்லை. அவர் எப்போதும் வலியுறுத்தி வந்தது இரு சமூகங்களின் கூட்டுறவையே'.[14] ஆசாத் ஒருமுறை சொன்னார்: 'நாம் இஸ்லாத்தைப் பின்பற்றுகின்றவரையில், இந்துக்களை அரசியலில் பின்பற்றவேண்டியதில்லை.'[15] மேலும் தொடர்ந்தார்...

> 'இந்திய முஸ்லிம்கள் கண்மூடித்தனமாக பிரிட்டிஷ் ஆதிக்க அரசாங்கத்தின் முடிவுகளை ஏற்றுக்கொள்கிறார்கள். (அவர்கள்) இந்துக்களுடனான உறவுகள் எல்லாவற்றையும் துண்டித்து விடுகிறார்கள். அவர்கள்தான் (இந்துக்கள்) உண்மையில் இந்த நாட்டில் செயலாற்றல் கொண்ட கூட்டத்தினர். ஆனால், இந்துக்கள் பெரும்பான்மையினராக உள்ளார்கள். அவர்களுடன் நாம் சேர்ந்து போராடினால் அவர்கள் நம்மை நசுக்கிவிடுவார்கள் என்று எச்சரிக்கை செய்யப்பட்டிருக்கிறோம். இதன் விளைவு முஸ்லிம்களின் ஈட்டிகள் பிரிட்டிஷ் அரசாங்கத்தைக் குறிவைப்பதைவிட்டுவிட்டது. அதற்கு பதிலாக தமது அண்டை அயலில் வாழும் மனிதர்களைக் (இந்துக்களைக்) குறிவைத்து விட்டது.'[16]

ஆசாத் மேலும் சொல்கிறார்:

> 'இந்துக்களைக் கண்டு அஞ்ச வேண்டியதில்லை. கடவுளுக்குத் தான் அஞ்சவேண்டும். நீங்கள் இந்தியாவில் வாழ விரும்பினால் உங்கள் பக்கத்து வீட்டுக்காரரை அரவணைத்து வாழவேண்டும். அவர்கள் உங்களோடு இணக்கமற்றோ ஒத்துழைக்காமலோ இருப்பதாகத் தெரிந்தால் அதைக் கண்டுகொள்ளாதீர்கள். உங்களை அவர்கள் சரியாக நடத்தவில்லை என்றாலும் நீங்கள் பண்பட்ட மனிதராக நடந்துகொள்ளுங்கள். சின்னஞ் சிறுவர் களால் கேலி செய்யப்படும்போது முதியவர்கள் அழுவார்களா? அவர்களை நோக்கிப் புன்னகை புரிவார்கள்... மன்னிப்பார்கள்.'[17]

மற்றொரு பொழுதில் அவர் எழுதினார்:

> 'அந்த ஒருநாள் நிச்சயம் வரும்; விடுதலைக் காற்றானது அடிமைத் தளைகளை உடைத்தெறியும். அப்போது அந்த நேரத்தில் முஸ்லிம்கள் பற்றி என்ன எழுதப்படும் என்பதை நினைத்துப் பாருங்கள். ஒரு துர்பாக்கிய சமூகம் வஞ்சக ஆட்சியாளர்களின் கைகளில் விளையாட்டுப் பொருளாக இருந்தது; வெளிநாட்டுக்காரர்களின் களியாட்டச் சீட்டுக்கட்டு போலிருந்தது என்று எழுதப்படும்.

போர்க்களத்தில் எக்காளம் ஊதப்பட்டபோது, முஸ்லிம்கள் குகைக்குள் ஓடிச் சென்று மறைந்துகொண்டார்கள் என்று தானே பேசப்படும்...'[18]

தமது மண்ணை ஐரோப்பியர் ஆட்சி புரிகிறார் என்ற வேதனையும் குமுறலும் கொண்ட முகலாய மேட்டுக்குடியின் ரத்தம் தன் உடம்பில் ஓடுபவராகவே இங்கு ஆசாத் வெளிப்பட்டிருக்கிறார். வெளிநாட்டாரை அவர்களின் நாட்டுக்குத் திருப்பி அனுப்புவதே ஆசாத்தின் அடிப்படை விருப்பம். விடுதலை பெற்ற இந்தியாவில் முஸ்லிம் க்வாமுகளின் பாதுகாப்பு என்பது அவருக்கு இரண்டாம் பட்சமே. அவர் கூறினார் : 'மதத்திலிருந்து அரசியலை நாம் பிரித்துவிட்டால் எதுவுமே மிஞ்சாது...'[19] ஆனால், இதை அவர் விடுதலைப் போராட்டத்தில் முஸ்லிம்களை ஈடுபட வைக்க வேண்டும் என்ற நோக்கில் சொன்னாரே ஒழிய முஸ்லிம்களை ஒரு குடையின் கீழ் திரட்டுவதற்காகச் சொல்லவில்லை.

ஆசாதின் இஸ்லாம் அவரை நாட்டுப்பற்றிலேயே அதிக நாட்டம் கொள்ள வைக்கிறது. அதுபோலவே அது உலகளாவிய அக்கறை கொண்டதாகவும் இருக்கிறது.

> *ஜனவரி 1, 1913-ல் அல்ஹிலால் இதழில் வெளிவந்த குறிப்பிடத்தக்க் கருத்துக்கோர்வை : 'இஸ்லாம் குறுகிய எண்ணங்களுக்கோ, இனவாதங்களுக்கோ மத முன் அனுமானங்களுக்கோ இடம் அளிக்கவில்லை. அது மதம் அல்லது இனத்தின் அடிப்படையில் தகுதி தராதரங்கள், நன்னடத்தை, கருணை, அன்பு ஆகியவற்றைத் தீர்மானிக்க வில்லை. எந்தச் சமயத்தைச் சார்ந்தவர் என்றாலும் நல்லவர் அனைவரையும் மதிக்கும்படியே இஸ்லாம் கற்பிக்கிறது.'[20]*

அவருடைய சமயக் கருத்துக்கள் மிகவும் துணிச்சலாகவும் வழக்கத்துக்கு மாறாகவும் சமய மரபுகளுக்கு மாற்றாகவும் இருந்தன. ஆனாலும்கூட ஆழ்ந்த சமயப்பற்று கொண்ட முஸ்லிம்களில் பலரும் அவரை விரும்பிப் படித்தார்கள். அதற்கு அவரின் எழுத்துக்களில் வெளிப்படும் சொல்லாற்றல் ஒரு காரணம். அதோடு அவரின் விளக்கங்களில் காணப்படும் தெளிவானது தூய மார்க்க நம்பிக்கையை முன்வைத்தன. இஸ்லாம் அநீதியை எதிர்த்துப் போராடக் கட்டளை இடுகிறது என்பார். அதற்கு குர்ஆனைத் தனக்கு துணையாக்கிக்கொண்டு அதன் வாக்கியங்களை மேற்கோள்களாகக் கொண்டுவந்து அடுக்குவார். அவரின் ஆர்வலர்கள் அவருடைய கூட்டங்களுக்குச் சென்று செவி கொடுப்பவர்கள் எல்லோரும் மார்க்க அங்கீகாரம் பெற்ற உண்மைகளையே கேட்பதாக மனநிறைவு கொள்வார்கள்.

முஷிர் ஹக் இதைக் குறித்து எழுதும்போது 'எல்லோரும் அவரின் சமயக் கருத்துகளை ஒப்புக்கொண்டார்கள் என்று உறுதியாகச் சொல்லமுடியாது. ஆனால் ஏராளமானவர்கள் அவருடைய எழுத்தாற்றலுக்கு மயங்கினர்.'21

அர்ப்பணிப்பு உள்ளம் கொண்ட முஸ்லிம்களைக் கண்டுபிடித்து அவர்களைச் சேர்த்துக்கொண்டு ஓர் அமைப்பு நிறுவ வேண்டும்; அந்த அமைப்பு இந்துக்களோடு ஒப்பந்தம் செய்துகொண்டு விடுதலைப் போராட்டத்தில் களம் இறங்கவேண்டும் என்பது ஆசாத்தின் திட்டம். ஏப்ரல் 1913-ல் 'அல்ஹிலால்' இதழில் அவர் விடுத்த கோரிக்கைக்குத் தங்களுடைய பெயர்களையும் உறுதி மொழிகளையும் ஒரே வாரத்தில் அனுப்பி, தங்களை இணைத்துக் கொள்ள 800 இஸ்லாமியத் தொண்டர்கள் ஆயத்தமானார்கள். 1913 டிசம்பரில் ஆசாத் ஒரு கட்டுரையில் அவர் அமைக்க இருக்கிற அமைப்பு அல்லது கட்சியின் பெயர் 'கடவுளின் மன்றம்' அல்லது 'ஹிஸ்புல்லாஹ்' என்று குறிப்பிட்டிருந்தார். 'இந்த அமைப்பினர், கடுமையான முயற்சிகளைக் கொண்டு, கடவுளின் நாட்டத்துக் கேற்ப மக்கள் நலம் நாடும் அரசாங்கத்தை ஏற்படுத்த முன்வர வேண்டும். இந்த அமைப்பின் நிர்வாகக் குழுவின் வழிமுறைகளும் செயல்பாடுகளும் ரகசியமாக இருக்கும்'22 என்று குறிப்பிட்டிருந்தார்.

நமக்குத் தெரிந்தவரையில் இந்து முஸ்லிம்கள் ஒன்றுபட்டுப் போராட்டத்தில் களம் இறங்கியது 1920-ல் தான். அதில் ஆசாத்தின் பங்களிப்பைப் பற்றி நாம் சற்று பின்னர் பார்ப்போம். இதேவேளையில் ஒரு கணிப்பை நாம் இங்கு சொல்லாமல் இருக்கமுடியாது. ஆசாத் தொடங்கிய புரட்சிகர அமைப்பான ஹிஸ்புல்லாவின் பணிகள் வெற்றியடையவில்லை. ஆசாத் நாடெங்கிலும் எண்ணற்ற முஸ்லிம்களை எழுச்சிக்கொள்ளச் செய்தார். ஆனால், இஸ்லாத்தின் குரல் என்று கருதப்படுகிற அதிகாரப்பூர்வ உலமாக்கள் ஆசாத்தை ஆதரிக்கவில்லை. பின்னர் ஒருபொழுது அவர் அதைப்பற்றிச் சொன்னது –

'1914 –க்கு முன்சென்ற ஆண்டுகளில் நான் உலமாக்கள் மற்றும் சூஃபி வழித் தலைவர்களுக்கு அவர்களுடைய கடமைகளை நினைவுபடுத்த வேண்டியிருக்கும் என்று நினைத்தேன். காலம் முன்வைக்கும் சவால்களை அவர்களில் சிலராவது ஏற்றுக்கொண்டு போராட முன்வருவார்கள் என்று நம்பினேன். ஆனால், மௌலானா மஹ்மூதுல் ஹசன் தேவ்பந்தியைத் தவிர பிறர் எல்லோருமே என் அழைப்பை 'பித்னா' (தீய இச்சை) என்று ஒதுக்கிப் புறக்கணித்தார்கள்.'23

உலமாக்கள் அரசியலில் தீவிரமாக ஈடுபட நேரிட்டால் அவர்களால் தொழுகைகளை உரிய நேரத்தில் நிறைவேற்ற முடியாமல் போய்விடும். அதுமட்டுமின்றி அவர்களின் அரசியல் மற்றும் பொதுப்பணிகளில் முக்காடு அணியாத முஸ்லிம் பெண்களுடன் இணைந்து பணியாற்ற நேரிடும். இதனால் தீய இச்சைகள் தூண்டப்படும். அதனால் உலமாக்கள் முழுநேர அரசியல் ஈடுபாடுகளைத் தவிர்க்க வேண்டும் ஆசாத்திடம் சொன்னார்கள்.[24]

மரபுவழிப்பட்ட உலமாக்கள் ஆசாத்துக்குச் செவிசாய்க்கவில்லை என்பதால், ஆசாத் புதிய தலைமுறை இறைக் கோட்பாட்டாளர்களை உருவாக்க முயன்றார். இவரின் ஆதரவாளர் ஒருவர் கொடுத்த நிலத்தையும் பணத்தையும் கொண்டு 1914-ல் கல்கத்தாவில் இதற்காக தங்குமிட வசதிகளை கொண்ட இறையியல் கல்லூரியைத் தொடங்கினார். அதற்கு 'தாருல் இர்ஷத்' (வழிகாட்டி இல்லம்) என்று பெயரிட்டார். ஆசாத் அங்கே அவருடைய பார்வைக்கேற்ப திருக்குர்ஆனை பல்கலைக்கழக மாணவர்கள் மற்றும் மதரஸா மாணவர்களுக்கு கற்பிக்க ஏற்பாடு செய்தார். ஆனாலும் அந்தக் கல்வி நிலையம் ஏப்ரல் 1916-ல் இவர் கைது செய்யப்பட்டதைத் தொடர்ந்து ஆரம்ப நிலையிலேயே பட்டுப்போனது.

1916–ன் இறுதியில், ஏற்கெனவே இந்தக் கட்டுரையில் குறிப்பிட்டவாறு, ஆசாதை அரசாங்கம் ராஞ்சியில் சிறை வைத்தது. மூன்று ஆண்டுகள் ஓய்வுகிடைத்த தருணமாக அது இருந்தது. அதை அவர் சரியாகப் பயன்படுத்திக் கொண்டார். நிறைய எழுதினார்; வனவாசி மக்களுடன் பழகவும் அவர்களுக்கு உதவவும் செய்தார். அங்குள்ள மசூதியில் சொற்பொழிவாற்றினார். அவருடைய 'தஸ்கீரா' வாழ்க்கை நிகழ்ச்சிகளை அங்குதான் எழுத ஆரம்பித்தார். பஸ்லுதீன் அகமத் என்ற நண்பர் அதை அச்சிட்டு வெளியிட விரும்பி அதன் கையெழுத்துப் பிரதியைப் பெற்றுக்கொண்டார்.

ராஞ்சியில் – ஆசாத் – குர்ஆன் மொழிபெயர்ப்பு மற்றும் விளக்க உரைகளை எழுதும் பணியில் மும்முரமாக ஈடுபட்டார். ஏற்கெனவே அவர் திருக்குர்ஆனில் எட்டு அத்தியாயங்களை முடித்திருந்தபோது, அவரை அரசாங்கம் கல்கத்தாவை விட்டு வெளியேறும்படிக் கட்டளையிட்டது. அதேபொழுது, அரசாங்கம் அதிகாரிகளைக் கொண்டு அவருடைய அத்தனை நாள் கடும் உழைப்பில் உருவான குர்ஆன் மொழிபெயர்ப்பு மற்றும் விளக்க உரைகள் கொண்ட கையெழுத்துப் பிரதிகளைப் பறிமுதல் செய்துவிட்டது. திரும்பத் தரவும் மறுத்துவிட்டது. அதனால் ராஞ்சியில் மறுபடி அவர் முதல் அத்தியாயத்திலிருந்து திருக்குர்ஆன் பணியைத்

தொடங்கினார்'[25] அதையும் முழுமையாக முடிக்க முடியவில்லை. அவர் ஜனவரி 1, 1920 – விடுதலை செய்யப்பட்டுவிட்டார்.

•

அவர் வெளியில் வந்தபோது பார்த்த இந்தியா அவருடைய பிரார்த்தனைக்குக் கிடைத்த பலன் போல் இருந்தது. முஸ்லிம்களும் இந்துக்களும் ஒன்றுசேர்ந்து விடுதலைக்காகப் பணியாற்றத் தயாராகிவிட்டிருந்தார்கள். ரௌலட் சட்டம், ஜாலியன்வாலா படுகொலை, கிலாஃபத்துக்கு மக்கள் ஆதரவு போன்றவையெல்லாம் அவர்களை ஒன்றுபடுத்தி எழுச்சிக் கொள்ளச் செய்துவிட்டது. ஆசாதின் செயல்பாடுகள் தோற்ற இடத்தில் இந்த நிகழ்வுகள் வெற்றிக்கு வழிவகுத்துவிட்டன.

சிறைவாசம் முடிந்த மூன்று வாரங்களில் ஆசாத் டெல்லிக்குச் சென்றார். அங்கே அவர் காந்தியை முதன்முதலாகச் சந்தித்தார். அவரிடமும் அவரைச் சந்தித்த பிற முஸ்லிம் தலைவர்களிடம் காந்தி அகிம்சை, அரசாங்கத்துடன் ஒத்துழையாமை, இந்து முஸ்லிம் நல்லுறவு ஆகியவற்றை வலியுறுத்தினார். அந்தத் தலைவர்கள் காந்தியின் திட்டங்கள் குறித்து முடிவெடுக்கக் கால அவகாசம் கேட்டார்கள். ஆனால் ஆசாத் பின்னர் நினைவுகூர்ந்ததுபோல், 'ஒருகணங்கூட தயக்கம் கொள்ளாது முழுமையாக காந்தியின் திட்டங்களுக்கு உடன்பட்டேன்' என்று குறிப்பிட்டிருக்கிறார். அவர் மேலும் சொன்னவை:

'காந்தி தன் திட்டத்தை என்னிடத்தில் எடுத்துக் கூறியபோது, அது பல்லாண்டுகளுக்கு முன்னர் டால்ஸ்டாய் கோடிட்டுக் காட்டிய திட்டம் என்பது எனக்கு நினைவுக்கு வந்தது. நோயைக் குணமாக்கும் வழிகளில் ஒன்று அந்த நோயை முற்றச் செய்வது. வல்லாதிக்கம் செலுத்தும் ஆட்சியை முடக்குவதென்றால் வரியைக் கொடுக்கக் கூடாது. ஒத்துழையாமையை முன்னெடுக்கவேண்டும். அரசாங்கத்துக்கு ஆதரவாக இருக்கும் நிறுவனங்களைப் புறக்கணிக்க வேண்டும். எந்த அரசாங்கமாக இருந்தாலும் இவற்றுக்கு அடிபணிந்து பேச்சுவார்த்தைக்கு வந்தாகவேண்டியிருக்கும். முன்பே இதுபோன்ற ஒரு திட்டத்தை நானும் 'அல்ஹிலால்' இதழில் எழுதியுள்ளேன்.[26]

ஆசாத் 'அல்ஹிலால்'லில் இந்து-முஸ்லிம் ஒருங்கிணைந்து போராட்டத்தை மேற்கொள்ள அழுத்தம் கொடுத்தார். ஆனால் அதில் அவர் அதை ஒத்துழையாமை வடிவிலோ அகிம்சை முறையிலோ முன்னெடுக்கவேண்டுமென்று எங்கும் சொல்லியிருக்கவில்லை. காந்தி அந்தப் பெயர்களைச் சொன்னபோது, உடனடியாக ஆசாத்

அவற்றின் முக்கியத்துவத்தைப் புரிந்துகொண்டுவிட்டார். அதோடு காந்தியுடன் கை கோர்க்கத் தயாராகிவிட்டார். இந்தியாவிலே முதன்முதலாக காந்தியுடன் இணைந்த பிரபலமான முஸ்லிம் தலைவர் அபுல் கலாம் ஆசாத்தான்.

> சிறிது காலம் கழித்துச் சேர்ந்துகொண்ட அலி சகோதரர்கள் விரைவிலேயே முன்னிலைக்கு வந்துவிட்டனர். மேட்டுக் குடிவாசியான ஆசாத் போன்றவர்களைவிட துடிப்பும் வேகமும் மிக்க முகமது அலி கூட்டங்களைத் தன்பக்கமாக இழுத்தார். ஆனாலும் ஆசாத் தளர்ந்து விடவில்லை. எவ்வாறு ஆசாத் ஓர் எழுத்தாளராக மக்களிடம் சென்றடைந்தாரோ, அதேபோன்று ஒரு பேச்சாளராக அதே துடிப்போடும் வேகத்தோடும் மக்களிடம் போனார். இந்தியா முழுவதும் மக்கள் அவர் பேச்சைக் கேட்டார்கள். அவர் பேச்சுகளில் அடிநாதமாக இருந்த தேசிய நோக்கம் பீகாரில் ஓர் இளைஞரை இழுத்துக் கொண்டுவந்தது; அவர்தான் ஜெயப்பிரகாஷ் நாராயணன்.

ஆசாத், மகாத்மாவுடன் அரசியல் தளத்தில் கைகோர்த்தபோது அகிம்சையை ஓர் தற்காலிக உத்தியாகவே கையில் எடுத்தார். எல்லாக் காலங்களுக்கும் சூழ்நிலைகளுக்கும் பொருந்தும் ஒரு கொள்கையாக எடுத்துக்கொள்ளவில்லை. மகாத்மாவும் மௌலானாவும் ஆரம்பத்திலிருந்தே ஒருவரையொருவர் நன்றாகப் புரிந்து கொண்டார்கள். நன்றாக நெருக்கம்கொண்டார்கள். 1920-ல் இந்தியாவின் விடுதலைக்காக ஆசாத், காந்தியின் தலைமையை ஏற்றுக்கொண்டார். ஆனால் அவருடைய அனைத்துக் கொள்கைகள், நம்பிக்கைகளை அப்படியே ஏற்றுக்கொண்டுவிடவில்லை.

இது குறித்து முஜீப் சொல்கிறார் : 'ஆசாத் அகிம்சையை ஒரு போராட்டத் திட்டமாகவே ஏற்கிறேன்; புனிதக் கோட்பாடாக அல்ல என்று வெளிப்படையாகவே சொன்னார்.' மேலும் முஜீப் தொடர்ந்து எழுதியிருப்பவை: 'காந்தியின் முன்னிலையில் அவர் புகைப்பார்; பலமுறை அவர் முன்னால் வெகு இயல்பாக, தொடர்ந்து புகைப்பிடித்தார். மகாத்மா காந்தி புகைப்பதைக் கடுமையாக எதிர்ப்பவர். அதுபோன்ற பழக்கங்களை அவர் கண்டிப்பவர் என்று தெரிந்திருந்தும் ஆசாத் தன் இயல்பை விட்டுக் கொடுக்கவில்லை.[27]

1920 ஆசாத்துக்கு இன்னொருவகையிலும் நிறைவு தந்த ஆண்டாக இருந்தது. உலமாக்கள் அவர் பக்கம் வந்துசேர்ந்தனர். துருக்கி தொடர்பான பிரிட்டனின் நடவடிக்கைகளால் காயமடைந்த உலமாவினர் இப்போது அரசியல் போராட்டத்தில் ஈடுபடவும் அதன் விளைவுகளை எதிர்கொள்ளவும் தயாரானார்கள்; இந்து- முஸ்லிம்

சகோதரத்துவத்துக்கும் பாடுபட முன்வந்தனர். ஆசாத் மீது கூடுதல் மதிப்பை வெளிப்படுத்தினர். லாகூரில் 1921-ல் அவர்கள் ஒரு மாநாட்டைக் கூட்டினார்கள். அதில் 10,000க்கும் மேற்பட்ட உலமா பெருமக்கள் பங்கேற்றார்கள். முழுமனதுடன் அவர்கள் ஆசாத்துக்கு உயர் மதிப்பளித்து சிறப்புப் பட்டப் பெயர் சூட்டினார்கள். 'அமீருல் ஹிந்த்' (இந்தியாவின் மக்கட் தலைவர்), 'இமாமுல் ஹிந்த்' (இந்தியாவின் தலைவர்) என்ற பெயர்களால், பட்டங்களால் அழைத்து மகிழ்ந்தார்கள். 1921-ல் ஒருமுறை அவரை 'காயீதே ஆஸம்' என்ற பட்டம் சூட்டியும் அழைத்தார்கள். ஆனால் பின்னாளில் இந்தப் பட்டப் பெயர் முகமது அலி ஜின்னாவுடன் அறியப்படலாயிற்று.[28]

1920-ல் ஆசாத் திருக்குர்ஆனை மேற்கோள் காட்டி, சமூகத்தில் ஒற்றுமையும் ஒழுங்கும் ஏற்படவேண்டுமென்றால் ஒரு இமாம் அல்லது தலைவர் கட்டாயம் அவசியம் என்று சொன்னார். அப்படிப்பட்ட தலைமைப் பொறுப்பில் இருப்பவர் சமூகத்துக்கு ஒரு கட்டளை பிறப்பித்தால், அந்தக் கட்டளை திருக்குர்ஆனுக்கும் நபிவழிக்கும் இசைவானதாக இருந்தால் அனைவரும் அதற்குப் பணிந்தே தீரவேண்டும்...[29] என்றார். ஆசாத் தன்னையே ஓர் இமாமாகக் கருதிக் கொண்டிருந்தார் என்பதில் எந்த சந்தேகமும் இல்லை; ஆனால், சுய மதிப்பினாலோ தற்பெருமையாலோ ஒரு இமாம் தேவை என்று சொல்லியிருக்கவில்லை. இந்திய அரசியலில் மதத்தை இடம்பெறச் செய்ய உதவியவர் என்ற வகையில் அதன் தாக்கத்தை கட்டுக்குள் வைத்துக்கொள்ள விரும்பினார். ஒரு முறை காந்தியின் செயலாளர் மகாதேவ தேசாயுடனான உரையாடலில், அவர் சொன்னவை:

'மதத்தின் ஆற்றல் அளவற்றது; மதம் என்பது ரயில் வண்டியை இழுக்கும் ஆற்றல் கொண்ட எஞ்சினைப் போன்றது. அதை இயக்குவதற்கு அறிவுத்திறனும் எச்சரிக்கையுணர்வும் உடைய ஓட்டுநர் கட்டாயம் வேண்டும். விபத்து நேரிட்டால் உயிர் இழப்புகளை நினைத்தே பார்க்க முடியாது. மதத்தின் ஆற்றலைக் கையாள்வதற்கு சரியானவர்கள் இல்லையென்றால் மிகப் பெரும் பாதிப்புகளுக்கு ஆளாக நேரிடும்."[30]

மதரீதியான செயல்பாடுகளை ஒரு கட்டுக்குள் வைக்கவேண்டும் என்ற அவருடைய விருப்பம் மேலும் வலுப்பட இன்னொரு புரிதலும் காரணமாக இருந்தது. அப்படி ஒரு செல்வாக்குள்ள இமாம் இருந்தால்தான் இஸ்லாம் குறித்த தன்னுடைய உலகளாவிய பார்வையை இஸ்லாமிய சமூகத்தை ஏற்க வைக்கமுடியும் என்று அவருக்குப் புரிந்திருந்தது. எனவே ஓர் இமாம் தேவை என்று உரத்த

குரலில் சொன்னார். அவரே அப்படியான இமாமாக இருக்கமுடியும் என்று பொருள்வரும்படியும் துணிந்து பேசினார். 1920-21 காலகட்டத்தில் ஆசாத் பற்றி 'ஹக்' சொன்னவை: 'இந்தியாவில் உள்ள முஸ்லிம்கள் பொதுவாக அவரை இமாமுல் ஹிந்த் (இந்தியாவின் இமாம்) என்று அறிந்திருக்கிறார்கள்.'[31]

எனினும் நம் நாட்டில் அப்படி எந்த இமாமும் தேர்ந்தெடுக்கப்பட வில்லை என்பதே உண்மை. உலமாக்கள் தங்களுக்கு இதுவரை கிடைத்து வந்த அங்கீகாரம் அல்லது மதிப்பு பறிபோய்விடும் என்ற நினைத்திருக்க வாய்ப்பு உண்டு. ஆசாத் போட்ட கணக்கு தவறாகவே முடிந்தது.

தனக்காக ஒரு மேடை வேண்டும் என்று ஆசைப்பட்டார். ஆனால் அந்த மேடை கிடைக்கவில்லை. ஆனாலும் அவர் பேசுவதையும் எழுதுவதையும் விட்டுவிடவில்லை. 1921-ல் அவர் 'இந்து-முஸ்லிம் நட்புறவு என்பது அண்ணல் நபிகள் ஏற்படுத்திய நல்லுறவு' என்றார். அதற்கு எடுத்துக்காட்டையும் தந்தார்:

'இறைத்தூதர் முகமது (சல்) மக்காவிலிருந்து மதீனா வந்தடைந்ததும், முஸ்லிம்களுக்கும் மதீனா வாழ் யூதர்களுக்கும் இடையே ஓர் ஒப்பந்தம் ஏற்படுத்தினார்கள். அந்த ஒப்பந்தத்தின்படி முஸ்லிம்களும் முஸ்லிம் அல்லாதவர்களும் முடிவில் ஒரே நாட்டினராக (உம்மா வாஹிதா) ஆகிறார்கள்'.

உம்மா என்றால் க்வாம் அதாவது சமுதாயம்; வாஹிதா என்றால் ஒன்று: ஒருங்கிணைந்த ஒரே நாடு! இதிலிருந்து நான் அறிந்து கொண்டது: இந்திய முஸ்லிம்கள் இந்துக்களோடு ஒன்று சேராமல் தமது மதக் கடமையைப் பூர்த்திசெய்ய முடியாது. இது நபிகளின் வழி; அண்ணல் நபிகள் முஸ்லிம்களையும் முஸ்லிம் அல்லாதவர் களையும் ஒன்றாக்கிப் பார்க்க விரும்பியதற்கு இசைவானது...'[32]

1921-ல் ஆசாத்தின் இத்தகைய கருத்துகளுக்கு எதிராக யாரும் பேசவில்லை என்பதை இங்கு கவனத்தில் கொள்ளவேண்டும். அண்ணல் நபிகளின் வழிமுறைகளை எடுத்துக்காட்டாகக் கொண்டு ஆசாத் தன்னுடைய கருத்தை முன்வைத்ததோடு 'இஸ்லாத்தின் அடிப்படைக் கட்டளையாக நட்புணர்வும் ஒத்துழைப்புமே உள்ளது என்று ஆசாத் உறுதியாக நம்பவும் செய்தார்'[33] என்று முஜிப் குறிப்பிட்டிருக்கிறார்.

இந்த உறுதியான நம்பிக்கை ஆசாத்திடம் அவரின் வாழ்க்கை முழுவதும் காணப்பட்டது. ஆனால், கிலாஃபத் இயக்கத்தின் போது ஒரு வாக்கியத்தைச் சொன்னபோது ஒருவேளை வேறுவிதமாக எண்ணியிருக்கக்கூடும். இதே கால வெளியில் 1920-ல் முஸ்லிம் ஷரியத்

சட்ட அறிஞர் குழு கூட்டி இந்திய முஸ்லிம்களுக்கு 'ஃபத்வா' ஒன்றை அளித்தார்கள் ('ஃபத்வா' என்பது முஸ்லிம் சமய அறிஞர்களால் – முஸ்லிம்கள் எதிர்கொள்கிற பிரச்னைகளை எப்படி நேர்கொள்வது என்று வழிமுறை வகுப்பது. இது அவர்களுக்குத் தாண்டமுடியாத ஆணை). இந்தியா இனி முஸ்லிம்களுக்கு வாழத் தகுதியற்ற பூமியாகிவிட்டது. எனவே இந்த நாட்டை விட்டு வெளியேறிச் செல்ல வேண்டும்; அல்லது அப்படி செல்பவர்களுக்கு உதவவேண்டும் என்று ஷரியத் சொல்கிறது என்பதே அந்த 'ஃபத்வா' சொன்ன விஷயம்.[34]

கிலாஃபத்தைத் தாக்கும் ஆதிக்க சக்தியினால் ஆளப்படும் இந்தியா இனி முஸ்லிம்கள் வாழத் தகுதியற்றதாகிவிட்டது. நாட்டில் பலரும் இதை ஆதரித்தார்கள்; ஆயிரக்கணக்கானோர் நாட்டை விட்டு வெளியேறிச் சென்றார்கள்; ஆஃப்கானுக்கு அப்படிச் சென்று திரும்பியதால் பெரும் அவதிகளுக்கு ஆளார்கள் என்பதையெல்லாம் முகம்மது அலி பற்றிய அத்தியாயத்தில் நாம் ஏற்கெனவே பார்த்திருக்கிறோம்.

'ஃபத்வா' என்பது ஆசாத் 1920களில் பேசியும் எழுதியும் வந்தவற்றுக்கு முற்றிலும் முரணானது. அதை அவர் வெளியிட்டதென்பது துரதிஷ்டவசமானது; விசித்திரமானது. ஏன் விசித்திரமானதென்றால், ஆசாத் எப்பொழுதுமே நடைமுறை சார்ந்தவற்றையே அழுத்தம் கொடுத்துப் பேசுவார். மதக் கோட்பாட்டுரீதியிலானவற்றை அல்ல. அப்படியாக, 1921-ல் ஆக்ராவில் நடைபெற்ற கிலாஃபத் மாநாட்டில் அவரின் தலைமையுரையில் அவர் சொன்னவை:

'முதலில் நாம் நம்முடைய நடவடிக்கைகள் என்ன என்பதை முடிவு செய்யவேண்டும். நம் குறிக்கோளின் இலக்கு எங்கோ இந்தியாவைத் தாண்டி வெளியே இருக்கிறதா? உண்மையில் நம் இலக்கு இந்தியாவைவிட்டு வெளியில் இல்லை. அது ஈராக்கிலோ, சிரியாவிலோ ஆசியா மைனரிலோ கிடையாது. நம் நம்பிக்கை, திடசித்தம், செயல்பாடு ஆகியவற்றின் வலிமையைச் சோதிப்பதே நம் இலக்கு. நம் இலக்கு நம் சொந்த தேசம் தான். நம் நாட்டில் நாம் வெற்றிபெறாவிட்டால் உலகின் வேறு பகுதியில் எப்படி வெற்றி கிடைக்கும். இந்தியாதான் கிலாஃபத் இயக்கத்தின் முதல் இலக்கு.'[35]

இதில் ஆசாத் சொல்லியிருக்கும் செய்தி : கிலாஃபத்துக்கு உதவ வேண்டுமென்றால் இந்தியா முதலில் விடுதலை பெற்றாக வேண்டும்.

1920 – 21-ல் மக்களிடம் ஏற்பட்ட புரட்சி வேட்கை, அதையொட்டிய நிகழ்ச்சிகளை மட்டும் பேசிக்கொண்டிருக்கப்போவதில்லை. இதற்கு முந்தைய அத்தியாயங்களில் நாம் அவற்றையெல்லாம் விரிவாகப் பார்த்தாயிற்று. நாம் பார்த்தவரையில் அந்தக் காலகட்டத்தில் இந்தியர்கள் இதய அடி ஆழத்தில் இருந்து உந்தப்பட்டார்கள். விடுதலை உணர்வு அவர்களை அடித்து இழுத்துக் கொண்டுவந்தது. இப்பணியில் அவர்கள் மிகுந்த பரவசத்துடன் தங்களை அர்ப்பணித்துக் கொள்ளவும், தியாகம் செய்யவும் தயாராக இருந்தனர். முதல் தடவையாக இந்து-முஸ்லிம் நல்லிணக்கம் வலுவாக உருவாகியிருந்தது. அதேநேரம் சிறை வாழ்க்கையின் கசப்பையும் சுவைக்க நேர்ந்திருந்தது.

முகம்மது அலி இக்காலகட்டத்தில் இஸ்லாமிய க்வாமின் குரலாகவே எதிரொலித்தாரென்றால் ஆசாத் அதன் மனசாட்சியாக இருந்தார். அவர் ஒரு கருத்தியல் கோட்பாட்டாளராக, திருமறையைத் தேர்ந்தறிந்தவராக இருந்தார். தன் கருத்துக்களில் தெளிவும், தீர்க்கமும் கொண்டவராகவும் அதை மத அதிகாரத்துடன் அதிகாரபூர்வமாக முன்வைப்பராகவும் இதுவரை திகழ்ந்தார். ஆனால், இப்போது க்வாமோடு முடிந்துவிடாமல் அதற்கு வெளியில் இருப்பவர்களும் அவருடைய ஆதரவாளர்களாகி விட்டிருந்தனர். ஏனென்றால் இப்போதெல்லாம் அவர் காங்கிரஸ் மேடைகளிலேதான் அதிகமாகத் தோன்றினார்.

அவர் காங்கிரஸ் அமைப்பில் உள்ளவர்களோடு படிப்படியாக, நெருக்கமான உறவை ஏற்படுத்திக்கொண்டார். அவர்களில் சித்தரஞ்சன் தாஸ் குறிப்பிடத்தகுந்தவர். மக்களால் நன்கறியப்பட்ட தலைவர். ஆசாத், சித்தரஞ்சன் தாஸ் குறித்து அறிந்துகொண்டதை இதோ குறிப்பிடுகிறார்: 'தாஸ்... கல்கத்தாவிலுள்ள 'வழக்கறிஞர்கள் குழுமம்' பாரிலே தொழில் உச்சத்தில் இருந்தார். அவருக்கு ஆடம்பரப் பொருள்களின் மேல் அலாதி நாட்டம் உண்டு. ஆனால் காங்கிரஸ் கோரிக்கையை ஏற்ற அவர், ஒரு நொடி கூடத் தயங்காமல், எல்லாவற்றையும் விட்டொழித்தார். கையால் நூற்ற கதராடையை அணிந்துகொண்டார். காங்கிரஸ் இயக்கத்துக்காகத் தன்னை முழுவதுமாக ஒப்புக்கொடுத்தார்'.

ஆசாத்தைப் போலவே இந்து முஸ்லிம் ஒற்றுமையில் மிகுந்த ஆர்வம் காட்டினார். '1923-ல் காங்கிரஸ் வங்காளத்தில் ஆட்சியைப் பிடித்தால், முஸ்லிம்களுக்குப் புதிய வேலைவாய்ப்புக்களில் 60 சதவிகிதம் ஒதுக்கப்படும்; அவர்கள் (முஸ்லிம் சமுதாயத்தினர்) அரசாங்கப் பதவிகளில் அவர்களின் உரிய பங்கை அடையும்வரை இது தொடரும்,'[36] என்று அறிவித்ததன் மூலம் தாஸ் வங்காள

காங்கிரஸை ஒரு உலுக்கு உலுக்கினார். 1925 -ல் தாஸின் இறப்பு ஆசாத்துக்கு மிகப் பெரிய தோழமை இழப்பாக அமைந்தது. இந்து முஸ்லிம் நல்லுறவை உண்மையாக நாடி அதற்காக உழைத்த ஒருவரை இந்தியா இழந்தது.

இப்போது நாம் மறுபடி 1921-க்கு வருவோம். அந்த ஆண்டின் டிசம்பர் 10 அன்று, காவல்துறை துணை கமிஷனர் திரு. கோல்டி ஆசாத்தின் கல்கத்தா வீட்டுக்குப் பட்டாளத்தோடு நுழைந்தார். நகரில் உள்ள பள்ளிவாசலில் ஆசாத் இரண்டு கூட்டங்களில் பேசிய பேச்சில் கலவரத்தைத் தூண்டும் கருத்து இருந்ததாகக் கூறி அவரைக் கைது செய்வதாக திரு.கோல்டி கூறினார். பின்னர் ஆசாத் அன்றிரவு அலிப்பூர் தலைமைச் சிறைச்சாலையில் ஓர் அறையில் வைக்கப் பட்டார். ஆசாத் பின்னர் ஒரு தருணம் அந்த இரவை நினைத்துக் கூறியது : 'அன்றைய இரவுதான் நான் இரண்டு ஆண்டுகளுக்குப் பிறகு முதன் முறையாக நிம்மதியாகத் தூங்கினேன்.'[37]

நீதிமன்றம் இந்த வழக்கில் அவருக்கு ஓராண்டுச் சிறைத் தண்டனை விதித்தது. பிப்ரவரி 1922 முதல் இந்தத் தண்டனைக் காலம் துவங்கியது. அப்போது – நீதிமன்றங்களைப் புறக்கணிக்கிற அறப்போராட்டம் காங்கிரஸ் ஆட்சியின் செயல் திட்டங்களில் ஒன்றாக இருந்த காலகட்டம்; அதனால் ஆசாத் – பிரிட்டிஷ் ஆட்சியின் கீழ் இருந்த நீதிமன்றத்தில் தனது தண்டனைக்கு எதிர் வழக்காடவில்லை. ஆனால் எழுத்து வடிவில் ஓர் அறிக்கையை வெளியிட்டார். அந்த அறிக்கையின் பெயர், 'க்வாயில் ஏ ஃபைசல்' அல்லது இறுதித் தீர்ப்பு. இந்த அறிக்கையைக் குறித்து காந்தி சொன்னார்: ஒரு சத்யாக்கிரகியால் அளிக்கப்பட்ட ஆற்றல்மிக்க உண்மையான அறிக்கை.'[38] அந்த அறிக்கையை இங்கு விரிவாகப் பார்ப்போம்:

'இன்றைய அரசாங்கம் சர்வாதிகாரக் கொடுங்கோல் ஆட்சி நடத்துகிறது என்று திட்டவட்டமாக என்னால் சொல்ல முடியும். இதற்கு மேல் அதைப்பற்றிச் சொல்ல என்ன இருக்கப்போகிறது? இது சைத்தானின் அரசாங்கம் என்று உறுதியாக நம்பும் நான் இந்த அரசாங்கம் நீடிக்கவேண்டுமென்று தவறிக்கூட பிரார்த்தனை செய்யமாட்டேன். அடிமைப்பட்டுக் கிடப்பவர்களுக்கு என்னதான் நன்மைகள் செய்து கொடுத்தாலும் அடிமைத்தனம் அடிமைத்தனம்தானே. என்னுடைய நாட்டுப்பற்று, சமய உணர்வு, மானுடக் கடமை ஆகியவற்றின் அடிப்படையில் என் நாட்டை, என் மக்களை விடுதலை பெறச்செய்ய என்னால் முடிந்த கடமையை ஆற்றுவது என்ற முடிவுக்கு வந்து விட்டேன்...

‘இந்த அரசாங்கம் லட்சக்கணக்கான மக்களின் விருப்பத்துக்கும் நன்மைக்கும் எதிரானது. ஜாலியன்வாலாவில் காட்டுமிராண்டித் தனமாக மக்களை கோரப் படுகொலை நடத்திய இந்த அரசு, அதை நியாயப்படுத்துகிறது. மக்களை விலங்குகளைப் போல் தரையில் மண்டியிட்டுத் தவழ்ந்தபடி நடக்கச் சொல்வதை அநியாயம் என்று கருதாத அரசு. மனித குலத்தில் 300 மில்லியன் மக்களின் இடைவிடாத கோரிக்கைக்குப் பின்னரும் சமயத் (கலீபா) தலைமையை முரட்டுத்தனத்தோடு துரத்திய அரசு.

‘என் மீது வழக்கு பாயக் காரணமான இந்த இரண்டு உரைகளில் சொன்னவை அனைத்தையும் நான் பல ஊர்களில் நகரங்களில் திரும்பத் திரும்பச் சொல்லியிருக்கிறேன். உண்மையில் என்னுடைய, முன்சொன்ன பேச்சுக்கள் இவற்றைவிடவும் விளக்கமாக, தெளிவாக, எந்தத் தடையுமின்றி வெளிப் பட்டுள்ளன. ‘ஒடுக்குமுறையும் வன்முறையும் நீர்வார்க்காமல் எந்த விடுதலையின் விதைகளும் முளைக்கமுடியாது என்று வழக்கு தொடுக்கப்பட்ட உரைகளில் பேசியிருக்கிறேன். இதோ அரசாங்கம் இப்போது நீர் வார்க்கத் தொடங்கிவிட்டது…

‘குற்றவாளிக் கூண்டுகளின் மகத்தான வரலாற்றை நினைத்துப் பார்த்தபோது, எனக்கும் அதில் நிற்கும் வாய்ப்பு கிடைத்ததைப் பெருமையுடன் நினைத்துக்கொண்டேன். இதற்காக என் ஆன்மா இறைவனை நன்றியுடன் புகழ்ந்துப் போற்றியது…’[39]

ஆசாத்தின் மனைவி ஜுலைகா பேகம் காந்திஜிக்கு ஒரு தந்தி அனுப்பினார். ஆனால் அந்தத் தந்தியை அரசாங்கத் தந்தி இலாகா காந்திக்குக் கொண்டுபோய் கொடுக்கவில்லை. அந்தத் தந்தியில் இருந்த செய்தி :

‘நீதிமன்றம் என் கணவர் வழக்கில் இன்று தீர்ப்பளித்துள்ளது. அவருக்கு ஓராண்டு மட்டும் சிறைத்தண்டனை வழங்கப் பட்டுள்ளது. இது நாம் எதிர்பார்த்திருந்ததைவிடக் குறைவானது. இந்த வழக்கு விஷயத்தில் இவருக்கு அளிக்கப்பட்ட குறைவான தண்டனை மூலமும் அவருக்கு அநீதி இழைக்கப்பட்டிருப்பதை நீங்கள் ஒப்புக்கொள்வீர்கள் என்று நினைக்கிறேன். வங்காளத்தில் அவர் ஆற்றவேண்டிய பணிகள் இருக்கின்றன. அவர் இல்லாத இந்த வேளையில் நான் அவருடைய பணிகளைச் செய்ய இருக்கின்றேன். அவர் அளவுக்கு என்னுடைய பணி இருக்காது; ஆனாலும் இன்று முதலே வங்காள கிலாஃபத் இயக்கப் பணிகளை ஆரம்பிக்கப் போகிறேன்…’[40]

ஆசாத் கைது செய்யப்பட்டபோது, அவர் எழுதியவற்றையெல்லாம் போலீஸ் கைப்பற்றிக்கொண்டது. அதில் முடிக்கப்படாத குர்ஆன் விளக்க உரையும் இருந்தது. ஆனால் அலிப்பூர் சிறைக்கோட்டத்தில் இருந்தபோது, குர்ஆன் மொழிப்பெயர்ப்பு, விளக்க உரை என எதற்குமே பேனாவை எடுக்கவில்லை. அந்த சிறைவாசத்தின் தொடக்கத்திலிருந்தே அவர் அமைதி காத்தார். ஆனால் அவரின் அமைதியை வெளியில் நடைபெற்ற நிகழ்ச்சிகள் நொறுக்கிப் போட்டுவிட்டன. டிசம்பரிலில் தொடங்கி மறு ஆண்டின் பிப்ரவரி வரை மக்கள் நடத்திய போராட்டங்கள் முதலில் உத்வேகத்துடன் ஆரம்பித்துப் பின்னர் திசை மாறத் தொடங்கின. சிறைக் கோட்டத்தின் சுவர்களுக்கு உள்ளே ஆசாத் இருக்க வெளியே போராட்டம் கனன்று எரிந்தது; குஜராத்திலுள்ள பர்தோலியில் வரிகொடாப் போராட்டம் உச்சத்தைத் தொட்டது.

பிப்ரவரி இரண்டாம் வாரத்தில் ஆசாத்துக்குப் பன்னிரண்டு மாதச் சிறைத்தண்டனைக்கான தீர்ப்பு வழங்கப்பட்டது. அதேவேளை சௌரி சௌராவில் போராட்டக்காரர்களின் அத்துமீறல், அராஜகம், போலீஸ் சிலரைக் கொன்ற நிகழ்ச்சி, காந்திஜி முன் அறிவிப்பு இன்றி சட்டென்று ஒத்துழையாமைப் போராட்டத்தைத் திரும்பப் பெற்றது யாவும் நடந்தன. ஆசாத்துக்கு காந்தியின் நடவடிக்கை மிகப்பெரும் அதிர்ச்சியைத் தந்தது. அகிம்சை ஒன்றே போராட்டத்துக்கான ஒரே வழி என்று சொல்ல முடியாது. அதுமட்டுமல்லாமல் எங்கோ ஒரு மூலையில், கிழக்கு உ.பி.யில் ஒரு கூட்டத்தார் வெறிகொண்டு நடத்திய செயலைக் காரணமாக்கி நாடு முழுவதும் நடந்து வந்த மாபெரும் ஒத்துழையாமைப் போராட்டத்தை நிறுத்துவதை அவரால் ஏற்றுக்கொள்ளமுடியவில்லை.

பின்னர் இதுபற்றிக் குறிப்பிடுகையில், ‘அந்தப் போராட்ட நிறுத்தம் அரசியல் வட்டாரத்தில் கடும் விளைவை ஏற்படுத்தியதோடு, ஒட்டுமொத்த நாட்டின் உத்வேகத்தை அது நிலைகுலையச் செய்து விட்டது’ என்றார்.[41] காந்தி – ஒத்துழையாமைப் போராட்டத்தைத் திரும்பபெறுவதற்கு முன்பாக இதுகுறித்து ஆசாத்திடமோ அலி சகோதரர்களிடமோ ஆலோசனை கேட்டிருக்கவில்லை என்ற வருத்தம் முஸ்லிம்கள் பலருக்கு இருந்தது. அதைத்தான் அவர் சொல்லாமல் சொல்லியிருக்கிறார். காந்தி நினைத்திருந்தாலும் அவர்களிடம் கலந்துரையாடியிருக்க முடியாது. ஏனெனில் அவர்களெல்லாம் சிறைக்கம்பிகளின் பின்னால் இருந்தார்கள். இருந்தும் முஸ்லிம்களுக்கு இதில் அதிருப்தி இருந்தது என்பது உண்மை. ஆசாத்துக்கும் அந்த வருத்தம் இருந்தது.

ஆசாத் போல் மனதுக்குள் வைத்துக்கொள்ளாமல், ஜவாஹர்லால் நேரு, தன் அதிர்ச்சியை நேரடியாகவே காந்தியிடம் வெளியிட்டு விட்டார். மகாத்மா அவருக்கு மறுமொழியாக எழுதிய கடிதத்தில் 'நிறுத்தாமல் விட்டிருந்தால், நாம் தலைமை ஏற்கும் இப்போராட்டம் வன்முறைப் போராட்டமாகவே இருந்திருக்கும்; அறவழியான அகிம்சைப் போராட்டமாக இருந்திருக்காது'[42] என்று குறிப்பிட்டிருந்தார். பிரிட்டிஷ் அறிஞரான ஜூடித் ப்ரோவ்ன், 'காந்தியால் இப்படியான ஒரு போராட்டத்தை தொடர அனுமதித்திருக்கவே முடியாது. அப்படி அனுமதித்திருந்தால் அவர் மீதான நம்பகத்தன்மை முற்றாகப் போய்விட்டிருக்கும்...'[43] என்று கூறியிருக்கிறார். காந்தி தன் நம்பகத்தன்மையைக் காப்பாற்றிக் கொண்டுவிட்டார். ஆனால், ஆசாத்தின் பார்வையில் போராட்டம் திரும்பப்பெற்றது என்பது பெரும் பின்னடைவாகத் தோன்றியது. அதோடு இந்து-முஸ்லிம் நம்பிக்கை என்ற கோட்டையில் விரிசல் விழத் தொடங்கியது என்றும் வருந்தினார்.

•

ஜனவரி 1923-ல் ஆசாத் சிறையிலிருந்து வெளியே வந்தார். அப்போது ஆசாத்துக்கு முப்பத்தைந்து வயதுகூட முடியவில்லை; நாட்டின் நிலைமை உற்சாகம் கொடுப்பதாக இல்லை. 1920 – 21 ல் கைதானவர்கள் பெரும்பாலோர் விடுதலை செய்யப்பட்டார்கள். காந்தி சிறையில் இருந்தார்; அவருக்கு தண்டனைக் காலம் 1928 வரையில் இருந்தது. இந்துக்களும் முஸ்லிம்களும் அவர்களின் பொது எதிரி பிரிட்டிஷார் என்பதை மறந்துவிட்டு தங்களுக்குள் மோதிக்கொள்ள ஆரம்பித்திருந்தார்கள். இன்னொரு பக்கத்தில் காங்கிரஸ் பிளவுற்றது. ஓர் அணி, தீவிர கொள்கையில் 'மாற்றம் வேண்டும்' என்பவர்கள்: இந்த அணியைத் தலைமை வகித்தவர்கள் தாஸூம் மோதிலால் நேருவும். இவர்கள் பிரிட்டிஷ் ஆட்சி கவுன்சில்களில் இந்தியர்கள் நுழைய வேண்டுமென்றார்கள். மற்றொரு அணி பிரிட்டிஷாரைத் தீவிரமாக எதிர்க்கும் கொள்கையில் 'மாற்றம் வேண்டாம்' என்று சொன்னது. ராஜகோபாலச்சாரி, படேல், ராஜேந்திர பிரசாத் ஆகியோர் தலைமையிலான குழு. இவர்கள் கருத்து 1920 காங்கிரஸ் கட்சித் தீர்மானத்தின்படி தொடந்து பிரிட்டிஷாரைப் புறக்கணிப்பதாகும்.

ஆசாத்தின் கொள்கைப்பிடிப்பு எல்லோருக்கும் தெரியும். அவருடைய சமரசம் ஏற்படுத்தும் திறமையைப் பயன்படுத்தி காங்கிரஸில் ஏற்பட்ட பிளவைத் தடுக்க உதவினார். இது குறித்து பின்னர் காங்கிரஸ் தலைவராக இருந்த கிருபலானி, பின்னர் ஒருவேளையில் சொன்னார் : 'மாற்றம் வேண்டும் என்பவர்களுக்கும்,

வேண்டாம் என்பவர்களுக்கும் இடையேயான பிளவை ஆசாத்தின் சமரச முயற்சிகள், சரியான வேளையில் களைந்து, ஒரு பெரும் பிளவைத் தடுத்துவிட்டது.'[44]

1923-ல் காங்கிரஸ் தன் எதிர்காலச் செயல்பாடுகளைத் தீர்மானிக்கக் கூடிய மாநாட்டில் இரண்டு அணிகளின் நம்பிக்கை நாயகரான ஆசாத், தலைமை ஏற்க அழைக்கப்பட்டார். இவரையொத்த எந்தவொரு இளைஞருக்கும் இதுவரையில் கிடைக்காத வாய்ப்பு அல்லது பெருமை இவரை அடைந்தது. தலைமை உரையில் அவர் சொன்னவை:

> 'தனி நபர்களைப் போலவே தேச நலனுக்கான செயல்பாடுகளும் மனதைப் பொறுத்தே அமையும். ஒரு போராட்டத்தை முன்னெடுத்துச் செல்லும்போது இடையிலே தடைகள் வரத்தான் செய்யும். களைப்பும் சோர்வும் மேலோங்கலாம். அந்த நேரத்தில் கருத்து வேற்றுமை என்ற காற்று புறப்பட்டு வந்து வேகத்தோடு வீசும். தேசியப் போராட்டத்துக்கு அது மிகவும் நெருக்கடியான காலகட்டம். எனினும் போராட்டத்தின் ஆதார அம்சங்கள் வலுவாக இருந்தால் இதுபோன்ற நெருக்கடிகள் எல்லாம் தற்காலிகமானதாக மட்டுமே இருக்கும்'.

போராட்டத்தைவிட வலிமையான ஆதார அம்சங்கள் என்ன என்பதில் ஆசாத் தெளிவாக இருந்தார். அவர் மேலும் சொல்கிறார் :

> 'இன்றைக்குத் தேவதைகள் வானிலிருந்து இறங்கிவந்து, குதுப்மினாரின் மேல் அமர்ந்துகொண்டு இந்தியாவுக்கு இன்னும் இருபத்து நான்கு மணி நேரத்தில் விடுதலை வாங்கித் தருகிறேன். பதிலுக்கு, நான் வலியுறுத்திவரும் இந்து-முஸ்லிம் ஐக்கியத்தை கைவிட வேண்டுமென்று கேட்டால், நான் உடனடியாக அதற்கு மறுப்புச் சொல்வேன். 'என் அன்புக்குரிய தேவதையே... நான் விடுதலையை வேண்டுமானால் விட்டுக் கொடுப்பேனே – தவிர, இந்து-முஸ்லிம் இணக்கத்தை ஒருபோதும் விட்டுக் கொடுக்க மாட்டேன். விடுதலை தாமதமானால் அது இந்தியாவுக்கு இழப்புத்தான்! ஆனால் இந்து முஸ்லிம் நல்லுறவை இழந்தால் அது ஒட்டு மொத்த மனிதகுலத்துக்கே இழப்பு...'[45]

•

ஜின்னா எப்போதும் மேல்நாட்டுப் பாணியில் கைதேர்ந்த தையல்நுட்பக் கலைஞர்களால் உருவாக்கப்பட்ட உடைகளையே அணிவார்; ஆசாத் ஃபேர் தொப்பி, நீண்ட கோட், வெள்ளைக் காலுடைகளை அணிவார். ஆசாத்தும் ஜின்னாவும் உயரமானவர்கள். நிமிர்ந்த நடை கொண்டவர்கள். அதிகாலையில் எழுந்துவிடுவார்கள்.

இருவரின் கண்களும் அறிவுக் கூர்மையோடு சுடர்விடும். இருவரும் தங்களின் கருத்துகளில் தெளிவாக இருப்பார்கள். இருவருமே புகை பிடிப்பதில் நாட்டம் கொண்டவர்கள். ஜின்னா சுத்தமாக முகத்தை மழித்திருப்பார். ஆசாத் நறுக்கிவிடப்பட்ட சின்னக் கூரான தாடியோடு இருப்பார். குத்துவது போன்ற கூர் மீசை கொண்டவர். ஜின்னாவுக்கு ஆசாத் பதினோரு வயது இளையவர். ஆசாத் அவருடைய 'அல்ஹிலால்' செய்தித்தாள் மூலம் இஸ்லாமியர் கூட்டத்தை ஈர்த்தார். ஜின்னா பாகிஸ்தான் கேட்பதற்கு இருபத்தைந்து ஆண்டுகளுக்கு முன்பே ஆசாத் இஸ்லாமியரிடம் செல்வாக்கு மிக்கவராக இருந்தார். இருவருக்குமே மக்களோடு கலந்துகொள்வதிலும் எளிய மனிதர்களின் துயரக் கதைகளைக் கேட்பதிலும் சிரமம் இருந்தது. எனினும் இருவருமே பொதுக் கூட்டங்களில் தொடர்ந்து பேசிவந்தார்கள்.

ஜின்னா தன்னுடைய திட சித்தத்தைக்கொண்டு மக்களைக் கட்டுக்குள் வைத்திருந்தார். ஆசாத் பேச்சாற்றலால் மக்களை தன் பக்கம் இழுத்தவர். இருவருக்கும் தனிமை பிடிக்கும். ஜின்னா தனித்திருக்கும்போதுதான் அரசியல் வாழ்க்கையின் தற்காப்பு யுத்திகளை அல்லது தாக்குதல் யுக்திகளைச் சிந்தித்தார். ஆசாத், ஓய்வோ தனிமையோ கிடைத்து விட்டால் போதும்... உருது, அரபி, பார்சி, துருக்கி, ஆங்கிலம் ஆகிய மொழிகளிலுள்ள கவிதைகளில் அல்லது வரலாறு நாவல் முதலானவற்றில் ஆழ்ந்துவிடுவார். இல்லாவிட்டால் திருக்குர்ஆன் மொழிப்பெயர்ப்பு மற்றும் விளக்கவுரை தொடர்பான பணிகளில் ஈடுபடுவார்.

ஜின்னா கூட்டத்தில் இருந்தால் அமைதியாக அல்லது எதிர்வாதம் செய்தவண்ணம் இருப்பார். உடன் இருப்பவர்கள் முழு விசுவாசிகள் என்பது உறுதியானால்தான் சற்று நிதானமாக இருப்பார். ஆசாத் பண்பட்ட முறையில் இதமாகப் பணிவுடன் பழகுவார். கலந்துரையாடுவதில் விருப்பம் உண்டு. எனினும் தனிமையில் நூல்கள் படிக்கும் வேலையில் ஈடுபட விருப்பம் கொண்டவர் போலவே இருப்பார்.

இருவரும் பொது நீரோட்டத்தை எதிர்த்து நிற்கத் தயங்கியதே இல்லை. இருபதுகளின் ஆரம்பத்தில் காந்தி அலை வீசத் தொடங்கிய வேளையில் ஜின்னா, காந்தியோடு சேர்ந்துகொள்ள மறுத்துவிட்டார். ஆசாத் இஸ்லாத்தைக் குறித்து புது விளக்கம் தந்தார் என்பதை இதே பகுதியில் பின்னர் பார்க்கப் போகிறோம். ஜின்னாவும் ஆசாத்தும் 'தலைவர்' பொறுப்பில் இருப்பதையே சௌகரியமாக உணர்ந்தனர். ஜின்னா முஸ்லிம் லீக்கின் அசைக்க முடியாத தலைவராக இருந்தார்; ஆனால் ஆசாத் காங்கிரஸ்

கட்சிக்குத் தலைவராக இருந்த காலத்திலும் பல தலைவர்களில் ஒருவராகவே இருந்தார். அவரின் கருத்துகள் பலமுறை காங்கிரஸ் கட்சியின் நிர்வாகக் குழுக்களினால் புறக்கணிக்கப்பட்டுள்ளன. இதுபோன்ற வேளைகளில் ஆசாத் பெரும்பான்மையின் கருத்தை ஏற்றுக்கொண்டார்.

சில நேரங்களில், 1923-ல் நடந்ததைப் போன்று மாற்றுக் கருத்துகளை வெற்றிகரமாக சமரசப்புள்ளிக்குக் கொண்டுவரும் ஆற்றலும் அவருக்கு இருந்தது. 'அவருக்குத் தேவையான வார்த்தைகள் மிகச் சரியான நேரத்தில் கிடைத்துவிடும். கூட்டங்களில் அவருடைய திறமை உச்சத்தில் இருக்கும்' என்கிறார் மகாதேவ தேசாய். இவர் தான் ஹரிஜன் பத்திரிகை ஆசிரியர். காங்கிரஸ் கட்சிக் கூட்டங்களையும் அதன் நடவடிக்கைகளையும் கூர்ந்து கவனித்து எழுதி வந்தவர்.[46]

•

1930-ல் ஆசாத் குர்ஆனின் விரிவுரையையும் பொருளுரையையும் கொண்ட தர்ஜுமாவை எழுதி முடித்துவிட்டார். அந்தத் தர்ஜுமாவில் குர்ஆனின் 30 பாகங்களில் 18 பாகங்கள்வரை அவர் நிறைவு செய்துவிட்டார். அந்நூலில் அவர், 'இஸ்லாத்தைத் தழுவும்படி பிற சமயத்தாரை குர்ஆன் விளிக்கவில்லை. இதை புதிய நம்பிக்கையாக ஏற்றுக்கொள்ளும்படி வலிந்து அழைக்கவில்லை. உண்மையில் அது உரைப்பது 'உங்கள் சொந்த சமயத்துக்கு அதனுடைய உண்மையான அமைப்புக்குத் திரும்பிவிடுங்கள்...'[47] என்பதே. மதத்தின் கொள்கைகளுக்கும் அதன் வடிவங்களுக்கும் இடையிலான வேறுபாடுகளை ஆராய்ந்தவர், ஓரிறைக் கோட்பாட்டின் அனைத்து வடிவங்களையும் உள்ளடக்கிக் கொள்ளும் அம்சம் குர்ரானில் உண்டு என்று புரிந்துகொண்டிருந்தார்'[48] இந்துக்களுக்கும் அதில் இடம் உண்டு. ஆனால் முஜீப் இது குறித்து கருத்துக் கூறுவது:

'இந்துக்களின் பல கடவுள் வழிபாடு, சிலை வணக்கம் ஆகியவை தொடர்பாக ஆசாதுக்கு மாற்றுக் கருத்து உண்டு. எனினும் ஓரிறைக் கொள்கையை ஏற்றுக்கொள்ளும் இந்துக்களும் முஸ்லிம்களும் ஒருங்கிணைந்து செயலாற்றமுடியும் என்று நம்பினார்'[49] என்று கூறியிருக்கிறார். ஆசாத், குர் ஆனில்தான் மிக முக்கியமான கருத்தாகத் தான் கருதும் கருத்து பற்றி தர்ஜுமானில் எழுதியிருக்கிறார்:

> 'உங்கள் ஒவ்வொருவருக்கும் நாம் தனித்தனி விதிகளையும் வழிகளையும் ஏற்படுத்திக் கொடுத்திருக்கிறோம். இறைவன் விரும்பியிருந்தால் உங்கள் அனைவரையும் ஒரே

> வழிமுறையினராக ஆக்கியிருக்கலாம்; ஆனால் உங்களைச் சோதித்துப் பார்க்கவே தனித்தனி வழிமுறைகளை ஏற்படுத்தி இருக்கிறார். ஆகவே, (இதுபோன்ற வேற்றுமைகளில் உங்களை ஈடுபடுத்திக்கொள்ள வேண்டாம்) உங்கள் நன்நடத்தைகளின் மூலம் மற்றவர்களை நீங்கள் முன்னேறிச் செல்ல முயற்சி செய்யுங்கள்'[50]

ஆசாதின் தர்ஜுமான் (குர்ஆன் விளக்கம்) துணிச்சல் மிக்கது. அமெரிக்கக் கல்வியாளர் ப்ரீலாண்ட் அப்போட் ஆசாதின் இஸ்லாம் மற்றும் பாகிஸ்தான் குறித்து தன் கருத்தை எழுதியுள்ளார்:

> 'மனிதர்களின் ஆன்மிக இலக்கு என்பது எல்லோருக்கும் பொதுவானதே. சமய தலைவர்கள் செய்யக்கூடிய மிகப் பெரியத் தவறு மக்களை பரஸ்பரம் பகைமை கொண்ட குழுக்களாகப் பிரிப்பதுதான். மரபுகள் அல்லது சடங்குகள் மாறலாம். சமயம் என்பது எல்லோருக்கும் ஒன்று போன்றதே. ஏனென்றால் கடவுளிடம் தங்களை ஒப்படைத்துக் கொள்வதும் வாழ்க்கையை நல்ல வழியில் முன்னெடுத்துச் செல்வதும் அனைத்து மதங்களுக்கும் பொதுவானதே.'[51]

ஆசாத்தின் உலகளாவிய பார்வைக்கு என்ன காரணம்? முஜீப் சொல்லும் காரணம், குர்ஆனே ஆசாத்தின் அத்தகைய கருத்துரு வாக்கத்துக்குக் காரணம்:

> 'குர்ஆனே அவரின் அனைத்துவிதமான எண்ணங்களுக்கும் அகத்தூண்டுகோலாக அமைந்தது. மரபு வழிப்பட்ட விளக்கங்களை ஏற்பதோடு அவர் நின்றுவிடவில்லை. பிற கோட்பாடுகளில் இருந்து தன் கருத்துகளை வடிவமைத்துக் கொண்டு அவற்றை குர்ஆனுடைய கருத்துகளை ஆதாரமாகக் கொண்டு இறுதி முடிவுகளைக் கண்டடைந்தார். இதனால் பிறரைவிட கூடுதல் சுதந்தரத்துடன் சிந்திக்க இவரால் முடிந்தது. மிகுந்த தன்னம்பிக்கையுடன் பிறரை வழி நடத்தவும் எச்சரிக்கவும் இவரால் முடிந்தது'.[52]

முஜீபின் கருத்துப்படி, ஆசாதின் திருக்குர்ஆன் விளக்க உரையானது பிற சமயம் சார்ந்த ஓரிறைக் கோட்பாட்டாளர்களுக்கும் முஸ்லிம் களுக்கும் இடையே இருந்த வேற்றுமைகளை முழுமையாகத் தகர்த்தெறிந்துவிட்டது. முஸ்லிம்கள் அவர்களுக்குள்ளேயே மார்க்கக் கருத்துகளையும் செயல் வழிமுறைகளையும் சிறை வைத்திருப்பது ஏற்றுக் கொள்ளக் கூடியதல்ல; மேலும், 'ஷரியா' என்ற இஸ்லாமிய வாழ்வியல் சட்டங்களை மாற்ற முடியாதவை என்றோ, மாறும் இயல்பற்றவை என்றோ சொல்வதில் பொருள் இருக்காது. ஆசாத்தின் பொருள் கூறும் முறை சரியானது என்றால்,

ஒரு விஷயம் ஷரியத்தில் ஒன்றிணைக்க வேண்டிய நேரத்தில் பிரிப்பதாக இருந்தால் அதை மறுபரிசீலனை செய்ய குர்ஆன் அனுமதி அளிக்கிறது என்று அர்த்தமாகும்.[53]

இத்தகைய விளக்கங்களை மிகச் சுருக்கமாகவே ஆசாத் சொல்லிச் செல்கிறார். அதேநேரம் ஓரிறைக் கொள்கை கொண்டவர்கள் எல்லாரும், அவர்கள் அனைவரையும் ஒன்றிணைக்கும் ஆன்மிக பந்தம் இருக்கிறது என்பதைப் புரிந்துகொள்ளவைப்பதே இஸ்லாமின் இலக்கு என்று உறுதியாக நம்பினார்.[54] இவையெல்லாம் எப்படி இருந்தாலும் ஆசாத்தின் நடவடிக்கைகளும் அரசியலும் இந்து-முஸ்லிம் நல்லிணக்கம் என்றுதான் தொடக்கம் முதலே இருந்தன. அவரின் அந்திமக் காலத்தில் அவர் ஐரோப்பியர்களுக்கும் இந்தியர்களுக்கும் இணக்கம் ஏற்படுத்தும் செயலிலும் ஈடுபட்டார்.

1921-ல் எந்தவொரு முஸ்லிமும் ஆசாதின் சமயம் மற்றும் அரசியல் நிலைப்பாடுகளுக்கு எதிர் குரல் எழுப்பவில்லை. ஒரு சில முஸ்லிம்கள் அதை ஆதரிக்கும் காலம் பின்னர் வரும். இருந்தும் அது குறித்து முஜீப் எழுதுகிறார்: 'ஆசாதின் நம்பிக்கை என்பது ஆழமாக வேரோடியிருந்தது. அதனால் அவரால் தனியாக நிற்க முடிந்தது. ஒரு காலம் வரும்... இந்திய முஸ்லிம்கள் ஆசாதை ஒப்புக்கொள்வார்கள். அவர் புதிய உலகின் சமயச் சிந்தனையோடு பழைமையின் போதாமைகளைச் சீர்ப்படுத்தினார் என்று சொல்லுவார்கள்...'[55]

முதற்பார்வையிலே பார்த்தால் ஆசாத் நவீன சிந்தனைவாதியல்ல: இக்ராம் கணிப்பில், அல்ஹிலால் பத்திரிகையின் பக்கங்களில் இருந்து தெரிவது அவர் பழமையின் மீளுருவாக்கத்தை விரும்புபவர். புதுமைப்போக்குக்கு எதிரானவர். அறிவுஜீவிகளின் கருத்துகளுக்கு மாறானவர்...'[56] ஜமாஅத் இஸ்லாமி அமைப்பினர் பாகிஸ்தான் கேட்டார்கள்; அது அவர்களுக்கு முழுக்கவும் இஸ்லாமிய நாடாக, ஷரியத் சட்டத்தைப் பின்பற்றக்கூடிய நாடாக இருக்கவேண்டும் என்ற எதிர்பார்ப்பு இருந்தது. அவர்கள் சில நேரங்களில் ஆசாதை தங்கள் கோரிக்கையின் முதல் தளகர்த்தராகக் குறிப்பிட்டிருக் கிறார்கள்.[57] ஆனால் நாம் பார்த்தவரையில் அல் – ஹிலால் தாளிதழில்கூட, ஆசாத்தின் தாகம் எப்போதுமே இந்து-முஸ்லிம் கூட்டிணக்கம் என்பதாகவே இருந்தது. அவருடைய நாளிதழில் இஸ்லாத்தின் தொடக்ககால தூய்மையையும் பெருமையையும் குறித்து எழுதியதுண்டு. எனினும் அவையெல்லாம் அந்நிய ஆட்சியை எதிர்க்கும்வகையில் இஸ்லாமிய க்வாமைக் கிளர்ந்தெழச் செய்யும் நோக்கில் எழுதப்பட்டனவே தவிர, நவீன அமைப்புகளை எதிர்க்கும் நோக்கில் அல்ல. மகாதேவ் தசாய் சொன்னதுபோல் ஆசாதின் தந்தை 'மேற்கத்தியர்களின் எல்லாவற்றையுமே தூக்கி

எறியவேண்டும்' என்ற நிலைப்பாட்டில் இருந்தார். 1857-ல் சிப்பாய் புரட்சியில் நடைபெற்ற நிகழ்ச்சிகள் அவர் மனதில் அப்படியோர் கசப்பை உருவாக்கியிருந்தன. ஆனால் ஆசாத், மேற்குலகக் கல்வி முறைகளினாலும் அறிவியலாலும் முஸ்லிம் சமுதாயம் பயன் பெறும் என்று நம்பினார்.[58] இக்ராம் குறிப்பிட்டுச் சொல்வதுபோல், 'தர்ஜுமான் எழுதிய ஆசாத் அல்ல; அல்ஹிலால் ஆசிரியராக இருந்த இள வயது ஆசாத்.[59]

1940-ல் ஆசாத் மிகத் தெளிவாக ஒரு விஷயத்தைச் சொன்னார்: 'சமூக நடவடிக்கைகளில், பழமையின் மீட்டுருவாக்க முயற்சி செய்வதென்பது முன்னேற்றத்துக்கு முட்டுக்கட்டைபோடுவது போன்றதே![60] அவர் முன்வைத்த மீட்டெடுப்பு என்பது முழுமையாக ஒரே கடவுளிடம் ஒப்படைக்கச் செய்வதுதான். அண்ணல் நபிகள் நவின்ற தீன் (சமய வழி). அவர் சமய அடிப்படைத் தன்மைகளில் எப்படிப்பட்டவர்? அதைத் தராசு கொண்டு எடை போட்டால் எந்தப் பக்கம் தாழ்கிறது? இது தொடர்பாக, ஆசாத் காலத்தவரான வில் பிரைட் கான்ட்வெல் ஸ்மித் என்ற மேற்கத்திய அறிஞரின் கூற்றை, நாம் ஏற்றுக்கொள்ளவேண்டும். அது:

> 'இஸ்லாத்தை நன்கு கற்றறிந்த அறிஞர் ஆசாத். இஸ்லாம் குறித்த அவரின் புரிதல் தாராள சிந்தை மிகுந்தது. மரபார்ந்த இறைமையியல் வல்லுநர்கள் வரிசையில் முன்னணி வரிசையில் அவருக்கு இடம் உண்டு. அதேபோல் இஸ்லாமின் நவீன சிந்தனையாளர்களில் மூன்னோடியும்கூட. அவரின் இஸ்லாம், மானுட நேயம் மிக்கது...'[61]

ஆசாதின் தீர்வுகள் தெளிவோடும் காரண காரியத்தோடும் நிறைவோடும் காணப்பட்டன என்று முஜீப் கணித்திருக்கிறார். அவரின் தர்ஜுமான் என்ற குர்ஆன் விளக்க உரையானது குர்ஆன்னில் இல்லாத எதையும் அதன் மீது ஏற்றிச் சொல்லாதது. இஸ்லாமியருக்கு வகுக்கப்பட்டவற்றைக் குறித்த மிக அற்புதமான ஆக்கபூர்வ பார்வை அதில் வெளிப்படும் அளவுக்கு வேறு எந்த உரையிலும் வெளிப்பட்டிருக்கவில்லை.[62]

ஆசாதை ஏற்றுக் கொள்ளாதவர்கள்கூட இவரின் 'தர்ஜுமான்'ஐ பாராட்டுகிறார்கள். அதில் வெளிப்படும் தெளிவையும் அதை உருவாக்கக் காரணமாக அமைந்த புலமையையும் புகழ்கிறார்கள். அவரே இது குறித்துக் கூறியிருப்பது: 'என் வாழ்க்கையின் 23 ஆண்டுகள் திருக்குர்ஆனைப் படிப்பதற்காகச் செலவழித்தேன். குர்ஆனின் ஒவ்வொரு அத்தியாயத்தையும் ஒவ்வொரு வசனத்தையும், ஒவ்வொரு வாக்கியத்தையும், ஒவ்வொரு சொல்லையும் நான் ஆழ்ந்தறிந்து கவனத்துடன் விளக்கமளித்துள்ளேன். இதற்காக

இதுவரையில் வெளிவந்துள்ள குர்ஆன் விளக்க உரைகள் பலவற்றின் பெரும்பகுதியை ஆழ்ந்து படித்திருக்கிறேன்.'[63]

•

தர்ஜுமான் நூலாக்கப் பணியில் ஆசாத் செலுத்திய கடும் உழைப்பு அவரின் அரசியல் வாழ்க்கை தேங்கி நின்றதை எடுத்துக்காட்டுகிறது. 1923 முதல் 1930 வரையிலான காலகட்டம் என்பது நமது நாட்டு விடுதலைக்கான போராட்டங்களுக்கான காலமாக இருந்திருக்க வில்லை; இந்து முஸ்லிம்களுக்கிடையே மோதல்களும் கலவரங்களும் மட்டுமே பெரிய அளவில் நடந்தன. இரு சமயத்தாரிடையே சமரசத்தை, அமைதியை ஏற்படுத்துகிற காந்தியின் பெருமுயற்சியை ஆசாத் ஆதரித்தார். காந்திஜியின் நோக்கம் வெற்றியைத் தரவில்லை. ஆசாத் நிவாரணப் பணிகளை ஒருங்கிணைத்தார். இந்தக் கலவர வேளையில் இந்துக்கள் அதிகமாக வாழக்கூடிய பகுதியில் மாட்டிக்கொண்ட அறுபது அல்லது எழுபது முஸ்லிம் தையற்காரர்களை லாரிகளில் ஏற்றி காப்பாற்ற வழிவகுத்தார். இதே போல் முஸ்லிம்கள் அதிக எண்ணிக்கையில் வாழும் பகுதிகளில் மாட்டிக்கொண்ட இந்துக்களை பாதுகாப்பான இடங்களுக்கு அழைத்துச் செல்ல உதவினார்.[64]

1927-ல் ஜின்னாவும் முகமது அலியும் காங்கிரஸ் – முஸ்லிம் களிடையே ஒப்பந்தம் ஒன்றை ஏற்படுத்தினார்கள். ஆசாத் அதற்குப் பக்கபலமாக இருந்தார். மோதிலால் நேரு குழு இதே போன்ற உடன்பாட்டை 1928-ல் கொண்டுவந்தபோது ஆசாத் அந்தக் குழுவுக்கும் ஆதரவு அளித்தார். இந்த நூலில் முன்சென்ற பகுதிகளில் குறிப்பிட்டுள்ளபடி ஜின்னா – முகமது அலியின் கோரிக்கைகளை காங்கிரஸ் ஏற்கவில்லை. இந்த நிராகரிப்பு குறித்து ஆசாத் சொன்ன கருத்துகள் அவருடைய பார்வையை நன்கு புலப்படுத்துகின்றன. அவர் அப்போது வெளியிட்ட கருத்து: 'இந்தக் கோரிக்கைகளை முன்வைக்கும் முஸ்லிம்கள் முட்டாள்கள் அதை நிராகரிக்கும் இந்துக்கள் அவர்களைவிடப் பெரிய முட்டாள்கள்'.[65]

1928 இறுதியில் டொமினியன் அந்தஸ்து கொடுக்காவிட்டால் பிரிட்டிஷ் அரசாங்கத்தை எதிர்த்துப் பெரும் போராட்டம் நடத்துவோம் என்று காங்கிரஸ் எச்சரித்திருந்த காலகட்டம் இது. விடுதலைப் போராட்டம் சூடு பிடிக்கவிருந்ததை உணர்ந்திருந்த ஆசாத் முஸ்லிம் லீகிடம் 'கோரிக்கைகள் எவ்வளவு நியாயமானதாக இருந்தபோதிலும் இப்போதைக்கு அவற்றைக் கைவிடவேண்டும். போர் தொடங்கிவிட்டது'[66] என்றார். ஆனால் முஸ்லிம் லீக்கின் பெரும் எண்ணிக்கையினர் இந்த ஆலோசனையை ஏற்கவில்லை. 1929

இறுதிவாக்கில் காங்கிரஸ் பிரிட்டிஷாருக்குக் கொடுத்த எச்சரிக்கைக் கெடு முடிந்து போராட்டம் ஆரம்பித்தது. முஸ்லீம் லீகின் பெரும்பாலானவர்கள் இந்தப் போராட்டத்தில் இருந்து விலகி நின்றனர்.

இதற்கிடையே, ஆசாத், அன்சாரி மற்றும் அவர்களின் தோழர்கள் 'லீக்'கை விட்டு விலகினார்கள். 'முஸ்லிம் தேசியவாதக் கட்சி' என்ற அமைப்பைத் தொடங்கினார்கள். இப்புதிய கட்சியின் நோக்கம், 'பரந்த உள்ளத்துடன் நாட்டுப் பற்றை வளர்ப்பது; மத வாதத்தை எதிர்ப்பது' என்பதாகும்.[67] இக்கட்சிக்கு அன்சாரி தலைவராகவும், கலிக்குல் ஜமான் செயலாளராகவும் செயலாற்றினார். ஆசாத் இந்தக் கட்சியில் முறைப்படி சேர்ந்துகொள்ளவில்லை. ஒன்று மட்டும் தெளிவாகத் தெரிந்தது. அற்புதமான அறிஞரும் ஆன்மிக நாட்டமும் கொண்ட ஆசாத் அவருடைய க்வாமிடமிருந்து விலகிவிட்டார்.

1930 போராட்டத்தில் ஆசாத் தீவிரப் பங்காற்றினார். ஆனால், முஸ்லிம் க்வாம் அதிலிருந்து விலகி நின்றது. எனினும் வடமேற்கு எல்லைப்புற மாகாணத்தில் மட்டும் கான் சகோதரர்களின் 'குதாய் கித்மாட்கர்ஸ்' (கடவுளின் ஏவலர்கள்) அறப்போர் படையினர் காந்தியின் வேண்டுகோளின் அடிப்படையில் அகிம்சைப் போரில் இறங்கினர். 'முஸ்லிம் தேசியவாதக் கட்சியை' தோற்றுவிக்கத் தோள் கொடுத்தவர்களில் ஒருவரான கலிக்குல் ஜமானும் ஒதுங்கிக்கொண்டார். 'முஸ்லிம்கள் அதிருப்தியுடன் இருக்கும் நிலையில் சுதந்தரத்துக்கான போராட்டம் எதுவுமே மிகப் பெரிய மடத்தனமே என்பதில் அவருக்கு உறுதியான நம்பிக்கை இருந்தது'.[68]

இந்த விடுதலைப் போரின் ஏற்றங்களையும் இறக்கங்களையும் நாமிங்கே விரிவாகக் குறிப்பிட்டுக் காட்டத் தேவையில்லை: ஆனால், மற்றொரு விஷயத்தை இங்கே குறிப்பிட்டே ஆகவேண்டும். இந்தப் போராட்டத்தையடுத்து காந்தி – இர்வின் உடன்படிக்கை ஏற்பட்டது. அப்போது இர்வின் இந்தியாவுக்கான வைஸ்ராய். லண்டனில் நடந்த வட்ட மேஜை மாநாடு தோல்வியில் முடிந்திருந்தது. அந்த உடன்படிக்கை ஏற்படுவதற்கு ஆறு மாதங்களுக்கு முன்பே ஆசாத் மீரட் சிறையில் இருந்தார். லண்டன் மாநாடு தோல்வியில் முடிந்த பின்னர் அடுத்த ஆறு மாதங்கள் அவர் டில்லி சிறையில் (1932-ல்) இருந்தார். அவரின் ஒவ்வொரு சிறைவாசக் காலகட்டத்தின் முன்பாகவும் அவர்தான் காங்கிரஸ் கட்சியின் 'சர்வாதிகாரியாக' இருந்தார். இந்தப் பதவிக்கு அவரை நியமித்த 'சர்வாதிகாரி' சிறைக்குப் போயிருந்ததால், அந்த வெற்றிடத்தை நிரப்ப ஒரு 'சர்வாதிகாரி'யை நியமித்திருந்தார்.

ஆங்கில ஆதிக்க அரசு சிறிதளவு ஆட்டம் கண்டது என்னவோ உண்மைதான். ஆனாலும் அதன் கையிலேதான் இன்னமும் அதிகாரம் இருந்தது. 1934-ல் காங்கிரஸ் ஒத்துழையாமைப் போராட்டத்தை கைவிட்டுவிட்டு நாட்டின் சட்டசபைகளில் தங்களின் உறுப்பினர்களைக்கொண்டு ஆங்கில ஆதிக்க அரசோடு போராட்டத்தைத் தொடர்ந்தது. இதுவரையில் காங்கிரஸ் இந்தச் சட்டசபைகளை ஒரு பொறியாகக் கருதி விலகியிருந்திருந்தது. அல்லது அவற்றை வெறுப்புடன் நடத்தியிருந்தது. காமன்ஸ் அவையில் ஒரு புதிய சட்டவரைவு கொண்டு வரப்பட்டிருந்தது. 1935-ல் அது சட்டமாகவும் ஆனது. அந்த முன்வரைவில், இந்தியாவில் மாகாண சட்டசபைகளுக்கெல்லாம் கொஞ்சம் போல் அகாரங்கள் அளிக்கப்பட்டிருந்தன. இதனால் காங்கிரஸ் அந்த அவைகளில் இடம்பெறத் தீர்மானித்திருந்தது. ஆசாத் காங்கிரஸ் நாடாளுமன்றக் குழுவின் முக்கிய உறுப்பினராக ஆனார். அவர் காங்கிரஸ், அரசு அவைகளில் நுழைவதற்கான வழிமுறைகளை வகுத்துத் தந்தார்.

ஜின்னாவைப் பற்றிய பகுதியில் காங்கிரஸ் கட்சிக்கு எப்படி 1937-ல் அதிகமான மாகாணங்கள் கிடைத்திருந்தன என்பதைப் பார்த்திருந்தோம். இங்கே, காங்கிரஸ் செயற்குழு வடமேற்கு மாகாணங்களுக்கு அமைச்சர்களை நியமிப்பது குறித்து மேற்பார்வையிடும்படி ஆசாத்திடம் கேட்டுக்கொண்டதையும் சேர்த்துக்கொள்ளலாம். யுனைட்டட் பிராந்தியத்தில் இரண்டு லீக் உறுப்பினர்களுக்கு அமைச்சரவையில் இடம் அளித்தார். மீண்டும் லீகில் சேர்ந்திருந்த கலிக்குல் ஜமானுக்கும் நவாப் இஸ்மாயீல் கானுக்கும் அந்த அமைச்சர் பதவிகள் தரப்பட்டன. 'லீக்' இதற்கு ஒப்புக்கொண்டதுபோல் தெரிந்தது. ஆனால், காங்கிரஸ் கட்சியின் அப்போதைய தலைவரான ஜவாஹர்லால் நேரு முஸ்லிம் லீக்குக்கு ஒரே ஓர் இடம் மட்டும் கொடுக்க வேண்டும் என்று முடிவெடுத்தார். ஆசாதின் வேண்டுகோளின்பேரில் காந்தி நேருவிடம் லீக்குக்கு இரண்டு இடம் தரும்படிக் கூறினார். ஆனால் நேரு தன் முடிவை மாற்றிக்கொள்ளவில்லை. லீக், 'ஓர் இடம்' என்பதை ஏற்கவில்லை. உ.பி.யில் காங்கிரஸ் – லீக் கூட்டணி அரசு அமைப்பது தொடர்பாக ஆசாத் எடுத்த பெரு முயற்சி தோல்வி கண்டது.

நேருவின் இந்த அணுகுமுறையைத் தொடர்ந்து யுனைட்டட் பிராந்தியத்து முஸ்லிம் லீக் கிளையின் ஆதரவை ஜின்னா மீண்டும் பெறமுடிந்தது. அப்போது அந்தக் கிளை உண்மையில் ஜின்னாவின் கைகளிலிருந்து நழுவத் தொடங்கியிருந்தது. ஆசாத் அப்போது சொன்னவை: 'ஜவாஹர்லாலின் நடவடிக்கை, உ.பி.யில் முஸ்லிம்

லீக்குக்குப் புதுவாழ்வை ஏற்படுத்திவிட்டது. இந்திய அரசியலை ஆராயும் அனைவரும் யுனைட்டட் பிராவின்ஸின் நிகழ்வுகளே லீக் மறு மலர்ச்சி அடையக் காரணம் என்று சொல்வர்கள்...' சூழ்நிலையைத் தனக்குச் சாதகமாக்கிக்கொண்டு ஜின்னா தொடங்கிய முழுத் தாக்குதல் 'பாகிஸ்தான்' அடைவதில் போய் முடிந்தது.[69]

கலிக்குல் ஜமான் அவரின் நினைவுத் திரட்டு நூலில் சொல்கிறார், 'உ.பி பேச்சுவார்த்தை முறிவுதான் உண்மையில் பாகிஸ்தான் கோரிக்கைக்கு அடிப்படை அமைத்துத் தந்தது என்ற ஆசாத்தின் கணிப்பு சரியானது'. ஆனால், கலிக்குல் ஜமானின் கருத்துப்படி 'பேச்சு வார்த்தை முறிய அமைச்சரவையில் லீகுக்கு ஒரே ஒரு இடம் கொடுத்தது காரணமல்ல; யு.பி. பிராந்தியத்தில் முஸ்லீம் லீக் கட்சியைக் கலைத்துவிடும்படி காங்கிரஸ் கேட்டுக்கொண்டதுதான் காரணம்' என்று கூறியிருக்கிறார். கலிக்குல் ஜமானிடம் காங்கிரஸில் இருந்த கம்யூனிஸ்ட் ஆதரவு சக்திகளும் முஸ்லிம்களுக்கு எதிரான சக்திகளும் அமைச்சரவையில் இடம் வேண்டுமென்றால் லீக் கிளையைக் கலைத்துவிடவேண்டும் என்று நிபந்தனை வைத்தன என்று ஆசாத் கூறியிருக்கிறார். 'வடக்குப் பகுதியில் ஓர் உடன் படிக்கை ஏற்படுத்துவதற்கான சமரச முயற்சியில் தோற்றுப் போனால் காங்கிரஸின் தலைவர் பதவியை ராஜினாமா செய்துவிடுவேன் என்று ஆசாத் மிரட்டி இருந்தால் எல்லாமே மாறியிருக்கக்கூடும்; ஆனால், அவர் துணிந்து ஒரு முடிவெடுக்கத் தவறிவிட்டார்'[70] என்று கலிக்குல் ஜமான் சொல்கிறார்.

கலிக்குல் ஜமான் போன்றோர் இந்த ஒப்பந்தம் முறிந்துபோனதில் வருத்தமும் கசப்பும் அடைந்தனர் என்பது வெளிப்படையாகவே தெரிந்தது. கலிக்குல் ஜமான் இது முறிந்துபோனதில் அவரின் இரவுத் தூக்கத்தை இழந்துவிட்டார். உ.பி. சட்டசபையிலும் நாட்டின் எல்லா மாகாணச் சட்டசபைகளிலும் காங்கிரஸை எதிர்க்க முடிவு செய்தார். பிரிவினை ஒன்றுதான் இனி இந்து-முஸ்லிம்களுக்கு இருக்கிற ஒரே தீர்வு என்றும் முடிவெடுத்தார்'.[71]

1939 தொடக்கத்தில், இரண்டாம் உலகப் போர் ஆரம்பிப்பதற்கு முன்பாகவும் அமைச்சரவையிலிருந்து காங்கிரஸ் விலக ஆரம்பிப்பதற்கு முன்பாகவும் கலிக்குல் ஜமான் இங்கிலாந்துப் பயணம் புறப்பட்டார். இந்தியா விவகாரத்துறை செயலாளர் ஸெட்லாண்ட் துரையிடம் இந்தியப் பிரிவினையை ஒரு தீர்வாகச் சொன்னார். அவரிடம் கூறியதை நாடு திரும்பியவுடன் திரு. ஜின்னாவிடம் எடுத்துச் சொன்னார். ஜின்னா அவர் சொன்னதை மிகக்

கவனமாக, ஒவ்வொரு சொல்லையும் விட்டுவிடாமல் கேட்டுக் கொண்டார். அது மட்டுமின்றி, கலிக்குல் ஜமான் அவரிடம் சொன்னதில் சிலவற்றை மறுபடி சொல்லச் சொல்லிக் கேட்டார். பின் அவரிடம் ஜின்னா, ‘இந்தத் தீர்மானத்துக்கு நான் எதிராக இல்லை. நாட்டுப் பிரிவினையை அதன் எல்லா அம்சங்களிலும் அலசி ஆராய வேண்டும்...’[72] என்றார். ஓராண்டு கடந்தபின், ஜின்னாவும் லீக்கும் நாட்டைப் பிரிக்கவேண்டும் என்றார்கள்.

ஏழு ஆண்டுகள் கழித்து ‘பாகிஸ்தான் நிதர்சனம் ஆனது...’ கலிக்குல் ஜமான் உ.பி.யிலிருந்து இப்போது அந்தப் புதிய நாட்டுக்கு இடம்பெயர்ந்தார். லக்னோவில் ஒரு கூட்டத்தில் வல்லபாய் பட்டேல் ‘ கலிக்குல் ஜமான் தான் பாகிஸ்தான் உருவாகக் காரணம்’[73] என்றார். இதுவரை நாம் பார்த்தவரையில், ‘நேருதான் பாகிஸ்தான் ஏற்படக் காரணம்...’ என்று ஆசாத் கருதினார். கலிக்குல் ஜமானோ, ஆசாத்தான் அதற்குக் காரணம் என்று கருதினார். சௌத்திரி முகமது அலி பின் நிகழ்வுகளை அலசி எடுத்துக் கூறுகையில் ‘பட்டேல் மனரீதியாக இந்தப் பிரிவினைக்காகத் தயாராகவே இருந்தார். அவருக்கே உரிய திட சித்தத்துடன் அதற்கான வேலைகளை ஆரம்பித்தார்’[74] என்று சொல்லியிருக்கிறார். இதில் யார் சொல்வது சரியானது... யார் சொல்வதுமில்லை; அல்லது எல்லார் சொல்வதுமே. அதிலும் கலிக்குல் ஜமானின் கூற்று : ‘பாகிஸ்தான் நம் தேர்வு அல்ல; நம் விதி...’[75]

சுபாஷ் போஸ், நேருவுக்குப் பின்னர் காங்கிரஸின் தலைவர் ஆனார். போஸின் பதவிக்காலம் 1938-ல் முடிவடைந்தபோது ஆசாத்தின் பெயரையே அப்பதவிக்குப் பலரும் மொழிந்தார்கள் என்று மகாதேவ தேசாய் பதிவு செய்திருக்கிறார்.[76] காந்தி, ஆசாத்திடம் அப்பதவியை ஒப்புக்கொள்ளக் கேட்டுக்கொண்டார். ஆனால் போஸ், இன்னொரு வருடமும் அவரே தலைவராகத் தொடர்ந்திட விரும்பினார். இது அசாதாரணமானது என்றாலும் இதற்கு முன் நடக்காதது அல்ல; நேருகூட அடுத்தடுத்து இரண்டு ஆண்டுகளுக்குத் தலைவர் பதவியில் இருந்திருக்கிறார். போஸை எதிர்த்து தலைவர் பதவிக்குப் போட்டியிட ஆசாத் விரும்பவில்லை. அவர் இதனால் காந்தியின் வேண்டுகோளை ஏற்கவில்லை. அது மட்டுமின்றி, அவர் தன் வங்காள நண்பர்களின் அன்பை இழக்க விரும்பவில்லை. வங்காளத்தில் போஸ் மாபெரும் தலைவராகியிருந்தார். காங்கிரஸ் கட்சித் தலைவர் பதவிக்குப் போட்டி நடந்தது. போஸ் மறுபடி நின்றார். அவரை எதிர்த்து ஆந்திராவைச் சேர்ந்த பட்டாபி சீதாராமைய்யா நின்றார். இவரை காந்தி வெளிப்படையாகவே ஆதரித்தார். ஆனால், போஸ் மறுபடியும் தேர்ந்தெடுக்கப்பட்டார்.

ஆசாத்தின் அரசியல் பணியில் இதனாலெல்லாம் பின்னடைவு ஏற்படவில்லை. அன்சாரி 1936-ல் காலமானார். அதன் பின்னர் காங்கிரஸில் ஆசாதை எதிர்த்து நிற்க எந்தவொரு முஸ்லிமும் இருந்திருக்கவில்லை. அவர் வட பிராந்தியத்தில் காங்கிரஸ் அமைச்சர்களுக்கு வழிகாட்டியாகச் செயலாற்றினார். அதன் மூலம் அரசியலில் அவர்கள் செல்ல வேண்டிய வழியை எளிதாக்கினார். விவசாயத் தொழிலாளர்களுடைய நலன் சார்ந்து சட்டம் ஒன்று கொண்டுவரப்பட்டது. அதற்கு பிகாரில் நிலவுடமையாளர்கள் எதிர்ப்புத் தெரிவிக்காமல் இருந்ததில், 1950 – 1962 வரை இந்தியாவின் ஜனாதிபதியாக இருந்த ராஜேந்திர பிரசாத் சொன்னதுபோல் 'ஆசாத்தின் சாதுர்யமும் அனைவரையும் வழிக்குக் கொண்டுவரும் யுக்தியும்' முக்கிய பங்கு வகித்தது.[77]

காந்தி – போஸ் கூட்டுத் தலைமை செயல்பட முடியவில்லை; இருவரின் தலைமைப் பண்புகளும் கருத்துகளும் மோதிக் கொண்டன. காங்கிரஸ் கட்சியின் செயற்குழு உறுப்பினர்களை காந்தியின் விருப்பத்துக்கேற்பத் தேர்ந்தெடுக்கச் சொல்லி போஸிடம் காங்கிரஸ் கட்சி கேட்டுக்கொண்டது.[78] போஸ் பதவி விலகல் கடிதம் கொடுத்தார். கட்சியைவிட்டு வெளியேறினார். ராஜேந்திர பிரசாத் தற்காலிகத் தலைவராக மீதமுள்ள காலகட்டத்துக்கு நியமிக்கப்பட்டார்.

1939-ம் ஆண்டு முடிவில் காந்தி, ஆசாத்தை மீண்டும் காங்கிரஸ் கட்சிக்குத் தலைமையேற்கக் கேட்டுக்கொண்டார். ஆசாத் அதற்கு ஒப்புக்கொண்டார். தேர்தல் நடந்தது. ஆசாத் 1854 வாக்குகள் பெற்றார். இவரை எதிர்த்து, பேர்பெற்ற இடதுசாரி சிந்தனையாளர் எம்.என்.ராய் நின்றார். அவருக்குக் கிடைத்த வாக்குகள் 183. ஆசாத் அவரின் முப்பத்தைந்து வயதிலேயே காங்கிரஸ் தலைவராகப் பதவி வகித்தவர். இப்போது அவருக்கு வயது 52. ஆனால் இப்போது காலச்சூழல் மாறிவிட்டது. ஹிட்லர் போர் தொடங்கிவிட்டிருந்தார்; இந்தியாவில் ஜின்னாவும் அவருடைய லீக்கும் காங்கிரஸின் முன்னேற்றத்தை முடக்கும் பலத்தைச் சட்டென்று பெற்றுவிட்ட காலம்.

மார்ச் 1940-ல் பீகாரிலுள்ள 'ரன் கார்க்'கில் காங்கிரஸ் கூட்டம் கூடியது. ஆசாத்தின் தலைமை உரையில் அவரின் ஏமாற்றமும் நிலைகுலைவும் வெளிப்பட்டன. காரணம், பிரிட்டிஷ் ஆதிக்க அரசு காங்கிரஸ் எழுப்பிய விடுதலை தொடர்பான கேள்விகளுக்கு வெற்றிகரமாக, சாமர்த்தியமாக ஜின்னாவின் கூற்றுகளை பதிலாக முன்வைத்துக்கொண்டிருந்தது. அதனால் ஏமாற்றமும் எரிச்சலும் அடைந்த ஆசாத்தின் உள்ளக் குமுறல் அந்த உரையில் வெளிப்பட்டது. மேலும் அவருடைய பேச்சில் அவர் இஸ்லாத்தின்

மேல் கொண்ட பற்றும் விடுதலை உணர்வும் வெளிப்பட்டன. விடுதலை பெறப்போகிற இந்தியாவில் முஸ்லிம்கள் பாதுகாப்பாக வாழ முடியும் என்று உறுதி தெரிவித்தார். இந்தியா ஒரே நாடாக – பிரிவுபடாத நாடாகத் திகழும் என்றும் சொன்னார். பாகிஸ்தான் தேவையில்லை என்று சொன்ன சொற்ப முஸ்லிம்களின் பார்வையை முன்வைத்து அவர் பேசிய உரை குறிப்பிடத்தக்கதாக இருந்தது. அந்தப் பேச்சு அவருடைய நாவன்மையை எடுத்துக்காட்டுவதாகவும் இருந்தது. ஆசாத் பேசுகிறார்:

'இந்தியா வருங்காலத்தில் நிச்சயம் நாஜியிச அல்லது ஃபாஸிச அரசுகளைத் தாங்க முடியாது; அதைவிட அது பிரிட்டிஷ் ஏகாதிபத்தியத்தையும் அது இனிமேல் தாங்கிக் கொள்ளாது. காங்கிரஸ் ஒரு தெளிவான எளிதான கோரிக்கையை முன்னெடுக்கிறது. அதை யாரும் மறுத்து விட முடியாது. இந்தியா ஒரு போரில் கலந்துகொள்ள அழைக்கப்படுகிறது. அதில் அது பங்குகொண்டால், இந்தியாவுக்கு மாறுபட்ட சூழலில் மூச்சுக் காற்றைச் சுவாசிக்கிற வாய்ப்பு ஏற்படக்கூடும்.

இந்த வேளையில் இது தொடர்பாக மதவாத பிரச்னைகள் எதுவும் எங்கள் மனதில் இல்லை. மதவாதப் பிரச்னை ஐயமின்றி நம்மிடம் இருக்கிறது. அதை ஒப்புக்கொள்கிற வேளையில், அது இந்திய தேசிய விடுதலைக்கு மாறான, எதிரான ஒரு கருவியாகப் பயன்படுத்தப்படும் என்பது உண்மையல்ல.

இந்தியாவிலுள்ள முஸ்லிம்கள் தேசம் முழுவதும் பரவி இருக்கிறார்கள். அவர்களுடைய எண்ணிக்கை என்று பார்த்தால் எட்டு அல்லது 9 கோடி பேர் இருப்பார்கள். உண்மையில் அவர்கள் நாட்டின் மொத்த மக்கள் தொகையில் கால் பங்கினர்தான். ஆனால், விகிதாசாரம் அல்ல முக்கியம்; எங்கெல்லாம் அதிகமாக இருக்கிறார்கள்; அவர்களின் பின்னால் இருக்கும் பலம் என்ன என்பவையே முக்கியம். அவர்கள் ஏழு மாகாணங்களில் சிறுபான்மையினர்; ஐந்து மாகாணங்களில் பெரும்பான்மையினர்!

இந்திய முஸ்லிம்கள் இந்தியாவின் எதிர்காலத்தை சந்தேகத்துடனும் அவநம்பிக்கையுடனும் பார்க்கப்போகிறோமா? துணிச்சலும் நம்பிக்கையும் கொண்டு பார்க்கப் போகிறோமா? சந்தேகத் தோடும் அவநம்பிக்கையோடும்தான் பார்க்கிறோமென்றால் நாம் நிச்சயம் வேறு பாதையில்தான் பயணித்தாகவேண்டியிருக்கும். இப்போதைய தீர்மானங்களோ எதிர்காலம் தொடர்பான உறுதிமொழிகளோ எந்தவொரு அரசியல் சாசன உத்தர வாதங்களோ நமது சந்தேகங்களுக்கும் அச்சங்களுக்கும் தீர்வு

காணமுடியாது. மூன்றாவது அதிகார மையத்தை நாம் சகித்துக்கொண்டுதான் ஆகவேண்டியிருக்கும்.

என் ஒவ்வொரு தசை நாரும் இந்த மாற்றுத் தீர்வை மறுதலிக்கிறது. முஸ்லிம்களில் இங்குள்ளவர்கள் யாரும் இதை இன்னமும் பொறுத்துக்கொண்டிருப்பார்கள் என்று நான் கருதவில்லை. தன் வாழ்விலிருந்து இஸ்லாத்தின் உண்மையான அம்சத்தை முழுவதுமாக துடைத்தெறிந்த ஒருவரைத் தவிர, வேறு ஒரு முஸ்லிமினால் இதை (பிரிவினையை) சகித்துக் கொள்ளமுடியும் என்பதை என்னால் நம்பவே முடியவில்லை.

நானொரு முஸ்லிம்; அது குறித்த பெருமை எனக்கு உண்டு. இஸ்லாத்தின் 1300 ஆண்டுகால நாகரிகச் சிறப்பு எனக்கு வாரிசுரிமையாகக் கிடைத்திருக்கிறது. எனக்குக் கைமாற்றித் தரப்பட்டுள்ள இந்தப் பாரம்பரியத்தில் ஒரு சிறுபகுதியைக்கூட நான் இழக்க விரும்பவில்லை. மேலும் நான் இந்தியன் என்பதிலும் பெருமை காண்கிறேன்... பிரிக்க முடியாத இந்திய தேசியத்தின் அங்கமாக நான் இருக்கிறேன்.

இந்த மகத்தான மணி மாளிகையில் நான் பிரிக்க முடியாத வனாகவே உள்ளேன். என்னைச் (முஸ்லிம் சமுதாயத்தை) சேர்த்துக்கொள்ளாமல் ஒளிவீசும் அற்புதமான இந்தியா முழுமை பெறாது. இந்தியாவைக் கட்டி எழுப்பியதில் முக்கியமான அம்சமாக இருந்திருக்கிறேன். இந்த உரிமை கோரலை என்னால் ஒருபோதும் கைவிட முடியாது.

இந்தியாவின் வரலாற்றுச் சிறப்பு மிகுந்த தலையெழுத்தென்பது பல்வேறு மனித இனங்கள், கலாசாரங்கள், மதங்கள் எல்லாம் அதை நோக்கிப் பாய்ந்தோடி வந்து கலந்திருக்கின்றன. எத்தனையோ பெரு வழிப் பயணக்குழுக்கள் இங்கே அடைக்கலம் பெற்றுள்ளன. இஸ்லாமியர்களே கடைசியாக வந்த பயணியர் கூட்டம். இஸ்லாம் இங்கு வந்தது... இங்கே நிலைப்பெற்றது எல்லாம் நன்மைக்கே.

எங்கள் பொக்கிஷங்களை எங்களோடு கொண்டு வந்தோம்; இந்தியாவும் அதன் விலைமதிப்பற்ற பாரம்பரியச் சிறப்புக்களுடன் செழித்து விளங்கியது. நாங்கள் இந்த நாட்டுக்கு எது மிகவும் தேவையாக இருந்ததோ, அதை வழங்கினோம். இஸ்லாத்தின் பெட்டகத்திலிருந்து மானிட சமத்துவம் எனும் மிகவும் மதிப்புமிக்க பரிசைக் கொடுத்தோம். முழுமையாக பதினோரு நூற்றாண்டுகள் அதன் பின் கடந்துவிட்டன. இந்து சமயத்தைப் போன்றே இந்திய மண்ணில் உரிமையுடன் நிலைபெற்று நிற்கிறது.

இந்தியாவில் இருக்கும் அனைத்திலும் இன்று கூட்டு முயற்சியின் முத்திரை பதிக்கப்பட்டுவிட்டிருக்கிறது. நம் மொழிகள் வெவ்வேறாக இருந்தன. ஆனால் நாம் ஒரு பொதுவான மொழியைப் பயன்படுத்தும் அளவுக்கு வளர்ந்திருக்கிறோம். நம்முடைய பழக்க வழக்கங்கள் வெவ்வேறானவை; ஆனால் அவை புதிய கூட்டிணைவை உருவாக்கிவிட்டிருக்கின்றன; நமது பழைய உடைகளை பழைய படங்களில் மட்டுமே காணமுடியும். எந்தக் கற்பிதமும் செயற்கை திட்டமிடல்களும் நம் ஒற்றுமையைச் சிதைத்து நம்மைப் பிரிக்கவோ பிளவுபடுத்தவோ முடியாது.[79]

•

அதே மாதத்தில் லாகூரில் நடைபெற்ற மாநாட்டில் 'முஸ்லிம் லீக்' பாகிஸ்தான் வேண்டும் என்று கோரிக்கையை எழுப்பியது. முஸ்லிம் சமுதாயத்தினர் பாகிஸ்தான் கருத்தை உடனடியாக ஏற்றுக் கொண்டுவிடவில்லை. ஒரு மாதம் கடந்த பின்னர் இந்த லாகூர் தீர்மானத்தை எதிர்த்து ஏழு முஸ்லிம் அமைப்புகள் கூட்டாக டெல்லியில் மாபெரும் ஊர்வலம் ஒன்றை நடத்திக் காட்டினார்கள். இந்த ஊர்வலம் அப்போதைய இந்திய முஸ்லிம்கள் பெரும் பான்மையோரின் கருத்தைப் பிரதிபலித்ததாக ஆய்வாளர் ஸ்மித் குறிப்பிட்டார்.[80] ஆனால் உடனடியாக விடுதலை பெற்றாகவேண்டும் என்று காங்கிரஸ் துடித்தது. ஜின்னா அந்த பதற்றத்தைத் தனக்கு சாதகமாக்கிக் கொண்டார். 'இதுநாள் வரையில் நீங்கள் வெள்ளைக் காரர்களுக்கு அடிமையாக இருந்தீர்கள். அதை மாற்றிக்கொண்டு இந்துக்களுக்கு அடிமைகளாகப் போகிறீர்களா?' என்று இந்திய முஸ்லீம்களைப் பார்த்து எச்சரிக்கைக் குரல் எழுப்பினார்.

'முஸ்லிம் அழகுப் பதுமை காங்கிரஸ் தலைவர்' என்று ஜின்னா ஆசாதைப் பற்றி அவருக்கு அனுப்பிய தந்தியில் குறிப்பிட்டிருக்கிறார். கலிக்குல் ஜமான் 'பண்பட்டதாக இருந்திருக்க வில்லை'[81] என்று சொன்ன, அந்த தந்தியில் இருந்த விஷயம்பற்றி ஜின்னாவின் வரலாற்றுப் பகுதியில் பார்த்திருக்கிறோம். ஆசாத் இதற்குப் பதிலடி கொடுக்க விரும்பவில்லை. ஆனால், 'ஜின்னா இந்துக்களும் முஸ்லிம்களும் இருவேறுபட்ட கலாசாரங்கள் கொண்டவர்கள்; அவர்களின் காவியங்கள் வேறு; அவர்கள் கொண்டாடக்கூடிய மாவீரர்கள் வேறு; பல நேரங்களில் ஒரு தரப்பினரின் நாயகர்; இன்னொரு தரப்பின் வில்லன்'[82] என்று சொன்னதற்கு ஆசாத பதில் சொன்னார்:

'ஆயிரம் ஆண்டுளுக்கு முன்பாக இறைவன் நம்மை அருகருகே கொண்டுவந்தார். நாம் ஒருவரோடு ஒருவர் பொருதிக் கொண்டோம்; ஆனால் ரத்த உறவு கொண்ட சகோதரர்களுக்

கிடையே கூட சண்டை நடக்கத்தான் செய்கிறது. வேறுபாடு களைப் பற்றிப் பேசுவதில் எந்தப் பலனும் இல்லை. அப்படிப் பார்த்தால், எந்த இரண்டு மனிதர்களை எடுத்துக் கொண்டாலும் அவர்கள் ஒருவர்போல் ஒருவர் இருக்கமாட்டார். அமைதியை நாடும் ஒவ்வொருவரும் ஒற்றுமை அம்சங்களுக்கே அழுத்தம் தரவேண்டும்.'⁸³

காங்கிரஸின் கோரிக்கைகளை பிரிட்டன் ஏற்றுக்கொள்ளவில்லை; ஒத்துழையாமைப் போராட்டத்தை, குறிப்பிட்ட ஒரு சிலரைக் கொண்டுமட்டுமே காங்கிரஸ் முன்னெடுத்தது. பிரிட்டன் ஜெர்மனியோடு போரிட்டுக் கொண்டிருக்கிற இக்காலக் கட்டத்தில் அவர்களை இக்கட்டான நிலைக்கு ஆளாக்காமலே தங்கள் பக்கம் திருப்பவேண்டும் என்று காங்கிரஸ் முடிவுசெய்திருந்தது. 'பரந்த அளவில் தீவிரமாக போர் எதிர்ப்புப் போராட்டங்களை முன்னெடுக்கவேண்டும்' என்று ஆசாத் விரும்பினார். 'காந்திஜிக்கு இதில் விருப்பம் இருந்திருக்கவில்லை.'⁸⁴

இந்தப் போராட்டம் ஆசாத்தை ஐந்தாவது முறை சிறைக்கூடத்துக்கு இழுத்துச் சென்றது. 'ஆள் பலத்தையோ பண பலத்தையோ அளித்து இந்தப் போரில் பிரிட்டனுக்கு உதவுவது மிகப் பிழையானச் செயல்...' என்ற காங்கிரஸின் தீர்மானத்தை ஆசாத் பேசினார். ஆசாத்துக்கு இரண்டு ஆண்டுகள் சிறைத் தண்டனை கொடுக்கப் பட்டது. அலகாபாத் அருகிலுள்ள 'நைனி' சிறையில் அவர் அடைக்கப்பட்டார். ஜின்னா இப்போது 'பாகிஸ்தான்' கட்டாயத் தேவை என்ற பரப்புரையை யாருடைய எதிர்ப்பும் இல்லாமல் தொடங்கிவிட்டார். காரணம் இதில் முரண்படக்கூடியவரும் ஒரு காலத்தில் இமாமுல் – ஹிந்த் என்று அழைக்கப்பட்டவரும் இன்னமும்கூட முஸ்லிம் சமுதாயம் பெருமதிப்புக் கொண்டிருக்கிற ஆசாத் வெளியில் இல்லை. ஓராண்டு கடந்து, ஜப்பான் 'பெர்ல் ஹார்பாரை' தாக்குவதற்குச் சற்று முன்பாக, ஆசாத் விடுதலை ஆனார்; அதை அவர் விவரிக்கிற வரிகள்:

'விடுதலை செய்யப்போவதாக செய்தி என்னை வந்து சேர்ந்தபோது, நான் பெரும் மன இறுக்கத்தில் இருந்தேன். உண்மையில், ஒருவித அவமானத்தில் இருந்தேன். உலகப்போர் இரண்டு ஆண்டுகளுக்கு மேலாக நீடித்துவந்தபோதிலும் நாட்டு விடுதலைக்கான போராட்டத்தில் எந்த ஆக்கபூர்வமான நடவடிக்கையையும் எடுக்க முடிந்திருக்கவில்லை...'⁸⁵

அவரின் வேதனையை இரண்டு செயல்களில் ஒன்றின் மூலம் அகற்றிவிட முடியும். பிரிட்டிஷ் அரசாங்கம் பெருந்தன்மையோடு

நடந்துகொள்வது; அல்லது ஆட்சியை எதிர்த்துப் போராடுவது! இவர் வெளியில் வந்த அதேபொழுதில் சிறையிலிருந்து வெளிவந்த ராஜகோபாலச்சாரி 'பிரிட்டிஷாரோடு நாங்கள் உடன்பாட்டுக்கு வரத் தயாராக உள்ளோம்...'[86] என்று வெளிப்படையாகவே கூறினார். ஆசியாவின் பல நாடுகளை ஜப்பான் ஒரே வீச்சில் கைப்பற்றப் போகிற இந்த வேளையில் பிரிட்டன் இந்தியாவுக்கு நல்ல தீர்வைக் கொடுக்க முன்வரக்கூடும் என்று நினைத்தார். 'இந்த அரசாங்கத்திடம் நீங்கள் இதை எதிர்பார்க்க முடியாது'[87] என்றார் காந்தி. ஆசாத், ராஜகோபாலச்சாரியாரை ஆதரித்தார். காங்கிரஸ் இந்த இருவரையும் ஆதரித்தது.

1942-ல் புதிய உலகச் சூழ்நிலையைப் பொறுத்து அது ஒரு நிபந்தனையை முன்னிறுத்தியது: 'நீங்கள் இந்தியாவுக்கு விடுதலையை அறிவித்தால் நாங்கள் உங்கள் நேசநாடுகளின் கூட்டமைப்புக்கு ஆதரவு நல்கத் தயார்...'[88] என்றது. ஜப்பானின் முன்னேற்றத்தைத் தடுக்கவேண்டி, ரூஸ்வெல்ட், சர்ச்சிலிடம் 'இந்தியாவின் நல்லெண்ணத்தைப் பெற முயற்சி செய்யுங்கள்' என்றார். சீனாவின் சியாங்கே – ஷேக் இதையே செய்தார். பிப்ரவரியில் அவர் இந்தியாவுக்கு வருகை தந்து பிரிட்டிஷ் இந்திய அரசாங்கத்தையும் காங்கிரஸையும் ஒன்று சேர்க்க முயற்சி எடுத்தார். ஆசாத் அவரிடம், 'போருக்குப் பின்னர் இந்தியாவுக்கான விடுதலையை பிரிட்டன் உறுதிப்படுத்த வேண்டும். போர் நடக்கும் நேரத்திலேயே வைஸ்ராயின் நிர்வாகக் கவுன்சிலில் இருக்கும் இந்தியப் பிரதிநிதிகள் ஒருவித சுதந்தரத்துடனும் பொறுப்புடனும் நடக்க அனுமதி தரப்படவேண்டும். பிரிட்டிஷ் தரப்பில் இவையெல்லாம் செய்யப்பட்டால் காங்கிரஸ் நிச்சயம் போரில் பிரிட்டனுக்கு ஆதரவு தரும்'[89] என்று தெரிவித்தார்.

மார்ச்சில் ரங்கூனை ஜப்பான் கைப்பற்றியது. சர்ச்சிலுக்கு நெருக்கடி அதிகரித்தது. அவர் உடனே அரசியலிலும் சட்டத்துறையிலும் நிபுணத்துவம் கொண்ட சர். ஸ்டாஃப்போர்ட் கிரிப்ஸை இந்தியாவுக்கு அனுப்பிவைத்தார். இந்தக் குழு முன்வைத்தவை குறித்து இந்நூலின் முன் பகுதியில் விரிவாகப் பேசப்பட்டுள்ளது : போருக்குப் பின்னர் இந்தியாவுக்கு டொமினியன் தகுதியுடனான விடுதலை தரப்படும்; காங்கிரஸும், லீக்கும் இந்திய அரசாங்கத்தில் சேர்ந்துகொள்ளவேண்டும்...' என்பது அதன் அடிநாதம். கிரிப்ஸ் ஜின்னாவின் ஒப்புதலை இத்திட்டத்துக்குப் பெறவேண்டுமென்ற விருப்பத்தில் இந்தியா டொமினியன் அந்தஸ்து பெற்றதும் எந்த பிராந்தியமும் விரும்பினால் இந்தியாவிலிருந்துப் பிரிந்து செல்லலாம் என்ற உரிமையைக் கொடுத்தார்.

காந்தி மாகாணங்களின் பிரிந்துச் செல்லும் உரிமையைக் கடுமையாக எதிர்த்தார். காங்கிரஸ் சார்பாக பிரிட்டிஷ் அரசாங்கத்தோடு பேச்சு வார்த்தை நடத்திவந்த ஆசாத்தும் நேருவும்கூட இந்த உரிமையை வெறுத்தார்கள். 'இந்திய ஐக்கியம் என்ற கருத்தாக்கத்தின் மேல் தொடுக்கப்பட்ட கடுமையான தாக்குதல்' என்று இதை வர்ணித்தார்கள். இருந்தும் அதை ஏற்றுக்கொள்ளத் தயாரானதுபோல் இருந்தது. 'எந்த பிராந்தியமும் அந்த உரிமைவேண்டும் என்று கேட்காது' என்று கிரிப்ஸ் முன்பே சொல்லியிருந்தார். பஞ்சாப் மாகாண பிரதமர் சிக்கந்தர் ஹயாத், ஆசாத்திடம், 'எங்கள் பஞ்சாப் சட்டமன்றத்தில் நாங்கள் நிறைவேற்றுகிற தீர்மானம் திட்ட வட்டமாக தேசியவாத அடிப்படையில்தான் இருக்கும்; மதவாத அடிப்படையில் இருக்காது' [90] என்றார்.

புதிய அரசாங்கத்தில் வைஸ்ராய்க்கு வீட்டோ அதிகாரம் இருந்தது. அதை ஆசாத்தால் ஏற்றுக் கொள்ளமுடிந்திருக்கவில்லை. முதலில் கிரிப்ஸ் அந்த வீட்டோ அதிகாரத்தை நீக்கிவிடுவதாகக் கோடிகாட்டியிருந்தார். பின்னர் அவர் அது முடியாது என்று சொல்லிவிட்டார். ஆசாத் கிரிப்ஸிடம் சொன்னார், 'வைஸ்ராயின் வீட்டோ அதிகாரத்தைத் தக்கவைக்கும் எந்தவொரு புதிய திட்டமும் நாங்கள் எதிர்பார்க்கும் விஷயங்களுக்கு முற்றிலும் எதிரானதாகவே இருக்கும்.' [91] பின்னர் ஒரு தருணம் அவர் இது குறித்துக் கூறியது: 'சர்வாதிகார சக்திகளை அகற்றிவிட்டு ஜனநாயகத்தைப் பெறவே முயற்சி செய்துவருகிறோம். உலகப் போரில் இந்தியா பிரிட்டிஷாருக்கு ஆதரவு நிலையை எடுக்கவேண்டுமென்றால், இந்தியாவின் கோரிக்கைகள் ஜனநாயக அடிப்படையில் தீர்மானிக்கப்படவேண்டும்' என்றார். ஆசாத் தலைமையிலான காங்கிரஸ் செயற்குழு கூடி, கிரிப்ஸ் திட்டத்தைப் புறக்கணித்தது.

போராட்டம் மட்டுமே முன்னால் இருந்த ஒரே வழியாகப் புலப்பட்டது. காந்தி அதையே தேர்ந்தெடுத்தார். வெள்ளையர்களை வெளியேறச் சொல்லி அவர் காங்கிரஸ்காரர்களைப் போராட்டம் நடத்தச் சொன்னார். நிலைமை முற்றியது கண்டு ஆசாத் துவண்டுப் போனார். 'எவ்வளவு முடியுமோ அவ்வளவு முயற்சிகளை பேச்சுவார்த்தை தொடர்பாக காங்கிரஸ் முன்னெடுத்துவிட்டது. இனி செயலில் இறங்குவதைத் தவிர வேறு வழியில்லை' [93] என்று சொன்னார். இருந்தும் இப்போது ஜப்பான் இந்தியாவின் வாசல் வரைக்கும் வந்துவிட்டது. புயல் வேகத்தில் இந்தியாவுக்குள் ஊடுருவிவிடும். இப்படியான நிலையில் பிரிட்டிஷார் இந்தியாவில் எந்தவொரு போராட்டம் நடந்தாலும் அதை அடக்கத் துரித நடவடிக்கை எடுப்பார்கள். போராட்டம் அறிவிக்கப்பட்டவுடன் காங்கிரஸ்

தலைவர்கள் பலர் கைது செய்யப்படுவார்கள். வழிகாட்டுதல் இல்லாத மக்கள் கூட்டம் ஒன்று வன்முறையில் ஈடுபடும். அல்லது அடக்குமுறைக்கு அடிபணிந்துவிடும் என்று ஆசாத் சொன்னார்.

இதையெல்லாம் காந்தி மறுக்கவில்லை. உள்ளொடுங்குதல் அல்லது அமைதியாக இருப்பது என்பது காங்கிரஸைத் தனிமைப் படுத்திவிடும். வன்முறை மற்றும் ஜெர்மனிக்கு ஆதரவான அச்சு நாடுகளின் ஆதரவுக் குழுக்கள் இந்தியர்களைத் தன்பக்கம் திருப்பிக் கொண்டுவிடும் என்ற அச்சம் காந்திக்கு ஏற்பட்டது. மூன்று வகையானப் போர்கள் அப்போது நடைபெற்றுவந்தது: ஒன்று அச்சு நாடுகளுக்கு எதிராக நேச நாடுகளுடன் இணைந்து பிரிட்டனின் போர்; பிரிட்டிஷ்காரர்களை எதிர்த்து இந்தியாவின் (விடுதலைப்) போர்; காங்கிரஸுக்கு எதிராக லீக்.

இந்தப் போர்களைத் தள்ளிப்போடமுடியும் என்றோ தள்ளிப் போடவேண்டும் என்றோ யாருமே நினைத்திருக்கவில்லை. 'உலக நடப்புகளின் போக்கைக் கணிக்க வேண்டி கொஞ்ச காலம் பொறுக்கலாம்'[94] என்று ஆசாத் சொன்னார். அவரின் கோரிக்கையை காந்தி ஏற்கவில்லை.

'வெள்ளையனே வெளியேறு' போராட்டம் குறித்த கருத்தில் நேரு ஆசாத்துடன் சேர்ந்துகொண்டு (காந்தியிடம்) வாதிட்டார். அதனால் சீனா, ரஷ்யா நாடுகளுக்கு எதிரான நம் பாதுகாப்புக்கு ஊறு நேரலாம் என்று அவர் அஞ்சினார். ஆனால் முடிவில் நேருவின் நாட்டுப்பற்று வென்றது. ஆசாத்தும் அதே வழியில் இணைந்தார். ஆசாத்துக்கும் நேருவுக்கும் காந்தியை நன்றாகத் தெரியும்; 'தன் நடவடிக்கைக்கு காங்கிரஸின் உதவி வேண்டியிருக்காது. காங்கிரஸ் செயல்பட முன்வராவிட்டால் இந்த தேசம் காங்கிரஸைவிட மிகப் பெரியதொரு அமைப்பை, இயக்கத்தை உரிய நேரத்தில் உருவாக்கிக் கொடுக்கும்' என்று காந்தி சொன்னது சரிதான்.

●

1941-ல் பெரும்பாலான நாட்கள் ஆசாதின் மனைவி ஜுலைகா நோய்வாய்ப்பட்டிருந்தார். நடுவில் ராஞ்சியில் உள்ள ஒருவர் அவருக்கு ஓதிவிட்டார். அவருக்கு சிறிது நலமானது. அவர்களின் ஒரே குழந்தை நான்கு வயதிலேயே இறந்துபோயிருந்தது. ஜுலைகா கணவரோடு சேர்ந்திருக்க முடியவில்லை. 1941-ல் ஆசாத் சிறையில் இருந்தார். வெளிவந்த பின்னால் தொடர் பயணங்களில் இருந்தார். அவர் எழுதியுள்ள கடிதத்தில், 'ஒரு இடத்துக்குச் சென்று சேர்ந்ததும் இன்னொரு இடத்தில் ஏதேனும் அவசர வேலை வந்துவிடும்.'[95] என்று எழுதியுள்ளார். மூன்று வாரங்கள் தொடர்ந்த

இந்திய முஸ்லிம் தலைவர்கள் | 453

பயணங்கள் முடிந்து ஆசாத் 1931-ல் கல்கத்தா திரும்பினார். ஆகஸ்ட் மூன்றாம் தேதி அவர் பம்பாய்க்குச் சென்றார். நான்கு நாட்கள் வீட்டில் இருந்தபோது அவர் எழுதியவை:

> 'நான் பல விஷயங்களைக் கவனிக்க வேண்டியிருந்ததால் அவளிடம் பேச நேரம் வாய்க்கவே இல்லை. அவளுக்குத் தெரியும் என் வேலையில் குறுக்கிடுவது எனக்குப் பிடிக்காது என்று. அதனாலேயே அவள் அமைதியாக இருந்துவிட்டாள். ஆகஸ்ட் 3 ல், நான் பம்பாய்க்குப் புறப்பட்டபோது அவள் வழக்கம்போல கதவுவரை வந்து என்னை வழியனுப்பி வைத்தாள். 'அசம்பாவிதம் எதுவும் நடக்கவில்லை என்றால் நான் ஆகஸ்ட் 15-க்குள் திரும்பி விடுவேன்' என்று சொன்னேன். 'குதா ஹபீஸ்' 'கடவுள் உங்களைப் பார்த்துக் கொள்வார்...' என்ற வழக்கமான வார்த்தைகளைத் தவிர அவள் வேறொன்றும் பேசவில்லை. அவள் முகத்தில் இருந்த வேதனையை வேறு எது சொல்லியும் புரியவைத்திருக்கமுடியாது. அந்த முகத்தில் அழுகை தெரிந்தது; கண்களில் இல்லை. அவளிடம் ஒரு நூறு தடவையாவது இதுபோல் விடைபெற்றுப் பிரிந்து வந்திருப்பேன்; அப்பொழுதெல்லாம், அப்படியோர் துயர் படிந்த முகத்தைப் பார்த்ததில்லை.'[96]

●

அனைத்திந்திய காங்கிரஸ் கமிட்டிக் கூட்டம் பம்பாயில் ஆகஸ்ட் 8-ம் தேதி ஆசாத் தலைமையில் நடைபெற்றது. ஏகமனதாக 'வெள்ளையனே வெளியேறு' என்ற போராட்டத் திட்டம் அறிவிக்கப்பட்டது. விதிவசமான அந்தத் தீர்மானத்தை நேருதான் முன்மொழிந்தார். அந்தத் திட்டத்தின் பிதாமகர் காந்தி பேசினார். அதன் பின் ஆற்றல் மிக்க சொற்பொழிவை நிகழ்த்திக் காட்டினார் பட்டேல். அது:

> 'அவர்கள் தலைவர்களைச் சிறைப்பிடிப்பார்கள்; எல்லோரையும் சிறைப்பிடிப்பார்கள். அதன் பின் ஒவ்வொரு இந்தியனும் தன் முழு ஆற்றலையும் வன்முறையற்ற வழியில் செலுத்த கடமைப் பட்டு விடுகிறான். எந்தவொரு வழிமுறையையும் விட்டுவைக்க வேண்டாம். எந்தவொரு அஹிம்சை ஆயுதத்தையும் பிரயோகிக் காமல் இருக்கவேண்டாம். இச்செயல் ஒருவர் வாழ்க்கையில் பெறக்கூடிய மிக அரிய வாய்ப்பாகும்'.[97]

அகிம்சை என்பது மாற்றக்கூடாத கோட்பாடு என்று ஆசாத் நினைக்க வில்லை; ஆனால் ஜூலை நடுவில் அவர் காங்கிரஸ்காரர்களைச் சந்தித்துப் பேசியபோது அவர் சொன்னவை:

'நாங்கள் இந்தப் போராட்டத்தை முன்னின்று நடத்த இந்த அரசாங்கம் அனுமதிக்குமானால், காந்திஜியின் அறிவுறுத்தலின் படியே நடக்கும்... ஆனால் ஒருவேளை அரசாங்கம் காந்திஜியையும் மற்ற காங்கிரஸ் தலைவர்களையும் கைது செய்து சிறைப்படுத்தினால், மக்களுக்கு எது சரியாகப்படுகிறதோ, அந்த வழியில் போராட்டத்தில் குதிக்கலாம்; வன்முறையில் ஈடுபடும் அரசாங்கத்தை எதிர்க்க அந்தப் போராட்டம் அகிம்சை வழியாகவும் இருக்கலாம்; வன்முறையாகவும் இருக்கலாம்...'[98]

ஆகஸ்ட் 8-ம் நாள் இரவு வெள்ளையனே வெளியேறு தீர்மானம் நிறைவேற்றப்பட்ட சிலமணி நேரத்தில், ஆசாத்துக்கு ஒரு தகவல் கிடைத்தது. அவரின் உறவினருக்கு பம்பாய் போலீஸ் துறையில் இருந்த நண்பர் பகிர்ந்த செய்தி: 'மறுநாள் காலையில் காங்கிரஸ் தலைவர்கள் கைது செய்யப்படுவார்கள்'. அது தெரியவந்த ஆசாத் அதன்பின் நடந்ததைக் கூறுகிறார் :

'புலாபாய் தேசாயிடம் (பம்பாயில் இவர் வீட்டில்தான் ஆசாத் தங்கியிருந்தார்), 'இந்தச் செய்தி உண்மையானால், நான் சுதந்திரமாக இருக்கப்போவது இன்னும் சிலமணி நேரங்களே. நான் விரைவாகவே என் இரவு உணவை முடித்துக்கொண்டு படுக்கைக்குப் போகவேண்டும். அப்போதுதான் மறுநாள் காலைப்பொழுதை நன்கு சமாளிக்கமுடியும்'. பின் நான் உறங்கப் போனேன். நான்கு மணியளவில் விழித்து எழுந்தேன். ஆனாலும் எனக்கு இன்னமும்கூட களைப்பாக இருந்தது. இரண்டு ஆஸ்பிரின் மாத்திரைகளை விழுங்கிவிட்டு, அதிபர் ரூஸ்வெல்ட்டுக்குக் கடிதமொன்றை எழுதத் தொடங்கினேன். அந்தக் கடிதத்தை நான் முடிக்கவில்லை; எனக்கு தூக்கக் கலக்கமாக, சோர்வாக இருந்தது. மீண்டும் தூங்கினேன். ஆனால் பதினைந்து நிமிடங்கள் கூட அந்தத் தூக்கத்தை நான் தொடர முடியவில்லை. காரணம் யாரோ என் கால்களைத் தொடுவது போல் உணர்ந்தேன். கண்களைத் திறந்தேன். அங்கே புலாபாய் தேசாயின் மைந்தர் தீருபாய் தேசாய் கையில் ஒரு தாளுடன் நின்று கொண்டிருந்தார்...'[99]

அவர் கையில் வைத்திருந்தது ஆசாத்தின் கைது ஆணை. அப்போதே, அந்த அதிகாலையில் காந்தி, நேரு, பட்டேல் மேலும் நூற்றுக் கணக்கானவர்கள் கைது செய்யப்பட்டார்கள். காங்கிரஸ் கட்சி தடைசெய்யப்பட்டது. காந்தி பூனாவில் சிறைவைக்கப்பட்டார். ஆசாத், நேரு, பட்டேல் மற்றும் காங்கிரஸ் செயற்குழுவில் இருந்தவர்கள் அனைவரும் ரயில் மற்றும் கார்களில் ஏற்றி அகமதுநகர் கோட்டை வாயிலுக்குக் கொண்டுசெல்லப்பட்டார்கள்.

அங்கே ஒரு காவல் உயரதிகாரி அவர்களை ராணுவ அதிகாரியிடம் ஒப்படைத்தார். ஒவ்வொருவரையும் பெயர் சொல்லி அழைத்து, உள்ளே போகச் சொன்னார்கள். வெளியே, ஆயிரம் இடங்களில் அதற்கு மேலுங்கூட, ஆகஸ்ட் இயக்கம் வெடித்து எழுந்தது. பின் விரைவிலேயே அது அடக்கப்பட்டது.

ஆசாத், அவரின் ஆரம்பகால சிறைவாசங்களில் எதை நினைத்தார்... என்ன செய்தார் என்பது அவ்வளவாக நமக்குத் தெரியாது. ஆனால் இப்போது அகமதுநகர் கோட்டைச் சிறையில் நடந்ததை எழுதிவைத்திருக்கிறார். எளிதில் எங்கும் கொண்டுசெல்ல முடிந்த அவருடைய ரேடியோ பறிமுதல் செய்யப்பட்டது. அது அவர் விடுதலையாகும்வரை திருப்பிக் கொடுக்கப்படவில்லை. அவருக்கும் சக போராளிகளுக்கும் சிறிது காலம் இரும்பு தட்டுகளில் உணவு கொடுக்கப்பட்டன. முதல் ஆறு வாரங்கள்வரை அவர்களுக்கு நாளிதழ்களோ கடிதங்களோ அனுமதிக்கப்பட வில்லை. ஜவாஹர்லால் விடுத்த கோரிக்கைகளின் பேரில் தோட்டங்களில் வேலை செய்ய அனுமதி கிடைத்தது. செடி கொடிகள் வளர்வதையும் பூக்கள் மலர்வதையும் பார்த்தபடி நேரத்தைக் கழித்திருக்கிறார்கள். இதை அவர்களே கடிதங்களில் எழுதியுள்ளார்கள்.

அஞ்சல் செய்ய முடியாத 'கடிதங்கள்' எழுதினார்கள். ஆசாத் அங்கே (சிறையில்) என்ன நடக்கிறன என்பதை எழுதுவார். மேலும் தன் கருத்துகளையும் எழுதுவார். இவையெல்லாம் அவரின் விடுதலைக்குப் பின்னர் அச்சிட்டு 'குபார் - இ - காதிர்' என்ற தலைப்பில் நூலாக வந்தது. இந்தக் கடிதங்களை, இக்ரம் இலக்கியவாதி ஒருவரின் 'மகத்தான கலைப்படைப்பு'[100] என்றார். 'குபார் - இ - காதிரில்' ஆசாத் பேராற்றல் உடைய கடவுளைப் பற்றி பேசுகிறார். பளிங்கினால் ஆன குவிமாடத்தின் மேல் நிலவொளி பொழிகிறது. யமுனா நதியின் வெள்ளி அலைகள் கரைதொட்டு மின்னுகின்றன. அங்கே ஆசாத் ஒரு சிதாரை வாசித்துக் கொண்டிருக்கிறார். எத்தனை எத்தனையோ சுவையான கதைகள், காகங்களை, சிட்டுக்குருவிகளைப் பற்றியெல்லாம் எழுதியிருக் கிறார். சின்னஞ்சிறு குஞ்சுப் பறவைகள் முதன்முதலாக பறக்க ஆயத்தமாவதையும் அவர் பதிவு செய்துள்ளார்; இங்கே...

'கூட்டின் விளிம்புக்கு அருகில் வந்த குஞ்சு எல்லையற்ற வானத்தைத் தலைத்தூக்கிப் பார்த்தது. அப்போது அவற்றின் ஆற்றல் என்னவென்று அவற்றுக்கே தெரியாது. (சட்டென்று) அவை தன்னியல்பைத் தெரிந்துகொண்டன. அதன் எலும்புகள் பாரமற்று, அவற்றைப் பறக்கிற உயிரினம் என்று உணரச்

செய்தன. உடம்பினூடே ஓர் உயிர்த்துடிப்பு சிலிர்த்தபடி ஊடுருவியது. உயிரற்ற இறகுகளுக்குள் உயிர் ஊடுருவியது. தொய்ந்துகிடந்த சிறகுகள் படபடவென்று அடித்துக்கொள்ள அவை பறக்கத் தொடங்கின. கண்ணிமைக்கும் நேரத்துக்குள் பறக்கத் துடிக்கும் உந்துதல் உடல் முழுவதும் பரவி ஒரு மின்னல் தாக்கியதுபோல் அதிர்ந்து துள்ளியது. அடுத்த கணம் துணிவின் புதிய பறவை வான வெளியில் ஒரு கழுகைப்போல கம்பீரமாகப் பறந்தது.'[101]

மதத்தைக் குறித்து அவர் எழுதியுள்ளது:

'சன்னியிசக் கொள்கையினர், ஷியா வழியினர் எந்தவகையில் நம்பிக்கைக் கொண்டுள்ளார்கள் என்பதெல்லாம் எனக்குத் தெரியாது. நான் அல்லா மேல் முழுநம்பிக்கை கொண்டுள்ளேன். அவருடைய திருமறையை நம்புகிறேன். இறைத்தூதரைப் புகழ்ந்து ஏத்துகிறேன். பகுத்தறிவின் ஆசிகள் எனக்கு வழங்கப் பட்டுள்ளன. நான் நிலை நிறுத்தப்பட்ட உண்மைகளைத் தேடிச் செல்கிறேன். வெள்ளை வெள்ளையாகவே இருக்கும்; கறுப்பு கறுப்பாகவே இருக்கும்...'[102]

•

ஜுலைகா ஏப்ரல் 1944-ல் மரணமடைந்தார். காந்தியின் மனைவி கஸ்தூரிபா மறைந்த சில வாரங்களில் இவரின் மரணமும் நிகழ்ந்தது. கஸ்தூரிபா கணவர் காந்திஜியோடு சிறையில் அடைக்கப் பட்டிருந்தார். காந்தியின் மடியிலேயே அவர் உயிர் பிரிந்தது. ஆனால் ஜுலைகா அவரின் கணவரிருந்த இடத்திலிருந்து 1500 மைல்களுக்கு அப்பால் இருந்தார். 'குபார் – இ – காதிர்'ல் உள்ள கடிதங்களில் ஏப்ரல் 11,1944-ல் ஆசாத் அதுகுறித்து எழுதியவை :

'மார்ச் 23ஆம் நாள் மனைவி மிகவும் மோசமான உடல்நிலையில் இருப்பதாக எனக்கு தந்தி கிடைத்தது. நாளிதழ்கள் வந்தபோது அவற்றிலும் அதே செய்தி வெளிவந்திருந்தது. சிறை சூப்ரிடண்ட்ன்ட் இது குறித்து என் சார்பாக ஏதேனும் நான் தெரிவிப்பதாக இருந்தால் அதை உடனே பம்பாய்க்கு அனுப்புவதாகக் கூறினார். உறுதியாக அவரிடம் 'நான் அரசாங்கத்திடம் எந்த வேண்டுகோளும் வைக்க விரும்பவில்லை என்று கூறினேன்.

என் வாழ்வின் சமநிலை குலைந்தது. நாளிதழ்கள் வழக்கமாக மதியம் ஒருமணி அளவில்தான் இங்கு வந்துசேரும். சூப்ரிடண்டண்ட் அலுவலகத்துக்கு எதிரில் என் அறை இருந்தது.

ஜெயிலர் நேராக என் அறைக்கு நாளிதழைக் கொண்டு வந்து தருவார். அவர் தன்னுடைய அறையிலிருந்து நாளிதழை எடுத்துக் கொண்டு வருகிற காலடி ஓசையை நான் கேட்கிறேன். என் நெஞ்சம் படபடக்கிறது. ஒருவித அச்சம் என்னை ஆட்டு விக்கிறது. அந்த நாளிதழ் செய்தி 'கெட்டதாக' இருக்குமோ என்று மனம் பதைபதைத்தது. அதிர்ச்சிக்குத் தயராகி நின்றேன்.

என் சோபா கதவைப் பார்த்தபடி இல்லை. அறைக்கு உள்ளே வந்தால்தான் என் முகத்தைப் பார்க்கமுடியும். ஜெயிலர் உள்ளே வந்தார். தலையை லேசாக அசைத்து, புன்னகை செய்து அவர் கையிலிருந்த நாளிதழை மேஜையில் வைத்துவிட்டுப் போக சாடை செய்தேன். பின் நான் எழுதிக் கொண்டிருந்த வேலையைத் தொடர்ந்தேன். அந்த நாளிதழைப் பார்க்க வேண்டுமென்ற துடிதுடிப்பு எனக்கு இல்லாததுபோல நடந்துகொண்டேன். ஆனால் இதுவெல்லாம் வெறும் பாவனை; நடிப்பு! என் பதற்றத்தை மூடி மறைத்து, என் பொறுமையையும் கண்ணியத்தையும் காப்பாற்றிக் கொள்வதற்காக நான் போட்ட வேடம்.

இறுதியில், நஞ்சூட்டப்பட்ட துன்பக் கோப்பை பொங்கி வழிந்தது. ஏப்ரல் 9-ல் சூப்ரிண்டண்ட் அந்தத் துயரச் செய்தி அடங்கிய தந்தியை என்னிடத்தில் தந்தார். முப்பத்தாறு ஆண்டுகால மண வாழ்க்கை முடிந்துபோனது. இலக்கை நோக்கிய என் லட்சியப் பயணம் என்னை விலகிவிடாது. ஆனால், என் கால்கள் துளியும் வலு இல்லாததுபோல் தொய்ந்துபோயின.

'சிறைக் கோட்டை மதில்சுவர்களின் உள்ளே ஒரு பழைய கல்லறை இருந்தது. அது யாருடையது? கடவுளுக்குத்தான் தெரியும். இதுவரைக்கும் நான் அந்த இடத்தை நூறு முறையாவது பார்த்திருப்பேன். இப்போது அதை நான் பார்க்கிறபோது என்னில் ஒருவித பரிவுணர்ச்சி, நெகிழ்ச்சி ஏற்படுகிறது. நேற்று மாலை, நீண்ட நேரம் நான் அதையே பார்த்துக்கொண்டிருந்தேன்...'[103]

ஆசாத்தின் மனைவி ஜுலைகா இறந்து மூன்று மாதங்கள் கழித்து ஆசாத்தின் சகோதரி அப்ரூ பேகம், போபாலில் வாழ்ந்து வந்தவர், காலமானார்.

•

காந்தி முன்கூட்டியே சிறையிலிருந்து விடுதலையானது ஆசாத்துக்கு மகிழ்ச்சியைக் கொடுக்கவில்லை. மோசமான உடல்நிலை காரணமாகத்தான் காந்தியை விடுதலை செய்தார்கள். உடனே அவர் ஜின்னாவுடன் பேச்சுவார்த்தையை முன்னெடுக்க முயன்றார். ஜின்னாவைப் பற்றிய அத்தியாயத்தில் இந்த முயற்சிக்குக் கிடைத்த

பலன் குறித்து எழுதியுள்ளோம். ஆனால் ஆசாத், தன்னுடன் சிறையில் இருந்த போராளிகளிடம் அதை 'கண்மூடித்தனமான பெரும்பிழை' என்றே குறிப்பிட்டார். பின்னர் ஆசாத் இது குறித்து எழுதியுள்ளது:

> 'இந்திய முசல்மான்களில் பெரும்பாலோர் ஜின்னாவையும் அவருடைய கொள்கைகளையும் குறித்த சந்தேகத்துடன் தான் இருக்கிறார்கள். ஆனால் காந்தி, ஜின்னாவின் பின்னால் தொடர்ந்து ஓடிக் கொண்டிருக்கிறார். அவரை நம்புகிறார். அதனாலேயே பலர் அவர் மீது புதுமதிப்புக் காட்டுகிறார்கள். காந்திதான் ஜின்னாவுக்கு முதலாவதாக பெரும் மதிப்பளித்து பெருந்தலைவர் என்ற பொருள்பட ஜின்னாவுக்குத் தரப்பட்ட 'காயீதே ஆசம்' என்ற பட்டத்துக்கு ஒரு மரியாதையை உருவாக்கித் தந்தார்.'[104]

ஜின்னாவுடனான ஆசாத்தின் போட்டி மனப்பான்மையே இப்படியான ஒரு கருத்தைச் சொல்லவைத்திருக்கும். எனினும் பட்டேலும் மற்ற காங்கிரஸ் தலைவர்களும் கூட, ஜின்னாவுடனான காந்தியின் அணுகுமுறையே ஜின்னாவைப் பலப்படுத்தியது என்று நினைத்தார்கள். இதை கலிக்குல் ஜமான் ஒப்புக்கொள்ளவில்லை. அவர் சொல்கிறார்:

'ஜின்னாவை இந்தியாவில் இருந்த முஸ்லிம்கள் 'காயீதே ஆசம்' என்றே அழைக்க ஆரம்பித்திருந்தார்கள். காந்திஜி அவரை அப்படி அழைக்காமல் இருந்திருந்தாலும் ஜின்னாவின் மக்கட் செல்வாக்கும் புகழும் எவ்வகையிலும் பாதிக்கப்பட்டிருக்காது.'[105]

கைது செய்யப்பட்ட 32 மாதங்கள் கழித்து, 1945 – ஏப்ரலில் ஆசாத்தை அகமதுநகர் சிறைக்கோட்டையிலிருந்து மாற்றி வங்காளத்திலுள்ள 'பன்குரா' என்ற ஊரில் ஓர் இரண்டு மாடிக் கட்டடத்தில் சிறை வைத்தனர். அங்கு அவருக்கு வானொலி கேட்க அனுமதி அளிக்கப் பட்டது. ஒரு ஜூன் மாத மாலை நேரத்தில் வானொலியில் ஓர் அறிவிப்பைக் கேட்டார்: வைஸ்ராய், காங்கிரஸ்-லீக் தலைவர்களை சிம்லாவில் ஒரு கருத்தரங்கில் கலந்துகொள்ள அழைப்பு விடுத்திருந்தார். மறுநாள் ஆசாத் விடுவிக்கப்பட்டார். அவர் ரயில் ஏறி கல்கத்தாவுக்குச் சென்றார். அந்த அனுபவத்தை பகிர்ந்து கொள்கிறார்:

> 'ஹவ்ரா ரயில்வே ஸ்டேஷனும் பிளாட்பாரமும் கூட்ட நெரிசலில் அமளி துமளியாகக் காணப்பட்டது. ரயில் பெட்டியிலிருந்து பெரும் சிரமத்தோடு இறங்கி மக்கள் கூட்டத்தினூடே முட்டி மோதி எப்படியோ என் காரில் ஏறிக்கொண்டேன். ஹவ்ரா பாலத்தின் மேல் கார் கடக்கிறபோது என்னுள்ளம் பின்னால்

சென்றது. என்னை வீட்டு வாசல்வரை வந்து வழியனுப்பி வைத்த என் மனைவியைப் பற்றிய நினைப்பு வந்தது. இப்போது நான் மூன்றாண்டுகள் கழித்துத் திரும்பியிருக்கிறேன். அவளோ மண்ணறையில் உறங்குகிறாள். வீடு வெறிச்சோடிவிட்டது. வீட்டுக்குச் செல்வதற்கு முன் என் காரைத் திரும்பச் சொன்னேன். அவளின் மண்ணறையை பார்க்கச் சென்றேன். என் கார் முழுவதும் மலர் மாலைகள் குவிந்திருந்தன. அவற்றில் ஒன்றை எடுத்துக்கொண்டுபோய் அவள் புதைமேட்டில் வைத்தேன். மௌனமாக நின்றபடி, 'பாத்திகா' ஓதினேன்.'[106]

•

ஆசாத் நாற்பது பவுண்டுகள் வரை உடல் எடை குறைந்திருந்தார். மிகவும் களைத்தும் சோர்வுற்றும் இருந்தார். ஓயாத அவரின் அரசியல் பணிகளிலிருந்து கொஞ்ச நாட்களாவது விடுமுறை தேவைதான். அதையொட்டி பம்பாயில் அவரின் நண்பர்கள் அவரோடு ஒன்று கூடவிருந்தார்கள். அவர் மூன்றாண்டுகளுக்கு முன்பு எங்கே தங்கியிருந்தபோது கைது செய்யப்பட்டாரோ அதே புலாபாய் தேசாய் இல்லத்தில் அனைவரும் சந்தித்துக்கொண்டார்கள். 'அதே பழக்கமான சுற்றுவட்டாரம். அதே பழைய நண்பர்களின் வட்டம். அதே அரபிக் கடலின் அலைகள் மோதும் தொடுவானம்'. 'அவர் கைது செய்யப்பட்ட ஆகஸ்ட் 9, 1942 – லிருந்து நடந்தவை எதுவுமே நடக்காததுபோல்' உணர்ந்தார்.[107]

ஆனால், உலகம் மாறியிருந்தது. ஐரோப்பாவில் போர் முடிந்திருந்தது. வேவலின் அழைப்பு இந்தியாவிலும் விடுதலைப் போர் முடிவுக்கு வரப்போகிறது என்பதை உணர்த்தியது. பம்பாயிலிருந்து ஆசாத், காந்தி, நேரு, பட்டேல் மற்றும் பலரும், செயற்குழு உறுப்பினர்கள் எல்லோரும் சிம்லாவை நோக்கிப் புறப்பட்டார்கள். கருத்தரங்குக்கூடத்தின் மேஜையில் – வேவல் தன்னுடைய வலதுப் பக்கத்திலே ஜின்னாவை அமர வைத்தார். இடது பக்கத்தில் ஆசாத்தை அமர வைத்தார். ஆசாத்துடன் எந்த பேச்சுவார்த்தையும் கிடையாது என்ற தன் கொள்கைக்கு ஏற்ப ஜின்னா காங்கிரஸ் தலைவர் ஆசாத்தின் நட்புக் கரத்தைப் புறக்கணித்தார். வேவலும் ஆசாத்தும் ஒருவரோடு ஒருவர் மரியாதையைப் பரிமாறிக்கொண்டார்கள். புதிய நிர்வாகச் சட்டமன்றம் இந்தியர்களால் நிரப்பப்படும் என்றும் வேவல், அவரின் 'வீட்டோ அதிகாரத்தை' புதியச் சட்டமன்ற நடவடிக்கை களில் பயன்படுத்தப் போவதில்லை என்றும் தெரிவித்தார். வைஸ்ராயின் இந்தப் புதிய திட்டத்தை காங்கிரஸ் ஒப்புக் கொள்வதாகத் தெரிவித்தது.

வேவலின் நோக்கம் 'மைய சட்டமன்றம்' 14 உறுப்பினர்களை கொண்டதாக அமையவேண்டும்; அதில் காங்கிரஸ் சார்பில் ஐந்து உறுப்பினர்களும், முஸ்லிம் லீக் ஐந்து உறுப்பினர்களும், சீக்கியர்கள், பட்டியல் ஜாதியினர் மற்றும் சுயேட்சைகள் ஆகியோர் சார்பில் நான்கு உறுப்பினர்களும் இடம்பெறுவார்கள். இத்துடன் மேலும் வேவல் சுயேட்சை பிரிவில் பஞ்சாப்பைச் சேர்ந்த யூனியனிஸ்ட் கட்சி உறுப்பினராக முஸ்லிம் ஒருவரைச் சேர்த்துக் கொள்வது என்றும் தீர்மானித்திருந்தார். காங்கிரஸ் தன் பங்குக்கு ஆசாத், நேரு, பட்டேல் மேலும் இருவர் என்று மொழிந்தது. இந்த இருவரில் ஒருவர் பார்சி இனத்தவர்; மற்றொருவர் இந்திய கிறிஸ்த்தவர். ஜின்னாவும் தன் பங்குக்கு உறுப்பினர்களை மொழிந்திருந்தால், அவருடைய ஐந்து முஸ்லிம் உறுப்பினர்களோடு – 14 உறுப்பினர்கள் கொண்ட கவுன்சிலில் ஏழு பேர் முஸ்லிம்களாக இருந்திருப்பார்கள். இருவர் ஜாதி இந்துக்களாக இருப்பார்கள். ஜின்னா யாரையும் உறுப்பினர்களாக பெயர் குறிப்பிடவில்லை. இந்த ஏற்பாட்டையே அவர் நிராகரித்தார்.

காங்கிரஸ் கட்சி முஸ்லிம் உறுப்பினரைத் தேர்வு செய்வதையும் வைஸ்ராய் முஸ்லிம் ஒருவரை நியமிப்பதையும் அவர் கடுமையாக எதிர்த்தார். வேவல் இதைக் குறித்து கூறுவது – '(ஜின்னா) உறுப்பினர்கள் பெயர்களைக் கூற மறுத்துவிட்டார். அவர்களுக்கு (முஸ்லிம் லீக்) மட்டுமே முஸ்லிம்களைத் தேர்ந்தெடுக்கிற அதிகாரமும் உரிமையும் உள்ளதாக நினைக்கிறார். இது முற்றிலும் ஏற்கத்தக்கதல்ல என்று அவரிடம் கூறிவிட்டேன்...'[108]

காங்கிரஸ் பட்டியலில் அதன் தலைவர் ஆசாத்தின் பெயர் இடம் பெறும் என்பது அனைவருக்கும் முன்பே தெரிந்துதான் இருந்தது. சிம்லா கருத்தரங்கு நடைபெறும் முன் லண்டனில் இந்தியாவுக்கான உள்துறைச் செயலாளர் லியோ போல்ட் ஆமெரி 'ஆசாத் மற்றும் நேரு அமைச்சரவையில் இடம்பெறுவார்கள்' என்று குறிப்பிட்டிருந்தார்.[109] ஆனால், ஜின்னா சிம்லாவிலே திட்ட வட்டமாகச் சொல்லிவிட்டார்: 'ஆசாத் அல்லது முஸ்லீம் லீக்கைச் சாராத முஸ்லீம் யாரேனும் அமைச்சரவையில் இருந்தால் நாங்கள் ஒருபோதும் அந்த அமைச்சரவையில் சேர மாட்டோம்...'

வேவல் நினைத்திருந்தால், முஸ்லிம் லீக்கைத் தவிர்த்து ஒரு புதிய கவுன்சிலை அமைத்திருக்கலாம். ஜின்னா மனம் மாறி வரக்கூடும் என்ற எதிர்பார்ப்பில் முஸ்லிம் லீக்குக்காக ஐந்து இடங்களை விட்டுவைக்கவும் செய்திருக்கலாம். பல கவர்னர்கள் இப்படி ஆலோசனை சொல்லவும் செய்தனர். ஆனால், வைஸ்ராய் அதையெல்லாம் கேட்டுக் கொள்ளவில்லை. பேச்சுவார்த்தை

முறிந்துவிட்டதாக வைஸ்ராய் வேவல் அறிவித்தார். உலகப் போரின் போது அவர் கூட்டுப் படைகளுக்குக் கமாண்டர்-இன்-சீஃப் ஆக இருந்தார். காங்கிரஸாரின் 'வெள்ளையனே வெளியேறு' போராட்டம் அப்போது அவருக்கு நெருக்கடிகளைத் தந்திருந்தது. ஆகவே காங்கிரசின் அதிகாரம் ஓங்கிய வகையில் அமைச்சரவையை அமைக்க அவர் விரும்பியிருக்கவில்லை. ஆசாத்துக்கு இது பெரும் ஏமாற்றமாக அமைந்தது.

ஒருவேளை புதிய கவுன்சில் ஏற்படுத்தப்பட்டிருந்தால் அவர்தான் காங்கிரஸ் குழுவுக்குத் தலைவர் என்றவகையில் அவருக்கு துணை அதிபர் அல்லது தற்காலிக அதிகாரபூர்வமற்ற பிரதமர் பதவி கிடைத்திருக்கும். இதுபோன்ற வாய்ப்பு, ஜவாஹர்லால் நேருவுக்கு இடைக்கால அமைச்சரவை அமைக்கப்பட்ட செப்டெம்பர் 1946 முதல் ஆகஸ்ட் 1947 வரையில் நியமன பிரதமராக பதவி வகிப்பதற்குக் கிடைத்தது.

1946 ஆண்டில் நடைபெற்ற தேர்தல் தொடர்பான விஷயங்களை நாம் இதற்கு முன்பே பார்த்துவிட்டோம். பஞ்சாபில் யூனியனிஸ்ட் கட்சியின் தலைவர் கிஸுர் ஹயாத் தலைமையில் அமைந்த கூட்டணி அமைச்சரவையில் காங்கிரஸுக்குப் பங்கு கிடைக்கச் செய்த ஆசாத்தின் பங்களிப்பை இங்கு நினைவுபடுத்துக்கொண்டால் போதும். மேற்சொன்ன பகுதியில் பிரிட்டிஷ் அமைச்சரவைக் குழுவினரின் மூன்று பெருந்தகைகளின் இந்திய வருகையைக் குறித்த நிகழ்வு பற்றியும் பார்த்தோம். காங்கிரஸ்காரர்களில் 'வலுக்கட்டாய வகைப்படுத்தல்' என்ற திட்டத்தை ஒப்புக் கொண்ட ஒரு சிலரில் ஆசாத்தும் ஒருவர். சிலர் இதை ஏற்கவில்லை. ஆனாலும் ஆசாத்தைப் பொறுத்தவரை இத்திட்டம் பிரிவினைக்கு ஒரு மாற்று என்பதால் இதை ஏற்கலாம் என்றுபட்டது.

மேலும், போதிய சுய உரிமைகள் பெற்ற பிராந்தியங்கள் மீதான முக்கிய அதிகாரங்கள் மட்டும் மத்திய அரசிடம் இருக்கவேண்டும் என்று பிரிட்டிஷ் குழு சொன்னதை ஆசாத் ஆதரித்தார். ஆனால், எல்லா அதிகாரங்களும் மைய அரசிடம்தான் இருக்கவேண்டும் என்ற நேரு, பட்டேல் ஆகியோரின் கருத்துக்கு முற்றிலும் மாறானது ஆசாத்தின் கருத்து. பாதுகாப்பு, வெளிநாட்டு விவகாரம், செய்தித்தொடர்பு ஆகியவை நீங்கலாக பிற அதிகாரங்கள் எல்லாம் மாநிலங்களிடம் இருந்தால், முஸ்லிம்கள் அதிகமாக வாழும் பகுதிகள் இந்துக்கள் பெரும்பான்மையாக இருக்கும் மத்திய அரசின் கீழ் இருப்பது தொடர்பான பயங்கள் மட்டுப்படும் என்று அவர் நினைத்தார். வலிமையான மாநில அரசாங்கங்கள் ஏற்பட வேண்டுமென்ற சிந்தனையில் மதரீதியான பார்வை மட்டுமே

ஆசாத்துக்கு இருந்திருக்கவில்லை. இந்தியா போன்ற பெரிய அளவிலானதும் பல்வேறு வேறுபாடுகள் கொண்டதுமான நாட்டில் அரசியல் அமைப்பு ரீதியான உரிமையையும் நடைமுறை சார்ந்த நிர்வாக நடைமுறையையும் இயல்பாகக் கொண்டுவருவதற்கு முடிந்த அளவுக்கு மாநிலங்களுக்கு தன்னதிகாரம் கொடுத்துத்தான் ஆகவேண்டும்[110] என்று அவர் நம்பினார்.

காந்தி வலுக்கட்டாய வகைப்படுத்தல் முறையை ஒப்புக் கொள்ள வில்லை என்பது ஆசாத்துக்கு வருத்தத்தைத் தந்தது. நேருவுக்கும் அதில் விருப்பமில்லை. பிரிட்டிஷ் ராஜாங்கத்துக்குக் காங்கிரஸ் அனுப்பிய கடிதத்தில், காபினெட் மிஷன் திட்டத்தை ஏற்பதாகவும் ஆனால் அதில் பரிந்துரைக்கப்பட்ட வலுக்கட்டாய வகைப்படுத்தல் முறையை ஏற்பதற்கில்லை என்றும் குறிப்பிடப்பட்டிருந்தது. கட்சித் தலைவர் என்றவகையில் ஆசாத் அதில் கையெழுத்திடவே செய்திருந்தார். அதற்குக் காரணம் கட்சி விசுவாசம் மட்டுமே.

காங்கிரஸின் தலைவராக இரண்டாம் உலகப் போர்க் காலத்திலும் அதற்கு பின்னரும் ஆசாத் தொடர்ந்தார். காங்கிரஸ் தலைவர்களின் போராட்டங்களும் சிறைவாசங்களும் இந்தத் தலைவர் பதவியை கால நீட்டிப்புச் செய்துவிட்டது. உண்மையில் அதன் பதவிக் காலம் ஓராண்டு மட்டுமே. அது இப்போது ஆறு ஆண்டுகளும் ஆறு மாதங்களும் நீண்டுவிட்டது. 1946 ஜுலையில் ஆசாத்துக்குப் பின் நேரு தலைவர் ஆனார். ஜவாஹர்லால், பட்டேல் இருவரில் ஒருவர் தேர்ந்தெடுக்கப்படவேண்டியிருந்தது. காந்தியிடம் முடிவு விடப்பட்டது. நேருவே தலைவராகட்டும் என்று சொன்னதோடு, அமையவிருந்த இடைக்கால அரசாங்கத்துக்கு நேருவின் தலைமையை உறுதிப்படுத்தவும் செய்தார். இந்த இருவரையும் விட பட்டேல் சிறந்த நிர்வாகி, ஆனால் நேருதான் முஸ்லிம்கள் மத்தியில் கூடுதல் வரவேற்பு கொண்டவர். பன்னாட்டு விஷயங்களில் விபரமானவர்; மேலும் வலதுசாரியான பட்டேல் போலல்லாமல், காங்கிரஸுக்குள் இருக்கும் மாறுபட்ட தீவிர சிந்தனைகள் கொண்ட பிரிவுகளுக்கிடையே பாலமாக இருப்பவர்.

ஆசாத் தன் நினைவுக்குறிப்பு நூலில் இது தொடர்பாகச் சொல்லியிருப்பது: ‘நான் மீண்டும் தலைவராகத் தேர்ந்தெடுக்கப்பட வேண்டும் என்று பொதுவாகப் பலரும் விரும்பினார்கள். நான் செல்லும் இடங்களிலெல்லாம் ரயில் பயணங்களில், ரயில் நிறுத்த இடங்களிலும் மக்கள் பெருங்கூட்டமாய் திரண்டு, நான் தலைவராகத் தொடரவேண்டுமென்று முழக்கம் இட்டார்கள்’.[111] ஆனால், இந்த முழக்கங்கள் காங்கிரஸில் இருந்த பெரும் பான்மையினரின் விருப்பமாக இருந்திருக்கவில்லை.

ஆசாத் நீண்ட காலங்கள் கட்சியின் தலைவராகத் தொடர்ந்தார். எனினும் தலைவர் பதவியை எளிதாகக் கைமாற்ற அவருக்கு மனம் இருந்திருக்கவில்லை. அவர்தான் போர்க்காலக் கட்டத்தில் நடைபெற்ற பேச்சுவார்த்தைகளில் கிரிப்ஸ் மற்றும் வேவல் ஆகியோருடன் காங்கிரஸ் தலைவராகப் பங்கெடுத்திருந்தார். போருக்குப் பின்னர்கூட 'கேபினெட் மிஷன்' பேச்சுவார்த்தை களிலும் அவரே தொடர்ந்திருந்தார். பேச்சுவார்த்தைகள் பலன் கொடுத்தன. அதனால் அரசு அமைக்க காங்கிரஸுக்கு அழைப்பு வந்தது. நீண்டகாலமாக எதிர்பார்த்திருந்த அழைப்பு அவருக்கு வராமல் இன்னொருவருக்குப் போனதை அவர் விரும்பி ஏற்றுக்கொண்டிருக்க முடியாதுதான். அவருக்கு நெருக்கமான அவரின் நண்பருக்கே அந்தப் பேறு கிட்டியது. அவரோடு ஆசாத் நல்லுறவைத் தொடர்ந்துப் பேணவே செய்தார். அந்தப் பாக்கியவானோடு அவரின் உறவு குறித்து அவரே கூறியவை:

> 'ஆரம்பகால முதலே ஜவாஹர்லாலும் நானும் சிறந்த நண்பர்கள். எங்கள் கருத்துகள் பெரிதும் ஒத்துப்போயின. ஒருவரை ஒருவர் பிரச்னைகளில் சார்ந்து நின்றோம். எங்களுக்கிடையே பகையுணர்வோ பொறாமையோ ஒருபோதும் ஏற்பட்டது கிடையாது'.[112]

எப்படியிருந்தபோதிலும் தலைமைப் பொறுப்பை ஏற்றுக்கொண்ட சில நாட்களிலேயே ஜவாஹர்லால் நேரு 'மிஷன் திட்டத்தில் உருவான, அரசியல் அமைப்பு ரீதியான சட்டசபையானது எந்தவொரு ஒப்பந்தங்களுக்கும் (நிபந்தனைகளுக்கும்) கட்டுப் படாதது' என்று கூறினார். 'என்னை இன்னொரு ஆண்டுகாலம் தலைவர் பதவியில் நீடிக்கவேண்டும் என்று சொன்னவர்கள் சொன்னது சரிதான்' என்று ஆசாத் உணர்ந்தார்.[113] நேருவின் கருத்தைத் தொடர்ந்து, ஜின்னாவின் வரலாற்றுப் பகுதியில் நாம் பார்த்ததுபோல், முஸ்லிம் லீக் அமைச்சரவையிலிருந்து விலகிக் கொண்டது; பாகிஸ்தானை பெறுவதற்கான 'நேரடி நடவடிக்கை' என்ற ஆயுதத்தைக் கையிலெடுத்தது. அதன் பிறகு என்ன நடந்தது என்பதைப் பற்றியும் ஏற்கெனவே பார்த்துவிட்டோம்.

காந்தி, நேரு, பட்டேல் ஆகியோரின் வற்புறுத்தல்கள் இருந்தாலும் ஆசாத் இடைக்கால அரசாங்கத்தில் சேர முன்வரவில்லை. அந்த இடைக்கால அரசு செப்டெம்பர் 1946-ல் ஏற்படுத்தப்பட்டது. நான்கு மாதங்கள் கடந்து காந்தி ஆசாத்திடம் பேசினார்: 'உங்களுடைய சொந்தக் கருத்து அல்லது தனிப்பட்ட உணர்வு எதுவாக இருந்தாலும், அரசாங்கத்தில் சேருவது உங்கள் கடமை...' என்றார். மேலும் ஜவாஹர்லாலும் அதே போன்ற கருத்தைக் கொண்டிருந்தார்.

ஆசாத் கல்வியமைச்சர் ஆனார்.¹¹⁴ ஒரு மாதம் கழித்து வரலாற்று முக்கியத்துவம் மிக்க பிரகடனம் ஒன்றை அட்லி வெளியிட்டார். ஆம், பிரிட்டன் இந்தியாவிலிருந்து வெளியேறும் என்பதே அது. அடுத்த ஒரு மாதத்தில், மார்ச்சில் வைஸ்ராய் வேவலுக்கு மாற்றாக மவுண்ட் பேட்டன் வந்தார்.

பதவி விலகிச் செல்லும் வைஸ்ராய் வேவல், ஆசாத் குறித்துச் சொன்னார் : 'ஜின்னாவைவிட ஆசாத்தான் முஸ்லிம்களின் உண்மையான பிரதிநிதி.'¹¹⁵ ஆசாதுடன் வரலாறு, அராபிய உலகம் போன்ற விஷயங்களைப் பேசியதை மகிழ்ச்சியுடன் நினைவுகூர்ந்தார். ஆசாதும் அவர் பங்குக்கு வேவலைப் பாராட்டினார். காங்கிரஸ் கட்சிக்கும் பிரிட்டிஷ் அரசுக்கும் இடையில் முதன் முறையாக ஒரு சுமுக ஒப்பந்தம் ஏற்பட்டதென்பது 1945-ல் வேவல் முன்னெடுத்த முயற்சிகளினால்தான் நடந்தேறியது. ஆனால் ஜின்னா அந்த ஒப்பந்தத்தை முடக்கிவிட்டார். வேவல் பதவி விலகிச் செல்கிறார் என்பதையறிந்து ஆசாத் அவரின் உண்மையான பங்களிப்பை, ஒத்துழைப்பை எடுத்துச் சொல்லி நெகிழ்ந்தார்: 'ஆரம்பத்தில் மாட்சிமை தங்கிய பேரரசரின் அரசாங்கத்திலிருந்து எதிர்ப்பு ஏற்பட்டபோதிலும் வேவல் மூடப்பட்டிருந்த கதவைத் திறந்துவிட்டார்'.¹¹⁶

மௌண்ட் பேட்டன் வந்த சிறிது காலத்துக்குள் பேச ஆரம்பித்த பிரிவினை கருத்தை ஆசாத் எதிர்த்தார். ஜின்னாவும் எதிர்ப்புத் தெரிவித்தார். அதற்குக் காரணம், மௌண்ட் பேட்டனின் பாகிஸ்தான், அளவில் மிகச் சிறியது என்று ஜின்னா கருதினார். ஆனால் ஆசாத் பிரிவினை என்பதையே எதிர்த்தார். ஓர் இந்தியன் என்ற நிலையில் இந்தியா இரண்டு துண்டுகளாக வெட்டப்படுவதை அவர் கடுமையாக எதிர்த்தார்.

ஏப்ரல் 1946-ல் அவர் பேசியதை எடுத்துக்கொண்டால், 'ஒரு முஸ்லிம் என்ற நிலையில் நான் உணர்வது இது. லட்சக்கணக்கில் முஸ்லிம்கள் இந்துக்கள் பெரும்பான்மையாக உள்ள மாகாணங்களில் வாழ்ந்து வருகிறார்கள். (பிரிவினை நடந்தால்) அவர்கள், ஓர் இரவில் கண்விழித்து எழும்போது அவர்கள் இந்த மண்ணுக்கு அங்கிருப்பவர்களுக்கு அந்நியர்களாக, வெளி மனிதர்களாக ஆகிவிடுவார்கள். தூய இந்து ராஜ்ஜியத்தின் கருணையை எதிர்பார்த்து நிற்க வேண்டிய நிலை ஏற்பட்டுவிடும்.'¹¹⁷ மேலும் சொன்னார்: 'முழு இந்தியாவும் என் சொந்த நிலம் என்பதைவிட்டுக் கொடுத்து, இந்தியாவின் முறிந்த துண்டை என் சொந்த நிலமாகச் சொல்லும் மனநிலைக்கு நான் இன்னும் வரவில்லை.'¹¹⁸

நாம் இதுவரை பார்த்தவரையில், மார்ச் 1947 – ன் கடைசியில் பட்டேல் பிரிவினையை முழுவதுமாக ஏற்கும்நிலைக்கு வந்து விட்டார். நேருவும்கூட அதை ஏற்றுக்கொண்டுவிட்டார். ஆசாத், 'பட்டேலின் போக்கினால், வியப்பும் வேதனையும் அடைந்தேன்' என்றார். இடைக்கால அரசாங்கத்தை முடக்க எடுக்கப்பட்ட நடவடிக்கைகளைப் பார்த்து மனம் சோந்திருந்த பட்டேல் ஆசாத்திடம், 'நாம் விரும்பினாலும் விரும்பாவிட்டாலும் இந்தியாவில் இரண்டு நாடுகள் இருக்கின்றன'[119] என்றார். நேரு ஆசாத்திடம் 'பிரிவினை எதிர்ப்பை விட்டுவிடும்படி மிகுந்த வேதனையுடன் கேட்டுக் கொண்டார்'.[120]

ஆசாத், ஜவாஹர்லாலிடம் 'உங்கள் கருத்தை ஏற்றுக்கொள்வது சாத்தியமில்லை' என்றார். மார்ச் 31-ல் ஆசாத் காந்தியைச் சந்தித்தார். அப்போதுதான் காந்தி கிழக்கு வங்காளம், பீஹார் ஆகிய இடங்களுக்குப் போய்த் திரும்பியிருந்தார். காந்தியோடு நடந்த உரையாடலை ஆசாத் இங்கே எடுத்துரைக்கிறார். ஆசாத்திடம் காந்தி, 'பிரிவினைவாதம் இப்போது நம்மை அச்சமூட்டுகிறது; வல்லபாயும் ஜவாஹர்லாலும் பிரிவினைக்குப் பணிந்துவிட்டார்கள். நீங்களாவது என் பக்கமாக இருப்பீர்களா? அல்லது நீங்களும் மாறிப் போய்விடுவீர்களா?' ஆசாத் சொன்னார்... 'பிரிவினையை எதிர்ப்பதில் நான் முன் எப்போதையும்விட பன்மடங்கு உறுதியாக இப்போதுதான் உள்ளேன். என்னுடைய நம்பிக்கை முழுதும் உங்களிடம். பிரிவினைக்கு நீங்களும் சம்மதித்துவிட்டால், இந்தியா வீழ்ந்துவிடும். உங்கள் நிலைப்பாடு என்ன?'

இதற்கு மகாத்மா சொன்னதாக ஆசாத் கூறுகிறார்: 'என்ன கேள்வி இது? காங்கிரஸ் பிரிவினையை ஒருவேளை ஒப்புக்கொண்டால் அது என் பிணத்தின் மேல்தான்.' ஆனால், இரண்டு மாதங்களில் காந்தியும் பிரிவினைக்கு இசைந்துவிட்டார். ஆசாத்துக்கு அவர் வாழ்க்கையில் அது மிகப் பெரிய அதிர்ச்சி. 'பிரிவினை தவிர்க்க முடியாததாகி விட்டதுபோல் தெரிகிறது' என்றார் காந்தி. ஜின்னாவே பிளவுபடாத இந்தியாவின் பிரதமராக இருந்துகொள்ளட்டும் என்று காந்தி சொன்னார். பிரிவினையைத் தடுக்க இறுதி வழியாக காந்தி இதை முன்வைத்ததாகக் கருதப்பட்டது. நேருவும் பட்டேலும் காந்தியின் இந்த யோசனையைத் தீவிரமாக எதிர்த்தார்கள். காந்தி ஆசாத்திடம் சொன்னார், 'இப்போது ஒரேயொரு கேள்விதான் எஞ்சியுள்ளது. பிரிவினை எந்த வடிவில் நிகழப்போகிறது என்பதே...'[121] என்றார்.

ஆசாத்தும் எதிர்ப்புநிலையைக் கைவிட வேண்டி வந்தது. அவர் எழுதிய 'இந்தியா வின்ஸ் ஃப்ரீடம்' (இந்தியா விடுதலை பெற்றது)'

என்ற நூலில் பிரிவினையை எதிர்த்து தான் மேற்கொண்ட போராட்டங்களைக் கூறியுள்ளார். ஆனால் காங்கிரஸ் கூட்டத்தில் மௌண்ட் பேட்டன் திட்டத்தை அவர் எதிர்த்திருக்கவில்லை. கூட்டத்தில் நேருவையும் பட்டேலையும் எதிர்த்து மகாத்மாவோ மௌலானாவோ எதுவும் பேசியிருக்கவில்லை. அவர்களுக்கு (நேரு, பட்டேலுக்கு) பக்க பலமாக ராஜகோபாலச்சாரி, ராஜேந்திர பிரசாத், கோவிந்த் வல்லப் பந்த் மற்றும் பலர் இருந்தார்கள். இந்த காங்கிரஸ் தலைவர்கள் விடுதலையில் வெகுவாய் ஆசை கொண்டிருந்ததோடு ஆட்சிக்கு வரவேண்டும் என்ற விருப்பமும் கொண்டிருந்தனர். அவர்களுக்கோ வயதும் கூடிவிட்டது. அதோடு, மௌண்ட் பேட்டன் திட்டம் நிராகரிக்கப்பட்டால் நாட்டில் தவிர்க்க முடியாத உள் நாட்டுப் போர் ஏற்பட்டுவிடும் என்று நினைத்தனர்.

'நாம் நமது தோல்வியை ஒப்புக்கொண்டாகவேண்டும்'[122] என்று ஏ.ஐ.சி.சி யிடம் (கமிட்டியினரிடம்) சொன்னார் ஆசாத். காங்கிரஸ்காரர்களிடம் காந்தி 'ஒரு மாபெரும் புரட்சிக்கு நீங்கள் தயாராக இல்லாத நிலையில் உங்கள் தலைவர்கள் உங்கள் சார்பில் ஒப்புக்கொள்வதை நீங்கள் மறுதலிக்கவேண்டாம்' [123] என்றார். ஜுன் மத்தியில், அ.இ.கா.கட்சியும் முஸ்லிம் லீக்கும் நாட்டு விடுதலையையும் பிரிவினையையும் மௌண்ட் பேட்டன் திட்டத்துக்கு ஏற்ப ஏற்றுக்கொள்வதாகச் சொன்னார்கள்.

•

ஏறத்தாழ எழுபத்தைந்து ஆண்டுகள் கடந்துபோன பின்னரும், இந்து முஸ்லிம் சீக்கியர்களான நாம் விடுதலை அடைந்த அந்த ஆண்டிலே நடைபெற்ற கோரச் சம்பவங்களைப்பற்றிப் பேச முடியாத அளவுக்கு தலைகுனிந்து நிற்கிறோம். ஆசாத் எவ்விதம் அதில் பாதிக்கப் பட்டார் என்பதை எழுதியுள்ளார் :

> 'பல முஸ்லிம்கள் என் வீட்டில் இடம் கேட்டு வந்துநின்றார்கள். செல்வந்தர்கள், மிகவும் அறியப்பட்ட குடும்பத்தைச் சேர்ந்தவர்கள். எந்த ஓர் உடமையும் இல்லாமல், உடுத்திய ஆடைகளைத் தவிர எல்லாவற்றையும் இழந்தவர்களாக என்னைத் தேடி வந்தார்கள். என்னுடைய வீடு விரைவாகவே நிரம்பிவிட்டது. என் வீட்டு மதில் சுவரினுள்ளே கூடாரங்களை எழுப்பினேன். ஆண்கள், பெண்கள், செல்வந்தர், ஏழைகள், இளையவர், முதியவர் எல்லோரும் கும்பலாக அடித்துப் பிடித்துக் கொண்டு வந்தார்கள். அவர்களிடம் மரணபயம் தெரிந்தது...'[124]

'லீக்' அமைப்பு பாகிஸ்தானுக்கு இடம் மாறியது. அதுபோல சாதாரண முஸ்லிம்கள் லட்சக்கணக்கில் பாகிஸ்தானுக்குப்

புறப்பட்டுப் போனார்கள். ஆனால் எல்லாராலும் புலம் பெயர்ந்திருக்கமுடியவில்லை. இங்கே இந்தியாவிலே தங்கிவிட்ட பெரும்பான்மை முஸ்லிம்களின் கதி என்ன? இவர்களெல்லாம் சேர்ந்துதான் லீக்குக்கு வாக்களித்து அதை வலிமைப் பெறச் செய்தார்கள். அவர்கள் பாகிஸ்தான் அடைவதற்கு துணை போனார் கள். இவர்களை இங்குள்ளவர்கள் வெறுப்புடனும் சந்தேகத்துடனும் பார்க்கிறார்கள். அங்கிருக்கிற இந்துக்களும் சீக்கியர்களும் உயிர் பயத்துடன் பாகிஸ்தானைவிட்டு இங்கே ஓடி வருகிறார்கள். இந்தியாவிடம் அடைக்கலம் கேட்கிறார்கள். வாழ்க்கையைக் கேட்கிறார்கள். அவர்கள் ஏமாற்றப்பட்டவர்களாக, உதவி கிடைக்காதவர்களாக, அச்சுறுத்தப்பட்டவர்களாக அல்லலுற்ற மக்களாக வந்திருக்கிறார்கள். அவர்களின் கோபமெல்லாம் இங்கிருக்கும் முஸ்லிம்கள் மேல் திரும்புகிறது.

பிரிவினைக்குப் பின்னர் மூன்று மாதங்கள் கழித்து ஆசாத் டெல்லி ஜும்மா மசூதியில் அதன் மிம்பரில் ஏறி, கூடியுள்ள மாபெரும் கூட்டத்தில் பேசினார். அவர் சொன்னதைக் கேட்டிராத மக்கள் முன் நின்றுகொண்டிருந்தார். சுயகட்டுப்பாடெனும் கலம் உடைந்து உணர்வுகள் பெருகெடுத்துப் பாய்ந்தன. அவருடைய உணர்வுகளும், வலிகளும் வாட்டங்களும் ஏக்கங்களும் ஆற்றாமைகளும் சொற்களாக கொதித்துவந்து விழுந்தன. 'உள்ளம் நொந்து போயிருந்தது; மனதில் கோபமும் மிகுந்திருந்தது; நான் முன்பே சொல்லியிருந்தேனே என்ற வலி மிகுந்திருந்தது. இஸ்லாம் மீதான பெருமிதம்; இஸ்லாமிய சமூகத்தின் எதிர்காலம் மீதான நம்பிக்கை என அனைத்து உணர்வுகளும் கலந்துகட்டி கவித்துவமாகப் பாய்ந்தன. அவரின் பேச்சு:

> 'ஷாஜகான் கட்டிய வரலாற்றுச் சிறப்புடைய மசூதியில் நின்று பெரும் திரளான மக்களிடம் பேசுவது எனக்குப் புதிதல்ல; நான் உங்களிடம் முன்பும் பேசியுள்ளேன்; அப்போது உங்கள் முகங்கள் நம்பிக்கையுடன் காட்சியளித்தன. இப்போது போல புழுதி படிந்து பொலிவிழந்து ஆதங்கத்தோடு தெரியும் முகங்கள் அல்ல.
>
> உங்களுக்கு நினைவிருக்கலாம்.. உங்களோடு நான் பேசவந்தேன்... என் நாவைத் துண்டித்தீர்கள். என் எழுதுகோலை எடுத்தேன்... கைகளைக் கட்டிப் போட்டீர்கள். உங்களை நோக்கி நடைபோட்டு வந்தேன்... என் கால்களைத் தடுக்கிவிட்டீர்கள். என் மேலாடையின் மடிப்புப் பகுதி கிழிந்து தொங்குகிறது. காரணம் உங்களின் வெட்கமற்ற முரட்டுக் கரங்கள் கிழித்ததாலே... இப்போது அச்சத்துடனே வாழ்கிறீர்கள்... அது நீங்கள் செய்த தவறுக்குக் கிடைத்த தண்டனை.

'இரண்டு நாடுகள்' என்ற கணக்கு என்பது நம் மதத்துக்கும் நம்பிக்கைக்கும் சாவுமணி என்று உங்களிடம் சொல்லி யிருக்கிறேன். நீங்கள் யார் மீது நம்பிக்கை வைத்தீர்களோ அவர்கள் உங்களைக் கைகழுவிவிட்டார்கள். நிராதரவாகத் தவிக்க விட்டுவிட்டார்கள்.

இதோ இந்த மினராக்கள் தலைத் தாழ்த்தி நின்று உங்களிடம் கேட்பது என்ன தெரியுமா? உங்கள் வரலாற்றுப் பக்கங்களை நீங்கள் எங்கே தொலைத்தீர்கள்? நேற்றுதானே உங்களின் பயணக் கூட்டம் யமுனை நதிக் கரையிலே வந்து இறங்கியது. இன்றோ எப்படி நீங்கள், உங்கள் ரத்தத்தைச் சிந்திக் கட்டப்பட்ட இந்தத் தில்லியிலே வாழ்வதற்கு அஞ்சித் தொலைகிறீர்கள்?

சில முகங்கள் உங்கள் கண்களை விட்டு மறைந்துபோனதைக் கண்டு அஞ்சாதீர்கள். அவர்கள் உங்களோடு ஒன்று சேர்ந்து கொண்டது அவர்கள் பிரிந்துப் போவதற்கான வேலையை எளிதாக்கிக்கொள்ளவே! உங்களோடு கோர்த்த கரங்களை உருவிக் கொண்டு அவர்கள் போய்விட்டார்கள். நல்லவேளை... அத்துடன் உங்கள் இதயங்களைப் பறித்தெடுத்துக்கொண்டு போய்விடவில்லையே.

உங்களின் உண்மை விசுவாசத்துக்கு ஒரு சான்றிதழை புதிய ஆட்சியாளரிடம் பெற்றுக்கொள்ளுங்கள் என்று உங்களைக் கேட்கவில்லை. தனித்து உங்களுக்குள் முடங்கிக்கொள்ளுங்கள் என்று சொல்லவில்லை. இந்த நாடு நம்முடையது; நம் நாட்டின் வரலாற்றுப் பக்கங்களில் சில இன்னமும் எழுதப்படாமல் வெறுமையாக விடப்பட்டுள்ளன. அந்தப் பக்கங்களின் தலைப்புச் செய்திகளாக நாம் இருக்கப் போகிறோம்.

நிலநடுக்கம் கண்டு அஞ்சுகிறீர்கள்; சிறிது காலத்துக்கு முன்னர் நீங்களே நிலநடுக்கத்தை ஏற்படுத்தவும் செய்திருந்தீர்கள். இருளிலே இன்றைக்கு நீங்கள் நடுங்குகிறீர்கள். கொஞ்சம் நினைவுப்படுத்திப் பாருங்கள். நீங்கள் விளக்காக இருந்து வெளிச்சம் கொடுத்த காலத்தை! வானத்திலிருந்து மழைத்துளிகள் பொழியும்போது உங்கள் காலாடைகளை மேலே உயர்த்திக் கொள்ளும் நீங்கள், உங்கள் மூதாதையர்கள் கடலைப் பிளந்து கொண்டு சென்றதையும், மலைகளின் முதுகுகளில் உரத்தக் காலடி ஓசையோடு சென்றதையும், மின்னல்களைக்கண்டு இடியோசைபோலச் சிரித்ததையும் நினைக்கத் தோன்ற வில்லையா? உங்கள் நம்பிக்கை இறுதி மூச்சை இழுத்துவிட்டுக் கொண்டிருக்கிறதா என்ன? மன்னர்களை உங்கள் காலடியில் விழ

இந்திய முஸ்லிம் தலைவர்கள் | 469

வைத்த நீங்கள் இப்பொழுதோ நீங்கள் உங்கள் வாடிக்கையாளர்களின் காலில் விழுந்துகொண்டிருக்கிறீர்கள்.

அருமைச் சகோதரர்களே... நான் புதிதாக எந்த மேற்கோள்களையும் உங்களுக்கு எடுத்துச் சொல்ல வரவில்லை. 1400 ஆண்டுகள் பழமையான ஓர் அறிவுரையை உங்கள் கவனத்தில் வைக்கின்றேன். அது: 'அஞ்சாதீர்கள்... கவலையுறாதீர்கள்... நீங்கள் உண்மையான நம்பிக்கை கொண்டவர்கள் என்றால் உங்கள் கைகளே மேலோங்கும்...'[125]

•

'அல்ஹிலால்' பத்திரிகை காலம், கிலாஃபத் போராட்ட காலம் நீங்கலாக பிற நேரங்களில் ஆசாத், வெகு மக்களின் ஆதரவு பெற்ற தலைவராக இருந்திருக்கவில்லை. அறிவார்ந்த சிந்தனைகள் கொண்டதொரு தலைவராகவே இருந்தார். நேருவுக்கு பெருந்திரளான மக்கள் கூட்டம் கூடும்; கூட்டங்கள் அவரைப் புத்துணர்வுகொள்ளவும் வைக்கும். கூட்டம் கூடாவிட்டால் நேரு தளர்ந்துவிடுவார். ஆனால் ஆசாத் தனிமை விரும்பி, தனிமைதான் அவருக்கு ஊட்டம் கொடுப்பது; கூட்டத்தைக் கிளர்ந்தெழச் செய்யவும், வெட்கித் தலைகுனியவைக்கவும் அவருக்குத் திறமை உண்டு. என்றாலும் மிகுந்த வற்புறுத்தலுக்குப் பின்பே பெருந்திரளான மக்கள்கூட்டத்தில் கலந்துகொள்வார். இவர் இப்படி உள்ளொடுங்கி இருக்கையில், ஜின்னா மக்கள் கூட்டத்தினரின் அச்சங்களைப் பெரிதுபடுத்தி அவர்களை மயக்குவதில் தேர்ந்தவராக இருந்தார். அவருடைய நிலைப்பாடு அவருக்கு ஒரு பெரிய ஆதரவாளர் கூட்டத்தை உருவாக்கிக் கொடுத்தது.

ஆசாத், முஸ்லிம் சமுதாயத்தினரிடம் இந்துக்கள்மீது நம்பிக்கை வைக்கச் சொன்னார். இதனால் தனிமைப்பட்டு நின்றார். பாகிஸ்தான் தோற்றம் பெற்றுவிட்ட பிறகு, இந்திய முஸ்லிம்களில் பெரும் பகுதியினர் இந்தியாவிலேயே தொடர்ந்து வாழ வேண்டியிருந்தது. விடுதலை பெற்ற இந்தியாவில் அவரை தங்களுக்கு வழிகாட்டக் கோரினர். இந்துக்கள் அவரை ஜின்னாவுக்கு எதிராக நின்றுப் போராடியவர் என்று மதித்துப் பாராட்டினார்கள். ஆனால், அவருக்கு நேருவுக்கும் ஜின்னாவுக்கும் இருந்த செல்வாக்கு கிடையாது. பட்டேல்போல அரசியல் களத்தில் பலம் கொண்டவரும் அல்லர்.

கொள்கைகளைவிட அதற்கான ஆதரவு வெகு சீக்கிரமே கரைந்தும் மறைந்தும் போய்விடுவதுண்டு. இந்து-முஸ்லிம் நல்லுறவின் அவசியமானது அவர் பெயரை நீடித்து நிலைக்கவைத்துவருகிறது.

சமய நூல்களில் இருந்த தேர்ச்சியையும் அறிவுக்கூர்மையையும் பயன்படுத்தி இந்து-முஸ்லிம் கூட்டுறவு இஸ்லாத்துக்கு மாறானது என்ற குறுகியவாதத்தை நொறுக்கித் தள்ளினார். தான் கொண்ட கொள்கைகளில் கடைசிவரைக்கும் பின்வாங்காமல் நின்றார் ஆசாத்; அதனாலேயே, முகம்மது அலி இவரை, தன் கொள்கைகளில் 'உறுதியாக நிற்பவர்' என்று அழைத்தார். ஜின்னா தன் பங்குக்கு அவரை காங்கிரஸின் 'அழகுப் பதுமை' என்றார். பார்வையாளர் ஒருவர் 1946-ல் எழுதினார்: 'ஆசாதின் மிகப் பெரிய எதிரிகள் கூட இவருடைய 'நடத்தையின் உறுதி மற்றும் நம்பிக்கையின் அசைக்க முடியாத தன்மை ஆகியவற்றை ஒப்புக்கொண்டிருந்தனர்.'[126].

ஆசாத்தின் அல்ஹிலால் பத்திரிகைச் செல்வாக்கு; மக்காவுடனான தொடர்பு (பிறந்தது மக்காவில்); அவரின் வம்சாவளி; கல்விச் சிறப்பு, எழுத்தாற்றல், பேச்சாற்றல் இவற்றோடு பிரிவினைவாத ஆதரவு என்ற ஒன்றை மட்டும் அவர் வெளிப்படுத்தியிருந்தால் இஸ்லாமிய சமுதாயத்தின் தலைமைப் பொறுப்பு அவரைத் தேடி வந்து அவர் காலடியிலேயே படுத்துக் கிடந்திருக்கும். ஆனால், இவருடைய நேர்மை குறுக்கே வந்தது. இவருக்கான மகுடத்தைத் தட்டிவிட்டது.

பண்பட்ட தன்மையும் நேர்மையுடன் கை கோர்த்திருந்தது. முஜீபின் வரலாற்றுக் குறிப்புகளில் ஆசாத் 'இந்தியா வின்ஸ் ஃப்ரீடம்' என்ற நூலில் 'முஸ்லிம் எதிரிகள் அவரை வசைமாரி பொழிந்ததையோ, ஒட்டுமொத்தமாக அவரைப் பழிச் சுமத்தி அவமதிப்புக்கு உள்ளாக்கியதையோ குறிப்பிட்டு ஒரு வரிகூட, போகிற போக்கில்கூட அவர் எழுதவில்லை'[127] என்கிறார். ஆசாதின் நண்பர் என்றோ அவரைப் புகழ்பவர் என்றோ சொல்லமுடியாத அப்துல் மஜீத் தர்யாபாதி என்பவரின் கணிப்பாக பாகிஸ்தானின் கல்வியாளர் இக்ராம் இதே விஷயத்தை எடுத்துக்காட்டி இருக்கிறார்.[128] பாகிஸ்தான் தோற்றம் பெற்ற சில மாதங்கள் கழித்து ஆசாதின் இல்லத்தில் தனிப்பட்ட கூட்டம் ஒன்று நடந்தது. அதில் தர்யாபாதி இருந்தார். 'ஆசாத் அக்கூட்டத்தில் பேசியபோது சிறு அளவு குற்றச்சாட்டோ, விமர்சனமோகூட அவர் தன்னுடைய எதிரிகள் மீது சுமத்தவில்லை. குறிப்பாக, முஸ்லிம் லீக் மீது அவர் எதுவுமே சொல்லவில்லை'[129] என்று குறிப்பிட்டிருக்கிறார்.

அரசியல் கோணத்தில் பார்த்தால் ஆசாத் தன்னை முன்னிலைப் படுத்திக்கொள்ளாமல் தன்னடக்கத்துடன் நடந்துகொண்டது அவருடைய பலவீனமே. அவரின் ஆதரவாளர் ஒருவர் அவர் குறித்து தன் அதிருப்தியைக் கூறினார்: 'எதிர் தரப்பினர் இவரைப் பற்றி ஒரு தவறான கண்ணோட்டத்தை ஏற்படுத்துகிறபோது அதைக்

களைவதற்கான முயற்சியில் இறங்காமல் அவற்றை இவர் அமைதியாகக் கேட்டுக் கொண்டிருப்பார்'.[130]

இதேபோன்ற குற்றச்சாட்டு முஜீபின் குறிப்புகளிலும் காண முடிகிறது: 'ஆசாத் ஒரு பண்பட்ட தலைவர்; அவரால் ஓர் அரசியல் வாதியைப் போன்று செயல்பட முடியாது'.[131] 1970-ல் ஆசாத் இறந்து பன்னிரண்டு ஆண்டுகளுக்குப் பின்னர் பாகிஸ்தான் தோற்றம் பெற்று 23 ஆண்டுகள் கழித்து, கல்வியாளர் முஷிர் ஹக், 'பாகிஸ்தான் உருவாக்கப்படும் வேளையில் அவர் வெறுமனே உட்கார்ந்து நகத்தைக் கடித்துக்கொண்டிருந்தார்' என்று குற்றம் சாட்டுகிறார். ஹக் அவ்வாறு குற்றம் சாட்டக் காரணம் ஆசாத்துக்கு 'அந்தப் பிரச்னையைத் தீர்ப்பதற்கான தெளிவான பார்வையும், அறிவார்ந்த வல்லமையும் அரசியல் செல்வாக்கும் இருந்தன'[132] என்று ஹக் நம்பினார்.

ஆசாத் இருபக்கத்தினராலும் தாக்கப்பட்டார். ஒரு முஸ்லிம் கல்வியாளர் ஜின்னா தொடங்கிய 'டான்' செய்தித்தாளில் ஒரு கேள்வி எழுப்பியிருந்தார்: 'மௌலானா எப்பொழுதாவது அரசாங்க அலுவலகங்களைப் பார்வையிட்டிருக்கிறாரா? அங்கே முஸ்லிம்கள் இந்து மேலதிகாரிகளால் கசக்கிப் பிழியப்படுவதைப் பார்த்திருக்கிறாரா?[133]

'ஆசாத் எழுதி, அவர் மறைவுக்குப் பின்னர் அச்சிடப்பட்ட நூலான 'இந்தியா வின்ஸ் ஃப்ரீடம்' என்ற நூலில் சொன்ன ஒரு கருத்தை அவர் உயிருடன் இருந்தவரை அழுத்தமாக முன்வைத்திருக்கவில்லை' என்று முஷிர் ஹக் கூறுகிறார். ஆசாத் அந்த நூலில் சொல்லியிருப்பது:

> 'புவியியல் அடிப்படையிலும் மொழி அடிப்படையிலும் பண்பாட்டு அடிப்படையிலும் வேறுப்பட்டவர்களாக இருப்பவர்களைக்கூட மதம் ஒன்றையே அடிப்படையாகக்கொண்டு இணைத்து விடலாம் என்று சொல்வது மிகப் பெரிய மோசடி. இஸ்லாம் தொடங்கிய சில பத்தாண்டுகளுக்குப் பின்னர் இஸ்லாமிய நாடுகளை எல்லாம்கூட 'இஸ்லாம்' என்ற பொதுத்தன்மையின் அடிப்படையில் ஒரே நாடாக ஆக்கமுடிந்திருக்கவில்லை என்பதையே வரலாறு உறுதிப்படுத்துகிறது'.[134]

ஹக், ஆசாத்தின் கருத்து குறித்து எழுதுகிறார்: 'தேவைப்பட்ட நேரத்தில் ஆசாத் இந்த கருத்தை வலியுறுத்திச் சொல்லியிருந்தால் நிகழ்வுகள் வேறாக மாறியிருக்கும்.'[135]

பாகிஸ்தான் குறித்துப் பேசுகிறபோது, ஆசாத் மதச் சார்பற்ற பார்வையை முன்வைத்தால் அதை உலமாக்கள் எப்படிப்

புரிந்துகொள்வார்கள் என்ற பயம் ஆசாத்துக்கு இருந்தது என்று ஹக் குறிப்பிட்டிருக்கிறார். இந்தக் காரணம் உண்மையாக இருக்கக்கூடும். கணிசமான உலமாக்கள் ஆசாத் பக்கமே இருந்தனர். ஜின்னாவின் நிலைப்பாடு அவர்களை வெகுவாக ஈர்த்தநிலையிலும் அவர்கள் அவரை ஆதரிக்கவில்லை. எனவே ஆசாத் உலமாக்களின் ஆதரவை இழக்க விரும்பவில்லை. எனினும் பாகிஸ்தானை ஆசாத் ஆக்ரோஷத்தோடு எதிர்த்து நின்றிருந்தால் பிரிவினையைத் தடுத்திருக்கமுடியுமா என்பது வேறு விஷயம்.

எப்படியானாலும் ஆசாத் அதன் பின்னர் அதிக வேகமுடன் இதை வாக்குவாதமாக்கிப் பேச முற்படவில்லை அல்லது இதுபற்றி விவாதிக்கவே இல்லை. அவருடைய குணத்துக்கு அது பொருந்தாத விஷயம். தன்னுடைய மரபு சாரா கருத்துகளை அவர் முன்வைப்பார். அவற்றை வாழ் நாள் முழுவதும் அவர் கடைப்பிடிப்பார். வரலாறு தன் தீர்ப்பை வழங்கட்டும் என்று காத்திருப்பார். இதற்கு மேலாகச் செய்யும் எதுவும் அவருடைய கண்ணியத்துக்கு உகந்தது அல்ல.

ஆசாத்தின் பெருமிதங்கள் அவரைத் தோற்கடிக்கவே செய்தன. ஆசாத் எழுதிய, 'இந்தியா வின்ஸ் ஃப்ரீடம்' நூலில் இருந்து முஜீப் சொல்லியிருப்பதுபோல், 'அவரைக் குறை சொல்பவர்களுக்கு ஆசாத் பதிலடிகொடுப்பதில்லை' என்பதை மட்டுமல்ல; அதன் இன்னொருவடிவமான 'பிறரை விட நான் புத்திசாலி' என்ற பெருமித மனோபாவம் அவரிடம் இருப்பதைப் பார்க்கமுடியும். அதேநேரம், சொந்த சமுதாய மக்களின் உள்ளங்களை வெற்றிகொள்ளும் முயற்சியிலும் அவருடைய காலத்தில் நிலவிய கருத்துகள் தொடர்பாகவும் ஆசாத் வரலாற்றின் பார்வையை மாற்றியமைக்க பதற்றத்துடன் முயற்சி செய்பவராகவே 'இந்தியா வின்ஸ் ஃப்ரீடம்' நூலில் வெளிப்பட்டிருக்கிறார். அந்நூலில் பலமுறை அவர் காந்தி, நேரு, பட்டேல் ஆகியோரின் பிழைகளை விவரிக்கிறார். கூடவே, 'பின்னர் நடந்தவை என் கணிப்புகள் சரி என்றே நிரூபித்தன'[136] என்ற வாக்கியமும் தவறாமல் இடம்பெற்றிருப்பதைப் பார்க்கமுடியும்.

'பின்னர் நடந்தவை என் கணிப்புகள் எவ்வளவு காரண காரியத்தோடு இருந்தன என்பதை நிரூபித்தன'[137] அவரின் எழுத்துகளில் இந்த இரண்டு வாக்கியங்களும் அடிக்கடி வந்துபோவதைக் குறிப்பாகப் பார்க்க முடிகிறது. அடிக்கடி அந்த வாக்கியங்களைப் பயன்படுத்துவதால் தேர்ந்த எழுத்தாளர், சிந்தனையாளர் என்றெல்லாம் நாம் அவரைப் பற்றி வைத்திருக்கும் எண்ணமானது சற்று மங்குகிறது என்பது உண்மைதான். அந்த எண்ணத்தில் நம் தவறு எதுவும் இல்லை. சிறை வாழ்க்கையின்போது கிடைத்த ஓய்வும் தெளிவான சிந்தனைகளும் அவர் துணிவோடும் பணிவோடும் எழுதியுள்ள

இந்திய முஸ்லிம் தலைவர்கள் | 473

தஸ்கீரா, மற்றும் குபார்-இ-கதிர் ஆகிய நூல்களில் வெளிப்பட்டிருக்கின்றன. இந்த 'இந்தியா வின்ஸ் ஃப்ரீடம்' நூலை எழுதுகிற வேளையில் அவர் இந்தியாவின் கல்வி அமைச்சராகியிருந்தார்; அந்த அமைச்சர் பணியின் நெருக்கடிகளுக்கு இடையே கிடைத்த சொற்ப அவகாசத்தில் இந்த நூலை எழுதியிருக்கிறார். அதோடு, எதிர்காலம் தன்னை எப்படி மதிப்பிடும் என்ற பதற்றமும் அவரிடம் ஏற்பட்டுவிட்டிருந்தது. போதிய நேரமின்மை, பதற்றம் அதோடு தன் நினைவில் இருந்தவற்றை நம்பி எழுதியது போன்ற காரணங்களினால் ஒருதலைப்பட்சமான தீர்ப்புகள் மற்றும் பல தகவல் பிழைகள் இந்தப் படைப்பில் இடம்பெற்றிருந்தன.

இந்திய விடுதலை மற்றும் பிரிவினையைப் பாடமாகப் படிக்கும் எந்த மாணவனும் 'இந்தியா வின்ஸ் ஃப்ரீடம்' என்ற இதை ஒரு நூலைக் கட்டாயம் படிக்கவேண்டும். அதேநேரம் இதிலுள்ள குறைகளைப் பிற நூல்களை ஒப்பிட்டுப் பார்த்து சரி செய்துகொள்ளவும்வேண்டும்.

ஆசாத்க்கு பொறாமையும் இருந்தது. வரலாற்றுப் பார்வையாளர் முஜீப் 'ஆசாத்தின் நம்பிக்கையும் துணிச்சலும் அவரை உலகிலுள்ள மகத்தான மனிதர்களில் ஒருவராக உயர்தியிருக்கின்றன'[138] என்று சொல்லியிருப்பதோடு, 'மௌலானாவால் டாக்டர் ஜாகிர் ஹுசைன் டெல்லியில் அதிகாரமும் செல்வாக்கும் மிகுந்த பதவிக்கு நியமிக்கப்பட்டதைப் பொறுத்துக் கொள்ள முடியவில்லை' என்றும் குறிப்பிட்டிருக்கிறார். அதோடு, 1957-ல் ஜாகிர் ஹுசைன் பீகாரின் கவர்னராக நியமிக்கப்பட்டபோது ஆசாத் அதிருப்தி அடைந்தார்[139]; ஆசாத் வீழ்ந்தது நிஜம். ஆனால் மீண்டெழவும் செய்தார். அவரிடம் துணிச்சலும் தன்னம்பிக்கையும் இருந்தன. தனிமைப்பட்டும் இருந்தார்; ஆனால், தனிமைப்பட்டவராகக் கருதப்படாமல் உயரப் பறந்தவராகச் சொல்லப்படும் ஒரு காலம் வரும்.

•

ஜனவரி 1948-ல் காந்தி ஆசாத்தை அழைத்து, தில்லியில் வாழும் முஸ்லிம்களுக்கு ஏற்பட்டுவரும் துயரங்கள் முடிவுக்குவரும் வரைக்கும் தொடர்ந்து உண்ணா நோன்பு இருக்கப் போவதாகச் சொன்னார். இந்திய அரசாங்கம் பாகிஸ்தான் பிரிந்தவுடன் அதற்கு அளிக்க வேண்டிய 55 கோடி ரூபாய்களைக் கொடுக்க விருப்ப மில்லாமல் காலம் தாழ்த்தியதற்கு எதிர்ப்புத் தெரிவிக்கும்முகமாக வும் அந்த உண்ணாவிரதம் மேற்கொள்ளப்பட்டிருந்தது.

அப்போது உள்துறை அமைச்சராக இருந்த பட்டேல் மிகுந்த வருத்தமடைந்தார். மகாத்மாவிடம் அவர் பேசினார். அவரின்

உண்ணா நோன்பு நியாயமற்றது; அது காந்தியை அவமதிக்கிறது. அவரை மட்டுமின்றி பொதுவாக எல்லா இந்துக்களையும் அவமதிக்கிறது என்று சொன்னார். 'அரசாங்கம் முடிந்தவரையில் முஸ்லிம்களைப் பாதுகாப்பதற்கு எல்லா முயற்சிகளிலும் ஈடுபடுகிறது' என்றார். அப்போது காந்தியின் பக்கத்தில் ஆசாத் அமர்ந்திருந்தார். கூடவே பட்டேலும் நேருவும் அமர்ந்திருந்தார்கள். காந்தி அவர்களைப் பார்த்துச் சொன்னார், 'நான் சீனாவில் இல்லை; இதே டெல்லியில்தான் இருக்கிறேன். நீங்கள் என் கண்களையும் காதுகளையும் நம்ப வேண்டாம் என்கிறீர்களா?'[140] என்றார்.

ஆசாதின் பார்வையில், காந்தியின் இந்தக் கேள்வியும் அவரது கோபமும் மின்சார வேகத்தில் நடவடிக்கைகளை முடுக்கிவிட்டன. ஆம், ஆயுதங்களைக் கலவரக்காரர்கள் அரசாங்கத்திடம் ஒப்படைத்தார்கள். முஸ்லிம்கள் போற்றிவரும் க்வாஜா குத்புதீன் பக்தியார் காகியின் சமாதி அடங்கிய மசூதியில் கலவரத்தின்போது சேதப்படுத்தப்பட்டிருந்த பகுதிகளை இந்துக்களும் சீக்கியர்களும் பிராயச்சித்தமாக சீர்ப்படுத்தித் தந்தார்கள். ஆயிரக்கணக்கான இந்துக்களும் சீக்கியர்களும் ஒன்றுகூடி, இனிமேல் முஸ்லிம்கள் மீதான தாக்குதலை நிறுத்துவோம்; தடுப்போம் என்று உறுதிமொழி எடுத்தனர். இந்தக் கலவரத்தால் வீடுகளை விட்டு தப்பியோடிய முஸ்லிம்களின் மறு குடியேற்றத்துக்கும் இயன்றதைச் செய்ய உறுதி பூண்டார்கள்.

ஜனவரி 18 ஆம் நாள், காந்தியின் விரதத்தின் ஆறாவது நாளில், இருபத்தைந்து இந்துக்கள் சீக்கியர்கள் ஆகியோர் காந்தியின் முன்னிலையில் நின்று, தங்கள் உறுதிமொழியை உரத்துக்கூறி காந்தியை உண்ணா நோன்பை முடித்துக்கொள்ள வேண்டி நின்றார்கள். காந்தி அதை ஏற்றுக்கொண்டார்; அவரின் உண்ணா நோன்பை முடித்துக் கொள்வதாக அறிவித்தார். காந்தியின் பேத்தி ஆரஞ்சு பழச்சாறு நிரம்பியக் கோப்பையைக் கொண்டு வந்தார். காந்தி ஆசாத்திடம் அதை வாங்கிக்கொள்ள சாடைக் காட்டினார். ஆசாத் அதைக் கையில் வாங்கி காந்தியின் உதட்டருகே கொண்டு செல்ல, காந்தி அருந்தினார். உண்ணா நோன்பு முடிவுக்கு வந்தது.[141]

பன்னிரண்டு நாட்கள் ஓடின. ஆசாத் நண்பகல் ஒருமணிவரை மகாத்மாவோடு இருந்தார். பின் அவரின் அவசியப் பணிகள் நிமித்தம் வீடும் திரும்பினார். மறுபடி அவர் பிர்லா மாளிகைக்குச் சென்றபோது ஆயிரக்கணக்கானவர்கள் அந்த மாளிகைப் புல்வெளியில் திரண்டு நின்றார்கள். தெருக்களிலும் கூட்டம் அலை மோதியது. யாரோ ஒருவரின் குரல் கேட்டது: 'காந்திஜியைச் சுட்டுவிட்டார்கள்...'

இந்திய முஸ்லிம் தலைவர்கள் | 475

ஆசாத் கலக்கமும் மயக்கமும் அடைந்தார். இது ஒரு கனவாக இருக்கக் கூடாதா? ஆனால் 'காந்திஜி இறந்துவிட்டார்...'[142]

•

ஜின்னா அதே ஆண்டு செப்டெம்பரில் இறந்தார். பாகிஸ்தான் மற்றும் அதன் தலைவர்கள் குறித்த மௌலானாவின் 'அணுகுமுறை பெரு மதிப்போடும் அரசியல் மேதைமைத்தன்மையோடும் இருந்தது...'[143] என்று இக்ராம் குறிப்பிட்டிருக்கிறார். கடந்த காலத்தில் நடந்தவற்றையெல்லாம் மறந்துவிட்டு எதிர்காலம் பற்றிய சிந்தனையுடன் செயல்படும் ஆசாத்தின் குணம் பற்றி பின்னாளில் பாகிஸ்தானின் பிரதமரான சௌத்திரி முகமது அலி குறிப்பிட்டதை இக்ரம் சுட்டிக்காட்டுகிறார். 1950-ல் அரசுத்துறை அதிகாரியாக இருந்த முகமது அலி, ஆசாத்தை புது டில்லியில் ஓர் இந்தோ பாகிஸ்தான் உடன்படிக்கை தொடர்பாகச் சந்தித்தார். 'இரு நாட்டு சிறுபான்மையினரும் நியாயமாக, சமமாக நடத்தப்படவேண்டும் என்பதில் ஆசாத் மிகுந்த ஆர்வத்துடன் இருந்தார்'[144] என்று சௌத்திரி முகமது அலி குறிப்பிட்டிருக்கிறார்.

வல்லபாய் பட்டேல் டிசம்பர் 1950-ல் இறந்தார். இந்து-முஸ்லிம் குறித்த விஷயங்களில் நேருவின் பார்வையிலிருந்து பட்டேலின் பார்வை மாறுபட்டது; அது குறித்தெல்லாம் நேரு, கல்வி அமைச்சராக இருந்த ஆசாத்திடம் பகிர்ந்துகொண்டதாகத் தெரிகிறது. சில வேளைகளில் பிரதமர் நேருவுக்கும் ஆற்றல்மிக்க துணைப் பிரதமரான பட்டேலுக்கும் இடையே கருத்து வேறுபாடுகள் ஏற்படுவதுண்டு. அப்போதெல்லாம் ஆசாத், இருவருக்கும் இடையில் இணக்கம் ஏற்படுத்தும் முயற்சியில் ஈடுபடுவார். நேருவின் மேல் வி.கே. கிருஷ்ணமேனன் காட்டிய செல்வாக்கை பட்டேலும் ஆசாத்தும் விரும்பவில்லை. பின்னால் ஆசாத் இதைப்பற்றியும் எழுதியிருக்கிறார்: 'ஜவாஹர்லாலுக்கு கிருஷ்ணமேனன் தவறான அறிவுரைகள் அளிக்கிறார் என்பது எனக்கு வருத்தத்தை அளிக்கிறது. எனக்கும் சர்தார் பட்டேலுக்கும் கருத்து வேறுபாடுகள் உண்டு. ஆனாலும் வி.கே. கிருஷ்ணமேனனைக் குறித்த எங்கள் இருவரின் கணிப்பும் ஒன்றுதான்...'[145]

பட்டேலின் இறப்பு நேருவை முழு அதிகாரம் கொண்டவராக்கி விட்டது. ஆசாத்தின் தேவை நேருவுக்கு குறைந்துபோனது. ஆனாலும் நேருவுக்கு ஆசாத், 'கூட்டாளி, நண்பர், அரசியல் சக பயணி'[146] ஆகவே இருந்துவந்தார் என்பது பின்னர் நேரு ஆசாத்தின் இறப்பின்போது சொல்லியிருப்பதில் இருந்து தெரியவருகிறது. நாற்பதுகளில் நேரு எழுதியுள்ளார்: 'ஆசாத் பிரெஞ்சுக் கலைக் களஞ்சியவாதிகளைப்போலத் தெரிந்தார்; பெரும்பாலும் யாரும்

அறியாதவற்றை அவர் சட்டென்று இயல்பாக எடுத்துரைக்கும் அறிவு நம்மைத் தொடர்ந்து வியப்பில் ஆழ்த்தும்'.[147] 1958-ல் நேரு மீண்டும் அவரைக் குறித்து உயர்வாகக் கூறியிருப்பது : 'ஆசாத் ஒரு வாழும் கலைக்களஞ்சியம்; அறிஞர். செயலாற்றல் மிக்கவர்.'[148] எனினும் பட்டேல் உயிருடன் இருந்தவரையே ஆசாத், நேருவுக்கு நெருக்கமாகவே இருந்தார்; நேருவுக்கும் பட்டேலுக்கும் இடையே இணக்கம் ஏற்படுத்தினார். ஆனால், இவையெல்லாம் பட்டேல் மறைவுக்குப் பின்னர் தேவையற்றுபோனது.

கிருஷ்ணமேனனின் செல்வாக்கு நேருவிடம் வளர வளர ஆசாதின் நெருக்கம் குறைந்துபோனது! நேருவுடனும் ஆசாதுடனும் ஐம்பதுகளில் தொடர்பிலிருந்த பத்ருதீன் தயாப்ஜி எழுதியுள்ளார்: 'மௌலானா சாகிபை பண்டிட்ஜி மிகமிகக் குறைவாகவே சந்திப்பார். ஆனால் அமைச்சரவையில் இல்லாத போதிலும் கிருஷ்ணமேனன் மிகவும் நெருக்கமாகி, அதிகாரபூர்வமற்ற ஆலோசகராகவே பிரதமருக்குச் செயல்பட்டார். குறிப்பாக வெளிநாட்டு விவகாரங்களுக்கு அவரின் அறிவுரையை நேரு விரும்பினார்.'[149]

கல்வி அமைச்சராக இருந்த ஆசாதின் செயல்பாடுகள் குறித்தோ நிர்வாகத் திறமை குறித்தோ நாம் இங்கு பார்க்கப் போவதில்லை. விடுதலை கொண்டாட்டத்தில் ஆங்கிலத்தைப் புறக்கணிக்க வேண்டுமென்று சிலர் விரும்பியபோது, அதை அவர் உறுதியாக எதிர்த்து நின்றார். அவர் அரபி, பார்சி ஆகிய மொழிப் பள்ளிகளில் பயின்று ஆளாக்கப்பட்டவர் என்றாலும் ஆங்கில எதிர்ப்பை அவர் ஏற்கவில்லை. அவர் அமைச்சராக இருந்த போதுதான் தொழிற்நுட்பம், வயது வந்தவர்கள் மற்றும் பெண்கள் கல்விக்கு முன்னுரிமை தரப்பட்டன. அதுபோல மேலும் பல துறைகள் தொடங்கப்பட்டன. குறிப்பாக, பல்கலைக்கழக மான்யக் குழு, பண்பாட்டு கூட்டுறவுக் கழகம், மேலும் இலக்கிய வளர்ச்சிக்காக ஓர் அகாதமி (சாகித்ய அகாதமி), தொழிற்நுட்பக் கழகம் மற்றும் அரபி மொழியில் காலாண்டிதழ் என்று எவ்வளவோ ஆரம்பிக்கப்பட்டன. இவற்றில் சிலவற்றை ஆசாத் அவராக சிந்தித்து உருவாக்கினார் என்பது குறிப்பிடத்தக்கது.

அமைச்சரவைச் செயலாளரான சையூத்தீன் ஆசாதை குறித்துச் சொன்னவை: 'அவர் ஒரு குழுவின் தலைவராக இருப்பாரே தவிர, அக்குழுவின் நடவடிக்கைகளில் குறுக்கிடவோ அதன் செயல்களில் ஆர்வம் காட்டியதோகூடக் கிடையாது.'[150] முஜீப் அவரைக் குறித்துச் சற்று கண்ணியக்குறைவுடன் கூறுவது : 'திறமையான நிர்வாகியாக முடியாத அளவுக்கு அவர் கொள்கைப் பிடிப்புகொண்டவர்.'[151]

எப்போது ஆசாத் அமைச்சர் என்ற தகுதியில் எழுதுகோலை எடுத்தாரோ, அப்பொழுதே அவர் தன்னுடைய எழுத்தாளர் பேனாவை கீழே போட்டுவிட்டார். அமைச்சரவையில் அவர் அங்கம் வகிப்பது அவரின் க்வாமுக்கு ஒருவகையில் பாதுகாப்பாகத் தெரிந்தது. வெளிநாட்டுப் பிரமுகர்கள் இந்தியா வருகை தரும்போது அவர்களை வரவேற்றுக் கொண்டாடுகிற இடத்தில் இருந்த இவரிடமிருந்து அவர்களுக்கு அறிந்து கொள்வதற்கு ஏராளமான விஷயங்கள் கிடைத்தன. ஆனால் 'இந்தியா வின்ஸ் ஃப்ரீடம்' நீங்கலாக இவர் 1945 முதல் 1958 வரையில் எதையுமே எழுதவில்லை. இது மிகப் பெரிய இழப்பு.

அபுல் கலாம் ஆசாத், தன் எழுபதாவது வயதில் பிப்ரவரி 22, 1958-ல் இறந்தார். பழைய தில்லியில் உள்ள முக்கியமான ஓரிடத்தில் அவர் உடல் மண்ணில் ஒப்படைக்கப்பட்டது. காந்தியின் உடலை நெருப்பு உள்வாங்கிக் கொண்ட ராஜ்காட்டிலிருந்தும், இவர் இறந்த பின்னர் ஆறாண்டுகள் கடந்து மறைந்த நேரு நெருப்புடன் ஐக்கியமான சாந்திவனத்திலிருந்தும் இவரின் அடக்க இடம் அதிக தூரம் கிடையாது. அதுமட்டுமல்ல, இவரின் மூதாதையர்கள் முகலாயர்களோடு சங்கமித்திருந்த செங்கோட்டை, இவர் தன்னுடைய க்வாமுக்கு அறிவுரையும் எச்சரிக்கையும் செய்து, நெஞ்சத்தை அவர்களிடம் ஒப்படைத்தாரே – அந்த ஜும்மா மஸ்ஜித் – வெகு அண்மையிலேதான் இருக்கிறது. ஆனால் அவரின் மனைவி ஜுலைகா கிழக்கில் ஆயிரம் மைல்களுக்கு அப்பால் புதையுண்டு கிடக்கிறார்.

அத்தியாயம் 8

லியாகத் அலி கான்

(1895–1951)

காங்கிரஸ் கட்சியின் தலைவர் நாற்காலியில் ஆசாதும் முகமது அலியும் வீற்றிருந்திருக்கிறார்கள். ஜின்னாவும் காங்கிரஸில் வளரும் நட்சத்திரமாக ஜொலித்திருக்கிறார். குறைந்த காலகட்டத்துக்கு ஹக் பொதுச் செயலாளராக இருந்துள்ளார். 1920-ல் நடைபெற்ற காங்கிரஸ் போராட்டத்தின் ஆதரவாளரான கவிஞர் இக்பால், காந்தியைப் போற்றிக் கவிதை எழுதியுள்ளார். அடுத்து வருகிற பகுதியில் ஜாகிர் ஹுசைன் விவரிக்கப்பட இருக்கிறார். அவரோ இந்தியாவின் அதிபர் பதவிக்கு காங்கிரஸால் தேர்ந்தெடுக்கப் பட்டவர். இந்நூலில் எட்டு பெருந்தகைகள் குறித்து விவரிக்கப் படுகிறது. இதில் இருவர் மட்டுமே அதாவது சையத் அகமதுவும், லியாகத் அலிகானும் மட்டுமே காங்கிரஸோடு எந்தத் தொடர்பும் இல்லாமல் தள்ளி நின்றவர்கள்.

இந்த நூலின் தொடக்கப் பகுதியில் சையத் அகமது, அவரின் இறப்புக்கு 13 ஆண்டுகள் முன்னர் தொடக்கப்பட்ட காங்கிரஸில்

இணையும்படிக் கேட்டுக்கொண்ட பின்னரும் மறுத்தார் என்பதைப் பார்த்தோம். சையத் அகமதுவின் இறப்புக்கு 25 ஆண்டுகள் கடந்து காங்கிரஸ்காரர்களில் சிலர் லியாகத் அலிகானை காங்கிரஸில் சேர்த்துக்கொள்ள முயன்றார்கள். ஆனால் அதிலும் வெற்றி கிடைக்கவில்லை. லியாகத் நவாப் பரம்பரையில் வந்தவர். இந்த இளைஞர் 'பெரும் பண்ணைக்காரரின் மைந்தர்'. சையத் அகமது போலவே இவரும் ஆட்சியாளர்களுக்கு எதிராகச் செயல்பட மிகுந்த தயக்கம் காட்டினார்.

பிளவுபடாத பஞ்சாப் மாகாணத்தில் இருந்ததும் இப்போது ஹரியானாவில் இடம்பெற்றிருப்பதுமான 'கர்நால்' என்ற ஊரில் லியாகத் அலி 1895-ல் பிறந்தார். இவரின் தந்தை ருஸ்தம் அலிகானுக்கு இரண்டாவது மகன். ஈரானின் பண்டைய மன்னர் நௌஷெர்வானின் வம்சாவழியில் வந்தவர்கள். ருஸ்தம் அலியின் மூதாதையர் பதினைந்தாம் நூற்றாண்டில் இந்தியாவுக்குப் புலம்பெயர்ந்து வந்து குடியேறினார்கள். ருஸ்தம் அலி, கர்நாலைச் சுற்றியுள்ள விளைநிலங்களையும் மேற்கு உ.பி.யில் உள்ள விளைநிலங்களையும் சொந்தமாக்கிக்கொண்டார். இவர் லியாகத்தை அலிகரிலுள்ள எம்.ஏ.ஒ. கல்லூரிக்கு அனுப்பிவைத்தார்.

தேசிய உணர்வும் ஒத்துழையாமைப் போராட்டமும் அலிகர் கல்லூரி மையத்தில் செல்வாக்குச் செலுத்தும் முன்பாக 1919-ல் லியாகத் அலகாபாத் பல்கலைக்கழக உறுப்புக் கல்லூரியான எம்.ஏ.ஒ. கல்லூரியில் படிப்பை நிறைவுசெய்து பட்டதாரி ஆனார். பின் ஆக்ஸ்ஃபோர்ட் சென்று அங்கு அப்பல்கலைக்கழகத்தின் உறுப்புக் கல்லூரி செயிண்ட் கேத்ரினில் மேற்படிப்பைத் தொடர்ந்தார். பின் எக்ஸிடரில் 'சட்டத்துறைக் கோட்பாடு' (Juris Prudence) குறித்த பட்டப்படிப்பை 1921-ல் முடித்தார். தொடர்ந்து அடுத்த ஆண்டிலேயே லண்டனிலுள்ள இன்னர் டெம்பிள் என்ற 'பார்' மையத்தில் படிப்பை முடித்து வழக்கறிஞரானார். இந்தப் படிப்பில் ஈடுபட்டிருந்த காரணத்தால் அவர் 1920–21-ல் எழுச்சியுற்ற கிலாஃபத் மற்றும் ஒத்துழையாமைப் போராட்ட நீரோட்டத்தில் பங்குபெற வில்லை. இந்தியா பிரிட்டிஷ் ஆட்சியிலிருந்து விடுவித்துக் கொள்ளும் போராட்டத்தில் ஈடுபட்டிருந்தபோது, ஆட்சியாளர் களின் சிந்தனையையும் செல்வாக்கையும் தீர்மானிக்கும் விஷயங்கள் பக்கம் லியாகத் இருந்தார்.

லியாகத்துக்கு ஆக்ஸ்ஃபோர்டில் இந்தியா குறித்துச் சொற்பொழிவு ஆற்றும் வாய்ப்பு கிடைத்தது. ஆக்ஸ்ஃபோர்ட் பல்கலைக்கழக வட்டத்தில் கல்வி கற்ற இந்திய மாணவர்கள் ஒன்றுசேர்ந்து கருத்துகளைப் பரிமாறிக் கொள்கிற 'விவாத மேடை' ஒன்றை

ஏற்படுத்தியிருந்தார்கள். அதற்கு 'மஜ்லிஸ்' என்று பெயர். இந்த மன்றத்துக்கு லியாகத் பொருளாளராகத் தேர்ந்தெடுக்கப்பட்டார். இவருக்கு 'அனைத்து சமூகங்களைச் சேர்ந்த நண்பர்களும்' இருந்தார்கள். அவர்களில் ஒருவர் இவருடன் பயின்றவர்களில் ஒருவரான கே.பி.எஸ்.மேனன்; பின்னாளில் இவர் வெளியுறவுத்துறை அமைச்சகத்தின் பொதுச் செயலாளராகப் பதவி வகித்தவர். லியாகத் குறித்து, 'இவர் நல்ல விளையாட்டு வீரர், நல்லதொரு நண்பர்'[1] என்றெல்லாம் பாராட்டியுள்ளார்.

1922-ல் லியாகத் இந்தியா திரும்பினார். டெல்லியிலும் உ.பி.யில் உள்ள முஸாஃபர்நகரிலும் மாறி மாறி காலம் கழித்தார். அப்போது காங்கிரஸ் ஆட்சியில் செல்வாக்குமிக்க தலைவர்களில் ஒருவரான கோவிந்த் வல்லப பந்த் இவரை காங்கிரஸ் கட்சிக்குள் இழுக்க பெருமுயற்சி செய்தார். ஆனால் இந்த இளம் பாரிஸ்டர் காங்கிரஸ் பக்கம் வர மறுத்துவிட்டார். பந்த் விடுதலைக்குப்பின் உ.பி. முதல்வராகவும், நடுவணரசின் அமைச்சரவையில் உள்துறை அமைச்சராகவும் ஆனார்.[2] காந்திஜியின் செல்வாக்கு அதிகரிக்கத் தொடங்கிய பின்னர், அமைதி மற்றும் நியாயமான வழிமுறைகளில் ஸ்வராஜ்யத்தை அடையப் பாடுபடுவது என்று காங்கிரஸ் முடிவு செய்தது. அதற்கு முன்பாக பிரிட்டிஷ் பேரரசின் கட்டுக்கோப்புக்குள் சுய ராஜ்ஜியம் அதாவது டொமினியன் அந்தஸ்து வேண்டும் என்பதே அவர்களின் கோரிக்கையாக இருந்தது. காங்கிரஸின் இலக்கை லியாகத் எவ்வாறு எடுத்துக்கொண்டார் என்பதுபற்றித் தெளிவாக எதுவும் தெரியவில்லை. அதற்கு அவருடைய வளர்ப்பா, மன்னர் பரம்பரையில் வந்தவர் என்ற வர்க்கப் பார்வையா எது காரணம் என்பதும் தெளிவாகத் தெரியவில்லை.

1920–21-ல் இந்து-முஸ்லிம்களுக்கிடையே நல்லுறவும் ஒருமித்த பங்களிப்பும் அதிகமாக இருந்தது. எனவே முஸ்லிம் லீக்கூட இந்தப் புதிய அணுமுறைக்கு ஆதரவாகவே இருந்தது. ஆனால், 1923–வாக்கில் இந்து-முஸ்லிம் வேற்றுமைகளும் அந்நிய ஆட்சியாளரின் பலமும் நன்கு புலப்பட ஆரம்பித்தன; லீக்குக்கு இரண்டாவது சிந்தனை தோன்றியது. ஏகாதிபத்தியத்துடனான அணுகுமுறை மறு வரையறை செய்யப்பட்டது. லியாகத் அலி கான் லீகுடன் சேர்ந்துகொண்டார். இந்நாட்டின் தலையாய முஸ்லிம் அமைப்பின் உறுப்பினர்கள் எண்ணிக்கை 1922-ல் இந்தியா முழுவதற்குமாக வெறும் 1093 மட்டுமே; அதுவே 1923-ல் 1097; 1924-ல் 1184[3] கிலாஃபத் கமிட்டி பலமாக இருந்தது. அதேநேரத்தில் அந்நிய ஆட்சிக்கு எதிர்ப்புணர்வு அதில் மிகுதியாக இருந்தது. அதனால்தான் என்னவோ லியாகத்துக்கு அதை அதிகம் பிடிக்கவில்லை.

அவர் சட்டத் தொழிலில் ஈடுபடவில்லை. அவரின் ஆர்வம் அரசியலிலும் கல்வியிலும் இருந்தது. கல்விமீது அவருக்கு உள்ளார்ந்த ஈடுபாடு இருந்ததால் சையத் அகமதுவின் பார்வையையே இவரும் கொண்டிருந்தார். முஸ்லிம்களின் கல்வி முன்னேற்றத்துக்காக அவர் நன்கொடைகள் கொடுத்தார்; மேலும் நிதி திரட்டி – அளித்திடவும் செய்தார்; இதுபோன்ற அவரின் செயல்பாடுகள் அவரை முஸாஃபர் நகர் மதராசாவுக்குத் தலைவராக்கியது. லியாகத் இந்தத் தலைவர் பொறுப்பில் நாடு பிரிவினை ஆகும்வரை தொடர்ந்திருந்தார்.

1924-ல் ஜின்னா தலைமையில் நடந்த லீக்குடைய கூட்டத்தில் லியாகத் அலி கான் கலந்துகொண்டார். 1926-ல் மேற்கு யுனைட்டட் பிராவின்ஸில் முஸ்லிம்களுக்காக ஒதுக்கப்பட்டிருந்த தொகுதியிலிருந்து அவர் தேர்ந்தெடுக்கப்பட்டார். இங்கே அவருடைய சொந்த மதிப்பை முன்னிட்டே தேர்ந்தெடுக்கப் பட்டார். முஸ்லிம் லீக் உறுப்பினர் என்ற தகுதியில் அல்ல. கல்கத்தாவில் 1928-ல் அனைத்துக் கட்சி கருத்தரங்கு ஒன்றுக்கு ஜின்னாவின் தலைமையில் இவரும் சென்றிருந்தார். காங்கிரஸும் – லீக்கும் வேற்றுமைகளைத் தாண்டி நட்பு பாலம் உருவாக்கும் என்ற எதிர்பார்ப்பு பொய்த்துப்போனது. இந்த கல்கத்தா மாநாடுதான் ஜின்னா – லியாகத் நெருங்கிவரக் காரணமானது. இந்த இருவரின் கூட்டணியே இந்திய விடுதலை வரலாற்றில் பல திருப்பங்களுக்கு முக்கிய காரணம்.

இந்நூலில் ஜின்னாவைப் பற்றிய வரலாற்றில் நாம் பார்த்தவரையில், இருபதுகளின் இறுதியிலும் முப்பதுகளின் தொடக்கத்திலும் ஜின்னா தேர்தல் நடைமுறைகளில் தனித்தொகுதிகளை மறுத்து கூட்டுத் தொகுதிகளே ஒதுக்கப்பட வேண்டுமென்ற கருத்தில் இருந்தார். இதே கருத்தையே லியாகத்தும் கொண்டிருந்தார். இதே கருத்தை வலியுறுத்தி அவர் உ.பி. சட்டமன்றத்தில் பேசுகிறபோது, 'முஸ்லிம் களுக்கு தனித்தொகுதி என்பது அந்தச் சிறுபான்மையினருக்கு கேடு விளைவிக்கும்' என்றார். 'அத்தகைய ஒதுக்கப்பட்ட தனித் தொகுதிகளில் இந்துக்கள் இந்துக்களுக்காக ஓட்டளிப்பார்கள். முஸ்லிம்கள் முஸ்லிம்களுக்காகவும், கிருத்துவர்கள் கிருத்துவர் களுக்காகவும், சீக்கியர்கள் சீக்கியர்களுக்காகவும் ஓட்டளிப்பார்கள்'[4] என்றார்.

1937-ல் இருந்து லியாகத் பிரிவினைக் கொள்கையை முன்னெடுக்க ஆரம்பித்தார். இப்படியான நிலையில் அவர் 1932-ல் பேசியவற்றை இங்கு பார்ப்பது அவசியம். சையத் அகமது கான் தொடங்கிய 'முஸ்லிம் கல்விக் கருத்தரங்கில்' லியாகத் பேசுகிறபோது,

முஸ்லிம்கள் தனித்த வேறுபட்ட பண்பாட்டைக் கொண்டிருப்பவர்கள்... அதைக் கட்டிக் காப்பாற்றிக் கொள்ளும் உரிமை அவர்களுக்கு உண்டு' என்றார்.

> மேலும், 'நம் நாட்டில் சமயவெறிப் போக்குடையவர்களின் காலம் முடிவுக்கு வரப்போகிறது. இந்து-முஸ்லிம்களுக்கிடையே நல்லிணக்கம் மலரவிருக்கிறது. இரு மாபெரும் கலாசாரங்கள் அருகருகே வந்ததன் மூலம் உருவான செழுமையான பாரம்பரியத்தைப் பிற்காலத் தலைமுறையினருக்கு ஒப்படைக்க நாம் பொறுப்பேற்றுக் கொள்ளவேண்டும்...'[5] என்றார்.

•

லியாகத் 1933-ல் இரண்டாவது முறையாகத் திருமணம் செய்து கொண்டார். அவரின் முதல் மனைவியைக் குறித்தோ அவர்கள் சேர்ந்து வாழ்ந்த வாழ்க்கையைக் குறித்தோ அதிகமாக நமக்குத் தெரியவில்லை. 'ராணா' – அவரின் இரண்டாவது மனைவி மிகவும் அழகானவர்; அறிவுத்திறன் மிக்கவர்; பாகிஸ்தான் உருவான பின்னர் பிரதமரின் இல்லத்தில் விருந்தினரை உபசரிப்பவராக இருந்தார். பின்னர் கணவர் லியாகத் படுகொலை செய்யப்பட்ட பின்னர் ஹாலந்து நாட்டுக்குப் பாகிஸ்தானின் தூதராகச் சென்றாள். இவருடைய முன்னோர்கள் யுனைட்டட் பிராந்திய மலைப் பகுதிகளில் வாழ்ந்தவர்கள். அவர்களைப் 'பந்த்' என்பார்கள். ஆரம்பத்தில் இந்துக்கள். பின் கிறிஸ்தவராக மாறினார்கள். அந்தக் குலமரபில் பிறந்த ராணா ஆசிரியையாகவும், பொருளாதார நிபுணராகவும் தொழில் புரிந்தார். 37 வயதான லியாகத்தை 1932-ல் திருமணம் புரிந்துகொண்டார். அப்போது அது பரபரப்பான செய்தியாக இருந்தது.

லியாகத் கண்ணாடி அணிந்திருப்பார்; தலை கொஞ்சம் வழுக்கை; உயரம் குறைவாக, கொஞ்சம் பருமனாகவும் தெரிவார்; ஆனால் குண்டாகத் தெரியமாட்டார். ஐரோப்பிய உடைகளில் கச்சிதமாகத் தோற்றமளிப்பார். அவரின் அன்பு மனைவி ராணாவுக்கும், அவரைச் சுற்றியுள்ள நண்பர்கள், ஆர்வலர்கள் ஆகியோருக்கும் அவர் ஆற்றல் படைத்த பெருந்தகையாக, நவாப் குலத்தில் வந்து உதித்தவராகவே தெரிந்தார். லியாகத் அலிகான் தன்னைச் சரியான முறையில் உருவாக்கிக் கொண்டிருந்தார். பொதுவாக நவாப் குலவழி மக்கள் பலரிடமும் உள்ள தளர்ந்த, சுறுசுறுப்பற்ற மனப்பாங்கிலிருந்து விடுவித்துக் கொண்டிருந்தார்: பிரபலமற்றவர்களிடம் இருக்கும் சமூக அங்கீகாரத்துக்கான உத்வேகம், பதற்றம் ஆகியவற்றின் அவசியமற்றவராகவும் இருந்தார். இதனால் லியாகத் இதமானவராக

எது குறித்தும் கவலையற்றவராக இருக்க அவருக்கு முடிந்தது. அவர் யுனைட்டட் பிராவின்ஸ் சட்டமன்ற கவுன்சிலில் அறிவுக் கூர்மையோடும், வெற்றியாளராகவும் இருந்தார். அங்கே ‘ஜனநாயகக் கட்சி’ என்று தம்மை அழைத்துக்கொண்ட எம்.எல்.ஏ. குழுவின் தலைவராக இருந்தார். அவர் சிறப்பாகவும் தெளிவாகவும் பேசும் ஆற்றல் படைத்தவர். அருமையான பதிலடிகளைக் கொடுத்து எதிராளிகளை வாயடைக்கச் செய்வதில் தேர்ந்தவர். சரியான தருணத்தைப் புரிந்துகொள்ளும் சாமர்த்தியமும் துணிந்து செயலாற்றும் குணமும் கொண்டவர்.

ராணாவுடனான அவரின் திருமணத்தைத் தொடர்ந்து தேனிலவுக்காக தம்பதிகள் ஐரோப்பா சென்றார்கள். வசீகரமான மனைவியுடன் ஐரோப்பாவின் அதிசயங்களைப் பார்த்து மகிழ மட்டுமே அவர் அங்கு சென்றிருக்கவில்லை. பணம், தலைவர்கள், உறுப்பினர்கள் என எதுவும் இல்லாமல் தளர்ந்த நிலையில் இருந்த முஸ்லிம் லீகை வலுவான மக்கள் செல்வாக்கு பெற்ற கட்சியாக மாற்றுவது எப்படி என்பதையும் அங்கு வைத்துத் திட்டமிட்டார். இந்தத் திட்டத்தில் ஒரு முக்கியமானவருக்கு இடம் இருந்தது. முகமது அலி ஜின்னா! அங்கு மாநாடுகள், கருத்தரங்கங்கள் முடிந்த பின்னரும் லண்டனிலேயே இருக்க முடிவு செய்திருந்த அவரைத் தேடி லியாகத் சென்றார். ஜின்னா அப்போது இந்தியாவைக் குறித்து நம்பிக்கையற்றவராகவும், அதனுடைய எதிர்காலத்தில் தன்னுடைய இடம் அல்லது பங்கு குறித்து தெளிவற்றவராகவும் காணப்பட்டார். ‘ஜின்னா லண்டனில் இருந்து திரும்பிவரப்போவதில்லை; அவருடைய மக்கள் மீது நம்பிக்கை இழந்துவிட்டிருந்தார்’ என்று ராணா பின்னர் குறிப்பிட்டிருந்தார்.[6]

லியாகத்தின் நோக்கம் ஜின்னாவின் மனதை மாற்றுவதும், அவரை லீக்கில் இணைத்துக் கொள்ளத் தூண்டுவதும் அதன்வழியாக லீக்குக்கு ஒரு மறுவாழ்வைத் தொடக்கி வைப்பதுமாக இருந்தது. லியாகத்தும் ராணாவும் ஐரோப்பாவுக்குப் புறப்பட்டுப் போவதற்கு கொஞ்ச காலத்துக்கு முன்பு எஞ்சியிருந்த லீக்கும் இரண்டாகப் பிளவுபட்டது. அந்தக் கூட்டத்தில் லியாகத்தும் கலந்து கொண்டிருந்தார். ஜின்னா ஒருவரால் மட்டுமே ‘லீக்’கை ஒருங்கிணைக்க முடியும்; இதுதான் எல்லோருக்கும் தெரிந்த உண்மை. ஜின்னா அவரின் புலம் பெயர் வாழ்க்கையை முடித்துக்கொண்டு இந்தியாவுக்குத் திரும்பவேண்டும் என்று லியாகத் அவரிடம் வலியுறுத்த விரும்பினார். லண்டனில் ஜின்னாவை ஒரு நிகழ்ச்சியில் சந்தித்த லியாகத் ‘ஜின்னா உடனடியாக நாடு திரும்பவேண்டும்’ என்ற வலிமையான கோரிக்கையை எழுப்பினார்.

ராணா இதைக் குறிப்பிட்டு எழுதியுள்ளது: ‘அப்போது ஜின்னா அதைக் கேட்டுக் கொண்டார். ஆனால் உடனடியாக மறுமொழி எதுவும் அளிக்கவில்லை... ஜின்னா பேசியபோது, இங்கிலாந்தில் அவரின் வாழ்க்கையைக் குறித்தும் ஹாம்ப்ஸ்டெட்டில் அவர் மனநிறைவோடு இருப்பதாகவும் குறிப்பிட்டார். ஜின்னாவின் இந்தப் பேச்சை லியாகத் மறுத்து அவரிடத்தில் அழுத்தமாக முறையிட்டார்: ‘நீங்கள் இந்தியா திரும்பியே ஆக வேண்டும்... மக்களுக்கு உங்கள் சேவை அவசியம்; நீங்கள் மட்டுமே லீக்குக்கு புதுவாழ்வை வழங்கமுடியும்; அதைக் காப்பாற்றிக் கொடுக்க முடியும்’[7] என்றார்.

லியாகத் – ராணா தம்பதியரை ஜின்னா ஹாம்ஸ்டெட்டில் உள்ள தன் வீட்டுக்கு இரவு விருந்துக்கு அழைத்தார். ராணா அங்கே அவரின் செல்வச் செழிப்பான அமைதியான வாழ்க்கையைப் பார்த்தார். ‘அந்தப் பாதுகாப்பான நிம்மதியான வாழ்க்கையிலிருந்து அவரை எதுவும் அசைக்க முடியாது’ என்று நினைத்தார். ஆனாலும் ஜின்னாவின் தீராத ஏக்கங்களை லியாகத் அறிந்திருந்தார். ஜின்னா இவரைக் காட்டிலும் 19 வயது மூத்தவர். லியாகத் ‘லீக்கின்’ தீர்மானத்தை அவரிடம் வழங்கினார். அதில், ‘ஜின்னா நாடு திரும்பவேண்டும்; இப்போதுள்ள நெருக்கடியான கட்டத்தில் அவர் முஸ்லிம்களுக்குத் தலைமை ஏற்கவேண்டும்’[8] என்று குறிப்பிடப்பட்டிருந்தது. மேலும் அவர் தன்னுடைய நிச்சயமான வருகையை உறுதிப்படுத்தும்படி வலியுறுத்தி கேட்டுக் கொள்ளப்பட்டிருந்தது. இறுதியில் ஜின்னா லியாகத்திடம் சொன்னார், ‘நீங்கள் இந்தியாவுக்குத் திரும்பிச் சென்று அங்குள்ள சூழலைக் கணக்கெடுங்கள்! உங்கள் கணிப்பை நான் நம்புகிறேன். அதன்பின் நீங்கள் என்னை அழைத்தால் நான் இங்கே வாழ்ந்துவரும் வாழ்க்கையை முடித்துக்கொண்டு திரும்புவேன்’ என்றார்.

லியாகத் தம்பதிகள் ஜின்னாவிடம் பேசிவிட்டு லண்டன் திரும்பினார்கள். ஜின்னாவிடம் பேசியதிலிருந்து லியாகத் பெருமகிழ்ச்சியோடு இருந்தார் என்று ராணா குறிப்பிட்டிருக்கிறார். லியாகத் நினைத்ததைச் சாதித்துவிட்டார். ஜின்னாவுக்கு நம்பகமான கூட்டாளி கிடைத்துவிட்டார். இந்த ‘இரட்டையர்கள்’ ஒன்று சேர்ந்து பாகிஸ்தான் என்ற ஒரு தனிநாட்டை சாதித்துக்காட்டினார்கள். இருவரும் தமது எதிர்காலம் தொடர்பாக பரஸ்பரம் நம்பிக்கை வைத்து இயங்கினார்கள். பாகிஸ்தான்தான் இருவருக்குமான இலக்காக இருக்கும் என்பது அப்போது அவர்களில் யாருக்கும் தெரிந்திருக்கவில்லை. 1934-ல் நடைபெறவிருந்த மைய மற்றும் மாகாண சட்டசபைகளுக்கான தேர்தல்கள், அதற்குப் பிந்தைய பிராந்திய தேர்தல்கள் இவையே 1933-ல் அவர்களுடைய கவனத்துக்குரிய விஷயங்களாக இருந்தன.

லியாகத் தனக்கேற்ற தோள் கொடுக்கும் தளபதி என்றும் அவர் தனக்கெதிராக எதிர்காலத்தில் திரும்பமாட்டார் என்றும் ஜின்னா மிகச் சரியாகப் புரிந்துகொண்டார். ஜின்னாவைப் பயன்படுத்திக் கொண்டுவிட்டு பின்னர் அவரை முதுகில் குத்தக்கூடியவர் லியாகத் கிடையாது. லியாகத், ஜின்னாவின் திட்டங்களை நடைமுறைப் படுத்துவதில் முன்நிற்பவர். அவருக்குக் குழிபறிப்பவர் அல்லர் என்பதைப் புரிந்துகொண்டுவிட்டார்.

லியாகத் இந்தியா திரும்பியவுடன் அடுத்த சில மாதங்களை ஜின்னாவின் அறிவுறுத்தலுக்கேற்ப இங்குள்ள நிலைமையைப் புரிந்துகொள்வதற்காகச் செலவிட்டார். நாட்டின் வெவ்வேறு பகுதிகளில் வாழ்ந்து வரும் அறிவுத்திறன் மேம்பட்ட முஸ்லிம்களில் ஒரு நூறு பேரிடம் கலந்துரையாடினார். ஜின்னா நாடு திரும்புவதால் முஸ்லிம்களுக்கும், முஸ்லிம் லீக்கின் புத்துயிர்ப்புக்கும் நன்மைகள் விளையுமா என்று கேள்விகள் எழுப்பினார். கிடைத்த பதிலை வைத்துக்கொண்டு ஜின்னாவுக்குச் செய்தி அனுப்பினார் – 'இந்தியாவுக்கு வந்துவிடுங்கள்'[9].

1935-ஆம் ஆண்டின் தொடக்கத்தில் ஜின்னா இந்தியா திரும்பினார். அதற்கு முன்னரே அவர் இல்லாமலேயே முஸ்லிம் லீக்கின் தலைவராகத் தேர்ந்தெடுக்கப்பட்டிருந்தார். லியாகத் அடுத்த ஆண்டில் லீக்கின் செயலாளராகத் தேர்ந்தெடுக்கப்பட்டார். ஆனால் என்னவோ ஜின்னா – லியாகத் கூட்டணி விரைவிலேயே ஆட்டம் கண்டது. அதற்குக் காரணம் அரசியலே; தனிப்பட்ட காரணமோ, நோக்கமோ கிடையாது. தேர்தல்கள் நெருங்கிக் கொண்டிருந்தது. இந்த வேளையில் லீக்குடைய மக்கள் செல்வாக்கை, பேராதரவைப் பெறவும் பெருக்கவும் வேண்டி ஜின்னா செயலில் இறங்கினார்.

பேர்பெற்ற முஸ்லிம்களில் லீக்கை விட்டு ஏதோ காரணங்களால் விலகிச் சென்றவர்கள் அல்லது 'லீக்கை' தவிர்த்துச் சென்றவர்கள் ஆகியோருக்கெல்லாம் அழைப்பு விடுத்தார். அவர்களுக்காக லீக்கின் கதவுகள் திறக்கப்பட்டு ஜின்னா அவர்களை வரவேற்க ஆயத்தமாகி இருந்தார். வங்காளத்தில் பஸ்லுல் ஹக்கிடம் நயமாக உரையாடினார். உ.பி.யில் ஜமாஅத் – அல் உலமா – ஹிந்த்–வோடு பேசி ஆதரவு கேட்டார். மேலும் சேலம்பூர் ராஜாவாலும் சௌத்திரி கலிக்குல் ஜமானாலும் உருவாக்கப்பட்ட 'முஸ்லிம் ஐக்கிய மன்றம்' என்ற அமைப்பைத் தன்பக்கமாகச் சேர்த்துக்கொள்ள முயன்றார்.

பெரும்பாலான உ.பி. முஸ்லிம்கள் முன்னரும் இன்னமும் காங்கிரசோடு தொடர்பு கொண்டவர்களாகவே இருந்தார்கள். கலிக்குல் ஜமான் போன்றவர்கள், கிலாஃபத் இயக்கத்தில் தீவிரமான பங்கு கொண்டு – காங்கிரஸோடு தோள்சேர்ந்து அந்நிய ஆட்சியைக்

கடுமையாக எதிர்த்து நிற்பவர்கள். இவர்களைப் போன்றவர்கள் எல்லாம் தன்னோடு கரம் சேர்ப்பார்கள் என்று ஜின்னா எதிர்பார்த்தார். இவர்களைத்தான் லியாகத் நீண்ட காலமாகவே எதிர்த்து நின்றிருக்கிறார். ஜின்னாவும் இதுநாள்வரைக்கும் இவர்களிடம் சற்று விலகி நின்றவர்தான். 1936 மார்ச் மாதம் லாகூரில் நடைபெற்ற கூட்டத்தில் ஜின்னா கூறினார்: 'என்னிடத்தில் இப்பொழுதும் எந்த மாற்றமும் கிடையாது. நான் இந்திய தேசியக் காங்கிரசில் சேர்ந்த காலத்திலிருந்து நான் கொஞ்சமும் மாறவில்லை.'[10]

கலிக்குல் ஜமான் ஆதரவைப் பெறுவதற்காக கலிக்குல் ஜமானுக்கும் அவரின் பக்கமுள்ளவர்களுக்கும் உ.பி.யில் லீக்கின் பேரவைக் குழுவின் பெரும்பான்மை கிடைப்பதற்கு ஜின்னா வழிவகுத்துக் கொடுத்தார். ஜின்னா – கலிக்குல் ஜமான் கொடுக்கல் வாங்கல்கள் அல்லது நெருக்கமான உறவாடல்கள் லியாகத்துக்கு குறையையும் ஏமாற்றத்தையும் அளித்தன. அவர் கையிலிருந்த அதிகாரம் யார் யாருக்கோ போய்விட்டது. உள்ளம் கசந்தவராக லியாகத், லீக்கின் மைய மற்றும் உ.பி. மாகாண அமைப்புகளிலிருந்து விலகல் கடிதம் கொடுத்துவிட்டு, இங்கிலாந்துக்குக் கப்பல் ஏறிவிட்டார். திரும்பி வந்த லியாகத், உ.பி.யில் புது சட்டசபையில் ஒரு சுயேட்சை உறுப்பினராகவே தேர்வானார். இந்தச் சட்டமன்றத்தில் அவர் தன்னை தேசிய விவசாயக் குழுவோடு இணைத்துக் கொண்டார். இந்தக் குழு, லியாகத்தின் நண்பரான சாத்தாரி நவாபால் தோற்றுவிக்கப்பட்டது. இந்தச் சட்டமன்றத்தில் அவர் அங்கிருந்த லீக் உறுப்பினர்களைத் தவிர்த்தார்; காரணம், கலிக்குல் ஜமானும் அவரின் தோழர்களும் காங்கிரஸோடு ரகசியத் தொடர்புகள் கொண்டிருக்கிறார்கள் என்று அவர் நினைத்ததே...[11]

உ.பி.யில் 1937-ல் அமையவிருந்த அமைச்சரவையில் 'லீக்'கைச் சேர்த்துக்கொள்ளும் முயற்சியில் காங்கிரஸ் இறங்கியது. இந்த விஷயங்கள் ஜின்னா மற்றும் ஆசாத் தொடர்பான அத்தியாயங்களில் விரிவாக இடம்பெற்றுள்ளன. உண்மையில் இந்த முயற்சி பலன் தரவில்லை. அப்போதைய காங்கிரஸ் தலைவர் பந்த் – உ.பி. அமைச்சரவையில் லியாகத்துக்கு ஓரிடம் அளிக்க முன்வந்தார் என்றும் ஆனால் அதை லியாகத் ஏற்கவில்லை[12] என்றும் சொல்லப் படுகிறது. ஆனால் இதை உறுதிப்படுத்தும் ஆதாரங்கள் எதுவும் கிடைக்கவில்லை.

எந்த மனிதர் ஜின்னாவுக்கு அழுத்தம் கொடுத்து அவர் இந்தியா திரும்பக் காரணமாக இருந்தாரோ – அந்த மனிதர் இப்போது 1937-ல் லக்னோவில் கூடிய லீக் மாநாட்டில் இல்லை. இந்த மாநாட்டில் காங்கிரஸ் விமர்சிக்கப்பட்டது. காங்கிரஸ் அமைச்சர்கள் அமைக்க

முயற்சி செய்வதாகச் சொல்லப்பட்ட இந்து ராஜ்ஜியத்துக்கும் எதிர்ப்பு தெரிவிக்கப்பட்டது. கலிக்குல் ஜமானின் முயற்சிகளினால் அந்த மாநாட்டில் காங்கிரஸ் போலவே முழு சுதந்தரமே வேண்டும் என்று முஸ்லிம் லீக்கும் முதன் முறையாக அறிவித்தது. டொமினியன் தகுதிபோதும் என்று சொன்னதுவரை லீகானது பிரிட்டிஷாருடன் தொடர்புடைய அமைப்பாக விமர்சிக்கப்பட்டு வந்தது. 'முழு விடுதலை' என்ற முழக்கத்தை முன்வைத்ததால் பிரிட்டிஷாருடன் மிதமான போக்கு கொண்டவர்கள் என்ற குற்றச்சாட்டிலிருந்து லீக் வெளிவந்தது. ஆனால், அதற்காக அது காங்கிரஸோடு கைகோர்க்கத் தயாராகிவிட்டது என்று அர்த்தமா?

நிச்சயமாக இல்லை. உண்மையில் பிரிட்டிஷார் மீதான எதிர்ப்பு குறைந்து, இப்போது காங்கிரஸே முஸ்லிம் லீகுக்கு முதல் எதிரி என்பதையே லாகூர் மாநாடு எடுத்துக்காட்டியது. இப்போது லியாகத்தும் கலிக்குல் ஜமானும் ஒன்றுசேர்ந்துவிட்டார்கள். லக்னோ மாநாட்டின் வெற்றியானது, லியாகத்தின் எதிர்காலம் முஸ்லிம் லீகுக்கு வெளியே இல்லை என்பதை உணர்த்திவிட்டது. 1938 தொடக்கத்திலேயே அவர் அனைத்திந்திய முஸ்லிம் லீக்குக்குத் திரும்பிவிட்டார். இங்கே அவருக்கு உடனேயே செயலாளர் பதவி அளிக்கப்பட்டது. தொடர்ந்து அவர் உ.பி. சட்டசபையில் லீக் அணியில் ஒன்றுகலந்தார். கலிக்குல் ஜமான் இவரைக் குறித்து பின்னர் தயக்கமின்றி ஒப்புக்கொண்டு கூறியவை: 'லியாகத் தீவிரமான பேச்சாளர்; எதிராளிக்கு பதிலடி கொடுப்பதில் தேர்ந்தவர். அவரின் மறுநுழைவு எங்கள் கட்சிக்கு பெரிய பலனை அளித்தது.'[13]

பெரும்பாலான பிராந்தியங்களில் ஆட்சியில் இருக்கும் காங்கிரஸின் போதாமைகள் நன்கு வெளிப்படவே அதனால் லீக்குக்கு சாதகமான சூழ்நிலை உருவானது. இதை நன்கு பயன்படுத்திக்கொள்ள வேண்டுமென்றால் ஒரு நல்ல தலைவரும் ஒருங்கிணைப்புத் திறமை கொண்டவரும் தேவை. தலைவருக்கான இடத்தை ஜின்னா பூர்த்திசெய்தார்; ஒருங்கிணைக்கும் திறமையை லியாகத் அலி கான் வெளிப்படுத்தினார். நாடெங்கும் தீவிரமாக பரப்புரையில் ஈடுபட்டார். பயணங்கள் மேற்கொண்டார்: நிதி திரட்டினார். கட்சிப் பிரதிநிதிகளைத் தேர்ந்தெடுத்தார். கட்சிக் கிளைகளைப் புதிது புதிதாகத் திறந்துவைத்தார். உட்கட்சி பூசல்களைத் தீர்த்துவைத்தார். அறிவுநுட்பமிக்க ஜின்னா – 1937-ல் லியாகத் ஊடல் கொண்டு வேற்றுமைப்பட்டு நின்றதை முற்றிலுமாக மறந்துவிட்டு, அவரிடமே முழு நம்பிக்கை கொண்டவராக புதிய பொறுப்புகளைத் தொடர்ந்து அளித்தார்.[14]

1939– மே மாதம் ஜின்னா அவரின் 'உயிலை' எழுதினார். அதில் உயிலின் நோக்கம் ஈடேற வைக்கிற நபர்களாக, அவர் தன் தங்கை பாத்திமா, லியாகத் மற்றும் பம்பாயைச் சேர்ந்த சட்டவல்லுநர் ஆகியோரையே குறிப்பிட்டிருந்தார். ஆனால், ராணா பின்னர் தெரிவித்ததுபோல் 'இந்த உயில் பற்றிய விவரத்தை லியாகத்திடம் ஜின்னா சொல்லியிருக்கவே இல்லை'.[15]

இந்த நாடு முஸ்லிம் லீக்கை – நாடு முழுவதற்கான ஒரு பலம் பொருந்திய மக்கள் செல்வாக்குள்ள கட்சியாகவே பார்த்தது. 1940-ல் லாகூரில் முஸ்லிம் லீக்கின் மாபெரும் பேரணி ஊர்வலம் நடைபெற்றது. அப்போது லியாகத் முக்கிய பங்காற்றினார். ஆனால் பார்வையாளர்களை ஆட்கொள்கிற இடத்தில் அவர் இருந்திருக்கவில்லை. ஜின்னாவும் ஹக்கும் கலிக்குல் ஜமானும் சொற்பொழிவுகளை ஆற்றினார்கள். லீக் கேட்கும் இஸ்லாமிய பகுதி அல்லது பகுதிகள் தொடர்பான பங்கேற்பாளர்களின் சிக்கலான கேள்விகளுக்கு பதில் சொல்லும் பொறுப்பை லியாகத் ஏற்றுக்கொண்டிருந்தார். பாகிஸ்தான் என்ற புதிய நாடு எந்தப் பகுதிகளை உள்ளடக்கியதாக இருக்கும் என்ற விஷயத்தைத் திட்டமிட்டே குழப்பமான நிலையில் வைத்துக்கொண்டார்கள். தெளிவான விவரங்கள் கொடுத்தால் முஸ்லிம் சமூகம் பிளவுபட வாய்ப்பு இருந்தது. அது முஸ்லிம் லீகை பலவீனப்படுத்தவும் செய்யும். லியாகத் இந்தக் கட்டத்தில் திறமையாகச் செயல்பட்டார். ஆனால் ஒரு கேள்விக்கு அவர் சொன்ன பதில் நடைமுறை சாத்தியமற்றதாக இருந்தது. உருவாகப் போகிற பாகிஸ்தானுக்காக முழு பஞ்சாப்பையும் கேட்காமல் தலைமை தள்ளிப்போடுவது தொடர்பாக எழுந்த கேள்விக்கு லாகூரில் நடந்த கூட்டத்தில் அவர் கூறினார்: 'ஏதேனும் ஒரு பிராந்தியத்தைக் குறிப்பிட்டுச் சொன்னால் பிற பகுதிகளை விட்டுக்கொடுப்பதாக ஆகிவிடும். டில்லி, அலிகர் ஆகிய பகுதிகளை முஸ்லிம்கள் இழக்க நான் விரும்பவில்லை.'[16]

•

லியாகத் வெற்றிப்படிகளில் தொடர்ந்து மேலேறினார். உ.பி. அவையில் உறுப்பினராக பதிமூன்று ஆண்டு காலம் செயலாற்றியவர், 1940-ல் மத்திய அவைக்குத் தேர்ந்தெடுக்கப்பட்டு அங்கே 'லீக்' அணிக்குத் துணைத் தலைவரானார். ஜின்னாவுக்கு உடல்நிலை மோசமாகத் தொடங்கியிருந்தது. அல்லது வேறு காரணத்தால் அவர் அவைக்கு வர முடியாமல் போனால் லியாகத் அலிதான் தலைவராகச் செயல்பட்டார். அதேவேளை லியாகத் லீக் கட்சியைப் பலப்படுத்த மேற்கொண்டுவந்த பயணங்கள் எதையும் குறைத்துக்கொள்ளவுமில்லை. ஆகஸ்ட் 1942 முதல் ஏப்ரல் 1943

வரையில் அவர் பயணம் புரிந்த தொலைவு 14,000 மைல்கள். அவர் நாட்டின் அனைத்து மாகாணங்களிலும் தொடர் பயணம் மேற்கொண்டார்.[17]

அவருடைய அரசியல் பணி என்பது பெரும்பாலும் மேடைக்கு வெளியில்தான் என்று சொன்னாலும், அதுமட்டும்தான் என்று நினைத்துவிட முடியாது. இந்த நவாப் குலத்தில் வந்தவர் முஸ்லிம்கள் கூடியுள்ள கூட்டத்தில் 'உருது' மொழியில் பேசுவார். அவரின் பேச்சில் முஸ்லிம்கள் அனைவரும் 'லீக்'கின் கூடாரத்தின் கீழே ஒன்றுசேர வேண்டும் என்றும், மேலும் இந்த 'லீக்' ஏழைகளின் மீது அக்கறை கொண்ட கட்சி என்பதில் நம்பிக்கை வைக்கும்படியும் கேட்டுக்கொள்வார். தேசியவாத சிந்தனைகொண்ட ஆபித் ஹுசைன், லீக்குக்கு ஆதரவாக இருந்திராதவர் லியாகத்தைக் குறிப்பிட்டுக் கூறினார் : 'உற்சாகம் மிகுந்த லியாகத் வெறுமனே நாற்காலியை அலங்கரிக்கும் அரசியல்வாதி அல்ல; முஸ்லிம்களின் மத்தியில்போய் ஒன்றுகலந்து அவர்களின் தேவைகளையும் எதிர்பார்ப்புகளையும் தெரிந்துவைத்திருப்பவர்.' இன்னும் அதிகமாக, ஆபித் ஹுசைன் இவரைப்பற்றிச் சொன்னது என்ன வென்றால், 'ஜின்னாவின் இயல்புக்கு முற்றிலும் மாறானவகையில் எளிய முஸ்லிம்களைத் தெருக்களில் சென்று சந்திக்கும்படி சம்மதிக்கவைத்தார்'[18] என்று குறிப்பிட்டிருக்கிறார்.

1943-ல் காயீதே (ஜின்னா) தன்னுடைய வாரிசாக, லியாகத்தை அறிவித்தார். கராச்சியில் நடந்த லீக் ஆண்டுக் கூட்டத்தில் ஜின்னா பேசுகிறபோது, 'லியாகத் என்னுடைய வலதுகரம்' என்று சொன்னார். மேலும் அவர் பேசியது:

> 'நவாப்ஜா இரவும் பகலும் கடுமையாக உழைக்கிறார். அவர் தோள்களில் தாங்கியுள்ள பணிகளை வேறு யாரேனும் செய்யக்கூடும் என்று நினைக்கக்கூட முடியவில்லை. அவர் அனைவரின் மதிப்பையும் முஸ்லிம்களின் நம்பிக்கையையும் பெற்றுள்ளார். ஒரு நவாப்ஜாவாக இருந்தபோதிலும், ஒரு பாட்டாளியாகவும் அவர் இருக்கிறார். நம் நாட்டில் வாழும் பிற நவாப்களும் இவரை முன்மாதிரியாக எடுத்துக்கொள்ள வேண்டும்...'[19]

கராச்சிக் கூட்டத்துக்கு அடுத்த சில மாதங்களில் லியாகத் மற்றொரு சுமையையும் ஏற்க நேர்ந்தது. டெல்லியில் அமைந்திருந்த ஆங்கிலோ அராபிக் கல்லூரியின் தலைவர் பொறுப்பு அது. முஸ்லிம்களின் கல்வி குறித்த அவரின் அக்கறையும் தேட்டமும் அவர் இந்தப் பதவிக்கு தேர்ந்தெடுக்கப்படுவதற்குக் காரணமாக அமைந்தன. அரசியல் சக்திகளினால் அந்தத் தேவையைச் சரியாகப்

பூர்த்திசெய்திருக்கமுடியவில்லை. லியாகத், முஸ்லிம் பெண்களின் கல்வித் தேவையைக் குறித்து சில அழுத்தமான கருத்துகளை அங்கே எடுத்துக் கூறியிருக்கிறார்.[20] இந்த ஆங்கிலோ அராபிக் கல்லூரியில் அவர் பணியாற்ற ஒப்புக்கொண்டு விட்ட நிலையில், அங்கே கல்வியாளர் ஜாகிர் ஹுசைன் இருந்தார். அவர் காங்கிரஸின் வெளிப்படையான ஆதரவாளர்; அவர்தான் அங்கே துணைத் தலைவராகத் தேர்ந்தெடுக்கப்பட்டிருந்தார். என்ன நடக்கப் போகிறது என்று எதிர்பார்த்து காங்கிரஸ், லீக என இரு தரப்பிலும் வியப்பு மேலிட்டது ஆனால் லியாகத்தும் ஜாகிர் ஹுசைனும் ஒருவரோடு ஒருவர் மோதிக் கொள்ளாமல் கல்லூரியைச் சிறப்பாக வழிநடத்திச் சென்றார்கள்.

அரசியல் அரங்கத்தில் லியாகத் எதிர்கொள்ளவேடியிருந்த இன்னொரு ‘எதிரி’ புலாபாய் தேசாய். இவர் மத்திய அவையில் காங்கிரஸ் பிரதிநிதிகளின் தலைவரும் திறமை வாய்ந்த வழக்குரைஞருமாவார். ஜின்னா சார்பில் லியாகத் அலிகான் அதிகாரபூர்வமற்ற தலைவர் என்ற நிலையில் செயல்பட்டுவந்ததால், இவருக்கும் தேசாய்க்கும் இடையில்தான் அவையில் வாதபிரதிவாதங்கள் நடைபெறும். அதேநேரம் இந்த இரண்டு கட்சிகளின் தலைவர்களும் ஆங்கில ஆட்சியாளரை ஓரணியில் நின்று எதிர்க்கவும் செய்வார்கள். வேவல் இதுகுறித்து எழுதியுள்ள குறிப்பு : என்னுடைய (நம்) அரசாங்கத்தைத் தொடர்ந்து அவையில் தோற்கடிப்பார்கள்.[21] இவர்களின் இந்த ‘வெற்றி’களால் பிரிட்டிஷ் ராஜின் அதிகாரத்தைக் கொஞ்சம்கூட அசைத்துவிட முடியவில்லை. என்றாலும் இவை பொதுமக்களை மகிழ்ச்சியில் ஆழ்த்துகின்றன. மேலும் இவை லியாகத்தையும் தேசாயையும் நெருங்கவும் வைக்கின்றன.

1944–45 ஆண்டு நடந்ததை நாம் பார்த்துக்கொண்டிருக்கிறோம். இரண்டாண்டுகள் சிறைவாசத்துக்குப் பின்னர் நோய்வாய்ப்பட்ட நிலையில் காந்தி 1944– நடுவில் விடுதலையானார். ஆனால் நேரு, பட்டேல், ஆசாத் ஆகியோரும் மற்ற காங்கிரஸ் தலைவர்கள், தொண்டர்கள் அனைவரும் சிறையில்தான் இருந்தார்கள். செப்டெம்பர் 1944-ல் காந்தி–ஜின்னா இடையே நடைபெற்ற பேச்சுவார்த்தை தோல்வியில் முடிந்தது. இதன்பின்னர் ஜின்னா நோயில் விழுந்தார். ஜின்னா ‘கிட்டத்தட்ட மரணப்படுக்கை’யில்[22] விழுந்துவிட்டதாகவே லீக்கில் இருந்த சிலர் நினைத்தனர்.

அப்படி நினைத்தவர்களில் லியாகத்தும் ஒருவர் என்று பின்னர் சொல்லப்பட்டது.[23] மேலும் அவர், ‘ஜின்னாவும் காந்தியும் வயதானவர்கள்... அதனாலே அவர்களின் போக்கில் ஓர் இறுக்கத்தைப் பார்க்கமுடிகிறது[24] என்று கருதியிருந்தார். சில

பாகிஸ்தான் எழுத்தாளர்கள் இதுகுறித்துச் சொல்லியிருப்பப்பது: இந்தக் காரணங்களினால் ஜின்னாவைப் பின்னுக்குத் தள்ளிவிட்டு லியாகத் தேசாயுடன் ரகசியப் பேச்சுவார்த்தைகளில் ஈடுபட ஆரம்பித்தார்.

மறுபுறம் வேவல் பிரபு, 'தேசாயும் லியாகத்தும் பேசிவருவதுபற்றித் தனக்கு எதுவும் தெரியாது என்று ஜின்னா சொல்லியிருப்பது உண்மையல்ல' என்று சொன்னார்.[25] காங்கிரஸைச் சார்ந்த முஸ்லிம் சையத் மஹ்மூத் – தேசாய்க்கு கடிதம் எழுதினார். அதில் ஜின்னாவை விடவும் லியாகத் தான் பேச்சுவார்த்தைகளில் ஆர்வம் காட்டியதாகக் குறிப்பிட்டிருந்தார்: 'இப்போது நவாப் ஜாதா லியாகத் அலிகான், இடைகால அரசு உருவாக்கம் மற்றும் விகிதாசாரம் பற்றி ஒரு தீர்வு எட்டப்பட்டுவிட்டால் காங்கிரஸோடு ஒரு தீர்மானத்துக்கு முன்வரத் தயாராக இருக்கிறார் என்று தெரியவந்திருக்கிறது.[26] மஹ்முத் அப்போது காந்தியோடு தங்கியிருந்தார். காந்தி தேசாயை அழைத்து, 'லியாகத்தின் மனதில் இருப்பது என்ன என்பதைத் தெரிந்துகொள்ளுங்கள்' என்றார். பின்னர் காந்தி, பேச்சுவார்த்தை ஆரம்பித்திருந்த தேசாயிடம் இந்த உடன்படிக்கைகளுக்கு ஜின்னாவின் ஒப்புதல் இருக்கிறதா என்றும் பார்க்கச் சொன்னார்.'[27]

லியாகத்தின் இந்த அரசியல் நடவடிக்கைகள் ஜின்னாவின் கவனத்துக்குச் சென்று சேர்ந்ததோ, சேரவில்லையோ, அதுபற்றி தெளிவாகத் தெரியவில்லை; ஆனால் இதையெல்லாம் தாண்டி, லியாகத் – தேசாய் ஒப்பந்தம் ஒருவழியாக ஏற்பட்டுவிட்டது. காந்தி அதற்கான வாழ்த்துகளை வழங்கினார். ஆனால், நோயிலிருந்து மீண்டெழுந்த ஜின்னா இந்த ஒப்பந்தத்தை புறக்கணித்துவிட்டார் என்பது மட்டும் உண்மை. அந்த ஒப்பந்தம், லியாகத்தின் கையெழுத்துக்களோடு, எம்.சி. செதல்வாத் எழுதிய தேசாயின் வாழ்க்கை வரலாறு நூலில் பின் இணைப்பில் சேர்க்கப்பட்டுள்ளதை இப்போதும் நாம் பார்க்க முடியும்.[28]

அந்த ஒப்பந்தத்தில் வரையறுக்கப்பட்ட செயல்திட்டங்களின் படி தேசாயும் ஜின்னாவும் இடைக்கால நடுவண் அரசு அமைப்பதற்கு அழைக்கப்பட வேண்டும்; அந்த அரசின் அமைச்சரவையில் காங்கிரஸ் சார்பாக ஐவரும், முஸ்லிம் லீக் சார்பாக ஐவரும் மேலும் இதர இனச்சமயக் குழுவினருக்காக இருவரும் நியமிக்கப்பட வேண்டும். மற்ற மாகாண அரசாங்கங்களுக்கும் இந்த விகிதாசாரம் பொருந்தும். அங்கேயும் காங்கிரஸ் – லீக் கூட்டணி ஆட்சி ஏற்படும். இந்த ஒப்பந்தத்தின்படி அமையும் அரசின் முதல் அதிகார நடவடிக்கை என்பது சிறையில் உள்ள காங்கிரஸ் தலைவர்களை உடனடியாக விடுதலை செய்வதுதான். ஆனால் அதே ஒப்பந்தத்தில்

'பாகிஸ்தான் ஏற்படுத்த வேண்டும்' என்பது போன்ற நீண்டகாலக் கோரிக்கைகள் தொடப்படவில்லை.

வி.பி.மேனன் சொல்கிறார்: 'அந்த ஒப்பந்தத்தின் சிறப்பு என்ன வென்றால், அது அதீத நம்பிக்கை கொண்டதாக இருந்திருக்க வில்லை. தலையாய கட்சிகளின் பிரச்னைக்குரிய விஷயங்கள் குறித்து அதில் எதுவும் பேசப்படவில்லை. மேலும் அது சரியான நேரத்தில் உருவாக்கப்பட்டிருந்தது.[29] வைஸ்ராய் வேவல் இப்படியான ஒப்பந்தத்தை எதிர்பார்த்திருந்ததால், 'சரியான நேரத்தில் உருவான ஒப்பந்தமாக' இது ஆகியிருந்தது.

ஜனவரி 1945-ல் வேவலிடத்தில் தேசாய், லியாகத்துடனான ஒப்பந்தம் பற்றியும் அதற்கு காந்தியின் ஆதரவு கிடைத்துவிட்டது பற்றியும் கூறினார். மேலும், 'அந்த ஒப்பந்தத்தைக் குறித்து ஜின்னாவும் அறிந்தே இருக்கிறார் என்றும் லியாகத்துக்கும் அவருக்கும் நடந்தவற்றை அவர் (ஜின்னா) ஏற்றுக்கொண்டு விட்டார்' என்று உறுதியாக நம்புவதாகவும் சொன்னார்.

வேவல் பிரபு மாண்பு மிகு அரசரின் ஆட்சியிடம் (ஹெ.எம்.ஜி.யிடம்) 'அரசியல் அரங்கில் நல்ல முன்னேற்றத்தையும் சிறந்த வாய்ப்பையும் இந்த ஒப்பந்தம் நல்கக்கூடியது...'[30] என்றார். ஆனால் இவை யாவுமே சட்டென்று ஒருமுடிவுக்கு வந்தது. வேவலின் சார்பில், பம்பாய் ஆளுநர் கோல்விக் ஜின்னாவிடம் கேட்ட கேள்விக்கு அவர் அளித்த மறுமொழி: 'லியாகத்தும் தேசாயும் பேசியது குறித்து எதுவும் தன்னுடைய கவனத்துக்கு வரவில்லை'[31].

ஜின்னா அதுபற்றிப் பொது வெளியில் ஓர் அறிக்கையை வெளியிடவும் செய்தார். ஆனால், இதனால் சற்றும் மனம் தளராத தேசாய், வைஸ்ராய் வேவலிடம் சிவில் பணியில் உள்ள மூத்த அதிகாரி வி.பி.மேனனிடம், 'ஜின்னா, அவருக்குத் தெரியாது என்று மறுப்பதைப் பெரிதாக எடுத்துக்கொள்ள வேண்டியதில்லை. ஜின்னா, தன் முன் வைக்கப்பட்ட உணவைக் குறித்து முணுமுணுத்தாலும் பின் அதைச் சாப்பிட்டுவிடுவார்'[32] என்றார். தேசாய் 'தன் நண்பர்களுக்கு எந்தெந்த அமைச்சகத் துறைகளைத் தருவது என்பதைக் கூட தீர்மானித்திருந்தார்' என்பதும் வேவல் பிரபுவுக்குத் தெரிந்திருந்தது.[33] ஆனாலும் காங்கிரஸின் தலைவர்களின் நம்பிக்கை முழுவதும் தவறானது. மார்ச், 26, 1945-ல் ஜின்னா அழுத்தமாகத் தன் தீர்மானத்தை பொதுவெளியில் சொன்னதையடுத்து லியாகத் மத்திய அவையில் தேசாயுடனான ஒப்பந்தம் என்பது வெள்ளைக் காக்கா மல்லாக்கப் பறக்கிறது என்று சொல்வது போன்ற பொய்யான செய்தி[34] என்றார்.

தேசாயைத் தனியாகச் சந்தித்தபோது லியாகத் அவரிடம் 'அரசியல் காரணங்களுக்காகவே ஒப்பந்த உருவாக்கத்தை மறுதலிக்க நேர்ந்தது'[35] என்றார். நிலைமையைப் புரிந்துகொண்ட தேசாய், சட்டசபையில் லியாகத்தை எதிர்த்து எதுவும் சொல்லவில்லை. ஆறு மாதங்கள் போனபின்னர், லியாகத் ஒரு விளக்கம் தந்தார்:

> 'தேசாயுடனான என்னுடைய உரையாடல் முழுவதுமாக தனிப்பட்ட முறையிலானது. அவரிடத்தில் நான் பேசியது மொத்தமும் என் சொந்தக் கருத்துகளே என்று தெளிவு படுத்தியிருந்தேன். முஸ்லிம் லீக்குக்காகவோ வேறு யார் சார்பாகவும் நான் பேசியது கிடையாது...'[36]

எதற்காக ஜின்னா இந்த ஒப்பந்தத்தைப் புறக்கணித்தார்? முஸ்லிம் லீக்குக்கு அவர்களின் மக்கட்தொகை வீதத்தைக் காட்டிலும் பெரிய அளவுக்கு அதிகாரப் பங்கு உறுதிசெய்யப்பட்ட நிலையிலும் அவர் இந்த முடிவுக்கு வரக் காரணம் என்ன? இந்த ஒப்பந்தம் முஸ்லிம் ஒருவரை அமைச்சரவைக்குப் பரிந்துரைக்கும் காங்கிரஸின் அதிகாரத்தைத் தடுத்திருக்கவில்லை. இந்த இடத்தில் லியாகத் அலி, ஜின்னா அளவுக்கு வளைந்து கொடுக்காதவராக இல்லை. ஜின்னாவின் 'வாழ்க்கை வரலாறு' எழுதியுள்ள முஜாஹித் வார்த்தைகளில் பார்த்தால், '(லியாகத்) சமரசத்துக்குத் தயாராக இருந்தார்...[37] காயீத் முன்னெச்சரிக்கையும் அறிவுக்கூர்மையும் கொண்டிருப்பவர், தன் தலைமைத் தளபதியைத் தண்டிக்க விரும்பவில்லை. லியாகத்தை விலக்கிவைப்பதைவிட அடக்கிவைக்கப்பதே நல்லது என்பது அவருக்குத் தெரியும்.'

லியாகத் அவராகவே தனியாகவே இந்த அரசியல் வேலைகளில் ஈடுபட்டார் என்பதை யாருமே நம்பவில்லை. ஜின்னா – லியாகத் போட்ட திட்டம் அது என்ற அர்த்தம் வரும்வகையில் கே.எம். முன்ஷி இதுபற்றிச் சொல்கிறார்: 'பூலாபாய் தேசாய் தன் நண்பர் லியாகத் அலி விரித்த வலையில் சிக்கிவிட்டார்'.[38] இந்தக் கண்ணோட்டத்தில் பார்த்தால், எந்தவொரு அமைச்சரவை அமைக்கப்பட்டாலும் காங்கிரஸ் – லீக் இரண்டுக்கும் சம அளவு இடம் கிடைக்க இதன் மூலம் லியாகத் வழி செய்துவிட்டார்; அதோடு இந்த சம பங்கை கட்டாய அடிப்படை விதியாக வைத்துக்கொண்டு ஜின்னா கூடுதல் உரிமைகளைக் கேட்டுப் பெறவும் வழிசெய்துவிட்டார். முஜாஹித் இதை வேறுபட்ட கோணத்தில் பார்த்து அவரைக் குற்றம்சாட்டிப் பதிவு செய்துள்ளார்: 'இந்த சமரசப் பேச்சுகளில் அவர் அரைகுறையாகச் செயலாற்றியுள்ளார். இன்னமும் சொல்லப் போனால், அவருக்கு காங்கிரஸோடு ரகசியத் தொடர்பு இருந்திருக்க வேண்டும்'.[39]

இத்தகைய முரண்பட்ட கருத்துகள் இந்தத் துணைக்கண்டத்தில் நிலவும் சந்தேகத்தின் நோய்க்கூறையே எடுத்துக்காட்டுகின்றன. இதில் இருந்து என்ன தெரியவருகிறதென்றால், லியாகத்தும் தேசாயும் ஒரு சமரசத் தீர்மானம் ஏற்பட்டாகவேண்டும் என்பதிலும் ஆட்சி அதிகாரத்தில் தாம் இடம்பெறவேண்டும் என்பதிலும் மிகுந்த ஆர்வத்துடன் இருந்திருக்கிறார்கள். சமரச ஒப்பந்தம் உருவாகாமல் ஆட்சி அதிகாரம் கிடைக்க வழியில்லை. அதோடு தாம் எடுக்கும் முடிவை தமது தலைவர்கள், உயிருடன் இருந்தால், நிச்சயம் ஏற்றுக்கொண்டு ஆதரிப்பார்கள் என்று லியாகத் மிகவும் தவறாக நினைத்துவிட்டார்.

•

தோல்வியில் முடிந்த தேசாய் – லியாகத் ஒப்பந்தத்தைத் தொடர்ந்து வேவல் பிரபு கூட்டிய சிம்லா கருத்தரங்கும் தோல்வியில் முடிந்தது. இந்நூலின் முன் பகுதிகளில் நாம் பார்த்தவற்றின்படி, இந்தக் கருத்தரங்கு முடங்கியதற்குக் காரணம் ஜின்னாவின் வற்புறுத்தல்களே. கடைசிவரை அவர் இந்திய அமைச்சரவைக்கு முஸ்லிம்களைப் பரிந்துரைக்கும் உரிமை முஸ்லிம் லீக்குக்கு மட்டுமே உண்டு என்பதில் பிடிவாதமாக இருந்தார். காங்கிரஸ் கட்சிக்காரர்கள் மட்டுமே அந்தக் கூட்டத்தின் தோல்வியினால் ஏமாற்றம் கொண்டார்கள் என்று சொல்லமுடியாது. அமைச்சர் பதவியை நம்பிக்கையோடு எதிர்பார்த்துக் காத்திருந்த லீக்கைச் சார்ந்தவர்களும் வருத்தப்பட்டனர்.

ஒப்பந்தத்தின் தோல்வியை அறிவிப்பதற்கு முன்பாக, புதுடில்லி மேல்சபையில் லீக் குழுவின் அணித்தலைவராக இருந்த ஹுசைன் இமாம் கருத்தரங்கின் செயலாளராக இருந்த வி.பி.மேனனிடம் அழுத்தம் கொடுத்தார்: ‘இந்தக் கடைசிக் கட்டத்தில் கூட லியாகத் அலிகானிடம் சென்று பேசி ஒரு தீர்வைக் காணவேண்டும்’ என்றார். மேனன் அந்த நிகழ்வை நினைவுபடுத்துகிறார்:

> ‘நான் லியாகத் அலிகானைத் தொலைபேசியில் தொடர்பு கொண்டேன். என்னைச் சந்திக்க உடனே ஒப்புக்கொண்டார். எங்கள் உரையாடலின்போது அவரின் அணுகுமுறை மிகவும் நம்பிக்கையூட்டுவதாகவே இருந்தது; ஜின்னா சாகிபைக் கலந்து பேசிவிட்டு மறுநாளே பதில் சொல்வதாகக் கூறினார். ஆனால் அதன்பின் அவரிடமிருந்து எந்த தகவலும் வரவில்லை...’[40]

பன்னிரண்டு ஆண்டுகளுக்கு முன்னே லியாகத் தனக்குத் தானே எடுத்துக்கொண்ட பிரதிக்ஞை: ஜின்னாவுக்கு உதவிகரமாக இருக்கவேண்டும். எப்போதுமே அவரை எதிர்க்கக்கூடாது

என்பதுதான் அது. 'காயித்'யிடம் லியாகத் தன்னுடைய அல்லது பிறர் சொன்ன மாற்றுக்கருத்தை முன்வைப்பார். ஆனால், அதற்கு ஜின்னாவின் எதிர்வினை என்னவோ அதையே லியாகத் அமல்படுத்துவார். ஜின்னா, லியாகத்பற்றிச் சொன்னது: லியாகத் என் வலது கரம்: மனம் அல்ல.

வேவல் பிரபு தனது கருத்துகளை ஒரு தொகுப்பாக எழுதி வைத்திருக்கிறார். அதிலிருந்து லியாகத் குறித்து அவரின் கருத்து நமக்குத் தெரியவருகிறது. இருவரைப் பற்றியும் அது நமக்கு அறியத் தருகிறது. 'வேவல் ஒரு பிரிட்டிஷ் ஜெனரலாக – தளபதியாக இருந்து மேல் பதவியை எட்டியவர். அவர் இந்தியர்களிடம் மிதமான போக்கையும் இந்தியாவில் அமைதியையும் விரும்புகிறார். காந்தி, ஜின்னா ஆகியோரின் பிடிவாதமான போக்கை அவர் ரசிக்கவில்லை. காந்தியை பிரிட்டிஷ் அரசுக்கு விரோதமாகச் செயல்படுபவர் என்றும் ஜின்னாவை முரண்டும் வறட்டுப் பிடிவாதமும் கொண்டவர் என்றும் எடைபோட்டுவைத்திருந்தார். பின்னர் *1946* அக்டோபரிலிருந்து காங்கிரஸ் – லீக் கூட்டணி அமைச்சரவையில் நிதித்துறை பொறுப்பேற்கவிருந்த லியாகத்தை வேவல் பிரபு நெருக்கமாக உணர்ந்தார். வேவல் பிரபு லியாகத்தை சிம்லா கருத்தரங்கில் சந்தித்திருந்தார். ஆனால் ஜனவரி *1946*யில்தான் முறையான பேச்சு வார்த்தையில் ஈடுபட்டனர். வேவல் பிரபு இவர்களின் சந்திப்புக்குப் பின்னர் வெளியிட்ட கருத்துரையிலிருந்து லியாகத்தின் மனதில் ஆரம்பத்தில் இருந்த சையத் அகமதுவின் பார்வையானது முழுவதும் மறைந்துவிட்டிருக்கவில்லை என்பது தெரியவந்தது:

> 'லியாகத் அலிகான் பற்றி சரியாகச் சொல்வதென்றால் அவர் ஒரு வசீகரமான மனிதர்; ஜின்னாவைக் காட்டிலும் இவரிடத்தில் இலகுவாகவும் எளிதாகவும் உரையாட முடியும். நமது (பிரிட்டிஷ்) ஆட்சி பல்லாண்டுகளுக்குத் தொடவேண்டும் என்று விரும்புகிறார். நாம் இந்தியாவை விட்டுப் போகவேண்டுமென்பதில் முஸ்லிம்கள் ஆர்வம் காட்டவில்லை. இந்தியா தனித்து இயங்கமுடியாது; அப்படியானால் அவர்களுக்கு (ஆட்சி நடத்த) மோசமான எஜமான்கள்தான் கிடைப்பார்கள் என்று லியாகத் சொன்னார் (ஜனவரி *24,1946*).[41]
>
> பிற்பாடு வேவல் பிரபு லியாகத்தைக் குறித்து எழுதியுள்ளவை: 'அவர் ஒரு பண்புள்ள மனிதர்; விரும்பத்தக்கவர்' (மார்ச் *8,1946*)[42] 'லியாகத் உறுதியானவர்; இதமானவர்; எப்போதாவது மட்டும் பேசுபவர்; ஜின்னாவை எதிரொலிப்பவர்... பார்க்க அமைதியானவர்; காரண காரியம் புரிந்தவர்...' (மே *6, 1946*)[43]

'நான் லியாகத்தைப் பார்த்து அவரோடு பேசியபோது, மே 16 அறிக்கையை முஸ்லிம் லீக் ஏற்றுக்கொள்ள வேண்டிய கட்டாயத் தேவையை எடுத்துக் கூறினேன். அவர் என்னிடம் அதை ஜின்னாவிடம் கூறும்படிச் சொன்னார். லியாகத் பார்ப்பதற்கு அறிவார்ந்த சிந்தனையைக் கொண்டிருக்கிற மனிதராகத் தோன்றினார்...' (அக்டோபர் 29, 1946)[44]

காபினெட் கூட்ட விவாதங்களில் லியாகத் நீங்கலாக பிற லீக் உறுப்பினர்கள் சிறப்பாகச் செயல்பட்டதில்லை. அவர் எப்போதுமே நல்லறிவோடு பேசுகிறார்... (ஜனவரி 21, 1947)[45]

'நான் எப்போதுமே லியாகத்தை விரும்புகிறேன். அவர் அடிப்படை அறிவு மிகுந்தவர் என்பது என் கணிப்பு. ஆனால் அவர் இந்துக்களுக்கு உதவியாக இருக்கமாட்டார். ஜின்னாவின் இடத்தில் அவர் இருந்திருந்தால் நாம் ஒரு தீர்வை எளிதில் எட்டியிருக்கமுடியும்...' (மார்ச் 8, 1947)[46]

காபினெட் கமிஷனுடைய அரசியல் அமைப்பு தொடர்புடைய ஒருங்கமைப்புத் திட்டங்கள், ஒதுக்கீடுகள், காங்கிரஸ், லீக் இருதரப்பினரும் அந்த தீர்மானத்தைத் தாம் ஏற்றுக்கொள்வதற்கு முன்வைத்த முரண்பட்ட வாதங்கள், கோரிக்கைகள், லீக்' தனியாக அத்தனையையும் நிராகரித்துவிட்டு, 'நேரடி நடவடிக்கை'யில் இறங்கியது இவைபற்றியெல்லாம் இங்கு திரும்பக் கூறிக்கொண்டிருக்கத் தேவை இல்லை. 'லீக்'கின் அறிவிப்பான 'நேரடி நடவடிக்கை' என்ற முழக்கத்தை ஒட்டி, ஏராளமான முஸ்லிம்கள் பிரிட்டிஷ் இந்திய அரசாங்கம் அவர்களுக்கு அளித்த பட்டங்களையெல்லாம் திருப்பிக்கொடுத்து விட்டார்கள். லியாகத்தும், அவரின் பெயருக்கு முன்னே போட்டுக் கொண்டிருந்த நவாப் வழியினர் என்ற பொருளுடைய நவாப்ஜாதா என்ற பட்டத்தையும் துறந்தார். அது தொடர்பாக அவர் கூறியவை: 'இந்தப் பட்டத்தை அந்நிய அரசாங்கம் வழங்கியிருக்கவில்லை. என்றாலும்கூட என்னை இனி வரும் காலங்களில் மிஸ்டர் லியாகத் அலிகான் என்றே அழைக்கவேண்டும்' என்றுகேட்டுக்கொண்டார்.[47]

நீண்டகாலத் திட்டத்தை லீக் புறக்கணித்தபோதிலும், அக்டோபர் 1946-ல் வைஸ்ராய் வேவல் 'லீக்'கை இடைக்கால அமைச்சரவையில் இடம்பெறச் செய்தார். இதனால் இந்து-முஸ்லிம்களுக்கிடையே இணக்கமான சூழல் ஏற்படும் என்று நம்பினார். ஒரு மாதம் சென்றது. காங்கிரஸ்காரர்கள் கொடுத்த அழுத்தத்தினால், வேவல் பிரபு நீண்டகாலத்திட்டத்தை ஏற்றுக்கொள்ளாமல் அமைச்சரவையில் லீக் தொடரமுடியாது என்று லியாகத்திடம் சொன்னார். லியாகத் இந்த

விஷயத்தில் அசைந்து கொடுக்கவில்லை. 'அந்தத் திட்டத்தை ஏற்பதைக்காட்டிலும் அமைச்சரவையைவிட்டு வெளியேறவே விரும்புகிறோம். தொடர்ந்து நீடிக்கவேண்டுமானால் இந்தத் திட்டம் தொடர்பாக லீக் அளிக்கிற விளக்கத்தை காங்கிரஸ் ஏற்றுக்கொள்ள வேண்டும்' என்றார். 'ஒரு மணி நேரத்துக்கும் மேலாக லியாகத்தோடு பேசிய பின்னரும் அவரைச் சம்மதிக்கவைக்க முடியவில்லை என்று மாட்சிமை தங்கிய மாமன்னரின் அரசாங்கத்துக்கு வைஸ்ராய் செய்தி அனுப்பினார்.[48]

லியாகத் இனிமேல் அடுத்தவரின் எதிரொலியாக இருக்கப் போவதில்லை. அவருக்கென்று தனியாக ஒரு குரல் வந்துவிட்டது. அக்குரல் ஜின்னாவின் முடிவுகளைப் பாதுகாப்பதாக இருந்தது. எனினும் அது லியாகத்தின் குரலாகவே இருந்தது. இந்தக் குரல் லீக்குக்குப் பெரிய அளவிலான மதிப்பைத் தேடித்தந்தது. இங்கிலாந்தின் பிரதமர் அட்லி 'லீக்' தொடர்பான விஷயத்தை விவாதிக்க டிசம்பரில் நேரு, ஜின்னா, லியாகத், பல்தேவ் சிங் ஆகியோரை லண்டனுக்கு அழைத்தார். அங்கே மாட்சியை தங்கிய மாமன்னர் அரசாங்கத்தின் முன்னிலையில் இது சார்பாக ஜின்னா, லியாகத் இருவருமே பேசினார்கள். வேவலின் குறிப்புகளில் உள்ளபடி பார்க்கப் போனால் லண்டனில் லியாகத் வெளிப்படுத்திய எச்சரிக்கை உணர்வானது கிரிப்ஸை தர்ம சங்கடத்தில் ஆழ்த்தியது. வேவலும் லீக்கும் க்ரிப்ஸை காங்கிரஸ் சார்பாளர் என்று கணித்திருந்தனர்.[49]

லியாகத்துக்கு ஜவாகர்லால் நேருவுடன் ஒரு சுமுகமான தீர்வை எட்டவேண்டியிருந்தது. நேரு வைஸ்ராயின் நிர்வாகக் கவுன்சிலின் துணைத்தலைவர்தான். ஆனால் பலரும் நினைக்கிற வண்ணம் அவரே அதிகாரபூர்வமற்ற பிரதமர். ஆனால் நமது உ.பி. நவாப் சாகிப்பின் (லியாகத்தின்) கௌரவம் இங்கு நெருக்கடிக்கு உள்ளானது. அரசியல் தேவைகளுக்கு ஏற்ப அவர் விட்டுக்கொடுக்க வேண்டியிருந்தது. இப்போது லீக், அரசாங்கத்தில் சேர்ந்து கொண்டுவிட்டது; இதை முஜாஹித் எடுத்துரைக்கிறார்: 'அப்படி சேர்ந்துகொண்டதற்குக் காரணம் காங்கிரஸோடு கூட்டாகப் பணியாற்றிட அல்ல; காங்கிரஸுக்கு எதிர் நிலையில் நிற்கவே...'[50]

மேலும் நேருவை லியாகத் 'காங்கிரஸ் அணியின் தலைவர் மட்டுமே; அவர் அனைவருக்குமான தலைவர் அல்ல. முஸ்லிம்களின் அணி, தனித் தலைவர் ஒருவரின் கீழ் செயல்படுகிறது'[51] என்றார். அதாவது அந்தத் தலைவர் அவர்தான்.

வேவல், நேரு, லியாகத் ஆகிய மூவரும் இப்போது ஏற்பட்டுள்ள வழக்கத்துக்கு மாறான நிலையைக் குறித்துப் பேசுவதற்காகக்

கூடினார்கள். அங்கு நடைபெற்றது குறித்து வேவல் எடுத்துரைக்கிறார்: 'நேருதான் முதலில் ஆவேசப்பட்டார். முஸ்லிம் லீக் அமைச்சரவை உறுப்பினர்கள் தன்னை அதிகாரபூர்வமற்ற அதேநேரம் அதிகாரம் மிகுந்த பிரதமர் என்று ஏற்க மறுக்கிறார்கள். அதனால் இன்னமும் கூட்டணி அரசு என்று சொல்லிக் கொண்டிருப்பது பொருளற்றது என்று பொங்கினார்; பின் அமைதி ஆனார். நேரு அமைதியடையும்வரை லியாகத் கொஞ்சம்கூட பதற்றம் கொள்ளாமல் இருந்துவிட்டு, அமைதியாகச் சொன்னார்: 'முஸ்லிம் லீக் உறுப்பினர்கள் காபினெட்டில் ஒத்துழைக்க ஆயத்தமாகவே இருக்கிறார்கள்... ஒன்றே ஒன்று – அவர்கள் நேருவின் தலைமையை ஏற்க மாட்டார்கள்...'[52]

'இந்த இரு தலைவர்களும் இணக்கமாக இருந்திருக்கவில்லை'[53] என்று வேவல் பிற நேரங்களில் கருதியிருக்கிறார். அதேநேரம் மதக் கலவரம் நடந்த ஓர் இடத்துக்கு இவர்கள் இருவரும் சென்றபோது கூட்டுறவும், சக மனித நேசமும்வெளிப்படவும் செய்திருக்கிறது.

நிதியமைச்சர் பதவி வலிமையானது; அதிலும் லியாகத் விஷயத்தில் மேலும் வலுவுடன் வெளிப்பட்டது. இவரோ அல்லது லீகுக்கும் லியாகத்துக்கும் சேவை செய்ய தன்னை அர்ப்பணித்தவரும் நிதியமைச்சகச் செயலாளருமான சௌத்திரி முகமது அலியோ காங்கிரஸ் பரிந்துரைக்கும் பதவி நியமனம் அல்லது திட்டத்தை செலவுகள் தொடர்பான பல கேள்விகள் கேட்டு, அவற்றைத் தடுக்க முடியாவிட்டாலும் தாமதப்படுத்திவந்தனர். இதுபோன்ற செயல்பாடுகளினால் மிகவும் கொதிப்புற்றவர் உள்துறை அமைச்சர் பட்டேல்தான். பட்டேலும் லியாகத்தும் மோசமான மதக் கலவரம் நடந்து முடிந்திருந்த பீஹாரில் இருந்து திரும்பிவந்தபோது, வைஸ்ராய் வேவல் இருவரையும் சந்தித்துப் பேசியிருக்கிறார்கள். அப்போதுகூட அவர்களுக்கிடையே 'நட்புறவு நிலவியது'[54]. ஆனால் கூட்டணி அமைச்சரவை அனுபவங்களே பட்டேலை மனம் வெறுக்கச்செய்து, ஒன்றுபட்ட இந்தியா என்பது தொடர்பான பட்டேலின் நம்பிக்கையைக் கலைத்துவிட்டன. டிசம்பர் 1946-ல் அல்லது ஜனவரி 1947-ல் பட்டேலும் வி.பி.மேனனும் இப்போது நிலவும் 'கூட்டுறவுக்கு' பிரிவினையே மேல் என்ற முடிவுக்கு வந்து சேர்ந்தார்கள்.[55]

பிப்ரவரியில் (1947) லியாகத் பட்ஜெட் கொண்டு வந்தார். அந்த பட்ஜெட் – பட்டேல், மேனன் ஆகியோரின் முடிவு சரியானது என்று உணர்த்தியது. அது மிகவும் 'சாமர்த்தியமான பட்ஜெட்'[56] ஏழை முஸ்லிம்களும், இந்துக்களும் பட்ஜெட்டை வரவேற்றார்கள். காங்கிரஸைச் சேர்ந்த கொழுத்த பணக்காரர்களும் பட்டேலும் இதை

வெறுத்தார்கள். இந்த பட்ஜெட்டை ஆதரிப்பதா எதிர்ப்பதா என்று நேருவுக்கும் ஒரே குழப்பம். 'லீக்'கை ஆதரிக்கும் நிதியாளர்களும் இந்தப் பட்ஜெட்டை விரும்பவில்லை என்றாலும் காங்கிரஸ் கட்சிக்கு நிதியுதவி புரிகிற இந்துப் பணக்கார வர்க்கத்தவர்களை ஒப்பிடுகையில் மிகக் குறைவானவர்களே! காங்கிரஸில் உள்ள இடது மற்றும் வலதுசாரி ஆதரவாளர்களிடையே பிளவை ஏற்படுத்தவும், நாட்டின் பொருளாதாரத்தை ஒன்றுமில்லாமல் செய்துவிட்டு பாகிஸ்தானுக்குப் போவதற்கும் திட்டமிட்டுத்தான் லியாகத் இப்படியான ஒரு பட்ஜெட்டைக் கொண்டுவந்திருக்கிறார் என்று சொல்லப்பட்டது.[57] லியாகத்தின் ஆதரவாளர்கள் ஜின்னா அவரை 'பாட்டாளி' என்று 1943-ல் குறிப்பிட்டுப் பாராட்டியதை நினைவு கூர்ந்தார்கள். லியாகத் நாடாளுமன்றத்தில் சொன்னது:

> 'கண்கூசும்படி முரண்பட்டுத் தெரிகிற பல்வேறுபட்ட மக்களைக் கொண்டுள்ள பெருநிலம் இந்தியா. நான் தனியுடமையை அழித்துவிட்டு, அனைத்தையும் பொதுவுடமையாக்க விரும்புபவன் அல்ல; எனினும் திருக்குர்ஆனின் போதனைகள் மீது நம்பிக்கை கொண்டவன். அது தனியார் கைகளில் சொத்து குவிவதை ஏற்கவில்லை...'[58]

லியாகத் மனப்பூர்வமாக, தான் நம்பிய ஒன்றை, இஸ்லாமின் விதிகளுக்கு இசைவானதாகக் காட்டியதை அவரின் ராஜதந்திரம் எனலாம். வேவலும் அவருக்குப் பின்னர் பதவிக்கு வந்த மௌண்ட் பேட்டனும் சொன்னதற்கு ஏற்ப லியாகத் தன்னுடைய திட்டத்தில் மாற்றங்கள் செய்துகொண்டார். என்றாலும் அவருக்கும் லீகுக்கும் உளவியல்ரீதியில் அற்புதமான வெற்றியை இந்தத் திட்டத்தின் மூலம் பெற்றுவிட்டார் என்பதில் எந்த சந்தேகமும் இல்லை.

•

ஜின்னா பாகிஸ்தானைத் தோற்றுவித்தார் என்று கூறுவது சரியானதுதான்! இருந்தாலும் இங்கே லியாகத்தின் பங்களிப்பும் சாதாரணமானதல்ல. லியாகத் பாகிஸ்தானைத் தனியாக நின்று சாதித்துக் காட்டியிருக்க முடியாதுதான். ஜின்னா இல்லாதிருந்தால் லியாகத் தனி நாடு வேண்டும் என்று கேட்டிருக்கக்கூட மாட்டார்தான். இருந்தும் 1933-ல் லியாகத் வற்புறுத்தியிருக்கா விட்டால் இங்கிலாந்தில் இருந்த ஜின்னா இந்தியாவுக்குத் திரும்பிவந்திருப்பாரா என்பது சந்தேகமே. அதுபோன்றே முப்பதுகளிலும் ஆரம்ப கால நாற்பதுகளிலும் லியாகத் சிந்திய வியர்வையையும் பங்களிப்பையும் ஒதுக்கித்தள்ளிவிடமுடியாது. ஜின்னா என்ற ஒருவரில்லாமல் பாகிஸ்தான் பெற்றிருக்கமுடியாது.

அதுபோலவே, லியாகத் இல்லாமல் ஜின்னா அதைப் பெற்றிருக்கவும் முடியாது.

இதில் இருக்கும் உண்மை மற்றும் லியாகத் இடைக்கால அமைச்சரவையில் இருந்தபோது பெற்ற அனுபவம், வாய்ப்புகள் ஆகியவற்றை வைத்துப் பார்த்தால், ஜின்னா விரும்பும் பதவி நீங்கலாக வேறு எந்தவொரு பதவியையும் லியாகத் அடைந்துவிட முடியும் என்பது உறுதியானது. இந்நூலின் முன் - பகுதியில் நாம் பார்த்ததுபோல், மௌண்ட் பேட்டன் இந்தியா, பாகிஸ்தான் ஆகிய இருநாடுகளுக்கும் சேர்த்துப் பொதுவான கவர்னர் ஜெனரலாக இரு தரப்பின் முழு ஆதரவுடன் இயங்க முன்வந்திருந்தால், ஜின்னா பாகிஸ்தானின் முதல் பிரதம அமைச்சராகியிருப்பார். லியாகத் அவருக்கு இரண்டாவது இடத்தில் இருந்திருப்பார். சட்டென்று மவுண்ட் பேட்டன், வேண்டாம் என்று சொல்லிவிட்டார். ஜின்னாவும் எதிராக முடிவெடுத்தார். இதனால் இந்தியாவின் ஜவாஹர்லால் எந்தப் பதவியை வகிக்கப் போகிறாரோ, அது லியாகத்துக்கு பாகிஸ்தானில் கிடைத்தது: பாகிஸ்தானின் முதல் பிரதமர்! வேறு யாருக்கும் அந்த கௌரவம் பங்கிடப்படவில்லை.

டெல்லியில் லியாகத்துக்குப் பிரமாண்டமான மாளிகை இருந்தது. அவர் புதிய நாட்டின் பிரதமர்; ஆனாலும் அவரும் இந்த துணைக் கண்டத்திலிருந்து புலம் பெயர்ந்த லட்சக்கணக்கான அகதிகளில் ஒருவராகவே அவரும் பாகிஸ்தான் செல்லவேண்டும். புதுடில்லியை விட்டு மனைவி ராணா, இரண்டு மகன்களுடன் புறப்படுவதற்கு முன்பாக லியாகத், நாட்டுப் பிரிவினை தொடர்பான நிர்வாக மற்றும் நடைமுறைத் தேவைகளை முன்னிறுத்தி அதற்கான நடவடிக்கைகளில் இறங்கினார். சிவில் அதிகாரிகள், ராணுவம், பல்துறை நிறுவனங்கள், பதிவேடுகள், சொத்துக்கள், நிதி - கடன் பொறுப்புக்கள் ஆகியன பங்கு பிரிக்கப்படவேண்டியிருந்தன. ஜின்னாவுடன் சேர்ந்து சிவில் அதிகாரிகளின் உதவியோடு, லியாகத் பிரிவினைக் கவுன்சிலில் அமர்ந்து இதையெல்லாம் செயல்படுத்திக் கொண்டிருந்தபோது நாட்டில் கலவரங்கள் ஆரம்பித்திருந்தன. வெறுப்புணர்ச்சி, பழி வாங்குதல், வன்மம் ஆகியவற்றால் பல கிராமங்கள் பீடிக்கப் பட்டன. இந்து, முஸ்லிம், சீக்கியர்களின் உடல்கள் சிதைக்கப்பட்டு ஆன்மாக்கள் நசிந்துபோயின.

முஸ்லிம் அதிகாரிகள் கராச்சிக்குப் புலம்பெயர்ந்தார்கள்: அச்சத்தோடும் ஆசைகளோடும் மட்டுமல்ல; புதிய நாட்டைக் கட்டி எழுப்ப தங்களால் ஆன பங்களிப்பை உவப்போடு செய்வதற்காகவே அக்கூட்டத்தினரில் பலரும் அங்கே சென்றார்கள். பலர் தம் குடும்பத்தை இங்கே விட்டுவிட்டு அங்கு சென்றிருந்தார்கள். அதன்

பின் இந்திய மண்ணிலே மதக்கலவரம் நடைபெறுகிறது என்று கேள்விப்பட்டு வேதனையடைந்தனர். இப்போது அங்கிருந்து (பாகிஸ்தானிலிருந்து) எதிர் திசையில் புறப்பட்ட இந்துக்களும் சீக்கியர்களும் இதே வேதனைகளை அனுபவிக்க நேர்ந்தது. பாகிஸ்தானுக்குப் புறப்பட்டுச் சென்ற ரயில் பெட்டிகளில் இருந்த சிவில் அதிகாரிகளும் ஃபைல்களும் அழிந்ததாகப் பின்னர் லியாகத் நினைவுகூர்ந்தார். பாகிஸ்தானின் முதற்கட்ட சிவில் அதிகாரிகளின் உணர்வுத் துடிப்பை நினைத்துப் பார்த்துப் பாராட்டினார்:

> 'சுதந்தரக் கொடி ஏற்றப்பட்டபோது நம் அலுவலகங்களில் மேஜை, நாற்காலிகள் கிடையாது. ஒரு பேனாவோ, மை புட்டியோ எழுதுவதற்கு தாள்களோ எதுவும் இல்லை. பாகிஸ்தான் அரசாங்கம் வெற்றிகரமாகச் செயல்பட்டு வந்ததற்கு நானோ அல்லது என்னுடைய அமைச்சர்களோ காரணமில்லை. நம்முடைய அரசாங்க ஊழியர்களின் திட சித்தமும் அர்ப்பண உணர்வுமே மிக முக்கியமான காரணம்.'[59]

•

ஜின்னா உயிருடன் இருந்தவரையில் லியாகத் இந்தியாவில் நேருவைப்போன்று அதிகாரங்களை அனுபவிக்க முடியவில்லை. ஜின்னாதான் பாகிஸ்தானின் முடிவெடுக்கும் இடத்தில் கடைசி மூச்சு உள்ளவரை இருந்தார். ஜின்னாதான் அரசாங்கத்தை நிர்வகிக்கும் தலைவர். அதுபோன்றே கட்சிக்கும், அரசியல் சட்ட நிர்ணய அமைப்புக்குமான தலைவர். சட்ட மன்றங்களின் தலைவர். காஷ்மீர் மற்றும் எல்லைப்புற விவகாரங்களுக்கு, நேரடியான பொறுப்பில் இருப்பவர். ஆனாலும் 'காயீத்துக்கு (ஜின்னாவுக்கு) அடிக்கடி உடல்நிலை முடியாமல் போனது. அதுபோன்ற தருணங்களில் லியாகத் முழு பொறுப்பையும் ஏற்றுக்கொள்வார். தன்னுடைய கணிப்பு மற்றும் உள்ளுணர்வு சார்ந்து முடிவுகளை எடுப்பார்'[60] என்று சௌத்திரி முகமது அலி கூறியுள்ளார்.

இந்தியாவிலிருந்து வந்த அகதிகளைக் குடியமர்த்துவதுதான் அவரது தலையாய பணி. இந்தியாவில் இதே பணியை நேருவும் பட்டேலும் ஏற்றிருந்தார்கள். 1949-ல் தொடக்கத்தில் அவர் சொன்னார்: 'எழுபது லட்சம் மக்கள் அகதிகளாக பாகிஸ்தானுக்கு வந்தார்கள்'.[61] ஐம்பது லட்சம் இந்துக்களும் சீக்கியர்களும் இந்தியாவுக்குப் போயிருக்கிறார்கள் என்றும் சொன்னார். வி.பி. மேனனின் கணக்குப்படி, 1948-ல் அரையாண்டு முடிவதற்குள் 55 லட்சம் முஸ்லிம்கள் இந்தியாவை விட்டு பாகிஸ்தான் சென்றார்கள். 67.5 லட்சம் முஸ்லிம் அல்லாதவர்கள் அங்கிருந்து வந்தார்கள்.[62]

இந்த இருவர் கணிப்புக்களையும் ஒப்பிட்டுப் பார்ப்பது ஒருவிதத்தில் மிகவும் அவசியம். 1957-ல் வெளியிடப்பட்ட நூல் ஒன்றில் மேனன் 1947-ல் பஞ்சாபில் நடந்த விஷயங்களை டெல்லி பார்வையில் எழுதியது இங்கே தரப்படுகிறது:

> 'துளித்துளியாக விழுந்த மழைநீர் திரண்டு, சட்டென்று வெள்ளமாய் பெருக்கெடுத்ததுபோல் ஆனது. வேரோடு வெட்டி வீசப்பட்டவர்களாக எந்தப் பிடிப்பும் இல்லாமல் சாய்க்கப் பட்டவர்களாக பல லட்சம் மக்கள் உள்ளம் கலங்கிய நிலையில் வழிவகையற்று நின்றார்கள். அவர்கள் தங்களின் வாழ் விடங்களில் இருந்து, சொல்லொண்ணா கொடுமைக்கு ஆளாகித் துரத்தப்பட்டார்கள். அவர்களில் பலர் அதி விரைவாக தங்களின் இடங்களை விட்டகன்று, உயிருக்கஞ்சி ஓடவேண்டியிருந்தது. அவர்கள் தங்களின் சொந்த பந்தங்கள், நண்பர்கள் எல்லாம் தாக்கப்பட்டதையும், அவர்களின் உடல்கள் துண்டுகளாகச் சிதைக்கப்பட்டதையும், அவர்களின் வீடுகளில் எல்லாம் புகுந்து பொருள்களையெல்லாம் வாரியெடுத்துக் கொள்ளையடிக்கப் பட்டதையும், வீடுகள் தீக்கிரையாக்கப்பட்டதையும் பார்த்துப் பரிதவித்துப் பதைத்துப்போய் இங்கே ஓடிவந்தவர்கள். அவர் களுக்கு வேறுவழியில்லை. எல்லாவற்றையும் பறிகொடுத்து விட்டு, கூடப் பிறந்தவர்களை, வாழ்ந்தவர்களை தொலைத்து விட்டு, குழந்தைகளும் பெண்களும் கடத்தப்பட்ட நிலையில் – சீற்றமும் ஆற்றாமையுமாக தாங்கமுடியாத வலி வேதனை களோடு நிலைகுலைந்துபோனார்கள்...'⁶³

1949 பிப்ரவரியில் கராச்சியில் நடைபெற்ற லீக் மாநாட்டில் லியாகத் உரை நிகழ்த்தினார்; அது:

> 'ஆயிரக்கணக்கில் முஸ்லிம்கள் இடம்பெயர்ந்தார்கள். ஆயிரக் கணக்கான பெண்கள் கடத்தப்பட்டார்கள். ஆயிரக்கணக்கான குழந்தைகள் கொல்லப்பட்டு கண்டதுண்டங்களாக வெட்டப் பட்டு, சிதிலமாக வீசப்பட்டார்கள். லட்சக்கணக்கான மக்கள் அகதிகளாக பாகிஸ்தானுக்கு வந்து சேர்ந்தார்கள். அவர்களுக்கு வானமே கூரை; பூமியே படுக்கை. பசி, ஆடையற்ற அலங்கோலம், நோய், நிலைகுலைவு ஆகியவற்றில் ஆட்பட்ட வர்களாக, நூற்றுக்கணக்கான மைல்களை நடந்தும் மாட்டு வண்டிகளில் சுமைகளை ஏற்றிக்கொண்டும் இங்கே வந்து சேர்ந்தார்கள். வருகிற வழிகளில் அவர்கள் அடிக்கடிக் கேட்ட கேள்வி, 'பாகிஸ்தான் வந்துவிட்டதா?' என்பதே... 'இல்லை... இதுவரை இல்லை... இன்னமும் தொலைவு உள்ளது' என்ற விடை கிடைக்கும். அவர்களின் அந்தக் கடுமையானப் பயணத்தில் – அவர்களின் இயலாமையிலும் தளர்ச்சியிலும்கூட

தங்கள் நெஞ்சில் வைத்திருந்த நம்பிக்கையை இழந்துவிட வில்லை. எல்லையை வந்தடைந்த உடனே, அவர்கள் கடவுளுக்கு நன்றி செலுத்தினார்கள். அப்படியே கீழே சாய்ந்தார்கள். அப்படியே இருந்துவிட நினைத்ததுபோல் நன்றி செலுத்தி விழுந்து கிடந்தார்கள்.'[64]

'வீக்' சொன்னதுபோல் நாம் இரு நாடுகளாகவே இருக்கிறோம் என்பது ஒருபக்கமிருக்க, மனிதத்தன்மையற்ற நடத்தை, ஓர வஞ்சனையான எண்ணம் எதையும் ஆராயாமல் நம்பும் ஏமாளித்தனம் ஆகியவற்றில் நாம் ஒன்றே. மேனனின் அறிக்கைகைக்கு இணையாக, 'டெல்லி நகரெங்கும் நடுக்கத்தோடும் மருட்சியோடும் அகதிகளின் கூட்டம், அப்படியே பெருக்கெடுத்து புகுந்துவிட்டது. தலைநகர் டெல்லியில் ஒரு வதந்தி பேரிரைச்சலாக எங்கும் கேட்கத் தொடங்கியது. 'வெகுகாலமாகவே முஸ்லிம்கள் திட்டமிட்டு வந்ததுபோல் வஞ்சகமான சதிவேலை செய்து புதிய இந்திய அரசாங்கத்தை முறியடித்துத் தகர்த்துவிட்டு டெல்லியைக் கைப்பற்றப்போகிறார்கள்' என்ற வதந்தி பரவியது. இப்படிப்பட்ட வதந்திகள் நம்பவும்பட்டன'[65] அதேபோன்ற அச்சத்தைத் தூண்டும் வதந்தி பாகிஸ்தானிலும் பரப்பப்பட்டது. லாகூரில் மக்கள் அச்சத்தில் இருந்தார்கள். பாகிஸ்தான் தாக்கப்படக் கூடும் – எந்த நேரத்திலும் அது நிகழலாம்! இந்தியாவின் முதல் தாக்குதலே வெகு பலமான அடியாக பாதிப்பை ஏற்படுத்தக்கூடும் என்று பயப்படுகிறார்கள்'[66] என்று லியாகத் கராச்சியில் பேசினார்.

பாகிஸ்தான் தாக்கப்படக்கூடும் என்ற வதந்தியை ஜின்னா ஒதுக்கித் தள்ளிவிடவில்லை. பாகிஸ்தான் உருவான பின்னர் தொடர்ந்து பல மாதங்கள் லியாகத் லாகூரிலேயே இருந்தார். அவரிடம் காயீதே ஆஜம் சொன்னவை: 'பாகிஸ்தானை லாகூரிலிருந்துதான் தற்காத்துக்கொள்ளமுடியும். கராச்சியிலிருந்து அல்ல'....[67] இதைப் பிற்பாடு லியாகத் நினைவுகூர்ந்தார்.

லியாகத்தும் உடல்நிலை ஒத்துழைக்காத நிலையிலும் ஜின்னாவும் காஷ்மீர் மோதல், ஐ.நா.வில் காஷ்மீர் தொடர்பான விவாதம், ராணுவத்தைப் புதிதாகக் கட்டமைக்க வேண்டிய கட்டாயத் தேவை; விமானப்படை, கடற்படை, ராணுவப் பயிற்சி கல்லூரிகளைத் தோற்றுவிப்பது; மற்றும் கடற்படைக்காக ஒரு கப்பல்தளம்; இதில் கப்பல்கள் பழுது பார்ப்பது, பராமரிப்புப் பணிகள் செய்வதற்கு ஏற்ற சாதனங்கள், கருவிகள் கொண்ட வசதிகள் ஏற்படுத்துவது (க்வாட்டாவில் உள்ள ராணுவ அதிகாரிகளுக்கான கல்லூரி ஒன்றுதான் பாகிஸ்தான் பிரிட்டிஷ் இந்தியாவிலிருந்து பெற்றுக் கொண்ட ஒரே ராணுவ வசதி) அகதிகள் பிரச்னை, பலூசிஸ்தான்

மற்றும் வடமேற்கு எல்லைப்புற மாகாணங்களில் வாழ்விடங்களைக் கொண்ட மலைவாழ் மக்களின் தனிகவனம் செலுத்தவேண்டிய பிரச்னைகள்; இதனூடே நாட்டுக்காக கட்டாயத் தேவையாக ஒரு மைய வங்கி ஏற்படுத்தி ஆகவேண்டிய நெருக்கடி போன்றவற்றில் கவனம் செலுத்தினர்.

ஜின்னாவின் விருப்பத்துக்கு ஏற்ப லியாகத் முஸ்லிம் அல்லாதவர்களுக்கு 'லீக்'கின் கதவைத் திறக்க ஒப்புக்கொண்டது தவறாகவே ஆனது. இக்கருத்து அனைவராலும் எதிர்க்கப்பட்டது[68] என்று கராச்சியைத் தளமாகக்கொண்ட பத்திரிகையாளரான எம்.எஸ்.எம்.ஷர்மா குறிப்பிட்டிருக்கிறார். இதன் பின்னருங்கூட முஸ்லிம் அல்லாதவர்களாக உள்ள ஹிந்து, சீக்கிய அதிகாரிகள் பாகிஸ்தானில் தங்கியிருந்து அரசுப் பணியாற்ற வேண்டும் என்று ஜின்னாவும், லியாகத்தும் ஒருமனதாக விரும்பினார்கள். ஆனால் இந்து மற்றும் சீக்கிய அதிகாரிகள் அது சாத்தியமில்லை என்று நினைத்தனர். லியாகத் பேச்சுத்திறமையால் அவர்களை ஈர்க்க முயன்றார். 'ஒரு வெளிநாட்டு அரசாங்கத்துக்குப் பணியாற்ற முன்வருகிறவர்களால் ஏன் நம் சொந்த நாட்டுக்குப் பணியாற்ற முன்வரமுடியவில்லை' என்று கேள்வி எழுப்பினார். இந்த இடத்தில் அவர் இரண்டு நாடு கோட்பாட்டை அவரே கேள்விக்கு உட்படுத்துகிறார். ஆனால், மேற்கு பாகிஸ்தானில் உள்ள இந்து, சீக்கிய அதிகாரிகள் ஏற்கெனவே இரு நாடு கோட்பாட்டை ஏற்றுக்கொண்டுவிட்டிருந்தனர்.[69]

ஜின்னாவின் உடல் நலிவு அவரைக்வாட்டாவுக்கும் ஸியாரத்துக்கும் கொண்டுசென்றது. நாம் ஏற்கெனவே ஜின்னாவின் வாழ்க்கைப் பகுதியில் இந்த நூலில் பார்த்ததன்படியே பிரதமரான லியாகத்துக்கு ஜின்னாவின் உடல்நிலை குறித்து, சரியான தகவல் அறிக்கையை அளிக்கவில்லை. அதனால் அவரவர்களே ஊகித்துக் கொள்ளும்படி ஆனது. இப்படியோர் நிலைமை ஏற்பட ஜின்னாவின் தங்கை பாத்திமா ஜின்னாதான் காரணம். அவர்தான் ஜின்னாவைக் கவனித்துக் கொண்டிருந்தார். அண்ணன்மீது வைத்திருந்த அளவு கடந்த பாசமும், வெகுகாலங்களாக அவர்கள் இருவரும் ஒருவர் மேல் ஒருவர் காட்டிக்கொண்ட அக்கறையும் மிக அதிகம். அதனாலேயே, லியாகத் – ராணா இருவருக்கும் ஜின்னாவோடு இருந்த நெருக்கத்தை அவர் விரும்பவில்லை. காயீத் (ஜின்னா) லியாகத், ஜின்னாவைப் பார்க்க 'ஸியாரத்' சென்றபோது, ஜின்னா தன் சகோதரியிடம் சொன்னதாக பாத்திமா ஜின்னா இறந்த பின்னர் சொன்னது: 'உனக்குத் தெரியுமா? லியாகத் எதற்காக இங்கே வருகிறார் என்று. என் உடல்நிலை எவ்வளவு மோசமடைந்துள்ளது;

எவ்வளவு காலம் நான் உயிரோடிருப்பேன் என்று அறிந்து கொள்வதற்குத்தான்...'[70]

பாகிஸ்தானின் முதன்மையான மனிதர்களில் இரண்டாவது இடத்தில் இருந்த லியாகத்துக்கு ஜின்னாவின் நோய் எந்த அளவுக்கு முற்றியிருக்கிறது என்பதை அறிந்துகொள்ள உரிமையும் கட்டாயமும் உண்டு. ஒன்று ஜின்னா, மிக மோசமான நிலையில் இருந்ததால் இந்த சந்திப்பை ஏற்க மனமின்றி அப்படிச் சொல்லியிருக்கலாம். அல்லது, ஜின்னாவின் உள் ஒடுங்கலுக்கு பாத்திமாவே இட்டுக்கட்டி இந்த விஷயத்தை இப்படிச் சொல்லியிருக்கலாம். படுத்த படுக்கையாக இருந்த ஜின்னாவைப் பார்க்கப் போகிறவேளைகளில் அனுபவிக்க நேர்ந்த பாராமுகமும் ஒதுக்கப்பட்டநிலையும் லியாகத்தின் கௌரவத்தை எந்தவகையிலும் குறைத்துவிடவில்லை. இயல்பாகவே ஜின்னாவுடனான பாத்திமாவின் பந்தத்தில் இருந்து மாறுபட்ட லியாகத்தின் நட்பு விலைமதிப்பிட முடியாததாகவே இருந்தது. எப்படியோ இந்த இருவரும் சேர்ந்து ஒரு வரலாற்றைப் படைத்துவிட்டார்கள். ஆனால் இதுபோன்ற உண்மைகள் இறந்து கொண்டிருக்கும் ஆட்சியாளரின் உறவினர்களுக்கு எப்போதும் புரிந்திருக்கும் என்று சொல்ல முடியாது.

பாகிஸ்தான் – 'ஜின்னா கட்டி எழுப்பிய இல்லம்' என்று சொல்லப்படுகிறது.[71] அதைக் கட்டிமுடித்தவர் செப்டெம்பர் 11, 1948-ல் இறந்துவிட்டார். அதன் பின் அவர் கட்டிய அந்த மாளிகை நிலைத்திருக்குமோ என்று சிலர் ஐயமுற்றார்கள். ஜார்ஜ் பெர்னார்ட் ஷா நேருவுக்கு எழுதிய கடிதத்தில் 'ஜின்னாவுக்குப் பிறகு ஆட்சி புரிவதற்கு யாரும் இருந்திருக்காவிட்டால், நீங்கள்தான் முழு துணைக்கண்டத்தையும் ஆளவேண்டி வந்திருக்கும்'[72] என்று கூறியிருந்தார். ஆனாலும் லியாகத் ஆயத்தமாக இருந்தார். ஜின்னா வகித்துவந்த கவர்னர் ஜெனரல் பதவிக்கு நஸீமுத்தின் வந்தார். ஆனால் ஜின்னாவிடம் குவிந்திருந்த அதிகாரங்கள் இவருக்குக் கொடுக்கப்படவில்லை. பிரதமராகத் தொடர்ந்த லியாகத் தன்னிடம் எடுத்துக்கொண்டார். தன் நாட்டின்மீது முழுமையான அதிகாரங்களோடும் பற்றுதலோடும் அவர் இருந்தார். 'பாகிஸ்தான் கடவுளின் கருணையால் கிடைத்த பேறு; அது நம்முடைய சாதனைகளால் அடைந்தது அல்ல' என்று அழுத்தமாகக் கூறினார் பிரதமர் லியாகத் அலிகான். அவர் பிப்ரவரி 1949-ல் பேசியவை:

> 'உங்களுக்கு நான் உறுதியாக ஒன்றைச் சொல்லிக் கொள்கின்றேன். பாகிஸ்தான் நீடித்து நிலைத்து நிற்குமா என்ற ஐயம் சிறிதளவுகூட எனக்கு ஏற்படவில்லை. நான் நினைப்பதும்

அதற்கு மேலாக நம்புவதும் இதுதான். நாமொன்றும் பாகிஸ்தானைத் தக்கவைத்துக் கொள்வதற்காக பெரிதாக எதையும் செய்யவில்லை. அது, கடவுளின் அருட்பேற்றால் நமக்கு வாய்த்தது; நாமாக நமது மோசமான செயல்பாடுகளினால் அந்த பரிசுக்குத் தகுதியற்றவர்களாக ஆக்கிக்கொண்டால் ஒழிய கடவுள் இதை நம்மிடமிருந்து நிச்சயம் பறிக்கமாட்டார்.'73

அவர் சொன்னது உண்மையே! இந்த வார்த்தைகள் அவர் 1947-ல் பாகிஸ்தானைச் சூழ்ந்திருந்த நெருக்கடிகள் குறித்துச் சொன்னவையே. காயீதின் (ஜின்னாவின்) மரணத்துக்குப் பின்னர் சொல்லப்பட்டவை அல்லதான். இருந்தும் லியாகத் தன் நம்பிக்கையை எப்போதும் மறைத்துக்கொள்ளவில்லை. ஜின்னாவின் மரணம் நிகழ்ந்த ஒரே நாளில் அவர் பாகிஸ்தான் முழுவதும் மாபெரும் கூட்டங்களை நடத்த ஏற்பாடு செய்தார். அந்தக் கூட்டங்களில் அவர் பிரகடனம் செய்தார்: 'ஒருவேளை பாகிஸ்தான் தாக்கப்பட்டால் அவரும் அவரின் தோழர்களும், மேலும் பாகிஸ்தானியர்கள் அனைவருடனும் தமது கடைசி சொட்டு ரத்தத்தையும் சிந்தி பாகிஸ்தான் மண்ணில் இருந்து ஒரு அங்குலம் விட்டுக் கொடுக்காமல் போராடுவோம்...'74 என்றார்.

இங்கே பாகிஸ்தானில் கேட்ட முழக்கங்கள் பாகிஸ்தானிலும் இந்தியாவிலும் மட்டும் எழுப்பப்பட்டவை அல்ல. இருந்தும் பாகிஸ்தானியர்கள் உத்வேகம் பெற்றனர். லியாகத்தின் நம்பிக்கை அவர்களுக்கு மிகுந்த உத்தரவாதத்தைக் கொடுத்தது. இன்னொரு பக்கத்தில் பாகிஸ்தானுக்கு நம்பிக்கைக்கான உற்சாகத்தைத் தூண்டும் நிகழ்வுகள் நிகழலாயிற்று. அது பாகிஸ்தானிகள் மூலம் அல்ல. ஜின்னா இறந்ததற்கு அடுத்த மாதம், பிரதம மந்திரிகள் உலக மாநாடு ஒன்றில் பங்குபெற லியாகத் லண்டனுக்குச் சென்றார். முன்னாள் வைஸ்ராய் வேவல் பிரபு, இன்னமும் பணியிலிருந்து முழுமையாக விடுவிக்கப்படாத நிலையில், லியாகத்தை ஒரு விருந்தில் சந்தித்தார். அவர் அளித்த பேட்டியில் 'லியாகத், 'நல்ல திடமான நிலையில், பார்ப்பதற்கு வெகு நன்றாக, மிக நட்போடு' இருந்தார் என்றார். மேலும் பாகிஸ்தான் அமைச்சரவைபற்றிச் சொன்னபோது– 'அந்த அமைச்சரவையில் இருப்பவர்கள் திறமைசாலிகள் அல்ல; ஆனால் நேர்மையானவர்கள்'75 என்றார்.

லியாகத் அலியின் கடந்தகால அரசியல் பகைவர் கலிக்குல் ஜமான் இப்போது ஜின்னாவுக்குப் பின்னர் முஸ்லிம் லீக்கின் தலைமையை ஏற்றுக்கொண்டார். மேற்கு பாகிஸ்தானில் இருக்கும் கராச்சி தலைநகரமாக இருக்க இங்கே கவர்னர் ஜெனரலாக இருப்பவர் கிழக்கு வங்காளத்தைச் சேர்ந்தவர். பிரதமரும் கட்சித் தலைவரும்

இந்திய முஸ்லிம் தலைவர்கள் | 507

உ.பி.யைச் சேர்ந்தவர்கள். வருங்காலத்தில் கராச்சி ஆசியாவின் மிகப்பெரும் நகரங்களில் ஒன்றாகத் திகழும் என்ற எதிர்பார்ப்பு கலந்த ஆசையோடு இருந்தார் லியாகத்.[76]

பாகிஸ்தானியர் என்பவர்கள் தங்களைப் பஞ்சாபிகள், சிந்துக்காரர்கள், வங்காளிகள் அல்லது இன்னொருவராகவும் காட்டிக் கொண்டார்களேயன்றி, வெறும் முஸ்லிம் என்று யாரும் குறிப்பிடவில்லை என்பதை லியாகத் புரிந்துகொண்டிருந்தார். ஜின்னாவைப் போலவே, உருது மொழி புதிய நாட்டின் இரண்டு பக்க இறக்கைகளையும் ஒன்றுசேர்க்கவல்லது என்று லியாகத்தும் நம்பினார். ஆகவே உருது மொழியைக் கட்டாயப் பாடமாக ஆரம்ப நிலைக்கு அடுத்த வகுப்புகளுக்குப் புகுத்தினார். அது கிழக்கு வங்காளத்துக்கும் சேர்த்தே கொண்டு வந்ததுதான். அதே வேளை வங்காள மொழி மேற்குப் பாகிஸ்தானில் விருப்பப் பாடமாகக் கொண்டுவரப்பட்டது.[77] இது வங்காளிகளுக்கு முறையான செயலாகப்படவில்லை: கிழக்கு வங்காளம் பாகிஸ்தானிடமிருந்து முழுமையாக விலகிப்போனதைப் பார்க்க லியாகத் உயிருடன் இருந்திருக்கவில்லை.

இந்தியா பாகிஸ்தானிடையே நிலவிய முரண்பாடு 1949-ல் பிரிட்டன் தன்னுடைய நாணய மதிப்பைக் குறைத்தபோது தெளிவாக வெளிப்பட்டது. இந்தியா அதற்கு ஏற்ற வகையில் நமது நாட்டு நாணய மதிப்பைக் குறைத்தது. ஆனால் பாகிஸ்தான் மதிப்புக் குறைப்பு செய்யவில்லை. அப்போது பாகிஸ்தானின் நூறு ரூபாய்களுக்கு இந்தியா நூற்றைம்பது ரூபாய்களைக் கொடுக்க வேண்டும். இதனால் இருநாடுகளுக்கிடையே ஒரு பொருளாதாரப் போர் ஆரம்பித்தது. இந்தியாவிலிருந்து பாகிஸ்தானுக்கு அனுப்பப் பட்டுக் கொண்டிருந்த நிலக்கரி ஏற்றுமதி தடுத்து நிறுத்தப்பட்டது. அதுபோன்று, பாகிஸ்தானிலிருந்து நாம் இறக்குமதி செய்து கொண்டிருந்த சணலும் பருத்தியும் நிறுத்தப்பட்டது. லியாகத் உறுதியாகச் சொல்லிவிட்டார், 'ஒரு போதும் இந்தியாவுக்குப் பணியப் போவதில்லை!' என்று. டாக்காவில் ரகசியமாகக் கூடிய லீக் கூட்டத்தில் லியாகத் கூறினார், 'நாம் நம்முடைய சணல் பொருளை வங்காளக் கடலில் கொட்டினாலும் கொட்டுவோமே அன்றி, இந்தியாவுக்குக் கொடுக்கப் போவதில்லை...'[78] பதினெட்டு மாதங்கள் இரு நாடுகளின் இந்தப் போட்டியும் பிடிவாதமும் தொடர்ந்தன. கடைசியில் இந்தியா பாகிஸ்தானின் அந்நிய செலாவணி மாற்று விகிதத்தை ஏற்றுக்கொண்டது. பாகிஸ்தானில் வெற்றி முழக்கம் ஒலித்தது. விட்டுக் கொடுக்காத லியாகத்தை அவர்கள் பாராட்டி மகிழ்ந்தார்கள்.[79]

காலமெல்லாம் இதுபோன்ற போர்கள் மக்களிடம் எழுச்சியை ஏற்படுத்திக் கொண்டேயிருக்க முடியாது. பிற்காலத்தைச் சேர்ந்த நமக்குத்தான் அவை உருவாக்கிய நெருக்கடிகளைப் புரிந்துகொள்ள முடிந்திருக்கிறது. நல்லவேளையாக லியாகத்தின் கடந்தக் கால சாதனைகளும் அபார துணிச்சலுடனான தீரச் செயல்களும் அவரை எப்பொழுதுமே புகழின் உச்சாணியில் வைத்துக் காப்பாற்றி வந்தன. லியாகத்தின் கடந்தகால நிலையான வெற்றிகளை ஒப்பிடுகையில் இந்த 'ரூபாய் யுத்தம்' அந்த அளவுக்குப் பெரியதொன்றும் இல்லை.

நாட்டின் ஆட்சி நிர்வாகத்தைப் பலப்படுத்தினார். 1944-ல் பாகிஸ்தான் சென்றிருந்த இதழாளர் ஏ.டி. மணி என்பவர், 'இங்கே பணியாற்றுகிற அரசு அதிகாரிகள் மக்கள் நலன் சார்ந்து தங்கள் கடமையை அர்ப்பண உணர்வோடு அதுவும் இந்தியாவைக் காட்டிலும் அதிகமாகவே ஆற்றி வருகிறார்கள்...' என்றார்[80] லியாகத் நாட்டின் நிர்வாகத்துக்குப் பெருமளவு பங்களிப்பை அளித்துள்ளார். அவர் சிவில் அதிகாரிகளைப் பாராட்டவேண்டிய நேரத்தில் சரியாகப் பாராட்டினார். அதைவிட, அவர் சரியான பொருத்தமான நபர்களைத் தேர்ந்தெடுத்து அவர்களுக்கான பணியை அவர்களிடம் ஒப்படைத்தார்.[81] அது மிக நன்றாக வேலை செய்தது!

முஸ்லிம்களின் பாரம்பரிய வழிமுறைகளுக்கும், நவீன கால அரசாங்க நடைமுறைகளுக்கும் இடையே ஒத்திசைவான ஏற்பாட்டை லியாகத் முன்னெடுத்தும் மிகவும் பாராட்டப்பட வேண்டியதுதான். இஸ்லாம், மதச் சிறுபான்மையோர், நவீன நிறுவனங்கள் இவை அனைத்தின் இடம் என்ன என்பதை வரையறுக்கும் அரசியல் சாசனம் எந்தெந்த முக்கிய கொள்கைகளின் அடிப்படையில் உருவாகவேண்டும் என்பது குறித்த 'குறிக்கோள் தீர்மானம்' என்ற ஒன்றை அவர் தெளிவாக உருவாக்கினார்.[82] அளவற்ற அருளாளனும் நிகரற்ற அன்புடையோனுமான அல்லாவின் பெயரால் என்று அது ஆரம்பிக்கிறது. ஒட்டு மொத்த உலகின் மீதான அதிகாரமும் அல்லாவுக்கே உரியது என்று அது கூறுகிறது. அந்த ஆதிக்கமானது புனிதமானது என்றும் சொல்லப் பட்டிருக்கிறது. தேர்ந்தெடுக்கப்பட்ட மக்கள் பிரதிநிகள் அதிகாரமும் ஆதிக்கமும் செலுத்துவார்கள் என்றும் சொல்லியிருக்கிறது.

இஸ்லாம் வழங்கியிருக்கக்கூடிய ஜனநாயகம், சுதந்தரம், சமத்துவம், சகிப்புத்தன்மை, சமூக நீதி எல்லாம் வழங்கப்படும்.

புனித குர் ஆன்னிலும் சன்னாவிலும் சொல்லப்பட்டிருப்பது போன்ற போதனைகள், விதிமுறைகள் ஆகியவற்றுக்கு ஏற்ப தனி நபர் அளவிலும் சமூகம் என்ற அளவிலும் முஸ்லிம்கள் தமது வாழ்க்கையை அமைத்துக்கொள்ள வழிவகை செய்யவேண்டும்.

> சிறுபான்மையினர் தமது மதங்களைப் பின்பற்றவும் கலாசாரங்களை வளர்த்தெடுக்கவும் உரிய வழிமுறைகள் உருவாக்கப்படும். சிறுபான்மைகள் மற்றும் பின் தங்கியவர்கள், ஒடுக்கப்பட்டவர்கள் ஆகியோருடைய நலன்கள் பாதுகாக்கப்படும். நீதித்துறைக்கு முழு சுதந்தரம் தரப்படும்.

அரசியல் சாசனத்துக்கு அடிப்படையாக இருக்கும்வகையில் ஒரு 'குறிக்கோள் தீர்மானம்' என்ற ஒன்றை முதலில் உருவாக்க வேண்டும் என்பது இந்த தேசம் சுதந்தரம் பெற்றதற்கு அடுத்ததாக மிக மிக முக்கியமானது என்பது லியாகத்தின் பார்வை. இந்த தீர்மானத்தை அறிமுகப்படுத்தும்போது அவர் ஆற்றிய உரை இந்தத் தீர்மானம் அளவுக்கு மிக முக்கியமானதாக இருந்தது.இஸ்லாமில் அர்ச்சகர் குலம் கிடையாது என்பதால் மதச் சார்பு என்பது உருவாக வாய்ப்பே இல்லை என்றார். இருந்தும் இஸ்லாம் என்பது தனிப்பட்ட மனிதர்களின் நம்பிக்கைகள், நடத்தைகள் சார்ந்தது மட்டுமே அல்ல. கடவுளுக்கும் மனிதருக்கும் இடையிலான தனிப்பட்ட விஷயம் மட்டுமே அல்ல. அரசின் செயல்பாடுகளை அது பாதிக்கக்கூடியதும் தான். 'இஸ்லாமின் அடிப்படைக் கோட்பாடுகளின் அடிப்படையில் இயங்கும் புதிய சமுதாயத்தை உருவாக்க அரசு துணை நிற்கும்' என்றார்.

இஸ்லாமில் இருக்கும் உட்பிரிவுகளின் மத நம்பிக்கை சுதந்தரத்தில் அரசு தலையிடாது என்றும் கூறினார். 'சிறுபான்மைகளின் சுதந்தரத்தில் குறுக்கிடுவது இஸ்லாமுக்கு விரோதமானது' என்று பாகிஸ்தானிய இந்துக்களைப் பார்த்துச் சொன்னார். பாகிஸ்தானை உருவாக்கிக் கொடுத்தது இறைவனின் கருணையே என்பதை மீண்டும் குறிப்பிட்டார். இறுதியாக அவர் சொன்னவை:

> 'பெரிய நாடுகள் தமது சொந்தக் காலில் நிற்க ஆரம்பிப்பதென்பது அன்றாடம் நடக்கும் ஒரு சாதாரண விஷயம் அல்ல. மக்கள் மறுமலர்ச்சியின் உச்சத்தை எட்டுவதென்பது தினம் தினம் நடக்கும் ஒரு விஷயமல்ல. ஒருவருடைய பங்கு எவ்வளவு சிறியதாக இருந்தாலும் நம்மை இறைவன் நம் தேசத்தை வீறு கொண்டு எழச் செய்யும் அந்த மகத்தான கடமைக்குத் தேர்ந்தெடுத்திருக்கிறார். நம் முன்னால் மிகப் பெரிய அளவிலான வாய்ப்புகள் குவிந்துகிடக்கின்றன'.[83]

அரசாங்கச் செயல்பாடுகளின் விமர்சகர் மியான் இஃப்திக்காருத்தின், ஒரு காலத்தில் காங்கிரஸ்காரர்; இவரின் கண்ணோட்டத்தில் பாகிஸ்தான் நாடாளுமன்றத்தில் கொண்டு வரப்பட்ட அரசியல் அமைப்புச் சட்ட முன்வரைவுபோன்ற 'குறிக்கோள் தீர்மானம்' அழகானது: அப்போது லியாகத் பேசிய உரை, 'அதைவிட

அழகானது'⁸⁴ என்றார். கிழக்கு வங்காளத்திலிருந்து தேர்ந்தெடுக்கப் பட்ட ஓர் இந்து சமயத்தைச் சார்ந்த நாடாளுமன்ற உறுப்பினர் அவரிடத்தில் லாகூரைச் சார்ந்த உலமாக்கள் சொன்னதாக ஒரு விஷயத்தைச் சொன்னார்: இஸ்லாமிய போதனைகளின்படி நடக்கும் அரசாங்கத்தின் நிர்வாகத் தலைமைப் பொறுப்பில் முஸ்லிம் அல்லாதவர்கள் வரமுடியாது' என்றார்; லியாகத் அதை உடனடியாக மறுத்தார். 'உங்களைச் சந்தித்த அந்த உலமா என்றழைக்கப் படுபவர்கள் இஸ்லாத்தின் உண்மையான கோட்பாட்டை தவறாக எடுத்துக்காட்டியுள்ளார்கள்' என்றார்.

ஜமாஅத் – இ – இஸ்லாமி என்ற தீவிர சிந்தனை கொண்ட அமைப்பின் மூன்று கோரிக்கைகளை லியாகத் நிராகரித்திருந்தார். 'பாகிஸ்தானின் சட்ட சபை உறுப்பினர்கள் புதிய சட்டங்களை உருவாக்கத் தேவையில்லை. குர்ஆனிலுள்ள கடவுளின் சட்ட விதிகளை இஸ்லாமிய மார்க்க அறிஞர்களின் உதவியோடு உருவாக்கி நடைமுறைப்படுத்தினால் போதும்' என்று சொல்லியிருந்தது. இரண்டாவதாக, இப்போதைய சட்ட முன்வரைவில், 'சுதந்திர இறையாண்மை கொண்ட நாடு' என்றே கூறப்பட்டுள்ளது. அதை மாற்றி 'பாகிஸ்தான் இஸ்லாமிய நாடு' என்று அழைக்கப்பட வேண்டும் என்று கேட்டுக்கொண்டது. இறுதியாக ஜமாஅத் (அமைப்பு) வலியுறுத்துகிற விஷயமாக குர்ஆன் மற்றும் அண்ணல் நபிகள் (சல்) அவர்களின் வாழ்க்கை மற்றும் அறிவுறுத்தல்களின்படி நடக்கும்வகையில் பாகிஸ்தான் முஸ்லிம்களை அரசு 'கட்டாயப்படுத்தவேண்டும்' என்று கேட்டுக்கொண்டது. ஆனால், லியாகத்தோ, மார்க்க வழியில் நடக்க 'வழிவகை செய்துதரப்படும்' என்பதற்கு மேலாகச் சொல்லத் தயாராக இருந்திருக்கவில்லை.'⁸⁵

வெற்றிகரமான பிரதமராக லியாகத் கருதப்பட்டாலும்கூட அவர் ஜின்னா அளவுக்கு சுதந்திரமாகவும் அதிகார பலத்துடனும் செயலாற்றவில்லை. சில நேரங்களில் அவர் தனது கொள்கைகளை விட்டுக் கொடுக்கவும் செய்தார். நாடாளுமன்றத்தில் கொண்டு வரப்பட்ட 'குறிக்கோள் தீர்மான' உரையில் 'பாகிஸ்தான் இஸ்லாமிய மதிப்பீடுகளை நடைமுறைப்படுத்திக் காட்டுகிற சோதனைச் சாலையாக இருக்கும்'⁸⁶ என்று அவர் சொன்னபோது அடிநெஞ்சிலிருந்து அவர் பேசினார் என்பதில் எந்த சந்தேகமும் இல்லை. ஒருவேளை அவருடைய விருப்பம் போல் நடக்க அனுமதிக்கப்பட்டிருந்தால், இஸ்லாமிய தேசமாகக் கொண்டு சென்றிருப்பாரா... அல்லது ஜின்னாவே தொடர்ந்து வாழ்ந்திருந்தால் அவர் அதை முன்னெடுத்திருப்பாரா என்பதெல்லாம் சந்தேகத்துக்குரிய விஷயங்களே.

பிற நாடுகளின் ஆட்சியாளர்கள், இதழாளர்கள் 'இவரின் குரல் எப்பொழுதுமே ஓங்கி உரக்க ஒலித்ததில்லை; மனம் கசந்து பேசியதில்லை என்பதைப் பார்த்திருப்பார்கள். அதேவேளை 'அவருடைய தீர்மானம் எளிய தெளிவான மொழிநடையில் இருக்கும். 'பாகிஸ்தான்' சார்பாகப் பேசும்போது எவ்வளவு வலுவான சொற்களால் முடியுமோ, அத்தகையச் சொற்களால் எடுத்துரைப்பார்' என்பதையும் புரிந்துகொண்டிருப்பார்கள். அமெரிக்க மாநிலமான டென்னஸி பள்ளத்தாக்கின் பகுதியின் முன்னாள் நிர்வாகி டேவிட் விவின்தால் என்பவரின் கூற்றுதான் மேற்கண்ட வரிகள்.[87]

அமெரிக்க அதிபர் ட்ரூமன் அழைப்பின் பேரில் லியாகத்தும் ராணாவும் அரசாங்க விருந்தினராக அமெரிக்கப் பயணம் மேற்கொண்டார்கள். பாகிஸ்தானின் இஸ்லாமியக் கோட்பாட்டு முறையிலான அரசாங்கம் குறித்து விளக்கும்போது அவர், 'தன்னுடைய அரசாங்கம் எவ்வகையிலும் சமய வேற்றுமைக் காட்டுகிற போக்குடையதாகவோ, மத்திய காலங்களைப் போன்றதாகவோ சகிப்புத்தனமையற்றதாகவோ இருக்காது' என்றார். 'அரசாங்க சட்டத்தின் முன்னால் எல்லா மக்களும் பொதுவானவராக, அவர் எந்த இனத்தவரானாலும், வர்க்கத்தவ ரானாலும் பிரிவினரானாலும் வேறுபடுத்தி பார்க்கப்படாதவராகவே இருப்பார். அப்படிப்பட்ட உறுதி வாய்ந்த சட்ட நெறியியல் எங்களிடம் உள்ளது'[88] என்றார்.

> மேற்கத்திய உலகில் பாகிஸ்தானை லகுவாக எடுத்துக்கொள்ளும் 'மனப்பாங்கு' இருப்பதை உணர்ந்தவர் மாஸ்கோவின் அழைப்பையும் ஏற்றுக்கொண்டார்.[89] ஆனால் அவரின் மரணம் சோவியத் பயணத்தை நிறைவேறாமல் செய்துவிட்டது. பன்னாட்டுக் களத்தில் பாகிஸ்தானின் நிலைப்பாட்டை அவர் தெளிவுபடுத்தினார்: 'பாகிஸ்தான் ஆங்கிலோ – அமெரிக்க வட்டத்தின் கைப்பிடிக்குள் இருக்கும் நாடு அல்ல. அதுபோன்றே கம்யூனிச வட்டாரத்தின் ஆதரவு நாடும் அல்ல. இந்த இருவேறு எதிர் பாசறைகளையும் தாண்டி, தன்நோக்கில் தனியொரு வெளிநாட்டுக் கொள்கையை அது கையாளும்...'[90]

அவர் பாகிஸ்தானுக்கும் முஸ்லிம் நாடுகளுக்குமிடையே ஓர் இணக்கமான பிணைப்பை ஏற்படுத்தினார். மேலும் முஸ்லிம் நாடுகளுக்கிடையே கொள்கையிலும் செயல்பாடுகளிலும் ஒற்றுமைஉருவாக வேண்டும் என்று வலியுறுத்தினார்.[91] அவருக்கு ஈரான் நாட்டிடம் தனியான ஈடுபாடு இருந்தது. அது ஒருவகையில் அவரின் முன்னோர்களின் சொந்த மண் என்பதால் ஏற்பட்ட பாசம்.

பாகிஸ்தானுக்கு ஈரான் மன்னர் ஷா 1950-ல் வருகை புரிந்தபோது அவருக்கு மிகப் பெரிய வரவேற்பை அளித்தார்.

இருப்பினும் அவரின் உள்ளத்தில் எப்பொழுதும் இந்தியாவைப் பற்றியே நினைப்பு இருந்தது; காஷ்மீர் இன்னமும் கூட தீராத பிரச்னையாகவே தொடர்கிறது. மற்றொரு முக்கியமான பிரச்னை இந்தியா - பாகிஸ்தான் இடையே நதிநீர் பங்கீடு. நேரு இரு நாடுகளுக்கிடையே 'போர் அற்ற உடன்பாடு' காணலாம் என்று அழைப்பு விடுத்தார். அதற்கு லியாகத், அப்படியோர் உடன்பாட்டில் கையெழுத்திடத் தயார். ஆனால் இரு நாடுகளுக்கிடையே தீர்க்கப்பட வேண்டிய பிரச்னைகளைப் பேச்சுவார்த்தைமூலம் தீர்ப்பதற்கு ஒரு பொதுவான அமைப்பு வேண்டும். அதற்கான நோக்கமும் இருக்க வேண்டுமென்றார்.

அனைத்துப் பிரச்னைகளையும் ஒற்றை வழியிலே தீர்த்துவிட முடியாது என்று நேரு வாதிட்டார். முதல் கட்டமாக காஷ்மீர் பிரச்னைக்கு ஒரு செயற்திட்டம் உருவாக்கப்பட வேண்டும் என்றார் லியாகத். இதற்கு நேரு, காஷ்மீர் பிரச்னை ஓர் அரசியல் கோரிக்கை. சட்ட நியதிகள் சார்ந்தது அல்ல என்று விடைகொடுத்தார். இவர்களுக்கிடையே நிகழ்ந்த இத்தகைய முடிவற்ற பயனற்ற பரிமாற்றங்கள் இத்துணைக்கண்டத்தில் இந்தியா - பாகிஸ்தான் உறவு நிலையில் நிலவும் நம்பிக்கையற்ற சூழலுக்கு எடுத்துக்காட்டாகத் திகழ்கின்றன.[92]

ஓர் ஆட்சியாளர் மக்கள் பெருந்திரளாக கூடுகிற மாபெரும் கூட்டங்களில் சமநிலை குலையாமல் இருக்கவேண்டும்; அவர்களுடைய கைத்தட்டல்களுக்கு மயங்கிச் செயல்படுபவராக இருக்கக்கூடாது. இது பொதுவாக நடப்பதில்லை. லியாகத்துக்கும் இதற்கு விதிவிலக்கு அல்ல. பெருந்திரளான கூட்டங்களில் அவர் இந்தியாவைக் குறிவைத்து சரமாரியாகக் கணைகளைத் தொடுப்பார். அதோடு நிறுத்தமாட்டார். உரையை நிறைவு செய்யும்போது விரல்களை மடக்கி கைகளை உயர்த்தி கோஷமிடுவார்.

1951 கோடைப் பருவத்தில் ஒரு சம்பவம் நடந்தது. உள் நாட்டில் அவருடைய ஆட்சி மீதான அதிருப்தி அதிகரிக்கத் தொடங்கியிருந்தது. இந்தியா, பாகிஸ்தானை எந்த நேரத்திலும் தாக்கலாம் என்ற பேச்சும் அப்போது பாகிஸ்தான் மக்கள் மத்தியில் அதே நேரத்தில் எழுந்திருந்தது. இரண்டு பிரச்னைகளையும் சமாளிக்க இந்தியாவுக்கு எதிரான கடுமையான நடவடிக்கை ஒன்று அவசியமாக இருந்தது. லியாகத் தன் நாட்டுக்கு முதல் ராணுவத் தளபதியாகத் தேர்ந்தெடுத்திருந்த அயூப் கான் சொன்னவை:

'நாம் இந்தியாவுடன் மோதிப் பார்த்துவிடுவோம். இந்த எச்சரிக்கைகளைக் கேட்டுக் கேட்டு நான் சலித்துப் போய்விட்டேன் என்று லியாகத் சொன்னார்'[93] என்றார். லியாகத்தின் வசம் தான் பாதுகாப்புத்துறை இருந்தது. நல்லவேளையாக இரண்டு நாடுகளுமே போரில் இறங்கவில்லை.

இதேபோன்ற போர் பேச்சுக்கள் அதற்கு முந்தைய ஆண்டிலும் காதில் விழுந்தன. ஆனால் அவையெல்லாம் ஏப்ரல் 1950-ல் நின்றுபோயின! காரணம், லியாகத் அப்போது நேருவின் அழைப்பை ஏற்று டெல்லிக்குச் சென்றார். நாட்டுப் பிரிவினைக்குப் பின்னர் முதன் முதலாக அவர் இந்திய மண்ணில் காலடி வைத்தது அப்போதுதான். அப்போது நேருவுக்கும் லியாகத்துக்கும் இடையில் ஓர் உடன்படிக்கை கையெழுத்தானது. இரு நாடுகளிலும் வாழ்ந்து வருகிற சிறுபான்மையினர் நடத்தப்படவேண்டிய விதம் குறித்த விதிகளைக் கொண்ட உடன்படிக்கை அது. அப்போது லியாகத்துக்கு நெருக்கமானவர்கள், அவரை இந்தியா செல்லவேண்டாம் தடுப்பதில் மும்முரமாக இருந்தார்கள். லியாகத்துக்கு டெல்லி பாதுகாப்பான நகரம் அல்ல என்று அவர்கள் கருதினார்கள். இது டெல்லியில் இருந்தவர்களுக்கு வியப்பை அளித்திருக்கக்கூடும். யார் என்ன நினைத்தாலும் லியாகத்தின் இந்திய வருகை தடைப்பட வில்லை. அவர்கள் உடன்படிக்கையில் கையெழுத்திட்டார்கள். இந்த உடன்பாடு கையெழுத்தான பின்னர் – இந்தியாவின் காபினெட் அமைச்சர்களான ஷியாமா பிரசாத் முகர்ஜி, கே.சி. நியோஜி ஆகியோர் கிழக்கு வங்காளத்தில் வாழ்ந்து வருகிற சிறுபான்மை இந்துக்களின் பாதுகாப்பு அந்த உடன்பாட்டில் உறுதிசெய்யப்பட வில்லை என்ற தங்களுடைய குறையை எடுத்துச் சொல்லிப் பதவி விலகினார்கள். பாகிஸ்தானியர் பலருக்கு இது ஆச்சரியத்தை அளித்தது.

பொதுவாக எந்த ஒரு நாடும் தங்களின் நாட்டில் வாழ்ந்து வருகிற சிறுபான்மையினர் அண்டை நாடுகளில் உள்ள சிறுபான்மைச் சமூகத்தினரைக் காட்டிலும் நல்லநிலையில் பாதுகாப்பாக இருப்பதாகவே நம்பும். ஜனவரி 1948-ல் நேரு லியாகத்திடம் கூறினார்[94]:

'பாகிஸ்தானைக் காட்டிலும் (சிறுபான்மையினருக்கு) நன்மை அளிக்கும்விதத்தில் செயலாற்றிக் காட்டியுள்ளோம் என்று உறுதியாக நாங்கள் சொல்லிக்கொள்ள முடியும்...' என்றார். லியாகத், அவர் பங்குக்கு – தங்களின் பணிகளில் இணையான தன்னிறைவோடு சொன்னார், 'ஆம்... நாங்கள் எங்கள் நாட்டிலுள்ள சிறுபான்மையினருக்கு தந்திருக்கும் சலுகைகள், பாதுகாப்பு

ஏற்பாடுகள் ஆகியவற்றுக்கு ஈடாகவே நீங்களும் செய்திருக்க வேண்டும் என்றே விரும்புகிறேன்'[95] என்றார்.

1950-ல் இந்தியாவுக்கு வந்த லியாகத், ஆச்சரியப்படும்வகையில் வல்லபபாய் படேல் மனதில் நல்ல எண்ணத்தை உருவாக்கி இருந்தார். அப்போது பட்டேல் ஆற்றிய வானொலிப் பேச்சு கல்கத்தாவிலிருந்து ஒளிபரப்பப்பட்டது. பட்டேல் எப்பொழுதுமே தான் சொல்லும் வார்த்தைகளின் முக்கியத்துவத்தை நன்கு உணர்ந்து பேசக்கூடியவர். வானொலி ஒலிபரப்பில் அவர் சொன்னார்: 'பாகிஸ்தான் பிரதமர் ஜனநாயகக் கோட்பாடுகளை மிகவும் தெளிவாக ஏற்றுக்கொண்டுவிட்டிருக்கிறார். அதன்மீது மிகுந்த ஆர்வமும் அக்கறை உணர்வும் கொண்டிருக்கிறார். என் மனதில் அவர் மீது ஓர் நன் மதிப்பு அழுத்தமாக ஏற்பட்டிருக்கிறது'[96] என்றார்.

•

1951-ல் ஒருநாள் லியாகத் பாதுகாப்புச் செயலாளர் இஸ்கந்தர் மிர்சாவையும் ராணுவத் தளபதி அய்யூபையும் அழைத்தார். அவர்களிடம், 'ஒரு கெட்ட செய்தி சொல்லப்போகிறேன். ஆம்... ராணுவத்தில் ஒரு பிரிவினர் அரசாங்கத்தை கவிழ்க்கப் போகிறார்கள்' என்றார். அவருக்கு வடமேற்கு எல்லைப்புற மாகாண ஆளுநர் குன்ரிகர் அளித்த துப்பு இது என்றார். மிர்சாவும் அய்யூபும் லியாகத்தைக் கவிழ்க்கும் சதித் திட்டத்தை முறியடித்தார்கள். ஒரு மணி நேரத்துக்குள் அந்தச் சதிவேலையில் தொடர்புடைய அதிகாரிகள் மற்றும் குடிமகன்கள் கைது செய்யப்பட்டார்கள்.[97]

வெளிப்படையான விமர்சனங்களும் லியாகத் மீது வைக்கப் பட்டுள்ளன. அக்டோபர் 1950-ல் லீக் தலைவர் பதவியை விட்டு கலிக்குல் ஜமான் விலகினார். லியாகத் உடனடியாக அந்தப் பதவியையும் எடுத்துக் கொண்டுவிட்டார். இதனால் அவர்மீது பதவி ஆசை கொண்டவர் என்ற குற்றச்சாட்டு எழுந்தது. அவருக்கு மம்தூத் கான் என்ற ஒருவர் அரசியல் பகைவராக இருந்தார். இவர் மேற்கு பஞ்சாப் முதலமைச்சராக இருந்தார். ஊழல் குற்றச்சாட்டு காரணமாக இவர் பதவியை விட்டு விலக்கப்பட்ட்டிருந்தார்.

அவரின் மற்றொரு பகையாளி அவரை நேரடிப் பகைவராகக் காட்டிக்கொள்ளாத பாத்திமா ஜின்னா! 'பாகிஸ்தானின் வீழ்ச்சியடைந்துவருகிறது' என்ற தொனியில் அவர் வெளியிட்ட அறிக்கைகளினால் பாகிஸ்தானியரின் தார்மிக பலம் குறையத் தொடங்கியது. அரசாங்கம் காயப்படுத்தப்பட்டது. அவரின் சகோதரரான முகமது அலி ஜின்னாவின் நினைவு நாளான செப்டெம்பர் 1951-ல் அவர் நிகழ்த்திய வானொலி உரையின் சில

பகுதிகள் ஒலிபரப்பப்படவில்லை. வானொலி நிலைய ஒலிப்பரப்புக் கட்டுப்பாட்டு அதிகாரி அதற்கு சொன்ன காரணம், 'தொழிற்நுட்பக் கோளாறு...' என்பதாகும். அதற்கு பாத்திமா ஜின்னா சொன்ன மறுமொழி: 'நீங்கள் விரும்பும் நேரங்களில் பழுதடைந்து போகக்கூடிய ஒலிபரப்புக் கருவிகளை வைத்திருக்கிறீர்கள், அப்படித்தானே?'[98]

லியாகத்தின் மிகப் பெரிய ஏமாற்றம் அவரால் நிறைவேற்றப்பட்ட அரசியல் நிர்ணயச் சட்டம்தான்! சட்டமன்ற உறுப்பினர்களைக் கொண்டு அமைக்கப்பட்ட குழு பரிந்துரைத்த 'அடிப்படைக் கொள்கை'களுக்கு கடுமையான எதிர்ப்பு எழுந்தது. இதனால் அரசியல் சாசனத்தை உருவாக்கும் பணியையே லியாகத் முடக்கிப் போடவேண்டியிருந்தது. லியாகத்தின் இறுதிக்காலத்தில் 1951-ல் பாகிஸ்தான் குறித்து படைகளின் தளபதி அயூப் சொன்னவை:

> 'பாகிஸ்தான் அரசியல் சூழலில் வட்டார மனப்போக்கு அதிகரித்துவிட்டது. அகதிக் கூட்டங்களை நம்பி, அவர்களை மேலும் மேலும் சார்ந்து நிற்கிற அவலமான நெருக்கடியில் முஸ்லிம் லீக் உள்ளது. முஸ்லிம் லீக்கின் செயல்களும் நடவடிக்கைகளும் குழப்பத்தில் உள்ளன. லியாகத் அலிகான் இவற்றைச் சீர்படுத்துவதற்கு எடுக்கிற நடவடிக்கைகள் யாவும் மந்தகதியில் உள்ளன. அவரின் கண் பார்வை குன்றிவிட்டது. அவரைச் சுற்றியுள்ளவர்களும் மந்தமாகவும் முடிவெடுக்க முடியாதவர்களாகவுமே இருக்கிறார்கள்'[99]

அக்டோபர் 16, 1951– ராவல் பிண்டியில் லியாகத் ஒரு கூட்டத்தில் பேசிக்கொண்டிருந்தார். பார்வையாளர்களின் கூட்டத்தில், அதுவும் முதல் வரிசையில் மேடையிலிருந்து பதினைந்து அடி தொலைவில் இருந்த ஒருவன் அவரைச் சுட்டுக் கொன்றான். அதைப் பார்த்து விட்ட கூட்டத்தில் இருந்தவர்கள் கொலையாளியை அதே இடத்தில் அடித்துக் கொன்றார்கள். பின்னர் அரசாங்கம் அவன் பெயர் சையத் அக்பர் என்றும், அவனொரு ஆஃப்கானியன் என்றும், கொலை செய்வதற்காகக் கூலிக்கு அமர்த்தப்பட்டவன் என்றும் அறிவித்தார்கள். அவனிடம் பணம் இருந்தது கண்டுபிடிக்கப்பட்டது. அவன் அங்கே ஒரு வாடகை விடுதியில் அறை எடுத்திருக்கிறான். உளவுத் துறையில் பணியில் இருப்பவனாக வாடிக்கையாளர் தகவல் பதிவேட்டில் தன்னைக் குறித்துக் குறிப்பெழுதியுள்ளான்.[100] அவனைக் கூலிக்கு அமர்த்தி லியாகத்தைக் கொல்ல ஏவியவர்கள் யார் என்பதைக் கண்டுபிடிக்க முடியவில்லை. லியாகத்தின் மனைவி ராணா பின்னர் ஒருமுறை சொன்ன கருத்து : 'அரசாங்கம் அந்தக் கொலைக்காரக்

கயவர்களைக் கண்டுபிடிக்கக் கடும் முயற்சி எதுவும் மேற்கொள்ளவில்லை. அவர்களை கண்டுபிடித்துநீதிமன்றத்தில் நிறுத்த எந்த முயற்சியும் எடுக்கவில்லை...'[101]

ஜின்னா பாகிஸ்தானைத் தோற்றுவித்தார் என்றால், அதில் லியாகத் தன்னுடைய பங்கைக் குறைத்து மதிப்பிட்டுவிட்டார். பாகிஸ்தான் எளிதாகவே தனக்குக் கிடைத்துவிட்டதாகக் கருதிவிட்டார். ஜின்னாவுக்கு அதைச் சாதித்த பெருமை இருந்தது. லியாகத்துக்கு அது கிடைத்த உற்சாகமும் மகிழ்ச்சியும் மட்டுமே இருந்தது. பாகிஸ்தான் குறித்த லியாகத்தின் அர்ப்பண உணர்வுக்கு ஓர் எடுத்துக்காட்டாக அவரின் வாக்குமூலம் வெளிப்படுகிறது: 'பாகிஸ்தானுக்கு ஒரு சப்ராஸியாகப் பணிபுரியும் வாய்ப்பு கிடைத்தால்கூட நான் உடன்படுவேன். அதைச் செய்யும்போதும் இந்த நாட்டின் மிக மிக அதிக பெருமிதம் கொண்டவனாகவே இருப்பேன்'[102] என்றார்.

ஒரு நவாபின் மைந்தர், வளமாக வாழ்ந்தவர், பிரிவினையின்போது தன்னுடைய விலைமதிப்பற்ற நில – கட்டட உடமைகளை எல்லாம் இந்தியாவில் கைவிட்டுப் போனவர். 'ஒரு துண்டு நிலமும்' இல்லாமல் அகதியாகவே பாகிஸ்தானில் இருந்தவர். அங்கே – நில கட்டட உடமைகளைக் கைவிட்டு வெளியேறிய இந்துக்கள், சீக்கியர்களின் சொத்துக்களை இழப்பீடாகப் பெற மறுத்தவர். பாகிஸ்தான் உருவாகி நிலைபெற முடியும் என்பதை உலகுக்கு நிரூபித்தவர் லியாகத்.

ஜெனரல் அய்யூப்கான் அப்போது மருத்துவ சிகிச்சைக்காக இங்கிலாந்து சென்றிருந்தார். லியாகத் இறப்புச் செய்தியறிந்து நாடு திரும்பினார். அவர் கூறுகிறார் : 'பாகிஸ்தானின் புதிய தலைவர்கள் யாரும் லியாகத் அலிகானின் பெயரைக் குறிப்பிட்டு ஓர் இரங்கலையோ அனுதாபத்தையோ தெரிவிக்கவில்லை... அவர்கள் ஒவ்வொருவரும் ஏதேனும் ஒரு வழியில் தம்மை அடுத்த கட்டத்துக்கு உயர்த்திக்கொண்டனர்.[103] பாகிஸ்தானின் கெட்ட வேளை ஜின்னாவுக்கு ஒரு லியாகத் அலி கான் கிடைத்ததுபோல் லியாகத்துக்கு ஒரு லியாகத் அலிகான் கிடைக்காமல் போய்விட்டார்.

அத்தியாயம் 9

ஜாகிர் ஹுசைன்

(1897–1969)

அபுல் கலாம் ஆசாத் சமய நெறிக்குத் தன்னை ஒப்படைத்துவிட்ட ஓர் இறைப் பற்றாளர் என்பதையும் வாழ்க்கையின் ஆரம்ப காலம் முதல் தன்னுடைய இந்தியத் தன்மையைப் புரிந்துகொண்டு, அதைத் தயக்கமின்றி வெளிப்படுத்தியவர் என்றும் முன்பே பார்த்தோம். ஜாகிர் ஹுசைனும் இவரைப்போன்றே மரபு வழுவாத முஸ்லிமாக வளர்க்கப்பட்டவர். அது இயல்பாகவே அவருக்குள் இருந்தது. அதை அவர் அப்படியே ஸ்வீகரித்துக்கொண்டார். க்வாமுவுக்கு (முஸ்லிம் சமுதாயத்துக்கு) வழிகாட்டியாக சிறிது காலம் இருந்தவர் ஆசாத்; இந்து–முஸ்லிம் கூட்டுறவு, நன்மை தரும் விஷயம் என்றும் குர்ஆன்னில் அதற்கான அங்கீகாரம் இருக்கிறது என்றும் அறிந்துகொண்டிருந்தார். ஜாகிர் ஹுசைன் இந்தியாவின் ஜனாதிபதியாக 1967 முதல் 1969 வரையில் பதவி வகித்து, இந்தியாவைத் தன்னுடைய இல்லமாகவும் இந்துக்களைத் தன் சக மனிதர்களாகவும் மதித்து வாழ்ந்தவர்.

ஜாகிர் ஹுசைன் 1897, பிப்ரவரி மாதம் தென்னகத்திலுள்ள ஹைதராபாத்தில் பிறந்தார். ஹைதராபாத், பிரிட்டிஷ் மேலாதிக்கத்தின் கீழ் நிஜாம் ஆட்சி புரிந்த மாநிலம். ஜாகீரின் தந்தை ஃபிதா ஹுசைன்கான் மேற்கு உ.பி.யில் உள்ள கையூம்கன்ஞ் என்ற ஊரிலிருந்து இங்கே இடம்பெயர்ந்திருந்தார். அவரின் முன்னோர்களான பதான் வீரர்கள் 18ஆம் நூற்றாண்டின் தொடக்கத்தில் இந்தியா – ஆப்கானிஸ்தான் எல்லையின் வறண்ட வெற்று நிலப் பரப்பிலிருந்து, தங்களுடைய அருமையான இல்லங்களை விட்டுவிட்டு, மலைகளையும் காடுகளையும் விட்டுப் பிரிந்து கையூம்கன்ஜ் வந்திருந்தார்கள். அவ்வாறு கையூம்கன்ஜ் வந்தடைந்த பதானியர்கள், மற்ற இடங்களில் குடியேறிய பதானியர்களைப் போன்றே எலும்புருக்கி நோய்க்குத் தங்களுடைய உயிரைப் பலி கொடுத்தார்கள். அவர்களுடைய வாழ்க்கை எப்படி இருந்தது என்று முஜீப் எழுதியுள்ளார்:

> *செல்வத்தையோ புகழையோ பெறுவதைவிட எதிர்த்து நிற்கும் எதிரிகளைக் கொல்வதிலேயே தமக்குப் பெருமிதம் என்று நம்பினார்கள். பொதுவாகவே, ஒரு குற்றத்தின் இயல்பைப் பார்ப்பதைக் காட்டிலும் அந்தக் குற்றத்தைச் செய்வதற்குத் தூண்டுதலாக எது இருந்தது என்பதையே கவனத்தில் கொள்வார்கள்.'*[1]

குலாம் ஹுசைன்கான், ஜாகீரின் பாட்டனார். அவருக்குச் சொந்தமான குட்டை ஒன்று இருந்தது. அதிலிருந்து ஒருவர் களிமண் எடுப்பதை வழக்கமாக்கியிருந்தார். அவரை இவர் பல தடவைகள் எச்சரித்துப் பார்த்தார். அவர் கேட்கவில்லை. இவர் அவரைக் கத்தியால் குத்திவிட்டார். அதேநேரம் அவர் தன் அக்கம்பக்கம் உள்ள ஏழைகளுக்கு உதவுவார். அருகமை வீடுகளில் உள்ள கைம்பெண்களுக்காகக் கடைவீதிக்குப் போய் சாமான்கள் வாங்கி வருவார். முஸ்லிம் சூஃபி ஒருவரின் சீடர். பான்ஸ் பீஹாரி என்ற இந்துத் துறவியின் சீடரும்கூட.

குலாம் ஹுசைன்கானின் மகன்தான் ஃபீதா ஹுசைன். இவர் தன்னுடைய இருபதாவது வயதில் ஹைதராபாத் வந்தார். ஹைதராபாத்தில் சட்ட நூல்களை அச்சிட்டு வெளியிடுபவராக தொழில் தொடங்கினார். சட்ட நிருபராகவும் பணிபுரிந்தார். அதன் மூலம் நல்ல வருவாய் வந்தது. ஃபீதா ஹுசைனின் மனைவி பெயர் நஸ்னீன் பேகம். இவர் ஏழு குழந்தைகளைப் பெற்றெடுத்தார். எல்லாருமே ஆண் குழந்தைகள். அதில் மூன்றாமவர்தான் ஜாகிர் ஹுசைன். மூத்த இரண்டு குழந்தைகளோடு, நான்கு குழந்தைகள் சிறு வயதிலேயே எலும்புருக்கி நோயால் இறந்துபோனார்கள்.

ஜாகிர் ஹுசைன், 'பாக்தாதி அரிச்சுவடி'யிலிருந்து பால பாடத்தைத் துவக்கினார். இது அரபி எழுத்துகளைக் கற்றுக் கொடுக்கிற அடிப்படைக் கல்வி. இதில் குர்ஆனுடைய சிறிய அளவிலான 'சூரா' எனப்படுகின்ற வசனங்கள் இடம் பெற்றிருக்கும். மேலும் பார்சி மொழியில் பாடங்களும் சொல்லிக் கொடுக்கப்பட்டது. உருது மொழியையும் கற்றுக் கொள்ளவேண்டும். ஜாகிர் ஹுசைனின் தந்தை சமூகத்தில் உயர்வாக மதிக்கப்பட்டார். ஆகவே ஜாகீரும் அவரின் தம்பிமார்களும் அவர்கள் தெருவிலே இருக்கின்ற உறவினர் வீடுகளுக்குக்கூட குதிரை வண்டியில் ஏறித்தான் போவார்கள். நடந்துபோவது அவர்களின் தகுதிக்குக் குறைவு.

ஃபீதா ஹுசைன் அவரின் 37வது வயதில் காலமானார். நஸ்னீன் பேகம் சொந்த ஊரான கையூம்கன்ஜ்க்குத் தனது குழந்தைகளுடன் திரும்பிவிட்டார். அப்போது ஜாகிர் ஹுசைனுக்கு வயது பத்து; நான்கு ஆண்டுகளில் நஸ்னீன் பேகம், ப்ளேக் நோயினால் இறந்தார். அவர் தன் குழந்தைகளை ஹைதராபாத்துக்கு அனுப்புவதற்கு மறுத்துவிட்டார். அதற்குக் காரணம், 'அது அவர்களின் படிப்பைக் கெடுத்துவிடும்.'

ஜாகிர் ஹுசைன் 'எடாவா' என்ற ஊரில் மௌலவி பஷிருத்தீன் என்பவரால் தொடங்கப்பட்ட 'இஸ்லாமியா' என்ற மத்ரஸா உடனுறைப் பள்ளியில் சேர்ந்தார். அங்கு இஸ்லாமிய மரபு வழியும் ஆங்கில மொழியும் கற்றுக் கொடுக்கப்பட்டன. அந்தப் பள்ளியைக் குறித்த நினைவுகளை ஜாகிர் குறிப்பிடும்போது, 'அங்கு 'கண்டிப்பான தொழுகை; தொளதொளவென்று உடைகள்; கடினமான படுக்கை; சுவையில்லாத உணவு என்பதே வழக்கம்' என்றார். ஆனாலும் இந்த மத்ரஸாவின் கட்டுப்பாடு மிகுந்த காலகட்டத்தை ஜாகிர் ஹுசைன் நல்லபடியாக முடித்தார். அங்கு அவருக்கு பஷீருத்தீன் மற்றும் பள்ளித் தலைமை ஆசிரியர் மௌலவி அல்டாஃப் ஹுசைன் ஆகியோர் மூலம் கிடைத்த தனி கவனமும் ஒரு முக்கிய காரணமாக இருந்தது. அவர்கள் இவரின் அறிவாற்றலைத் தெரிந்துகொண்டு பட்டிமன்றங்கள், கட்டுரைப் போட்டி போன்றவற்றில் கலந்துகொள்ளத் தேர்ந்தெடுத்தார்கள்.

யாராவது மிக முக்கிய பிரமுகர்கள் இவரின் பள்ளிக்கு வருகை தரும்போது, அவர்களுக்கு வரவேற்புரை வழங்குவது இவரே. இவரின் அறிவுக்கூர்மையும் நன்நடத்தையும் இவரை ஆசிரியர்கள் மற்றும் மாணவர்கள் இடையே பெரிதும் விரும்பத் தக்கவராகச் செய்தது. மத்ரஸா மாணவன் ஒருபொழுது தொழுகையை விட்டுவிட்டால் அவனுடைய ஒரு வேளை உணவை நிறுத்தும் வழக்கம் அங்கு இருந்தது. மார்க்கக் கல்வியின் உச்சமாக, ஜாகிர்

ஹுசைன், அந்த தண்டனையை நிறுத்தும்படி பள்ளி நிர்வாகத்தினரிடம் தொடர்ந்து பேசி சம்மதிக்கவைத்தார்.

இந்த (ஜாகிர் ஹுசைன்) இளைஞனின் அடக்கமான குணத்துக்குள் ஒரு சீற்றம் ஒளிந்திருந்தது. மௌலானா முகம்மது அலி, மௌலானா அபுல்கலாம் ஆசாத் ஆகிய இருவருமே ஜாகீருக்குப் பல ஆண்டுகள் மூத்தவர்கள். அவர்கள் செய்ததைப்போன்றே, ஆயிரக்கணக்கான முஸ்லிம்கள் செய்ததைப் போன்றே, இவரும்கூட அவர்களின் மனநிலைக்கு உந்தப்பட்டார். அப்போது அவருக்கு வயது பதினான்கு முதல் பதினாறு வயதுதான் ஆகியிருந்தது. அப்போது 1911-13ல் ஐரோப்பியர்களின் ஆக்கிரமிப்பு - திரிபோலி மற்றும் பால்கன் போர் நடவடிக்கைகள் - உலகின் ஒரே சுதந்திர முஸ்லிம் நாடான துருக்கியைத் தாக்கியது. அப்போது ஜாகிர், அன்றாடச் செய்திகளைத் தெரிந்துகொள்ள 'எடாவா' ரயில்வே ஸ்டேஷனுக்கு விரைவார். லக்னோவிலிருந்து வெளிவரும் 'பயோனியர்' நாளிதழை வாங்கிக்கொள்வார். பின் அதே வேகத்தில் மத்ராசாவுக்குத் திரும்பி வந்து சக மாணவர்களிடம் துருக்கியில் என்ன நடைபெற்றது என்று விவரிப்பார். அத்தோடு நிற்காமல் அருகமைப் பள்ளிவாசலில் துருக்கியின் நெருக்கடி நிலைமையை விளக்குவார். இஸ்லாத்தின் கண்ணியத்தைக் காப்பாற்ற நிதியளிக்க வேண்டுகோள் விடுப்பார். அவரின் தொப்பியைக் கழற்றிக் கொடுத்து அதில் நன்கொடை வசூலிப்பார். அவர் செய்கை மிதமானதாக இருந்தது. ஆனால் அவரின் பேச்சு தீவிரமாகத் திகழ்ந்தது. அவர் அப்போது பேசியது: 'உங்கள் காசுகள் ஒவ்வொன்றும் துப்பாக்கிக் குண்டுகளாக இஸ்லாத்தின் எதிரிகளின் நெஞ்சில் பாயப் போகிறது'.[2]

ஒரு நாள் பஷிருத்தீன் வீட்டில் அவருக்கு விருந்தழைப்பு. அந்த மத்ராசாவின் நிறுவனர் கயிற்றுக் கட்டிலில் உட்கார்ந்திருந்தார். ஜாகிர் ஹுசைன் அங்கு சென்றபோது அவர் உட்கார அந்தக் கட்டிலிலே இடம் கொடுத்தார். உணவு தயாராகி, கறியும் குழம்பும் வந்தது. பஷிருத்தீன் குழம்பில் நிறைய தண்ணீர் ஊற்றிக் கலக்கினார். பின்னர் அவர்கள் சாப்பிட்டார்கள். அப்போது பஷீருத்தீன் சொன்னது: 'ஜாகிர் ஹுசைன், வாழ்க்கையில் சுகத்தைத் தேடாதே.'

எடாவாவில் ஜாகிர் ஹுசைனுக்குப் படிப்பு முடிந்துவிட்டது. அப்போது அவருக்கு வயது பதினாறு; உயரமும் கம்பீரமும் சேர்ந்து நின்ற பருவம். அவர் படிப்பைத் தொடர்வதற்காக அலிகர் சென்றார். அங்கே எல்லோரையும் போன்று முஸ்லிம் ஆங்கிலோ ஓரியண்டல் கல்லூரியில் சேர்ந்தார் (எம்.ஏ.ஓ. கல்லூரி). அங்கே அவர் ஏழு ஆண்டுகள் படித்தார். பின்னாளில் 1957ல் அலிகர் பல்கலைக்கழகப் பட்டமளிப்பு விழாவில் பேசும்போது ஜாகிர் ஹுசைன், 'நாற்பது

ஆண்டுகளுக்கு முன்னர் முதன் முதலாக, அந்தப் பல்கலைக் கழகத்தில் அடியெடுத்து வெப்பமான நண்பகலை' நினைவு கூர்ந்தார். அவர் பேசியவை:

'என் இரண்டு சகோதரர்கள் எனக்கு முன்பே இங்கே இருந்தார்கள். ஒருவர் ஒரு ஜோடி ஷூக்களையும் சில நூல்களையும் ஒரு அரிக்கேன் விளக்கையும் வாங்கித் தந்தார். நாங்கள் நகரப் பகுதிக்கு நடந்தேதான் போனோம். திரும்பும் போது சின்னக் குதிரை வண்டியில் வந்தோம். எங்களைப்போன்ற கனவான்கள் கையிலே பொருள்களை ஏந்திக் கொண்டு நடந்துவருவது தகுதிக்குக் குறைவு என்பதால் அப்படி வண்டியில் வந்தோம். என் சகோதரர் என்னை அவரின் ஹாஸ்டலில் விட்டுவிட்டு, நண்பர் ஒருவரைப் பார்க்கப் போனார். போகும் போது என்னிடம், 'சூரியன் மறைந்தவுடன் மணியடிப்பார்கள்; நீ உடனே சாப்பாட்டுக்கூடத்துக்குச் சென்று விடு' என்றார்.

மணியோசை நான் எதிர்பார்த்த நேரத்துக்கு முன்பே காதில் கேட்டது. கடந்த பதினாறு ஆண்டுகளாக நான் சாப்பிடச் செல்லும்போது செய்யாத வழக்கமாக இப்பொழுது துருக்கி தொப்பி, துருக்கி கோட், காலுறைகள், சப்பாத்துக்கள் ஆகியவற்றைப் போட்டுக்கொள்ள வேண்டுமென்பதால் எனக்கு நேரம் ஆனது. ஷூவில் உள்ள சிறு துளைகளில் எனக்கு லேசை நுழைக்கத் தெரியவில்லை. நான் இரண்டு சிறு துளைகளில் 'லேசை' நுழைத்து மாட்டி, அப்படியே மேலாக இழுத்துவிட்டுக் கட்டிக் கொண்டேன். என் சகோதரர் எனக்கு அந்த நண்பகலில் தான் சொல்லிக் கொடுத்திருந்தார். பழக்கமாகியிருக்கவில்லை. ஒரு வழியாக நான் ஒழுங்காக உடை உடுத்தி, காலிலே ஷூக்களை மாட்டிக் கொண்டு போவதற்குள் நேரம் கடந்து விட்டது. மற்றவர்கள் எல்லோரும் சாப்பாட்டுக்கூடத்துக்குப் போய்விட்டார்கள். எந்த வழியில் அங்கே போவது என்று தெரியவில்லை. அங்குமிங்குமாக நடந்து சாப்பாட்டுக்கூடத்தைத் தேடினேன். முயற்சி பலனற்றுப் போனது. அறைக்குத் திரும்ப வந்து விட்டேன்'.

நாம் அவர் சொல்வதை அப்படியே நம்பத் தேவையில்லை. ஏனென்றால், ஜாகிர் ஹுசைன் தனக்கு நேர்ந்ததைவிட மிக அதிகக் கஷ்டப்பட்டதுபோல் காட்டிக்கொள்ளும் குணம் கொண்டவர். பிறரைவிடக் குறைவான திறமை உடையவராகக் காட்டி அதன் மூலம் மற்றவருக்கு ஒருவித நம்பிக்கையை ஊட்டப் பார்ப்பார். இவர் வித்தியாசமாக நடந்துகொள்வதன் மூலம் மற்றவர்களுக்கு தன்னம்பிக்கையும் இவர் மேல் பொறாமை

குறைந்தும் போகவைப்பார். மேலும் தனக்காக உதவிகள் தேடி வரும்படியும் செய்வார். ஆயினும் இப்படி சாமர்த்தியம் குறைந்தவராகத் தன்னைக் காட்டிக்கொள்ளும் அவரது செயல் பாடுகள் அனைவர் கவனத்துக்கும் வந்துவிட்டது. எம்.ஏ.ஓ. கல்லூரிக்கு வந்த சில நாட்களுக்குள்ளேயே அவர் அங்குள்ள மாணவர்களால் 'முர்ஷீத்' என்ற பட்டப் பெயர் சூட்டப்பட்டு விட்டது. 'முர்ஷீத்' என்றால் 'வழிகாட்டி' என்று பொருள்.

அவரின் சம காலத்தவர்கள் ஜாகிர் ஹுசைனை 'மெத்தனமானவர்' – 'அக்கறையற்றவர்', 'அலட்சியப் போக்குடையவர்' என்றும், அடிக்கடி வகுப்புகளை 'தவிர்ப்பவர்' என்றும் கூறுவார்கள். அவருடனான உரையாடல்கள் எப்போதும் எந்தச் சூழ்நிலையிலும் எழுச்சியும் உயிரும் ஊட்டக்கூடியதாகவே இருந்ததாகவும் சொல்லியிருக்கிறார்கள். அவர் மிகச் சிறந்த பேச்சாளர். தன் பக்கத்துக் கருத்தை அடுக்கி வாதம்புரிவதில் வல்லவர்.[3] மாணவர் அமைப்புக்குத் துணைத்தலைவராகத் தேர்ந்தெடுக்கப்பட்டார். பல போட்டிகளில் பரிசுகளை வென்றார். அதில் 'இக்பால் மெடல்' என்பதும் ஒன்று.

வகுப்பில் சில தேர்வுகளில் அவரே முதலாவதாக வருவார். மத்ரஸா ஆசிரியர் பஷீருத்தீன் சொன்ன 'உலக இன்பங்களைத் தேடாதே' என்ற அறிவுரையை உணவு விஷயத்தில் மீறினார்; நண்பர்களோடு விருந்துகளுக்குச் செல்வார். அப்படிப்பட்ட விருந்துகளில், விருந்தின் முதல் மூன்று நிமிடத்தை அவருக்குக் கொடுக்க அனுமதி கேட்பார். அவரின் நண்பர்களோ மறுத்துவிடுவார்கள். அப்படி அவருக்கு முதலில் சாப்பிட அவகாசம் கொடுத்தால் தாங்கள் பட்டினிதான் கிடக்கவேண்டிவரும் என்பது அவர்களுக்குத் தெரியும்.[4]

ஆனால், இதுபோன்ற சித்திரங்களால் அவரைப்பற்றி முழுமையாகத் தெரிந்துகொள்ள முடியாது. ஓர் ஆழமான, மிகவும் வாட்டமுற்ற ஜாகிர் ஹுசைனைப் பார்க்க வேண்டுமென்றால், அவரின் வலி மிகுந்த கையறு நிலையை நினைத்துப் பார்க்க வேண்டும். துருக்கியின் வீழ்ச்சி அவர் மனதில் ஏற்படுத்திய துயரம் அது. அவரின் தூரத்து உறவினரும், சூஃபி நண்பருமான ஹசன்ஷாவை மனதில் மறக்காமல் இருந்த ஜாகிர் ; 'தன் உலகச் சொத்துக்களையும் சேகரித்த நூல்களையும் ஒரு கம்பத்தில் இரு பக்கங்களிலும் காவடி போல் கட்டிக்கொண்டு, தோளில் சுமந்து வருவார் அந்த சூஃபி. ஜாகிர் ஹுசைன் 'கைய்ம்கன்ஜ்'க்கு விடுமுறையில் வரும்போதெல்லாம் நாடோடியான இந்த சூஃபி அவரைத் தேடிக்கொண்டு வந்துவிடுவார். இந்த சூஃபி, அறிவுத் தேட்டம் கொண்டவர்; பொறுப்புகளை உதறித் தள்ளியவர்; எதையும் பொருட்படுத்தாத

ஏகாங்கி. நம் எம்.ஏ.ஓ. கல்லூரி முன்னாள் முர்ஷீத்தான ஜாகிர் ஹுசைன் அந்த சூஃபி எழுதிய நூலைக் கைப்பட எழுதி படி எடுத்துக் கொடுப்பார். நூலைப் படி எடுக்கும் பணியில் ஜாகிர் , 'மிகுந்த அக்கறையுடன் பாராட்டும் அளவுக்கு அழகான கையெழுத்துகளைக்கொண்டு இப்பணியை நிறைவேற்றினார்'.[5]

ஹசன்ஷாவின் சூஃபி வழிக் கருத்துகளும், அவரின் பாரசீக மொழிப் புலமையும் கொஞ்சம்போல் இவருக்கும் தொற்றிக்கொண்டது. ஹசன்ஷா மதத்தின் குறுகிய சுவர்களைத் தாண்டி சிந்திப்பவராக இருந்தார். அது ஜாகிர் ஹுசைனுக்கு ஓர் அகத் தூண்டலாக அமைந்தது. இந்த சுதந்தரத்துக்கு ஹசன்ஷா விலை கொடுக்கவும் வேண்டியிருந்தது. இந்துக்கள் குறித்த பாரபட்சமான ஓரவஞ்சனைப் பார்வையையும் கணிப்புகளையும் கண்டிக்கின்ற நிலையில் அவர் இருந்தார். மக்களிடம் உள்ள இத்தகைய பிழைகளைத் திருத்தவும் மாற்றவும் வேண்டி அவர் பெஷாவரிலிருந்து பதான்களின் தாயகமான வடமேற்கு எல்லைப்புறம்வரைக்கும் நடந்தே சென்று திரும்பினார்.

ஜாகிர் ஹுசைனுக்கு மருத்துவராக வேண்டுமென்று ஆசை இருந்தது. அதனால் அவர் அறிவியல் பாடங்களைப் படித்தார். உடல்நலக் குறைவினால் பின்னர் தன் எண்ணத்தை மாற்றிக் கொண்டார். ஆங்கிலம், பொருளாதாரம், மெய்யறிவியல் ஆகியவற்றுக்கான பட்டப் படிப்பில் சேர்ந்தார். 1920 நடுவில் (அவருக்கு அப்போது வயது 23) அவர் எம்.ஏ. முதுநிலைப் பட்டதாரி, சட்டக் கல்லூரி மாணவர், பகுதி நேர ஆசிரியராக இருந்தபோது ஒரு தீர்மானம் எடுத்தார். 'என் வாழ்க்கையில் நான் பிரக்ஞைபூர்வமாக சுயமாக எடுத்த முதல் தீர்மானம் அது. என் பிந்தைய வாழ்க்கை முழுவதும் அதை அடியொற்றியே பின்னர் அமைந்தது'[6] என்று அந்த முடிவைப் பற்றிக் கூறியிருக்கிறார்.

இந்தத் தன்னிலை விளக்கத்தில் கூறப்பட்டது முழு உண்மையல்ல; அவர் தன்னுடைய பாடங்களைத் தேர்ந்தெடுத்தபோது சுயமான தீர்மானம் ஏற்கெனவே எடுத்திருந்தார். ஷாஜகான் பேகத்துடனான தன்னுடைய திருமணத்துக்கு சுயமாகவே இசைவு தெரிவித்திருந்தார். அப்போது அவருக்கு வயது பதினெட்டுதான். ஆனால், அக்டோபர் 1920-ல் பிரிட்டிஷ் ஆதிக்க அரசாங்கத்தின் பண உதவியால் கல்லூரிகள் நடத்தப்பட்டபோது, ஜாகிர் கல்லூரி நிறுவனங்களுக்கு 'ஒத்துழைப்பு கொடுக்க' மறுத்தார். அதனால் எம்.ஏ.ஓ. கல்லூரியிலிருந்து விலகினார். ஜாகிர் ஹுசைனின் வாழ்க்கைப் போக்கு முடிவெடுக்கப்பட்டது இந்தத் தீர்மானத்தினால்தான் என்பதில் நிச்சயம் எந்த சந்தேகமும் இல்லை.

அக்டோபர் 12, காந்தியும் முகம்மது அலியும் மாணவர்களுக்கு ஒத்துழையாமைப் போராட்டத் திட்டங்களை வகுத்துரைத்தார்கள். காந்தியின் திட்டங்களும் பேச்சும் ஜாகிர் ஹுசைனிடம் முழு அளவில் ஒரு ஈர்ப்பை ஏற்படுத்திவிடவில்லை. ஆனால், காந்தியின் அழைப்பில் சிலவற்றை அவர் ஏற்றுக்கொள்ள முன்வந்தார்.[7] அதற்கு ஒரு காரணம், ஜாலியன் வாலா நிகழ்வு. அது அவர் உள்ளத்தை கலக்கமுறச் செய்தது. அல்–ஹிலால், அல்–பல்க்கில் வெளியான ஆசாத்தின் கட்டுரைகளைப் படித்தது இன்னொரு காரணம்.

காந்தியும் முகம்மது அலியும் அலிகர் பல்கலையில் மாணவர்களிடையே பேசினார்கள். இந்தவேளையில் ஜாகிர் தன் உடல் நிலையைப் பரிசோதித்துக்கொள்ள டில்லிக்கு டாக்டர் எம்.ஏ. அன்சாரியைப் பார்க்கப் போயிருந்தார். காந்தி அங்கே பேசிவிட்டு புறப்பட்டுப்போய்விட்டார். அலிகருக்கு அன்று மாலை ஜாகிர் திரும்பியபோது, ஸ்டேஷன் ப்ளாட்பாரத்தில் காந்தியைக் குறித்து ஏளனமாக மாணவர்களில் சிலர் பேசியதைக் கேட்க நேர்ந்தது. மிகவும் கேவலமாக, கரடுமுரடான சொற்களால் சில மாணவர்கள் பேசியதையும் ஜாகிரின் சில நண்பர்கள் அதைக் கேட்டு மகிழ்வதையும் கண்ட ஜாகிர் , பின்னாளில் முஜீப்பிடம் கூறியது: ‘அந்தச் செயலும் பேச்சும் மிகவும் வெட்கித் தலை குனிய வைத்தது’.[8] அதற்குப் பரிகாரம் செய்யவேண்டும் என்று மனதுக்குள் அப்போதே ஜாகிர் தீர்மானித்திருந்தார்.

முகம்மது அலி, அவரின் அண்ணன் சௌகத் ஆகிய இருவரும் நகரில்தான் இருந்தார்கள். மறுநாள் நடைபெற்ற மாணவர் அமைப்புக்கூட்டத்தில் கலந்துகொண்டார்கள். ‘உங்கள் மத்தியில் எழுச்சியை ஏற்படுத்த நாங்கள் எடுத்த முயற்சிகள் தோற்றுவிட்டன. கண்களில் கண்ணீர் கசிய மனமுடைந்து விடைபெற்றுச் செல்கிறோம்’[9] என்று சொன்னார்கள். கல்லூரி வட்டாரத்தில் காந்தி, அலி சகோதரர்களுடைய நம்பிக்கைகளைத் தளர்ந்து போகச் செய்ய முயன்ற பிரிட்டிஷ் ஆதரவு சக்திகள் வெற்றி பெற்றிருந்ததை இது உணர்த்துகிறது. அலி சகோதரர்கள் வெளிப்படையாக அழுதனர். அது ஜாகிர் ஹுசைன் உட்பட பல மாணவர்களைச் சேர்த்து அழவைத்துவிட்டது.

ஜாகிர் கடுமையான காய்ச்சலில் இருந்தார். அதனால் அவரால் எதுவும் பெரிதாகப் பேசமுடியாமல் போனது. எழுந்து நின்றவர், ஆசிரியப் பணியை ராஜினாமா செய்வதாகச் சொன்னார். அவருக்குக் கிடைக்கவிருந்த மேற்படிப்புக்கான ‘ஸ்காலர்ஷிப்பை’யும் கைவிட்டார். மற்ற மாணவர்களும் நாட்டுக்காக ஏதாவது செய்து தீர வேண்டும் என்ற உத்வேகத்தில் அவரைப் போன்று துணிச்சலான

முடிவுகளை எடுத்தார்கள். அலி சகோதரர்களின் வாட்டமும் மனத் தளர்ச்சியும் உண்மையில் நியாயமானதாக இருந்திருக்கவில்லை.

அடுத்த சில நாட்களில் ஜாகிர் ஹுசைன் டெல்லிக்குச் சென்றார். அங்கே அவர் அஜ்மல்கான், டாக்டர் அன்சாரி, முகம்மது அலி ஆகியோரைச் சந்தித்தார். அவர்களிடம் 'அதிக எண்ணிக்கையில் பேராசிரியர்களும் மாணவர்களும் இப்போதே எம்.ஏ.ஓ. கல்லூரியை விட்டு விலகி வரத் தயாராக இருக்கிறார்கள். யாராவது ஒரு தேசியக் கல்வி நிறுவனத்தைத் தொடங்கினால் அதில் அனைவரும் சேர்ந்துகொள்ள தயார்' என்ற நம்பிக்கையூட்டும் செய்தியைத் தெரிவித்தார். அவர்களுடைய எதிர்பார்ப்புக்கும் நம்பிக்கைக்கும் ஏற்ப அக்டோபர் 29ம் நாள், 'ஜாமியா மில்லியா இஸ்லாமியா' என்ற தேசிய முஸ்லிம் பல்கலைக்கழகம் தோற்றுவிக்கப்பட்டது.

புகழ் பெற்ற தியோபந்த் இறையியல் உயர்கல்வி நிறுவனத்தின் தலைவர் எம்.ஏ.ஓ. கல்லூரி பள்ளிவாசலில் நடந்த கூட்டத்தில், புதிய ஜாமியா மில்லியா இஸ்லாமியா பல்கலைக்கழகத்தைத் தொடங்கிவைத்தார். ஜாமியா மில்லியா இஸ்லாமியாவின் நிர்வாகிகளும் மாணவர்களும்கூட எம்.ஏ.ஓ. கல்லூரியின் கட்டடங்களிலேதான் தங்கி இருந்தார்கள். ஆரம்பத்தில் சிறுது காலத்துக்கு அங்கே இருந்தவர்களில் யார் எம்.ஏ.ஓ. கல்லூரியைச் சேர்ந்தவர்கள்... யார் ஜாமியா மில்லியா இஸ்லாமியாவைச் சேர்ந்தவர்கள் என்று தெரிந்துகொள்ள முடியாத நிலையே இருந்தது.

எம்.ஏ.ஓ. கல்லூரி முதல்வர் டாக்டர் ஜியாவுதீன், எம்.ஏ.ஓ. கல்லூரியை மூடினார். மாணவர்களை வீட்டுக்குப் போகச் சொன்னார். பெரும்பான்மை மாணவர்கள் அசைந்து கொடுக்க வில்லை. உடனே டாக்டர் ஜியாவுதீனும், கல்லூரி நிர்வாகிகளும் மாணவர்களின் பெற்றோர்களுக்குத் தந்திகள் அனுப்பினார்கள். 'வந்து தங்கள் பிள்ளைகளைக் காப்பாற்றிக்கொள்ளும்படி' அறிவுறுத்தினார்கள். ஜாகிர் ஹுசைனுக்கு அரசாங்கப் பணி தருவதாகப் பேசிப் பார்த்தார்கள். அவர் மறுத்துவிட்டார். முடிவில் அந்நிய ஆதிக்க அரசாங்கத்தின் போலீஸ் எம்.ஏ.ஓ. கல்லூரி வளாகத்தில் இருந்த இவர்களை எல்லாம் 'கிளர்ச்சியாளர்கள்' என்ற பெயரில் வெளியேற்றியது. போராளிகள் அங்கங்கே கூடாரங்கள் அமைத்துக்கொண்டார்கள். அவ்வளவாக வசதிகள் இல்லாத கட்டடங்களை வாடகைக்கு எடுத்தார்கள். அங்கே அவர்களின் 'தேசியப் பல்கலைக்கழக'த்தைத் தொடர்ந்து நடத்தினார்கள்.

தேசிய உணர்வு கொண்ட நாளிதழ்களில் அவர்களின் போராட்டங்கள் பற்றிய செய்திகள் இடம்பெற்றன. விரைவிலேயே ஜாமியா மில்லியா இஸ்லாமியா குழுவினருடன் இந்தியா

முழுவதிலுமிருந்து அறிவுக்கூர்மையும், அர்ப்பணிப்பு உணர்வும் கொண்ட எண்ணற்ற மாணவர்கள் தங்களை இணைத்துக் கொண்டார்கள். அவர்களில் சிலர், இந்து பிராமணர்கள். ஆறு மாதங்களுக்கு முன்னர் இப்படி ஓர் முஸ்லிம் கல்வி நிறுவனத்தில் ஆசிரியப் பணியாற்றுவோம் என்று கனவில் கூட அவர்கள் நினைத்துப் பார்த்திருக்கமாட்டார்கள். அதேபோன்று தங்கள் வாழ்க்கையை இந்துக்களுடன் பகிர்ந்துகொள்வோம் என்பதை முஸ்லிம்களில் யாரும்கூடக் கனவு கண்டிருக்கமாட்டார்கள்.

அஜ்மல்கான், ஜாமியா மில்லியா இஸ்லாமியாவின் முதல் வேந்தராகவும் முகம்மது அலி முதல் துணைவேந்தராகவும் தேர்ந்தெடுக்கப்பட்டனர். ஜவாஹர்லால் நேருவுடன் கேம்ப்ரிட்ஜ் பல்கலைக்கழகத்தில் ஒன்றாகப் படித்த ஏ.எம். காஜா கல்லூரி முதல்வராகவும் ஆனார்கள். கிலாஃபத் கமிட்டி காங்கிரஸுடன் கை கோர்த்துக்கொண்டு ஒத்துழையாமை இயக்கத்தை நடத்திக் கொண்டிருந்த காலகட்டம் அது. இந்த கிலாஃபத் கமிட்டியைச் சேர்ந்தவர்கள், முடிந்த நேரங்களில் இந்தப் புதிய கல்லூரிக்கு நிதி உதவி கொடுத்தனர். கிலாஃபத் கமிட்டியின் உறுப்பினர்கள் சிலர் இந்தக் கல்லூரியை நிர்வகிக்கவும் முன்வந்தனர். இதனால் கிலாஃபத் இயக்கத்தின் உயர்வும் தாழ்வும் நேரிடையாகக் கல்லூரியைப் பாதித்தது. சுய தம்பட்டமும் மமதையும் கொண்ட சில தலைவர்களின் நடவடிக்கைகளும் ஜாமியா மில்லியா இஸ்லாமியாவின் வளர்ச்சியைப் பாதித்தது. ஜாமியா மில்லியா இஸ்லாமியாவின் ஆரம்ப கட்ட மாணவர்கள் சிலரின் உணர்ச்சியை முஜீப் எடுத்து வைக்கின்றார்; அது:

'அவர்கள் நெஞ்சங்களிலே நெருப்பு; அவர்கள் மூளையில் புகை மூட்டம். தெளிவான சிந்தனையோ சம நிலையோ துளியும் இல்லை. தூண்டிவிட்டால் எதை வேண்டுமானாலும் சாதித்துக் காட்டுவார்கள் இல்லையென்றால் எதுவும் செய்யமாட்டார்கள்.' [10]

புதிய கல்லூரியில் 'படிப்பு' என்பது கிலாஃபத் போராட்டத்தில் பங்கெடுப்பதாக மட்டுமே இருந்தது. பலர் சிறையில் அடைக்கப் பட்டனர். அவர்களில் சிலர் செய்த சாதனைகள் அதிகம். அவர்களில் ஒருவரைக் குறித்து முஜீப் விவரிக்கின்றார். அவர் 'ஷஃபீக்குர் ரஹ்மான் கித்வாய்' என்பவர்:

> 'அவர் 1920ல் பி.ஏ. இறுதி ஆண்டு மாணவர்; வசதியான வாழ்க்கையைப் பெரிதும் விரும்புபவர். போராட்டம் ஆரம்பித்ததும் அவரின் வெளிநாட்டு ஆடைகளை நெருப்பில் போட்டு எரித்துவிட்டு, துவளும் கதர் ஆடையை அணிந்தார். இதுநாள்வரை அடக்கமும் அமைதியுமாக இருந்த அவர்

இப்பொழுது எழுச்சி கொண்டு எழுந்து அரசியல் களத்தில் அற்புதப் பேச்சாளராகிவிட்டார்; பொறுமையும் விடாப் பிடியான கொள்கை உறுதியும் பெருமுயற்சியும் அவரிடம் வெளிப்பட்டன. அவர் ஒரு விளையாட்டு வீரரும்கூட; அது மட்டுமா, அவர் சிறப்பாகப் பாடுவார். சிரிப்பார். கிளர்ந்தெழவைப்பார். ஆறுதல் சொல்வார்.' [11]

விடுதலை பெற்ற இந்தியாவின் கவர்னர் ஜெனரலாக, மௌண்ட் பேட்டனுக்குப் பின்னர் பதவி வகித்த இராஜகோபாலாச்சாரி, ஷஃபீக்குர் ரஹ்மானைக் குறித்து உளமார்ந்த பாராட்டுகளை வழங்கியுள்ளார். 1921–22 ஆண்டுகளில் இருவரும் ஒன்றாக வேலூர் சிறையில் இருந்திருக்கிறார்கள். அந்த முன்னாள் ஜாமியா மில்லியா இஸ்லாமியா மாணவரை, 'சாதாரண குடிமகன் தோற்றத்தில் இருக்கும் துறவி' என்று புகழ்ந்திருக்கிறார்.[12]

ஜாகிர் ஹுசைனுவும் அவர் போன்றவரே. அவரும் கதர் அணிந்து கொண்டார். ஆனால், பிரிட்டிஷ் ஆட்சியாளரின் சட்டங்களை அவர் மீறவில்லை. வாய்ப்பு கிடைத்தபோதெல்லாம் அவர் மாணவர் களுக்கு நிறைய கற்றுக் கொடுத்தார். பிளேட்டோவின் குடியரசு (ரிபப்ளிக்), கேனான் எழுதிய 'அரசியல் பொருளாதாரம்' ஆகிய நூல்களை உருதுவில் மொழிபெயர்த்தார். இரண்டு ஆண்டுகள் கழித்து அவர் ஜெர்மனிக்குப் போனார். இந்தியாவின் ஜனாதிபதியாக ஆன பிறகு ஜாகிர் ஹுசைன் அதை நினைவுகூர்கிறார்:

'டாக்டர் ஹமித், என்னுடைய நிகழ்காலத்தையும் எதிர்காலத்தை யும் வடிவமைக்கப் பொறுப்பெடுத்துக்கொண்டார். ஜெர்மனிக்கு நான் மேற்படிப்புக்காகப் போகவேண்டுமென்று சொன்னார். என்னுடைய மறுப்பு, சிரமங்கள், பதில் சொல்லாத நிலை எதுவுமே அவரிடம் எடுபடவில்லை. அவர் முடிவெடுத்து விட்டார்; எனவே நான் போயாகவேண்டும். என் பயணத்துக்கான ஏற்பாடுகளைச் செய்துவிட்டு, என்னுடன் பம்பாய்வரைக்கும் வந்தார். நான் பயணம் புறப்படும் வரைக்கும் எனக்கு ஜெர்மனியில் எப்படி நடந்து கொள்வது, எப்படி உடையுடுத்திக் கொள்வது, கத்தியும் முட்கரண்டியும் பிடித்துச் சாப்பிடுவது எப்படி என்பதுவரை சொல்லிக் கொடுத்தார். பொதுவாக, ஐரோப்பிய நாடுகளில் நான் எப்படி இருக்கவேண்டுமென்று அறிவுறுத்தினார்'.[13]

பிற்காலத்தில் பம்பாயில் ஒரு வெற்றிகரமான வணிகராக ஆன ஹமீத், அகமதாபாத் பல்கலைக்கழகத்திலிருந்து விலகி ஜாமியா மில்லியா இஸ்லாமியாவில் சேர்ந்துகொண்டார். இவர்தான் ஜாகிர்

ஹுசைனுக்கு அழுத்தம் கொடுத்து அவரை ஜெர்மனிக்குப் போக வைத்தவர். பின்னர் அவரும் ஜெர்மனி சென்றார்.

ஜாகிர் ஹுசைன் சொன்னதில் முழு உண்மை இல்லை. ஜெர்மனிக்கு சென்று படிக்கும் விருப்பம் ஜாகிர் ஹுசைனுக்கும் இருந்திருக்கும். ஜாகிர் ஹுசைனுடைய குணம் குறித்து முஜீப் கணித்திருப்பது:

> 'அவருக்கு அளவு மீறிய அறிவாற்றல் உண்டு. அதே நேரம் அவர் மிகவும் மெத்தனமாக, சோம்பேறியாக இருப்பவரும் கூட. முடிந்தவரையில் கடினமான வேலைகளைத் தவிர்க்கவும் அடுத்தவர்களைத் தனக்கு ஓடி வந்து உதவி செய்ய வைக்கவும் சிறந்த வழி, ஒருவர் தான் கையறு நிலையில் இருப்பதாகக் காட்டிக் கொள்வதுதான் எளிய வழி. அவர் மதிப்பும் கண்ணியமும் மிகுந்தவர்தான். எனினும் யாரேனும் ஒருவர் அவர் கைகளைப் பிடித்து அனைத்தையும் செய்யவைக்கவேண்டும் என்று எதிர்பார்ப்பார். ஆனால், எனக்குத் தெரிந்தவரையில் அவர் துணிச்சல்காரர்; உத்வேகம் கொண்டவர்; மனிதர்களையும் சூழ்நிலையையும் புரிந்து கையாளும் திறன் கொண்டதாகச் சொல்லிக் கொள்பவர்களைக் காட்டிலும் கூடுதலான திறன் உள்ளவர்.'[14]

ஜாகிர் ஹுசைன் ஜெர்மனியில் இருந்த மூன்று ஆண்டு காலத்தில் முஜீபும் அங்கிருந்தார். அதனால் ஜாகிர் ஹுசைனின் ஜெர்மனி வாசத்தைக் குறித்த தெளிவான சித்திரத்தைப் பார்க்க முடிகிறது. அவர் பெரும்பாலான காலம் பெர்லினில் இருந்தார். 'இந்தியாவில் பிரிட்டனின் விவசாயம் சார்ந்த கொள்கைகள் – ஒரு திறனாய்வு' என்ற ஆய்வேட்டை ஜாகிர் ஹுசைன் பி.எச்டி. (டாக்டர்) பட்டத்துக்காக அளித்தார். இதற்கான அவரின் ஆய்வுப் பணிகள் சில லண்டனில் நடந்தன. மேலும், அவரின் கல்வி தொடர்பான ஈடுபாட்டின் காரணமாக 'கல்வி மெய்ப்பொருளியல்' (Philosophy of Education) குறித்த ஆய்வுப் பணியையும் மேற்கொண்டார். மேலும் அரபி மொழி சார்ந்த ஆராய்ச்சியையும் செய்தார்.

அங்கே அவர் ஹமீதுடனும் ஜெர்மன் பெண்மணி லூபாவுடனும் சேர்ந்துகொண்டு பணியைத் தொடர்ந்தார். ஹமீத் ஐரோப்பா வந்த சிறிது காலத்திலேயே லூபாவை மணமுடித்திருந்தார். சரோஜினி நாயுடுவின் சகோதரர் வீரேந்திரநாத் சாட்டோபாத்யாயா அல்லது சாட்டோவும் அப்போது ஜெர்மனியில்தான் இருந்தார். இவர் ஜாகிர் ஹுசைனை மெள்ள மெள்ள கம்யூனிசக் கருத்துகளுக்கு இழுக்கப் பார்த்தார். ஜாகிர் ஹுசைன் காந்தியின் கொள்கைகளையும் அகிம்சை நெறிகளையும் தன் தரப்பு வாதங்களாக முன்வைத்தார்.

அவர் ஸ்வீடனுக்குப் போனார். அங்கே ஸ்டாக்ஹோம் நாளிதழுக்குக் காந்தியைக் குறித்துக் கட்டுரைகளை எழுதி ஊதியம் ஈட்டிக்கொண்டார். ஆனால், பண விஷயத்தில் அவர் எச்சரிக்கையானவர் அல்ல; நண்பர்கள் விஷயத்திலும் அப்படியே. அவர் தன்னுடைய பணத்தையும் முஜீப்பிடமிருந்து கடன் வாங்கியும் இன்னொரு இந்திய மாணவர் ஆபித் ஹுசைனிடமிருந்து பணம் பெற்றும் அவர் காலிஃப் எழுதிய 'திவான்'[15] நூலை பாக்கெட் அளவில் வெளியிட அவர் முழு மூச்சாக இறங்கினார். அதற்குக் காரணம் பெர்லினில் உள்ள அச்சகம் பார்சி மொழியில் அழகாக, நேர்த்தியாக எழுத்துகளை அச்சடிக்கும் பணி செய்தார்கள். மேலும் ஜெர்மன் நண்பர் ஒருவரின் உதவியுடன் ஜெர்மன் மொழியில் காந்தியின் பொருளாதாரக் கொள்கை என்ற சிறு நூலையும் ஜாகிர் வெளியிட்டார். அவர்களுக்குக் கொடுத்த பணம் அப்புத்தகத்துக்கு ஆகும் செலவுகளுக்குத் தந்தது என்று எண்ணாமல் அது அவர்களுக்கு இலவசமாகக் கொடுக்கப்பட்டதாக நினைத்தார்கள். இந்தத் தவறான புரிதலைப் போக்கிவிட்டு அந்தப் பணம் அந்த நூலுக்காகக் கொடுக்கப்பட்டது என்று விளக்குவதற்கு ஜாகிர் ஹுசைனுடைய தன்மானம் தடுத்துவிட்டது.[16]

முஜீப் கூறியிருப்பதன்படி, 'ஜெர்மனியில் ஜாகிர் ஹுசைன் வாழ்ந்த அந்த மூன்றாண்டு காலங்களே அவரின் வாழ்க்கையில் மிகவும் மகிழ்ச்சிகரமான தருணமாக இருந்தது.' அவருக்குப் பொறுப்புகள் எதுவும் இருந்திருக்கவில்லை. எவ்விதமான இறுக்கமான அன்றாட நடைமுறைகளிலும் அவர் கட்டிப் போடப்படவில்லை.[17] அவர் சந்தித்த ஜெர்மன்காரர்கள் இந்தியாவைக் குறித்துத் தெரிந்துகொள்ள ஆர்வம் காட்டியதோடு நட்புணர்வுடனும் இருந்தார்கள். மேலும், அவர்களுடைய 'முடிவற்ற அறிவுத்தேடலும், அழகியல் ரசனையும்' பெருமளவில் ஜாகிர் ஹுசைனைக் கவர்ந்தது.[18] ஆனால், அவர்களுடைய ஒழுங்கு தொடர்பான எண்ணம் ஜாகிர் ஹுசைனுக்கு ஏற்புடையதாக இருந்திருக்கவில்லை. முஜீப், ஜாகிர் ஹுசைனைப் பற்றிச் சொல்வதிலிருந்து:

> 'டாக்டர் ஜாகிர் ஹுசைனுக்கு கட்டுப்பாடான ஒழுங்கு மிகுந்த வாழ்க்கை என்பது அவ்வளவாகப் பிடிக்காது. இந்த மனப்பாங்கு அவருக்கு அலிகரில் மாணவராக இருந்தபோதே ஏற்பட்டிருக்க வேண்டும். அதை அவரால் மீற முடியவில்லை. பிறரிடம் காணப்படும் ஒழுங்குமுறையை அவர் பாராட்டினாலும் அதனுடைய சிறப்பை அவர் வலியுறுத்தியதில்லை. அவரைப் பொறுத்தவரை அது தனி மனித சுதந்தரத்தைப் பறிக்கக்கூடியது. தன்னுடைய நடவடிக்கைகளை ஒரு டயரியில் எழுதி வைக்கவோ திட்டமிட்டு முடிக்கவோ அவரால் முடிந்ததில்லை.'[19]

ஜாகிர் ஹுசைன், ஜெர்மானியர்கள் மத்தியில் ஒருமுறை பேசிய போது, 'புதிய சக்திகளிடம் அவர்கள் தஞ்சமடைவதால் அவர்கள் தங்களுடைய கலாச்சாரத்தை மதிப்பிழக்கச் செய்துவிடக்கூடும்'[20] என்று எச்சரித்தார்.

•

இந்தியர்களும் ஜெர்மானியர்களும் ஒன்றுகூடிப் பார்த்துப் பேசி அளவளாவும் நிகழ்ச்சிகளை ஏற்பாடு செய்வார் திருமதி நம்பியார். இவர் சாட்டோவின் சகோதரி. பின்னர் இந்த நிகழ்ச்சி ஏற்பாடுகளை அவர் நிறுத்திக்கொண்டார். 'இது எங்கள் சமூக வாழ்க்கையை இருளச் செய்துவிட்டது' என்கிறார் முஜீப். ஒரு நாள் ஜாகிர் ஹுசைன் திருமதி நம்பியாருக்குப் போன் செய்தார். அடுத்த நிகழ்ச்சியை அவர் எப்பொழுது ஏற்பாடு செய்யவுள்ளார் என்று கேட்டார். திருமதி நம்பியார் என்ன பதில் சொன்னார் என்பது தெரியவில்லை. ஆனால் அந்த பதில் ஜாகிர் ஹுசைனைத் திகைப்புறச் செய்தது என்பது மட்டும் நிஜம். அவர் இதை முஜீப்பிடம் கூறும்போது, 'திருமதி நம்பியாரின் தயவு நமக்குத் தேவையில்லை என்பதை நாம் நிரூபிக்கவேண்டும்' என்றார். பின்னர் ஜாகிர் ஹுசைன், திருமதி நம்பியார் வீட்டில் விருந்துகளில் சந்தித்த ஓர் இளம் பெண்ணை தொலைபேசி மூலம் தொடர்பு கொண்டார். அவர் பெயர் ஜெர்டா பிலிப்ஸ் போர்ன். இவருடன் ஜாகீருக்கு ஏற்பட்ட நட்பு குறித்த முஜீப் எழுதியிருப்பது:

'அவர்களின் நட்பு யாராலும் ஆழம் காண முடியாதபடி தொடர்ந்தது. கடைசியில் ஜெர்டா பிலிப்ஸ் போர்ன் 1943-ல் ஜாமியா மில்லியா இஸ்லாமியாவில் இறக்கும் காலம்வரை நீடித்திருந்தது.'[21]

பெர்லின் நகரில் பணக்கார யூத குடும்பத்தைச் சேர்ந்தவரான ஜெர்டா பிலிப்ஸ் போர்ன்னுக்கு கலை நாட்டமும் அறிவுத் தேட்டமும் கொண்ட மிகப் பெரிய நண்பர் வட்டம் இருந்தது. ஜாகிர் ஹுசைன் இவருடன் கான்சர்ட்ஸ், ஓபரா, நாடகங்கள், கலைக் கண்காட்சிகள் ஆகியவற்றைக் கண்டு மகிழ்ந்திருக்கிறார். ஆனாலும்கூட அவர்கள் தனித்தனியாகவே வாழ்ந்தார்கள். ஜாகிர் ஹுசைனுக்கு இப்படியான காதல்களில் விருப்பம் இருந்திருக்கவில்லை. அவர் ஜெர்மனியில் சந்தித்த பல பெண்களில் ஒருவர்தான் ஜெர்டா பிலிப்ஸ் போர்ன் . சில தருணங்களில் முஜீப் அவரிடம், 'உங்கள் பெண் சினேகிதிகளின் பட்டியல் இதுதானே'[22] என்று கேட்பார். தனது மனநிலைக்கு ஏற்ப பதில் சொல்லும் ஜாகிர் , ஒன்று மறுதலிப்பார் அல்லது விடுபட்ட பெண் ஒருவரின் பெயரைச் சேர்த்துக்கொள்ளச் சொல்வார். முஜீப் அதுபற்றி இங்கே விபரம் தருகின்றார்:

'அவள் முப்பதைவிட நாற்பதுக்கு நெருங்கியவள்; அடர்ந்த கூந்தல். பெரிய தலை. அவளின் உடல் எடை அவளை முன்பக்கமாகக் குனிந்திடச் செய்தது. அகன்று கருமையானவை அவளின் கண்கள். அந்தக் கண்களில் நூற்றாண்டு கால துயரங்களும் துக்கங்களும் நிரம்பிக் கிடந்தன. அவள் எப்பொழுதுமே டாக்டர் ஜாகிர் ஹுசைனைக் குறித்தே நினைத்துக் கொண்டிருப்பவள். அவருக்கு ஏதாவது செய்து கொடுப்பதில் ஆர்வம் கொண்டவள். அவள்தான் அவருடைய ஆய்வேட்டை மொழிபெயர்த்து, அதைத் தட்டச்சு செய்து அவருக்கு அளித்தது. ஆனால், இதெல்லாம் அவளைப் பொறுத்தவரை போதாது.' [23]

ஜாகிர் ஹுசைன் நெடுநெடுவென உயரமானவர்; அவருடைய அடர்த்தியான, கருமையான தலை முடியும், கச்சிதமான தாடியும், அறிவுக் கூர்மையும் அந்த ஜெர்மன் பேரிளம் பெண்ணைப் பெரிதும் கவர்ந்துவிட்டது. முஸ்லிம் மதிப்பீடுகளின் அடிப்படையில் அந்நியப் பெண்களோடு பழகுவது, நட்புறுவது கூடவே கூடாது. ஆனால், ஜாகிர் ஹுசைன் ஜெர்மனியில் அதைப் பொருட்படுத்த வில்லை. வசந்த காலத்தின் சௌந்தர்ய அழைப்பை மறுக்கிற ஆற்றல் அவரிடம் கிடையாது. இருந்தும் தான் ஏற்றுக்கொண்ட ஒழுக்கங்களின் அடிப்படையில் பாதுகாப்பான எல்லைக்குள் நின்றுகொண்டார்.

●

நாம் இந்த நூலில் பார்த்தவர்களில் பஸ்லுல் ஹக்கும் ஆசாத்தும் மட்டுமே ஐரோப்பா சென்று படித்ததில்லை. ஆனால், சையத் அகமத்கான், கவிஞர் இக்பால், முகம்மது அலி, எம்.ஏ. ஜின்னா, லியாகத் அலி, ஜாகிர் ஹுசைன் ஆகிய அனைவரும் ஐரோப்பாவில் படித்தவர்கள். அதன் பெரிய அளவு தாக்கமும் செல்வாக்கும் அவர்களிடம் தெரிந்தது. இக்பாலைப் போல் ஜாகிர் ஹுசைனும் ஐரோப்பாவில் இருந்தபோது, இந்தியாவையும் உலகத்தையும் மறு வார்ப்பு செய்யவேண்டுமென்று உணர்ந்தார். ஆனால், இக்பால் ஐரோப்பாவைக் காட்டிலும் மேலான சிருஷ்டிகரமும் மேலும் ஒன்றிணைப்பதாகவும் தேசிய உணர்வுகள் மிகுந்ததாகவும் இந்தியாவை ஆக்க விரும்பினார். இஸ்லாம் அதை இந்திய அளவிலும் உலக அளவிலும் சாதிக்கும் என்றும் நம்பினார்.

ஜாகிர் ஹுசைனின் சிந்தனை மிதமானதாகவும் அதேநேரம் கட்டுப்பாடுகள் அற்றதாகவும் இருந்தது. இந்தியர்கள் எல்லோரும், இந்துக்கள், முஸ்லிம்கள், சீக்கியர்கள் மற்றவர்கள் யாவருமே செய்தொழிலில் முனைப்புற வேண்டும். படைப்பாற்றலில் மேலோங்க வேண்டும் என்பதே ஜாகிர் ஹுசைனின் எண்ணங்கள்.

சொந்த நாட்டிலிருந்து வந்த செய்திகள் ஒன்றும் நன்றாக இல்லை. கிலாஃபத் இயக்கம் தோல்வியடைந்ததைத் தொடர்ந்து ஜாமியா மில்லியா இஸ்லாமியாவின் செயல்பாடுகள் சீர்குலைந்தன. 1924-ல் புதிய துருக்கி ஆட்சி (கமால் அட்டா–துர்க்) கிலாஃபத்தை முற்றிலும் இல்லாமல் ஆக்கிவிட்டது. இனிமேல் நம் இந்திய கிலாஃபத் ஆதரவாளர்கள் எதைக் காட்டி, யாருடைய பெருமையை அல்லது வல்லமையை மீட்பதற்காக இங்கே நிதி வசூலிக்க முடியும்? இந்திய முஸ்லிம்கள் எதைக் காரணம் காட்டி இந்த அமைப்புக்கு நிதி தரமுடியும்? ஜாமியா மில்லியா இஸ்லாமியாவின் நிர்வாகத்தை நடத்த பெருமளவு நிதியை கிலாஃபத் இயக்கம்தான் வழங்கிவந்தது. இப்போது இந்தப் புதிய கல்லூரி பொருளாதாரத்தில் முடங்கிவிட்டது.

கல்லூரி மீதான முகம்மது அலியின் ஆர்வம் குறைந்துபோனது. காந்திஜியால் மன எழுச்சியுற்ற அஜ்மல்கான், கல்லூரி முதல்வர் க்வாஜா மற்றும் கல்லூரி ஆசிரியர்கள், மாணவர்கள் முதலானோர் கல்லூரியைக் காப்பாற்ற உறுதியுடன் இறங்கினார்கள். அவர்கள் ஜாமியா மில்லியா இஸ்லாமியாவை டெல்லிக்குக் கொண்டு வந்தார்கள். கரோல் பாக்கின் சுற்றுப்புறங்களில் கிடைத்த அறைகளில் ஜாமியா மில்லியா இஸ்லாமியாவை நடத்திக் கொண்டார்கள்.

ஜெர்மனியில் இருந்தபோது ஜாகிர் ஹுசைன் வெகு அரிதாகவே ஜாமியா மில்லியா இஸ்லாமியாவைக் குறித்துப் பேசி இருக்கிறார். எனினும் அவர் தன் கடமையை விட்டுக் கொடுத்துவிட்டார் என்று பொருள் அல்ல. அந்த நெருக்கடியான தருணத்தில் நெஞ்சைத் தொடும் வகையில் அமைந்த அந்த உரையாடலை முஜீப் பதிவு செய்திருக்கிறார்:

> ‘1925-ல் தொடக்கத்தில் ஜாமியா மில்லியா இஸ்லாமியா குறித்த உணர்வுபூர்வமான உரையாடல் ஜாகிர் ஹுசைனுக்கும் – டாக்டர் ஆபித் ஹுசைனுக்கும் நடைபெற்றபோது நானும் உடனிருந்து அதைக் கேட்டுக்கொண்டிருந்தேன். அவர் ஜாமியா மில்லியா இஸ்லாமியாவில் பணியாற்ற முடிவு செய்துவிட்டதாகக் கூறினார். உடனே ஆபித் ஹுசைன் அவரையும் சேர்த்துக் கொள்ளக் கேட்டுக் கொண்டார். நான் என்னையும் சேர்த்துக்கொள்ள கேட்டுக் கொண்டேன். டாக்டர் என் பேச்சில் ஐயம் கொண்டவராக என்னைப் பார்த்தார். பின் என்னிடம், ‘நீங்கள் சேர வேண்டாம்’ என்றார்.
>
> ‘எதற்காக என்னைச் சேர வேண்டாமென்கிறீர்கள்?’ என்றேன். ‘ஜாமியா மில்லியா இஸ்லாமியா உங்களுக்குச் சரியான இடம் அல்ல’ என்றார்.

அவர் அப்படிக் கூறுவதற்கு என்ன காரணம் என்பது தெரிய வேண்டும் என்று நினைத்தேன். 'உங்களுக்கு அது சரியான இடம் என்றால் எனக்கு மட்டும் ஏன் கூடாது?' என்று கேட்டேன். 'என் விஷயம் வேறு. நான் ஏற்கெனவே முடிவு எடுத்து விட்டேன்' என்று சொன்னார்.

நான் விடாமல் அவரிடத்தில் அழுத்தமாய்ச் சொன்னேன். 'நான் சேர்ந்து கொள்வேன்' என்று. அவரும் குரலை அழுத்தி, 'இதோ பாருங்கள். உங்களை நான் ஒரு வண்டியில் ஏற்றி டில்லி ரயில் நிலையத்தில் இறக்கி, பின் ஒரு திறந்தவெளிக்கு அழைத்துப்போய் இதுதான் ஜாமியா மில்லியா இஸ்லாமியா என்றால் என்ன செய்வீர்கள்?' என்றார். 'நீங்கள் ஒரு திறந்தவெளியைக் காட்டி, இதுதான் ஜாமியா மில்லியா இஸ்லாமியா என்று சொன்னால் நானும் அப்படியே சொல்வேன், ஏற்றுக்கொள்வேன்' என்றேன்.

நாங்கள் அப்பொழுது அந்த அறையின் நடுவில் நின்று பேசிக் கொண்டிருந்தோம். ஜாகிர் என் மறுமொழியில் அசந்துவிட்டார். என்னை அப்படியே தழுவிக்கொண்டார். பின்னர் என்னிடம், 'ரொம்ப நல்லது. நீங்களும் ஜாமியா மில்லியா இஸ்லாமியாவில் சேர்ந்துகொள்ளுங்கள்' என்றார்.[24]

பின்னர் இந்த மூவரும் (டாக்டர் ஆபீத் ஹுசைன், டாக்டர் ஜாகிர் ஹுசைன், முஜீப்) அவர்கள் ஜாமியா மில்லியா இஸ்லாமியாவில் பணியாற்ற இருப்பதாக அஜ்மல்கானுக்கும் அன்சாரிக்கும் தந்தி அனுப்பினார்கள். அதில் ஒரு விண்ணப்பமும் சேர்க்கப்பட்டிருந்தது; 'ஜாமியா மில்லியா இஸ்லாமியாவின் எதிர்காலம் தொடர்பாக, நாங்கள் வந்து சேர்வதற்கு முன் எந்த முடிவும் எடுக்கவேண்டாம்.'

ஓர் ஆண்டுக்குப் பின்னர் ஜாகிர் ஹுசைனும் அவரின் இரண்டு நண்பர்களும் கொழும்புவுக்குக் கப்பலில் வந்தார்கள். அவர்களை ஒரு ரயில் வண்டியும் படகுப் பயணமும் தென்னிந்தியாவுக்கு அழைத்துச் சென்றது. பின் அடுத்த ரயிலில் டெல்லி கிளம்பினார்கள். ஜாகிர் ஹுசைன் நேராக ஜாமியா மில்லியா இஸ்லாமியா சென்றார். ஒரு காலத்தில் யாரெல்லாம் அவர் பேச்சைக் கேட்க மறுத்தார்களோ, அவர்கள் எல்லோரும் அவரை ஆர்வத்துடன் வரவேற்றார்கள். ஜாகிர் ஹுசைன் அந்தப் பல்கலைக்கழகத்தை வலம் வந்தார். அங்கு பணியாற்றுகிறவர்களையும், படிக்கிற மாணவர்களையும் பார்த்தார். மொத்தம் எண்பது நபர்கள்வரை இருந்தார்கள். அவர்கள் தங்கி இருப்பது, உணவருந்துவது, தொழுகை நிறைவேற்றுவது என்பன எல்லாம் ஒரு பெரிய வணிகக் கட்டடத்தின் முதல் தளத்தில் நடந்தன.

வகுப்பறைகளாக அக்கம் பக்கத்திலுள்ள தெருக்களில் மூன்று வீடுகள் பயன்படுத்தப்பட்டு வந்தன. அந்தப் பகுதியிலே அதே போன்று நான்காவதாக ஒரு வீடு, அதுதான், 'பல்கலைக்கழக அலுவலகம்'.

ஜாகிர் ஹுசைன் அவரின் 29வது வயதில் பல்கலைக்கழகத் துணை வேந்தராகப் பொறுப்பேற்றுக் கொண்டார். அந்தத் துணை வேந்தரை 'ஷைகுல் ஜாமியா' என்றும் அழைத்தார்கள். பெர்லினில் பி.எச்டி. பட்டம் பெற்ற ஜாகிர் ஹுசைன் இங்கே காலை எட்டு மணி முதல் மாலை நான்கு மணி வரைக்கும் தரையில் கால் மடித்து அமர்ந்து ஒரு சாய்வான மேஜை போன்ற ஒன்றில் குனிந்தவாறு ஏதாவது எழுதிக் கொண்டிருப்பார். அல்லது முதுக்குக்குப் பின்னால் சுவரில் 'திண்டு' ஒன்றில் சாய்ந்திருப்பார். சொந்த ஊரான கையூம்கன்ஞ்சுக்கு அவ்வப்போது போய் வருவார். ஜெர்மனியிலிருந்து திரும்பிய ஓர் ஆண்டு கழித்து இவரின் மனைவி இவரோடு சேர்ந்து வாழ டெல்லி வந்தார். கரோல்பார்க்கில் வாடகைக்கு ஜாகிர் ஹுசைன் வீடு பிடித்தார். அதுவரை இந்தத் துணைவேந்தர் தன் அலுவலகத்துக்கு எதிரே இருந்த ஒரு சிறு அறையில்தான் உறங்கினார்.

கல்லூரி ஆசிரியர்கள், மாணவர்கள் எல்லோரும் தங்களுடைய நம்பிக்கைகள், பயங்கள், ஆலோசனைகள் அனைத்தையும் ஜாகீரிடம் கொட்டினார்கள். அவர்தான் பல்கலைக்கழகத்துக்கு நன்கொடை திரட்டுபவர்; கணக்காளர்; செயலாளர்; பல்கலைக்கழக வெளியீடு – 'ஜாமியா' என்ற உருது இதழுக்கு அவர்தான் ஆசிரியர். அது மட்டுமின்றி ஏதேனும் பிரச்னைகள் என்று வந்தால் அதைத் தீர்த்து வைப்பவரும் அவரே. நிதி உதவிசெய்யக்கூடிய புரவலர் களைத் தேடி ஓடியாடி, வணிக சாமர்த்தியத்துடன் ஜாகிர் வேலை செய்யவேண்டும் என்று முஜீப் எதிர்பார்த்தார். ஆனால், ஜாகிரோ, அறிவற்று ஆலோசனை சொல்பவர்கள், சலிப்பூட்டக்கூடியவர்கள் இவர்களுடனே பொறுமையாக நேரத்தைச் செலவிட்டார். இதுபற்றி முஜீப் விவரிக்கிறார்:

> 'சொந்தத் தேவைகளை முன்னிட்டு யாரையும் போய்ப் பார்க்க வேண்டிய கட்டாயம் அவருக்குக் கிடையாது. ஆனால், மற்றவர்களின் தேவைகளை, விருப்பங்களை நிறைவேற்ற வேண்டி எந்த நேரமும் அவர் வரவேண்டும் என்று எதிர்பார்க்கப் பட்டார். மற்றவர்களின் விருப்பங்கள், தேவைகளை அவர் எப்போதும் கவனத்தில் கொள்ளவேண்டும் என்று எதிர்பார்க்கப் பட்டார். எல்லா பிரச்னைகளுக்கும் அவரிடம் ஆலோசனையும் ஆறுதலும் இருக்கவேண்டும் என்று எதிர்பார்த்தார்கள். அவர்களுக்குச் சலிப்பு ஏற்படும்வரை அவர்கள் பேசுவதை இவர்

கேட்டுக்கொண்டே இருக்கவேண்டும் என்று அனைவரும் எதிர்பார்த்தார்கள்.'[25]

ஜாகிர் ஹுசைனின் மாத ஊதியம் ரூபாய் நூறு. இவரைப் போன்றே ஐரோப்பாவில் பட்டம் பெற்றவர்களான ஆபித் ஹுசைனும் முஜீபுவும் முதலில் முன்னூறு ரூபாய்கள் வாங்கினார்கள். ஆனால், விரைவிலேயே 100 ரூபாய் சம்பளத்துக்கு சம்மதித்தார்கள். உடனே ஜாகிர் ஹுசைன் தன் ஊதியத்தை எண்பது ரூபாயாகக் குறைத்துக்கொண்டு விட்டார். ஜாகிர் ஹுசைன் ஜாமியா மில்லியா இஸ்லாமியாவுக்கு வந்ததிலிருந்து இரண்டு ஆண்டுகள் கடந்த பின்னர், ஜாமியா மில்லியா இஸ்லாமியா நிர்வாகம் புது விதிமுறைகளுக்கேற்ப மாறியது. இதன்படி இருபது ஆண்டுகள் ஜாமியா மில்லியா இஸ்லாமியாவில், மாத ஊதியம் ரூ.150/–க்கு மிகாமல் தொடர்ந்து பணியாற்ற முன்வரவேண்டும் என்று தீர்மானிக்கப்பட்டது. ஆனால், இந்த ஊதியமானது அறிவித்தபடி தரப்பட்டிருக்கவில்லை. ஏனெனில், அதற்கிருந்த நிதிப் பற்றாக்குறை. 1944லிருந்துதான் முழு சம்பளம் தரப்பட்டது. பழைய நிலுவைத் தொகையும் தரப்பட்டது. அதுவரையில் ஜாகிர் ஹுசைனுக்கு ரூ.40/– மட்டும் பணமாகக் கொடுக்கப்பட்டது. மீதி ரூ.40/– அவர் கணக்கில் நிலுவையில் வைக்கப்பட்டது.

ஜாகிர் ஹுசைன் மனைவியின் பாட்டனார் சொத்திலிருந்து அவர் மனைவிக்கு மாதந்தோறும் ரூபாய் பத்து கிடைத்து வந்தது. மொத்த மாத வருமானம் அவ்வளவுதான். ஜாகிர் ஹுசைனுக்கும் ஊரில் குடும்பச் சொத்துக்கள் இருந்தன. கையூம்கன்ஞ்சில் இருந்த அந்தச் சொத்துக்கள் அவரின் உறவினர்கள் மேற்பார்வையில் இருந்தன. அவர்களே அதன் முழு வருமானத்தை அனுபவித்து வந்தார்கள். இது ஒன்றும் உலக நடைமுறையில் இல்லாதது அல்ல. அதனால் ஜாகிர் ஹுசைன் மனைவி முன்னால் மிகவும் அடக்க ஒடுக்கமாக நின்றுகொண்டு பணம் கேட்பார்.[26] அல்லது பல நேரங்களில் ஒரு வேலைக்காரனை அனுப்பி பக்கத்தில் கடை வைத்துள்ள 'பனியா' ஒருவரிடம் கடன் வாங்கி வந்து மனைவிக்குக் கொடுப்பார். நாற்பது ஆண்டுகள் கடந்து ஷாஜகான் பேகம் இந்தியாவில் முதல் குடிமகளாக ஆன பின்னர் 'சுப்பா' என்ற அந்த மனிதரை – பனியாவை – ராஷ்டிரபதி பவனுக்கு அழைத்து விருந்து கொடுத்து மகிழ்ந்தார்.

ஜாகிர் ஹுசைனின் உடைகள் கனத்த முரட்டுத் துணிகளாலான கதர்தான். எனினும் எடுப்பாக எழிலாக உடைகள் உடுத்துவார். அவரைப் பார்ப்பவர்களுக்கு ஒரு செல்வந்தச் சீமான் எளிய வாழ்க்கைக்குத் தன்னை மாற்றிக்கொண்டிருப்பதாக கண்ணிய மாகவே தோற்றமளிப்பார். அவரிடம் கடன் கேட்க வருபவர்களுக்கு

அவரிடம் பணம் இருக்காது என்று நினைக்கவே தோன்றாது. 'இல்லை என்று சொல்வதற்கு இவருக்கும் துணிச்சல் கிடையாது. எனவே வீட்டுக்குத் தேவையாக இருக்கும் பணம், பிற பொருட்கள் இவற்றையே எடுத்துக் கொடுக்கவேண்டிவரும். ஆறுதலான வார்த்தைகளைத் தேடிவருபவர்களுக்கு அதுவும் கிடைக்கும். உற்சாகமூட்டுகின்ற உரையாடலை எதிர்பார்த்து வருபவர்களுக்கு அதுவும் கிடைக்கும். 'அவர் மிகவும் விரும்பும் வகையான உரையாடல்' பற்றி முஜீப் குறிப்பிடுகின்றார்:

> 'அவருக்கு சின்ன விஷயங்களைக்கூடச் சுருக்கமாகப் பேசுவதில் விருப்பம் கிடையாது. தேவைப்பட்டால் மட்டுமே எதையும் அவர் நேரிடையாகவும் தெள்ளத் தெளிவாகவும் பேசுவார். எதிராளிகள் மனதில் என்ன இருக்கிறதோ அல்லது பொதுவாக சரியோ அதற்கு எதிராகவே இவர் பேசுவார். அவரின் சக தோழர்கள் அவரோடு ஆர்வத்துடன் உரையாடுவார்கள். அவர் முன்வைக்கும் தரப்பு, அறிவார்ந்த வாதங்கள் ஆகியவற்றுக்கும் நடைமுறையில் அவர் பின்பற்றுவதற்கும் எந்தத் தொடர்பும் இருக்காது என்பது அவர்களுக்குத் தெரியும்.[27]

நிதி திரட்டுவதற்கு யுக்தி தேவைப்படும். வெறும் தத்துவங்களினால் வேலை நடக்காது. அதில் ஜாகிர் ஹுசைன் தேர்ந்தவராக இருந்தார். அஜ்மல்கான் அந்த அளவுக்கு இல்லை. ஜாமியா மில்லியா இஸ்லாமியாவின் வேந்தர் என்ற முறையில் அஜ்மல்கான் நிதி திரட்டுவதற்கு ஆன உதவிகளைச் செய்தார். ஆனால், இதற்காக அவர் ஒதுக்கிய நேரம் குறைவானது. அவர் மருத்துவத் தொழில்புரிபவர் என்பதாலும் அவருடைய சமூக அரசியல் நிலைப்பாடுகளின் காரணமாகவும் அவருக்குக் கிடைத்த சொற்ப நேரத்தில் அவர் இதில் ஈடுபட்டார். அதனால் ஜாகிர் ஹுசைனும், முஜீபும் அஜ்மல் கானின் செல்வந்த நண்பர்களிடம் ஜாமியா மில்லியா இஸ்லாமியா பற்றிப் பேச்சை ஆரம்பிப்பார்கள். இதுபோன்ற ஒரு தருணத்தில் ராம்பூர் நவாப், அஜ்மல்கானிடம் 'ஜாமியா மில்லியா இஸ்லாமியாவைப் பற்றி பிரிட்டிஷ் அரசு என்ன நினைக்கிறது?' என்று கேட்டார். அஜ்மல் கான் என்ன செய்தார் என்பதை அபோது அருகில் இருந்த முஜீப் கூறுகிறார்: 'அஜ்மல்கான் அங்கிருந்த யாரோ ஒருவரிடம் அந்த அறையில் தொங்கிக்கொண்டிருந்த ஜன்னல் திரைகளை, போதிய வெளிச்சம் இல்லை என்று சொல்லி ஒதுக்கிவிடுமாறு கோரினார். அவர்கள் ஜன்னல் திரைகளை ஒதுக்கினார்கள். அஜ்மல் கானின் இந்தக் குறுக்கீடு, உரையாடலை வேறு திசைக்குத் திருப்பிவிட்டது'.[28]

காந்தி சமயோஜிதமாக உதவிக்கு வந்தார். தான் நேரடியாக நிதி திரட்டினால் முஸ்லிம்களுக்கு ஜாமியா மீது அவ நம்பிக்கை

ஏற்பட்டுவிடும் என்று காந்தி சொன்னதை ஜாகிர் ஹுசைன் ஒப்புக்கொண்டார். காந்தியும் ஜாகிர் ஹுசைனும் ஜூன் 1926ல் ஒருநாள் காந்தியின் அகமதாபாத் ஆசிரமத்தில் முதன்முதலாகச் சந்தித்துக் கொண்டார்கள். முதல் சந்திப்பிலேயே இருவருமாக ஒருவர்க்கொருவர் உள்ளார்ந்த ஈடுபாடு கொண்டுவிட்டார்கள்.[29] ஜாமியா மில்லியா இஸ்லாமியாவின் தலைமையில் இருக்கும் முஸ்லிம் ஒருவருக்கு இந்து-முஸ்லிம் ஒருங்கிணைப்பு மீது நம்பிக்கை இருக்கிறது என்பது காந்திக்கு மகிழ்ச்சியைத் தந்தது. காந்தி அவரிடம் ஜாமியா மில்லியா இஸ்லாமியாவை எப்படி நடத்த வேண்டுமென்று அறிவுரை கூறாதது ஜாகிர் ஹுசைனை மகிழ்ச்சியில் ஆழ்த்தியது.

'அந்த நம்பிக்கையும் புரிதலும் காலப்போக்கில் வளர்ந்து வந்தது. ஆனால், எல்லா நேரங்களிலும் மற்றவர்களுக்கு அது புரிந்திருக்க வில்லை'[30] என்கிறார் முஜீப். காந்தி ஒத்துழையாமைப் போராட்டத்தை 1930-ல் அறிவித்தபோது ஜாகிர் ஹுசைன், 'ஜாமியா மில்லியா இஸ்லாமியாவின் பணிகளை நிறுத்திவிடவேண்டுமா அல்லது இந்தப் போராட்டத்திலிருந்து விலகி நிற்கவேண்டுமா... என்று இரண்டில் ஒன்றைத் தேர்ந்தெடுக்க வேண்டிய கட்டாயத்துக்குள்ளானர். அவரின் முடிவு ஜாமியா மில்லியா இஸ்லாமியாவின் கல்விப் பணி தொடர வேண்டுமென்பதே. ஜாமியா மில்லியா இஸ்லாமியாவில் பணியாற்றுபவர்கள், மாணவர்கள் விருப்பமிருந்தால், முன் கூட்டியே கல்லூரி நிர்வாகத்துக்குத் தெரிவித்துவிட்டு தனி நபர்களாக இப்போராட்டத்தில் கலந்து கொள்ளலாம்; கல்லூரியில் கல்விப் பணி தொடர்ந்து நடக்கும் என்று அறிவித்தார். இந்த முடிவை காந்தியால் புரிந்துகொள்ள முடிந்தது. ஆனால், அவரின் தொண்டர்கள் சிலரால் முடியவில்லை. ஷபிக்குர் ரஹ்மானும் ஜாமியாவில் ஹிந்தி வகுப்பு எடுத்து வந்த மகாத்மா காந்தியின் மைந்தர் மோகன்தாஸ் காந்தி உட்படப் பலர் போராட்டத்தில் குதித்தார்கள். பிரிட்டிஷாரை எதிர்த்தார்கள். மற்றவர்கள் ஜாமியாவில் கற்பிக்கும் பணியில் தொடர்ந்து ஈடுபட்டார்கள். ஜாகிர் ஹுசைன் இப்போது ஹைதராபாத் சென்றார். நிஜாமிடம் ஜாமியாவுக்கு நிதியளிக்கும்படிக் கோரிக்கை விடுத்தார்.

இந்த முயற்சி மிகவும் துணிச்சலானது. காந்தி போன்ற 'தேச விரோதி'யுடன் நட்பில் இருக்கும் அல்லது நட்பில் இருப்பதாக நம்பப்படும் ஒருவர், பிரிட்டிஷாரின் தயவு தேவைப்படும் நிஜாமிடம் போய் நிதி உதவி கேட்கலாம் என்று பொதுவாக நினைக்க வாய்ப்பே இல்லை. ஆனால், முஜீப் சொன்னதுபோல் ஜாகிர் ஹுசைனுக்கு

ஒரு நபரை எடைபோடும் திறன் மிக அதிகம். அதோடு அவருடைய வசீகரமும் சாமர்த்தியமும் நல்ல பலனைத் தந்தது.[31] நிஜாமின் அவை ஜாமியாவுக்கு நிதியளிக்க முடிவு செய்தது. ஜாமியாவில் கட்டடங்கள் எழுப்ப ரூ. 50,000/-மும் மாதந்திரச் செலவுகளுக்காக ரூ. 1,000/-மும் அளித்தது. ஜாகிர் ஹுசைன் இந்த மிகப் பெரிய வெற்றியை ஜாமியா குடும்பத்தினரோடு பகிர்ந்துகொண்டார். அவர்களுக்கு மிகப் பெரிய நிம்மதி பிறந்தது. ஆனால், இந்த நிம்மதி நீடிக்கவில்லை. ஜாமியாவுக்கு மாதாந்திர உதவித் தொகை வழங்கப்படுவதில் ஒரு சிக்கல் எழுந்தது. இந்தத் தொகையைவைத்து ஜாமியாவில் பணியாற்றுகின்ற பல ஆசிரியர்களின் மாத ஊதியத்தைக் கொடுத்துவிடமுடியும் என்ற நம்பிக்கை உருவாகியிருந்தது. ஆனால், அந்தத் தொகையை நிஜாம் அளிக்க வேண்டுமென்றால், டெல்லியிலுள்ள பிரிட்டிஷ் சீஃப் கமிஷனரின் அனுமதி பெறவேண்டும். அவர்தான் இந்த நிதியை ஜாமியாவுக்குக் கொடுக்கலாமா வேண்டாமா என்பதை முடிவு செய்வார்[32] என்று சொல்லப்பட்டது. 1931-ல் வைஸ்ராய் இர்வினுடனான காந்தியின் உடன்படிக்கை ஏற்பட்டிருந்தது. இருந்தும் டெல்லியிலுள்ள பிரிட்டிஷ் சீஃப் கமிஷனர் ஜாமியாவுக்கு அளிக்கப்பட்டிருந்த நிஜாமின் நன்கொடையை நான்கு ஆண்டுகளுக்கு நிறுத்திவைத்தார்.

•

ஜாமியா வளர்ச்சி அடையத் தொடங்கியது. ஜாகிர் ஹுசைனுக்குக் கொள்ளை மகிழ்ச்சி. இப்போது ஜாமியா குழந்தைகளுக்கான நூல்களை வெளியிட்டது. அவற்றில் சில ஜாகிர் ஹுசைன் எழுதியவை. மேலும், குழந்தைகளுக்காக ஆரம்பிக்கப்பட்ட 'பாயம்-இ-தலிம்' என்ற இதழ் நல்ல வரவேற்பு பெற்றது. இந்த முயற்சிகள் யாவும் உருது உலகில் முன்னோடிகளாக விளங்கின. அது மட்டுமின்றி ஓர் ஆரம்பப் பாடசாலைத் துவக்கப்பட்டது. அப்துல் கஃப்பார் முசோலி என்பவரின் திறமையிலும் உழைப்பிலும் சின்னஞ்சிறார்கள் 'தன்னம்பிக்கை, தடையற்ற ஊக்கம், ஒற்றுமை உணர்வு' கொண்டவர்களாக வளர்ந்தார்கள்.[33]

1933-ல் ஒரு நாள், ஆரம்ப பாலர் பள்ளி மாணவர்கள் வகுப்பில் தேர்ச்சி பெற்றதைக் கொண்டாட ஜாகிர் ஹுசைன் அந்த மாணவர்களுக்கு இனிப்பு வழங்கிக் கொண்டிருந்தார். அப்போது பள்ளிக்கூட கடைநிலை ஊழியர் ஒருவர் அவரிடம் வந்தார். அவர் காதோடு மிக மெதுவாக ஒரு சேதியைத் தெரிவித்தார். ஜாகிர் ஹுசைனின் மூன்று வயதுப் பெண் குழந்தை ரைஹானா – உயிருக்குப் போராடிக் கொண்டிருப்பதே அச்செய்தி. முஜீப் அந்தக் குழந்தையைக் குறித்து சொல்லியிருப்பது: 'அந்தக் குழந்தை

ரோஜாப் பூவின் கன்னங்களோடு செந்நிற முடியும், கனவுகள் மிளிரும் அழகிய அகன்ற கண்களுடன் இருப்பாள்.' ஜாகிர் ஹுசைன் அச்செய்தியைக் கேட்ட பின்னரும் பள்ளிக் குழந்தைகளுக்கு இனிப்பு வழங்குவதைத் தொடர்ந்தார். சிறிது நேரம் கழித்து அதே பணியாள் திரும்பவும் ஜாகிர் ஹுசைனிடம் வந்தார். இப்போதும் அவர் காதோடு மெல்ல அந்தத் துயரச் செய்தியைச் சொன்னார். 'குழந்தை ரைஹானா இறந்து விட்டாள்.' பின்னர் இது பற்றிக் கேட்டபோது ஜாகிர் ஹுசைன் கூறினார்: 'அங்கே குழந்தைகள் மிகுந்த மகிழ்ச்சியோடு இருந்தார்கள். அவர்கள் மகிழ்ச்சியைக் கெடுக்க நான் விரும்பவில்லை'. சில நாட்கள் கழித்து முஜீபிடம் அவர் மனைவி கூறினார்: 'ஜாகிர் ஹுசைன் ரைஹானாவை நினைத்து அழுதார். ஒவ்வொரு இரவும் அழுதார். அவருடைய தலையணை ஒவ்வொரு நாள் காலையிலும் கண்ணீரால் நனைந்து காணப்பட்டது.' [34]

•

*1932*ல் டிசம்பர் மாதத்தில் ஜெர்டா பிலிப்ஸ் போர்ன், ஜாமியாவுக்கு வந்தாள். ஜாகிர் ஹுசைன் அவளை வர வேண்டாம் என்றுதான் சொல்லியிருந்தார். ஆனால் அவளால் 'ஹிட்லரின் ஜெர்மனியில் இருக்க முடியவில்லை. அவளுக்கு ஏற்கெனவே ஆரம்பப் பாடசாலைகளில் சிறிய குழந்தைகளுக்குப் பாடம் சொல்லிக் கொடுத்த அனுபவம் இருந்தது. எனவே அவளுக்கு ஆரம்பப் பாடசாலையில் வேலை ஒதுக்கப்பட்டது. அவள் வருவதற்கு முன்பே ஜாகிர் ஹுசைன் மனைவியிடம் ஜெர்டா பிலிப்ஸ் போர்னும் அவரும் எப்படிப் பழக்கமானார்கள். அந்தப் பழக்கம் எவ்வாறு நட்பாக வளர்ந்தது என்பதையெல்லாம் கூறிவிட்டார். ஜெர்டா பிலிப்ஸ் போர்ன் அவரிடம் காட்டும் அன்புக்கு அவர் மதிப்புக் கொடுக்க வேண்டுமென்றும் கூறியிருந்தார்.

ஜாமியாவுக்குக் ஜெர்டா பிலிப்ஸ் போர்ன் வந்து சேர்ந்து பதினொரு ஆண்டுகள் கழித்து ஜெர்டாவுக்குப் புற்று நோய் ஏற்பட்டது. ஜெர்டா ஜாமியாவிலேயே இருந்தபோதுதான் இறந்தும் போனாள். அவளின் நோய் இன்னதென்று அறிந்த பின்னர் அவள் ஜாகிர் ஹுசைனிடம் ஒரே ஒரு வேண்டுகோள் விடுத்தார். நேரம் கிடைக்கும் போதெல்லாம் ஜாகிர் ஹுசைன் அவளுக்கு திருக்குர்ஆனை ஓதிக் காட்டவேண்டும். அவள் இறந்த பின்னே இஸ்லாமிய வழியிலேயே அடக்கம் செய்யப்படவேண்டும் என்றும் கேட்டுக்கொண்டாள். இரண்டு வேண்டுகோள்களும் நிறைவேற்றப்பட்டன.

அவள் ஜாமியாவில் கழித்த காலங்களில் நெருக்கடிகள் ஏற்படாமல் இல்லை. ஜாகிர் ஹுசைனிடம் அந்த மாது சற்று அதிக உரிமை

எடுத்துக்கொண்டார். தன்னுடன் ஜாகிர் அதிக நேரம் செலவிடவேண்டும். தன் மீது அதிக கவனம் கொள்ளவேண்டும் என்று அவர் நினைத்தார். அது பிறருக்கு மன வருத்தத்தைத் தந்தது. சில நேரங்களில் ஜாகிர் ஹுசைனுக்கும் அவள் போக்குப் பிடிக்கவில்லை. ஆனாலும், ஜாகிர் ஹுசைன் அவரிடம் பக்குவத்தோடு நடந்துகொண்டார். தன் கணவர் சொன்னதற்கு மேல் அந்தப் பெண்ணுடன் அதிகப்படியான பந்தம் எதுவும் இல்லை என்பது ஷாஜகான் பேகத்துக்கும் புரியவரவே அவர் அதை ஏற்றுக் கொண்டுவிட்டார்.

ஜாகீரின் அதிக நேரத்தை ஜெர்டாவே எடுத்துக்கொள்கிறார் என்று பிறரைப் போலவே முஜீபுக்கும் வருத்தம் இருந்தது. இருந்தும் 'ஜாகிர் மீது ஜெர்டா கொண்டிருக்கும் அக்கறையையும், ஜாமியாவின் வளர்ச்சியில் காட்டுகிற அக்கறையையும்'[35] புரிந்து கொண்டவராகவே முஜீப் இருந்தார்.

•

மரபுவழி இஸ்லாமியர், நாட்டுப் பற்று கொண்ட இஸ்லாமியர், புதுமையில் ஆர்வம் கொண்ட இஸ்லாமியர் என மூன்று நீரோட்டங்கள் ஜாமியா பல்கலையில் கலந்திருந்தன. ஜாகிர் ஹுசைனும் அவரின் தோழர்களும் எம்.ஏ.ஓ. கல்லூரியிலிருந்து - இன்றைய அலிகர் முஸ்லிம் பல்கலைக்கழகத்திலிருந்து – அவர்களின் தொடர்பைத் துண்டித்துக் கொண்டார்கள். காரணம், அந்தக் கல்லூரி ஆங்கில ஆதிக்க அரசாங்கத்துக்கு ஆதரவாக இருந்தது. அதனால் கிலாஃபத் இயக்கத்துக்கு ஆதரவாக இல்லை; அதனாலே அவர்கள் முஸ்லிம்களுக்கு எதிரியாகத் தெரிந்தார்கள். தேவ்பந்த் இஸ்லாமிய கேந்திரத்தின் தலைவர்தான் ஜாமியாவைத் தொடங்கிவைத்தார் என்பதால் அதனுடைய இஸ்லாமியத் தன்மையை அது அடையாளம் காட்டுவதாக இருந்தது. மேலும், காந்திஜிக்கு அவர்கள் அளிக்கின்ற மதிப்பும் நிலைத்த நட்பும் அதன் தேசியவாதத் தன்மையை அடையாளம் காட்டியது.

ஜாகிர் ஹுசைன் தன்னுடைய இஸ்லாமிய அம்சத்தைப் போதுமான அளவுக்கு உயர்த்திப் பிடிப்பதில்லை என்று முஸ்லிம்கள் கருதினார்கள். சில இந்துக்களோ, அவர் இந்திய அம்சத்தில் முழுமையானதாகத் தன்னைக் கரைத்துக்கொள்ளவில்லை என்று சொன்னார்கள். 1935-ல் அவர் இந்துக்களுக்கு ஒரு கருத்தை நினைவூட்டினார். 'ஒரு தேசிய அரசாங்கம் ஏற்பட்டால் – அதில் முஸ்லிம்களின் பண்பாட்டு அடையாளம் ஒன்றுமில்லாமல் துடைத்தெறியப்படக்கூடும்'[36] என்று இஸ்லாமியர்கள் அஞ்சுகிறார்கள்.

மேலும் அவர்கள் 'அப்படியான ஒரு விலையை எந்தச் சூழ்நிலையிலும் முஸ்லிம்கள் கொடுக்க விரும்பவில்லை'[37] என்றும் தெரிவித்தார்.

'ஜாமியா ஒரு முஸ்லிம் நிறுவனம்; இஸ்லாமிய லட்சியங்களைக் கொண்டிருப்பது' என்ற உண்மையை வெளிப்படையாகச் சொல்ல அவர் தயங்கியது கிடையாது. அதேநேரம், 'எந்தக் குறுகிய அல்லது உண்மையற்ற முறையில் இஸ்லாமிய லட்சியங்களுக்குப் பிழையான அர்த்தம் கொடுத்து ஜாமியாவை மதவாதத்தின் விளைநிலமாக ஆக்கக்கூடாது' என்பதிலும் அவர் உறுதியாக இருந்தார். ஜாகிர் ஹுசைனைப் பொறுத்தவரை, 'இந்தியா நம்முடைய விரும்பத்தக்க அருமையான நாடு'[38]. 1935-ல் அவர் சொன்னார்: 'இந்த மண்ணிலிருந்தே நாம் உருவாக்கப் பட்டிருக்கிறோம்; இந்த மண்ணுக்கே நாம் திரும்பவும் போகிறோம்'[39] என்றார்.

நாம் கவனித்த கோணத்தில் ஜாகிர் ஹுசைன், தேசியப் பற்று என்பது அந்நியர் மீதான வெறுப்புணர்ச்சியாகிவிடக்கூடாது என்பதில் அக்கறை கொண்டிருந்தார். அதைப்போன்றே இஸ்லாமியப் பிடிப்பு என்பது அச்சமூகத்தின் சீர்திருத்தங்களுக்கு எதிரானதாக ஆகிவிடவும்கூடாது என்றும் கருதினார். அவர் ஜாமியாவின் குறிக்கோள் குறித்து எடுத்துரைத்தபோது, 'மிக மோசமான விளைவுகளை ஏற்படுத்தக்கூடிய கண்மூடித்தனமான நாட்டுப்பற்று' பற்றியும் 'இஸ்லாம் நிலைத்து நிற்பதென்பது செயலாற்றலும் படைப்பூக்கமும் மிகுந்த சக்தியாகச் செயல்படும் அதன் திறமையையே சார்ந்திருக்கும்' என்றும் கூறியிருக்கிறார். 1923-ல் ஒருநாள் அவர் உறுதிபடச் சொன்ன கருத்து: 'சுகாதாரமற்ற வீட்டின் நான்கு சுவர்களுக்குள்ளே அடைந்து கிடக்கிற பெண்களை விடுவிக்கவேண்டும். அச்செயல் இஸ்லாத்துக்கு அழிவை ஏற்படுத்தாது. அதைக் காப்பாற்றவே செய்யும்.'

> அவரின் இஸ்லாம் எப்படிப்பட்டது? அதை அவரே விவரிக்கின்றார்: 'அது நம்பிக்கையற்றவர்களிடமிருந்து நம்பிக்கையாளர்களை உருவாக்குவது; காட்டுமிராண்டிகளிடமிருந்து நாகரிக மக்களை உருவாக்குவது; முன்னெப்போதும் அனுபவித்திராத சமூக அந்தஸ்தையும் இடத்தையும் பெண்களுக்கு வழங்குவது; மனிதர்களின் சகோதரத்துவத்தை அடிப்படையாகக் கொண்டு நன்னடத்தையின் உச்சத்தை எட்டச் செய்வது.'[40]

இந்து– முஸ்லிம் நம்பிக்கையின் அடையாளமாகத் திகழ்ந்த கிலாஃபத் இயக்கம் தோல்வியடைந்த பின்னர், வில்ஃபிரட் கேண்ட்வெல் ஸ்மித் சொன்னதுபோல் 'மதம் சார்ந்த அறிவுஜீவிகள்

மதவாதிகளாகவும் சீர்திருத்தங்களை மறுப்பவர்களாகவும் மாறினார்கள். முற்போக்குக் கருத்துடைய அறிவுஜீவிகளோ, இறை நம்பிக்கையற்றவர்களாக மாறிவிட்டார்கள்[41]. ஆனால், ஜாமியாவைச் சேர்ந்த முஸ்லிம் அறிவுஜீவிகள் தங்களின் சமயப் பிடிப்பையோ அல்லது முற்போக்கு நடவடிக்கைகளையோ விட்டுவிடவில்லை. அதிலும் ஜாகிர் ஹுசைன், முஜீப், ஆபித் ஹுசைன் ஆகியோர் அதுபோன்ற மாறாட்டங்களுக்குப் பணிந்து போனதில்லை. அவர்கள் அர்ப்பண உணர்வு மிகுந்த முஸ்லிம்களாக நீடித்தார்கள். அதோடு அவர்கள் இந்து–முஸ்லிம் நல்லிணக்கத்தை வளர்க்கும் பணியை விட்டுக்கொடுக்கவில்லை. அதுபோலவே முஸ்லிம்களிடையே சீர்திருத்ததை முன்னெடுக்கும் பணிகளையும் ஒதுக்கவில்லை.

இந்து–முஸ்லிம் குறித்த விஷயத்தில் அவர்கள் செய்தவை பற்றி நிறைய பார்க்கவிருக்கிறோம். அதற்கு முன் மத சீர்திருத்தம் பற்றி முதலில் பார்ப்போம். பழமைவாதிகள் எதிர்த்தபோதிலும் அவர்கள் ஜாமியாவில் ஓவியக் கலையைக் கற்றுத் தர ஏற்பாடு செய்தார்கள். மரபான தடைகளில் இருந்து விலகி நாடகக் கலை கற்றுத் தரப்பட்டது. நாடகங்கள் எழுதவும் நடித்தும் காட்டப்பட்டன. ஆரம்பப் பாடசாலை மாணவர்களுடன் மாணவிகளும் ஒன்றாகச் சேர்ந்து உட்கார வைக்கப்பட்டார்கள். மேலும் அங்கே சுதந்திரமான சூழலும் சுதந்தரமான கலந்துரையாடலும் ஏற்பட்டன. அதை முஜீப் விவரிக்கின்றார்:

> ‘ஜாகிர் ஹுசைன் ஜாமியாவில் அடிப்படைவாத சமயச் சிந்தனைப் போக்கினை எந்த வடிவிலும் திணிக்கவில்லை. திருக்குர்ஆனில் சொல்லப்பட்டிருப்பதுபோல் ‘சமய நம்பிக்கையில் (எதுவும்) கட்டாயம் கிடையாது’ என்பதன் அடிப்படையில் அவர் நெகிழ்வுத்தன்மையையும் சகிப்புத் தன்மையையும் முன்னெடுத்தார். இதனால் யாரும் எவ்வித மாற்றுக் கருத்துகளை வெளிப்படுத்தினாலும், நம்பிக்கைகளில் வேறுபட்டிருந்தாலும் அவர்கள் எண்ணங்களுக்கும் போக்குகளுக்கும் மரியாதை கொடுத்து அனுமதித்தார். ஜாமியா மில்லியா முஸ்லிம்களின் சமய மரபுகளையும் பண்பாடுகளையும் பிரதிபலித்த அதேவேளையில் அது நெகிழ்வற்ற அடிப்படை வாதப் போக்குகளுக்கு இடம் கொடுக்கவும் இல்லை’ [42]

சையத் அகமது சமய அடிப்படைவாதத் தரப்பினரின் தாக்குதலுக்கு உள்ளான அளவுக்கு ஜாகிர் ஹுசைன் தாக்கப்பட்டிருக்கவில்லை. பழமைவாதிகளின் கட்டுப்பாட்டில் மத வகுப்புகளின் பொறுப்பை சையத் அகமது, விடநேர்ந்திருந்தது. இதில் ஜாகிர் ஹுசைனின் யுக்தி

அவருக்கும் ஜாமியாவுக்கும் உதவியாக இருந்தது. அதேநேரம், ஜாகீரின் தேசப்பற்று ஒரு பெரும் தடையாகவே இருந்தது. நீண்ட காலத்துக்கு பிரிட்டிஷ் ஆதிக்க அரசு, ஜாமியாவின் பட்டப் படிப்புகளை அங்கீகரிக்கவில்லை. இதனால் என்ன ஆனதென்றால், ஜாமியா கல்லூரியில் மாணவர்கள் எண்ணிக்கை மிகக் குறைவாகவே இருந்தது. அதன் உயர்நிலைப் பள்ளியிலும்கூட மாணவர்கள் சேர்க்கை எண்ணிக்கை குறைவே. படித்து முடித்து பட்டம் பெற்ற பின்னும் அரசு வேலையில் சேர வாய்ப்பு இருக்காது என்பதால் முஸ்லிம் சமூகத்தார் தங்கள் பிள்ளைகளை இந்தக் கல்வி நிறுவனத்தில் சேர்ப்பதற்கு விருப்பம் காட்டவில்லை. வேலை வாய்ப்பு சார்ந்த எதிர்பார்ப்புகளுக்கு அடிபணியாத சில இலட்சியவாதிகள் தங்களுடைய பிள்ளைகளை ஜாமியாவில் சேர்க்கவே செய்தார்கள். எனினும் ஜாமியா கல்லூரி மற்றும் பள்ளிகளின் வளர்ச்சி மிகவும் குறைவாகவே இருந்தது.

•

இன்னொரு தடைக்கல்லும் எழுந்தது. 'நயி–தலீம்' அல்லது என்ற ஆரம்பக் கல்வி என்ற ஒரு திட்டம் காந்தியடிகளால் முன்வைக்கப் பட்டபோது, 1937-ல் ஜாகிர் ஹுசைன் அந்த இயக்கத்துக்கு ஆதரவாக இருந்தார். இராட்டை, தக்ளியில் நூல் நூற்பது அல்லது வேறு வகை கைவினைத் தொழிலை அடிப்படையாகக் கொண்டு பயிற்றுவிக்கும் கல்வித் திட்டம், வெறும் மனப்பாடத்தை முன்வைக்கும் ஏட்டுப் படிப்பைவிட இளஞ் சிறார்களுக்குப் பயன் அளிக்க வல்லது என்று காந்தி கூறினார். பெரும்பாலான மாகாணங்களில் காங்கிரஸ் அமைச்சரவை ஆட்சிப் பொறுப்பை ஏற்றிருந்தது. கிராமங்களில் வாழும் குழந்தைகளுக்கு இலவச, கட்டாய கல்வி கிடைக்கவும், கைத் தொழிலை அடிப்படையாகக் கொண்ட கல்வி கற்றிட வைக்கவும் அது வழிவகுக்கும் என்று காந்தி நம்பினார்.

'சேவாகிராம்' என்ற காந்தியின் ஆசிரமத்துக்கு அருகில் புதிதாக ஆரம்பிக்கப்பட்ட வார்தா ஆஸ்ரமத்தில் இது தொடர்பாகக் கருத்துரைக்கவும் கலந்துரையாடவும் அழைக்கப்பட்டவர்களில் ஜாகிர் ஹுசைனும் ஒருவர். மகாத்மா அவரிடம் திட்ட முன்வடிவை எடுத்துவைத்தபோது, ஜாகிர் ஹுசைன் தன்னுடைய கருத்துகளை முன்வைத்தார். 'இந்தத் திட்டம் புதியது அல்ல' என்றார். மேலும் காந்தி, 'மாணவர்களின் உற்பத்திப் பொருளான நூலிழைகளை வெளியில் விற்கலாம்; அதனால் வரக்கூடிய பண வரவு பள்ளிக்கு உதவியாக அமையும்' என்று சொல்லியிருந்தார்.

'இந்தக் கருத்து அபாயகரமானது' என்று ஜாகிர் ஹுசைன் தொடர்ந்தார். 'இங்கே தற்சார்புக்கு அதிக முக்கியத்துவம் தருவது சரியல்ல; ஆசிரியர்கள் அதிக வருவாய் ஈட்டும் நோக்கத்தில் அப்பாவி மாணவர்களை கசக்கிப் பிழிய இது வழிவகுத்து விடக்கூடும். இது நடைபெற்றால், ராட்டையானது புத்தகத்தைக் காட்டிலும் மோசமாக மாறக்கூடும்' [43] என்றார்.

காந்தி தன்னுடைய திட்டத்தால் கிராமத்து ஏழை மக்களுக்கு வருவாய் கிடைக்கும் என்று கருதினார். ராட்டை மிகவும் மலிவானது. குடிசைகளில் வாழும் அனைவரும் அதைப் பயன்படுத்தமுடியும் என்று சொன்னார். மேலும் பருத்தி விவசாயம், பருத்தி வகைகள், மண்ணின் தன்மைகள், கணக்குப் பாடம், மேலும் பிரிட்டிஷ் ஆதிக்கத்தால் நம்முடைய மரபு சார் தொழில் கலைகள் அழிக்கப்பட்ட வரலாறு என பல விஷயங்களையும் சேர்த்துச் சொல்லித் தர முடியும் என்று காந்தி சொன்னபின் ஜாகிர் ஹுசைன் இந்தக் கல்வி முறையை ஏற்றுக்கொண்டார். எனினும் ராட்டை வழிக் கல்வி காந்தி நினைப்பதுபோல 'எல்லாவற்றுக்குமான தீர்வு அல்ல; கைத்தொழிலில் மூலம் அறிவுத் திறன் முன்னேற்றம் என்பது கண்மூடித்தனமான எல்லைக்குப் போய்விடக்கூடாது' என்றார்.

மகாத்மாவின் ஆர்வலர்கள், ஆதரவாளர்கள் அனைவருக்குமே ஜாகிர் ஹுசைனின் இந்த வெளிப்படையான பேச்சு அதிர்ச்சியைக் கொடுத்தது. ஆனால், காந்திக்கு அப்படி ஏதும் இருக்கவில்லை. அவர் அடிப்படைக் கல்விக்கான திட்டம் தீட்ட ஒரு தேசியக் குழுவை உருவாக்கி, அதில் ஜாகீரைத் தலைமை ஏற்கவும் கேட்டுக் கொண்டார். அந்தக் கல்விக் குழு பரிந்துரைத்த பாடத் திட்டம் பலரையும் வெகுவாய் ஈர்த்தது. பிரிட்டிஷ் ராஜாங்கத் தரப்பினரையும் அது நிமிர்ந்து பார்க்க வைத்தது. ஜாகிர் ஹுசைனுக்கு நாடு தழுவிய வரவேற்பு கிடைத்தது. காங்கிரஸ் ஆளும் மாகாணங்களில் உள்ள சில பள்ளிகளில் இவரின் பாடத் திட்டம் அறிமுகப்படுத்தப்பட்டது. இந்தப் பாடத் திட்டத்தின் சோதனை முயற்சி, காங்கிரஸ் கட்சி அமைச்சரவைகள் 1939-ல் பதவி விலகாமல் இருந்திருந்தால் தொடர்ந்து செயல்பாட்டில் இருந்திருக்கும்.

ஜாகிர் ஹுசைனுக்கு இதனால் பலன்கள் இருந்தாலும், ஜாமியாவுக்கு நன்மை விளையவில்லை. ஜின்னா பற்றிய அத்தியாயத்தில் நாம் பார்த்ததுபோல், காங்கிரஸின் பிழைகளும் அதற்கு எதிரான லீக்கின் தீவிர பிரசாரங்களும் 1937–38 வாக்கில் பல முஸ்லிம்களை காங்கிரஸிலிருந்து விலக வைத்திருந்தது. காங்கிரஸோடும் காந்தியோடும் தொடர்புடையதாக இருந்ததால் இந்த அடிப்படைக் கல்வி திட்டமும் முஸ்லிம் வட்டாரங்களில்

எதிர்க்கப்பட்டது. இதனால் முஸ்லிம் சமுதாயத்தாரிடம் ஜாமியாவுக்கு நன்கொடை பெறுவதில் தேக்கம் ஏற்பட்டது.

மத்திய மாகாணத்தின் ப்ரீமியர் பண்டிட் ஆர்.எஸ். சுக்லா அடிப்படைக் கல்வியை அளிக்கிற பள்ளிகளுக்கு வித்யா மந்திர் அதாவது கல்விக் கோயில் என்ற பெயரைச் சூட்டினார். அதனால் முஸ்லிம்கள் இந்தப் பள்ளிகளை இந்து சமய வழிபாட்டுமையமாகப் பார்ப்பதை ஏற்றுக் கொள்ளவில்லை. முஸ்லிம் சமுதாயம் இந்தத் திட்டத்தை விலக்கிவைத்தது. ஜாமியாவும் இதனால் பாதிப்புக்குள்ளானது. அதன் மாணவர் சேர்க்கை எண்ணிக்கை கீழே விழுந்தது. காங்கிரஸ் அமைச்சரவை உ.பி., பீகார், மத்திய மாகாணங்களில் சமஸ்கிருதமயமான இந்தியைக் கொண்டுவந்தது. அப்போதும் ஜாமியாவுக்கு இழப்பு அதிகரித்தது.

•

ஒரு புதிய முன்னேற்றம் ஏற்பட்டது. ஓக்ளாவில் ஜாமியாவுக்காகப் புதிய இடம் தேர்ந்தெடுக்கப்பட்டது. ஹைதராபாத் (நிஜாம் சமஸ்தானம்) இன்னொரு பெருந்தொகையை வழங்கியது. இது இப்போது ஒரு லட்சம் ரூபாய்! முஸ்லிம்களுக்கு இஸ்லாத்தைப் புரிய வைத்து அதன்படி வாழ வகுக்கும் மௌலானா இலியாசும் தப்லீக் இயக்கமும் மேற்கொண்ட பணிகள் தொடர்பான ஆர்வத்தை ஜாகிர் ஹுசைன் வெளிப்படுத்தினார். புதிய கல்வித் திட்டத்தை முன்வைத்தபோதிலும் ஜாகிர் ஹுசைன் இஸ்லாமியத்தன்மையில் இருந்து விலகிவிடவில்லை என்பதை அந்தப் பேச்சுகள் இஸ்லாமிய சமூகத்துக்குப் புரியவைத்தன. 1943-ல் நடந்த நிகழ்ச்சியை முஜீப் பதிவு செய்கிறார். அது:

'ஜாகிர் ஹுசைன் வெளியில் சென்றிருந்தார். ஜாமியாவின் அன்றாட செலவுகளுக்கான பணத் தேவையில் ஜாகிர் இருந்தார்'. அவர் அலுவலகத்தில் இல்லாதபோது முஜீப்தான் நிர்வாகத்தைப் பார்த்துக் கொள்வார். 'அப்பொழுது அவரின் மேஜையில் ஒரு கவர் இருந்தது. அதைப் பிரித்துப் பார்த்தால் ரூ. 10,000/- இருந்தது. ஜாமியாவின் மேல் அலாதி நம்பிக்கை கொண்ட முஸ்லிம் ஆர்வலர் ஒருவர் ஜாமியாவைப் பழைய பெருமைக்கு மறுபடி இட்டுச் செல்ல வேண்டி, இந்த நன்கொடையை அளித்திருந்தார்.'[44]

ஜாமியாவின் மெட்ரிகுலேஷன் சான்றிதழை பிரிட்டிஷ் அரசாங்கம் அங்கீகரித்தது. மேலும் ஜாமியா நடத்திய ஆசிரியர் பயிற்சிப் படிப்பின் டிப்ளோமா தகுதிச் சான்றிதழையும் அங்கீகரித்தது. வயது வந்தோருக்கான பாடத் திட்டம் ஒன்றும் புதிதாக ஜாமியாவில் நடைமுறைப்படுத்தப்பட்டது. அது பொதுமக்களிடையே நல்ல

வரவேற்பைப் பெற்று மகத்தான வெற்றியைக் கண்டது. 'டாடா டிரஸ்ட்' மிகுந்த 'பரிவுடன்' ஜாமியாவில் தொழில்நுட்பக் கல்வியை வழங்க உதவியது.[45] ஹைதராபாத் நிஜாமின் ப்ரீமியர் சர் மிர்ஸா இஸ்மாயில், ஜாகிர் ஹுசைனை விருந்துக்கு அழைத்து அவரிடம் ஐந்து லட்சம் ரூபாய்க்கான காசோலையை வழங்கினார்.

ஜாகிர் ஹுசைனிடம் இரண்டு முக்கியமான குறைகள் இருப்பதாக முஜீப் குறிப்பிட்டிருக்கிறார். ஒன்று தேவையற்ற நபர்கள் அவரைச் சுற்றி இருப்பதைத் தவிர்க்க இயலாத போக்கு. 1957-ல் அவர் பீகாரின் ஆளுநராக ஆன பின்னரே அவரைக் காண வருபவர்களை ஒழுங்குபடுத்துகிற பணிக்கு ஏ.டி.சி.கள் வந்தார்கள். அதற்கு முன்புவரை ஜாகிர் உசேனை யார்வேண்டுமானாலும் கதவைத் திறந்துகொண்டுபோய் பார்த்து சக்தி, நேரம், பணம் என அனைத்தையும் எடுத்துக்கொண்டுவிடமுடியும்.

இரண்டாவது குறை ஜாமியாவோடு நின்றுவிடாத அவருடைய செயல்பாடுகள். அவர் தன்னை அலிகர் முஸ்லிம் பல்கலைக்கழக ஆட்சி மன்றக் குழுவுக்குத் தேர்ந்தெடுக்கப்பட ஒப்புக்கொண்டார்; டெல்லியில் உள்ள ஆங்கிலோ அராபிக் கல்லூரியையும் முஸ்லிம் அநாதை நிறுவனத்தையும் மேற்பார்வையிட இணங்கினார்; தப்லீக் ஜமாத்துக்காகப் பணியாற்ற இசைந்தார்; அடிப்படைக் கல்வியை நாடெங்கும் அறிமுகப்படுத்தினார்; இதில் ஒரு வேடிக்கை என்னவென்றால் அவருடைய சக மனிதர்களிடமும் மாணவர் களிடமும் 'ஏதேனும் ஒரு விஷயத்தில் உறுதியாக, அதைப் பற்றிக் கொண்டு அதிலேயே முழுவதுமாக இறங்க வேண்டும்' என்று அடிக்கடிச் சொல்வார். ஆனால், அவரே அதைக் கிண்டலடிக்கும் வகையில் ஏகப்பட்ட வேலைகளை எடுத்துப் போட்டுக்கொள்வார்.

அவர் ஜாமியா பல்கலையை மிகவும் நேசித்தார். அதன் வளர்ச்சிக்காக அவர் கடினமாகப் பாடுபட்டார். ஜாகிர் இல்லை யென்றால் ஜாமியா முடங்கிப் போயிருக்கும். அவர்தான் அறிவுபூர்வமான, பயனுடைய, ஆற்றல் மிக்கத் திட்டங்களை, கருத்துகளை அதன் வளர்ச்சிக்கு அளித்தவர். புதிய பாடத் திட்டம், நிதி திரட்டுவதற்கான புது யுக்தி, புதிதாகக் கல்விக் கண்காட்சி, நூல்களின் மூலம் ஜாமியாவின் பணிகளை எடுத்துரைப்பது; ஜாமியாவில் இருப்பவர்களைச் செம்மையாகப் பணிபுரியவைப்பது, அவர்களின்மேல் பாசத்துடனும், பரிவுடனும் நெகிழ்ச்சியுடனும் நடந்துகொள்வது என பல வேலைகளை அவர் ஒருவராகச் செய்தார். இவர் விஷயத்தில் முஜீப்பின் வருத்தமெல்லாம் இவ்வளவு நேரமும் சக்தியும் செலவிட்ட பின்னரும் ஒரே ஒரு நிறுவனத்தில் கூட தன்னுடைய உயர்ந்த கருத்துகளை நடைமுறைப்படுத்த அவர்

முயற்சி செய்ததே இல்லை. முஜீபின் இந்த நிரூபிக்கவியலா கூற்றின் அடிப்படையில் பார்த்தால், 'ஜாகிர் தன் கருத்துகளை நடைமுறைப்படுத்த முயன்றிருந்தால் பலன்கள் எல்லாம் புரட்சிகரமாக இருந்திருக்கும்'.[46]

ஜாமியாவின் ஆரம்பப் பாடசாலையில் அடிப்படைக் கல்வித் திட்டம் ஆர்வத்துடன் அமல்படுத்தப்பட்டது. ஆனால், தொடர்ந்து முன்னெடுக்கப்படவில்லை. ஆசிரியர் பயிற்சி பெற்றவர்களுக்குக் கைத்தொழில் மூலம் கல்வி கற்றுத்தரச் சொல்லிக் கொடுக்கப் பட்டது. ஆனால், அது அதிகக் காலங்கள் நீடிக்கவில்லை. உயர்நிலைப் பள்ளிகளில் மாணவர்கள் தேர்வுகளில் வெற்றியடை வது என்பதையும் தாண்டி அவர்களின் தனித்தன்மை வெளிப்பட வைப்பது என்பது குறிக்கோளாகக் கொள்ளப்பட்டது. ஆனால், அந்தக் குறிக்கோளையும் எட்ட முடியவில்லை. வில்ஃபிரட் கான்ட்வெல் ஸ்மித் 1946-ல் ஜாமியாவைப் பற்றி எழுதும்போது 'மிகவும் முன்னேற்றப் போக்குடைய – ஏன் இந்தியாவிலேயே மிகச் சிறந்த பாட முறை இது'[47] என்றார். ஆனால், இது மனதுக்குப் பிடித்தமான, தனிப்பட்ட ஓர் முன் மாதிரியாக இருக்க முடிந்தே அல்லாமல் ஒரு பேரியக்கமாக வளர முடியவில்லை.

•

பலரைப் போல், ஜாகிர் ஹுசைனும் தனக்குள்ளே பல மனிதர்களின் கலவையாக இருந்தார். அதில் ஒருவர் திட்டவட்டமான சூஃபி. ஆன்மிகத் தூண்டுதலுக்கு இசைந்தவராக, மெய் ஞான, தத்துவார்த்த கண்ணோட்டம் கொண்டவராக விளங்கினார். அடிக்கடி அவர் ரூமியின் கவிதை வரிகளை மேற்கோள் காட்டுவார்:

> 'அறிவு என்பது ஒரு பாம்பு! அதன் உடலுக்கு ஓர் அடி கொடு;
> அது உன் தோழன்! அதன் நெஞ்சில் தட்டிக் கொடு.'

சூஃபிகள் பேசுகிற மொழி, முஸ்லிம்கள் இந்துக்கள் ஆகிய இரு தரப்பின் இதயங்களைக் கவர்ந்து இழுக்கக்கூடியது. ஜாகிர் ஹுசைனும் அது போன்றே பேசினார். அவரின் எதிர்ப்பார்ப்பும் ஏக்கமும் 'இதயங்களை ஒன்றுபடுத்தி பிணைப்புறச் செய்ய வேண்டும்' என்பதே. அவர் பலமுறை உச்சரிக்கிற, மேற்கோள் காட்டுகின்ற அனைத்துலகமும் புகழ்ந்தேற்றும் வரிகள்:

> 'தண்ணீரைத் தேடாதே; தாகத்தைத் தேடு.
> அத்தனை திசையிலும் தண்ணீர் கொப்பளித்துப் பொங்கும்'[48]

அவர் சூஃபிகளின் விடுதலைப்போக்கை தன் வாழ்விலும் முன்னெடுத்தார். ஒரு நாளில் ஐந்து வேளை தொழுவதற்குப் பதிலாக

பின்னிரவிலும் அதிகாலையிலும் மட்டும் தொழுதார். அவரின் தொழுகைகளில் ஒருவித மறைபொருள் அடிப்படையாக இருந்தது. 'இரவில் விழித்திருப்பார்கள். தங்களுடைய பாவங்களை நினைத்து அழுவார்கள்' என்ற திருக்குர்ஆன் வசனத்தை அவர் பெரிதும் மதித்தார்.[49] அவரின் இறை நம்பிக்கை அல்லது சமய நம்பிக்கை குறித்துக் கேட்கப்பட்ட கேள்விகளுக்கு அவருடைய மறுமொழிகள் பெரும்பாலும் முழுமையாகவோ நேரடியானதாகவோ இருக்காது. கேட்பவர்கள் தாமாக தமது தீர்மானத்துக்கு வந்துகொள்ள உதவுவதாகவே இருக்கும்.

ஒருமுறை அவருடைய நண்பர்கள், 'அறிவின் மையத்தைப் போய்ச் சேருவதற்கு வழி என்ன?' என்று அவருடைய கருத்தை வலியுறுத்திக் கேட்டார்கள். அவர் முஜீபைக் கூர்ந்து பார்த்தார். முஜீப்புக்கு தர்ம சங்கடமானது. அப்போது ரூமியின் வார்த்தைகளைச் சொன்னார் ஜாகிர் :

'நான் சொல்லும் வழி அல்ல
நான் அவனைத் தேடும் வழி.
என்னுடன் யார் வருவார்?
முதலில் தேவை தோழமை
அதன் பின்னரே பாதை' [50]

முஜீப் அவருடன் அவ்வழியிலே சேர்ந்து நடந்தார். ஜாகிர் ஹுசைனின் ஜாமியா தொடர்பான பணிப் பளுவை ஏதோ கொஞ்சம் அவரும் சுமந்தார். ஜாகிர் ஹுசைன் அலிகருக்குப் போனபோது முஜீப், ஜாமியாவின் துணை வேந்தராக ஆனார்.

ஜாகிர் ஹுசைனுடைய இன்னொரு பக்கம் எப்படிப்பட்டது? ஒரு நாகரிக கனவானின் குணப்பாங்கோடு கலைப்பொருள்கள் சேகரிப்பில் ஈடுபட்டார். வேறு எதுவும் வாங்க இயலாதபோது மூங்கில் கலைப் பொருட்கள்; காலி கிராஃபி எழுத்துக்கள் கொண்ட பலகைகள்; அலங்காரக் வெண்கலக் குடுவைகள், தட்டுகள் ஆகியவை அவர் சேகரிப்பில் அடக்கும். பிற்காலத்தில் சிப்பி, கிளிஞ்சல்கள், பாறைத் துண்டுகள், ஓவியங்கள் போன்றவற்றைத் திரட்டினார்.

முஸ்லிம்களின் பண்பாட்டில் சுவையான உணவுக்கு முக்கியமான இடம் உண்டு. கடவுள் மனிதனுக்கு அளித்த அருட்பேறுகளில் முக்கியமானது உணவு; விருந்து பரிமாறுவது மட்டுமல்ல; விருந்து கொடுக்கும் நபருடைய மனம் நிறையும் வகையில் வயிறாரச் சாப்பிடுவதும் ஒரு மதக் கடமையே. இதை ஜாகிர் ஹுசைன் முழுமையாகக் கடைப்பிடிப்பார். அவருக்கு சுவையான உணவுகள் ஏற்கெனவே மிகவும் பிடிக்கும். அதோடு இதுவும் சேர்ந்து

கொண்டதால் அவரின் இந்த உணவுப் பழக்கம் அவரை நீரிழிவு நோய்க்கு இட்டுச் சென்றது. கிளைக்கோமா என்ற கண் நோய் அவருக்கு ஏற்படவும் காரணமானது.

ஜாகிர் ஹுசைன் தன்னுடைய சொற்பொழிவுகள், மேடைப் பேச்சுகளைத் தன் சிந்தையில் முன்கூட்டியே தயார்ப்படுத்திக் கொள்வார். ஆனால், அவற்றை எழுதி வைக்கும் வேலையை அவரே செய்யப் பிடிக்காது. அந்த எழுத்து வேலையை பேசப் போவதற்குச் சற்று முன் வரைக்கும் தள்ளிப் போட்டுக்கொண்டேயிருப்பார். அப்படித் தள்ளிப்போடவென்றே 'புது வேலை'களைக் கண்டு பிடித்துக்கொள்ளவும் செய்வார். அவரின் மூத்த மகள் சாயிதாவைத் தனக்கு உதவி புரிய அழைப்பார். அவர் அவளிடம், 'எதற்காக உன்னை அழைத்து உன் நேரத்தை நான் வீணடிக்கிறேன் தெரியுமா... எனக்கு அவசரமாக சிலவற்றை எழுதியாக வேண்டியிருக்கிறது. அதனால் அழைத்தேன்' என்பார்.[51] ஒருதடவை டெல்லி பல்கலைக் கழகத்தில் இவர் தன்னுடைய உரையைத் தொடங்கிவிட்டார். ஆனால், இவரின் தட்டச்சு உதவியாளர் இவரின் பேச்சின் கடைசிப் பகுதியை வேகவேகமாகத் தட்டச்சு செய்து கொண்டிருந்தார்!

எழுதி முடித்தேயாக வேண்டும் என்ற நிலைவந்தால், இரவு நேரங்களில் இவர் படுக்கையில் உட்கார்ந்து ஒரு தலையணையை மடியில் மேஜைபோல் வைத்துக்கொண்டு எழுதுவார். முஜீப், ஜாகீரின் அலுவலகத்தில் அவர் எழுதுவதற்கு வசதியாக ஒரு மேஜை ஒன்றை ஏற்பாடு செய்ய 'பல வருடங்களாக' முயற்சி செய்தார். ஜாகிர் அதைத் தடுத்துவிட்டார். ஒரு நாள் ஜாகிர் ஹுசைன் டெல்லியில் இல்லை. ஜாகிர் தரையில் அமர்ந்து எழுதி வந்த சாய்வு மேஜையையும் அவர் பின்னால் சாய்ந்துகொள்ளத் திண்டையும் எடுத்துப்போட்டு விட்டு, நாற்காலி, மேஜைகளைக் கொண்டு வந்து வைத்தார். ஜாகிர் ஹுசைனுக்கு 'இந்த ஏற்பாடு பிடிக்கவில்லை'.[52]

•

இந்நூலில் முன் சென்ற பாகங்களில் நாம் பார்த்ததுபோல், பிரிட்டிஷ் அமைச்சரவையில் இருந்த மூன்று 'புத்திசாலி மனிதர்கள்' இந்தியாவுக்கு 1946-ல் வருகை புரிந்தனர்; காங்கிரஸிடமும் லீக்கிடமும் இந்தியாவின் எதிர்காலம் குறித்தும் அதற்கேற்ற முன்னேற்பாடாக ஓர் இடைக்கால தேசிய அரசாங்கம் உருவாக்குவது குறித்தும் பேசினார்கள். அந்த இடைக்கால அரசாங்கம் இந்துத்தன்மையுடன் இருக்காது; இந்திய அம்சம் கொண்டதாக இருக்கும் என்பதை உறுதிப்படுத்தும் நோக்கில் காங்கிரஸ் அப்போது காங்கிரஸ் கட்சியிலிருந்த முஸ்லிம் ஒருவரின்

பெயரை முன்மொழிய விரும்பியது. காங்கிரஸின் தலைவர் பொறுப்பிலிருந்த அபுல் கலாம் ஆசாத்தையே அமைச்சரவை உறுப்பினர்களில் ஒருவராக நியமிக்க முதலில் விரும்பியது. ஆனால், இந்தத் தேர்வை ஜின்னா எதிர்க்கக்கூடும் என்பதால் இவருக்கு மாற்றாக ஜாகிர் ஹுசனைத் தேர்ந்தெடுக்க நினைத்தார்கள்.

ஜாகிர் ஹுசைன் ஓர் அரசியல்வாதி அல்ல; கேள்விகளுக்கு அப்பாற்பட்ட திறமைசாலி; தேசியவாதி; பழமைவாதப் போக்குக்கு இணக்கம் காட்டக்கூடியவர் அல்லர். ஆனால், ஆங்கில அராபிக் கல்லூரியை மேற்பார்வையிட்டபோது, ஜின்னாவின் முதல் வரிசைத் தளபதியான லியாகத் அலிகானுடன் இணைந்து செயல்பட்டார்; அதோடு, மதம் சார்ந்த கல்வி மையங்களுக்கு ஒரு முக்கியத்துவம் உண்டு என்று ஜாகிர் , சிந்து மாகாணத்தில் ஒரு கூட்டத்தில் பேசினார். இவையெல்லாம் காங்கிரஸ்காரர்களுக்கு இவர் மேல் அதிருப்தியை உருவாக்கின. ஜாகிர் ஹுசைன் இப்போது இடைக்கால அமைச்சரவையில் சேருவதற்கு ஒப்புக்கொண்டார். ஆனால், அவரை லீக்கும் விரும்பி ஏற்கவேண்டும் என்பதே அவரின் நிபந்தனை. 'ஒற்றுமைக்காகப் பணியாற்றிடவே விருப்பம். புதிதாக ஒரு பிளவை ஏற்படுத்த அல்ல' என்றார்.

ஆசாத்தும் நேருவும் ஜாகிர் ஹுசைனின் பெயரை வைஸ்ராய் வேவலிடம் பரிந்துரைத்தார்கள். வைஸ்ராய், ஜின்னாவிடம் இது குறித்துச் சொன்னார். ஜின்னா 'ஜாகிர் ஹுசைனா... அவர் ஒரு ஐந்தாம் படை ஆள். துளியும் ஒப்புக்கொள்ளத்தக்கவர் அல்லர்' [53] என்றார். ஜாகிர் ஹுசைன் இடைக்கால அரசாங்கத்தில் சேருவதை ஜின்னா விரும்பவில்லை என்ற செய்தி காங்கிரஸுக்கும் ஜாகிருக்கும் சொல்லப்பட்டது. ஆனால், ஜின்னா அவரைக் குறிப்பிட்டுச் சொன்ன, 'இந்தச் சொல்' அவர் காதுக்குப் போய்ச் சேர்ந்திருக்க வில்லை. ஜாகிர் ஹுசைனின் இறப்புக்குப் பின்னர் நான்காண்டுகள் கடந்து 1973ல் 'வேவல்ஸின் டைரி' வெளியிடப்பட்டது. அதில்தான் அந்தச் செய்தி இடம் பெற்றிருந்தது. அன்றே அவருக்குத் தெரிந்திருந்தால் ஜாகிர் ஹுசைனின் நடவடிக்கைகள் அடுத்து வந்த வாரங்களில் மிகவும் வேறாக இருந்திருக்கக்கூடும்.

அந்த நடவடிக்கைகள் ஜாமியாவின் வெள்ளி விழாக் கொண்டாட்ட ஏற்பாடுகளோடு தொடர்புடையவை. மாபெரும் கல்கத்தா படுகொலைகள் நடைபெற்ற கொதிப்பான சூழல்; அது அடங்குவதற்குள் – மூன்று மாதங்களில் – நவம்பர் 1946-ல் வெள்ளி விழா நடத்துவதற்கு முடிவு செய்திருந்தார்கள். காங்கிரஸ்–லீக் தலைவர்கள் ஒன்று சேர்ந்து ஓர் இடைக்கால அரசாங்கம் அப்போதுதான் அமைந்திருந்தார்கள். அதில் காங்கிரஸுக்கு

ஆதரவான முஸ்லிம்கள் இடம் பெற்றிருந்தார்கள். ஜின்னாவின் எதிர்ப்பையும் புறக்கணித்துவிட்டு வேவல் இந்த அமைச்சரவையை அமைத்திருந்தார். ஆனால், இதில் ஜாகிர் ஹுசைன் இடம் பெறவில்லை. ஓயாமல் 'சண்டை' நடக்கிற இடத்துக்கு அவர் போக விரும்பியிருக்கவில்லை. அந்தப் புது அரசாங்கம் அப்படித்தான் இருந்தது.

ஜாகிர் ஹுசைன் தன் உள்ளுணர்வுகள் சொல்வதற்கு ஏற்ப ஜாமியாவின் வெள்ளி விழாவுக்கு ஜின்னா, ஜவாஹர்லால், ஆசாத், லியாகத் அலி ஆகியோரை அழைத்து அனைவருக்கும் ஓர் எச்சரிக்கை செய்யத் திட்டமிட்டிருந்தார். அவர் காயிதே ஆஸமை அழைத்தபோது, அவரிடமிருந்து முகத்தில் அடிப்பதுபோல் பதில் வந்தது. காங்கிரஸ் முன்வைத்த அல்லது ஆதரிக்கும் எந்தச் செயலையும் எதிர்க்கிறேன். அடிப்படைக் கல்வி திட்டம் உட்பட என்று சொன்னார். ஆனால், ஜாகிர் ஹுசைனின் யுக்தி இங்கே தன் வேலையைக் காட்டியது. ஜின்னாவின் தங்கை பாத்திமா ஜின்னாவை இவர் சந்தித்தார். அவரை ஜாமியாவின் கண்காட்சியைக் காண அழைப்பு விடுத்தார். அவர் ஜாமியாவுக்கு வருகை தந்து, அந்தக் கல்விக் கண்காட்சியைப் பார்த்துவிட்டுப்போய்த் தன் அருமை சகோதரரிடம் பாராட்டிப் பேசினார். அது நல்ல விளைவை ஏற்படுத்தியது. ஜின்னா வெள்ளி விழாவுக்கு வருவதற்கு ஒப்புதல் தெரிவித்துவிட்டார்.

நீண்டநெடிய நான்கு நாட்கள் செயல்பாடுகளின் இறுதிகட்டம் இது. அந்த விழா நடைபெறுகின்ற பகுதியில் தண்ணீர் வசதியோ, மின்சார வசதியோ இல்லை. உணவுப் பற்றாக்குறை மிகவும் கடுமையாகக் காணப்பட்ட காலகட்டம். தில்லியில் சாலை வசதியும் மின் வசதியும் இல்லாத பகுதியில், தேசம் முழுவதிலுமிருந்து வந்திருந்த இரண்டாயிரம் பேர் தங்குவதற்கும் அவர்களின் உணவுக்கும் ஏற்பாடு செய்தாகவேண்டுமென்று ஜாகிர் முடிவு செய்திருந்தார். ஜாமியா சமுதாயம் அங்கே புதிய சாலைகள் போட்டது. மின்சாரக் கம்பங்கள் நட்டார்கள். தண்ணீர் பம்புகள், குழாய்கள் பதித்தார்கள். உணவு தானியம், காய்கறிகள், மாமிசம் எல்லாம் எப்படியோ திரட்டப்பட்டன. அந்த இடத்தைக் குறித்த வதந்திகள் பரவின. அங்கே முக்கியத் தலைவர்கள் வருகை தரும்போது அவர்களைக் கத்தியால் குத்த சதிகாரர்கள் திட்டமிட்டிருக்கிறார்கள் என்று வதந்தி பரவியது. நகரத்தில் நிஜமாகவே மக்கள் கத்தியால் குத்தப்பட்டனர்.

விழா ஏற்பாடுகள் அனைத்தையும் ஜாகிர் ஹுசைனே முன்னால் நின்று செய்துவந்தார். வி.ஐ.பி.க்களை எந்த வரிசையில், யார் அருகே யாரை அமர வைப்பது என்பனவற்றையெல்லாம் அவர்

முன்கூட்டியே வரையறுத்திருந்தார். முக்கிய பிரமுகர்கள் அதிருப்தி அடைவார்களோ இல்லையோ அவர்களின் ஆதரவாளர்கள் மிகவும் உணர்ச்சிவயப்படக்கூடியவர்களாக இருப்பார்கள். அவர்களைத் திருப்திப்படுத்தியாகவேண்டும். கடவுள் அருளால் நல்ல வேளையாக எல்லாம் நல்லபடியாகவே நடந்தேறியது. ஜாகிர் ஹுசைன் நேருவுடனும் ஜின்னாவுடனும் ஆசாத்துடனும் ஒரே வரிசையில் பக்கத்தில் அமர்ந்திருந்தார். உருது மொழியில் அவர் வாழ்நாளிலேயே மிக அருமையான உணர்வுபூர்வமான சொற்பொழிவை ஆற்றினார் என்று முஜீப் பதிவு செய்துள்ளார்.[54]

'இலக்கை நிறைவேற்றுவதில் எந்தத் துன்பம் ஏற்பட்டாலும் தாங்கிக் கொள்ளத் தயாராக இருக்கும்' ஜாமியா குழுமத்தின் அர்ப்பண உணர்வு பற்றிப்பேசினார். 'இறைவன் அதைக் காப்பாற்றுவார்' என்ற நம்பிக்கை இருப்பது பற்றிப் பேசினார். 'உண்மையில் ஒவ்வொரு துன்பத்துக்குப் பின்னர் இன்பம் வந்தே தீரும். ஒவ்வொரு துன்பத்துக்குப் பின்னர் இன்பம் வந்தே தீரும்...' என்ற திருக்குர்ஆனில் திரும்பத் திரும்ப அறிவுறுத்தப்பட்ட நம்பிக்கை யூட்டும் வரிகளைக் குறிப்பிட்டார். பிரபலங்களை குறித்துப் பேசும்போது,

> 'நீங்களெல்லாம் அரசியல் வானில் ஒளி வீசுகின்ற நட்சத்திரங்கள். மிகப் பெரிய மதிப்பையும் பேரன்பையும் உங்களிடம் காட்டக்கூடியவர்கள் ஆயிரக்கணக்கில் அல்ல; லட்சக்கணக்கில் இருக்கிறார்கள். நீங்கள் இங்கு வந்திருக்கும் சந்தர்ப்பத்தைப் பயன்படுத்திக்கொண்டு, கல்வித் துறையில் இருப்பவர்கள் அனுபவிக்கும் ஆழமான துயரங்களை உங்களிடம் எடுத்துச் சொல்ல விரும்புகிறேன். நகரங்களில் பற்றி எரியும் பரஸ்பர வெறுப்பின் தீயானது, நாங்கள் அரும் பாடுபட்டு நட்டு வளர்த்துப் பராமரிக்கும் சமூகத் தோட்டப்பணிகளை பைத்தியக்காரத் தனமானவையாக ஆக்குகின்றன.
>
> இந்த நெருப்பு, மாண்பும், மனித நேயமும் விளைந்த நிலத்தைப் பாழ்படுத்துகிறது. நல்லொழுக்கமும் சமநிலையும் மிகுந்த மனித மலர்கள் இந்த மண்ணில் இனி எப்படி மலரும்? முரட்டுக் காட்டிமிரண்டித்தனம் எல்லா இடங்களையும் ஆக்கிரமிக்கும் நிலையில் நாம் எப்படி கலாசாரத்தைக் காப்பாற்றிக்கொள்ள முடியும்? இந்தப் பேச்சு உங்களுக்குக் கடுமையாகத் தோன்றலாம். ஆனால், இதையும்விட மிக கடுமையான வார்த்தைகளைப் பயன்படுத்தினாலும் நம்மைச் சுற்றி நடப்பவற்றின் உண்மை நிலையை எடுத்துரைக்க அது போதுமானது அல்லாததாகவே இருக்கும்.

ஓர் இந்தியக் கவிஞர் சொன்னார்; ஒவ்வொரு குழந்தை பிறக்கின்றபோதும், கடவுள் மனித இனத்தின் மீது நம்பிக்கையை இழந்துவிடவில்லை என்ற செய்தியை மனித குலத்துக்குத் தெரிவிக்கிறார். ஆனால், நம் நாட்டினரின் மனித இயல்பு, பூக்கும் முன்னரே மலரப் போகும் பூக்களைக் கசக்கி எறியும் அளவுக்கு தன் மீதே அவ நம்பிக்கை கொண்டதாகிவிட்டதா? கடவுளின் பெயரால் உங்களிடம் விண்ணப்பிக்கின்றேன். நீங்கள் உங்களுடைய சிந்தனையை ஒன்று குவித்து இந்த நெருப்பை அணைக்க உதவுங்கள். இந்த நெருப்பை யார் முதலில் பற்றவைத்தது என்ற ஆராய்ச்சிக்கான நேரம் இது அல்ல; நெருப்பு பற்றி எரிந்து கொண்டிருக்கிறது. அது அணைக்கப்பட வேண்டும்.' [55]

•

நெருப்பு அணைக்கப்படவில்லை. அது ஜாகிர் ஹுசைனையும் ஏறக்குறைய கொன்று போட்டது. ஆம், ஜாகிர் ஹுசைன் மிகவும் களைத்து, தளர்ந்து, வலுவிழந்து போனார். நீரிழிவு நோய் அவரின் உடல் வலுவைப் பிழிந்துப் போட்டுவிட்டது. நாட்டு விடுதலைக்குப் பின், சில நாட்களிலேயே அவர் காஷ்மீர் சென்று தங்கி ஓய்வெடுக்க நினைத்தார். பஞ்சாப் மாநிலத்தின் வழியே ரயில்களில் சென்றவர்கள் எல்லோரும் கொல்லப்பட்டிருந்தார்கள். இத்தகைய செய்திகள் செய்தித்தாள்களில் வந்துகொண்டே இருந்தன. இந்த நிலையில் ஜாகிர் பயணம் மேற்கொள்ளக் கூடாது என்று நண்பர்களும் ஆர்வலர்களும் தடுத்தார்கள். ஆனால் ஆகஸ்ட் 21ஆம் நாள், மன்சூர் என்ற ஒரு வேலைக்காரச் சிறுவனை துணைக்கு அழைத்துக்கொண்டு அவர் 'பதான் கோட்' போகும் ரயிலில் புறப்பட்டு விட்டார். அவர் இரண்டாம் வகுப்பில் பயணம் செய்தார். பாஸில் ஹக் என்ற ஜலந்தர் செல்வந்தர் பக்கத்து கம்பார்மெண்டில் முதல் வகுப்பில் பயணம் செய்தார். ரயில் மிகவும் மெதுவாகவும் பல இடங்களில் நிறுத்தி நிறுத்தியும் செலுத்தப்பட்டது. லூதியானாவுக்கு ரயில் வந்தவுடன் ஜாகிர் ஹுசைன் ரயில் நிலைய அதிகாரியிடம், 'விரைவாக பதான் கோட் செல்லுகின்ற ரயில் வேறு ஏதாவது இருக்கிறதா?' என்று கேட்டார். ரயில் நிலைய அதிகாரி, 'இல்லை' என்றார். அப்பொழுது அங்கே அவரைக் கயவர் கும்பல் ஒன்று உற்றுப் பார்த்துக் கொண்டிருந்தது.

ஜாகிர் ஹுசைன் தன் ரயில் பெட்டிக்குத் திரும்பினார். இப்போது அவரோடு பாஸில் ஹக் சேர்ந்துகொண்டார். அவர் மது அருந்தினார். ஜலந்தர் வந்தவுடன் ஹக் இறங்கவேண்டும். இறங்க வேண்டிய இடம் வந்தது. அங்கே பிளாட்பாரம் வெறிச்சோடிக் கிடந்தது. சில

கூர்க்காக்கள் மட்டும் அங்கே சுற்றி வந்து கொண்டிருந்தார்கள். அந்த ரயில் மேற்கொண்டு புறப்பட்டுப் போவதாகத் தெரியவில்லை. ஜாகிர் ஹுசைன் தன் பெட்டிகளை இறக்கிக்கொண்டார். ஹக்கும் ஜாகிர் ஹுசைனும் நடக்க ஆரம்பித்தார்கள்.

அப்பொழுது ஒரு முரட்டு ஆசாமியும் அவனுக்குப் பின்னால் சிலரும் அவர்களைப் பின்தொடர்ந்தார்கள். அந்த முரடன் ஜாகிர் ஹுசைனுடைய பெட்டிகளைப் பறிக்கும்படி தன் ஆட்களிடம் சொன்னான். ஹக் இதற்கு எதிர்ப்பு தெரிவித்தார். அந்த முரடன் மறுபடியும் தன் ஆணையை தன்னுடைய ஆட்களிடம் உரத்துக் கட்டளையிட்டான். ஹக் அவனை அறைந்தார். 'இந்த இரண்டு பேரையும் சுட்டுத் தள்ளு' என்று அந்த முரடன் அங்கிருந்த கூர்க்காக்களிடம் சொன்னான். உடனே, அந்த கூர்க்காக்கள் அந்த இருவரை நோக்கி – இந்தியாவின் எதிர்கால ஜனாதிபதியாக ஆகப் போகிறவரையும் நோக்கி துப்பாக்கியால் குறிவைத்தார்கள். ஜாகிர் ஹுசைனின் உதவியாளர் மன்சூர் பதறிப் பாய்ந்துப்போய் ஜாகிர் ஹுசைனுக்கும் துப்பாக்கிக்கும் இடையே வந்து நின்றான். கூர்க்காக்கள் சுடவில்லை. ஆனால், ஜாகிர் ஹுசைன் ஹக் ஆகியோரின் பயண உடைமைகள் பறித்துக் கொள்ளப்பட்டன.

ஹர்பன்சலால் கபூர் என்ற ரயில்வே அதிகாரியை ஜாகிர் ஹுசைனின் பணியாளர் மன்சூர் தொடர்புகொண்டார். இந்த அதிகாரி ஜாகிர் ஹுசைன் பயணம் செய்த ரயில் வண்டியில் பணியில் இருந்தார். இவர் உடனே அவர்கள் இருந்த இடத்துக்கு வந்தார். அவரிடம் மன்சூர், 'தாடி வைத்திருப்பவர் என்னுடைய எஜமானர் ஜாகிர் ஹுசைன்' என்று கூறினார். அவர் உடனே ஜலந்தர் ரயில் நிலையத் தலைமை அதிகாரியிடம் சென்று நடந்ததைக் கூறினார். தலைமை அதிகாரி சம்பவ இடத்துக்கு வந்தார். ஜாகிர் ஹுசைனையும் ஹக்கையும் அவரின் அலுவலகத்துக்கு அழைத்துப் போனார். ஜாகிர் ஹுசைன் அவரின் அலுவலகத்துக்குச் செல்லும் வழியில் அந்தக் கூர்க்காக்களைப் பார்த்துக் கடுமையான தொனியில் எச்சரிக்கை விடுத்தார். 'உங்களுக்கு அளிக்கப்பட்ட பணி, பொது மக்களுக்குப் பாதுகாப்பளிப்பது. ஆனால், நீங்களோ அவர்களை அச்சுறுத்துகிறீர்கள்' என்றார். அந்தப் பாதுகாப்புப் பணியாளர்கள் அவர் சொன்னதைக் காதில் வாங்கிக் கொண்டதாகத் தெரியவில்லை.

கூர்க்கா பாதுகாப்புப் படை ஆணையாளரைக் கூட்டி வர ஹர்பன்சலால் முயற்சி எடுத்தார். ஒரு இளம் சீக்கிய அதிகாரி, கேப்டன் குர்தயாள் சிங் என்பவர்தான் அவர். அவர் ஜாகிர் ஹுசைன் முன் நிறுத்தப்பட்டார். தன் முன் நின்ற அந்தச் சீருடையணிந்த அதிகாரியைப் பார்த்ததும் ஜாகிர் ஹுசைன் அவரைக் கடிந்து

கொண்டார். அவரின் கீழ் உள்ள ஆட்களின் செயல்கள் குறித்துக் கடுமையாகச் சாடினார். குர்தயாள்சிங் மிகவும் குலைந்தும் குன்றியும் அவர் முன் நின்றார். 'ஐயா உங்களைப் பாதுகாப்பான இடத்துக்கு அழைத்துப் போகிறேன்' என்றார்.

ஜாகிர் ஹுசைன் 'எங்களின் பயண உடைமைகளைக் கண்டு பிடியுங்கள்' என்று உத்தரவிட்டார். பின்னர் அந்த அதிகாரி கூர்க்கா காவலர்களிடம் யாரையும் ஸ்டேஷன் மாஸ்டர் அறைக்குள் விடக்கூடாது என்று எச்சரித்துவிட்டு, பயண உடைமைகளைக் கண்டுபிடிக்கும் முயற்சியில் இறங்கினார். ஆனால், அவரால் அதைக் கண்டுபிடித்துக் கொண்டு வர முடியவில்லை. ஜாகிர் ஹுசைனிடம் திரும்பி வந்த அவர், 'ஐயா உங்கள் பயண உடைமைகளைத் தயவு செய்து மறந்துவிட்டு என்னோடு வாருங்கள்' என்று அழைத்துக் கொண்டு புறப்பட்டார்.

ஜாகிர் ஹுசைனும் ஹக்கும் பணியாளர் மன்சூரும் அந்தச் சீக்கியரோடு சேர்ந்து போனார்கள். மறுபடியும் அந்த முரடனும் அவனுடன் இளவட்டங்களும் சூழ்ந்துகொண்டார்கள். அந்தச் சீக்கிய அதிகாரி அவர்களை எச்சரித்தார். யாரும் கேட்கவில்லை. இந்த மூவரும் ராணுவ வண்டியில் ஏறி அமர்ந்தார்கள். கூட்டம் ராணுவ வண்டிக்கு வழிவிடாமல் சூழ்ந்துகொண்டது. அவர்கள் அந்தச் சீக்கிய அதிகாரியிடம் முஸ்லிம்களைத் தங்களிடம் ஒப்படைக்க வேண்டும்' என்று கூறினார்கள். அவர் 'முடியாது' என்று மறுத்தார். 'அந்த தாடிக்காரரை வேண்டுமானால் அழைத்துச் செல்லுங்கள். அந்த இன்னொருவன் – அவன் ஜலந்தர் ஊரான். அவனை எங்களிடம் ஒப்படை' என்று அந்தக் கூட்டம் கொக்கரித்தது. சீக்கிய அதிகாரி, துப்பாக்கிச்சூட்டுக்கு உத்தரவிடப்போகிறேன் என்று மிரட்டினார். கூட்டம் பின்வாங்கி ஓடியது. ராணுவ வண்டி புறப்பட்டது. கபூர் என்ற இந்துவும் குர்தயாள் சிங் என்ற சீக்கியரும் மன்சூர் என்ற முஸ்லிமும் ஜாகிர் ஹுசைனின் உயிரை அன்று காப்பாற்றிக் கொடுத்தார்கள்.

மறுநாள் ஜாகிர் ஹுசைன் டில்லி திரும்பினார். பலரின் அறிவுரைகளைப் புறந்தள்ளிவிட்டு அவர் மறுபடியும் ரயில் பயணம் போகத் திட்டமிட்டார். மன்சூரின் வேண்டுகோளுக்கு இணங்க ஜன்னலுக்கு அருகில் இருந்த இருக்கையிலிருந்து சற்று தள்ளிப் போய் அமர்ந்தார் ஜாகிர் ஹுசைன். ரயில் வண்டி அதிகாலை மூன்று மணிக்குப் பழைய டில்லிக்குப் போனது. அந்த ரயில் நிலையத்தில் எல்லா ஓய்வு அறைகளும் நிறைந்திருந்தன. ஜாகீரும் மன்சூரும் அங்கே ஸ்டேஷனுக்கு அருகிலிருந்த ஒரு மலிவான ஓட்டலின் மொட்டை மாடியில் கழித்தார்கள். அந்த ஹோட்டலின் அறைகள்

அழுக்காகவும் காற்றோட்டமில்லாமலும் இருந்தன. மொட்டை மாடியில் ஆடுகள் வேறு இருந்தன. அவற்றை அவர்கள் ஒரு ஓரமாக ஒட்டினார்கள். மறுநாள் விடிந்ததும் இவர்கள் 'ஓக்ளா'வுக்கு பஸ்ஸில் ஏறிப் போனார்கள். பிறர் கண்ணில் படாமல் இருக்க வயல் வெளியினூடாகச் சென்று தன் வீட்டை அடைந்தார். அதே நாளிலோ அதற்கு மறுநாளிலோ அவர் நேருவையும் பட்டேலையும் சந்தித்தார். நடந்தவற்றை விவரித்தார். ஜவாஹர்லாலுக்கு கோபம் வந்தது. ஜவாஹர்லால் உடனே ஜலந்தருக்கு விரைந்தார். அங்கிருந்த நகர நிர்வாகத்தைக் கண்டித்து ஒழுங்கு நடவடிக்கை மேற்கொண்டார்.

நண்பர்களையோ பகைவர்களையோ எவரையுமே பார்க்க விருப்பமில்லாமல் ஜாகிர் ஹுசைன் சில நாட்கள் முஜீப்பின் வீட்டுக்குள்ளேயே முடக்கிக்கிடந்தார். ஆனால், சீக்கிரமே டில்லியிலும் நிலைமை மோசமாகத் தொடங்கி விட்டது. அமளி துமளி ஆரம்பித்து விட்டது. 'ஓக்ளா' நகரைச் சுற்றியுள்ள கிராமங்களில் வாழும் முஸ்லிம்களின் வீடுகள் கொள்ளையடிக்கப் பட்டன. முஸ்லிம்கள் கொல்லப்பட்டார்கள். அப்படிச் செய்தவர்கள் அவர்களைச் சுற்றி வாழ்ந்திருந்த இந்துக்கள் அல்ல; இவர்களோடு நீண்ட நெடிய காலமாக உறவும் தொடர்பும் கொண்டு வாழ்ந்திருந்த இந்து மக்கள் அந்த மாபாதகத்தைச் செய்யவில்லை. எங்கிருந்தோ வெளியிலிருந்து இதற்காகவே திட்டமிட்டுக் கொண்டுவரப்பட்ட கூட்டம் அந்தச் செயலில் இறங்கியிருந்தது. இதில் ஜாமியாவைச் சேர்ந்தவர்களும் தாக்கப்பட்டார்கள். ஜாமியாவின் இதழியல் வெளியீட்டுப் பொறுப்பில் உள்ள ஷஃபிக்குர் ரகுமானும், ஹமீத் அலிகானும் மயிரிழையில் உயிர் தப்பினார்கள்.

களைத்துத் தளர்வுற்று உறுதி குலைந்தநிலையில் இருந்த ஜாகிர் ஹுசைன் அதையெல்லாம் ஒதுக்கித் தள்ளி விட்டு எழுந்தார். 'ஜாமியா சமுதாயம்' தன்னுடைய பெண்கள், குழந்தைகளைப் பாதுகாக்கும் நடவடிக்கைகளில் இறங்கியது. அக்கம்பக்கத்தில் தங்கள் வீடுகளில் இருந்து தப்பிவந்த முஸ்லிம் குடும்பங்களுக்கு அடைக்கலம் தரப்பட்டது. ஒரு நாள் இரவில் நேரு ஜாமியாவுக்கு வருகை புரிந்தார். இந்திய ராணுவத்தின் ஜெனரல் கரியப்பா வந்து பார்வையிட்டு விட்டு, ஜாமியாவின் பாதுகாப்புக்கு மெட்ராஸ் ரெஜிமெண்டின் ஒரு பகுதியை விட்டுச் சென்றார். 'தோட்டத்தைச் சீர்படுத்து. நாமெல்லாம் கட்டாயப்படுத்தப்பட்டு வெளியேற்றப் பட்டால் இதை (ஜாமியா அமைந்த இடம்) யார் கைப்பற்றிக் கொள்வார்களோ அவர்களுக்கு நாம் இந்த இடத்தை எவ்வளவு நேசித்தோம் என்பது தெரியவரட்டும்'[56] என்றார் மன்சூரிடம் ஜாகிர் ஹுசைன்.

எழுபத்தெட்டு வயதான காந்தி, கல்கத்தாவில் உண்ணாவிரதம் இருந்தார். அங்கே பாதுகாப்பு நிலை நிறுத்தப்பட்டது. அவர் டில்லி திரும்பினார். அவரை ரயில் நிலையத்தில் சந்தித்தவர்களிடம் அவர் கேட்ட முதல் கேள்வி: 'ஜாகிர் ஹுசைன் பாதுகாப்பாக இருக்கிறாரா... ஜாமியா பாதுகாப்பாக இருக்கிறதா?' என்பதே. அடுத்த நாளே காந்தி ஓக்ளா சென்றார். காந்தியின் அந்த வருகையைப் பின்னர் ஜாகிர் ஹுசைன் நினைவு கூர்ந்து கூறியது:

'கார் கதவில் கை விரல்கள் நசுங்கியதால் ஏற்பட்ட வலியோடு அவர் வந்தார். அந்த வலியினூடே அவர் சிரித்தார். மற்றவர்களையும் சிரிக்க வைத்தார். எங்களுக்கு அவர் துணிச்சலைக் கொடுத்தார். எங்கு இருக்கின்றோமோ அங்கேயே இருங்கள் என்று எல்லாருக்கும் அறிவுரை செய்தார். எங்கள் வளாகத்திலிருக்கும் உயர்நிலைப் பள்ளியின் மொட்டை மாடியில் தங்கியிருந்த முஸ்லிம் அகதிகளைப் போய்ப் பார்த்துப் பேசினார். ஓர் அநாதைச் சிறுமியைத் தன் கைகளில் தூக்கி, அரவணைத்து முத்தமும் தந்தார். விடைபெற்றுச் செல்லும்போது, 'உங்களுடைய பாதுகாப்புக்குத் தேவையான அனைத்தையும் செய்வேன்; அல்லது அந்த முயற்சியில் மடிவேன்.' [57]

ஜாகிர் ஹுசைன், காந்தியை தன்னுடைய குரு அல்லது ஆசான் என்று சொன்னது என்னவோ உண்மைதான். ஆனால், அவர் மகாத்மா காந்தியைப் 'பின்பற்றுபவர்' அல்லர். காந்தி, ஜாகீரின் வாழ்க்கையில் 'ஆற்றல் மிக்க செல்வாக்கு' செலுத்தியிருந்தார் என்று முஜீப் குறிப்பிட்டிருக்கிறார். 'காந்தியின் தன்னையே கேலி செய்து கொள்ளும் இயல்பு'[58] மகாத்மாவிடம் தனக்கு மிகவும் பிடித்த விஷயம் என்று ஜாகிர் முஜீபிடம் சொல்லியிருக்கிறார் ஆனாலும், நாம் பார்த்தவரையில் ஜாகிர் ஹுசைன், காந்தியின் கருத்துகளைச் சில நேரங்களில் வெளிப்படையாக மறுத்துப் பேசுபவராகவே இருந்திருக்கிறார். ஆனாலும், காந்திக்கும் அவருக்கும் இடையே எப்போதும் பரஸ்பரம் அன்பு இருந்ததைப் பார்க்க முடிகிறது.

ஜனவரி 10, 1948-ல் சஃபீக்குர் ரஹ்மானின் ஏற்பாட்டில் பாகிஸ்தானிலிருந்து வந்த ஹிந்து, சீக்கிய அகதி ஆண்கள், பெண்கள், குழந்தைகள் எல்லோரையும் முஸ்லிம் குழந்தைகளுடனும் அவர்களுடைய பெற்றோர்களுடனும் கனி வகைகளையும், இனிப்புப் பதார்த்தங்களையும் விருந்துண்பதற்கு அழைப்பு விடுக்கப்பட்டது.[59] இதற்குப் பின்னர் மூன்று நாட்கள் ஆனபோதும் இந்து-முஸ்லிம் வன்முறை நிகழ்வுகள் நிறுத்தப்பட்டபாடில்லை. காந்தி இன்னொரு உண்ணா நோன்பைத் தொடங்கினார்.

இதை விரும்பாத சிலர் காந்தியிடம் உண்ணாவிரதத்தைக் கைவிட வலியுறுத்தினார்கள். ஜாகிர் ஹுசைன் காந்தி செய்வது சரிதான் என்றார். 'மக்களின் இதயங்களைத் தூய்மைப்படுத்த மிகவும் சரியான தருணத்தைத் தேர்ந்தெடுத்திருக்கிறார்' என்றார்.

அவர் மேலும் கூறினார்: 'விடுதலை அடைந்த இந்தியா உங்களுக்குக் கசப்புணர்வையும் இன்னல்களையும் அல்லாமல் வேறெதையும் வழங்க முடியாமல் இருப்பதைப் பார்க்கும்போது நாங்கள் கையறு நிலையில் வெட்கித் தலைகுனிகிறோம்,'[60] என்றார். காந்தியின் உண்ணா நோன்பு பலன் தந்தது. டெல்லியில் அமைதி திரும்பியது. காந்தி ஜனவரி 18ஆம் தேதி உண்ணா நோன்பை முடித்தார். பன்னிரண்டு நாட்கள் கழித்து அவர் கொல்லப்பட்டார்.

●

ஜாமியாவின் பொறுப்புகளிலிருந்து விடுவித்துக்கொள்ள வேண்டுமென்ற எண்ணம், நாடு விடுதலை பெற்ற சில மாதங்களிலேயே ஜாகிர் ஹுசைனுக்கு ஏற்பட்டுவிட்டது. ஜாமியாவைச் சாராத அவரின் நடவடிக்கைகள், ஈடுபாடுகள் குறித்து, ஜாமியாவின் வட்டாரத்திலிருந்து விமர்சனங்கள் எழுந்தன. அவர் அவற்றை விட்டுவிட்டுத் தன்னை விலக்கிக்கொள்ள விரும்பியிருக்க வில்லை. தேசத்துக்கு விரிவான பங்களிப்பைச் செய்யவேண்டும் என்று முடிவு செய்திருந்தார். ஜாமியாக்குப் புதிய தலைமை தேவை என்றும் தீர்மானித்தார். நேருவிடமும் இப்பொழுது கல்வி அமைச்சராக உள்ள ஆசாத்திடமும் போய் நிதி கேட்பது அவருக்குச் சரியாகப்படவில்லை. ஜாமியாவுக்காக அரசாங்கத்திடம் ஒரு கோரிக்கையை வைத்தார். ஆனால், அரசாங்கம் அதை நிறைவேற்றிக் கொடுக்காமல் காலம் தாழ்த்தியது. ஆட்சியாளர்களிடம் போய்த் திரும்பத் திரும்பக் கெஞ்சிக் கொண்டிருக்க அவருக்கு விருப்பமில்லை. இருந்தும் ஜாமியாவின் வளர்ச்சிக்கு நிதி தேவை. நேருவிடம் ஆசாத்திடமும் பிச்சைப் பாத்திரத்தைக் கொண்டுபோய் நீட்டிக் காத்துக்கொண்டிருக்கத் தயங்காத ஒரு துணை வேந்தர் அவசியம்.

புதிதாய் விடுதலை பெற்ற இந்தியாவுக்கு ஜாகிர் ஹுசைன் போன்ற இயல்புகளும் திறமைகளும் கொண்டவரின் பங்களிப்புக் கட்டாயம் தேவை. ஆனால், அரசாங்கம் அவரை அழைப்பதற்குச் சற்றுக் கால தாமதம் ஆனது. அதற்குக் காரணம் ஜாகிர் ஹுசைன் மீதான ஆசாத்தின் மனோபாவம். அலிகரிலும் எடாவாவிலும் மாணவராக இருந்த காலத்திலேயே ஜாகிர் ஹுசைன் ஆசாத்தின் எழுத்துகளால் எழுச்சி பெற்றிருந்தார். ஆசாத் இறக்கும் காலம் வரைக்கும் இந்திய விடுதலை இயக்கத்தில் ஆசாத்தின் பங்குப் பணி மிகவும் குறிப்பிடத்

தக்கதாக இருந்தது என்பதை ஜாகிர் ஹுசைன் எப்போதும் பேசியும் வந்தார். ஆனாலும், ஆசாத்தின் கடைசி பத்தாண்டுகளில் இந்த இருவரின் உறவு நிலைமை அவ்வளவு நன்றாக இல்லை. தேசிய அளவிலான பதவிக்கு முஸ்லிம் ஒருவரைத் தேர்ந்தெடுப்பது குறித்து நேரு ஆசாத்தோடு உரையாடியபோதெல்லாம் ஜாகிர் ஹுசைனின் பெயரை ஆசாத் ஒருபோதும் முன்மொழிந்திருக்கவில்லை. ஜாகிர் ஹுசைனிடமே ஒரு முறை, நீங்கள் போதிய வலு கொண்டவர் அல்ல என்று சொல்லியிருக்கிறார். எனினும் சொந்த விருப்பு வெறுப்புதான் நிச்சயம் இதற்கு ஒரு காரணமாக இருந்திருக்கும்.

இருந்தபோதிலும் நவம்பர் 1948-ல் அலிகர் முஸ்லிம் பல்கலைக்கழகத்துக்கு ஒரு புதிய துணை வேந்தர் தேவைப்பட்டார். ஆசாத், ஜாகிர் ஹுசைனிடம் ஒப்புதல் கேட்டார். பல்கலைக்கழகப் பேரவை (செனட்) ஜாகீரை ஒருமனதாகத் தேர்ந்தெடுத்தால் பணிபுரிய சம்மதிக்கிறேன் என்று ஜாகிர் தெரிவித்தார். அது அப்படியே நடந்தேறியது. ஜாகிர் ஹுசைன் அந்த ஆண்டின் நவம்பர் மாதத்தில் பதவியேற்றார். மூன்றாண்டுகள் தொடர்ந்தார். பின் மீண்டும் ஆறு ஆண்டுகளுக்கு அவர் பதவி நீட்டிக்கப்பட்டது.

ஏ.எம்.யூ. பல்கலைக்கழக வளாகம் அன்றும் இன்றும் எப்பொழுதும் முக்கியத்துவம் வாய்ந்ததாகவே இருந்துவருகிறது. இந்தப் பல்கலைக்கழகம் முஸ்லிம்களின் கண்களில் மதிப்புடன் பாராட்டப்பட்டு வந்த இடம். பல ஆண்டுகாலமாக இங்கு பணி புரிந்த ஆசிரியர்கள், பயின்ற மாணவர்கள் ஆகியோரின் பங்களிப்பு களின் மூலம் முக்கியமான இடத்தைப் பெற்றிருக்கிறது. ஆனால், கிலாஃபத் இயக்கத்துக்கான முதல் முரசு இப் பல்கலைக் கழகத்தில்தான் ஒலித்தது. இதில் ஜாகிர் ஹுசைனின் பங்களிப்பை யும் பாராட்ட வேண்டும். பின்னர் இந்தப் பல்கலைக்கழகம் லீக்கையும் பாகிஸ்தானையும் ஆதரிக்கத் தொடங்கியது.

டிசம்பர் 1951-ல் ராஜேந்திரப் பிரசாத் தலைமையில் ஒரு கூட்டம் நடைபெற்றது. அங்கு கூடியிருந்தவர்களிடையே பேசிய ஜாகிர் ஹுசைன், 'இந்தியாவில் முஸ்லிம்களின் இடமானது அலிகர் செயல்பட்டவிதத்திலும், சிந்தித்த வகையிலும், இந்தியா அலிகரைக் கையாண்டவிதத்திலுமே பெரிதும் தீர்மானமாகி யிருக்கிறது' என்றார்.[61]

ஜாகிர் ஹுசைன் ஏ.எம்.யூ. வளாகத்துக்கு மறு வருகை தந்ததில் ஒரு இனிய நகைமுரண் இருக்கிறது. 1920-ல் போலீஸ் அவரை டிரக்கில் ஏற்றி இங்கிருந்து கொண்டு போனது. அவர் ஏ.எம்.யூ. வளாகத்துக்கு வரக்கூடாது என்று தடுத்தது. இத்தனை ஆண்டுகள் கழித்து அவர்

திரும்பியதென்பது பழிவாங்கலாகவோ வெற்றிக் கொண்டாட்ட மாகவோ அல்லாமல் வீடு திரும்பல் போல் மன நிறைவைத் தந்தது. அவர் சொன்னார்:

> ‘நான் மாணவராக இருந்தபோது அலிகர்தான் எனக்கு எல்லாமுமாக இருந்தது. இது என்னுடைய இல்லம். என்னுடைய பூந்தோட்டம். என் சொந்த மண். இதற்கு எதிராக கிளர்ச்சி செய்ததன் பின்னரே நாங்கள் ஜாமியாவை நிர்மாணித்தோம். அதேநேரம் நாங்கள் ஜாமியாவை இதிலிருந்து வேறொன்றாகப் பார்க்கவே இல்லை. அங்கிருந்த போதும் அலிகருக்காகவே பணியாற்றியுள்ளேன். என்றைக்காவது ஒருநாள் அலிகருக்குத் திரும்புவேன் என்று என் மனதுக்கு நன்கு தெரியும்.’ [62]

அலிகர் முஸ்லிம் பல்கலைக்கழகத்தில் ஜாகிர் ஹுசைனின் அலுவல்கள் மிகவும் கடினமாகவும் சிக்கலாகவும் இருந்தன. பல்கலைக்கழகத்தின் பல துறைகளிலும் நிறைய இடங்கள் காலியாகக் கிடந்தன. காரணம் அவர்களெல்லாம் பாகிஸ்தானுக்குப் போய்விட்டார்கள். அந்த இடங்களையெல்லாம் நிரப்ப வேண்டும். அதோடு மட்டுமின்றி, அங்கு மீதமிருந்தவர்களும் லீக்கையும் பாகிஸ்தானையும் ஆதரித்தவர்களாகவே இருந்தார்கள். அவர்களுக்கெல்லாம் பாதுகாப்பு தேவைப்பட்டது. அவர்கள் எந்த நேரத்திலும் பழி வாங்கப்படலாம். மாணவர்களில் ஒரு பகுதியினர், ஜாகிர் ஹுசைனை ‘வேண்டா விருந்தாளி’யாகப் பார்த்தார்கள். அவரை அரசாங்கம் அங்கே நுழையவைத்து அப்படி என்ன சாதிக்கப் போகிறது? பாகிஸ்தான் சார்பு நிலையை எடுத்ததால் ஏ.எம்.யு ‘களங்கப்பட்டுவிட்ட’தாக நினைக்கும் அரசு அதைத் ‘தூய்மைப் படுத்த’ இவரை அனுப்பியிருப்பதாக சிலர் நினைத்தனர். மாணவர் அமைப்பின் செயலாளர், இவரை வரவேற்றுப் பேச வேண்டிய உரையில் புண்படுத்தும் வார்த்தைகளைப் பேசினார். ஜாகிர் ஹுசைன் ஏ.எம்.யூ.வில் துணைவேந்தராகப் பெறவிருக்கிற ஊதியத்தை அவர் முன்னர் ஜாமியாவில் துணை வேந்தராக இருந்த போது பெற்றதோடு ஒப்பிட்டு ஒரு முணுமுணுப்பும் எழுந்தது.

ஜாகிர் ஹுசைன் தன்மீது பழி சுமத்தியவர்களுக்கு நல்லெண்ணத் தோடு எதிர்வினை புரிந்தார். பல்கலைக்கழகப் பணியாளர்களின் முந்தைய அரசியல் ஆதரவு நிலை குறித்து எதுவும் மனதில் கொள்ளாமல் அவர்களை நடத்தினார். அச்சமும் பதற்றமும் நிலவிய அந்த வளாகத்தில் இயல்பு நிலை திரும்பியது. நாட்டின் பல பகுதிகளிலிருந்து பேராசிரியர்களையும் இளம் விரிவுரையாளர் களையும் அவர் நியமித்தார். இவர்களில் பெரும்பாலோர்

இந்துக்கள். பல்கலைக்கழகத்தின் நிதி ஆதாரத்தை மேம்படுத்தினார். ஜெர்மன் கல்வி முறையிலான பொறியியல் கல்லூரி ஒன்றும் தொடங்கப்பட்டது. ராம்பூரைச் சேர்ந்த பெண்மணி பேகம் குத்ஸியா சைதி என்பவரின் உதவியுடனும் நம் நாட்டின் மரங்கள், செடிகள், மலர்கள் ஆகியவற்றைக் குறித்து அறிந்து கொண்டதோடு, பல்கலைக்கழக வளாகத்தைப் பூத்துக் குலுங்கும் ரோஜா செடிகளும் பிற மலர்ச் செடிகளும், போகன்வில்லா, புல் படர்ந்த பரப்பு. அடர் புதர் கட்டங்கள் என்றெல்லாம் ஏற்படுத்தி அழகிய பசுமைத் தோட்டமாக உருவாக்கினார். மேலும், வளாகத்தின் அத்தனை பாதைகளிலும் வரிசையாக மரங்களை நட்டுவைத்தார்.

அவர் மாணவர்களுக்குப் பெரிதும் உற்சாகமூட்டியே வந்தார். எப்போதாவது கண்டிக்கவும் செய்வார். ஆனால், அதையும் நேரிடையாக அல்லாமல் சுற்றி வளைத்துப் பேசிப் புரியச் செய்வார். சிறிய செய்கைகள் மூலம் பல விஷயங்களை உணர்த்தவும் செய்வார். சில நேரங்களில் மாணவர்கள் அவரை சந்திக்க அவருடைய அறைக்குச் செல்வார்கள். அப்போதைய நவ நாகரிகப் போக்குக்கு ஏற்ப மாணவர்கள் இடுப்புக்கு மேலே நீளமான கோட்டுகளின் பொத்தான்களைப் போடாமலே இருப்பார்கள். என்றாலும் துணைவேந்தர் எதுவும் சொல்லாமல் அவர்களுடன் பேசியபடியே ‘கோட்’ பொத்தான்களைப் போட்டுவிடுவார்.

அலிகர் பல்கலைக்கழகத்துக்கு வந்த ஓராண்டிலேயே அவருக்கு தீவிர மாரடைப்பு ஏற்பட்டது. நல்லவேளையாக சரியான நேரத்தில் மருத்துவர் வந்து சேர்ந்ததால், ஒருவழியாக ஜாகிர் ஹுசைன் உயிர் பிழைத்தார். அதன் பின், அவர் விருப்பம் போல் சாப்பிடமுடியாமல் போனது. இருந்தும் குடும்பத்தினருடன் சேர்ந்து, மறந்துபோன சௌகரியங்கள் சிலவற்றைத் துய்த்தார். துணை வேந்தருக்கு ஒதுக்கப்பட்ட வீடு பெரியது. மிகுந்த வசதிகளுடன் இருந்தது. சோபா மேஜை, உணவு மேஜை என்று தேவைக்கு அதிப்படியான பொருள்களும் பணியாளர்களும் இருந்தார்கள். ஜாகிர் ஹுசைன் அந்த வீட்டில் கிளிஞ்சல்கள் சேகரிக்க ஆரம்பித்தார். இதுவரை நூல்களை இரவல் வாங்கியோ, நூலகத்திலிருந்து பெற்றோ மட்டுமே படித்தவர் இதன் பின் சொந்தமாக வாங்கிக் கொள்ள ஆரம்பித்தார்.

‘அலிகர் முஸ்லிம் பல்கலைக்கழகச் சட்டம் 1951’ ஜாகிர் ஹுசைனுக்கு நெருக்கடியைக் கொடுத்தது. அப்போது இந்தியாவில் புதிதாக நடைமுறைப்படுத்தப்பட்ட அரசியல் சட்டப்படி, அரசாங்கத்திலிருந்து நிதியுதவி பெறுகிற கல்லூரியில் தங்களின்

பாடத் திட்டத்தில் 'சமயம்' தொடர்பான பாடங்களைக் கட்டாயப் பாடமாக வைத்திருக்கக்கூடாது. இதன் காரணமாக அலிகர் பல்கலைக்கழகத்தில் சமயம் தொடர்பான பாடங்களும் பயிற்சியும் விருப்பப் பாடமாக மாற்றப்பட்டது. இந்த ஏற்பாட்டை சில ஏ.எம்.யூ முஸ்லிம்கள் விரும்பவில்லை. எதிர்ப்புத் தெரிவித்தனர். அது மட்டுமின்றி, பல்கலைக்கழக நிர்வாக மன்றத்துக்குத் தேர்ந்தெடுக்கப் படுபவர்கள் முஸ்லிம்கள் அல்லாதவராகவும் இருக்கலாம் என்ற புதிய விதியையும் அவர்கள் எதிர்த்தனர்.

ஜாகிர் ஹுசைனை அலிகர் பல்கலைக்கழகத்தைச் சேர்ந்த அனைவரும் பாராட்டிவிடவில்லை. சில கூட்டங்கள் விரும்பத் தகாத முறையில் நடந்து முடிந்ததும் உண்டு. புது டில்லியின் எண்ணத்துக்கும் எதிர்பார்ப்புக்கும் ஏற்றபடி, 'புதிய அலிகரை' அவர் ஏற்படுத்திக் கொடுத்துவிட்டார் என்றோரு குற்றச்சாட்டு இவர் மீது வைக்கப்படுவதுண்டு. மனம் கசந்த அவர் 'அலிகர் முஸ்லிம் பல்கலைக்கழகத்தில் ஏதேனும் உருப்படியாகச் செய்யப்படமுடியும் என்ற நம்பிக்கையை இழந்துவிட்டதாக' வெளிப்படையாகக் குமுறித் தீர்த்தார். 1956 நடுவில் அவரின் துணைவேந்தர் பதவிக் காலம் முடிவதற்கு ஓர் ஆண்டு இருக்கும்போது பதவி விலகினார்.

•

அவருடைய பாதி மனது தனிமையை விரும்பியது. இன்னொரு பாதியை பொது வாழ்க்கையை நன்கு அனுபவித்தது. அவர் மாநிலங்களவைக்கு நியமிக்கப்பட்டார். இந்திய நாடாளுமன்றத்தின் மேலவை இது. அங்கே அவரின் குறுக்கீடுகள் அரிது என்றாலும் அந்தக் குறுக்கீடுகள் மிக அரிய விஷயங்களை முன்வைப்பனவாக இருந்தன.

ஜாகிர் இன்னமும்கூட அலிகரிலேயேதான் இருந்தார். ஆசாத் ஒருவழியாக, அவரிடம் பல்கலைக்கழக மானியக் குழுவுக்கு அவரைத் தலைவராக நியமிக்க விரும்புவதாகச் சொன்னார். ஜாகீரின் எந்தப் பாதி இப்போது சந்தோஷமடைந்தது என்று சொல்வது கடினம். இந்த மான்யக் குழுதான் நாடு முழுவதுமுள்ள கல்லூரிகளுக்கு நிதி வசதி அளித்து கல்லூரிகளை மேற்பார்வையும் செய்தது. உள்ளத்தில் மிகுந்த ஆர்வத்தோடு, ஜாகிர் ஹுசைன் தன் நண்பரிடம், 'அந்தப் பதவியை நான் விரும்புகிறேன்' என்று கூறினார். எதிர்பார்ப்போடு இருந்தார். சில நாட்கள் சென்றன. வானொலி செய்தியைக் கேட்டுக் கொண்டிருந்தார். அதில் ஒலித்த செய்தி அறிவிப்பு 'அந்தப் பதவிக்கு சிந்தாமணி தேஷ்முக் நியமிக்கப்பட்டார்' என்பதே. ஜாகிர் 'மிகவும் வருத்தமடைந்தார்'.[63]

ஜாகிர் தன் தில்லி வீட்டில் இருந்தபோது, ஆசாத்துக்கு நெருக்கமானவரான ஹுமாயூன் கபீர் அவரைச் சந்தித்தார். ஆசாத் அவரைப் பார்க்க விரும்புவதாகச் சொன்னார். ஜாகிர் ஹுசைனுக்குள் உள்ளே இருந்த 'பதான்' கர்வம் கிளர்ந்தெழுந்தது. ஜாகிர் ஹுசைன் அவரிடம் சொன்னார்: 'ஹுமாயூன் சாகிப், மௌலானா ஆசாத் அவர்களிடம் கூறுங்கள்; அவர் வீட்டுக்கும் என் வீட்டுக்குமான இடைவெளியும், என் வீட்டுக்கும் அவர் வீட்டுக்குமான இடைவெளியும் ஒன்றுதான் என்று.' பின்னர் ஒரு நாள் ஆசாத்தும் ஜாகிர் ஹுசைனும் பொது விழா ஒன்றில் கலந்துகொண்டார்கள். அப்போது ஆசாத், ஜாகிர் ஹுசைனிடம் அவரிடம் சமாதானப்படுத்தும் வகையில் 'யூ.ஜி.சி.க்கு தேவை ஒரு கண்டிப்பான முரட்டுக் குணமுடைய ஒருவர். அதனாலேயே அந்த மனிதர் தேர்ந்தெடுக்கப்பட்டார்' என்று சொன்னார்.

ஜாகிர் ஹுசைன் அலிகரிலிருந்து விலகிய ஓராண்டு கழித்து, நேரு அவரை பீகார் ஆளுநர் பதவியில் நியமிக்கத் தீர்மானித்தார். அந்த நியமனம் முடிவானபோது, ஜாகிர் ஹுசைன் எங்கிருக்கிறார் என்பது யாருக்கும் தெரியவில்லை. கடைசியில் அவர் இருக்கும் இடத்தைக் கண்டுபிடித்து அவருக்குத் தந்தி அனுப்பப்பட்டு இச்செய்தி தெரிவிக்கப்பட்டது. அப்போது அவர் ஜெர்மனியில் இருந்தார். ஏற்கெனவே க்ளைக்கோமாவில் பாதிக்கப்பட்டிருந்த அவருக்கு அங்கு கண் அறுவை சிகிச்சை நடந்திருந்தது. அவர் இந்தியா வந்த பின்னர் தன் முடிவைத் தெரிவிப்பதாக அரசாங்கத்துக்கு செய்தி அனுப்பினார். அந்த முடிவு, சம்மதம்.

ஜாகிர் முன்பெல்லாம் ஜாமியாவுக்காக நிதி திரட்டுவதற்காகப் பீகார் வந்திருக்கிறார். ஆனால், அவருக்குப் பீகாரின் உண்மை நிலை தெரியாது. தன் தலைமையின் கீழ் உள்ள மாநிலத்தின் நிலைமையை அறிந்திருக்க வேண்டுமென்ற கட்டாயம் ஓர் ஆளுநருக்கு இல்லை. மாநிலத்தின் கொள்கை முடிவுகளை எடுப்பது நடைமுறைப் படுத்துவது ஆகியவற்றில் இருந்து விடுவிக்கப்பட்டே இருந்தார். அசாதாரண சூழ்நிலைகளில் மட்டுமே அதுவும் தன் ஆலோசகர்களின் கருத்துகளைக் கேட்டறிந்து முடிவுகளை எடுத்தால் போதும். அவரைக் காண வருபவர்களிடம் நல்லிணக்கமுடனும் நயமுடனும் நடந்துகொள்ளவேண்டும்; பொது மேடையில், மக்களின் முன்னிலையில் அறிவுபூர்வமாகப் பேசவேண்டும். அதுபோன்று தன் அமைச்சர்களை ஒருவருக்கொருவர் ஒத்திசைவுடன் நடந்து கொள்ளவைக்கவேண்டும். இவையே ஆளுநரின் பொறுப்புகள். இதை ஜாகிர் திறம்படச் செய்தார்.

தன் இயல்புடன் திகழ்ந்த ஜாகிர் அரசியல்வாதிகளிடம் மிகுந்த செல்வாக்கு செலுத்தினார். எந்தப் படிநிலையில் இருப்பவராக இருந்தாலும் அவரைச் சந்திப்பவர்களையெல்லாம் வசீகரித்தார். மதிய விருந்துக்கு அழைக்கப்படுதல், ஒரு கூட்டத்தில், கண்காட்சியில், கலை நிகழ்ச்சியில், தொழிற்சாலை நிகழ்வில் பங்கெடுத்தல் என எதுவாக இருந்தாலும் பொதுவாக இந்திய மாநிலங்களின் ஆளுநர்கள் அல்லது முக்கிய பிரமுகர்கள் சம்பிரதாயமாகப் பேசுவதுதான் வழக்கம். ஜாகீரைப் பொறுத்தவரையில் இப்படிக் குத்துமதிப்பாக எதையாவது பேசுவது அவருடைய கண்ணியத்துக்கு இழுக்கு. மேடையில் பேசப் போவதை முன்கூட்டியே கைப்பட எழுதுவதிலும் அவருக்கு விருப்பமில்லை.

ஏதேனும் ஒரு நிகழ்ச்சிக்கு ஒப்புக் கொண்டு விட்டால் அறிவுப்பூர்வான உரையைத் தயார் செய்ய மிகுந்த அக்கறை எடுத்துக்கொள்வார். யோகம், சமண சமயத்தின் அடிப்படைக் கூறுகள், வானவியல் என்று முற்றிலும் புதிய விஷயமாக இருந்தாலும் அதுபற்றி நன்கு படித்துப் புரிந்துகொள்வார். அவரின் பேச்சு முழுமையானதாக, விரிவானதாக அமைந்திருக்கும். உருது மொழியைக் குறித்து அவர் பேசியிருப்பதைக் கொஞ்சம் பார்க்கலாம்:

> ‘உருது மொழியை நான் முதலில் என் அன்னையிடமிருந்தே கற்றுக் கொண்டேன். இந்த மொழியில்தான் நான் இன்றுவரை சிந்திக்கவும் செய்கிறேன். இலக்கியம் மற்றும் அறிவுத் திரட்டுக்களை இந்த மொழியிலிருந்துதான் அள்ளி எடுத்துக் கொள்கிறேன். இந்த மொழி ஒரு சமுதாயத்துக்கு மட்டும் சொந்தமான மொழி அல்ல; அல்லது ஒரு சமயத்துக்கு மட்டுமே உரியதும் அல்ல. இந்த மொழி எந்த அரசாங்கத்தாலும் மக்கள்மீது திணிக்கப்படவில்லை. இது பொதுமக்களின் எளிய மக்களின் மொழி. பக்கீர்களும் துறவிகளும் இந்த மொழியில் ஆர்வத்துடன் பேசி, தங்களுடைய நெஞ்சத்திலிருந்து ஊற்றெடுத்து வந்த அன்பைச் சாதாரண மக்களின் மேல் பொழிந்தார்கள். புதுமைகளைக் கண்டு அது அஞ்சாது. புதிய கண்டடைதல்களில் இருந்து விலகி நிற்காது. எந்தச் சொல்லையும் களங்கப்பட்ட கலப்புச் சொல் என்று கருதாது.’[65]

உருதுவைப் பற்றிய அவர் கருத்து இவ்வாறிருந்தபோதிலும் அவருடைய சாதாரண பேச்சுகளில் ஒரு சில சமஸ்கிருதச் சொற்கள் கலந்திருக்கும். அந்தச் சொற்களுக்கு மிகச் சரியான இணையான அண்மைக் காலப் பயன்பாட்டிலுள்ள உருதுச் சொற்கள்

இருந்தபோதிலும் சமஸ்கிருதச் சொற்கள் கலந்தும் பேசுவார். பீகார் முஸ்லிம்களில் சிலர் அதனை ஒரு துரோகம் என்றே பார்த்தனர். ஜாகிர் ஹுசைன் அவரின் பேச்சுகளில் அவ்வாறான சமஸ்கிருதச் சொற்களைக் கையாண்டதற்குக் காரணம் அவர் முஸ்லிம் சமுதாயத்தை, கலாச்சாரத்தைச் சேர்ந்தவர் மட்டுமே அல்ல; முழு இந்தியப் பண்பாட்டையும் பிரதிபலிக்க வேண்டுமென்ற நோக்கில்தான் அப்படிப் பேசினார்.

இருந்தும் இஸ்லமியர்களிடையே அவரின் செல்வாக்கு பாதிக்கப் பட்டது. வானொலிப் பெட்டியில் ஒலித்த அவரின் பேச்சில் கலந்திருந்த சமஸ்கிருதச் சொற்கள் முஸ்லிம்களிடையே அவரைக் குறித்த எதிர்மறையான மதிப்பீடுகளை உருவாக்கின. அவர் ஆளுநராக அவர் பதவிக் காலத்தில் பல முஸ்லிம் கல்வி நிறுவனங்களும் கலாச்சார அமைப்புகளும் உதவிகள் செய்து வந்தார். அது அவர்களுக்குத் தெரியவில்லை.

ஓர் ஆளுநர், அமைச்சர்கள் அல்லது சட்டசபை உறுப்பினர்கள் ஆகியோருடனான முரண்பாடுகளை வெளியில் சொல்லாமல் விழுங்கிவிடவேண்டும். இங்கே அவரின் நிலை, நீட்டும் கோப்புகளில் கையெழுத்திடுவது மட்டும்தான். இன்றேல் பதவி விலகிச் சென்றுவிடவேண்டும். ஜாகிர் ஹுசைன் ஒரு நெருக்கடியான சூழ்நிலை வந்தபோது பதவியை விட்டு விலகிவிடுவேன் என்று எச்சரிக்கை விடுத்தார். பீகார் அமைச்சர்கள் இவருக்காக விட்டுக் கொடுத்தார்கள்.

மாநிலத்திலுள்ள பல்கலைக்கழகங்களை அவர்களுடைய அரசின் செயல் திறன் அற்ற துறைகள் போல் தகுதிக் குறைவு செய்யும் தீர்மானம் அது. ஜாகிர் ஹுசைனின் வற்புறுத்தலால் அந்தத் தீர்மானம் கணிசமாக மாற்றப்பட்டது. இந்த ஒரு நேரத்தைத் தவிர பெரும்பாலான தருணங்களில் அவர் அமைச்சரவையின் பரிந்துரையை ஏற்று ஒப்புதல் வழங்கத் தயங்கியதில்லை. ஏனெனில் அவர் அரசியல் அமைப்புச் சட்ட வழிகாட்டுதல்களை மீறக்கூடாது என்ற எண்ணம் கொண்டவர். கண்ணியத்துடனும் புத்திசாலித் தனத்துடனும் இதமாக உதவிகள் செய்வதில் மனத்திருப்தி அடைந்தார்

•

ஆசாத் – 1958-ல் காலமானார். அப்போது ஆசாத்தின் இடத்துக்கு – கல்வி அமைச்சர் பொறுப்புக்கு ஜாகிர் ஹுசைனை நியமிக்கப் போவதாகச் செய்திகள் கசிந்தன. அந்த வேளையில் நேரு ஜாகிர் ஹுசைனுடன் பேசினார். ஆனால், அந்தச் சந்திப்பில் நேரு அவரை

அமைச்சரவையில் சேருவதற்கு அழைப்பு எதுவும் விடுக்கவில்லை. எனினும் 1962-ல் நேரு இவருடைய பெயரைத் துணை ஜனாதிபதி பதவிக்குப் பரிந்துரைத்தார். சர்வபள்ளி ராதாகிருஷ்ணன் வகித்த அந்தப் பதவியை விட்டு, ஜனாதிபதியானதால் அந்த ஆண்டு மே மாதம் ஜாகிர் ஹுசைன் துணை ஜனாதிபதியாகப் பதவி ஏற்றார்.

ஒரு துணை ஜனாதிபதியுடைய பணிகள் என்னென்ன? அது நான்கு வகைப்பட்டவை. மாநிலங்களவை கூடுகிறபோதெல்லாம் அந்த அவைக்குத் தலைமை தாங்குவது. வெளிநாட்டு ஆட்சியாளர்களை வரவேற்பது. வெளிநாட்டு அரசுகளால் வரவேற்கப்படுவது. மேலும், அரசாங்க விழாக்கள் மற்றும் தேசிய நிகழ்ச்சிகளிலும் தலைமை ஏற்றுச் சிறப்பிப்பது; அதைப் போன்று பல தரப்பிலிருந்தும் அவரைச் சந்திக்கின்றவர்களிடம் பரிவோடும் கனிவோடும் அவர்களை உற்சாகப்படுத்தும் வகையிலும் பேசுவது.

இன்றைக்கு ஜாகிர் வகிக்கிற பதவியை அளித்தவர் நேருதான் என்பதை அவர் ஒருபோதும் மறந்தது கிடையாது. ஆனால், மாநிலங்களவையில் தலைவர் பதவியைத் தாங்கிய வேளை, அவர் நடுநிலையான தலைவராகவே விளங்கினார். நாடாளுமன்ற எதிர்க்கட்சி உறுப்பினர்களுக்குத் தாராளமாக நேரம் ஒதுக்குவார். தனிப்பட்ட உரையாடலின்போது காங்கிரஸ் கட்சியின் எம்.பிக்களை விட எதிர்க்கட்சி எம்.பி.க்களுக்குக் கூடுதல் பாராட்டுரை வழங்கியிருக்கிறார். அவரின் வாழ்க்கையில் அவர் முதல் முறையாகக் கற்றுக்கொண்ட விஷயம்: மேஜைகளைத் தட்டி, குரல் உயர்த்தி உறுப்பினர்களை அமைதியாக இருக்கச் செய்வது.

வெளிநாட்டுப் பயணங்களும் மேற்கொண்டார். உள்நாட்டிலோ வெளி நாட்டிலோ அவரைச் சந்திக்கின்ற வெளிநாட்டுத் தலைவர்கள் அந்த நாட்டை மனமாரப் பாராடுவதையும் அந்த நாடுகள் பற்றிய விஷயங்களை தெரிந்துகொள்வதில் ஆர்வத்துடனும் இவர் இருப்பதையும் பார்த்து ஆச்சரியப்படுவார்கள். பொதுவாக இப்படியான சந்திப்புகளில் சர்வதேச மரபுகளுக்கு ஏற்ப சம்பிரதாயமாகப் பேசுவதுதான் வழக்கம்.

பொதுவாக வெளியுறவுத் துறையினர்தான் ஜாகிர் ஹுசைன் பயணத் திட்டங்களையும் அதுபோன்ற வெளிநாடுகளிலிருந்து வருகை புரிகின்ற அரசாங்கத் தலைவர்களை வரவேற்கிற நிகழ்ச்சிகளையும் ஏற்பாடு செய்வது வழக்கம். அவருடைய வெளிநாட்டுப் பயணங்களையோ வெளி நாட்டினருடனான சந்திப்புகளையோ ஏற்பாடு செய்யும் வெளியுறவுத்துறையின் மூலமாக மட்டும் அல்லாமல் தன் விருப்பத்துடனும் இதையெல்லாம் செய்தார்.

அவர் வெளிநாட்டுப் பயணங்களில் பேச வேண்டிய பொது உரையைப் பொதுவாக அமைச்சரவைதான் தயார் செய்து இவருக்கு அனுப்பி வைக்கும். அவ்வாறு தயாரிக்கப்பட்ட உரைகள் குறுகிய நாட்டுப் பற்றுடன், நம் எதிர்பார்ப்பை நாமே தோற்கடிப்பதுபோல் அமைந்திருக்கும். மேலும் உலக அமைதி, பண்பாடு, நீதி இவற்றில் நம் தேசத்தின் பங்களிப்பைப் பெரிதுபடுத்திச் சொல்லியிருக்கும். அதே வேளை விருந்தோம்பும் நாட்டின் பங்குகள் குறைத்துக் காட்டப்பட்டிருக்கும். ஜாகிர் ஹுசைன் இதுபோன்ற வேளையில் அவர்கள் தரும் உரையை மேம்படுத்தி, சேர்க்கப்பட வேண்டிய பகுதியைச் சேர்த்து, நீக்கப்பட வேண்டிய பகுதிகளை நீக்கிக் கொள்வார். இரு நாடுகளின் பங்குகளை இடம்பெறச் செய்வார். அது நியாயமான அணுமுறையாக மட்டுமில்லாமல் இரு நாடுகளிடையே உறவு வலுப்படவும் வழி வகுத்தது.

துணை ஜனாதிபதி பதவியாக இருந்த காரணத்தால் ஜாகிர் ஹுசைனுக்கு ஏராளமான விழா அழைப்புகள் வந்து குவிந்தன. அவர் பண்பானவர் என்பதால் பெரும்பாலானவற்றை ஏற்றுக் கொள்ளவும் செய்தார். அவரின் கவர்ந்திழுக்கும் ஆற்றல் காரணமாக எல்லாராலும் விரும்பப்பட்டார். ‘எப்போதும் சிரித்தமுகமாகவே இருக்கவேண்டியிருப்பதால் சிரிப்பும் முகத்தின் ஓர் அங்கமாகி விட்டது. தாடைகளில் இறுக்கம் ஏற்பட்டு வலி வருகிறது’[66] என்று முஜீப்பிடம் ஒரு முறை வேடிக்கையாகக் கூறியிருக்கிறார்.

அதற்காக அவர் ஓர் இயந்திரமாக மாறிவிட்டார் என்றும் பொருள் அல்ல. எழுத்தாளர்கள், ஓவியர்கள், இசைக் கலைஞர்கள், தாவரவியல் வல்லுநர்கள், இளைஞர்கள், இளமையாக இருக்க விரும்பும் பெண்கள் என யாருடன் சந்திப்பு நிகழ்கிறதோ அவர்களை ஊக்கப்படுத்தவும் புத்தெழுச்சி ஊட்டவும் தன்னை அத்தகைய நிலையில் வைத்துக்கொண்டார்.

அவர் போகும் ஊர் ஏற்கெனவே சென்றிருந்த ஊராகவும் தெரிந்தவர்கள் பழகியவர்கள் அங்கே இருக்கிறார்கள் என்று தெரிந்தால் அவர்களுக்கு அழைப்பு விடுத்தோ அவர்கள் குறித்த விபரம் கேட்டோ அவர்களுடன் தொடர்பு ஏற்படுத்திக்கொள்ள விழைவார். அவ்வாறு அவருக்குத் தெரிந்த அந்த நபர் மிகவும் எளிய மனிதராக, அடித்தளத்தில் வாழும் ஒருவராக, ஒரு கடைநிலை ஊழியர், குதிரை வண்டி ஓட்டுநராக இருப்பார். அவர்கள் துணை ஜனாதிபதி முன்னால் தாமாக வந்து வாழ்த்தி வரவேற்கத் தயங்கிக் கொண்டு கூட்டத்தில் பின்னால் நிற்பார்கள். இவர் அவர்களைப் பார்த்தவுடன் அருகில் அழைத்து அவர்களுடன் கைகுலுக்கி, தழுவிக்

கொள்வார். அவரைச் சந்திப்பவர்கள், உங்களுக்கு நான் என்ன உதவி செய்ய என்று கேட்பார்கள். உங்கள் மனதில் இப்போது என்ன நினைக்கிறீர்கள் என்று கேட்பார்கள். இது குறித்து அவர் முஜீப்பிடம் கூறும் போது 'மனிதர்களின் மீது நம்பிக்கையை இழக்காமல் இருக்க இவையே உதவுகின்றன' என்றார்.

ஆட்சி அதிகாரம், மக்கள் செல்வாக்கு இரண்டிலும் அவரால் நேருவை எட்டிப் பிடிக்க முடியவில்லை. ஆனால் அரசு நிர்வாக முறைப்படி அவர் வகிக்கின்ற துணை ஜனாதிபதி பதவி என்பது நாட்டின் பிரதம மந்திரி பதவிக்கு மேலே இருப்பது. தோற்றத்திலுங்கூட ஜாகிர் ஹுசைன் நேருவைக் காட்டிலும் உயரமானவர். இதனால் சில நேரங்களில் ஜாகிர் ஹுசைன் நேருவுடன் கலந்துகொள்கிற நிகழ்ச்சிகளில் சற்று அசௌகரியமாக உணர்வார். அப்பொழுதெல்லாம் ஜாகிர், தன்னை அண்ணன் மீது மதிப்பு கொண்ட இளைய தம்பி போல் நடந்துகொண்டு ஒருவாறு சமாதானம் செய்துகொள்வார். ஜாகிர் ஹுசைன் துணை ஜனாதிபதியான இரண்டாண்டுகளில் நேரு மறைந்தார். நேருவைக் குறித்த நெஞ்சார்ந்த பாசம் அவரிடம் அப்போது பீறிட்டு வெளிப்பட்டது. ஜாகிர் ஹுசைன் நேருவைக் குறித்துப் பேசி, அவரின் இழப்பை எடுத்துரைத்தது எல்லோர் நெஞ்சையும் தொடுவதாக அமைந்தது.

அடுத்த ஆண்டிலேயே இந்தியாவும் பாகிஸ்தானும் மோதிக் கொண்டன. அண்டை நாடு பகை நாடாகும்போது இந்தியாவில் வாழ்ந்து வருகிற முஸ்லிம் குடிமக்களின் மனதில் பல எண்ணங்கள் உருவாகும். அவர்களின் நாட்டுப்பற்று கேள்விக்குள்ளாக்கப்படுமா? இந்தியாவில் வாழ்ந்து வருகிற இந்து-முஸ்லிம்களின் உறவு இதனால் பாதிக்கப்படுமா? என்றெல்லாம் எண்ணங்கள் எழும். ஜாகிர் ஹுசைனைப் பொறுத்தவரை அவருக்கு வேறொரு அக்கறைக்குரிய விஷயமும் உண்டு. அவரின் சகோதரர் டாக்டர் யூசுப் ஹுசைன் பாகிஸ்தானில் பேராசிரியராகப் பணியாற்றிக் கொண்டிருந்தார்.

1965-ல் இந்தியா-பாகிஸ்தான் போருக்குச் சற்று முன்னதாக, பாகிஸ்தான் அதிபர் அயூப்கானின் ஆலோசகராக இருந்த சுல்ஃபிகார் அலி பூட்டோ புது டில்லிக்கு வருகை புரிந்தார். 'பன்னாட்டு மையம்' இடத்தில் சந்திப்புக்கும் விருந்துக்கும் ஏற்பாடாகி இருந்தது. அந்த விருந்தோம்பல் நிகழ்வில் ஜாகிர் ஹுசைன் நடு மையமாக வீற்றிருந்தார். அவருக்கு வலது புறம் பூட்டோ இருந்தார். பூட்டோ ஜாகிர் ஹுசைனை முற்றிலும் புறக்கணித்துப் பாராமுகம்

இந்திய முஸ்லிம் தலைவர்கள் | 569

காட்டியவராக, ஜாகிர் ஹுசைனைத் தாண்டி இடதுபுறத்தில் உட்கார்ந்திருந்த ஒரு ஐ.சி.எஸ். அதிகாரியுடன் பேசினார். ஜாகிர் ஹுசைன் அந்த விருந்து முடியும்வரை இரு பக்கமும் திரும்பாதிருந்து, எவ்வித உணர்ச்சியும் முகத்தில் காட்டாமல் இருந்தார்.[67]

•

1965 போருக்குப் பின்னர் தாஷ்கண்ட் ஒப்பந்தம் ஏற்பட்டது. ஒப்பந்தம் கையெழுத்தான மறுநாள் காலை பிரதமர் லால்பகதூர் சாஸ்திரி சோவியத் நாட்டிலேயே இறந்து போனார். ஜாகிர் ஹுசைன் ஜனாதிபதி ராதாகிருஷ்ணனுடன் சேர்ந்து நின்று சாஸ்திரியின் உடலைப் பெற்றுக்கொண்டார். நாட்டின் புதிய தலைமைக்கு நேருவின் மகளை காங்கிரஸ் தலைவர்கள் சேர்ந்து தேர்ந்தெடுத்ததை அக்கறையுடன் பார்த்தார்.

அடுத்த ஓராண்டிலே மீண்டும் காங்கிரஸ் ஆட்சியைப் பிடித்தது. ஆனாலும்கூட பெரும்பான்மை பலத்தைக் கணிசமாக இழந்திருந்தது. சில முக்கிய மாநிலங்களில் அது எதிர்க் கட்சிகளிடம் தன் தொகுதிகளை இழந்திருந்தது. இந்நிலையில் காங்கிரஸ் கட்சியின் நாடாளுமன்ற உறுப்பினர்கள் நாட்டின் அடுத்த ஜனாதிபதியைத் தேர்ந்தெடுக்க வேண்டிய நேரம் வந்துவிட்டது. ராதாகிருஷ்ணனின் பதவிக் காலம் நிறைவு பெறுவதால் அவர் அத்துடன் விடைபெற்று விலகிச் செல்லவே விரும்பினார். அவருக்குப் பின்னர் ஜனாதிபதி பதவிக்கு ஜாகிர் ஹுசைன்தான் வர வேண்டும். அவர் துணை ஜனாதிபதியாக இருந்த காலத்தில் அவருடைய பணிகள் யாராலும் குற்றம் சொல்ல முடியாதபடி இருந்தன. ராஷ்டிரபதி பவனுக்கு அவரைக் கொண்டு செல்ல வைக்கும் பதவி ஏற்றம் – ஐந்து ஆண்டுகளுக்கு முன்னர் எவ்விதம் இயல்பாக ராதாகிருஷ்ணன் துணை ஜனாதிபதி இடத்திலிருந்து ஜனாதிபதி பதவிக்கு உயர்த்தப்பட்டாரோ – அதேபோன்று இவரையும் ஏற்றிச் செல்ல தருணம் காத்திருந்தது. இதற்கும் மேலாக, ஜாகிர் ஹுசைன் மாத்திரமுமே காங்கிரஸாலும் எதிர்க்கட்சிகளாலும் ஒப்புக்கொள்ளப்பட்டவராகத் தெரிந்தார். எதிர்க்கட்சிகளின் செல்வாக்கும் பலமும் அதிகரித்துவரும் நிலையில் அவர்களின் ஆதரவும் இருப்பது மிகவும் அவசியம்.

ஆயினும் தமிழகத்தைச் சேர்ந்த காமராஜரின் தலைமையில் சில காங்கிரஸ் தலைவர்கள் ராதாகிருஷ்ணனிடம் சென்று அவரையே இரண்டாவது முறையும் பதவியில் நீடிக்க வற்புறுத்தினார்கள்.

நாட்டின் பல பகுதிகளைச் சேர்ந்த அந்தத் தலைவர்கள் பிரதமர் இந்திராவைக் கொஞ்சம் கட்டுப்படுத்த நினைத்தார்கள். காரணம் இந்திரா காந்தி ஆட்சிக்கு வந்த பின்னர், அவர்கள் எதிர்பார்த்ததைவிடக் கூடுதல் சுதந்தரத்துடன் செயல்படத் தொடங்கியிருந்தார். ராதாகிருஷ்ணனைவிட ஜாகிர் ஹுசைன் இந்திரா காந்திக்கு அதிக ஆதரவாகச் செயல்படுவார் என்று அவர்கள் நினைத்தனர். ஆகவே முன்பு ஜனாதிபதி, துணை ஜனாதிபதியாக இருந்த இருவரையுமே மீண்டும் அதே பதவிகளுக்குத் தேர்ந்தெடுக்கத் திட்டமிட்டார்கள். நாளிதழ்களில் ராதாகிருஷ்ணன் மறுமுறையும் ஜனாதிபதி பதவிக்கு நிற்பதற்கு ஒப்புக்கொண்டு விட்டார் என்ற செய்தி பரவியது. உண்மையோ பொய்யோ மறுப்புகள் எதுவும் வெளியாகவில்லை.

இப்போது ஜாகிர் ஹுசைன் சாமர்த்தியமாக ஒரு காரியம் செய்தார். அது அவரின் தன்மானத்தைக் காட்டக்கூடியதாகவும் வெளிப்பட்டது. அவர் பத்திரிகையாளர்களைச் சந்தித்தார். அவர்களுக்கு அளித்த நேர்காணலில், இரண்டாவதுமுறையும் துணை ஜனாதிபதியாகத் தொடர்வதற்கு எந்தச் சூழ்நிலையிலும் அவருக்கு உடன்பாடில்லை என்று வெளிப்படையாகப் பேசி விட்டார். இது ஜாகிர் ஹுசைனின் நிலையை மேலும் பலப்படுத்தியது. இந்திரா காந்தி இதையே ஒரு துருப்புச் சீட்டாக எடுத்துக்கொண்டு ஜாகிர் ஹுசைனை ஜனாதிபதியாக்க முடிவெடுத்தார். அது மட்டுமின்றி காங்கிரஸ், ஜாகிர் ஹுசைனை வஞ்சிக்கிறது என்று எதிர்க்கட்சிகள் குற்றம் சாட்ட இடம் இல்லாமல் போனது.

காமராசரும் அவரின் கூட்டாளிகளும் இந்திரா காந்தியின் விருப்பத்துக்குப் பணிந்தார்கள். அவர்கள் இராதாகிருஷ்ணனுக்கான ஆதரவு நிலையைத் திரும்பப் பெற்றார்கள். இதன் பிறகே, ஏப்ரல் 9-ல் இராதாகிருஷ்ணன் பதவியிலிருந்து ஓய்வு பெறப்போவதை அறிவித்தார்.

ஏப்ரல் 10ம் நாள் காங்கிரஸ் கட்சி அதிகாரபூர்வமாக ஜாகிர் ஹுசைனை ஜனாதிபதி வேட்பாளராக அறிவித்தது. காங்கிரஸ் கட்சியும் இந்திரா காந்தியும் இயல்பாகவே ஜாகிர் ஹுசைனை ஜனாதிபதியாக்க முன்வந்திருந்தால் எதிர்கட்சிகள் நிச்சயம் ஆதரித்திருக்கும். ஆனால், காங்கிரஸ் கட்சியும் அதன் தலைவர்களும் நடந்துகொண்ட போக்கினால் எதிர்க்கட்சிகள் அவர்களின் எதிர்ப்பைக் காட்டுவதற்காகப் போட்டி வேட்பாளரை நிறுத்தவேண்டிய கட்டாயத்துக்குத் தள்ளப்பட்டன. உச்ச நீதிமன்றத்தின் தலைமை நீதிபதியாக வெகு அண்மையில் ஓய்வு பெற இருந்த கே. சுப்பாராவை எதிர்க்கட்சிகள் ஜனாதிபதி வேட்பாளராக நிறுத்தின.

ஜாகிர் ஹுசைனின் வெற்றி வாய்ப்பில் குறை ஒன்றுமில்லை. காங்கிரஸுக்குக் குறைந்த அளவில் என்றாலும் உறுதியான பெரும்பான்மை இருந்தது. தேர்தல் நிலைக் குழுவில் நாடாளுமன்ற இரு அவைகளின் உறுப்பினர்களும், மாநிலங்களின் சட்டமன்ற உறுப்பினர்களும் அடங்குவர். நாடாளுமன்ற இரு அவை உறுப்பினர்களின் 'வாக்கு மதிப்பு' அதிகம். ஆனால், சில 'டஜன்' எண்ணிக்கையில் உள்ள காங்கிரஸ் சட்டசபை உறுப்பினர்கள் – எதிர்க்கட்சி வேட்பாளர் சுப்பாராவுக்கு வாக்களித்தால் அது ஜாகிர் ஹுசைனின் வெற்றி வாய்ப்பைப் பறித்துவிடும். ஜாகிர் ஹுசைன் முஸ்லிம் என்பதால் சில காங்கிரஸ்காரர்கள் அவருக்கு வாக்களிக்க மாட்டார்கள் என்று ஜாகீரின் உறவினர்கள், நண்பர்கள் வட்டத்தில் ஒரு சிலருக்கு அச்சம் ஏற்பட்டது.

ஜாகிர் ஹுசைன் காங்கிரஸ் கட்சியின் சார்பாக ஜனாதிபதி வேட்பாளராக நியமனம் செய்யப்பட்டார். முன்னரே தீர்மானமான நிகழ்ச்சிகளுக்கு ஏற்ப, அவர் அமெரிக்காவுக்குப் பயணம் புறப்பட்டார். தேர்தலுக்கு மூன்று நாட்கள் முன்னர்தான் அவர் நாடு திரும்பினார். கட்சி தாண்டி சிலர் மாற்றி ஓட்டுப் போட்டிருந்தார்கள். ஆனாலும், அது சமன் செய்யப்பட்டுவிட்டது. ஜாகிர் வென்று விட்டார். காங்கிரஸ்காரர்களில் சிலர் அவருக்கு ஓட்டுப் போட வில்லைதான். அதற்குக் காரணம் அவர் ஒரு முஸ்லிம் என்பது அல்ல. ஆனால், எதிர்கட்சி சட்டசபை உறுப்பினர்கள் பெரும்பான்மை எண்ணிக்கையில் பலரும் அவருக்கு ஓட்டுப் போட்டார்கள். அதற்குக் காரணம் இவர் ஜாகிர் ஹுசைன் என்பதால்தான்.

அவரின் வெற்றி 4:3 என்ற விகிதத்தில் இருந்தது. மே 13, 1967ல் அவர் ஜனாதிபதியாகப் பதவி ஏற்றார். மௌலானா ஆசாத் சாலையில் உள்ள துணை ஜனாதிபதி மாளிகையில் அவரின் அன்பு நண்பர்கள், ஆர்வலர்கள் எல்லோரும் குதூகலத்தோடு ஒன்று கூடினார்கள். வாழ்க்கையில் அவர் தொட்ட உச்சத்துக்கு அவர்கள் வாழ்த்து தெரிவித்தார்கள். அந்த மகிழ்ச்சியில் ஷாஜாகான் பேகத்தின் முகத்தில் வெட்கச் சிரிப்பு. அவர் அவர்கள் எல்லோருக்கும் இனிப்பு பர்பி பரிமாறினார்.

•

மறுநாள் காலை ஏழு மணிக்கெல்லாம் ஜாகிர் ஹுசைன் 'ராஜ்காட்' சென்றார். அதைக் குறித்து அவரின் சொற்களிலேயே கேட்போம்:

'எந்த மனிதர் என் நாட்டு மக்களுக்காகத் தொண்டூழியம் புரிய என்னை அர்ப்பணிக்க எனக்குப் பாதை காட்டினாரோ, அவருக்கு என்னை மறு காணிக்கையாக்க வந்திருக்கின்றேன்.'[68] காந்தியின்

‘ராமராஜ்யம்’ என்பது அடித்தட்டு மக்களை மேலே கொண்டு வருகின்ற பணி’ என்றார். மேலும் அவர், ‘என் நாட்டின் ஒட்டுமொத்தமான கலாச்சாரத்தன்மையை மதிப்பது’ என்று அவர் உறுதிப்பாடு கொண்டதாகக் கூறினார்.[69] அதை அவர் தேர்தலுக்குப் பின்னால், பதவி ஏற்பதற்கு முன்னர் செயலில் காட்டினார். ஆம். அவர் இந்துச் சமயத்தைச் சேர்ந்த சிருங்கேரி சங்கராச்சாரியார் (அப்போது தில்லியில் இருந்தார்), சமண சமயத்தின் தலைமைக் குரு முனிவர் ஷீஷில் குமார் ஆகியோரைச் சந்தித்து ஆசி பெற்றார்.

இவரின் இதுபோன்ற நடவடிக்கைகள் க்வாமுக்கு நெருடலாக இருந்தது. அவர்கள், ‘ஹிந்துக்களிடமிருந்து ஆதாயம் பெறுவதற்காக ஜாகிர் ஹுசைன் தன் சமய நம்பிக்கையில் நீர்த்துப்போய் விட்டார்’ என்று முணுமுணுத்தார்கள். ராமராஜ்யம் என்பது ஓர் இந்து வாக்கியமில்லையா? முஸ்லிம் ஒருவர் இந்து அல்லது சமணர் ஒருவரின் ஆசியைப் பெறலாமா? என்று விமர்சனங்கள் எழுந்தன. காந்தி உருவகித்த ராமராஜ்யம் என்பது அன்பு நிறைந்த சமூகத்தையே குறிக்கிறது என்று ஜாகிர் ஹுசைன் கொடுத்த விளக்கத்தை அவர்கள் பொருட்படுத்தப்படவில்லை. கருத்துச் சாடல்கள், கண்டனங்கள் தொடர்ந்தன. அது அவருக்கு வலியை ஏற்படுத்தியது. ‘இப்போது மக்கள் தங்கள் நாக்குகளை அடுத்தவரைப் புண்படுத்தமட்டுமே பயன்படுத்துகிறார்கள்’ என்று அவர் முஜீப்பிடம் கூறினார். முஸ்லிம் ஒருவரிடமிருந்து வந்த கடிதமே ஜாகிர் ஹுசைனை அவ்வளவுக்கு காயப்படுத்தியிருந்தது என்பதை முஜீப் புரிந்துகொண்டிருந்தார். ஜனாதிபதி அப்போது கவிஞர் காலிபின் கவிதையை எடுத்துக் காட்டினார்.

> ‘நான் உண்மையை உரைத்தால் அறியாமையில் இருப்பவர்கள்
> அவரின் நாவுகளைச் சாட்டையாக்கி என்னை அடிக்கிறார்கள்....
> கடவுளே, நீதிமான்கள் தூக்குமேடைகளில் இருந்தும்
> தூக்குக் கயிறுகளிலிருந்தும் விலகிப் போய்விட்டார்களா’[70]

ஜாகிர் ஹுசைன் இந்துக்களிடையே நன் மதிப்பைப் பெற மலினமான யுக்திகளைப் பின்பற்றும் அளவுக்கு தரம் தாழ்ந்தவர் அல்ல. இந்தியாவின் தலையாய ஆட்சிபீடத்தில் வீற்றிருக்கிற அவருக்கு இவை எந்தவிதத்திலும் தேவையற்றது (உண்மையில் பிரதமர் பதவியே நிர்வாகரீதியில் தலையாய அதிகாரம் கொண்டது; ஆனால், ஜாகிர் ஹுசைனின் உடல்நிலையும் மனோபாவங்களும் அவரை இந்தத் திசையில் செலுத்தியிருக்கவில்லை). அவர் மனதில் இருந்ததையே சொன்னார். செய்தார். ஓர் முஸ்லிமாக அல்ல; இந்தியராகவே அவர் ஜனாதிபதி பதவியை வகிக்கிறார் என்று

இந்தியாவில் இருந்த இந்துக்களுக்கும் முஸ்லிம்களுக்கும் எடுத்துக்காட்ட விரும்பினார். ஒட்டுமொத்த இந்திய பண்பாட்டுக் கலவையை மதிக்கவும், அப்படி மதிப்பவராக உலகம் தன்னை அடையாளப்படுத்தவுமே விரும்பினார்.

முஜீப்புடைய கண்ணோட்டத்தில் இதில் இன்னொரு உண்மையும் இருக்கிறது. தங்களுடைய கலாச்சார அடையாளத்தை உறுதியாக நிலைநிறுத்திக்கொள்ளவேண்டுமென்று விரும்பும் முஸ்லிம்கள் பொதுவாக இதற்கு இணையான, இந்துக்களின் உரிமைகளைப் பொருட்படுத்துவதில்லை. ஹிந்துக்களின் மனோபாவத்துக்கு எதிர்வினையாகக்கூட இவை இருக்கலாம். இருந்தும் இவை பெருந்தன்மையற்ற மனநிலை; இறுகிய இதயத்தின் வெளிப்பாடு என்று ஜாகிர் கருதினார். எண்ணற்ற இந்துக்கள் அவருடைய இஸ்லாமியத்தன்மையை மதிக்கின்றார்கள் என்பதை அவர் அறிந்திருந்தார். அதேபோன்ற முஸ்லிம்களும் இந்துக்களை மதிக்க வேண்டும்; அவர்களுடைய பண்பாடுகளைப் பாராட்ட வேண்டும் என்பதே இவருடைய கருத்து. ஜாகிர் ஹுசைனைப் பொறுத்த வரையில் முஸ்லிம்கள் அப்படி நடந்துகொள்வதில்லை. அல்லது அது போதுமான அளவுக்கு இருப்பதில்லை.

1920-ல் அலிகரில் காந்தியை, மரியாதைக்குறைவாகப் பேசியது அவர் மனதில் இருந்தது. முஜீப்புடைய கருத்துப்படி ஜாகிர் ஹுசைன் அவர் சார்ந்துள்ள முஸ்லிம் சமுதாயம் கோபமுறும் படியான செயல்களைச் செய்ததன் பின்னால், முஸ்லிம் சமூகத்தில் இருந்த குறைகளைப் போக்குவதற்கான பிராயச்சித்த நோக்கமே இருந்தது. இந்துக்களின் தவறுகளுக்குப் பிராயச்சித்தமாக காந்தி உண்ணா நோன்பு மேற்கொண்டார். க்வாமின் குறுகிய மனப்போக்குகளால் உள்ளம் நொந்துபோன ஜாகிர், எல்லைகளைத் தாண்டிச் சென்று இந்து கலாச்சாரத்துக்கு மரியாதை அளித்தார்

ஜாகிர் ஹுசைன் எதற்காக இவர்களின் குறுகிய உளப்பாங்கை எதிர்த்து நேரடியாகப் பேசவில்லை? அதற்கு அவரின் கண்ணியமான பண்பு இடம் கொடுக்கவில்லை. நயத்தகு நாகரிகப் பண்பு பல வேளைகளில் சரியானதாக இருக்காது. வெளிப்படையாகவே அவர் முஸ்லிம்களிடத்தில், இந்துக் கலாச்சார அடையாளங்களுக்கு மதிப்புகொடுப்பது அவசியம் என்று சொல்லியிருக்கலாம். அப்படிச் சொல்லி இருந்தால் அது அவரைச் சார்ந்த க்வாமுக்குப் பெரும் நன்மை செய்திருக்கும். இவரின் செயல்பாடுகளைவிட அது குறைவான காயத்தையே அவர்கள் மனதில் ஏற்படுத்தியிருக்கும்.

பாட்டியாலாவில் உள்ள பஞ்சாப் பல்கலைக்கழகத்தில் ‘குரு கோவிந்த் சிங் பவன்’ கட்டடத்துக்கு அவர் 1967 இறுதியில் அடிக்கல் நாட்டினார். அந்த நிகழ்ச்சியில் அவர் ஆற்ற வேண்டிய உரையை எழுத முயன்றபோது குரு கோவிந்த சிங் முஸ்லிம் ஒருவரால் கொல்லப்பட்டார் என்பதையும், பின்னர் அங்கு ஆட்சி நடத்திய முஸ்லிம் ஆட்சியாளரின் கட்டளைப்படி, குரு கோவிந்த் சிங்கின் தந்தையாரையும், அவரின் மைந்தர்களையும் மரண தண்டனை நிறைவேற்றியதையும் அவர் நினைவுகூர்ந்தார். தன் அருமை மகள் ரைஹானாவையும் தன்னுடைய சகோதரர்களையும் சின்னஞ்சிறுப் பருவத்திலேயே பறிகொடுத்ததையும் ஜாகிர் வலியோடு நினைத்துப் பார்த்திருக்கக்கூடும்.

சீக்கியர்களுக்கும் முஸ்லிம்களுக்கும் நடைபெற்ற நீண்ட துயர் மிக்க வன்முறை நிகழச்சிகளை நினைவுகூர்ந்தார். 1947-ல் (விடுதலைக்குப் பின்னர்) ஒரு சீக்கிய அதிகாரி தன் உயிரைக் காப்பாற்றியதை உருக்கமாக நினைவுகூர்ந்தார். அவர் எழுதிக் கொண்டிருந்த உரையின் தாள்களை அவரின் கண்ணீர்த் துளிகள் ஈரமாக்கின. அதை சபையில் வாசிக்கும்போது திடமாக இருக்கவேண்டும் என்று மனதுக்குள் உறுதி எடுத்திருந்தார். ஆனால், முடியவில்லை. அவற்றை மேடையில் படித்தபோது அவருடைய கண்கள் அழுதன; அங்கு பார்வையாளர்களாய் அமர்ந்திருந்த சீக்கியர்களின் கண்களும் நனைந்தன.

ஜாகிர் ஹுசைன் பேசினார்:

> ‘குரு கோவிந்த் சிங்கின் முழு வாழ்வும் தியாகம், கடுமையான உழைப்பு, ராணுவத்திறமை, ஈடு இணையற்ற வீரம், அஞ்சாமை, அளவற்ற கருணை, ஆழம் காண முடியாத அன்புப் பெருக்கு என பல விஷயங்களின் அடையாளமாகத் திகழ்கிறது. இவருடைய வாழ்க்கையின் துன்ப நிகழ்வுகள் நெஞ்சைக் கலக்குகின்றன. அதுபோன்று அவர் அடைந்த வெற்றிகள் நெஞ்சில் நம்பிக்கையை ஏற்படுத்துகின்றன. யாரேனும் விவரம் அறியாத மனிதர்கள் – கடும் துன்பங்களைக் கடக்காமல் சாதனை அல்லது வெற்றியை எளிதாக அடைந்துவிடலாம் என்று நினைக்கலாம். சொல்லவொண்ணா துயரங்களை, நெருப்புப் பாதைகளைக் கடந்து வந்தவர்தான் இவர். அதனால்தான் இவரின் வாழ்க்கை தெய்விகமாக, அழகியதாக, புதுமையானதாக, உன்னதமான வாழ்க்கையாகப் போற்றப்படுகிறது. இப்படி ஓர் நிலையை, தகுதியை யாராலும் எளிதாக சாதாரணமாக எட்டிவிட முடியாது.
>
> இந்தத் தெய்விக மாமனிதர் கடவுளின் சன்னதிக்கு எதைத்தான் உவந்தளிக்க முன்வரவில்லை. அவருடைய அருமைத் தந்தையை

அவரின் கண்களுக்கு ஒளியாக விளங்கிய அருமைப் பிள்ளைகளை அல்லவா இழப்பதற்கு உடன்பட்டார். தன்னுடைய சொந்தப் பிள்ளைகளை விட மிகவும் நேசித்த தீரமிக்க தன்னுடைய தோழர்கள் என அனைத்தையும் அனைவரையும் அர்ப்பணித்தார்.' [71]

நம் நாட்டில் மூலைமுடுக்குகளுக்கெல்லாம் ஜாகிர் பயணங்கள் மேற்கொண்டுள்ளார். துரதேசங்களுக்குப் பயணம் செய்திருக்கிறார். கண்ணியமான பேச்சு, பொறுமையும் அமைதியுமாக எதையும் தொடங்கி வைப்பது, கனிவோடும் பரிவோடும் பழகுவது, நடப்பவற்றை வெகு கூர்மையாக, துல்லியமாகக் கவனிப்பது என்பவையெல்லாம் ஜாகிர் ஹுசைனின் தனிப் பண்புகளாகும். ஹங்கேரிக்கும் யூகோசுலாவியாவுக்கும் சென்று வந்த பின்னர் – செய்தியாளர் துர்காதாஸிடம் அவர் சொன்னார்: 'இந்த நாடுகளின் சமூக வாழ்க்கை என்பது மாறிவிட்டது. மாற்றம் என்கிற காற்று வீசிக் கொண்டிருக்கிறது. சோஷலிசத் தீர்வுகள், கோட்பாடுகள் பற்றியெல்லாம் யாரும் இப்போது அங்கு பேசுவதில்லை. ஆனால், நாம் இங்கே முழக்கங்களில் மூழ்கிக் கிடக்கிறோம்.' [72]

சமூக நல்லிணக்கத்தை மக்களிடையே பரப்ப ஜாகிர் பாடுபட்டார். இந்திரா காந்தி அவரோடு கலந்துரையாடுவார். ஆலோசனை கேட்டுக் கொள்வார். அதே போன்று, மொரார்ஜி தேசாயும் மேலும் அமைச் சரவையில் அங்கம் வகிப்பவர்களும் அவருடைய அறிவுரையைக் கேட்கத் தயங்கியதில்லை. ஜாகிர் ஹுசைனின் இறப்புக்குப் பின்னர்தான் இந்திரா காந்தியோடு அவர்களுக்குப் பிணக்கும் பிளவும் ஏற்பட்டது. அவருடைய காலத்தில் இவர்களுக்கிடையே சுய முனைப்பு, பிரிந்து செல்லும் விருப்பம், புண்படுத்தும் நோக்கம், கட்டுப்பாட்டைத் தன் கையில் கொண்டுவரவேண்டும் என்ற விருப்பம் எல்லாம் இருந்ததைப் பார்த்திருந்தார். பிழைகளை அவரால் சரி செய்து விட முடியவில்லை. ஆனால், காங்கிரஸின் பிளவைத் தள்ளிப் போடுவதில் தன் பங்கைச் சிறப்பாகச் செய்தார். சில வேளைகளில் தனக்கென தனி சிந்தனைப் போக்கு கொண்டிருந்த பிரதமரிடம் எதிர்க் கட்சிகளின் கருத்துகளை எடுத்துக் கூறியதும் உண்டு.

அவர் ஜனாதிபதிக்கான அதிகாரங்களை தாராளமாகப் பயன்படுத்தி மரண தண்டனையை ரத்து செய்து, ஆயுள் தண்டனையாக மாற்றினார். ராஷ்டிரபதி பவனில் முன்புமே அழகிய தோட்டங்கள் உண்டு. ஆனாலும், இவருடைய காலத்தில் அது முன்பைக் காட்டிலும் புது எழிலுடனும் மெருகுடனும் பொலிவுற்றது. டெல்லியில் நடைபெற்ற புத்தகக் கண்காட்சி ஒன்றில் அவர் கலந்து கொண்டபோது கண்காட்சி ஏற்பாட்டாளர்களிடம் அவர், 'மக்தபா

ஜாமியா' (ஜாமியாவின் நூல் வெளியீட்டுப் பிரிவு) அங்கே கடை விரித்திருக்கிறார்களா? என்று கேட்டார். ஆம் என்று சொன்னார்கள். அவர் மகிழ்ச்சித் துள்ளலோடு அந்தக் கடைக்குச் சென்றார். அங்கே நூல் வாசிப்பவர்களின் விருப்பத்துக்கேற்ப ஏராளமான எண்ணக்கையில் நூல்கள் பரப்பி வைக்கப்பட்டிருந்தன. அதைப் பார்த்ததும் அவருடைய கண்கள் மீண்டும் ஈரமானது.

அது ஒரு காலை நேரம். மே மாதம் 3ஆம் நாள். 1969 எப்போதும் போல் அவருக்கு நடக்கின்ற மருத்துவச் சோதனைகளுக்காக டாக்டர்கள் வந்திருந்தார்கள். டாக்டர் ஜாகிர் ஹுசைன், அவர்களிடம் தன்னைப் பொறுத்துக்கொள்ளுமாறு கேட்டுக்கொண்டு விட்டுக் குளியலறை சென்றார். நாழிகைகள் கடந்தன. அவர் வெளியே வரவில்லை. அவரின் பணியாளர் இஷாக் (இருபது ஆண்டுகளுக்கு முன்னர் அவருக்கு ஏற்பட்ட மாரடைப்பிலிருந்து அவரைக் கவனித்து வருபவர்) கதவைத் தட்டினார். உள்ளே இருந்து பதில் வரவில்லை. வெண்டிலேட்டர் வழியாகப் பார்த்தபோது, ஜாகிர் ஹுசைன் கதவின் அருகில் விழுந்துகிடந்தார். அவர் இறந்துவிட்டார்.

எப்போதோ, யாரோ ஒருவரின் இறுதிச் சடங்கில் ஜாகிர் ஹுசைனும் முஜீப்பும் கலந்து கொண்டபோது அங்கே நடைபெற்றதைக் கண்டு ஜாகிர் ஹுசைன் முஜீப்பிடம் கூறினார்: 'என்னுடைய இறுதிச் சடங்குகள் இதுபோல் பரிதாபமாக நடைபெற்றால் சும்மா இருக்க மாட்டேன். நானே எழுந்து வந்து திட்டி நொறுக்கிவிடுவேன்'[73] என்றார். அவர் ஒரு நாட்டின் தலைமகனாக, ஜனாதிபதியாக இருக்கும் போதுதான் இறப்போம் என்பது அவருக்கு அப்போது தெரியாது. உலகின் பல நாடுகளின் ஆட்சியாளர்கள் அவருக்கு இறுதி மரியாதை செலுத்த வந்திருந்தார்கள். அரசாங்க மரியாதைகளுடனும் மரபுகளுடனும் அவர் உச்சபட்ச கௌரவத்துடன் அடக்கம் செய்யப்பட்டார். அவர் தோற்றுவித்த ஜாமியாவில் ஒரு பள்ளிக்கூடத்துக்கு கிழக்காக – நூலகத்துக்கு மேற்குப்புறமாக – அங்கிருந்த பள்ளிவாசலுக்கு வடக்குப்புறமாக – அவர் உடல் மண்ணுக்குள் கிடத்தப்பட்டுள்ளது.

☙☜☞❧

அத்தியாயம் 10

நிறைவுரை

இந்த நூலிலே இதுவரை நாம் படித்த இந்த எட்டுபேரின் வாழ்க்கை நமக்கு ஏதாவது சொல்கிறதா? அவர்கள் வாழ்ந்த காலங்கள் வேறு, நாம் வாழும் காலமோ வேறு. 1947, 1972 ஆகிய ஆண்டுகளில் நடந்த பிரிவினை; 1947 ஐ தொடக்கமாகக் கொண்டு நடந்த இடம்பெயர்வு இவற்றினால் இந்தியாவில் இந்துக்கள் முஸ்லிம்களைவிட மிக அதிக எண்ணிக்கையில் இருக்கிறார்கள். அவர்களின் எண்ணிக்கை விகிதம் 15:2 என்ற அளவில் இப்போது இருக்கிறது. வங்காளதேசத்தில் இதேபோன்று முஸ்லிம்கள் இந்துக்களைவிட மக்கட்தொகையில் முந்திக் கொண்டுள்ளார்கள். அதுபோன்று பாகிஸ்தானையும் கணக்கில் எடுத்துக்கொண்டால் அங்கே திட்டவட்டமாக வங்காள தேசத்தைவிட முஸ்லிம்கள் பெருமளவில் அதிகம். இருந்தும் இத்துணைக் கண்டத்தில் மிகச் சிறிய அளவிலான விழுக்காடுகூட இருந்தால்கூட தனி சமுதாயமாகவே அடையாளப் படுத்திவிடும்.

ஒருவேளை இந்து முஸ்லிம் சேர்ந்து வாழமுடியாது என்று நிரூபணமாகி சீர்படுத்த முடியாத நிலையை எட்டிவிட்டால் அப்போது மேலும் பெரும் எண்ணிக்கையிலான மக்கள் சுவர்களால் தனிமைப்படுத்தப்படுவார்கள். அல்லது துப்பாக்கி குண்டுகளால் துளைக்கப்படுவார்கள். இந்து முஸ்லிம் பிரச்னைக்கு, இந்த எட்டு பேர்களின் வாழ்க்கையில் எங்கேனும் வெளிச்சம், தீர்வு தெரிந்தாலும் அது மிகவும் அவசியமே என்பதால் இந்த நூலை எழுதி முடித்திருக்கிறேன்.

இந்துக்களோடு முழுவதும் இணைத்துப் பார்க்க முடியாவிட்டாலும் பெருமளவுக்கு அவர்களையே பிரதிநிதித்துவப்படுத்திய காங்கிரஸ், மிகுந்த நெருக்கடியான காலகட்டமான 1937-ல் தாராளமனதுடன் நடந்துகொண்டிருக்கவில்லை. அமைச்சரவையில் முஸ்லிம்களுக்கு பார்த்ததும் தெரியும்படியான கணிசமான அளவுக்கு இடங்களைக் கொடுக்க முன்வராததற்கு கண்மூடித்தனமான போக்கே காரணம். காங்கிரஸின் ஆட்சி என்பது இந்து ராஜ்ஜியம் என்பதாக பெரும் பான்மை முஸ்லிம்கள் கருதக்கூடும் என்பதை புரிந்துகொள்ளவே இல்லை. காங்கிரஸுக்கு இந்தக் கண்மூடித்தனமானப்போக்கு புதிதல்ல. 1880 ஆண்டு அளவில் காங்கிரஸ் ஆரம்பிக்கப்பட்டதோடு தொடர்பில் இருந்த இந்துக்களுக்கு, 'ஒருவருக்கு ஒரு வாக்கு' என்பது தொடர்பான முஸ்லிம்களின் அச்சம் புரிந்திருக்கவே இல்லை.

'1937-ல் காங்கிரஸ் ஒரு பலம் வாய்ந்த அமைப்பாக விளங்கியபோது இறுமாப்பில் எந்தவிதக் குறைவுமின்றி இருந்தது' காங்கிரஸ் கட்சியுடைய மெட்ராஸின் ப்ரீமியராக இருந்த ராஜகோபாலச்சாரி 1965-ல் வாக்குமூலம் அளித்திருக்கிறார். 1939 -1947 காலகட்டத்தில் அதிகப்படியான கோரிக்கைகளை முன்வைத்தார் ஜின்னா என்றும் நாம் நியாயமான விமர்சனத்தை வைக்கமுடியும். ஜின்னா மீது பரிவு கொண்ட வைஸ்ராய் வேவல், ஜின்னாவைப் பற்றிச் சொல்லும் போது 'துளியும் விட்டுக் கொடுக்காமலே இருந்தார்...' என்று 1946-ல் கூறியுள்ளார். காங்கிரஸுக்கு ஆதரவான முஸ்லிம்கள் மீது ஜின்னா விடாப்பிடியாக எதிர்நிலையில் இருந்தது; அஸ்ஸாமையும் இந்துப் பெரும்பான்மை இருந்த பஞ்சாபின் பகுதிகளையும், வங்காளத்தையும் அவர் கேட்டு அழுத்தம் கொடுத்தது ஆகியவை எல்லாம் சிறிதும் நியாயமில்லாத செயல்களே. அவை ஹிந்து முஸ்லிம் புரிந்துணர்வைச் சிதைத்துவிட்டன.

(காங்கிரஸ் கட்சியின்) இறுமாப்பும் (முஸ்லிம் லீகின்) தீவிர நிலைப்பாடும் ஊறு விளைவித்தன என்றால் ஒருதலைப்பட்சமான ஆதரவும் அப்படியானதுதான். இருதரப்பிலுமே ஒரு சிலரால் மட்டுமே இதைத் தாண்டிவரமுடிந்தது. தொடக்கத்தில் 'இந்து-முஸ்லிம் ஒற்றுமைக்கான தூதர்' என்றறியப்பட்ட ஜின்னா க்வாமுக்குள் முடங்கிவிட்டார். 'பிரிந்து கிடக்கும் சக்திகளை ஒன்று சேர்ப்பது' தன் இலக்குகளில் ஒன்று என்று சொன்ன காந்தியுங்கூடஹிந்து முஸ்லிம் கூட்டணிக்கு எப்போதாவதுதான் முயற்சிகள் எடுத்தார்.[3] அரசியல் அரங்கத்தில் 1919–1922 வரையில் இந்து முஸ்லிம்கள் ஒருங்கிணைப்பை மிகத் தீவிரமாக முன்னெடுத்தார். ஆனால், 1925க்குப் பின்னர் அதில் நம்பிக்கையை இழந்துவிட்டார். 1929-ல்

அவர் அப்பொழுதைய வைஸ்ராய் இர்வின் பிரபுவிடம் சொன்னார்: 'எவ்வளவுதான் கலந்துரையாடினாலும் இந்தியாவிலுள்ள அரசியல் கட்சிகளால் மதவாதப் பிரச்னையில், அனைவருக்கும் ஏற்புடைய ஒரு கொள்கை முடிவை ஒருபோதும் எட்ட முடியாது'[4] என்றார். 1937-ல் காந்தி தன்னுடைய ஆதங்கத்தை வெளிப்படுத்தினார்: 'ஜின்னா தன்னை காங்கிரஸுக்கும் லீக்குக்கும் இடையே ஓர் பாலமாக பயன்படுத்திக் கொள்ளவில்லை'. இதற்கு ஜின்னா அளித்த மறுமொழி, 'காந்தி அவரை காங்கிரஸோடு சேர்த்து அடையாளப் படுத்திக் கொண்டுவிட்டிருந்தார்'.

இந்துக் குழு ஒன்று காந்தியை முஸ்லிம்களின் நலன்களுக்காக பேசுபவர் என்று பலகாலம் வெறுத்தும் இறுதியில் கொன்றும்விட்ட நிலையிலும் இஸ்லாமிய க்வாமின் பெரும்பகுதி மக்கள் அவரை இந்துத் தலைவராகவே நினைத்தார்கள்; ஆனால் அவரை இரண்டு காலகட்டங்களில் மட்டும் ஓர் இணைப்புப் பாலமாகக் கருதினார்கள். அவை 1919–22 ம் வருடங்களிலும், அவருடைய வாழ்க்கையின் கடைசித் தருணத்திலும் (1948). காந்தியை முஸ்லிம் சமுதாயம் எவ்வாறு புரிந்துகொண்டது... முஸ்லிம்களுக்கு அவர் எப்படித் தெரிந்தார் – இதை சௌத்திரி முகமது அலி கூறுகின்றார் :

> 'காந்தியோ அல்லது யாராவது ஓர் இந்துத் தலைவரோ– யாரேனும் முஸ்லிம் தனியொருவருக்குத் தீங்கிழைத்தது இல்லை. அல்லது அவர்களிடம் அன்புகாட்ட உண்மையிலே தயங்கியதும் கிடையாது. ஆனால் அரசியல் என்று வந்து விட்டால், இதுபோன்றவை எதுவும் பொருட்படுத்தப் படுவதில்லை. அது முஸ்லிம்களின்மீது (இந்து) அரசியல் பலத்தைப் பயன்படுத்துவது என்பதை நியாயப்படுத்தவும் முடியாது. முஸ்லிம்களில் காந்திஜியின் மீது சிலர் மதிப்பு கொண்டவர்களாகவும் சிலர் தீவிர ஆதரவாளர்களாகவும் இருக்கிறார்கள். இவர்களைக் குறித்து காந்திஜி புகழும்போது முஸ்லிம்கள் அவர்களைத் தங்களுடைய பகைவராகவும் துரோகியாகவும் பார்த்தார்கள்.'[5]

சமுதாயத்தின் அடிமட்டத்தில் இருந்த எதிரெதிர் உணர்வுகளை சமூகத் தலைமைகள் பிரதிபலித்தன. 1928-ல் வெளியான மோதிலால் நேரு அறிக்கையை க்வாமின் நிலைப்பாட்டினால், ஜின்னா ஏற்கமுடியாமல் போனது. அதேபோல் அது, இந்து- சீக்கியர்களின் உணர்வுகள் காந்தியையும் காங்கிரஸில் இருந்த பிறரையும் ஜின்னாவின் மாற்றுத் தீர்மானத்தை ஆதரிக்க விடாமல் தடுத்தன.

தீவிர ஆதரவு நிலைப்பாடுகள், அணிதிரளல் ஆகியவற்றுடன் சரியானதையே செய்கிறோம் என்ற உணர்வும் கலந்துவிட்டது.

1946-ல் காங்கிரஸ், லீக் இரு தரப்பினரையும் வேவல் அதிரடியாக விமர்சித்ததில் உண்மை இருக்கவே செய்கிறது.

> ‘ஆக்கபூர்வமான அரசியல் நாகரிகமோ ஒத்துப்போகின்ற போக்கோ இங்கே இவர்களிடம் துளியும் காண முடியவில்லை. முஸ்லிம்களுக்கு சில வருத்தங்கள் இருக்கும் என்பதை எந்தவொரு இந்துவும் ஒப்புக்கொள்ளத் தயாராக இல்லை. அல்லது காங்கிரஸின் ‘ஜனநாயக’ மேலாதிக்கத்தைக் குறித்த அவர்களின் நம்பிக்கையின்மைக்கு வேறொரு காரணம் இருக்கலாம் என்பதை ஏற்றுக்கொள்ளவில்லை. அதுபோன்றே முஸ்லிம்களில் யாருமே இந்துக்களின் கரங்களில் தங்களுக்கு நீதியும் நியாயமும் கிடைக்குமென்று நம்பிக்கை வைக்கவில்லை...’[6]

பிரிவினைக்குப் பின்னருங்கூட தன் பக்கமே நியாயம் காணுகின்ற உணர்வு இருதரப்பிலும் தொடர்ந்து செயல்படவே செய்தது. இந்தியாவில் முஸ்லிம்களுக்குப் பாதுகாப்பு இருக்கிறது என்று திட்டவட்டமாக காங்கிரஸ் நினைத்தது; அதேபோல் பாகிஸ்தானிலே இந்துக்களும் சீக்கியர்களும் அச்சமடையத் தேவையில்லை என்று ஜின்னாவும் லியாகத்தும் நினைத்தார்கள். ஆனால் இந்தியாவில் ஆகட்டும், பாகிஸ்தானில் ஆகட்டும் இவர்களின் நம்பிக்கை எந்தவித நடப்பு யதார்த்தத்தையும் கணக்கில் கொண்டதாக இருந்திருக்கவில்லை. எனவே, விரைவிலேயே இந்த பொய்யான நம்பிக்கை, ஒன்றுமறியாத எளிய மக்களின் ரத்த வெள்ளத்தில் மூழ்கடிக்கப்பட்டது.

இந்துக்களிடையே முஸ்லிம்களின் மீதான பகையுணர்வு எதுவும் இருந்திருக்கவில்லை என்று சொல்லி இந்துக்கள் வன்முறை வெடிக்காது என்று சொல்லியிருக்கவில்லை. அந்த உணர்வுகள் பற்றி எரிந்துகொண்டுதான் இருந்தன. ஆனால், இந்து மதம் சகிப்புத்தன்மை மிக்கது என்று நம்பினார்கள். அதற்கு தொன்மையான தங்களது சமய நூல்களிலிருந்து மேற்கோள்கள் காட்டினார்கள். உலகம் என்பது ஒரே குடும்பம். பாதைகள்தான் வேறு; சென்றடையும் கடவுள் ஒன்றே என்றெல்லாம் தலைவர்கள் சொன்னார்கள்.

இதேபோன்று 1947-ல் படுகொலைகள் நடந்திருந்தபின்னும் 1949-ல் லியாகத், ‘கடந்தக் காலங்களில் முஸ்லிம் நாடுகள் கடைப்பிடித்த நீண்ட நெடிய மாபெரும் சகிப்புத்தன்மை’ பற்றிப் பேசினார். இஸ்லாம் முன்வைத்த சமயப் பொறையுடைமை பற்றிப் பேசினார். இஸ்லாமிய நாடுகளில் சிறுபான்மையினர் துன்பத்துக்கு உள்ளாவதில்லை என்பது மட்டுமல்ல; அங்கு அவர்கள் மதிக்கவும்படுவார்கள்’ [7] என்றார்.

இந்த நம்பிக்கையெல்லாம் இந்துச் சமயத்தின் உன்னதமான கருத்துகளையும் இஸ்லாத்தின் உன்னதமான காலத்தையும் அடிப்படையாகக் கொண்டிருந்தன. இவையெல்லாம் துறவிகள் என்றோ எழுதிவைத்தவை; திருத்தூதர் என்றோ சொன்னவை. இரு தரப்புத் தலைவர்களும் இவற்றின் மீது நம்பிக்கை வைத்தார்களே தவிர அன்றைய காலகட்டத்தில் எளிய மனிதர்கள் என்ன நினைத்தார்கள்; என்ன செய்தார்கள் என்பதைக் கணக்கில் கொண்டிருக்கவே இல்லை. இந்துக்களும் சரி, முஸ்லிம்களும் சரி, தமது சமூகங்களை அவற்றின் மகத்தான கொள்கைகளின் அடிப்படையில் மதிப்பிட்டார்களே தவிர, பிற சமூகத்தின் மிக மோசமான செயல்களின் அடிப்படையில் மதிப்பிட்டிருக்கவில்லை.

தனிநபர் ஆளுமை மோதல்கள் இந்தப் பொதுவான பலவீனங்களை அதிகரித்தன. தேசிய அரங்கத்தின் மையமான இடத்திலிருந்து காந்தி தன்னை வெளியேற்றிவிட்டார் என்று ஜின்னா நினைத்தார். அதுபோன்று 'க்வாமு'வின் அரங்குக்குள் தன்னை நுழையவிடாமல் ஜின்னா தடுத்துவிட்டதாக காந்தி நினைத்தார். திறமை வாய்ந்த தலைவர்களுடைய நாடு தழுவிய முக்கியத்துவம் பறி போகும்போதும், அதை அவர்கள் மன்னிக்கத் தயாராக இல்லாமல் போகும்போதும் பிரிவினைவாதம் வலுப்பெறுகிறது.

இந்தியன் என்ற பொதுப்படையான பார்வையில் நின்று பேசாமல் இந்து வார்த்தைகளில் பேசியதென்பது பிரிவினைக்கு வழிவகுத்துக் கொடுத்தது. 1937-ல் நடந்த தேர்தலில் தேர்ந்தெடுக்கப்பட்டவர்களில் பெரும்பான்மையினர் காங்கிரஸ் வேட்பாளர்களே. அதன் பெரும்பான்மையான அமைச்சர்கள் இந்துக்களே. தெரிந்தோ தெரியாமலோ அவர்கள் தங்கள் இந்து முகங்களோடு வெளிப்பட்டார்கள். அவர்களின் வழிகாட்டியாகத் திகழ்ந்த மகாத்மாவின் உண்ணா நோன்புகள்; எதிர்கால லட்சிய சமுதாயத்தைக் குறிக்க அவர் பயன்படுத்திய வார்த்தையான 'ராமராஜ்யம்'; அமைச்சர்களாக இருந்த காங்கிரஸ்காரர்கள் பள்ளிக்கூடங்களைக் 'கோயில்கள்' என்று அழைத்தது; பள்ளிக்கூடங்களில் பாடப்பட்ட வழிபாட்டுப் பாடல்கள், அதனுடன் அரசாங்க விழாக்களில் பாடப்பட்ட பாடல்கள் எல்லாம் நாட்டுப்பற்றுப் பாடல்களாக இந்துக்களுக்குத் தெரிந்தன; முஸ்லிம்களின் காதுகளுக்கு அவை இந்துப் பாடல்களாகவே ஒலித்தன. மேலும் காங்கிரஸ் அமைச்சர்கள் சமஸ்கிருதமயமான இந்தியை ஊக்குவித்தார்கள். இவையெல்லாம் காங்கிரஸ் ஆட்சி என்பது இந்து ராஜ்ஜியமாகவே இருக்கும் என்ற 'லீக்'கின் பார்வைக்கு சிறிது நம்பகத்தன்மையை உருவாக்கிக் கொடுத்தன.

இதனுடைய எதிர்விளைவுகளைக் குறித்து காங்கிரஸ் முன்கூட்டியே அறிந்திருக்கவில்லை. காங்கிரஸின் நோக்கம் அதன் களப்பணியில் 'இந்து பேரிகை'யைக் கொட்டி ஓசை எழுப்ப நினைப்பதல்ல; ஓர் எளிய பொதுமனிதனை நெருங்கி, அவனிடம் அதிர்வலையை ஏற்படுத்தி, நாட்டுக்காக சேவையாற்றத் தூண்டுவதுதான் அதன் நோக்கம். இந்து உருவகங்கள், பாடல்கள் எல்லாம் நாட்டு மக்களில் நால்வரில் மூவரை அது தொட்டு எழுப்பிவிடும். இந்திய முஸ்லிம் போலவே இந்திய இந்துவும் தமது மதத்தின் வாசனையுடன் தரப்படுவதை எளிதில் புரிந்து ஏற்றுக்கொள்வார்கள். ஆனால் காங்கிரஸ் முன்னெடுத்த இந்த வகையிலான முயற்சிகள், ஒரு நபருக்கு ஒரு வாக்கு என்ற விஷயமானது இந்து ராஜ்ஜியத்துக்கே வழிவகுக்கும் என்று நான்காவது குடிமகனை நினைக்கவைத்து விட்டது.

இன்றைய இந்தியாவில் இதுபோன்ற நடைமுறை என்ன பாதிப்பை ஏற்படுத்தக்கூடும்? இன்றைய இந்தியாவில் ஐந்தில் நான்கு பங்காக இந்துக்கள் இருக்கிறார்கள். ஐந்தாவது நபர் மட்டுமே இந்து உருவகங்களை வித்தியாசமானதாகப் பார்க்கக்கூடும். இருந்தும் இந்திய மக்கள் தொகையில் ஐந்தில் ஒரு பங்கு என்பது மிக அதிகமான எண்ணிக்கையே. மேலும் இன்னமும் வளர்ந்து வந்து கொண்டிருக்கிற மனிதக் குழுவினர். இவர்களுக்கு, பெரும்பான்மை களுக்கான அதே உரிமைகள் நம் அரசியல் அமைப்பு மூலம் தரப்பட்டுள்ளன. அவர்களையும் இந்துப் பெரும்பான்மையையும் பாதிக்கக்கூடிய உருவகங்கள், குறியீடுகள் போன்றவை பெருகிவருவதென்பது நாம் கவனம் கொடுத்துப் பார்க்கவேண்டிய விஷயமே.

இந்து (அல்லது முஸ்லிம், சீக்கியர், பௌத்தர், சமணர், கிருத்துவர், சௌராஷ்டிரர்) என்ற அடையாளத்தைக் கொண்டிருக்காமல் இந்தியன் என்ற உணர்வை ஊட்டக்கூடிய குறியீடுகளே இன்றைக்கு அவசியம். அதேநேரம் அவை இந்து மதம், இஸ்லாம், கிறிஸ்தவம், சீக்கியம், சமணம், பௌத்தம், சௌராஷ்டிரம் என அனைத்தும் முன்வைக்கும் மதிப்பீடுகளுக்கு இசைவானதாகவும் இருக்க வேண்டும். அதோடு மதக் குறியீடுகள் எந்த அளவுக்கு ஒரு சாதாரணக் குடிமகனை எழுச்சி கொள்ளவைக்குமோ அதே அளவுக்கு உத்வேகமூட்டுவதாகவும் இருக்கவேண்டும். இது மிகப் பெரிய சவால்தான். ஆனால் இந்தியாவின் ஒருமைப்பாட்டில் அக்கறை கொண்டவர்கள் இதைத் தவிர்க்கமுடியாது. இந்த சவால் பற்றி விவாதிப்பதோ அதைச் சமாளிக்கும் வழிகள் பற்றிப் பார்ப்பதோ இந்த நூலின் எல்லைக்கு உட்பட்டது அல்ல.

அரசியலில் அல்லது அரசாங்கத்தில் இருக்கும் இந்துக்கள் தாங்கள் பயன்படுத்தும் உருவகங்கள், குறியீடுகளை மிகுந்த கவனத்துடன் பயன்படுத்தவேண்டும். முஸ்லிம்கள் மனதில் அது என்ன தாக்கத்தை ஏற்படுத்தும் என்பதையும் கணக்கில் கொள்ளவேண்டும். அதேபோல முஸ்லிம்களும் எல்லா ஹிந்து குறீயீடுகள், உருவகங்களையும் மதத் திணிப்பாகப் பார்க்கவேண்டாம். இப்படிப் பார்ப்பது லீக்கின் அரசியல் வியூகமாக இருந்தது. ஆனால், இதனால் இந்து முஸ்லிம் ஒற்றுமைக்கு ஊறுவிளைந்தது. 'இந்து ராஜ்ஜியம்' அமைந்துவிடும் என்று லீக் இடைவிடாது முழக்கமிட்டுவந்ததால், இஸ்லாமிய சமூகம், காங்கிரஸின் இந்து சமயம் சார்ந்த அணுகுறையானது உண்மையில் இந்துக்கள் மனதில் உத்வேகத்தை ஊட்டத்தானே அல்லாமல் முஸ்லிம்களை இந்துமயமாக்குவதற்கு அல்ல என்பதைப் புரிந்துகொள்ளத் தவறிவிட்டது. இவற்றில் பலவும் புறத்தூண்டுதலற்று தன் விருப்பத்தால் நடந்தன; இவற்றை அவ்விதமாகவே ஏற்றுக்கொண்டிருக்கவேண்டும். சக மனிதனின் மதக் குறியீடுகளைப் பொறுத்துக்கொள்கிற பண்பானது, மதச் சார்பற்ற, அனைத்து இந்தியருக்குமான குறியீடுகளைக் கட்டி எழுப்புவதைப் போலவே இன்றியமையாததாகும்.

இன்னொரு பாடம்... பிரிவினைவாதிகளின் முழக்கம் எதுவாக இருந்தாலும் அவர்கள் பொதுவாக விரும்புவது அதிகாரப் பங்கீடுதானே அன்றி, பிரிவினையை அல்ல! ஜின்னாவின் திட்ட வட்டமான கோரிக்கை என்னவாக இருந்தது? பாகிஸ்தான் என்பதன் பகுதிகளாக அவர் கேட்டது – அஸ்ஸாமையும் இந்துக்கள் பெரும் பான்மையினராக உள்ள பஞ்சாபையும், வங்காளத்தையும் சேர்த்த ஒரு பகுதியையே! சிந்து மாநிலத்தை விட்டு இந்துக்கள் வெளியேறியதை அவர் விரும்பவில்லை. அவர்களின் துயரங்களைப் பார்த்து வேதனையுற்றார். துணைக் கண்டத்தில் அவருடைய கருத்துகளுக்கு கூடுதல் முக்கியத்துவம் வேண்டும் என்பதுதான் அவருடைய இலக்காக இருந்ததே அல்லாமல் பிரிவினை அல்ல. முழு பிரிவினை நடைமுறையில் இயலாதது என்பது அவருக்குத் தெரிந்திருந்தது. அப்படித்தான் நடக்கவும் செய்தது. அவரின் அரிய திறமை மற்றும் பிடிவாதத்தின் மூலம் அவருக்குக் கிடைத்த பிரிவினை என்பது முழு வெற்றியாக இருந்திருக்கவில்லை. ஏறத்தாழ 40 விழுக்காடு இந்திய முஸ்லிம்கள் பாகிஸ்தான் தோற்றம் பெற்ற பின்னரும் இந்தியாவில்தான் வாழ்வைத் தொடர்ந்தார்கள். பிரிந்து சென்றவர்களில் 60 விழுக்காட்டினர் அந்த அண்டை அயலில் இருந்து விலகிச்செல்ல முடியவில்லை. ஆனாலும்கூட இந்து-முஸ்லிம் நல்லெண்ணம் என்ற பயிர் வளரவே இல்லை! இவர்களுக்குள்ளே இதமான நல்லுறவு என்பது எட்ட முடியாததாகத்

தோன்றினாலும், இரு நாடுகளுக்கிடையே பிரச்னை இல்லாத செயல்பாடுகளுக்கு ஒரு ஏற்பாடு செய்துகொண்டாகவேண்டும்.

நாம் பார்த்தவரையில் இந்து-முஸ்லிம் ஒருங்கிணைப்பு என்பது தன் மீதான கவனம் திசை மாறிய பொறாமையில் கொதிக்கிற பெண் போல் இருந்தது. வேறொரு இலக்கை, அது சுதந்தரம் என்பது போன்ற உன்னதமான இலக்காக இருந்தபோதிலும், ஏற்றுக்கொள்ள முடியாமல் எரிமலை போல் வெடித்துச் சிதறியது. 1924-ல் காந்தியும் ஜின்னாவும் தங்கள் வழியில் தனித்தனியாக நின்று இந்து-முஸ்லிம் ஒற்றுமைதான் விடுதலையைப் பெறுவதற்கான முதல் நிபந்தனை என்று சொன்னார்கள். 'அரசியல் சுயராஜ்ஜியத்தை வென்றெடுக்க மிகவும் இன்றியமையாத அடிப்படைத் தேவை இந்து-முஸ்லிம் ஒற்றுமைதான்'[8] என்றார் ஜின்னா. காந்தியும்கூட அதே பொருளில்தான் எழுதினார்: 'இந்துக்கள் முசல்மான்களுக்கிடையே நீடித்த ஐக்கியத்தை ஏற்படுத்தாமல் இந்த தேசத்தில் எதையுமே நம்மால் அடைய முடியாது.'[9]

இந்து முஸ்லிம் ஒற்றுமை எட்டப்படவில்லை; என்றபோதிலும் காந்தி 1930 தொடக்கத்திலும் மறுபடி – நாற்பதுகளின் தொடக்கத்திலும் மாபெரும் மக்கள் இயக்கத்தைத் தொடங்கினார். இந்த இயக்கங்கள் விடுதலையை நெருக்கத்தில் கொண்டுவந்தன. 1946-ல் இந்தியாவில் மக்களைக் கிளர்ந்தெழச் செய்து தேசிய நோக்குடைய இந்தியர்களை ஒன்றுசேர்த்தது. முஸ்லிம்களில் ஒரு பகுதியினரும் இதில் அடங்குவர். அதேநேரம் அந்தப் போராட்டங்கள் இஸ்லாமிய சமூகத்தில் பெரும்பாலானவர்களை விலகிச் செல்லவும் வைத்தது. ஒன்றுக்கு மேற்பட்ட முறை பிரிட்டிஷ் அரசாங்கம் அவர்களுடைய ஆட்சி நீடித்திருப்பதற்கு 'க்வாமின் போக்கைக் காரணமாகக் குறிப்பிட்டுக் காட்டியுள்ளார்கள். இந்தியாவுக்கும் பிரிட்டனுக்கும் இடையே இருந்த உறவே இன்றைக்கு இந்தியத் துணைக்கண்டத்துக்கும் உலக வல்லரசு சக்திகளுக்கும் இடையே நிலவுகிறது. துணைக்கண்டத்து நாடுகளுக்கு இடையிலான கூட்டுறவே வல்லரசுகளின் பிடியில் இருந்து அவற்றைக் காப்பாற்றும். தனித்துச் செயல்பட்டால் அது துணைக்கண்ட நாடுகளின் இடைவெளியைப் பெரிதாக்கி வல்லரசுகளை உள்ளே இழுத்துக்கொண்டு வந்துவிடும்.

பிரிட்டிஷ் அரசாங்கம் இந்து-முஸ்லிம்களுக்கிடையே பிளவை ஏற்படுத்தியது என்பது உண்மையல்ல என்பதை நாம் தெரிந்து கொண்டுவிட்டிருக்கிறோம். பிரிட்டிஷார் அடிக்கடி பல தவறுகள் செய்து வந்திருக்கிறார்கள். ஆனால், இந்தியாவின் பாகுபாடுகளுக்கு அவர்கள் காரணமல்ல. 1930-ஆம் ஆண்டு முகம்மது அலி லண்டனில்

வெளியிட்ட அறிக்கையில் 'நாம் பிரிந்து கிடக்கிறோம்: அவர்கள் ஆட்சி புரிகிறார்கள்.' இதுதான் உண்மை நிலை. இவருடைய இந்த அறிக்கைக்கு ஓராண்டு கடந்து காந்தி லண்டனில் இருந்தபோது சொன்னது: 'இந்து முஸ்லிம் சச்சரவு பழையதல்ல; பிரிட்டிஷாரின் வருகையை ஒட்டியே அதுவும் ஆரம்பித்தது.'¹⁰ இந்தக் கருத்து பிரிட்டிஷாருக்கு முற்பட்ட இந்தியாவை பொற்காலமாக்கிப் புனிதப்படுத்திச் சொல்லும் வாக்கியம் மட்டுமே. தனது கருத்தை மாற்றிக்கொண்டு 1947 ஆகஸ்டில் காந்தி கூறினார்:

'பிரிட்டிஷ் அரசாங்கம் பிரிவினைக்குப் பொறுப்பு அல்ல. வைஸ்ராயின் கை இதிலே இல்லை. உண்மையில் அவர் காங்கிரஸைப் போன்றே பிரிவினையை எதிர்க்கவே செய்தார். ஆனால் இந்துக்களும் முஸ்லிம்களுமான நாம் இருவருமே எதற்கும் இணங்கிப் போகவில்லை: விட்டுக்கொடுக்கவில்லை! பின்னரே வைஸ்ராய் வேறு எந்த வழியும் இன்றி (பிரிவினை) இதற்கான முடிவுக்கு வந்தார்...'¹¹

சுபாஷ் போஸின் சகோதரர் சரத் போஸ், வைஸ்ராய் வேவலுடன் 1946-ல் நடத்திய உரையாடலின்போது, 'ஆங்கிலேயர் இந்தியாவை (மக்களைப்) பிரித்தாள்கின்றார்கள்' என்று குற்றம்சாட்டினார். அப்போது, அதற்கு வைஸ்ராய் சொன்னார்: 'நாங்கள் ஒன்றுசேர்த்து விட்டு வெளியேறவே' முயற்சி செய்கிறோம் என்றார்.¹²

ஆனால் இதுவும் சரியல்ல. பிரிட்டிஷ் அமைச்சரவையில் மூன்று 'புத்திசாலி மனிதர்கள்' 1946-ம் ஆண்டு இந்தியாவுக்கு வந்து மூன்று மாதங்கள்வரை தங்கியிருந்து தங்களால் ஆன மட்டும் பெருமுயற்சி செய்தார்கள். ஆனாலும் அவர்களால் அனைவரும் ஏற்றுக் கொள்ளும்படியாக, இந்தியாவில் ஒரு திட்டத்தை நடைமுறைப் படுத்துவதை விடுங்கள்; முன்வைக்கக்கூட முடியவில்லை. பாகிஸ்தான் தனிநாடாகப் பிரிந்து செல்வதைப் புறக்கணித்தனர்; அதுபோன்றே ஒரே இந்தியா என்பதையும் புறக்கணித்தனர்; நெகிழ்வான கூட்டாட்சி; பரந்த நிலத்தைக் கொண்ட பாகிஸ்தான் என்ற ஒரு திட்டத்தைக் கோடி காட்டினார்கள்.

இந்தத் திட்டத்தை ஏற்க முன்வந்திருந்தால் அது ஒருவகையில் நல்ல தீர்வாக இருந்திருக்கும். ஆனால் ஆட்சியில் இருந்தவர்கள், காங்கிரஸ், லீக் இரு தரப்பினரும் அதைத் தவறாகப் புரிந்துகொள்ள அனுமதித்தனர். ஒருவகையில் அப்படியான குழப்பத்துக்கு ஆதரவு அளிக்கவும் செய்தனர். லீக்கைப் பொறுத்தவரை இந்தத் திட்டத்தை அவர்கள் ஏற்றுக் கொண்டுவிட்டார்கள். 'பிரிந்து செல்லும் உரிமையோடு கூடிய கூட்டரசில்' சேர்ந்துகொள்வதை 'பாகிஸ்தான் அடைவதற்கான முதல்படி' என்று லீகிடம் பிரிட்டிஷ் குழு

சொல்லிக்காட்டியது. அதே நேரம் காங்கிரஸ் இத்திட்டத்துக்கு 'அவர்களுக்கே உரிய புரிதலுடன்' ஒப்புதல் அளிக்க வேண்டும் என்றும் பிரிட்டிஷ் குழு அறிவுரை சொன்னது. பிரிட்டிஷ் அமைச்சரவையைச் சேர்ந்த அந்த 'புத்திசாலி மனிதர்கள்' முன்மொழிந்த திட்டம் என்பது ஒன்று; லீக் ஒப்புக்கொண்டது இன்னொன்று! காங்கிரஸ் ஏற்க முன்வந்தது மூன்றாவதாக ஒன்று! இதில் மாட்சிமை தங்கிய அரசாங்கம் இந்த 'ஒப்புதல்களை' ஏற்றுக்கொண்டது. 'நாங்கள் ஒன்றுசேர்த்து விட்டு வெளியேறவே முயற்சி செய்கிறோம்' என்று அவர்கள் முன்னெடுத்த மகத்தான முயற்சி இதுதான்!

வைஸ்ராய் வேவலுக்கு இன்னமும் 'ஆண்மை மிகுந்த' 'மிக வெளிப்படையான' அணுகுமுறையில் நம்பிக்கை இருந்தது. பெத்திக் – லாரன்ஸ் – கிரிப்ஸ் – இவர்களின் நடவடிக்கைகள் மகிழ்ச்சியை அளிக்கவில்லை. எனினும் இறுதியில் அதை ஏற்றுக்கொண்டு செயல்பட்டார். 'காங்கிரஸில் இருக்கும் முஸ்லிமை ஏற்றுக்கொள்ளும்படி ஜின்னாவிடம் தொடக்கத்திலயே அழுத்தத்தை ஏற்படுத்தாமல் விட்டுவிட்டது தவறுதான்...'[14] என்று வேவல் தன் நாட்குறிப்பில் எழுதியிருந்தார். மேலும் வேவல், கமாண்டர் இன் சீஃப் ஆக இருந்தபோதுதான் காங்கிரஸ் – 'வெள்ளையனே வெளியேறு' போராட்டத்தைத் தொடங்கி யிருந்தது. அப்போது ஜப்பானோடு உச்சக்கட்டத்தில் போர் நடந்து கொண்டிருந்த வேளையில், காங்கிரஸின் போராட்டம் அல்லது எதிர்ப்புணர்வு வேவலின் உள்ளத்தைப் பெரிதும் புண்படுத்தியது. அந்தத் துயரத்தின் கசப்பு அவரின் நடுநிலைப் பண்பை அசைத்துப் பார்த்துவிட்டது.

ஆட்சிப் பொறுப்பில் இருப்பவர்களும் நடுவராக இருந்து இணக்கம் ஏற்படுத்துகின்ற பணியில் உள்ளவர்களும், குழப்பமான சூழலை உருவாக்கிவிட்டு 'வெற்றிச் செய்தி'யை அறிவிப்பது அல்லது இறுதித் தீர்மானத்தில் தங்களுடைய மனக்காயங்கள் செல்வாக்கு செலுத்த அனுமதிப்பது எல்லாம் மோசமான விளைவையே ஏற்படுத்தும். ஆனால் அந்நிய ஆட்சியாளர்கள்தான் இப்படியான தவறுகள் செய்வார்கள் என்று சொல்லமுடியாது.

காங்கிரஸும் லீக்கும் தமக்குள் பேசி ஒரு முடிவை தாமாகவே எட்டியிருக்கலாம். ஆனால் அவர்கள் அதைச் செய்யவில்லை. அவர்களுக்கிடையே இருந்த நம்பிக்கையின்மையே முக்கிய காரணம். அதேபோன்றே இவ்விரு தரப்பினருக்கும் இடையே தீர்வு காண பாலங்களோ பாதையோ அதில் அழைத்துச் செல்லும் நபர்களோ இருந்திருக்கவில்லை. யாரேனும் ஓர் இந்தியரோ

பிரிட்டிஷ்காரரோ பாகிஸ்தான் என்ற பெயரில் பரந்த, பாதி தன்னதிகாரத்துடனான பகுதி கிடைத்தால் சம்மதிப்பீர்களா என்று ஜின்னாவிடம் நட்பார்ந்த நடுவராக இருந்து கேட்க யாரும் இருந்திருக்கவில்லை. அதுபோல், கணிசமான செல்வாக்கு கொண்ட மைய அரசின் கீழ் இருக்க ஜின்னா சம்மதித்துவிட்டால் இப்படியான ஒரு பாகிஸ்தான் உருவாக காந்தி, நேரு, பட்டேல் சம்மதிப்பார்களா என்று கேட்கவும் யாரும் இருந்திருக்கவில்லை. இதுபோன்ற திட்ட வடிவத்தை இரு தரப்பாரும் ஏற்றுக் கொண்டிருப்பார்களா என்று உறுதியாகச் சொல்லமுடியாது. அதேபோல் இதுபோன்ற ஒரு சமரசத் திட்டம் பேசப்பட்டதாகவோ, மறுத்தொதுக்கப்பட்டதாகவோகூட எந்தச் சான்றுகளும் கிடையாது.

இஸ்லாமிய தேசியம், இந்திய தேசியம், பிரித்தானிய தேசியம் என எதுவாக இருந்தாலும் தேசியவாத உணர்வுகளோடு இணைந்து வரும் பெரும் தடைகளைப்பற்றி நாம் இந்த நூலில் பார்த்து விட்டிருக்கிறோம். துருக்கி, கிலாஃபத் என்ற இரண்டைக் காரணங்களாக்கிக் கொதித்தெழுந்த முகம்மது அலியின் சீற்றமும் குமுறலும் அவருடைய கண்ணை மறைத்துவிட்டது. அவர் பிரிட்டனை எதிர்த்து சீறிப் பாய்ந்தார். அவருடைய எதிர்ப்பு துருக்கி மற்றும் கிலாஃபத்தோடு முடங்கிவிட்டது. ஆனால் கிலாஃபத்தை ஒழித்தது பிரிட்டிஷார் கிடையாது; துருக்கியரே. இதனால் முகமது அலியின் அரசியல் மேடை புரட்டிப் போடப்பட்டுவிட்டது. இதைத் தெளிவாகப் புரிந்துகொள்ளமுடியாத அவரின் இயலாமையை முகம்மது ஹபீஸ் அழுத்தமாக எடுத்துக்காட்டியிருக்கிறார்:

'துருக்கிய வாய்ப்பு' (சாய்ஸ் ஆஃப் தி டர்க்ஸ்) என்ற முகம்மது அலியின் நூல் சாதனைப் படைப்பு என்றே சொல்லலாம். அலிகரில் இளங்கலைப் பட்டம் படித்துக்கொண்டிருந்த நாட்களில் நான் இந்நூலைக் கண்ணீர் வடித்துக்கொண்டே படித்தேன். ஆனால் இவை யாவும் கமால் பாஷாவின் எழுச்சி வரையில்தான். அதன்பின் நான் கண்டறிந்தது – முகம்மது அலி காட்டிய அவர் தரப்புக் கருத்துகள், வாதங்கள் யாவும் பிழைகளே. மேலும் துருக்கியத் தலைவர்களின் வீழ்ச்சியைக் கண்டு, அவர்கள் பக்கம் ஆதரவும் அனுதாபமும் காட்டியது பெரும் தவறு; அவர்களின் வீழ்ச்சி வருந்திக் கண்ணீர் உகுக்கத் தகுந்தது அல்ல...'[15]

தேசியப் பெருமிதம் இந்துக்களின் பார்வையையும் மங்க வைத்தது. அவர்களின் நெஞ்சார்வத்தை 1942-ல் தொடங்கிய 'வெள்ளையனே வெளியேறு' போராட்டம் எதிரொலித்தது. ஆனால், அதுவே பிரிட்டிஷாரையும் முஸ்லிம்களையும் அந்நியப்படுத்தியும்விட்டது.

அதுவே பாகிஸ்தான் கோரிக்கையைப் பலப்படுத்தியும்விட்டது. இரண்டாம் உலகப் போர் அறிவிக்கப்பட்ட உடனேயே பிரிட்டிஷார், இந்தியாவுக்கு விடுதலை அளிக்க நியாயமான நடவடிக்கைகளை எடுத்திருந்தால் 'வெள்ளையனே வெளியேறு' போராட்டமே நடந்திருக்காது. 1937–39 ஆண்டுகளில் பிரிட்டிஷ் ஆதிக்க அரசாங்கத்தோடு காங்கிரஸின் முழு அளவிலான ஒத்துழைப்பு இந்தியாவுக்கு விடுதலையை அளிக்கவேண்டிய இடத்துக்கு பிரிட்டனைக் கொண்டுவந்துவிட்டிருந்தது. ஆனாலும் பிரிட்டானிய பேரரசு குறித்தான ஆணவப்போக்கு தடையாகக் குறுக்கிட்டது. ஆம் பிரிட்டிஷ் பிரதமர் சர்ச்சிலும், வைஸ்ராய் லின்லித்தோவும் காங்கிரஸின் ஒத்துழையாமை இயக்கப் போராட்டங்கள் உருவாக்கிய காயங்களை மறக்கவில்லை. அவர்கள் காங்கிரஸ் பக்கம் நகராமல் லீக்குக்கு ஆதரவு கொடுத்தார்கள். காங்கிரஸ் பதிலடியாக 'வெள்ளையனே வெளியேறு' இயக்கத்தை ஆரம்பித்தது.

இரண்டுவிதமான கூட்டணிகள் வெற்றிக்கு வழிவகுத்திருக்கும்; ஒன்று, காங்கிரஸ்-லீக் கூட்டணி. அது பிரிட்டிஷ்காரரின் ஆதிக்கத்தை முடிவுக்குக் கொண்டுவந்திருக்கும். மற்றொன்று காங்கிரஸ் - பிரிட்டிஷ் ஆட்சியாளர் கூட்டணி. இது லீக்கைத் தனிமைப்படுத்திவிட்டிருக்கும். வெறுப்புணர்ச்சியும் நம்பிக்கையின்மையும் இரு தரப்பினரையும் நெருங்கவிடவில்லை. இதனால் தொடர்ந்து பிரச்னை நீடித்தல் அல்லது மூன்று தரப்புகளும் சேர்ந்து ஒரு தீர்வைக் கண்டுகொள்ளுதல் ஆகிய இரண்டில் ஏதாவது ஒன்றைத் தேர்ந்தெடுத்தாகவேண்டி வந்துவிட்டது.

இந்த எட்டு பேரின் வாழ்க்கை வரலாற்றைப் பார்க்கும்போது, இஸ்லாமிய அடிப்படைவாதம் என்று சொல்லப்படுவதற்கும் இந்து முஸ்லிம் நட்புணர்வுக்கும் இடையே நேரடியாகவோ எதிர்மாறாகவோ குறிப்பிட்டுக் காட்டும்படி ஒட்டுறவு இருந்ததாகத் தெளிவாகத் தெரியவில்லை. முகமது அலி புரிந்துகொண்ட வகையில் 'இந்த மோதல்களுக்கு மதம் மீதான பற்றுதல் காரணமல்ல; மனிதர்களின் சுய மோகம், அற்ப சுய நல இலக்குகள் இவையே அடிப்படைக் காரணம்'.

நம் நூலில் நாம் பார்த்த எண்மரில், இக்பாலும் ஆசாதும் 'சமய அடிப்படைவாதச் சிந்தனை'யின் பக்கமாகச் சாய்ந்து நின்றார்கள். தூய்மைவாதமும் பிரிவினைவாதமும் இக்பாலிடம் ஒருங்கே அதிகரித்துவந்தன. ஆனால், சமய நல்லிணக்கத்தை அவர் ஒருபோதும் எதிர்த்ததில்லை. அவரிடம் நடைமுறை சாத்தியத்தைக் கணக்கில் கொள்ளாத ஒரு கற்பனை இன்பக் கனவு இருந்தது.

இந்தியத் துணைக்கண்டத்தில் எழுச்சிமிக்க, ஒத்திசைவு மிகுந்த முஸ்லிம்களுக்காக ஒரு தாயகம் உருவாக்கப்படவேண்டும் என்று விரும்பினார். லியாகத் அலி விரும்பியதுபோலவே இக்பாலும் இஸ்லாமிய மதிப்பீடுகளின் அடிப்படையில் இயங்கும் ஒரு பரிசோதனைக்கூடமாகவே அந்த தேசத்தை உருவாக்க நினைத்தார். ஆனால், இதையெல்லாம் வைத்து இக்பாலை இந்துக்களுக்குப் பகைவர் என்று யாரும் நிச்சயம் சொல்லிவிடமுடியாது.

ஆசாதைப் பொறுத்தவரையில் அவர் இந்து-முஸ்லிம் நல்லுறவை வளர்ப்பதில் உறுதியாக நின்றவர் அபுல் கலாம் ஆசாத். மேலும் தனது கருத்துகளுக்கு திருக்குர்ஆனின் அங்கீகாரம் உண்டு என்றும் பறைசாற்றியவர். 'தூய இஸ்லாம், இந்துக்கள் உட்பட ஓரிறைக் கோட்பாட்டில் நம்பிக்கை கொண்ட அனைவருடனும் கூட்டுறவுடன் செயல்படவேண்டும் என்கிறது. குர்ஆனின் வார்த்தைகளைப் பிடித்துக் கொண்டிராமல் அவை உணர்த்தும் உண்மைகளைப் பின்பற்றவேண்டும்' என்றார்.

இந்த எட்டு பேரில், மத உணர்வு மிகவும் குறைவானவாக இருந்த ஜின்னாதான் முஸ்லிம்களுக்காக தனி நாடு என்பதில் மிக அதிக ஈடுபாடு காட்டினார். ஆனால் பாகிஸ்தான் கிடைத்த பின்னர், இந்து-முஸ்லிம் ஒருசேர வாழும் இயல்பு நிலை வரவேண்டும் என்ற தன் பழைய நம்பிக்கைக்குத் திரும்பினார்.

பசலுல் ஹக், முஸ்லிம்கள் இந்துக்களிடமிருந்து பிரிந்து வாழ வேண்டும்; கூட்டுறவுடன் வாழ வேண்டும் என்ற இரண்டு நிலைகளில் ஊசலாடிக் கொண்டிருந்தார். எனினும் அவரிடம் இருந்த இஸ்லாமிய பழமைவாதம் என்பது அதற்குக் காரணமாக இருந்திருக்கவில்லை.

இஸ்லாமிய க்வாமில் இருந்தவர்கள் அவர்களுக்குள் இணக்கமாகவோ, ஒத்தக் கருத்து கொண்டவர்களாகவோ இருந்ததில்லை. 'ஹக்-ஜின்னா', 'ஜின்னா - ஆசாத்', 'ஆசாத் - ஜாகிர்' ஆகியோருடைய உறவுகள் மிகுந்த முரண்பாடுகளுடனே இருந்தன. லாகூர் தீர்மானத்துக்கு முன்பாகவும் பின்பாகவும் நிலவிய ஹக்-ஜின்னா விரிசல்தான், 1940-ல் அவர்கள் இருவரும் சேர்ந்து கோரிய இஸ்லாமிய நாட்டையும் இரண்டு துண்டாக ஆக்கிய நிகழ்வின் முதல் எச்சரிக்கை அறிகுறியாக இருந்தது.

எண்மரில் இக்பால், ஹக், ஜின்னா ஆகிய மூவரின் திருமண வாழ்க்கை கஷ்டங்கள் மிகுந்ததாகவே இருந்தது. இந்த எட்டு பேரின் வாழ்க்கையை அலசும்போது அவர்களுடைய மனைவிகள் பற்றிப் பார்க்க முடிந்திருக்கவில்லை. இதிலே விதிவிலக்கு - லியாகத்

மனைவி ‘ராணா’. இவர் தன் கணவரோடு சேர்ந்தே இருந்தார்; ஜின்னாவின் மனைவி ரூட்டி; இந்தப் பெண்மணி கண்ணில் படவே இல்லை. இந்தப் பெண்களின் இல்லற வாழ்க்கை நம் ஆய்வுக்களத்தின் எல்லைக்கு அப்பாற்பட்டவை என்பதில் ஐயமில்லை.

இந்து-முஸ்லிம் இணைந்து வாழமுடியும் என்பதை இவர்கள் எட்டு பேரின் வாழ்க்கை உறுதிப்படுத்தவும் இல்லை; மறுக்கவும் இல்லை. எனினும் இவர்கள் அனைவருமே ஏதோ ஒருபொழுதில் அதில் நம்பிக்கை கொண்டவர்களாக இருந்திருக்கிறார்கள் என்பது மிக முக்கியமான விஷயம்தான்.

இவர்களின் வாழ்க்கை இந்து, முஸ்லிம்களுக்கிடையே நிலவிய நம்பிக்கை, பதற்றம் என இரண்டைப் பற்றியும் மாறி மாறிப் பேசியிருக்கின்றன; அவை தமது குற்றம் குறைகளையும் பிறருடைய குற்றங்களையும் பேசியிருக்கின்றன. தாம் பட்ட காயங்களையும் பிறருக்குக் கொடுத்த வலிகளையும் பேசுகின்றன. தாங்கள் பெற்ற வெற்றிகளையும் அதேபோன்று தவற விட்டுவிட்ட வெற்றி வாய்ப்புகளையும் பேசுகின்றன. முகத்தில் அறைந்து மூடப்பட்ட கதவுகள் பற்றியும் எதிர்பாராவகையில் வரவேற்றுத் திறந்த கதவுகள் பற்றியும் பேசுகின்றன.

அனுபவித்த துன்பம்-மகிழ்ச்சி; கடுமை-இதம்; ஓங்கிய முஷ்டி-ஈரம் கசிந்த கண்கள்; சிறையில் கழிந்த நீண்ட இரவுகள் பகல்கள்; பொதுக்கூட்டங்களில் கேட்ட நீண்ட கரவொலி; சிந்திய வியர்வை, ரத்தம்; அடைந்த இலக்குகள், முறிந்த எதிர்பார்ப்புகள் என அனைத்தைப் பற்றியும் பேசுகின்றன. அவை மனிதர்களின் பலவீனங்களைப் பேசுகின்றன.

சையத் அஹமதுவின் உள்ளொளி மிகுந்த நுண்ணறிவு; இக்பாலின் கவி ஆளுமை; முகமது அலியின் வெளிப்படைத்தன்மை; ஜின்னாவின் இரும்பிலான முதுகெலும்பு; ஹக்கின் பரிவு; ஆசாதின் நெஞ்சுரம்; இரண்டாம் இடத்தில் நிறைவு கண்ட லியாகத்தின் மனம்; ஜாகீரின் கண்ணியம் என்ன எடுத்துக்காட்டியுள்ளன. இந்தக் குண நலன்களைப் பிரதிபலித்து, சிந்தித்து, இந்துக்களில் ஒரு சிலராவது, கடவுள் விரும்பினால், இந்நூலை எழுதியுள்ள என்னைப் போன்று முஸ்லிம்களை, முன்பிருந்ததைவிட சற்று நெருங்கிச் செல்லக்கூடும்.

குறிப்புகள்

1. இந்துக்களும் முஸ்லிம்களும்

1. Quoted in Hafeez Malik, *Moslem Nationalism in India and Pakistan* (Public Affairs Press, Washington D.C., 1963), p. 12.
2. Ibid.
3. Quoted in Muhammad Mujeeb, *The Indian Muslims* (George Allen and Unwin, London), p. 234.
4. I.H. Qureshi, *The Muslim Community of the Indo-Pakistan Subcontinent* (Mouton and Co., The Hague, 1962), p. 348.
5. Malik, *Moslem Nationalism*, p. 298.
6. R.C. Majumdar and others, *The Delhi Sultanate* (Bhartiya Vidya Bhavan, Bombay, 1960), quoted in Malik, *Moslem Nationalism*, p. 299.
7. *Moslem Nationalism*, p. 294.
8. Ibid. p. 295.
9. Ibid. p. 296.
10. Quoted in Richard Symonds, *The Making of Pakistan* (Faber and Faber, London, 1950), p. 53.
11. Malik, *Moslem Nationalism*, p. 299.
12. Quoted in Qureshi, *The Muslim Community*, p. 349.
13. Malik, *Moslem Nationalism*, p. 300.
14. Hafeez Malik, *Sir Sayyid Ahmed Khan and Muslim Modernization* (Columbia, New York, 1980), p. 256.
15. Quoted in Ghulam Ali Allana, *Quaid-e-Azam Jinnah* (Ferozsons, Lahore, 1967), p. 319.
16. Quoted in Choudhry Khaliquzzaman, *Pathway to Pakistan* (Pakistan Longman, Lahore, 1961), p. 319.
17. Sheikh Muhammad Ikram, *Modern Muslim India and the Birth of Pakistan* (Inst. of Islamic Culture, Lahore), p.71.
18. Ibid.
19. Ibid.
20. Ibid., p. 64–71.
21. Mujeeb, *Indian Muslims*, p. 536.
22. Khaliquzzaman, *Pathway to Pakistan*, p. 319.
23. Ibid., pp. x–xi.
24. Vincent A. Smith, *The Oxford History of India* (Oxford, 1967), pp. 358–9.
25. Ikram, *Modern Muslim India*, p. 72.
26. Khaliquzzaman, *Pathway to Pakistan*, p. 319.
27. Ibid., pp. 307–8.
28. Quoted in Mujeeb, *Indian Muslims*, p. 233.
29. Malik, *Moslem Nationalism*, p. 86.
30. Mujeeb, *Indian Muslims*, p. 557.
31. Quoted in Malik, *Moslem Nationalism*, p. 295.
32. Qureshi, *The Muslim Community*, p. 135.
33. Ibid., p. 164.
34. Ibid., p. 135–7.
35. Mujeeb, *Indian Muslims*, pp. 10–19.
36. Ibid., p. 388.
37. Malik, *Moslem Nationalism*, p. 15.
38. Mujeeb, *Indian Muslims*, p. 173–4.
39. Quoted in Khaliquzzaman, *Pathway to Pakistan*, p. 237.
40. Afzal Iqbal, *Mohamed Ali* (Idarah-i-Adabiyat, Delhi, 1978), p. 381.
41. Mujeeb, *Indian Muslims*, p. 556.

2. சைய்யத் அகமது கான்

1. Introduction by Zaituna Umer in G.F.I. Graham, *The Life and Work of Sir Syed Ahmed Khan* (London, 1885), p. xvii.
2. Graham, *Life and Work*, p. 266.
3. Christian Troll, *Sayyid Ahmed Khan: Reinterpretation of Muslim Theology* (Vikas, New Delhi, 1978), p. 221 fn.
4. Details from Hafeez Malik, *Sir Sayyid Ahmed Khan*.

5. Ibid., p. 72.
6. Malik, *Sir Sayyid Ahmed Khan*, p. 74.
7. Mujeeb, *Indian Muslims*, p. 447.
8. Quoted in Malik, *Sir Sayyid Ahmed Khan*, p. 58.
9. Sayyid Ahmed, *History of the Revolt in the District of Bijnor*, pp. 309–10, quoted in Malik, *Sir Sayyid Ahmed Khan*, pp.107.
10. Ibid.
11. Quoted in Malik, *Sir Sayyid Ahmed Khan*, p. 79.
12. Graham, *Life and Work*, p. 12.
13. Ibid., p. 21.
14. Ikram, *Modern Muslim India*, p. 28.
15. Altaf Husain Hali, *Hayat-i-Javid*, p. 117, quoted in Malik, *Sir Sayyid Ahmed Khan*, p. 77.
16. Ibid.
17. Quoted in Troll, *Reinterpretation*, p.9
18. Malik, *Sir Sayyid Ahmed Khan*, p. 80.
19. Ibid., p. 121.
20. Ikram, *Modern Muslim India*, p. 25.
21. Ibid., p. 23.
22. See ibid., p. 26.
23. Malik, *Sir Sayyid Ahmed Khan*, p. 87.
24. Speech in Ghazipur, Jan. 9, 1864, quoted in Graham, *Life and Work*, p. 53.
25. Graham's words at inauguration, ibid., p. 49.
26. Ibid., p. 48.
27. Malik, *Sir Sayyid Ahmed Khan*, p.230.
28. Ibid., p. 237.
29. In 1884, Ibid., p. 245.
30. David Lelyveld, *Aligarh's First Generation* (Princeton, 1977), p. 311.
31. Graham, *Life and Work*, p. 62.
32. On Jan. 9, 1864, Ibid., pp. 56–7.
33. Ibid., pp. 59–62.
34. Malik, *Sir Sayyid Ahmed Khan*, p. 93
35. Letter of Apr. 29, 1870, quoted in Ikram, *Modern Muslim India*, p. 32.
36. Hali, *Hayat-i-Javid*, quoted in Ikram, *Modern Muslim India*, p. 32.
37. Letter of Apr. 29, 1870, Ibid., p. 32.
38. Ibid., p. 72.
39. Ibid.
40. Graham, *Life and Work*, p. 79.
41. Ibid.
41-45. Ibid., pp. 76–105.
46. and 47. Letter of Oct 15, 1869, Ibid., p. 132.
48. Ibid., pp. 125–6.
49. Letter to Duke of Argyll, July 28, 1869, Ibid., p. 68.
50. Malik, *Sir Sayyid Ahmed Khan*, p. 295.
51. Letter of Oct. 15, 1869, Graham, *Life and Work*, p. 127.
52. Ibid., p. 157.
53. Ibid., pp. 136–7.
54. Mujeeb, *Indian Muslims*, pp. 449–51. See also Freeland Abbott, *Islam and Pakistan* (Cornell University Press, Ithaca, New York), p. 129.
55. Ikram, *Modern Muslim India*, p. 36.
56. Quoted in Malik, *Moslem Nationalism*, p. 207.
57. Graham, *Life and Work*, p. 172.
58. Ibid., p. 218.
59. Malik, *Moslem Nationalism*, p. 213.
60. College prospectus, quoted in Shan Muhammad, *Sir Sayyid Ahmed Khan* (Meenakshi Prakashan, Meerut, 1969), p. 82.
61. Graham, *Life and Work*, p. 167.
62. Ibid., p. 223.
63. See Ikram, *Modern Muslim India*, p. 54.
64. Shan Muhammed, *Sir Syed*, p. 57.
65. Malik, *Sir Sayyid Ahmed Khan*, p. 170.
66. Ibid., p. 214.
67. Ibid., pp. 167–72.
68. Shan Muhammed, *Sir Syed*, pp. 56–7.
69. Quoted in Ikram, *Modern Muslim India*, p. 15.
70. Graham, *Life and Work*, p. 219.
71. Ikram, *Modern Muslim India*, p. 38.
72. Graham, *Life and Work*, p. 140.
73. Ibid., p. 227.
74. See Shan Muhammad, *Sir Syed*, pp. 233–6.
75. Graham, *Life and Work*, pp. 229–30.
76. Quoted in Ikram, *Modern Muslim India*, p. 42.
77. Ibid., pp. 34–5.
78. Quoted in Symonds, *The Making of Pakistan*, p. 35.

79. Ibid., pp. 34–5.
80. Shan Muhammad, *Sir Syed*, p. 142.
81. Ibid., p. 144.
82. Ikram, *Modern Muslim India*, p. 45.
83. Shan Muhammad, *Sir Syed*, pp. 145.
84. Ibid., Letters of Jan. 13, 1888 and Feb. 2, 1888, Ibid., pp. 147–8.
85. Letter of Feb. 18, 1888. Ibid., pp. 148–9.
86. Letter of Sept. 4, 1888. Ibid., p. 152.
87. Nehru, *Discovery of India*, pp. 410–11, quoted in Shan Muhammad, *Sir Syed*, p. 228.
88. Wilfred Cantwell Smith, *Modern Islam in India* (Victor Gollancz, London, 1946), p. 25.
89. Malik, *Moslem Nationalism*, p. 211.
90. J.N. Dass, quoted in Shan Muhammad. *Sir Syed*, p. 149.
91. Ibid., p. 150.
92. Ibid., p. 157.
93. Ikram, *Modern Muslim India*, p. 48.
94. Ibid., p. 48.
95. Foreword, Shan Muhammad, *Sir Syed*, p. viii.
96. Ibid., p. 169.
97. Quoted in ibid., p. 168.
98. Lelyveld , *Aligarh's First Generation*, p. 195.
99. Ibid., p. 196.
100. Ibid., p. 217.
101. Ibid., p. 310.
102. Morison's description, quoted in ibid., p. 218.
103. Ibid., pp. 218–9.
104. Ikram, *Modern Muslim India*, p. 46.
105. Lelyveld , *Aligarh' s First Generation*, p. 276.
106. Shan Muhammad, *Sir Syed*, p. 160.
107. Ikram, *Modern Muslim India*, p. 49.
108. Shan Muhammad, *Sir Syed*, p. 163.
109. Ibid., p. 172 fn.
110. Ibid., p. 162.
111. Ibid., p. 172 fn.
112. Troll, *Reinterpretation*, pp. xvi and 318.
113. Ikram, *Modern Muslim India*, p. 50.
114. Troll, *Reinterpretation*, p. 318.
115. Ibid., p. 332.
116. Abbott, *Islam and Pakistan*, p. 125.
117. Troll, *Reinterpretation*, p. xvi.
118. Ibid., p. 233.
119. Mujeeb, *Indian Muslims*, p. 448.
120. Troll, *Reinterpretation*, p. xvi.
121. Ibid., p. 314.
122. Mujeeb, *Indian Muslims*, p. 449.
123. Ibid.
124. Troll, *Reinterpretation*, p. 317.
125. Ibid., p. 313.
126. Ibid., p. 229.
127. Ibid., p. 221 fn.
128. Malik, *Moslem Nationalism*, p. 196.
129. Malik, *Sir Sayyid Ahmed Khan*, pp. 278–9.
130. Mujeeb, *Indian Muslims*, p. 451.
131. Ikram, *Modern Muslim India*, p. 54.
132. Troll, *Reinterpretation*, p. 17.
133. Ibid., p. 60.
134. Graham, *Life and Work*, p. 78.
135. Troll, *Reinterpretation*, p. 292.
136. Quoted in Malik, *Sir Sayyid Ahmed Khan*, p. 279.
137. Hector Bolitho, *Jinnah* (Greenwood Press, Westport, Connecticut), p. 38.
138. See comments by Percival Spear and S.M. Ikram in Ikram, *Modern Muslim India*, p. xiii.
139. Jan. 27, 1884. Quoted in Shan Muhammad, *Sir Syed*. p. 246.
140. Feb. 4, 1884, Ibid., p. 245.
141. *Aligarh Institute Gazette*, Apr. 7, 1888. Ibid., p. 239.
142. *The Reformer, 1880*. Troll, *Reinterpretation*, p. 303.
143. *Aligarh Institute Gazette*, Nov. 24, 1888. Ibid., p. 236.
144. *Aligarh Institute Gazette*, Nov. 24, 1888. Ibid., p. 236.
145. Ibid., p. 237.
146. Ibid., p. 240.
147. Quoted in ibid., p. 233.
148. Qureshi, *The Muslim Community*, p. 286.
149. Graham, *Life and Work*.
150. Lelyveld, *Aligarh's First Generation*, p. 272.

3. முகம்மது இக்பால்

1. Mujeeb, *Indian Muslims*, p. 452.
2. Fazlur Rahman, *Islam* (University of Chicago Press, Chicago, 1979), p. 234.
3. W.C. Smith, *Modern Islam in India*, p. 20 and pp. 105–6.
4. Ibid., p. 103.
5. Ibid., p. 109.
6. W.C. Smith, *Islam in Modern History* (Princeton University Press, Princeton, 1957), p. 54 and p. 63 fn.
7. Mujeeb, *Indian Muslim*, p. 454.
8. Barbara Metcalf in C.M. Naim (ed.), *Iqbal, Jinnah and Pakistan: The Vision and the Reality* (Maxwell School of Public Affairs, Syracuse University, 1979), p. 140.
9. From *Ramuz-i-Bekhudi*, quoted in Hafeez Malik (ed.), *Iqbal: Poet-Philosopher of Pakistan* (Columbia University Press, New York, 1971), p. 8.
10. Ibid., p. 12.
11. Ibid., p. 11.
12. Quoted in Mujeeb, *Indian Muslims*, p. 484.
13. Ibid., p. 485.
14. Malik (ed.), *Iqbal*, p. 17.
15. From *Asrar-i-Khudi*, published in 1915, quoted in Malik (ed.), *Iqbal*, p. 18.
16. Ibid., p. 18.
17. Quoted in Ibid., p. 22.
18. Ibid., p. 23.
19. W.C. Smith's phrase, in Smith, *Modern Islam in India*, p. 102.
20. From *Payam-i-Mashriq*, quoted by Anikeyev in Malik (ed.), *Iqbal*, p. 270.
21. Foreword to first edition (1915) of *Asrar-i-Khudi*, quoted in Malik (ed.), *Iqbal*, p. 72.
22. Quoted by Freeland Abbott in Malik (ed.), *Iqbal*, p. 177.
23. Quoted by Riffat Hassan in Malik (ed.), *Iqbal*, p. 143.
24. Ibid., p. 148.
25. Rahman, *Islam*, p. 220.
26. From *Bang-i-Dara*, published in 1924, quoted in Ikram, *Modern Muslim India*, p. 169.
27. Ibid., p. 170.
28. Letter of March 28, 1909, quoted in Ikram, *Modern Muslim India*, p. 170.
29. Malik (ed.) *Iqbal*, p. 10.
30. Ibid., pp. 24–5.
31. Quoted in Ikram, *Modern Muslim India*, p. 168.
32. Ibid.
33. A.S. Nuruddin in Malik (ed.), *Iqbal*, p. 295.
34. S.H. Nasr, *Ideas and Realities of Islam* (Allen and Unwin, London, 1975), p. 122.
35. Rahman, *Islam*, p. 143.
36. Ibn al-Arabi, quoted by Nuruddin in Malik (ed.) *Iqbal*, p. 291.
37. Rahman, *Islam*, p. 141.
38. W.C. Smith, *Islam in Modern History*, p. 38.
39. Rahman, *Islam*, p. 140.
40. Ibid., p. 144.
41. Quoted by Nuruddin in Malik (ed.), *Iqbal*, p. 291.
42. See Nasr, *Ideas and Realities of Islam*, p. 137.
43. Nuruddin in Malik (ed.), *Iqbal*, p. 291.
44. Rahman, *Islam*, p. 145.
45. Ibid., p. 164.
46. Ibid., p. 155.
47. Quoted by Freeland Abbott in Abbott, *Islam and Pakistan*, p. 27.
48. Malik (ed.) *Iqbal*, p. 75.
49. Ibid.
50. Quoted by Sachchidananda Sinha in Sinha, *Iqbal* (Ram Narain Lal, Allahabad, 1947), pp. 432–3.
51. Malik (ed.), *Iqbal*, p. 76. Taken from *Ramuz-i-Bekhudi* ('The Mysteries of Selflessness'), published in 1918.
52. Javid Iqbal in Malik (ed.), *Iqbal*, p. 56.
53. Quoted by Annemarie Schimmel in Malik (ed.) *Iqbal*, p. 313.
54. Quoted by Rabhar in Malik (ed.), *Iqbal*, p. 53.
55. Quoted by Nuruddin in Malik (ed.), *Iqbal*, p. 294.
56. Ibid., p. 299.
57. Quoted by Mujeeb in Mujeeb, *Indian Muslims*, p. 490.

58. Quoted by Rahman in Rahman, *Islam*, p. 225.
59. Quoted by Rahbar in Malik (ed.), *Iqbal*, p. 54.
60. Ibid., p. 53.
61. Rahman, *Islam*, p. 225.
62. Smith, *Modern Islam in India*, p. 110.
63. Metcalf in Naim (ed.), *Iqbal, Jinnah and Pakistan*, p. 139.
64. Quoted in Sinha, *Iqbal*, p. 345.
65. Ibid.
66. Ibid., pp. 381–2.
67. Smith, *Modern Islam in India*, p. 115.
68. Quoted by Nuruddin in Malik (ed.), *Iqbal*, p. 296.
69. Ibid., p. 297.
70. Quoted by Sinha in Sinha, *Iqbal*, p. 319.
71. Quoted by Stepanyants in Malik (ed.), *Iqbal*, p. 303.
72. Anikeyev in Malik (ed.), *Iqbal*, p. 273.
73. Ibid.
74. Malik in Malik (ed.), *Iqbal*, 31.
75. Quoted by Gordon-Polonskaya in Malik (ed.), *Iqbal*, p. 132.
76. Quoted by Jan Marek in Malik (ed.), *Iqbal*, p. 168.
77. Symonds, *Making of Pakistan*, p. 39.
77. Letter to Nicholson, Jan. 24, 1927, quoted in Symonds, *Making of Pakistan*, p. 39.
78. Quoted by Jan Marek in Malik (ed.), *Iqbal*, p. 163.
79. Smith, *Modern Islam in India*, p. 140.
80. Quoted in Rahman, *Islam*, p. 234.
81. Smith, *Modern Islam in India*, p. 140.
82. Quoted by Mujeeb, *Indian Muslims*, p. 489.
83. Sheila McDonough in Naim (ed.), *Iqbal, Jinnah and Pakistan*, pp. 121–2.
84. Mujeeb, *Indian Muslims*, p. 454.
85. Quoted by Riffat Hassan in Malik (ed.), *Iqbal*, p. 150.
86. Ibid., pp. 148–9.
87. Smith, *Modern Islam in India*, p. 114.
88. Quoted by Hassan in Malik (ed.), *Iqbal*, p. 147.
89. Quoted in Sinha, *Iqbal*, p. 326.
90. Ibid., p. 327.
91. Javid Iqbal in Malik (ed.) *Iqbal*, p. 61.
92. Quoted in Malik (ed.), *Iqbal*, p. 31.
93. Quoted by Rahbar in Malik (ed.), *Iqbal*, p. 55.
94. Quoted in Ikram, *Modern Muslim India*, p. 171.
95. Javid Iqbal (ed.), *Notebook of Allama Iqbal* (Lahore, 1961), pp. 14–5.
96. Ikram, *Modern Muslim India*, p. 182.
97. Ibid., p. 172.
98. Ibid., p. 182.
99. Ibid., p. 173.
100. Quoted in Malik (ed.), *Iqbal*, p. 27.
101. Letter to Akbar Najibabadi, Apr. 12, 1925, quoted in Ikram, *Modern Muslim India*, p. 183.
102. Ibid., p. 186.
103. Mujeeb, *Indian Muslims*, p. 456.
104. Smith, *Modern Islam in India*, pp. 135–6.
105. Quoted in Smith, *Modern Islam in India*, p. 136.
106. See Freeland Abbott, *Islam and Pakistan*, p. 172.
107. Maudoodi quoted in ibid., p. 182.
108. Ibid., p. 182.
109. Quoted by Gordon-Polonskaya in Malik (ed.), *Iqbal*, p. 127.
110. Ikram, *Modern Muslim India*, p. 186.
111. Letter to Sir Francis Younghusband, quoted in Ikram, *Modern Muslim India*, p. 185.
112. Quoted by Jan Marek in Malik (ed.), *Iqbal*, p. 172.
113. Quoted by Hassan in ibid., pp. 156–7.
114. Javid Iqbal in ibid., p. 60.
115. Rahbar in ibid., p. 36.
116. Quoted by Javid Iqbal in ibid., p. 58.
117. Quoted by Rahbar in ibid., p. 39.
118. Ibid., p. 38.
119. Ibid., p. 39.
120. Quoted by Schimmel in ibid., p. 323.
121. Ibid.
122. Ibid., p. 19.

123. Javid Iqbal in ibid., p. 62.
124. Ibid., p. 39.
125. Ibid., p. 40.
126. Malik in ibid., p. 26.
127. Ibid., p. 40.
128. Javid Iqbal in ibid., p. 59.
129. Ibid.
130. Quoted in Allen Hayes Merriam, *Gandhi vs Jinnah* (Minerva, Calcutta, 1980), p. 17.
131. Quoted by Hassan in Malik (ed.), *Iqbal*, p. 148.
132. Ikram, *Modern Muslim India*, p. 175.
133. Hassan in Malik (ed.), *Iqbal*, p. 152.
134. Ibid., p. 151.
135. Quoted in Symonds, *Making of Pakistan*, p. 40.
136. Ibid.
137. Letters of May 28 and June 21, 1937, Malik (ed.), *Iqbal*, pp. 385-8.
138. Nehru, *Discovery of India* (John Day, New York, 1946), p. 355.
139. Quoted by Naim in Naim (ed.), *Iqbal, Jinnah and Pakistan*, p. 186.
140. See Ikram, *Modern Muslim India*, p. 382.
141. Malik (ed.), *Iqbal*, pp. 103-4.
142. Ibid., p. 327.
143. Ibid., p. 329.
144. Quoted by Rahbar in ibid., p. 47.
145. Ibid., p. 46.
146. Quoted by Hassan in ibid., p. 152.
147. Malik (ed.), *Iqbal*, p. 34.
148. Javid Iqbal in ibid., p. 62.
149. Ibid., pp. 64-5.

4. முகம்மது அலி

1. Ikram, *Modern Muslim India*, p. 158.
2. Professor Khuda Baksh, quoted in Smith, *Modern Islam in India*, p. 58.
3. Quoted in S.S. Peerzada (ed.), *Foundations of Pakistan: All-India Muslim League Documents, 1906-1947* (National Publishing House, Karachi, 1969), p. 533.
4. Afzal Iqbal, *Life and Times of Mohamed Ali* (Idarah-i-Adabiyat, Delhi, 1978), p. 19.
5. Ibid.
6. Mohamed Ali, *My Life: A Fragment* (Sh. Muhammad Ashraf, Lahore, 1966), p.27
7. Iqbal, *Mohamed Ali*, pp. 32-3.
8. Mohamed Ali, *My Life*, p. 29.
9. Ibid., p. 30.
10. Iqbal, *Mohamed Ali*, p. 45.
11. Ibid., p. 38.
12. Ibid.
13. Mohamed Ali, *My Life*, p. 32-3.
14. Ibid.
15. Iqbal, *Mohamed Ali*, p. 56.
16. Ibid., p. 55.
17. Ibid., pp. 39-40.
18. Ibid., p. 42.
19. Ibid.
20. Quoted in ibid., p. 41.
21. Ibid., p. 43.
22. Ibid., p. 60.
23. Ibid., p. 63.
24. Quoted in ibid., p. 62.
25. Mujeeb, *Indian Muslims*, p. 537.
26. Iqbal, *Mohamed Ali*, pp. 47-8.
27. Quoted in ibid., p. 93.
28. Khaliquzzaman, *Pathway to Pakistan*, p. 17.
29. Iqbal, *Mohamed Ali*, p. 86.
30. Ibid., p. 53.
31. Ibid., p. 85.
32. Ibid.
33. Quoted in ibid., p. 108.
34. Mohamed Ali, *My Life*, pp. 35-6.
35. Ibid., p. 49.
36. Ansari quoted in Iqbal, *Mohamed Ali*, p. 76.
37. Ibid., p. 74.
38. Mujeeb, *Indian Muslims*, p. 536.
39. See Iqbal, *Mohamed Ali*, pp. 96-8.
40. Khaliquzzaman, *Pathway to Pakistan*, p. 18.
41. Iqbal, *Mohamed Ali*, p. 105.
42. Ibid., p. 110.
43. Khaliquzzaman, *Pathway to Pakistan*, p. 28.
44. Ibid., p. 29.
45. Ibid., p. 31.
46. Ibid.
47. Ibid.

48. Iqbal, *Mohamed Ali*, p. 111.
49. Mohamed Ali, *My Life*, p. 41.
50. Iqbal, *Mohamed Ali*, p. 152.
51. Ibid., p. 159.
52. Quoted in ibid., p. 129.
53. Khaliquzzaman, *Pathway to Pakistan*, p. 33.
54. Letter of 25.4.18, quoted in Iqbal, *Mohamed Ali*, p. 159.
55. Quoted in ibid., p. 146.
56. Ibid.
57. Ibid., p. 142.
58. Ibid., pp. 124–5.
59. Pattabhi Sitaramayya, *The History of the Congress* (Congress Working Committee, Allahabad, 1935), p. 310.
60. Iqbal, *Mohamed Ali*, pp. 191–2.
61. Ibid.
62. Ibid., p. 403.
63. Mujeeb, *Indian Muslims*, p. 537.
64. Iqbal, *Mohamed Ali*, p. 197.
65. Ibid., p. 199.
66. Ibid., p. 228.
67. Ibid., p. 203.
68. Ibid., p. 210.
69. Ibid., p. 227.
70. Sitaramayya, *History of Congress*, p.307
71. Quoted in Iqbal, *Mohamed Ali*, p. 256.
72. Ikram, *Modern Muslim India*, p. 160.
73. Iqbal, *Mohamed Ali*, p. 236.
74. Ibid., pp. 237–8.
75. Letter, dated Feb. 1, 1921, from Knapp, Chief Secretary, Government of Madras, to Government of India, File 43 of 1921, Home, National Archives, New Delhi.
76. Letter in March 1921 from Reading, Viceroy, to the Secretary of State, in Iqbal, *Mohamed Ali*, p. 255.
77. Ibid., p. 201.
78. Ibid., p. 280.
79. Quoted in ibid., p. 267.
80. Ikram, *Modern Muslim India*, p. 160.
81. Iqbal, *Mohamed Ali*, p. 394.
82. Ibid., p. 256.
83. Ibid., p. 257.
84. See ibid., p. 267.
85. Ibid., pp. 266–70.
86. Figures given in Michael Brecher, *Nehru* (Oxford University Press, London, 1959), pp. 97–8.
87. Iqbal, *Mohamed Ali*, p. 271.
88. Ibid.
89. Ibid., p. 276.
90. Ibid., pp. 277–8.
91. Jamiluddin Ahmad, *Middle Phase of the Muslim Political Movement* (Publishers United, Lahore, 1969), p. 34.
92. D.G. Tendulkar, *Mahatma* (Bombay, 1951), Vol. 2, p. 89.
93. Sitaramayya, *History of Congress*, p. 373.
94. Letter to Abdul Hamid Said in Rome, quoted in Iqbal, *Mohamed Ali*, p. 281.
95. Ibid., pp. 279–80.
96. Tendulkar, *Mahatma*, Vol. 2, p. 106.
97. *Young India*, Feb. 2, 1922.
98. *Young India*, March 2, 1922.
99. Brecher, *Nehru*, p. 79.
100. Iqbal, *Mohamed Ali*, p. 285.
101. M. Ali's remark after release. Quoted in ibid., p. 305.
102. Ibid., pp. 298–9.
103. Ibid., p. 301.
104. Mujeeb, *Indian Muslims*, p. 538.
105. Iqbal, *Mohamed Ali*, p. 323.
106. Mujeeb, *Indian Muslims*, p. 538.
107. On March 9, 1922, quoted in Iqbal, *Mohamed Ali*, p. 294.
108. Letter from M.H. Kidwai to M.A. Ansari, quoted in ibid., p. 289.
109. In the middle of 1922. Quoted in ibid., p. 290.
110. In 1925. Ibid., p. 332.
111. In 1923. Ibid., p. 308.
112. Ibid., pp. 310–11.
113. Ibid., p. 308.
114. Quoted in foreword by Muhammad Habib in Moin Shakir, *Khilafat to Pakistan* (Kalamkar, New Delhi), p. xviii.
115. Iqbal, *Mohamed Ali*, pp. 312–13.
116. Mujeeb, *Indian Muslims*, p. 538.
117. Diary entry dated Feb. 17, 1924. Iqbal, *Mohamed Ali*, pp. 314–15.
118. Letter dated June 15, 1924. Ibid., p. 314.

119. Ibid., p. 315.
120. Ibid., pp. 318–19.
121. Ibid., p. 280.
122. Tendulkar, *Mahatma*, Vol. 2, p. 198.
123. Iqbal, *Mohamed Ali*, p. 320.
124. Ibid.
125. Rajagopalachari to Devadas Gandhi, Sept. 26, 1924. Devadas Gandhi Papers, Madras.
126. Iqbal, *Mohamed Ali*, p. 321.
127. Ibid., p. 331.
128. In 1926, quoted in ibid., p. 341.
129. Note by J.W. Hore to Edwin Montagu. Quoted in ibid., p. 212.
130. Ibid., p. 311.
131. Ibid., p. 338.
132. Ibid., p. 332.
133. Mujeeb, *Indian Muslims*, p. 539.
134. Khaliquzzaman, *Pathway to Pakistan*, p. 37.
135. Ibid., p. 99.
136. Ibid., p. 98.
137. Ibid.
138. Ibid.
139. Iqbal, *Mohamed Ali*, p. 344.
140. Ibid., p. 360.
141. Ibid., p. 371.
142. Ibid., p. 376.
143. Ibid., p. 379.
144. London remarks from ibid. pp. 379.
145. Mujeeb, *Indian Muslim*, p. 536.

5. முகம்மது அலி ஜின்னா

1. Hector Bolitho, *Jinnah: Creator of Pakistan* (Greenwood Press, Westport, Connecticut), p. 8.
2. Ibid.
3. Ibid., p. 13.
4. Ibid., pp. 8–9.
5. Ibid., p. 14.
6. Ibid., p. 15.
7. Ibid., p. 18.
8. Ibid.
9. Ibid., pp. 20–21.
10. Ibid., p. 18.
11. Ibid. p. 19.
12. Quoted in ibid., pp. 21–22.
13. Ibid., p. 48.
14. Ibid.
15. Ibid., p. 55.
16. Ibid.
17. Ibid., p. 51.
18. Ibid., p. 58.
19. Ibid., p. 64.
20. Ibid., p. 64.
21. B. Shiva Rao, *India's Freedom Movement* (Orient Longman, New Delhi, 1972), p. 125.
22. Michael Brecher, *Nehru* (Oxford University Press, London, 1959), p. 60.
23. Montagu quoted in Tendulkar, *Mahatma*, Vol. 1, p. 264.
24. Edwin S. Montagu, *An Indian Diary* (Heinemann, London, 1930), pp. 57–8.
25. Ibid.
26. Ibid., p. 67.
27. Letter from Sarojini Naidu to Syed Mahmud, quoted in V.N. Datta and B. Cleghorn (ed.), *A Nationalist Muslim in Indian Politics* (Macmillan, New Delhi, 1974), p. 31.
28. Bolitho, *Jinnah*, p. 76.
29. Ibid., p. 78.
30. Ibid.
31. Ibid., p. 80.
32. Gandhi's remark in *Young India*, Nov. 8, 1928.
33. Bolitho, *Jinnah*, p. 80.
34. Allen Hayes Merriam, *Gandhi vs Jinnah* (Minerva, Calcutta, 1980), p. 45.
35. Ibid.
36. Judith H. Brown, *Gandhi's Rise to Power* (Cambridge University Press, Cambridge, 1972), p. 263.
37. S.S. Pirzada (ed.), *Foundations of Pakistan: All-India Muslim League Documents* (National Publishing House, Karachi), Vol. 1, pp. 542–4.
38. Ronaldshay, Governor of Bengal, to Montagu, Secretary of State, Sept. 22, 1920, quoted in Brown, *Gandhi's Rise to Power*, p. 265.
39. See Bolitho, *Jinnah*, p. 85.
40. Bolitho, *Jinnah*, pp. 83–4.
41. Brown, *Gandhi's Rise to Power*, p. 295.
42. Bolitho, *Jinnah*, p. 85.
43. Ibid.

44. Brown, *Gandhi's Rise to Power*, p. 297.
45. Merriam, *Gandhi's vs Jinnah*, p. 47 and Bolitho, *Jinnah*, p. 87.
46. Bolitho, *Jinnah*, p. 83.
47. Ibid., p. 84.
48. Ikram, *Modern Muslim India*, p. 362.
49. Bolitho, *Jinnah*, p. 89.
50. Merriam, *Gandhi vs Jinnah*, p. 47.
51. Bolitho, *Jinnah*, pp. 89–90.
52. Quoted in Ikram, *Modern Muslim India*, p. 363.
53. J. Ahmad *Middle Phase*, p. 92.
54. Ibid., pp. 94–5.
55. K.M. Munshi, *Pilgrimage to Freedom* (Bharatiya Vidya Bhavan, Bombay, 1967), p. 24.
56. Ahmad, *Middle Phase*, pp. 94–5.
57. Bolitho, *Jinnah*, pp. 94–5.
58. Khaliquzzaman, *Pathway to Pakistan*, p. 98.
59. Quoted in Ikram, *Modern Muslim India*, p. 366.
60. M.H. Saiyid, *Mohammad Ali Jinnah* (S.M. Ashraf, Lahore, 1945), p. 433.
61. See P. Hardy, *The Muslims of British India* (Cambridge University Press, 1972), p. 433.
62. From notes of Afzal Haque, who was present, quoted in G.A. Allana, *Jinnah*, p. 213.
63. Bolitho, *Jinnah*, p. 91.
64. Ibid., p. 92.
65. Ibid., p. 95.
66. Ibid., p. 96.
67. Quoted in Allana, *Jinnah*, p. 179.
68. Quoted in Ikram, *Modern Muslim India*, p. 368.
69. Jinnah to Ikram, quoted in ibid., p. 372.
70. To Aligarh students in 1938, quoted in Bolitho, *Jinnah*, p. 100.
71. Quoted in Ahmad, *Middle Phase*, pp. 129–30.
72. Bolitho, *Jinnah*, p. 102.
73. Ahmad, *Middle Phase*, p. 140.
74. *Hindu*, Sept. 5, 1941.
75. Ikram, *Modern Muslim India*, p. 372.
76. Bolitho, *Jinnah*, pp. 104–5.
77. Ikram, *Modern Muslim India*, p. 377.
78. Ibid., p. 376.
79. Ahmad, *Middle Phase*, p. 170.
80. Letter of May 22, 1937, quoted in Peerzada (ed.), *Leader' Correspondence with Mr Jinnah* (Taj Office, Bombay, 1944), p. 37.
81. Khaliquzzaman, *Pathway to Pakistan*, p. 167.
82. Abul Kalam Azad, *India Wins Freedom* (Orient Longmans, Calcutta, 1959), p. 161.
83. Ikram, *Modern Muslim India*, p. 381.
84. Pyarelal, *Mahatma Gandhi: The Last Phase* (Navajivan, Ahmedabad, 1958), Vol. 1, p. 76.
85. Quoted in Merriam, *Gandhi vs Jinnah*, p. 57.
86. Penderel Moon, *Divide and Quit* (University of California Press, Berkeley, 1962), p. 15.
87. Munshi, *Pilgrimage to Freedom*, p. 48.
88. *Hindu*, Jan. 1, 1938.
89. Ikram, *Modern Muslim India*, p. 381.
90. Ibid., p. 382.
91. Merriam, *Gandhi vs Jinnah*, p. 58.
92. Bolitho, *Jinnah*, p. 115.
93. Khaliquzzaman, *Pathway to Pakistan*, p. 172.
94. Ikram, *Modern Muslim India*, pp. 381–2.
95. Extracts taken from Peerzada (ed.), *Leaders' Correspondence*, pp. 38–50.
96. Merriam, *Gandhi vs Jinnah*, p. 62.
97. Ibid.
98. Ibid., p. 61.
99. Bolitho, *Jinnah*, pp. 116–17.
100. Merriam, *Gandhi vs Jinnah*, p. 62.
101. Bolitho, *Jinnah*, pp. 119–20.
102. Ibid., p. 119.
103. Ibid., p. 118.
104. Merriam, *Gandhi vs Jinnah*, p. 62.
105. Bolitho, *Jinnah*, pp. 117–18.
106. Letter of Oct. 19, 1939, Linlithgow Papers, India Office Library, London.
107. Merriam, *Gandhi vs Jinnah*, p. 67.
108. Remarks made in Oct. 1939 and March 1940. Quoted in Rajmohan

Gandhi, *The Rajaji Story* (Bharatiya Vidya Bhavan, Bombay, 1984), pp. 50–51 and p. 64.
109. Merriam, *Gandhi vs Jinnah*, pp. 64–5.
110. Ibid., p. 67.
111. Quoted in Naim (ed.), *Iqbal, Jinnah and Pakistan*, p. 186.
112. John Glendevon, *The Viceroy at Bay* (Collins, London, 1971), p. 119.
113. Merriam, *Gandhi vs Jinnah*, p. 68.
114. Ibid., p. 66.
115. Ibid., p. 68–73.
116. J. Ahmad (ed.), *Historic Documents of the Muslim Freedom Movement* (Publishers United, Lahore), p. 372.
117. Merriam, *Gandhi vs Jinnah*, p. 98.
118. Ibid., p. 78.
119. Telegram from Jinnah, July 12, 1940. Exchange quoted in Peerzada (ed.), *Leaders' Correspondence*, p. 213.
120. Naim (ed.), *Iqbal, Jinnah and Pakistan*, p. 68.
121. J. Ahmad, *Creation of Pakistan* (Publishers United, Lahore, 1976), pp. 74–5.
122. Ibid., p. 75.
123. Merriam, *Gandhi vs Jinnah*, p. 64.
124. Bolitho, *Jinnah*, p. 84.
125. Enayetur Rahim, *Provincial Autonomy in Bengal: 1937–1943* (Rajshahi University, Bangladesh, 1981), pp. 232–5.
126. Merriam, *Gandhi vs Jinnah*, p. 77.
127. Gandhi's comments in *Harijan*, June 7, 1942 and June 21, 1942.
128. Nehru quoted in Shiva Rao, *India's Freedom Movement*, p. 182.
129. Azad, *India Wins Freedom*, p. 76.
130. R. Gandhi, *The Rajaji Story*, p. 87.
131. Merriam, *Gandhi vs Jinnah*, p. 79.
132. Ibid., p. 81.
133. Ibid., pp. 80–81.
134. Kanji Dwarkadas, *Ten Years to Freedom* (Popular Prakashan, Bombay, 1968), p. 79.
135. Merriam, *Gandhi vs Jinnah*, p. 88.
136. Based on Bolitho, *Jinnah*, p. 145. and on report of trial in *Times of India*, Bombay, quoted in Muhammad Haneef Shahid (ed.), *Quaid-i-Azam M.A. Jinnah* (Sange-e-Meel Publications, Lahore, 1976).
137. Merriam, *Gandhi vs Jinnah*, p. 90.
138. Ibid., p. 88.
139. Ibid., pp. 91–2.
140. R. Gandhi, *The Rajaji Story*, pp. 95–6 and p. 102.
141. Bolitho, *Jinnah*, p. 146.
142. Merriam, *Gandhi vs Jinnah*, p. 93.
143. Bolitho, *Jinnah*, p. 147.
144. Ibid., p. 148.
145. Azad, *India Wins Freedom*, p. 93.
146. Penderel Moon (ed.), *Wavell: the Viceroy's Journal* (Oxford University Press, London, 1973), p. 87.
147. Merriam, *Gandhi vs Jinnah*, pp. 94–108.
148. Ibid., p. 105.
149. Ibid., p. 106.
150. Bolitho, *Jinnah*, p. 152.
151. Merriam, *Gandhi vs Jinnah*, p. 108.
152. Khaliquzzaman, *Pathway to Pakistan*, pp. 316–8.
153. Merriam, *Gandhi vs Jinnah*, p. 101.
154. Khaliquzzaman, *Pathway to Pakistan*, p. 278.
155. Merriam, *Gandhi vs Jinnah*, p. 104.
156. Moon (ed.), *Wavell*, p. 120.
157. Ibid., p. 141.
158. From letter of July 8, 1946, quoted in ibid., p. 494.
159. Merriam, *Gandhi vs Jinnah*, pp. 117–8.
160. Bolitho, *Jinnah*, p. 154.
161. Ibid., p. 153.
162. Ibid., p. 158.
163. M.A.H. Ispahani, *Quaid-e-Azam as I Knew Him* (Forward Publications Trust, Karachi, 1966), p. 123.
164. Bolitho, *Jinnah*, p. 142.
165. Ibid.
166. Quoted in Brecher, *Nehru*, p. 309.
167. Moon (ed.), *Wavell*, p. 475 and p. 478.
168. Remark on Apr. 3, 1946, quoted in J. Ahmad (ed.), *Speeches and Writings of Mr Jinnah* (Ashraf, Lahore, 1947), Vol. 2, p. 384.

169. Moon (ed.), *Wavell*, p. 475 and p. 478.
170. Ahmad (ed.), *Historic Documents*, pp. 522–3.
171. N. Mansergh and E.W.R. Lumby (ed.), *The Transfer of Power*, Vol. 7, pp. 686–7.
172. Moon (ed.), *Wavell*, p. 488.
173. Ibid., p. 490.
174. Ibid., p. 305.
175. Ibid.
176. Quoted in Ahmad (ed.), *Historic Documents*, p. 528.
177. J. Ahmad, *Creation of Pakistan*, p. 274.
178. Ibid.
179. Bolitho, *Jinnah*, pp. 164–5.
180. Ahmad, *Creation of Pakistan*, p. 278.
181. Ibid.
182. Chaudhri Muhammad Ali, *The Emergence of Pakistan* (Columbia University Press, New York, 1967), p. 69.
183. Bolitho, *Jinnah*, pp. 165–6.
184. *Statesman*, Calcutta, Aug. 20, 1946.
185. On Aug. 21, 1946. Quoted in Durga Das (ed.), *Sardar Patel's Correspondence* (Navajivan, Ahmedabad), Vol. 3, p. 40.
186. Ahmad (ed.), *Historical Documents*, pp. 545–6.
187. *New York Herald-Tribune*, Oct. 29, 1946.
188. Brecher, *Nehru*, p. 325.
189. In a letter to Cripps, Dec. 15, 1946, quoted in Durga Das (ed.), *Patel's Correspondence*, Vol. 3, pp. 313–5.
190. Ibid.
191. Moon (ed.), *Wavell*, p. 406.
192. Ibid., pp. 422–3.
193. Pyarelal, *The Last Phase*, Vol. 1, p. 565.
194. Moon (ed.), *Wavell*, p. 421.
195. R. Gandhi, *The Rajaji Story*, p. 130.
196. Pyarelal, *The Last Phase*, Vol. 2, p. 169.
197. Azad, *India Wins Freedom*, p. 187.
198. Stanley Wolpert, *Jinnah of Pakistan* (Oxford University Press, New York, 1984), p. 317.
199. Muhammad Ali, *Emergence of Pakistan*, p. 148.
200. Ibid., p. 128.
201. Merriam, *Gandhi vs Jinnah*, p. 128.
202. Muhammad Ali, *Emergence of Pakistan*, p. 125.
203. Ibid., p. 126.
204. Ibid., pp. 142–3.
205. Ibid.
206. Alan Campbell-Johnson, *Mission With Mountbatten* (Robert Hale, London, 1951), p. 93.
207. Bolitho, *Jinnah*, pp. 194–5.
208. Ibid.
209. Muhammad Ali, *Emergence of Pakistan*, p. 114.
210. Ikram, *Modern Muslim India*, p. 389.
211. Ibid., p. 396.
212. Muhammad Ali, *Emergence of Pakistan*, p. 61.
213. Sharif Al Mujahid, *Quaid-i-Azam Jinnah, Studies in Interpretation* (Quaid-i-Azam Academy, Karachi, 1978), p. 171.
214. Muhammad Ali, *Emergence of Pakistan*, p. 61.
215. Ibid., p. 87 and pp. 145–8.
216. Bolitho, *Jinnah*, p. 183.
217. Muhammad Ali, *Emergence of Pakistan*, p. 144.
218. Durga Das (ed.), *Patel's Correspondence*, Vol. 3, pp. 313–5.
219. Azad, *India Wins Freedom*, p. 174.
220. See Ahmad, *Creation of Pakistan*, p. 339.
221. Muhammad Ali, *Emergence of Pakistan*, p. 73.
222. Ahmad, *Creation of Pakistan*, p. 339.
223. Khaliquzzaman, *Pathway to Pakistan*, p. 396.
224. Bolitho, *Jinnah*, p. 189.
225. Khaliquzzaman, *Pathway to Pakistan*, p. 321.
226. Letter from Suhrawardy to Khaliquzzaman, quoted in *Pathway to Pakistan*, pp. 397–8.
227. Bolitho, *Jinnah*, p. 198.
228. Quoted in Bolitho, *Jinnah*, p. 197

and Khaliquzzaman, *Pathway to Pakistan*, p. 321.
229. Bolitho, *Jinnah*, p. 197.
230. Ahmad (ed.), *Historic Documents*, p. 380.
231. Khaliquzzaman, *Pathway to Pakistan*, p. 321.
232. Naim in Naim (ed.), *Iqbal, Jinnah and Pakistan*, p. 181.
233. Merriam, *Gandhi vs Jinnah*, p. 135.
234. M.S.M. Sharma, *Peeps Into Pakistan* (Pustak Bhandar, Patna, 1954), p. 182.
235. Ibid., p. 188.
236. Bolitho, *Jinnah*, p. 95.
237. Sharma, *Peeps into Pakistan*, pp. 182–3.
238. Ikram, *Modern Muslim India*, p. 460.
239. Ibid., pp. 460–1.
240. Sharma, *Peeps into Pakistan*, p. 187.
241. Quoted in Ikram, *Modern Muslim India*, p. 463.
242. Qureshi in Naim (ed.), *Iqbal, Jinnah and Pakistan*, p. 35.
243. Muhammad Ali, *Emergence of Pakistan*, p. 238.
244. Naim (ed.), *Iqbal, Jinnah and Pakistan*, p. 36.
245. Ibid.
246. Muhammad Ali, *Emergence of Pakistan*, p. 385.
247. Ibid., p. 383.
248. Ibid., p. 386.
249. Naim (ed.), *Iqbal, Jinnah and Pakistan*, p. 68.
250. Ibid., p. 98.
251. Ibid., p. 97.
252. Muhammad Ali, *Emergence of Pakistan*, p. 297.
253. Ibid.
254. Ibid., p. 290.
255. Ibid., pp. 292–3.
256. Ibid., p. 297.
257. Bolitho, *Jinnah*, p. 208.
258. Ibid., p. 209.
259. Muhammad Ali, *Emergence of Pakistan*, p. 296.
260. See Alan Campbell-Johnson, *Mission with Mountbatten*, p. 283.

261. Bolitho, *Jinnah*, p. 210.
262. Naim (ed.), *Iqbal, Jinnah and Pakistan*, p. 22.
263. Ispahani, *Jinnah As I Knew Him*, p. 119 and p. 125.
264. Ibid.
265. Ibid.
266. Ibid., p. 107 and p. 112.
267. Bolitho, *Jinnah*, p. 208.
268. Ibid., p. 166.
269. Ibid.
270. Hicks to author.
271. Bolitho, *Jinnah*, p. 212.
272. Ibid., p. 180.
273. Ibid., p. 212.
274. See Merriam, *Gandhi vs Jinnah*, p. 108, and Pyarelal, *The Last Phase*, Vol. 1, p. 251.
275. S.S. Pirzada, *Some Aspects of Quaid-i-Azam's Life* (National Commission on Historical and Cultural Research, Islamabad, 1978), p. 37.
276. Naim (ed.), *Iqbal, Jinnah and Pakistan*, p. 22.
277. *Dawn*, March 12, 1948, quoted in Ikram, *Modern Muslim India*, p. 499.
278. Eid Day broadcast, Nov. 13,1939, quoted in Naim (ed.), *Iqbal, Jinnah and Pakistan*, p. 101. 279. Ispahani, *Jinnah As I Knew Him*, p. 118.
280. Bolitho, *Jinnah*, p. 216.
281. Ibid., p. 212.
282. Ibid., p. 221.
283. Ibid., p. 223.
284. Ibid., p. 224.

6. பசுலுல் ஹக்

1. Letter of Dec. 3, 1937, quoted in Enayetur Rahim, *Provincial Autonomy in Bengal: 1937–1943* (Institute of Bangladesh Studies, Rajshahi University, Bangladesh, 1981), p. 109.
2. Jinnah's remark, Feb. 15, 1942, in ibid., p. 235.
3. Shaista S. Ikramullah, *From Purdah to Parliament* (The Crescent Press, London, 1963), p. 104.
4. B.D. Habibullah in introductory remarks in A.K. Zainul Abedin (ed.), *Memorable Speeches of Sher-e-Bangla* (Al Helal Publishing House, Barisal, 1978).

5. Ibid.
6. Ikram, *Modern Muslim India*, p. 89.
7. A.S.M. Abdur Rab, *A.K. Fazlul Huq* (Ferozsons, Lahore, 1967), p. 5.
8. Abedin (ed.), *Speeches of Sher-e-Bangla*, p. 27.
9. Rab, *Huq*, p. 31.
10. Ibid., pp. 32–33.
11. Ibid., p. 40.
12. Ibid., p. 43.
13. Rahim, *Provincial Autonomy*, p. 59.
14. Letter to Sarat Bose, Feb. 22, 1921, in Rab, *Huq*, pp. 56–7.
15. Ibid., pp. 56–8.
16. Gautam Chattopadhyay, *Bengal Electoral Politics and Freedom Struggle* (New Delhi, 1984), p. 56.
17. Ibid., pp. 62–3.
18. Rab, *Huq*, p. 47.
19. Speech at the 1931 Round Table Conference in London, quoted in ibid., p. 83.
20. See Chattopadhyay, *Bengal Politics*, p. 112 and p. 115.
21. Enayetur Rahim, ' *Bengal Election, 1937,' Journal of the Asiatic Society of Bangladesh* (Dacca, August 1977), p. 101.
22. Ibid.
23. Rahim, *Provincial Autonomy*, p. 59.
24. Rab, *Huq*, pp. 74–5.
25. Ibid., p. 79.
26. Ibid., p. 84.
27. Ibid., p. 82.
28. Abedin (ed.), *Speeches of Sher-e-Bangla*, pp. 132–4.
29. See Rahim, *Bengal Election, 1937*, pp. 105–6, and Chattopadhyay, *Bengal Politics*, p. 140.
30. Rahim, *Bengal Election, 1937*, p. 103.
31. Ibid., p. 98.
32. *Star of India*, Oct. 5, 1936, quoted in ibid., p. 108.
33. Ibid., p. 110.
34. Ibid.
35. *Star of India*, Oct. 30, 1936, quoted in ibid., p. 113.
36. Rab, *Huq*, pp. 88–9.
37. Chattopadhyay, *Bengal Politics*, p. 142.
38. Abul Mansur Ahmed, quoted in ibid., pp. 146–7.
39. Quoted in ibid., p. 147.
40. Rahim, *Bengal Election, 1937*, p. 117.
41. Letter of March 9, 1937, quoted in ibid., p. 117.
42. Rahim, *Provincial Autonomy*, p. 126.
43. Ibid., p. 130.
44. Ibid., p. 135.
45. Ibid.
46. Abedin (ed.), *Speeches of Sher-e-Bangla*, p. 11.
47. Rahim, *Provincial Autonomy*, p. 136.
48. Ibid.
49. Ibid., p. 141.
50. Ibid., p. 216.
51. Abedin (ed.), *Speeches of Sher-e-Bangla*, pp. 135–6.
52. Ibid., p. 138.
53. 1931 census figures. Quoted in Rahim, *Provincial Autonomy*, p. xii.
54. Rahim, *Bengal Election, 1937*, p. 122.
55. Rab, *Huq*, pp. 97–8.
56. Rahim, *Provincial Autonomy*, p. 231.
57. Ibid.
58. Quoted in Amalendu De, *Islam in Modern India* (Maya, Calcutta, 1982), p. 147.
59. Ibid.
60. Letter of Sep. 8, 1941, quoted in ibid., p. 153.
61. Ibid., p. 152.
62. Chattopadhyay, *Bengal Politics*, p. 173.
63. Ispahani, *Jinnah As I Knew Him*, p. 125.
64. A.K. Zainul Abedin (ed.), *Bengal Today*, (Al Helal, Barisal, 1978), p. 6.
65. De, *Islam in Modern India*, p. 159.
66. Chattopadhyay, *Bengal Politics*, p. 173.
67. Sarat Bose, *I Warned My Countrymen* (Calcutta, 1968), quoted in Chattopadhyay, *Bengal Politics*, p. 173.
68. Quoted in Rab, *Huq*, p. 129.

69. Rahim, *Provincial Autonomy*, p. 234.
70. Ibid., p. 235.
71. Ibid., p. 236.
72. On Feb. 27, 1943, Bengal Legislative Assembly Proceedings quoted in Chattopadhyay, *Bengal Politics*, p. 188.
73. Abedin (ed.), *Bengal Today*, pp. 27–8.
74. Ibid., pp. 40–41.
75. From letters of Linlithgow to Amery, Secretary of State, Apr. 2 and 4, 1943, in Mansergh and Lumby (ed.), *Transfer of Power*, Vol. 3, quoted in Chattopadhyay, *Bengal Politics*, pp. 191–2.
76. Abedin (ed.), *Bengal Today*, pp. 44–5.
77. Moon (ed.), *Wavell*, pp. 31–2.
78. Ibid.
79. Ibid.
80. Letter to M. Shahjehan, dated Oct. 13, 1945, quoted in Rab, *Huq*, pp. 159–61.
81. Ibid., pp. 195–6.
83. Ibid., p. 18.
84. Ibid., pp. 205–6.
85. Ibid., p. 207.
86. On Apr. 8, 1943, quoted in Abedin (ed.), *Speeches of Sher-e-Bangla*, p. 144.
87. Rahim, *Provincial Autonomy*, p. 111.
88. Rab, *Huq*, p. 165.
89. Ibid., p. 167.
90. Abedin (ed.), *Speeches of Sher-e-Bangla*, p. 183.
91. S.G. Jilani, *Fifteen Governors I Served With* (Lahore, 1979), p. 7.
92. Rab, *Huq*, p. 170.
93. Jilani, *Fifteen Governors*, p. 40.
94. Ibid., p. 45.
95. Letter of Oct. 13, 1956, quoted in Abedin (ed.), *Speeches of Sher-e-Bangla*, p. 192.
96. Jilani, *Fifteen Governors*, p. 47.
97. Ibid., p. 48.
98. Letter from Huq to Ataur Rahman, Oct. 13, 1956, quoted in Abedin (ed.), *Speeches of Sher-e-Bangla*, pp. 192–3.
99. Ibid., pp. 186–7.
100. To Hashim Ali Khan, Feb. 2, 1956, ibid., p. 188.
101. Letter to Yusuf Ali, Feb. 28, ibid., p. 194.
102. Rab, *Huq*, p. 186.
103. Ibid., pp. 189–90.

7. அபுல் கலாம் ஆசாத்

1. Mushir U. Haq, *Muslim Politics in Modern India: 1857–1947* (Meenakshi, Meerut, 1970), p. 69.
2. Arsh Malsiani, *Abul Kalam Azad* (Publications Division, New Delhi, 1976), p. 2.
3. Quoted in ibid., pp. 14–15.
4. Ibid.
5. Abul Kalam Azad, *India Wins Freedom* (Orient Longmans, Calcutta, 1959), p. 4.
6. Ibid.
7. Ibid., p. 5.
8. Ibid., p. 7.
9. Smith, *Modern Islam in India*, p. 218.
10. Haq, *Muslim Politics*, p. 70.
11. Ikram, *Modern Muslim India*, p. 141.
12. K.A. Faruqi, quoted in Malsiani, *Azad*, p. 20.
13. *Al Hilal*, Dec. 18, 1912, quoted in Haq, *Muslim Politics*, p. 101.
14. Ibid., p. 79.
15. *Al Hilal*, Sept. 8, 1912, in ibid., p. 79.
16. *Al Hilal*, Sept. 11, 1912, in ibid., pp. 81–3.
17. Ibid.
18. *Al Hilal*, date not given, in Malsiani, *Azad*, pp. 25–6.
19. *Al Hilal*, Sept. 9, 1912, in Haq, *Muslim Politics*, p. 72.
20. Quoted in Mujeeb, *Indian Muslims*, p. 458.
21. Haq, *Muslim Politics*, p. 88.
22. *Al Hilal*, Dec. 3, 1913, in ibid., p. 90.
23. Quoted in ibid., pp. 94–5.
24. Ibid.
25. Malsiani, *Azad*, p. 30.
26. Azad, *India Wins Freedom*, p. 9.
27. Mujeeb, *Indian Muslims*, p. 441.
28. S.S. Pirzada, *Some Aspects of Quaid-i-Azam's Life* (National Commission on Historical Research, Islamabad, 1978), p. 62.
29. Haq, *Muslim Politics*, p. 96.
30. Mahadev Desai, *Maulana Abul Kalam Azad* (Shiva Lal Agarwala, Agra, 1940), p. 83.

31. Haq, *Muslim Politics*, p. 98.
32. Ibid., p. 118.
33. Mujeeb, *Indian Muslims*, p. 463.
34. Fatwa quoted in Haq, *Muslim Politics*, p. 102.
35. Ibid.
36. Azad, *India Wins Freedom*, p. 16 and p. 21.
37. Malsiani, *Azad*, p. 39.
38. Gandhi quoted in ibid., p. 40.
39. Desai, *Azad*, pp. 50–51.
40. Malsiani, *Azad*, pp. 49–50.
41. Azad, *India Wins Freedom*, p. 18.
42. Letter of Feb. 19, 1922, quoted in Brown, *Gandhi's Rise*, p. 328.
43. Ibid.
44. Kripalani quoted in Humayun Kabir (ed.), *Abul Kalam Azad* (Publications Division, New Delhi), p. 32.
45. Quoted in Malsiani, *Azad*, pp. 43–4.
46. Desai, *Azad*, pp. 82–6.
47. Mujeeb, *Indian Muslims*, p. 462.
48. Mujeeb's interpretation. Ibid., p. 461.
49. Ibid., p. 463.
50. *The Qur'an*, 5:48. Quoted in Abbott, *Islam and Pakistan*, p. 169.
51. Abbott, *Islam and Pakistan*, pp. 168.
52. Mujeeb, *Indian Muslims*, p. 457.
53. Ibid., pp. 462–3.
54. Ibid., p. 462.
55. Ibid., p. 463.
56. Ikram, *Modern Muslim India*, p. 152.
57. Ibid.
58. Desai, *Azad*, p. 25.
59. Ikram, *Modern Muslim India*, p. 152.
60. Ibid., p. 149.
61. Smith, *Modern Islam in India*, p. 128.
62. Mujeeb, *Indian Muslims*, p. 460.
63. Malsiani, *Azad*, p. 95.
64. Desai, *Azad*, p. 97.
65. Azad's remark quoted in Munshi, *Pilgrimage to Freedom*, p. 24.
66. Malsiani, *Azad*, p. 45.
67. Subramonia Iyer (ed.), *Role of Maulana Abul Kalam Azad in Indian Politics* (Azad Oriental Research Institute, Hyderabad), p. 57.
68. Khaliquzzaman, *Pathway to Pakistan*, p. 105.
69. Azad, *India Wins Freedom*, pp. 161.
70. Khaliquzzaman, *Pathway to Pakistan*, p. 167 and pp. 187–8.
71. Ibid., p. 197.
72. Ibid., p. 211.
73. Ibid., last page.
74. Muhammad Ali, *Emergence of Pakistan*, p. 112.
75. Khaliquzzaman, *Pathway to Pakistan*, p. 211.
76. Desai, *Azad*, p. 1.
77. Quoted in ibid., p. 102.
78. R. Gandhi, *The Rajaji Story*, p. 37.
79. Quoted in Malsiani, *Azad*.
80. Smith quoted in Merriam, *Gandhi vs Jinnah*, p. 70.
81. Khaliquzzaman, *Pathway to Pakistan*, p. 251.
82. Merriam, *Gandhi vs Jinnah*, p. 68.
83. Desai, *Azad*, p. 124.
84. Azad, *India Wins Freedom*, p. 37.
85. Ibid., p. 39.
86. R. Gandhi, *The Rajaji Story*, p. 76.
87. Ibid.
88. Ibid.
89. Azad, *India Wins Freedom*, p. 44.
90. Ibid., pp. 58–9.
91. Ibid., p. 233.
92. Ibid., pp. 65–6.
93. Ibid., p. 71.
94. Ibid., p. 74.
95. Malsiani, *Azad*, p. 158.
96. Ibid., pp. 158–9.
97. R. Gandhi, *The Rajaji Story*, p. 91.
98. Azad, *India Wins Freedom*, p. 81.
99. Ibid., pp. 83–4.
100. Ikram, *Modern Muslim India*, p.149.
101. Malsiani, *Azad*, pp. 105–6.
102. Ibid., pp. 104–5.
103. Ibid., pp. 158–63.
104. Azad, *India Wins Freedom*, p. 93.
105. Khaliquzzaman, *Pathway to Pakistan*, p. 251.
106. Azad, *India Wins Freedom*, p. 100.
107. Ibid., p. 104.
108. Moon (ed.), *Wavell*, p. 154.
109. Azad, *India Wins Freedom*, p. 100.

110. Ibid., p. 141.
111. Ibid., p. 153.
112. Ibid., p. 128.
113. Ibid., pp. 153–5.
114. Ibid., p. 175.
115. Moon (ed.), *Wavell*, p. 336.
116. Azad, *India Wins Freedom*, pp. 179.
117. Ibid., pp. 143–4.
118. Ibid.
119. Ibid., p. 185.
120. Ibid.
121. Ibid., p. 185.
122. Ibid., p. 197.
123. Pyarelal, *The Last Phase*, Vol. 2, p. 252.
124. Azad, *India Wins Freedom*, p. 211.
125. Taken from Malsiani, *Azad*, pp. 164–9 and S.T. Lokhandwalla (ed.), *India and Contemporary Islam* (Indian Institute of Advanced Study, Simla, 1971), p. 51.
126. A.B. Rajput, *Maulana Abul Kalam Azad* (Lion Press, Lahore, 1946), pp. 199–201.
127. Mujeeb, *Indian Muslims*, p. 442.
128. Ikram's description of Daryabadi, Ikram, *Modern Muslim India*, p. 151.
129. Ibid.
130. Rajput, *Azad*, p. 203.
131. Mujeeb, *Indian Muslims*, p. 442.
132. Haq, *Muslim Politics*, p. vi.
133. Rajput, *Azad*, p. 202.
134. Azad, *India Wins Freedom*, p. 227.
135. Haq, *Muslim Politics*, p. 149.
136. Azad, *India Wins Freedom*, p. 227.
137. Ibid., p. 198.
138. Mujeeb, *Indian Muslims*, p. 441.
139. Mujeeb, *Dr Zakir Husain* (National Book Trust, New Delhi), p. 183 & p.195.
140. Azad, *India Wins Freedom*, p. 217.
141. Ibid., pp. 219–20.
142. Ibid., p. 222.
143. Ikram, *Modern Muslim India*, p.151.
144. Muhammad Ali, *Emergence of Pakistan*, p. 273.
145. Azad, *India Wins Freedom*, p. 184.
146. Nehru quoted in Malsiani, *Azad*, p. 175.
147. Abdullah Butt (ed.), *Aspects of Abul Kalam Azad* (Maktaba-i-Urdu, Lahore, 1942), pp. 32–3.
148. Malsiani, *Azad*, p. 177.
149. Tyabji in *Seminar on Gandhi and Azad* (Azad Oriental Research Institute, Hyderabad, 1969) p. 27.
150. Malsiani, *Azad*, p. 89.
151. Mujeeb, *Indian Muslims*, p. 442.

8. லியாகத் அலி கான்

1. Ikram, *Modern Muslim India*, p. 472.
2. M. Rafique Afzal (ed.), *Speeches and Statements of Quaid-i-Millat Liaquat Ali Khan* (Research Society of Pakistan, University of Punjab, Lahore, 1967), p.iv
3. Mushirul Hasan, *Congress Muslims and Indian Nationalism: 1928–1934* (Occasional Paper No. 23, Nehru Memorial Museum and Library, New Delhi, 1985), p. 49.
4. Nawab of Chhatari, *Yad-i-Ayyam*, p. 262, quoted in Ikram, *Modern Muslim India*, p. 473.
5. Afzal (ed.), *Speeches*, p. v.
6. Bolitho, *Jinnah*, p. 105.
7. Ibid.
8. Afzal (ed.), *Speeches*, p. v.
9. Bolitho, *Jinnah*, pp. 105–6.
10. *Civil and Military Gazette*, Lahore, March 3, 1936, quoted in Ikram, *Modern Muslim India*, p. 244.
11. Isphani, *Jinnah As I Knew Him*, p. 19, quoted in Afzal (ed.), *Speeches*, p. vi.
12. Statement in *Afaq*, Urdu daily of Lahore, Oct. 17, 1952, quoted in Afzal, *Speeches*, p. vi.
13. Khaliquzzaman, *Pathway to Pakistan*, p. 190.
14. Afzal (ed.), *Speeches*, p. vii.
15. Bolitho, *Jinnah*, p. 154.
16. C.M. Naim (ed.), *Iqbal, Jinnah and Pakistan* (Maxwell School of Public Affairs, Syracuse University, 1979), p.186
17. *Indian Annual Register*, 1943, Vol. 1, p. 278, quoted in Afzal (ed.), *Speeches*, p. viii.
18. S. Abid Husain, *The Destiny of Indian Muslims* (Asia, Bombay, 1965), p. 74.
19. J. Ahmad (ed.), *Speeches and*

Writings of Mr Jinnah, Vol. 1, p. 574.
20. Afzal (ed.), *Speeches*, p. xi
21. Moon (ed.), *Wavell*, p. 116.
22. Phrase of Sir Muhammad Yamin Khan, quoted in Sharif Al Mujahid, *Jinnah: Studies in Interpretation*, p. 403.
23. Ibid.
24. According to Khalif Bin Sayeed, quoted in ibid, p. 404 fn.
25. Moon (ed.), *Wavell*, p. 114.
26. Syed Mahmud to Bhulabhai in Datta and Cleghorn (ed.), *A Nationalist Muslim in India* (Macmillan, New Delhi, 1974), p. 250.
27. Afzal (ed.), *Speeches*, p. ix.
28. M.C. Setalvad, *Bhulabhai Desai* (Publications Division, New Delhi, 1968).
29. V.P. Menon, *The Transfer of Power in India* (Orient Longmans, Calcutta, 1957), p. 178.
30. Ibid., p. 177.
31. Moon (ed.), *Wavell*, p. 144.
32. Menon, *Transfer of Power*, pp. 177–8.
33. Moon (ed.), *Wavell*, p. 116.
34. Afzal (ed.), *Speeches*, p. x.
35. Moon (ed.), *Wavell*, p. 114.
36. *Deccan Times*, Sept. 9. 1945, quoted in Mujahid, *Jinnah*, p. 404 fn.
37. Mujahid, *Jinnah*, p. 404 fn.
38. Munshi, *Pilgrimage to Freedom*, p. 94.
39. Mujahid, *Jinnah*, p. 404 fn.
40. Menon, *Transfer of Power*, p. 214.
41. Moon (ed.), *Wavell*, pp. 207–8.
42. Ibid., p. 220.
43. Ibid., p. 259.
44. Ibid., p. 366.
45. Ibid., p. 413.
46. Ibid., p. 430.
47. Afzal (ed.), *Speeches*, p. xii.
48. On Nov. 23, 1946, Moon (ed.), *Wavell*, p. 381.
49. Ibid., p. 391.
50. Mujahid, *Jinnah*, p. 405.
51. Afzal (ed.), *Speeches*, p. xii.
52. Moon (ed.), *Wavell*, p. 375.
53. Ibid., p. 366.
54. Ibid., p. 372.
55. Menon, *Transfer of Power*, p. 358.
56. Afzal (ed.), *Speeches*, p. xiv.
57. Ibid.
58. Ibid., p. xv.
59. Ibid., p. xviii and p. 209.
60. Quoted in ibid., p. xix.
61. Ibid., p. 210.
62. Menon, *Transfer of Power*, p. 431.
63. Ibid., p. 418.
64. Afzal (ed.) *Speeches*, p. 211.
65. Menon, *Transfer of Power*, p. 419.
66. Afzal (ed.), *Speeches*, p. 211.
67. Ibid.
68. Sharma, *Peeps Into Pakistan*, p. 183.
69. Afzal (ed.), *Speeches*, p. 209.
70. Quoted in Wolpert, *Jinnah*, p. 356.
71. See Ikram, *Modern Muslim India*, p. 477.
72. Quoted in Afzal (ed.), *Speeches*, pp. xix–xx.
73. Ibid., p. 211.
74. Ibid., p. xx.
75. Moon (ed.), *Wavell*, p. 443.
76. Afzal (ed.), *Speeches*, p. 220.
77. Ibid., p. 219.
78. Ibid., p. xxi.
79. Ikram, *Modern Muslim India*, pp. 477–8.
80. *Free Press Journal*, Sept 19, 1949, quoted in ibid., p. 489.
81. Ikram, *Modern Muslim India*, p. 489.
82. Afzal (ed.), *Speeches*, p. 228.
83. Ibid., pp. 228–14.
84. Mian Iftikharuddin, *Speeches and Statements* (Nigarishat, Lahore, 1971), p. 365.
85. See Afzal (ed.), *Speeches*, pp. 228–44 and Ikram, *Modern Muslim India*, pp. 483–8.
86. Afzal (ed.), *Speeches*, p. 241.
87. *Hindu*, August 26, 1951, quoted in Ikram, *Modern Muslim India*, p. 492.
88. Liaquat Ali Khan, *Pakistan: The Heart of Asia* (Ministry of Education, Islamabad), p. 97.
89. Liaqat's statement of Apr. 29, 1949. Quoted in Afzal (ed.), *Speeches*, p. 249.
90. Ibid., p. 538.

91. Ibid., p. xxvi.
92. Nehru-Liaqat correspondence in Afzal (ed.), *Speeches*, pp. 577–639.
93. Mohammad Ayub Khan, *Friends Not Masters* (Oxford University Press, London, 1967), p. 40.
94. Letter of Jan. 5, 1948, quoted in Afzal (ed.), *Speeches*, p. 587.
95. In March 1949, *quoted in ibid.*, pp. 241–2.
96. *Statesman*, Apr. 23, 1950, quoted in Ikram, *Modern Muslim India*, p. 480.
97. Ayub, *Friends Not Masters*, pp. 36–7.
98. Letter to Z.A. Bokhari, Controller of Broadcasting, in Fatima Jinnah, *Speeches, Messages and Statements* (Research Society of Pakistan, Lahore, 1976), p. 37.
99. Ayub, *Friends Not Masters*, pp. 40.
100. *Indian Express*, Madras, Oct. 18, 1951.
101. Ayub, *Friends Not Masters*, p. 42.
102. Afzal (ed.), *Speeches*, p. xxix.
103. Ayub, *Friends Not Masters*, p. 41.

9. ஜாகிர் ஹுசைன்

1. M. Mujeeb, *Dr Husain* (National Book Trust, New Delhi, 1972), pp. 4–5.
2. Ibid., p. 11.
3. Anees Chishti, *President Zakir Husain* (Rachna Prakashan, New Delhi, 1967), p. 20 and Mujeeb, *Zakir Husain*, p. 17.
4. Mujeeb, *Zakir Husain*, p. 17.
5. Ibid., p. 20.
6. Quoted in B.K. Ahluwalia (ed.), *Zakir Husain: A Study* (Sterling, New Delhi, 1970), p. 28.
7. Mujeeb, *Zakir Husain*, p. 24.
8. Ibid., p. 25.
9. Ibid.
10. Ibid., p. 28.
11. Ibid., p. 29.
12. R. Gandhi, *The Rajaji Story*, p. 241.
13. *President Zakir Husain's Speeches* (Publications Division, New Delhi, 1973), p. 180.
14. Mujeeb, *Zakir Husain*, p. 32.
15. Ibid., p. 33.
16. Ibid., p. 34.
17. Ibid., p. 38.
18. Ibid., p. 39.
19. Ibid., p. 33.
20. Ibid., p. 35.
21. Ibid., p. 36.
22. Ibid., p. 38.
23. Ibid.
24. Ibid., pp. 39–40.
25. Ibid., p. 43.
26. Ibid., p. 50.
27. Ibid., p. 43.
28. Ibid., p. 44.
29. Ibid., p. 46.
30. Ibid.
31. Ibid., p. 58.
32. Ibid., p. 60.
33. Ibid., p. 57.
34. Ibid., pp. 66–7.
35. Ibid., p. 55.
36. In 1935, Ibid., p. 87.
37. Ibid.
38. Ibid., p. 84.
39. Ibid.
40. Ibid., p. 81.
41. Smith, *Modern Islam in India*, p. 129.
42. Mujeeb, *Zakir Husain*, p. 88.
43. Ibid., p. 90.
44. Ibid.
45. Ibid.
46. Ibid., p. 94.
47. Smith, *Modern Islam in India*, p. 131.
48. See article by Mujeeb in Ahluwalia (ed.), *Zakir Husain*, p. 46.
49. Ibid., p. 45.
50. Mujeeb, *Zakir Husain*.
51. Ibid., p. 98.
52. Ibid., p. 98 fn.
53. Moon (ed.), *Wavell*, p. 296.
54. Mujeeb, *Zakir Husain*, p. 137.
55. Ibid., p. 138.
56. Ibid., p. 247.
57. Ibid., p. 145.
58. Ibid., p. 67.
59. Ibid., p. 148.
60. Ibid.
61. Ibid., p. 160.
62. Ibid., p. 173.
63. Ibid., p. 182.

64. Ibid.
65. Ibid., pp. 205–6.
66. Ibid., p. 228.
67. Ibid., p. 211.
68. Ibid., p. 236.
69. *President Zakir Husain's Speeches*, p.2.
70. Mujeeb, *Zakir Husain*, p. 240.
71. Ibid.
72. Article by Durga Das in Ahluwalia (ed.), *Zakir Husain*, p. 69.
73. Mujeeb, *Zakir Husain*, p. 180.

10. நிறைவுரை

1. R. Gandhi, *The Rajaji Story*, p. 337.
2. Moon (ed.), *Wavell*, p. 368.
3. Merriam, *Gandhi vs Jinnah*, p. 31.
4. See Wolpert, *Jinnah*, p. 111.
5. Muhammad Ali, *Emergence of Pakistan*, p. 145.
6. Moon (ed.), *Wavell*, p. 311.
7. Afzal (ed.), *Speeches*, pp. 231–2.
8. Merriam, *Gandhi vs Jinnah*, p. 40.
9. Ibid., p. 47.
10. Round Table Conference Proceedings, quoted in Wolpert, *Jinnah*, p. 128.
11. Quoted in Menon, *Transfer of Power*, p. 382.
12. Moon (ed.), *Wavell*, p. 352.
13. Ibid., p. 314.
14. Ibid., p. 313 and p. 494.
15. Introduction by Habib in Moin Shakir, *Khilafat to Pakistan* (Kalamkar, New Delhi), p. xii.
16. Iqbal, *Mohamed Ali*, p. 38.

உதவிய நூல்கள்

Abbott, Freeland, Islam and Pakistan, Cornell University Press, Ithaca.

Abedin, A.K. Zainul, (ed.), Memorable Speecbes of Sher-E-Bangla, Al Helal, Barisal, 1978.

Abedin, A.K. Zainul (ed.), Bengal Today, Al Helal, Barisal, 1978.

Afzal, Rafique, (ed.), Speecbes and Statements of Quaid-e-Azam M.A. Jinnah, Research Society of Pakistan, Lahore, 1966.

Afzal, Rafique, (ed.), Speecbes and Statements of Quaid-i-Millat Liaqat Ali Khan, Research Society of Pakistan, Lahore, 1967.

Ahluwalia, B.K., (ed.), Zakir Husain, Sterling, New Delhi, 1970.

Ahmad, J., (ed.), Speeches and Writings of Mr. Jinah, Sh. M. Ashraf, Lahore, 1947.

Ahmad J., (ed.), Historic Documents of the Muslim Freedom Movement, Publishers United, Lahore.

Ahmad, J., Middle Phase of the Muslim Political Movement, Publishers United, Lahore, 1969.

Ahmad, J., Creation of Pakistan, Publishers United, Lahore, 1976.

Ali, Chaudhri Muhammad, The Emergence of Pakistan, Columbia, New York, 1967.

Ali, Mohamed, My Life: A Fragment, Sh. Muhammad Ashraf, Lahore, 1966.

Allana, Ghulam Ali, Quaid-e-Azam Jinnah. Ferozsons, Lahore, 1967.

Azad, Abul Kalam, India Wins Freedom, Orient Longmans, Calcutta, 1959.

Baig, M.R.A., The Muslim Dilemma in India, Vikas, New Delhi, 1974.

Bakhsh, Ilahi, With the Quaid-i-Azam During His Last Days, Quaid-i-Azam Academy, Karachi, 1978.

Banerjee, A.C. Two Nations, Concept, New Delhi, 1981.

Bolitho, Hector, Jinnah, Greenwood Press, Westport, Connecticut.

Bose, S.C., The Indian Struggle, Asia, Bombay, 1964.

Brass, Paul R., Language, Religion and Politics in North India, Vikas, New Delhi, 1975.

Brecher, Michael, Nehru, Oxford University Press, London, 1959.

Brown, Judith, Gandhi's Rise to Power, Cambridge University Press, Cambridge, 1972.

Butt, Abdullah, (ed.), Aspects of Abul Kalam Azad, Maktaba-i-Urdu, Lahore, 1942.

Campbell-Johnson, Alan, Mission With Mountballen, Robert Hale, London, 1951.

Chagla, M.C., Roses in December, Bharatiya Vidya Bhavan, Bombay, 1974.

Chandra, Kailash, Tragedy of Jinnah, Sharma, Lahore, 1941.

Chattopadhyay, Gautam, Bengal Electoral Politics and Freedom Struggle, New Delhi.

Chaudhuri, B.M., Muslim Politics in India, Orient, Calcutta, 1946.

Chishti, Anees, President Zakir Husain, Rachna, New Delhi, 1967.

Das, Durga, (ed.), Sardar Patel's Correspondence (10 Volumes), Navajivan, Ahmedabad.

Datta, V.N., and Cleghorn, B., A Nationalist Muslim in Indian Politics, Macmillan, New Delhi, 1974.

De, Amalendu, Islam in Modern India, Maya, Calcutta, 1982.

Desai, Mahadev, Maulana Abul Kalam Azad, Shiva Lal Agarwala, Agra, 1940.

Dwarkadas, Kanji, Ruttie Jinnah, Bombay, 1963.

Dwarkadas, Kanji, Ten Years to Freedom, Popular Prakashan, Bombay, 1968.

Gandhi, Rajmohan, The Rajaji Story, Bharatiya Vidya Bhavan, Bombay, 1984.

Glendevon, John, The Viceroy at Bay, Collins, London, 1971.

Graham, G.F.I., The Life and Work of Sir Syed Ahmed Khan, London, 1885. Reprinted.

Haq, Mushir U., Muslim Politics in Modern India, Meenakshi, Meerut, 1971.

Hardy, P., Partners in Freedom and True Muslims, Student Litteratur, Lund, Sweden, 1971.

Hardy. P., The Muslims of British India, Cambridge University Press, Cambridge, 1971.

Hasan, Mushirul, Congress Muslims and Indian Nationalism: 1928–1934, Occasional Paper No. 23 (unpublished), Nehru Memorial Museum and Library, New Delhi, 1985.

Hassnain, S.E., Indian Muslims, Lalvani, Bombay, 1968.

Hodson, H.W., The Great Divide, Hutchinson, London, 1969.

Husain, S. Abid, The Destiny of Indian Muslims, Asia, Bombay, 1965.

Husain, Zakir, President Zakir Husain's Speeches, Publications Divisions, New Delhi, 1973.

Iftikharuddin, Mian, Speeches and Statements, Nigarishat, Lahore, 1971.

Ikram, Sheikh Muhammad, Modern Muslim India India and the Birth of Pakistan, Institute of Islamic Culture, Lahore.

Ikramullah, Shaista, From Purdah to Parliament, Crescent Press, London, 1963.

Iqbal, Afzal, Mohamed Ali, Idarah-i-Adabiyat, Delhi, 1978.

Iqbal, Javid, (ed.), Notebook of Allama Iqbal, Lahore, 1961.

Ispahani, M.A.H, Quaid-e-Azam As I Knew Him, Forward Publications Trust, Karachi, 1968.

Iyer, Subramonia, (ed.), Role of Maulana Azad in Indian Politics, Azad Oriental Research Institute, Hyderabad.

Jilani, S.G., Fifteen Governors I Served With, Lahore, 1979.

Jinnah, Fatima, Speeches, Messages and Statements, Research Society of Pakistan, Lahore, 1976.

Jinnah, Quaid-i-Azam M.A., Speeches as Governor-General, Karachi, 1962.

Kabir, Humayun, (ed.), Abul Kalam Azad, Publications Division, New Delhi.

Karandikar, M.A., Islam in India's Transition to Modernity, Orient Longmans, New Delhi, 1968.

Khaliquzzaman, Choudhary, Pathway to Pakistan, Pakistan Longman, Lahore, 1961.

Khan, Liaquat Ali, Pakistan: The Heart of Asia, Ministry of Education, Islamabad.

Khan, Mohammad Ayub, Friends Not Masters, Oxford University Press, London, 1967.

Lalljee, H.A., Shia Muslims' Case, Bombay, 1945.

Lelyveld, David, Aligarh's First Generation, Princeton, 1977.

Lokhandwalla, S.T., (ed.), India and Comtemporary Islam, Indian Institute of Advanced Study, Simla, 1971.

Malik, Hafeez, Moslem Nationalism in India and Pakistan, Public Affairs Press, Washington, D.C., 1963.

Malik, Hafeez, (ed.), Iqbal: Poet-Philosopher of Pakistan, Columbia, New York, 1971.

Malik, Hafeez , Sir Sayyid Ahmed Khan and Muslim Modernization, Columbia, New York , 1980.

Malsiani, Arsh, Abul Kalam Azad, Publications Division, New Delhi, 1976.

Mansergh, N., and Lumby, E.W.R., The Transfer of Power (12 Volumes), Her Majesty's Stationery Office, London, 1970–83.

Mehta, Asoka, and Nair, Kusum, The Simla Triangle, Padma, Bombay, 1945.

Menon, V.P., The Transfer of Power in India, Orient Longmans, Calcutta, 1957.

Merriam, Allen Hayes, Gandbi vs Jinnah, Minerva, Calcutta, 1980.

Mirza, B.A., The Hindu-Muslim Problem, Thacker, Bombay, 1944.

Montague, E.S., An Indian Diary, Heinemann, London, 1930.

Moon, Penderel, Divide and Quit, University of California Press, Berkeley, 1962.

Moon, Penderel (ed.), Wavell: A Viceroy's Journal, Oxford University Press, 1973.

M.R.T., Pakistan and Muslim India, Home Study Circle, Bombay, 1943.

Muhammad, Shan, Sir Syed Ahmed Khan, Meenakshi, Meerut, 1969.

Mujahid, Sharif Al, Quaid-i-Azam M.A. Jinnah: Studies in Interpretation, Quaid-i-Azam Academy, Karachi, 1981.

Mujeeb, Muhammad, The Indian Muslims, George Allen and Unwin, London.

Mujeeb, Muhammad, Dr. Zakir Husain, National Book Trust, New Delhi, 1972.

Naim, C.M., (ed.), Iqbal, Jinnah and Pakistan, Maxwell School of Public Affairs, Syracuse University, 1979.

Nasar, S.H., Ideas and Realities of Islam, Allen and Unwin, London, 1975.

Nehru, Jawaharlal, Discovery of India, John Day, New York, 1946.

Nehru, Jawaharlal, Selectd Works (ed. S. Gopal), Orient Longman, New Delhi.

Noon, Feroz Khan, From Memory, Ferozsons, Lahore, 1966.

Peerzada, S.S., (ed.), Foundations of Pakistan: All-India Muslim League Documents, National Publishing House, Karachi, 1969.

Peerzada, S.S., (ed.), Leaders' Correspondence with Mr. Jinnah. Taj Office, Bombay.

Pirzada, S.S., (ed.), Quaid-i-Azam's Correspondence, East and West, Karachi, 1977.

Pirzada, S.S., Some Aspects of Quaid-i-Azam's Life, National Commission on Historical and Cultural Research, Islamabad, 1978.

Prakasa, Sri, Pakistan: Birth and Early Days, Meenakshi, Meerut, 1965.

Prasad, Beni, The Hindu-Muslim Question, Kitabistan, Allahabad, 1941.

Prasad, Rajendra, Autobiography, Asia, Bombay, 1957.

Pyarelal, The Last Phase (Volumes 1 and 2), Navajivan, Ahmedabad, 1958.

Qureshi, Istiaq Husain, The Muslim Community of the Indo-Pakistan Subcontinent. Mouton and Co., The Hague, 1962.

Rab, A.K. Abdur, A.K. Fazlul Huq, Ferozsons, Lahore, 1967.

Rahim, Enayetur, Bengal Election, 1937, Journal of the Asiatic Society of Bangladesh, Dacca, 1977.

Rahim, Enayetur, Provincial Autonomy in Bengal, Rajshahi University, Rajshahi, 1981.

Rahman, Fazlur, Islam, University of Chicago Press, Chicago, 1979.

Rajagopalachari, C., The Defence of India, Rochouse, Madras, 1942.

Rajagopalachari, C., The Way Out, Oxford, Bombay, 1943.

Rajagopalachari, C., Reconciliation, Hind Kitabs, Bombay, 1946.

Rajput, A.B., Maulana Abul Kalam Azad, Lion, Lahore, 1946.

Rao, B. Shiva, India's Feeedom Movement, Orient Longman, New Delhi, 1972.

Ray, Amalendu, Inconsistencies in Azad, Bangavarati Granthalaya, Howrah, 1968.

Robinson, Francis, Separatism Among Indian Muslims, Vikas, New Delhi, 1975.

Saiyid, M.H., M.A. Jinnah, Sh. M. Ashraf, Lahore, 1945.

Setalvad, M.C., Bhulabbai Desai, Publications Division, New Delhi, 1968.

Shahid, M.H., (ed.), Quaid-i-Azam M.A. Jinnah, Sang-e-Meel, Lahore, 1976.

Shakir, Moin, Khilafat to Pakistan, Kalamkar, New Delhi.

Sharma, M.S.M., Peeps into Pakistan, Pustak Bhandar, Patna, 1954.

Sinha, Sachchidananda, Iqbal, Ram Narain Lal, Allahabad, 1947.

Sitaramayya, Pattabhi, The History of the Congress, Congress Working Committee, Allahabad, 1935.

Smith, Vincent A., The Oxford History of India, Oxford, 1967.

Smith, Wilfred Cantwell, Modern Islam in India, Victor Gollancz, London, 1946.

Smith, Wilfred Cantwell, Islam in Modern History, Princeton, 1957.

Stephens, Ian, Horned Moon, Chatto and Windus, London, 1954.

Suleri, Z.A., My Leader, Lion, Lahore, 1946.

Symonds, Richard, The Making of Pakistan, Faber and Faber, London, 1950.

Tendulkar, D.G., Mahatma (8 Volumes), Times of India Press, Bombay, 1951.

Troll, Christian, Sayyid Ahmed Khan: Reinterpretation of Muslim Theology, Vikas, New Delhi, 1978.

Wolpert, Stanley, Jinnah of Pakistan, Oxford University Press, New York, 1984.